ಕೆಂಪು ಚಿಹ್ನೆಗಳು

ಒಳಬದಿಯ ರಕ್ಷಾಪುಟಗಳಲ್ಲಿ ಕಾಣಿಸಿರುವ ಶಿಲ್ಪಕಲೆಯಲ್ಲಿ ರಾಜ ಶುದ್ಧೋದನನಿಗೆ ಮೂವರು ಕಾಲಜ್ಞಾನಿಗಳು ರಾಣಿ ಮಾಯೆಯ ಕನಸಿನ ಅರ್ಥವನ್ನು ವಿವರಿಸುವ ದೃಶ್ಯವಿದೆ. ಅವರ ಕೆಳಗೆ ಕುಳಿತಿರುವ ಲಿಪಿಕಾರನು ಅರ್ಥವಿವರಣೆಯನ್ನು ದಾಖಲಿಸುತ್ತಿದ್ದಾನೆ. ಪ್ರಾಯಶಃ ಇದು ಭಾರತದಲ್ಲಿ ಲಭ್ಯವಿರುವ ಮೊಟ್ಟಮೊದಲ ಲೇಖನ ಕಲೆಯ ಚಿತ್ರಾತ್ಮಕ ದಾಖಲೆ.

ದೊರಕಿರುವ ಸ್ಥಳ : ನಾಗಾರ್ಜುನಕೊಂಡ, ಕ್ರಿ.ಶ. ೨ನೇ ಶತಮಾನ.

ಕೃಪೆ : ರಾಷ್ಟ್ರೀಯ ವಸ್ತುಸಂಗ್ರಹಾಲಯ, ನವದೆಹಲಿ.

ಅಕಾದೆಮಿ ಪ್ರಶಸ್ತಿ ಪುರಸ್ಕೃತ ಮಲಯಾಳಂ ಕಥಾ ಸಂಕಲನ

ಕೆಂಪು ಚಿಹ್ನೆಗಳು

ಎಂ.ಸುಕುಮಾರನ್

ಅನುವಾದ
ಅಶೋಕ್ ಕುಮಾರ್

ಸಾಹಿತ್ಯ ಅಕಾದೆಮಿ

Kempu Chihnegalu : Kannada translation by Ashok Kumar of Sahitya Akademi Award-winning collection of Malayalam short stories *Chuvanna Chinnangal* by M.Sukumaran, Sahitya Akademi, 2019, Rs. 285

ಕೃತಿ ಸ್ವಾಮ್ಯ : © ಸಾಹಿತ್ಯ ಅಕಾದೆಮಿ, ೨೦೧೯
ಪ್ರಕಾರ : ಸಣ್ಣ ಕಥೆಗಳು
ಪ್ರಕಟಣೆ : ಸಾಹಿತ್ಯ ಅಕಾದೆಮಿ
ಪ್ರಥಮ ಮುದ್ರಣ : ೨೦೧೯
ಲೇಖಕರು : ಎಂ.ಸುಕುಮಾರನ್
ಅನುವಾದಕರು : ಅಶೋಕ್ ಕುಮಾರ್

ISBN: 978-93-89467-31-4

ಬೆಲೆ: ಇನ್ನೂರ ಎಂಬತ್ತೈದು ರೂಪಾಯಿ

ಸಾಹಿತ್ಯ ಅಕಾದೆಮಿ
ಮುಖ್ಯ ಕಛೇರಿ: ರವೀಂದ್ರ ಭವನ, ೩೫, ಫಿರೋಜಶಾಹ ರಸ್ತೆ, ನವದೆಹಲಿ ೧೧೦ ೦೦೧
secretary@sahitya-akademi.gov.in, 011-23386626/27/28
ಮಾರಾಟ ವಿಭಾಗ: 'ಸ್ವಾತಿ', ಮಂದಿರ ಮಾರ್ಗ, ನವದೆಹಲಿ ೧೧೦ ೦೦೧
sales@sahitya-akademi.gov.in, 011-23745297, 23364204
ಕೊಲ್ಕತ್ತ: ೪, ಡಿ.ಎಲ್.ಖಾನ್ ರಸ್ತೆ, ಕೋಲ್ಕತ್ತ ೭೦೦ ೦೫೩
rs.rok@sahitya-akademi.gov.in, 033-24191683/ 24191706
ಚೆನ್ನೈ: ೪೪೩, ಗುಣ ಕಾಂಪ್ಲೆಕ್ಸ್, ಅಣ್ಣಾಸಾಲೈ, ತೇನಾಂಪೇಟೈ, ಚೆನ್ನೈ ೬೦೦ ೦೧೮
chennaioffice@sahitya-akademi.gov.in, 044-24311741
ಮುಂಬೈ: ೧೭೨, ಮುಂಬೈ, ಮರಾಠಿ ಗ್ರಂಥ ಸಂಗ್ರಹಾಲಯ ಮಾರ್ಗ, ದಾದರ್, ಮುಂಬೈ ೪೦೦ ೦೧೪
rs.rom@sahitya-akademi.gov.in, 022-224135744/ 24131948
ಬೆಂಗಳೂರು: ಸೆಂಟ್ರಲ್ ಕಾಲೇಜು ಆವರಣ, ಡಾ. ಬಿ.ಆರ್.ಅಂಬೇಡ್ಕರ್ ರಸ್ತೆ, ಬೆಂಗಳೂರು ೫೬೦ ೦೦೧
rs.rob@sahitya-akademi.gov.in, 080-22245152, 22130870

ಮುಖಪುಟ : ಚಂದ್ರಕಾಂತ ಪಟ್ಟಣ
ಅಕ್ಷರ ಜೋಡಣೆ : ನೀತು ಗ್ರಾಫಿಕ್ಸ್, ಬೆಂಗಳೂರು | ಮುದ್ರಣ: ಕೀರ್ತಿ ಪ್ರಿಂಟರ್ಸ್, ಬೆಂಗಳೂರು

Website:http://www.sahitya-akademi.gov.in

ಅನುಕ್ರಮಣಿಕೆ

ಅನುವಾದಕನ ನುಡಿ

ಎಂ.ಸುಕುಮಾರನ್ ಅವರ ಮಲಯಾಳಂ ನೀಳ್ಗತೆಗಳ ಸಂಕಲನ 'ಚುವನ್ನ ಚಿಹ್ನಂಗಳ್' 'ಕೆಂಪು ಚಿಹ್ನೆಗಳು' ಎಂಬ ಹೆಸರಿನಲ್ಲಿ ಕನ್ನಡಕ್ಕೆ ಬರುತ್ತಿದೆ. ಭಾರತದಲ್ಲಿ ಕೇರಳ ಮತ್ತು ಬಂಗಾಳ ರಾಜ್ಯಗಳು ಕಮ್ಯುನಿಸಮ್ ತತ್ವ ಸಿದ್ಧಾಂತಗಳ ರಾಜಕೀಯ ಪ್ರಭಾವಗಳ ಶಕ್ತಿ ಕೇಂದ್ರಗಳು. ಸಮಾಜವಾದದ ಆಳ ಹರಹುಗಳು ಅಲ್ಲಿನ ಜನಜೀವನದ ಅವಿಭಾಜ್ಯ ಭಾಗಗಳೇ. ಈ ಕಥಾಸಂಕಲನದ ಹೆಸರೇ ಸೂಚಿಸುವಂತೆ 'ಕೆಂಪು ಚಿಹ್ನೆಗಳು' ಕಮ್ಯೂನಿಸಮ್ ಪ್ರಣಾಳಿಕೆಯ ಪ್ರತಿನಿಧಿ ಎನ್ನಬಹುದಾದ 'ಕೆಂಪು' ಬಣ್ಣವನ್ನು ತನ್ನೊಳಗಿರಿಸಿಕೊಂಡಿದೆ. ಕ್ರಾಂತಿ, ಸಮಾನತೆಗಳ ಪ್ರಚಾರ ಮಾಡುವ ಈ ಸಿದ್ಧಾಂತದ ಸುತ್ತ ಹೆಣೆದ ಕತೆಗಳೇ ಇಲ್ಲಿ ಹೆಚ್ಚಾಗಿವೆ. ಕಾಮ್ರೇಡ್, ಲಾಲ್‌ಸಲಾಂ ಇತ್ಯಾದಿ ಪದಗಳು ಎಲ್ಲ ಕತೆಗಳಲ್ಲೂ ಬರುತ್ತವೆ. ಒಂದು ಕಾಲದಲ್ಲಿ ಹಸಿವು, ಬಡತನ, ಅಸ್ವಾತಂತ್ರಗಳೇ ತುಂಬಿತುಳುಕಿದ್ದ ಸಮಾಜದಲ್ಲಿ ಕ್ರಮೇಣ ಜಾಗತೀಕರಣ, ಬಂಡವಾಳಶಾಹಿಗಳ ನೂತನ ಆಕ್ರಮಣ ರೀತಿಗಳು ಸಮಸ್ಯೆಗಳಾಗಿ ಜನಜೀವನವನ್ನು ಕಾಡುತ್ತಿವೆ. ಈ ಹಿನ್ನೆಲೆಯಲ್ಲಿ ಇಲ್ಲಿನ ಹತ್ತು ನೀಳ್ಗತೆಗಳನ್ನು ವಿಶ್ಲೇಷಿಸಬಹುದು.

'ಆಶ್ರಿತರ ಆಕಾಶ'ದಲ್ಲಿ ಶ್ರಮಿಕ ವರ್ಗದ ಬವಣೆಗಳನ್ನು, ಹಸಿವು, ನಿರಾಶೆಗಳನ್ನು, ಕ್ರಾಂತಿಯ ಹಂಬಲ, ಆಶೋತ್ತರಗಳನ್ನು ಕಾಣುತ್ತೇವೆ. ಜಾಗತೀಕರಣದ ಆರಂಭಿಕ ಹಂತ, ಬಂಡವಾಳಿಗರ ಪೈಪೋಟಿ, ಕಾರ್ಮಿಕರ ಶೋಷಣೆಗಳ ವಿವರಗಳು ಇಲ್ಲಿವೆ. ಕ್ರಿಸ್ತನ ಆಶಯಗಳು ಸಮಾಜವಾದಿ ಅಂಶಗಳೇ, ದೀನರ ಕಣ್ಣೀರನ್ನು ಒರೆಸುವ ತುಡಿತಗಳು ಮಾನವರಾಶಿಯ ಮೂಲ ಸ್ವಭಾವವೇ ಎಂಬುದನ್ನೂ ಇಲ್ಲಿ ಸೂಚಿಸಿಲಾಗಿದೆ. ವ್ಯಾಪಾರದ ಕುಟಿಲ ನೀತಿಗಳು, ಸ್ಫೋಟನಾತ್ಮಕ ಘಟನೆಗಳು ಇರುವ ಈ ಕತೆಯಲ್ಲಿ (ಇತರ ಕತೆಗಳಲ್ಲೂ ಸಹ) ಅಸಂಗತ, ಭ್ರಾಮಕ, ಅವಾಸ್ತವ ನಿರೂಪಣಾ ತಂತ್ರವಿದೆ 'ಅನುಯಾಯಿ' ಕತೆಯಲ್ಲಿ ಬಡವರ ಶೋಷಣೆ, ಆಡಳಿತ ಯಂತ್ರದ ಆರ್ಥಿಕ ನೀತಿಗಳು ಕಾಲ್ಪನಿಕ ಸ್ಥಳಗಳಲ್ಲಿ ಅನೂಹ್ಯ ರೀತಿಯಲ್ಲಿ ತೆರೆದುಕೊಂಡಿದೆ. ದೀನರ ರೋದನ, ಅನ್ಯಾಯಗಳ ಅಟ್ಟಹಾಸ, ಅಧಿಕಾರ ವರ್ಗದ ಆಡಂಬರ, ಸಾಮಾನ್ಯ ಜನರ ಪ್ರೇಮ ಪ್ರಣಯ, ಬದುಕುವ ಉತ್ಕಟ ಹಂಬಲಗಳ ಜೊತೆ ಜೊತೆಗೇ ತತ್ಕಾಲಕ್ಕೆ ಬದಲಾಗುವ ನಿಲುವುಗಳು ಸಹ ಸಿಗುತ್ತವೆ. ಬಡತನದಿಂದ ಬೆಂದ ಗೃಹಿಣಿಯೊಬ್ಬಳು ತನ್ನ ಅನೈತಿಕ ಸಂಪಾದನೆಗೆ ಸಮಜಾಯಿಷಿಯೆಂಬಂತೆ ಪತಿಗೆ ಹೇಳುತ್ತಾಳೆ, 'ನನ್ನ ದೇಹವನ್ನಷ್ಟೇ ನಾನು ಬೇರೆಯವರಿಗೆ ಮಾರುತ್ತಿರು

ವುದು. ನನ್ನ ಮನಸ್ಸು ಪೂರ್ತಿ ನಿಮಗೇ ಸೇರಿದೆ'. ಇನ್ನೊಂದೆಡೆ ಕಥಾಪಾತ್ರವು 'ಹೃದಯ ಬಿಚ್ಚಿ ಮಾತನಾಡಲು ಅಥವಾ ಭಾವನೆಗಳನ್ನು ಹಂಚಿಕೊಳ್ಳಲು ಯಾರೂ ಇರಲಿಲ್ಲ' ಎನ್ನುವಾಗ ಏಕಾಂಗಿತನದ ನೀರಸ ಬದುಕು ಅನಾವರಣಗೊಳ್ಳುತ್ತದೆ.

'ವಂಜಿಕುನ್ನಂಪತಿ'ಯಲ್ಲಿ ಶಾಂತಿಯ ಸಂದೇಶ ಸಾರುವ, ಕೋಟೆಯೊಳಗೆ ಬದುಕುವ, ನಾಯಕನ ನಿರೂಪಣಾ ತಂತ್ರವಿದೆ. ರಾಜ್ಯಗಳ ಉಳಿವಿಗೆ ಸೈನ್ಯಗಳೂ ಸೆರೆಮನೆಗಳೂ ಅನಿವಾರ್ಯ ಮತ್ತು ಕೆಂಪು ಬಣ್ಣವು ಹೊಸ ಹುಟ್ಟಿನ ಸಂಕೇತ ಎಂದು ಹೇಳಲಾಗಿದೆ. ಗುಲಾಮಗಿರಿ ತೊಲಗಿ ಸರ್ವಜನಾಂಗಕ್ಕೂ ಸಮಾನತೆಯ ಸಾಮ್ರಾಜ್ಯ ಲಭಿಸಬೇಕೆಂಬ ಉದಾತ್ತ ಆಶಯವಿದೆ. ಈಗ ಎಲ್ಲೆಡೆ ತಲೆಯೆತ್ತುತ್ತಿರುವ ಆಂತರಿಕ ಯದ್ಧದ ಪರಿಕಲ್ಪನೆಯೂ ಇಲ್ಲಿದೆ. 'ಯಾವ ವ್ಯವಸ್ಥೆಯಲ್ಲೂ ಸೆರೆಮನೆಗಳಿಲ್ಲದೆ ಸಿಂಹಾಸನಗಳನ್ನು ಕಾಪಾಡಿಕೊಳ್ಳುವುದು ಸಾಧ್ಯವಿಲ್ಲ' ಎಂಬ ಸಾಲು ನಮ್ಮ ಕಣ್ಣಿಗೆ ರಾಚುತ್ತದೆ.

'ಗಾಣದೆತ್ತು' ಕಾರ್ಮಿಕ ನಾಯಕನೊಬ್ಬ ಪ್ರಿಂಟಿಂಗ್ ಪ್ರೆಸ್ ಮಾಲೀಕನಾಗಿ, ತನ್ನ ಕೆಲಸಗಾರರಲ್ಲಿ ಕನಿಕರ ತೋರುವ ಕತೆ. ಕೂಲಿಕಾರ್ಮಿಕನೊಬ್ಬ ಸಂಘಟನೆಯ ನೇತಾರನಾಗಿ ಉಪಾಯವಾಗಿ ಪ್ರವರ್ಧಮಾನಕ್ಕೆ ಬಂದು ಹಳೆಯ ಕಾರ್ಮಿಕ ವರ್ಗವನ್ನು ಕಡೆಗಣಿಸುವ ಸ್ಥಿತಿಯಲ್ಲಿ ಪ್ರೆಸ್ ಮಾಲಿಕ ಹತಾಶೆಯಿಂದ ಕೇವಲ ನೋಡುಗನಾಗಿ ಉಳಿಯವ ವಿಡಂಬನಾತ್ಮಕ ಕತೆಯಿದು.

'ಕುಂಜಪ್ಪುವಿನ ದುಃಸ್ವಪ್ನಗಳು' ಸ್ವತಂತ್ರ ಭಾರತದಲ್ಲಿ ಚುನಾವಣಾ ಸಂದರ್ಭದಲ್ಲಿ ರದ್ದಿ ಆಯುವ ಬಾಲಕನೊಬ್ಬನ ಕಣ್ಣಲ್ಲಿ ಬದುಕು ತೆರೆದುಕೊಳ್ಳುವುದನ್ನು ನಮಗೆ ತೋರುತ್ತದೆ. ದೈನಂದಿನ ತುತ್ತಿನ ಚೀಲ ತುಂಬವ ತಹತಹದಲ್ಲಿ ಸ್ವಾತಂತ್ರ್ಯ, ಆಡಳಿತ ಇವೆಲ್ಲ ಅರ್ಥಹೀನವೆನಿಸಿ ಬಿಡುತ್ತದೆ. 'ಶುದ್ಧವಾಯು' ಕತೆಯಲ್ಲೂ ಸ್ವಾತಂತ್ರ್ಯದ ನಿರ್ವಚನವಿದೆ. ಹಾಗೆಯೆ ಮಾನವ ಪ್ರೇಮ, ಪ್ರಾಣಿದಯೆಗಳ ಮಹತ್ತವನ್ನು ಸಾರಲಾಗಿದೆ.

'ಪಾರಿವಾಳ' ಕತೆಯು ಸಮಾನತೆಗಾಗಿ ಹೋರಾಡಿದ ಯುವಕನ ಭೀಕರ ಕೊಲೆ, ಅದರ ಹಿಂದಿನ ರಾಜಕೀಯ ತಂತ್ರಗಳು, ತನಿಖೆಯ ವಿವರಗಳು ಹಾಗೂ ಕೊನೆಯಲ್ಲಿ ವಿಚಿತ್ರ ತಿರುವುಗಳಿಂದ ಕೂಡಿದೆ. ಕೊಲೆಯಾದ ಯುವಕನನ್ನು ಆರಾಧಿಸುತ್ತಿದ್ದ ವಿವಾಹಿತ ಹೆಣ್ಣಿನ ವಿಚಾರಗತಿಯನ್ನೂ ಪೊಲೀಸರ ಹಿಂಸಾಚಾರ, ಆಡಳಿತ ವರ್ಗವು ಕ್ರಾಂತ್ರಿಯನ್ನು ದಮನ ಮಾಡುವ ಪರಿಯನ್ನು ಈ ಕತೆ ವಿವರಿಸುತ್ತದೆ.

'ಅಸುರ ಸಂಕೀರ್ತನೆ'ಯಲ್ಲಿ ದೈವ ವಿಶ್ವಾಸದ ಮಹಿಮೆ ಸಾರುತ್ತಲಿರುವ ಸಿರಿವಂತ ವ್ಯಕ್ತಿಯೋರ್ವರು ಬಡವನೊಬ್ಬನ ಬದುಕನ್ನು ದಯಾಪೂರ್ಣವಾಗಿ ಪ್ರಭಾವಿಸುವುದನ್ನು ಕಾಣುತ್ತೇವೆ. ನಾಸ್ತಿಕನಾದ ಹಾಲುಮಾರುವ ಪರಶುವಿಗೆ ಆ ಬ್ರಾಹ್ಮಣ ಅಧಿಕಾರಿಯ ಹೃದಯದಲ್ಲಿ ಸ್ಥಿರವಾದ ಸ್ಥಾನವಿದೆ. ಬಡವನ ಸಂಕಷ್ಟಗಳಿಗೆ ಅವನ ನಾಸ್ತಿಕತೆ ಕಾರಣವಾಗ ಕೂಡದು ಎಂಬುದೇ ಆ ಮಾನವತಾವಾದಿಯ ನಿತ್ಯಪ್ರಾರ್ಥನೆ.

'ಮೊಲೆಹಾಲಿನ ಸೆಲೆಗಳು' ಬಡತನದಲ್ಲೂ ಪ್ರೇಮ, ಮನುಜ ಸಂಬಂಧಗಳು, ಆತ್ಮಹತ್ಯೆಯ ಮಾನಸಿಕ ಸಾಮಾಜಿಕ ಸ್ತರಗಳು, ಇವನ್ನೆಲ್ಲ ವಿವರಿಸುತ್ತ ಮೊಲೆಹಾಲಿನ ಮಹತ್ವವನ್ನೂ ಅದು ಜೀವನಾಡಿ, ಜೀವದ ಸಲೆ ಎಂಬುದನ್ನೂ ಎತ್ತಿ ಹೇಳುತ್ತದೆ.

'ಉದಯ ಕಾಣಲು ನಿದ್ದೆಗಟ್ಟವರು' ಕತೆಯಲ್ಲಿ ಸಾಮಾನ್ಯರಿಗೆ ಅಪರಿಚಿತವಾದ 'ಕಮ್ಯೂನಿಸ್ಟ್' ಬೆಂಬಲಿಗರ ಕಾರ್ಯ ಚಟುವಟಿಕೆಗಳ ವಿವರಗಳಿವೆ. ಭೂಗತ ನಾಯಕರ ಬೆಂಬಲಕ್ಕೆ ನಿಂತು ಕ್ರಾಂತಿ ಪ್ರಸ್ಥಾನಕ್ಕೆ ಸಹಾಯ ಮಾಡುವ ಯುವ ವಿದ್ಯಾವಂತರ ಬದುಕು, ತಲ್ಲಣಗಳು ಹಾಗೆಯೇ ಆಧಿಕಾರ ವರ್ಗಕ್ಕೆ ಚಳ್ಳೆಹಣ್ಣು ತಿನ್ನಿಸುವ ಅನೇಕ ಯೋಚನೆಗಳ ರೂಪು ರೇಷೆಗಳು ಇವೆಲ್ಲ ವ್ಯವಸ್ಥಿತವಾಗಿ ನಡೆಯುವುದನ್ನು ಕಂಡರೂ ಕೊನೆಗೆ ಭ್ರಮನಿರಸನಕೊಳ್ಳಗಾಗಿ 'ಕ್ರಾಂತಿ' ಎಂಬ ಆದರ್ಶ ಸಂಕಲ್ಪ, ಕನಸುಗಳನ್ನು ತೊರೆದು ಸಾಮಾನ್ಯ ಜೀವನಕ್ಕೆ ಮರಳುವ ಹತಭಾಗ್ಯರನ್ನೂ ಈ ಕತೆ ಚಿತ್ರಿಸಿದೆ.

'ಕೆಂಪು ಚಿಹ್ನೆಗಳು' ಅನುವಾದ ಕಾರ್ಯವನ್ನು ನನಗೆ ವಹಿಸಿಕೊಟ್ಟ, ಕೇಂದ್ರ ಸಾಹಿತ್ಯ ಅಕಾಡೆಮಿಗೆ ನನ್ನ ಕೃತಜ್ಞತೆಗಳು. ಅನುವಾದಗಳನ್ನು ಆಪ್ತವಾಗಿ ಸ್ವೀಕರಿಸುವ ಕನ್ನಡ ಓದುಗರಿಗೂ ಕುಂದುಕೊರತೆಗಳನ್ನು ತಿಳಿಸಿ ತಿದ್ದುವ ಪ್ರಾಜ್ಞರಿಗೂ ನಾನು ಆಭಾರಿ. ಪುಸ್ತಕ ವನ್ನು ಅಂದವಾಗಿ ಹೊರತರುವಲ್ಲಿ ಸಕ್ರಿಯರಾದ ಅಕಾಡೆಮಿಯ ಎಲ್ಲ ಸಿಬ್ಬಂದಿ ವರ್ಗ ದವರಿಗೂ, ಮುಖಪುಟ ಚಿತ್ರ ಕಲಾವಿದರಿಗೂ, ಲಿಪಿ ಜೋಡಣೆ, ಮುದ್ರಣ ನಿರ್ವಹಿಸಿದ ವೃಂದಕ್ಕೂ ನನ್ನ ವಂದನೆಗಳು. ಎಂದಿನಂತೆ ನನಗೆ ವಿಮರ್ಶಾತ್ಮಕ ಬೆಂಬಲ ನೀಡುತ್ತಿರುವ ಸಾಹಿತ್ಯ ಮಿತ್ರರಿಗೆ, ನನ್ನ ಕುಟುಂಬದವರಿಗೆ ನಾನು ಋಣಿ.

–ಡಾ. ಅಶೋಕ್‌ಕುಮಾರ್

ಚರಿತ್ರೆಯು ಮಾರುವೇಷದಲ್ಲಿ ಬರುವಾಗ
ಎರಡು ದಶಕಗಳ ಹಿಂದೆ
ಚಿತ್ರಿಸಿದ ಕೆಂಪು ಚಿಹ್ನೆಗಳು
ಗುರುತಿಸಬಹುದೆಂಬ ನಿರೀಕ್ಷೆಯೊಂದಿಗೆ

ಆಶ್ರಿತರ ಆಕಾಶ

ಯಜಮಾನರಾದ ಸಾಹುಕಾರರ ಕುರಿತು ವಿಚಾರಿಸುವುದಿಲ್ಲ, ಹುಡುಕಿ ಕಂಡುಹಿಡಿಯಲು ಪ್ರಯತ್ನ ಮಾಡುವುದಿಲ್ಲ ಎಂಬ ಒಂದೇ ಕರಾರಿನ ಬಲದಿಂದಲಷ್ಟೇ ನನಗೆ ಈ ಕೆಲಸ ಸಿಕ್ಕಿದ್ದು. ನನ್ನ ಮಟ್ಟಿಗಂತೂ ಈ ನಿಬಂಧನೆ ತೀರ ಕ್ಷುಲ್ಲಕವಾದುದಾಗಿತ್ತು. ದಿನಕ್ಕೆ ಒಂದು ಸಲವಾದರೂ ಹೊಟ್ಟೆ ತುಂಬುವಷ್ಟು ಊಟ ಮಾಡಲು ದಾರಿಯೊದಗಿಸುವ ಈ ಕೆಲಸವನ್ನು ನನಗೆ ನೀಡಿದವನು ಪಿ.ಕೆ. ಎಂಬ ಹೆಸರಿನಲ್ಲಿ ಪರಿಚಿತನಾಗಿದ್ದ ಒಬ್ಬ ಮಧ್ಯ ವಯಸ್ಸಿನ ವ್ಯಕ್ತಿ.

ಪಿ.ಕೆ. ನನಗೆ ಯಾರೂ ಆಗಿರಲಿಲ್ಲ. ನನ್ನ ನೆನಪಿನಂಗಳಗಳ ಹಿನ್ನೆಲೆಯಲ್ಲೆಲ್ಲೋ ನಮ್ಮ ಸಂಬಂಧದ ತಾಯಿಬೇರು ಮರೆಯಾಗಿ ನೆಲೆಸಿತ್ತು. ಹಸಿವಿನಿಂದ ಕಂಗಾಲಾಗಿದ್ದಂತಹ ಒಂದು ಮಳೆಗಾಲದ ದಿನ, ಪ್ರಾಥಮಿಕ ಪಾಠಶಾಲೆಯ ವರಾಂಡದಲ್ಲಿ ಕಾಣಿಸಿಕೊಂಡ ನಿರ್ಗತಿಕ ಮಕ್ಕಳ ಬಡಕಲಾದ ಉದ್ದನೆ ಸಾಲಿನಲ್ಲಿ ನಾನು. ನನ್ನ ಮಣ್ಣಿನ ಮಡಕೆಗೆ ಗಂಜಿ ಮತ್ತು ಬೇಯಿಸಿದ ಅಲಸಂದೆಕಾಳು ಬಡಿಸಿಕೊಟ್ಟವನು ಈ ಪಿ.ಕೆ ಎಂಬ ವ್ಯಕ್ತಿಯೇ. ಬಳಿಕ ಒಣಗಿ ಕರಕಲಾದ ನನ್ನ ಕೌಮಾರ್ಯಕಾಲ. ಯೌವನದ ತಂಪಿನಾಗಸದ ಕೆಳಗೆ ಶರೀರ ಒಂದಿಷ್ಟು ಚಿಗುರಿತು. ಆ ಹರೆಯದಲ್ಲೂ ಹಸಿವಿನ, ಅತ್ಯಾಸೆಯಿಂದ ಆಹಾರಕ್ಕಾಗಿ ಅಲೆದ, ಮಧ್ಯಾಹ್ನಗಳಲ್ಲಿ ಆಹಾರ ನೀಡಿದವನೆಂಬ ನೆಲೆಯಲ್ಲೂ ಪಿ.ಕೆ.ಯು ನನ್ನ ನೆನಪಿನಲ್ಲಿ ತಳುಕು ಹಾಕಲ್ಪಟ್ಟಿರುವನು. ಭಾರೀ ಸಿರಿವಂತರ ಮನೆಗಳಲ್ಲಿ ಷಷ್ಠ್ಯಬ್ದಿ ಸಮಾರಂಭಗಳು, ಮದುವೆಗಳು, ತಿಥಿ ಸಮಾರಾಧನೆಗಳು ನಡೆವಾಗ ಹೊರಗೆ ಸಂತ್ರಸ್ತರಿಗೆ ನೀಡಲಾಗುವ ಅನ್ನಸಂತರ್ಪಣೆಗೋಸ್ಕರ ಕಾಯುತ್ತ ಕುಳಿತಿರುವವರ ಗುಂಪಿನಲ್ಲಿ ನಾನೂ ಇರುತ್ತಿದ್ದೆ. ಅಪರೂಪಕ್ಕಷ್ಟೆ ಸಿಗುತ್ತಿದ್ದಂತಹ ರುಚಿಯಾದ ಹಲವು ಖಾದ್ಯಗಳನ್ನು ಪಿ.ಕೆ. ನನಗೆ ಅಡಿಕೆ ಹಾಳೆಯಲ್ಲಿ ಬಡಿಸುತ್ತಿದ್ದ. ನನಗೊಂದು ಕೆಲಸ ನೀಡಿ ನನ್ನನ್ನು ಕಾಪಾಡಿದ ಔದಾರ್ಯವು ಕಟ್ಟಕಡೆಗೆ ಚಿಗುರಿದ ನೆನಪಾಗಿ ಈಗ ಉಳಿದಿದೆ.

ಮಕ್ಕಳಿಗಾಗಿ ಇರುವ ಹಲವು ತರದ ಆಟದ ಬೊಂಬೆಗಳನ್ನು ತಲೆಯ ಮೇಲೆ ಹೊರೆ ಯಾಗಿ ಹೊತ್ತು ತಿರುಗಾಡಿ ಹಳ್ಳಿಗಳಲ್ಲೂ ಸಂತೆಗಳಲ್ಲೂ ಮಾರುವ ಕೆಲಸ ನನಗೆ ಎಂದಿಗೂ ಬೇಸರ ತರಲಿಲ್ಲ. ನನ್ನ ಅನಾಗರಿಕ ಹಳ್ಳಿಯ ದೊಡ್ಡವರಿಗೂ ಸಹ ಈ ಆಟಿಕೆಗಳು ಬಹಳ ಅದ್ಭುತದ ವಸ್ತುಗಳಾಗಿದ್ದವು. ಭತ್ತ, ತೆಂಗು, ಕಡಲೆ ಮುಂತಾದವನ್ನು ಕೊಟ್ಟು ಆಟಿಕೆಗಳನ್ನು ಕೊಂಡು ಬಳಸಿ ಅವುಗಳ ಕಾರ್ಯವೈಖರಿಯನ್ನು ಹೊಗಳುತ್ತಲೂ ಇದ್ದರು. ಆ ವೇಳೆ

ಯಲ್ಲೆಲ್ಲ ಇವನ್ನೆಲ್ಲ ತಯಾರಿಸಿ ಪಿ.ಕೆ.ಯ ಮುಖಾಂತರ ನನಗೆ ವಹಿಸುತ್ತಲಿರುವ ಯಜಮಾನರನ್ನು ನಾನು ಗೌರವದಿಂದ ನೆನೆಯುತ್ತಿದ್ದೆ.

ಮಾರಾಟ ಮುಗಿದ ಮೇಲೆ ಲೆಕ್ಕ ಮತ್ತು ಹಣವನ್ನು ಮರಳಿ ಒಪ್ಪಿಸುವಾಗ ಪಿ.ಕೆ. ನನಗೆ ಹೊಸ ಆಟದ ಸಾಮಾನುಗಳನ್ನು ಕೊಡುತ್ತಿದ್ದ. ಸಂತೆ ದಿನಗಳಲ್ಲೂ ಜಾತ್ರೆ ರಾತ್ರಿಗಳಲ್ಲೂ ನಾನು ಹೆಚ್ಚು ಸಾಮಗ್ರಿಗಳನ್ನು ಕೇಳಿ ಪಡೆಯುತ್ತಿದ್ದೆ. ಆ ತಾಳಕ್ರಮದಲ್ಲಿ ಯಜಮಾನರ ಬಗ್ಗೆ ಕುತೂಹಲವಿಲ್ಲದೆಯೇ ನನ್ನ ದಿನರಾತ್ರಿಗಳು ಸುತ್ತಲಿನ ಪರಿಸರವನ್ನು ಎಬ್ಬಿಸದೆ ಉರುಳಿ ಸಾಗಿದವು.

ಪಿ.ಕೆ.ಯ ಕರುಣೆಯ ಋಣದಿಂದಾಗಿ ಆತನ ಆಶ್ರಿತನಾದ ನನಗೆ ಹಸಿವಿನ ಕಠೋರ ಆಕ್ರಮಣಗಳೊಂದನ್ನೂ ಸಹಿಸುವ ಪರಿಸ್ಥಿತಿ ಒದಗಲಿಲ್ಲ. ಆದರೂ ಆಗೊಮ್ಮೆ ಈಗೊಮ್ಮೆ ಪಿ.ಕೆ. ನನಗೆ ಕಾಟ ಕೊಡುತ್ತಿದ್ದ. ನಡುಬೀದಿಯಲ್ಲಿ ನಿಲ್ಲಿಸಿ ನನ್ನ ತೀರಿಹೋಗಿದ್ದ ತಂದೆ ತಾಯಿಗಳನ್ನು ಕೆಟ್ಟದಾಗಿ ಬಯ್ಯುತ್ತಿದ್ದ. ವ್ಯಾಪಾರದಲ್ಲಿ ಉಂಟಾಗುತ್ತಿದ್ದ ಕೆಲವು ಚಿಲ್ಲರೆ ತಪ್ಪುಗಳಿಗೆ ಶಿಕ್ಷೆಯೆಂಬಂತೆ ಕಿವಿ ಹಿಂಡಿ, ತಲೆಗೆ ಮೊಟಕಿ ನನ್ನನ್ನು ನೋಯಿಸುತ್ತಿದ್ದ. ಇವೆಲ್ಲವೂ ನನ್ನ ಉತ್ತಮ ಭವಿಷ್ಯಕ್ಕಾಗಿಯೇ ಎಂದು ಸಮಸ್ಥಿತಿಗೆ ಮರಳುವಾಗ ಪಿ.ಕೆ. ಹೇಳುವುದರೊಂದಿಗೆ ನನ್ನಲ್ಲಿ ಘನೀಭೂತವಾಗಿರುತ್ತಿದ್ದ ಸಿಟ್ಟು ಬೇಸರಗಳೆಲ್ಲ ಕರಗಿ ಹೋಗುವುವು.

ಇಷ್ಟು ಬೇಗನೆ ಪಿ.ಕೆ. ಹಾಸಿಗೆ ಹಿಡಿಯುವನೆಂದು ನಾನು ಭಾವಿಸಿರಲಿಲ್ಲ. ಸಂಜೆ ಹೊತ್ತಿನ ಜ್ವರ ರಾತ್ರಿ ವೇಳೆಯ ಕೆಮ್ಮು ಕ್ರಮೇಣ ಬಿಟ್ಟು ಹೋಗುವುವೆಂದೇ ನಾನು ಲೆಕ್ಕ ಹಾಕಿದ್ದೆ. ಆದರೆ, ಹಾಗಾಗಲಿಲ್ಲ. ಪಿ.ಕೆ.ಯ ನೆಚ್ಚಿನ ಗೆಣೆಯನಾದ ನಾಯಿ ರಾತ್ರಿ ಬೊಗಳುವುದಕ್ಕಿಂತಲೂ ಜೋರಾಗಿ ಪಿ.ಕೆ. ಕೆಮ್ಮುತ್ತಿದ್ದ. ಸಂತೆಯ ಸ್ಥಳದಲ್ಲಿ ಈಚಲ ಗರಿಯ ತಟ್ಟಿಯಿಂದ ನಿರ್ಮಿಸಲಾದ ಗುಡಿಸಲಲ್ಲಿ ಪಿ.ಕೆ. ಮಲಗಿದ್ದ. ನಾನು ಅದರ ಮುಂದಿನ ವರಾಂಡದಲ್ಲಿ ಮಲಗಿದ್ದೆ.

ಪ್ರತಿದಿನ ಸಾಯಂಕಾಲ ವ್ಯಾಪಾರ ಮುಗಿಸಿ ಮನೆಗೆ ಬರುವಾಗ ಪಿ.ಕೆ.ಗಾಗಿ ಗುಳಿಗೆ ಮತ್ತು ಕಷಾಯಗಳನ್ನು ಖರೀದಿಸುವುದನ್ನು ಎಂದೂ ಮರೆಯುತ್ತಿರಲಿಲ್ಲ. ಆದರೆ ನನ್ನ ಆ ಕರ್ತವ್ಯ ನಿಷ್ಠೆಯಿಂದೇನೂ ಪಿ.ಕೆ.ಯ ಕಾಯಿಲೆ ವಾಸಿಯಾಗಲಿಲ್ಲ. ಅದು ದಿನದಿಂದ ದಿನಕ್ಕೆ ಹೆಚ್ಚಾಗುತ್ತಲೇ ಹೋಯಿತು. ಔಷಧಿ ಕೊಳ್ಳುವುದಕ್ಕೂ ಹಣ ಕಮ್ಮಿಯಾಗುತ್ತ ಬಂತು. ಒಂದು ದಿನ ಸಂಜೆ 'ನಾನು ಹೇಳಬಾರದಿತ್ತು' ಎಂದು ನನಗೆ ಆಮೇಲೆ ಮನದಟ್ಟಾದಂತಹ ಒಂದು ವಿಷಯ ನಾನು ಪಿ.ಕೆ.ಗೆ ಹೇಳಿದೆ. ನಾನು ಹೋಗಿ ಯಜಮಾನರನ್ನು ಕಂಡು ಸುದ್ದಿ ತಿಳಿಸಿ ಸ್ವಲ್ಪ ಹಣ ಪಡೆದುಕೊಂಡು ಬರುತ್ತೇನೆ. ನನ್ನ ನಾಲಿಗೆಯಿಂದ ಇಷ್ಟು ಮಾತುಗಳು ಹೊರಬಿದ್ದ ಕ್ಷಣವೇ ನನ್ನ ಮೇಲೆ ಕ್ಯಾಕರಿಸಿ ಉಗುಳಿದ ಪಿ.ಕೆ. ನಾನು ಮುಖ ತಿರುಗಿಸಿದೆ. ಕರಾರು ಉಲ್ಲಂಘಿಸಿದ್ದಕ್ಕಾಗಿ ಕೋಪದ ರಕ್ತಲೇಪಿತ ಕಫದ ಮುದ್ದೆಗಳು ನನ್ನ ಹೆಗಲಿಗೆ ಬಂದಪ್ಪಳಿಸಿದವು. ದುಃಖವನ್ನು ನುಂಗಿ ಪಿ.ಕೆ.ಯ ಕಾಲು ಮುಟ್ಟಿ

ನಮಸ್ಕರಿಸಿ ನಾನು ಕ್ಷಮೆ ಬೇಡಿದೆ. ಮುಂದೆ ಹೀಗೆ ಮಾಡುವುದಿಲ್ಲ ಎಂದು ಪ್ರಮಾಣ ಮಾಡಿದೆ.

ಅಂದು ರಾತ್ರಿ ಪಿ.ಕೆ. ಬಹಳ ನಿತ್ರಾಣಗೊಂಡ, ಎಡೆಬಿಡದೆ ಕೆಮ್ಮುತ್ತಿದ್ದ. ರಕ್ತದ ಕೆನೆಗಳು ಕಪ್ಪನೆ ತುಟಿಗಳಿಂದ ಹತಾಶವಾಗಿ ಜಾರಿ ಚಾಪೆಗೆ ಬಿದ್ದವು. ಕೊನೆಗೆ ಆ ಬೀದಿಯಲ್ಲಿ ವಾಸವಿದ್ದ ಕೆಲವರ ನೆರವಿನಿಂದ ಪಿ.ಕೆ.ಯನ್ನು ಸರ್ಕಾರಿ ಆಸ್ಪತ್ರೆಗೆ ಸೇರಿಸಿದೆ.

ತತ್ಕಾಲಕ್ಕೆ ನನ್ನ ವ್ಯಾಪಾರ ನಿಲ್ಲಿಸಿದೆ. ನಾನು ಪಿ.ಕೆ.ಯ ಮಂಚದ ಬದಿಯಿಂದ ದೂರ ಹೋಗಲೇ ಇಲ್ಲ. ಕಫ, ಮೂತ್ರ, ತುಂಬಿದ ಪಿಂಗಾಣಿ ಬಟ್ಟಲುಗಳನ್ನು ತೊಳೆದೆ. ಮಲಗಿದ್ದಲ್ಲೇ ಅನಿಯಂತ್ರಿತವಾಗಿ ಹೋಗುತ್ತಿದ್ದ ಮಲ ತುಂಬಿದ ಬಟ್ಟೆಗಳನ್ನು ಸ್ವಚ್ಛಗೊಳಿಸುತ್ತ ಅಲ್ಲಿಯೇ ಉಳಿದೆ. ಪಿ.ಕೆ.ಯ ನಾಯಿ ಹೊರಗೆ ವರಾಂಡದಲ್ಲಿ ಕುಳಿತು, ಕೆಲವೊಮ್ಮೆ ಎದ್ದು ಗುರಿಯಿಲ್ಲದೆ ಓಡುತ್ತ ಇತರ ನಾಯಿಗಳೊಡನೆ ಕಚ್ಚಾಡುತ್ತ ಕಾಲ ಕಳೆಯಿತು.

ವಿಶೇಷವಾದ ಚಿಕಿತ್ಸೆಯೇನೂ ಸಿಗದಿದ್ದ ಕಾರಣ ಪಿ.ಕೆ.ಯ ರೋಗ ಉಲ್ಬಣಿಸಿತು. ಆಸ್ಪತ್ರೆಯಲ್ಲಿ ದೊರಕುತ್ತಿದ್ದ ಬ್ರೆಡ್ಡಿನ ತುಂಡುಗಳು, ನೀರು ಬೆರೆಸಿದ ಹಾಲು, ಗೋಧಿ ಗಂಜಿ ಇವೊಂದನ್ನೂ ಪಿ.ಕೆ.ಯ ಜಠರವು ಸ್ವೀಕರಿಸಲಿಲ್ಲ. ಸೇವಿಸಿದ ತತ್‌ಕ್ಷಣವೇ ಅವು ಹೊರ ಹಾಕಲ್ಪಟ್ಟವು. ಕೊನೆಗೆ ಪಿ.ಕೆ. ಏನನ್ನೂ ತಿನ್ನಲಾಗದ ಸ್ಥಿತಿಗೆ ತಲುಪಿದಾಗಲೂ ಆಸ್ಪತ್ರೆಯ ಲೆಕ್ಕದ ಪ್ರಕಾರ ಸಿಗುತ್ತಿದ್ದ ಪಾಲನ್ನು ಪಡೆಯುತ್ತಿದ್ದೆ. ಅದರ ದೊಡ್ಡ ಭಾಗವನ್ನು ಸೇವಿಸುತ್ತಿದ್ದೆ, ಸ್ವಲ್ಪ ನಾಯಿಗೂ ಕೊಡುತ್ತಿದ್ದೆ.

ಪಿ.ಕೆ.ಯ ಅಂತ್ಯವು ಸನ್ನಿಹಿತವಾಗುತ್ತಿತ್ತು. ಪ್ರಜ್ಞೆ ಪೂರ್ಣವಾಗಿ ಕಳೆದುಕೊಳ್ಳುವುದಕ್ಕೆ ಮುಂಚೆ ವಿಳಾಸ ಬರೆದು ಸ್ಟ್ಯಾಂಪ್ ಹಚ್ಚಿದ್ದ ಒಂದು ಕೊಳಕು ಲಕೋಟೆಯನ್ನು ಅಂಗಿಯ ಜೇಬಿನಿಂದ ಹೊರಕ್ಕೆ ತೆಗೆದು ಪಿ.ಕೆ. ನನಗೆ ಕೊಟ್ಟ. ಪಿ.ಕೆ. ತುಟಿಗಳನ್ನಲುಗಿಸಿದ, ನನ್ನ ಸಾವಿನ ಬಳಿಕ ಈ ಕವರನ್ನು ಟಪಾಲು ಪೆಟ್ಟಿಗೆಗೆ ಹಾಕು. ಯಜಮಾನರಿಗೆ ಬರೆದ ಕಾಗದ, ನಾಲ್ಕೈದು ದಿನದಲ್ಲಿ ನಿನಗೆ ಉತ್ತರ ಸಿಗುವುದು, ಒಂದು ವಿಚಾರ ಗಮನದಲ್ಲಿಟ್ಟುಕೋ, ಯಜಮಾನರಿದ್ದರಷ್ಟೇ ನಿನಗೆ ಉಳಿಗಾಲ, ವ್ಯಾಪಾರ ನಿಂತರೆ ನೀನು ಹಾಳಾಗುವೆ. ಕಷ್ಟಪಟ್ಟು ದುಡಿಯಬೇಕು, ನೀನು ಕರ್ಮದಲ್ಲಷ್ಟೆ ನಂಬಿಕೆಯಿರಿಸು. ಪ್ರತಿಫಲದಲ್ಲಲ್ಲ, ಸುಳ್ಳಾಡಕೂಡದು, ಮದ್ಯಪಾನ ಮಾಡಕೂಡದು, ವ್ಯಭಿಚಾರ ಮಾಡಬಾರದು.

ಎಲ್ಲವನ್ನೂ ಹೂಂಗುಟ್ಟಿ ಕೇಳಿದ ಮೇಲೆ ಪಿ.ಕೆ.ಯ ಕೃಶವಾದ ಹಸ್ತವನ್ನು ಹಿಡಿದು ಮೇಲಕ್ಕೆ ನೋಡುತ್ತ ದೇವರ ಸಾಕ್ಷಿಯಾಗಿ ನಾನು ಮಾತು ಕೊಟ್ಟೆ : "ತಾವು ಹೇಳಿದ್ದನ್ನೆಲ್ಲ ನಾನು ಶಿರಸಾವಹಿಸುವೆ."

ರಂಜಾನ್ ತಿಂಗಳ ಸಂಜೆ, ಆಸ್ಪತ್ರೆಯ ಅಂಗಳದಲ್ಲಿ ಮುಸ್ಲಿಂ ಜನರು ಚಂದ್ರನನ್ನು ನೋಡಲೆಂದು ಆಕಾಶದ ಕಡೆಗೆ ನೋಡುತ್ತ ನಿಂತಿದ್ದರು. ಅವರಲ್ಲಿ ರೋಗಿಗಳೂ ಆಸ್ಪತ್ರೆಯ ಸಿಬ್ಬಂದಿಗಳೂ ಡಾಕ್ಟರ್‌ಗಳೂ ಇದ್ದರು. ತೆಳ್ಳಗಿನ ಚಂದ್ರನ ಆಕೃತಿ ಸ್ಪಷ್ಟವಾಗುವುದನ್ನೇ

ಕಾಯುತ್ತ ವರಾಂಡದ ಈ ಬದಿಯಲ್ಲಿ ನಾನೂ ನಿಂತೆ. ಮೋಡ ಮುಸುಕಿದ್ದ ವಾತಾವರಣದಲ್ಲಿ ಚಂದ್ರನನ್ನು ಕಾಣಲಾಗದ ನಿರಾಸೆಯಿಂದ ಹಿಂತಿರುಗಿದ ನಾನು ಪಿ.ಕೆ.ಯ ದುರುಗುಟ್ಟಿರುವ ಕಣ್ಣುಗಳನ್ನು ತೆರೆದಿರುವ ಬಾಯನ್ನು ಕಂಡೆ.

ಶವಸಂಸ್ಕಾರಕ್ಕೆ ಬೇಕಾಗುವ ಹಣವೂ ನನ್ನಲ್ಲಿರಲಿಲ್ಲ, ಆದುದರಿಂದ ಆಸ್ಪತ್ರೆಯ ಅಧಿಕಾರಿಗಳು ಪಿ.ಕೆ.ಯನ್ನು ಅನಾಥಶವವೆಂದು ದಾಖಲಿಸಿದರು. ಆ ರಾತ್ರಿಯಿಡೀ ಶವಾಗಾರದ ಎದುರಿಗಿದ್ದ ತಗಡು ಷೆಡ್ಡಿನಲ್ಲಿ ನಾನು ಕುಳಿತೇ ನಿದ್ದೆ ಮಾಡುತ್ತಲೂ ಆಗಾಗ ಬೆಚ್ಚಿ ಎಚ್ಚರಾಗುತ್ತಲೂ ಸಮಯ ನೂಕಿದೆ. ಪಿ.ಕೆ.ಯ ನಾಯಿ ನನ್ನ ಪಕ್ಕ ಕಾಲು ಚಾಚಿ ಮಲಗಿತು.

ಮರುದಿನ ಮುನಿಸಿಪಲ್ ಕೆಲಸಗಾರರು ಬಂದರು. ಶವಾಗಾರದಿಂದ ಪಿ.ಕೆ.ಯ ಹೆಣವನ್ನು ಹೊರತಂದು ಟಯರ್‌ಗಳನ್ನು ಹೊಂದಿದ್ದ ಎತ್ತಿನಗಾಡಿಯಲ್ಲಿ ಮಲಗಿಸಿ ಸಾರ್ವಜನಿಕ ಸ್ಮಶಾನಕ್ಕೆ ಕೊಂಡೊಯ್ದರು. ಇಕ್ಕೆಲದಲ್ಲೂ ಹನೆಮರಗಳು ಬೆಳೆದು ನಿಂತಿದ್ದಂತಹ ಹೆದ್ದಾರಿಯುದ್ದಕ್ಕೂ ನಾನು ಮತ್ತು ನಾಯಿ, ಎತ್ತಿನಗಾಡಿಯನ್ನು ಅನುಸರಿಸಿದೆವು. ದಾರಿಯಲ್ಲೊಂದೆಡೆ ಸಾರಾಯಿ ಅಂಗಡಿಯ ಮುಂದೆ ಗಾಡಿ ನಿಂತಿತು. ಅವರು ಮೂಗಿನ ಮಟ್ಟಕ್ಕೆ ಕುಡಿದರು, ಆ ಮಧ್ಯಂತರದಲ್ಲಿ ನಾನು ಪಿ.ಕೆ.ಯ ಹೆಣವನ್ನು ನೋಡಿದೆ. ವಾಕರಿಕೆ ತರಿಸುವ ವಾಸನೆ, ಇನ್ನೊಂದು ಬಾರಿ ನೋಡುವ ಕುತೂಹಲವನ್ನು ತಡೆಗಟ್ಟಿತು.

ಸ್ಮಶಾನವು ಬೆಟ್ಟದ ಇಳುಕಲಿನಲ್ಲಿತ್ತು. ಸಾರಾಯಿಯ ಅಮಲಿನಲ್ಲಿದ್ದ ಕೆಲಸಗಾರರು ತೋಡಿದ ಗುಂಡಿ ಸಾಕಷ್ಟು ಆಳವಿರಲಿಲ್ಲ. ಒಂದು ಜೋರು ಮಳೆ ಬಂದರೆ ಮೇಲ್ಭಾಗದ ಮಣ್ಣು ಕೊಚ್ಚಿ ಹೋಗಿ ಶವವು ಹೊರಕ್ಕೆ ಕಾಣಿಸಿಕೊಳ್ಳುವುದು. ನರಿಗಳು ಎಳೆದು ತಿಂದು ಹರಿದ ಮೇಲೆ ಮೂಳೆಯ ತುಂಡುಗಳನ್ನು ಅಲ್ಲಲ್ಲಿ ಚೆಲ್ಲಾಡಿ ಹೋಗುವುವು. ಅನಾಥ ಶವವಾಗಿದ್ದ ಕಾರಣದಿಂದ ಇಂತಹ ಅನಿಸಿಕೆಗಳನ್ನು ಮತಿಗೆಟ್ಟ ಮುನಿಸಿಪಲ್ ಕೆಲಸಗಾರರೊಡನೆ ಹೇಳುವ ಹಕ್ಕಾಗಲಿ ಧೈರ್ಯವಾಗಲಿ ನನಗಿರಲಿಲ್ಲ.

ಹೆಣದ ಮೇಲೆ ಮಣ್ಣನ್ನು ಬಾಚಿ ಹಾಕಲು ಶುರು ಮಾಡಿದಾಗ ಆ ತನಕ ಶಾಂತವಾಗಿದ್ದ ನಾಯಿ ಊಳಿಟ್ಟಿತು. ನಾಲ್ಕು ದಿಕ್ಕಿಗೂ ಓಡಿ ಕೆಲವು ಗಾಬರಿಯ ಚೇಷ್ಟೆಗಳನ್ನು ತೋರಿತು. ಬಳಿಕ ಸಾಮಾನ್ಯ ಸ್ಥಿತಿಗೆ ಬಂದು ನನ್ನ ಕಾಲ ಬಳಿ ಬಂದು ನಿಂತಿತು.

ಮುನಿಸಿಪಲ್ ಕೆಲಸಗಾರರು ನಮ್ಮನ್ನು ಗಾಡಿಯಲ್ಲಿ ಹತ್ತಿಸಿ ಸಂತೆಗೆ ತಂದು ಇಳಿಸುವರೆಂದು ತಿಳಿದಿದ್ದೆ. ಅವರು ಯಾರೋ ಒಬ್ಬಳು ಹೆಣ್ಣಿನ ಕುರಿತು ಕೆಲವು ಬಯ್ಗಳನ್ನು ಹೇಳುತ್ತ ಎತ್ತುಗಳನ್ನು ಬೀಸಿ ಹೊಡೆಯುತ್ತ ಗಾಡಿಯನ್ನೋಡಿಸಿದರು. ಬಂದ ದಾರಿಯಲ್ಲಿ ಬಿರುಸಾದ ಬಿಸಿಲಿನಲ್ಲಿ ನಾನು ಮತ್ತು ನಾಯಿ ಹಿಂತಿರುಗಿ ನಡೆದೆವು. ನನ್ನ ಬಳಿ ಪಿ.ಕೆ. ಕೊಟ್ಟಿದ್ದ ಕವರ್ ಇತ್ತು. ಹೆದ್ದಾರಿಯು ಎರಡಾಗಿ ಕವಲೊಡೆಯುವಲ್ಲಿ ತಲುಪಿದಾಗ, ದೂರದಲ್ಲಿ ಯಾವುದೋ ಒಂದು ಹೆಣ್ಣು ನಾಯಿಯನ್ನು ಕಂಡ ಕ್ಷಣವೇ, ನನ್ನ ನಾಯಿಯು ತೆಂಕಣಕ್ಕೆ ಓಡಿತು, ನಾನು ಬಡಗಣಕ್ಕೆ ನಡೆದೆ.

ಪಿ.ಕೆ. ಕೊಟ್ಟಿದ್ದ ಕವರನ್ನು ಬಹಳ ಜಾಗ್ರತೆಯಿಂದ ಟಪಾಲು ಕಚೇರಿಗೆ ತೆಗೆದುಕೊಂಡು ಹೋಗಿ ಹಾಕಿದೆ. ಅಂದಿನ ದಿನವೇ ಪಿ.ಕೆ. ವಾಸವಿದ್ದಂತಹ ಕೋಣೆಗೆ ನಾನು ವಾಸ್ತವ್ಯ ಬದಲಿಸಿದೆ.

ಆಮೇಲಿನ ಎರಡು ದಿನಗಳಲ್ಲೂ ಭಾರೀ ಮಳೆ ಸುರಿಯಿತು. ನಾನು ಹೊರಕ್ಕೆ ಎಲ್ಲಿಗೂ ಹೋಗಲಿಲ್ಲ. ಮುಸುಕು ಹೊದ್ದು ಮಲಗಿದೆ, ಹಲವರು ದುಃಖ ವಿಚಾರಿಸುತ್ತ ಬಂದರು. ಆ ಗುಂಪಿನಲ್ಲಿ ತೋಟಿಗಳೂ, ಕಸಗುಡಿಸುವವರೂ, ಬೀದಿಸೂಳೆಯರೂ, ಬ್ರೋಕರ್‌ಗಳೂ, ಎಲ್ಲರೂ ಇದ್ದರು. ಕೆಲವರು ನನಗಾಗಿ ಚಹಾ ತಿಂಡಿಗಳನ್ನೂ ತರಿಸಿದರು. ದುಃಖವನ್ನು ವ್ಯಕ್ತಪಡಿಸಿದ ಮೇಲೆ ಅವರೆಲ್ಲ ತಮ್ಮತಮ್ಮ ಕೆಲಸಗಳಲ್ಲಿ ಮುಳುಗಲು ಮರಳಿ ಹೋದರು.

ಐದನೆಯ ದಿನ ನನ್ನ ಹೆಸರಿಗೆ ಯಜಮಾನರಿಂದ ಒಂದು ದೊಡ್ಡ ಕವರ್ ಬಂದಿತು. ಅಂದು ಮೊದಲ ಬಾರಿ ನಾನು ಯಜಮಾನರ ಹಸ್ತಾಕ್ಷರವನ್ನು ಕಂಡೆ. ದುಃಖದ ಕಾಗದ ಓದಿದೆ. ಪಿ.ಕೆ.ಯ ಸಾವಿನಿಂದುಂಟಾದ ದುಃಖವು ಯಜಮಾನರನ್ನು ಸಿಕ್ಕಾಪಟ್ಟೆ ಕಂಗೆಡಿಸಿದೆ. ದುಃಖಿಸುತ್ತ ಕುಳಿತರೆ ಫಲವಿಲ್ಲವಲ್ಲ. ಮರಣ ಹೊಂದಿದವರಿಗೆ ಸುಖ, ಬದುಕಿರುವವರಿಗೆ ತಾನೇ ದುಃಖದುಮ್ಮಾನಗಳು. ವ್ಯಾಪಾರ ನಡೆಯದಿದ್ದರೆ ನಾವೆಲ್ಲ ಉಪವಾಸ ಬೀಳುವೆವು. ಬರೀ ಬೊಂಬೆಗಳನ್ನು ತಯಾರಿಸಿ ಮಾರಿದರೆ ಲಾಭ ಸಿಗುವುದಿಲ್ಲ. ಆದುದರಿಂದ ಇನ್ನು ಮುಂದೆ ಗೃಹೋಪಯೋಗಿ ವಸ್ತುಗಳನ್ನು ತಯಾರಿಸುತ್ತೇವೆ. ಅದರ ಜೊತೆ ಜೊತೆಗೆ ನಮ್ಮ ವ್ಯಾಪಾರ ವಲಯವನ್ನು ಬದಲಾಯಿಸಬೇಕಾಗಿದೆ. ಹತ್ತಿರದ ತಾಲ್ಲೂಕು ಕೇಂದ್ರಕ್ಕೆ ಸ್ಥಳಾಂತರವಾಗ ಬೇಕು. ನಾವು ನಿರ್ಮಿಸುವ ವಸ್ತುಗಳನ್ನು ಕೊಳ್ಳುವ ಶಕ್ತಿಯಿರುವ ಕುಟುಂಬಗಳು ಅಲ್ಲಷ್ಟೇ ಇರುವುವು. ಅನಾಗರಿಕವಾದ ಆ ನಿನ್ನ ಕುಗ್ರಾಮದಲ್ಲಿ ಏನು ತಾನೇ ಮಾರಾಟವಾದೀತು?

ನಾನು ಹೆಚ್ಚಿನ ಉತ್ಸಾಹ ತಳೆದೆ. ಯಜಮಾನರು ಹೇಳುವುದು ಅದೆಷ್ಟು ಸತ್ಯ? ಬಡವ ರಾದ ಈ ಹಳ್ಳಿ ಜನರ ನಡುವೆ ಇದ್ದು ಎಷ್ಟು ದಿನ ಅಂತ ವ್ಯಾಪಾರ ನಡೆಸುವುದು? ಲಾಭವಿಲ್ಲದಿದ್ದರೆ ನನ್ನ ಯಜಮಾನರಿಗೆ ಏನು ತಾನೇ ಅಭಿವೃದ್ಧಿಯಾಗುತ್ತದೆ?

ಯಜಮಾನರ ಕವರಿನಲ್ಲಿ ಇನ್ನೊಂದು ವಸ್ತುವೂ ಇತ್ತು. ಚೌಕಾಕೃತಿಯ ಒಂದು ಹಿತ್ತಾಳೆ ತಗಡು. ಅದರ ಮೇಲೆ ನನ್ನ ಹೆಸರನ್ನೂ ಕೆಳಗೆ ಕಂಪೆನಿಯ ಹೆಸರನ್ನೂ ಕೊರೆಯಲಾಗಿತ್ತು. ಪತ್ರದ ಕೊನೆಯಲ್ಲಿ ಚಿಕ್ಕದೊಂದು ಅಡಿಟಿಪ್ಪಣಿ. ಮಾರಾಟಕ್ಕೆ ಹೋಗು ವಾಗ ಜನರಿಗೆ ಕಾಣುವ ಹಾಗೆ ಇದನ್ನು ಷರ್ಟ(ಅಂಗಿ)ಗೆ ತೂಗು ಹಾಕಿಕೊಳ್ಳಬೇಕು. ಅದರಿಂದ ಕಂಪನಿಯ ಬಗ್ಗೆ ನಂಬಿಕೆ ಮತ್ತು ಹೆಚ್ಚು ಪ್ರಚಾರ ನಮಗೆ ಸಿಗುವುದೆಂಬುದು ಖಂಡಿತ.

ನಾನು ಮುಂದಿನ ತಾಲ್ಲೂಕು ಕೇಂದ್ರಕ್ಕೆ ಸಾಗಿದೆ. ಮೊದಲಿಗೆ ನಾಲ್ಕು ಚಕ್ರಗಳನ್ನು ಅಳವಡಿಸಿದ ಒಂದು ತಳ್ಳುಗಾಡಿಯನ್ನು ತಯಾರಿಸಿದೆ. ಯಜಮಾನರು ವ್ಯಾಪಾರದ

ವಸ್ತುಗಳನ್ನು ಪಾರ್ಸೆಲ್‌ನಲ್ಲಿ ಕಳಿಸುತ್ತಿದ್ದರು. ಒಂದೇ ನೋಟದಲ್ಲಿ ಎಲ್ಲ ವಸ್ತುಗಳ ಮೇಲೂ ದೃಷ್ಟಿ ಹಾಯುವ ರೀತಿಯಲ್ಲಿ ಅವನ್ನು ಗಾಡಿಯಲ್ಲಿ ಜೋಡಿಸಿದೆ.

ನನ್ನ ವ್ಯಾಪಾರ ಶುರುಮಾಡಿದೆ, ಅದು ತಕ್ಕ ಮಟ್ಟಿಗೆ ಜನಸಂಖ್ಯೆ ಇರುವ ಜಾಗ. ಮುಖ್ಯ ರಸ್ತೆಗಳಲ್ಲಿ ಇರುವುದಕ್ಕಿಂತ ಹೆಚ್ಚಿನ ಸಂಖ್ಯೆಯಲ್ಲಿ ಜನರು ಒಳಪ್ರದೇಶಗಳಲ್ಲಿ ವಾಸವಾಗಿದ್ದರು. ಹಿತ್ತಾಳೆ ತಗಡನ್ನು ಷರ್ಟಿಗೆ ಸಿಕ್ಕಿಸಿಕೊಂಡು ತಳ್ಳುಗಾಡಿಯನ್ನು ನೂಕುತ್ತಾ ನಾನು ಉಪಬೀದಿಗಳಲ್ಲಿ ನಡೆದೆ. ಮನೆಗಳು ಮುಗಿಯುವಲ್ಲಿ ಭತ್ತದ ಗದ್ದೆಗಳು, ಬಳಿಕ ಕರಿಮೆಣಸಿನ ತೋಟಗಳು, ಮತ್ತೆ ಗದ್ದೆಗಳು, ಮನೆಗಳು.

ಹೆಂಗಸರು ಸಾಮಾನ್ಯವಾಗಿ ಜಿಪುಣಿಯರೇ ಆಗಿದ್ದರು. ತಾವು ಬಲು ಗಟ್ಟಿಗರು ತಮ್ಮನ್ನು ಮೋಸಗೊಳಿಸಲು ಯಾರಿಗೂ ಸಾಧ್ಯವಿಲ್ಲ ಎಂಬ ಒಂದು ಧೋರಣೆಯುಂಟಾಗಿಸಲು ಅವರು ನಾಲಿಗೆ ಹರಿಬಿಟ್ಟು ಕಾದಾಡುತ್ತಿದ್ದರು. ಹೇಳುವ ಬೆಲೆಯ ಅರ್ಧದಷ್ಟೇ ಅವರು ನಿರ್ಧರಿಸುವ ಬೆಲೆ. ಆರಂಭದ ದಿನಗಳಲ್ಲಿ ಕೆಲವು ತಪ್ಪುಗಳು ನನ್ನಿಂದಾದವು. ಆದರೆ ತಕ್ಷಣ ಅದನ್ನು ತಿದ್ದಿಕೊಳ್ಳಲು ಸಾಧ್ಯವಾಯಿತು. ಮೊದಲೇ ದುಪ್ಪಟ್ಟು ಬೆಲೆ ಹೇಳಿ ಬಳಿಕ ಚೌಕಾಸಿ ಮಾಡಿ ನಿಜವಾದ ಬೆಲೆಗಿಂತ ಸ್ವಲ್ಪ ಹೆಚ್ಚಿನ ಬೆಲೆಗೆ ಅವರಿಗೆ ಸಾಮಾನುಗಳನ್ನು ಮಾರಲು ಪ್ರಾರಂಭಿಸಿದೆ.

ಒಂದು ವಿಚಾರದಲ್ಲಿ ನಾನು ಕಟ್ಟುನಿಟ್ಟಾಗಿದ್ದೆ. ಯಾರಿಗೂ ಸಾಲ ಕೊಡುತ್ತಿರಲಿಲ್ಲ. ವಾರಕ್ಕೊಂದು ಸಲ ಸಾಮಾನುಗಳನ್ನು ಕಳಿಸುವುದರ ಜೊತೆಯಲ್ಲೇ ಯಾವಾಗಲೂ ಯಜಮಾನರು ಸಣ್ಣ ಚೀಟಿಗಳಲ್ಲಿ ಬರೆದು ಈ ವಿಷಯವನ್ನು ಜ್ಞಾಪಿಸುತ್ತಿದ್ದರು. 'ಇಂದು ನಗದು ನಾಳೆ ಸಾಲ' ಎಂಬುದೇ ನಮ್ಮ ಘೋಷಣಾ ವಾಕ್ಯವಾಗಿರಲಿ. ಈ ಮಧ್ಯಮ ವರ್ಗದವರು ಸಾಲ ಪಡೆದುಕೊಳ್ಳಲು ತೋರುವಷ್ಟೇ ಉತ್ಸಾಹವನ್ನು ಸಾಲ ತೀರಿಸದೆ ಇರುವುದರಲ್ಲೂ ತೋರುವವರು. ಆದ್ದರಿಂದ ಈ ವಿಚಾರದಲ್ಲಿ ದೃಢವಾಗಿರಬೇಕು.

ನಾನು ಒಂದಿಂಚು ಕೂಡ ಕದಲಲಿಲ್ಲ. ಈ ಕಾರಣದಿಂದಾಗಿ ಕೆಲವು ಮನೆಮಂದಿ ನನ್ನೊಂದಿಗೆ ಮುನಿಸಿಕೊಂಡರು. ಅವರು ನನ್ನಿಂದ ಸಾಮಾನು ಕೊಳ್ಳುವುದನ್ನು ನಿಲ್ಲಿಸಿಬಿಟ್ಟರು. ಒಮ್ಮೆ ಕೂಡ ನನ್ನಿಂದ ಯಾವುದೇ ವಸ್ತು ಖರೀದಿಸದಿದ್ದವರು ಈ ಸ್ವಭಾವವನ್ನು ಹೊಗಳಿದರು.

ಒಮ್ಮೆ ಈ ನಿರ್ಧಾರದಿಂದ ನಾನು ಸ್ವಲ್ಪ ಹಿಂದೆ ಸರಿದ ಕಾರಣದಿಂದಲೇ, ನನ್ನ ಜೀವನದಲ್ಲಿ ಮಹತ್ವದ ತಿರುವುಂಟಾಯಿತು. ನಾನು ಅವಳಿಗೆ ತುಸು ಕಾಫಿಪುಡಿ ಸಾಲ ಕೊಟ್ಟೆ. ಅವಳು ಯಾರೆಂದಾಗಲಿ ಹೆಸರು ಏನೆಂದಾಗಲಿ ನನಗೆ ತಿಳಿದಿಲ್ಲ. ನಾನು ಹಾದಿ ಮಧ್ಯೆ ಹಲವು ಕಡೆ ಅವಳನ್ನು ನೋಡಿದ್ದೆ. ಕೆಲವೊಮ್ಮೆ ಬೆಳೆಕೊಯ್ಲು, ನಾಟಿಕೆಲಸ ಮಾಡುತ್ತಿದ್ದ ಅವಳು ಇನ್ನು ಕೆಲವು ಬಾರಿ ಕಟ್ಟಡ ನಿರ್ಮಿಸುವಲ್ಲಿ ಕಲ್ಲು ಹೊರುವುದು ಕಂಡು ಬರುತ್ತಿತ್ತು. ಬಹಳ ಅಪರೂಪಕ್ಕೊಮ್ಮೆ ಹಗ್ಗ ಹೊಸೆಯುವಲ್ಲಿ ತೆಂಗಿನ ಮರದ ನೆರಳಿನೆಡೆಯಲ್ಲೂ ಅವಳ ರೂಪ ಕಾಣಿಸಿಕೊಂಡಿತು.

ಬಹಳ ಮನೋವೇದನೆಯೊಂದಿಗೇ ಅವಳು ಸಾಲ ಕೇಳಿದಳು. ಅವಳ ತಾಯಿ ಜ್ವರದಿಂದ ಮಲಗಿದ್ದಾಳೆ ತುಸು ಕಾಫಿ ಮಾಡಿಕೊಡಲು ಯಾವ ಬಗೆಯೂ ಇಲ್ಲ. ಉತ್ಪಾದನೆ ಹೆಚ್ಚಿಸಲೋಸುಗ ರಾಸಾಯನಿಕ ಗೊಬ್ಬರ ಹುಡುಕುತ್ತ ಪಟ್ಟಣಕ್ಕೆ ಹೋಗಿರುವ ಗದ್ದೆಯ ಮಾಲಿಕ ವಾಪಸು ಬರದಿರುವ ಕಾರಣ ನಾಟಿ ಕೆಲಸ ಮಾಡಿದ ಕೂಲಿ ಹಣ ಸಿಕ್ಕಿಲ್ಲ 'ನಾಳೆ ಇದೇ ಹೊತ್ತಿಗೆ ಈ ಆಲದ ಮರದ ಕೆಳಗೆ ನಾನು ಹಣ ತಂದು ಕೊಡುತ್ತೇನೆ'.

ನನ್ನ ಮನಸ್ಸು ಕರಗಿತು. ಹೀಗೆ ಮೊದಲ ಬಾರಿಗೆ ನಾನು ನನ್ನ ನಿರ್ಧಾರವನ್ನು ಉಲ್ಲಂಘಿಸಿದೆ.

ಮಾರನೆ ದಿನ ಹೇಳಿದ ಸಮಯಕ್ಕೆ ಸರಿಯಾಗಿ ಅವಳು ಕಾಸು ತಂದು ಕೊಟ್ಟಳು. ಅಲ್ಲದೆ ಇನ್ನಿತರ ಕೆಲವು ವಸ್ತುಗಳನ್ನು ರೊಕ್ಕ ಕೊಟ್ಟು ಕೊಂಡಳು. ಹಿಂದಿರುಗಿ ಹೋಗುವಾಗ ನಾನು ಅವಳೊಡನೆ ಕೇಳಿದೆ: 'ನಿನ್ನ ಹೆಸರೇನಂತ?' ನನ್ನ ಪ್ರಶ್ನೆಯ ದನಿಯನ್ನು ಕೀಟಲೆ ರೂಪದಲ್ಲಿ ಅನುಕರಿಸುತ್ತ ಅವಳು ಹೇಳಿದಳು: 'ನನ್ನ ಹೆಸರು ಕೃಷ್ಣವೇಣಿ.'

ಕೃಷ್ಣವೇಣಿಯ ಮೈಬಣ್ಣ ನಸುಗಪ್ಪಾಗಿತ್ತು, ಹದಿನೆಂಟೋ ಇಪ್ಪತ್ತೋ ಹರೆಯದ ಆ ಶರೀರದಲ್ಲಿ ಎಣ್ಣೆಪಸೆಯ ಹೊಳಪಿತ್ತು. ಕೆಂಪು ಬ್ಲೌಸ್ ಮತ್ತು ಕಪ್ಪಂಚಿನ ಮುಂಡನ್ನು ಯಾವಾಗಲೂ ಧರಿಸುತ್ತಿದ್ದ ಅವಳು ನಿಧಾನವಾಗಿ ನಡೆಯುತ್ತಿದ್ದಳು. ನೀಳವಾದ ತಲೆಮುಡಿಯನ್ನು ಮಡಚಿ ಲಾಡಿಯಿಂದ ಕಟ್ಟಿಡುತ್ತಿದ್ದಳು. ಅವಳ ತಲೆಗೂದಲಲ್ಲಿ ಜಾಜಿಯೋ ಮೊಲ್ಲೆಯೋ ಬಾಡಿ ನಿಂತಿರುತಿತ್ತು.

ದಿನವೂ ನಾನವಳನ್ನು ಕಂಡೆ, ದೂರದಿಂದಲೇ ನನ್ನ ಬರುವಿಕೆಯನ್ನು ಕಾಣುತ್ತಲೇ ಅವಳು ಹಾದಿಯ ಬದಿಗೆ ಸರಿದು ನೆರಳಿನ ತಾಣದಲ್ಲಿ ನಿಲ್ಲುವುದು ರೂಢಿ. ಅವಳನ್ನು ಕಾಣುವ ಕ್ಷಣದಲ್ಲೇ ಗಾಡಿಯ ವೇಗವನ್ನು ತಗ್ಗಿಸುವ ರೂಢಿಯನ್ನು ನಾನೂ ಅಭ್ಯಾಸ ಮಾಡಿಕೊಂಡೆ. ಅವಳು ಗಾಡಿಯಲ್ಲಿರುವ ಹಲವು ಸಾಮಾನುಗಳ ಬೆಲೆ ಕೇಳುವಳು. ದರದ ಹತ್ತುಪಟ್ಟು ಹೆಚ್ಚು ಹೇಳಿ ನಾನು ಅವಳನ್ನು ನಗಿಸುತ್ತಿದ್ದೆ. ಅವಳ ನಗು ನನಗೆ ಮತ್ತೇರಿಸಿತು. ಮತ್ತೆ ಮತ್ತೆ ಆ ನಗುವನ್ನು ಕೇಳಲು ನಾನು ಆಸೆಪಟ್ಟೆ. ಬಲಗೈಯಿಂದ ಬಾಯ್ಮುಚ್ಚಿಕೊಂಡು ಮುಂದಕ್ಕೆ ಬಾಗಿ ಮುಖ ತಗ್ಗಿಸಿ ನಗುವಾಗ ಅವಳ ವಕ್ಷಸ್ಥಳ ತುಳುಕಿ ಚಿಮ್ಮಿತು. ಅವಳ ಬಗೆಗಿನ ಯೋಚನೆಗಳು ನನ್ನ ನಾಡಿಗಳ ರಕ್ತಪ್ರವಾಹದಲ್ಲಿ ಹರಿದು ಲೀನವಾದವು ಆ ಪ್ರವಾಹವು ಜಲಪಾತವಾಯಿತು. ಆ ದಬದಬೆಯ ಸದ್ದಿನಿಂದ ನನ್ನ ನಿದ್ರೆ ಕೆಟ್ಟಿತು. ನನ್ನದಷ್ಟೇ ಅಲ್ಲ ಅವಳ ನಿದ್ರಾಹೀನ ರಾತ್ರಿಗಳು ಕೂಡ ಹೆಚ್ಚಿದವು.

ಈ ಹರಿವಿಗೆ ಒಂದು ಅಳಿವೆ ಮುಖವನ್ನು ಕಂಡು ಹಿಡಿಯಬೇಕಾದುದು ಇಬ್ಬರದೂ ಅಗತ್ಯವಾಗಿ ಬಿಟ್ಟಿತು. ಆಚಾರಗಳ ಹಾವಸೆ ಬಳ್ಳಿಗಳು ನಮ್ಮಿಂದ ದೂರವಾಗಿ ನಿಂತವು. ಪ್ರಸ್ತಾಪ ಮಾಡಲು ನನಗಾರೂ ಬಂಧುಬಳಗವಿಲ್ಲ. ಅವಳಿಗಾದರೋ ಇರುವುದು ವೃದ್ಧ ತಾಯಿಯೊಬ್ಬಳೇ.

ಬೆಟ್ಟದ ಮೇಲಿರುವ ಸುಬ್ರಹ್ಮಣ್ಯ ದೇಗುಲದಲ್ಲಿ ನಾವು ಮದುವೆಯಾದೆವು. ಒಂದು ಗುಲಗಂಜಿ ತೂಕದ ಬಂಗಾರ ಅವಳಿಗೆ ಕೊಡಲು ನನ್ನಿಂದಾಗಲಿಲ್ಲ. ತನ್ನ ಹತ್ತನೇ ವಯಸ್ಸಿನಿಂದಲೂ ಹೊಲ ಗದ್ದೆಗಳಲ್ಲಿ ಕೂಲಿಕೆಲಸ ಮಾಡಿ ಬೆವರು ಹರಿಸಿ ಸಂಪಾದಿಸಿದ ಹಣ ಉಳಿಸಿ ಅವಳು ಒಂದೂವರೆ ಪವನಿನ ಚಿನ್ನದ ಸರವನ್ನು ಮಾಡಿಸಿಟ್ಟಿದ್ದಳು. ಅದನ್ನೇ ತಾಳಿಯಾಗಿ ನಾನು ಕೊರಳಿಗೆ ಕಟ್ಟಿದೆ.

ನಾನು ಕೃಷ್ಣವೇಣಿಯ ಗುಡಿಸಲಿಗೆ ವಾಸ್ತವ್ಯ ಬದಲಿಸಿಕೊಂಡೆ, ಅವಳ ಗುಡಿಸಲು ಹಿನ್ನೀರಿನ ದಡದಲ್ಲಿತ್ತು. ಮಧುಚಂದ್ರದ ರಾತ್ರಿಗಳಲ್ಲಿ ಬೆಳದಿಂಗಳಲ್ಲಿ. ಪುಟ್ಟ ದೋಣಿಯಲ್ಲಿ ನಾವು ವಿಹರಿಸಿದೆವು, ನನಗೆ ಹುಟ್ಟು ಹಾಕಲು ಬರುತ್ತಿರಲಿಲ್ಲ. ಅನಾಯಾಸವಾಗಿ ಅವಳು ಹುಟ್ಟು ಚಲಾಯಿಸಿದಳು. ಹೊರಟಲ್ಲಿಗೇ ನಾವು ಮರಳುತ್ತಿದ್ದೆವು.

ಒಂದು ವಾರದ ಬಳಿಕ ನನ್ನ ವ್ಯಾಪಾರ ಮತ್ತೆ ಆರಂಭವಾಯಿತು. ಅವಳು ಹಿಂದಿ ನಂತೆಯೆ ಕೆಲಸಕ್ಕಾಗಿ ಗುಡಿಸಲಿನಿಂದ ಹೊರಟಳು. ಅವಳ ತಾಯಿ ಮನೆಗಾವಲಿಗೆ ನಿಂತಳು. ಇಬ್ಬರ ಸಂಪಾದನೆಯಿಂದ ಒಪ್ಪೊತ್ತು ಅನ್ನ ಎರಡು ಹೊತ್ತು ಗಂಜಿ ಸೇವಿಸುತ್ತ ದಿನದೂಡಿದೆವು.

ಒಂದು ದಿನ ಬೆಳಗ್ಗೆ ಗುಡಿಸಲ ಜಗುಲಿಯಲ್ಲಿ ಕುಳಿತು ಅವಳು ವಾಕರಿಸಿದಳು. ತುಂಬಿದ ಕಣ್ಣುಗಳನ್ನು ಮುಂಡಿನ ಅಂಚಿನಿಂದ ಒರೆಸಿಕೊಳ್ಳುತ್ತ ಅವಳು ನಾಚಿಕೆಯಿಂದ ನನ್ನತ್ತ ಕದ್ದು ನೋಡಿದಳು.

ಗರ್ಭಧಾರಣೆಯ ನಂತರವೂ ಅವಳು ಕೆಲಸಕ್ಕೆ ಹೋದಳು. ಹೊರೆ ಹೊತ್ತಳು, ಬೆವರು ಹರಿಸಿ ಮರಳಿ ಬಂದು ಹಿನ್ನೀರಿನಲ್ಲಿಳಿದು ಮಿಂದಳು.

ಆ ದಿನಗಳಲ್ಲೇ ಅವಳ ತಾಯಿ ತೀರಿಕೊಂಡಳು. ಅವಳು ಒಂದಿಷ್ಟು ದಿನ ಅತ್ತಳು, ಹದಿನೈದು ದಿನ ಕಳೆದಾಗ ತಲೆಗೆ ಎಣ್ಣೆ ಹಚ್ಚಿ ನೀವಿ, ಆ ಕೈಯಿಂದ ಮುಖವೊರೆಸಿಕೊಂಡು, ಉಟ್ಟ ಮುಂಡನ್ನು ಇನ್ನೊಮ್ಮೆ ಕೊಡವಿ ಉಟ್ಟುಕೊಂಡು ಕುಡುಗೋಲನ್ನು ಹಿಡಿದು ಕೂಲಿಗಾಗಿ ಕೊಯ್ಲಿನ ಕೆಲಸಕ್ಕೆ ಹೋದಳು.

ಒಂಬತ್ತನೇ ತಿಂಗಳಲ್ಲಿ ಅವಳನ್ನು ಕೆಲಸಕ್ಕೆ ಕಳಿಸಲು ನನ್ನ ಮನಸ್ಸು ಒಪ್ಪಲಿಲ್ಲ. ಉಪ ವಾಸ ಬಿದ್ದರೂ ಸರಿಯೇ ಇನ್ನು ಹೆರಿಗೆ ಆದಮೇಲಷ್ಟೇ ಕೆಲಸಕ್ಕೆ ಹೋದರೆ ಸಾಕು ಎಂಬ ನನ್ನ ಗಟ್ಟಿ ನಿರ್ಧಾರಕ್ಕೆ ಅವಳು ಮಣಿದಳು. ವರಮಾನದ ಕೊರತೆ ನೀಗಿಸಲು ನಾನು ಹೆಚ್ಚು ದುಡಿಯಬೇಕಾಯಿತು. ಹತ್ತು ಹದಿನೈದು ಮೈಲಿಗಳು ಕ್ರಮಿಸಿ ಜಾತ್ರೆಯ ಮೈದಾನ ಗಳಿಗೆ ತಲುಪಿ ವ್ಯಾಪಾರ ನಡೆಸಿದೆ. ಕೆಲವು ಕಡೆ ಒಂದೆರಡು ದಿನಗಳು ತಂಗಬೇಕಾಗುತ್ತಿತ್ತು.

ಒಂದು ರಥೋತ್ಸವ ಕಳೆದು ಮರಳಿ ಬಂದ ರಾತ್ರಿಯಲ್ಲಿ ಗುಡಿಸಲೊಳಗಿಂದ ಅಳು ಕೇಳಿಬಂತು, ಮಗು ಗಂಡು, ಕೃಷ್ಣವೇಣಿ ಹೇಳಿದ ಪ್ರಕಾರ ನಾನು ಒಬ್ಬ ಜ್ಯೋತಿಷಿಗೆ ಹುಟ್ಟಿದ ಸಮಯವನ್ನು ತಿಳಿಸಿದೆ. ಪುಬ್ಬಾ ನಕ್ಷತ್ರದಲ್ಲಿ ಜನಿಸಿದ ಗಂಡುಮಗುವಿನ ಗುಣಾ

ತಿಶಯಗಳನ್ನು ಆತ ವರ್ಣಿಸಿದ. ಇನ್ನು ಮುಂದೆ ನನ್ನ ಕಸುಬಿನಲ್ಲಿ ಉಂಟಾಗಲಿರುವ ಎಲ್ಲ ಅಭಿವೃದ್ಧಿಗಳಿಗೂ ಕಾರಣ ಅವನ ಹುಟ್ಟೇ ಸರಿ : ಖಂಡಿತ!

ಕೆಲವು ದಿನಗಳು ಕಳೆದಾಗ ನನಗೆ ಜ್ಯೋತಿಷಿಯ ಭವಿಷ್ಯನುಡಿಯಲ್ಲಿ ಅಪನಂಬಿಕೆ ಮೂಡಿತು. ನನ್ನ ವ್ಯಾಪಾರ ದಿನಗಳೆದಂತೆ ಕಡಿಮೆಯಾಗುತ್ತಿತ್ತು. ಅದಕ್ಕೆ ಸ್ಪಷ್ಟವಾದ ಕಾರಣಗಳಿದ್ದವು. ಸೀಮೆಯೆಣ್ಣೆ ಮತ್ತು ಕುಕ್ಕಿಂಗ್ ಗ್ಯಾಸ್ ಹೇರಳವಾಗಿ ಸಿಗತೊಡಗಿದ್ದವು. ಅದರಿಂದಾಗಿ ಮರದ ಹೊಟ್ಟು, ಸೌದೆ, ಇದ್ದಿಲುಗಳ ಒಲೆಗಳಿಗೆ ಬೇಡಿಕೆ ಕುಸಿಯಿತು. ಅದರಿಂದಾಗಿ ರಾಸಾಯನಿಕ ಬದಲಾವಣೆಯಾಗದಂತಹ ಪಾತ್ರೆಗಳು ಲಭ್ಯವಾಗ ತೊಡಗಿದವು. ಸಣ್ಣ ಪ್ಯಾಕೆಟ್‌ಗಳಲ್ಲಿ ದಿನಬಳಕೆಯ ವಸ್ತುಗಳು ಸಿಗತೊಡಗಿದಾಗ ನನ್ನ ಚಿಲ್ಲರೆ ವ್ಯಾಪಾರಕ್ಕೆ ಸಾಕಷ್ಟು ನಷ್ಟವಾಯಿತು.

ಈ ವಿವರಗಳನ್ನೆಲ್ಲ ತಿಳಿಸಿ ಯಜಮಾನರಿಗೆ ಇಂದು ದೀರ್ಘ ಪತ್ರ ಬರೆದೆ. ಆ ಕಾಗದವನ್ನು ಅಂಚೆ ಡಬ್ಬಿಗೆ ಹಾಕಿ ಮರಳಿ ಗುಡಿಸಲಿಗೆ ಬಂದಾಗ ಯಜಮಾನರ ಕವರ್ ನನ್ನ ಹಾದಿ ಕಾಯುತ್ತಿತ್ತು. ಅದರಲ್ಲಿ ಯಜಮಾನರು ಹೀಗೆ ತಿಳಿಸಿದ್ದರು. ಪುನಃ ಕೆಲವು ಬದಲಾವಣೆಗಳು ಆಗಬೇಕಿವೆ. ಈಗ ನಾವು ಮಾರಾಟ ಮಾಡುತ್ತಿರುವ ವಸ್ತುಗಳ ಕಾಲ ಮುಗಿದು ಹೋಯಿತು. ಇನ್ನು ಮುಂದೆ ಐಷಾರಾಮಿ ವಸ್ತುಗಳನ್ನು ತಯಾರಿಸಿ ಮಾರಿದರಷ್ಟೇ ನಮಗೆ ಏನಾದರೊಂದಿಷ್ಟು ಲಾಭ ಸಿಗಬಲ್ಲದು. ಅಂತಹ ವಸ್ತಗಳನ್ನು ಕಂಪೆನಿ ನಿರ್ಮಿಸಲಾರಂಭಿಸಿದೆ. ನೀನು ಈಗ ವಾಸವಿರುವ ಜಾಗ ಅಂತಹ ವ್ಯಾಪಾರಕ್ಕೆ ಸರಿಹೊಂದುವುದಿಲ್ಲ. ಆದುದರಿಂದ ನೀನು ಕೂಡಲೇ ನಗರಕ್ಕೆ ವಾಸ ಬದಲಾಯಿಸಿಕೊಳ್ಳಬೇಕು.

ಕಾಗದದ ಹಿಂಬದಿಯಲ್ಲಿ ನನಗೆ ಸಿಗಲಿರುವಂತಹ ಅನುಕೂಲತೆಗಳ ಪಟ್ಟಿ. ನಾನು ಪತ್ರ ಹಿಡಿದು ಒಳಕ್ಕೆ ನಡೆದೆ, ಒಲೆಯ ಬಳಿ ಕುಳಿತು ಹಸಿಸೌದೆಯನ್ನು ಊದಿ ಉರಿಸುತ್ತಿದ್ದ ಕೃಷ್ಣವೇಣಿಯನ್ನು ನಾನು ಆಲಿಂಗಿಸಿ ಚುಂಬಿಸಿದೆ. ಅವಳು ನನ್ನ ಎದೆಗೆ ಒರಗಿ ಬಿಟ್ಟಳು. ನಮ್ಮ ಈ ಅಪ್ಪುಗೆ ಉರುಳಾಟಗಳನ್ನು ಕಂಡು ಅಂಬೆಗಾಲಿಡಲೆತ್ನಿಸುತ್ತಿದ್ದ ನಮ್ಮ ಮಗ ಜೋರಾಗಿ ರೋದಿಸಿದ.

ನನ್ನ ಸಂತಸಕ್ಕೆ ಪಾರವಿರಲಿಲ್ಲ. ಇನ್ನು ಮುಂದೆ ನಾನು ತಿರುಗಾಡಿ ವ್ಯಾಪಾರ ಮಾಡಬೇಕಾಗಿಲ್ಲ. ಅಂಗಡಿಗಳಿಗೆ ಹೋಗಿ ಸಾಮಾನುಗಳ ಆರ್ಡರ್ ಪಡೆದು ಕಂಪನಿಗೆ ಕೊಟ್ಟರೆ ಸಾಕು. ಸಂಬಳ, ಪ್ರಯಾಣಭತ್ಯೆ, ದಿನಭತ್ಯೆ ಎಲ್ಲ ಲಭ್ಯ.

ಅಂದಿನ ರಾತ್ರಿ ಕೃಷ್ಣವೇಣಿ ಮಗನನ್ನು ನನ್ನ ಹತ್ತಿರ ಮಲಗಿಸುತ್ತ ಹೇಳಿದಳು. 'ಇವನೇ ನಮ್ಮ ರಕ್ಷಕ, ಹುಟ್ಟಿದ ದಿನದಿಂದಲೇ ನಮ್ಮ ಒಳ್ಳೆಯ ಭವಿಷ್ಯ ಪ್ರಾರಂಭ, ನಾವು ಇವನನ್ನು ಓದಿಸಬೇಕು. ಪ್ರತಿಭಟನೆ ಕಲಿಸಬೇಕು. ಇವನು ಕೆಡುಕುಗಳಿಗೆದುರಾಗಿ ಸೆಟೆದು ನಿಲ್ಲಬೇಕು. ಅವನ ನಟ್ಟೆಲುಬಿಗೆ ಕಬ್ಬಿಣದ ಬಲವೂ ಅವನ ಕೈಗಳಿಗೆ ಸಂಕೋಲೆಗಳನ್ನು ಕಿತ್ತೆಸೆಯುವ ಶಕ್ತಿಯೂ ಬರಬೇಕು. ಅವನ ಯೋಚನಾಗ್ನಿಗಳಿಗೆ ಕಾಳ್ಗಿಚ್ಚಿನ ಸಾಂಕ್ರಾಮಿಕ ಶಕ್ತಿ ಕೈಗೂಡಬೇಕು.'

ಕೃಷ್ಣವೇಣಿ ಕತ್ತಲಲ್ಲಿ ಮಲಗಿ ಇನ್ನೂ ಏನೇನೋ ಹೇಳಿದಳು. ಅವಳು ಹೇಳಿದ್ದನ್ನೇನೂ ಕೇಳುವ ಮನಃಸ್ಥಿತಿ ಆಗ ನನಗಿರಲಿಲ್ಲ. ಕಿರುಗೆಜ್ಜೆಗಳನ್ನು ಕುಲುಕಾಡಿಸುತ್ತ ನನ್ನ ಮನಸ್ಸು ಹಸಿರು ಹುಲ್ಲುಗಾವಲುಗಳಲ್ಲಿ ಅಲೆದಾಡುತ್ತಲಿತ್ತು.

ನಾನು ಮತ್ತು ನನ್ನ ಕುಟುಂಬ ನಗರಕ್ಕೆ ವಾಸ್ತವ್ಯ ಬದಲಾಯಿಸಿದೆವು, ಅಗ್ಗದ ಬಾಡಿಗೆಗೆ ಮನೆ ಅರಸುತ್ತ ಒಂದು ಹಗಲು ಪೂರಾ ನಾನು ಅಲೆದೆ. ಕೊನೆಗೆ ಸಮುದ್ರ ತೀರದಲ್ಲಿದ್ದ ಒಂದು ಮನೆ ನಾನು ನಿರೀಕ್ಷಿಸಿದ ಬಾಡಿಗೆಗೆ ಸಿಕ್ಕಿತು.

ಕೃಷ್ಣವೇಣಿಗೂ ಆ ಮನೆ ಇಷ್ಟವಾಯಿತು, ಎದುರಿನ ಭೋರ್ಗರೆವ ಕಡಲಿನಿಂದ ಬೀಸಿ ಬರುವ ಗಾಳಿ. ತೀರದಿಂದ ಮನೆಯಂಗಳದವರೆಗೂ ಹರಡಿಕೊಂಡಿರುವ ಮರಳಿನ ಹಾಸು. ಮನೆಯ ಹಿಂಭಾಗದಲ್ಲಿ ತುಸು ದೂರದಲ್ಲೇ ಹಾದು ಹೋಗುವ ರೈಲು ಹಳಿಗಳು. ಅರ್ಧರಾತ್ರಿಯ ವೇಳೆ ಸದ್ದೆಬ್ಬಿಸುತ್ತ ಧಾವಿಸುವ ರೈಲುಬಂಡಿಗಳು ಒಂದೆರಡು ದಿನ ಮಗ ನನ್ನು ನಿದ್ದೆಯಿಂದ ಭಯಪಡಿಸಿ ಎಬ್ಬಿಸಿ ಅಳಿಸಿದವು. ಆ ಬಳಿಕ ಅದು ರೂಢಿಯಾದುದ ರಿಂದ ಅವನ ಶ್ರವಣೇಂದ್ರಿಯ ಆ ಸದ್ದನ್ನು ಅವಗಣಿಸಿತು.

ನಾನು ನಗರಕ್ಕೆ ತಲುಪಿದ ದಿನವೇ ಆ ವಿಷಯವನ್ನು ನಾನು ಯಜಮಾನರಿಗೆ ಬರೆದು ತಿಳಿಸಿದೆ. ಯಜಮಾನರ ಉತ್ತರ ಬರುವ ತನಕ ಮನೆಯಲ್ಲಿ ಸಣ್ಣಪುಟ್ಟ ದುರಸ್ತಿ ಗಳನ್ನು ನಡೆಸುತ್ತ ಸಾಯಂಕಾಲದ ವೇಳೆ ಕೃಷ್ಣವೇಣಿಯೊಂದಿಗೆ ಸಮುದ್ರ ತೀರಕ್ಕೆ ಹೋಗಿ ಕುಳಿತಿರುತ್ತ ಕಾಲ ಕಳೆದೆ.

ಯಜಮಾನರ ಪ್ರತ್ಯುತ್ತರ ಮತ್ತು ಎರಡು ಪ್ಯಾಕೆಟ್ಟುಗಳು ನನಗೆ ಟಪಾಲಿನಲ್ಲಿ ಬಂದು ತಲುಪಿದವು. ಕಾಗದದಲ್ಲಿ ನನ್ನ ಹೊಸ ಉದ್ಯೋಗಕ್ಕೆ ಶುಭಾಶಯಗಳನ್ನು ಹಾರೈಸಲಾಗಿತ್ತು. ಪ್ಯಾಕೆಟ್‌ನಲ್ಲಿ ನನಗೆ ಉಡುಗೊರೆ–ಹಾಲು ಬಣ್ಣದ ಒಂದು ಜೊತೆ ಕೈಗವಸು–ಇತ್ತು. ನನ್ನ ಹೊಸ ಕೆಲಸಕ್ಕೂ ಈ ಕೈಗವಸುಗಳಿಗೂ ಇರುವ ಸಂಬಂಧವೇನೆಂದು ಎಷ್ಟು ಯೋಚಿಸಿದರೂ ಯಾವ ಸುಳಿವೂ ಸಿಗಲಿಲ್ಲ. ಕೃಷ್ಣವೇಣಿಗೆ ಅದೊಂದು ತಮಾಷೆಯ ವಿಷಯವಾಯಿತು. ಬೇರಾರಿಗೋ ಕಳಿಸಿಕೊಡಲು ಉದ್ದೇಶಿಸಿದುದು ತಪ್ಪಾಗಿ ಇಲ್ಲಿಗೆ ಬಂದಿರಬೇಕು ಎಂಬುದು ಅವಳ ವಾದ. ಅದು ಸರಿಯಲ್ಲ ಎಂದು ನನ್ನ ವಾದ, ನನಗೆ ಕಳಿಸಿರುವ ಕಾಗದದಲ್ಲಿ ಕೊನೆಗೆ ಕೈಗವಸುಗಳನ್ನು ಉಡುಗೊರೆ ಕಳಿಸುತ್ತಿರುವುದಾಗಿ ಯಜಮಾನರು ಬರೆದಿದ್ದಾರಲ್ಲ. ಅದೇನೇ ಇರಲಿ ಕೈಗವಸುಗಳು ಬಗೆಗಿನ ವಿವಾದವನ್ನು ನಾವು ಕೊನೆಗೊಳಿಸಿದೆವು. ಜುಜುಬಿ ವಸ್ತುವಾದರೂ ಯಜಮಾನರು ಸಂತಸದಿಂದ ಕಳಿಸಿಕೊಡುತ್ತಿರುವ ಮೊದಲನೆ ಉಡುಗೊರೆಯಾದ ಕಾರಣ ನಾನದನ್ನು ಗೌರವಿಸಿದೆ. ಕಬ್ಬಿಣದ ಪೆಟ್ಟಿಗೆಯ ಅಡಿಯಲ್ಲಿ ಅದನ್ನು ಭದ್ರವಾಗಿ ಇರಿಸಿದೆ.

ಎರಡನೆಯ ಪ್ಯಾಕೆಟ್ ತುಂಬ ಕ್ರಯಪಟ್ಟಿಗಳು ಮತ್ತು ನನ್ನ ಕಂಪನಿ ತಯಾರಿಸುವ ಸುಖಭೋಗದ ವಸ್ತುಗಳ ವಿವರಣೆ ಸಹಿತ ಚಿತ್ರಗಳು ಇದ್ದವು.

ಒಂದು ಶುಭ ಮುಹೂರ್ತ ನೋಡಿ ನಾನು ನಗರ ಪ್ರದಕ್ಷಿಣೆಗೆ ಹೊರಟೆ. ನಗರವು ಸಮುದ್ರ ತೀರದಿಂದ ಸ್ವಲ್ಪ ದೂರದಲ್ಲಿದ್ದ ಕಾರಣ ನಾನು ಎರಡು ಬಸ್ ಹಿಡಿದು ಹೋಗ ಬೇಕಾಗುತ್ತಿತ್ತು. ಸುಲಭದ ಹಾದಿಗಳಾವುದೂ ಇರಲಿಲ್ಲ. ರೈಲು ಹಾದಿಗೆ ಸಮಾನಾಂತರವಾಗಿ ನಡೆದರೆ ಸುಮಾರು ಅಷ್ಟೇ ದೂರ ಪುನಃ ನಡೆಯಬೇಕು.

ತೀರ ಅಪರಿಚಿತವಾದ ಆ ನಗರದಲ್ಲಿ ಯಾವುದೋ ಪೂರ್ವಕಾಲ ಸ್ಮರಣೆಯೊಂದಿಗೆ ನಾನು ನಡೆದೆ. ನನ್ನ ಷರ್ಟಿನ ಮುಂದುಗಡೆ ಹಿತ್ತಾಳೆ ತಗಡಿನ ಬಿಲ್ಲೆ. ಕೈಯಲ್ಲಿ ಸಣ್ಣದೊಂದು ತೊಗಲಿನ ಪೆಟ್ಟಿಗೆ, ಅದರೊಳಗೆ ದರಪಟ್ಟಿ ಮತ್ತು ಕರಪತ್ರಗಳು. ಆ ದಿನ ವಿಡೀ ನಾನು ಹಲವಾರು ವ್ಯಾಪಾರ ಮಳಿಗೆಗಳಿಗೆ ಹೊಕ್ಕು ಹೊರಬಂದೆ. ಹೊತ್ತಿ ಉರಿಯುವ ಬಿಸಿಲಿನಲ್ಲಿ ನನ್ನ ಕೈಕಾಲುಗಳು ಸುಟ್ಟವು. ಆದರೂ ಆತ್ಮವಿಶ್ವಾಸ ತೊರೆಯದೆ ನಾನು ಸೂರ್ಯ ಮುಳುಗುವವರೆಗೆ ಬೀದಿಗಳಲ್ಲಿ ನಡೆದೆ, ನನ್ನ ಪಾದಗಳಲ್ಲಿ ನೀರಿಳಿದು ಬಾವು ಬಂದಿತು. ಆತ್ಮವಿಶ್ವಾಸದ ಮುಖ ಕರಟಿತು.

ಬಲು ನೀರಸವಾಗಿಯೇ ಹಲವು ವ್ಯಾಪಾರಿಗಳು ನನ್ನನ್ನು ಬರಮಾಡಿಕೊಂಡರು. ಅವೇಳೆಯಲ್ಲಿ ಬಂದು ಅಗತ್ಯವಿಲ್ಲದೆಡೆಯಲ್ಲಿ ಮಾತನಾಡುವಂತಹ ಕೇಡಿಗನೊಂದಿಗೆಂಬಂತೆ ಅವರು ನನ್ನೊಂದಿಗೆ ನಡೆದುಕೊಂಡರು. ಅವರಲ್ಲೆಷ್ಟೋ ಜನರು ಕಂಪನಿ ಉತ್ಪನ್ನಗಳ ಕುರಿತ ನನ್ನ ಮಾತುಗಳನ್ನು ಗಮನಿಸದೆ ತಮ್ಮದೇ ಕ್ರಯ ವಿಕ್ರಯಗಳಲ್ಲಿ ಮುಳುಗಿದ್ದರು. ಕೆಲವರು ಆಮೇಲೆ ಯಾವಾಗಾದರೂ ಬರುವಂತೆ ಹೇಳಿ ಪರೋಕ್ಷವಾಗಿ ನನ್ನನ್ನು ಅವ ಮಾನಿಸಿದರು.

ರಾತ್ರಿ ಬಹಳ ತಡವಾದ ಮೇಲೆ ನಗರದಿಂದ ಹಿಂತಿರುಗಿದೆ. ಹಗಲಿನ ಸೆಖೆಯ ಕಾಠಿಣ್ಯ ಆಗಲೂ ಕಡಿಮೆಯಾಗಿರಲಿಲ್ಲ. ಜನರು ಮನೆಯ ವರಾಂಡಗಳಲ್ಲಿ ಬಿಸಿಲು ಮಚ್ಚುಗಳಲ್ಲಿ ಕುಳಿತೂ ನಡೆದೂ ಸೆಖೆಯನ್ನು ದೂರಗೊಳಿಸುತ್ತಿದ್ದರು.

ತಲೆದಿಂಬಿನಲ್ಲಿ ಮುಖವೊತ್ತಿ ನಾನು ಮಲಗಿದೆ, ನನ್ನ ಮನಸ್ಸು ಅಲೆಮಾಲೆಗಳಲ್ಲಿ ತೊನೆದಾಡಿತು. ಅಲೆಗಳು ಹಿಂದಿನ ದಿನಗಳಿಗಿಂತ ಈಗ ಶಕ್ತಿ ವರ್ಧಿಸಿಕೊಂಡಿದ್ದವು. ಬಹುಶಃ, ಭರತದ ಆರಂಭವಿರಬಹುದು.

ಕೃಷ್ಣವೇಣಿ ನನ್ನನ್ನೇ ನೋಡುತ್ತ ಮಲಗಿದ್ದಳು. ಅವಳು ಏನನ್ನೂ ಕೇಳಲಿಲ್ಲ. ನನ್ನ ಮುಖಭಾವದಿಂದ ಅವಳು ಎಲ್ಲವನ್ನೂ ಊಹಿಸಿ ತಿಳಿದಿರಬೇಕು. ಬಲು ಹೊತ್ತಿನ ಬಳಿಕ ಅವಳಿಗೆ ಸಾಂತ್ವನವಾಗಲೆಂದು ನಾನು ನಿದ್ದೆ ಬಂದವನಂತೆ ನಟಿಸಿದೆ. ತುಸು ಕಳೆದಾಗ ಅವಳು ನಿದ್ರಿಸಿದಳು, ರಾತ್ರಿಯ ರೈಲುಗಾಡಿ ಹಾದು ಹೋದ ಮೇಲೆ ನಾನೂ ನಿದ್ದೆ ಹೋದೆ. ಮುಂಜಾವಿನ ವೇಳೆ ಕಡಲಿನಲ್ಲಿ ದೋಣಿಯಿಳಿಸುವ ಮಂದಿಯ ಕೂಗು ಕೇಕೆ ಗಳನ್ನು ಕೇಳಿ ಎಚ್ಚರವಾಗಿಯೂ ಬಿಟ್ಟೆ.

ಹೊಸದೊಂದು ಜಾಗೃತಿಯೊಂದಿಗೆ ನಾನು ಮತ್ತೆ ನಗರಕ್ಕೆ ಹೊರಟೆ. ಈ ಬಾರಿ ನನ್ನ ಕಂಪನಿಯ ಉತ್ಪನ್ನಗಳನ್ನು ಮಾರುವ ಯತ್ನವನ್ನು ನಾನು ಕೈ ಬಿಟ್ಟೆ, ಕಳೆದ ಕೆಲವು ದಿನ

ಗಳಲ್ಲಿ ನನ್ನನುಭವಕ್ಕೆ ಬಂದ ವರ್ತನೆಗಳಿಗೆ ಕಾರಣ ತಿಳಿಯಲು ನನ್ನ ಮನಸ್ಸು ಹಾತೊರೆ ಯಿತು. ಮಧ್ಯಾಹ್ನವಾಗುತ್ತ ಬಂದಂತೆ ನಾನು ಕೆಲವನ್ನು ಸುಲಭವಾಗಿ ಅರಿತುಕೊಂಡೆ. ನನ್ನ ಕಂಪನಿ ತಯಾರಿಸುವ ಅವೇ ವಸ್ತುಗಳನ್ನು ಬೇರೊಂದು ಕಂಪೆನಿ ತಯಾರಿಸುತ್ತಿದೆ ಹಾಗೂ ಇವರಿಗೆಲ್ಲ ಸರಬರಾಜು ಮಾಡುತ್ತಿದೆ. ಇದರಿಂದ ನಾನೇನೂ ವಿಚಲಿತನಾಗಲಿಲ್ಲ. ಆದರೆ ಆ ಕಂಪೆನಿಯ ಈ ನಗರದ ಏಕೈಕ ಪ್ರತಿನಿಧಿಯ ನಡುವಳಿಕೆ ಮತ್ತು ಮಾನ್ಯತೆಗಳನ್ನು ಹೆಚ್ಚಿನ ವ್ಯಾಪಾರಿಗಳು ಹಾಡಿ ಹೊಗಳುತ್ತಿದ್ದರು. ಧನಪಾಲನ್ ಎಂಬ ಆ ಯುವಕ ಸೃಷ್ಟಿಸಿ ಬಿಟ್ಟಿರುವ ವಶೀಕರಣ ವಲಯದೊಳಗೆ ಇಲ್ಲಿನ ವ್ಯಾಪಾರಿಗಳೆಲ್ಲ ಸಿಲುಕಿ ಬಿಟ್ಟಿದ್ದಾರೆ ಎಂಬ ವಾಸ್ತವವು ಯಾರೇ ಅಲ್ಲಗಳೆದರೂ ಸತ್ಯವಾಗಿರುತ್ತದೆ.

ನನ್ನ ಅಸ್ತಿತ್ವದ ನೆಲೆಗಟ್ಟು ಅಲುಗಾಡತೊಡಗಿದ್ದುದರಿಂದ ಧನಪಾಲನ ಬಗೆಗೆ ಹೆಚ್ಚು ಅರಿತುಕೊಳ್ಳಲು ಮತ್ತು ಅವನ ಪರಿಚಯ ಬೆಳೆಸಿಕೊಳ್ಳಲು ನಾನು ನಿರ್ಧರಿಸಿದೆ. ಅವನ ವಾಸಸ್ಥಳವನ್ನು ಹುಡುಕುತ್ತ ಅಲೆಯುವ ಪ್ರಮೇಯ ಬರಲಿಲ್ಲ. ಅದು ಎಲ್ಲರಿಗೂ ಕಂಠ ಪಾಠವಾಗಿತ್ತು. ನಗರದ ಅತಿ ದೊಡ್ಡ ಹೋಟೆಲುಗಳಲ್ಲೊಂದರ ಮುಂದೆ ನಾನು ಹೋಗಿ ನಿಂತೆ. ಸಮಯ ಸಂಜೆ ಕಳೆದಿತ್ತು. ಸರಿಯಾಗಿ ಏಳೂವರೆ ಗಂಟೆಗೆ ಧನಪಾಲನ್ ಬರುವ ನೆಂದೂ ಅಲ್ಲಿಯವರೆಗೆ ಸತ್ಕಾರಕೋಣೆಯಲ್ಲಿ ಕುಳಿತಿರಿ ಎಂದೂ ಹೇಳಿ, ಹೋಟೆಲ್ ಮ್ಯಾನೇಜರ್ ಸದ್ದುಮಾಡುತ್ತಿದ್ದ ಟೆಲಿಫೋನನ್ನು ಕೈಗತಿಕೊಂಡರು. ಧನಪಾಲನ ಸಮಯ ನಿಷ್ಠೆಯ ಬಗ್ಗೆ ಮ್ಯಾನೇಜರ್‌ಗೆ ಬಹಳ ನಂಬಿಕೆಯಿತ್ತು. ಆತ ಹೇಳಿದಂತೆಯೇ ಏಳೂವರೆ ಗಂಟೆಗೆ ಸರಿಯಾಗಿ ಧನಪಾಲನ್ ಸೂಟ್‌ಕೇಸ್ ಕೈಯಲ್ಲಿ ಹಿಡಿದು ಬಂದು ತಲುಪಿದನು.

ಅವನು ಮೂವತ್ತೆರಡನೇ ನಂಬರ್ ಕೋಣೆಯೊಳಕ್ಕೆ ಹೋದನು. ಶೀತೋಷ್ಣ ಕ್ರಮೀಕರಿಸಲಾಗಿದ್ದ ಆ ಕೋಣೆಯ ಬಾಗಿಲನ್ನು ಹಿಡಿದು ನಿಂತು ನಾನು ನನ್ನ ಪರಿಚಯ ಹೇಳಿಕೊಂಡೆ. ಅವನು ನನ್ನನ್ನು ಒಳಕ್ಕೆ ಸ್ವಾಗತಿಸಿದ. ಧರಿಸಿದ್ದ ಉಡುಪುಗಳನ್ನು ಬದಲಾಯಿ ಸುತ್ತಿದ್ದುದರ ನಡುವೆ ಕುರ್ಚಿಯನ್ನು ತೋರಿಸಿ ನನಗೆ ಕುಳಿತುಕೊಳ್ಳಲು ಹೇಳಿದ. ಬೆಲೆ ಬಾಳುವ ಪ್ಯಾಂಟ್, ಷರ್ಟುಗಳನ್ನು ಹಸಿರು ಬಣ್ಣದ ಟೈಯನ್ನು ಕಳಚಿಬಿಟ್ಟಾಗ ಅವನ ಸೌಂದರ್ಯವೇ ಕುಂದಿತು ಎಂದು ನನಗೆನಿಸಿತು.

ಒಂದು ಕೆಂಪನೆ ಚೌಕಳಿ ಲುಂಗಿಯುಟ್ಟು ಹತ್ತಿರಕ್ಕೆ ಕುರ್ಚಿಯನ್ನು ಸರಿಸಿಟ್ಟು ಅವನು ಮಾತನಾಡ ತೊಡಗಿದ. ಅವನು ತನ್ನ ಕಂಪೆನಿಯ ಬಗ್ಗೆ ಬಹಳ ಗೌರವದಿಂದಲೇ ಮಾತನಾಡಿದ. ಬೆಲೆಬಾಳುವ ವಸ್ತಗಳನ್ನು ಕೊಳ್ಳಲು ಅವನ ಕಂಪೆನಿಯೇ ಹಣ ಕೊಡು ವುದು, ನಗರದ ಅತಿದೊಡ್ಡ ಹೋಟೆಲಿನಲ್ಲೇ ಉಳಿದುಕೊಳ್ಳಬೇಕೆಂಬುದು ಕಂಪೆನಿಯ ನಿಬಂಧನೆ. ಒಮ್ಮೆ ಕೂಡ ಗ್ರಾಹಕರನ್ನು ಭೇಟಿಯಾಗಲು ನಡೆದುಕೊಂಡು ಹೋಗಕೂಡದು. ಎಲ್ಲದರ ಬಿಲ್ಲುಗಳನ್ನು ತಿಂಗಳ ಕೊನೆಗೆ ಯಜಮಾನರಿಗೆ ಕಳಿಸಿಕೊಟ್ಟರೆ ಮರು ಟಪಾಲಿನಲ್ಲೇ ಡ್ರಾಫ್ಟ್ ಬರುತ್ತದೆ.

ನನ್ನ ನಾಲಿಗೆ ಒಣಗ ತೊಡಗಿತು. ಅವನು ನನಗಾಗಿ ಆರ್ಡರ್ ಮಾಡಿದ ತಂಪು ಪಾನೀಯ ನನ್ನ ಗಂಟಲನ್ನು ತಂಪಾಗಿಸಿತು. ನಾನು ಸಹ ನನ್ನ ಯಜಮಾನ ಮತ್ತು

ಕಂಪೆನಿಗಳ ಬಗ್ಗೆ ಒಂದಿಷ್ಟೂ ಬಿಟ್ಟು ಕೊಡದೆ ಮಾತನಾಡಿದೆ. ಬಡಾಯಿಯ ಹೊದಿಕೆ ಹೊದ್ದ ಮಾತುಗಳು ನನ್ನೆದುರಿಗೆ ರಾಶಿಬಿದ್ದವು. ನಾನು ಎದ್ದು ನಿಂತೆ. ಹೀಗೇ ಸುಮ್ಮನೆ ಪರಿಚಯಮಾಡಿಕೊಳ್ಳೋಣ ಅಂತಷ್ಟೇ ಬಂದಿದ್ದೆ. ತೊಂದರೆ ಕೊಟ್ಟಿದ್ದಕ್ಕೆ ಕ್ಷಮಿಸಿ. ಅದೇನೂ ತೊಂದರೆಯೇ ಅಲ್ಲ, ಭೇಟಿಯಾದುದಕ್ಕೆ ಬಹಳ ಸಂತೋಷ ಎಂದು ಹೇಳಿ ಅವನು ನನ್ನ ಕೈಹಿಡಿದು ಕುಲುಕಿದ. ಶುಭರಾತ್ರಿಯನ್ನು ಹಾರೈಸಿ ನಾನು ಕೋಣೆಯಿಂದ ಹೊರಬಿದ್ದೆ.

ಕೊನೆಯ ಬಸ್ಸೂ ಹೋಗಿ ಬಿಟ್ಟಿದ್ದರಿಂದ ನಾನು ರೈಲು ಹಳಿಗಳಿಗೆ ಸಮಾನಾಂತರವಾಗಿ ನಡೆದೆ. ಕೀಳರಿಮೆಯು ಒಂದು ಬೇಟೆನಾಯಿಯ ಹಾಗೆ ನನ್ನನ್ನು ಬೆನ್ನಟ್ಟಿತು. ಬೀದಿ ದೀಪಗಳ ಹತ್ತಿರ ಬರುತ್ತಿದಂತೆ ನನ್ನ ನೆರಳು ನಿಚ್ಚಳವಾಗುತ್ತ ಅನಂತರ ಮಸುಕಾಗುತ್ತ ಇತ್ತು.

ಮರುದಿನವೇ ನಾನು ಯಜಮಾನರಿಗೆ ಕಾಗದ ಬರೆದೆ. ಇದುವರೆಗೂ ಒಂದೇ ಒಂದು ಆರ್ಡರ್ ಸಹ ಕಳಿಸಲಾಗದಿರುವುದಕ್ಕೆ ವಿಷಾದಿಸುತ್ತೇನೆ. ಅದು ಖಂಡಿತ ನನ್ನ ತಪ್ಪಿನಿಂದಾದುದಲ್ಲ. ಇನ್ನೊಂದು ಕಂಪೆನಿಯ ಪ್ರತಿನಿಧಿ ಈ ನಗರವನ್ನಿಡೀ ತನ್ನ ಪ್ರಭಾವದಿಂದ ವಶೀಕರಿಸಿಬಿಟ್ಟಿದ್ದಾನೆ. ಅವನೊಂದಿಗೆ ಸ್ಪರ್ಧಿಸಬೇಕೆಂದರೆ ಅವನೆತ್ತರಕ್ಕೆ ಏರುವುದೊಂದೇ ಉಳಿದಿರುವ ದಾರಿ. ಹೊಸ ವಸ್ತುಗಳನ್ನು ಕೊಳ್ಳಲು ನನಗೆ ಕಂಪೆನಿಯು ಸಹಾಯ ಮಾಡಬೇಕು. ವೇಷವಿಧಾನಗಳಿಗೆ ವ್ಯಾಪಾರೀ ಕ್ಷೇತ್ರದಲ್ಲಿ ಮಹತ್ವದ ಪಾತ್ರವಿದೆ. ಈಗ ನನಗೆ ಸಿಗುತ್ತಿರುವ ಹಣ ಕುಟುಂಬದ ಖರ್ಚಿಗೇ ಸಾಲುತ್ತಿಲ್ಲ.

ಯಜಮಾನರ ಉತ್ತರ ಬಂದಿತು. ಮೊದಲಿಗೆ ಬಹಳಷ್ಟು ಬಯ್ಗಳನ್ನು ನಾನು ಓದಿದೆ. ನನಗೆ ನೀಡಲಾಗುತ್ತಿರುವ ದಿನಭತ್ಯೆ, ಪ್ರಯಾಣ ಭತ್ಯೆ, ಸಂಬಳಗಳಲ್ಲಿ ಮೇಲೆ ಉಲ್ಲೇಖಿಸಲಾದ ವಸ್ತುಗಳ ಬಾಬ್ತನ್ನೂ ಸೇರಿಸಲಾಗಿದೆ. ಕುಟುಂಬ ಸೃಷ್ಟಿಸಿಕೊಂಡದ್ದು ಕಂಪೆನಿಯ ಹಿತಾಸಕ್ತಿಗೋಸ್ಕರ ಅಲ್ಲವಲ್ಲ. ಈಗ ಕೊಡುತ್ತಿರುವ ವೇತನ ಸಾಲುತ್ತಿಲ್ಲ ಅನ್ನುವುದಾದರೆ ಅದನ್ನು ನಾವು ಸುಲಭದಲ್ಲಿ ಪರಿಹರಿಸೋಣ. ಮರುಟಪಾಲಿನಲ್ಲೇ ರಾಜೀನಾಮೆ ಪತ್ರ ಕಳಿಸಿಬಿಡು.

ನನ್ನ ಸಂಸಾರ ಬೀದಿಪಾಲಾಗದಿರಲೆಂದು ನಾನು ಯಜಮಾನರಿಗೆ ಪತ್ರ ಬರೆದೆ. ವಿಷಾದಿಸುತ್ತೇನೆ. ಈಗಿರುವ ಸಂಬಳದಲ್ಲಿ ನಾನು ಅತೀವ ಸಂತುಷ್ಟನಾಗಿದ್ದೇನೆ. ಆರ್ಡರ್‌ಗಳನ್ನು ಪಡೆಯಲು ನಾನು ನನ್ನ ಸರ್ವ ಸಾಮರ್ಥ್ಯವನ್ನೂ ವಿನಿಯೋಗಿಸುತ್ತೇನೆ.

ಏನೇ ಬರಲಿ ಧನಪಾಲನೆದುರು ಸೋಲೊಪ್ಪಿಕೊಳ್ಳಲು ನಾನು ಸಿದ್ಧನಿಲ್ಲ. ವೈಯಕ್ತಿಕ ವರ್ಚಸ್ಸಿಗಿಂತ ಹೆಚ್ಚಾಗಿ ಕಂಪೆನಿಯ ವರ್ಚಸ್ಸಿಗೇ ನಾನು ಪ್ರಾಶಸ್ತ್ಯ ಕೊಡುತ್ತಿದ್ದುದು. ಒಂದು ಕೈ ನೋಡಿಯೇ ಬಿಡುವುದೆಂದೇ ನಾನು ನಿರ್ಧರಿಸಿದೆ.

ಕೊರಳಲ್ಲಿದ ಒಂದೇ ಆಭರಣವಾದ ಒಂದೂವರೆ ಪವನಿನ ಚಿನ್ನದ ಸರವನ್ನು ಬಿಚ್ಚಿ ಕೊಡುವಾಗ ಕೃಷ್ಣವೇಣಿಯ ಕಂಗಳು ಹನಿದುಂಬಿದವು. ಅದನ್ನು ಕಳೆದುಕೊಳ್ಳುವುದರಿಂದ

ಆದ ದುಃಖವಲ್ಲ ಅವಳಿಗಿದ್ದುದು. ಏನಾದರೂ ಅತ್ಯಗತ್ಯ ಬಿದ್ದರೆ ಇನ್ನು ಮುಂದೆ ಏನು ಮಾಡುವುದು ಎಂಬ ಚಿಂತೆ ಅವಳನ್ನು ಕಂಗೆಡಿಸಿತು. ನಾನು ಅವಳನ್ನು ಸಂತೈಸಿದೆ. ಹೊಸ ಆರ್ಡರ್‌ಗಳು ಸಿಗಲಿ, ನನ್ನ ಆದಾಯ ಹೆಚ್ಚುತ್ತದೆ. ಖಂಡಿತವಾಗಿಯೂ ನಿನ್ನ ಕುತ್ತಿಗೆ, ಕೈಗಳಿಗೆಲ್ಲ ನಾನು ತುಂಬ ಬಂಗಾರದೊಡವೆ ಮಾಡಿಸಿ ಹಾಕುತ್ತೇನೆ.

ಕೊರಳು ಬರಿದಾಗದೆ ಇರಲೆಂದು ಅವಳು ಒಂದು ಕರಿಮಣಿ ಸರವನ್ನು ಕೊರಳಿಗೆ ಹಾಕಿಕೊಂಡಳು.

ಹೊಸ ಉಡುಪುಗಳಲ್ಲಿ ನನ್ನನ್ನು ಕಂಡಾಗ ಕೃಷ್ಣವೇಣಿಯ ಮುಖ ಕೆಂಪಾಯಿತು. ಈಗ ನಾನು ಮೊದಲಿಗಿಂತಲೂ ಹೆಚ್ಚು ಸುಂದರನಾಗಿರುವೆನೆಂದು ಅವಳು ಹೇಳಿದಳು. ನನ್ನ ಕೆನ್ನೆಗಳಿಗೆ ಲೊಚಲೊಚನೆ ಮುತ್ತಿಟ್ಟು ಅವಳು ನನ್ನನ್ನು ಬೀಳ್ಕೊಟ್ಟಳು.

ನಾನು ನಗರಕ್ಕೆ ಹೋಗಿ ವ್ಯಾಪಾರಿಗಳನ್ನು ಭೇಟಿಯಾಗಲಾರಂಭಿಸಿದೆ. ಹಿಂದಿಗಿಂತ ಸುಧಾರಿಸಿದ ಒಂದು ಬದಲಾವಣೆ ನನ್ನ ಅನುಭವಕ್ಕೆ ಬಂದಿತು. ಕೆಲವರು ಕೈಕುಲುಕಿ ಕುಳಿತುಕೊಳ್ಳುವಂತೆ ಹೇಳಿದರು. ಮತ್ತೆ ಕೆಲವರು ಸಿಗರೇಟ್ ನೀಡಿ ಉಪಚರಿಸಿದರು. ನಾನು ಕೊಟ್ಟ ಕೈಪತ್ರಗಳನ್ನೂ ದರಪಟ್ಟಿಗಳನ್ನೂ ಧನ್ಯವಾದ ಹೇಳುತ್ತ ಪಡೆದು ತಿರುವಿಹಾಕಿ ನೋಡಿದರು.

ನನ್ನ ವಸ್ತ್ರಗಳು ಬೆವರಿನಲ್ಲಿ ತೊಯ್ದವು. ಇದ್ದುದು ಕೇವಲ ಒಂದು ಜೋಡಿ ಅಷ್ಟೆ, ಆದುದರಿಂದ ಅದನ್ನು ಕೃಷ್ಣವೇಣಿ ದಿನವೂ ಒಗೆದು ಮರಳಿನ ಹಾಸಿನ ಮೇಲೆ ಹರವಿ ಒಣಗಿಸಿ ಅರ್ಧರಾತ್ರಿ ವೇಳೆ ಇಸ್ತ್ರಿಹಾಕಿ ಬಿಟ್ಟು ಮಡಿಸಿ ಇರಿಸುತ್ತಿದ್ದಳು.

ಇಷ್ಟೆಲ್ಲಾ ಆದರೂ ನಾನಂದುಕೊಂಡ ರೀತಿ ಏನೂ ಮುಂದಕ್ಕೆ ಸಾಗಲಿಲ್ಲ. ಸಾಮಗ್ರಿಗಳ ಆರ್ಡರ್ ಕೊಡಲು ವ್ಯಾಪಾರಿಗಳು ಅಳುಕಿದರು. ಧನಪಾಲನನ್ನು ಮೀರಿಸಿ ಏನನ್ನು ಮಾಡಲೂ ಅವರು ಸಿದ್ಧರಿರಲಿಲ್ಲ.

ಆ ಬಳಿಕ ಅದರ ಗುಟ್ಟನ್ನು ತಿಳಿದುಕೊಳ್ಳುವುದಕ್ಕಾಗಿನ ನಿಲ್ಲದ ಓಟ. ತೆರೆದು ಹೇಳಲು ಬಹಳ ಜನರು ಪ್ರಯತ್ನ ಪಡಲೂ ಇಲ್ಲ. ಆದರೆ, ನನ್ನ ನಿರಂತರವಾದ ಶ್ರಮದ ಫಲ ದಿಂದ ಆ ರಹಸ್ಯವನ್ನು ಕಂಡು ಹಿಡಿದೆ. ತಿಂಗಳಿಗೊಮ್ಮೆ ಧನಪಾಲನ್ ನಗರದ ಮುಖ್ಯ ವ್ಯಾಪಾರಿಗಳಿಗೆಲ್ಲ ಒಂದು ಭಾರೀ ಔತಣ ನೀಡುತ್ತಿದ್ದ. ಅವನು ಅವರಿಗೆ ಮದ್ಯ ಮತ್ತು ಮಾಂಸದ ಖಾದ್ಯಗಳನ್ನು ಧಾರಾಳವಾಗಿ ಕೊಟ್ಟು ಸತ್ಕರಿಸುತ್ತಿದ್ದ.

ಅಂದು ನಾನು ಮನೆ ತಲುಪಿದಾಗ ಯಜಮಾನರ ಕಾಗದವನ್ನು ಕೃಷ್ಣವೇಣಿ ನನ್ನ ಕೈಗಿತ್ತಳು. ಅವರ ಮಾತುಗಳು ಮತ್ತೆ ಒರಟಾಗಿವೆ. ನಗರಕ್ಕೆ ಬಂದು ಒಂದು ತಿಂಗಳಾದರೂ ಒಂದು ಆರ್ಡರ್ ಸಹ ಕಂಪೆನಿಗೆ ಸಿಕ್ಕಿಲ್ಲ. ಗೋಡೌನ್‌ನಲ್ಲಂತೂ ಸರಕುಗಳು ಸುಮ್ಮನೆ ಬಿದ್ದಿವೆ. ಅಲ್ಲಿ ಜಾಗ ಸಾಲದೆ ಬಂದರೆ ಉತ್ಪಾದನೆಯನ್ನು ನಿಲ್ಲಿಸಬೇಕಾಗುವುದು. ಅದರ

ಪೂರ್ಣ ಜವಾಬ್ದಾರ ನೀನೆ. ನಿನ್ನ ಜಾಗಕ್ಕೆ ಬೇರೆ ಯಾರನ್ನಾದರೂ ನೇಮಿಸಬೇಕಾದ ಅನಿವಾರ್ಯತೆ ನನಗಾಗುವುದು.

ಮನೆಯ ಜಗುಲಿ ದಿಣ್ಣೆಯಲ್ಲಿ ನಾನು ಗಲ್ಲಕ್ಕೆ ಕೈಕೊಟ್ಟು ಕುಳಿತೆ. ನನ್ನ ಮಗ ನನ್ನ ಕಿವಿ ಮತ್ತು ಮೂಗು ಮುಟ್ಟುತ್ತ ನನ್ನ ಬೆನ್ನನ್ನೇರಿ ಆನೆಯಾಟ ಆಡಿದ.

ರಾತ್ರಿ ಕೃಷ್ಣವೇಣಿಗೆ ಎಲ್ಲವನ್ನೂ ಬಿಚ್ಚಿ ಹೇಳಿದೆ. ಅವಳು ಕೇಳಿದಳು, 'ಇನ್ನು ಪರಿಹಾರದ ಮಾರ್ಗ ಏನಿದೇ?' ನಾನೂ ಅದೇ ಪ್ರಶ್ನೆಯನ್ನು ನನ್ನಲ್ಲೇ ಕೇಳಿಕೊಂಡೆ. ಪರಿಹಾರೋಪಾಯದ ಗಿಳಿಗಳು ನನ್ನ ತಲೆಯ ಮೇಲಿನಿಂದ ಅತ್ತಿತ್ತ ಅನೇಕ ಸಂಖ್ಯೆಯಲ್ಲಿ ಹಾರಾಡಿದವು. ಕೊನೆಗೆ ಒಂದು ನನ್ನ ಮುಷ್ಟಿಯಲ್ಲಿ ಸಿಲುಕಿತು.

ಅದಕ್ಕೂ ಕೃಷ್ಣವೇಣಿ ವಿರೋಧ ಹೇಳಲಿಲ್ಲ. ನನಗೆ ಬೇಡದಿದ್ದರೆ ಮತ್ತೆ ಅವಳಿಗೇಕೆ ಎಂಬ ತತ್ವ ಹೊಮ್ಮಿತು. ನಾನು ತೋರಿದೆಡೆಯಲ್ಲೆಲ್ಲ ಅವಳು ಬೆರಳ ಗುರುತನ್ನೊತ್ತಿದಳು. ಗುಡಿಸಲಿನ ಮೂಲ ದಾಖಲೆಯೊಂದಿಗೆ ನಾನು ಮರುದಿನವೇ ಅವಳ ಊರಿಗೆ ಹೋದೆ.

ಒತ್ತೆಯಿರಿಸಿ ಪಡೆದ ಸಾವಿರ ರೂಪಾಯಿಗಳನ್ನು ನಾನು ಅವಳಿಗೆ ಒಪ್ಪಿಸಿದೆ. ಅವಳು ಅದನ್ನು ತೆಗೆದುಕೊಳ್ಳಲಿಲ್ಲ, ನನ್ನ ಎದೆಗೊರಗಿಕೊಂಡು ಅವಳು ಹೇಳಿದಳು, 'ಈ ನಿಮ್ಮ ಮನಸ್ಸು ಮತ್ತು ದೇಹ ಸದಾ ಆರೋಗ್ಯದಿಂದಿದ್ದರೆ ಸಾಕು. ನಮಗಿರುವ ಏಕ್ಕೆಕ ಆಸರೆ ನೀವು ತಾನೇ?'

ಅಂದೇ ಔತಣದ ಎಲ್ಲಾ ಏರ್ಪಾಟುಗಳನ್ನು ಪೂರ್ಣಗೊಳಿಸಿದೆ. ಬಾಡಿಗೆ ಕಾರಿನಲ್ಲಿ ಸಂಚರಿಸಿ ನಾನೇ ಪ್ರತಿಯೊಬ್ಬರನ್ನೂ ಮುಖತಃ ಭೇಟಿಯಾಗಿ ಆಹ್ವಾನಿಸಿದೆ. ಹಾಲ್‌ನಲ್ಲಿ ನನ್ನ ಕಂಪನಿಯ ತಯಾರಿಕೆಗಳ ದೊಡ್ಡ ಚಿತ್ರಗಳನ್ನು ತೂಗುಹಾಕಲಾಯಿತು. ಒಳಕ್ಕೆ ಬರುವ ಬಾಗಿಲಿನ ಪಕ್ಕದಲ್ಲಿ ಮೇಜನ್ನು ಇರಿಸಿ ಕರಪತ್ರಗಳನ್ನು ದರಪಟ್ಟಿಗಳನ್ನು ಚಂದವಾಗಿ ಪೇರಿಸಿಟ್ಟೆ.

ಯಾರೂ ನನ್ನ ಆಹ್ವಾನವನ್ನು ತಿರಸ್ಕರಿಸಲಿಲ್ಲ. ಅವರ ಜೊತೆಯಲ್ಲಿ ಕುಳಿತು ಜೀವನದಲ್ಲಿ ಮೊದಲು ಸಾರಿ ನಾನು ಮದ್ಯಪಾನ ಮಾಡಿದೆ. ಜಠರವು ಆ ಹೊಸ ದ್ರವದೊಂದಿಗೆ ಹೊಂದಿಕೊಳ್ಳದೆ ನಾನು ವಾಂತಿ ಮಾಡಿದೆ. ಪುನಃ ಕುಡಿದೆ, ಪ್ರಜ್ಞೆ ಪೂರ್ಣ ಕಳೆದುಕೊಳ್ಳುವ ಮೊದಲೇ ಮುಂಗಡ ಹಣ ಕಳೆದು ಬಾಕಿ ಹಣವನ್ನು ಪರಿಚಾರಕರಿಗೆ ಒಪ್ಪಿಸಿದೆ. ನನಗೆ ಧನ್ಯವಾದ ಹೇಳಿ ಎಲ್ಲರೂ ಓಲಾಡುತ್ತ ಹೊರಬಿದ್ದರು. ಹೋಗುವ ದಾರಿಯಲ್ಲಿ ಗುರಿತಪ್ಪಿ ಕೈಯಾರೆ ಅವರಲ್ಲಿ ಕೆಲವರು ನನ್ನ ಕಂಪೆನಿ ಉತ್ಪನ್ನಗಳ ಚಿತ್ರಗಳನ್ನು ಹರಿದರು. ಕೊನೆಗೆ ಹೋಗಿ ತಮ್ಮ ತಮ್ಮ ಕಾರುಗಳ ಹಿಂದಿನ ಸೀಟಿನಲ್ಲಿ ಬಿದ್ದುಕೊಂಡರು. ಕಾದು ಕಾದು ಬೇಸತ್ತಿದ್ದ ಡ್ರೈವರ್‌ಗಳು ಅವಸರವಾಗಿ ಕಾರುಗಳನ್ನೋಡಿಸಿಕೊಂಡು ಹೋದರು.

ಪೂರ್ತಿ ಪ್ರಜ್ಞೆ ಮರಳಿದಾಗ ನಾನು ಕೃಷ್ಣವೇಣಿಯ ಮಡಿಲಲ್ಲಿದ್ದೆ. ನನ್ನ ಮಗ ನೆಲಕ್ಕೆ ಬಡಿಯುತ್ತಿದ್ದ ಒಂದು ಪೌಡರ್ ಡಬ್ಬದ ಶಬ್ದವಷ್ಟೇ ನನಗೆ ಕೇಳಿಸಿತು. ಅನಂತರ ಕೃಷ್ಣ

ವೇಣಿಯ ಬಿಕ್ಕುವಿಕೆಯೂ ಕೇಳಿಸತೊಡಗಿತು, ದಾಹದಿಂದ ತುಟಿ ಅರಳಿಸಿದಾಗ ಉಪ್ಪು ಬೆರೆಸಿದ ನೀರುಮಜ್ಜಿಗೆಯನ್ನು ಅವಳು ನನ್ನ ಬಾಯಿಗೆ ಎರೆದಳು. ಅಂದು ಪೂರಾ ನಾನು ಬಸವಳಿದು ಮಲಗಿ ನಿದ್ರಿಸಿದೆ. ಮಧ್ಯಾಹ್ನ ಕಳೆದಾಗ ಮಸ್ತಿಷ್ಕ ಒಂದಷ್ಟು ಎಚ್ಚರಾಯಿತು. ರಾತ್ರಿಯಾಗುವಷ್ಟರಲ್ಲಿ ಸಮಸ್ಥಿತಿ ಸಂಪೂರ್ಣವಾಗಿ ಮರಳಿ ಬಂದಿತು. ನಾನು ಅವಳ ಕೈದಿಂಡಿನಲ್ಲಿ ಮಲಗಿ ರೋದಿಸಿದೆ. ಅವಳು ನನ್ನ ಬೆನ್ನನ್ನು ನೀವುತ್ತಾ ಸಂತೈಸಿದಳು 'ಗಂಡಸರು ಯಾವಾಗಲೋ ಒಂದಿಷ್ಟು ಮದ್ಯ ಸೇವಿಸಿದರೆ ಏನೂ ಆಗಿಬಿಡುವುದಿಲ್ಲ. ಅದನ್ನೇ ರೂಢಿಮಾಡಿಕೊಳ್ಳದಿದ್ದರೆ ಸಾಕು' ನಾನು ಅವಳನ್ನು ಗಾಢವಾಗಿ ಆಲಿಂಗಿಸಿದೆ. ಆ ಅಪ್ಪುಗೆ ಮೊದಲ ರಾತ್ರಿಯ ಆಲಿಂಗನಕ್ಕಿಂತ ಹೆಚ್ಚು ಶಕ್ತಿಯುತವಾಗಿತ್ತು ಎಂದಳವಳು. ನಾವು ನಿದ್ರಿಸಿದೆವು.

ಮುಂದಿನ ವಾರ ಪೂರ್ತಿ ನಾನು ಬಹಳ ಕಾರ್ಯ ಬಾಹುಳ್ಯದಲ್ಲಿದ್ದೆ. ವ್ಯಾಪಾರಿಗಳು ನನ್ನನ್ನು ಕಂಡೊಡನೆ ಕೈಯೆತ್ತಿ ತೋರುತ್ತ ಹತ್ತಿರ ಹೋದೊಡನೆ ಸುಪ್ರಭಾತ ಹಾರೈಸಿ ಕುರ್ಚಿಯಲ್ಲಿ ಕೂರಿಸುತ್ತಿದ್ದರು. ಆದರೆ ಈ ಪರಿಸ್ಥಿತಿಯಲ್ಲೂ ಅವರು ನನಗೆ ಆರ್ಡರ್‌ಗಳನ್ನು ನೀಡಲಿಲ್ಲ. ಕ್ಷಮೆ ಕೋರುತ್ತ ಅವರು ಸಲಹೆ ನೀಡಿದರು. 'ಕನಿಷ್ಠ ಹದಿನೈದು ದಿನಗಳಾದರೂ ರಜಾ ತೆಗೆದುಕೊಳ್ಳುವಂತೆ ಧನಪಾಲನ್‌ಗೆ ಪ್ರೇರಣೆ ನೀಡಿ. ಅವನು ರಜಾ ತೆಗೆದುಕೊಂಡರೆ ಸರಬರಾಜು ತಾತ್ಕಾಲಿಕವಾಗಿ ಕಡಿಮೆಯಾಗುವುದು. ಆ ವೇಳೆಯಲ್ಲಿ ನಿಮ್ಮ ಉತ್ಪನ್ನಗಳನ್ನು ನಮ್ಮ ಗ್ರಾಹಕರಿಗೆ ಪರಿಚಯಿಸುತ್ತೇವೆ. ಸ್ಯಾಂಪಲ್‌ಗಳನ್ನು ನೀಡಿ ಒಂದು ಅಭ್ಯಾಸವಾಗುವಂತೆಯೂ ಮಾಡಬಹುದು. ನೀವು ಧನಪಾಲನ್‌ಗೆ ಕೆಲವು ಹೊಂದಾಣಿಕೆ ಮಾಡಿಕೊಳ್ಳುವಂತೆ ಪ್ರೇರೇಪಿಸಬೇಕು.'

ಧನಪಾಲನ್‌ನನ್ನು ಕೈ ಬಿಡಲಾರದಂತಹ ಅವರ ಅಸಹಾಯಕ ಸ್ಥಿತಿಯಿಂದ ನನ್ನ ಕಾಲಡಿಯ ನೆಲ ಕುಸಿಯುವಂತಾಯಿತು. ಯಜಮಾನರ ತಂತಿ ಸಂದೇಶ ಬಂದ ಮೇಲೆ ನಾನು ತೀರ ಗೊಂದಲಕ್ಕೀಡಾದೆ. ಯಜಮಾನರು ನನಗೆ ಕಡೆಯ ಎಚ್ಚರಿಕೆ ಕೊಟ್ಟಿದ್ದರು. ಅವರು ನಿರ್ಧರಿಸಿದ ಕಾಲಮಿತಿಯೊಳಗೆ ಕನಿಷ್ಠ ಐದು ವ್ಯಾಪಾರಿಗಳಿಂದಾದರೂ ಆರ್ಡರ್ ಸಿಗದಿದ್ದರೆ ನಾನು ಕೆಲಸ ಬಿಟ್ಟು ಹೋಗಬೇಕಾಗುತ್ತದೆ.

ನನ್ನ ನಾಲಿಗೆಯ ರುಚಿ ಕೆಟ್ಟಿತು. ಅವಳು ಬಡಿಸಿದ್ದೆಲ್ಲ ಬಟ್ಟಲಿನಲ್ಲೇ ಉಳಿಯಿತು. ನಾನೇನೂ ತಿನ್ನದ ಕಾರಣ ಅವಳೂ ಊಟ ಬಿಟ್ಟಳು. ಮಗನನ್ನು ನಿದ್ದೆ ಹೋಗಿಸಿದ ಮೇಲೆ ನನ್ನ ಪಕ್ಕ ಬಂದು ಮಲಗಿದಳು.

ರಾತ್ರಿ ಹಾದು ಹೋಗುವ ರೈಲುಗಾಡಿಯ ಚಕ್ರಗಳಿಗಿಂತ ವೇಗವಾಗಿ ನನ್ನ ಮೆದುಳು ಕೆಲಸಮಾಡಿತು. ಧನಪಾಲನ ಎದುರಿಗೆ ಮಣಿದರೆ ನನಗೆ ಅದಕ್ಕಿಂತ ಹೆಚ್ಚಾಗಿ ನನ್ನ ಕಂಪೆನಿಗೆ ಕಳಂಕ ಪ್ರಾಪ್ತಿಯಾಗುತ್ತದೆ. ಅವನನ್ನು ಹಾದಿಗೆ ತರಲು ನಾನು ಪ್ರಯತ್ನಿಸಬೇಕು. ಅರ್ಧನಿದ್ರೆಯಲ್ಲಿದ್ದ ಕೃಷ್ಣವೇಣಿಯನ್ನು ನಾನು ಕರೆದೆಬ್ಬಿಸಿದೆ. ನಾಳೆ ರಾತ್ರಿ ಅವನಿಗೊಂದು ಔತಣ ಕೊಡಬೇಕು. ಆ ಮೂಲಕ ನಾವು ವೈಯಕ್ತಿಕ ನಂಟನ್ನು ಬೆಳೆಸಿಕೊಳ್ಳಬೇಕು. ಬಳಿಕ ಅವನನ್ನು ನಾವು ಬಳಸಿಕೊಳ್ಳಬಹುದು.

ಗುಡಿಸಲನ್ನು ಒತ್ತೆಯಿಟ್ಟ ಬಾಬ್ತಿನಲ್ಲಿ ಇನ್ನೊಂದಿಷ್ಟು ಹಣ ನನ್ನ ಬಳಿಯಿತ್ತು. ಅವನಿಗಾಗಿ ನಾನು ಒಂದು ಶೀಷೆ ಮದ್ಯ ಖರೀದಿಸಿದೆ. ಅವಳು ಮೀನು, ಮಾಂಸಗಳಿಂದ ನಾಲ್ಕು ಬಗೆಯ ಭಕ್ಷ್ಯಗಳನ್ನು ತಯಾರಿಸಿದಳು. ಬ್ರೆಡ್ ಮತ್ತು ಹಣ್ಣುಗಳನ್ನು ತಂದಿರಿಸಿದೆವು.

ಸಾಯಂಕಾಲ ನಾನು ಅವನನ್ನು ಹುಡುಕುತ್ತ ಹೊರಟೆ. ನಗರದಲ್ಲಿ ಅಂದು ಮುಷ್ಕರ ವಿದ್ದ ಕಾರಣ ಬಸ್‌ಗಳ ಓಡಾಟವಿರಲಿಲ್ಲ. ನಾನು ಕಾರಿನಲ್ಲಿ ಪಯಣಿಸಬೇಕಾಯಿತು. ನಿಖರವಾಗಿ ಏಳೂವರೆ ಗಂಟೆಗೇ ಅವನು ಆ ದಿನವೂ ಹೋಟೆಲಿಗೆ ಬಂದು ತಲುಪಿದ. ನನ್ನನ್ನು ಕಂಡೊಡನೆ ಓಡಿಬಂದು ನನ್ನ ಹೆಗಲಲ್ಲಿ ಕೈಯಿರಿಸಿದ. ಬಹಳ ದಿನಗಳಿಂದ ಕಾಣಸಿಗದಿದ್ದುದಕ್ಕೆ ಬೇಸರ ತೋರಿ ಕೋಣೆಯೊಳಕ್ಕೆ ಕರೆದೊಯ್ದ.

ಅವನು ರಾತ್ರಿಯೂಟ ಮಾಡಿರಲಿಲ್ಲ. ಒಂದು ಸುಳ್ಳಿನ ಮುಖವಾಡ ಧರಿಸಿ ನಾನು ಅವನನ್ನು ಆಹ್ವಾನಿಸಿದೆ. ಇಂದು ನನ್ನ ಮಗನ ಮೊದಲನೇ ಹುಟ್ಟುಹಬ್ಬ. ನಿಮಗಾಗಿ ನಾವು ಹಲಬಗೆಯ ಖಾದ್ಯಗಳನ್ನು ತಯಾರಿಸಿಟ್ಟೆವು. ನೀವು ಬಹಳ ದೊಡ್ಡ ಬಿಸಿನೆಸ್ ಮ್ಯಾನ್ ಆದುದರಿಂದ ಮಧ್ಯಾಹ್ನ ಸಿಗುವುದಿಲ್ಲವಲ್ಲ. ನಿಮ್ಮ ಇಂದಿನ ರಾತ್ರಿಯೂಟ ನನ್ನ ಮನೆಯಲ್ಲೇ. ರಾತ್ರಿಯೇ ಹಿಂತಿರುಗಲೂಬಹುದು.

ಅವನು ಯಾವುದೇ ಅಸಮ್ಮತಿ ತೋರಲಿಲ್ಲ. ಆ ಆಹ್ವಾನಕ್ಕಾಗಿ ಅವನು ಧನ್ಯವಾದ ಹೇಳಿದ. 'ಈ ನಗರಕ್ಕೆ ಬಂದ ಮೇಲೆ ರುಚಿಯಿರುವ ಅಡಿಗೆಯ ಊಟಮಾಡಿಯೇ ಇಲ್ಲ.'

ಪಂಚೆ ಮತ್ತು ಅರ್ಧತೋಳಿನ ಅಂಗಿ ಧರಿಸಿ ಅವನು ನನ್ನೊಂದಿಗೆ ಹೊರಟ.

ಕಾರಿನಲ್ಲಿ ಕುಳಿತಿದ್ದಾಗಲೂ ಅವನು ತನ್ನ ಕಂಪೆನಿಯ ಕುರಿತೇ ಹೇಳುತ್ತಿದ್ದ. ಅವಿತಿದ್ದ ಅಸೂಯೆಯಿಂದಲೇ ನಾನು ಅವನ್ನೆಲ್ಲ ಹೂಂಗುಟ್ಟಿ ಕೇಳಿಸಿಕೊಂಡೆ.

ರಸ್ತೆಯ ಪಕ್ಕ ನಾವಿಳಿದೆವು, ಡ್ರೈವರ್ ಅವನ ವಾಡಿಕೆಯ ಪರಿಚಿತನಾಗಿದ್ದುದರಿಂದ ಇರಬೇಕು ನಾನು ಕೊಟ್ಟ ಬಾಡಿಗೆ ಹಣ ಸ್ವೀಕರಿಸದೆ ಕಾರು ಚಲಾಯಿಸಿಕೊಂಡು ಹೋಗಿ ಬಿಟ್ಟ. ಮರಳಿನ ಮೂಲಕ ನಡೆದು ನಾವು ಮನೆಯ ಅಂಗಳ ತಲುಪಿದೆವು. ನನ್ನ ಹೆಂಡತಿಯನ್ನು ಪರಿಚಯ ಮಾಡಿಸಿದಾಗ ಅವನು ಕೈಮುಗಿದ. ನನ್ನ ಮಗುವನ್ನು ತನ್ನ ಕೈಗಳಲ್ಲಿರಿಸಿಕೊಂಡು ಸ್ವಲ್ಪ ಹೊತ್ತು ಮುದ್ದಾಡಿದ.

ನಾನು ಅವನನ್ನು ಊಟದ ಮೇಜಿನ ಬಳಿಗೆ ಆಹ್ವಾನಿಸಿದೆ. ನನ್ನ ನಿರೀಕ್ಷೆಗಳು ಮತ್ತೊಂದು ಬಾರಿ ಪುಡಿಯಾದವು. ಅವನಿಗೆ ಮದ್ಯಪಾನದ ಅಭ್ಯಾಸವಿರಲಿಲ್ಲ. ಅವನು ಬರೀ ಸಸ್ಯಾಹಾರಿಯಾಗಿದ್ದ ಕಾರಣ ಕೃಷ್ಣವೇಣಿ ತಯಾರಿಸಿದ್ದ ಮಾಂಸಾಹಾರ ಪಾತ್ರೆಯಲ್ಲೇ ಉಳಿಯಿತು. ಅವನು ಬ್ರೆಡ್ಡಿನ ತುಂಡುಗಳನ್ನೂ ಹಣ್ಣುಗಳನ್ನೂ ಮಾತ್ರ ಸೇವಿಸಿದ. ನಡು ನಡುವೆ ಜೀರಿಗೆ ಹಾಕಿ ಕಾಯಿಸಿದ್ದ ನೀರನ್ನು ಕುಡಿದ.

ಅವನು ಊಟ ಮಾಡುತ್ತಿರುವಾಗ ಬೇರೇನೋ ಅಗತ್ಯಕ್ಕೆಂಬ ಸೋಗಿನಲ್ಲಿ ನಾನು ಅಡಿಗೆ ಕೋಣೆಗೆ ಹೋದೆ. ಅವಳು ಮಗುವಿಗೆ ಅನ್ನ ತಿನ್ನಿಸುತ್ತಿದ್ದಳು. ಅವಳು ಹೇಳಿದಳು. 'ಬಹಳ ಚೆನ್ನಾಗಿ ಮಾಂಸದಡಿಗೆ ಮಾಡಿದ್ದೆ. ಏನು ಪ್ರಯೋಜನ? ಇನ್ನು ನಾವೇನು ಮಾಡುವುದು.?

ಸ್ಪಷ್ಟವಾದ ಒಂದು ಉತ್ತರ ಹೇಳಲು ನನ್ನಿಂದಾಗಲಿಲ್ಲ.

ಇನ್ನೇನು ಮಾಡೋಣ, ಅವಳು ಕುತೂಹಲದಿಂದ ನನ್ನ ಮುಖವನ್ನು ನೋಡಿದಳು. ಆದರೆ, ನನ್ನ ಕಣ್ಣುಗಳಾದರೋ ಅವಳ ಕಪ್ಪಗಿನ ದೇಹದಲ್ಲೇ ನೆಲೆಸಿದವು. ಹೆರಿಗೆ ಆದನಂತರ ಅವಳು ಇನ್ನಷ್ಟು ದಪ್ಪಗಾಗಿ ಚೆನ್ನಾಗಿಬಿಟ್ಟಿದ್ದಾಳೆ. ಸೊಂಟದಲ್ಲೂ ವಕ್ಷಸ್ಥಳದಲ್ಲೂ ಉಬ್ಬಿ ನಿಂತಿರುವ ಮಾಂಸಲ ಚೆಲುವು ಅವಳನ್ನು ಓರ್ವ ಮಾದಕ ಬೆಡಗಿಯನ್ನಾಗಿಸಿದೆ. ಆಲಸ್ಯ ತಳೆದಿರುವ ಅವಳ ಕಣ್ಣುಗಳು ಈಗ ನೀಲಿ ಸರೋವರಗಳಾಗಿವೆ. ಕಾಮಾಗ್ನಿ ಚಿಮ್ಮಿಸುವ ಕಿಬ್ಬೊಟ್ಟೆಯಲ್ಲಿ ಮನೋಹರವಾಗಿರುವ ಹೊಕ್ಕಳಗುಳಿ.

ತಗ್ಗಿದ ದನಿಯಲ್ಲಿ ನಾನವಳಿಗೆ ತೆರೆದು ಹೇಳಿದೆ. ಮಂದವಾದ ಕತ್ತಲಿನಲ್ಲಿ ನನಗೆ ಅವಳ ಮುಖಭಾವವನ್ನು ಗಮನಿಸಲಾಗಲಿಲ್ಲ. ನನಗೆ ಕೇಳಿಸತಕ್ಕ ಶಬ್ದದಲ್ಲಿ ಅವಳು ಬಿಕ್ಕಿ ಅತ್ತಳು. ಪುರಾಣೇತಿಹಾಸಗಳ ಬಗ್ಗೆ ನನಗೆ ಹೆಚ್ಚು ತಿಳುವಳಿಕೆಯಿರಲಿಲ್ಲ. ಹಾಗಿದ್ದರೂ ಹಲವು ಸುಳ್ಳುಕತೆಗಳು ನನ್ನ ಮನಸ್ಸಿನಲ್ಲಿ ಮೂಡಿಬಂದವು. ಅವಳ ಕಿವಿಗಳಲ್ಲಿ ನಾನು ಆ ಕತೆಗಳನ್ನು ಸುರಿದೆ. ಪತಿಯ ರಕ್ಷಣೆಗಾಗಿ ವ್ಯಭಿಚಾರಕ್ಕಿಳಿದ ಚಾರಿತ್ರ್ಯವತಿಯರ ತ್ಯಾಗ ಪೂರ್ಣವಾದ ಸಾಲುಗಳು. ಅವರು ಸಹಿಸಿದ ಗಂಡಾಂತರಗಳ ದ್ವಿಪದಿಗಳು. ನಾನು ಅವಳ ಗಲ್ಲವನ್ನು ಹಿಡಿದೆತ್ತಿದೆ. 'ಕೃಷ್ಣವೇಣಿ, ನೀನು ಮಾಡುತ್ತಿರುವುದು ಖಂಡಿತಾ ತಪ್ಪಲ್ಲ. ಅದರಲ್ಲೂ ನನ್ನ ಅನುಮತಿ ಸಿಕ್ಕಿರುವಾಗ. ಮನಸ್ಸಾಕ್ಷಿ ಎಂದಿಗೂ ನಿನಗೆ ವಿರುದ್ಧವಾಗದು.'

ಅವಳಿಗೆ ಸಾಂತ್ವನ ಹೇಳಿದ ಮೇಲೆ ನಾನು ಹಿಂಬಾಗಿಲಿನಿಂದ ಮನೆಬಿಟ್ಟು ಹೊರಬಂದೆ. ಸೀದಾ ಸಮುದ್ರ ತೀರಕ್ಕೆ ಹೋದೆ. ದೂರದಲ್ಲಿ ಬೆಸ್ತರ ದೋಣಿಗಳ ಹಳದಿ ಬೆಳಕು ಏರುತ್ತ ಇಳಿಯುತ್ತ ಕಾಣುತ್ತಲಿತ್ತು. ಮೇಲೆ ಆಕಾಶವು ಪರಿಶುದ್ಧಿಯಾಗಿ ನೆಲೆಸಿತ್ತು. ಮರಳಿನಲ್ಲಿ ನಾನು ಅಂಗಾತ ಮಲಗಿದೆ.

ಕೃಷ್ಣವೇಣಿಯ ಕರೆ ಕೇಳಿ ನಾನು ಜಿಗಿದು ಮೇಲೆದ್ದೆ. ಮರಳಿನ ಮೇಲೆ ಕಷ್ಟಪಟ್ಟು ಓಡುತ್ತ ಮನೆಯಂಗಳ ತಲುಪಿದೆ. ಬಿಚ್ಚಿ ತೊನೆದಾಡುತ್ತಿದ್ದ ತಲೆಗೂದಲು ಮತ್ತು ಅರೆತೆರೆದ ಬ್ಲೌಸಿನೊಂದಿಗೆ ಕೃಷ್ಣವೇಣಿ ಕಂಪಿಸುತ್ತ ನಿಂತಿದ್ದಳು. ಅವಳ ಪಕ್ಕದಲ್ಲೇ ಬೆವತು ಒದ್ದೆಯಾಗಿ ನಿಂತಿರುವ ಧನಪಾಲನ್ ನನಗೆ ಕ್ಯಾಕರಿಸಿ ಉಗುಳಿದ. ಅವನ ಧ್ವನಿ ಜೋರಾಗಿತ್ತು. 'ನಾಯಿ, ನಿನಗೆ ಈ ದಂಧೆಯೂ ಇದೆಯೇನೋ?' ಇಷ್ಟು ಹೇಳಿ ಅವನು ಪಂಚೆಯನ್ನು ಎತ್ತಿ ಮಡಚಿ ಉಟ್ಟುಕೊಂಡು ನಡೆಯತೊಡಗಿದ.

'ಧನಪಾಲನ್', ಎಂದು ನಾನು ಕರೆದೆ, 'ಸ್ವಲ್ಪ ನಿಲ್ಲಿ, ಹೇಳೋದನ್ನು ಸ್ವಲ್ಪ ಕೇಳಿ'

ತಿರುಗಿ ನೋಡಿ ಪುನಃ ಅವನು ಮರಳಿನಲ್ಲಿ ಉಗುಳಿದ. 'ನೀನು ಹೇಳಬೇಕಿರೋದನ್ನು ಆ ಸೂಳೆಗೆ ಹೋಗಿ ಹೇಳು. ಭಿಕಾರಿ' ಬಿಚ್ಚಿ ಹೋದ ಪಂಚೆಯನ್ನು ಮತ್ತೆ ಎತ್ತಿ ಮಡಚಿ ಸಿಕ್ಕಿಸಿಕೊಂಡು ರೈಲು ಹಳಿಗಳ ಗುಂಟ ಅವನು ನಡೆದ.

ನಾನು ನಾಲ್ಕೈದು ಹೆಜ್ಜೆ ಮುಂದಕ್ಕಿರಿಸಿದೆ. ತಕ್ಷಣ ನಿಂತೆ. ತಿರುಗಿ ಮನೆಗೆ ಹೋದೆ. ಕಬ್ಬಿಣದ ಪೆಟ್ಟಿಗೆ ತೆರೆದು ಈ ಹಿಂದೆ ಯಜಮಾನರು ನನಗೆ ಉಡುಗೊರೆ ಕೊಟ್ಟಿದ್ದ ಕೈಗವಸುಗಳನ್ನು ಹುಡುಕಾಡ ತೊಡಗಿದೆ. ತಿರುಗಿ ಹೊರಬಿದ್ದಾಗ ಕೃಷ್ಣವೇಣಿ ಬಿಕ್ಕುವಿಕೆಯನ್ನು ಹತ್ತಿಕ್ಕುತ್ತ ನನ್ನೊಡನೆ ಹೇಳಿದಳು. 'ನಾನು ಬ್ಲೌಸಿನ ಪಿನ್‌ಗಳನ್ನು ಕಳಚಿದೆನಷ್ಟೆ. ಅಷ್ಟರಲ್ಲಿ ಅವನೊಂದು ಹುಲಿಯಾಗಿ ಮಾರ್ಪಟ್ಟ. ತಿನ್ನುತ್ತಿದ್ದ ಹಣ್ಣಿನ ಉಳಿದಭಾಗವನ್ನು ನನ್ನ ಮುಖಕ್ಕೆಸೆದುಬಿಟ್ಟು ಅವನು ಎದ್ದುನಿಂತ.'

ಅವಳು ಹೇಳುವುದನ್ನೇನೂ ಕೇಳುವಷ್ಟು ವ್ಯವಧಾನ ನನಗಿರಲಿಲ್ಲ. ನನ್ನ ಬತ್ತಳಿಕೆಯ ಎಲ್ಲ ಅಸ್ತ್ರಗಳೂ ನಷ್ಟವಾಗಿಬಿಟ್ಟ ಈ ಸ್ಥಿತಿಯಲ್ಲಿ ಇನ್ನು ಉಳಿದಿರುವುದು ಒಂದೇ ಒಂದು ದಾರಿ. ಕೈಗವಸುಗಳನ್ನು ಎರಡು ಕೈಗಳಿಗೂ ತೊಟ್ಟು ಅವನು ಹೋದ ದಾರಿಯನ್ನೇ ಲಕ್ಷ್ಯವಾಗಿರಿಸಿ ರೈಲು ಹಳಿಗಳ ಬದಿಯಲ್ಲೇ ನಾನು ಓಡಿದೆ.

ನಾನು ಮರಳಿ ಬಂದಾಗ ಕೃಷ್ಣವೇಣಿ ಅಂಗಳದಲ್ಲೇ ನಿಂತಿದ್ದಳು. ನಾನು ಅವಳಿಗೆ ನಿದ್ದೆ ಮಾಡು ಎಂದು ಹೇಳಿದೆ. ಭಯದಿಂದ ಅವಳು ಚಾಪೆಯಲ್ಲಿ ಮಗ್ಗುಲಾಗಿ ಮಲಗಿದಳು. ಕೈಗವಸುಗಳನ್ನು ಕಳಚಿಟ್ಟ ಮೇಲೆ ಅವನಿಗಾಗಿ ಖರೀದಿಸಿದ್ದ ಮದ್ಯ ಪೂರ್ತಿ ನಾನು ಕುಡಿದೆ. ನನ್ನ ಚಿಂತೆಗಳು ಬುಟ್ಟಿಯಿಂದ ಹೊರಬಿಡಲಾದ ಹಾವುಗಳಂತೆ ವಿಶಾಲತೆಯಲ್ಲಿ ಹರಿದಾಡಿದವು. ಆ ಸ್ಮೃತಿ ತಪ್ಪಿದ ಅಬೋಧೆಯ ಸ್ಥಿತಿಯಲ್ಲೂ ರಾತ್ರಿಗಾಡಿಯ ರಕ್ತಸಿಕ್ತ ಚಕ್ರಗಳು ಉರುಳುತ್ತ ಸಾಗಿದ್ದನ್ನು ಓರ್ವ ಜಯಶಾಲಿಯ ಗತ್ತಿನಿಂದ ನಾನು ಗಮನಿಸಿದೆ.

ಹವಾಮಾನದಲ್ಲಿ ಕೆಲವು ಬದಲಾವಣೆಗಳು ಕಾರಣಲಾರಂಭಿಸಿದವು. ಭೂಮಿಯನ್ನು ಬಿಸಿಯಿಂದ ಕಂಗೆಡಿಸಿದ ಬಿಸಿಲು ದೂರ ಸರಿಯಿತು. ಅಡಿಗಡಿಗೆ ಆಕಾಶ ರೋದಿಸಿತು. ಗುಡುಗು ಸಿಡಿಲಿನ ಶಬ್ದಕ್ಕೆ ಕೃಷ್ಣವೇಣಿ ಬೆಚ್ಚಿದಳಾದರೂ ನನ್ನ ಮಗ ಮೆಲ್ಲಗೆ ಒಮ್ಮೆ ಕಣ್ಮುಚ್ಚಿದನಷ್ಟೆ.

ನಾನು ಮಳೆಕೋಟನ್ನು ಕೊಂಡೆ. ನನ್ನ ದಿನಗಳು ಕೆಲಸದ ಗಡಿಬಿಡಿಯಲ್ಲೆ ಕಳೆದವು. ವಿಶ್ರಾಂತಿಯಿಲ್ಲದೆ ನಾನು ದುಡಿದೆ. ನನ್ನನ್ನು ಅಭಿನಂದಿಸಿ ಯಜಮಾನರು ಟೆಲಿಗ್ರಾಂಗಳನ್ನು ಕಳಿಸಿದರು. ಆರ್ಡರುಗಳು ಒಂದರ ಹಿಂದೊಂದಾಗಿ ಹೋಗುತ್ತ ಇದ್ದವು.

ಹಲವು ವ್ಯಾಪಾರಿಗಳು ಧನಪಾಲನನ್ನು ಮರೆಯತೊಡಗಿದ್ದರು. ಮೊದ ಮೊದಲಲ್ಲಿ ಅವರು ಧನಪಾಲನ ಆತ್ಮಹತ್ಯೆಯಿಂದಾಗಿ ದುಃಖಿಸಿದರು. ನಾನು ಅದರಲ್ಲಿ ಪಾಲ್ಗೊಂಡೆ.

ಕೆಲವರು ಅವನ ಗುಣವನ್ನು ಹಾಡಿಹೊಗಳಿದರು. ಅವರೊಂದಿಗೆ ಕೆಲವು ಗುಣಗಳನ್ನು ನಾನೂ ಹೊಗಳಿದೆ. ಹೆಚ್ಚು ತಡವಿಲ್ಲದೆ, ಕ್ರಮವಿಕ್ರಯಗಳ ಗಡಿಬಿಡಿಯ ಗಂಟೆಗಳಲ್ಲಿ ವ್ಯಾಪಾರಿಗಳ ನೆನಪಿನಿಂದ ಧನಪಾಲನ್ ಜಾರಿ ಹೋದ.

ಪ್ರತಿಯೊಂದು ಆರ್ಡರ್ ಸಿಕ್ಕಾಗಲೂ ಯಜಮಾನರು ನನ್ನನ್ನು ಅಭಿನಂದಿಸಿದರು. ಆರ್ಡರ್‌ಗಳ ಹೆಚ್ಚಳದಿಂದಾಗಿ ಸಾಕಷ್ಟು ಸಾಮಗ್ರಿಗಳನ್ನು ಎಲ್ಲರಿಗೂ ತಲುಪಿಸಲು ಸಾಧ್ಯವಾಗಲಿಲ್ಲ. ಗೋಡೌನ್‌ಗಳು ಖಾಲಿಯಾದವು. ಯಜಮಾನರ ಆದೇಶದ ಪ್ರಕಾರ ಚಿಲ್ಲರೆ ವ್ಯಾಪಾರಿಗಳಿಗೆ ಸಾಮಾನುಗಳನ್ನು ಕೊಡುವುದನ್ನು ನಿಲ್ಲಿಸಿ ಬಿಟ್ಟೆ. ಕೆಲವು ರಖಂ ವ್ಯಾಪಾರಗಳಿಗಾಗಿ ಮಾತ್ರವೇ ಸರಕುಗಳನ್ನು ತಲುಪಿಸಿದೆ.

ಹೀಗಿರುತ್ತ ಒಂದು ದಿನ ಯಜಮಾನರ ಪತ್ರ ಬಂದಿತು. ಅದರಲ್ಲಿ ಹೆಚ್ಚಿನ ಜವಾಬ್ದಾರಿ ಮತ್ತು ಆದಾಯವಿರುವ ಒಂದು ಸ್ಥಾನಕ್ಕೆ ನನಗೆ ಬಡ್ತಿ ನೀಡಲಾಗಿದೆ ಎಂದು ತಿಳಿಸಲಾಗಿತ್ತು. ನನ್ನ ಬಡ್ತಿಯ ಬಗ್ಗೆ ಒಂದೇ ನುಡಿಯಲ್ಲಿ ಹೇಳಿದ ಬಳಿಕ ಯಜಮಾನರು ಮುಂದುವರಿಸಿದರು, 'ನಮ್ಮದು ದರಿದ್ರನಾರಾಯಣರ ದೇಶ. ನಮ್ಮ ಉತ್ಪನ್ನಗಳನ್ನೆಲ್ಲ ಖರೀದಿಸುವ ಹಣಬಲ ಇವರಿಗಿಲ್ಲ. ಆದುದರಿಂದ ಇನ್ನು ಮುಂದೆ ನಾವು ವಿದೇಶಗಳತ್ತ ಗಮನಹರಿಸಿಬೇಕು. ನಮ್ಮ ಕಂಪೆನಿ ಹೊಸ ಯಂತ್ರಗಳನ್ನು ತಯಾರಿಸಲಾರಂಭಿಸಿದೆ. ಅವನ್ನು ವಿದೇಶಗಳಿಗೆ ರಫ್ತು ಮಾಡಬೇಕೆಂಬುದೇ ನಮ್ಮ ಗುರಿ. ಆದ್ದರಿಂದ ಕೂಡಲೇ ಆ ನಗರವನ್ನು ತೊರೆಯಬೇಕು,'

ಕೃಷ್ಣವೇಣಿಯನ್ನೂ ಮಗನನ್ನೂ ಊರಿಗೆ ಕರೆದುಕೊಂಡು ಹೋಗಿ ಬಿಡಬೇಕಾದ ಒತ್ತಾಯ ನನಗಾಯಿತು. ಬಹುಶಃ ಒಂದೇ ಊರಿನಲ್ಲಿ ಸ್ಥಿರವಾಗಿ ವಾಸಿಸಲು ಸಾಧ್ಯವಾಗದೇ ಹೋಗಬಹುದು. ವಿದೇಶೀ ಏಜೆನ್ಸಿಗಳು ಹಲವಾರು ಊರುಗಳಲ್ಲಿ ಹರಡಿಕೊಂಡಿವೆ.

ಅಂದು ಪೂರಾ ಕೃಷ್ಣವೇಣಿ ಅತ್ತಳು. ನಾನಿಲ್ಲದ ಒಂದು ಜೀವನವನ್ನು ಅವಳಿಂದ ಊಹಿಸಿಕೊಳ್ಳಲೂ ಸಾಧ್ಯವಿರಲಿಲ್ಲ. ಅವಳು ಹಾಸಿಗೆಯಲ್ಲಿ ಅತ್ತಿಂದಿತ್ತ ಹೊರಳಾಡಿದಳು. ಬೆಳಗಾಗುವ ತನಕ ನಾನು ಅವಳಿಗೆ ಸಮಾಧಾನ ಹೇಳಿದೆ. 'ಆದಷ್ಟು ಬೇಗನೇ ಖಾಯಂ ಆಗಿ ಒಂದೂರಿಗೆ ವರ್ಗಾವಣೆ ಸಿಗುವುದು.' ಆಗ ನಾವು ಒಂದು ಮನೆ ಮಾಡಿ ವಾಸವಿರಬಹುದೆಂದು ಹೇಳಿದೆ. ಅದೊಂದು ಸುಳ್ಳೇ ಆಗಿತ್ತು. ನನ್ನ ಭವಿಷ್ಯದ ಬಗೆಗೆ ನನಗಿಂತ ಚೆನ್ನಾಗಿ ಗೊತ್ತಿರುವುದು ನನ್ನ ಯಜಮಾನರಿಗೇ.

ನಾವು ಊರಿಗೆ ಹೋಗಲು ಗಾಡಿ ಹತ್ತಿದೆವು. ಒತ್ತೆ ಹಣಕ್ಕೆ ಆವರೆಗಿನ ಬಡ್ಡಿಯನ್ನು ಕೊಟ್ಟು ತೀರಿಸಿದೆ. ಉಳಿದ ಹಣದಿಂದ ಗುಡಿಸಲಿಗೆ ಹೊಸ ಸೋಗೆ ಹೊದೆಸಿದೆ.

ದಟ್ಟ ಮಂಜು ಬೀಳುತ್ತಿದ್ದ ಒಂದು ಪ್ರಾತಃಕಾಲದಲ್ಲಿ ನಾನು ಪಯಣ ಬೆಳೆಸಿದೆ. ಅವಳು ಮಫ್ಲರಿನಿಂದ ಪೂರಾ ಮುಚ್ಚಿಕೊಳ್ಳುವಂತೆ ನನಗೆ ಸಲಹೆಯಿತ್ತಳು. ನನ್ನ ಹೆಗಲನ್ನು ಹಿಡಿದು ಅವಳು ತೇಕಿದಳು. ಮಗ ಒಳ್ಳೆ ನಿದ್ರೆಯಲ್ಲಿದ್ದ. ಬಸ್ಸಿಗೆ ಹೊತ್ತಾದ ಕಾರಣ ನಾನು ಅವಳ ಹಣೆಗೆ ಮುತ್ತಿಟ್ಟು ಹೊಸಿಲು ದಾಟಿದೆ. ಹಿನ್ನೀರಿನ ವಿಸ್ತಾರವು ಮಂಜಿನ ಪದರ ದಡಿಯಲ್ಲಿ ಮರೆಯಾಗಿತ್ತು.

ಬಂದರಿನ ಸಮೀಪದ ಒಂದು ಕಟ್ಟಡವನ್ನು ನಾನು ಬಾಡಿಗೆಗೆ ಪಡೆದೆ. ರಫ್ತಿನ ಅನುಕೂಲತೆಯನ್ನೂ ಗಣನೆಗೆ ತೆಗೆದುಕೊಂಡೇ ನಮ್ಮ ಕಂಪೆನಿ ರೇವಿನ ಹತ್ತಿರವೇ

ಆಫೀಸು ತೆರೆದು ಕಾರ್ಯಾರಂಭ ಮಾಡಿತ್ತು. ಯಜಮಾನರು ಅದರ ಪೂರ್ಣ ಜವಾಬ್ದಾರಿಯನ್ನು ನನಗೆ ಬಿಟ್ಟುಕೊಟ್ಟಿದ್ದರು. ಹಿಂದೆ ಸಿಗದಿದ್ದ ಅನೇಕ ಸೌಕರ್ಯಗಳನ್ನು ನನಗೆ ಕೊಡಲಾಗಿತ್ತು. ಬೆಲೆಬಾಳುವ ವಸ್ತ್ರಗಳನ್ನು ಖರೀದಿಸಲೆಂದು ನನಗೆ ಹಣ ನೀಡಲಾಯಿತು. ವಿದೇಶೀ ಏಜೆನ್ಸಿಗಳೊಂದಿಗೆ ಬಾರ್‌ಗೆ ಹೋಗಿ ಮದ್ಯಪಾನದಲ್ಲಿ ಪಾಲ್ಗೊಂಡ ಮೇಲೆ ಬಿಲ್ಲನ್ನು ಯಜಮಾನರಿಗೆ ಕಳಿಸಿಕೊಡುತ್ತಿದ್ದೆ. ಯಜಮಾನರು ಯಾವುದಕ್ಕೂ ಅಡ್ಡಿ ಹೇಳಲಿಲ್ಲ. ನನ್ನ ಕಾರಿನ ಬಾಡಿಗೆ ಎಂದು ಯಜಮಾನರೇ ಒಂದು ದೊಡ್ಡ ಮೊತ್ತವನ್ನು ನಿಗದಿಪಡಿಸಿದರು.

ದಿನಂಪ್ರತಿ ನನ್ನ ಕೆಲಸದ ಹೊರೆ ಜಾಸ್ತಿಯಾಗುತ್ತ ಬಂದಿತ್ತು. ಆಫೀಸಿನಲ್ಲೂ ಹೊರಗೂ ನಾನೊಬ್ಬನೇ ಕಾರ್ಯನಿರ್ವಹಿಸಬೇಕಾಗಿದ್ದುದರಿಂದ ವ್ಯಾಪಾರದಲ್ಲಿ ಹಲವು ಅಡಚಣೆಗಳುಂಟಾದವು. ಹಗಲಿನ ವೇಳೆ ಹಲವಾರು ಮಂದಿ ಆಫೀಸಿಗೆ ಫೋನ್ ಮಾಡುತ್ತಿದ್ದರು. ಆದರೆ ಅದನ್ನು ಸ್ವೀಕರಿಸಲು ಯಾರೂ ಇರಲಿಲ್ಲವಲ್ಲ!

ಈ ಸಮಸ್ಯೆಯ ಪರಿಹಾರಕ್ಕೆಂದು ನಾನು ಯಜಮಾನರಿಗೆ ಪತ್ರ ಬರೆದೆ. ಸ್ಥಿರವಾಗಿ ಒಬ್ಬರು ಕಚೇರಿಯಲ್ಲಿದ್ದರೆ ಕಂಪೆನಿಗೆ ಉಂಟಾಗಬಹುದಾದ ಲಾಭದ ಕುರಿತೇ ಅದರ ವಿಷಯವಾಗಿತ್ತು.

ಈ ಬಾರಿಯೂ ಯಜಮಾನರು ನನಗೆ ಅಚ್ಚರಿ ತರಿಸಿದರು. ಕಂಪೆನಿಯ ಸತ್ಕೀರ್ತಿಯನ್ನು ಉಳಿಸುವುದರಲ್ಲಿ ನನಗಿರುವ ಆಸಕ್ತಿಯನ್ನು ಹೊಗಳುತ್ತಲೇ ಒಬ್ಬ ಅಸಿಸ್ಟೆಂಟನ್ನು ನೇಮಿಸಿರುವುದಾಗಿ ತಿಳಿಸಿದ್ದರು.

ಒಂದು ಮಧ್ಯಾಹ್ನ ಅವಳು ನನ್ನ ಕ್ಯಾಬಿನ್‌ಗೆ ಪ್ರವೇಶಿಸಿದಳು. ನಾನು ಆಗ ತಾನೇ ಒಂದು ವಿದೇಶಿ ಕಂಪೆನಿಯ ಮ್ಯಾನೇಜಿಂಗ್ ಡೈರೆಕ್ಟರ್‌ರ ಜೊತೆ ಲಂಚ್ ಮುಗಿಸಿ ಮರಳಿ ಬಂದಿದ್ದೆ. ವಿಸ್ಕಿಯ ಲಹರಿ ಒಂದು ಪುಟ್ಟಮಗುವಿನ ಹುರುಪಿನೊಂದಿಗೆ ನನ್ನ ರಕ್ತದಲ್ಲಿ ಓಡುತ್ತಿತ್ತು.

ನಾನು ಅವಳಿಗೆ ಕುಳಿತುಕೊಳ್ಳುವಂತೆ ಹೇಳಿದೆ. ಅವಳು ಮೊಣಕಾಲನ್ನು ತಲುಪದ ಹಸಿರು ಫ್ರಾಕನ್ನು ಧರಿಸಿದ್ದಳು. ಬೆಳ್ಳಗಿನ ಕಾಲಿನ ಮೀನಖಂಡಗಳ ಪುಷ್ಕಳತೆಯಲ್ಲಿ ಕೆಂಚನೆ ಕೂದಲುಗಳು. ಕೆನ್ನೆಯ ಕೆಂಪಿಗಿಂತ ತುಸು ಹೆಚ್ಚೇ ಇತ್ತು ತುಟಿಗಳ ಕೆಂಪು. ಅವಳು ನಾಲಿಗೆಯಿಂದ ಆಗಾಗ ತನ್ನ ಲಿಪ್‌ಸ್ಟಿಕ್ ಲೇಪಿತ ತುಟಿಗಳನ್ನು ನೇವರಿಸಿದಳು. ಹೆಗಲಿನವರೆಗೆ ಉದ್ದಕ್ಕೆ ಇಳಿಬಿದ್ದು ಬಳಿಕ ಸುರುಳಿಯಾಗಿದ್ದ ಕೆಂಚನೆ ತಲೆಗೂದಲು ಫ್ಯಾನಿನ ಗಾಳಿಯ ಶಕ್ತಿಯಲ್ಲಿ ತೊನೆದಾಡುವ ಹಾವಿನ ಮರಿಗಳಾದವು.

ಅವಳಿಗೆ ನಾನು ಕೆಲಸಗಳ ಸೂಚನೆ ನೀಡಿದೆ. ಫೈಲುಗಳನ್ನು ಪರಿಚಯಿಸಿದೆ. ಮುಖ್ಯ ವ್ಯಕ್ತಿಗಳ ಫೋನ್ ನಂಬರ್‌ಗಳನ್ನು ದಾಖಲಿಸಿದ್ದ ಕಾರ್ಡ್ ಕೊಟ್ಟೆ. ಈ ಕೆಲಸಗಳ ನಡುವೆ ಅವಳ ಅಂಗಾಂಗಗಳು ನನ್ನ ಮೊಣಕೈಗಳಿಗೂ ಸೊಂಟಕ್ಕೂ ಉಜ್ಜಿದವು. ಮೊದಲು

ಒಂದೆರಡು ಬಾರಿ ನಾನು ಖೇದ ವ್ಯಕ್ತಪಡಿಸಿ ಹಿಂದೆಗೆದೆ. ಬಳಿಕ ಇದರಲ್ಲಿ ಖೇದ ಪಡು ವಂತಹದೇನಿದೆ ಎಂಬಂತಹ ಭಾವ ತೋರಿದಳು ಅವಳು.

ಅವಳು ನನ್ನನ್ನು ಬಹಳ ಗೌರವಿಸಿದಳು. ನನ್ನ ಆಣತಿಗಳಿಗೆ ಬೆಲೆ ಕೊಟ್ಟಳು, ನಾನು ಬಂದಾಗಲೆಲ್ಲ ಸುಪ್ರಭಾತ ಹಾರೈಸಿ ಎದ್ದು ನಿಲ್ಲುತ್ತಿದ್ದಳು.

ಒಮ್ಮೆ ನಾನು ಅವಳನ್ನು ಕೇಳಿದೆ. "ಯಜಮಾನರನ್ನು ನೋಡಿದ್ದೀಯಾ?" ಇಲ್ಲ ಎಂದವಳು ತಲೆಯಲುಗಿಸಿದಳು. ಅವಳ ತಾಯಿಯ ಶಿಫಾರಸಿನ ಮೇರೆಗೆ ಈ ಕೆಲಸ ಸಿಕ್ಕಿದೆ. ಮುಂದುವರಿದು ಅವಳ ಸಂಸಾರದ ವಿಷಯಗಳು ಮಾತಿನಲ್ಲಿ ಬಂದವು. ಅದು ಕೊನೆಯಾದಾಗ ಅವಳು ನನ್ನನ್ನು ಅವಳ ಮನೆಗೆ ಬರಲು ಆಹ್ವಾನಿಸಿದಳು. ಅದನ್ನು ಬೇರೊಂದು ಸಮಯಕ್ಕೆ ಮುಂದೂಡಿ ನಾವು ಕೆಲಸದಲ್ಲಿ ಮಗ್ನರಾದೆವು.

ನಮ್ಮ ಕಂಪೆನಿಯ ಯಂತ್ರಗಳನ್ನು ಹೊತ್ತ ಮೊದಲನೆ ಹಡಗು ಬಂದರಿಂದ ತೆರಳಿತು. ಮರುದಿನ ಭಾನವಾರ. ಅವಳು ಆಹ್ವಾನಿಸಿದಳು. 'ದಯವಿಟ್ಟು ನಮ್ಮ ಮನೆಗೆ ಬನ್ನಿ. ಇಂದಿನ ಸುದಿನವನ್ನು ನಾವು ಸಂತಸದಿಂದ ಆಚರಿಸಬೇಕು.'

ನಾನು ಆ ಆಹ್ವಾನವನ್ನು ಸ್ವೀಕರಿಸಿದೆ.

ನಗರದ ಜನಸಂದಣಿಯ ಒಂದು ಇಕ್ಕಟ್ಟಾದ ಬೀದಿಯಲ್ಲಿತ್ತು ಅವಳ ಮನೆ. ಹಳೆಯ ಕಟ್ಟಡವೊಂದರ ನಾಲ್ಕನೆಯ ಅಂತಸ್ತಿನಲ್ಲಿ. ಅದರ ಮಾಡಿನಲ್ಲಿ ಪಾರಿವಾಳಗಳು ನೆಲೆ ಯೂರಿದ್ದವು. ಅದಕ್ಕೆ 'ಆನಿ ಕಾಟೇಜ್' ಎಂಬ ಹೆಸರಿತ್ತು. ಅವಳ ಹೆಸರನ್ನೇ ಮನೆಗೆ ಇರಿಸಬೇಕೆಂಬುದು ಅವಳ ದಿವಂಗತರಾದ ತಂದೆಯ ಒಂದು ದೊಡ್ಡ ಆಸೆಯಾಗಿತ್ತು.

ನಾವು ಮೆಟ್ಟಲುಗಳನ್ನು ಹತ್ತಿ ಒಳಕ್ಕೆ ಪ್ರವೇಶಿಸಿದೆವು. ಹೊರಗೆ ಕಾಣಿಸಿದ ಹಳಮೆ ಒಳಗೆ ಕಾಣಿಸಲಿಲ್ಲ. ಆಧುನಿಕ ಬಗೆಯ ಅನೇಕ ಅನುಕೂಲತೆಗಳು ಅದರೊಳಗೆ ಇದ್ದವು. ಅವಳು ತಾಯಿಯನ್ನು ಪರಿಚಯಪಡಿಸಿದಳು. ಸುಕ್ಕಾದ ಮುಖದಲ್ಲಿ ಮುಗುಳ್ನಗು ಹರಡಿತು. ಬಲಗೈಯಲ್ಲಿದ್ದ ಸಿಗರೇಟನ್ನು ಎಡಗೈಗೆ ಸ್ಥಳಾಂತರಿಸಿ ಅವರು ನನ್ನ ಕೈಯನ್ನು ಹಿಡಿದು ಕುಲುಕಿದರು. 'ನಿಮಗೆ ಸ್ವಾಗತ.'

ಅವರು ನನಗಾಗಿ ಹಲಬಗೆಯ ಖ್ಯಾದ್ಯಗಳನ್ನು ಅಣಿಗೊಳಿಸಿದ್ದರು. ಅಪರೂಪವಾಗಿ ಮಾತ್ರ ಸಿಗುವಂತಹ ಒಂದು ವಿಶೇಷ ರೀತಿಯ ಮದ್ಯವನ್ನೂ ಅವರು ನನಗಾಗಿ ತಂದಿಟ್ಟಿದ್ದರು.

ಅಳತೆ ಮೀರಿ ಮದ್ಯ ಸೇವಿಸಲು ಆನಿ ನನ್ನನ್ನು ಬಿಡಲಿಲ್ಲ. ಶೀಷೆಯನ್ನು ಫ್ರಿಜ್‌ನಲ್ಲಿ ಕೊಂಡೊಯ್ದು ಇರಿಸಿದ ಬಳಿಕ ಅವಳು ಆರೋಗ್ಯದ ಬಗೆಗಿನ ನನ್ನ ನಿಷ್ಕಾಳಜಿಯ ಬಗ್ಗೆ ತನ್ನ ತಾಯಿಗೆ ದೂರು ಸಲ್ಲಿಸಿದಳು. ಅದಕ್ಕೆ ಪ್ರತಿಯಾಗಿ ಆ ತಾಯಿ ನನಗೊಂದು ಸಲಹೆ ಕೊಟ್ಟರು. ಕುಡಿಯುವಾಗ ಧಾರಾಳವಾಗಿ ಆಹಾರ ಸೇವಿಸಬೇಕು.

ನಾನು ಎದ್ದು ಕಿಟಕಿಯ ಪಕ್ಕಕ್ಕೆ ಸರಿದೆ. ನನ್ನ ಹಿಂದೆಯೆ ಆನಿಯೂ ಇದ್ದಳು ಹೊರಗೆ ಬೀದಿದೀಪಗಳು ದುಃಖದೊಂದಿಗೆ ಉರಿದವು. ಡಿಸೆಂಬರ್‌ನ ಮಂಜು ಸುತ್ತಲೂ ಹೊಗೆಯ ಮುಸುಕು ಹರಡಿತು. ಆನಿ ಬೆರಳು ತೋರಿ ಹಲವು ಕಟ್ಟಡಗಳನ್ನು ನನಗೆ ಪರಿಚಯ ಮಾಡಿಕೊಟ್ಟಳು.

ಕತ್ತಲು ಗಾಢವಾಗ ತೊಡಗಿದಾಗ ನಾನು ಹೊರಡಲು ಅನುಮತಿ ಕೇಳಿದೆ. ಆನಿ ಸಮ್ಮತಿಸಲಿಲ್ಲ. ಅವಳು ಅದಕ್ಕೊಂದು ಕಾರಣವನ್ನು ಹುಡುಕಿದಳು. ನಾಳೆ ರಜಾ ದಿನ. ಈ ಮನೆಯಲ್ಲೇ ವಿಶ್ರಾಂತಿ ಪಡೆಯಬಹುದು.

ಬರಿದೇ ಮುಂದೆ ಮಾಡಿರಿಸಿದ್ದ ನನ್ನ ಬಯಕೆಗಳ ಬಾಗಿಲನ್ನು ಅವಳು ಬಲವಾಗಿ ಎಳೆದು ತೆರೆದಳು. ಮುಟ್ಟಿದರೆ ಸಾಕು ತೆರೆದುಕೊಳ್ಳುತ್ತಿತ್ತಾದರೂ ಅವಳು ಸುಮ್ಮನೆ ಬಲ ಪ್ರಯೋಗಿಸಿದಳು ಅಷ್ಟೇನೆ. ಅವಳು ತೆರೆಯದಿದ್ದರೂ ಒಂದು ಗಾಳಿಬೀಸಿದರೂ ಅದು ತೆರೆದುಕೊಳ್ಳುತ್ತಿತ್ತು. ಆದರೆ, ಆನಿಗೆ ಅಲ್ಲಿಯವರೆಗೆ ತಾಳ್ಮೆಯಿಂದಿರಲು ಸಾಧ್ಯವಿಲ್ಲ.

ಮಲಗುವ ಕೋಣೆಯಲ್ಲಿ ಜೀರೋ ವೋಲ್ಟ್‌ನ ಕೆಂಪು ಬಲ್ಬ್ ಅಪಾಯದ ಸೂಚನೆ ಯಂತೆ ನೆಲೆಸಿತ್ತು. ಗಾಜಿನ ಕಿಟಕಿಯನ್ನು ಪರದೆಯೆಳೆದು ಮರೆಮಾಡಿದ ಮೇಲೆ ಆನಿ ನೈಟ್‌ಗೌನ್ ಧರಿಸಿದಳು. ಅರ್ಧರಾತ್ರಿಯ ತನಕ ನಿದ್ರಿಸದೆ ನಾವು ಅದೂ ಇದೂ ಮಾತಾಡುತ್ತ ಕಳೆದೆವು. ಬಳಿಕ ನಿಯಂತ್ರಣ ಬುಡಕಿತ್ತು ಕೊಚ್ಚಿಹೋದಾಗ ಅವಳ ದೇಹದ ತಂಪು ನನ್ನ ಚರ್ಮವನ್ನು ಕೊರೆದು ನುಗ್ಗಿತು. ಅವಳ ನಗ್ನತೆಯ ಕಂಬಳಿ ಹೊದಿಕೆಯಡಿ ಯಲ್ಲಿ ನಾನು ನಿದ್ರಿಸಿದೆ.

ನಸುಕಿನಲ್ಲಿ ಅವಳು ನನಗೊಂದು ಪೆಗ್ ಬ್ರಾಂಡಿ ಕೊಟ್ಟಳು. ಪುನಃ ಒಂದು ಪೆಗ್ ಗ್ಲಾಸಿಗೆ ಸುರಿಯುತ್ತ ಅವಳು ಕೇಳಿದಳು. 'ತಾವು ಮದುವೆಯಾಗಿದ್ದೀರಾ?' ಉತ್ತರ ಹೇಳಲು ನಾನು ಯೋಚಿಸಲೇಬೇಕಾಗಿರಲಿಲ್ಲ. 'ಇಲ್ಲ. ಅದೊಂದು ಶಾಶ್ವತವಾದ ಬಾಧ್ಯತೆ ಯಾಗುವ ಕಾರಣ ಮದುವೆಯಾಗಲು ನಾನು ಇದುವರೆಗೂ ಬಯಸಲೇ ಇಲ್ಲ.'

ಹೊರಗೆ ಮಂಜು ಸುರಿಯುವಿಕೆ ದಟ್ಟವಾಯಿತು. ಮಫ್ಲರಿನಿಂದ ತಲೆಮುಚ್ಚಿ ಕಟ್ಟಿಕೊಂಡು ನಾನು ಹೊರಬಿದ್ದೆ. ನನಗೋಸ್ಕರ ಆನಿ ಕುದುರೆಗಾಡಿಯನ್ನು ತರಿಸಿ ನಿಲ್ಲಿಸಿದಳು. ನಾನು ಗಾಡಿಯನ್ನು ಹತ್ತಿದೆ.

ಅವಳು ಬಾಗಿಲಲ್ಲಿ ನಿಂತಳು. 'ಈ ಶಯ್ಯಾಗೃಹದ ಬಾಗಿಲು ತಮಗಾಗಿ ತೆರೆದಿಟ್ಟಿರುತ್ತದೆ. ಯಾವಾಗಲೂ ಸ್ವಾಗತ.'

ಸಿಮೆಂಟಿನ ಹಾದಿಯಲ್ಲಿ ಖುರಪಟ ಸದ್ದೆಬ್ಬಿಸುತ್ತಾ ಕುದುರೆಗಾಡಿ ಸಾಗಿತ್ತು. ನಾನು ಅದರಲ್ಲಿ ಮಲಗಿ ತುಸು ಹೊತ್ತು ಮಂಪರಾದೆ. ಅಂದು ಹಗಲು ನನ್ನ ಕೋಣೆಯಲ್ಲಿ ಮಲಗಿ ನಿದ್ರಿಸುವಾಗಲೂ ಕುದುರೆಯ ಖುರಪುಟ ಧ್ವನಿಗಳು ನನ್ನ ತಲೆಯೊಳಗೆ ಮಾರ್ದನಿ ಗೈದವು.

ಬಂದರಿನಿಂದ ಹಡಗುಗಳ ಸೈರನ್ ಕರೆಗಳು ಮೊಳಗಿದವು. ಹಡಗುಗಳು ದಿಗಂತದ ಕಡೆಗೆ ಸಾಗಿದವು. ಯಜಮಾನರು ನನಗೆ ಪ್ರಶಂಸೆ ತುಂಬಿದ ಫೋನೋಗ್ರಾಮ್‌ಗಳನ್ನು ಕಳಿಸಿದರು. ನನ್ನ ಯಾತ್ರಾಭತ್ಯೆಯ ದರವು ರೈಲಿನ ಮೊದಲ ದರ್ಜೆಯಿಂದ ವಿಮಾನದ ದರಕ್ಕೇರಿತು.

ಆನಿಯ ಹಾಸಿಗೆಯ ವಾಸನೆ ನನ್ನ ಸ್ವಂತ ಬೆವರಿನ ವಾಸನೆಯೇ ಆಯಿತು. ಅಳತೆ ಮೀರಿ ಕುಡಿಯ ಕೂಡದೆಂದು ಅಡ್ಡಿ ಹೇಳುವವಳಾದರೂ ನಾನು ಬೇಡಿದಾಗಲೆಲ್ಲ ನನಗೆ ಮದ್ಯ ಎರೆದುಕೊಡುತ್ತಿದ್ದಳು. ಆ ಹಳೆಯ ಕುದುರೆಗಾಡಿಯವನು ನನ್ನ ರೂಢಿಯ ಸಾರಥಿಯಾದನು. ಆನಿಯ ಮನೆಯಿಂದ ನನ್ನ ಕೋಣೆಯವರೆಗಿನ ದಾರಿ ಕುದುರೆಗೆ ಮನಃಪಾಠವಾಗಿ ಬಿಟ್ಟಿತು.

ಕ್ರಿಸ್‌ಮಸ್ ರಾತ್ರಿಯಂದು ನಾನು ಆನಿಯ ಮನೆಯಲ್ಲಿ ಕುಳಿತು ಎಂದಿಗಿಂತ ಹೆಚ್ಚು ಕುಡಿದೆ. ಯಾಕೋ ಅಂದು ಆನಿ ನನಗೆ ಅಡ್ಡಿ ಹೇಳಲಿಲ್ಲ. ಅರೆಪ್ರಜ್ಞೆಯ ಸ್ಥಿತಿಯಲ್ಲಿ ನಾನು ಸೋಫಾದಲ್ಲಿ ಮಲಗಿದ್ದಾಗ ಆನಿಯ ತಾಯಿ ನನ್ನ ಸನಿಹ ಬಂದು ನನಗೊಂದು ಸಿಗರೇಟ್ ನೀಡಿ ಕೇಳಿದರು. 'ನೀವು ಯಾಕೆ ಆನಿಯನ್ನು ಮದುವೆಯಾಗಬಾರದು?'

ನಾನು ದಡಬಡಿಸಿ ತಡಕಾಡುತ್ತ ಮೇಲೆದ್ದೆ. ಕಿಟಕಿಯ ಬಾಗಿಲನ್ನು ಹಿಡಿದುನಿಂತು ಬೀದಿಯ ಕಡೆ ನೋಡಿದೆ. ಕ್ರಿಸ್‌ಮಸ್ ದೀಪಗಳು ವಾತಾವರಣದಲ್ಲಿ ಗಾಳಿಯ ಇಂಗಿತಕ್ಕೆ ತಕ್ಕಂತೆ ಬಳುಕಿದವು. ಆಗ ಬೀದಿಯಲ್ಲಿ ನೆರಳುಗಳ ಸಿರಿಮುಡಿಯಾಟ. ಬೀದಿಯುದ್ದಕ್ಕೂ ಜನಸಂಚಾರ. ಎಲ್ಲಿಂದಲೋ ಸಂಗೀತ ಹೊಮ್ಮಿತು. ಎಲ್ಲಿಯೂ ದುಃಖಿತರಾಗಲಿ ಪೀಡಿತ ರಾಗಲಿ ನನಗೆ ಕಾಣಿಸಲಿಲ್ಲ.

ನಾನು ಬೀಳುವೆನೋ ಎಂಬ ಭಯದಿಂದಲೇ ಇರಬೇಕು ಆನಿಯ ತಾಯಿ ನನ್ನ ಹಿಂದೆಯೇ ಹತ್ತಿರದಲ್ಲಿ ನಿಂತಿದ್ದರು. ನಾನು ಮತ್ತೆ ಮದ್ಯ ಕೇಳಿದೆ. ಅದನ್ನು ಕುಡಿಯುತ್ತಾ ಇರುವಾಗ ಉರಿದು ಕೊನೆಯಾಗುತ್ತಿದ್ದ ಸಿಗರೇಟ್ ನನ್ನ ಬೆರಳುಗಳ ಮಧ್ಯದ ಮೃದುಲತೆಗೆ ತಾಗಿ ಸುಟ್ಟಿತು. ಕೈ ಚಿಮ್ಮಿ ಗ್ಲಾಸ್ ಕೆಳಕ್ಕುರುಳಿತು. ಒಡೆಯಲಿಲ್ಲ. ದಪ್ಪನೆ ಕಾರ್ಪೆಟ್ಟನ್ನು ಮದ್ಯ ನೆನಸಿತು.

ಅವರು ನನ್ನನು ಹಿಡಿದೆತ್ತಿ ಪುನಃ ಸೋಫಾದಲ್ಲಿ ಕೂರಿಸಿದರು. ಹೆಬ್ಬೆರಳು ತೋರುತ್ತಾ ನಾನು ಮತ್ತೆ ಮದ್ಯವನ್ನು ಬೇಡಿದೆ ಅವರು ಕೊಟ್ಟರು. ಆನಿಯಾದರೋ ಇದೊಂದನ್ನು ಅರಿಯದವಳ ಹಾಗೆ ರಾತ್ರಿಯೂಟಕ್ಕಾಗಿ ಪ್ಲೇಟುಗಳನ್ನು ಒರೆಸಿ ಶುಚಿಗೊಳಿಸುತ್ತಿದ್ದಳು.

ಖಾಲಿಯಾದ ಗ್ಲಾಸಿಗೆ ಮತ್ತೆ ಅವರು ಮದ್ಯ ಸುರಿದರು. ನಾನು ಒಂದೇ ಉಸಿರಿಗೆ ಗುಳುಂಕರಿಸಿದೆ. ನನ್ನ ನರನಾಡಿಗಳಲ್ಲಿ ಸ್ಫೋಟವುಂಟಾಯಿತು. ಅವರು ಅದೇ ಹಳೆಯ ಪ್ರಶ್ನೆಯನ್ನು ಪುನರಾವರ್ತಿಸಿದರು. 'ಯಾಕೆ ಆನಿಯನ್ನು ಮದುವೆಯಾಗಬಾರದು?' ಕುಳಿತುಕೊಳ್ಳುವ ತ್ರಾಣವನ್ನೂ ಕಳೆದುಕೊಂಡಿದ್ದ ನಾನು ಸೋಫಾದಲ್ಲಿ ಉರುಳಿದೆ. ನನ್ನ ತುಟಿಗಳು ಉತ್ತರ ನೀಡಿದವು. "ನಾನದಕ್ಕೆ ಸಿದ್ಧ."

ಆ ನುಡಿಗಳು ಹೊರಬಿದ್ದೊಡನೆ ಆನಿ ಓಡಿ ಬಂದು ಬಿಗಿಯಾಗಿ ಹಿಡಿದೆಬ್ಬಿಸಿದಳು. ನನಗೆ ಉಸಿರುಕಟ್ಟುವ ಹಾಗೆ ಚುಂಬಿಸಿದಳು. ಅವಳು ನನ್ನನ್ನು ಮಲಗುವ ಕೋಣೆಗೆ ಕರೆದುಕೊಂಡು ಹೋದಳು.

ಬೆಟ್ಟದ ತುದಿಗೆ ಬ್ಯಾಂಡ್‌ಮೇಳದ ಸದ್ದು ರಭಸದಿಂದ ನುಗ್ಗಿತ್ತು. ಸೂರ್ಯ ಉದಯಿಸಿ ಹೆಚ್ಚೇನೂ ವೇಳೆಯಾಗಿಲ್ಲ. ಎತ್ತರದಲ್ಲಿ ಶಿಲುಬೆ ಬೆಳೆದು ನಿಂತಿತ್ತು. ಅದರ ನೆರಳು ಬೆಟ್ಟದ ಅಡಿವಾರದಲ್ಲಿ ಹರಡಿತು. ಇಗರ್ಜಿಯಿಂದ ಮರಳಿ ಮನೆಗೆ ಬರುವಾಗ ಸೂರ್ಯ ನೆತ್ತಿಯ ಮೇಗಡೆ ಹೊತ್ತಿ ಉರಿಯುತ್ತಿದ್ದ. ಶಿಲುಬೆಯ ನೆರಳು ಈಗ ಇಗರ್ಜಿಯ ಅಂಗಳದಲ್ಲಿ.

ನನ್ನ ಮದುವೆಯ ವಿಷಯ ಯಜಮಾನರಿಗೆ ತಿಳಿಸಿದೆ. ಮದುವೆಯ ಉಡುಗೊರೆ ಯೆಂದು ಯಜಮಾನರು ಕಳಿಸಿಕೊಟ್ಟ ಪೊಟ್ಟಣವನ್ನು ನಾನು ಮತ್ತು ಆನಿ ಕಾತರದಿಂದ ತೆರೆದೆವು. ಆರು ಚರೆಗಳನ್ನು ತುಂಬಿಸಿದ್ದ ಒಂದು ಕೈತುಪಾಕಿ. ಈ ಸಂದರ್ಭದಲ್ಲಿ ಒಂದು ಬಂದೂಕಿನ ಪ್ರಸಕ್ತಿಯ ಕುರಿತು ಆನಿಗೆ ಏನೂ ಹೇಳುವುದಿರಲಿಲ್ಲ. ನಾನು ಅದನ್ನು ನನ್ನ ಬ್ರೀಫ್‌ಕೇಸ್‌ನಲ್ಲಿ ಭದ್ರವಾಗಿಟ್ಟೆ. ಹೆಸರುವಾಸಿ ಹಿರಿಮೆಗರಿಮೆಗಳಿರುವ ಒಂದು ಕಂಪೆನಿಯ ಮುಖ್ಯ ಪ್ರತಿನಿಧಿಗೆ ಧಾರಾಳಶತ್ರುಗಳಿರಬಹುದು. ಆತ್ಮರಕ್ಷಣೆಗಾಗಿ ನಾನು ಅದರ ಕುದುರೆ ಯನ್ನೆಳೆಯಬಹುದಲ್ಲ.

ಮದುವೆಯ ರಾತ್ರಿಯಿಂದಲೇ ನನ್ನ ವಾಸ ಆನಿ ಕಾಟೇಜ್‌ನಲ್ಲಿ ಆರಂಭವಾಯಿತು. ದಿನವೂ ನಾವು ಒಟ್ಟಿಗೆ ನಿದ್ರಿಸಿದೆವು, ಸಂಜೆ ವೇಳೆ ಕ್ಲಬ್‌ಗಳಿಗೆ ಹೋಗಿ ಬರುತಿದ್ದೆವು. ರಾತ್ರಿ ಯೂಟವನ್ನು ದಿನವೂ ಹೊರಗೇ ಸೇವಿಸುತ್ತಿದ್ದೆವು. ಅದಕ್ಕೆ ಆನಿಯ ತಾಯಿಗೆ ಅಭ್ಯಂತರ ವಿರಲಿಲ್ಲ. ಒಂದು ಸಂಗತಿಯನ್ನು ನಾನು ವಿಶೇಷವಾಗಿ ಗಮನಿಸಿದೆ. ಗರ್ಭಧರಿಸಲು ಆನಿಗೆ ಇಷ್ಟವೇ ಇರಲಿಲ್ಲ. ಶಯ್ಯಾಗೃಹದ ಕೆಂಪು ಬೆಳಕಿನಲ್ಲಿ ನನ್ನ ಬೀಜಾಣುಗಳು ಚಡ ಪಡಿಸಿ ಸತ್ತವು.

ಯಜಮಾನರ ತುರ್ತು ಸಂದೇಶ ಬಂದೊಡನೆ ದಿನರಾತ್ರಿಗಳೆಲ್ಲ ಗಡಿಬಿಡಿಯ ಬಿಸಿ ಯೇರಿಸಿಕೊಂಡವು. ಕಂಪೆನಿಯ ಇಪ್ಪತ್ತೈದನೇ ವಾರ್ಷಿಕೋತ್ಸವ ವಿಜೃಂಭಣೆಯಿಂದಲೇ ಆಚರಿಸಬೇಕಿದೆ. ಸಣ್ಣ ವ್ಯಾಪಾರ ಶುರುಮಾಡಿ ಬೆಳೆಬೆಳೆದು ಕಾಲು ಶತಮಾನ ದಾಟಿ ಬಂದಿದ್ದೇವೆ. ನಮ್ಮ ಎಲ್ಲಾ ಅಭ್ಯುದಯಾಕಾಂಕ್ಷಿಗಳಿಗೂ ಔತಣ ನೀಡಬೇಕು. ಕಂಪೆನಿಯ ವತಿಯಿಂದ ಕಾಣಿಕೆಗಳನ್ನೂ ಕೊಡಬೇಕು. ಆ ಕಾರ್ಯಕ್ರಮವನ್ನು ಕಂಪೆನಿಯ ಒಂದು ದೊಡ್ಡ ಜಾಹೀರಾತಾಗಿಸಿ ಬದಲಿಸಬೇಕು. ಅಂದು ಪ್ರಕಟವಾಗುವ ಪತ್ರಿಕೆಗಳಲ್ಲಿ ವಿಶೇಷ ಪುರವಣಿಗಳಿರಬೇಕು. ಕಳೆದ ಇಪ್ಪತ್ತೈದು ವರುಷಗಳ ಪುರೋಗತಿಯ ಕತೆಯನ್ನು ಜನರು ಓದಬೇಕು. ಹಣ ವ್ಯಯಿಸಲು ಯೋಚನೆಯೇ ಬೇಡ. ನಾನು ಮತ್ತು ಆನಿ ಬಿಡುವಿಲ್ಲದೆ ದುಡಿದೆವು. ದಿನವೂ ವರದಿ ಕಳಿಸಿದೆವು. ಡಿನ್ನರ್ ಹಾಲ್ ಬೆಳಕಿನ ಹೊನಲಲ್ಲಿ ಸುಗಂಧದ ಅಮಲಲ್ಲಿ ಅತಿಥಿಗಳ ಸಾಲು ಸಾಲೇ ಬಂದಿತು. ಪತ್ರಿಕೆಗಳ ವರ್ಣಮಯ ವರದಿಗಳನ್ನು ಜನರು ಓದಿದರು. ಪ್ರಗತಿಯ ವಸಂತ ಗೀತೆಗಳು.

ಆರ್ಕೆಸ್ಟ್ರಾ ಚಲನೆಗಾರಂಭಿಸಿತು. ನರ್ತಕಿಯ ಮಾದಕ ಭಾಗಗಳು. ಹೊನಲು ಬೆಳಕಿನಲ್ಲಿ ಅಲೆಗಳನ್ನೆಬ್ಬಿಸಿದವು. ಬಿಳಿ ಯುನಿಫಾರ್ಮ್ ತೊಟ್ಟಿದ್ದ ಪರಿಚಾರಕರು ಅಗತ್ಯಗಳ ಸುಳಿವು ಹಿಡಿಯುತ್ತ ಸುತ್ತಲೂ ಸುಳಿದಾಡಿದರು.

ಅತಿಥಿಗಳಿಗೆಲ್ಲ ನನ್ನ ಯಜಮಾನರ ಪರವಾಗಿ ಹಾರೈಕೆಗಳನ್ನು ಸಲ್ಲಿಸಿದೆ. ಆಗಲೇ ಯಾರನ್ನೋ ಸ್ವಾಗತಿಸಲೆಂದು ಬಾಗಿಲಿಗೆ ಹೋಗಿದ್ದ ಆನಿ ಓಡಿಬಂದು ನನಗೆ ಹೇಳಿದಳು. 'ನಿಮ್ಮನ್ನು ಕಾಣಬೇಕೆಂದು ಒಬ್ಬಳು ಹೆಂಗಸು ಮತ್ತು ಮಗು ಹೊರಗಡೆ ಕಾದು ನಿಂತಿದ್ದಾರೆ.' 'ಹುಬ್ಬು ಗಂಟಿಕ್ಕುತ್ತ ನಾನು ಆನಿಗೆ ಹೇಳಿದೆ. ಖಂಡಿತ ಸಾಧ್ಯವಿಲ್ಲ. ನೀನು ತಪ್ಪಿಬಿದ್ದಿರಬೇಕು. ಅವಳು ಖಚಿತವಾಗಿ ಹೇಳಿದಳು. 'ಇಲ್ಲ ನಿಮ್ಮ ಹೆಸರನ್ನು ಹೇಳಿ ವಿಚಾರಿಸಿದರು.'

ಅನಂತರ ನಾನು ವಾದಮಾಡಲಿಲ್ಲ. 'ಬಾ ನಾವು ಹೋಗಿ ನೋಡೋಣ.' ನಾನು ಅವಳನ್ನು ಜೊತೆಗೆ ಕರೆದುಕೊಂಡು ಬಾಗಿಲಿಗೆ ತಲುಪಿದೆ. ನನ್ನನ್ನು ಕಂಡೊಡನೆ ಆ ಮಹಿಳೆ ಗೊಳೋ ಎಂದು ಅತ್ತಳು. ತಾಯಿ ಅಳುವುದನ್ನು ಕಂಡು ಮಗುವಿನ ಕಂಗಳೂ ಹನಿದುಂಬಿದವು. ನಾನು ಅವಳ ದುಃಖಕ್ಕೆ ಕಾರಣ ವಿಚಾರಿಸಿದೆ. ಕರ‍್ರಗೆ ಕೃಶವಾಗಿದ್ದ ಅವಳ ದೇಹದಲ್ಲಿ ವಸ್ತ್ರಗಳು ಸಡಿಲಾಗಿ ತೂಗಿಬಿದ್ದಿದ್ದವು. ಖಾಕಿ ನಿಕ್ಕರ್ ಮಾತ್ರ ತೊಟ್ಟಿದ್ದ ಬಾಲಕ ಚಳಿಯನ್ನೆದುರಿಸಲು ಕೈಗಳನ್ನು ಮಡಿಸಿ ದೇಹಕ್ಕೆ ಸೇರಿಸಿ ಹಿಡಿದಿದ್ದ.

ಆನಿ ಅವಸರಪಟ್ಟಳು. ಅವಳು ಕೇಳಿದಳು. 'ನೀನು ಯಾರು? ಇಲ್ಲಿಗೇಕೆ ಬಂದೆ?'

ಆ ಪ್ರಶ್ನೆಯನ್ನು ಲೆಕ್ಕಿಸಿದೆ ಅವಳು ನನ್ನನ್ನು ನೋಡುತ್ತ ಬಿಕ್ಕಿ ರೋದಿಸಿದಳು, 'ಇವನನ್ನು ಕಾಪಾಡಿ. ನಾನು ಎಲ್ಲಿಗಾದರೂ ಹೋಗಿ ತೊಲಗುತ್ತೇನೆ'

ನಾನು ಪರಿಭ್ರಾಂತನಾಗಿ ಆನಿಯ ಮುಖವನ್ನು ದಿಟ್ಟಿಸಿದೆ. ಆನಿ ಒಂದು ಹೆಜ್ಜೆ ಮುಂದಿಟ್ಟು ಅವಳೊಡನೆ ಕೇಳಿದಳು. 'ನೀನು ಯಾರು?' ನನ್ನ ಕಡೆ ಬೆರಳು ತೋರಿ ಅವಳು ಹೇಳಿದಳು. 'ಇವರು ನನ್ನ ಗಂಡ.'

ಆನಿ ಷಾಕ್ ಹೊಡೆದಂತಾಗಿ ತನ್ನ ದೇವರನ್ನು ಕೂಗಿದಳು. ಅತಿಥಿಗಳಲ್ಲಿ ಕೆಲವರು ಏನಾಯಿತು ಎನ್ನುತ್ತಲೂ ಏನೋ ತಕರಾರು ನಡೆಯುತ್ತಿದೆ ಎನ್ನುತ್ತಲೂ ನನ್ನ ಸುತ್ತಲೂ ನೆರೆದರು. ಪರಿಚಾರಕನಿಗೆ ನನ್ನ ಬ್ರೀಫ್‌ಕೇಸ್ ತರುವಂತೆ ಹೇಳಿದೆ. ಬಹಳ ಬೇಗನೆ ಅವನು ಅದನ್ನು ತಂದುಕೊಟ್ಟ.

ಅವಳು ಬಲು ಗಟ್ಟಿಯಾಗಿ ಕಿರುಚಿದಳು. 'ನನ್ನ ಗಂಡ ನನಗೆ ಬೇಕು, ನನಗೆ ಬೇರೆ ಯಾರೂ ಆಸರೆಯಿಲ್ಲ.'

'ಕಂಪೆನಿಯ ಇಪ್ಪತ್ತೈದನೇ ವಾರ್ಷಿಕ ದಿನಾಚರಣೆಯಂದು ಬೇರಾವುದಾದರೂ ಕಂಪೆನಿಯ ಮಂದಿ ನನ್ನನ್ನು ಅಪಮಾನಿಸಲು ಷಡ್ಯಂತ್ರ ಮಾಡಿ ಈ ಮುದಿಸೂಳೆಯನ್ನು ಕಳಿಸಿರಬೇಕು. ಅಲ್ಲದಿದ್ದರೆ ಇವಳಿಗೆ ಪೂರಾಹುಚ್ಚು.' ನನ್ನ ಈ ವಿಶದೀಕರಣದಿಂದ ನನ್ನ

ಬಗ್ಗೆ ಸುತ್ತಲೂ ನಿಂತಿದ್ದವರಿಗೆ ಹೆಚ್ಚು ನಂಬಿಕೆ ಬರಲಿಲ್ಲವೆಂದು ಅವರ ಮೌನದಿಂದಲೇ ನನಗರಿವಾಯಿತು. ನಾನು ನನ್ನ ನಿರಪರಾಧಿತನವನ್ನು ಸಾಬೀತುಗೊಳಿಸಲು ನಿರ್ಧರಿಸಿದೆ.

ಬ್ರೀಫ್‌ಕೇಸ್ ತೆರೆದು ಬಂದೂಕು ಹೊರತೆಗೆದು ಕುದುರೆಗೆ ಬೆರಳೊತ್ತಿ ಅವಳ ಕಡೆಗೆ ಗುರಿಮಾಡಿದೆ. ನಿಜ ಹೇಳಿದರೆ ನಿನ್ನನ್ನು ಸುಮ್ಮನೆ ಬಿಡುತ್ತೇನೆ. ನೀನು ಯಾರು? ಅವಳು ಪುನರಾವರ್ತಿಸಿದಳು. 'ನಿಮ್ಮ ಹೆಂಡತಿ,' 'ಸರಿ ಅದಕ್ಕೂ ನಾನು ತಗಾದೆಯೆತ್ತುವುದಿಲ್ಲ. ಇನ್ನು ಒಂದೇ ಒಂದು ಪ್ರಶ್ನೆ. ನಾವು ಪರಸ್ಪರ ಗಂಡಹೆಂಡಿರಾಗಿ ಬಾಳಿದೆವೆಂಬುದಕ್ಕೆ ಸಾಕ್ಷಿ?'

'ಆ ಹಳೆಯ ಕೈಗವಸುಗಳು.'

ಆಮೇಲೆ ನಾನೇನೂ ಯೋಚಿಸಲಿಲ್ಲ. ಕುದುರೆಯನ್ನೆಳೆದೆ. ಆರು ಗುಂಡುಗಳೂ ಅವಳತ್ತ ಸಿಡಿದವು. ಎರಡು ಗುಂಡುಗಳು ತಲೆಯನ್ನೂ ಒಂದು ಎದೆಯನ್ನೂ ಸೀಳಿ ನುಗ್ಗಿದವು. ಕೈ ನಡುಗುತ್ತಿದ್ದುದರಿಂದ ಉಳಿದವು ನೆಲಕ್ಕೆ ಬಿದ್ದವು. ಮಗು ನನ್ನ ಗುರಿಯಲ್ಲದ ಕಾರಣ ಅವನು ಪಾರಾದ.

ಒಂದಿಷ್ಟು ಹೊತ್ತು ಒದ್ದಾಡಿದ ಬಳಿಕ ನನ್ನ ಕೃಷ್ಣವೇಣಿ ಸತ್ತಳು. ಅವಳ ತಲೆಯೊಡೆದು ರಕ್ತ ಹರಿಯುತ್ತಿತ್ತು. ರಕ್ತ ಹೆಪ್ಪುಗಟ್ಟಿ ಅವಳ ಕನ್ನೆಯ ಸುತ್ತ ವರ್ತುಲವಾಗಿ ಬಿದ್ದಿತ್ತು.

ಬ್ರೀಫ್‌ಕೇಸನ್ನು ನೆಲಕ್ಕೆ ಬಿಸುಟು ನಾನು ಎದೆ ಬಡಿದುಕೊಂಡು ರೋದಿಸಿದೆ. ನೆಲದಲ್ಲಿ ಬಗ್ಗಿ ಕುಳಿತು ಅವಳ ತಲೆ ಎತ್ತಿ ಮಡಿಲಲ್ಲಿರಿಸಿಕೊಂಡು ಬಿಕ್ಕಿದೆ. ನನ್ನ ಮಗನನ್ನು ಎದೆಗೊತ್ತಿ ಹಿಡಿದು ನಾನು ಬಾಯಿ ಬಡಿದುಕೊಂಡು ಅತ್ತು ಬಿಟ್ಟೆ. 'ನನಗೂ ನಿನಗೂ ಇನ್ನು ಯಾರು ಗತಿ ಮಗನೇ? ನಮ್ಮನ್ನು ಅನಾಥರನ್ನಾಗಿಸಿ ಬಿಟ್ಟು ಹೋದಳು ನನ್ನ ಕೃಷ್ಣವೇಣಿ...'

ಈ ಬಾರಿ ಕಾನೂನಿನ ಹಿಡಿತದಿಂದ ತಪ್ಪಿಸಿಕೊಳ್ಳಲು ನನಗೆ ಇಚ್ಛೆಯಿರಲಿಲ್ಲ. ಬಹುಶಃ, ಎಲ್ಲಾ ಸನ್ನಿವೇಶಗಳೂ ನನಗೆ ವಿರುದ್ಧವಾಗಿದ್ದುದರಿಂದ. ಪೊಲೀಸರ ಮುಂದೆ ನಾನು ತಪ್ಪೊಪ್ಪಿಕೊಂಡೆ.

ಆರೋಪ ಪಟ್ಟಿ ಸಿದ್ಧ ಪಡಿಸುವುದಕ್ಕಾಗಿ ಕೋರ್ಟಿಗೆ ಹಾಜರು ಪಡಿಸಿದ ಮೇಲೆ ನನ್ನನ್ನು ಪೊಲೀಸ್ ಕಸ್ಟಡಿಗೆ ಕಳಿಸಲಾಯಿತು. ಯಾರೂ ನನ್ನನ್ನು ಹಿಂಸಿಸಲಿಲ್ಲ. ಅವರಿಗೆ ತೊಂದರೆಯುಂಟು ಮಾಡುವುದೇನನ್ನೂ ನಾನು ಮಾಡಲಿಲ್ಲವಲ್ಲ. ಅವರು ನನ್ನ ಹೇಳಿಕೆಯನ್ನು ಬರೆದುಕೊಂಡರು. 'ಕೃಷ್ಣವೇಣಿ ನನ್ನ ಹೆಂಡತಿಯಾಗಿದ್ದಳು, ಬಂದೂಕಿನಿಂದ ನಾನೇ ಗುಂಡಿಕ್ಕಿ ಕೊಲೆಮಾಡಿದೆ' ಎಂದು ಹೇಳಲು ನಾನು ಹಿಂದೇಟು ಹಾಕಲಿಲ್ಲ. ಅದಕ್ಕೆ ಕಾರಣವನ್ನೂ ನಾನು ವಿವರಿಸಿದೆ. 'ನನ್ನ ಕಂಪೆನಿಯ ವಾರ್ಷಿಕ ದಿನಾಚರಣೆಯಂದೇ ಅವಳು ನನ್ನನ್ನು ಅವಮಾನಿಸಲು ಬಂದದ್ದು ಉದ್ದೇಶಪೂರ್ವಕವಾಗಿಯೇ ಎಂಬುದು

ನನ್ನ ದೃಢವಾದ ನಂಬಿಕೆ. ನನ್ನ ಕಂಪೆನಿಯ ಒಳ್ಳೆ ಹೆಸರು ಕಾಪಾಡಿ ರಕ್ಷಿಸುವ ಕರ್ತವ್ಯ ನನ್ನದಾಗಿದೆ. ಓರ್ವ ಬೀದಿ ಸೂಳೆಯ ದೇಹ ಪ್ರಕೃತಿಯೊಂದಿಗೆ ನಾಶಪಡಿಸುವುದಕ್ಕಾಗಿಯೇ. ತನ್ನ ಬದುಕನ್ನ ಭದ್ರಗೊಳಿಸಲು ಒಂದು ದೊಡ್ಡ ಸಂಸ್ಥೆಯ ಅಂತಸ್ತಿಗೆ ಅವಳು ಮಸಿ ಬಳಿದಳು.' ಎಲ್ಲವನ್ನೂ ಏನೂ ಅವರು ಬರೆದುಕೊಳ್ಳಲಿಲ್ಲ. ಕಾಲು ಕುಣಿಸುತ್ತ ಪೆನ್ಸಿಲ್‌ನಿಂದ ತಲೆ ತುರಿಸಿಕೊಳ್ಳತ್ತ ರೈಟರ್ ನನ್ನ ಭಾಷಣ ಕೇಳಿದ.

'ಇಷ್ಟೆಲ್ಲಾ ಮಾಡಿ ಮುಗಿಸಿದ ಮೇಲೂ ಆ ಹೆಂಗಸಿನ ಮೃತಶರೀರವನ್ನು ಅಪ್ಪಿಕೊಂಡು ಅತ್ತೆಯಲ್ಲ ಯಾಕೆ?' 'ಅವಳು ನನ್ನ ಹೆಂಡತಿಯಾಗಿದ್ದಳು. ಸಾಯುವವರೆಗೂ ಬೇರಾರಿಗಿಂತಲೂ ಹೆಚ್ಚಾಗಿ ಅವಳು ನನ್ನನ್ನು ಪ್ರೀತಿಸುತ್ತಿದ್ದಳು.'

ವಿಚಿತ್ರವಾದ ಈ ಹೇಳಿಕೆಯನ್ನು ಕೇಳಿ ಕೆಲವು ಪೊಲೀಸರು ನನ್ನ ಮಾನಸಿಕ ಸ್ಥಿತಿಯ ಬಗ್ಗೆ ಅನುಮಾನ ವ್ಯಕ್ತಪಡಿಸಿದರು. ಅವರು ಮೂರು ಹೊತ್ತು ಆಹಾರ ನೀಡುತ್ತ ನನ್ನನ್ನು ಲಾಕಪ್ ಕೋಣೆಯಲ್ಲಿ ಮಲಗಿಸಿದರು.

ಒಂದು ಇರುವೆ ಕೂಡ ನನ್ನನ್ನು ನೋಯಿಸಲಿಲ್ಲ. ಒಂದು ವಾರಕಾಲ ನಾನು ಅಲ್ಲಿ ಅಪರಾಧ ಸಾಬೀತುಗೊಳಿಸುವ ಹಲವು ರೀತಿಗಳನ್ನು ಕಂಡೆ. ಅವನ್ನು ಮಾಡುತ್ತಿದ್ದ ಪೊಲೀಸರು ಎವೆ ಮುಚ್ಚವ, ಬೀಡಿ ಸೇದುವ, ಸಲ್ಯೂಟ್ ಹೊಡೆಯುವ ಯಂತ್ರಗಳಾದರು. ಕೆಂಪಾದ ಕಣ್ಣುಗಳೊಂದಿಗೆ ಅವರು ಸ್ಟೇಷನ್‌ನೊಳಗೆ ಸದಾ ಸುತ್ತಾಡಿದರು. ಅವರ ಕಿವಿಗಳಿಗೆ ಮನುಷ್ಯನ ನೋವಿನಿಂದ ಹೊಮ್ಮುವ ರೋದನ ಸಂಗೀತವಾಗಿ ಕೇಳಿಸುತ್ತಿರಬಹುದು. ಆ ದೈಹಿಕ ಹಿಂಸೆಗಳನ್ನು ನಿರಂತರವಾಗಿ ಕಂಡು ರೋಸಿದ ನಾನು ನನ್ನದೇ ಆದ ಸ್ವಾರ್ಥ ಬೆರೆತ ಒಂದು ತತ್ವವನ್ನು ಕಂಡುಕೊಂಡೆ. ಮನುಷ್ಯರನ್ನು ಕುತ್ತಿಗೆ ಹಿಸುಕಿ ಅಥವಾ ಗುಂಡಿಟ್ಟು ಕೊಲ್ಲಬೇಕು. ಆದರೆ ಈ ರೀತಿ ಇಂಚಿಂಚಾಗಿ ಕೊಲ್ಲಬಾರದು. ಗುಂಡು ಸೂಜಿ, ಪೊರಕೆಕಡ್ಡಿ. ಬ್ಲೇಡಿನ ತುಂಡು, ರೂಲುದೊಣ್ಣೆ ಇವನ್ನೆಲ್ಲ ಮನುಷ್ಯರನ್ನು ಭೇದ್ಯ ಮಾಡಲು ತಯಾರಿ ಸಿದ್ದಲ್ಲವಲ್ಲ.

ಆನಿ ಏರ್ಪಾಡು ಮಾಡಿದ್ದ ಒಬ್ಬ ಯುವ ವಕೀಲ ಬಂದು ನನ್ನನ್ನು ಭೇಟಿಯಾದ. ಆತನಿಗೆ ವಕಾಲತ್ತು ವಹಿಸುವಂತೆ ಕೇಳಿಕೊಂಡ. ಒಂದೇ ಮಾತಿನಲ್ಲಿ ನಾನು ನಿರಾಕರಿಸಿದರೂ ಆತ ಹೋಗಲಿಲ್ಲ. ಕಾನೂನು ರೀತಿಯ ಹಲವು ವಿಚಾರಗಳನ್ನು ನನಗೆ ತಿಳಿಸಿದ. ಪೊಲೀಸರ ಬಳಿ ತಪ್ಪೊಪ್ಪಿಕೊಂಡರೆ ಏನೂ ತೊಂದರೆಯಾಗದು. ಕೋರ್ಟಿನಲ್ಲಿ ಅವನ್ನು ಅಲ್ಲಗಳೆದರೆ ಸಾಕು. ಖಂಡಿತವಾಗಿಯೂ ಹಲವು ಕಾರಣಗಳಿಂದ ನೀವು ಪಾರಾಗುವಿರಿ. ನಿಮ್ಮ ವಿರುದ್ಧವಾಗಿ ಅವರು ತರಲಿರುವ ಸಾಕ್ಷಿದಾರರಿಗೆಲ್ಲ ನಾವು ಹಣ ಕೊಟ್ಟು ಪಕ್ಷಾಂತರ ಮಾಡಿಸೋಣ. ಆ ರೀತಿ ನೀವು ನೇಣುಗಂಬದಿಂದ ಪಾರಾಗಬಹುದು.

ನನ್ನ ಹಟಮಾರಿತನದೆದುರು ಆ ನ್ಯಾಯವಾದಿ ಸೋತ. ವಿದಾಯ ಹೇಳುವುದಕ್ಕೆ ಮುನ್ನ ಆತ ತನ್ನ ಮುಖವಾಡವನ್ನು ಕಳಚಿಟ್ಟನು. 'ಹೇಗಿದ್ದರೂ ನೀವು ಶಿಕ್ಷೆಯನುಭವಿಸಲು

ಸಿದ್ಧರಾಗಿದ್ದೀರಿ. ಹೊಸದಾಗಿ ನ್ಯಾಯವಾದಿ ವೃತ್ತಿ ಕೈಕೊಂಡವನಾದ ನನಗೆ ನಿಮ್ಮ ವಕಾಲತ್ತನ್ನು ವಹಿಸಬಾರದೇಕೆ? ಫೀಸಿನ ವಿಚಾರವಾಗಿ ನೀವು ಚಿಂತಿಸಲೇಬೇಡಿ. ಸುಂದರವಾದ ಒಂದು ಮನಃಶಾಸ್ತ್ರದ ಹಿನ್ನೆಲೆಯಿರುವ ಈ ಕೇಸಿನಲ್ಲಿ ನನಗೆ ಹೆಚ್ಚಿನ ಆಸಕ್ತಿಯಿದೆ. ಈ ಕೇಸನ್ನು ಗೆದ್ದರೂ ಸರಿ ಸೋತರೂ ಸರಿ ಇದನ್ನು ಆಧಾರವಾಗಿಟ್ಟಕೊಂಡು ನಾನೊಂದು ಕಾದಂಬರಿ ಬರೆಯುತ್ತೇನೆ.'

ಆ ಯುವ ವಕೀಲ ಒಬ್ಬ ಸಾಹಿತಿಯೂ ಹೌದು ಎಂದು ಆಗಷ್ಟೇ ನನಗೆ ತಿಳಿಯಿತು. ನನ್ನ ಜಾಗದಲ್ಲಿ ಸಾಹಿತ್ಯಾಭಿರುಚಿಯಿರುವ ಒಬ್ಬ ಅಪರಾಧಿಯಾಗಿದ್ದರೆ ಒಪ್ಪಿಬಿಡುತ್ತಿದ್ದ. ನನ್ನ ಮಟ್ಟಿಗೆ ಹೇಳುವುದಾದರೆ ಆ ಅಂಕಣವೂ ಶೂನ್ಯ.

ನನಗೆ ಶುಭಕೋರಿ ಆತ ಹೊರಟು ಹೋದ. ಮರುದಿನ ಆತ ಮತ್ತು ಆನಿ ಮತ್ತೆ ಬಂದರು. ವಕಾಲತ್ತಿನ ಬಗ್ಗೆ ಮಾತನಾಡಲಿರಬಹುದು ಎಂದು ನಾನು ಭಾವಿಸಿದೆ. ಅದಲ್ಲ ವಿಷಯ. ಆತ ನನ್ನ ಸನ್ನಿಹಕ್ಕೆ ಬರಲೇ ಇಲ್ಲ. ಆತ ಪೊಲೀಸ್ ಪೇದೆ ಹಾಕಿಕೊಟ್ಟ ಒಂದು ಕುರ್ಚಿಯಲ್ಲಿ ಕುಳಿತ.

ಆನಿ ಕಬ್ಬಿಣದ ಸರಳುಗಳಾಚೆ ನಿಂತಳು. ಅವಳು ನನ್ನನ್ನು ಕಣ್ಮಿಟುಕಿಸದೆ ನೋಡುತ್ತ ನಿಂತಳು. ಅವಳ ದೃಷ್ಟಿಯನ್ನು ಎದುರಿಸಲಾರದೆ ನಾನು ಮುಖ ತಗ್ಗಿಸಿದೆ. ಅವಳು ಕಂಪೆನಿಯ ಆಫೀಸಿನ ಬಗ್ಗೆ ಹೇಳಿದಳು. 'ನಿಮ್ಮ ಬದಲಿಗೆ ಬೇರೊಬ್ಬರನ್ನು ನೇಮಿಸಲಾಗಿದೆ. ಇಪ್ಪತ್ತೈದನೆಯ ವಾರ್ಷಿಕ ದಿನಾಚರಣೆಯಂದು ಸಂಭವಿಸಿದ ದುರಂತದ ಬಗ್ಗೆ ಯಜಮಾನರು ಬಹಳ ಸಿಟ್ಟಾಗಿದ್ದಾರೆ. ಹೊಸದಾಗಿ ಬಂದಿರುವ ವ್ಯಕ್ತಿ ನನ್ನೊಂದಿಗೂ ಸಿಡುಕಿನಿಂದಲೇ ವರ್ತಿಸುತ್ತಿದ್ದಾರೆ.'

ಅವಳು ಇನ್ನೂ ಏನೇನೋ ಕೇಳುವಳೆಂದು ಭಾವಿಸಿದೆ. ಕೃಷ್ಣವೇಣಿ ಮತ್ತು ಆ ಮಗು ಯಾರು ಎಂದು ಅವಳು ಮತ್ತೆ ಮತ್ತೆ ಕೇಳಬಹುದಿತ್ತು. ಹಾಗೆ ಒಂದು ಘಟನೆಯೇ ನಡೆದಿಲ್ಲ ಎಂಬಂತಿತ್ತು ಅವಳ ಮುಖಭಾವ.

ಹೊರಗೆ ಕತ್ತಲು ಆವರಿಸುತ್ತಿರುವುದನ್ನು ಕಂಡು ಅವಳು ನನ್ನ ಅನುಮತಿ ಬೇಡಿ ಹೊರಟು ಹೋದಳು.

ಪೊಲೀಸರು ನನ್ನನ್ನು ಕೋರ್ಟಿಗೆ ಹಾಜರುಪಡಿಸಿದರು. ಅಲ್ಲೂ ನಾನು ಅಪರಾಧ ಒಪ್ಪಿಕೊಂಡೆ. ಪೊಲೀಸರಿಗೆ ಕೊಟ್ಟ ಅದೇ ಹೇಳಿಕೆಯನ್ನು ಮತ್ತೆ ಹೇಳಿದೆ. ಜಡ್ಜ್‌ಗೂ ನನ್ನ ಮೇಲೆ ಸಹಾನುಭೂತಿಯಿತ್ತು. ಮೆತ್ತಗಿನ ದನಿಯಲ್ಲಿ ಪ್ರೀತಿಯಿಂದ ಅವರು ನನ್ನೊಡನೆ ಪ್ರತಿಯೊಂದು ಪ್ರಶ್ನೆಯನ್ನೂ ಕೇಳಿದರು. ನನ್ನ ಉತ್ತರಕೋಸ್ಕರ ಅವರು ಕಿವಿ ಚುರುಕುಗೊಳಿಸಿದರು. ಅವಸರವಾಗಿ ಎಲ್ಲವನ್ನೂ ಬರೆದುಕೊಂಡರು. ಪೊಲೀಸರಿಂದ ದೈಹಿಕ ಹಿಂಸೆಯೇನಾದರೂ ನಡೆಯಿತೇ ಎಂಬ ಪ್ರಶ್ನೆಗೆ ಇಲ್ಲ ಎಂದು ತಲೆಯಲುಗಿಸಿ ನಾನು ಹೇಳಿದಾಗ ಬೇರೆ ಅನೇಕ ಕೇಸ್‌ಗಳಿಗಾಗಿ ಅಲ್ಲಿ ಬಂದಿದ್ದ ಇತರ ಕೆಲವು ಪೊಲೀಸರ ಮುಖಗಳೂ ಬೆಳಗಿದವು.

ತಪ್ಪೊಪ್ಪಿಗೆ ನಡೆಸಿದ ಕಾರಣದಿಂದಲೇ ವಿಚಾರಣೆಗಾಗಿ ಕೇಸ್ ಮುಂದೂಡಿ ಸಮಯ ಹಾಳು ಮಾಡಬೇಕಾಗಿ ಬರಲಿಲ್ಲ. ತೀರ್ಪು ಹೇಳಲು ಇನ್ನೊಂದು ದಿನ ನಿಗದಿತವಾಯಿತು. ಕಸ್ಟಡಿಯಿಂದ ನನ್ನನ್ನು ಸಬ್‌ಜೈಲಿಗೆ ಕಳಿಸಲಾಯಿತು.

ಆನಿ ಪುನಃ ನನ್ನನ್ನು ನೋಡಲು ಬಂದಳು. ಈ ಬಾರಿ ಅವಳ ಮುಖ ಬಹಳ ಬಾಡಿ ಹೋಗಿತ್ತು. ಅವಳನ್ನು ಕಂಪೆನಿಯಿಂದ ತೆಗೆದು ಹಾಕಲಾಗಿರುವ ಸುದ್ದಿಯನ್ನು ನಾನು ನಿರ್ವಿಕಾರವಾಗಿ ಕೇಳಿದೆ. ಅವಳು ಕರವಸ್ತ್ರದಿಂದ ಮೂಗನ್ನು ಒರೆಸಿಕೊಂಡಳು. ಅವಳಿಂದ ಅಳಲು ಸಾಧ್ಯವಿಲ್ಲ ಎಂದು ನನಗೆ ಗೊತ್ತಿತ್ತು. ಅವಳು ಹೇಳಿದಳು. 'ನನ್ನ ಬದಲಿಗೆ ಪ್ರತಿನಿಧಿಯ ಒಬ್ಬ ಆಶ್ರಿತನನ್ನೇ ನೇಮಿಸಲಾಗಿದೆ. ನನ್ನ ತಾಯಿ ನನ್ನನ್ನು ಅದೇ ಹಳೆಯ ವೃತ್ತಿಗೆ ಮರಳಲು ಒತ್ತಾಯ ಮಾಡುತ್ತಾಳೆ. ಖಂಡಿತ.'

ಅವಳ ತಾಯಿಯ ಬಗೆಗೆ ಅಲ್ಲಿಯ ತನಕ ನನಗಿದ್ದಂತಹ ಎಲ್ಲಾ ಅಭಿಪ್ರಾಯಗಳೂ ಬದಲಾದವು.

ಆನಿ ರೋಷದಿಂದ ಹಲ್ಲು ಕಡಿಯುತ್ತ ಹೇಳಿದಳು, 'ಆಕೆ ನನ್ನ ಮಾಂಸಕ್ಕೆ ಗಂಟೆಗೆ ಇಷ್ಟೆಂದು ಲೆಕ್ಕ ಹೇಳಿ ದರ ನಿಗದಿಪಡಿಸಿ ಹಣ ಪಡೆಯುತ್ತಿದ್ದಳು. ನಮ್ಮ ಮದುವೆಯೇ ಅದಕ್ಕೊಂದು ತಾತ್ಕಾಲಿಕ ವಿರಾಮ ಕೊಡಿಸಿದ್ದು.'

ನನ್ನಿಂದ ನಂಬಲಾಗಲಿಲ್ಲ. ಒಬ್ಬಳು ತಾಯಿ ಮಗಳನ್ನು ಇದಕ್ಕೆ ತಳ್ಳುವಳೇ? ಅವಳ ಉತ್ತರದಲ್ಲಿ ಎಲ್ಲವೂ ಅಡಗಿತ್ತು. ಅವಳು ಹೇಳಿದಳು. 'ನನ್ನ ತಂದೆ ಯಾರೆಂದು ತಿಳಿಯುವ ಹಕ್ಕನ್ನೂ ಇಲ್ಲದಂತಾಗಿಸಿದುದು ಆಕೆಯ ಕಳೆದ ಕೆಲಸಗಳೇ.'

ಪುನಃ ಬರುವೆನೆಂದು ಹೇಳಿ ಅವಳು ಹೋದಳು. ತೀರ್ಪು ಹೊರಬೀಳುವ ಹಿಂದಿನ ದಿನ ಅವಳು ಬಂದಳು. ಈ ಸಲ ಅವಳ ಮುಖ ಪ್ರಸನ್ನವಾಗಿತ್ತು. ಕೈಯಲ್ಲೊಂದು ಸುರುಳಿ ಸುತ್ತಿದ್ದ ಕಾಗದ. ಮರುದಿನ ಬರಲಿರುವ ತೀರ್ಪಿನ ಬಗ್ಗೆ ಅವಳು ಒಂದು ಮಾತನ್ನೂ ಆಡಲಿಲ್ಲ. ಯಾರೋ ವಿಲ್ಯಂಸ್ ಅನ್ನವವನು ರಜಾದಲ್ಲಿ ಬಂದಿರುವುದರ ಕುರಿತು ಅವಳು ಹೇಳಿದಳು. ರಜಾ ಮುಗಿಯುವಾಗ ಅವಳೂ ಅವನ ಜೊತೆಗೆ ವಿಮಾನ ವನ್ನೇರುವಳು. ವಿಲ್ಯಂಸ್ ಸ್ಫುರದ್ರೂಪಿ. ತೈಲಕಂಪೆನಿಯಲ್ಲಿ ಐದಂಕೆ ಸಂಬಳ ಪಡೆಯುತ್ತಿರು ವನು. ತನ್ನ ತಾಯಿಯ ಬಗ್ಗೆ ಹೀಗೆ ಹೇಳಿದಳು. 'ಆ ಮುದುಕಿ ಹುಳಬಿದ್ದು ಸಾಯಲಿ, ಗುಹ್ಯ ರೋಗಗಳ ಕೀಟಾಣುಗಳು ಅವಳಿಗೆ ಶವಪೆಟ್ಟಿಗೆ ನಿರ್ಮಿಸುವುವು, ತಲೆಹಿಡುಕರು ಅವಳಿಗೆ ಅಂತಿಮ ಪ್ರಾರ್ಥನೆ ಸಲ್ಲಿಸುವರು.'

ಕೈಯಲ್ಲಿದ್ದ ಕಾಗದದ ಸುರುಳಿಯನ್ನು ಬಿಡಿಸಿ ಅವಳು ಹೇಳಿದಳು. 'ಇದಕ್ಕೊಂದು ಸಹಿ ಹಾಕಿ ಕೊಡಿ. ನಿಮ್ಮ ಮೇಲೆ ನಂಬಿಕೆಯಿಲ್ಲ ಅಂತಲ್ಲ. ನನಗೊಂದು ಸಮಾಧಾನಕ್ಕಾಗಿ ಮಾತ್ರ.'

ಅದನ್ನು ನಾನು ಓದಿ ನೋಡಿದೆ. ಆನಿ ಬೇರೊಬ್ಬನನ್ನು ಮದುವೆಯಾಗಲಿ ಎಂಬುದು ನನ್ನ ಇಚ್ಛೆ ಎಂದೂ ನಮ್ಮಿಬ್ಬರ ವಿವಾಹ ವಿಚ್ಛೇದನಕ್ಕೆ ಈ ಮೂಲಕ ಒಪ್ಪುತ್ತಿರುವೆನೆಂದೂ ಅದರಲ್ಲಿ ಬರೆದಿತ್ತು. ಇನ್ನೊಂದು ಬಾರಿ ಓದಲಾರಂಭಿಸಿದಾಗ ಅನುಮಾನ ಬಂದಕಾರಣ ವಿರಬೇಕು ಆನಿ ಹೇಳಿದಳು. 'ಆ ಮುದುಕಿಯ ಆಸರೆಯಲ್ಲಿ ಬದುಕಲು ನನ್ನಿಂದ ಸಾಧ್ಯ ವಿಲ್ಲ.'

ನಾನು ಮೆಲ್ಲಗೆ ಮುಗಳ್ನಕ್ಕೆ. 'ವಧೆಶಿಕ್ಷೆಯನ್ನು ಸ್ವೀಕರಿಸಲು ಕಾದುನಿಂತಿರುವ ನನಗೆ ಈ ರುಜು ಹಾಕುವುದು ಅದೆಷ್ಟು ಕ್ಷುಲ್ಲಕವಾದುದು. ನಾನು ಭಾರೀ ನಿಕೃಷ್ಟನೆಂದು ನೀನು ತಿಳಿದೆಯಾ? ಇದರ ಕಾನೂನು ಸಮ್ಮತಿಯ ಕುರಿತು ನಿನಗೆ ಆತಂಕವಿಲ್ಲದಿದ್ದರೆ ಮತ್ತೆ ನನಗೇನು?'

ಸಹಿ ಹಾಕಿಸಿ ಪಡೆದನಂತರ ಅವಳು ನನ್ನ ಕೈಹಿಡಿದು ಚುಂಬಿಸಿದಳು. ಅವಳು ನಡೆದು ಮರೆಯಾಗುವುದನ್ನು ನೋಡತ್ತ ನಿಲ್ಲಲು ನನ್ನಿಂದಾಗಲಿಲ್ಲ. ಅಷ್ಟರಲ್ಲಿ ಜೈಲು ವಾರ್ಡನ್ ಕರೆದು ನನ್ನನ್ನು ಒಳಕ್ಕೊಯ್ದನು.

ಮಾರನೆ ದಿನ ನನ್ನನ್ನು ಕೋರ್ಟಿಗೆ ಹಾಜರುಪಡಿಸಿದರು. ಅನೇಕ ಕೇಸುಗಳು ತೀರ್ಪು ಕಲ್ಪಿಸದೆ ಗುಡ್ಡದಂತೆ ರಾಶಿ ಬಿದ್ದಿರುವಾಗ ಈ ಒಂದು ಕೊಲೆ ಮೊಕದ್ದಮೆಯು ತಪ್ಪೊಪ್ಪಿಗೆ ಯಿಂದಾಗಿ ತ್ವರಿತವಾಗಿ ಕೊನೆಯಾಗುತ್ತಿರುವುದರಿಂದ ಪಬ್ಲಿಕ್ ಪ್ರಾಸಿಕ್ಯೂಟರ್ ಸಹ ಸಂತೋಷಪಟ್ಟರು. ಕೋರ್ಟಿನ ವರಾಂಡದಲ್ಲಿ ಕುಳಿತಿದ್ದ ನನಗೆ ಅವರು ಚಹಾ ತರಿಸಿ ಕೊಟ್ಟರು. ಚಹಾ ಕುಡಿದ ಬಳಿಕ ನನಗೆ ಅವರು ಒಂದು ಸಂತಸದ ಸುದ್ಧಿ ತಿಳಿಸಿದರು. ನನಗೆ ಗಲ್ಲು ಶಿಕ್ಷೆ ನೀಡುವುದಿಲ್ಲ ಬದಲಿಗೆ ಜೀವಾವಧಿ ಸೆರೆವಾಸ ವಿಧಿಸುವರು ಎಂದು ಹೇಳಿದರು. ಅಪರಾಧವನ್ನು ಪೂರ್ತಿ ಒಪ್ಪಿಕೊಂಡದ್ದಕ್ಕೆ ಬಹುಮಾನ.

ತೀರ್ಪನ್ನು ಓದಿ ತಿಳಿಸಿದಾಗ ನಾನು ನಮಸ್ಕರಿಸಿದುದು ಪಬ್ಲಿಕ್‌ಪ್ರಾಸಿಕ್ಯೂಟರ್‌ಗೇ. ನಾನಿನ್ನು ಜೀವಾವಧಿ ಬದುಕಿರಬಹುದಲ್ಲ. ಮನಃಸಾಕ್ಷಿಯ ಹುಲಿಬೋನಿಗೆ ನನ್ನನ್ನು ನೂಕಿದ ನ್ಯಾಯಾಧೀಶರಿಗೂ ನಾನು ವಂದನೆ ಸಲ್ಲಿಸಿದೆ.

ನನ್ನ ಜೈಲುವಾಸ ಆರಂಭವಾಯಿತು. ಮೊದಮೊದಲಿಗೆ ವಾರ್ಡನ್‌ಗಳು ನನ್ನೊಡನೆ ಕ್ರೂರವಾಗಿ ನಡೆದುಕೊಂಡರು. ನನ್ನ ವರ್ತನೆಯಲ್ಲಿರುವ ಪಕ್ವತೆ ಮತ್ತು ವಿಧೇಯತೆಯ ಉತ್ಸಾಹ ತಿಳಿದುಕೊಂಡಾಗ ಒಳ್ಳೆಯ ಅನುಭವವನ್ನೇ ನೀಡಿದರು. ಅವರು ನನಗೆ ಅನೇಕ ಕೆಲಸಗಳನ್ನು ನಂಬಿಕೆಯಿರಿಸಿ ವಹಿಸಿದರು. ಹಗಲಿನ ವೇಳೆ ನನ್ನನ್ನು ಬಂಧಿಸಿ ಡುವುದನ್ನು ನಿಲ್ಲಿಸಿಬಿಟ್ಟರು. ಅವರು ಮಾಡಬೇಕಾದ ಹಲವು ಕೆಲಸಗಳನ್ನು ನಾನೇ ವಹಿಸಿಕೊಂಡೆ. ಅವರಲ್ಲಿ ಅನೇಕರ ದುಡಿಮೆ ಹೊರೆ ಕಡಿಮೆಯಾಯಿತು. ವಿಶ್ರಾಂತಿ ವೇಳೆ ಕೆಲವರಿಗೆ ನನ್ನ ಜೀವನಚರಿತ್ರೆ ಕೇಳಿ ತಿಳಿದುಕೊಳ್ಳುವ ಆಸಕ್ತಿ ಹುಟ್ಟಿತು. ನನ್ನ ಕತೆಯನ್ನು ಅವರು ಕೇಳಿದ ಕೊಡಲೇ ಸಹಾನುಭೂತಿಯ ನೆರಳು ದಟ್ಟವಾಯಿತು.

ಹಗಲು ನನಗರಿವಿಲ್ಲದೆಯೇ ಸಾಗಿತು. ರಾತ್ರಿ ಹೊತ್ತು ಮನಃಸಾಕ್ಷಿಯು ನಿದ್ರೆಯನ್ನು ತಿವಿದು ನೋಯಿಸಿತು. ಕಣ್ಣು ಮುಚ್ಚಿದಾಗ ಹಲವು ಮುಖಗಳು ನಿಚ್ಚಳವಾಗಿ ಕಂಡವು. ಮಾಂಸ ಮಜ್ಜೆಗಳಿರುವಂತಹ ಒಂದು ಆಕೃತಿಯೂ ನನಗೆ ಕಾಣಿಸಲಿಲ್ಲ. ಎಲ್ಲವೂ ಕೇವಲ ಅಸ್ಥಿಪಂಜರಗಳೇ. ತಲೆಬುರುಡೆಗಳು ನೆಲದಲ್ಲಿ ಆಮೆಯ ಹಾಗೆ ತೆವಳಿ ನನ್ನ ಶರೀರದ ಮೇಲೇರಿದವು. ನಾನು ಜೋರಾಗಿ ಕಿರುಚಿದಾಗ ವಾರ್ಡನ್ ಟಾರ್ಚ್ ಹೊಳೆಯಿಸಿ ಭಯ ಹೋಗಲಾಡಿಸಿದನು.

ಒಂದು ಮೃಗದಂತೆ ಹಗಲಿಡೀ ನಾನು ಕಷ್ಟಪಟ್ಟು ದುಡಿದೆ. ಕಠಿಣ ದುಡಿಮೆಯು ಅಂಗಾಂಗಗಳನ್ನು ದಣಿಸುವುದೆಂದೂ ರಾತ್ರಿ ಶಾಂತವಾಗಿ ನಿದ್ರಿಸಬಹುದೆಂದೂ ನಾನು ವ್ಯಾಮೋಹ ತಾಳಿದೆ. ಆ ಮೋಹಗಳೆಲ್ಲ ಅಂದಂದು ರಾತ್ರಿಯೇ ಉಸಿರುಗಟ್ಟಿ ಸತ್ತವು. ನನ್ನ ಈ ಸ್ಥಿತಿಯನ್ನು ಕಂಡು ಮನಕರಗಿ ಜೈಲಿನ ಡಾಕ್ಟರ್ ಪ್ರತಿರಾತ್ರಿ ಸೇವಿಸಲೆಂದು ಒಂದು ಮಾತ್ರೆ ನೀಡಿದರು, ಮಾತ್ರೆಯ ಶಕ್ತಿ ಹೆಚ್ಚು ದಿನ ಬಾಳಿಕೆ ಬರಲಿಲ್ಲ. ಹೆಚ್ಚಿನ ಡೋಸ್ ಕೊಡಿರೆಂದು ಬೇಡಿದಾಗ ದಿನವೂ ಕೊಡುತ್ತಿದ್ದುದನ್ನು ಸಹ ಅವರು ನಿಲ್ಲಿಸಿಬಿಟ್ಟರು.

ನನ್ನ ಆರೋಗ್ಯ ಹಾಳಾಯಿತು. ಮೂಳೆ ಮತ್ತು ಚರ್ಮ ಪರಸ್ಪರ ಹೆಚ್ಚು ಹತ್ತಿರವಾದವು. ತಲೆಗೂದಲು ನೆರೆತಿತು. ಉಗುರುಗಳು ಒರಟಾದವು, ಕಣ್ಣುಗಳು ಆಳಕ್ಕಿಳಿದವು. ಆಗಿಂದಾಗ ಕಿಬ್ಬೊಟ್ಟೆಯಲ್ಲಿ ಹಿಡಿದೆಳೆಯುವಂತಹ ನೋವೂ ಶುರುವಾಯಿತು. ಎಲ್ಲವನ್ನೂ ನಾನು ಸಹಿಸುತ್ತಲೇ ಬಂದೆ, ಯಾರಲ್ಲೂ ದೂರಿಕೊಳ್ಳಲಿಲ್ಲ.

ನನ್ನ ಒಳ್ಳೆಯ ನಡತೆಯ ಕಾರಣದಿಂದ ಶಿಕ್ಷೆಯಲ್ಲಿ ಎರಡು ವರ್ಷ ರಿಯಾಯಿತಿ ಸಿಕ್ಕಿತು. ಒಂದು ಭಾನುವಾರ ಹಗಲಿನಲ್ಲಿ ಹಿಂದೆ ಸ್ವತಂತ್ರನಾಗಿ ನಾನು ನಡೆದಾಡುತ್ತಿದ್ದಂತಹ ಹೊರಗಿನ ಪ್ರಪಂಚಕ್ಕೆ ನನ್ನನ್ನು ಅವರು ಬಿಡುಗಡೆಗೊಳಿಸಿಬಿಟ್ಟರು. ಜೈಲಿನಲ್ಲಿ ದುಡಿದು ಸಂಪಾದಿಸಿದ ಬಾಬ್ತಿನಲ್ಲಿ ಒಂದು ಜೊತೆ ಉಡುಪು ಮತ್ತು ಉಳಿಕೆ ಹಣವೂ ನನಗೆ ಲಭಿಸಿತು. ಪೊಲೀಸರು ನನ್ನನ್ನು ಬಂಧಿಸಿದ್ದಾಗ ನನ್ನ ಷರ್ಟಿಗೆ ಸಿಗಿಸಲಾಗಿದ್ದ ಚೌಕಾಕೃತಿಯ ಹಿತ್ತಾಳೆ ಬಿಲ್ಲೆಯನ್ನೂ ಮರಳಿಸಲು ಅಧಿಕಾರಿಗಳು ಮರೆಯಲಿಲ್ಲ. ಅದರಲ್ಲಿದ್ದ ನನ್ನ ಹೆಸರು ಕಾಲದ ಮಹಿಮೆಯಿಂದ ಮಂಕಾಗಿತ್ತು.

ಅಸ್ವಾತಂತ್ರ್ಯದ ಬಾಗಿಲನ್ನು ಹಿನ್ನೂಂಕಿ ನಾನು ಮುರಿದ ರೆಕ್ಕೆಗಳೊಂದಿಗೆ ಬಾಹ್ಯಲೋಕಕ್ಕೆ ತಲುಪಿದೆ. ಬಿಸಿಲು ಮತ್ತು ನೆರಳು ನನ್ನ ಕಂಗಳನ್ನು ಹುಳಿಗೊಳಿಸಿದವು. ಬಹಳ ಸನಿಹ ತಲುಪುವಾಗಲಷ್ಟೇ ನನಗೆ ಹಲವು ವಸ್ತುಗಳ ಗುರುತು ಕೂಡ ಸಿಗುತ್ತಿದ್ದುದು.

ನನ್ನ ಆಸೆಗಳ ಜಗತ್ತಿನಲ್ಲಿ ಒಂದು ಮಹಾಮಾರಿ ಪಿಡುಗು ಹಬ್ಬಿ ಹರಡಿತು. ಪ್ರತಿ ನಿಮಿಷವೂ ಹಿಂಡು ಹಿಂಡಾಗಿ ಮರಣಗಳು ಸಂಭವಿಸಿದವು. ಕೊನೆಯಲ್ಲಿ ಒಂದೇ ಒಂದು ಬಯಕೆ ಬದುಕುಳಿಯಿತು. ನನ್ನ ಯಜಮಾನರನ್ನು ಒಮ್ಮೆ ನೋಡಬೇಕು. ಯಜಮಾನರ ಹಳೆಯ ವಿಳಾಸವು ಒಂದು ಸತ್ತ ಜಿರಳೆಯಂತೆ ನನ್ನ ಮೆದುಳಿನಲ್ಲಿ ಅಂಟಿಕೊಂಡು ಬಿದ್ದಿದೆ.

ನಾನು ನಡೆಯುತ್ತ ಯಾವುದೋ ಒಂದು ರೈಲು ನಿಲ್ದಾಣ ತಲುಪಿದೆ. ಅರ್ಧರಾತ್ರಿ ವೇಳೆಗೆ ಪರಿಸರವನ್ನೆಲ್ಲ ನಡುಗಿಸುತ್ತ ಗಾಡಿ ಬಂದಾಗ ನಾನು ಅದನ್ನೇರಿ ಶೌಚಾಲಯದ ಬದಿಯ ಮೂಲೆಯಲ್ಲಿ ಒಬ್ಬ ಹುಚ್ಚನಂತೆ ತಲೆಗೆ ಮುಸುಕು ಹೊದ್ದು ಕುಳಿತೆ. ಬೆಳಗಾದಾಗ ಬರಡಾಗಿ ಒಣಗಿದ್ದ ಜಮೀನುಗಳು ಕಾಣಿಸಿದವು. ಮರುಭೂಮಿಯಾಗಿ ಮಾರ್ಪಟ್ಟಿದ್ದ ನದಿಯ ಮೇಲುಗಡೆಯಿಂದ ಗಾಡಿ ವೇಗವಾಗಿ ಧಾವಿಸಿತು. ಟಿಕೆಟ್ ತಪಾಸಣೆಗೆ ಬಂದ ರೈಲು ಅಧಿಕಾರಿ ನನಗೆ ತಿಳಿಯದ ಭಾಷೆಯಲ್ಲಿ ಏನೇನೋ ಹಲುಬಿದ.

ನನ್ನ ಹಿಂಗತ್ತನ್ನು ಹಿಡಿದು ಒಂದು ನಿಲ್ದಾಣದಲ್ಲಿ ನನ್ನನ್ನಿಳಿಸಿಬಿಟ್ಟ. ಮತ್ತೆ ನಾನು ಬೇರೊಂದು ರೈಲನ್ನೇರಿದೆ. ನನ್ನ ಯಜಮಾನರು ವಾಸವಿರುವ ನಗರವನ್ನು ತಲುಪುವಷ್ಟರಲ್ಲಿ ಕಠಿಣ ಜ್ವರ ಮತ್ತು ಹೊಟ್ಟೆನೋವಿನಿಂದ ನಾನು ಬಸವಳಿದಿದ್ದೆ. ಯಾವುದನ್ನೂ ಲೆಕ್ಕಿಸದೆ ನಾನು ನಡೆದೆ. ಹೊಟ್ಟೆ ನೋವು ತಾಳಲಾಗದೆ ಅನೇಕ ಕಡೆಗಳಲ್ಲಿ ನಾನು ಬಗ್ಗಿ ಕುಳಿತೆ.

ಬಿಸಿಲು ಆಕಾಶದಲ್ಲಿ ಹೊತ್ತಿ ಹರಡಿತು. ಬೀದಿಯಲ್ಲಿ ಆ ತುದಿಯ ತನಕವೂ ಒಂದಾದರೂ ನೆರಳಿನ ಮರವಿಲ್ಲ. ಬಿಸಿಲು ಒಂದು ಹಿನ್ನೀರಿನ ಒಡಲಾಗಿ ನನ್ನ ಮುಂದೆ ಅಲೆ ಬಡಿಯಿತು. ಬೀದಿಯ ಮಧ್ಯಕ್ಕೆ ತಲುಪುವುದರೊಳಗೆ ನನ್ನ ಕಣ್ಣುಗಳು ಹಳದಿಗಟ್ಟಿ ದವು. ನಾಲಿಗೆ ಒಣಗಿತ್ತು. ಪ್ರಜ್ಞೆಯ ಮಡಕೆ ಒಡೆಯಿತು. ನಾನು ನೆಲಕ್ಕೆ ಕುಸಿದೆ.

ನೆನಪು ನಿಚ್ಚಳವಾದಾಗ ನಾನು ಆಸ್ಪತ್ರೆಯ ಹಾಸಿಗೆಯಲ್ಲಿದ್ದೆ. ನನ್ನ ಬದಿಯಲ್ಲಿ ಖಾಕಿ ಚಡ್ಡಿ ಮತ್ತು ಅಂಗಿ ತೊಟ್ಟಿರುವ ಯುವಕ ಕಾವಲು ನಿಂತಿರುವುದನ್ನು ಕಂಡೆ.

ನಿತ್ರಾಣವಾದ ನಾಲಿಗೆಯೆತ್ತಿ ನಾನವನನ್ನು ಕರೆದೆ. ನನ್ನ ಮುಖಭಾವವನ್ನು ಕಂಡದ್ದ ರಿಂದಲೇ ಇರಬೇಕು ನನಗೆ ತಿಳಿಯಬೇಕಿದ್ದುದನ್ನೆಲ್ಲ ಆತ ಹೇಳಿದ. ಆತನ ಹೆಸರು ವಾಸು ದೇವನ್. ಜ್ಞಾನ ತಪ್ಪಿ ನಡುರಸ್ತೆಯಲ್ಲಿ ಬಿದ್ದಿದ್ದ ನನ್ನ ಗುರುತು ಹಿಡಿಯಲು ಸಾಧ್ಯವಾದುದು ನನ್ನ ಜೇಬಿನಲ್ಲಿದ್ದ ಆ ಹಿತ್ತಾಳೆ ಬಿಲ್ಲೆಯ ಕಾರಣದಿಂದಲೇ. ಕಂಪೆನಿಯ ಹೆಸರು ನೋಡಿದ್ದ ರಿಂದ ನನ್ನನ್ನು ಆಸ್ಪತ್ರೆಗೆ ಸೇರಿಸಿದ. ಆ ಕಂಪೆನಿಯ ಸೆಕ್ಯುರಿಟಿ ಕೆಲಸಗಾರ ಆತ.

ನನ್ನ ಸಂತಸಕ್ಕೆ ಪಾರವೇ ಇರಲಿಲ್ಲ. ನಾನು ಆತನಿಗೆ ಹೇಳಿದೆ. ‘ದಯವಿಟ್ಟು ನನಗೆ ಸಹಾಯ ಮಾಡಿ. ಈ ಹಿತ್ತಾಳೆ ಬಿಲ್ಲೆ ತೋರಿಸಿಬಿಟ್ಟು ನಾನು ಯಜಮಾನರನ್ನು ಕಾಣಲು ಬಯಸುತ್ತಿರುವ ವಿಷಯ ತಿಳಿಸಿ. ಖಂಡಿತ ಅವರು ಬಂದು ನನ್ನನ್ನು ನೋಡುವರು.’

ಆತ ನನಗೆ ಸಹಾಯ ಮಾಡಲು ಸಿದ್ಧನಿದ್ದ. ಬೇಕಿದ್ದರೆ ಏನಾದರೂ ನೆಪ ಒಡ್ಡಿ ಆತ ನುಣುಚಿಕೊಳ್ಳಬಹುದಿತ್ತು. ಅಂತಹ ಮನೋಭಾವದವನಾಗಿದ್ದರೆ ನನ್ನನ್ನು ಆಸ್ಪತ್ರೆಗೆ ತಂದು ಸೇರಿಸುವ ಅಗತ್ಯವಿರಲಿಲ್ಲವಲ್ಲ.

ಆತ ಹೇಳಿದ. ‘ಇಂದು ಸಂಜೆ ನಾನು ಯಜಮಾನರ ಮನೆಗೆ ಹೋಗಿ ಹೇಳುತ್ತೇನೆ. ನನ್ನ ಹೆಂಡತಿ ಹುಷಾರಿಲ್ಲದೆ ಈ ಆಸ್ಪತ್ರೆಯಲ್ಲಿ ಮಲಗಿರುವ ಕಾರಣ ನಾನು ರಜಾದಲ್ಲಿದ್ದೇನೆ, ನಾನು ರಾತ್ರಿ ಬರುವೆ’

ರಾತ್ರಿಯಾಗಲು ಸಾಕಷ್ಟು ವೇಳೆ ಉಳಿದಿತ್ತು. ನನ್ನ ಕಾಯಿಲೆ ಕುರಿತು ಡಾಕ್ಟರ್‌ಗೆ ಹೆಚ್ಚಿನ ಸುಳಿವು ಸಿಗಲಿಲ್ಲ. ವೈದ್ಯ ವಿದ್ಯಾರ್ಥಿಗಳು ಕಾಯಿಲೆ ಬಗ್ಗೆ ಹೆಚ್ಚು ವಿವರಗಳನ್ನು ಕೇಳಿ ಕೇಳಿ ನನ್ನ ತಲೆ ಚಿಟ್ಟು ಹಿಡಿಸಿದರು.

ರಾತ್ರಿಯಾಯಿತು. ನನ್ನ ತಲೆಯ ಮೇಲುಭಾಗದಲ್ಲಿ ಒಂದು ಬಲ್ಬ್ ಉರಿಯುತ್ತಿತ್ತು. ವಾಸುದೇವನ ನೆರಳು ನನ್ನ ಮುಖಕ್ಕೆ ಬಿದ್ದಿತು. ಆತ ಹೇಳಿದ. 'ಯಜಮಾನರನ್ನು ಕಾಣಲಾಗಲಿಲ್ಲ. ಕಂಪೆನಿ ಮಾಲೀಕರ ಒಂದು ಸಮ್ಮೇಳನದಲ್ಲಿ ಭಾಗವಹಿಸಲು ಸಂಜೆಯೇ ಹೋದರು, ವಾಪಸು ಬರಲು ರಾತ್ರಿ ಬಹಳ ತಡವಾಗುವುದು. ಬೆಳಗ್ಗೆ ಖಂಡಿತ ಭೇಟಿಯಾಗುವೆ. ಈ ಹಿತ್ತಾಳೆ ಬಿಲ್ಲೆ ನನ್ನಲ್ಲೇ ಇರಲಿ.'

ನನಗೆ ನಿರಾಶೆ ಮೂಡಲಿಲ್ಲ. ನಾನು ಕಾದು ಮಲಗಿದೆ. ಆ ಮಧ್ಯೆ ಒಮ್ಮೆ ಹಳದಿ ಬಣ್ಣದ ವಾಂತಿ ಮಾಡಿದೆ. ನೆಲ ಪೂರ ಕೊಳಕಾಯಿತು. ಕೆಟ್ಟ ವಾಸನೆ ಹಬ್ಬಿತು. ಕಸಗುಡಿಸುವ ಮಂದಿ ನೆಲ ಶುಚಿಗೊಳಿಸುವ ನಡುವೆಯೇ ನನ್ನನ್ನು ಹಲವು ಬಾರಿ ಹಳಿದರು.

ನಿದ್ದೆಯಿಂದೆಚ್ಚೆತ್ತಾಗ ಹಿಂದಿನ ದಿನಕ್ಕಿಂತಲೂ ಹೆಚ್ಚು ಆಯಾಸದ ಅನುಭವವಾಗುತ್ತಿತ್ತು. ಕೈಕಾಲುಗಳನ್ನು ಅಲುಗಾಡಿಸುವ ಶಕ್ತಿಯೂ ಇಲ್ಲವಾಯಿತು.

ಹೇಳಿದ ಸಮಯಕ್ಕೆ ಸರಿಯಾಗಿ ವಾಸುದೇವನ್ ಬಂದ. ಈ ಸಲವೂ ಆತ ಯಜಮಾನರನ್ನು ಕಾಣಲಾಗದುದಕ್ಕೆ ಅಸಹಾಯಕತೆ ವ್ಯಕ್ತಪಡಿಸಿದ. ಯಜಮಾನರು ತಲೆನೋವಿನಿಂದ ಮಲಗಿದ್ದಾರೆ. ಸಂದರ್ಶಕರನ್ನು ನೋಡಕೂಡದೆಂಬ ವೈದ್ಯರ ಸಲಹೆಯನ್ನು ಕಾವಲುಗಾರ ಕಟ್ಟುನಿಟ್ಟಾಗಿ ಜಾರಿಗೆ ತಂದನು. 'ದುಃಖಿಸಬೇಡಿ ಮಧ್ಯಾಹ್ನ ನಾನು ಅವರನ್ನು ನೋಡಿದ ಬಳಿಕವೇ ಇಲ್ಲಿಗೆ ಬರುವುದು.'

ನನ್ನ ಹೊಟ್ಟೆನೋವು ದಿಡೀರನೆ ಜಾಸ್ತಿಯಾಯಿತು. ಅಸಹನೀಯವಾದ ನೋವಿನಿಂದ ನಾನು ಚಡಪಡಿಸಿದೆ. ಡಾಕ್ಟರ್ ಬಂದು ಬಹಳ ಹೆಣಗಾಡಿ ಹೃದಯದ ಮಿಡಿತ ಮತ್ತು ರಕ್ತದೊತ್ತಡ ಅಳೆದರು. ನಾಡಿಬಡಿತ ಅಪಾಯದ ರೇಖೆಯನ್ನು ತಾಗಿಕೊಂಡೇ ನಿಂತಿತು. ಒಂದು ಇಂಜೆಕ್ಷನ್ ಕೊಟ್ಟಾಗ ಹಾಗೆಯೇ ಮೆಲ್ಲಗೆ ಮಂಪರಿಗೆ ಜಾರಿದೆ.

ನನ್ನ ಹಣೆ ಮೇಲೆ ಒಂದು ಒರಟಾದ ಹಸ್ತ ತಗುಲಿದಾಗ ನಾನು ಎಚ್ಚರಗೊಂಡೆ. ಅವನಿಗೆ ಇಪ್ಪತ್ತು ವಯಸ್ಸಿಗಿಂತ ಹೆಚ್ಚು ಇರಲಾರದು. ಸಡಿಲಾದ ಅರೆತೋಳಿನ ಅಂಗಿ ದರಿಸಿದ್ದ. ಅದರ ಹಿಂಜಿ ಹೋಗಿದ್ದ ತೂತುಗಳ ಮೂಲಕ ಅವನ ಕಪ್ಪು ದೇಹದ ಭಾಗಗಳು ಗೋಚರಿಸಿದವು. ಎಣ್ಣೆಪಸೆಯೇ ಇಲ್ಲದ ತೆಂಗಿನನಾರಿನಂತಹ ತಲೆಗೂದಲು ಹುಬ್ಬಿನವರೆಗೂ ಇಳಿಬಿದ್ದಿದೆ.

ಅವನು ನನ್ನ ಹಣೆಯಿಂದ ಕೈ ತೆಗೆದು ಎದೆಯ ಮೇಲಿರಿಸಿದ. ಮೈ ಬಿಸಿಯಿದೆಯೇ ಎಂದು ನೋಡಿದ. ನನ್ನ ಕಾಲಿನ ಮೀನ ಖಂಡಗಳಿಗೆ ತಂಪು ಹರಡಿದೆಯೇ ಎಂದು ಪರೀಕ್ಷಿಸಿದ. ಬಳಿಕ ಅವನು ಕೈ ಕಟ್ಟಿಕೊಂಡು ನನ್ನ ಮಂಚದ ಬಳಿಯಲ್ಲಿ ನಿಂತ.

ನನ್ನದೇ ಅಗಲವಾದ ಮುಖ, ಮಂಡಿಯ ತನಕವಿರುವ ಕೈಗಳು, ಚೂಪಾದ ಗಲ್ಲ ಇವನಿಗೂ ಇದೆಯಲ್ಲ. ನಾನಿಲ್ಲಿದ್ದೇನೆಂದು ಇವನಿಗೆ ಹೇಗೆ ತಿಳಿಯಿತು.

ನಾನು ಕೇಳಿದೆ. 'ಅಮ್ಮನ ಶ್ರಾದ್ಧ ತಪ್ಪದೆ ನಡೆಸುತ್ತಿದ್ದೀಯಲ್ಲವೆ?'

ಅವನು ಏನನ್ನೂ ನುಡಿಯಲಿಲ್ಲ. ಅವನ ನೋಟ ನನ್ನ ದೃಷ್ಟಿಗಳತ್ತಲೇ ಹರಿದಿದೆ. ನನ್ನ ದಣಿದ ಕಣ್ಣುಗಳನ್ನು ಮಣಿಸಲು ಅವನಿಗೆ ಸಾಧ್ಯವಾಯಿತು. ನಾನು ರೆಪ್ಪೆಗಳನ್ನು ಮುಚ್ಚಿಕೊಂಡೆ.

ಕತ್ತಲಲ್ಲಿ ನಾನು ಅವನ ಮುಖದತ್ತ ನೋಡಿದೆ. 'ಮಗನೇ, ನನ್ನ ಸಾವು ದೂರವಿಲ್ಲ. ನನ್ನನ್ನು ಅನಾಥ ಹೆಣವಾಗಿಸಬೇಡ. ಅವರು ಆಳವಾಗಿ ಹೊಂಡ ತೋಡುವುದಿಲ್ಲ. ನನ್ನ ಶವಶರೀರವನ್ನು ನಾಯಿನರಿಗಳಿಗೆ ಬಿಟ್ಟು ಕೊಡುವುದು ಸರಿಯೇ? ಮಗನೇ, ನಾನು ಸತ್ತ ಮೇಲೆ ನೀನೊಂದು ಕೆಲಸ ಮಾಡು. ಈ ಆಸ್ಪತ್ರೆಯಲ್ಲಿ ರೋಗಿಗಳ ಜೊತೆಗಿರಲು ಬಂದವರಿಂದ ಹಣ ವಂತಿಗೆಯೆತ್ತಿ ಆಳವಾದ ಗುಂಡಿ ತೋಡಿಸಿ ನನ್ನನ್ನು ಹೂಳು.'

ನಾನು ಕಣ್ತೆರೆದೆ. ಈಗ ಅವನ ಕಂಗಳು ನನ್ನ ಮುಖದಲ್ಲಲ್ಲ ನನ್ನ ಶರೀರದತ್ತ ನೋಡುತ್ತಿವೆ. ನಾನು ಅವನ ಕರಗಳನ್ನು ಹಿಡಿದಾಗ ತೂತುಬಿದ್ದಿದ್ದ ಉಗುರಿನ ಪದರಗಳನ್ನು ಕಂಡೆ. ಅವನು ದೇಹವನ್ನು ನೇವರಿಸಿದಾಗ ಗೀರುಗಾಯಗಳನ್ನು ಸ್ಪರ್ಶಿಸಿದೆ. ನನ್ನ ತನು ತಟ್ಟನೆ ಬೆವರಿತು. ಅವನು ಮೇಲೆದ್ದು ಪಕ್ಕದ ಮಂಚದಲ್ಲಿ ಮಲಗಿದ್ದವರಿಂದ ಬೀಸಣಿಗೆ ಕೇಳಿ ಪಡೆದ. ಅವನು ಕಾಲಿನ ಬೆರಳುಗಳನ್ನೂರುತ್ತ ನಡೆಯುತ್ತಿದ್ದ. ಒಬ್ಬ ಆಣಿರೋಗ ವಿರುವವನು ಕಾಲಹೆಜ್ಜೆ ಇಡುವ ಹಾಗೆ.

ಅವನು ಬೀಸಣಿಗೆ ಬೀಸಿದ. ಆ ಗಾಳಿ ಸೋಕಿದಾಗ ಒಂದಿಷ್ಟು ನೆಮ್ಮದಿಯಾಯಿತು. ನಾನು ಹೇಳಿದೆ. 'ನಿನಗೆ ಬದಕಲು ತಿಳಿದಿಲ್ಲ. ಜೀವವುಳಿಸಿಕೊಳ್ಳುವುದಷ್ಟೇ ತಿಳಿದಿದೆ. ಅಲ್ಲದಿದ್ದರೆ ನಿನ್ನ ಈ ಉಗುರುಗಳಿಗೆ ಗುಂಡುಸೂಜಿ ಚುಚ್ಚಿಳಿಸಿದಾಗ ನೀನೇಕೆ ಅಳಲಿಲ್ಲ? ನಿನ್ನ ಅಂಗಾಲುಗಳಿಗೆ ಬೆತ್ತದೇಟು ಬಿದ್ದಾಗ ನೀನು ವರ್ಗದ್ರೋಹಿಯ ಉಡುಗೆ ತೊಡ ಬಾರದಿತ್ತೆ? ನಿನ್ನ ದೇಹದಲ್ಲಿ ಗೀರುಗಾಯಗಳನ್ನು ಮಾಡಿ ಮೆಣಸರೆದು ಮೆತ್ತಿದಾಗ ನೀನೇಕೆ ಶರಣಾಗತಿಯ ಶಂಖನಾದವನ್ನು ಮೊಳಗಿಸಲಿಲ್ಲ? ಆದರ್ಶದ ಹಿಮಗಡ್ಡೆಯನ್ನು ಹೊತ್ತು ನೀನು ನಡುಹಗಲಿನಲ್ಲಿ ಮರುಭೂಮಿಗುಂಟ ನಡೆದೆ. ಸೂರ್ಯನನ್ನು ಕೈಯಗಲ ಹಿಡಿದು ಮರೆಸಿದೆ. ಮರಳಗಾಳಿಯನ್ನು ಕಣ್ಮುಚ್ಚಿ ತಡೆಗಟ್ಟಿದೆ.'

ಡಾಕ್ಟರ್ ಬಂದರು, ಅವನು ಎದ್ದು ನಿಂತನು, ನರ್ಸ್ ಆಕ್ಸಿಜನ್ ಸಿಲಿಂಡರನ್ನು ನನ್ನ ಮಂಚದ ಬಳಿಗೆ ಸರಿಸಿದಳು. ಹಸಿರು ಬಣ್ಣದ ಒಂದು ಔನ್ಸ್ ಔಷಧಿಯನ್ನು ನನ್ನ ಬಾಯಿಗೆ ಸುರಿದಳು.

ಅಪ್ರಜ್ಞಾವಸ್ಥೆ ನನ್ನನ್ನು ನುಂಗುವ ಮುನ್ನ ನಾನವನಿಗೆ ಹೇಳಿದೆ. 'ನೀನೆಲ್ಲಿಗೂ ಹೋಗಬೇಡ. ಇಲ್ಲೇ ಇರು. ಮಧ್ಯಾಹ್ನ ಯಜಮಾನರು ಬರುತ್ತಾರೆ. ನನ್ನ ಏಕ ಅವಲಂಬಿತನೆಂಬ ನೆಲೆ ಯಲ್ಲಿ ನಿನಗೆ ನಾನೊಂದು ಕೆಲಸ ಕೊಡಿಸುತ್ತೇನೆ.'

ಆಗಲೂ ಅವನು ನಿಶ್ಶಬ್ದನಾಗಿದ್ದ. ಕೆಳಕ್ಕೆ ಜಾರಿದ್ದ ಹೊದಿಕೆಯನ್ನು ತೆಗೆದು ನನ್ನ ಕುತ್ತಿಗೆವರೆಗೆ ಹೊದೆಸಿ. ಚಳಿಯಾಗದಿರುವಂತೆ ಕಾಲಪಾದಗಳನ್ನೂ ಮುಚ್ಚಿದ. ನನ್ನ ಕಣ್ರೆಪ್ಪೆಗಳ ಪಿಸುರನ್ನು ಬಟ್ಟೆಯ ತುದಿಯಿಂದ ಒರೆಸಿಕೊಟ್ಟ.

ಪ್ರಜ್ಞೆಯ ದ್ವಾರಗಳು ದೊಡ್ಡದಾದವು. ವಾಸುದೇವನ್ ನನ್ನ ಮುಂಗೈಗಳನ್ನು ಹಿಡಿದಾಗ ನಾನೆಚ್ಚರಗೊಂಡೆ. ಸುತ್ತಲೂ ನೋಡಿದೆ. ನನ್ನ ಮಗ ಕಾಣಿಸಲಿಲ್ಲ. ಹೊರಗೆ ಬಿಸಿಲು ಹೊಳೆಯುತ್ತಿತ್ತು.

ಯಜಮಾನರು ಎಲ್ಲಿ?

ವಾಸುದೇವನ್ ತಲೆ ಹೊರಳಿಸಿ ಆಕಾಶದತ್ತ ನೋಡಿದ. ಅನಂತರ ಕಿವಿಯಾನಿಸಿ ಹಿಡಿದ. ಮುಖ ತಗ್ಗಿಸಿ ನನ್ನೊಡನೆ ಕೇಳಿದ. 'ನಿಮಗೊಂದು ಮೊರೆತ ಕೇಳಲು ಸಾಧ್ಯವಾಗುತ್ತಿದೆಯೆ?' ನಾನು ಗಮನಿಸಿದೆ. 'ಹೌದು, ಕೇಳಿಸುತ್ತಿದೆ.' ನಿಮಿಷ ನಿಮಿಷಕ್ಕೂ ಆ ಮೊರೆತ ಹೆಚ್ಚಾಗುತ್ತ ಬಂದಿತು.

ಆತ ನನ್ನ ಹೆಗಲಲ್ಲಿ ಕೈಯಿಟ್ಟು ಹೇಳಿದ. 'ಆ ವಿಮಾನವು ಹಾರಿ ಮೇಲೇರ ತೊಡಗಿತು. ಒಂದಷ್ಟು ಹೊತ್ತಿನಲ್ಲಿ ಅದೊಂದು ಕಪ್ಪು ಬೊಟ್ಟಾಗಿ ಬದಲಾಗುವುದು. ನಮ್ಮ ಯಜಮಾನರು ಮತ್ತು ಅವರ ಮಗ ಅದರೊಳಗೆ ಕುಳಿತಿದ್ದಾರೆ. ಇಲ್ಲಿನ ಕಂಪೆನಿಗಳನ್ನೆಲ್ಲ ಯಜಮಾನರ ಅಳಿಯನಿಗೆ ವಹಿಸಿಕೊಟ್ಟು ಅವರು ವಿದೇಶದಲ್ಲಿರುವ ತಮ್ಮ ಕಂಪೆನಿಗಳ ಉಸ್ತುವಾರಿಗಾಗಿ ಅಲ್ಲಿಗೆ ಹೋಗುತ್ತಿದ್ದಾರೆ. ಇನ್ನೆಂದಿಗೂ ಮರಳುವುದಿಲ್ಲ.'

'ಇನ್ನು ಯಾವತ್ತೂ ಬರುವುದಿಲ್ಲವೇ?'

'ಎಂದಿಗೂ ಇಲ್ಲ. ಒಂದು ವೇಳೆ ಬಂದರೂ ಕೂಡ ಅಷ್ಟರೊಳಗೆ ನೀವು ಸತ್ತು ಹೋಗಿರುತ್ತೀರಿ.'

ಆತ ಸಹತಾಪದಿಂದ ನನ್ನ ತಲೆ ಮತ್ತು ಎದೆಗಳನ್ನು ತಡವಿದ. ಉಸಿರಾಡಲು ನಾನು ಕಷ್ಟಪಟ್ಟೆ. ಶ್ವಾಸನಾಳವನ್ನು ಹಲವು ತುಂಡು ಮಾಡಿರುವ ಹಾಗೆನಿಸಿತು.

ಇನ್ನು ಉಳಿದಿರುವವನು ನನ್ನ ಮಗ ಮಾತ್ರ. ನನ್ನ ನಾಲಿಗೆ ತೊದಲುತ್ತಿದೆ. ಒಂದು ತೊಟ್ಟು ನೀರು ಅವನ ಕೈಯಿಂದ ಸಿಗಬೇಕು. ನನ್ನ ಉತ್ತರಕ್ರಿಯೆಗಳನ್ನು ಮಾಡ ಬೇಕಾದವನು ಅವನೇ.

'ವಾಸುದೇವಾ.'

'ಊಂ.'

'ನನ್ನ ಮಗ ಆ ವರಾಂಡದಲ್ಲೆಲ್ಲಾದರೂ ಇರುತ್ತಾನೆ. ಇಲ್ಲದಿದ್ದರೆ ವಾರ್ಡ್‌ಗಳಿಗೆ ಹೋಗಿ ನನ್ನ ಶವಸಂಸ್ಕಾರಕೋಸ್ಕರ ಹಣವಂತಿಗೆಯೆತ್ತುತ್ತಿರುತ್ತಾನೆ. ಅವನನ್ನು ಕೂಗು. ನನ್ನ ಆತ್ಮವು ನನ್ನಿಂದ ಬೇರ್ಪಡಲಾರಂಭಿಸಿದೆ.'

ವಾಸುದೇವನ್ ಕದಲಲಿಲ್ಲ. ನಾನು ಮತ್ತೆ ಒತ್ತಾಯಿಸಿದಾಗ ಆತ ಹೇಳಿದ. 'ವಿಮಾನ ನಿಲ್ದಾಣದ ದಾರಿಯಲ್ಲಿ ಯಜಮಾನರನ್ನೂ ಅವರ ಮಗನನ್ನೂ ಆಕ್ರಮಣ ಮಾಡಿ ಕೊಲ್ಲಲು ಪ್ರಯತ್ನಿಸಿದ ಅಪರಾಧಕ್ಕಾಗಿ ಅವರಿಬ್ಬರನ್ನೂ ಪೊಲೀಸರು ಬಂಧಿಸಿ ಕರೆದು ಕೊಂಡು ಹೋದರು.'

ಎರಡನೆಯವನು ಯಾರು?

ವಾಸುದೇವನ್ ಅದನ್ನು ಗಟ್ಟಿಯಾಗಿಯೇ ಹೇಳಿದ. ನಾನದನ್ನು ಸ್ಪಷ್ಟವಾಗಿಯೇ ಕೇಳಿಸಿಕೊಂಡೆ.

ಆತ್ಮಹತ್ಯೆ ಮಾಡಿಕೊಂಡ ಧನಪಾಲನ ಮಗ. ಯಜಮಾನರ ಮಗನ ಕಂಪೆನಿಯಲ್ಲೇ ಧನಪಾಲನ್ ಕೆಲಸಕ್ಕಿದ್ದುದು.

ಅದನ್ನು ಕೇಳಿದಾಗ ನನ್ನಲ್ಲಿ ಯಾವುದೇ ಭಾವವಿಕಾರವೂ ಉಂಟಾಗಲಿಲ್ಲ. ನನ್ನ ನರ ನಾಡಿ ವ್ಯೂಹಗಳು ಮರಗಟ್ಟಿ ಹೋದವು. ದ್ರವಿಸಿ ಹೋದ ನನ್ನ ಯೋಚನಾಶಕ್ತಿ ನವಿರಾದ ಒಂದು ಎಲೆಯಲ್ಲಿ ತೂಗಿನಿಂತಿತು. ಆ ನೂಲಿನೆಳೆ ತುಂಡಾಗುವ ಮೊದಲು ನನಗಿಷ್ಟು ಮಾತ್ರ ನೆನೆಯಲು ಸಾಧ್ಯವಾಯಿತು. ನನ್ನ ಜನನವೇ ನನ್ನ ಮೊದಲನೆಯ ಮರೆವು. ಈಗ ಇದೋ ಕೊನೆಯ ಮರೆವು ಈ ನನ್ನ ಮರಣವೇ ಆಗಿದೆ. ದಾಹದಿಂದ ಮಿಡುಕುತಿದೆ ಈ ನನ್ನ ನಾಲಿಗೆ... ನನಗೊಂದು ಹನಿ ನೀರು ಕೊಡಿ... ನೀರು...

**

ಅನುಯಾಯಿ

ಬೆಟ್ಟದ ಇಳಿಜಾರಿನಲ್ಲಿ ವಸಂತ ಕೊನೆಗೊಂಡಾಗ ನನ್ನ ಮನಸ್ಸಿನ ನೆಮ್ಮದಿಯೂ ಪೂರ್ಣ ಹಾಳಾಗಿತ್ತು. ಹಿಂದೆಂದೂ ಒಂದು ಋತು ಪರಿಣಾಮವು ನನ್ನನ್ನು ಇಷ್ಟು ಹೆಚ್ಚು ವೇದನೆ ಪಡಿಸಿರಲಿಲ್ಲ. ಸುರಕ್ಷೆಯ ಹಕ್ಕಿ ಮೊಟ್ಟೆಗಳೊಡೆದು ಲೋಳೆಯ ನುಣುಪಿನಲ್ಲಿ ನನ್ನ ಮನಸ್ಸು ಜಾರಿ ಬಿದ್ದಿತು. ದುಃಖಕರವಾದ ಏನೇನೋ ನನಗೆ ಉಂಟಾಗಲಿವೆ ಎಂಬ ಸೂಚನೆಯೊಂದಿಗೆ ಪ್ರಭಾತಗಳು ಉದಯಿಸಿದವು. ಬರಲಿರುವ ದುರಂತಗಳ ರೂಕ್ಷ ಗಂಧವನ್ನು ವಾಸನೆ ಹಿಡಿಯುತ್ತ ಸಂಜೆಗಳು ಮಂಪರಾದವು. ನನ್ನ ಶಯ್ಯಾಗೃಹದಲ್ಲಿ ನಾನು ಸ್ವಯಂ ಸೃಷ್ಟಿಸಿಕೊಂಡ ಏಕಾಂತತೆಯಲ್ಲಿ ಮಸ್ತಿಷ್ಕವು ಒಂದು ದೈತ್ಯಾಕಾರದ ಯಂತ್ರದ ಹಾಗೆ ಪ್ರವರ್ತಿಸಿತು. ಸುಖವಾದ ಯೋಚನೆಗಳ ಕೀಲು ಜೋಡಣೆಗಳೆಲ್ಲ ನುರಿದು ಚೂರಾಗುವ ಶಬ್ದ ಕೇಳಿ ನಾನು ಪ್ರಜ್ಞೆಯ ಸ್ಥಿತಿಯಲ್ಲಿ ಬೆಚ್ಚಿ ಬಿದ್ದೆ.

ನನ್ನ ಹೆಂಡತಿ ಹಿರಣ್ಮಯಿ ನನ್ನನ್ನು ಆಗಾಗ ಸಾಂತ್ವನಗೊಳಿಸಿದಳು. ನೀವು ಸಮಾಧಾನದಿಂದಿರಿ, ಪ್ರಿಯತಮ, ನೀವು ನಿರೀಕ್ಷಿಸುವಂತೆ ನಮಗೆ ಯಾವ ದುರಂತವೂ ಸಂಭವಿಸುವುದಿಲ್ಲ. ನಿಮಗೇನಾದರೂ ಆದರೆ ಬಳಿಕ ನಾನು ಬದುಕಿರುತ್ತೇನೆ ಎಂದು ನೀವು ಭಾವಿಸುತ್ತೀರಾ. ನಿಮ್ಮ ಚಿತೆಯಲ್ಲೇ ನನ್ನ ಅಂತ್ಯವೂ ನಡೆಯುವುದು.

ಇಷ್ಟು ಹೇಳುವಾಗಲೇ ಅವಳ ನೀಲಲೋಚನಗಳು ಕದಡಿ ನೀರಾಗಿ ಗಂಟಲು ಗದ್ಗದವಾಗುವುದು. ನನ್ನೊಳಗಿನ ಯಂತ್ರದ ಕೆಲಸ ಮೆಲ್ಲಮೆಲ್ಲಗೆ ನಿಲ್ಲತೊಡಗುವುದು ಈಗಷ್ಟೆ. ಜನರೇ ವಾಸವಿಲ್ಲದ ಒಂದು ದ್ವೀಪದಲ್ಲಿ ಸಿಲುಕಿಬಿಟ್ಟವನ ಹಾಗೆ ಕಂಗೆಟ್ಟು ಪರಿಭ್ರಾಂತನಾಗಿ ಅಂಗಾತ ಮಲಗಿರುವಾಗ ಅವಳು ಹೀಗೆ ಹೆಣೆದು ನೀಡುವ ಆತ್ಮವಿಶ್ವಾಸದ ಹಗ್ಗವಷ್ಟೇ ನನಗೆ ಆಧಾರ. ನನಗಾಗಿಯೇ ಈ ಭೂಮಿಯಲ್ಲಿ ಜನಿಸಿದವಳು ಈ ಹಿರಣ್ಮಯಿ ಎಂದೆನಿಸಿಬಿಡುವ ಸುಂದರ ನಿಮಿಷಗಳು.

ಸಮುದ್ರ ಮಟ್ಟದಿಂದ ಎರಡುಸಾವಿರ ಅಡಿ ಎತ್ತರದ ಒಂದು ಬೆಟ್ಟದ ಇಳುಕಲಿನಲ್ಲಿ ನಮ್ಮ ವಾಸ. ಮರದ ಹಲಗೆಗಳಿಂದ ಮಾಡಲಾದ ಮನೋಹರವಾದ ಒಂದು ಪುಟ್ಟ ಮನೆಯಲ್ಲಿ ಕಳೆದ ಐದು ವರ್ಷಗಳಿಂದ ಸ್ಥಳ ಕಾಲಗಳನ್ನು ಮರೆತು ಒಬ್ಬರನ್ನೊಬ್ಬರು ಬಿಟ್ಟು ದೂರಾಗದೆ ನಾವು ವಾಸವಿರುವೆವು.

ಬೆಟ್ಟದ ತಪ್ಪಲಿನಲ್ಲಿ ನಮ್ಮ ಹಳ್ಳಿಯು ಕುರೂಪದುಂಬಿದ ಒಂದು ಅನಾಥ ಶಿಶುವಿನ ಹಾಗೆ ಬಿದ್ದಿದೆ. ಹಳ್ಳಿಗರು ಅರೆಉಪವಾಸವಿರುವ, ಗುಣವಾಗದ ಕಾಯಿಲೆಗಳಿರುವ, ತಿಳುವಳಿಕೆ

ಯಿಲ್ಲದಂತಹ ಜನರು. ಪ್ರೀತಿಸುತ್ತ ಮುನಿಸಿಕೊಳ್ಳುತ್ತ ಅವರು ಅಲ್ಲಿಯೇ ಬದುಕಿದರು. ಮಳೆಯನ್ನು ಪೂರ್ಣವಾಗಿ ನಂಬಲು ಸಾಧ್ಯವಿಲ್ಲದ ಕಾರಣ ಹೆಚ್ಚಿನ ಜನ ಎರಡನೆ ಬೆಳೆ ಬೇಸಾಯ ಮಾಡುವುದೇ ಇಲ್ಲ. ಬಿರುಗಾಳಿಯ ಉಗುರೇಟು ತಾಗದ ಗುಡಿಸಲುಗಳೇ ಇರಲಿಲ್ಲ. ಅವರು ಬೇಟೆಯಾಡಿ ತಮಗೆ ಸಿಗುತ್ತಿದ್ದ ಜಿಂಕೆ ಮಾಂಸವನ್ನು ಸಂಗ್ರಹಿಸಿದರು. ಮಾಂಸ ಬೇಯಿಸಿ ತಿಂದು, ನದಿಯ ಬಾಳೆ ಮೀನುಗಳನ್ನು ಹಿಡಿದು ಸುಟ್ಟು ತಿಂದು ಜೀವವನ್ನು ಉಳಿಸಿಕೊಂಡು ಬಂದರು. ಕಬ್ಬು ಮತ್ತು ಹತ್ತಿ ಕೃಷಿ ನಡೆಸಿ ದೂರದ ನಗರ ಗಳಿಗೆ ಕಳಿಸಿ ಲಾಭಗಳಿಸುತ್ತಿದ್ದ ಒಬ್ಬ ಮುಖಂಡನ ಕೈಕೆಳಗೆ ಕೆಲವೇ ಕೆಲವು ಜನರಿಗೆ ಮಾತ್ರ ಕೆಲಸ ಸಿಗುತ್ತಿತ್ತು. ಅಪರೂಪಕ್ಕೆ ಕೆಲದಿನಗಳಲ್ಲಿ ಮಾತ್ರ ಅವರಿಗೆ ಗೋಧಿ ಮತ್ತು ಆಲೂಗಡ್ಡೆ ಸಿಗುತ್ತಿತ್ತು. ಪ್ರಕೃತಿ ಕ್ಷೋಭೆಗಳು ಮತ್ತು ಉಪವಾಸಗಳು ಸೇಡಿನ ಮನೋಭಾವ ದಿಂದ ಕಾಲಕಾಲಕ್ಕೆ ಹಳ್ಳಿಗರನ್ನು ತಂಡತಂಡವಾಗಿ ಕೊಂದು ಮುಗಿಸಿದವು. ಸಾಯದೆ ಉಳಿದವರು ಆತ್ಮಹತ್ಯೆ ಮಾಡಿಕೊಳ್ಳಲಿಲ್ಲ. ಹಸಿವೆಯಿಂದ ತೊಳಲಿದರೂ ಸಂತತಿಗಳನ್ನು ಹುಟ್ಟಿಸುತ್ತ ಹಳ್ಳಿಯ ಹೃದಯದ ಮಿಡಿತವನ್ನು ನೆಲೆಯಾಗಿಸಿ ಉಳಿಸಿದರು. ಸ್ವಂತ ವಯಸ್ಸೆಷ್ಟೆಂದೂ ತಿಳಿಯದ ಅಸ್ಥಿಪಂಜರಗಳು ಹಳ್ಳಿದಾರಿಯಲ್ಲಿ ಸಮೃದ್ಧಿಯ ಹೊಸಧಾನ್ಯದ ಅನ್ನವನ್ನು ಕನಸುಕಾಣುತ್ತ ಅಲೆದು ತಿರುಗಿದವು.

ಅವರೆಲ್ಲರ ಉತ್ಥಾನಕ್ಕೂ ಉದ್ಧಾರಕ್ಕೂ ಎಂಬ ಸೋಗಿನಲ್ಲಿ ಹಳ್ಳಿಯ ಮಧ್ಯದಲ್ಲಿ ಒಂದು ದೊಡ್ಡ ಸಂಸ್ಥೆಯನ್ನು ನಮ್ಮ ಪಾಳೇಗಾರ ಕಟ್ಟಿಸಿಬಿಟ್ಟ. ಭೀಮಾಕಾರದ ಕಾಂಕ್ರೀಟ್ ಕಂಬಗಳು, ನೀಳವಾದ ಮೊಗಸಾಲೆಗಳು, ಕಣ್ಣು ಕೋರೈಸುವ ಬೆಳಕು ಹರಡುತ್ತಿದ್ದ ವಿದ್ಯುತ್‌ದೀಪಗಳಿಂದ ತುಂಬಿದ್ದ ಆ ಮಹಾಸೌಧ ಹಳ್ಳಿಗರ ನಡುವೆ ಒಂದು ಪುಣ್ಯಕ್ಷೇತ್ರ ವಾಗಿ ನೆಲೆನಿಂತಿತು.

ಅಲ್ಲಿ ಕೃಷಿಸಲಕರಣೆಗಳನ್ನು ಖರೀದಿಸುವವರಿಗೆ ಸಾಲದ ಸೌಲಭ್ಯ ನೀಡುತ್ತ ಅದನ್ನು ತೀರಿಸದೆ ಇದ್ದರೆ ಅಧಮವರ್ಣೀಯರ ಸ್ಥಾವರ ಜಂಗಮ ಸ್ವತ್ತುಗಳನ್ನು ಜಪ್ತಿ ಮಾಡುತ್ತ ಬರುವ ಒಬ್ಬ ಗುಮಾಸ್ತನ ಕೆಲಸ ನನ್ನದು. ನನ್ನ ಮೇಲಧಿಕಾರಿ ಕುಳ್ಳಗಿನ, ಚಪ್ಪಟೆ ಮೂಗು, ಕುರುಚಲು ಕೂದಲು, ಡೊಳ್ಳು ಹೊಟ್ಟೆ ಹೊಂದಿರುವ ಒಬ್ಬ ಕ್ಷತ್ರಿಯ. ಆತ ಬಿಗಿಯಾದ ಕಾಲುಷರಾಯಿ, ಕಪ್ಪುಗುಂಡಿಗಳಿರುವ ಕೋಟು, ಬೂದುಬಣ್ಣದ ದುಂಡು ಟೋಪಿ ಧರಿಸಿ ದಿನವೂ ಕುದುರೆಗಾಡಿಯಲ್ಲಿ ಬಂದು ಸಂಸ್ಥೆಯ ಆಡಳಿತ ನಡೆಸಿದ.

ನಾನು ಆ ಕಾರ್ಯಾಲಯದಲ್ಲಿ ಕೆಲಸಕ್ಕೆ ಸೇರಿದ ದಿನ ನನ್ನ ಮೇಲಧಿಕಾರಿ ನನಗೆ ಎರಡು ವಸ್ತುಗಳನ್ನು ನೀಡಿದರು. ಕ್ಯಾಲಿಕೋ ಬೈಂಡ್ ಇರುವ ಒಂದು ದಪ್ಪನೆ ಪುಸ್ತಕ. ಇನ್ನೊಂದು ನನ್ನ ಫೋಟೋ ಮತ್ತು ಮಾದರಿ ಸಹಿಯುಳ್ಳ ಐಡೆಂಟಿಟಿ ಕಾರ್ಡ್. ಅಂದು ಅಧಿಕೃತ ಕಛೇರಿಯಲ್ಲಿ ಆತ ನನಗೊಂದು ಮುನ್ನೆಚ್ಚರಿಕೆ ನೀಡಿದರು. ದೇಶ ಸೇವಕನಾದ ನೀವು ಹಳ್ಳಿಗರೊಂದಿಗೆ ಮಾತನಾಡುವುದಾಗಲಿ ಒಡನಾಡುವುದಾಗಲಿ ಮಾಡ ಕೂಡದು. ಅವರೆಲ್ಲರೂ ಕೀಳುಜನರು, ವಿದ್ಯೆಯಿಲ್ಲದವರು, ನಿತ್ಯರೋಗಿಗಳು. ಬಡತನವು ಅವರಿಗೆ ತಗುಲಿರುವ ತೀರದ ಶಾಪ. ಏನೇ ಸಿಕ್ಕಿದರೂ ತಣಿಯದಂತಹ ಜಠರಾಗ್ನಿ

ಅವರದು. ನಮ್ಮ ವಿಚಾರ ಹೇಳುವುದಾದರೆ ನಮಗಿರುವುದು ಭಾರೀ ಜವಾಬ್ದಾರಿ. ಖಜಾನೆಯ ಲೆಕ್ಕಗಳನ್ನೆಲ್ಲ ಕಾಪಾಡುತ್ತ ಇಂದಿನ ಈ ವ್ಯವಸ್ಥಾಕ್ರಮಗಳನ್ನು ಎಷ್ಟೇ ಬೆಲೆ ಕೊಟ್ಟಾದರೂ ಸಂರಕ್ಷಿಸಬೇಕಾದವರು ನಾವು.

ಇಷ್ಟು ಹೇಳಿ ಆತ ಜೇಬಿನಿಂದ ಬೆಳ್ಳಿಡಬ್ಬಿಯನ್ನು ಹೊರತೆಗೆದು ತೆರೆದರು, ಅದರಿಂದ ಗೋಟಡಿಕೆ ತೆಗೆದು ಅಗಿಯುತ್ತ ಬಲು ಹೊತ್ತು ಅತ್ತಿತ್ತ ನಡೆದಾಡಿದರು. ತಟ್ಟನೆ ನಾಟಕೀಯ ವಾಗಿ ತಿರುಗಿ ನನ್ನ ಕೈಯಲ್ಲಿದ್ದ ಪುಸ್ತಕವನ್ನು ಬೆರಳಿಂದ ತೋರುತ್ತ ಹೇಳಿದರು: 'ಆ ಗ್ರಂಥದಲ್ಲಿ ಮುದ್ರಿಸಿರುವ ನಿಯಮಗಳ ಮಿತಿಯೊಳಗೆ ನಿಂತೇ ಸಾಲಗಳನ್ನು ಕೊಡಬೇಕಾ ದುದು. ಜಪ್ತಿ ಮಾಡಿ ವಶಪಡಿಸಲು ಕೆಲವೊಮ್ಮೆ ಆ ನಿಯಮಗಳ ಗಡಿ ಕಿತ್ತೆಸೆದು ಕ್ರಮಿಸ ಬೇಕಾಗಿ ಬಂದರೂ ವಿಮುಖರಾಗ ಕೂಡದು. ನಿಮ್ಮ ಪರಮೋನ್ನತ ಗುರಿಯು ಸೇವೆಯೇ ಆಗಿದ್ದರೆ ಆ ಗುರಿ ಸಾಧಿಸುವ ವೇಳೆ ಸಂಭವಿಸುವ ಎಲ್ಲಾ ತಪ್ಪುಗಳನ್ನೂ ನಾವು ಸಹಿಸು ತ್ತೇವೆ. ಈ ಆಡಳಿತ ವ್ಯವಸ್ಥೆಗೆ ಚ್ಯುತಿಬಾರದಂತೆ ಕಾಪಾಡಬೇಕಾದುದು ನಿಮ್ಮ ಕರ್ತವ್ಯ. ಈ ವಿಚಾರವನ್ನು ಎಂದು ನೀವು ಮರೆಯುವಿರೋ ಅಂದಿನಿಂದಲೇ ನಿಮ್ಮ ಅವನತಿಯಾಗು ವುದು ಎಂದು ತಿಳಿಯಿರಿ. ಮೊದಲಿಗೆ ಈ ಪುಸ್ತಕವನ್ನು ಮನಸ್ಸಿರಿಸಿ ಓದಿರಿ. ಯಾವೆಲ್ಲ ಸೌಕರ್ಯಗಳನ್ನು ಕೊಡಬಹುದು ಎಂಬುವುದಕ್ಕಿಂತ ಏನೆಲ್ಲ ಅನುಕೂಲತೆಗಳನ್ನು ನೀಡ ಕೂಡದು ಎಂಬುದಕ್ಕೆ ಪ್ರಾಶಸ್ತ್ಯ ಕೊಡಬೇಕು.'

ನೀವು ಈ ಸಂಸ್ಥೆಯಲ್ಲಿ ಕೆಲಸ ಮಾಡುತ್ತಿರುವುದಕ್ಕೆ ಇರುವಂತಹ ಏಕೈಕ ಪುರಾವೆ ಈ ಐಡೆಂಟಿಟಿ ಕಾರ್ಡ್ ಮಾತ್ರವೇ ಇದನ್ನು ಕಳೆದು ಹಾಕಿದರೆ ನೀವೇ ಕಳೆದು ಹೋದಂತೆ ಎಂದು ಹೇಳಲೂ ಅವರು ಮರೆಯಲಿಲ್ಲ.

ಮೇಲಧಿಕಾರಿ ಹೇಳಿದುದನ್ನೆಲ್ಲ ಗೌರವದಿಂದ ಕಿವಿಗೆ ಹಾಕಿಕೊಂಡೆ. ಒಂದು ಪವಿತ್ರ ಗ್ರಂಥದಂತೆ ನಾನು ಆ ಪುಸ್ತಕವನ್ನು ಜತನವಾಗಿರಿಸಿದೆ. ಐಡೆಂಟಿಟಿ ಕಾರ್ಡು ನನ್ನ ಹೃದಯದ ಮಿಡಿತವೇ ಆಯಿತು. ಆ ಪುಸ್ತಕದಲ್ಲಿದ್ದ ಎಲ್ಲಾ ನಿಯಮಗಳನ್ನು ನಾನು ಕಂಠಪಾಠ ಮಾಡಿದೆ. ಹಳ್ಳಿಗರು ಎದುರಾದಾಗ ಅವರ ಕಣ್ತಪ್ಪಿಸಿ ಬೇರೆ ದಾರಿಯಲ್ಲಿ ಸಾಗಿದೆ. ಅವರ ಮುಗಿದ ಕೈಗಳನ್ನು ಕಾಣದಂತೆ ನಟಿಸಿದೆ. ರಜಾದಿನಗಳಲ್ಲಿ ಕಾಡುಪ್ರಾಣಿಗಳ ಕೊಂಬಿನಿಂದ ಮಾಡಲಾದ ಕರಕುಶಲ ವಸ್ತುಗಳೊಂದಿಗೆ ಅವರು ನನ್ನನ್ನು ಕಾಣಲೆಂದು ಬಂದಾಗ ನಾನು ನನ್ನ ಮನೆಯ ಬಾಗಿಲನ್ನು ತೆರೆಯುತ್ತಲೇ ಇರಲಿಲ್ಲ. ಕಾಣಿಕೆಯ ವಸ್ತುಗಳನ್ನು ಬಾಗಿಲ ಬಳಿಯಿರಿಸಿ ದುಃಖ ಮತ್ತು ನಿರಾಶೆಯಿಂದಲೇ ಅವರು ಹಿಂತಿರುಗಿ ಹೋದರು. ಅವರ ಕಣ್ಣೀರನ್ನೂ ಮುಗುಳ್ನಗೆಯನ್ನೂ ಒಂದೇ ರೀತಿ ಕಾಣುವುದಕ್ಕಷ್ಟೇ ನನಗೆ ಅನುಮತಿಯಿದ್ದುದು. ನನ್ನ ಶ್ರವಣೇಂದ್ರಿಯವೂ ದರ್ಶನೇಂದ್ರಿಯವೂ ನನಗೆ ಅಪರಿಚಿತವಾದವು. ಸಾಲಗಳನ್ನು ಕೊಡುವಾಗ ನನ್ನ ಹೃದಯ ಗರಿಗೆದರಿ ಉಲ್ಲಾಸ ಹೊಂದಿತು. ಜಪ್ತಿ ನಡೆಯುವಾಗ ನನ್ನಲ್ಲಿನ ಜಟಾಯು ರಕ್ತ ಹರಿಸಿತು.

ನನ್ನ ದಿನಗಳು ಒಂದೇ ಮುಖಭಾವದೊಂದಿಗೆ ಉರುಳಿದವು. ಮಧ್ಯಾಹ್ನದೂಟವನ್ನು ಚೀಲದಲ್ಲಿಟ್ಟುಕೊಂಡು ಪವಿತ್ರಗ್ರಂಥ ಕೈಗೆತ್ತಿಕೊಂಡು ಐಡೆಂಟಿಟಿ ಕಾರ್ಡನ್ನು ಜೇಬಿನಲ್ಲಿರಿಸಿ

ದಿನವೂ ನಿಶ್ಚಿತ ಸಮಯಕ್ಕೆ ನಾನು ನನ್ನ ಸಂಸ್ಥೆಗೆ ಕೆಲಸಕ್ಕೆಂದು ಹೋದೆ. ಹಳ್ಳಿಗರಿಂದ ತಪ್ಪಿಸಿಕೊಳ್ಳಲು ಬೇಗನೆ ಹೋಗಿ ತಲುಪಲು ಹತ್ತಿಗಿಡಗಳ ಮಧ್ಯೆ ಮೊದಲೇ ನಾನೊಂದು ಬಳಸು ದಾರಿ ಕಂಡುಕೊಂಡಿದ್ದೆ. ದಿನರಾತ್ರಿಗಳು ಹೀಗೆ ಕಳೆಯುತ್ತಿರಲು ನಾನು ಭಯಪಡುತ್ತಿದ್ದಂತಹ ದುರಂತದ ದಿನಗಳು ಬೆಕ್ಕಿನ ಹೆಜ್ಜೆ ಹಾಕುತ್ತ ನಡೆದು ಬಳಿಬಂದವು.

ಅಂದಿನ ಪ್ರಭಾತವು ಅತಿ ಮನೋಹರವಾಗಿತ್ತು. ಬೆಟ್ಟದ ಮೇಲ್ಗಡೆ ರವಿಯು ಸೌಮ್ಯ ಭಾವದಲ್ಲಿ ಬೆಳಗಿದ. ಆಲೂಗಡ್ಡೆ ಹೊಲಗಳಲ್ಲಿ ರೈತರ ಮಕ್ಕಳು ತಗಡಿನಡಬ್ಬಗಳನ್ನು ಬಡಿಯುತ್ತ ಹಂದಿಯ ಹಿಂಡುಗಳನ್ನು ಬೆದರಿಸಿ ಅಟ್ಟುತ್ತಲಿದ್ದರು. ವೃದ್ಧರು ತಮ್ಮ ಹಳೆಯ ಗಾಳಗಳೊಂದಿಗೆ ಸರೋವರದ ತೀರದಲ್ಲಿ ಬಾಗಿ ಕುಳಿತಿದ್ದರು. ಬಿಳಿವಸ್ತ್ರ ಧರಿಸಿದ್ದ ವಿಧವೆಯರು ಹಿಂದಿನರಾತ್ರಿ ಗಾಳಿಗೆ ಉದುರಿದ ಸಫರ್‌ಜೆಲ್ಲಿ ಹಣ್ಣುಗಳನ್ನು ಆಯ್ದುಕೊಳ್ಳುತ್ತ ಅತ್ತಿತ್ತ ನಡೆಯುತ್ತಿದ್ದರು, ದನಗಾಹಿ ಬಾಲಕರ ಬಿದಿರಿನ ಕೊಳಲುಗಳಲ್ಲಿ ಪ್ರಣಯಗೀತೆಯ ರಾಗಸುಧೆ ನೆಲೆಯಾಗಿ ನಿಂತಿತು. ಸವಾರಿಯ ಕುದುರೆಗಳು ಬಾಲವಲ್ಲಾಡಿಸುತ್ತ ಹುಲ್ಲುಗಾವಲಿನಲ್ಲಿ ಮೇಯುತ್ತಿದ್ದವು. ಎತ್ತಲೂ ಸೊಬಗೇ. ಹಿಂದೆಂದೂ ಕಂಡಿಲ್ಲದ ದೃಶ್ಯ. ಪ್ರಕೃತಿಯ ಚೈತನ್ಯ ನನ್ನ ಮನಸ್ಸಿಗೂ ಪಸರಿಸಿತು. ಚಿಕ್ಕಂದಿನಲ್ಲೆಂದೋ ಬಾಯಿಪಾಠ ಮಾಡಿ ಕಲಿತಿದ್ದ ಒಂದು ಕೀರ್ತನೆಯ ಸಾಲುಗಳನ್ನು ಗುನುಗುತ್ತ ನಾನು ಪ್ರಭಾತಕರ್ಮಗಳಲ್ಲಿ ನಿರತನಾದೆ. ರೂಢಿಗೆ ವಿಪರೀತವಾಗಿ ನನ್ನ ಮುಖದಲ್ಲೊಂದು ಕಾಂತಿ ಕಂಡದ್ದಕ್ಕೆ ಅಚ್ಚರಿಪಟ್ಟು ಹಿರಣ್ಮಯಿ ಅಡಿಗೆ ಕೆಲಸದಲ್ಲಿ ನಿರತಳಾದಳು. ಸಮಯಕ್ಕೆ ಸರಿಯಾಗಿ ನಾನು ಊಟದ ಬುತ್ತಿ. ಪುಸ್ತಕ, ಐಟೆಂಟಿಟಿ ಕಾರ್ಡ್ ತೆಗೆದುಕೊಂಡು ಹತ್ತಿಕಾಡುಗಳ ಮೂಲಕ ನನ್ನ ಸಂಸ್ಥೆಗೆ ಹೊರಟೆ.

ಹತ್ತಿ ಗಿಡಗಳು ಕೊನೆಗೊಳ್ಳುವಲ್ಲಿ ಬತ್ತಿ ಬರಡಾಗಿ ಬಿದ್ದಿದ್ದ ಒಂದು ತಾವರೆಯ ಕೊಳದ ತೀರದಲ್ಲಿ ನಾನು ಬಂದಾಗ ದಿಢೀರನೆ ಒಂದು ಬಿಕ್ಕಳಿಕೆ ಕೇಳಿ ಬಂತು. ನಾನು ಮುಖ ತಿರುಗಿಸಿ ನೋಡಿದೆ. ನನ್ನ ಬಲಗಡೆ ಅನತಿದೂರದಲ್ಲಿ ಸುಮಾರು ಇಪ್ಪತ್ತು ವಯಸ್ಸಿನವಳಂತೆ ಕಾಣುವ ಒಬ್ಬಳು ಯುವತಿ ಅಳುತ್ತಾ ನಿಂತಿದ್ದಳು. ಅವಳ ಕೈಯಲ್ಲಿ ಒಂದು ಹುಲ್ಲಿನ ಬುಟ್ಟಿ ಮತ್ತು ಕುಡುಗೋಲು ಇದ್ದವು. ಅವಳು ಧರಿಸಿದ್ದ ಹಸಿರುಲಂಗ ಅಲ್ಲಲ್ಲಿ ಮಾಸಿ ಹರಿದಿತ್ತು. ನನ್ನ ಗಮನ ಅವಳ ಕಡೆ ಹರಿಯಿತೆಂಬುದನ್ನರಿತ ಕ್ಷಣವೇ ಬುಟ್ಟಿ ಮತ್ತು ಕುಡುಗೋಲನ್ನು ದಂಡೆಯ ಮೇಲಿರಿಸಿ ಓಡಿ ಬಂದು ನನ್ನ ಕಾಲ ಬಳಿ ಬಗ್ಗಿ ಕುಳಿತು ಅವಳು ಅಳಲಾರಂಭಿಸಿದಳು. ಏನು ಮಾಡುವುದೆಂದು ಗೊತ್ತಾಗದೆ ಸ್ವಲ್ಪ ಹೊತ್ತು ನಾನು ಗಲಿಬಿಲಿಗೊಂಡೆ. ಸುತ್ತಲೂ ನಿರ್ಜನವಾಗಿದೆ. ಹತ್ತಿಗಿಡಗಳು ಮಾತ್ರ ಗಾಳಿಗೆ ಓಲಾಡಿದವು. ಅವಳ ಅಳು ಇನ್ನಷ್ಟು ಜೋರಾಯಿತು. ಪ್ರಾಯ ತುಂಬಿದ್ದ ಆ ಹುಡುಗಿಯ ದೇಹವನ್ನು ಮುಟ್ಟಲು ನನಗೆ ಭಯವಾಯಿತು. ಎಷ್ಟೇ ಹೇಳಿದರೂ ಅವಳು ಅಳು ನಿಲ್ಲಿಸಲಿಲ್ಲ ಮೇಲೇಳಲೂ ಇಲ್ಲ. ಕೊನೆಗೆ ನಾನವಳ ಮುಂಗೈಯನ್ನು ಬಲವಾಗಿ ಹಿಡಿದು ಎಬ್ಬಿಸಿದೆ.

ಅತ್ತು ಕದಡಿದ ಆ ಕಣ್ಣುಗಳನ್ನೇ ನೋಡುತ್ತ ನಾನು ಅವಳ ದುಃಖದ ಕಾರಣವನ್ನು ವಿಚಾರಿಸಿದೆ. ಕೆನ್ನೆಯ ದಂಡೆಗಳನ್ನು ಲಂಗದ ತುದಿಯೆತ್ತಿ ಒರೆಸುತ್ತ ಬಿಕ್ಕುತ್ತ ಅವಳು ದುಃಖಕ್ಕೆ ಕಾರಣ ತಿಳಿಸಿದಳು. ಒಂದು ಹಸು ಕೊಳ್ಳಲು ಸಾಲಬೇಕೆಂದು ಅವಳ ತಂದೆ ನಿನ್ನೆ ನನ್ನ ಸಂಸ್ಥೆಗೆ ಅರ್ಜಿ ಸಲ್ಲಿಸಿದ್ದ. ಒಂದು ಹಸುವನ್ನು ವರದಕ್ಷಿಣೆಯಾಗಿ ಕೊಡಿ; ಇಲ್ಲದಿದ್ದರೆ ಎರಡು ಹಸುಗಳನ್ನು ವರದಕ್ಷಿಣೆ ಕೊಡಲು ಹಳ್ಳಿಯಲ್ಲಿ ಬೇರೆ ಹೆಣ್ಣಿನ ಕಡೆಯುವರು ಸಿಗುತ್ತಾರೆ ಎಂದು ಅವಳ ಪ್ರಿಯತಮನ ದುರಾಸೆಬುರುಕ ತಂದೆ ನಿನ್ನೆಯಷ್ಟೇ ತಿಳಿಸಿದ್ದ. ಪ್ರಿಯಕರನನ್ನು ಕಳೆದುಕೊಳ್ಳಲು ಅವಳಿಂದ ಸಾಧ್ಯವಿಲ್ಲ. ಏಕೆಂದರೆ ಅವನ ಬೀಜಾಣು ಅವಳ ಉದರದಲ್ಲಿ ಬೆಳೆಯುತ್ತಿದೆ.

ನಾನು ಅವಳ ಮತ್ತವಳ ತಂದೆಯ ಹೆಸರನ್ನು ಕೇಳಿ ತಿಳಿದೆ. ಬೆವರಿದ್ದ ಅವಳ ಹಣೆಯ ಮೇಲಿದ್ದ ತಲೆಗೂದಲೆಳೆಗಳನ್ನು ಸೋದರ ವಾತ್ಸಲ್ಯದಿಂದ ಬದಿಗೆ ಸರಿಸಿಕೊಟ್ಟು ನಾನು ಸಾಂತ್ವನಗೈದೆ. 'ನೀನು ಅಳಬೇಡ ಸುಬಿತಾ, ನೀನು ಕೇಳಿಕೊಳ್ಳುತ್ತಿರುವುದನ್ನು ಮಾಡುವುದು ನನ್ನ ಮಟ್ಟಿಗೆ ಬಹಳ ಸುಲಭ. ಚೂರೂ ಭಯಪಡಬೇಡ. ಇಂದು ನಾನು ಸಂಸ್ಥೆಗೆ ಹೋದೊಡನೆ ಮೊದಲಿಗೆ ನಿನ್ನ ತಂದೆಯ ಸಾಲವನ್ನೇ ಮಂಜೂರು ಮಾಡುವುದು. ಈವತ್ತಿನ ಸಂಜೆಯ ಸಂತೆಯಲ್ಲೇ ನೀನು ಹಸುವನ್ನು ಕೊಳ್ಳಬಹುದು.'

ಮಳೆಮೋಡಗಳು ಚದುರಿಹೋದ ಆಕಾಶದ ಹಾಗೆ ಆ ಮುಖ ಥಳಥಳಿಸಿತು. ಅವಳು ಕೈಮುಗಿದು ನನ್ನ ಕಾಲ್ಮುಟ್ಟಿ ನಮಸ್ಕರಿಸಿ ಹೊಲದದಂಡೆಯ ಮೇಲಿದ್ದ ಬುಟ್ಟಿ, ಕುಡುಗೋಲು ತೆಗೆದುಕೊಂಡು ಹಿಂತಿರುಗಿ ನಡೆದಳು. ಅವಳು ಹತ್ತಿಕಾಡುಗಳ ನಡುವೆ ಮರೆಯಾದ ಮೇಲೂ ಕಬ್ಬಿಣದ ಕಾಲ್ಗಡಗಗಳ ಸದ್ದು ನಿಂತಿರಲಿಲ್ಲ. ಬೆಟ್ಟದ ಮೇಲಿನಿಂದ ಇಳಿದು ಬಂದ ಗಾಳಿಯಲ್ಲಿ ಸುಬಿತಳ ಬಿಕ್ಕುವಿಕೆ ತೇಲಿ ಬಂತು. ಅವಳ ಕಣ್ಣೀರು ಆ ಹಳ್ಳಿಯ ಕನ್ಯೆಯರ ಕಣ್ಣೀರೇ ಆಗಿತ್ತು.

ನಾನು ನನ್ನ ಸಂಸ್ಥೆಯ ಬಾಗಿಲ ಬಳಿ ತಲುಪಿದಾಗ ವಾಡಿಕೆಯಿಲ್ಲದ ರೀತಿ ದ್ವಾರಪಾಲಕ ನನ್ನನ್ನು ತಡೆದ. ಅನುಮಾನದಿಂದ ನಾನು ನನ್ನ ಐಡೆಂಟಿಟಿ ಕಾರ್ಡ್ ತೆಗೆಯಲೆತ್ನಿಸಿದಾಗ ದ್ವಾರಪಾಲಕ ಹೇಳಿದ. 'ನಿಮ್ಮ ಜಾಗಕ್ಕೆ ಹೋಗಿ ಕೂರುವ ಮೊದಲು ಮೇಲಧಿಕಾರಿಗಳನ್ನು ಕಾಣಬೇಕೆಂದು ಅಪ್ಪಣೆಯಾಗಿದೆ.

ಆಜ್ಞೆಯನ್ನು ಉಲ್ಲಂಘಿಸುವಷ್ಟು ನಿಶ್ಚಯದಾರ್ಢ್ಯವಿಲ್ಲದಿದ್ದ ಕಾರಣ ನೀಳವಾದ ವರಾಂಡಗಳನ್ನು ಹಾದು ಭಾರೀ ಕಂಬಗಳನ್ನು ಸುತ್ತಿ ಬಳಸಿ ನಾನು ಮೇಲಧಿಕಾರಿಯ ಬಾಗಿಲಿಗೆ ತಲುಪಿದೆ. ಊಟದ ಬುತ್ತಿ ಹೊರಗಿಟ್ಟು ನಾನು ಒಳಪ್ರವೇಶಿಸಿದೆ. ನನ್ನನ್ನು ಕಂಡ ಕೂಡಲೇ ಅವರು ಕುರ್ಚಿಯಿಂದ ಹಾರಿಮೇಲೆದ್ದು ನನ್ನ ಕೈಯಲ್ಲಿದ್ದ ಪುಸ್ತಕ ಮತ್ತು ಐಡೆಂಟಿಟಿ ಕಾರ್ಡನ್ನು ಬಲಾತ್ಕಾರವಾಗಿ ಕಿತ್ತುಕೊಂಡರು. ಅವೆರಡನ್ನೂ ಕಬ್ಬಿಣದ ಕಪಾಟಿನಲ್ಲಿರಿಸಿ ಬೀಗ ಹಾಕಿ ತಿರುಗಿ ನಿಂತು ಕಿರುಚಿದರು. ಮಾತುಗಳು ಆ ಬಾಯಿಂದ ನೂಕು ನುಗ್ಗಲಾಗಿ ಹೊರ ಬರುತ್ತಿದ್ದವು. ಇನ್ನು ಮುಂದೆ ಈ ಕಂಪೆನಿಗೆ ನನ್ನ ಸೇವೆ

ಅಗತ್ಯವಿಲ್ಲವೆಂದೂ ಕೂಡಲೇ ಕೆಲಸಬಿಟ್ಟು ಹೋಗಬೇಕೆಂದೂ ಆಣತಿ ಸಿಕ್ಕಾಗ ನನ್ನ ದೇಹ ಬೆವರ ತೊಡಗಿತು. ಎಲ್ಲಾದರೂ ಹಿಡಿದುಕೊಳ್ಳದಿದ್ದರೆ ಬಿದ್ದುಬಿಡುವೆನೆಂಬ ಹಂತ ತಲುಪಿದಾಗ ಮೇಜಿನ ಮೇಲೆ ಕೈಗಳನ್ನೂರಿದೆ. ನಾನೇನು ತಪ್ಪು ಮಾಡಿದೆ ಎಂದು ಕೇಳುವುದಕ್ಕೆ ತಕ್ಕ ಧೈರ್ಯ ತಂದುಕೊಳ್ಳಲೇ ಬಲು ಕಷ್ಟಪಟ್ಟೆ. ಅದಕ್ಕುತ್ತರವಾಗಿ ಮೇಲಧಿಕಾರಿ ಮೇಜಿನ ಸೆಳೆಖಾನೆಯಿಂದ ಕೆಂಪುರಟ್ಟಿನ ಒಂದು ಪುಸ್ತಕ ತೆಗೆದು ಅವಸರದಿಂದ ಹಾಳೆಗಳನ್ನು ಮಗುಚತೊಡಗಿದರು. ಹಸಿರು ಶಾಯಿಯಿಂದ ಗುರುತು ಹಾಕಲಾದ ಒಂದು ಉಪಖಂಡಿಕೆಯನ್ನು ಓದಲೆಂದು ನೀಡಿದರು. ಕಣ್ಣೀರ ಪೊರೆಯ ಕಾರಣ ನನ್ನಿಂದ ಅದನ್ನು ಓದಲಾಗದೆ ಹೋದರೂ ಅದರಲ್ಲಡಗಿದ್ದ ಅರ್ಥವನ್ನು ಗ್ರಹಿಸುವುದು ಸಾಧ್ಯವಾಯಿತು. ಕಾರಣ ತೋರಿಸುವುದು ಈ ಸಂಸ್ಥೆಗೆ ಒಂದು ಸಮಸ್ಯೆಯೇ ಅಲ್ಲ ಎಂಬುದೇ ಸಾರಾಂಶ.

ಅಗಲಕ್ಕೆ ತೆಗೆದಿರಿಸಿದ್ದ ಪುಸ್ತಕವನ್ನು ಸದ್ದಾಗುವಂತೆ ಮುಚ್ಚಿಬಿಟ್ಟು ಅಧಿಕಾರಿ ಪುನಃ ಅರಚಿದ. ನಿಯಮಗಳು ಅಕ್ಷರರೂಪದಲ್ಲಿದ್ದ ಮಾತ್ರಕ್ಕೆ ಉಪಯೋಗವಿಲ್ಲ ಅವನ್ನು ಪ್ರಯೋಗಕ್ಕೆ ತಂದರಷ್ಟೇ ಜೀವತಳೆಯುವುವೆಂದೂ ನಂಬಿದ್ದ ಆತ ತನ್ನ ಆರ್ಭಟದಿಂದ ಅದನ್ನು ಮತ್ತೊಮ್ಮೆ ದೃಢ ಪಡಿಸಿದ. ಅನಂತರ ಮೇಜಿನ ಮೇಲಿದ್ದ ಒಂದು ಸಣ್ಣ ಸುತ್ತಿಗೆ ತೆಗೆದು ಹತ್ತಿರದ ಮರದ ಕಂಬಕ್ಕೆ ಬಿಗಿದಿದ್ದ ಕಬ್ಬಿಣದ ತಟ್ಟೆಗೆ ಬಲವಾಗಿ ಹೊಡೆದ. ಆ ಶಬ್ದದ ಮಾರ್ದನಿ ಕೊನೆಗೊಳ್ಳುವ ಮುನ್ನ ಸೊಂಟಕ್ಕೆ ಕೆಂಪು ಪಟ್ಟಿ ಮತ್ತು ತಲೆಗೆ ಬಿಳಿ ರುಮಾಲು ಸುತ್ತಿದ್ದ ಇಬ್ಬರು ಪೇದೆಗಳು ಒಳಗೆ ಬಂದು ನನ್ನನ್ನು ಹಿಡಿದು ಹೊರ ಹಾಕಿಬಿಟ್ಟರು.

ಸಂಸ್ಥೆಯ ಬಾಗಿಲಿನ ಎದುರಿಗೆ ಇದ್ದ ಒಣಹುಲ್ಲಿನಲ್ಲಿ ನಾನು ನಿಂತೆ. ಅನೇಕ ವರ್ಷಗಳ ಹಳಮೆಯಿಂದಾಗಿ ಕೆರೆದರೂ ಹೋಗದಂತಹ ಬೂಷ್ಟಿನಂತೆ ಸಂಸ್ಥೆಯ ಬಗೆಗಿನ ನನ್ನ ಪ್ರೀತಿ ಮನಸ್ಸಿನಲ್ಲಿ ಅಂಟಿಕೊಂಡಿತ್ತು. ಸುತ್ತಲೆಲ್ಲೂ ಒಂದು ಎಲೆ ಕೂಡ ಅಲುಗಾಡುತ್ತಿಲ್ಲ. ಉಸಿರುಗಟ್ಟಿಸುವಂತಹ ವಾತಾವರಣ. ಹಠಾತ್ತನೆ, ಮೇಲಧಿಕಾರಿಯ ಕೋಣೆಯ ಹೊರಗೆ ನಾನಿರಿಸಿದ್ದ ಊಟದ ಪೊಟ್ಟಣ ನನ್ನೆದುರಿಗೆ ಬಂದು ಬಿದ್ದು ಒಡೆದು ಚದುರಿತು. ಕಾಗೆಗಳು ಹಾರಿ ಬಂದು ತಲುಪಿದವು. ಕುಂಟನಾದ ಹುಚ್ಚ ತೆವಳುತ್ತ ಬಂದು ತಲುಪಿದ. ಇವರಿಗಿಂತ ಶಕ್ತಿಶಾಲಿಯಾದ ಒಂದು ಬೀದಿನಾಯಿ ಬಂದು ತಲುಪಿದೊಡನೆ ಇವರೆಲ್ಲ ಹಿಂದೆಸರಿದರು.

ಎಲ್ಲಿಗೆ ಹೋಗುವುದೆಂದು ತಿಳಿಯದೆ ನಾನು ನಡೆದೆ. ಹತ್ತಿ ಕಾಡಿನ ಮಧ್ಯೆ ತಲುಪಿದಾಗ ನನಗೊಂದು ಹಾಡು ಕೇಳಿಸಿತು. ಎತ್ತರಕ್ಕೆ ಕಟ್ಟಲಾಗಿದ್ದ ಕಾವಲು ಕುಟೀರದ ಮೇಲೇರಿ ನಿಂತು ಹಕ್ಕಿಗಳನ್ನು ಓಡಿಸಲು ಕವಣೆ ಕೋಲನ್ನು ಬೀಸುತ್ತ ಪುರಾತನ ದನಿಯಲ್ಲಿ ಯಾವುದೋ ಒಂದು ಹಳ್ಳಿ ಹಾಡನ್ನು ಹಾಡುತ್ತಲಿದ್ದಳು ಸುಬಿತ. ಶಿಶಿರದ ಹುಣ್ಣಿಮೆ ದಿನದಂದು ಕೈ ಯಲ್ಲಿ ಬೇಯಿಸಿದ ಸಿಹಿಗೆಣಸು ಉಡಿಯಲ್ಲಿ ಸಿಂಧೂರದ ಪೊಟ್ಟಣದೊಡನೆ ನನ್ನ ಪ್ರಿಯತಮ ನನ್ನನ್ನು ವರಿಸಲು ಬಾರದಿರುವುದಿಲ್ಲ. ನಾನು ನಿನ್ನನ್ನು ಬಿಟ್ಟು ದೂರಾ

ಗುವುದಾಗಲಿ ನೀನು ನನ್ನಿಂದ ದೂರಾಗುವುದಾಗಲಿ ಸಂಭವಿಸುವ ಮುನ್ನ ಹೊಳೆಬದಿಯ ಸ್ಮಶಾನದ ದೊಡ್ಡ ಕುಣಿಗಳೊಂದರಲ್ಲಿ ನಾವಿಬ್ಬರೂ ಒಟ್ಟಿಗೇ ಚಿರನಿದ್ರೆಗೆ ಶರಣಾಗೋಣ.

ಆ ಗಾನದ ಸುಗಂಧವನ್ನು ಹೊತ್ತು ಎಳೆಗಾಳಿ ಸುಳಿದಾಡಿತು. ಆ ತಂಗಾಳಿಯ ಲಹರಿಯಲ್ಲಿ ಲಯವಾಗಿ ನಾನೂ ನಡೆದೆ.

ಯಾವುದೇ ಕಾರಣವೂ ಇಲ್ಲದೇನೆ ನನ್ನನ್ನು ಕೆಲಸದಿಂದ ತೊಲಗಿಸಲಾಗಿದೆ ಎಂದು ಎಷ್ಟು ಸಲ ಪುನರಾವರ್ತಿಸಿದರೂ ಹಿರಣ್ಮಯಿಗೆ ನಂಬಿಕೆ ಬರಲಿಲ್ಲ. ಅವಳು ಏನೇನೋ ಸಂದೇಹ ಪಡುತ್ತಿರಬಹುದೆಂದು ನನಗೆನಿಸಿತು. ಏಕರೂಪಿಯಾದ ಸತ್ಯವನ್ನು ಹೇಳಿ ನಂಬಿಕೆ ಬರುವಂತೆ ಮಾಡುವುದು ಹೇಗೆಂದರಿಯದೆ ನಾನು ಗೊಂದಲಕ್ಕೀಡಾದೆ. ನಾನು ಅವಳಿಗೆ ಹೇಳಿದೆ: 'ನೋಡು ಹಿರಣ್ಮಯಿ, ನಾನು ಹಣ ಕದಿಯುವುದೋ ಮೇಲಧಿಕಾರಿಗಳೊಡನೆ ಅಗೌರವದಿಂದ ನಡೆದುಕೊಳ್ಳುವುದೋ ಮಾಡಿಲ್ಲ. ಕಳೆದ ಐದು ವರ್ಷಗಳಿಂದ ನೀನು ನನ್ನನ್ನು ಬಲ್ಲೆ ತಾನೇ.'

ಅವಳು ಏನನ್ನೂ ನುಡಿಯಲಿಲ್ಲ. ಮುಡಿ ಬಿಚ್ಚಿಕೊಂಡು ಗೋಡೆಗೊರಗಿ ನಿಶ್ಚಲವಾಗಿ ಒಂದು ಸಾವಿನ ಮನೆಯಲ್ಲೆಂಬಂತೆ ಕುಳಿತಳು. ಏನಾದರೊಂದು ಮಾತನ್ನಾಡಿದ್ದರೆ ನನಗೆ ಸಾಂತ್ವನ ಸಿಗುತ್ತಿತ್ತು. ಪ್ರತಿ ನಿಮಿಷ ರಾಕ್ಷಸರೂಪ ತಾಳುತ್ತ ಬರುತ್ತಿರುವ ಈ ನಿಶ್ಯಬ್ದತೆಯನ್ನು ಕೊಲ್ಲಲು ನಾನೇನು ಮಾಡಲಿ?

ಶಯ್ಯಾಗೃಹದಲ್ಲಿ ನನ್ನ ಪಕ್ಕ ಅವಳು ಅತ್ತ ತಿರುಗಿ ಮಲಗಿದಳು. ಈ ಉರಿಬೆಂಕಿಯಿಂದ ಪಾರಾಗಲು ನನ್ನೆದುರು ಉಳಿದಿದ್ದುದು ಒಂದೇ ಒಂದು ಮಾರ್ಗ. ಇನ್ನು ಮುಂದಿನ ಬದುಕು ಅಸಹನೀಯವೂ ಕಠಿಣವೂ ಆಗಿರುತ್ತದೆ. ಕ್ರಮೇಣ ಈ ಕುಟುಂಬಕ್ಕಾಗಿ ಗೋಧಿ, ಆಲೂಗಡ್ಡೆ, ಹಾಲು, ತರಕಾರಿ ಕೊಳ್ಳಲು ನನ್ನಲ್ಲಿ ಹಣವಿಲ್ಲದಾಗುತ್ತದೆ. ಉಪವಾಸವೂ ಒಂದು ಸದಸ್ಯನಂತೆ ಈ ಕುಟುಂಬದಲ್ಲಿ ಸ್ಥಿರವಾಗಿ ನೆಲೆಸುವುದು. ಹಾಗೆ ದುರಂತಗಳ ವಿಷದಹಲ್ಲುಗಳು ಮೆಲ್ಲಮೆಲ್ಲಗೆ ಆಳಕ್ಕಿಳಿದು ಕೊನೆಗೆ! ಅದನ್ನು ಊಹಿಸಿಕೊಳ್ಳಲಾರೆ. ಅದಕ್ಕೆ ಮುನ್ನ ಆ ಘೋರಕೃತ್ಯವನ್ನು ಮಾಡುವುದೆಂದೇ ನಾನು ನಿರ್ಧರಿಸಿದೆ. ಕನಕನ ಬೆಟ್ಟದ ನೆತ್ತಿಯಿಂದ ಜಿಗಿದರೆ ಕೆಳಗಿನ ಚೂಪು ಬಂಡೆರಾಶಿಯ ಮಧ್ಯೆ ಚದುರಿ ಚಿಮ್ಮುವ ದೃಶ್ಯವನ್ನು ನಾನು ಕಲ್ಪಿಸಿಕೊಂಡೆ. ಶವಸಂಸ್ಕಾರದ ಖರ್ಚನ್ನೂ ಉಳಿಸಬಹುದು. ಆದರೆ ಇದನ್ನು ಅವಳಿಗೆ ಹೇಳದೆ ಮಾಡುವುದು ಸರಿಯಲ್ಲ ಎಂದು ಮನಸ್ಸು ಹೇಳಿತು. ಕುಟುಂಬ ಸಂಬಂಧಗಳನ್ನು ಕಿತ್ತೆಸೆದು, ತಂದೆತಾಯಿಗಳನ್ನು ಮರೆತು, ಸಮಾಜವನ್ನು ಧಿಕ್ಕರಿಸಿ ನನ್ನ ಜೊತೆಗೆ ಹೊರಟು ಬಂದವಳು ಅವಳು. ನಾವು ಈ ಮನೆಯಲ್ಲಿ ವಾಸವಾರಂಭಿಸಿದಂದು ರಾತ್ರಿಯೇ ಪರಸ್ಪರ ಬರೆದುಕೊಂಡಿದ್ದ ಪ್ರೇಮಪತ್ರಗಳನ್ನೆಲ್ಲ ಸೇರಿಸಿ ಒಂದು ರೇಷ್ಮೆ ದಾರದಿಂದ ಕಟ್ಟಿ ಕಬ್ಬಿಣದ ಪೆಟ್ಟಿಗೆಯಲ್ಲಿ ಭದ್ರವಾಗಿಟ್ಟೆವು. ಹೃದಯದ ರಕ್ತವೇ ಅಕ್ಷರರೂಪದಲ್ಲಿ ಹರಡಿಕೊಂಡಿರುವಂತಹ ಆ ಪ್ರೇಮಪತ್ರಗಳು ಮಾತ್ರವೇ ನಮ್ಮ ದಾಂಪತ್ಯಕ್ಕೆ ಸಾಕ್ಷಿ. ವಿವಾಹ ವಾರ್ಷಿಕದಿನದಂದು ಆ ಕಟ್ಟನ್ನು ಹೊರತೆಗೆದು ಚುಂಬಿಸುವು

ದನ್ನೂ ಕಣ್ಣೀರು ಹರಿಸುವುದನ್ನೂ ರೂಢಿ ಮಾಡಿಕೊಂಡಿದ್ದಳು. ನನ್ನ ದೀರ್ಘಾಯುಸ್ಸಿಗಾಗಿ ದ್ವಾದಶಿವ್ರತ ಕೈಗೊಳ್ಳುತ್ತಲೂ ನನ್ನ ಅಭಿವೃದ್ಧಿಗಾಗಿ ಕಾಳೀದೇವಿಗೆ ಕುಂಕುಮಾಭಿಷೇಕ ಮಾಡಿಸುತ್ತಲೂ ಇರುವ ಅವಳಿಗೆ ಮೋಸ ಮಾಡಬಾರದು. ಖಂಡಿತ ಈ ನನ್ನ ನಿರ್ಧಾರ ತಿಳಿದರೆ ತಕ್ಷಣ ಅವಳೂ ಆತ್ಮಹತ್ಯೆಗೆ ಸಿದ್ಧಳಾಗುತ್ತಾಳೆ. ಈ ದಾಂಪತ್ಯವನ್ನು ಹೀಗೆ ಅಂತ್ಯ ಗೊಳಿಸಬಹುದು.

ನಾನು ಅವಳ ಕಿಬ್ಬೊಟ್ಟೆಗೆ ನನ್ನ ಕರವನ್ನೊತ್ತಿ ಕರೆದೆ. 'ಓ ನನ್ನ ಹಿರಣ್ಮಯಿ... ಪಾರಾಗಲು ನನಗೆ ಒಂದೇ ಒಂದು ಮಾರ್ಗವಷ್ಟೇ ಕಾಣುತ್ತಿದೆ. ಶಾಶ್ವತವಾಗಿ ಇಹಲೋಕ ವಾಸವನ್ನು ತೊರೆಯುವುದೇ...'

ಮುಂದಿನ ಮಾತಿಗಾಗಿ ನನ್ನ ನಾಲಿಗೆಯೇಳುವ ಮುನ್ನ ಮುಂಗಾರಿನ ಗಾಳಿಯ ಸುಯಿ ಲೆದ್ದಿತು. ಗಂಟಲು ಹರಿದು ಹೋಗುವಂತೆ ಅವಳು ರೋದಿಸಿದಳು. ನನ್ನನ್ನು ಬಿಗಿದಪ್ಪಿ ಬಿಕ್ಕಳಿಸಿದಳು. ನಾನು ಜೀವಚ್ಛವವಾಗಿ ಮಲಗಿದ್ದೆ. ಗಾಳಿ ಕೊನೆಗೊಂಡಾಗ ಅವಳು ಮುಖವೆತ್ತಿದಳು. ಆ ಕಂಗಳಲ್ಲಿ ನೀರು ಬತ್ತಿತ್ತು. ಮುಖಕ್ಕೆ ರಕ್ತ ನುಗ್ಗಿ ಬಂದಿತು. ಮಾತುಗಳು ಕಗ್ಗಲ್ಲ ಚೂರುಗಳಂತೆ ಹರಿತವಾಗಿದ್ದವು. ಅವಳು ಹೇಳಿದಳು: 'ಕೂಡದು. ನಾವು ಸೋಲ ಕೂಡದು. ನಾವು ಬದುಕಬೇಕು. ಈ ಜಗತ್ತಿನಲ್ಲಿ ಬದುಕಲು ಸಾಧ್ಯವೇ ಎಂದು ನೋಡಿಯೇ ಬಿಡೋಣ.'

ಅವಳು ಮೇಲೆದ್ದು ಕಬ್ಬಿಣದ ಪೆಟ್ಟಿಗೆ ತೆರೆದು ಪ್ರೇಮಪತ್ರಗಳ ಕಟ್ಟನ್ನು ತೆಗೆದಳು. ಮೊದಲು ಅವಳು ಅದನ್ನು ಚುಂಬಿಸಿದಳು. ಮರಳಿ ಯಥಾಸ್ಥಾನದಲ್ಲಿ ಇಟ್ಟಮೇಲೆ ಹಿಂತಿರುಗಿ ಬಂದು ಹರಡಿದ್ದ ತಲೆಗೂದಲನ್ನು ಸೇರಿಸಿ ಕಟ್ಟಿದಳು. ಹಾಸಿಗೆಯ ಹೊದಿಕೆ ಯನ್ನು ಇನ್ನೊಮ್ಮೆ ಕೊಡವಿ ಹಾಸಿದಳು. ಚಪ್ಪಟೆಯಾದ ತಲೆದಿಂಬುಗಳನ್ನು ತಟ್ಟಿ ಉಬ್ಬಿಸಿದಳು. ಆ ರಾತ್ರಿ ನಾವು ಸುಖವಾಗಿ ನಿದ್ರಿಸಿದೆವು.

ಮರುದಿನ ಬೆಳಗ್ಗೆ ನಾನು ಕೈಯಲ್ಲಿದ್ದ ಉಳಿಕೆ ಹಣದೊಂದಿಗೆ ಮಾರಾಟದ ಸ್ಥಳಕ್ಕೆ ಹೋದೆ. ಒಂದು ಗಾಳ ಮತ್ತು ಅತ್ಯಗತ್ಯ ವಸ್ತುಗಳೊಂದಿಗೆ ಮರಳಿ ಬಂದೆ. ಸುಮ್ಮನೆ ಮನೆಯಲ್ಲಿ ಕುಳಿತಿರುವುದು ನನಗಿಷ್ಟವಿರಲಿಲ್ಲ. ಆದರೆ ಯಾವ ಕಾರಣಕ್ಕೂ ನನಗೊದಗಿದ ಈ ದುಃಸ್ಥಿತಿ ಇಲ್ಲಿನ ಹಳ್ಳಿಗರಿಗೆ ತಿಳಿಯಕೂಡದೆಂಬ ದುರಭಿಮಾನವೂ ನನಗಿತ್ತು. ಆದುದರಿಂದ ಹಳ್ಳಿ ಎಚ್ಚರಗೊಳ್ಳುವ ಮುನ್ನವೇ ಕರಟದಲ್ಲಿ ಎರೆಹುಳ ಮತ್ತು ಕೈಯಲ್ಲಿ ಗಾಳ ಹಿಡಿದು ನಾನು ಹೊರಬೀಳುತ್ತಿದ್ದೆ. ಗ್ರಾಮದಿಂದ ದೂರದಲ್ಲಿ ಒಂದು ತಟಾಕವಿತ್ತು. ದಿನವೂ ಸಂಜೆಯು ಮಸಳಿಸಿದ ಮೇಲಷ್ಟೇ ಹಿಂತಿರುಗಿ ಬರತೊಡಗಿದೆ. ಮಧ್ಯಾಹ್ನ ಹಾದಿ ಬದಿಯಲ್ಲಿ ಉದುರಿ ಬಿದ್ದಿರುವ ಹಣ್ಣಗಳನ್ನು ತಿಂದು, ಸಿಗುವ ನೀರನ್ನು ಕುಡಿದು ಹಸಿವು ತಣಿಸಿಕೊಳ್ಳುತ್ತಿದ್ದೆ. ಮೀನುಗಳು ಕೆಲವೊಮ್ಮೆ ಗಾಳಕ್ಕೆ ಸಿಲುಕುತ್ತಲೂ ಕೆಲವು ಸಲ ಗಾಳವನ್ನು ಸೋಲಿಸುತ್ತಲೂ ಇದ್ದವು.

ರಾತ್ರಿಯ ಹೊತ್ತಿಗೆ ಹಿರಣ್ಮಯಿ ಹೇಗಾದರೂ ಆಹಾರ ಸಿದ್ಧಪಡಿಸುತ್ತಿದ್ದಳು. ಕಂಚು, ಹಿತ್ತಾಳೆ ಪಾತ್ರೆಗಳನ್ನು ಮಾರಿದೆನೆಂದು ಅವಳು ಹೇಳಿದಾಗ ನಾನು ಸಂಕಟಪಡಲಿಲ್ಲ, ದೂರಲೂ ಇಲ್ಲ. ಸ್ವಲ್ಪ ಸ್ವಲ್ಪ ಮಾರುತ್ತ ಬಂದು ಕೊನೆಗೆ ಮಾರುವುದಕ್ಕೆ ಏನೂ ಉಳಿಯ ಲಿಲ್ಲ. ಒಂದು ದೊಡ್ಡ ಮೀನು ಕಚ್ಚಿ ತೂಗಿಬಿದ್ದಾಗ ನನ್ನ ಗಾಳವೂ ಮುರಿಯಿತು. ಕ್ರಮೇಣ ಉಪವಾಸವೇ ನಮಗೌತಣವಾಯಿತು. ನಾವು ಪರಸ್ಪರ ಮಾತಾಡುವುದೇ ಅಪ ರೂಪವಾಯಿತು. ಒಬ್ಬರನ್ನೊಬ್ಬರು ದೂಷಿಸಲಾಗದೆ ನಮ್ಮನ್ನೇ ಹಳಿದುಕೊಳ್ಳುತ್ತ ಖಾಸಗಿ ಚಿಂತೆಗಳಲ್ಲಿ ತಲೆ ಹುದುಗಿಸಿಕೊಂಡೆವು. ನಾಲಿಗೆ ಮರಗಟ್ಟಿ ಹೋಯಿತು. ಹಗಲು ಹೊತ್ತು ನಾನು ಹೊರವಲಯದ ಜಮೀನುಗಳಲ್ಲಿ ಸುತ್ತಾಡಿದೆ. ಆಡುಗಾಹಿಗಳಿಂದ ಏನನ್ನಾದರೂ ಬೇಡಿ ತಿಂದು ಸಂಜೆಗೆ ಮುನ್ನ ಮನೆಗೆ ಬಂದು ಮುದುಡಿಕೊಳ್ಳುತ್ತಿದ್ದೆ. ಯಾಕೆ ಆತ್ಮಹತ್ಯೆ ಮಾಡಿಕೊಳ್ಳಬಾರದು ಎಂಬ ವಾದಗತಿಯನ್ನು ಇನ್ನೊಂದು ಬಾರಿ ಎತ್ತಲೂ ನನಗೆ ಶಕ್ತಿ ಯಿರಲಿಲ್ಲ. ಪೂರ್ಣಮನಸ್ಕನಾಗಿ ಆತ್ಮಹತ್ಯೆಯ ಕುರಿತು ಯೋಚಿಸುವಂತಹ ಸಾಮರ್ಥ್ಯವೂ ನನಗಿಲ್ಲವಾಗಿತ್ತು.

ನನ್ನ ಶಕ್ತಿ ಕುಂದುತ್ತಾ ಬಂದಿತು. ತೀವ್ರವಾಗಿ ಕೆಮ್ಮು ಶುರುವಾಯಿತು. ಅವನ್ನು ತುಸುವೂ ಲೆಕ್ಕಿಸದೆ ನಾನು ಅಲೆದಾಡುತ್ತ ನಡೆದೆ. ಸಿಗುತ್ತಿದ್ದ ಹಣ್ಣುಗಳನ್ನು ಹೆಕ್ಕಿ ಉಡಿಯಲ್ಲಿ ಜತನವಾಗಿರಿಸಿದೆ. ರಾತ್ರಿ ಹಂಚಿಕೊಂಡು ತಿಂದೆವು. ಆತ್ಮಹತ್ಯೆಯ ಪ್ರಯತ್ನದಿಂದ ಹಿಂದೆ ಸರಿದುದರಿಂದಲೇ ಈ ಸಂಕಷ್ಟಗಳನ್ನೆಲ್ಲ ಅನುಭವಿಸಬೇಕಾಯಿತು ಎಂದೂ ಇದಕ್ಕೆ ಪೂರಾ ಹೊಣೆಗಾರಳು ಹಿರಣ್ಮಯಿಯೇ ಎಂದೂ ನನಗೆ ಅನ್ನಿಸದೆ ಇರಲಿಲ್ಲ. ಆದರೆ ಅವಳನ್ನು ಕಾಣುವಾಗ ನನಗೆ ಏನನ್ನೂ ಹೇಳಬೇಕೆಂದೆನಿಸುತ್ತಿರಲಿಲ್ಲ. ಹಸಿವಿನ ನಿರ್ಜೀವ ಮುಖವನ್ನೇ ನೋಡುತ್ತ ನಾವು ಆಕಡೆ ಈ ಕಡೆ ಕುಳಿತೆವು.

ಒಂದು ದಿನ ಅತಿ ಕಠಿಣ ಹಸಿವಿನೊಂದಿಗೆ ಕತ್ತಲಲ್ಲಿ ತಡವರಿಸುತ್ತ ನಾನು ಮನೆಯ ಹೊಸಿಲಿಗೆ ತಲುಪಿದೆ. ಒಂದು ಹೆಜ್ಜೆ ಕೂಡ ನಡೆಯಲಾಗದ ಸ್ಥಿತಿಗೆ ತಲುಪಿದೆ. ಒಳಗಿನಿಂದ ಓಡಿಬಂದು ಅವಳು ನನ್ನನ್ನು ಆಧರಿಸಿ ಅಡಿಗೆ ಕೋಣೆಗೆ ಕರೆದುಕೊಂಡು ಹೋಗಿ ಕೂರಿಸಿದಳು. ನನಗೆ ತಿನ್ನಲು ಗೋಧಿ ರೊಟ್ಟಿ ಆಲೂಗಡ್ಡೆ ಸಾಗು ಮತ್ತು ಸಿಹಿಹಣ್ಣುಗಳು ಸಿಕ್ಕವು. ಅತ್ಯಾಸೆಯಿಂದ ನಾನು ಆಹಾರ ನುಂಗುತ್ತಿರುವಾಗ ಅವಳು ವಿಷಯ ತಿಳಿಸಿದಳು. ನಮ್ಮ ದುಸ್ಥಿತಿಯನ್ನು ಹೇಗೋ ಕೇಳಿ ತಿಳಿದು. ಮುನಿಸಿಕೊಂಡು ದೂರವಿದ್ದ ಅವಳ ತಂದೆತಾಯಿ, ಒಬ್ಬ ದಲಿತಬಾಲಕನ ಕೈಯಲ್ಲಿ ಒಂದಿಷ್ಟು ಹಣ ಕೊಟ್ಟು ಕಳುಹಿಸಿದ್ದರು. ಇನ್ನು ಮುಂದೆಯೂ ಆಗಾಗ ಕೊಟ್ಟು ಕಳಿಸುವುದಾಗಿ ವಾಗ್ದಾನವನ್ನೂ ಕೊಟ್ಟಿರುವರು.

ಆನಂದದ ಉಬ್ಬರದಿಂದಾಗಿ ಆ ರಾತ್ರಿ ನನ್ನಿಂದ ನಿದ್ರಿಸಲಾಗಲಿಲ್ಲ. ಕೆಮ್ಮುವಾಗ ಅವಳು ನನ್ನ ಎದೆಯನ್ನು ನೀವಿಕೊಟ್ಟಳು. ಮರುದಿನ ನಾನು ಎಲ್ಲಿಗೂ ಹೋಗಲಿಲ್ಲ. ಹಿರಣ್ಮಯಿ ಮಾರಾಟ ಕೇಂದ್ರಕ್ಕೆ ಹೋಗಿ ಆಹಾರಪದಾರ್ಥಗಳನ್ನೂ ಬೆಲೆಬಾಳುವ ಒಂದು ಉತ್ತಮ ದರ್ಜೆ ಗಾಳವನ್ನು ಖರೀದಿಸಿ ತಂದಳು. ನನ್ನ ಕೆಮ್ಮಿಗೆ 'ಆಸವ' (ಔಷಧ)ವನ್ನು ಕೊಳ್ಳಲೂ ಅವಳು ಮರೆಯಲಿಲ್ಲ.

ವಿಶ್ರಾಂತಿ ಪಡೆಯಲು ನನಗೆ ಬಲು ಆಸೆಯಾಗಿತ್ತು. ಆದರೆ ಅವಳ ಯುಕ್ತಿಯ ಎದುರು ನಾನು ಸೋತು ಅದರಿಂದ ಹಿಮ್ಮೆಟ್ಟಿದೆ. ಯಾವ ಕೆಲಸಕ್ಕೂ ಹೋಗದೆ ಸುಖವಾಗಿ ಕಾಲಕಳೆವುದನ್ನು ಕಂಡರೆ ಹಲವರು ಅನುಮಾನ ಪಡುತ್ತಾರೆ. ಸರ್ಕಾರಿ ಖಜಾನೆಯ ಹಣ ಕದ್ದು ಮನೆಯಲ್ಲಿರಿಸಿಕೊಂಡಿದ್ದಾರೆ ಎಂದು ಹೇಳಲೂ ಅಸೂಯೆಯುಳ್ಳ ಜನರು ಅಳುಕುವುದಿಲ್ಲ.

ನಾನು ಅನುಸರಿಸಿದೆ. ಮೊದಲಿನ ರೂಢಿಯಂತೆ ದಿನವೂ ಸೂರ್ಯೋದಯಕ್ಕೆ ಮುನ್ನ ಗಾಳವನ್ನು ಹಿಡಿದು ಹೊರಡ ತೊಡಗಿದೆ. ಸೂರ್ಯಾಸ್ತಮಾನದ ಬಳಿಕ ಮರಳಿ ಬರುತ್ತಿದ್ದೆ. ಸುಮಾರು ಒಳ್ಳೆಯ ಆಹಾರ ಮತ್ತು ಔಷಧ ಸಿಕ್ಕಾಗ ನನಗೆ ಆರೋಗ್ಯ ಮರಳಿ ಲಭಿಸಿತು. ಹಸಿವೆಯೆನ್ನುವುದು ನನಗೆ ಮರೆತು ಹೋಯಿತು.

ಒಂದು ದಿನ ವಾಡಿಕೆಯಿಲ್ಲದ ರೀತಿ ಮಧ್ಯಾಹ್ನ ಆಕಾಶವು ಕಾರ್ಮೋಡಗಳಿಂದ ಗಾಢವಾಯಿತು. ಭಾರೀ ಮಳೆಯ ಲಕ್ಷಣಗಳು ಕಾಣತೊಡಗಿದ್ದರಿಂದ ನಾನು ಬೇಗ ಮನೆಗೆ ಹೊರಟೆ. ಏದುಸಿರಿಡುತ್ತ ಮನೆಬಾಗಿಲಿಗೆ ತಲುಪಿದಾಗ ಒಳಗಿಂದ ಚಿಲಕ ಹಾಕಿ ಬಾಗಿಲು ಮುಚ್ಚಿರುವುದನ್ನು ಕಂಡೆ. ಅವಳು ನಿದ್ದೆ ಮಾಡುತ್ತಿರಬೇಕೆಂದು ಭಾವಿಸಿ ಮೂರುನಾಲ್ಕು ಸಲ ತಟ್ಟಿದೆ. ತುಸು ಹೊತ್ತು ಕಾದು ನಿಂತೆ. ಮತ್ತೆ ತಟ್ಟಲೆಂದು ಕೈಯೆತ್ತಿದಾಗ ಬಾಗಿಲು ಸರಕ್ಕನೆ ತೆರೆದುಕೊಂಡಿತು. ನನಗಾಗ ಕಾಣಿಸಿದವನು ಬೆವರಿನಲ್ಲಿ ಮಿಂದು, ಬೂದಿಬಣ್ಣದ ದುಂಡು ಟೋಪಿಯನ್ನ ತನ್ನ ತಲೆಗೆ ಹಾಕಿಕೊಳ್ಳುತ್ತಿರುವ ನನ್ನ ಮೇಲಧಿಕಾರಿ. ನನ್ನ ಮುಖವನ್ನು ನೋಡದೆ, ಆ ಹೊತ್ತಿನಲ್ಲಿ ಮಧ್ಯೆ ಪ್ರವೇಶಿಸಿದುದಕ್ಕೆ ಸಿಟ್ಟಿನಿಂದ ಕ್ಯಾಕರಿಸಿ ಉಗುಳಿ ಆತ ಹೊರಕ್ಕೆ ಹೋಗಿಬಿಟ್ಟ. ನಾನು ಆ ನಿರ್ಗಮನವನ್ನು ನೋಡುತ್ತ ನಿಂತಾಗ ಹಿಂದಿನಿಂದ ಹಿರಣ್ಮಯಿ ನನ್ನನ್ನು ಬಲವಾಗಿ ಆಲಂಗಿಸಿದಳು. ಬಾಗಿಲಲ್ಲಿ ನಿಂತೇ ಅವಳು ನನ್ನನ್ನು ಹಲವಾರು ಸಲ ಚುಂಬಿಸಿದಳು. ನನ್ನ ತಲೆಗೂದಲನ್ನೂ ಮುಂಗೈಗಳನ್ನೂ ಪ್ರೀತಿಯುಕ್ಕಿಸಿ ನೇವರಿಸಿದಳು. ನನ್ನ ಕೈ ಹಿಡಿದು ಒಳಕ್ಕೆ ಕರೆದುಕೊಂಡು ಹೋದಳು. ನೀಳವಾದ ಅಗ್ರದೆಲೆಯಲ್ಲಿ ಖಾದ್ಯಗಳನ್ನು ಬಸಿಡಿದಳು. ಬೆಳ್ಳಿಯ ಪಾತ್ರೆಯಲ್ಲಿ ಆಡಿನ ಮಾಂಸದ ಸೂಪ್ ಮತ್ತು ಬೆಣ್ಣೆ ನೀಡಿದಳು. ನಾನು ಅವನ್ನೆಲ್ಲ ಸೇವಿಸಿದೆ. ಅವಳು ಬಿಸಿನೀರಿನಿಂದ ನನಗೆ ಸ್ನಾನಮಾಡಿಸಿದಳು.

ಹೊರಗಡೆ ಮಳೆ ಬೀಳಲೂ ಬಿರುಗಾಳಿ ಬೀಸಲೂ ಆರಂಭಿಸಿದ್ದವು. ಬಾಗಿಲು ಕಿಟಕಿ ಗಳನ್ನೆಲ್ಲ ಬಲವಾಗಿ ಮುಚ್ಚಿದ ಬಳಿಕ ಅವಳು ನನ್ನನ್ನು ಮಂಚದಲ್ಲಿ ಮಲಗಿಸಿ ಕಂಬಳಿ ಹೊದೆಸಿದಳು. ನನ್ನ ಹತ್ತಿರ ಕುಳಿತು ನನ್ನ ಕಾಲ ಮೀನಖಂಡಗಳನ್ನು ಒತ್ತುತ್ತ ಅವಳು ಹೇಳಿದಳು. 'ನಾನು ಆ ಡೊಳ್ಳು ಹೊಟ್ಟೆಯವನ ಮೇಲೆ ಸೇಡು ತೀರಿಸಿಕೊಂಡೆ. ಬೇರೆ ಗಂಡಸರಿಂದ ಐವತ್ತು ರೂಪಾಯಿ ತೆಗೆದುಕೊಳ್ಳುತ್ತಿದ್ದ ನಾನು ಈ ಮುದಿಯನ ಕೈಯಿಂದ ಇನ್ನೂರು ರೂಪಾಯಿ ಕಿತ್ತೆ. ನಿಮ್ಮನ್ನು ಕೆಲಸದಿಂದ ಕಿತ್ತು ಹಾಕಿದ ದುರುಳನಿಗೆ ಇದೇ ತಕ್ಕ ಶಾಸ್ತಿ.'

ಅವಳು ಮಂಚದಿಂದ ಮೇಲೆದ್ದಳು. ಕಬ್ಬಿಣದ ಪೆಟ್ಟಿಗೆ ತೆರೆದು ಪ್ರೇಮಪತ್ರಗಳ ಕಟ್ಟನ್ನು ಹೊರತೆಗೆದಳು. ಅಭ್ಯಾಸದಂತೆ ಅವಳು ಮೊದಲು ಚುಂಬಿಸಿದಳು. ಅನಂತರ ನನ್ನ ಕಣ್ಣಿಗೂ ತುಟಿಗೂ ಆ ಪತ್ರಗಳನ್ನು ನೇವರಿಸಿದ ಬಳಿಕ ಹೇಳಿದಳು, 'ಈ ಪ್ರೇಮಪತ್ರಗಳ ಮೇಲಾಣೆ, ನನ್ನ ದೇಹವನ್ನಷ್ಟೇ ನಾನು ಬೇರೆಯವರಿಗೆ ಮಾರುತ್ತಿರುವುದು. ನನ್ನ ಮನಸ್ಸು ಪೂರ್ತಿ ನಿಮಗೇ ಸೇರಿದೆ.'

ಇಷ್ಟು ಹೇಳಿದ ನಂತರ ಅವಳು ನನ್ನೆದೆಯಲ್ಲಿ ಮುಖವೊತ್ತಿ ನಿದ್ರಿಸಿದಳು, ಹಾಗಾದರೆ ನಿನ್ನ ಮನೆಯವರು ಕಳಿಸಿದ್ದೆಂದು ಹೇಳಿದ ಹಣ ಈ ಮಾರ್ಗದಲ್ಲಿ ಸಂಪಾದಿಸಿದ್ದಾಗಿರ ಲಿಲ್ಲವೇ ಎಂದಷ್ಟೇ ನನಗೆ ಕೇಳಬೇಕೆನಿಸಿತ್ತು. ಆದರೆ, ಅದನ್ನು ಕೇಳಲೂ ನನಗೆ ಸಾಧ್ಯವಾಗ ಲಿಲ್ಲ. ಆಯಾಸದಿಂದ ನಾನೂ, ನನ್ನ ಎದೆಗೆ ತಲೆಯಾನಿಸಿ ಅವಳೂ ಆಗಲೇ ನಿದ್ದೆಗೆ ಜಾರಿದ್ದೆವು. ಒಂದು ಹೊಸ ಸೂರ್ಯ ನಮ್ಮ ಮೇಲುಗಡೆ ಉದಿಸಿ ಬಂದ ಹಾಗೆ ನಾವು ಸುಖನಿದ್ರೆಯಲ್ಲಿ ಮುಳುಗಿದೆವು.

ಜೇಬಿನ ತುಂಬ ಹಣದೊಂದಿಗೆ ನಾನು ದಿನವೂ ಬೆಳಗ್ಗೆ ಹೊರಡುತ್ತಿದ್ದೆ ಸೊಗಸಾಗಿ ವಸ್ತ್ರಧಾರಣೆ ಮಾಡುತ್ತಿದ್ದೆ. ಭೋಜನಶಾಲೆಯಿಂದ ಬೆಲೆಭಾಳುವ ಭಕ್ಷ್ಯಗಳನ್ನು ಕೊಂಡು ತಿನ್ನುತ್ತಿದ್ದೆ. ಸಮಯ ಕಳೆಯಲೆಂದು ಮಾತ್ರ ಮೀನು ಹಿಡಿದೆ. ಗಾಳಕ್ಕೆ ಸಿಕ್ಕಿಬಿದ್ದ ಮೀನು ಗಳನ್ನು ದಡದಲ್ಲಿ ಬಿಡುತ್ತಿದ್ದೆ ಅಥವಾ ಬಡಮಕ್ಕಳಿಗೆ ಕೊಡುತ್ತಿದ್ದೆ. ದಿನವೂ ಸಾಯಂಕಾಲದ ಬಳಿಕವೇ ಮನೆಗೆ ಹಿಂತಿರುಗುತ್ತಿದ್ದೆ. ಮಳೆಯ ಬೆದರಿಕೆಯಿಂದ ರಕ್ಷಣೆ ಪಡೆಯಲು ಒಂದು ಕೊಡೆಯನ್ನೂ ಕೊಂಡುಕೊಂಡೆ.

ನನ್ನ ಹಾಸಿಗೆಯಲ್ಲಿನ ಬೆವರು ನನ್ನದಲ್ಲದಾಯಿತು. ಮಲಗುವಕೋಣೆಯಲ್ಲಿ ಹೊತ್ತಿ ತೀರಿದ ಚುರೂಟ್ ತುಂಡುಗಳೂ ಎಲೆಯಡಿಕೆ ತುಣುಕುಗಳೂ ಬಿದ್ದಿರುತ್ತಿದ್ದವು. ಬಿಡು ವಿದ್ದಾಗಲೆಲ್ಲ ಹಿರಣ್ಮಯಿ ನನ್ನ ಸುಖಸೌಕರ್ಯಗಳನ್ನು ವಿಚಾರಿಸುತ್ತಿದ್ದಳು. ನಾವು ಒಂದು ದೊಡ್ಡ ಕಬ್ಬಿಣದ ಪೆಟ್ಟಿಗೆ ಖರೀದಿಸಿದೆವು. ಅದರಲ್ಲಿ ನೋಟಿನ ಕಂತೆಗಳನ್ನೂ ಚಿನ್ನದ ನಾಣ್ಯಗಳನ್ನೂ ಕೂಡಿಟ್ಟೆವು.

ತನ್ನ ಮನೆಯ ಜಾಗದ ಪರಿಮಿತಿಗಳ ಬಗ್ಗೆ ಹಿರಣ್ಮಯಿ ದೂರತೊಡಗಿದಳು. ಬೆಟ್ಟದ ತೆಂಕಣ ಬದಿಯಲ್ಲಿ ಒಂದು ದೊಡ್ಡ ಸೌಧ ನಿರ್ಮಿಸಬೇಕೆಂದು ನಿರ್ಧರಿಸಿದೊಡನೆ ಆ ದೂರು ಇಲ್ಲವಾಯಿತು. ಸುತ್ತಾಟವನ್ನು ನಾನು ತತ್ಕಾಲಕ್ಕೆ ನಿಲ್ಲಿಸಿ ಬಿಟ್ಟೆ. ನನ್ನ ಪೂರ್ಣ ಸಮಯವನ್ನು ಬಂಗಲೆಯ ನಿರ್ಮಾಣ ಪ್ರಕ್ರಿಯೆಯ ಮೇಲುಸ್ತುವಾರಿಗಾಗಿ ವ್ಯಯಿಸಿದೆ. ನಾಲ್ಕೈದು ತಿಂಗಳೊಳಗೆ ಅಲ್ಲಿ ಅತಿ ಮನೋಹರವಾದೊಂದು ಭವನವನ್ನು ಕಟ್ಟಲಾಯಿತು. ಅದು ಹಳ್ಳಿಯ ಅತಿ ದೊಡ್ಡ ಬಂಗಲೆಯಾಗಿತ್ತು. ಅದಕ್ಕೆ ಹಿರಣ್ಮಯಿ ಮಂದಿರ ಎಂದು ನಾಮಕರಣ ಮಾಡಲಾಯಿತು. ಬಂಗಲೆಯ ಒಳಗನ್ನು ಅಚ್ಚರಿಯ ಕೆತ್ತನೆಗಳಿಂದಲೂ ಚಿತ್ರಗಳಿಂದಲೂ ಅಲಂಕರಿಸಲಾಯಿತು. ಬೆಲೆಬಾಳುವ ಮರದ ಪೀಠೋಪಕರಣಗಳಿಂದ ತುಂಬಿಸಲಾಯಿತು. ಅಶ್ವಿನಿ ನಕ್ಷತ್ರದ ಒಂದು ಶುಭದಿನದಂದು ರಾಹುಕಾಲ ಕಳೆದ ಮೇಲೆ

ಹಾಲುಕ್ಕಿಸುವ ಕಾರ್ಯ ಮುಗಿಸಿ ಹೊಸ ಬಂಗಲೆಯಲ್ಲಿ ನಾವು ವಾಸವಾರಂಭಿಸಿದೆವು. ಬಾಗಿಲಲ್ಲಿ ಆಯುಧಧಾರಿಯಾದ ಓರ್ವ ಕಾವಲುಗಾರ ಮತ್ತು ಅಂಗಳದಲ್ಲಿ ಸಂಕಲೆಗೆ ಬಿಗಿದ ಸಿಂಹಶಕ್ತಿಯಿರುವ ಒಂದು ನಾಯಿಯೂ ಬಂಗಲೆಗೆ ಕಾವಲು ನಿಂತರು. ತನ್ನನ್ನರ ಸುತ್ತ ಬರುವ ವಾಡಿಕೆಯ ಗಿರಾಕಿಗಳನ್ನು ಹೊಸ ನಿವಾಸಕ್ಕೆ ತಲುಪಿಸುವುದಕ್ಕಾಗಿ ಹಳೆಯ ಮನೆಯ ಬಾಗಿಲ ಬಳಿ ಓರ್ವ ಸಿಬ್ಬಂದಿಯನ್ನು ನೇಮಕ ಮಾಡುವುದನ್ನೂ ಅವಳು ಮರೆಯಲಿಲ್ಲ.

ತನ್ನ ಹೆಸರನ್ನು ಸಣ್ಣದೊಂದು ತಿದ್ದುಪಡಿಯೊಂದಿಗೆ ಹಿರಣ್ಮಯೀದೇವಿ ಎಂದು ಬದ ಲಾಯಿಸಿಕೊಂಡಳು. ಬೆಳ್ಳಿಯ ಹಾಳೆಯಲ್ಲಿ ಹೆಸರು ಕೆತ್ತಿಸಿ ಕವಾಟದ ಹೊರಗೆ ಅಳವಡಿ ಸಿದಳು. ಪರಿಚಾರಿಕೆಯರನ್ನು ನೇಮಿಸಿದಳು. ಅವರೆಲ್ಲ ಲಾವಂಚದ ಬೀಸಣಿಗೆ ಮತ್ತು ತಾಂಬೂಲದ ಹರಿವಾಣಗಳನ್ನು ಹಿಡಿದು ಹಿರಣ್ಮಯೀದೇವಿಯ ಹಿಂದೆಯೇ ನಡೆದರು.

ನಾವು ಅಲ್ಲಿ ವಾಸವಾರಂಭಿಸಿದೆವು. ಅಂದಿನ ರಾತ್ರಿ ಅವಳು ನನಗೆ ಹೀಗೆ ಉಪದೇಶ ಮಾಡಿದಳು. 'ನಾವು ಬಹಳ ಎತ್ತರದ ಒಂದು ಸ್ಥಿತಿಗೆ ತಲುಪಿದ್ದೇವೆ. ಈ ಅಂತಸ್ತು ಮತ್ತು ಗೌರವಗಳನ್ನು ನಾವು ಕಾಪಾಡಿಕೊಳ್ಳಬೇಕು. ಕೀಳುಜಾತಿಯವರೊಂದಿಗೆ ಮಾತನಾಡುವು ದಾಗಲಿ ಸಂಪರ್ಕವಿಟ್ಟುಕೊಳ್ಳುವುದಾಗಲಿ ಮಾಡಕೂಡದು. ನಿಮಗಾಗಿ ನಾನೊಂದು ಬಿಳಿಕುದುರೆಯನ್ನು ಕೊಳ್ಳುತ್ತೇನೆ. ನೀವು ಇನ್ನು ಮುಂದೆ ಕಾಲ್ನಡಿಗೆಯ ಸಂಚಾರ ಮಾಡಕೂಡದು.'

ಎಲ್ಲವನ್ನೂ ತಲೆಯಾಡಿಸಿ ಕೇಳಿಸಿಕೊಂಡ ಬಳಿಕ ನಾನು ಎದ್ದು ಹೋಗಿ ಕಬ್ಬಿಣದ ಪೆಟ್ಟಿಗೆ ತೆರೆದೆ. ಪ್ರೇಮಪತ್ರಗಳ ಕಟ್ಟು ತೆಗೆದು ಮೊದಲಿಗೆ ನಾನು ಚುಂಬಿಸಿದೆ. ಬಳಿಕ ಅವಳ ತುಟಿಗೂ ಕಣ್ಣಿಗೂ ಒತ್ತಿದೆ. ನಾನು ಹೇಳಿದೆ: 'ನಮ್ಮ ದಾಂಪತ್ಯ ಮರಣದವರೆಗೂ ಮುಂದುವರಿಯುವುದು. ನನಗೆ ಈ ಲೋಕದಲ್ಲಿ ಇರುವುದು ನೀನೊಬ್ಬಳೇ.'

ನಾನು ಹೇಳಿದುದನ್ನು ಪೂರ್ತಿ ಅವಳು ಕೇಳಿಸಿಕೊಂಡಳೋ ತಿಳಿಯದು. ಅವಳು ಕಣ್ಮುಚ್ಚಿ ನಿದ್ದೆ ಹೋಗಿದ್ದಳು. ಪ್ರೇಮಪತ್ರಗಳನ್ನು ಹಳೆಯ ಜಾಗದಲ್ಲಿರಿಸಿ ದೀಪ ನಂದಿಸಿ ನಾನೂ ನಿದ್ರಿಸಿದೆ.

ನನ್ನ ಕುದುರೆ ಬುದ್ಧಿಮತ್ತೆ ಹಾಗೂ ಶಕ್ತಿಯುಳ್ಳದ್ದಾಗಿತ್ತು. ಬೆಟ್ಟಗಳನ್ನು ಜಿಗಿದು ಹತ್ತುತ್ತಿತ್ತು. ಇಳುಕಲುಗಳಲ್ಲಿ ಸಂಯಮ ಪಾಲಿಸಿ ನನ್ನ ಸವಾರಿ ಸುಖಕರವಾಗಿಸಿತು. ದಿನದಿನವೂ ಗಾವುದಗಳನ್ನು ಹಿನ್ನೂಕಿ ನಾನು ಮರಳಿ ಬರುತ್ತಿದ್ದೆ. ಯಾವುದೇ ಲಕ್ಷ್ಯವೂ ಇರಲಿಲ್ಲ.

ಒಂದು ದಿನ ಹಳ್ಳಿಯಿಂದ ತುಸು ದೂರದಲ್ಲಿ ನಿರ್ಮಿಸಲಾಗುತ್ತಿದ್ದ ಅಣೆಕಟ್ಟನ್ನು ನೋಡಲು ಹೋದೆ. ಪ್ರತಿಕೂಲ ಹವಾಮಾನದಿಂದಾಗಿ ಅಣೆಕಟ್ಟೆಯ ಕೆಲಸ ನಡೆಯುತ್ತಿರಲಿಲ್ಲ. ನಾನು ಅಲ್ಲೆಲ್ಲ ಸುತ್ತಿ ಸಂಚರಿಸಿ ಮರಳಿದೆ. ಚಿಕ್ಕದೊಂದು ದಿಣ್ಣೆಯನ್ನೇರಿ ಇಳಿದಾಗ ಅಲ್ಲೆ ಹತ್ತಿರ ಮರದ ನೆರಳಲ್ಲಿ ಒಬ್ಬಳು ಹೆಂಗಸು ಮಲಗಿದ್ದಳು. ಅವಳನ್ನು ಕಂಡು ನಾನು

ಕುದುರೆಯ ಮೇಲಿಂದ ಹಾರಿ ಕೆಳಗಿಳಿದೆ. ಅವಳ ಬಳಿಗೆ ಸಾಗಿದೆ. ಅವಳು ಪ್ರಜ್ಞೆ ಕಳೆದು ಕೊಂಡು ಬಿದ್ದಿರುವುದು ಸ್ಪಷ್ಟವಾಯಿತು. ಕೊಳದಿಂದ ಕೆಸುವಿನೆಲೆಯಲ್ಲಿ ತಣ್ಣನೆ ನೀರನ್ನು ಸಂಗ್ರಹಿಸಿ ಅವಳ ಮುಖಕ್ಕೆ ಚಿಮುಕಿಸಿದೆ. ಸ್ವಲ್ಪ ಹೊತ್ತಿನಲ್ಲೇ ಅವಳಿಗೆ ಪ್ರಜ್ಞೆ ಮರಳಿತು. ಆ ಮುಖವನ್ನು ಎಲ್ಲೋ ಕಂಡು ಮರೆತಿರುವಂತೆ ನನಗೆನಿಸಿತು. ಎಷ್ಟೇ ಯೋಚಿಸಿದರೂ. ಆ ಮುಖದ ನೆನಪು ಸ್ಪಷ್ಟವಾಗಲಿಲ್ಲ. ಅವಳು ಬಲಗೈಯ ಹೆಬ್ಬೆರಳನ್ನೆತ್ತಿ ಕುಡಿಯಲು ಏನಾದರೂ ಬೇಕೆಂದು ಸನ್ನೆ ಮಾಡಿದಳು. ಕುದುರೆ ಬೆನ್ನಿಗೆ ತೂಗುಹಾಕಿದ್ದ ಚರ್ಮದ ಚೀಲದಿಂದ ಬೆಣ್ಣೆ ಹಚ್ಚಿದ್ದ ರೊಟ್ಟಿ ಮತ್ತು ಕಾಯಿಸಿ ಆರಿಸಿದ್ದ ಹಾಲಿನ ಬಾಟಲಿಯನ್ನು ಹೊರತೆಗೆದೆ. ಅವಳು ಒಂದು ಗುಟುಕು ಹಾಲನ್ನು ಮಾತ್ರ ಕುಡಿದಳು. ಕೈಗಿತ್ತ ರೊಟ್ಟಿಯ ತುಣುಕನ್ನು ಅವಳು ಸೀರೆಯ ಸೆರಗಲ್ಲಿ ಕಟ್ಟಿಕೊಂಡಳು. ಅವಳು ಕೈಮುಗಿಯುವುದನ್ನು ಕಂಡಾಗ ಆ ಮುಖವು ನೆನಪಿನಲ್ಲಿ ತೊಟ್ಟು ಕಳಚಿ ತಟಕ್ಕನೆ ಬಿದ್ದು ಕಾಣಿಸಿಕೊಂಡಿತು–ಸುಬಿತ.

'ಬಾಬೂಜೀ' ಅವಳು ಕರೆದಳು. ಅವಳು ಮೆಲ್ಲಗೆ ಮೇಲೆದ್ದು ಕುಳಿತಳು. ಕಂಗಳ ತುದಿಗಳಿಂದ ಕಣ್ಣೀರು ಹರಿಯುತ್ತಲಿತ್ತು.

'ನಿನ್ನ ಮದುವೆ ಆಯಿತೇ ಸುಬಿತ?' ನಾನು ಕೇಳಿದೆ. ಇಲ್ಲ ಎಂದು ಅವಳು ತಲೆಯಲುಗಿಸಿದಳು. ಬಸವಳಿದ ನಾಲಿಗೆಯಿಂದ ಅವಳು ಭೂತಕಾಲವನ್ನು ತೋಡಿ ಹೊರ ಹಾಕಿದಳು. ಸಾಲ ಸಿಗದೆ ಹೋದ ಕಾರಣ ವರದಕ್ಷಿಣೆಯಾಗಿ ಹಸುವನ್ನು ಕೊಡಲಾಗಲಿಲ್ಲ. ಅವಳ ಪ್ರಿಯತಮ ಎರಡು ಹಸುಗಳನ್ನು ವರದಕ್ಷಿಣೆಯಾಗಿ ಪಡೆದು ಬೇರೊಬ್ಬಳನ್ನು ಮದುವೆಯಾದ. ಆ ಪ್ರಿಯತಮನ ಬೀಜಾಣು ಸುಬಿತಳ ಉದರದಲ್ಲಿ ಬೆಳೆಯುತ್ತಿತ್ತು. ಸುಬಿತ ಮಗುವನ್ನು ಹೆತ್ತು ಅದನ್ನು ಸಾಕಿ ಸಲಹಿದಳು.

ಅಸಹಾಯಕಳಾಗಿ ನಗುತ್ತ ಸುಬಿತ ಹೇಳಿದಳು. ಅವನಿಗೆ ಮೂರು ವರ್ಷವಾಯಿತು. ಎರಡು ದಿನದಿಂದ ನಾವು ಉಪವಾಸ ಬಿದ್ದಿದ್ದೇವೆ. ಈ ರೊಟ್ಟಿಯನ್ನು ನಾನು ಅವನಿಗೆ ಕೊಡುತ್ತೇನೆ.

ಅವಳು ಮೇಲಕ್ಕೇಳಲು ಹವಣಿಸಿದಾಗ ಕೆಳಕ್ಕೆ ಬೀಳುತ್ತಾಳೆಂದು ನಾನು ಹೆದರಿದೆ. ನಾನು ಅವಳನ್ನು ಆಧರಿಸಿದೆ. ಬಹಳ ಒತ್ತಾಯಿಸಿದ ಮೇಲಷ್ಟೇ ಅವಳು ಕುದುರೆಯ ಮೇಲೇರಿದಳು. ಕುದುರೆಯ ಬೆನ್ನ ಮೇಲೆ ಬೋರಲಾಗಿ ಮಲಗಿ ಅವಳು ಬಡತನದ ಕತೆಯನ್ನು ಅನಾವರಣಗೊಳಿಸಿದಳು. 'ಅಣೆಕಟ್ಟೆಯಲ್ಲಿ ಯಾವಾಗಲೋ ಒಮ್ಮೊಮ್ಮೆ ಕೆಲಸ ಸಿಗುತ್ತದೆ. ಹನ್ನೆರಡು ಗಂಟೆ ಕಠಿಣ ದುಡಿಮೆ ಮಾಡಿದರೂ ಅಂದೇ ಕೂಲಿ ಹಣ ಸಿಗಬೇಕೆಂದಿಲ್ಲ. ಮಾರನೇ ದಿನ ಕೊಡುತ್ತೇವೆಂದು ಹೇಳುತ್ತಾರೆ. ಯಾರೂ ಆಕ್ಷೇಪವೆತ್ತುವುದಿಲ್ಲ. ಮಾರನೇ ದಿನ ಕೊಡುತ್ತೇವೆಂದು ಹೇಳಿದರೆ ಮಾರನೇ ದಿನದ ಕೆಲಸವೂ ಖಾತರಿಯಾಯಿತಲ್ಲ ಎಂಬ ಸಂತೋಷದಲ್ಲಿ ನಾವು ರಾತ್ರಿ ಉಪವಾಸ ಮಲಗುತ್ತೇವೆ.'

ಅವಳ ಗುಡಿಸಲ ಬಾಗಿಲನ್ನು ತಲುಪಿದಾಗ ನಾನು ಅವಳನ್ನು ಕೆಳಕ್ಕಿಳಿಸಿದೆ. ನನ್ನ ಬಳಿ ಅಂದಿನ ಖರ್ಚು ಕಳೆದು ಉಳಿದಿದ್ದ ನೋಟುಗಳನ್ನು ಪೂರಾ ಅವಳಿಗೆ ಕೊಟ್ಟು ಸಂತೈಸಿದೆ. ನಿನ್ನ ಮಗನಿಗೆ ಆಹಾರ, ವಸ್ತ್ರಗಳನ್ನು ಕೊಡಿಸು. ನಾಳೆ ನಾನು ಇನ್ನೂ ಹೆಚ್ಚು ಹಣವನ್ನು ತಂದುಕೊಡುವೆ. ದುಃಖಿಸಬೇಡ ಸುಬಿತ.

ನಾನು ಕುದುರೆಯ ಮೇಲೇರಿಕೊಂಡೆ. ಸೊರಗಿದ ಕೈಗಳನ್ನೆತ್ತಿ ಅವಳು ನನಗೆ ವಂದಿಸಿದಳು. ಅಡಿವಾರವನ್ನು ಇಳಿದು ನನ್ನ ಕುದುರೆ ಧಾವಿಸಿತು.

ಬಂಗಲೆಯ ಮುಂದೆ ತಲುಪಿದಾಗ ಎಂದಿನಂತೆ ಕುದುರೆಯನ್ನು ಲಾಯಕ್ಕೆ ಕೊಂಡೊಯ್ದು ಕಟ್ಟಲು ಕಾವಲುಗಾರ ಬರಲಿಲ್ಲ. ಅವನು ಮುಖ್ಯದ್ವಾರದ ಬಳಿಯಲ್ಲೇ ಗಂಭೀರವಾಗಿ ನಿಂತಿದ್ದಾನೆ. ಹೊರಗಿನಂಗಳದಲ್ಲಿ ನಾಯಿ ಸಂಕಲೆಯೊಳಗೆ ಬಂದಿಯಾಗಿ ಬೊಗಳುತ್ತ ಎಗರುತ್ತಿದೆ. ನಾನು ಬಾಗಿಲತ್ತ ಸರಿದೆ. ಕಾವಲುಗಾರ ಅಡ್ಡಪಡಿಸಿದ. ಒಳಗೆ ಹೋಗಕೂಡದು. ತಮಾಷೆಗೆ ಹೇಳಿರಬಹುದೆಂದು ಮೊದಲಗೆ ಭಾವಿಸಿದೆ. ಮತ್ತೆ ಮುಂದಕ್ಕೆ ನುಗ್ಗಿದೆ. ಒಳಕ್ಕೆ ಪ್ರವೇಶವಿಲ್ಲ. ಕಾವಲುಗಾರನ ಸ್ವರ ಕಟುವಾಗಿತ್ತು. ದೇವಿಯ ಆಜ್ಞೆ.

ಕ್ಯಾಕರಿಸಿ ಉಗುಳುವ ಶಬ್ದ ಕೇಳಿ ನಾನು ಬಿಸಿಲುಮಚ್ಚಿನತ್ತ ನೋಡಿದೆ. 'ಹಿರಣ್ಮಯಿ! ಪ್ರಿಯತಮೆ, ಈ ತಮಾಷೆ ಬಹಳ ಕ್ರೂರವೆನಿಸುತ್ತಿದೆ.' 'ಥೂ!' ನನ್ನ ವಸ್ತ್ರದ ಮೇಲೆ ತಾಂಬೂಲದರಸ ಹಲವು ಕಡೆ ಬಿದ್ದು ಹರಡಿತು. ಅವಳು ಚೀರಿದಳು 'ತೊಲಗಾಚೆ. ಇನ್ನೊಂದು ಕ್ಷಣ ನನ್ನೆದುರು ಕಾಣಿಸಿಕೊಳ್ಳಬೇಡ.'

ಇದು ಹಾಸ್ಯವಲ್ಲವೆಂದೂ ಗಾಂಭೀರ್ಯದ ಶಿಖರಾಗ್ರದಲ್ಲೇ ಅವಳು ನಿಂತಿಹಳು ಎಂದೂ ನನಗೆ ಅರಿವಾಯಿತು. ಅಷ್ಟರಲ್ಲಿ ನನ್ನ ಕುದುರೆ ತಾನಾಗೇ ಹೋಗಿ ಲಾಯವನ್ನು ಸೇರಿತು. ನಾಯಿಯ ಬೊಗಳುವಿಕೆ ನಿಲ್ಲುತ್ತಲೇ ಇಲ್ಲ.

ಕಾವಲುಗಾರ ನನ್ನನ್ನು ಬಲವಾಗಿ ಹಿಡಿದು ನೂಕಿದ. ನಾನು ಮುಖವಪ್ಪಳಿಸಿ ನೆಲಕ್ಕೆ ಬೀಳದಿರಲು ಮೊದಲಿಗೆ ಕೈಗಳನ್ನೂರಿದೆ. ಕಾಲಿನ ಮಂಡಿಯ ಚರ್ಮ ಸುಲಿಯಿತು, ರಕ್ತ ಜಿನುಗಿತು. ನನ್ನ ಹೃದಯ ಕದಡಿತು. ಎವೆಗಳನ್ನೆತ್ತಿ ಉಪ್ಪರಿಗೆಯತ್ತ ನೋಡಿದೆ. ನಾನು ಅಂಗಲಾಚಿದೆ. 'ನಾನೇನು ತಪ್ಪು ಮಾಡಿದೆ ಹಿರಣ್ಮಯಿ?' ನಾನು ಎದೆಗೆ ಕೈಯೊತ್ತಿಕೊಂಡು ಬೇಡಿಕೊಂಡೆ. 'ಆ ಪ್ರೇಮಪತ್ರಗಳನ್ನು ನೆನೆದಾದರೂ ನನ್ನಲ್ಲಿ ಕರುಣೆತೋರು.'

ಬಲವಾಗಿ ಅಪ್ಪಳಿಸಿದ ಕಾಲಹೆಜ್ಜೆಗಳೊಂದಿಗೆ ಹಿರಣ್ಮಯೀದೇವಿ ಒಳಕ್ಕೆ ಹೋದಳು. ಕೆಳಗಡೆ ಇಳಿದು ಬರುವಳೆಂಬ ನಿರೀಕ್ಷೆಯಲ್ಲಿ ನಾನು ನಿಂತಿರಲು ಪುನಃ ಅವಳು ಬಿಸಿಲು ಮಚ್ಚಿನಲ್ಲಿ ಕಾಣಿಸಿಕೊಂಡಳು ಅವಳ ಕೈಯಲ್ಲಿ ರೇಷ್ಮೆ ದಾರದಿಂದ ಕಟ್ಟಲಾದ ಪ್ರೇಮ ಪತ್ರಗಳಿದ್ದವು. ಆ ಕಟ್ಟನ್ನು ಬಲವಾಗಿ ಕಿತ್ತು ತೆಗೆದು ಪತ್ರಗಳನ್ನು ಹರಿದು ಒಂದೊಂದಾಗಿ ನನ್ನ ಮುಖಕ್ಕೆಸೆದಳು.

ಅಂಕದ ಪರದೆ ಪೂರ್ಣವಾಗಿ ಜಾರಿ ಬಿತ್ತು ಎಂಬ ಪ್ರಜ್ಞೆ ಬಂದೊಡನೆ ನನ್ನಿಂದ ಅಲ್ಲಿ ನಿಲ್ಲುವುದು ಸಾಧ್ಯವಾಗಲಿಲ್ಲ. ಬೊಗಳಿ ಜಿಗಿಯುತ್ತಿದ್ದ ನಾಯಿಯನ್ನೂ ಕ್ರುದ್ಧನಾದ

ಕಾವಲುಗಾರನನ್ನೂ ಶೂನ್ಯವಾದ ಮೇಲುಪ್ಪರಿಗೆಯನ್ನೂ ನೋಡುತ್ತ ನಾನು ನಡೆದೆ. ಬೆಟ್ಟದ ಮೇಲ್ಗಡೆ ನಿಂತು ಕಣ್ಣೀರು ತುಂಬಿದ ಕಣ್ಣುಗಳೊಂದಿಗೆ ಸುತ್ತಲೂ ನೋಡಿದೆ. ನನ್ನ ಹಳ್ಳಿಗೆ ವಿದಾಯ ಹೇಳಿದೆ. ಪಶ್ಚಿಮದಲ್ಲಿ ಸೂರ್ಯ ಮುಳುಗಿದ.

ಆದಷ್ಟು ಬೇಗ ನಗರಕ್ಕೆ ತಲುಪಬೇಕೆಂಬದೇ ನನ್ನ ಗುರಿಯಾಗಿತ್ತು. ಕಷ್ಟಕರವಾಗಿದ್ದ ಪಯಣದ ಮಧ್ಯೆ ಭಾವೀ ಜೀವನದ ಕುರಿತು ಸ್ಪಷ್ಟವಾದ ಕೆಲವು ನಿರ್ಧಾರಗಳನ್ನು ತೆಗೆದುಕೊಳ್ಳುವುದು ನನ್ನಿಂದ ಸಾಧ್ಯವಾಯಿತು. ಮೊದಲಿಗೆ ನನ್ನ ವಿದ್ಯಾರ್ಹತೆ ಮತ್ತು ಅನುಭವಗಳನ್ನು ತಿಳಿಸಿ ನಗರದ ಯಾವುದಾದರೂ ಸಂಸ್ಥೆಯಲ್ಲಿ ಒಂದು ನೌಕರಿ ಗಳಿಸುವುದು. ಬಹಳ ಕಾರ್ಯನಿಷ್ಠೆಯಿಂದಲೂ ಪ್ರಾಮಾಣಿಕತೆಯಿಂದಲೂ ಕೆಲಸವನ್ನು ಮಾಡಿ ಮುಗಿಸಿ ಉಳಿದ ಜೀವನವನ್ನು ಏಕಾಂತವಾಗಿ ಬಾಳಿ ಕಳೆಯುವುದು. ಯಾರನ್ನೂ ಪ್ರೀತಿಸದೆಯೂ ಯಾರನ್ನೂ ದ್ವೇಷಿಸಿದೆಯೂ ದಿನಗಳನ್ನು ತಳ್ಳಿಸಾಗಿಸುವುದು. ಕಳೆದ ಕಾಲದ ಬತ್ತಿದ ನೀರ್ಗಾಲುವೆಗಳನ್ನು ನೋಡಿ ರೋದಿಸದೆ, ಹೊಸ ಚಿಲುಮೆಗಳನ್ನು ನೋಡಿ ನಗುತ್ತಾ ಭೂಗೋಳದೊಂದಿಗೆ ಚಲಿಸಬೇಕು.

ನಗರಕ್ಕೆ ತಲುಪುವಷ್ಟರಲ್ಲಿ ನಾನು ಅಶಕ್ತನಾಗಿದ್ದೆ. ಅಲ್ಲಿನ ಜನಸಾಂದ್ರತೆ ನನಗೆ ಉಸಿರುಗಟ್ಟಿಸಿತು. ಬಾಯಾರಿ ಬಸವಳಿದಿದ್ದ ನನಗೆ ಕುಡಿಯಲು ಒಂದು ತೊಟ್ಟು ನೀರೂ ನಲ್ಲಿಯಲ್ಲಿ ಸಿಗಲಿಲ್ಲ. ನಲ್ಲಿಗಳ ತಿರುಪು ತೆಗೆದಾಗೆಲ್ಲ ಒಳಭಾಗದ ಶೂನ್ಯತೆ ಮೂಕನ ಶಬ್ದದೊಂದಿಗೆ ದುಃಖ ವ್ಯಕ್ತಪಡಿಸಿತು. ನಾನು ಕುಸಿಯಲಿಲ್ಲ. ಒಂದೊಂದೇ ಸಂಸ್ಥೆಗಳ ಒಳಹೊಕ್ಕು ಹೊರಬಂದೆ. ನನ್ನ ವಿದ್ಯಾರ್ಹತೆ ಮತ್ತು ಹಿಂದಿನ ಅನುಭವ ವಿವರಿಸಿದೆ. ಅವರಲ್ಲಿ ಹಲವರು ಬಲುಸಂತೋಷ ವ್ಯಕ್ತಪಡಿಸಿದರಾದರೂ ಪ್ರಮಾಣಪತ್ರ ಅಥವಾ ದಾಖಲೆಗಳಿಲ್ಲದಿದ್ದರೆ ಸೇರಿಸಿಕೊಳ್ಳಲಾಗದ ಬಗ್ಗೆ ತಮ್ಮ ಅಸಹಾಯಕತೆ ಹೊರಗೆಡವುವುದನ್ನು ಮರೆಯಲಿಲ್ಲ. ನನಗೆ ಒಳಿತಾಗಲಿ ಎಂದು ಅವರು ಹಾರೈಸಿದರು.

ಭ್ರೂಣರೂಪದಲ್ಲಿ ಬೆಳೆದು ಬರುತ್ತಿದ್ದ ಒಂದು ಸತ್ಯವನ್ನು ಹೆಚ್ಚುಕಾಲ ಗಮನಿಸದೆ ಇರಲು ನನ್ನಿಂದ ಸಾಧ್ಯವಾಗಲಿಲ್ಲ. ನಾನು ಯಾರೆಂದು ಸಾಬೀತುಗೊಳಿಸಲು ನನ್ನ ಬಳಿ ಏನೂ ಇಲ್ಲವೆಂಬ ವಾಸ್ತವಿಕತೆ ಆರೋಗ್ಯದುಂಬಿ ಜನ್ಮ ತಳೆದಾಗ ನನ್ನ ಪ್ರಯತ್ನವನ್ನು ನಿಲ್ಲಿಸಿಬಿಟ್ಟೆ. ಕತ್ತಲಲ್ಲಿ ಕುಳಿತು ನನ್ನನ್ನೇ ಕೇಳಿಕೊಂಡೆ. ನಾನು ಯಾರು? ಈ ಲೋಕದಲ್ಲಿ ನನಗೇನು ಸ್ಥಾನವಿದೆ? ಈ ಪ್ರಶ್ನೆಯನ್ನು ಹೊತ್ತು ರೈಲುನಿಲ್ದಾಣ, ಸಿನಿಮಾಮಂದಿರಗಳ ಮುಂಭಾಗ, ತರಕಾರಿ ಸಂತೆ, ಪಾರ್ಕ್‌ಗಳಲ್ಲೆಲ್ಲ ಅಲೆದೆ. ಆ ವೇಳೆಗೇ ಇನ್ನೊಂದು ಸತ್ಯದ ಸುಖಪ್ರಸವವನ್ನು ನಾನರಿತೆ. ಈ ಭೂಮಿಯಲ್ಲಿ ನನ್ನಂತೆಯೇ ಏನೂ ಇಲ್ಲದವರು, ತಾನು ಯಾರೆಂದು ನಿರೂಪಿಸಲು ದಾಖಲೆಗಳಿಲ್ಲದವರು ಬಹಳಷ್ಟು ಜನರಿದ್ದಾರೆ. ಜನನ ಮರಣ ರಿಜಿಸ್ಟರುಗಳಲ್ಲಿ ಹೆಸರು ದಾಖಲೆಯಾಗದ ಒಂದು ಜನಸಂಚಯ. ನಾನು ಅವರ ಶಿಬಿರದಲ್ಲಿ ಆಶ್ರಯ ಪಡೆದೆ.

ನಮ್ಮ ಕೇಂದ್ರದಲ್ಲಿ ಕುಷ್ಠರೋಗಿಗಳೂ ಪರಂಗಿ ಹುಣ್ಣಿರುವವರೂ ಕಳ್ಳರೂ ವೇಶ್ಯೆಯರೂ ಇದ್ದರು. ಅಸಹಾಯಕರಾದ ನಾವು ಎಲ್ಲರೆದುರಿಗೂ ಭಿಕ್ಷಾಪಾತ್ರೆ ಚಾಚಿದೆವು.

ಭಿಕ್ಷೆ ನೀಡುವವರನ್ನೂ ನೀಡದರವರನ್ನೂ ನಾವು ಪ್ರತ್ಯೇಕ ಗುರುತಿಸಿ ಬಿಟ್ಟೆವು. ಅವರನ್ನು ಗೌರವಿಸುವುದೋ ಅವಹೇಳನ ಮಾಡುವುದೋ ಮಾಡುತ್ತಿರಲಿಲ್ಲ ಎರಡು ಬಣದವರೂ ಮೂರ್ಖರೆಂಬುದೇ ನಮ್ಮ ನಂಬಿಕೆ. ನಾವು ಪರಸ್ಪರ ಪ್ರೀತಿಸುತ್ತ ಬಯ್ದಾಡುತ್ತ ಸಮಸ್ಥಿತಿ ತಪ್ಪಿದಾಗ ಇರಿದು ಕೊಲ್ಲುತ್ತ ಜೈಲುಶಿಕ್ಷೆ ಅನುಭವಿಸುತ್ತ ಮತ್ತೆ ಒಂದುಗೂಡುತ್ತ ಕಾಲ ಕಳೆದೆವು. ಇರುವಷ್ಟು ಜಾಗದಲ್ಲಿ ನಿದ್ರಿಸುತ್ತ ಸಿಕ್ಕಷ್ಟನ್ನು ಹಂಚಿಕೊಳ್ಳುತ್ತ ಇದ್ದೆವು. ಹಸಿದು ಕಂಗೆಟ್ಟಾಗಲೂ ಹೊಟ್ಟೆ ತುಂಬಿದಾಗಲೂ ನಾವು ಉಲ್ಲಾಸದಿಂದಿದ್ದೆವು. ಆಡುತ್ತ ಹಾಡುತ್ತ ಕಳೆದೆವು. ಆ ಜೀವನದ ಪ್ರವಾಹದೊಂದಿಗೆ ಈಜಲು ನನ್ನಿಂದ ಸಾಧ್ಯವಾಯಿತು. ಆದರೆ, ಆ ದಿನಗಳು ಹೆಚ್ಚು ಕಾಲ ಮುಂದುವರಿಯಲಿಲ್ಲ.

ಒಂದು ಸುಪ್ರಭಾತದ ವೇಳೆ ನಗರಕ್ಕೆ ಎಲ್ಲಿಲ್ಲದ ಜಾಗೃತಿ ಬಂದಂತಿತ್ತು. ರಸ್ತೆ ಬೀದಿಗಳನ್ನೆಲ್ಲ ಸ್ವಚ್ಛಗೊಳಿಸುತ್ತಿದ್ದಾರೆ. ಗೋಡೆಗಳಿಗೆ ಹೊಸ ಸುಣ್ಣದ ಬೆಡಗು ಮೂಡಿತು. ಜನರ ಸಂಚಾರದ ಹಾದಿಯಲ್ಲಿ ಸಮುದ್ರ ದಂಡೆಯ ಮರಳನ್ನು ಹಾಸಲಾಯಿತು. ಬಿದಿರುಗಳನ್ನು ಕಟ್ಟಿ ಎಲ್ಲೆಗಳನ್ನು ರೂಪಿಸಲಾಯಿತು. ತ್ರಿವರ್ಣ ತೋರಣಗಳು ಕಟ್ಟಡಗಳ ಮೇಲೂ ಮರದ ಕೊಂಬೆಗಳಲ್ಲೂ ಹಾರಾಡಿದವು, ಸ್ವಾಗತ ಕೋರುವ ಕಮಾನುಗಳು ಎದ್ದುನಿಂತವು. ನಿಯಾನ್ ಬಲ್ಬುಗಳು ಕಣ್ಣುಮ್ಮಚ್ಚಿಕೊಂಡು ಸ್ವಾಗತ ಬಯಸಲು ಕತ್ತಲಿಗಾಗಿ ಕಾದು ಕುಳಿತವು. ಹಗಲು ಪೂರಾ ಕಾನೂನುಪಾಲಕರೂ ಸರ್ಕಾರಿ ವಾಹನಗಳೂ ವಿಶ್ರಾಂತಿಯಿಲ್ಲದೆ ಅತ್ತಿಂದಿತ್ತ ಇತ್ತಿಂದತ್ತ ಓಡಾಡುವುದು ಕಂಡು ಬಂದಿತು. ಪಶ್ಚಿಮ ದಿಗಂತ ಮಸುಳಿತು. ಧೂಳಿನ ಅಬ್ಬರ ತುಸು ತಣಿಯಿತು.

ನಮ್ಮಲ್ಲಿ ಅನೇಕರು ಒಳ್ಳೆಯ ನಿದ್ದೆಯಲ್ಲಿದ್ದೆವು. ಸಮಯ ಮಧ್ಯರಾತ್ರಿ ಕಳೆಯಿತೆಂದು ಟವರ್ ಕ್ಲಾಕ್ ತಿಳಿಸಿತು. ಮೌನವನ್ನು ನಾಯಿಗಳ ಬೊಗಳುವಿಕೆ ಘಾಸಿಗೊಳಿಸಿತು. ನಾನು ಕಣ್ತೆರೆದು ಆಕಾಶವನ್ನು ನೋಡುತ್ತ ಮಲಗಿದ್ದೆ. ದಿಢೀರನೆ ಹತ್ತು ಹದಿನೈದು ಟ್ರಕ್ಕುಗಳು ನಗರವೀಥಿಗಳನ್ನು ಎಚ್ಚರಗೊಳಿಸುತ್ತ ಧಾವಿಸಿ ಬಂದವು. ಸೈನಿಕರು ಉದ್ದನೆ ಬಿದಿರಿನ ಬೆತ್ತಗಳೊಂದಿಗೆ ಜಿಗಿದು ಕೆಳಗಿಳಿದರು. ಬೆಚ್ಚಿ ಮೇಲೆದ್ದ ನಾವು ಹಲವು ದಿಕ್ಕುಗಳಿಗೆ ಪಲಾಯನ ಮಾಡಿದೆವಾದರೂ ಅವರು ಸೃಷ್ಟಿಸಿದ ಯೋಜನಾತ್ಮಕ ಸಾಲುಗಳನ್ನು ಭೇದಿಸಲಾಗಲಿಲ್ಲ. ಅವರು ನಮ್ಮನ್ನು ಟ್ರಕ್ಕುಗಳಿಗೆ ಹತ್ತಿಸಿದರು. ಅವರಿಗೆ ನಮ್ಮನ್ನು ದೈಹಿಕ ಹಿಂಸೆಗೊಳಪಡಿಸುವ ಲಕ್ಷ್ಯವಿರಲಿಲ್ಲವೆಂದು ಅವರ ಮೊದಲ ನಡವಳಿಕೆಗಳು ಸೂಚಿಸಿದವು. ಆದರೆ ಆ ಅರ್ಧರಾತ್ರಿ ಹೊತ್ತಿನಲ್ಲಿ ಹಲವು ಕಡೆಗೆ ಓಡಿ ಅವರಿಗೆ ದಣಿವಾಗುವಂತೆ ಮಾಡಿದ್ದಕ್ಕೆ ಸೇಡು ಎಂಬಂತೆ ಕೈಗೆ ಸಿಕ್ಕವರಿಗೆಲ್ಲ ಹೆಚ್ಚುನೋಯದ ಹಾಗೆ ಹೊಡೆದರು.

ನಗರದ ರೈಲ್ವೆ ಪ್ಲಾಟ್‌ಫಾರ್ಮ್‌ಗಳು, ಬಸ್ಸು ಗ್ಯಾರೇಜುಗಳು. ಅಂಗಡಿ ಜಗುಲಿಗಳು ಇವನ್ನೆಲ್ಲ ಅವರು ಕಷ್ಟವಿಲ್ಲದೆ ಖಾಲಿ ಮಾಡಿಸಿದರು. ಸೈನಿಕರಲ್ಲಿ ಹೆಚ್ಚಿನವರು ನಮ್ಮ ಭಾಷೆ ತಿಳಿಯದವರು. ಟ್ರಕ್ಕ್‌ಗಳು ಅತಿವೇಗವಾಗಿ ಓಡಿದವು. ನಮ್ಮಲ್ಲಿ ಕೆಲವರು ರೋದಿಸಿದೆವು. ಮತ್ತೆ ಕೆಲವರು ಏನೂ ನಡೆದಿಲ್ಲವೆಂಬಂತೆ ಟ್ರಕ್ಕಲ್ಲಿ ಮಲಗಿ ನಿದ್ರೆ ಮುಂದುವರಿಸಿದರು. ಬೆಳ್ಳಿ ಮೂಡಿದಾಗ ನಗರವು ನಮ್ಮ ಹಿಂದೆ ದೂರದಲ್ಲೆಲ್ಲೋ ಮಾಯವಾಗಿ ಹೋಗಿತ್ತು.

ಸೂರ್ಯೋದಯಕ್ಕೆ ಮುನ್ನ ನಮ್ಮನ್ನು ಲಕ್ಷ್ಯಸ್ಥಾನಕ್ಕೆ ತಲುಪಿಸಬೇಕೆಂಬ ಹಟದೊಂದಿಗೆ ಟ್ರಕ್ಕುಗಳು ಚಲಿಸಿದವು. ತುಸುವೇ ನಕ್ಷತ್ರಗಳ ಬೆಳಕು ಹಾದಿ ಬಿದಿಯಲ್ಲಿ ನೆಲೆ ನಿಂತಿತ್ತು. ಕುಗ್ರಾಮಗಳನ್ನು ಹಿಂದೆ ಹಾಕಿ ಗುಂಡಿ ಹಳ್ಳಗಳು ತುಂಬಿದ್ದ ರಸ್ತೆಗೆ ಟ್ರಕ್‌ಗಳು ತಿರುಗಿದವು. ಹೊರಗೆ ಗಿಡಗಳೂ ಮರಗಳೂ ದಟ್ಟವಾಗಿ ಬೆಳೆದು ನಿಂತಿರುವುದನ್ನು ಕಂಡಾಗ, ಇದು ಯಾವುದೋ ಕಾಡಿನೊಳಕ್ಕೆ ಸಾಗುತ್ತಿರುವ ಪಯಣ ಎಂದು ನಮ್ಮಲ್ಲಿ ಕೆಲವರಿಗಾದರೂ ಅನ್ನಿಸದಿರಲಿಲ್ಲ. ಮೂಡಣದಲ್ಲಿ ಕೆಂಪು ಹರಡುತ್ತಿದ್ದಂತೆ ನಮ್ಮ ಅನಿಸಿಕೆ ಇತರರಿಗೂ ಮನವರಿಕೆಯಾಯಿತು. ಒಂದು ದೊಡ್ಡ ವನಾಂತರದೊಳಕ್ಕೆ ಕುಲುಕಾಡುತ್ತ ಓಲಾಡುತ್ತ ಚಲಿಸಿದ ಟ್ರಕ್ಕುಗಳು ಒಂದು ದೊಡ್ಡ ನದಿಯ ತೀರವನ್ನು ತಲುಪಿ ನಿಂತಿವು.

ಸೈನಿಕರು ಹೊರಕ್ಕೆ ಧುಮುಕಿದರು. ತಮ್ಮ ಉಡುಪು, ಟೋಪಿ, ಬೆತ್ತಗಳನ್ನು ಸರಿಪಡಿಸಿ ಕೊಂಡರು. ನಮ್ಮನ್ನು ಟ್ರಕ್‌ಗಳಿಗೆ ಹತ್ತಿಸಲು ಅವರು ಪಟ್ಟ ಶ್ರಮವೇನೂ ನಮ್ಮನ್ನು ಇಳಿಸಲು ಅವರು ವ್ಯಯಿಸಬೇಕಾಗಲಿಲ್ಲ. ಪ್ರಯಾಣದ ನೀರಸತೆಯಲ್ಲಿ ಉಸಿರುಗಟ್ಟಿ ಹೋಗಿದ್ದ ನಾವು ನಾವಾಗಿಯೇ ಕೆಳಕ್ಕಿಳಿದವು. ಇನ್ನು ಮುಂದೆ ನಮಗೇನು ಮಾಡುವರೋ ಎಂದು ನಾವು ಭಯವಿಹ್ವಲರಾಗಿ ನೋಡುತ್ತ ನಿಂತೆವು. ಆದರೆ, ಏನೂ ನಡೆಯಲಿಲ್ಲ. ಟ್ರಕ್ಕುಗಳು ಬಂದ ದಾರಿಯಲ್ಲೇ ಬಂದದ್ದಕ್ಕಿಂತ ವೇಗವಾಗಿ ಚಾರಿತಾರ್ಥ್ಯದೊಡನೆ ಮರಳಿ ಹೋದವು.

ನಾವು ಪರಿಭ್ರಾಂತರಾಗಿ ಪರಸ್ಪರ ನೋಡಿದೆವು. ಒಂದು ಘೋರವನದೊಳಗೆ ಸಿಲುಕಿ ಬಿಟ್ಟಿದ್ದೇವೆ ನಾವು. ಸೂರ್ಯನುದಿಸಿ ಮೇಲೇರಿದರೂ ಬೆಳಕು ನುಸುಳಿ ಬರಲಿಲ್ಲ. ಅಲ್ಲಿಂದ ಪಾರಾಗುವ ದಾರಿಯ ಬಗ್ಗೆ ಏನಾದರೂ ಹೇಳಲು ಯಾರಿಗೂ ತಿಳಿದಿರಲಿಲ್ಲ. ನಮ್ಮನ್ನು ಇಲ್ಲಿಗೆ ತಂದು ತಲುಪಿಸಿದ ಹಾಗೆಯೇ ಇಲ್ಲಿಂದ ಹೊರಕ್ಕೆ ಕರೆದೊಯ್ಯುವುದೂ ಬೇರೆ ಯಾರದೋ ಜವಾಬ್ದಾರಿ ಎಂಬಂತೆ ನಾವು ಕುಳಿತವು.

ನದಿಯು ಸುಳಿಗಳನ್ನೂ, ನೊರೆಗಳನ್ನೂ ಸೃಷ್ಟಿಸುತ್ತ ಶಕ್ತಿಯಿಂದ ಹರಿಯಿತು. ನಮಗೆ ಆಹಾರವಾಗಿ ಸಿಗುವಂತಿದ್ದುದು ಆ ನದಿಯ ನೀರೊಂದೇ. ಹೊಟ್ಟೆ ತುಂಬ ನೀರನ್ನು ಬೊಗಸೆಯಿಂದ ಹಿಡಿದು ಕುಡಿದವು. ಹುಟ್ಟಿದಾರಭ್ಯ ನಗರದಲ್ಲೇ ಬಿದ್ದು ಬೆಳೆದು ಅಲ್ಲಿನ ಜಲಕ್ಷಾಮದ ಕಾಠಿಣ್ಯ ಅನುಭವಿಸಿದ್ದ ಕೆಲವರು ಉನ್ಮಾದದಿಂದ ನದಿಗೆ ಧುಮುಕಿ ಇಳಿದು ಮನಸ್ಸಿಗೆ ತೃಪಿಯಾಗುವಷ್ಟು ಈಜಿ ನಲಿದರು. ನಿತ್ಯ ರೋಗಿಗಳಾಗಿರುವ ಭಿಕ್ಷುಕರು ನದೀತಟದಲ್ಲಿ ಕುಳಿತು ಪುಟ್ಟ ಮಕ್ಕಳಂತೆ ನೋಡಿ ಸಂತಸಪಟ್ಟರು.

ಮಧ್ಯಾಹ್ನವಾಗುತ್ತಿದ್ದಂತೆ ಹಸಿವಿನ ಭೂತ ಪರಾಕ್ರಮ ತೋರಲಾರಂಭಿಸಿತು. ನಗರದಲ್ಲಿ ಭಿಕ್ಷೆ ಬೇಡಲು ಅನುಕೂಲವಿದ್ದಕಾರಣ ಆ ಕೆಲಸದಲ್ಲಿ ತೊಡಗಿಕೊಳ್ಳವಾಗಲೇ ನಮ್ಮ ಹಸಿವು ಅರ್ಧದಷ್ಟು ಇಂಗಿ ಹೋಗುತ್ತಿತ್ತು. ಇಲ್ಲಿ ಆ ಬಗೆಯ ಎಲ್ಲಾ ನಿರೀಕ್ಷೆಗಳೂ ಕರಟಿ ಹೋದುದರಿಂದ ನಮ್ಮ ಹಸಿವು ಇಮ್ಮಡಿಸಿತು. ಕಾಡಿನ ಹಣ್ಣುಗಳನ್ನು ಹುಡುಕಿಕೊಂಡು ಹೋದವರು ಕೆಂಪಿರುವೆಗಳ ಕಡಿತಕ್ಕೊಳಗಾಗಿ ನಿರಾಸೆಯಿಂದ ಹಿಂತಿರುಗಿ ಬಂದರು.

ಬಿಸಿಯಿಲ್ಲದ ಸೂರ್ಯರಶ್ಮಿಗಳು ನಮ್ಮ ಮೈತಡವಿದವು. ಗಾಳಿ ಮಾತ್ರ ಆಗಿಂದಾಗ್ಯೆ ಪರಿಸರ ವನ್ನೆಲ್ಲ ಬೆಚ್ಚಿ ಬೀಳಿಸುತ್ತಿತ್ತು.

ಆ ಹಗಲು ಹಾಗೆ ದಾಟಿ ಹೋಯಿತು. ಎಲ್ಲಾ ಅವಯವಗಳೂ ಸೋತು ನಾವು ಮಲಗಿದೆವು. ಮರುದಿನ ಬೆಳಗಾದರೂ ನಾವು ಏಳಲಿಲ್ಲ. ಮೇಲೆದ್ದು ಮಾಡುವಂತಹದ್ದೇನೂ ಇಲ್ಲದುದರಿಂದ ಸುರುಟಿ ಮುದುಡಿಕೊಂಡು ಹಾಗೆ ಮಲಗಿರುವ ಸುಖವನ್ನು ತೊರೆಯಲು ನಾವು ಹೆಣಗಲಿಲ್ಲ. ನಮ್ಮನ್ನು ಕಾಪಾಡಲು ಯಾರಾದರೂ ಬರುವರೆಂಬ ಅತ್ಯಾಶೆಯು ಆಕಾಶದಂತೆ ನಮ್ಮ ಮೇಲ್ಗಡೆ ನೆಲೆಗೊಂಡಿತು.

ಏನೋ ಸದ್ದು ಕೇಳಿ ನಾವೆಲ್ಲರೂ ತಲೆಯೆತ್ತಿ ಕಿವಿಯಾನಿಸಿದೆವು ಕಾಡು ಮೃಗಗಳ ಖುರಪುಟ ದನಿಯಿರಬೇಕೆಂದು ಹಲವರು ಊಹಿಸಿದರು. ಪ್ರಾಣಭಯದಿಂದ ನಾವು ಜಿಗಿದು ಮೇಲೆದ್ದವು. ಪಾರಾಗುವುದಕ್ಕೆ ಮಾರ್ಗ ತಿಳಿಯದೆ ಭಯ ಚಕಿತರಾಗಿ ನಿಂತಾಗ ಶಬ್ದವು ಇನ್ನಷ್ಟು ಹತ್ತಿರ ಬಂದಂತೆನಿಸಿತು. ಕಾಡಿನ ಬಳ್ಳಿಗಳು ಬಿಗಿಯಾಗಿ ಕಿತ್ತು ಬರುವುದನ್ನೂ ಪುರುಳೆಕಡ್ಡಿಗಳು ಲಟಪಟನೆ ಮುರಿಯುವುದನ್ನೂ ಕಂಡೆವು. ಒಂದು ಪರದೆ ಸರಿಸಿದಂತಾಗಿ ಅವರು ಎದುರಿಗೆ ಕಾಣಿಸಿಕೊಂಡರು. ಅಶ್ವಾರೂಢರಾದ ಇಪ್ಪತ್ತು ಮಂದಿ ದರೋಡೆಕೋರರು. ಅವರು ಬಹಳ ಸುತ್ತುಗಳಿರುವ ಪೇಟ, ಕೆಂಪು ಮೇಲಂಗಿ ಮತ್ತು ತುದಿ ಬಾಗಿದ್ದ ಪಾದ ರಕ್ಷೆಗಳನ್ನು ತೊಟ್ಟಿದ್ದರು. ಅವರ ಹೆಗಲಲ್ಲಿ ಹಿಂದುಗಡೆ ಜೋಡಿನಳಿಗೆ ಬಂದೂಕುಗಳು ಓರೆಯಾಗಿ ತೂಗಾಡುತ್ತಿದ್ದವು. ಸೊಂಟದ ಸುತ್ತಲೂ ತೋಟಾಗಳಿರುವ ಪಟ್ಟಿಗಳು.

ಅವರಲ್ಲೊಬ್ಬ ಆಕಾಶಕ್ಕೆ ಗುಂಡು ಹಾರಿಸಿದಾಗ ವಾತಾವರಣ ಬಿಸಿಯೇರಿತು. ಒಳ್ಳೆಯ ನಿದ್ರೆಯಲ್ಲಿದ್ದ ಅಲ್ಪಸ್ವಲ್ಪ ಮಂದಿಯೂ ಬೆಚ್ಚಿ ಎಚ್ಚೆತ್ತರು. ಕುದುರೆಗಳ ಕಡಿವಾಣಗಳನ್ನು ಹಿಡಿದು ತಿರುಗಿಸುತ್ತ ವರ್ತುಲಾಕಾರದಲ್ಲಿ ಓಡಿಸುತ್ತ ಅವರು ನಮ್ಮ ಸುತ್ತಲೂ ಒಂದು ಭದ್ರವಾದ ವಲಯವನ್ನು ರೂಪಿಸಿದರು. ಆ ವಲಯದ ಒಳಗೆ ಸಾವಿಗೂ ಬದುಕಿಗೂ ನಡುವೆ ಬಿರುಕೇ ಇರಲಿಲಲ್ಲ. ಕ್ಷಣ ವೇಳೆಯಲ್ಲಿ ನಮಗೆ ನಿಂತಲ್ಲಿ ನಿಂತು ತಿರುಗಲೂ ಆಗದಂತೆ ಆ ವಲಯದ ವ್ಯಾಸ ಕಿರಿದಾಗುತ್ತ ಬಂದಿತು.

ಅವರಲ್ಲೊಬ್ಬ ಕುದುರೆ ಮೇಲಿಂದ ಕೆಳಕ್ಕಿಳಿದ. ಆ ಅಶ್ವಾರೂಢ ದರೋಡೆಗುಂಪಿನ ನಾಯಕನೆಂದೆನಿಸುವ ಹಾಗೆ ಆತನ ಮುಖಭಾವ ಮತ್ತು ನಡವಳಿಕೆಗಳಿದ್ದವು. ಆತನ ಎಡ ಹುಬ್ಬಿನ ಮೇಲ್ಗಡೆ ಗಾಯವಾಗಿ ಮಾಗಿದ್ದ ಒಂದು ಕಲೆ ಇತ್ತು. ಕೆಂಪಾಗಿ ರಾಡಿಯಾದ ಕಣ್ಣುಗಳು. ರೆಪ್ಪೆಗಳನ್ನು ಮುಚ್ಚುತ್ತಿದ್ದುದು ಕೂಡ ಬಹಳ ವೇಳೆಯ ಅಂತರದಲ್ಲೇ. ಆತನದು ಹೆಣ್ಣಿನ ದನಿ ಎಂಬುದೇ ಗಮನಿಸಬೇಕಾದ ಅಂಶ. ಪೂರ್ಣವಾಗಿ ಹೆಣ್ಣಿನ ಕಂಠ.

ಆತ ಆಜ್ಞಾಪಿಸಿದ.

‘ಎಲ್ಲರೂ ನದೀ ತೀರಕ್ಕೆ ಸಾಗಿ ಸಾಲುಸಾಲಾಗಿ ನಿಲ್ಲಿರಿ. ನಿಮ್ಮಲ್ಲಿ ಆರೋಗ್ಯವಂತರಿಗೆಲ್ಲ ನಾವು ಕೆಲಸ ಕೊಡುತ್ತೇವೆ. ಆ ಆಯ್ಕೆ ಮುಗಿಯುವ ತನಕ ನನ್ನನ್ನುಸರಿಸಿದರೆ ಅದಕ್ಕೆ ಪ್ರತ್ಯುಪಕಾರವಾಗಿ ಉಳಿದವರನ್ನೆಲ್ಲ ನಾವು ಸುಲಭ ಮಾರ್ಗದಲ್ಲಿ ನಗರಕ್ಕೆ ತಲುಪಿಸುತ್ತೇವೆ.’

ಒಟ್ಟಾರೆ ಅದು ನಮಗೆಲ್ಲ ಒಪ್ಪಿಗೆಯಾಯಿತು. ತಾವು ಆರೋಗ್ಯವಂತರೆಂದು ಭಾವಿಸಿದವರು ಸಿಗಲಿರುವ ಕೆಲಸದ ಬಗ್ಗೆ ಉಳಿದವರು ನಗರದ ಜನನಿಬಿಡ ಬೀದಿಗಳ ಕುರಿತು ಸಿಹಿಯನ್ನು ಚಪ್ಪರಿಸಿದರು. ತಲೆಯಾಡಿಸಿ ಸಮ್ಮತಿಸಿದರು. ನಾವು ನದಿದಡದಲ್ಲಿ ಸಾಲು ಸಾಲಾಗಿ ನಿಂತೆವು.

'ಭೇಷ್!' ಆತ ಚಪ್ಪಾಳೆ ತಟ್ಟಿದ. ಅನಂತರ ನಮ್ಮ ಕಡೆ ನೋಡುತ್ತ ಹೇಳಿದ: 'ನನ್ನ ಹೆಸರು ಪ್ರಿಯದರ್ಶನ್, ನಾನು ಇವರ ನಾಯಕ.'

ಅಷ್ಟರಲ್ಲಿ ಉಳಿದವರೂ ಕುದುರೆಯ ಮೇಲಿಂದ ಕೆಳಗಿಳಿದು. ತೂಗಿ ಬಿಟ್ಟಿದ್ದ ಸಾಮಾನಿನ ಗಂಟುಗಳನ್ನು ಬಿಚ್ಚಿದರು. ಅದರಲ್ಲಿ ನಮ್ಮ ರಕ್ತದೊತ್ತಡ, ಹೃದಯದ ಮಿಡಿತ, ದೃಷ್ಟಿ ಶಕ್ತಿ, ಶ್ರವಣ ಶಕ್ತಿ, ಎತ್ತರ, ತೂಕ ಮುಂತಾದವನ್ನೂ ಅಳೆದು ನಿಗದಿಪಡಿಸಲುಬೇಕಾದ ಉಪಕರಣಗಳಿದ್ದವು. ಸಂಜೆಯಾಗುವ ತನಕ ಅವರು ತಂಡ ತಂಡಗಳಾಗಿ ನಮ್ಮ ತಪಾಸಣೆ ನಡೆಸಿದರು. ಮೊದಲನೇ ತಪಾಸಣೆಯಲ್ಲೇ ಹೆಚ್ಚು ಜನರು ತಿರಸ್ಕರಿಸಲ್ಪಟ್ಟರು. ಪ್ರತಿಯಿಬ್ಬರಿಗೂ ಒಂದೊಂದು ವಿಕಲತೆಗಳಿದ್ದವು. ಕೊನೆಗೆ ಎಲ್ಲ ರೀತಿಯಲ್ಲೂ ಯೋಗ್ಯನಾಗಿ ನಾನೊಬ್ಬನೇ ಉಳಿದೆ.

ಪ್ರಿಯದರ್ಶನ್ ನನ್ನನ್ನು ಬೇರಾಗಿಸಿ ನಿಲ್ಲಿಸಿದ. ಉಳಿದವರಿಗೆ ಸ್ವಲ್ಪ ಹೊತ್ತು ನದಿಗೆ ಅಭಿಮುಖವಾಗಿ ನಿಲ್ಲಲು ಹೇಳಿದ. ಪ್ರತ್ಯುಪಕಾರ ಸ್ಮರಣೆಯಲ್ಲಿ ಲೀನವಾಗಿ ಅವರು ತಿರುಗಿ ನಿಂತರು. ಪ್ರಿಯದರ್ಶನ್ ನನ್ನ ಕಣ್ಣುಗಳನ್ನು ಕಪ್ಪು ಬಟ್ಟೆಯಿಂದ ಬಿಗಿಯಾಗಿ ಕಟ್ಟಿದ. ಒಂದಿಷ್ಟು ಹೊತ್ತು ದಟ್ಟ ನಿಶ್ಯಬ್ದತೆ ಸುತ್ತಲೂ ಹರಡಿತು. ಮರುಕ್ಷಣವೇ ಮದ್ದು ಗುಂಡುಗಳ ಗರ್ಜನೆ ಮೊಳಗಿತು. ನಾನು ಕಿವಿಮುಚ್ಚಿಕೊಂಡೆ. ಸದ್ದು ನಿಂತಾಗ ಪ್ರಿಯದರ್ಶನ್ ನನ್ನ ಕಣ್ಣುಗಳ ಕಟ್ಟನ್ನು ಬಿಚ್ಚಿದ. ಹೊಗೆ ಪಟಲದ ನಡುವಿನಿಂದ ನಾನು ಎಲ್ಲವನ್ನೂ ಕಂಡೆ. ಶವಶರೀರಗಳು ಗುಂಪು ಗುಂಪಾಗಿಯೂ ಒಂದೊಂದಾಗಿಯೂ ನದಿಯಲ್ಲಿ ಮುಳುಗುತ್ತ ಏಳುತ್ತ ತೇಲಿ ಹೋಗುತ್ತಿವೆ. ಅವುಗಳ ಹಿಂದೆಯೇ ಬಿಟ್ಟು ಹೋಗಲಾಗದೆ ದುಃಖವನ್ನ ಅನುಭವಿಸುತ್ತಿರುವ ಬಂಧುಗಳಂತೆ ಅವರ ಭಿಕ್ಷೆಯ ಮಡಕೆಗಳೂ ಚಿಂದಿ ಬಟ್ಟೆಗಳೂ ಊರುಗೋಲುಗಳೂ ಅನುಗಮಿಸಿದವು.

ಸುತ್ತಲೂ ಕತ್ತಲು ವ್ಯಾಪಿಸಿ ಬಿಟ್ಟಿತು. ಅವರು ಪಂಜುಗಳಿಗೆ ಬೆಂಕಿ ಕೊಟ್ಟರು. ಎಲ್ಲರೂ ಕುದುರೆಗಳನ್ನೇರಿದರು. ಪ್ರಿಯದರ್ಶನ್ ನನ್ನನ್ನು ಆತನ ಮುಂದೆ ಹತ್ತಿಸಿ ಕೂರಿಸಿದ. ತರಗೆಲೆಗಳನ್ನು ತುಳಿದು ಸದ್ದೆಬ್ಬಿಸುತ್ತ ಕುದುರೆಗಳು ಸಾಗಿದವು.

ಆ ಕ್ಷಣದಿಂದ ಪ್ರಿಯದರ್ಶನ್ ನನ್ನೊಂದಿಗೆ ಬಲು ಪ್ರೀತಿಯಿಂದ ವರ್ತಿಸತೊಡಗಿದ. ಕುದುರೆಯ ಮೇಲಿನಿಂದ ಬೀಳದಿರಲು ಆತ ನನ್ನ ಸೊಂಟವನ್ನು ಬಿಗಿಯಾಗಿ ಹಿಡಿದುಕೊಂಡಿದ್ದ. ನನ್ನ ದೇಹ ಕುಲುಕಾಡಿದಾಗೆಲ್ಲ ಏನಾಯಿತು ಎಂದು ವಿಚಾರಿಸಿದ. ಮುಂದುಗಡೆ ಪಂಜುಗಳು ದಾರಿ ತೋರುತ್ತಲಿದ್ದವು. ನನ್ನ ಕಣ್ಣೆವೆಗಳು ಭಾರವಾಗತೊಡಗಿದವು. ನಿದ್ದೆ

ಯಲ್ಲಿ ತೂಕಡಿಸುತ್ತ ತಲೆ ಆಗಿಂದಾಗ ವಾಲುತ್ತ ಹೋಗುತ್ತಿರುವ ನನ್ನ ಸ್ಥಿತಿಯನ್ನು ಗಮನಿಸಿದ ಪ್ರಿಯದರ್ಶನ್ ನನ್ನನ್ನು ಆತನ ಎದೆಗೆ ಸೇರಿಸಿ ಹಿಡಿದು ನಿದ್ರೆಮಾಡುವಂತೆ ಹೇಳಿದ. ಆತನ ಎದೆಗೊರಗಿ ನಾನು ಮಂಪರಾದೆ.

ನನ್ನನ್ನು ಅಲುಗಾಡಿಸಿ ಎಚ್ಚರಿಸಿದಾಗ ನಾನು ಎಚ್ಚರಗೊಂಡೆ. ಆಗಲೇ ಹೊತ್ತು ಬೆಳಗಾಗಿದೆ. ನಾನು ಕಣ್ರೆಪ್ಪೆಗಳನ್ನುಜ್ಜುತ್ತ ಸುತ್ತಲೂ ನೋಡಿದೆ. ಆ ದೊಡ್ಡ ಕಾಡಿನ ನಡುವೆ ಒಂದು ಬೃಹತ್ ಅರಮನೆ. ಕೆಂಪು ಹೆಂಚುಗಳನ್ನು ಹೊದೆಸಿದ್ದ ಮೇಲುಛಾವಣಿ. ಹಸಿರೆಲೆಗಳು ಬಿದ್ದು ಕೊಳೆತು ಬಣ್ಣ ಬದಲಾಗಿತ್ತು. ಆ ಅರಮನೆಯ ಸುರಕ್ಷೆಯನ್ನು ಖಾತರಿಪಡಿಸುತ್ತ ನಿಂತಿರುವ ಮೂರಾಳೆತ್ತರದ ಕಗ್ಗಲ್ಲ ಗೋಡೆ. ಕುದುರೆಯ ಮೇಲಿಂದ ಕೆಳಕ್ಕಿಳಿದು ಸ್ವಲ್ಪ ದೂರ ನಡೆದಾಗಲಷ್ಟೆ ಗೊತ್ತಾದುದು ಅರಮನೆಯ ಸುತ್ತಲೂ ಒಂದು ಭಾರೀ ಕಂದಕವಿರುವ ಸಂಗತಿ. ಕೋಟೆಯ ಗೋಡೆಯಲ್ಲಿ ಕೋವಿಯ ನಳಿಗೆಗಳನ್ನು ತೂರಿಸಲು ತಕ್ಕದಾದ ರಂಧ್ರಗಳು. ಆ ಕಟ್ಟಡದ ಒಟ್ಟಾರೆ ವ್ಯವಸ್ಥೆ ಯಾವೊಂದು ಶತ್ರು ರಾಜ್ಯದ ಆಕ್ರಮಣವನ್ನೂ ಕಳೆಗುಂದಿಸುವಂತಹ ರೀತಿಯಲ್ಲಿತ್ತು.

ಪ್ರಿಯದರ್ಶನ್ ನನ್ನ ಹೆಗಲಿಗೆ ಕೈ ಹಾಕಿಕೊಂಡು ಕಬ್ಬಿಣದ ಸೇತುವೆಯ ಮೇಲೆ ನಡೆದು ಕಟ್ಟಡದೊಳಕ್ಕೆ ಪ್ರವೇಶಿಸಿದ. ಮರಳು ಹಾಸಿದ್ದ ವಿಶಾಲವಾದ ಅಂಗಳದಲ್ಲಿ ಗೆದ್ದಲು ಹಿಡಿದಿರುವ ನೇಣುಗಂಬಗಳೂ ಬಳಕೆಯಾಗದಂತೆ ತುಕ್ಕು ಹಿಡಿದ ಫಿರಂಗಿಗಳೂ ಒಡೆದು ಹೋಗಿರುವ ಭಾರೀ ಭರಣಿಗಳೂ ಬಿದ್ದಿದ್ದವು. ಅಂಗಳದಿಂದ ಒಂದು ನಡುತೊಟ್ಟಿಗೆ ಪ್ರವೇಶವಿತ್ತು. ಅಲ್ಲಿ ಪೀಪಾಯಿಗಳಲ್ಲಿ ಇಂಧನದ್ರವಗಳನ್ನು ತುಂಬಿರಿಸಲಾಗಿತ್ತು. ಅದರಾಚೆ ಒಂದು ಉದ್ದನೆ ವರಾಂಡ. ವರಾಂಡದ ಇಬ್ಬದಿಯಲ್ಲೂ ಎದುರು ಬದುರಾಗಿ ಅನೇಕ ಕೋಣೆಗಳು. ವರ್ಷಗಳಿಂದ ಅವನ್ನು ಬಳಸುತ್ತಿಲ್ಲ ಎಂದು ತುಕ್ಕುಹಿಡಿದ ಬೀಗಗಳು ಹೊರಗೆಡವಿದವು. ಬಾಗಿಲಿಗೆಲ್ಲ ಅಳವಡಿಸಿದ್ದ ಬಣ್ಣದ ಗಾಜುಗಳು ಧೂಳು ಮತ್ತು ಜೇಡರ ಬಲೆಯಿಂದ ಮುಚ್ಚಿಕೊಂಡಿದ್ದವು.

ನಾವು ಉಪ ವರಾಂಡಕ್ಕೆ ಕಾಲಿಟ್ಟೆವು. ಚದರಾಕಾರದ ಇಟ್ಟಿಗೆಗಳನ್ನು ಹಾಸಲಾಗಿದ್ದ ಆ ವರಾಂಡದ ಕೊನೆಯದೊಂದು ಕೋಣೆಯನ್ನು ಪ್ರಿಯದರ್ಶನ್ ತೆರೆದ. ಅದರ ಒಳಗನ್ನು ಕಂಡರೆ ಯಾರಿಗೋಸ್ಕರವೋ ಸ್ವಲ್ಪ ಮುಂಚೆ ಸ್ವಚ್ಛಗೊಳಿಸಿದ ಹಾಗೆ ಕಾಣುತ್ತಿತ್ತು.

ಪ್ರಿಯದರ್ಶನ್ ನನಗೆ ಹೇಳಿದ: 'ಈ ಕೋಣೆಯಲ್ಲಿ ನೀವು ವಿಶ್ರಾಂತಿ ಪಡೆಯಿರಿ. ಏನು ಅಗತ್ಯವಿದ್ದರೂ ಎಲ್ಲವೂ ನಿಮಗೆ ಇಲ್ಲಿ ತಲುಪುವುದು. ಬಹಳ ದಣಿದು ಸೊರಗಿದ್ದೀರಿ. ವಿಶ್ರಮಿಸಿ. ಆಮೇಲೆ ಭೇಟಿಯಾಗೋಣ ನಾನು ಹೊರಟೆ.'

ಬಾಗಿಲನ್ನು ಹೊರಗಿನಿಂದ ಬೀಗ ಹಾಕುತ್ತಾರೆಂದೂ ನಾನೊಬ್ಬ ಸೆರೆಯಾಳಾಗುತ್ತೇನೆಂದು ಇದ್ದ ಭಯದ ಗುಳ್ಳೆ ಒಡೆದು ಹೋಯಿತು. ಪ್ರಿಯದರ್ಶನ್ ಹೋದ ಬಾಗಿಲು ತೆರೆದೇ ಇತ್ತು.

ನಾನು ಕೋಣೆಯೊಳಗೆ ನಡೆದೆ. ಸಿಂಹಮುಖಗಳನ್ನು ಕೆತ್ತಲಾಗಿದ್ದ ಮಂಚದಲ್ಲಿ ರೇಷ್ಮೆಯ ಹಾಸಿಗೆ. ಹೊದೆಯಲು ಕೆಂಪು ಹೊದಿಕೆ. ತೆರೆದಿಡಲಾದ ಅಲಮಾರದಲ್ಲಿ ಜರತಾರಿ ವಸ್ತ್ರಗಳೂ ಸುಗಂಧದ್ರವ್ಯಗಳೂ ಇದ್ದವು. ಒರೆಸಿ ಶುಚಿಗೊಳಿಸಿದ್ದ ನಿಲುವುಗನ್ನಡಿಯಲ್ಲಿ ನಾನು ನನ್ನ ಮುಖ ನೋಡಿಕೊಂಡೆ. ನಾನು ನನ್ನ ಪ್ರತಿಬಿಂಬವನ್ನು ನೋಡಿ ಎಷ್ಟೋ ದಿನಗಳು ಕಳೆದಿದ್ದವು. ತಲೆಯಲ್ಲಿ ಕೆಲವೇ ಕೆಲವು ಕಪ್ಪುಕೂದಲುಗಳು ಉಳಿದಿದ್ದವು. ನಾನು ಕಳೆದ ಕಾಲವೆಷ್ಟು ಎಂದು ಕೂಡ ನನಗೆ ನೆನಪಿರಲಿಲ್ಲವಲ್ಲ!

ರೇಷ್ಮೆ ಹಾಸಿಗೆಯಲ್ಲಿ ತಲೆಗೆ ಹಿಂಗೈ ಕೊಟ್ಟು ನಾನು ಮಲಗಿದೆ. ಪೂರಾ ದಣಿದಾಗಿತ್ತು. ಹಸಿವೆ ನನ್ನನ್ನು ಕಾಡಿಸತೊಡಗಿತ್ತು. ಸ್ವಲ್ಪ ಕಳೆದಾಗ ಕಪ್ಪಗೆ ದಪ್ಪಗೆ ಕಾಡುಕೋತಿಯ ರೂಪಸಾದೃಶ್ಯವಿರುವ ಓರ್ವ ಭೀಮಾಕಾರ ವ್ಯಕ್ತಿ ಕೈಯಲ್ಲಿ ಚಿನ್ನದ ತಟ್ಟೆಯೊಂದಿಗೆ ಕೋಣೆಯೊಳಕ್ಕೆ ಬಂದನು. ಕರ್ರಗೆ ಎಣ್ಣೆಪಸೆಯಿರುವ ಶರೀರ. ದುರುಗುಟ್ಟುವ ಕಣ್ಣುಗಳು ಅಲುಗಾಡದೆ ನಿಂತಿವೆ. ತಟ್ಟೆಯನ್ನು ನನ್ನ ಮುಂದೆ ಇರಿಸಿದ ಮೇಲೆ ಬೆನ್ನೆಲುಬು ಬಾಗಿಸಿ ವಂದಿಸಿ ಅವನು ಹೊರನಡೆದನು.

ಎದುರಿಗಿದ್ದ ಹೊಸಭತ್ತಕುಟ್ಟಿ ತಂದ ಅಕ್ಕಿಯ ಅನ್ನ, ಕಾಡು ಮೇಕೆಯ ಮಾಂಸ, ಜೇನುಗಳು ನನ್ನ ಹಸಿವನ್ನು ಜಾಗೃತಗೊಳಿಸಿದವು. ಅಂತಹ ಆಹಾರ ತಿಂದು ರೂಢಿಯಿಲ್ಲದಿದ್ದರೂ ಆಸೆಯಿಂದ ಅವನ್ನು ಪೂರ ಬಾಚಿ ತಿಂದೆ. ಊಟ ಒಳಸೇರಿದೊಡನೆ ಆಯಾಸ ಹತ್ತು ಪಟ್ಟು ಹೆಚ್ಚಾಯಿತು. ನಾನು ಎಲ್ಲವನ್ನೂ ಮರೆತು ಪಟ್ಟೆಮೆತ್ತೆಯಲ್ಲಿ ಮಗ್ಗುಲಾಗಿ ಮಲಗಿ ನಿದ್ರೆ ಮಾಡಿದೆ.

ರಾತ್ರಿ ಕೂಡ ಆಜಾನುಬಾಹು ಆಹಾರ ತಂದುಕೊಟ್ಟನು. ಅವನು ಏನೂ ಮಾತಾಡುತ್ತಿರಲಿಲ್ಲ. ಏನನ್ನಾದರೂ ಕೇಳಲು ಅಥವಾ ಹೇಳಲು ನನಗೆ ಧೈರ್ಯ ಬರಲಿಲ್ಲ. ಇದುವರೆಗೂ ಪ್ರಿಯದರ್ಶನ್‌ನ ಮೃದುಲ ಬದಿಯನ್ನಷ್ಟೇ ನಾನು ಕಂಡಿದ್ದೆ. ಯಾವತ್ತು ಒರಟು ಸ್ವಭಾವ ಹೆಡೆಬಿಚ್ಚುವುದೋ ಗೊತ್ತಿಲ್ಲ. ನಾನು ಮೌನ ಪಾಲಿಸಿದೆ. ಆ ರಾತ್ರಿ ಸಹ ನಾನು ಸುಖವಾಗಿ ನಿದ್ರಿಸಿದೆ.

ಮರುದಿನ ಬೆಳಗ್ಗೆ ನಾನು ಉಪಾಹಾರ ಸೇವಿಸುತ್ತಿದ್ದಾಗ ಪ್ರಿಯದರ್ಶನ್ ಬಂದ. ಒಂದು ದೀರ್ಘ ಪ್ರಯಾಣದ ಮುನ್ಸೂಚನೆಯ ಹಾಗಿತ್ತು ಅವನ ವಸ್ತ್ರಧಾರಣೆ. ಆತ ನನ್ನ ಬಳಿ ಬೆನ್ನು ತಟ್ಟಿ ಅಭಿನಂದನೆ ತಿಳಿಸಿದನು. ಬಳಿಕ ನನ್ನೊಡನೆ ಹೇಳಿದ. 'ತಿಳಿಸಲು ಆಕ್ಷೇಪಣೆಯಿಲ್ಲದಿದ್ದರೆ ನಿಮ್ಮ ಪೂರ್ವಕಾಲದ ಚರಿತ್ರೆಯನ್ನು ಕೇಳಲು ನನಗೆ ಆಸಕ್ತಿಯಿದೆ.'

ನನ್ನ ಹೃದಯ ತುಂಬಿ ಬಂದಿತು. ನಾನು ನನ್ನ ಭೂತಕಾಲದ ಶವದ ಹೊಂಡ ತೋಡಿ, ಅಸ್ಥಿಪಂಜರಗಳನ್ನು ಹೊರತೆಗೆದೆ. ಅಚ್ಚರಿಯ ಮತ್ತು ಕಾತರದ ಶಬ್ದಗಳನ್ನು ಹೊರಡಿಸುತ್ತ ಪ್ರಿಯದರ್ಶನ್ ಎಲ್ಲವನ್ನು ಕೇಳಿಸಿಕೊಂಡ, ಬಲು ಸಹನೆಯಿಂದಲೆ. ಕತೆ ಮುಗಿದಾಗ ದುಃಖಿತನಾದ ನನ್ನನ್ನು ಸಂತೈಸಲೆಂಬಂತೆ ಆತ ನನ್ನನ್ನು ತಬ್ಬಿಕೊಂಡ.

ಅನಂತರ ಹೇಳಿದ. 'ಗೆಳೆಯನೇ, ಹಳೆಯದನ್ನೆಲ್ಲ ಮರೆತು ಬಿಡು. ಸುಖ ಸಮೃದ್ಧಿಯಿರುವ ಒಂದು ಹೊಸ ಜೀವನದ ವಾಗ್ದಾನವನ್ನು ನಿಮಗೆ ನಾನು ನೀಡುತ್ತೇನೆ. ಆ ಒಳ್ಳೆಯ ದಿನ ಇಂದಿನಿಂದಲೇ ಪ್ರಾರಂಭ. ತತ್ಕಾಲಕ್ಕೆ ಈ ಅರಮನೆಯನ್ನು ಕಾಯ್ದು ಕಾಪಾಡುವ ಕೆಲಸವನ್ನು ನಿಮಗೆ ನಾನು ವಿಶ್ವಾಸಪೂರ್ವಕ ವಹಿಸುತ್ತಿದ್ದೇನೆ. ನಾವು ಕೊಳ್ಳೆ ಹೊಡೆಯಲು ಹೋದರೆ ಮರಳಿ ಬರಲು ತಿಂಗಳುಗಳೇ ಕಳೆಯುತ್ತವೆ. ದರೋಡೆ ಮಾಲಿನ ನಿರ್ದಿಷ್ಟ ಪಾಲು ನಿಮಗೆ ಲಭಿಸುವುದು.'

ನನ್ನ ಮುಖ ಬಾಡುವುದನ್ನು ಕಂಡಾಗ ಪ್ರಿಯದರ್ಶನ್ ಮುಂದುವರಿಸಿದ. 'ಪರವಾಗಿಲ್ಲ, ಸ್ವಲ್ಪ ದಿನ ಕಳೆವಷ್ಟರಲ್ಲಿ ನೀವು ಈ ಉದ್ಯಮದೊಂದಿಗೆ ಬೆರೆತು ಸೇರುವಿರಿ. ಕೆಲವು ಪ್ರವೃತ್ತಿಗಳಿಗೆ ಮನಸ್ಸು ತಡವಾಗಿಯೇ ಹೊಂದಿಕೊಳ್ಳುವುದು, ಅದು ಸಹಜವೇ,'

ಆತ ಎದ್ದುನಿಂತ: 'ಈ ಅರಮನೆಯಲ್ಲಿ ಎಲ್ಲಿ ಬೇಕಾದರೂ ನೀವು ನಡೆದಾಡಬಹುದು. ಬಂದೂಕನ್ನು ಉಪಯೋಗಿಸುವುದನ್ನು ಕೈ ಬಾಂಬ್ ಎಸೆತದ ಪ್ರಯೋಗವನ್ನು ಒಬ್ಬ ಮುಖ್ಯ ನಿಮಗೆ ಕಲಿಸಿ ಕೊಡುತ್ತಾನೆ. ಈ ವಿದ್ಯೆಗಳು ನಮ್ಮ ವೃತ್ತಿಯ ನಿಪುಣನಾ ಘಟಕಗಳಾಗಿವೆ. ಆದಷ್ಟು ಬೇಗನೇ ಪ್ರಖ್ಯಾತನಾದ ಓರ್ವ ದರೋಡೆ ನಾಯಕನಾಗಿ ಬೆಳೆಯಿರಿ. ನಮ್ಮ ಕಾಲಾನಂತರ ಈ ವೃತ್ತಿಯನ್ನು ನಲೆನಿಲ್ಲಿಸಲು ನಿಮ್ಮಂತಹವರ ಅಗತ್ಯ ನಮಗಿದೆ.'

ಪ್ರಿಯದರ್ಶನ್ ಒರೆಯಿಂದ ಕತ್ತಿ ತೆಗೆದು ಬಲಗೈ ಹೆಬ್ಬೆರಳನ್ನು ಅದರ ಚೂಪಾದ ಭಾಗಕ್ಕೆ ಒತ್ತಿ ರಕ್ತ ಜಿನುಗಿಸಿದ. ಆ ಹೆಬ್ಬೆರಳನ್ನು ನನ್ನ ಹಣೆಗೆ ಒತ್ತಿ ರಕ್ತ ತಿಲಕ ಹಚ್ಚಿದ. ನನಗೆ ಒಳಿತನ್ನು ಹಾರೈಸಿ ಹಿಂತಿರುಗಿ ಹೋದನು.

ಮಾರನೆ ದಿನದಿಂದ ನಾನು ಆ ಅರಮನೆಯಲ್ಲಿ ಸುತ್ತಾಡಿ ನಡೆದೆ. ಮದ್ದುಗುಂಡುಗಳ ಉಗ್ರಾಣ ಕಾಯುವ ಪಹರೆಯವನಿಗೂ, ಅಡಿಗೆಯವನಿಗೂ, ಕುದುರೆಲಾಯ ಕಾಯುವ ಸೇವಕನಿಗೂ ಸೂಕ್ತ ಸಲಹೆ ಸೂಚನೆಗಳನ್ನು ನೀಡಿದೆ. ಹೆಂಚು ತೆಗೆಸಿ ಹೊಸ ಹೆಂಚು ಹೊರುಸಿದೆ. ಜೇಡರ ಬಲೆ ತೆಗೆಸಿ, ಗೋಡೆಗಳಿಗೆ ಸುಣ್ಣ ಬಳಿಸಿದೆ. ಗೆದ್ದಲು ಹಿಡಿದಿದ್ದ ತುಕ್ಕು ಹಿಡಿದಿದ್ದ ಸಾಮಾನುಗಳನ್ನು ಕಂದಕಕ್ಕೆಸೆದೆ. ಕಗ್ಗಲ್ಲ ಗೋಡೆಯ ಹಾವಸೆಗಳನ್ನೆಲ್ಲ ಕೆರೆದು ತೆಗೆಸಿ ಶುಚಿಗೊಳಿಸಿದೆ. ಕುದುರೆಲಾಯದ ಸಣ್ಣ ಪಟ್ಟ ದುರಸ್ತಿ ಮಾಡಿಸಿದೆ.

ಒಬ್ಬ ಪರಿಣತನ ಕೈ ಕೆಳಗೆ ನಾನು ತರಬೇತಿ ಪಡೆಯಲಾರಂಭಿಸಿದೆ. ಗುರಿತಪ್ಪದೆ ಗುಂಡು ಹಾರಿಸುವುದನ್ನೂ ನಿಶ್ಚಿತ ಜಾಗದಲ್ಲಿ ಕೈಬಾಂಬ್ ಎಸೆದು ಬೀಳಿಸುವುದನ್ನೂ ಕಲಿತೆ. ಕುದುರೆಯ ಮೇಲೆ ಜಿಗಿದು ಹತ್ತಲು ಮತ್ತು ಇಳಿಯಲು ನನಗೆ ಹೆಚ್ಚು ಕಷ್ಟವೆನಿಸಲಿಲ್ಲ. ಅದರಲ್ಲಿ ಸಾಮಾನ್ಯ ಅನುಭವ ನನಗೆ ಮೊದಲೇ ಇದ್ದುದರಿಂದ ಕಷ್ಟ ಬಹಳ ಕಡಿಮೆಯೆನಿಸಿತು. ನನ್ನ ದೇಹವು ಮಾಟವಾಗಿ ದೃಢವಾದ ಮಾಂಸಖಂಡಗಳೊಂದಿಗೆ ಮನೋಹರವಾಯಿತು.

ಅರಮನೆಯನ್ನು ಕಾದು ರಕ್ಷಿಸುವ ಕೆಲಸ ಮೊದಮೊದಲು ಬಲು ಸ್ವಾರಸ್ಯಕರವೆನಿಸಿದರೂ ಸ್ವಲ್ಪ ಕಳೆದಾಗ ಆ ಕಾರ್ಯ ಬೇಸರ ತರತೊಡಗಿತ್ತು. ಜೀವನವು ಹೆಚ್ಚು ಕಡಿಮೆ ಏಕಾಂಗಿತನದಲ್ಲೇ ಸಾಗಿತ್ತು. ಹೃದಯ ಬಿಚ್ಚಿ ಮಾತನಾಡಲು ಅಥವಾ ಭಾವನೆಗಳನ್ನು ಹಂಚಿಕೊಳ್ಳಲು ಯಾರೂ ಇರಲಿಲ್ಲ. ಎಲ್ಲರೂ ಡೊಗ್ಗು ಸಲಾಮು ಹಾಕುತ್ತ ವಿಧೇಯತೆ ತೋರಲು ಕಾದು ನಿಂತಿದ್ದ ಗುಲಾಮ ಸ್ವಭಾವವುಳ್ಳವರಾಗಿದ್ದರು.

ಹಗಲು ಹೊತ್ತಿನಲ್ಲೇ ಅತ್ಯಂತ ಹೆಚ್ಚು ನೀರಸತೆಯ ಅನುಭವವಾಗುತ್ತಿದ್ದುದು. ಹೇರಳ ಜೇನು ಕುಡಿಯುತ್ತಿದ್ದುದರಿಂದ ರಾತ್ರಿ ವೇಳೆ ಒಳ್ಳೆ ನಿದ್ದೆ ಬೀಳುತ್ತಿತ್ತು. ಹಗಲು ಖಾಲಿ ವರಾಂಡಗಳುದ್ದಕ್ಕೂ ಸ್ವಂತ ಕಾಲ ಹೆಜ್ಜೆ ಸಪ್ಪಳಗಳನ್ನು ಕೇಳಿಸಿಕೊಳ್ಳುತ್ತ ನಡೆದೆ. ಬೇಸರ ಅಸಹನೀಯವಾಗುತ್ತಿದ್ದಾಗ ಕುದುರೆಯ ಬೆನ್ನೇರಿ ಅರಮನೆಯ ಸುತ್ತಲೂ ಸಂಚರಿಸುತ್ತಿದ್ದೆ. ಅಸಹ್ಯತೆಯು ಒಂದು ಹೆಬ್ಬಾವಿನ ಹಾಗೆ ನನ್ನನ್ನು ಸುತ್ತಿ ಬಳಸಿತು.

ಹಾಗಿರುವಾಗ ಒಂದು ದಿನ ಪ್ರಿಯದರ್ಶನ್ ನನ್ನ ಕೋಣೆಗೆ ಆಗಮಿಸಿದ. ರೇಷ್ಮೆ ಗಂಟಿನಲ್ಲಿ ಚಿನ್ನದ ಆಭರಣಗಳನ್ನೂ ನಾಣ್ಯಗಳನ್ನೂ ನನ್ನ ಪಾಲೆಂದು ನೀಡಿದ. ನಾನು ತೆಗೆದುಕೊಳ್ಳಲಿಲ್ಲ. ನಾನು ಹೇಳಿದೆ. 'ಇವನ್ನೆಲ್ಲ ತೆಗೆದುಕೊಂಡು ನಾನೇನು ಮಾಡಲಿ, ಪ್ರಿಯದರ್ಶನ್ ಉತ್ತರ ಹೇಳಿದ.' ಯಾವತ್ತಾದರೂ ಒಂದು ದಿನ ನಗರಕ್ಕೆ ಹೋಗಿ ವಾಸ ಮಾಡಬೇಕಾಗುವ ವೇಳೆ ಇದು ಉಪಯೋಗಕ್ಕೆ ಬರುವುದು. ಅದೂ ಅಲ್ಲದೆ ನಮ್ಮ ಉದ್ಯಮವನ್ನು ನಗರಕ್ಕೂ ಸಹ ವ್ಯಾಪಿಸಬೇಕಿದೆ. ಹೊಸ ರೀತಿಯಲ್ಲಿ ಹೊಸ ವರಸೆಗಳೊಂದಿಗೆ. ಇದು ನಿಮಗೊಬ್ಬರಿಗೇ ಸೇರಿದೆ. ಇದನ್ನು ನಾನು ಕಪಾಟಿನಲ್ಲಿರಿಸುತ್ತೇನೆ.'

ಪ್ರಿಯದರ್ಶನ್ ರೇಷ್ಮೆಯ ಗಂಟನ್ನು ಕಪಾಟಿನಲ್ಲಿರಿಸಿದ. ಬಳಿಕ ನನ್ನ ಬಳಿ ಬಂದ. ನಿಮಗೆ ಬಹಳ ಜಡ್ಡುಗಟ್ಟುವ ಅನುಭವವಾಗುತ್ತಿದೆ ಎಂಬ ನಿಜವನ್ನು ನಾನು ಬಲ್ಲೆ. ಇನ್ನೂ ಸ್ವಲ್ಪ ದಿನ ತಾಳಿರಿ. ಹೊಸದೊಂದು ಯೋಜನೆ ತಯಾರು ಮಾಡುತ್ತಿದ್ದೇವೆ. ಅದು ಪೂರ್ಣವಾದೊಡನೆ ಇದಕ್ಕಿಂತ ವ್ಯತ್ಯಾಸವಿರುವ ಒಂದು ಕೆಲಸವನ್ನು ನಿಮಗೆ ವಹಿಸಿಕೊಡುತ್ತೇನೆ.'

ಮತ್ತೆ ಕೆಲವು ದಿನಗಳು ಕಳೆದವು. ಇನ್ನೊಂದು ದಿನ ಪ್ರಿಯದರ್ಶನ್ ಬಂದ. ಒಂದು ಸಂತಸದ ಸುದ್ದಿ ತಿಳಿಸುತ್ತೇನೆ ಎಂಬ ಪೀಠಿಕೆಯೊಂದಿಗೆ ಒಳಕ್ಕೆ ಬಂದ. ನನ್ನನ್ನು ದರೋಡೆ ಗುಂಪಿನಲ್ಲಿ ಸೇರಿಸಿಕೊಳ್ಳಲು, ದರೋಡೆಗೋಸ್ಕರ ದೂರದ ಸ್ಥಳಗಳಿಗೆ ಕರೆದುಕೊಂಡು ಹೋಗಲು ಕಡಲಾಚೆ ವಾಸವಿರುವ, ಯಾರೂ ಕಂಡಿಲ್ಲದ ಅವರ ಅಜ್ಞಾತ ನಾಯಕನಿಂದ ಅನುಮತಿ ಸಿಕ್ಕಿದೆ. ಒಬ್ಬ ವ್ಯಕ್ತಿಗೆ ಇಷ್ಟು ಚಿಕ್ಕ ಕಾಲಾವಧಿಯಲ್ಲೇ ಇದು ಲಭಿಸುವುದೆಂದರೆ ಅಪರೂಪದ ಗೌರವವೇ.

ನನ್ನ ಮುಖದಲ್ಲಿ ತಟ್ಟನೆ ಕಾಣಿಸಿಕೊಂಡ ಅನಾಸಕ್ತಿ ಪ್ರಿಯದರ್ಶನ್‌ನ ಉತ್ಸಾಹಕ್ಕೆ ನೀರೆರಚಿತು. ಆತ ನನ್ನೊಡನೆ ಕೇಳಿದ. 'ಇಷ್ಟು ದುಃಖ ಪಡುವಂತಹದ್ದೇನಿದೆ. ನನ್ನೊಡನೆ ಬಿಚ್ಚಿ ಹೇಳಿ.'

ನಾನು ಅತಿಯಾದ ದುಃಖದಿಂದಲೂ ಭಯದಿಂದಲೂ ನನ್ನ ದೌರ್ಬಲ್ಯದ ಪಕಳೆಗಳನ್ನ ಎತ್ತಿ ತೋರಿದೆ. ಮನುಷ್ಯರನ್ನು ಹಸಿಹಸಿಯಾಗಿ ಗುಂಡಿಕ್ಕಿ ಕೊಲ್ಲವುದು ನನ್ನಿಂದಾಗದು. ಹಸಿದಿರುವ ಹೊಟ್ಟೆಗಳ ಎದುರಿನಲ್ಲಿ ನನ್ನ ಸರ್ವಾಂಗಗಳೂ ತತ್ತರಿಸಿ ಹೋಗುತ್ತವೆ.

ಪ್ರಿಯದರ್ಶನ್ ಗಹಗಹಿಸಿ ನಕ್ಕ. 'ಇಷ್ಟೆಲ್ಲಾ ಕಠೋರ ಯಾತನೆಗಳನ್ನನುಭವಿಸಿದ್ದರೂ ನಿಮ್ಮಲ್ಲಿ ಇಂತಹ ಮೃದುಭಾವನೆಗಳು ಉಳಿದಿವೆಯಲ್ಲ ಎಂದು ನನಗೆ ಆಶ್ಚರ್ಯವಾಗುತ್ತಿದೆ. ಏನೇ ಇರಲಿ ಸದ್ಯಕ್ಕೆ ನಾನು ಆ ಭಾವನೆಗೆ ಗೌರವ ನೀಡುತ್ತೇನೆ. ನೀವು ಯಾರನ್ನೂ ಕೊಲ್ಲೋದು ಬೇಡ.'

'ಆತ್ಮ ರಕ್ಷಣೆಗಾಗಿ ಮಾತ್ರ ನೀವು ಕೋವಿ ಬಳಸಿದರೆ ಸಾಕು. ಸಂಘದ ಜೊತೆಗೆ ನಿಮ್ಮನ್ನು ಕರೆದೊಯ್ಯಬೇಕೆಂಬ ತೀರ್ಮಾನವನ್ನು ಜಾರಿಗೆ ತರದೆ ಇರಲಾಗುವುದಿಲ್ಲ. ನೀವು ಮಾಡಬೇಕಾದುದಿಷ್ಟೆ. ನಮಗೆ ಅಗತ್ಯವಿರುವ ಆಹಾರ, ಬಟ್ಟೆ, ಮದ್ದುಗುಂಡು, ಔಷಧಗಳನ್ನು ತಲುಪಿಸಲು, ಮರಣ ಹೊಂದಿಲ್ಲದಿದ್ದರೆ ಹೆಚ್ಚು ಸುರಕ್ಷಿತವಾದ ಜಾಗಕ್ಕೆ ಸಾಗಿಸಲು ನೀವು ಆದ್ಯತೆ ಕೊಟ್ಟು ಕ್ರಿಯಾಶೀಲರಾಗಬೇಕು. ಆಯುಧಗಳನ್ನು ತೆಗೆದುಕೊಂಡ ಬಳಿಕ ಶವಶರೀರಗಳನ್ನು ತ್ಯಜಿಸಬೇಕು.' ವಿಧಿಯಿಲ್ಲದೆ ನಾನದಕ್ಕೆ ಒಪ್ಪಿದೆ. ಒಪ್ಪದಿದ್ದರೆ ಭವಿಷ್ಯಫಲ ಏನಾಗುವುದೆಂಬ ಭೀತಿ ನನಗಿತ್ತು.

ಸಾಯಂಕಾಲಕ್ಕೆ ಮುನ್ನವೇ ಆಹಾರ, ವಸ್ತ್ರ, ಮದ್ದುಗುಂಡುಗಳು, ಔಷಧಿಗಳನ್ನೆಲ್ಲ ಗಂಟುಕಟ್ಟಿ ಕುದುರೆಯ ಬೆನ್ನೇರಿದೆ. ಎಣ್ಣೆ ಹಚ್ಚಿದ ಪಂಜುಗಳನ್ನು ಸಿದ್ಧಪಡಿಸಿದೆ. ಆತ್ಮ ರಕ್ಷಣಾಗಿ ಒಂದು ಜೋಡಿನಳಿಗೆಯ ಬಂದೂಕು ನನ್ನ ಹೆಗಲಿಗೆ ಜೋತುಬಿದ್ದಿತು. ಬೆರಳು ಕೊಯ್ದು ಪರಸ್ಪರ ವರ್ಗಪ್ರೇಮದ ಮತ್ತು ವಿಶ್ವಾಸದ ರಕ್ತ ತಿಲಕವನ್ನು ಹಚ್ಚಿ ನಾವು ಪ್ರಯಾಣ ಮುಂದುವರಿಸಿದೆವು.

ನಾನು ಮತ್ತು ಪ್ರಿಯದರ್ಶನ್ ಮುಂದಿನಿಂದ ನಡೆಯುತ್ತಿದ್ದೆವು. ಬೇಸರವು ನೀಗಲೆಂದು ಪ್ರಿಯದರ್ಶನ್ ಹಳೆಯ ಪ್ರಸಿದ್ಧ ದರೋಡೆಕೋರರ ವೀರಸಾಹಸಿಕ ಕತೆಗಳನ್ನು ನನಗೆ ಹೇಳಿದ. ಅವೆಲ್ಲ ನನ್ನಲ್ಲಿ ಆತ್ಮವಿಶ್ವಾಸ ಬೆಳೆಸಲು ಮತ್ತು ಈ ವೃತ್ತಿಯ ಮೇಲಿನ ಮಮತೆ ಹೆಚ್ಚಿಸಲಿಕ್ಕೋಸ್ಕರವೇ. ಆದರೂ ನಿರೂಪಣಾಚಾತುರ್ಯದಿಂದ ಪ್ರಿಯದರ್ಶನ್ ಅದನ್ನು ಹೇಳುತ್ತಿದ್ದಾಗ ಸಮಯ ಸರಿದದ್ದೇ ತಿಳಿಯಲಿಲ್ಲ. ನಮ್ಮ ಆಕ್ರಮಣದ ಲಕ್ಷ್ಯಸ್ಥಳವನ್ನು ತಲುಪಿದಾಗ ಅರ್ಧರಾತ್ರಿ ಕಳೆದಿತ್ತು.

ಪ್ರಿಯದರ್ಶನ್ ಹೇಳಿದ. 'ರಾತ್ರಿಯ ಎರಡರಿಂದ ಮೂರರವರೆಗಿನ ವೇಳೆಯೇ ನಿದ್ರೆಯ ಆಳವಾದ ಮುಹೂರ್ತ. ಜನರು ಶಾರೀರಿಕವಾಗಿಯೂ ಮಾನಸಿಕವಾಗಿಯೂ ಹತೋಟಿ ಕಳೆದುಕೊಂಡು ಬಿದ್ದಿರುವ ಸಂದರ್ಭ. ಆಗ ಅವರನ್ನು ಮಣಿಸಲು ನಮ್ಮಿಂದ ಸುಲಭವಾಗಿ ಸಾಧ್ಯವಾಗುವುದು.'

ನಾವು ಕುದುರೆಯ ಮೇಲಿಂದ ಕೆಳಕ್ಕಿಳಿದೆವು. ಸದ್ದು ಕೇಳಿಸದಿರಲು ಕುದುರೆಗಳ ಗೊರಸುಗಳನ್ನು ದಪ್ಪನೆ ಗೋಣಿಚೀಲದ ಬಟ್ಟೆಯಿಂದ ಸುತ್ತಿದೆವು. ಕುದುರೆಗಳ ಬಾಯಿಗೆ ಹಗ್ಗ ಬಿಗಿದು ಕಟ್ಟಿದೆವು. ಮತ್ತೆ ಕುದುರೆಯನ್ನೇರಿದೆವು.

ಪ್ರಿಯದರ್ಶನ್ ನನ್ನ ಬೆನ್ನು ತಟ್ಟಿದ. 'ನಮ್ಮ ವೇಳೆ ಸಮೀಪಿಸುತ್ತಿದೆ. ಎಚ್ಚರದಿಂದಿರ ಬೇಕು. ನೀವು ಮುಂದೆ ನಡೆಯಿರಿ. ನೀವು ಹುಟ್ಟಿ ಬೆಳೆದಂತಹ ಈ ಊರಿನ ಎಲ್ಲ ಒಳ ದಾರಿಗಳೂ ನಿಮಗೆ ಸುಪರಿಚಿತವಲ್ಲವೇ. ಅತ್ಯಂತ ಸುಲಭಮಾರ್ಗದಲ್ಲಿ ಸಾಗಿ ಆದಷ್ಟು ಕಡಿಮೆ ನಷ್ಟದಲ್ಲಿ ಗರಿಷ್ಠ ಹಣ ಕೊಳ್ಳೆ ಹೊಡೆಯುವುದೆಂಬುದೇ ನಮ್ಮ ಗುರಿಯಾಗಿರಬೇಕು.'

ನನ್ನ ಮಾಂಸಖಂಡಗಳು ಬೆಂಕಿಗೆ ಬಲಿಯಾದವು. ಹೊತ್ತಿ ಉರಿದ ಒಣಬಳ್ಳಿಗಳ ಹಾಗೆ ನರಗಳು ತೂಗಾಡಿದವು. ತಲೆಬುರುಡೆ ಸಾವಿರಾರು ತುಣುಕುಗಳಾಗಿ ಚದುರಿತು. ನಾನು ನನ್ನ ಹಳ್ಳಿಯನ್ನು ತಲುಪಿದ್ದೇನೆ. ಎಂದಿಗೂ ಮರಳಿ ಬರದಿರಲು ಆರಂಭಿಸಿದ ಪ್ರಯಾಣ ಶುರುವಾದಲ್ಲಿಗೇ ವಾಪಸು ಬಂದು ತಲುಪಿದೆ.

'ನಡೆಯಿರಿ,' ಪ್ರಿಯದರ್ಶನ್ ಹೇಳಿದ. ಸದ್ದು ಮಾಡದೆ ನನ್ನ ಕುದುರೆ ನಡೆಯಿತು. ಹೆಚ್ಚು ತಡವಿಲ್ಲದೆ ನನ್ನ ಹಳ್ಳಿಯು ಬಿಸಿ ಬೂದಿಯಾಗಿ ಮಾರ್ಪಡುವುದು. ಹೆಣಗಳು ಗುಡಿಸಲುಗಳ ಒಳಗೂ ಹೊರಗೂ ಬೀಳುವುವು. ಕುದುರೆಗಳ ಕಾಲ್ತುಳಿತಕ್ಕೆ ಸಿಕ್ಕು ಹಸು ಗೂಸುಗಳ ಕರುಳುಗಳೆಲ್ಲ ಹೊರಕ್ಕೆ ಬೀಳುವುವು. ಮುಂಡಗಳು ಹೆದ್ದಾರಿಯಲ್ಲಿ ಬಿದ್ದು ಒದ್ದಾಡುವುವು.

'ಧೈರ್ಯವಾಗಿ ಮುನ್ನುಗ್ಗಿ. 'ಪ್ರಿಯದರ್ಶನ್ ಆತ್ಮಧೈರ್ಯ ನೀಡಿದ,' ನಿಮ್ಮ ಹಳ್ಳಿ ಯವರಿಗೆ ನೀವೇನೂ ಮಾಡಬೇಡಿ. ಎಲ್ಲವನ್ನೂ ನಾವು ನೋಡಿಕೊಳ್ಳುತ್ತೇವೆ. ಹಳ್ಳಿಯ ದಾರಿಗಳನ್ನು ಮಾತ್ರ ತೋರಿಸಿ. ತಡವಾದ ಹಾಗೆಲ್ಲ ಪ್ರತಿಕ್ಷಣವೂ ಅಪಾಯದ ವೇಗ ವರ್ಧಿಸುತ್ತದೆ.'

ದೂರದಲ್ಲಿ ಕತ್ತಲಲ್ಲಿ ಗುಡಿಸಲುಗಳು. ಅವುಗಳೊಳಗೆ ಹಸಿವಿನಿಂದ ಕರಕಲಾಗಿ ಒಣಗಿ ಮಲಗಿರುವ ಜೀವಗಳು. ನಾಳೆ ಹೊಳೆಯ ಮೂಲಕ ಹರಿಯುವ ನೀರಿಗೆ ಅವರರಕ್ತದ ಬಣ್ಣವೇ ಇರಬಹುದು. ಆ ನೆತ್ತರ ವಾಸನೆಯನ್ನು ಆಸ್ವಾದಿಸುವಂತಹ ಸಾಮರ್ಥ್ಯವಾಗಲಿ ಅವರು ಚಡಪಡಿಸಿ ಸಾಯುವುದನ್ನು ನೋಡುವ ಮನುಸ್ಥೈರ್ಯವಾಗಲಿ ನನಗಿಲ್ಲ. ಈ ನಾಟಕವನ್ನು ಇಲ್ಲಿಯೇ ಕೊನೆಯಾಗಿಸಬೇಕು. ಹಳ್ಳಿಗರನ್ನು ಈ ಮಹಾವಿಪತ್ತಿನಿಂದ ರಕ್ಷಿಸಲು ಒಂದೇ ಒಂದು ಮಾರ್ಗವಷ್ಟೆ ನನ್ನ ಮನಸ್ಸಿನಲ್ಲಿ ಮೂಡಿ ಬರುತ್ತಿರುವುದು. ಒದಗಿ ಬರಲಿರುವ ಅವಘಡದ ಕುರಿತು ಮುನ್ಸೂಚನೆ ನೀಡುವುದು. ಅವರು ಎಚ್ಚರ ಗೊಳ್ಳಲಿ.

ನಾನು ಪ್ರಿಯದರ್ಶನ್‌ಗೆ ಹೇಳಿದೆ. 'ನಾನಿದೋ ಬರುತ್ತೇನೆ.' ಪ್ರಿಯದರ್ಶನ್ ಸಮ್ಮತಿ ನೀಡಿದ. ನಾನು ಕುದುರೆಯ ಹೊಟ್ಟೆಯ ಅಡಿಗೆ ಹಿಮ್ಮಡಿಯಿಂದ ಒದ್ದೆನು. ಕುದುರೆ

ನೆಗೆದು ಹಾರಿತು. ನಾನು ನನ್ನ ಜೋಡಿನಳಿಗೆಯ ಬಂದೂಕು ತೆಗೆದು ಆಕಾಶಕ್ಕೆ ಗುಂಡು ಖಾಲಿಯಾಗುವ ತನಕ ಗುಂಡು ಹಾರಿಸಿದೆ. ವಾತಾವರಣ ಶಬ್ದ ಮಯವಾಯಿತು. ಮನುಷ್ಯರು ಗುಡಿಸಲುಗಳಿಂದ ಹೊರಬಿದ್ದರು.

ನನ್ನ ಸಹಯಾತ್ರಿಕರಿಗೆ ಆಕ್ಷಣವೇ ಎಲ್ಲವೂ ಅರ್ಥವಾಯಿತು. ವರ್ಗದ್ರೋಹಿ ಎಂದು ಆಕ್ರೋಶಿಸುತ್ತ ಅವರು ನನ್ನ ಕಡೆಗೆ ಬಂದೂಕುಗಳನ್ನು ಚಾಚುವುದು ಬೆಂಕಿಯ ಪಂಜಿನ ಬೆಳಕಿನಲ್ಲಿ ನನಗೆ ಕಾಣಿಸಿತು. ನನ್ನ ಕುದುರೆ ಹಳ್ಳಿಯನ್ನು ಲಕ್ಷ್ಯವಾಗಿಸಿಕೊಂಡು ಓಡಿತು. ಮದ್ದಿನಗುಂಡುಗಳು ನನ್ನ ಶಿರದ ಮೇಲಿಂದ ವೇಗವಾಗಿ ಹಾರಿದವು. ನಾನು ಕುದುರೆಯನ್ನು ಪಕ್ಕಕ್ಕೆ ತಿರುಗಿಸಿದೆ. ಒಂದು ಗುಂಡು ಕುದುರೆಯ ಕುತ್ತಿಗೆಯನ್ನು ಕೊರೆದು ನುಗ್ಗಿತು. ಕುದುರೆ ಒರಗಿದಾಗ ನಾನು ಒಂದು ಬಂಡೆಗಲ್ಲ ಕೊರಕಲಿಗೆ ಸಿಡಿದು ಬಿದ್ದೆ.

ಪ್ರಜ್ಞೆಯ ಮೊದಲು ದಳ ಅರಳಿದಾಗ ನಾನು ಗಾಢ ಕತ್ತಲಲ್ಲಿದ್ದೆ. ಇಡೀ ದೇಹ ನೋಯುತ್ತಲಿತ್ತು. ತಲೆ ಎತ್ತಲಾಗದೆ ಮತ್ತೆ ಮಲಗಿದೆ. ಸ್ಥಳಕಾಲ ಪ್ರಜ್ಞೆಗಳ ರಂಧ್ರಗಳಲ್ಲಿ ಬೆಳಕು ತುಂಬಿಕೊಂಡಿತು. ಆಗ ಕಣ್ಣು ತೆರೆದೆ. ಇಕ್ಕಟ್ಟಾದ ಒಂದು ಕಲ್ಲಿನ ಸುರಂಗದಲ್ಲಿ ನಾನು ಸಿಕ್ಕಿ ಬಿದ್ದಿದ್ದೆ. ಮೇಲ್ಛಾವಣಿಯಲ್ಲಿ ಬೆಳಕು ಒಳಬರಲು ಹಲವಾರು ಚೌಕದಕಿಂಡಿಗಳಿದ್ದವು ಅಷ್ಟೆ. ಗೋಡೆಗಳಲ್ಲಿ ತೇವ ಹನಿಯುತ್ತಿದೆ. ಎದುರಿಗೆ ಬೀಗ ಹಾಕಲಾದ ಕಬ್ಬಿಣದ ಬಾಗಿಲು.

ಆ ಮಬ್ಬು ಬೆಳಕಿನಲ್ಲಿ ನಾನು ಗೋಡೆಗೊರಗಿ ಕುಳಿತೆ. ನನ್ನ ದೃಷ್ಟಿಶಕ್ತಿ ಸುತ್ತಲಿನ ಬೆಳಕಿನೊಂದಿಗೆ ಹೆಚ್ಚು ನಿಕಟವಾದಾಗ ಇನ್ನೂ ಸ್ವಲ್ಪ ಸ್ಪಷ್ಟತೆ ಸಿಕ್ಕಿತು. ಮುಂದಿನ ಕಬ್ಬಿಣದ ಬಾಗಿಲ ಹೊರಗೆ ಕಷ್ಟದಲ್ಲಿ ಇಬ್ಬರು ನಡೆದಾಡಬಹುದಾದಷ್ಟು ಕಿರಿದಾದ ನಡು ಹಾದಿಯಿದೆ. ಅದರ ಪಕ್ಕದಲ್ಲಿ ಕಗ್ಗಲ್ಲ ಗೋಡೆ ಎದ್ದು ನಿಂತಿದೆ.

ಎಲ್ಲೂ ಜನರ ಚಲನವಲನಗಳಿಲ್ಲ. ನನ್ನ ಲೋಕದ ಪರಿಧಿಯು ಆ ಕಗ್ಗಲ್ಲ ಗೋಡೆಯೇ ಆಗಿತ್ತು. ನಾನು ಮತ್ತೆ ತಣ್ಣನೆ ನೆಲದಲ್ಲಿ ಮಲಗಿದೆ. ಸೂರಿನ ಚೌಕಳಿ ರಂಧ್ರಗಳ ಮೂಲಕ ಸೋರಿ ಇಳಿಯುವ ಬೆಳಕು ಕೆಳಕ್ಕೆ ತಲುಪುವಷ್ಟರಲ್ಲಿ ಮಂಕಾಗಿ ಹೋಗುತ್ತಿದೆ. ಆ ದ್ವಾರದ ಮೂಲಕ ಆಕಾಶ ಕಾಣುತ್ತಿದೆ. ನಾನು ಹಾಗೆ ಮಲಗಿರುವುದನ್ನು ಕಾಣುವವರಿಗೆ ಒಂದು ಹೆಣವೇ ಮಲಗಿದೆ ಎಂದು ಅನ್ನಿಸಿಬಿಡುವುದು.

ಸೂರ್ಯನ ಬೆಳಕು ನೆಟ್ಟಗೆ ಮೇಲಿಂದ ಬೀಳುವಾಗ ಮಧ್ಯಾಹ್ನ, ಪೂರ್ವಕ್ಕೆ ಓರೆಯಾಗಿ ಬೀಳುವಾಗ ಸಾಯಂಕಾಲ ಎಂದು ನಾನು ಲೆಕ್ಕ ಹಾಕಿದೆ. ರಾತ್ರಿಯಲ್ಲಿ ಒಂದೋ ಎರಡೋ ನಕ್ಷತ್ರಗಳನ್ನು ಕಂಡೆ. ಹೀಗೆ ಮಲಗುವುದು ಮುಂದುವರಿಯಿತು.

ಮಾರನೇ ದಿನ ಹಗಲು ಒಬ್ಬ ಯುವಕ ಜೈಲಿನ ಬಾಗಿಲಲ್ಲಿ ಕಾಣಿಸಿಕೊಂಡ. ಅವನು ಮೊಣಕಾಲವರೆಗೆ ಇಳಿಬಿದ್ದಿದ್ದ ಬಿಳಿಯ ಮೇಲಂಗಿ ಧರಿಸಿದ್ದ. ತಲೆಯಮೇಲೆ ಕೆಂಪುದಾರದಲ್ಲಿ ಚಕ್ರದ ಕಸೂತಿ ಹಾಕಿದ್ದಂತಹ ಒಂದು ಟೋಪಿ ಇದ್ದಿತು. ಅವನು ಕೈಯಲ್ಲಿದ್ದ ಸಣ್ಣ

ಮರದ ಪೆಟ್ಟಿಗೆಯಿಂದ ಬೀಗದಕೈಗೊಂಚಲು ತೆಗೆದು ಬಾಗಿಲು ತೆರೆದನು. ಮರದ ಪೆಟ್ಟಿಗೆಯನ್ನು ನೆಲದಲ್ಲಿರಿಸಿ ಬಗ್ಗಿ ಕುಳಿತು ಒಂದೊಂದೇ ವಸ್ತುಗಳನ್ನು ಹೊರತೆಗೆದನು. ಎಲೆಯಿಂದ ಮುಚ್ಚಲಾದ ಒಂದು ಮಣ್ಣಿನಪಾತ್ರೆ, ಮಸಿ ಬಾಟಲಿ, ಗರಿಲೇಖನಿ, ಕಾಗದ ಮುಂತಾದವನ್ನು ನೆಲದ ಮೇಲಿಟ್ಟ ಬಳಿಕ ಪೆಟ್ಟಿಗೆ ಮುಚ್ಚಿದ.

ಮಣ್ಣಿನ ಪಾತ್ರೆಯನ್ನು ನನ್ನ ಕಡೆಗೆ ಚಾಚುತ್ತ ಹೇಳಿದ. 'ಇದು ಒಂದು ವಾರಕ್ಕೆ ಇರುವ ಊಟ. ಎಚ್ಚರದಿಂದ ಬಳಸು.'

ನಾನು ಮಣ್ಣಿನ ಪಾತ್ರೆ ಪಡೆದು ತೆರೆದು ನೋಡಿದೆ. ಗೋಧಿಹಿಟ್ಟು ಮತ್ತು ಉಪ್ಪು ಬೆರೆಸಿ ತಯಾರಿಸಿದ ಇಪ್ಪತ್ತೊಂದು ಮುದ್ದೆಯುಂಡೆಗಳು. ಒಂದು ಉಂಡೆ ತೆಗೆದು ನಾನು ನುಂಗಿದೆ.

ಯುವಕ ಲೇಖನಿಯನ್ನು ಮಸಿಯಲ್ಲಿ ಅದ್ದಿದ. ನನ್ನನ್ನು ತನ್ನ ಬಳಿ ನೆಲದಲ್ಲಿ ಕೂರಿಸಿದ. ಮಣ್ಣಿನ ಪಾತ್ರೆಯನ್ನು ಒಂದು ಮೂಲೆಯಲ್ಲಿರಿಸಿದ. 'ನಾನು ಕೇಳಿದ್ದಕ್ಕೆಲ್ಲ ಪ್ರಾಮಾಣಿಕ ಉತ್ತರ ಕೊಡಬೇಕು. ನನ್ನನ್ನು ಉತ್ತಮನ್ ಎಂದು ಕರೆಯುತ್ತಾರೆ.'

ಉತ್ತಮನ್ ಕಾಗದದಲ್ಲಿ ಬರೆಯತೊಡಗಿದ. ಅವನಿಗೆ ನನ್ನ ಬಗ್ಗೆ ಪೂರ್ತಿ ವಿವರಗಳು ಬೇಕಿದ್ದವು. ದುರಂತಗಳನ್ನು ಒತ್ತಿ ಹೇಳುತ್ತ ವಿವರಿಸಿದೆ. 'ನಾನು ಇಂತಹ ಅಗಾಧ ದುರಂತಗಳ ಘಟ್ಟವನ್ನು ದಾಟಿ ಬಂದವನು. ನನ್ನ ಮೊದಲ ಮತ್ತು ಕೊನೆಯ ವಿನಂತಿ ಇದೊಂದೇ. ನನಗೆ ನನ್ನ ಹಳ್ಳಿಯ ಜನರನ್ನು ಕಾಣಲು ಅವಕಾಶ ಕೊಡಿ.'

ಉತ್ತಮನ್ ವಸ್ತುಗಳನ್ನು ಪೆಟ್ಟಿಗೆಯೊಳಗೆ ಹಾಕಿ ಮುಚ್ಚಿ ಮೇಲೆದ್ದು ಸಂಶಯ ದೃಷ್ಟಿಯಿಂದ ನನ್ನನ್ನು ಇರಿಯುವಂತೆ ನೋಡಿ ಕೇಳಿದ. 'ನೀವು ನೀಡಿದ ಹೇಳಿಕೆಗಳೆಲ್ಲ ನಿಜವೇ ತಾನೇ.' ನಾನು ಹೇಳಿದೆ, 'ಹೌದು ಬೇಕಿದ್ದರೆ ಈ ಹಳ್ಳಿಯ ಜನರಲ್ಲಿ ವಿಚಾರಿಸಿ.' 'ವಿಚಾರಣೆ ಮುಗಿಸಿ ಮುಂದಿನ ವಾರ ಮತ್ತೆ ಬರುತ್ತೇನೆ' ಎಂದ ಉತ್ತಮನ್.

ಗೋಡೆಗೊರಗೆ ಕುಳಿತಿರುತ್ತಲೂ ಮಲಗಿರುತ್ತಲೂ ಹಸಿವು ಅಸಹನೀಯವಾಗುವಾಗ ಗೋಧಿಯುಂಡೆಯನ್ನು ಅಗಿದು ತಿನ್ನುತ್ತಲೂ ನಾನು ದಿನಗಳನ್ನು ಕಳೆದೆ. ಏಳನೇ ದಿನ ಬೆಳಗಾದಾಗ ಅವರು ಬಂದರು. ಉತ್ತಮನೂ ಸೇರಿದಂತೆ ಅವರು ಮೂವರಿದ್ದರು. ಅವರು ಅತ್ಯಂತ ಕ್ಷೋಭೆಗೊಳಗಾಗಿರುವುದು ಮುಖ ಕಂಡಾಗಲೇ ತಿಳಿಯಿತು. ಅವರಲ್ಲಿಬ್ಬರು ದಪ್ಪನೆ ಖಾಕಿನಿಕ್ಕರ್‌ಗಳನ್ನಷ್ಟೇ ತೊಟ್ಟಿದ್ದರು. ಅವರ ಕಪ್ಪು ದೇಹಗಳಲ್ಲಿ ಕರಡಿಗಿರುವ ಹಾಗೆ ರೋಮಗಳು ಬೆಳೆದು ನಿಂತಿದ್ದವು. ಬಾಗಿಲು ತೆರೆದೊಡನೆಯೆ ಅವರಲ್ಲೊಬ್ಬನು ಮುಷ್ಠಿ ಬಿಗಿಹಿಡಿದು ನನ್ನ ಕಿಬ್ಬೊಟ್ಟೆಗೆ ಬಲವಾಗಿ ಗುದ್ದಿದ. ನನ್ನ ಬೋಧೆ ಸಿಡಿದು ಹೋಯಿತು. ಅವರು ನನ್ನನ್ನು ವಸ್ತ್ರ ಕಳಚಿ ನಗ್ನಗೊಳಿಸಿದರು. ಕಬ್ಬಿಣದ ಮೊಳೆಗಳಿಂದ ದೇಹದಲ್ಲಿ ಅಲ್ಲಲ್ಲಿ ಗೀರಿದರು. ನೋವು ಸಹಿಸಲಾಗದೆ ನಾನು ಉತ್ತಮನನ್ನು ನೋಡುತ್ತ ರೋದಿಸಿದೆ. ಆ ಕೃತ್ಯ ನಿಲ್ಲಿಸುವಂತೆ ಅವನು ಹೇಳಿದಾಗ ಅವರು ಹಿಂದೆಸರಿದರು. ಅವನು ಹೇಳಿದ,

'ನಿಮ್ಮ ಬಗ್ಗೆ ನಿಜವಾದ ವಿಷಯಗಳನ್ನು ತಿಳಿಸುವುದೇ ನಿಮಗೆ ಒಳ್ಳೆಯದು. ನಮ್ಮನ್ನು ಮೋಸಗೊಳಿಸಬಹುದು ಅಂದುಕೊಳ್ಳಬೇಡಿ. ಕಳೆದವಾರ ನೀವು ಕೊಟ್ಟ ಹೇಳಿಕೆಗಳೆಲ್ಲ ಹಸಿ ಸುಳ್ಳುಗಳಾಗಿದ್ದವು.'

ನಾನು ಹೇಳಿದೆ. 'ನಿಜವನ್ನು ಹೊರತು ನಾನೇನನ್ನೂ ಹೇಳಿಲ್ಲ. ನನ್ನನ್ನು ಹಿಂಸಿಸಬೇಡಿ.'

ಅದನ್ನು ಗಮನಿಸದೆ ಅವರು ಹೊರಕ್ಕೆ ನಡೆದರು. ಬಾಗಿಲು ಮುಚ್ಚಿ ಬೀಗ ಜಡಿಯುವ ಮಧ್ಯೆ ಪುನಃ ಉತ್ತಮನ್ ನನಗೆ ಮುನ್ನೆಚ್ಚರಿಕೆ ನೀಡಿದ. 'ಮುಂದಿನ ವಾರ ನಾವು ಬರುವಾಗ ಸತ್ಯವನ್ನು ಹೇಳದಿದ್ದರೆ ಇದಕ್ಕಿಂತಲೂ ಹೆಚ್ಚು ಹಿಂಸೆ ನೀವು ಸಹಿಸಬೇಕಾಗುತ್ತದೆ.'

ಅವರು ಹೋದ ಮೇಲೆ ನನಗೆನಿಸಿತು. ನಾನು ಅವರೊಡನೆ ಮೊದಲೇ ಸುಳ್ಳು ಹೇಳಿದ್ದಿದ್ದರೆ ಬಳಿಕ ಸತ್ಯವನ್ನು ಹೇಳಿ ಕ್ರೂರ ಶಿಕ್ಷೆಗಳಿಂದ ವಿಮುಕ್ತಿ ಪಡೆಯಬಹುದಾಗಿತ್ತು. ಆದರೆ, ನಾನು ಮೊದಲೇ ಅವರಿಗೆ ನಿಜವನ್ನು ಹೇಳಿಬಿಟ್ಟಿದ್ದೆ. ಅದೊಂದು ಶಿಕ್ಷೆಯಾಗಿ ಪರಿಣಮಿಸಿತು. ಆ ಶಿಕ್ಷೆಯ ಶೃಂಖಲೆ ಬಹಳ ಉದ್ದವಾಗಿತ್ತು. ಮುಂದಿನ ವಾರವೂ ಅವರು ಬಂದರು. ಉತ್ತಮನ್ ಒಬ್ಬ ರಾಕ್ಷಸನಾಗಿ ಬದಲಾದ. ನಿಜ ಹೇಳಿದವನಿಂದ ನಿಜ ಹೊರಡಿಸಲು ಉಗುರುಗಳಿಗೆ ಮೊಳೆ ಹೊಡೆದು ಜಡಿದರು. ಕಣ್ರೆಪ್ಪೆಯ ಕೂದಲುಗಳನ್ನು ಕಿತ್ತರು. ಹೊಕ್ಕಳ ಗುಳಿಗೆ ಬೆಂಕಿಯ ಕೆಂಡ ಹಾಕಿ ಸುಟ್ಟರು. ನೋವಿನಿಂದ ನಾನು ಚಡಪಡಿಸುತ್ತಿದ್ದಾಗಲೂ ಅವರು ಹೇಳುತ್ತಲಿದ್ದರು. 'ನಿಜ ಹೇಳಿದರೆ ನಿನ್ನನ್ನು ಬಿಟ್ಟು ಬಿಡುತ್ತೇವೆ.' ಆ ನುಡಿಯನ್ನು ಕೇಳಿದಾಗಲೇ ಇನ್ನೆಂದಿಗೂ ನನಗೆ ಇಲ್ಲಿಂದ ಬಿಡುಗಡೆ ಸಿಗುವುದಿಲ್ಲವೆಂಬುದು ಖಚಿತವಾಯಿತು.

ಆರಂಭ ಕಾಲದಲ್ಲಿದ್ದ ಹಿಂಸೆಗಳು ಕ್ರಮೇಣ ಕಡಿಮೆಯಾದವು. ಆ ಕೆಲಸದಲ್ಲಿ ಅವರಿಗೆ ಬೇಸರ ಮೂಡಿದ ಕಾರಣವಿರಬಹುದು. ನನ್ನ ಗಾಯಗಳು ಕೀವು ತುಂಬಿ ಸೋರಿದವು. ಕೀವು ಸೋರುವ ಹುಣ್ಣುಗಳೊಂದಿಗೆ ನಾನು ಬಹಳ ದಿನ ಮಲಗಿದೆ.

ಹಾಗಿರುವಾಗ ಒಂದು ದಿನ ಉತ್ತಮನ್ ಸೆರೆಮನೆ ತೆರೆದು ನನ್ನನ್ನು ಕರೆದುಕೊಂಡು ಹೊರಬಿದ್ದನು. ಕಿರಿದಾದ ನಡುದಾರಿಯ ಮೂಲಕ ಮುಂದಕ್ಕೆ ನಡೆದೆವು. ಬೇರೊಂದು ಕೋಣೆಯ ಬಾಗಿಲಲ್ಲಿ ನನ್ನನ್ನು ನಿಲ್ಲಿಸಿ ಅವನು ಒಳಕ್ಕೆ ಹೋದನು ಸ್ವಲ್ಪ ಹೊತ್ತಿನ ಬಳಿಕ ಹೊರಬಂದು ನನ್ನನ್ನು ಒಳಕ್ಕೆ ಕರೆದ. ನಾನು ಒಳಕ್ಕೆ ಪ್ರವೇಶಿಸಿದೆ. ಮತ್ತೆ ಒಂದು ಬಾಗಿಲು ದಾಟಿ ಇನ್ನೊಂದು ಕೋಣೆಗೆ ಹೋದೆವು.

ಬೆಳಕಿನ ಮಹಾಪೂರವೇ ಇದ್ದಂತಹ ಕೋಣೆಯಲ್ಲಿ ಎತ್ತರದ ಒಂದು ಕುರ್ಚಿಯಲ್ಲಿ ಕಪ್ಪು ವಸ್ತ್ರಗಳನ್ನುಟ್ಟು ಓರ್ವ ನೀಳಕಾಯದ ವ್ಯಕ್ತಿ ಧ್ಯಾನನಿರತನಾದವನಂತೆ ಕುಳಿತಿದ್ದ. ಮುಖದಲ್ಲಿ ಕಪ್ಪು ಗಾಜಿನ ಕನ್ನಡಕವಿತ್ತು.

ಉತ್ತಮನ್ ಕೊಟ್ಟ ಕಾಗದಗಳನ್ನು ಓದಿ ನೋಡಿದ ಬಳಿಕ ಆತ ನನ್ನ ಕಡೆಗೆ ತಿರುಗಿದ ಏನಾದರೂ ದೂರುಗಳಿವೆಯೇ ಎಂದು ಕೇಳಿದ. ನಿಯಂತ್ರಿಸಿಕೊಳ್ಳಲಾಗದೆ ದುಃಖದಿಂದ

ನಾನು ಅಳುತ್ತ ಹೇಳಿದೆ. 'ಇವರು ನನ್ನನ್ನು ಅತಿ ಕ್ರೂರವಾಗಿ ಹಿಂಸಿಸಿದರು... ಇವರು ನನ್ನನ್ನು ನಾಯಿಗೆ ಬಡಿದಂತೆ...'

ನಾನು ನನ್ನ ಮೇಲಂಗಿಯನ್ನು ಕಳಚಿದೆ. ಆತನ ಮುಂದೆ ನಿಂತೆ. ಆತ ಕನ್ನಡಕ ತೆಗೆದು ಕೀವುಸೋರುತ್ತಿದ್ದ ನನ್ನ ಗಾಯದ ಹುಣ್ಣುಗಳನ್ನು ನೋಡಿದ. ಬಳಿಕ ಉತ್ತಮನನ್ನು ಕೇಳಿದ. 'ಇದಕ್ಕೇನು ಕಾರಣ?'

ಯಾವುದೇ ಭಾವ ವ್ಯತ್ಯಾಸವಿಲ್ಲದಂತೆ ಉತ್ತಮನ್ ಒಂದು ಮಡಚಿದ ಕಾಗದವನ್ನು ಕಪ್ಪು ವಸ್ತ್ರಧಾರಿಗೆ ಒಪ್ಪಿಸಿದನು. ಅದನ್ನು ಪಡೆದು ಓದಿದನಂತರ ಅದರಲ್ಲಿ ಏನೇನೋ ಗೀಚಿ ಬರೆದು ಮರಳಿ ಉತ್ತಮನ ಕೈಗೇ ಕೊಟ್ಟನು. ಕಪ್ಪು ಕನ್ನಡಕವನ್ನು ಮುಖಕ್ಕೇರಿಸಿ ಕೊಂಡ ಮೇಲೆ ಆತ ಸಹಾನುಭೂತಿಯ ಸ್ವರದಲ್ಲಿ ನನಗೆ ಹೇಳಿದ. 'ಅಗತ್ಯವಿರುವ ಚಿಕಿತ್ಸೆ ಗಳನ್ನು ನೀಡಲು ಸೂಚನೆ ಕೊಟ್ಟಿದ್ದೇನೆ. ಇನ್ನು ಮುಂದೆ ಜೈಲಿಂದ ತಪ್ಪಿಸಿಕೊಳ್ಳಲು ಪ್ರಯತ್ನಿಸಬೇಡ. ಮೇಲ್ಛಾವಣಿಯಿಂದ ಬಿದ್ದರೆ ಗಾಯಗಳಾಗದೆ ಇರುತ್ತದೆಯೇ?'

ನಾನೇನಾದರೂ ಉತ್ತರ ಹೇಳುವುದಕ್ಕೆ ಮುನ್ನವೇ ಆತ ಒಳಕ್ಕೆ ಹೋದ. ಉತ್ತಮನ್ ನನ್ನನ್ನು ಕರೆದುಕೊಂಡು ಹೊರಕ್ಕೆ ಬಂದ.

ಅಂದಿನ ರಾತ್ರಿ ಅವರು ನನಗೆ ಚಿಕಿತ್ಸೆ ನೀಡಿದರು. ಕರಿಮೆಣಸು ಅರೆದು ನನ್ನ ಗಾಯ ಗಳಿಗೆ ಹಚ್ಚಿದರು. ನನ್ನ ಮೂಳೆಗಳೆಲ್ಲ ಉರಿಯುವ ಹಾಗೆ ನೋವಾಯಿತು. ನಾನು ನನ್ನ ಬುದ್ಧಿಶೂನ್ಯತೆಯನ್ನು ಹಳಿದುಕೊಂಡೆ. ಆ ಕಪ್ಪು ವಸ್ತ್ರಧಾರಿಯೊಡನೆ ದೂರು ಹೇಳದೆ ಇದ್ದಿದ್ದರೆ ನನಗೆ ಈ ಶಿಕ್ಷೆಯಿಂದ ವಿನಾಯತಿ ಸಿಗುತ್ತಿತ್ತು.

ಆ ಕಲ್ಲಿನ ತುರಂಗದಲ್ಲಿ ಮತ್ತೆ ನನ್ನ ಸೆರೆವಾಸ ಮುಂದುವರಿಯಿತು. ಆಗಾಗ ನನ್ನನ್ನು ಕಪ್ಪು ಅಂಗಿಯವನ ಮುಂದೆ ಹಾಜರು ಪಡಿಸಲಾಗುತ್ತಿತ್ತು. ಎಂದಿನಂತೆ ದೂರುಗಳೇ ನಾದರೂ ಇದೆಯೆ ಎಂದು ಕೇಳಿದಾಗ ನಾನು ಇಲ್ಲ ಎಂದು ತಲೆಯಲುಗಿಸಿದೆ. ಯಾವ ಕಾರಣಕ್ಕೂ ಉತ್ತಮನಿಗೆ ಅಸಂತೃಪ್ತಿ ಮೂಡಬಾರದೆಂದು ಭಾವಿಸಿ ನಾನು ಮುಗುಳ್ನಗಲೂ ಪ್ರಯತ್ನಿಸುತ್ತಿದ್ದೆ. ನನ್ನ ಹುಣ್ಣುಗಳು ಮಾಗಿ ದಪ್ಪಕಲೆಗಳಾಗಿ ಬದಲಾದವು. ಸೆರೆಮನೆಯ ಗೋಡೆಗಳು ನಿಧಾನವಾಗಿ ನನ್ನ ನಂಟರೇ ಆಗಿಬಿಟ್ಟವು. ನಾನು ಅವನ್ನು ಇಷ್ಟಪಡಲೂ ಪ್ರೀತಿಸಲೂ ಶುರುಮಾಡಿದೆ. ನನ್ನ ಹಳ್ಳಿಯವರನ್ನು ನೋಡಬೇಕೆಂಬ ಆಸೆಯು ಅಕಾಲ ಮೃತ್ಯುವಿಗೆ ತುತ್ತಾಯಿತು.

ಕಲ್ಲಿನ ಸೆರೆಮನೆಯ ಅಧಿಕಾರಿಗಳು ಕೆಲವೊಮ್ಮೆ ನನ್ನನ್ನು ಆ ಕೋಣೆಯಿಂದ ಹೊರಕ್ಕೆ ಬಿಡುತ್ತಿದ್ದರು. ನೀರು ಸೇದುವುದು, ಗಿಡಗಳಿಗೆ ನೀರು ಹಾಕುವುದು, ಬಟ್ಟೆ ಒಗೆಯುವುದು ಮುಂತಾದ ಕೆಲಸಗಳನ್ನು ಕೊಡತೊಡಗಿದರು. ಒಂದು ವಿಷಯವನ್ನು ನಾನು ವಿಶೇಷವಾಗಿ ಗಮನಿಸಿದೆ. ಅಲ್ಲಿ ಬಂದಿಯಾಗಿ ಇದ್ದವನು ನಾನೊಬ್ಬನೇ. ಆದರೆ, ಆ ಅನಿಸಿಕೆ ಕೆಲವು ದಿನಗಳು ಕಳೆದಾಗ ಬದಲಾಯಿತು. ಒಮ್ಮೆ ವರಾಂಡದ ಮೂಲಕ ಕೈಕಾಲುಗಳಿಗೆ ಸಂಕಲೆ

ತೊಡಿಸಿದ್ದ ಒಬ್ಬ ಯುವಕನನ್ನು ಸೆರೆಮನೆಯೊಳಕ್ಕೆ ನಡೆಸಿಕೊಂಡು ಹೋಗುವುದನ್ನು ನಾನು ಕಂಡೆ. ಹದಿನೆಂಟೋ ಇಪ್ಪತ್ತೋ ವಯಸ್ಸಿನವನಂತೆ ಕಾಣುತ್ತಿದ್ದ ಆ ವ್ಯಕ್ತಿಯನ್ನು ಪರಿಚಯ ಮಾಡಿಕೊಳ್ಳಬೇಕೆಂಬ ಉತ್ಕಟವಾದ ಆಸೆ ನನ್ನಲ್ಲಿ ಮೂಡಿತು. ಬಹಳ ದಿನಗಳ ಬಳಿಕ ಅದಕ್ಕೊಂದು ಅವಕಾಶ ದೊರಕಿತು. ಸಂಕೋಲೆಗಳನ್ನು ಬಿಚ್ಚದೆಯೇ ಆ ಯುವಕನನ್ನು ಅಧಿಕಾರಿಗಳು ಬಾವಿಯ ದಡದಲ್ಲಿ ತಂದು ಕೂರಿಸಿದರು. ಅವನು ದೃಢಚಿತ್ತನೂ ಕೆಲವು ಸಿದ್ಧಾಂತಗಳಲ್ಲಿ ದೃಢವಿಶ್ವಾಸವುಳ್ಳವನೂ ಎಂಬುದನ್ನು ಅವನ ಮುಖವು ಸಾರಿ ಹೇಳುತ್ತಿತ್ತು. ತಗಡಿನ ಡಬ್ಬದಲ್ಲಿ ನೀರು ಮೊಗೆದು ನಾನು ಅವನ ತಲೆಗೆ ಸುರಿದೆ. ಚುಟ್ಟಾ ಹಚ್ಚಲೆಂದು ಕಾವಲುಗಾರ ನೀರಿನ ತುಂತುರುಗಳಿಂದ ದೂರಕ್ಕೆ ಸರಿದಾಗ ನಾನು ದನಿ ತಗ್ಗಿಸಿ ಕೇಳಿದೆ. 'ನೀನು ಯಾರು?' ಅವನು ಹೇಳಿದ, 'ನಾನು ಇದೇ ಹಳ್ಳಿಯ ನಿವಾಸಿ. ನನ್ನ ಹೆಸರು ಬಾಲೀವನ್. ನೀವು?...' ನಾನು ಏನನ್ನಾದರೂ ಹೇಳುವ ಮುನ್ನವೇ ಕಾವಲುಗಾರ ಬಂದನು. ಬಾಲೀವನನ್ನು ಹಿಡಿದೆಬ್ಬಿಸಿ ನಡೆಸಿಕೊಂಡು ಹೋದ. ಅವನ ಬಗ್ಗೆ ಹೆಚ್ಚು ತಿಳಿದುಕೊಳ್ಳಬೇಕೆಂಬ ಆಸಕ್ತಿ ನನ್ನಲ್ಲಿ ಕೆರಳಿ ಹಬ್ಬಿತು. ಆದರೆ, ಏನೆಂದು ತಿಳಿಯದು. ತದ ನಂತರ ಆ ಯುವಕನ ತಲೆಗೆ ನೀರು ಮೊಗೆದು ಹಾಕುವ ಕೆಲಸವನ್ನು ನನಗೆ ಕೊಡಲಿಲ್ಲ ನಾವು ತುಟಿಯಲುಗಿಸಿದ್ದನ್ನು ಅವರು ನೋಡಿರಬಹುದು. ದಿನವೂ ಅವನು ವರಾಂಡದಲ್ಲಿ ಸಂಕಲೆಯನ್ನು ಎಳೆಯುತ್ತ ನಡೆದು ಸಾಗುವುದನ್ನಷ್ಟೇ ಕಾಣಲು ನನಗೆ ಸಾಧ್ಯವಾದುದು.

ಕಗ್ಗಲ್ಲ ಗೋಡೆಯ ಚಿಪ್ಪಿನೊಳಗೆ ಬೆಳೆಯದ ಒಂದು ಭ್ರೂಣವಾಗಿ ನಾನು ಮಲಗಿದ್ದೆ. ಆಗಿಂದಾಗೆ ಉತ್ತಮನ್ ಬಂದು ನನ್ನನ್ನು ಕಪ್ಪು ಅಂಗಿ ಧರಿಸಿದವನ ಮುಂದೆ ಹಾಜರು ಪಡಿಸುತ್ತಿದ್ದ. ಬಹಳ ಕಾಲದ ತರುವಾಯ ನಾನು ಖುದ್ದಾಗಿ ಹಾಜರಾಗುವುದು ಬೇಕಿಲ್ಲ ಎಂದು ನಿಶ್ಚಯವಾಯಿತು. ಬಾಗಿಲಲ್ಲಿ ನಿಂತರೆ ಸಾಕಾಗಿತ್ತು. ಕೊನೆಗೆ ಅದೂ ನಿಂತು ಹೋಯಿತು. ಕಲ್ಲಿನ ತುರಂಗದಿಂದ ಹೊರಕ್ಕೆ ಬರುವುದೇ ಬೇಕಾಗಲಿಲ್ಲ.

ಒಂದು ಸುಪ್ರಭಾತದಲ್ಲಿ ನಾನೊಂದು ಸಮೂಹ ಗಾಯನವನ್ನು ಕೇಳಿದೆ. ನನ್ನ ಸೆರೆ ಮನೆಯ ಬಾಗಿಲಿನೆದುರು ಕಾವಲುಗಾರರ ಗುಂಪು ಚಪ್ಪಾಳೆ ತಟ್ಟಿ ಸಂತಸದಿಂದ ನೃತ್ಯ ವಾಡಿತು. ಆ ಹಾಡಿನ ಸಾಲುಗಳು ಬರಲಿರುವ ಯಾವುದೋ ಸುದಿನದ ನೆನಪನ್ನು ತರು ವಂತಿತ್ತು. ಅವರು ಹಲವು ಬಾರಿ ಆ ಹಾಡು ಹಾಡುತ್ತ ನನ್ನ ಬಂದೀಕೋಣೆಯ ಮುಂದಿನಿಂದ ಹಾದು ಹೋದರು. ಇಷ್ಟು ಅಧಿಕ ಆಹ್ಲಾದಕ್ಕೆ ಏನು ಕಾರಣವಿರಬಹುದು?

ಸ್ವಲ್ಪ ಹೊತ್ತು ಕಳೆದ ಮೇಲೆ ಉತ್ತಮನ್ ಓಡಿಬಂದು ಬಾಗಿಲು ತೆರೆದು ನನಗೆ ತಿಳಿಸಿದ. 'ಸರ್ವಾಧಿಪನಾದ ಗ್ರಾಮಮುಖಂಡ ಕಾರಾಗೃಹವನ್ನು ಸಂದರ್ಶಿಸಲು ಬಂದಿದ್ದಾರೆ. ಎಚ್ಚೆತ್ತು ಕುಳಿತಿರು' ಇಷ್ಟು ಹೇಳಿ ಆತ ತಿರುಗಿ ಓಡಿದ.

ಸೆರೆಕೋಣೆಯ ಬಾಗಿಲಿಗೆ ಕೆನ್ನೆಗಳನ್ನೊತ್ತಿ ಆ ಅನರ್ಘ್ಯ ನಿಮಿಷಗಳಿಗಾಗಿ ಕಾದುಕುಳಿತೆ. ನಾನು ಮೊದಲೇ ನಿರ್ಧರಿಸಿ ಗಟ್ಟಿಮಾಡಿಕೊಂಡೆ.

ಆತನೊಡನೆ ನಾನು ಯಾವ ದೂರನ್ನು ಹೇಳುವುದಿಲ್ಲ. ಹಿಂದಿನ ಕಾಲದ ಅನುಭವಗಳು ನನಗೆ ಅದನ್ನು ಕಲಿಸಿದ್ದವು.

ಅದೋ ಆತ ಪಾದರಕ್ಷೆಗಳ ತಾಳದೊಂದಿಗೆ ನನ್ನ ಬಳಿಗೆ ಬರುತ್ತಿರುವನು. ಆತನು ದೇಹಕ್ಕಂಟಿಕೊಂಡಿರುವ ಬಿಳಿವಸ್ತ್ರಗಳನ್ನು ಧರಿಸಿದ್ದ. ಆತನ ಹಿಂದೆಯೇ ಸನಿಹದಲ್ಲೇ ಉತ್ತಮನ್ ಮತ್ತು ಕಪ್ಪು ವಸ್ತ್ರಧಾರಿ ವ್ಯಕ್ತಿ ಗೌರವದಿಂದ ನಡೆಯುತ್ತಿದ್ದರು. ಅವರು ಎಚ್ಚರದಿಂದಲೇ ಪ್ರತಿ ಹೆಜ್ಜೆಯನ್ನು ಇಡುತ್ತಿದ್ದರು. ಗ್ರಾಮಮುಖಂಡನೇ ಸರ್ವಾಧಿಕಾರಿ ಎಂದು ಆತನನ್ನು ಅನುಸರಿಸುತ್ತಿರುವವರ ಮುಖಭಾವಗಳು ಕೂಗಿ ಹೇಳುತ್ತಿದ್ದವು.

ಗ್ರಾಮಮುಖಂಡ ನನ್ನ ಸೆರೆಕೋಣೆಯನ್ನು ತಲುಪಿಯಾಯಿತು. ಮಧ್ಯವಯಸ್ಕನಾಗಿದ್ದರೂ ಕೆನ್ನೆಗಳೂ ಮುಂಗೈಗಳೂ ಕೆಂಪಗೆ ದುಂಡಗೆ ತುಂಬಿಕೊಂಡಿದ್ದವು. ನರೆತ ತಲೆಯ ಮೇಲೆ ಅರ್ಧ ಮರೆಮಾಡಿರುವ ಬಿಳಿಟೋಪಿ. ನನ್ನನ್ನು ಕಂಡಾಗ ಆ ಕಣ್ಣುಗಳಲ್ಲಿ ಸಹ ತಾಪದ ಹಕ್ಕಿಗಳು ಕೊಕ್ಕುಮಸೆದವು. ಉತ್ತಮನ್ ಸರೆಕೋಣೆಯನ್ನು ತೆರೆದ. ನಾನು ಆತನಿಗೆ ವಂದಿಸಿದೆ. ಕ್ಷೇಮವೇ ಎಂದು ಕೇಳಿದಾಗ ನನ್ನ ಕಂಗಳಲ್ಲಿ ನೀರು ತುಂಬಿಹರಿಯಿತು. ನನ್ನನ್ನು ತನ್ನ ದೇಹಕ್ಕೆ ಸೇರಿಸಿ ಹಿಡಿದು ಗ್ರಾಮಮುಖಂಡ ಹೇಳಿದ. 'ಇಂದು ನಮಗೆ ಒಂದು ಸುದಿನ. ಈ ಹಳ್ಳಿಯು ಮಾಂಡಲಿಕನಿಂದ ಮುಕ್ತಿ ಪಡೆದುದರ ಇಪ್ಪತ್ತೈದನೆಯ ವಾರ್ಷಿಕೋತ್ಸವವನ್ನು ನಮ್ಮ ಇಡೀ ಹಳ್ಳಿ ಆಚರಿಸುತ್ತಿದೆ. ನಾನು ಹಳ್ಳಿಗರಿಂದ ಚುನಾಯಿತ ನಾದ ವ್ಯಕ್ತಿ. ಈ ಸಂತೋಷದ ಸಂದರ್ಭದಲ್ಲಿ ಹಳ್ಳಿಗರಿಗೆ ಏನಾದರೂ ಸಂದೇಶ ತಿಳಿಸ ಬಯಸುತ್ತೀಯಾ?' ನಾನು ಹೇಳಿದೆ, 'ನಾನು ಇಲ್ಲಿ ಸುಖವಾಗಿರುವೆ. ಒಂದೇ ಒಂದು ವಿನಂತಿ ಮಾಡುವುದಿದೆ. ಹಳ್ಳಿಯವರನ್ನು ನೋಡಲು ನನಗೆ ಅವಕಾಶ ಕೊಡಿ. ನಾನು ಈ ಹಳ್ಳಿಯಲ್ಲೇ ಹುಟ್ಟಿ ಬೆಳೆದವನು.'

ಉತ್ತಮನ್ ತನ್ನ ಕೈಯಲ್ಲಿದ್ದ ಕಾಗದದ ಸುರುಳಿಯನ್ನು ಓದಲೆಂದು ಗ್ರಾಮಮುಖಂಡನಿಗೆ ಬಿಡಿಸಿ ತೋರಿಸಿದ. ಅದರ ಮೇಲೆ ಒಮ್ಮೆ ಕಣ್ಣೋಡಿಸಿದ ಮೇಲೆ ಆತ ನನಗೆ ಹೇಳಿದ. 'ನಿಮ್ಮ ಬಯಕೆಯನ್ನು ಇಂದೇ ಈಡೇರಿಸಲಾಗುವುದು. ನೀವು ನಿರಪರಾಧಿಯೆಂದೂ ಯಾವುದೇ ಕಾರಣವಿಲ್ಲದೆ ನಿಮ್ಮನ್ನು ಬಂಧನದಲ್ಲಿರಿಸಲಾಗಿದೆ ಎಂದೂ ನೀವು ಹೃತ್ಪೂರ್ವಕವಾಗಿ ನಂಬಿದ್ದೀರಿ ಎಂಬುದನ್ನು ನಾನರಿತೆ. ಈ ತನಕ ಯಾವುದೇ ಪ್ರಜೆಯ ಹಕ್ಕು ಧ್ವಂಸ ಈ ಹಳ್ಳಿಯಲ್ಲಿ ನಡೆದಿಲ್ಲ. ನೀವು ನಿರಪರಾಧಿ ಎಂದು ಸಾಬೀತು ಪಡಿಸಲು ಎಲ್ಲ ಅವಕಾಶವೂ ನಿಮಗೆ ಸಿಗುವುದು. ನನ್ನ ಜೊತೆ ಬನ್ನಿ.'

ನಾನು ಮೊದಲು ಉತ್ತಮನ ಮುಖದ ಕಡೆ ನೋಡಿದೆ. ಆ ಮುಖದಲ್ಲಿ ಹಗೆಯಾಗಲಿ ವಿದ್ವೇಷವಾಗಲಿ ಕಾಣಿಸಲಿಲ್ಲ. ಮೇಲ್ಭಾವಣಿಯಿಂದ ಗ್ರಾಮಮುಖಂಡನ ಹೆಗಲಿಗೆ ಬಿದ್ದ ಗೆದ್ದಲು ಹುಳುವನ್ನು ಕಪ್ಪು ವಸ್ತ್ರಧಾರಿ ದೂರಾಗಿಸಿದ. ಗ್ರಾಮಮುಖಂಡ ನಡೆದ.

ಅಂದು ಮಧ್ಯಾಹ್ನ ಉತ್ತಮನ್ ನನ್ನನ್ನು ಕರೆದುಕೊಂಡು ಹೊರಪ್ರಪಂಚಕ್ಕೆ ನಡೆದ. ನಾನು ನನ್ನ ಹಳ್ಳಿಯ ಮುಖ ಕಂಡೆ. ಎಷ್ಟು ವರ್ಷಗಳು ಕಳೆದಿವೆ! ಬತ್ತಿಬರಡಾಗಿರುವ

ಗದ್ದೆಗಳೂ ಒಣಗಿದ ಜಲಾಶಯಗಳೂ ದಾರಿದ್ರ್ಯದ ಸ್ಥಿರವಾಸ್ತವ್ಯವನ್ನು ಹೊರತೋರಿದವು. ನಾವು ಬಹಳಷ್ಟು ದೂರ ಮತ್ತೂ ನಡೆದವು. ಅಲ್ಲಿ ಬೆಟ್ಟದ ಮಗ್ಗುಲಲ್ಲಿ ಹಳ್ಳಿಯ ಆಬಾಲ ವೃದ್ಧರಾದಿಯಾಗಿ ಎಲ್ಲ ಜನರೂ ನೆರೆದಿದ್ದರು, ಅವರಿಗೆದುರಾಗಿ ಒಂದು ಕೆಂಪು ಪೀಠದಲ್ಲಿ ಗ್ರಾಮಮುಖಂಡನೂ ಕುಳಿತಿದ್ದಾನೆ. ಅಶ್ರುದುಂಬಿದ ಕಣ್ಣುಗಳೊಂದಿಗೆ ನಾನು ನನ್ನ ಜನತೆಯನ್ನು ನೋಡಿದೆ. ಹಸಿವು, ರೋಗಗಳು ಇಂದಿಗೂ ಅವರ ಪ್ರಿಯಗೆಳೆಯರಾಗಿ ಮುಂದುವರಿದಿವೆ. ಅವರಲ್ಲಿ ಯಾರಾದರೊಬ್ಬರು ನನ್ನ ಹೆಸರನ್ನು ಗಟ್ಟಿಯಾಗಿ ಕೂಗಿ ಓಡಿ ಬಂದು ನನ್ನನ್ನು ತಬ್ಬಿಕೊಳ್ಳುವರೆಂದು ಭಾವಿಸಿದೆ. ಹಾಗೇನೂ ನಡೆಯಲಿಲ್ಲ. ಅವರು ಶಿಸ್ತಿನ ಪ್ರಜ್ಞೆಯೊಂದಿಗೆ ನಿಂತಿರುವ ಒಂದು ಪದಾತಿದಳದ ಹಾಗೆ ಕಾಣಿಸಿದರು. ಅವರು ಯಾವ ಕ್ಷಣದಲ್ಲೂ ಗ್ರಾಮಮುಖಂಡನಿಂದ ಏನೋ ಒಂದು ಆಣತಿ ನಿರೀಕ್ಷಿಸು ತ್ತಿದ್ದಿರಬಹುದು.

ನನ್ನನ್ನು ಕಂಡೊಡನೆ ಗ್ರಾಮಮುಖಂಡ ಮೇಲೆದ್ದು ಬಂದನು. ನನ್ನ ಕೈಯೆತ್ತಿ ಹಿಡಿದು ಅಲ್ಲಿ ಸೇರಿದ್ದ ಹಳ್ಳಿಯ ಜನರನ್ನುದ್ದೇಶಿಸಿ ಹೇಳಿದ, 'ಈ ವ್ಯಕ್ತಿ ವರ್ಷಗಳ ಹಿಂದೆ ಈ ಹಳ್ಳಿಯ ಜನಗಳಿಗೆ ಸಾಲ ನೀಡುವ ಒಂದು ಸಂಸ್ಥೆಯ ಗುಮಾಸ್ತನಾಗಿದ್ದನೆಂದೂ ಈತನ ಹೆಂಡತಿ ಹಿರಣ್ಮಯಿ ಎನ್ನುವ ಹೆಸರಿನವಳು ಈ ಹಳ್ಳಿಯಲ್ಲೆ ಸುಖವಾಗಿ ಬಾಳುತ್ತಿ ದ್ದಾಳೆ ಎಂದೂ ಹೇಳುತ್ತಿದ್ದಾನೆ. ನಮ್ಮ ಹಳ್ಳಿಯನ್ನು ದರೋಡೆಕೋರರಿಂದ ರಕ್ಷಿಸಿದ್ದು ಈತನೇ ಎಂದು ಅಭಿಮಾನದಿಂದ ಹೇಳಿಕೊಳ್ಳುತ್ತಿದ್ದಾನೆ ಏನೇ ಇದ್ದರೂ ಅದನ್ನು ಸಾಬೀತು ಮಾಡಲು ಈತನಿಗೆ ನಾನು ಎಲ್ಲ ಅವಕಾಶವನ್ನು ಕೊಡುತ್ತಿದ್ದೇನೆ.'

ಹೇಳಿ ಮುಗಿಸಿದಾಗ ಮೊದಲು ಚಪ್ಪಾಳೆ ಹೊಡೆದವನು ಉತ್ತಮನೇ. ನಿಧಾನವಾಗಿ ಆ ಚಪ್ಪಾಳೆ ಹಳ್ಳಿಗರ ನಡುವೆಯೂ ವ್ಯಾಪಿಸಿತು. ಬಲು ಹೊತ್ತು ಆ ಶಬ್ದ ಮುಂದುವರಿದು ಕೇಳಿಸುತ್ತಿತ್ತು.

ಗ್ರಾಮಮುಖಂಡ ಎದ್ದು ನಿಂತ. 'ನನ್ನ ಹಿಂದೆ ಬನ್ನಿ.' ಹಳ್ಳಿಯ ಜನರು ಆತನ ಹಿಂದೆ ನಡೆದರು. ನನ್ನ ಜೊತೆಯಲ್ಲಿ ಉತ್ತಮನ್ ಇದ್ದ. ನಡೆಯುತ್ತಲೇ ಉತ್ತಮನ್ ಹೇಳಿದ, 'ಮೊದಲಿಗೆ ನೀವು ಕೆಲಸ ಮಾಡುತ್ತಿದ್ದ ಸಂಸ್ಥೆಯನ್ನು ತೋರಿಸಿರಿ.'

ಹತ್ತಿ ಕಾಡುಗಳನ್ನು ದಾಟಿ ನಾನು ನನ್ನ ಸಂಸ್ಥೆಯ ಮುಂದೆ ನಿಂತೆ. ಅಲ್ಲಿ ನನಗೆ ದ್ವಾರಪಾಲಕ ಕಾಣಿಸಲಿಲ್ಲ. ನೋಡಿದ ತಕ್ಷಣವೆ ಆ ಕಟ್ಟಡ ಖಾಲಿಯಾಗಿ ಬಿದ್ದಿದೆ ಎಂದೆ ನಿಸುವುದು. ಗ್ರಾಮದಮುಖಂಡನ ಸೂಚನೆಯಂತೆ ಉತ್ತಮನ್ ಆ ಕಟ್ಟಡದ ಒಳಕ್ಕೆ ಹೋದನು. ಸ್ವಲ್ಪ ಹೊತ್ತಿನ ಬಳಿಕ ಒಳಗಿಂದ ಒಂದು ನಾಯಿ ಬೊಗಳುವ ದನಿ ಕೇಳಿ ಬಂತು. ಆ ದನಿ ಹತ್ತಿರ ಬಂದಿತು. ಅಗೋ ನನ್ನ ಹಳೆಯ ಮೇಲಧಿಕಾರಿ ನಾಯಿಯೊಂದಿಗೆ ಮೆಟ್ಟಿಲುಗಳನ್ನಿಳಿದು ಬರುತ್ತಿದ್ದಾನೆ. ವಸ್ತ್ರಧರಿಸಿರುವ ಪರಿಯೇ ಬದಲಾಗಿದೆ. ಶುಭ್ರ ಬಿಳಿ ವಸ್ತ್ರ ಮತ್ತು ಬಿಳಿ ಟೋಪಿಧರಿಸಿದ್ದ. ನಾಯಿ ಸಂಕಲೆಯಲ್ಲಿ ಸಿಕ್ಕಿ ಬೊಗಳಿ ಎಗರುತ್ತಿದೆ.

ಗ್ರಾಮಮುಖಂಡನನ್ನು ಕಂಡೊಡನೆ ಮೇಲಧಿಕಾರಿ ಓಡಿಬಂದು ನಮಸ್ಕರಿಸಿದ. ನಾಯಿಯ ಬೊಗಳುವಿಕೆಯೂ ನಿಂತಿತು.

ಗ್ರಾಮಮುಖಂಡ ನನ್ನತ್ತ ಬೆರಳು ತೋರಿ ಕೇಳಿದ. 'ಈ ವ್ಯಕ್ತಿ ನಿಮಗೆ ಗೊತ್ತೇ?' ನನ್ನನ್ನು ಒಂದು ವಿಚಿತ್ರಪ್ರಾಣಿಯೆಂಬಂತೆ ಗಮನಿಸಿ ನೋಡಿದ ಬಳಿಕ ಆತ ಹೇಳಿದ. 'ಗೊತ್ತಿಲ್ಲ.' ನನ್ನ ನಾಲಿಗೆ ನಿಯಂತ್ರಣ ಪಾಲಿಸಲಿಲ್ಲ. ನಾನು ಕೇಳಿದೆ, 'ನಾನು ನಿಮಗೆ ಗೊತ್ತಿಲ್ಲ ಅಂತೀರಾ! ನಿಮ್ಮ ಸಂಸ್ಥೆಯಲ್ಲಿ ನಾನು ಐದು ವರ್ಷ ಕೆಲಸ ಮಾಡಿದ್ದೇನೆ.'

ನನ್ನ ಮಾತುಗಳಿಗೆ ಮೇಲಧಿಕಾರಿಯಲ್ಲಿ ಯಾವುದೇ ತರಹದ ಚಲನೆಯನ್ನೂ ಉಂಟು ಮಾಡಲು ಸಾಧ್ಯವಾಗಲಿಲ್ಲ. ಆತ ನನ್ನನ್ನು ನೋಡಿ ತಗ್ಗಿಸಿದ ದನಿಯಲ್ಲಿ ಹೇಳಿದ: 'ಸ್ನೇಹಿತನೇ, ನೀನೆಲ್ಲೋ ತಪ್ಪಿ ಬಿದ್ದಿರುವೆ. ಇದು ನನ್ನ ನಿವಾಸ.'

ಇದನ್ನು ಕೇಳಿದ ಹಳ್ಳಿಯ ಮಂದಿ ಪರಸ್ಪರ ಏನೇನೋ ಪಿಸುಗುಟ್ಟಿದರು. ಗ್ರಾಮ ಮುಖಂಡ ಕೈಯೆತ್ತಿ ತೋರಿಸಿದೊಡನೆ ನಿಶ್ಶಬ್ದತೆ ಹರಡಿತು. ಆತ ಹಳ್ಳಿಯ ಜನರನ್ನು ಸಮಾಧಾನ ಪಡಿಸಿದ. 'ಅಸಹನೆ ಅವಿವೇಕಗಳನ್ನೇನೂ ತೋರಬೇಡಿ ಈ ಮಹನೀಯರನ್ನೇ ಆಕ್ಷೇಪಿಸಿದ ಈ ಸೆರೆಯಾಳಿನ ಅಜ್ಞಾನಕ್ಕೆ ನಾವು ಸಹಾನುಭೂತಿ ತೋರೋಣ. ಈ ದಯಾಳುವಿನ ಗುಣಗಣಗಳು ನಿಮಗೆಲ್ಲ ಗೊತ್ತಿರುವುದೇ ತಾನೇ. ಜಾತಿಮತ ಭೇದವಿಲ್ಲದೆ ಈ ಹಳ್ಳಿಯ ಎಲ್ಲ ಪ್ರಾಯದವರೂ ನಿರಾಂತಂಕವಾಗಿ ಈ ಸಜ್ಜನರ ಮನೆಗೆ ಪ್ರವೇಶಿಸ ಬಹದು. ಅಗತ್ಯವಿರುವಷ್ಟು ಹಣವನ್ನು ಸಾಲ ಪಡೆಯಬಹುದು. ಹೆಚ್ಚಿನ ಸಾಲಗಳನ್ನು ಕೊಡುವುದಕ್ಕಾಗಿ ಹಣಸಂಗ್ರಹಿಸಲು ಅವರು ಬಡ್ಡಿ ಪಡೆಯುವುದು. ಮತ್ತೆ ಆ ಹಣವನ್ನು ಹಳ್ಳಿಯ ಜನರಿಗೇನೇ ಕೊಡುತ್ತಾರೆ. ಇಷ್ಟೆಲ್ಲಾ ಆಸ್ತಿಗಳಿದ್ದರೂ ಅಹಂಕಾರವಿಲ್ಲದಂತಹ ಒಬ್ಬ ದಯಾಳುವನ್ನು ಈ ಹಳ್ಳಿಯಲ್ಲಲ್ಲದೆ ಬೇರೆಲ್ಲಾದರೂ ಕಾಣಲು ಸಾಧ್ಯವೇ.'

ಹಳ್ಳಿಗರಲ್ಲಿ ಅಲ್ಲೊಂದು ಇಲ್ಲೊಂದು ಪ್ರತಿಭಟನೆಯ ಶಬ್ಧ ಹೊಮ್ಮಿತು. ಗ್ರಾಮಮುಖಂಡ ಕೈ ಎತ್ತಿದೊಡನೆ ಅದು ನಿಂತಿತು. ಆತ ನನ್ನತ್ತ ತಿರುಗಿ ಹೇಳಿದ, 'ಹಿಂದೆಂದೋ ಕಂಡ ಒಂದು ಕನಸು ನಿಮ್ಮ ಮನಸ್ಸಿನಲ್ಲಿ ವಾಸ್ತವತೆಯಾಗಿ ಉಳಿದುಬಿಟ್ಟಿರುವುದು ಇದಕ್ಕೆ ಕಾರಣವಿರಬೇಕು. ನಡೆಯಿರಿ. ಎಲ್ಲಿದೆ ನಿಮ್ಮ ಹೆಂಡತಿಯ ಮನೆ. ಅಲ್ಲೂ ನೀವು ತಪ್ಪಿ ಬೀಳುವಿರೇ?' ಹಿಂದಿನಿಂದ ನಗುವೆದ್ದಿತು. ಗ್ರಾಮಮುಖಂಡ ಒಮ್ಮೆ ತಿರುಗಿ ನೋಡಿದಾಗ ಅದುವೂ ನಿಂತಿತು.

ನಾನು ನನ್ನ ಬಂಗಲೆಯನ್ನೇ ಲಕ್ಷ್ಯವಾಗಿರಿಸಿ ನಡೆದೆ. ಉತ್ತಮನ್ ಮತ್ತು ಗ್ರಾಮ ಮುಖಂಡ ನನ್ನ ಜೊತೆಗಿದ್ದರು. ಹಳ್ಳಿ ಜನರು ಆಲಸ್ಯದಿಂದ ಹಿಂಬಾಲಿಸಿದರು. ದೂರದಿಂದಲೇ ಬಂಗಲೆಯ ಬಿಸಿಲುಮಚ್ಚು ಕಾಣಿಸಿತು. ಅಲ್ಲಿ ಬದಲಾವಣೆಗಳು ಕಾಣಿಸಲಿಲ್ಲ. ಪಹರೆಗಾರ ನರೆತ ಮೀಸೆ ಕುಣಿಸುತ್ತ ನಿಂತಿದ್ದ.

ಹಳ್ಳಿಗರು ಗಟ್ಟಿಯಾಗಿ ನಕ್ಕರು. ಆ ಶಬ್ದವನ್ನು ಕೇಳಿಯೇ ಇರಬೇಕು ಬಿಸಿಲುಮಾಳಿಗೆ ಯಲ್ಲಿ ಹಿರಣ್ಮಯಿ ಕಾಣಿಸಿಕೊಂಡಳು. ಅವಳ ಹಿಂದೆ ಅಲಂಕರಿಸಿಕೊಂಡು ತಾಂಬೂಲ ಜಗಿದು ಕೆಂಪಾದ ತುಟಿಗಳ ಅನೇಕ ಯುವತಿಯರು. ನನ್ನ ಹಿರಣ್ಮಯಿಗೆ ವಾರ್ಧಕ್ಯವೇ? ನನ್ನ ದೃಷ್ಟಿ ಅವಳಲ್ಲಿ ನೆಟ್ಟಿತು. ಅವಳು ತಟ್ಟನೆ ಅಲ್ಲಿಂದ ಹಿಂದೆ ಸರಿದಳು. ಸ್ವಲ್ಪ ಹೊತ್ತು ನಾನು ಕಾದೆ. ಕೆಳಗೆ ಬಾಗಿಲುಗಳು ತೆರೆದವು. ಅವಳ ಕೈಯಲ್ಲಿ ಒಂದು ದೊಡ್ಡ ಹೂಮಾಲೆ ಯಿತ್ತು. ಅದನ್ನೆತ್ತಿ ಹಿಡಿದು ಓಡುತ್ತ ಬಂದು ಗ್ರಾಮಮುಖಂಡನ ಕೊರಳಿಗೆ ಹಾಕಿ ಆತನ ಪಾದಗಳನ್ನು ಮುಟ್ಟಿ ನಮಸ್ಕರಿಸಿದಳು. ಗ್ರಾಮಮುಖಂಡ ಅವಳ ಬೆಳ್ಳಗಾದ ಶಿರವನ್ನು ನೇವರಿಸುತ್ತ ನನ್ನತ್ತ ಬೆರಳು ತೋರಿ ಕೇಳಿದ, 'ತಾಯೀ, ತಪ್ಪು ತಿಳಿಯಬೇಡಿ. ಈ ವ್ಯಕ್ತಿ ನಿಮ್ಮ ಪತಿಯೇ?' ಹಿರಣ್ಮಯಿ ನನ್ನ ಬಳಿಗೆ ಸರಿದಳು. ಬಿಸಿಲಮಚ್ಚಿನಲ್ಲಿ ಗುಂಪಾಗಿ ನಿಂತಿದ್ದ ಯುವತಿಯರು ಉತ್ಕಂಠತೆಯಿಂದ ನನ್ನತ್ತ ನೋಡಿದರು. ಹಿರಣ್ಮಯಿ ಹೇಳಿದಳು. 'ನನಗೆ ದುಃಖವೇನೂ ಅನಿಸುತ್ತಿಲ್ಲ. ಆದರೆ ಸಹತಾಪ ಎನಿಸುತ್ತಿದೆ. ನನ್ನ ರೂಪಸಾದೃಶ್ಯ ವಿರುವ ಈತನ ಪತ್ನಿ ಅಕಾಲ ಮರಣಕ್ಕೀಡಾಗಿರಬಹುದು. ಆ ನೆನಪನ್ನು ಹೊತ್ತು ನಡೆ ಯುತ್ತಿರಬೇಕು ಈ ವ್ಯಕ್ತಿ.' ಹಿರಣ್ಮಯಿ ಕಣ್ಣೊರೆಸಿಕೊಂಡು ಒಳಕ್ಕೆ ಹೋದಳು.

ಗ್ರಾಮೀಣರು ಜೋರಾಗಿ ಕಿರುಚಿದರು. ಗ್ರಾಮಮುಖಂಡ ಅವರಿಗೆ ನಿಶ್ಶಬ್ದವಾಗಿರುವಂತೆ ಹೇಳಿದ. 'ಸಹನೆಯು ಶಕ್ತಿಯ ಪರ್ಯಾಯವೇ ಆಗಿದೆ. ತಾಳ್ಮೆಯಿಂದ ನಡೆಯಿರಿ.' ಅವರು ನಡೆದರು. ಗ್ರಾಮಮುಖಂಡ ನನಗೆ ಹೇಳಿದ. 'ನಿಮಗೆ ಮತಿಭ್ರಮಣೆ ಆಗಿಲ್ಲ ಎಂದು ನಾನು ನಂಬಲೇ. ತಮ್ಮ ಲೆಕ್ಕವಿಲ್ಲದಷ್ಟು ಆಸ್ತಿಗಳನ್ನು ಈ ಹಳ್ಳಿಯ ಹೆಣ್ಣುಮಕ್ಕಳ ವಿದ್ಯಾ ಭ್ಯಾಸಕ್ಕಾಗಿ, ಗಾನನಾಟ್ಯ ಮುಂತಾದ ಕಲೆಗಳ ಅಭ್ಯಾಸಕ್ಕಾಗಿ ಮೀಸಲಿಟ್ಟು ದೈವನಾಮಸ್ಮರಣೆ ಮಾಡುತ್ತ ಹಿರಣ್ಮಯಿದೇವಿ ಈಗಲೂ ಕನ್ನಿಕೆಯಾಗಿಯೇ ಬಾಳುತ್ತಿದ್ದಾರೆ.'

ನಾವು ಬೆಟ್ಟದ ತಪ್ಪಲಿಗೆ ತಲುಪಿದೆವು. ಹಳ್ಳಿಗರು ತಂತಮ್ಮ ಜಾಗಗಳಲ್ಲಿ ಒಂಟಿ ಯಾಗಿಯೂ ಗುಂಪಾಗಿಯೂ ಕುಳಿತರು. ಸೂರ್ಯ ಪಡುವಣಕ್ಕೆ ಇಳಿದ. ಅಸ್ತಮಿಸಲು ಇನ್ನೂ ಸಮಯವಿದೆ.

ಗ್ರಾಮಮುಖಂಡ ಹಳ್ಳಿಗರನ್ನುದ್ದೇಶಿಸಿ ಮಾತನಾಡತೊಡಗಿದ, 'ನನ್ನ ಅನುಯಾಯಿ ಗಳಾದ ಪ್ರಜೆಗಳೇ, ಇನ್ನೂ ಈ ವ್ಯಕ್ತಿ ನಿರಪರಾಧಿ ಎಂದು ಭಾವಿಸುತ್ತೀರಾ? ಅಸ್ತಿತ್ವದಲ್ಲೇ ಇರದ ಸಂಸ್ಥೆಯಲ್ಲಿ ಕೆಲಸದಲ್ಲಿದ್ದೆ ಎಂದೂ, ಕನ್ಯೆಯಾಗಿರುವ ಹಿರಣ್ಮಯಿದೇವಿಯನ್ನು ತನ್ನ ಹೆಂಡತಿಯೆಂದೂ ಹೇಳಿ ಈತ ನಮಗೆಲ್ಲ ಮೋಸ ಮಾಡಿದ್ದಾನೆ. ಮತ್ತೆ ಒಂದು ಅವಕಾಶ ನಾನು ಕೊಡುತ್ತೇನೆ. ನಿಮ್ಮಲ್ಲಿ ಯಾರಿಗಾದರೂ ಈತನನ್ನು ಗೊತ್ತಿದ್ದರೆ ಮುಂದೆ ಬನ್ನಿ.'

ಬೆಂಕಿ ಕಾರುವ ಕಣ್ಣುಗಳಿಂದ ಎದುರಿಗೆ ಕುಳಿತಿರುವ ಎಲುಬಿನಗೂಡುಗಳನ್ನು ನಾನು ನೋಡಿದೆ. ಅವರೆಲ್ಲ ಯಾವುದೋ ಭೀಕರ ಅವಘಡದ ಸುದ್ದಿ ಕೇಳಿದವರ ಹಾಗೆ

ಹೌಹಾರಿ ಕುಳಿತಿದ್ದಾರೆ. ನಾನು ನನ್ನ ಕೈಗಳನ್ನು ಆಕಾಶದತ್ತ ಎತ್ತರಿಸಿ ಕೇಳಿದೆ, 'ನನ್ನ ಗುರುತಿರುವವರು ಯಾರೂ ಇಲ್ಲವೆ? ನನ್ನ ಪ್ರೀತಿಪಾತ್ರರೇ, ನೀವು ನನ್ನನ್ನು ಮರೆತು ಹೋದಿರೇ!

ದಿಢೀರನೆ ಒಂದು ದನಿ ನನಗೆ ಕೇಳಿಸಿತು. ಕಣ್ಣು ತೆರೆದು ನೋಡಿದೆ. 'ನನಗೆ ಗೊತ್ತು, ನನಗೆ ಗೊತ್ತು' ಎನ್ನುತ್ತ ಓರ್ವ ಮಧ್ಯವಯಸ್ಕ ಹೆಂಗಸು ನನ್ನ ಬಳಿಗೆ ಓಡಿ ಬರುತ್ತಿದ್ದಾಳೆ. ಕುತ್ತಿಗೆಯಲ್ಲಿ ಸೇವಂತಿಗೆ ಹಾರ ಮತ್ತು ಕಿವಿಗಳಿಗೆ ಒಣಗಿದ ತುಳಸಿಎಲೆಗಳನ್ನು ಧರಿಸಿದ್ದ, ನರೆತ ತಲೆಗೂದಲನ್ನು ಬಾಳೆನಾರಿನಿಂದ ಕಟ್ಟಿದ್ದ, ಹರಿದು ಚಿಂದಿಯಾದ ಹಸಿರು ಸೀರೆ ಯುಟ್ಟಿದ್ದ ಆ ಮಹಿಳೆ ನನ್ನ ಕಾಲ ಬಳಿ ಮಂಡಿಯೂರಿ ಕುಳಿತಳು. ಅವಳು ತುಟಿಯ ಲುಗಿಸಿದಳು. 'ಬಾಬುಜಿ!' ನೆನಪು ಹರಿಮಿಂಚಾಯಿತು. ನನ್ನ ಧ್ವನಿ ಹೊರಬಂದಿತು. 'ಸುಬಿತ...' 'ಬಾಬುಜಿ.' ಅವಳು ಬಿಕ್ಕಿದಳು. ನಾನವಳನ್ನು ಸಂತೈಸಿದೆ. 'ನಿನ್ನ ಮಗ ಏನು ಮಾಡುತ್ತಿದ್ದಾನೆ?' ಅವಳು ರೋದಿಸುತ್ತಲೇ ಹೇಳಿದಳು. 'ನನ್ನ ಮಗ ಬಾಲೀವನನ್ನು ಒಂದು ದಿನ ರಾತ್ರಿ ಅವರು ಹಿಡಿದುಕೊಂಡು ಹೋದರು. ಅವರು ಅವನನ್ನು ಜೀವಸಹಿತ ಹುಗಿದು ಮುಚ್ಚಿರಬಹುದು.'

ನನ್ನೊಳಗೆ ಜ್ವಾಲೆಗಳು ಹೊಮ್ಮಿದವು. ಸೆರೆಮನೆಯಲ್ಲಿ ನಾನು ಕಂಡ ಆ ಮುಖ ಹೊಳೆಯಿತು. ನಾನು ಕೇಳಿದೆ, 'ಬಾಲೀವನ್ ನಿನ್ನ ಮಗನೇ? ಯಾರು ಅವನನ್ನು ಹಿಡಿದುಕೊಂಡು ಹೋದರು?' ಅವಳು ಗೋಳೋ ಎಂದು ಅಳುತ್ತ ಎದ್ದು ಗ್ರಾಮ ಮುಖಂಡನನ್ನು ಕ್ರೋಧದಿಂದ ನೋಡಿದಳು. ಅನಂತರ ಬೆಟ್ಟವಿಳಿದು ಗದ್ದೆಯ ಬದುವಿನ ಮೂಲಕ ಓಡಿ ಮರೆಯಾದಳು.

ಗ್ರಾಮೀಣರ ಗುಂಪಿನ ಸಮೂಹನಗೆ ಹೊಮ್ಮಿತು, ನೀರಿನಲೆಗಳ ವರ್ತುಲದಂತೆ ಅವು ದೊಡ್ಡದಾಗುತ್ತ ಹೋದವು.

ನಾನು ಮುಖಂಡನನ್ನು ನೋಡಿ ಹೇಳಿದೆ. 'ಪ್ರಭೋ, ಈ ಸುಬಿತ ನನ್ನನ್ನು ಗುರುತು ಹಿಡಿದಿದ್ದಾಳೆ.'

ಗ್ರಾಮಮುಖಂಡನೂ ಜೋರಾಗಿ ನಕ್ಕ. ಆತ ನಗು ನಿಲ್ಲಿಸದೆ ಹಳ್ಳಿಗರತ್ತ ನೋಡಿದ. 'ನನ್ನ ಪ್ರಜೆಗಳೇ, ಸುಬಿತ ಯಾರು ಎಂದು ಈ ಬಡಪಾಯಿಗೆ ಹೇಳಿ ಮನವರಿಕೆ ಮಾಡಿಸಿ.' ಜನರ ಗುಂಪು ಒಕ್ಕೊರಲಿನಿಂದ ಹೇಳಿತು. 'ಅವಳಿಗೆ ಹುಚ್ಚು. ಹುಚ್ಚಿ ಸುಬಿತ ಎಂದರೆ ಗೊತ್ತಿಲ್ಲದವರು ಈ ಹಳ್ಳಿಯಲ್ಲಿ ಯಾರೂ ಇಲ್ಲ. ಅವಳಿಗಿದ್ದ ಒಬ್ಬನೇ ಒಬ್ಬ ಮಗ ಒಂದು ದಿನ ಮಧ್ಯರಾತ್ರಿ ಊರು ಬಿಟ್ಟು ಹೋದಾಗಿನಿಂದಲೇ ಅವಳಿಗೆ ಈ ಚಿತ್ತಭ್ರಮಣೆ ಉಂಟಾದುದು.'

ಗ್ರಾಮಮುಖಂಡ ನನ್ನನ್ನು ಕೇಳಿದ, 'ನನ್ನ ಜಾಗದಲ್ಲಿ ನೀವಿದ್ದಿದ್ದರೆ ಒಬ್ಬಳು ಹುಚ್ಚಿಯ ಮಾತನ್ನು ನಂಬುತ್ತೀರಾ?'

ನಾನು ಮೌನವಾದೆ. ನಾನು ಮತ್ತು ನನ್ನ ಹಳ್ಳಿಯ ಜನರು ಮೋಸ ಹೋಗಿದ್ದೇವೆ. ನನ್ನ ಇಂದ್ರಿಯಗಳನ್ನು ಸಹ ನನ್ನ ವಿರುದ್ಧ ತಿರುಗಿಸಲು ಇವರಿಂದ ಸಾಧ್ಯವಾಗಿದೆ.

ಗ್ರಾಮಮುಖಂಡ ಹೇಳಿದ. 'ಇಪ್ಪತ್ತೈದನೆಯ ವಾರ್ಷಿಕೋತ್ಸವದ ಮೆರವಣಿಗೆ ಶುರುವಾಗಲಿದೆ. ಎಲ್ಲಾ ಗಂಟೆಗಳೂ ಮೊಳಗಲಿ.' ವಾತಾವರಣದ ತುಂಬ ಸಮೂಹ ಘಂಟಾನಾದ ಮೊಳಗಿತು. ಬೀದಿಬೀದಿಗಳಲ್ಲೂ ಜನರು ತುಂಬಿ ತುಳುಕಿದರು. ಎಲ್ಲರೂ ಬೆಟ್ಟದ ಇಳುಕಲಿನ ಕಡೆಗೆ ನಡೆದರು.

ನಾನು ಗ್ರಾಮಮುಖಂಡನ ಕಾಲಿಗೆ ಬಿದ್ದೆ. 'ಸರ್ವಾಧಿಪರಾದ ತಾವು ಆದಷ್ಟು ಬೇಗ ನನ್ನ ಶಿಕ್ಷೆಯನ್ನು ನನಗೆ ನೀಡಿ ಈ ಜಗತ್ತಿನಿಂದ ನನ್ನನ್ನು ಬಿಡುಗಡೆಗೊಳಿಸಿ. ನನಗೆ ಮರಣಶಿಕ್ಷೆಯನ್ನು ಕೊಡಿ ಎಂದು ತಮ್ಮಲ್ಲಿ ನಾನು ಬೇಡಿಕೊಳ್ಳುತ್ತೇನೆ.'

ಆತ ಮುಗುಳ್ನಕ್ಕ. ಹೆಚ್ಚುತ್ತ ಬರುತ್ತಿದ್ದ ಜನರ ಗುಂಪನ್ನು ತೋರಿಸುತ್ತ ಆತ ಹೇಳಿದ, 'ಇವರೆಲ್ಲರೂ ನನ್ನ ಅನುಯಾಯಿಗಳು. ನನಗೆ ವಿರುದ್ಧವಾಗಿ ಒಬ್ಬರೂ ಸಹ ಈ ಹಳ್ಳಿಯಲ್ಲಿಲ್ಲ. ಅಷ್ಟು ಹೆಚ್ಚು ಜನಾದೇಶ ನನಗಿದೆ. ನಾನಿರುವುದೇ ಅವರಿಗೋಸ್ಕರ.'

ಆತ ಫಕ್ಕನೆ ಜೋರುದನಿಯೆತ್ತಿದ,

'ನನ್ನ ಹಳ್ಳಿಯ ಪ್ರಜೆಗಳೇ, ಮಾಂಡಲಿಕರಿಂದ ಸ್ವಾತಂತ್ರ್ಯ ಪಡೆದ ನಮ್ಮ ಹಳ್ಳಿಯ ಇಪ್ಪತ್ತೈದನೇ ಸ್ವಾತಂತ್ರ್ಯೋತ್ಸವದಂದು ನಾನೊಂದು ಸತ್ಕಾರ್ಯವನ್ನು ಮಾಡಲಿದ್ದೇನೆ. ಎಲ್ಲಾ ಅಪರಾಧಗಳೂ ನಿಸ್ಸಂದೇಹವಾಗಿ ಸಾಬೀತಾದವು ಎಂದು ಅಪರಾಧಿಗೂ ಕೂಡ ಮನವರಿಕೆಯಾದ ಕಾರಣ ಬೇಕಿದ್ದರೆ, ನೀವೆನಗೆ ನೀಡಿರುವ ಸರ್ವಾಧಿಕಾರ ಪ್ರಯೋಗಿಸಿ ನಾನು ಈತನಿಗೆ ಮರಣದಂಡನೆ ವಿಧಿಸಬಹುದು. ಆದರೆ ಇಂದಿನ ಈ ಸುದಿನವನ್ನು ನಾವು ಮರೆಯಲು ಸಾಧ್ಯವಿಲ. ಈ ವ್ಯಕ್ತಿ ಮಾಡಿದ ಅಪರಾಧಗಳಾದ ವೇಷಾಂತರ, ಮಾನಹಾನಿ, ದರೋಡೆ, ಕೊಳ್ಳಿಯಿಡುವಿಕೆ ಎಲ್ಲವನ್ನೂ ಕ್ಷಮಿಸಿ, ನನ್ನಲ್ಲಿ ಅಧಿಷ್ಠಿತವಾಗಿರುವ ವಿಶೇಷ ಅಧಿಕಾರವನ್ನುಪಯೋಗಿಸಿ ನಾನು ಇವನನ್ನು ಬಿಡುಗಡೆ ಮಾಡುತ್ತಿದ್ದೇನೆ. ನೀವು ಇವನನ್ನು ಸ್ವೀಕರಿಸಿರಿ. ನನ್ನ ಸಿದ್ಧಾಂತಗಳನ್ನು ಇವನಿಗೆ ಕಲಿಸಿರಿ. ಇವನನ್ನು ನನ್ನ ಅನುಯಾಯಿಯನ್ನಾಗಿ ಎತ್ತರಕ್ಕೇರಿಸಿ! ಇವನು ಸ್ವಾತಂತ್ರ್ಯದ ಸುಖವನ್ನನುಭವಿಸಲಿ.'

ಅತ್ಯಧಿಕ ಸಂತೋಷದಿಂದ ಹಳ್ಳಿಯ ಜನ ಚಪ್ಪಾಳೆ ತಟ್ಟಿದರು. ಉತ್ತಮನ್ ಜೋರಾಗಿ ಕೂಗಿ ಹೇಳಿದ. 'ಗ್ರಾಮಮುಖಂಡ ಚಿರಾಯುವಾಗಲಿ.' ಆ ಬಳಿಕ ನನ್ನನ್ನೂ ಕರೆದುಕೊಂಡು ಆತ ಕೆಳಕ್ಕಿಳಿದ. ಅಷ್ಟರಲ್ಲಾಗಲೆ ಮೆರವಣಿಗೆಯ ಸಿದ್ಧತೆಗಳು ಅಡಿವಾರದಲ್ಲಿ ಪೂರ್ಣಗೊಂಡಿದ್ದವು. ಜೋಡಿ ಕುದುರೆಗಳನ್ನು ಹೂಡಿದ್ದ ಸಾರೋಟಿನಲ್ಲಿ ಮೇಲಧಿಕಾರಿ ಮತ್ತು ಪುಷ್ಪಾಲಂಕೃತವಾದ ಪಲ್ಲಕ್ಕಿಯಲ್ಲಿ ಹಿರಣ್ಮಯಿ ಕುಳಿತು ಸುತ್ತಲೂ ವೀಕ್ಷಿಸಿದರು. ಸಖಿಯರು ಆಜ್ಞೆಗಳಿಗಾಗಿ ಕಾದುನಿಂತರು.

ಹಳ್ಳಿಗರೆಲ್ಲ ಬೆಟ್ಟವನ್ನು ಓಡುತ್ತ ಹತ್ತಿದರು. ಬಹಳ ಕಷ್ಟಪಟ್ಟು ಅವರು ಬೆಟ್ಟವನ್ನೇರಿದರು. ಮೂಳೆ ಎದ್ದ, ಚರ್ಮ ಒಣಗಿದ್ದ, ಗುಳಿಬಿದ್ದ ಕಣ್ಣುಗಳ, ಕೆಂಚುಗೂದಲಿನ ಯುವಕರು ಗ್ರಾಮಮುಖಂಡನನ್ನು ಎತ್ತಿ ಹೆಗಲಿಗೇರಿಸಿಕೊಂಡು ಆಹ್ಲಾದದನಿ ಹೊರಡಿಸಿ ಕೆಳಗಿಳಿಸಿದರು. ಅಲಂಕರಿಸಲಾದ ಒಂದು ತೇರಿನಲ್ಲಿ ಗ್ರಾಮಮುಖಂಡನನ್ನು ಕುಳ್ಳಿರಿಸಿದರು. ತೇರಿನ ಹಗ್ಗ ಎಳೆಯುವುದಕ್ಕೆ ಪೈಪೋಟಿಯೇ ನಡೆಯಿತು. ದಿಗಂತಗಳು ಮೊಳಗುವ ಹಾಗೆ ಗಟ್ಟಿಯಾಗಿ ಉತ್ತಮನ್ ಕಿರುಚಿದ, 'ದಯಾಮಯನಾದ ಗ್ರಾಮಮುಖಂಡ ದೀರ್ಘಾಯುವಾಗಲಿ ನಮ್ಮ ರಕ್ಷಕನಾದ ಮುಖಂಡನಿಗೆ ಜಯವಾಗಲಿ.' ಹಳ್ಳಿಗರು ಆ ಘೋಷಣೆಗಳನ್ನು ಅವನಂತೆಯೇ ಕೂಗಿದರು. ಒಳಕ್ಕಂಟಿಕೊಂಡಿದ್ದ ಹೊಟ್ಟೆ ನೋಯುವ ವಿಧದಲ್ಲಿ ಅವರು ಅರಚಿದರು. ಗಗನವೇ ನಡುಗಿತು. ಮೆರವಣಿಗೆ ಸಾಗಿತು. ಅಂಗವಿಕಲರಾಗಿದ್ದವರೂ ರೋಗಿಗಳೂ ಭಾವಾವೇಶ ಅಧಿಕವಾಗಿ ಮೈಮರೆತು ಮೆರವಣಿಗೆಯಲ್ಲಿ ಲೀನವಾದರು.

ಕೂಗಿ ದಣಿದ ಉತ್ತಮನ್ ದನಿ ಕೊನೆಗೊಂಡಾಗ ಅದನ್ನು ಎತ್ತಿ ಮುಂದುವರಿಸಲು ಇನ್ನೊಂದು ದನಿ ಹೊಮ್ಮುತ್ತಲಿತ್ತು. ಅದೊಂದು ಹೆಣ್ಣು ದನಿಯಾಗಿತ್ತು. ನಾನು ಆ ಕಡೆಗೆ ನೋಡಿದೆ. ನನ್ನ ಕಣ್ಣುಗಳು ಹಳದಿಗಟ್ಟಿ ಹೋದವು. ಮೆದುಳಿಗೆ ವಿಷಬಾಧೆ ತಗುಲಿತು. ನಾನು ಇದೇನನ್ನು ಕಾಣುತ್ತಿರುವೆ? ಆಗಸದೆಡೆಗೆ ಮುಷ್ಟಿ ಬಿಗಿದು ಬೀಸುತ್ತ ತೇರನ್ನೆಳೆಯುವ ಜನರಿಗೆ ಹುಮ್ಮಸನ್ನು ತುಂಬುವ ರೀತಿಯಲ್ಲಿ ಹೆಣ್ಣುಕಂಠದ ಪ್ರಿಯದರ್ಶನ್ ಘೋಷಣೆಗಳನ್ನು ಕೂಗಿ ಹೇಳಿಕೊಡುತ್ತಿದ್ದ 'ಗ್ರಾಮಮುಖಂಡ ದೀರ್ಘಾಯುವಾಗಲಿ.'

ಆ ಉಚ್ಚ ಘೋಷಗಳ ನಡುವೆ ನಾಲಗೆಯ ನಿಯಂತ್ರಣ ಕಳೆದುಕೊಳ್ಳದಿರಲು ನಾನು ಅತ್ಯಧಿಕ ಹೆಣಗಿದೆ. ಅನುಯಾಯಿಗಳಾಗಲು ವಿಧಿಸಲ್ಪಟ್ಟವರ ಜೊತೆಯಲ್ಲಿ ಮರಣಕ್ಕಿಂತ ಮಿಗಿಲಾದ ಒಂದು ದುಃಖವನ್ನು ಹೊತ್ತುಕೊಂಡು ನಾನು ಯಾಂತ್ರಿಕವಾಗಿ ನಡೆದೆ.

**

ವಂಜಿಕುನ್ನಂಪತಿ

ವಂಜಿಕುನ್ನಂಪತಿ* ಎಂಬ ದೇಶದ ಬಗ್ಗೆ ಕೇಳದೆ ಇರುವವರು ಬಲು ವಿರಳ. ಇಷ್ಟು ಕಡಿಮೆ ಕಾಲಾವಧಿಯಲ್ಲಿ ಇಷ್ಟು ಹೆಚ್ಚು ಪ್ರಸಿದ್ಧಿ ಗಳಿಸಿದ ಬೇರಾವ ದೇಶವೂ ಈ ಭೂಖಂಡದಲ್ಲೇ ಇಲ್ಲ. ಸಾವಿರ ಸಾವಿರ ಮೈಲಿಗಳಾಚೆಯಿಂದ ಆಕಾಶ ಸಾಗರಗಳನ್ನೆಲ್ಲ ದಾಟಿ ನೀವು ಈ ದೇಶವನ್ನು ನೋಡಲು ಬಂದಿರುವುದೇ ಅದಕ್ಕೆ ಮಹತ್ವದ ಸಾಕ್ಷಿಯಲ್ಲವೆ? ನೀವು ಅಂದರೆ ಬುದ್ಧಿಜೀವಿಗಳು, ಮಧ್ಯಮವರ್ಗದವರು, ರೈತರು, ಕಾರ್ಮಿಕರು ಸೇರಿರುವ ಒಂದು ದೊಡ್ಡ ಪ್ರವಾಸಿ ತಂಡ.

ಓ ಪ್ರವಾಸಿಗರೇ, ಬನ್ನಿರಿ! ಮೊದಲಿಗೆ ನಾನು ವಾಸವಿರುವ ಈ ಕೋಟೆಯ ಹೊರ ಭಾಗವನ್ನು ಪೂರಾ ಒಮ್ಮೆ ಸುತ್ತಾಡಿ ನೋಡಿರಿ, ಕೋಟೆಯ ಸುತ್ತಲೂ ಎದ್ದು ನಿಂತಿರುವ ಈ ಕಗ್ಗಲ್ಲ ಗೋಡೆಯ ಎತ್ತರದಲ್ಲಿ ಸಾಕಷ್ಟು ನಂಬಿಕೆ ಮೂಡದಿದ್ದುದರಿಂದಲೇ ಇರಬೇಕು, ದಿವಂಗತನಾದ ಕೊಂಗರಾಜ ಸಿಂಗಮಾನನು ಅದರ ಮೇಲುಗಡೆ ಒಂದಾಳೆತ್ತರಕ್ಕೆ ಒಂದು ತಂತಿಬೇಲಿಯನ್ನೂ ಎತ್ತರಿಸಿ ಕಟ್ಟಿಸಿದ್ದು. ಹಿಂದಿನಿಂದಲೇ ಜನರು ಸೆರೆಮನೆಗಳನ್ನು ಇಷ್ಟಪಡು ತ್ತಿರಲಿಲ್ಲ ಎಂದೂ ಯಾವ ರೀತಿಯಲ್ಲಾದರೂ ಅದನ್ನು ಜಿಗಿದು ಹೊರಬೀಳಲು ಪ್ರಯತ್ನ ನಡೆಸಿದ್ದರು ಎಂಬುದೂ ಇದರಿಂದ ಸ್ಪಷ್ಟವಾಗುತ್ತದಲ್ಲವೆ? ಆದರೆ, ಪ್ರವಾಸದ ಹುರುಪಿ ನಲ್ಲಿರುವ ನಿಮಗೆ ಈ ಎತ್ತರ ಕೆಲವು ಅಡಚಣೆಗಳನ್ನುಂಟು ಮಾಡಬಹುದು. ದಾರುಶಿಲ್ಪ ಕಲೆಯ ಮನೋಹರ ರೂಪವಾದ ಈ ಅರಮನೆಯ ಮೇಲ್ಛಾವಣಿಯನ್ನಷ್ಟೇ ನೀವು ನೋಡಲು ಸಾಧ್ಯ. ಅಲ್ಲಿ ಬೀಡುಬಿಟ್ಟಿರುವ ಶಾಂತಿಯ ಅಚ್ಚ ಬಿಳಿ ಪಾರಿವಾಳಗಳು ರಾತ್ರಿ ಹಗಲೆನ್ನದೆ ಸಮಾನತೆ, ಸೌಂದರ್ಯ, ಶಾಂತಿಯ ಹೂವಸಂತಗಳಿಗಾಗಿ ಕಾದು ಅವುಗಳ ವ್ಯರ್ಥ ಗುಟುರುಗಳು ಮುಂದುವರಿಯಲಿ ಎಂದು ಅಶುಭಚಿಂತಕರು ಮನದಲ್ಲೇ ಆನಂದಿಸುತ್ತಿರಬಹುದು. ಆದರೆ ಶುಭವಿಶ್ವಾಸಿಗಳೂ ಭೌತಿಕವಾದಿಗಳೂ ಆದ ನೀವು ಅದನ್ನು ಲೆಕ್ಕಿಸದೆ ಮುಂದೆ ಸಾಗಿರಿ. ಸಾಗಿ ಮುಂದೆ ಎಂಬುದನ್ನಷ್ಟೇ ಹಿಂದಿನ ತಲೆಮಾರಿ ನವರು ನಮಗೆ ಉಪದೇಶಿಸಿರುವುದು ಹಾಗೂ ಪ್ರಕೃತಿ ನಮಗೆ ಕಲಿಸಿರುವುದು.

ಮೇಲ್ಛಾವಣಿಯ ಮೇಲೆ ಅಳವಡಿಸಲಾದ ಗೋಪುರ ಗಡಿಯಾರದ ದೀರ್ಘವೂ ಅನುಸ್ಯೂತವೂ ಆಗಿರುವ ಸ್ಪಂದನಗಳನ್ನು ಕೇಳಲು ನಿಮಗೆ ಸಾಧ್ಯವಾಗುತ್ತಿದೆಯೇ?

***ವಂಜಿಕುನ್ನಂಪತಿ = ದೋಣಿಬೆಟ್ಟ ಪ್ರದೇಶ.**

ಇರಲಾರದು. ಸ್ವಂತ ಹೃದಯ ಸ್ಪಂದನಗಳನ್ನು ಸಹ ಅರಿಯಲು ಸಾಧ್ಯವೇ ಹೊರತು ನಮ್ಮಿಂದ ಆಲಿಸಲು ಸಾಧ್ಯವಾಗುವುದಿಲ್ಲವಲ್ಲ.

ಈಗಾಗಲೇ ನೀವು ಕೋಟೆಯ ಸುತ್ತಲೂ ಇರುವಂತಹ ಒಂದು ದೊಡ್ಡ ಕಂದಕವನ್ನು ಪ್ರದಕ್ಷಿಣೆ ಹಾಕಿ ಬಂದುಬಿಟ್ಟಿರುವಿರಿ, ಇದರ ಸುತ್ತಲೂ ಇರುವ ಈ ಕಂದಕದ ಆಳ ಇಪ್ಪತ್ತು 'ಕೋಲು' ಎಂದರೆ ಮೇಲ್ಮೈಯ ಆಳದಲ್ಲಿ ಉಸಿರುಗಟ್ಟಿಸುವ ಅಗಾಧತೆಯ ಕ್ರೌರ್ಯವಿರಕೂಡದು ಎಂದು ನಾವು ಆಶಿಸೋಣ. ಯಾರಿಗೇ ಆದರೂ ಕೋಟೆಯೊಳಕ್ಕೆ ಪ್ರವೇಶಿಸುವುದು ಈ ಮರದ ಸೇತುವೆಯ ಮೂಲಕವಷ್ಟೇ ಸಾಧ್ಯ. ಈಗ ಸರಪಳಿ ಎಳೆದು ಸೇತುವೆಯನ್ನು ನೆಟ್ಟಗೆ ಮಡಚಿ ಕೋಟೆಯ ಗೋಡೆಗೆ ಸೇರಿಸಿ ಒಳಗಿನಿಂದಲೂ ತೆರೆಯಲಾಗದ ಹಾಗೆ ಹೊರಗಿನಿಂದ ಬೀಗ ಹಾಕಿ ಬಂಧಿಸಲಾಗಿದೆ. ಕಂದಕಕ್ಕೆ ಜಿಗಿದು ಈಜಿ ಒಳಕ್ಕೆ ಹೋಗಲೆತ್ನಿಸಿದರೆ, ಗಾಜಿನ ಚೂರುಗಳನ್ನು ನೆಟ್ಟಗೆ ಚುಚ್ಚಿರಿಸಲಾಗಿರುವ ಕಂದಕದ ಕಪ್ಪುಕಲ್ಲಿನ ಗೋಟೆ ಮತ್ತು ನುಣುನುಣುಪಾಗಿ ಜಾರುವ ಹಾವಸೆಯ ಅಂಟು ಗಟ್ಟಿಯಾಗಿ ನೆಲೆಸಿರುವ ಪಾರ್ಶ್ವಭಾಗಗಳು ಈ ಸಾಹಸಕ್ಕೆ ಒಂದಿಷ್ಟೂ ಸಹಾಯಕವಲ್ಲ. ಒಟ್ಟಿನಲ್ಲಿ ಹೊರಗಿನ ಪ್ರಪಂಚದಿಂದ ದೂರಾಗಿ ಸಂಪೂರ್ಣ ಒಂಟಿ ಯಾಗಿರುವ ಒಂದು ಅರಮನೆಯಿದು ಎಂಬ ವಿಚಾರದಲ್ಲಿ ಯಾರಿಗಾದರೂ ಅಪನಂಬಿಕೆ ಯಿರಲು ಸಾಧ್ಯವೇ? ಸಾಧ್ಯವಿಲ್ಲ. ಈ ಕೋಟೆಯೊಳಗಿರುವ ಅರಮನೆಯಲ್ಲಿ ಕಳೆದ ಐದುವರ್ಷಗಳಿಂದ ನಾನು ಬಲು ಸುಖವಾಗಿ ಬದುಕುತ್ತಿದ್ದೇನೆ. ಈ ಸುಖಜೀವನದ ಕಾಲಮಾನವು ನನ್ನ ಮರಣದ ತನಕ ಇರುವುದು. ನನ್ನ ಶವಸಂಸ್ಕಾರವೂ ಇದರೊಳಗಡೆಯೇ ನಡೆಯಬಹುದು. ವಂಜಿಕುನ್ನಂಪತಿಯ ಜನಸಮೂಹ ನನಗೆ ಈ ಸುಖ ವಾಸವನ್ನು ವಿಧಿಸಿದೆ. ಈ ಕೋಟೆಯು ಒಂದು ಸೆರೆಮನೆ ಅಂತಲೂ ನಾನು ಇದರೊಳಗಿನ ಒಬ್ಬ ಏಕಾಂಗಿ ಸೆರೆಯಾಳು ಎಂದೂ ಕೆಲವು ಪ್ರತಿಗಾಮಿಗಳು ಹೇಳುವುದಾದರೆ ನಾನು ಅವರನ್ನು ಆಕ್ಷೇಪಿಸುತ್ತೇನೆ. ಅವರು ಸೈದ್ಧಾಂತಿಕ ವಿಶ್ಲೇಷಣೆಗಳ ಓನಾಮ ತಿಳಿದಿಲ್ಲದ ಮೂಢರು. ಸ್ಥಾಪಿತ ಹಿತಾಸಕ್ತಿಗಳ ಗೊಬ್ಬರದ ಹುಳುಗಳು. ದೇಶದ್ರೋಹದ ಅಪರಾಧಕ್ಕಾಗಿ ಅವರನ್ನೆಲ್ಲ ಬಹಿರಂಗ ವಿಚಾರಣೆಗೊಳಪಡಿಸಬೇಕು. ಅವರೆಲ್ಲ ಆ ಗುಂಪಿಗೆ ಸೇರಿದವರು.

ಊಹೆಗಳೂ ಕಲ್ಪನೆಗಳೂ ವಾಸ್ತವತೆಗಳಿಂದ ಎಷ್ಟೋ ದೂರ. ಪ್ರೀತಿಯ ಪ್ರವಾಸಿಗಳೇ, ಈ ಕೋಟೆಯೊಳಗೆ ಪ್ರವೇಶಿಸಿ ಎಲ್ಲವನ್ನು ಪ್ರತ್ಯಕ್ಷವಾಗಿ ಕಂಡಾಗ ನಿಮಗೆ ಒಂದು ವಿಷಯ ಮನವರಿಕೆಯಾಗುವುದು. ಇಷ್ಟು ಸುಖವಾಗಿ ಬಾಳುತ್ತಿರುವ ಬೇರಾರನ್ನೂ 'ವಂಜಿಕುನ್ನಂಪತಿ'ಯಲ್ಲಿ ನೀವು ಕಾಣಲು ಸಾಧ್ಯವಿಲ್ಲ. ಪೂರ್ವಜನ್ಮಸುಕೃತಫಲ ಎಂಬುದನ್ನು ನಾನು ನಂಬುವುದಿಲ್ಲವಾದರೂ ಕೆಲವೊಮ್ಮೆ ನನಗೆ ಹಾಗೆಯೇ ಅನ್ನಿಸಿದೆ. ನಾನು ಎಷ್ಟು ಭಾಗ್ಯವಂತ ಬೆವರು ಹರಸದೆಯೆ ಹಸಿವು ತಣಿಸಲು ಮತ್ತು ವಿಶ್ರಾಂತಿ ಪಡೆಯಲು ನನಗೆ ಸಾಧ್ಯವಾಗಿದೆ.

ನಿಮ್ಮನ್ನೆಲ್ಲ ಈ ಕೋಟೆಯೊಳಕ್ಕೆ ಆಹ್ವಾನಿಸಬೇಕೆಂದು ನನಗೆ ಬಹಳ ಆಸೆ. ಆದರೇನು ಮಾಡಲಿ. ಈ ದೇಶದ ಪ್ರಜೆಗಳ ಹಿತದೃಷ್ಟಿಯಿಂದ ನನ್ನ ಜೀವನಾಂತ್ಯದ ತನಕ ಯಾರಿಗೂ

ಇದರೊಳಕ್ಕೆ ಪ್ರವೇಶವಿಲ್ಲವಲ್ಲ! ಇಲ್ಲಿನ ದೇಶವೂ ನಾನೇ ಪ್ರಜೆಯೂ ನಾನೇ. ರಕ್ಷಕನೂ ಶಿಕ್ಷಕನೂ ನ್ಯಾಯಾಧೀಶನೂ ಅಪರಾಧಿಯೂ ಎಲ್ಲವೂ ಈ ನಾನೊಬ್ಬನೇ.

ಏನೇ ಇರಲಿ. ನಾನು ನಿಮ್ಮನ್ನು ಇದರೊಳಕ್ಕೆ ಬನ್ನಿ ಎಂದು ಆಹ್ವಾನಿಸುವೆ. ನನ್ನ ಕರೆ ಯನ್ನು ಮನ್ನಿಸಿ ನೀವೆಲ್ಲರೂ ಯಾವುದೋ ಒಂದು ಮಂತ್ರಶಕ್ತಿಯಿಂದಾಗಿ ಇದರೊಳಗೆ ಬಂದಿರುವುದಾಗಿ ನಾನು ಕಲ್ಪಿಸಿಕೊಳ್ಳುತ್ತೇನೆ. ನಿಮಗೆ ರೆಕ್ಕೆಗಳು ಚಿಗುರುತ್ತಿರುವುದನ್ನೂ ಹಗುರವಾದ ಪಕ್ಷಿಗಳಾಗಿ ಪರಿಣಮಿಸಿ ಕ್ಷಣಮಾತ್ರದಲ್ಲಿ ನೀವೆಲ್ಲ ಈ ಅರಮನೆಯೊಳಕ್ಕೆ ಹಾರಿಬಂದು ತಲುಪುತ್ತಿರುವುದನ್ನೂ ನಾನು ಕಾಣುತ್ತಿರುವೆ. ಬನ್ನಿ... ಎಲ್ಲರೂ ಒಳಗೆ ಬನ್ನಿ...

ಈ ಅರಮನೆಯ ದಿವಾನಖಾನೆಯಲ್ಲಿ ಮೂಲೆಯಿಂದ ಮೂಲೆಗೆ ಹಾಸಲಾಗಿರುವ ಚೌಕಾಕೃತಿಯ ಕೆಂಪು ರತ್ನಗಂಬಳಿಯ ಮೇಲೆ ಕಾಲಿಡಲು ನೀವು ಅನುಮಾನ ಪಡುತ್ತಿರು ವಿರಿ. ಅದು ತೀರಾ ಸ್ವಾಭಾವಿಕ. ಇಷ್ಟು ಪರಿಶುದ್ಧಿಯೊಂದಿಗೆ ಪರಿಪಾವನವಾಗಿ ಇದನ್ನು ಇಲ್ಲಿ ಹರಡಿ ಜೋಪಾನ ಮಾಡುತ್ತಿರುವವರು ಯಾರು? ಅದು ನಾನೇನೆ... ಈ ಅರಮನೆಯ ಸರ್ವಾಧಿಪತಿ ಆಗಿರುವ ನಾನೇ. ವಿಶಾಲವೂ ಉನ್ನತವೂ ಆಗಿರುವ ಕೋಣೆಗಳಿಗೆ ಒಂದೊಂದಾಗಿ ಪ್ರವೇಶಿಸಲು ಸಹೃದಯರಾದ ನೀವು ಸ್ವಲ್ಪ ಸಮಯ ತೆಗೆದುಕೊಳ್ಳುತ್ತೀರಿ. ಕಣ್ಮರೆಯಾದ ರಾಜರ ರಾಣಿಯರ ಅವರ ಸಾಕುನಾಯಿಗಳ ಬೃಹದಾಕಾರದ ತೈಲ ಛಾಯಾಚಿತ್ರಗಳನ್ನು ಕಂಡು ಕಲಾರಸಿಕರಾದ ನೀವು ಮತಿಮರೆತು ನಿಂತಿರಬಹುದು. ಕೆಲವು ಚಿತ್ರಗಳಿಗೆ ಮಸಿಬಳಿದು ವಿರೂಪಗೊಳಿಸಿರುವುದನ್ನು ಇಷ್ಟರಲ್ಲಾಗಲೇ ನೀವು ಗಮನಿಸಿರುತ್ತೀರಿ ಎಂದು ಭಾವಿಸುವೆ. ಅವರೆಲ್ಲ ಗತಿಸಿದ ಸ್ವೇಚ್ಛಾಧಿಪತಿಗಳು. ಜೀವಂತವಿದ್ದ ಕಾಲದಲ್ಲಿ ಅವರ ಮುಖವನ್ನು ನೋಡಲು ಕೂಡ ಪ್ರಜೆಗಳಾಗಲಿ, ಮಂತ್ರಿಗಳಾಗಲಿ, ಸೇನಾಧಿಪತಿಗಳಾಗಲಿ ಧೈರ್ಯ ತೋರಿರಲಿಲ್ಲ. ಆತ್ಮವು ಬೇರ್ಪಟ್ಟು ದೇಹವು ನಿಶ್ಚಲ ವಾದಾಗ ಶುನಕವರ್ಗವು ಎಚ್ಚೆತ್ತಿತು. ಶವಕುಣಿಗಳನ್ನು ತೋಡಿದರು. ತಲೆಬುರುಡೆಗಳನ್ನು ಒಡೆದರು. ರಾಜಾಡಳಿತಕ್ಕೊಳಗಾಗಿರುವ ಪ್ರಜಾಪ್ರಭುತ್ವವನ್ನು ಹೊಗಳುವ ಜೈಕಾರ ಘೋಷ ಗಳನ್ನು ಕಂಠಹರಿಯುವ ಹಾಗೆ ಕೂಗಿದರು.

ಪ್ರವಾಸಿಗರೇ, ನೀವು ನಿಧಾನವಾಗಿ ತಿರುಗಾಡಿ ಎಲ್ಲಾ ಚಿತ್ರಗಳನ್ನು ನೋಡಿ ಬನ್ನಿ, ನಿಮ್ಮ ಆಸ್ವಾದನೆಯ ರಸಗ್ರಂಥಿಗಳು ಸ್ರವಿಸಲಿ. ಇಲ್ಲೀಗ ನಾನೊಂದು ಉಪಕಥೆ ಶುರು ಮಾಡುತ್ತೇನೆ.

ವಂಜಿಕುನ್ನಂಪತಿಯಲ್ಲಿ ಸಿಂಗಮಾನ ಎಂಬ ಹೆಸರಿನ ಕೊಂಗರಾಜನ ಆಳ್ವಿಕೆ ನಡೆ ಯುತ್ತಿದ್ದ ಕಾಲ. ಕೊಂಗವಂಶಜರ ಚಕ್ರವರ್ತಿಪ್ರಾಯನಾಗಿ ಆತ ರಾಜ್ಯಭಾರ ನಡೆಸುತ್ತಿದ್ದ. ಕಪ್ಪಗಿದ್ದ ಆ ಶರೀರಕ್ಕೆ ಒಂದು ವಿಶೇಷ ಬಗೆಯ ಅಂದ ಇದ್ದಿತಾದರೂ ಆತನ ಮೆಳ್ಳೆಗಣ್ಣು ಒಂದು ವ್ಯಂಗ್ಯದ ಹಾಗೆ ಆ ಮುಖದಲ್ಲಿ ನೆಲೆಸಿತ್ತು. ಸುಂದರಿಯೂ ತರುಣಿಯೂ ಆಗಿದ್ದ

ರಾಣಿಗಾದರೋ, ಅಕಾಲದಲ್ಲಿ ಕಾಣಿಸಿಕೊಂಡ ನರೆಗೂದಲೆಳೆಗಳು ತೀರದ ಅಸ್ವಸ್ಥತೆ ಯನ್ನುಂಟು ಮಾಡಿದವು. ಈ ಕಾಲಘಟ್ಟದಲ್ಲೇ ಉಪಾಸನನ್ ಎಂಬ ಓರ್ವ ಚಿತ್ರಕಾರ ಜೀವನೋಪಾಯಕ್ಕಾಗಿ ಕೊಂಗನಾಡಿಗೆ ಬಂದು ತಲುಪಿದ, ಮನುಷ್ಯರೂಪಗಳನ್ನು ಯಥಾ ವತ್ತಾಗಿ ರಚಿಸುವುದರಲ್ಲಿ ಅತಿ ನಿಪುಣನಾಗಿದ್ದಾತ. ಬಲು ಬೇಗನೆ ಆ ಕಲಾವಿದ ಆ ರಾಜ್ಯದಲ್ಲಿ ಪ್ರಖ್ಯಾತನಾದನು. ಕೊನೆಗೆ ರಾಜನು ಜನರನ್ನು ಕಳಿಸಿ ಚಿತ್ರಕಾರನನ್ನು ಕರೆಸಿದ. ತನ್ನ ಮತ್ತು ರಾಣಿಯ ಚಿತ್ರಗಳನ್ನು ಬರೆಯಲು ಆಜ್ಞಾಪಿಸಿದ. ಉಪಾಸನನ್ ರಾತ್ರಿಯೂ ಹಗಲೂ ಬ್ರಷ್‌ಗಳ ಮತ್ತು ಬಣ್ಣದ ಡಬ್ಬಿಗಳ ನಡುವೆ ಸ್ವಯಂ ಮರೆತು ಕಾರ್ಯತತ್ಪರನಾದ. ಅಸಂಖ್ಯ ಬಾರಿ ಬದಲಾಯಿಸಿ ಬರೆಯಲು ಒತ್ತಾಯಿಸಲ್ಪಟ್ಟರೂ ಸಹ ರಾಜನ ಮೆಳ್ಳೆಗಣ್ಣು ಮತ್ತು ರಾಣಿಯ ನರೆಗೂದಲನ್ನು ಬದಲಿಸಲು ಉಪಾಸನನಿಗೆ ಸಾಧ್ಯವಾಗಲಿಲ್ಲ. ಬೆಲೆ ಬಾಳುವ ಕ್ಯಾನ್‌ವಾಸ್‌ಗಳನ್ನು ಸಾಕಷ್ಟು ತೈಲಬಣ್ಣಗಳನ್ನೂ ಅವನು ಹಾಳು ಮಾಡಿದನು. ಆಂತರಿಕ ಸಂಘರ್ಷ ಹೆಚ್ಚಾಗಿ ಅಂತ್ಯದಲ್ಲಿ ರಾಜನು ತನ್ನನ್ನೂ ರಾಣಿಯನ್ನೂ ಉದ್ದೇಶ ಪೂರ್ವಕವೇ ಅವಹೇಳನ ಮಾಡುತ್ತಿದ್ದಾನೆಂಬ ಆರೋಪ ಹೊರಿಸಿ ಉಪಾಸನನ ಹತ್ತು ಕೈಬೆರಳುಗಳನ್ನು ಕತ್ತರಿಸಿ ಹಾಕಲು ಆಣತಿಯಿತ್ತ. ಅನಂತರ ಅವನನ್ನು ಕಲ್ಲಿನ ತುರಂಗದಲ್ಲಿ ಸೆರೆಯಿಟ್ಟ. ರಾಜನ ಆಕ್ರೋಶ ಅಲ್ಲಿಗೆ ಮುಗಿಯಲಿಲ್ಲ. ಜಗತ್ತಿನಲ್ಲಿರುವ ಅಗಣಿತ ಬಣ್ಣದ ರಾಶಿಗಳನ್ನೂ ಪಾಲೆಟ್‌ಗಳನ್ನೂ ವಾಣಿಜ್ಯವಾಗಿ ಲಭ್ಯವಿರುವ ಎಲ್ಲ ಬಗೆಯ ಬ್ರಷ್‌ಗಳನ್ನೂ ಅವನ ಮುಂದೆ ಹರಡಿದ. ಆ ಚಿತ್ರ ರಚನಾ ಸಾಮಗ್ರಿಗಳ ಮುಂದೆ ಹಸಿದ ಮನಸ್ಸಿನೊಂದಿಗೆ, ಬಿರುಕುಬಿಟ್ಟ ನಾಲಿಗೆ ಮತ್ತು ಮುರುಟಿದ ಉಗುರುಗಳನ್ನು ಚಾಚಿ ಆ ಕಲಾಕಾರನು ಒಂದು ಹುಚ್ಚು ನಾಯಿಯ ಹಾಗೆ ಒದ್ದಾಡಿ ಸತ್ತನು. ಕೊಳೆತು ನಾರುತ್ತಿದ್ದ ಅವನ ಶವ ಶರೀರದಿಂದ ಸತ್ಯದ ಅನ್ವೇಷಣೆ ಹುಳುಗಳಾಗಿ ಹೊರಬಂದಿತು. ಸೃಜನಶೀಲತೆ ಗೆದ್ದಲ ಹುಳುಗಳಾಗಿ ಅವನ ಮಾಂಸವನ್ನು ಮುತ್ತಿತು. ತನ್ನ ರಾಜ್ಯದ ಬೇರೊಬ್ಬ ಚಿತ್ರಕಾರನನ್ನು ಕರೆಸಿ ಸಿಂಗಮಾನನು ಅತಿಸುಂದರವಾದ ಎರಡು ಕಣ್ಣುಗಳನ್ನೂ ರಾಣಿಯ ದಟ್ಟವಾದ ಕಃಗಿನ ತಲೆಗೂದಲ ರಾಶಿಯನ್ನೂ ಬರೆಯಿಸಿದನು. ಬಹುಮಾನ ಪಾರಿತೋಷಿಕಗಳ ರಾಶಿಯಲ್ಲಿ ಆ ಚಿತ್ರಕಾರನಿಗೆ ಉಸಿರುಕಟ್ಟುತ್ತಿರಲು, ದೂರದಲ್ಲಿ ಅರಮನೆಯ ಹಿಂದಿರುವ ಸ್ಮಶಾನದಲ್ಲಿ ಉಪಾಸನನ ಕೊಳೆತುಹೋದ ಹೆಣವನ್ನು ಕಾಡಿನ ನರಿಗಳು ಕಿತ್ತು ತಿನ್ನುತ್ತಿದ್ದವು.

ಪ್ರವಾಸಿಗುಂಪಿನಲ್ಲಿ ಯಾರೋ ಅತೃಪ್ತಿಯಿಂದ ಗೊಣಗೊಟ್ಟಿದ ಹಾಗೆ ನನಗೆನಿಸಿತು, ದುರಂತಗಳಿಗೆ ಕರಗುವ ಮನಸ್ಸುಗಳು ಸಮಾಧಿಗಳಲ್ಲಿ ಶಾಂತಿಯನ್ನರಸಲಿ. ಅಧಿಕಾರ ಕೇಂದ್ರಿತ ಸಂಕುಚಿತ ನೀತಿನ್ಯಾಯ ವ್ಯವಸ್ಥೆ ಮತ್ತು ಆದರ್ಶದ ಭ್ರಮಾಗೋಳಕ್ಕೆ ಬಡಿದು ಸುಟ್ಟು ಹೋದ ಕಲಾ ಹೃದಯಗಳು ಚರಿತ್ರೆಯ ಪುಸ್ತಕಗಳಲ್ಲಿ ಗೆದ್ದಲಿಗೆ ಆಹಾರವಾಗುವುದು ಸಹಜ. ಅದಕ್ಕೆ ನಾವು ವ್ಯಥೆ ಪಡಬಾರದು. ಮರಗಳು ಬುಡಕಿತ್ತು ಉರುಳದೆ ಇರುವವರೆಗೂ ನಾವೇಕೆ ಉದುರುವ ಎಲೆಗಳನ್ನು ಲೆಕ್ಕಿಸಬೇಕು? ಇನ್ನೊಂದು ನೀತಿಯೂ ಇದೆ. ಮನುಷ್ಯನು ಮನುಷ್ಯನೊಂದಿಗಲ್ಲದೆ ಬೇರಾರೊಡನೆ ಸೇಡು ತೀರಿಸಿಕೊಳ್ಳುವುದು! ಸೈನ್ಯ ವ್ಯೂಹಗಳೂ

ಬಂದೀಖಾನೆಗಳೂ ದಿನದಿನವೂ ಅಭಿವೃದ್ಧಿ ಹೊಂದಲಿ. ಅಲ್ಲೊಂದು ಇಲ್ಲೊಂದು ಕ್ಷೀಣ ಪ್ರತಿಭಟನಾ ದನಿಗಳ ಶೈಶವ ಮರಣಗಳು ಇನ್ನು ಮುಂದೆಯೂ ಸಂಭವಿಸಲು ಸಾಧ್ಯ.

ಇವೆಲ್ಲವೂ ಪ್ರವಾಸಿಗರಲ್ಲಿರುವ ಒಬ್ಬ ವಿರೋಧಿಯ ಭ್ರಾಂತಿಯ ಕಲ್ಪನೆಗಳು. ನೀವು ನಡೆಯಿರಿ... ಎಲ್ಲಾ ಕಾಲಗಳಲ್ಲೂ ಇಂತಹ ಹುಚ್ಚರು ಇದ್ದರು. ಜನರ ಗಮನ ಸೆಳೆಯಲು ತೋರುವ ಒಂದು ಮಾಂತ್ರಿಕವಿದ್ಯೆ ಇದೆಂದು ಪರಿಗಣಿಸಿ ಸಾಕು, ಬನ್ನಿ, ಸಂಚಾರಿಗಳೇ... ಗೋಡೆಯಲ್ಲಿ ಎಡೆಗಡೆಗೆ ತೂಗುಬಿದ್ದಿರುವ ಹಳೆಯ ಗುರಾಣಿಗಳೂ ಅವುಗಳ ಹಿಂದೆ ಮಾತೃವಾತ್ಸಲ್ಯದಿಂದ ಒಂದ್ಕೊಂದು ತೆಕ್ಕೆಬಿದ್ದಿರುವ ಖಡ್ಗಗಳೂ ರಣರಂಗದ ರಕ್ತಗನಸುಗಳಲ್ಲಿ ಜೀರ್ಣವಾಗಿ ನಿಂತಿವೆ. ಶತ್ರುವರ್ಗದ ರಕ್ತದ ಹೊಳೆಯಲ್ಲಿ ಮುಳುಗಿ ಮಿಂದ ಸಂತೃಪ್ತಿಯಲ್ಲಿ ಅಗೋ ಭರ್ಜಿಯ ಮೊನೆಗಳು. ಈ ಸ್ವರ್ಣ ತೂಗುದೀಪಗಳು ಪ್ರದೋಷ ಸಮಯದಿಂದ ಪ್ರಭಾತದ ತನಕ ಪ್ರಕಾಶಿಸುತ್ತ ಇರಬೇಕು. ಈಗಿನ ರಾಜಾಜ್ಞೆಯದು. ಗಾಳಿಯ ದಂಡಿನಾಕ್ರಮಣ ಪ್ರತಿರಾತ್ರಿಯೂ ಈ ದೀಪಗಳನ್ನು ಆಕ್ರಮಿಸುತ್ತದೆ. ರಾತ್ರಿ ರಾತ್ರಿಯೂ ಪುನರಾವರ್ತನೆಯಾಗುವ ಅವಿಶ್ರಾಂತ ಯುದ್ಧ. ಉಳಿವಿಗೋಸ್ಕರ ನಡೆಯುತ್ತಿರುವ ಬೆಂಕಿಯ ಜ್ವಾಲೆಗಳ ಜೀವನ್ಮರಣ ಹೋರಾಟ.

ಮೇಲಕ್ಕೆ ಹತ್ತಿರಿ. ಮೆಟ್ಟಿಲುಗಳಿಗೆ ಹಾಕಿರುವುದೂ ಕೆಂಪು ರತ್ನಗಂಬಳಿಯೇ, ವಂಜಿಕುನ್ನಂಪತಿಯ ಪ್ರಜೆಗಳಿಗೂ ರಾಜರಿಗೂ ಕೆಂಪು ಬಣ್ಣದ ಮೇಲೆ ಬಹಳ ಪ್ರೀತಿ. ಅವರು ಅದನ್ನು ಹೊಸ ಹುಟ್ಟಿನ ಸಂಕೇತವೆಂದು ನಂಬಿದ್ದಾರೆ. ನೀವು ಗಮನವಿಟ್ಟು ಏನನ್ನು ನೋಡುತ್ತಿದ್ದೀರಿ? ಈ ಕೆಂಪು ಕಂಬಳಿಯಲ್ಲಿ ಅಲ್ಲಲ್ಲಿ ಕಾಣುವುದು ನಾನು ದಿನವೂ ಬೆಳಗ್ಗೆ ರೂಢಿಯಂತೆ ಹರಡುವ ಮಲ್ಲಿಗೆ ಹೂಗಳು. ದೃಷ್ಟಿಶಕ್ತಿ ಕಡಿಮೆಯಿರುವವರಿಗೆ ಇವೆಲ್ಲ ಕಂಬಳಿಯಲ್ಲಿರುವ ತೂತುಗಳಂತೆ ಕಾಣಬಹುದು. ಪ್ರವಾಸಿಗರೇ, ನೀವು ಒಂದು ವಿಷಯ ತಿಳಿದುಕೊಳ್ಳಿರಿ. ಈ ಅರಮನೆಯೊಳಗೆ ಗೆದ್ದಲಗಳಾಗಲಿ ಕ್ಷುದ್ರಪ್ರಾಣಿಗಳಾಗಲಿ ಇಲ್ಲ, ಇದರೊಳಗಿರುವ ಚೇತನವಿರುವ ಮತ್ತು ಅಚೇತನವಾದ ವಸ್ತುಗಳೆಲ್ಲವೂ ಅರಮನೆಯ ಚೆಲುವು ಮತ್ತು ಬಲಗಳನ್ನು ಕಾಪಾಡಿಕೊಂಡು ಬರುವುದರಲ್ಲಿ ಸಮಾನ ಪಾತ್ರವಹಿಸಿವೆ. ಇಲ್ಲಿರುವ ಮರಗಳಿಂದ ಒಂದು ಒಣಗಿದೆಲೆಯಾಗಲಿ, ತೊಟ್ಟು ಮುರಿದ ಒಂದು ಹಸಿರೆಲೆಯಾಗಲಿ ನೆಲಕ್ಕೆ ಬಿದ್ದರೆ ತಾವಾಗೇ ಉರುಳುತ್ತ ಸಾಗಿ ಕಸ ಸಂಗ್ರಹವಾಗುವ ಮೂಲೆಗೆ ಹೋಗಿ ಅಂತ್ಯಸಂಸ್ಕಾರದ ಸುದಿನಕ್ಕಾಗಿ ಕಾಯುತ್ತವೆ. ಮೇಲ್ಛಾವಣಿಯ ಮುದ್ದು ಪಾರಿವಾಳಗಳು ದೂರದ ಬಂಡೆಗಳ ಇರುಕಿನಲ್ಲಿ ಮಲವಿಸರ್ಜನೆ ಮಾಡಿ ಮರಳಿ ಬರುತ್ತವೆ. ಆಗ ಅವುಗಳ ಕೊಕ್ಕುಗಳಲ್ಲಿ ಸುಗಂಧ ಸೂಸುವ ಹೂಗಳು ಮತ್ತು ಎಲೆಗಳು ಇರುತ್ತವೆ. ತಮ್ಮ ಗೂಡುಗಳು ಸದಾ ಸುಗಂಧಪೂರಿತವಾಗಿರಬೇಕೆಂಬ ಒತ್ತಾಯ ಅವುಗಳಿಗೂ ಸಹ ಇದೆ. ಎಂತಹ ಶಿಸ್ತು ಮತ್ತು ಸೌಂದರ್ಯ ಪ್ರಜ್ಞೆ!

ಬಿಸಿಲ ಮಾಳಿಗೆಯಿಂದ ನೋಡಿದರೆ ವಂಜಿಕುನ್ನಂಪತಿ ಎಂಬ ನನ್ನ ವಿಶಾಲ ಸಾಮ್ರಾಜ್ಯ ನಿಮಗೆ ಕಾಣುವುದು. ಫಲವತ್ತಾಗಿರುವ ಭೂಮಿ ಮತ್ತು ಶ್ರಮಜೀವಿಗಳಾಗಿರುವ ಮನುಷ್ಯರು.

ವಿಧೇಯತೆ ಮತ್ತು ದೇಶಭಕ್ತಿಗಳ ನೀಲಿ ಮೈದುಂಬಿರುವ ಆಕಾಶ. ಅಚ್ಚುಕಟ್ಟುತನ ಮತ್ತು ಚೊಕ್ಕಟತನಗಳು ಉಸಿರಾಟದಷ್ಟೆ ಸಹಜವಾಗಿ ನೆಲೆಯಾಗಿವೆ. ಹವಾಮಾನಗಳನ್ನು ಅವಗಣಿಸುತ್ತ ಸದಾ ತುಂಬಿ ಹರಿಯುವ ಹೊಳೆ ಚರಿತ್ರಾತೀತ ಕಾಲದಿಂದಲೇ ಪ್ರಸಿದ್ಧವಾಗಿದೆ. ಅಣೆಕಟ್ಟುಗಳಿಂದ ಉದ್ಭವಿಸುವ ಕಾಲುವೆಗಳು ಬರಡಾದ ಭೂವಿಭಾಗಗಳನ್ನರಸುತ್ತ ಹರಿಯುತ್ತವೆ. ಋತು ಬದಲಾವಣೆಗಳ ಸಂಕಲೆಗಳ ಸೆರೆ ಕಿತ್ತೆಸೆದು ದಿನವೂ ಅರಳುವ ವಸಂತ. ಬಿತ್ತುವವನು ಕೊಯ್ಲನ್ನೂ ಕೊಯ್ಲು ಮಾಡುವವನು ಬಿತ್ತುವುದನ್ನೂ ಮಾಡುತ್ತಾರೆ. ಓ ಪ್ರವಾಸಿಗರೇ, ಕೇಳಿರಿ. ನಮ್ಮ ದೇಶದಲ್ಲಿ ಇರುವುದೊಂದೇ ಕಣಜ. ರಾಜನ ಕಾವಲು ಭಟರು ಅದಕ್ಕೆ ಕಾವಲಿದ್ದು ಸಂರಕ್ಷಸುತ್ತಿರುವರು. ನಾವು ಬೆವರು ಹರಿಸಿ ಕೆಲಸ ಮಾಡುವೆವು. ಹೊಟ್ಟೆ ತುಂಬಾ ಊಟ ಮಾಡುತ್ತೇವೆ. ನೀವು ಅಚ್ಚರಿಯಿಂದ ಸ್ತಬ್ಧರಾಗಿ ನಿಲ್ಲುವಿರೇಕೆ? ಇದು ಮಂತ್ರವಾದಿಗಳ ಊರಲ್ಲ. ಇದು ಇಂದ್ರಜಾಲದ ತಾತ್ಕಾಲಿಕ ವೈಭವವಲ್ಲ. ಸಿದ್ಧಾಂತಗಳನ್ನು ಅನುಷ್ಠಾನಕ್ಕೆ ತಂದಾಗ ಎಲ್ಲವೂ ಮೇಲುಕೆಳಗಾದವು. ಚಿಕ್ಕಪುಟ್ಟ ದುರಸ್ತಿ ಕೆಲಸಗಳಿಗೆ ನಾವು ಯತ್ನಿಸಲಿಲ್ಲ. ಎಲ್ಲವನ್ನೂ ಹೊಸದಾಗಿ ನಿರ್ಮಾಣ ಮಾಡುವುದೇ ನಮ್ಮ ಗುರಿಯಾಗಿತ್ತು. ಗುಲಾಮತನದ ಸಂಕೋಲೆಗಳ ಬಂಧನವನ್ನು ಪುಡಿಗೈದಾಗ, ಅಸಮಾನತೆಯ ಗುಡ್ಡಗಳನ್ನು ಸಮತಟ್ಟಾಗಿಸಿದಾಗ, ನೀತಿನ್ಯಾಯದ ಅಸಮತೋಲವಾದ ತಕ್ಕಡಿಗಳಿಗೆ ಬೀಗಜಡಿದಾಗ ಸಹಜವಾಗಿಯೇ ಅಸೂಯಾಪರರು ಹೆಚ್ಚಾದರು. ಅಪವಾದ ಪ್ರಚಾರಗಳ ನಾಮಜಪಯಜ್ಞದಲ್ಲಿ ಅವರು ಮಗ್ನರಾದರು. ಯಾರು ಏನೇ ಮಾಡಿದರೂ ಅಪಘಾತ, ರೋಗ, ಮರಣ ಇವು ಮಾತ್ರವೇ ಕಾಲಕಾಲಕ್ಕೂ ಕ್ಷಣಿಕವಾಗಿ ನಮ್ಮನ್ನು ಸೋಲಿಸಲು ಯತ್ನಿಸಿ ಗೆದ್ದಿರುವುದು. ಒಂದು ಕಾಲಘಟ್ಟದಲ್ಲಿ ಸಿಂಗಮಾನನ ರಾಜದಂಡದ ಅಧಿಕಾರದ ಕೆಳಗೆ ನಿರ್ಗತಿಕರಾಗಿ ಬಾಳುತ್ತಿದ್ದ ಈ ದೇಶದ ನಿವಾಸಿಗಳು ಗಳಿಸಿದಂತಹಹ ವಿಮೋಚನೆಯ ಕತೆ ಸ್ವಾರಸ್ಯಕರವಾಗಿದೆ. ರಕ್ತ ಪಾತಗಳು, ಶಿಥಿಲ ವ್ಯಕ್ತಿ ಸಂಬಂಧಗಳು, ವ್ಯೂಹಗಳ ತಂತ್ರಗಳು, ಬಲಿದಾನಗಳು ಮುಂತಾದವುಗಳ ಆ ನೀಳ್ಗತೆಯನ್ನು ನಿಮಗೆ ನಾನು ಹಾಡಿ ಹೇಳುತ್ತೇನೆ. ಸಂಚಾರಿಗಳಾದ ನಿಮ್ಮ ಪ್ರವಾಸಕಥನದ ಪುಸ್ತಕಗಳಲ್ಲಿ ಈ ವೀರಗಾಥೆಯ ಮಿಡಿತ ಮತ್ತು ತಾಳಗಳು ತುಂಬಿ ನಿಂತಿರಲಿ. ತಲೆಮಾರುಗಳು ಅದನ್ನು ಎತ್ತಿ ಹಾಡುತ್ತ ಗುರಿಯತ್ತ ದೌಡಾಯಿಸಲಿ. ನಮ್ಮಿಂದ ಆದ ತಪ್ಪುಗಳು ಇತರರಿಂದ ಆಗದಿರಲು, ಎಡವುತ್ತ ತಿದ್ದಿಕೊಳ್ಳುತ್ತ ಸಾಗುವ ಪರಂಪರಾಗತ ಅರೋಚಕ ವರಸೆಗಳ ತಳಪಾಯ ಅಲುಗಾಡಿಸಲು, ಸಾಮ್ರಾಜ್ಯಾಕಾಂಕ್ಷಿಗಳ ಅಷ್ಟಪಾದಿ ಸಂಕುಲದಿಂದ ಪಾರಾಗಲು, ಎಲ್ಲಕ್ಕಿಂತ ಹೆಚ್ಚಾಗಿ ಮನುಷ್ಯನನ್ನು ಮನುಷ್ಯನಂತೆ ಕಾಣಲು, ಮನುಷ್ಯನದೇ ಆದ ಅಪೂರ್ಣತೆಗಳನ್ನು ಸ್ವಯಂ ಸ್ವೀಕರಿಸಲು ಇದು ಸಹಾಯ ಮಾಡುತ್ತದೆ.

ನಾನು ಕೊಂಗುವಂಶದಲ್ಲಿ ಜನಿಸಿದವನು. ನನ್ನ ಮಾತೃರಾಷ್ಟ್ರವೂ ಪಿತೃರಾಷ್ಟ್ರವೂ ಈ ವಂಜಿಕುನ್ನಂಪತಿಯೇ. ನಮ್ಮ ಲಿಪಿ ಚೌಕಾಕೃತಿಯಲ್ಲಿದ್ದು ಸಾಕಷ್ಟು ಬಳ್ಳಿ ಚುಕ್ಕಿ ವಿಸರ್ಗಗಳನ್ನು ಹೊಂದಿದೆ. ಅದರ ಉಚ್ಚಾರಣೆ ಸಂಗೀತಮಯವಾಗಿರುವುದು. ಸಿಂಗಮಾನ ಮಹಾರಾಜ ವಂಜಿಕುನ್ನಂಪತಿಯನ್ನು ದಕ್ಷತೆಯಿಂದ ಆಳುತ್ತಿದ್ದ ಕಾಲದಲ್ಲೇ ನಾನು ಜನಿಸಿದೆ. ನನ್ನ

ತಂದೆ ಕೌಶವೇನನ್ ಕೊಂಗರಾಜನ ಪ್ರಧಾನ ಸೇನಾಧಿಪತಿಯಾಗಿದ್ದರು. ಬೇರಾರಿಗಿಂತಲೂ ಹೆಚ್ಚಾಗಿ ಮಹಾರಾಜ ನನ್ನ ತಂದೆಯ ಮೇಲೆ ನಂಬಿಕೆಯಿರಿಸಿದ್ದ. ಪ್ರೀತಿಯಿರಿಸಿದ್ದ. ಅಧಿಕಾರ ಪ್ರಿಯನಾಗಿದ್ದ ಸಿಂಗಮಾನ ಹೆಚ್ಚು ಶಕ್ತವಲ್ಲದ ಸಣ್ಣ ರಾಜ್ಯಗಳನ್ನು ಗೆದ್ದನು. ಮಹಾಶಕ್ತಿವಂತ ರಾಜರಿಗೆ ಕಪ್ಪಕಾಣಿಕೆಗಳನ್ನು ನೀಡಿ ಓಲೈಸಿದ. ಯುದ್ಧ ಸನ್ನಾಹಗಳೂ ವಿಜಯಾಚರಣೆಗಳೂ ನಿತ್ಯಸಂಭವಗಳಾದವು. ಶಿರಚ್ಛೇದಗೊಂಡ ಶರೀರಗಳು ಹೂಗಳಂತೆ ಉದುರಿ ಬಿದ್ದವು. ಹೊಸ ಸೆರೆಮನೆಗಳನ್ನು ಕಟ್ಟಿಯೆಬ್ಬಿಸಿದ ಹಾಗೆ ಸ್ಮಶಾನ ಭೂಮಿಯ ವಿಸ್ತಾರವೂ ಹೆಚ್ಚುತ್ತ ಹೋಯಿತು. ಅರಮನೆಯ ಕಮ್ಮಾರರು ಸಂಕೋಲೆಗಳನ್ನು ತಯಾರಿಸುತ್ತ ಸುಸ್ತಾಗಿಬಿಟ್ಟರು.

ಸಿಂಗಮಾನ ಮಹಾರಾಜನಿಗೆ ಎಲ್ಲ ವಿಷಯಗಳಲ್ಲೂ ಸಲಹೆ ನೀಡುತ್ತ ಸಹಾಯ ಮಾಡುತ್ತ ಇದ್ದವರು ನನ್ನ ತಂದೆ. ದೇಶದ ಕುರಿತು ರಾಣಿಗೂ ಮಂತ್ರಿಗಳಿಗೂ ಸಹ ತಿಳಿಯದ ರಹಸ್ಯವಿಚಾರಗಳನ್ನು ರಾಜ ನನ್ನ ತಂದೆಗೆ ಹೇಳುತ್ತಿದ್ದ. ನನ್ನ ತಂದೆಯ ಮಾತು ಕೇಳಿ ಅದರಂತೆ ನಡೆದ ರಾಜನಿಗೆ ಎಂದೂ ಯಾವ ಪ್ರಮಾದವೂ ಸಂಭವಿಸಲಿಲ್ಲ. ಯಾವ ಸಂದರ್ಭದಲ್ಲೂ ಪೂರ್ವಾನುಮತಿ ಇಲ್ಲದೆ ರಾಜನನ್ನು ಕಾಣಲು ನನ್ನ ತಂದೆಗೆ ಮಾತ್ರವೇ ಅಧಿಕಾರವಿದ್ದಿತು. ನನ್ನ ತಂದೆ ಹಾಕಿದ ಗೆರೆಯನ್ನು ರಾಜ ದಾಟುತ್ತಿರಲಿಲ್ಲ. ಅದಕ್ಕೆ ಭಯ ಕಾರಣವಾಗಿರಲಿಲ್ಲ. ಆ ಗೆರೆದಾಟಿದರೆ ಅಪಾಯವುಂಟಾಗಬಹುದೇ ಎಂಬ ಶಂಕೆಯೊಂದೇ ಕಾರಣ. ಅನುಭವಗಳೇ ರಾಜನಿಗೆ ನನ್ನ ತಂದೆ ಹೇಳಿದಂತೆ ಕೇಳಲು ಕಲಿಸಿದವು. ಈ ಕಾರಣಗಳಿಂದಲೇ ಪ್ರಜೆಗಳು ರಾಜನಿಗಿಂತ ಹೆಚ್ಚಾಗಿ ಗೃಹ ಮತ್ತು ಕಾನೂನು ಪಾಲನಾ ಇಲಾಖೆಗಳ ಹೊಣೆ ಹೊತ್ತಿದ್ದ ನನ್ನ ತಂದೆಗೆ ಭಯಪಡುತ್ತಿದ್ದರು. ನನ್ನ ತಂದೆ ಚಿಕ್ಕ ತಪ್ಪುಗಳಿಗೆ ದೊಡ್ಡ ಶಿಕ್ಷೆ ಎಂಬ ತತ್ವದಲ್ಲಿ ನಂಬಿಕೆಯಿರಿಸಿದ್ದರು. ಮಹಾ ವೃಕ್ಷಗಳ ಬೀಜಗಳು ಚಿಕ್ಕವೇ ತಾನೆ ಎಂಬುದೇ ಅಪ್ಪನ ವಾದ. ಆಂತರಿಕ ವಿಪ್ಲವದ ಹಾವಿನಮೊಟ್ಟೆಗಳನ್ನು ಕಂಡುಹಿಡಿಯುವುದು ಮತ್ತು ಒಡೆದು ಪುಡಿಗೈಯುವುದು ಅಪ್ಪನಿಂದ ಸಾಧ್ಯವಾಗಿತ್ತು. ಜನರನ್ನು ವಿಭಜಿಸಿ ಆಳಿ ಅವರ ಐಕ್ಯಶಕ್ತಿಯನ್ನು ಇಲ್ಲವಾಗಿಸಿದರು. ದೇಶ ವಿರೋಧಿ ಗೂಢಾಲೋಚನೆಗಳನ್ನು ಆಘ್ರಾಣಿಸಿ ಕಂಡುಹಿಡಿದು ತತ್‌ಕ್ಷಣವೇ ಶಿರಚ್ಛೇದ ಮಾಡಲಾಗುತ್ತಿತ್ತು. ಪ್ರತಿಭಟನೆಯ ದನಿಗಳನ್ನು ಕಂಡಲ್ಲೇ ಹೊಡೆದು ಕೊಲ್ಲಲಾಯಿತು. ನನ್ನ ತಂದೆಯ ತೀರ್ಪುಗಳಿಗೆದುರಾಗಿ ಮಹಾರಾಜನಿಗೆ ಮರುವಿಚಾರಣೆಯ ಅರ್ಜಿ ಸಮರ್ಪಿಸಬಹುದು ಎಂಬೊಂದು ಕಾನೂನು ಸಂವಿಧಾನದಲ್ಲಿದ್ದರೂ ಸಹ ಯಾವುದೇ ಪ್ರಯೋಜನವಿರಲಿಲ್ಲ. ಅಪ್ಪನ ನಿರ್ಧಾರವೇ ಅಂತಿಮ. ದಯಾ ಮನವಿಗಳೂ ನಿವೇದನೆಗಳೂ ರಾಜನಿಂದ ನಿಷ್ಕರುಣೆಯಿಂದ ತಿರಸ್ಕರಿಸಲ್ಪಟ್ಟವು. ಎಲ್ಲದರ ಕೆಳಗೆ ರಾಜ ಹೀಗೆ ಬರೆಯುತ್ತಿದ್ದ. 'ಕೌಶವೇನನ ನಿರ್ಧಾರವು ಬಲು ನ್ಯಾಯಯುತವೂ ಸತ್ಯಸಂಧವೂ ಆಗಿದೆಯೆಂದು ನಾನು ನಂಬುತ್ತೇನೆ.'

ಸ್ವಂತ ದೇಶದ ಪ್ರಜೆಗಳನ್ನಷ್ಟೇ ಅಲ್ಲ ಪಕ್ಕದ ನಾಡುಗಳ ರಾಜರನ್ನೂ ನನ್ನ ತಂದೆ ನಡುಗುವಂತೆ ಮಾಡಿದ್ದರು. ಯುದ್ಧ ತಂತ್ರಗಳಲ್ಲೂ ಸೇನೆಚಲಾಯಿಸುವುದರಲ್ಲೂ ನಮ್ಮಪ್ಪ

ನನ್ನು ಗೆಲ್ಲಲು ಆ ಕಾಲದಲ್ಲಿ ಯಾರೂ ಇರಲಿಲ್ಲ. ಅಪ್ಪನ ಹರಿತವಾದ ಬುದ್ಧಿಶಕ್ತಿಯ ಎದುರಿನಲ್ಲಿ ಶತ್ರುಸೈನ್ಯದ ವರಸೆಗಳು ಪತಂಗಗಳಂತೆ ಉದುರಿದವು. ಶತ್ರುಗಳನ್ನು ಎದುರಿಸುವ ಮಾರ್ಗ, ಹಿಮ್ಮೆಟ್ಟಿ ಅಡಗಿ ಕೂರಬೇಕಾದ ಸ್ಥಾನ ಇವೆಲ್ಲ ಅಪ್ಪನ ಸೂಚನೆಗಳಿಂದಾಗಿ ಪರಮಸುರಕ್ಷಿತವಾಗಿದ್ದವು. ಅಮಾನುಷ ವಿದಗ್ಧತೆಯಿಂದ ನನ್ನ ತಂದೆ ಸಶಕ್ತರಾದರು. ತಮ್ಮ ದಂಡಯಾತ್ರೆಗಳಲ್ಲಿ ಗುಪ್ತಗುಂಪುಗಳು ಅಥವಾ ಕ್ರಾಂತಿಸಂಘಗಳು ಉಂಟಾಗದಿರಲೆಂದು ಅಪ್ಪನ ಮಸ್ತಿಷ್ಕವು ಸದಾ ರಹಸ್ಯ ಆಕ್ರಮಣದಲ್ಲಿ ತೊಡಗಿರುತ್ತಿತ್ತು. ಪ್ರತಿಯೊಬ್ಬರೂ ಪರಸ್ಪರ ಅಪನಂಬಿಕೆ ತಾಳುವ ರೀತಿಯಲ್ಲಿ ದಾಳಗಳನ್ನು ನಡೆಸಿದರು. ಸಮೀಪದಲ್ಲೇ ನಿಂತಿರುವಾತ ಸೇನಾಧಿಪತಿಯ ಗೂಢಚಾರನಿರಬಹುದೆಂದು ಎಲ್ಲರೂ ಸಂದೇಹಪಟ್ಟರು. ಅಮರ್ಷದ ಸ್ಫೋಟಗೊಳ್ಳದ ಅಗ್ನಿಪರ್ವತಗಳನ್ನು ಹೊತ್ತು ತಂತಮ್ಮ ವಿಧಿಯನ್ನು ಶಪಿಸುತ್ತ ಇತರರನ್ನು ದ್ವೇಷಿಸುತ್ತ ಎಲ್ಲರೂ ಒಂಟಿಯಾಗಿಯೇ ನೆಲೆಯಾಗಿದ್ದರು.

ಪ್ರವಾಸಿತಂಡದ ಎಲ್ಲರ ಕಣ್ಣುಗಳೂ ಈಗ ನನ್ನ ಮುಖದಲ್ಲೇ, ಆರಂಭದಲ್ಲೇ ಕಾತರದ ಮೋಡಗಳು ಎಲ್ಲೆಡೆ ಹರಡಿವೆ. ನಾಟಕೀಯ ಘಟನೆಗಳು ಇನ್ನೂ ಸುರುಳಿ ಬಿಚ್ಚಿಕೊಳ್ಳಬೇಕಿದೆಯಷ್ಟೆ.

ನಾನು ಮುಂದುವರಿಸಿದೆ. ಓ ಪ್ರವಾಸಿಗರೇ! ನನ್ನ ತಂದೆಯ ಯುದ್ಧಸಾಮರ್ಥ್ಯದ ಕುರಿತು ಅಸಾಧಾರಣ ಆಡಳಿತ ದಕ್ಷತೆಯ ಕುರಿತು ನಾನು ಇದುವರೆಗೆ ಬಾಯ್ತುಂಬ ಮಾತಾಡಿದೆ. ಪ್ರಶಂಸೆಗಳ ಪ್ರವಾಹದಲ್ಲಿ ಸಿಲುಕಿ ನೀವು ಉಸಿರುಗಟ್ಟಿರಬಹುದು. ನನ್ನ ಅಪ್ಪನ ಬೇರೊಂದು ಬದಿಯೂ ಇದೆ. ತಕ್ಷಣ ಕೇಳಿದರೆ ಯಾರೂ ನಂಬುವುದಿಲ್ಲ. ಏಕೆಂದರೆ ಈ ತನಕ ಕೇಳಿದ ಪ್ರಕಾರ ನನ್ನ ತಂದೆ ರಾಷ್ಟ್ರಕಾರಣದಲ್ಲಿ ಸದಾ ಮುಳುಗೇಳುತ್ತ ಊಟ ನಿದ್ದೆ ಲೌಕಿಕ ಸುಖಗಳನ್ನು ತ್ಯಜಿಸಿ ದೇಶಕ್ಕಾಗಿ ಮಾತ್ರ ಬದುಕುತ್ತಿರುವ ಒಬ್ಬ ಸೇನಾಧಿಪತಿಯಾಗಿ ನಿಮ್ಮ ಮನದಲ್ಲಿ ನೆಲೆಸಿದ್ದಾರೆ. ನನ್ನ ಅಪ್ಪ ಒಬ್ಬ ಸ್ತ್ರೀಲಂಪಟ ಎಂದು ಹಗುರವಾಗಿ ಹೇಳಿ ಜಾರಿಕೊಳ್ಳಲು ಅವರ ಏಕಮಾತ್ರ ಪುತ್ರನಾದ ನನಗೂ ಸಹ ಅಸಾಧ್ಯ. ಅತಿಶಯೋಕ್ತಿಯೇ ಎಂದೂ ಅನ್ನಿಸಬಹುದು. ಅಲ್ಲದಿದ್ದರೆ ನಾನು ಮತ್ತು ಅಪ್ಪ ತೀರದ ಹಗೆತನವಿರಿಸಿಕೊಂಡಿರುವುದರಿಂದ ಅವರ ಬಗ್ಗೆ ನಾನು ಅಪಖ್ಯಾತಿ ಹೇಳಿ ಹಬ್ಬಿಸುತ್ತಿರುವೆ ಎಂಬ ಅನಿಸಿಕೆ ನಿಮ್ಮಲ್ಲಿ ಕೆಲವರಿಗೆ ಉಂಟಾಗಬಹುದು. ನಾನು ನಿಜವನ್ನು ಮುಚ್ಚುಮರೆಯಿಲ್ಲದೆ ಹೇಳುತ್ತೇನೆ. ನನ್ನ ಮಾತುಗಳಲ್ಲಿ ಒಂದಿಷ್ಟೂ ಅತಿಶಯೋಕ್ತಿ ಇಲ್ಲ. ನಾನು ಈ ಜಗತ್ತಿನಲ್ಲಿ ಅತ್ಯಂತ ಹೆಚ್ಚು ಪ್ರೀತಿಸುತ್ತಿರುವುದು ನನ್ನ ತಂದೆಯನ್ನೇ. ಕೇಳಿರಿ! ನನ್ನ ತಂದೆ ಸ್ತ್ರೀಯರ ಸಂಗದಲ್ಲಿ ರಮಿಸದ ರಾತ್ರಿಗಳೇ ಇಲ್ಲ. ಯುದ್ಧರಂಗದ ದಂಡಯಾತ್ರೆಗಳ ನಡುವೆಯೂ ತಾತ್ಕಾಲಿಕ ಗುಡಾರಗಳಲ್ಲಿ ಅಪ್ಪ ಆದಷ್ಟೂ ರಮಿಸಿದರು. ಹೊರಗೆ ಕಾವಲು ಭಟರು ಚಳಿಯಲ್ಲಿ ನಡುಗಿದರು.

ಇನ್ನೊಂದು ತಮಾಷೆ ಕೇಳುತ್ತೀರಾ? ಯಾವುದೇ ಒಬ್ಬಳು ಹೆಣ್ಣಿನೊಂದಿಗೆ ಅಪ್ಪ ಎರಡನೆ ಬಾರಿ ರಾತ್ರಿ ನಿದ್ರಿಸುತ್ತಿರಲಿಲ್ಲ. ಕನ್ನಿಕೆಯರ ಕನ್ಯಾಪೊರೆ ಭೇದಿಸುವುದೇ ಅಪ್ಪನ

ಪ್ರಧಾನ ಹವ್ಯಾಸ ಮತ್ತು ಕುತೂಹಲ. ನನ್ನ ತಂದೆಯ ಈ ದುಃಸ್ವಭಾವದ ಬಗ್ಗೆ ರಾಜ, ಮಂತ್ರಿ, ಸೈನಿಕರು ಮತ್ತು ಅರಮನೆಯ ಕೆಲಸಗಾರರೆಲ್ಲರಿಗೂ ಚೆನ್ನಾಗಿಯೇ ತಿಳಿದಿತ್ತು. ಆದರೆ, ಯಾರೂ ಅದನ್ನು ವಿರೋಧಿಸಿ ಒಂದಕ್ಷರವನ್ನೂ ನುಡಿಯುತ್ತಿರಲಿಲ್ಲ. ಆದರೆ, ರಾಜನ ಮಟ್ಟಿಗೆ ಅದು ಭಯ ಎನ್ನಲಾಗದು. ಪೂರ್ಣಸಮ್ಮತಿಯ ಒಂದು ವಿನಾಯಿತಿ ಎಂದು ಹೇಳಬಹುದು. ರಾಜ ನನ್ನ ತಂದೆಯ ಶಕ್ತಿ ಮತ್ತು ದೌರ್ಬಲ್ಯಗಳ ತುಲನೆ ಮಾಡಿದ. ಶಕ್ತಿಯ ತಕ್ಕಡಿ ತಟ್ಟೆ ಎಂದೂ ಭಾರವಾಗಿ ತೂಗಿತು, ಅಪ್ಪನ ಪರಿಶುದ್ಧ ದೇಶ ಪ್ರೇಮ, ಅಸಾಮಾನ್ಯ ಯುದ್ಧತಂತ್ರ ಕೌಶಲ್ಯ ಇವೆಲ್ಲ ಈ ದುರಾಚಾರ ಸ್ವಭಾವಗಳಿಗೆ ತೆರೆಯ ಮರೆ ಹಾಕಿದವು. ಈ ವಿಷಯದಲ್ಲಿ ಅತ್ಯಧಿಕ ಮನೋವೇದನೆಯನ್ನುಭವಿಸಿದವರು ಸಾಮಾನ್ಯ ಸೈನಿಕರು. ಅವರು ಎಲ್ಲವನ್ನೂ ಎದೆಯೊಳಗೆ ಅಡಗಿಸಿಕೊಂಡರು. ತಮ್ಮ ನಾಲಿಗೆಯನ್ನು ಹತೋಟಿಯಲ್ಲಿಟ್ಟರು. ಕೌಶವೇನನ ಖಡ್ಗದ ಮೊನಚಿನ ರುಚಿಯರಿಯ ದಿರಲು ನಿಶ್ಶಬ್ದವಾಗಿರಬೇಕು.

ಅವರ ಹೆಣ್ಣುಮಕ್ಕಳೂ ಸೋದರಿಯರೂ ಸೇನಾಧಿಪತಿಯ ಮಲಗುವ ಕೋಣೆಗೆ ಸಾಗಿದರು. ತಂದೆತಾಯಿಯರೂ ಸಹೋದರರೂ ಹಲ್ಲು ಕಚ್ಚಿ ಕಡಿಯುತ್ತ ಅದನ್ನು ನೋಡುತ್ತ ನಿಂತರು. ಪ್ರತಿಭಟನೆಯ ಭ್ರೂಣಗಳು ಕದಡಿ ಹೋದವು. ನನ್ನ ಅಪ್ಪನ ಬೀಜಾಣುಗಳು ಕನ್ಯೆಯರ ಗರ್ಭಕೋಶಗಳ ಕೊರಳಿನೆಡೆಗೆ ನೆಗೆಯುತ್ತ ದೌಡಾಯಿಸಿದವು. ಅಪ್ಪನ ನೆನಪಿನಲ್ಲಿ ಮುಖವಿಲ್ಲದ ಸ್ತ್ರೀಶರೀರಗಳು ನಗ್ನಮಾದಕತೆಯೊಂದಿಗೆ ಕುಸಿದು ಬಿದ್ದವು. ಅಪ್ಪನ ಮುಖಛಾಯೆಯಿರುವ ಮಕ್ಕಳು ವಂಜಿಕುನ್ನಂಪತಿಯ ಬೀದಿಗಳಲ್ಲಿ ತಮಗಿಷ್ಟವಾದ ಆಟದಗೊಂಬೆಗಳನ್ನು ಹಿಡಿದು ವಿವಿಧ ಬಗೆಯ ಆಟಗಳಲ್ಲಿ ತೊಡಗಿದರು. ಅಪ್ಪ ಎಂದು ಕರೆಯಲು ಯಾರೂ ಇಲ್ಲದ ಕಾರಣ ಆ ಪದವನ್ನು ಕ್ರಮೇಣ ಮಕ್ಕಳು ಮರೆತರು.

ಪ್ರವಾಸಿಗರೇ, ಕತೆಯ ಇನ್ನೊಂದು ಮುಖ್ಯ ತಿರುವು ಶುರುವಾಗಲಿದೆ. ಸ್ವೇಚ್ಛಾಧಿ ಪತಿಗಳಿಗೂ ಅವರ ಆಪ್ತಕಿಂಕರರಿಗೂ ಒಂದು ಜನತೆಯನ್ನು ದೀರ್ಘಕಾಲ ತುಳಿದು ದಬ್ಬಾಳಿಕೆ ಮಾಡುವುದು ಸಾಧ್ಯವಿಲ್ಲವೆಂದು ಚರಿತ್ರೆ ಸಾಬೀತು ಪಡಿಸುತ್ತದೆ. ಒಂಟಿಯಾಗಿ ಎಷ್ಟೇ ದುರ್ಬಲವಾಗಿದ್ದರೂ ಸಂಘಟಿತರಾಗುವಾಗ ಕೈಗೂಡುವ ಶಕ್ತಿಗೆ ಒಂದು ವಿಶೇಷ ಬಲವೂ ಫಲವೂ ಇರುತ್ತದೆ. ಅದನ್ನು ವಂಜಿಕುನ್ನಂಪತಿಯ ಜನರು ನಿರೂಪಿಸಿದರು. ಯೋಧರ ಮಧ್ಯೆ ಹತ್ತಿಕ್ಕಲ್ಪಟ್ಟು ಹರಡಿದ ಅಗ್ನಿಸ್ಫುಲಿಂಗಗಳು ಕ್ರಮೇಣ ಪ್ರಜೆಗಳ ನಡುವಿಗೆ ನಾಲಿಗೆ ಚಾಚಿಕೊಂಡವು. ವಂಜಿಕುನ್ನಂಪತಿಯ ಬಹುತೇಕ ಜನರು ಸಮಾನದುಃಖಿಗಳೇ ಆಗಿದ್ದರು.

ಪ್ರವಾಸಿಗರೇ, ನಿಮ್ಮ ಮುಖ ಉದ್ವೇಗದಿಂದ ಕೆಂಪಾಗಿದೆಯಲ್ಲ. ಆದಷ್ಟು ಬೇಗ ಹೇಳಿ ಮುಗಿಸುವೆ. ಪರಿಣಾಮಫಲದ ನೀರ್ಗುಳ್ಳೆ ಒಡೆಯಲಿವೆ.

ನನ್ನ ತಂದೆಯ ಚಿತ್ರವು ಈಗಾಗಲೇ ನಿಮ್ಮ ಮನಸ್ಸಿನಲ್ಲಿ ಕ್ರೌರ್ಯ, ಅಧಿಕಾರದ ಅಮಲು, ಹೃದಯಶೂನ್ಯತೆಗಳ ಪರಿವೇಷ ತಳೆದು ಜೋತುಬಿದ್ದಿರಬಹುದು. ಆದರೆ, ಇನ್ನೊಂದು ವಿಚಾರವನ್ನೂ ನೀವು ತಿಳಿದರೆ ಒಳ್ಳೆಯದು. ಕಾಮಾಸಕ್ತನಾದ ಅಪ್ಪನ ಕ್ರಿಯೆಗಳ ಕಾರಣ ಕೋಪೋದ್ರೇಕರಾಗಿರುವ ಪುರುಷ ಸಂಚಯವನ್ನು ಸದ್ಯಕ್ಕೆ ಮರೆಯಿರಿ. ಈ ದೇಶದ ಎಲ್ಲಾ ಯುವತಿಯರೂ ನನ್ನಪ್ಪನನ್ನು ಮನದಲ್ಲೇ ಇಷ್ಟಪಟ್ಟಿದ್ದರು ಎಂಬ ವಾಸ್ತವತೆಯನ್ನು ಹೆಚ್ಚು ಮಂದಿ ಅರಿತಿರಲಾರರು. ಒಂದು ಹೆಣ್ಣನ್ನಾದರೂ ಅಪ್ಪ ಬಲಾತ್ಕಾರ ಮಾಡಿ ಕಾಮ ಸಂತೃಪ್ತಿ ಹೊಂದಿದರೆಂದು ಗುಟ್ಟಾಗಿ ಸಹ ಯಾರೂ ಆರೋಪಿಸಲಿಲ್ಲ. ಅತಿಕಾಯನಾದ ಅಪ್ಪನ ಮಾಂಸಖಂಡಗಳು ಒರಟೊರಟಾಗಿದ್ದವು. ಕಪ್ಪನೆ ದಪ್ಪ ತುಟಿಗಳು, ಹೆಣ್ಣು ಮನಸ್ಸುಗಳನ್ನು ಕರಗಿಸಬಲ್ಲ ಬಿಸಿನೋಟಗಳು, ನೀಳಮೂಗು, ವಿಶಾಲವಾದ ಹಣೆ, ರೋಮ ಕಂಬಳಿಯಂತೆ ವಿಸ್ತಾರವಾದ ಉಕ್ಕಿನಂಥ ಎದೆ, ಕಬ್ಬಿಣದ ದೃಢತೆಯನ್ನು ಸೋಲಿಸುವ ತೊಡೆಗಳು, ನೀಳಬಾಹುಗಳು ಇವೆಲ್ಲವೂ ಪುರುಷ ಕಲ್ಪನೆಯ ಅತ್ಯುನ್ನತ ಸ್ತರಕ್ಕೆ ಅಪ್ಪನನ್ನು ತಲುಪಿಸಿಬಿಟ್ಟವು. ಬಹುತೇಕ ಸುಮಂಗಲಿಯರು ರತಿಸುಖದ ಮಹಾ ಪ್ರವಾಹದಲ್ಲಿ ಆಲಸ್ಯದಿಂದ ಮುಳುಗೇಳುತ್ತ ತಂತಮ್ಮ ಗಂಡಂದಿರ ಶೀಘ್ರ ಕರಗುವ ಗಂಡಸುತನವನ್ನು ತುಚ್ಛೀಕರಿಸುತ್ತ ನನ್ನಪ್ಪನ ವಿಶಾಲ ವಕ್ಷದ ರೋಮಮಹಾವನದಲ್ಲಿ ತಲೆಯೊರಗಿಸಿ ಮಲಗುತ್ತಿದ್ದರು. ಅವರೆಲ್ಲ ಬೆಳಕು ಹರಿಯುವ ಮುನ್ನ ದುಃಖದಿಂದಲೇ ಅಪ್ಪನಿಂದ ಬೀಳ್ಕೊಳ್ಳುತ್ತಿದ್ದರು.

ಪ್ರವಾಸಿಗರೇ, ನನ್ನ ನಾಲಿಗೆ ಒಣಗುತ್ತಿದೆ. ಬಹಳ ಹೊತ್ತಾಯಿತಲ್ಲವೇ ನಾನು ನಿಮ್ಮೊಡನೆ ಮಾತನಾಡಲಾರಂಭಿಸಿ. ಒಂದೇ ಸಮನೆ ಇವನ್ನೆಲ್ಲ ಕೇಳಿ ನೀವೂ ದಣಿದಿರಬಹುದು. ನಾವು ಸ್ವಲ್ಪ ತಂಪುಪಾನೀಯ ಸೇವಿಸಿ ಸ್ವಲ್ಪ ದಣಿವಾರಿಸಿಕೊಂಡು ಇಲ್ಲಿಂದ ಮುಂದಕ್ಕಿರುವ ಕತೆ ಶುರುಮಾಡೋಣ. ರಕ್ತಮಯವೂ ದುಃಖಾತ್ಮಕವೂ ಆಗಿರುವ ಉಳಿದ ಭಾಗಗಳನ್ನು ವಿವರಿಸುವಾಗ ನಾನು ಹೆಚ್ಚು ಶಕ್ತಿ ವ್ಯಯಿಸಬೇಕಾಗುವುದು. ಅದಕ್ಕೆಂದು ತಯಾರಾಗೋಣ. ಬನ್ನಿ, ಇಲ್ಲಿ ವಿಸ್ತಾರವಾಗಿ ಹರಡಿರುವ ಹಸಿರು ಗದ್ದೆಗಳನ್ನು ಕಂಡಿರಾ? ಅಲ್ಲಿ ಉತ್ತು ತಿರುವುವುದನ್ನೂ ಬಿತ್ತುವುದನ್ನೂ ಕಳೆಕೀಳುವುದನ್ನೂ ಕಂಡಿರಾ? ಎರಡು ಬೆಳೆ ತೆಗೆಯುವ ಭೂಮಿ ಇದು. ಒಂದು ವರ್ಷ ನಾನು ಸುಭಿಕ್ಷವಾಗಿ ಬದುಕಬಹುದಾದಷ್ಟು ಆಹಾರಕ್ಕೆ ಅಕ್ಕಿ ಒದಗಿಸುತ್ತದೆ. ಪಡುವಣಮೂಲೆಯಲ್ಲಿ ತರಕಾರಿ ತೋಟಗಳಿವೆ. ಒಂದು ಅಳಿಲಾಗಲಿ ಕಾಗೆಯಾಗಲಿ ಈ ತೋಟದೊಳಗೆ ಪ್ರವೇಶಿಸುವುದಿಲ್ಲ. ಈ ದೇಶದ ಪಕ್ಷಿಪ್ರಾಣಿಗಳಿಗೂ ಸಹ ಅಷ್ಟು ಶಿಸ್ತು ಮತ್ತು ಜವಾಬ್ದಾರಿ ಗುಣಗಳಿವೆ. ಹಣ್ಣಾಗಿ ಕೆಳಕ್ಕೆ ಉದುರುವ ಹಣ್ಣುಗಳನ್ನು ಹುಳಗಳು ತಿರುಗಿಯೂ ಕೂಡ ನೋಡುವುದಿಲ್ಲ. ಇಲ್ಲಿರುವ ಬಾವಿಯ ನೀರಿಗೂ ಔಷಧ ಗುಣವಿದೆ. ಅದರ ಸುತ್ತಿನ ಮೆಟ್ಟಿಲುಗಳಲ್ಲಿ ದಶಮೂಲ ಸಸ್ಯಗಳು ಬೇರಿಳಿಸಿರುವುದನ್ನು ನೀವು ನೋಡಬಹುದು. ಬೇಸಿಗೆಯಲ್ಲೂ ಮಳೆಗಾಲದಲ್ಲೂ ಒಂದೇ ಮಟ್ಟಕ್ಕೆ ಏರಿ ನಿಂತಿರುವ ತಿಳಿನೀರು. ನೀವು ಬಾಯಾರಿಕೆ ನೀಗುವಷ್ಟು ಕುಡಿಯಿರಿ. ಎಷ್ಟುಬೇಕೋ ಅಷ್ಟು

ಹಣ್ಣುಗಳನ್ನು ತಿನ್ನಿರಿ. ಪ್ರವಾಸಿಗಳಾದ ನಿಮ್ಮನ್ನು ಸಂತೋಷಪಡಿಸುವುದು ರಾಷ್ಟ್ರದ ಹೊಣೆಗಾರಿಕೆ, ಹಾಗೆಯೇ ನನ್ನ ಕರ್ತವ್ಯವೂ ಹೌದು. ಉಪಾಹಾರ ಮುಗಿಯಿತಲ್ಲ, ಇನ್ನು ಸ್ವಲ್ಪ ವಿಶ್ರಾಂತಿ ಪಡೆಯಿರಿ. ಭಯ ಪಡಬೇಡಿ. ಆ ಚುಕ್ಕಿ ಹಸು ತಿವಿಯುವುದಿಲ್ಲ. ಹಾಲು ನೀಡಲು ಮಾತ್ರ ಜನಿಸಿರುವ ನಿರುಪದ್ರವಿ ಪ್ರಾಣಿ ಅದು. ಅವಳೇ ಎರಡು ಹೊತ್ತೂ ಪೋಷಕಾಂಶಭರಿತ ಹಾಲನ್ನು ನನಗೆ ನೀಡುವುದು.

ತುಸು ಆಲಸ್ಯದಿಂದ ನಾನು ಹುಲ್ಲುಹಾಸಿನ ಮೇಲೊರಗಿದೆ. ನನ್ನ ಗೆಳೆಯರಾದ ಪ್ರವಾಸಿಗರೂ ನಿದ್ದೆಗಾರಂಭಿಸಿದರು. ಆಕಾಶವೂ ನನ್ನ ಮೇಲುಗಡೆ ಹೊಳೆಯುವ ಬೆಳ್ಳಿಯ ತಗಡನ್ನು ಹಾಸಿತು. ಹೊರಜಗತ್ತಿನಲ್ಲಿ ವಂಜಿಕುನ್ನಂಪತಿಯ ಜನರು ತಮ್ಮ ದೇಶದ ಅಭಿವೃದ್ಧಿಗಾಗಿ ಕಠಿಣ ದುಡಿಮೆ ಮುಂದುವರಿಸಿದ್ದಾರೆ. ಅವರೊಂದಿಗೆ ಯಂತ್ರಗಳು ಸಹ ಕೆಲಸ ಮಾಡುತ್ತಿರಬಹುದು. ಇಲ್ಲಿ ನಾನು ದೇಹವಲುಗಿಸದೆ ಬೆವರು ಹರಿಸದೆ ಬಾಳುತ್ತಿರುವೆ. ನನ್ನ ಹೊಟ್ಟೆಗೆ ಅಗತ್ಯವಿರುವುದೆಲ್ಲವೂ ಕರಾರುವಾಕ್ಕಾಗಿ ಸಿಗುತ್ತಿದೆಯಲ್ಲ. ಈ ದೇಶದ ಒಳಿತಿಗಾಗಿ ನನ್ನಿಂದ ಏನೂ ಮಾಡಲಾಗುತ್ತಿಲ್ಲ. ನಿಮಿಷಗಳನ್ನೂ ಗಂಟೆಗಳನ್ನೂ ಮುಟ್ಟಿ ಮೈದಡವುತ್ತಾ ಮರಣದ ಅಳಿವೆಯ ಕಡೆಗೆ ನಾನು ಸಾಗುತ್ತಿರುವೆ. ಸುಳಿಯೂ ನೊರೆಯೂ ಜಲಪಾತವೂ ಇಲ್ಲದಂತಹ ಸಮತಲದ ಮೂಲಕ ಸಾಗುತ್ತಿರುವ ಶಾಂತವಾದ ಹರಿವು.

ಪ್ರವಾಸಿಗರು ಎಚ್ಚರವಾಗಿ ಬಿಟ್ಟಿದ್ದಾರೆ. ಕತೆಯ ಉತ್ತರಾರ್ಧ ಕೇಳಲು ಅವರು ತಯಾರಾಗಿದ್ದಾರೆ. ಗಾಬರಿ, ಚಡಪಡಿಕೆ ಬೇಡ. ಕೊನೆಯನ್ನು ತಿಳಿಯಬೇಕೆಂಬ ಕಾತರದ ಅಷ್ಟಪಾದಿಯ ಹಿಡಿತಕ್ಕೆ ಸಿಲುಕಿ ಬಿಟ್ಟಿದ್ದೀರೆಂದು ನನಗೆ ಗೊತ್ತಿದೆ. ಇಗೋ ನಾನು ಶುರು ಮಾಡುತ್ತೇನೆ.

ಜನದ್ರೋಹ, ಅಧಿಕಾರ ದುರ್ಬಳಕೆ, ಸ್ತ್ರೀಲೋಲುಪತೆಗಳ ಸಹಜ ಪರಿಣಾಮ. ಇನ್ನು ಮುಂದಿನ ಕತೆಯಲ್ಲಿ ಈ ನೀತಿಪಾಠಗಳಿವೆ. ಗಮನಿಸಿ.

ಗತ್ಯಂತರವಿಲ್ಲದಂತಾದಾಗ ವಂಜಿಕುನ್ನಂಪತಿಯ ಜನತೆ ಆತ್ಮರಕ್ಷಣೆಗೋಸ್ಕರ ಸಂಘಟಿತರಾಗಲೇಬೇಕಾಗಿ ಬಂತು. ನನ್ನ ತಂದೆಯ ವಿರುದ್ಧ ದೂರು ಹೇಳದಂತಹ ಒಬ್ಬನೇ ಪ್ರಜೆಯೂ ಆ ನಾಡಿನಲ್ಲಿ ಇರಲಿಲ್ಲ ಎಂಬ ಮಟ್ಟಿಗೆ ಗಂಭೀರ ಪರಿಸ್ಥಿತಿ ಉಂಟಾಯಿತು. ಜನದ್ರೋಹಿಯಾದ ರಾಜನ ತಲೆಯ ಮೇಲ್ಗಡೆಯೆ ನನ್ನ ಅಪ್ಪ ಸ್ವೇಚ್ಛಾಧಿಪತ್ಯದ ಗಿಡುಗಗಳನ್ನು ಹಾರಿಸಿದ. ಕಾಲಾಳು ಪಡೆಯ ಒಂದು ದೊಡ್ಡ ವಿಭಾಗ ಪ್ರಜೆಗಳಿಗೆ ನೈತಿಕ ಬೆಂಬಲ ನೀಡಿತು. ಶಸ್ತ್ರಾಸ್ತ್ರಗಳನ್ನು ಗುಟ್ಟಾಗಿ ಜನರಿಗೆಲ್ಲ ತಲುಪಿಸುವುದೆಂಬುದೇ ಅವರ ಮೊದಲ ಯೋಜನೆ ಬಳಿಕ ಅಂತರ್‌ಗಲಭೆಗಳ ಶಕ್ತಿಯುತವಾದ ಮುಂದುವರಿಕೆ. ಕೊನೆಯದಾಗಿ ಸ್ವೇಚ್ಛಾಧಿಪತ್ಯದ ವಂಶವಿಚ್ಛೇದನ. ಇವನ್ನೆಲ್ಲ ಕಲ್ಪಿಸಿಕೊಳ್ಳುವುದಷ್ಟೇ ದೇಶದ ನಿವಾಸಿಗಳಿಗೆ ಸಾಧ್ಯವಾದುದು. ನನ್ನ ಅಪ್ಪನನ್ನು ಸೋಲಿಸುವುದೆಂಬ ವಿಚಾರ ಒಂದು ಮರೀಚಿಕೆಯ ಹಾಗೆ ಅವರ ಮುಂದೆ ನೆಲೆಗೊಂಡಿತು. ಪ್ರಜೆಗಳ ಆತ್ಮಹತ್ಯಾದಳಗಳನ್ನು

ರೂಪಿಸಿಕೊಂಡರು. ಹೋರಾಟ ನಡೆಸಿ ಹುತಾತ್ಮರಾದವರ ಹೆಣಗಳ ಲಿಂಗ ಮತ್ತು ಶಿರಗಳನ್ನು ಕತ್ತರಿಸಿ ತೆಗೆದು ನಾಲ್ಕುದಾರಿ ಸೇರುವಲ್ಲಿ ಕಟ್ಟಿ ತೂಗು ಬಿಡಲಾಯಿತು. ಜೀವಸಹಿತ ಹಿಡಿಯಲಾದವರನ್ನು ಕ್ರೂರವಾದ ಹಿಂಸೆಗಳಿಗೀಡು ಮಾಡಿ ಮಾಫಿ ಸಾಕ್ಷಿಗಳನ್ನಾಗಿ ಮಾರ್ಪಡಿಸಲಾಯಿತು. ಬೆರಳೆಣಿಕೆಯಷ್ಟು ಜನರು ಓಡಿ ಪಾರಾದರು. ಅವರು ವಂಜಿ ಕುನ್ನಂಪತಿಯ ಪರ್ವತದ ಇರುಕುಗಳಲ್ಲಿ ಸಂಚಿನ ಹೋರಾಟದ ಕೇಂದ್ರಗಳನ್ನು ಸ್ಥಾಪಿಸಿಕೊಳ್ಳುತ್ತಿರುವ ಸುದ್ದಿ ಅಪ್ಪನ ಕಿವಿಗೆ ಬಿತ್ತು. ಅಶ್ವಾರೂಢ ಭಟರ ಪಡೆಯೊಂದಿಗೆ ಬೇಟೆನಾಯಿಗಳನ್ನು ಛೂಬಿಟ್ಟು ಅಪ್ಪ ಆ ಪರ್ವತದ ಇರುಕುಗಳಲ್ಲಿದ್ದ ಗುಪ್ತ ಕೇಂದ್ರಗಳನ್ನು ಪೂರಾ ನಿರ್ನಾಮಮಾಡಿದರು. ಬೇಟೆನಾಯಿಗಳು ಕಚ್ಚಿಹರಿದು ಗುರುತಿಸಲಾಗದಂತಾಗಿದ್ದ ಯುವಕರ ಶವಗಳನ್ನು ರಾಶಿರಾಶಿಯಾಗಿ ಹೊಂಡತೋಡಿ ಹೂಳಲಾಯಿತು. ಆ ಸ್ಮಶಾನ ಭೂಮಿಯ ಮೇಲ್ಭಾಗದಲ್ಲಿ ಹಲಗೆಗಳನ್ನು ಬಡಿದು ಗಟ್ಟಿಯಾಗಿ ನಿಲ್ಲಿಸಿ ಅಪ್ಪ ಈ ಸಾಲುಗಳನ್ನು ಬರೆಸಿ ಜನರಿಗೆ ತಾಕೀತು ಕೊಟ್ಟರು: 'ದೇಶದ್ರೋಹಿಗಳಿಗೆ ಲಭಿಸುವ ತುಚ್ಛವಾದ ಪ್ರತಿಫಲ.'

ಇಂತಹ ಘಟನೆಗಳು ಪ್ರಜೆಗಳ ಆತ್ಮಧೈರ್ಯವನ್ನು ಕುಕ್ಕಿ ನುಂಗಿಬಿಟ್ಟವು. ತಂತಮ್ಮ ಬೆತ್ತಲೆದೇಹಗಳು ರಸ್ತೆಗಳ ಕವಲುದಾರಿಯಲ್ಲಿ ನೇತಾಡುವುದನ್ನು ಕಂಡು ಜನರು ಹಗಲಿನ ನಿದ್ದೆಯಲ್ಲೂ ಬೆಚ್ಚಿ ಎಚ್ಚರಾಗುತ್ತಿದ್ದರು. ಆತ್ಮರಕ್ಷಣೆಗೋಸ್ಕರ ಸಂಘಟಿತರಾಗಲು ಪ್ರೇರಣೆ ನೀಡಿದ ಅದೇ ಭಾವನೆಯೇ ಈಗ ಆತ್ಮರಕ್ಷಣೆಗಾಗಿ ವಿಘಟಿಸಿ ಸ್ವಂತ ಬಿಲದೊಳಕ್ಕೆ ಮುದುಡಿಕೊಳ್ಳಲು ಅವರಿಗೆ ಪ್ರೇರಣೆಯಿತ್ತಿತು. ಪದಾತಿದಳದ ನೈತಿಕ ಬೆಂಬಲಿಗರ ಶವ ರಣಹದ್ದುಗಳಿಗೂ ಕಾಣಸಿಗಲಿಲ್ಲ. ಅವರೆಲ್ಲರೂ ಪಕ್ಕದ ದೇಶದ ಕ್ರಾಂತಿಯನ್ನು ಹತ್ತಿಕ್ಕಲು ಅಲ್ಲಿಗೆ ಹೋಗಿದ್ದಾರೆ ಎಂಬ ಅರಮನೆಯ ಹೇಳಿಕೆಯನ್ನು ಎಲ್ಲರೂ ನಂಬಬೇಕಾದಂತಹ ಅನಿವಾರ್ಯತೆಯೊದಗಿತು. ಅರಮನೆಯೊಳಗೆ ನಿರ್ಮಿಸಲಾದ ವಿಷದ ಸೆರೆಕೋಣೆಗಳಲ್ಲಿ ಉಸಿರುಗಟ್ಟಿ ಒದ್ದಾಡಿ ಸತ್ತ ಯೋಧರ ಹೆಂಡತಿ ಮಕ್ಕಳು ಏನನ್ನೂ ಅರಿಯದೆ ಅವರಿಗಾಗಿ ಕಾಯುತ್ತ ಕುಳಿತರು. ನೆರೆರಾಷ್ಟ್ರದ ದಂಗೆಯನ್ನು ದಮನಮಾಡಿ ಅಗಣಿತ ಕಾಣಿಕೆಗಳೊಂದಿಗೆ ಮರಳಿ ಬರುವ ತಮ್ಮ ಕುಟುಂಬದ ಯಜಮಾನರ ಚಿತ್ರ ಅವರೆಲ್ಲರ ಮನದಲ್ಲಿ ರೋಮಾಂಚದೊಂದಿಗೆ ನೆಲೆಯಾಗಿತ್ತು. ಆಂತರಿಕ ಯುದ್ಧದ ಕಟ್ಟಕಡೆಯ ಮೆದುಳು ಕೂಡ ಸಿಡಿದು ಚೂರಾಗಿ ಹೋಗಿತ್ತು. ಹೆಚ್ಚಿನ ಶಕ್ತಿಯಿಂದ ಹೆಚ್ಚು ವೈಭವದಿಂದ ನನ್ನ ತಂದೆ ವಂಜಿ ಕುನ್ನಂಪತಿಯಲ್ಲಿ ಪ್ರತಿಸ್ಪರ್ಧಿಯಿಲ್ಲದೆ ಮೆರೆದರು. ಆದರೆ, ಎಲ್ಲವನ್ನು ನಾಶಗೊಳಿಸಿ ಬೂದಿ ಮಾಡಿದ್ದರೂ. ಗಾಳಿಗೆ ಹಾರಿಹೋದ ಎರಡು ಬೆಂಕಿಯಕಿಡಿಗಳನ್ನು ಅಪ್ಪ ಗಮನಿಸಲೇ ಇಲ್ಲ. 'ನನ್ನ ತಾಯಿ ಮತ್ತು ಅವರ ತಂದೆ' ಇವರೇ ಆ ಬೆಂಕಿಯ ಕಿಡಿಗಳು. ನನ್ನ ಅಜ್ಜ ಬಲು ಪರಿಣತರಾದ ಹಸಿರೆಲೆ ಮದ್ದಿನ ಪಂಡಿತರಾಗಿದ್ದರು. ಆಂತರಿಕ ಕಲಹಕ್ಕೆ ಮುಂಚೆ ಊರವರಿಗೆಲ್ಲ ಚಿಕಿತ್ಸೆ ನೀಡುವುದೇ ಅವರ ಕಸುಬಾಗಿತ್ತು. ತನಗೂ ಮಗಳಿಗೂ ದೈನಂದಿನ ಜೀವನಕ್ಕೆ ಬೇಕಾದುದೆಷ್ಟೋ ಅದು ಬಿಟ್ಟು ಬೇರೇನನ್ನೂ ಅವರು ಊರಜನರಿಂದ ಪಡೆಯುತ್ತಿರಲಿಲ್ಲ. ಎಲ್ಲಾ ವಿಷಯದಲ್ಲೂ ಅಜ್ಜನಿಗೆ ನೆರವಾಗುತ್ತಿದ್ದವರು ನನ್ನ ತಾಯಿಯೇ.

ಓ ಪ್ರವಾಸಿಗರೇ! ನನ್ನ ತಾಯಿಯ ಬಗ್ಗೆ ಒಂದೆರಡು ಮಾತುಗಳನ್ನು ಹೇಳಲು ನನಗೆ ಅನುಮತಿ ಕೊಡಿ. ನನ್ನ ತಾಯಿಯಾದ ಕಾರಣ ನಾನು ಪ್ರಶಂಸೆ ಮಾಡುತ್ತಿದ್ದೇನೆಂದು ಭಾವಿಸಬೇಡಿ. ವಂಜಿಕುನ್ನಂಪತಿಯಲ್ಲಿ ಆಕೆಯಷ್ಟು ಸೌಂದರ್ಯವಿದ್ದ ಒಂದು ಹೆಣ್ಣು ಕೂಡ ಇರಲಿಲ್ಲವೆಂಬುದು ನಿಜ. ಊರ್ವಶಿ, ಮೇನಕೆ, ರಂಭೆ, ತಿಲೋತ್ತಮೆಯರ ಮನಸ್ಸುಗಳಲ್ಲಿ ಅಸೂಯೆಯ ಕಿಚ್ಚು ಹಚ್ಚಬಲ್ಲಂಥ ಸೌಂದರ್ಯ ನನ್ನ ತಾಯಿಯದು. ಬಾಯ್ತುಂಬ ನನ್ನ ತಾಯಿಯನ್ನು ಹೊಗಳುತ್ತ ನಿಮಗೆ ಬೇಸರ ತರಿಸುವುದು ಸರಿಯಲ್ಲವಲ್ಲ. ಇಷ್ಟು ಸುಂದರಿಯಾಗಿರುವ ಓರ್ವ ಹೆಣ್ಣು ಕೌಶವೇನನ ಕಣ್ಣಿಗೆ ಏಕೆ ಬೀಳಲಿಲ್ಲ ಎಂಬ ಸಹಜವಾದ ಸಂದೇಹ ನಿಮಗುಂಟಾಗಬಹದು. ನನ್ನ ಅಜ್ಜ ಎಂದಿಗೂ ಅಮ್ಮನನ್ನು ಮನೆಯಿಂದ ಹೊರಗೆ ಹೋಗಲು ಬಿಟ್ಟಿರಲಿಲ್ಲ. ಅಜ್ಜನಿಗೆ ಹೀಗೊಬ್ಬಳು ಮಗಳಿದ್ದಾಳೆಂಬ ವಿಷಯ ಹೆಚ್ಚು ಜನರಿಗೆ ತಿಳಿದಿಲ್ಲ. ಕೌಶವೇನನ ಮಲಗುವಕೋಣೆಯೆಂಬ ಕಸಾಯಿ ಖಾನೆಯನ್ನು ಅತ್ಯಂತ ಹೆಚ್ಚು ದ್ವೇಷಿಸುತ್ತಿದ್ದವನು ನನ್ನ ಅಜ್ಜ. ಆದುದರಿಂದಲೇ ಆಂತರಿಕ ಗಲಭೆಯ ಮುಂಚೂಣಿಯಲ್ಲೇ ಅಜ್ಜ ಮತ್ತು ಅಮ್ಮ ದೃಢವಾಗಿ ನಿಂತಿದ್ದರು. ದಂಗೆ ಪರಾಜಯಗೊಂಡಾಗ ಪುನಃ ಗಾಳಿಹಾಕಿ ಉರಿಸುವುದಕ್ಕಾಗಿ, ಸೆರೆಸಿಗದೆ ಅವರು ಭೂಗತ ರಾದರು.

ಕ್ರಾಂತಿ ಸುಟ್ಟು ಬೂದಿಯಾದಾಗ ಅಜ್ಜ ಮತ್ತು ಅಮ್ಮ ಮಾರುವೇಷದಲ್ಲಿ ಊರಜನರ ನಡುವೆ ಸೇರಿಕೊಂಡರು. ಎಲ್ಲ ಮನೆಗಳಲ್ಲೂ ಅವರ ಹೆಜ್ಜೆ ಪ್ರವೇಶಿಸಿತು. ವರ್ಗಸಂವೇದನೆಗಳ ಸೂರ್ಯಗಾಯತ್ರಿ ಮಂತ್ರಗಾನವನ್ನು ಅವರು ಹಾಡಿದರು. ವರಸೆಗಳ ಕುತಂತ್ರಗಳ ಹೊಸ ಪಾಠಗಳನ್ನು ಅವರು ಕಲಿಸಿದರು. 'ಕಚ್ಚುವ ನಾಯಿಯನ್ನು ಅದು ನಿದ್ದೆಯಲ್ಲಿರುವಾಗಲೇ ಹೊಡೆದು ಕೊಲ್ಲಬೇಕು' ಎಂಬ ವಿಪ್ಲವತಂತ್ರ ಮೊದಲಿಗೆ ರೂಪುಗೊಂಡದ್ದು ನನ್ನಜ್ಜನ ತಲೆಯಲ್ಲೇ. ಅದಕ್ಕೆ ಬೇಕಾದ ಮಾರ್ಗಗಳನ್ನೂ ಅಡ್ಡದಾರಿಗಳನ್ನೂ ಅಜ್ಜ ಗುಟ್ಟಾಗಿ ಊರ ವರಿಗೆಲ್ಲ ತಿಳಿಸಿಕೊಟ್ಟ. ಮೈನೆರೆದು ಮೈಲಿಗೆಯಲ್ಲಿದ್ದ ಸ್ವಂತ ಹೆಣ್ಣು ಮಕ್ಕಳನ್ನು ಸಹ ಈ ಕಾರ್ಯಕ್ಕಾಗಿ ಬಲಿಪಶುಗಳನ್ನಾಗಿಸಲು ಯಾರೂ ಹಿಂಜರಿಯಲಿಲ್ಲ. ಮುಖ್ಯ ಸೇನಾಧಿಪತಿ ಯಾಗಿದ್ದ ನನ್ನ ಅಪ್ಪನ ಸಜ್ಜೆಮನೆಗೆ ಹೆಣ್ಣು ಮಕ್ಕಳನ್ನು ತಲುಪಿಸುವುದೆಂಬುದೇ ಆ ರಣ ತಂತ್ರದ ಮೊದಲ ಮೆಟ್ಟಿಲು.

ದಂಗೆಯ ಉತ್ಪಾಟನೆ ಮಾಡಲಾಗಿದೆ ಎಂಬ ದೃಢವಿಶ್ವಾಸದಲ್ಲಿ ನನ್ನ ತಂದೆ ಮೊದಲಿನ ರೂಢಿಯಂತೆ ಮೃಗಯಾವಿನೋದಗಳಲ್ಲೂ ಗೂಳಿಕಾಳಗಗಳ ವೀಕ್ಷಣೆಯ ಖುಷಿಯಲ್ಲೂ ಮಗ್ನರಾದರು. ಒಂದು ಜಿಂಕೆಬೇಟೆಯ ವೇಳೆಯಲ್ಲಿ ಉದ್ದೇಶಪೂರ್ವಕವಾಗಿ ಕಾಡಿನ ತೊರೆಯ ಬಳಿ ಮುಕ್ಕಾಲುಭಾಗ ನಗ್ನಳಾಗಿಯೇ ಒದ್ದೆ ಸೀರೆಯನ್ನು ಒಣಗಲು ಹರವುತ್ತಿದ್ದ ಅಮ್ಮನನ್ನು ನನ್ನಪ್ಪ ಒಂದುಕ್ಷಣ ಕಂಡರಷ್ಟೆ. ನನ್ನ ಅಜ್ಜ ಇರಿಸಿದ್ದ ಬಲೆ ಫಲಪ್ರದವಾಯಿತು. ಅಂದು ರಾತ್ರಿಯೇ ಸರ್ವಾಲಂಕಾರ ವಿಭೂಷಿತೆಯಾಗಿ ನನ್ನ ತಾಯಿ ಅಪ್ಪನ ನಿದ್ರಾಕೋಣೆಗೆ ಸಾಗಿದಳು. ಬಾನಿನಲ್ಲಿ ಪೌರ್ಣಮಿ ಬಿರಿಯಿತು. ಅಪ್ಪನ ಅರಮನೆಯ ಹಿಂದಿರುವ ಶೋಕನಾಶಿನಿ ನದಿ ನಿಶ್ಶಬ್ದವಾಗಿ ನೀರು ಹರಿಸಿತು.

ಬೆಣ್ಣೆಯನ್ನು ಸೋಲಿಸುವಂತಹ, ಮಾರ್ದವತೆಯುಳ್ಳ ಅಮ್ಮನ ಒಡಲಿನಲ್ಲಿ ಅಪ್ಪನ ಕಾಮ ಹೆಡೆ ಬಿಚ್ಚಿಯಾಡಿತು. ಮಧ್ಯೆ ಮಧ್ಯೆ ಅಮ್ಮ ಅಪ್ಪನಿಗೆ ನಸುಬಿಸುಪಿನ ಹಸುವಿನ ಹಾಲನ್ನು ಕೊಟ್ಟಳು. ಆ ಹಾಲಿನಲ್ಲಿ ಅಜ್ಜ ಒದಗಿಸಿದ್ದ ಒಣಗಿಸಿ ಪುಡಿಮಾಡಿದ್ದ ಹಸಿರೆಲೆ ಮದ್ದಿನ ಅಂಶ ಬೆರೆತಿತ್ತು. ಬಹಳ ತನ್ಮಯಳಾಗಿ ಸಂಶಯಕ್ಕೆಡೆಗೊಡದಂತೆ ಆ ಕೃತ್ಯಗಳೆಲ್ಲ ವನ್ನೂ ಅಜ್ಜ ಹೇಳಿಕೊಟ್ಟ ಪ್ರಕಾರವೇ ಅಮ್ಮ ಬೇಗನೆ ಮಾಡಿ ಮುಗಿಸಿದಳು. ಹಾಲು ಜೀರ್ಣಾಂಗಗಳ ಮೂಲಕ ಪರಿಣಾಮ ತಳೆದು ರಕ್ತನಾಳಗಳ ಮೂಲಕ ಅಪ್ಪನ ಮಸ್ತಿಷ್ಕವನ್ನು ತಲುಪಿತು. ಅಪ್ಪನಲ್ಲಿ ಕಾಮವಿಕಾರವು ಅಲೆಗಳಾಗಿ ಎದ್ದವು. ಆದರೆ, ಸ್ಖಲನವಾಗಲಿಲ್ಲ. ಎಂದಿಗೂ ತಣಿಯದ ಕಾಮದ ಅಲೆಗಳು ಹೊಮ್ಮುತ್ತಲಿದ್ದವು. ಅಪ್ಪನ ಶರೀರವು ದ್ರಾವಕ ವಾಗಿ ತಾಯಿಯ ಅಂಗಾಂಗಗಳ ಮೂಲಕ ಹರಿಯಿತು. ಗಂಟೆಗಳೇ ಕಳೆದರೂ ಅಪ್ಪನಿಗೆ ಕಾಮಸಂತೃಪ್ತಿ ಉಂಟಾಗಲಿಲ್ಲ. ಅಪ್ಪನ ಲೋಕವು ಅಮ್ಮನ ಸ್ತನತೀರಗಳಲ್ಲೂ ಚಿಗುರುದುಟಿ ಪ್ರದೇಶದಲ್ಲೂ ಯೋನಿಕವಾಟದಲ್ಲೂ ಸೀಮಿತಗೊಂಡು ಬಿಟ್ಟಿತು. ಆತ ರಾಜನನ್ನೂ ಪ್ರಜೆಗಳನ್ನೂ ಮರೆತರು. ಸ್ಥಳ ಕಾಲ ಅಸ್ತಿತ್ವ ಪ್ರಜ್ಞೆಗಳ ಗಡಿಗೆಗಳು ಒಡೆದುಹೋದವು. ಪರಿಸರವು ಮಂಜಿನ ಮುಸುಕಿನಲ್ಲಿ ಮರೆಯಾಯಿತು. ಸ್ಖಲನ ಉಂಟಾಗದಿದ್ದುದರಿಂದ ಅಪ್ಪ ಅಮ್ಮನಿಂದ ಬೇರಾಗಲಿಲ್ಲ.

ರಾಜನನ್ನು ಮಣಿಸಲು ಜನರಿಗೆ ಕಷ್ಟವಾಗಲಿಲ್ಲ. ಶಸ್ತ್ರಾಗಾರವೇ ಅಜ್ಜನ ಮೊದಲ ಗುರಿಯಾಗಿತ್ತು. ಒದ್ದು ಬಾಗಿಲು ಮುರಿದು ಒಳನುಗ್ಗಿದರು. ಕ್ರಾಂತಿಕುವರರು ಖಡ್ಗಗಳು, ಭರ್ಜಿಗಳನ್ನು ಹಿಡಿದು ಹೊರಕ್ಕೆ ಬಂದರು. ಅಂತಃಪುರವು ರಕ್ತದ ಮಡುವಾಯಿತು. ರಾಜನ ಕಿರೀಟಧರಿಸಿದ್ದ ಶಿರವು ಶರೀರದಿಂದ ಒಂದು ಮುನಿಸಿನ ಹಾಗೆ ಬೇರಾಗಿ ಉರು ಳಿತ್ತು. ರಾಣಿಯನ್ನು ಜನರು ಉದ್ದಕ್ಕೆ ಸೀಳಿದರು. ರಾಜಸಂತಾನಗಳ ಡೊಳ್ಳು ಹೊಟ್ಟೆಗಳಲ್ಲಿ ಭರ್ಜಿಗಳು ನಾಟಿ ಮುಖಹುದುಗಿಸಿದವು.

ಹೊರಗಿನ ವಿದ್ಯಮಾನಗಳನ್ನರಿಯದೆ ಅಪ್ಪ ಅಮ್ಮನಿಗಂಟಿಕೊಂಡೇ ಮಲಗಿದ್ದರು. ತಣ್ಣಗಿನ ಅಂಗೈಯಿಂದ ಅಮ್ಮ ಅಪ್ಪನ ಸರ್ವಾಂಗಗಳನ್ನೂ ನೇವರಿಸಿದಳು. ಬಸವಳಿದಾಗೆಲ್ಲ ಹಾಲು ನೀಡಿದಳು. ಹಸಿರೆಲೆ ಮದ್ದಿನ ಔಷಧಬಾಣಗಳು ಅಪ್ಪನ ಶರೀರದಲ್ಲಿ ಆಳಕ್ಕಿಳಿದವು. ಏಕೋಏನೋ ಅಪ್ಪನ ಮುಖವನ್ನೇ ನೋಡುತ್ತ ಅಮ್ಮ ಅಳುತ್ತ ಕುಳಿತಳು. ಬಿಕ್ಕಳಿಕೆಯನ್ನು ಹತ್ತಿಕ್ಕುತ್ತಲಷ್ಟೇ ಅಮ್ಮನಿಂದ ಅಪ್ಪನನ್ನು ಚುಂಬಿಸಲು ಸಾಧ್ಯವಾಗುತ್ತಿದ್ದುದು.

ಏಳು ರಾತ್ರಿ ಏಳು ಹಗಲುಗಳು ಕಳೆದವು. ಪ್ರಜೆಗಳು ದೇಶದಲ್ಲಿ ಸರ್ವಾಧಿಕಾರ ಸ್ಥಾಪಿಸಿಯಾಗಿತ್ತು. ಹಸಿರೆಲೆಮದ್ದಿನ ಶಕ್ತಿ ಕಡಿಮೆಯಾಗುತ್ತ ಬಂತು. ಕೊನೆಗೆ ಏಳನೇ ದಿನ ಅರ್ಧರಾತ್ರಿಯಲ್ಲಿ ಅಪ್ಪನಿಗೆ ಸ್ಖಲನವುಂಟಾಯಿತು. ಆ ವೇಳೆಯಲ್ಲಿ ಫಾಸಿಗೊಂಡ ಒಂದು ವನ್ಯಮೃಗದ ಹಾಗೆ ಅಪ್ಪ ನುಲಿದು ಹೊರಳಾಡಿದರು. ಅಮ್ಮನೊಳಕ್ಕೆ ಅಪ್ಪ ಮುಳುಗಿದರು. ಅಪ್ಪನ ಬೀಜಾಣುಗಳನ್ನು ಸ್ವೀಕರಿಸಿ ಅಮ್ಮನ ಗರ್ಭಪಾತ್ರೆ ತೃಪ್ತಿಹೊಂದಿತು.

ಗರ್ಭಪಾತ್ರೆಯ ಎಳೆಬಿಸುಪಿನಲ್ಲಿ ನಾನೆಂಬ ಬೀಜಾಣು ಸುರಕ್ಷಿತತೆಯೊಂದಿಗೆ ಧ್ಯಾನದಲ್ಲಿ ಮುಳುಗಿತು.

ಪ್ರಭಾತದಲ್ಲಿ ಜನರು ಅಪ್ಪನ ವಸತಿಗೆ ಮುತ್ತಿಗೆ ಹಾಕಿದರು. ಪ್ರತಿರೋಧವು ಒಂದಿಷ್ಟೂ ಇಲ್ಲದ ಕಾರಣ ಯಾರೂ ಹೆಚ್ಚು ಹೆಣಗಬೇಕಾಗಲಿಲ್ಲ. ಭೋಗಾಲಸ್ಯದಲ್ಲಿ ಮತ್ತೇರಿ ಮಲಗಿದ್ದ ಅಪ್ಪನನ್ನು ರೋಷಾಕುಲರಾಗಿದ್ದ ಜನರು ಮೇಲೆತ್ತಲೆತ್ನಿಸಿದಾಗ ಅಮ್ಮ ಅಡ್ಡಿಪಡಿಸಿದಳು. 'ಅವರು ನಿದ್ರೆ ಮಾಡದೆ ಏಳು ರಾತ್ರಿಗಳಾದವು... ಎಚ್ಚರಾಗುವವರೆಗೆ ಕಾಯಿರಿ...' ಅದನ್ನು ಯಾರೂ ಗಮನಿಸಲಿಲ್ಲ. ಹೊಡೆದು ಸಾಯಿಸಲ್ಪಟ್ಟ ಒಂದು ಹಿಂಸ್ರ ಮೃಗದ ಮೃತಶರೀರವನ್ನೋ ಎಂಬಂತೆ ಅವರು ಅಪ್ಪನನ್ನು ಮೇಲಕ್ಕೆ ಎತ್ತಿದರು. ಕ್ರಾಂತಿಕಾರಿ ಮಹಿಳೆಯರು ನನ್ನ ತಾಯಿಯನ್ನು ಹೆಗಲಿಗೇರಿಸಿಕೊಂಡು ಬೀದಿಗಳಲ್ಲಿ ಸುತ್ತು ಹಾಕಿದರು. ಅಭಿನಂದನೆಗಳ ಹೂಮಾಲೆಗಳಿಂದ ತಾಯಿಗೆ ಉಸಿರುಗಟ್ಟಿತು. 'ವರ್ಗಪ್ರೇಮ'ದ ಇನ್ನೊಂದು ಉದಯಸೂರ್ಯ ಎಂದು ಅವರು ಅಮ್ಮನನ್ನು ಚಿತ್ರೀಕರಿಸಿದರು. ಆದರೆ ಯಾರೂ ತಾಯಿಯ ಕಣ್ಣುಗಳನ್ನು ಗಮನಿಸಲಿಲ್ಲ. ಹಾಗೊಂದು ವೇಳೆ ಆ ಕಣ್ಣೀರಹನಿಗಳನ್ನು ಕಂಡಿದ್ದರೂ ಕೂಡ ಅವು ಆನಂಥಬಾಷ್ಪ ಎಂದು ಭಾವಿಸಿರುವ ಸಾಧ್ಯತೆಯೇ ಹೆಚ್ಚು. ಅಮ್ಮನ ಮನಸ್ಸು ಒಂದು ರಥದ ಹಾಗೆ ಅಪ್ಪನ ಹಿಂದೆ ಸಂಚರಿಸಿತು. ನನ್ನ ತಾಯಿಯ ಗೆಲುವಿಗಾಗಿ ಮತ್ತು ದೀರ್ಘಾಯುಸ್ಸಿಗಾಗಿ ಜನರು ಗುಂಪುಘೋಷಣೆಗಳನ್ನು ಕೂಗುತ್ತಿದ್ದಾಗ ತಾಯಿ ಉಕ್ಕಿ ಬರುತ್ತಿದ್ದ ದುಃಖದ ಬಿಕ್ಕಳಿಕೆಯನ್ನು ತಡೆದುಕೊಳ್ಳಲು ಹೆಣಗುತ್ತಿದ್ದಳು. ಸ್ವಾತಂತ್ರ್ಯ ಪಡೆದ ನಿರಕ್ಷರಸ್ಥರಾದ ಹಳ್ಳಿಗರು ನನ್ನ ತಾಯಿಯ ಕಾಲುಮುಟ್ಟಿ ನಮಸ್ಕರಿಸಿದರು. ಆ ಪಾದಗಳನ್ನು ತೊಳೆದ ನೀರು ಆದಿವಾಸಿಗಳ ಎದುರಿಗೆ ತೀರ್ಥಜಲವಾಗಿ ಮಾರ್ಪಟ್ಟಿತು.

ಓ ಪ್ರವಾಸಿಗರೇ, ನರನಾಡಿಗಳನ್ನು ಝುಮ್ಮೆನಿಸುವಂತಹ, ಈ ದೇಶದ ಬಿಡುಗಡೆಯ ಯುದ್ಧಗಳ ಬಗೆಗಿನ ವರ್ಣನೆಗಳು ಕೇಳಿ ಬರುತ್ತಿದೆಯಲ್ಲ. ನನ್ನ ತಂದೆಗೆ ಏನಾಯಿತು ಎಂದು ತಿಳಿಯುವ ಕಾತರ ನಿಮಗಿಲ್ಲವೇ? ಖಂಡಿತ ಇರುತ್ತದೆ. ಕತೆಯಲ್ಲಿ ಮುಖ್ಯ ಖಳನಾಯಕ ನನ್ನ ತಂದೆಯೇ ತಾನೇ.

ಒಂದು ದೊಡ್ಡ ಶಬ್ದಕೋಲಾಹಲ ಕೇಳಿ ಅಪ್ಪ ಕಣ್ಣು ತೆರೆದರು. ಕೈಗಳನ್ನು ಹಿಂದಕ್ಕೆ ಬಿಗಿದು ಅವರು ಅಪ್ಪನನ್ನು ಒಂದು ಗಲ್ಲುಗಂಬದ ಕೆಳಗೆ ಮಲಗಿಸಿದ್ದಾರೆ. ಸುತ್ತಲೂ ಕಿಕ್ಕಿರಿದು ನಿಂತಿರುವ ಜನರ ಗುಂಪು. ಹೊಸ ಸ್ವಾತಂತ್ರ್ಯದ ಸದ್ದುಗದ್ದಲಗಳಲ್ಲಿ ಸಂತಸ ಅರಳಿಸುವ ಸಂದರ್ಭ. ಅಡಿಗಡಿಗೆ ಜನರು ಒಂಟಿಯಾಗಿಯೂ ಗುಂಪಾಗಿಯೂ ಕೂಗಿ ಹೇಳುತ್ತಿದ್ದಾರೆ. 'ಅವನನ್ನು ಸಾಯುವತನಕ ಗಲ್ಲಿಗೆ ಏರಿಸಿ. ಇಲ್ಲದಿದ್ದರೆ ಜೀವ ಹೋಗುವತನಕ ಶರೀರದ ಭಾಗಗಳನ್ನು ಭಾರೀ ಗರಗಸಗಳಿಂದ ಕೊಯ್ದು ಕತ್ತರಿಸಿ.' ವಂಜಿಕುನ್ನಂಪತಿಯ ಜನರ ತೀರ್ಪು ಅದಾಗಿತ್ತು. ಅಪ್ಪನನ್ನು ಗಲ್ಲಿಗೇರಿಸುವ ವಿಧಿವಿಧಾನಗಳು ಪೂರ್ತಿಗೊಂಡವು. ನೇಣುಗಾರನ ಹೆಜ್ಜೆಗಳು ಮುಂದಕ್ಕೆ ಸಾಗಿದವು. ವರ್ಷಗಟ್ಟಲೆ ಇಡೀ ಜನತೆಯನ್ನು

ನಡುಗಿಸಿದ ಒಬ್ಬ ಕ್ರೂರಿಯ ಅಂತ್ಯವನ್ನು ಕಾಣಲು ಎಲ್ಲರೂ ಉತ್ಸುಕರಾದರು. ಸೂಜಿ ಕೆಳಕ್ಕೆ ಬಿದ್ದರೂ ಕೇಳುವಷ್ಟು ನಿಶ್ಯಬ್ದ. ದಿಢೀರನೆ ಜನಸಂದಣಿಯ ನಡುವಿನಿಂದ ಅತಿ ಭೀಕರವಾದ ಒಂದು ಚೀರಾಟ ಕೇಳಿಬಂತು. 'ಅವರನ್ನು ಕೊಲ್ಲಬೇಡಿ... ನನ್ನನ್ನು ವಿಧವೆಯನ್ನಾಗಿಸಿದರೆ ನಾನು ಆತ್ಮಹತ್ಯೆ ಮಾಡಿಕೊಳ್ಳುವೆ.' ಅದು ನನ್ನ ತಾಯಿಯ ದನಿ. ಜನರ ರಾಶಿಯನ್ನು ಭೇದಿಸುತ್ತ ಆಕೆ ಗಲ್ಲುಗಂಬದ ಬುಡಕ್ಕೆ ಓಡಿದಳು. ನೇಣುಹಾಕುವ ಭಟನ ಕೈಕಾಲುಗಳು ಮರಗಟ್ಟಿದವು. ಜನರು ನಿಟ್ಟುಸಿರು ಹೊರಡಿಸಿದರು. ಅಮ್ಮ ಕಪ್ಪು ವಸ್ತ್ರಗಳನ್ನು ಧರಿಸಿದ್ದಳು. ಕೊರಳಲ್ಲಿ ಕೇಪಳಹೂ ಮತ್ತು ದಾಸವಾಳ ಹೂಗಳನ್ನು ಪೋಣಿಸಿ ಮಾಡಲಾದ ಹಾರ. ಹಣೆ ಮತ್ತು ಬೈತಲೆಯಲ್ಲಿ ಕುಂಕುಮ. ಬಂದಿಯಾಗಿದ್ದ ಅಪ್ಪನನ್ನು ಅಮ್ಮ ತಬ್ಬಿದಳು. ಆಕೆ ಬೆವರು ಹರಿಯುತ್ತಿದ್ದ ಅಪ್ಪನ ಹಣೆ ಮತ್ತು ಎದೆಗಳಲ್ಲಿ ತಲ್ಲಣದಿಂದ ಚುಂಬನವರ್ಷಿಸಿದಳು. ಬಿಕ್ಕಳಿಕೆಯನ್ನು ತಡೆಯಲಾರದೆ ದೇವರ ವಾಸಸ್ಥಳವಾದ ಆಕಾಶದ ಕಡೆಗೆ ಮುಖವೆತ್ತಿ ದಿಟ್ಟಿಸಿ ಅಮ್ಮ ವಿನಂತಿಸಿದಳು. 'ಎಲ್ಲವನ್ನೂ ನೋಡುತ್ತಿರುವವನೇ, ನನ್ನನ್ನೂ ನನ್ನ ಉದರದಲ್ಲಿರುವ ಭ್ರೂಣವನ್ನೂ ನೀನು ನಾಶಪಡಿಸು. ಪರಲೋಕದಲ್ಲಾದರೂ ನಾನೂ ಅವರೂ ಒಂದಾಗಿ ಸೇರುವಂತೆ ಮಾಡು.'

ಎತ್ತರವಾಗಿ ನಿರ್ಮಿಸಲಾದ ಚಪ್ಪರದ ಅಡಿಯಲ್ಲಿ ಮುಂದಿನ ಸಾಲಿನಲ್ಲಿ ಸಿಂಹಾಸನದ ಮೇಲೆ ಅಜ್ಜ ಕುಳಿತಿದ್ದರು. ವಂಜಿಕುನ್ನಂಪತಿಯ ಪ್ರಜೆಗಳ ಸರ್ವಾಧಿಕಾರಿಯಾಗಿ ಈಗಾಗಲೇ ಅವರನ್ನು ಪಟ್ಟಕ್ಕೇರಿಸಲಾಗಿತ್ತು. ಅವರು ಎದ್ದು ಬಂದು ಸಿಟ್ಟಿನಿಂದ ಮುಖ ಕೆಂಪಾಗಿಸಿಕೊಂಡು, ತನ್ನ ಮಗಳನ್ನು ಸೇನಾಧಿಪತಿಯಿಂದ ಹಿಡಿದು ದೂರಮಾಡಲು ಒಂದು ಪ್ರಯತ್ನ ಮಾಡಿದರು. ತಾಯಿಯ ಬೆರಳುಗಳು ತಂದೆಯ ದೇಹಕ್ಕೆ ಬಿಗಿಯಾಗಿ ಅಂಟಿಕೊಂಡುಬಿಟ್ಟಂತೆ ತೋರಿತು. ಎಷ್ಟೇ ಕಷ್ಟಪಟ್ಟರೂ ಅಜ್ಜನಿಗೆ ಅವರಿಬ್ಬರನ್ನೂ ಬೇರ್ಪಡಿಸಲಾಗಲಿಲ್ಲ. ಅವರ ದೇಹ ನಡುಗಿತು.

ನಿಶ್ಯಬ್ದರಾಗಿ ಉಸಿರು ಬಿಗಿಹಿಡಿದುಕೊಂಡಿದ್ದ ಜನರಲ್ಲಿ ಒಂದು ವಿಭಾಗ ಹಠಾತ್ತನೆ ರೊಚ್ಚಿಗೆದ್ದಿತು. ಅವರೆಲ್ಲ ಎಡ ತುದಿಯಲ್ಲಿ ನಿಂತಿದ್ದವರು. ಒಟ್ಟಿಗೆ ಗುಂಪಾಗಿ ಅವರು ಆಕ್ರೋಶಿಸಿದರು. 'ಅವಳನ್ನೂ ಗಲ್ಲಿಗೆ ಹಾಕಿ.' ತಕ್ಷಣ ಬಲ ತುದಿಯಲ್ಲಿ ನಿಂತಿದ್ದ ಜನರ ಗುಂಪು ಆ ನಿರ್ಧಾರವನ್ನು ವಿರೋಧಿಸಿತು. 'ಕೂಡದು... ಸಂಬಂಧಗಳಿಗೆ ಬೆಲೆ ಕೊಡಬೇಕು. ಅವರನ್ನು ಬಿಟ್ಟುಬಿಡಿ.' ಹಟ ಹೆಚ್ಚಾಯಿತು. ಎಡ ತುದಿ ಮತ್ತು ಬಲತುದಿಗಳು ಸಂಜ್ಞಾ ಭಾಷೆಯಲ್ಲಿ ಪರಸ್ಪರ ವಿರೋಧಿಸಿದವು. ಅದು ಬಲಿಯುತ್ತಾ ಹೋಯಿತು. ಆಗಲೇ ಮಧ್ಯಭಾಗದಿಂದ ಒಂದು ಗುಂಪು ಜನರು ಮುಂದಕ್ಕೆ ಬಂದರು. ಅವರು ಸಲಹೆ ಕೊಟ್ಟರು. 'ಇಬ್ಬರೂ ದೇಶದ್ರೋಹಿಗಳೆಂಬುದರಲ್ಲಿ ಎರಡು ಮಾತಿಲ್ಲ. ಆದರೆ ಒಬ್ಬ ಕಡು ದೇಶದ್ರೋಹಿ; ಆಕೆ ಮಹಾತ್ಯಾಗಿ. ಇವರಿಬ್ಬರೂ ದಾಂಪತ್ಯ ಸಂಬಂಧವನ್ನು ಬೆಳೆಸಿಕೊಂಡಿರುವ ಪರಿಸ್ಥಿತಿಯಿರುವಾಗ ಯಾರನ್ನೂ ಕೊಲ್ಲಕೂಡದು. ಈ ರಾಜ್ಯವನ್ನು ಬಿಟ್ಟು ಬೇರೆಲ್ಲಿಗಾದರೂ ಹೋಗಿ ಬದುಕಲು ಅವರಿಗೆ ಅನುಮತಿ ಕೊಡಿ.'

ಕ್ಷಿಪ್ರವಾಗಿ ಎಲ್ಲವೂ ಅಲ್ಲೋಲ ಕಲ್ಲೋಲವಾದವು. ಒಂದು ದೊಡ್ಡ ಜನರಗುಂಪು ನಿಷ್ಪಕ್ಷಪಾತದಿಂದಿದ್ದು ಹಿಂದೆ ಸರಿಯಿತು. ಎಡ, ಬಲ ಮತ್ತು ಮಧ್ಯದ ಬಣಗಳು ಶಬ್ದ ಯುದ್ಧಗಳನ್ನು ನಡೆಸಿದವು.

ಕೊನೆಗೆ ನನ್ನ ಅಜ್ಜ ಮಧ್ಯ ಪ್ರವೇಶಿಸಿದರು. ಎತ್ತರವಾದ ಒಂದು ಬಂಡೆಯ ಮೇಲೆ ಹತ್ತಿನಿಂತು ಅವರು ಜನರನ್ನು ಶಾಂತಗೊಳಿಸಿದರು. ದೇಶದ ಮುಖಂಡನೆಂಬ ನೆಲೆಯಲ್ಲಿ ತಮ್ಮ ಅಂತಿಮ ನಿರ್ಧಾರವನ್ನು ತಿಳಿಸಿದರು. 'ನನಗೆ ಸೀಮಂತಿನಿ ಎಂಬೊಬ್ಬಳು ಮಗಳೇ ಇಲ್ಲ. ಸ್ವಲ್ಪ ಹೊತ್ತಿನ ಮುಂಚೆಯಷ್ಟೆ ನಾನು ಅವಳ ಸಾವಿನ ಸೂತಕ ಕಳೆವ ಸ್ನಾನ ಮುಗಿಸಿದೆ. ಇವರ ಬಿಕ್ಕಟ್ಟಿನಿಂದಾಗಿ ನಮ್ಮ ನಡುವೆ ಒಂದು ವಿವಾದ ಹೊಮ್ಮಿ ಬಂದಿದೆ. ವಿಪ್ಲವದ ವಿಜಯಾಹ್ಲಾದದ ದಿನವಾದ ಇಂದು ನಮ್ಮ ಮಧ್ಯೆ ಅಭಿಪ್ರಾಯಭಿನ್ನತೆ ತಲೆ ದೋರ ಕೂಡದು. ಪರವಾಗಿಲ್ಲ. ಭಿನ್ನಾಭಿಪ್ರಾಯಗಳು ಮನುಷ್ಯರಿರುವ ಕಾಲದವರೆಗೂ ಇರುವುವು.' ತುಸು ಹೊತ್ತಿನ ಮೌನದ ಬಳಿಕ ಅಜ್ಜ ತೀರ್ಪು ಕಲ್ಪಿಸಿದರು. 'ಇವರನ್ನು ಗಡಿಪಾರು ಮಾಡಿ ಕಳಿಸಿ.'

ಜನರು ಸುಮ್ಮನಾದರು. ಆ ತೀರ್ಪು ಎಲ್ಲರನ್ನೂ ತೃಪ್ತಿಪಡಿಸುವ ರೀತಿಯಲ್ಲಿತ್ತು. ಯಾರೇ ಆಗಲಿ ತಮ್ಮ ಹಟ ಗೆದ್ದಿತೆಂದೋ ಸೋತಿತೆಂದೋ ಹೇಳುವಂತಿರಲಿಲ್ಲ.

ಪ್ರವಾಸಿಗರೇ, ನೀವೆಲ್ಲ ಬೆವರಿ ಒದ್ದೆಮುದ್ದೆಯಾಗಿರುವಿರಲ್ಲ. ಎಳೆಗಾಳಿ, ಅವಿರಾಮ ವಾಗಿ ಬೀಸುತ್ತಿದ್ದರೂ ನಿಮ್ಮ ತನು ಬೆವರುತ್ತಿದೆ. ಏಕೆ? ಸೂರ್ಯ ಪಶ್ಚಿಮದೆಡೆಗೆ ತೆರಳು ತ್ತಿದ್ದಾನೆ. ಸಂಜೆಯಾಗಲು ಕೆಲವೇ ಗಂಟೆಗಳಿವೆ. ನೀವು ಬೇಕಿದ್ದರೆ ಈ ನೀಲಿ ಸರೋವರ ದಲ್ಲಿ ಇಳಿದು ಮಿಂದು ಬರಬಹುದು. ಆ ತರುವಾಯ ನಾವು ಕತೆಯ ಕೊನೆಯ ಭಾಗಕ್ಕೆ ಸಾಗೋಣ.

ದೇಶಭ್ರಷ್ಟರಾದ ನನ್ನ ತಂದೆ ತಾಯಿ ಘೋರವನಗಳ ಮೂಲಕ ನಡೆಯುತ್ತ ಮುಂದು ವರಿದರು. ನನ್ನ ತಂದೆ ಶಾರೀರಿಕವಾಗಿ ಮತ್ತು ಮಾನಸಿಕವಾಗಿ ಬಸವಳಿದು ಬಿಟ್ಟಿದ್ದರು. ಅಮ್ಮನ ಹೆಗಲನ್ನಾಧರಿಸಿ ಅಪ್ಪ ನಡೆಯುತ್ತಿದ್ದರು. ಪೂರ್ವಕಾಲಗಳ ಕುರಿತು ನೆನಪಿಸಿ ಕೊಂಡಾಗಲೆಲ್ಲ ಅಪ್ಪ ಅಳುತ್ತಿದ್ದರು. ಅಮ್ಮ ಸಾಂತ್ವನ ಹೇಳುತ್ತಿದ್ದಳು. ಜನತೆಗೆ ಜಯ ವಾಯಿತಲ್ಲ... ಇನ್ನೇಕೆ ವ್ಯಸನ ಪಡುತ್ತೀರಿ? ನಿಜವಾಗಿಯೂ ಜನರ ಗೆಲುವಿನಲ್ಲಿ ಅಪ್ಪನಿಗೆ ಸಂತೋಷವೆನಿಸುತ್ತಿತ್ತು. ಆ ವ್ಯಕ್ತಿಯ ಚಿಂತಾಗತಿಯಲ್ಲಿ ಅಷ್ಟರ ಮಟ್ಟಿಗಿನ ಬದಲಾವಣೆ ಯುಂಟಾಗಿತ್ತು. ಆದರೆ, ಯಾರೂ ನಂಬುತ್ತಿರಲಿಲ್ಲ. ಅನುಕೂಲಸಿಂಧು ಎಂಬಂತಹ ಮಾನಸಿಕ ಪರಿವರ್ತನೆಯಿದು ಎಂದಷ್ಟೇ ಎಲ್ಲರೂ ಭಾವಿಸಿದರು. ಉಗ್ರಪ್ರತಾಪಿಯಾದ ಒಬ್ಬ ವ್ಯಕ್ತಿಯ ಚಿತ್ತವು ಇಷ್ಟು ಬೇಗನೆ ತಲೆಕೆಳಗಾಗಿ ಬಿಡುವುದೇ? ತಲೆಕೆಳಗಾಗಿ ಬದಲಾ ಗಿತ್ತು ಎಂಬುದೇ ಸತ್ಯ.

ಗೊತ್ತುಗುರಿಯಿಲ್ಲದೆ ನನ್ನ ತಂದೆತಾಯಿ ಕಾಡಿನಲ್ಲಿ ಅಲೆದರು. ಕೋಗಿಲೆಗಳು ನವ ದಂಪತಿಗಳಿಗೆ ಶುಭಗೀತೆ ಹಾಡಿದವು. ಜಿಂಕೆಯ ಜೋಡಿಗಳು ಪರಸ್ಪರ ಕೊಂಬುಗಳನ್ನು ಉಜ್ಜಿದವು. ಕಾಡಿನ ತೊರೆಗಳು ಶುಭಾಶಯಗಳ ಚರಣಗಳನ್ನು ಮೀಟಿದವು. ಹೂಮರ ಗಳು ನಡೆವಹಾದಿಗಳಲ್ಲಿ ಮಲ್ಲಿಗೆಯ ಹೂಹಾಸಿಗೆ ಹಾಸಿದವು. ಅಮ್ಮನ ಗರ್ಭಕೋಶದಲ್ಲಿ ಮಲಗಿ ನಾನು ಜೀವನ್ಮಂತ್ರವನ್ನು ಪಠಿಸಿದೆ.

ಕಾಡು ಸವರಿ ಬಯಲಾಗಿಸಲ್ಪಟ್ಟ ಬೆಟ್ಟದ ಅಡಿವಾರದಲ್ಲಿ ಒಂದು ಈಚಲಸೋಗೆ ಗುಡಿಸಲಲ್ಲಿ ನನ್ನ ತಾಯಿತಂದೆ ವಾಸಮಾಡಿದರು. ಅಪ್ಪ ದೇವರಧ್ಯಾನದಲ್ಲಿ ಮುಳುಗಿದರು. ಕಾಡಿನ ಹೊಳೆಯ ತೀರದುದ್ದಕ್ಕೂ ಬಹಳ ಹೊತ್ತು ನಡೆದಾಡಿದರು. ಭೂತಕಾಲದಲ್ಲಿ ನಡೆಸಿದ ನರಬೇಟೆಯ ಭೀತಿಜನಕ ನೆನಪುಗಳು ಆತನನ್ನು ಹಿಂಬಾಲಿಸಿದವು.

ತಾಯಿಯ ಗರ್ಭ ದಿನೇದಿನೇ ಪೂರ್ಣತೆಯತ್ತ ದಾಪುಗಾಲಿಟ್ಟಿತು. ನನ್ನ ಜನನ ದೊಂದಿಗೇ ಅಪ್ಪನಿಗೆ ಇನ್ನೊಂದು ಬಗೆಹರಿಯಲಾಗದ ದುಃಖ ಲಭಿಸಿತು. ನನ್ನ ಹುಟ್ಟು ಮತ್ತು ತಾಯಿಯ ಸಾವಿನ ನಡುವೆ ಹೆಚ್ಚಿನ ಸಮಯದ ಅಂತರ ಇರಲಿಲ್ಲ. ನಾನು ಆಗ ಕೈಕಾಲು ಬಡಿದು ರೋದಿಸಿದ್ದು ತಾಯಿಯ ಸಾವಿನದುಃಖವನ್ನು ಪತ್ತೆಹಚ್ಚಿಯೇ ಏನೋ ಎಂದು ನನಗೆ ಗೊತ್ತಿಲ್ಲ. ಹೊಳೆಯಲ್ಲಿ ಕುತ್ತಿಗೆವರೆಗೆ ನೀರಿಗಿಳಿದು ನಿಂತು ಆಕಾಶಕ್ಕೆ ನೀರ ಹನಿಗಳನ್ನು ಚಿಮ್ಮಿಸಿ, ದಂಡೆಯಲ್ಲಿ ಕಚ್ಚೆಯುಟ್ಟು ಕುಳಿತು ನನ್ನ ತಂದೆ, ತಾಯಿಯ ಮರಣಾನಂತರ ಕ್ರಿಯೆಗಳನ್ನು ನಡೆಸಿದರು. ಅಂದಿನಿಂದ ತಂದೆಯ ಕಣ್ಣುಗಳು ಬತ್ತದಂತಹ ಎರಡು ಕಾಡಿನತೊರೆಗಳಾಗಿ ಬಿಟ್ಟವು. ತಾಯಿಯ ಸಮಾಧಿಯಲ್ಲಿ ತಂದೆ ನಂದಾದೀಪ ಬೆಳಗಿಸಿದರು. ದಿನವೂ ಕಾಡಿನ ಹೂವುಗಳನ್ನು ಅರ್ಪಿಸಿದರು. ನಿದ್ರೆಯಲ್ಲಿ ಅಪ್ಪ ಅಮ್ಮ ನೊಡನೆ ಮಾತನಾಡಿದರು.

ನಾನು ಬೆಳೆದೆ. ಅಪ್ಪ ಅನುದಿನವೂ ಓರ್ವ ತಪಸ್ವಿಯ ಮಾನಸಿಕ ಭಾವವನ್ನು ತಳೆದರು. ಸಂಸಾರದುಃಖದ ಪ್ರತೀಕಗಳಾಗಿ ಗಡ್ಡಮೀಸೆಗಳು ಬೆಳೆದವು. ಹಿಂದಿನ ಕಾಲದ ದುಷ್ಕೃತ್ಯಗಳ ಪಶ್ಚಾತ್ತಾಪ ಮಂತ್ರ ಜಪಿಸುತ್ತ, ಸೂರ್ಯನಮಸ್ಕಾರ, ಪ್ರಾಣಾಯಾಮಗಳನ್ನು ಮಾಡುತ್ತ ಅವರು ದಿನಗಳನ್ನು ಕಳೆದರು. ಸಮಯ ಸಿಕ್ಕಾಗಲೆಲ್ಲ ಅವರು ನನಗೆ ಪುರಾಣ ಕತೆಗಳನ್ನು ಹೇಳಿಕೊಟ್ಟರು. ಅಸುರಗಣಗಳನ್ನೂ ದೇವಗಣಗಳನ್ನೂ ಬೇರ್ಪಡಿಸಿ ತಿಳಿಸಿ ಕೊಟ್ಟರು. ನಾನು ಯಾವಾಗಲೂ ದೇವರ ಪಕ್ಷದಲ್ಲೇ ನೆಲೆಯಾಗಿರಬೇಕೆಂದು ಅವರು ನನಗೆ ಉಪದೇಶ ಮಾಡಿದರು.

ಬಾಲಕನಾದ ನಾನು ಪ್ರಕೃತಿಯಲ್ಲಿ ಓಡಾಡಿ ನಲಿದೆ. ರಾಗವಾಗಿ ಏನೇನೋ ಹಾಡಿದೆ. ಗಾಳಿಗೆ ತೊನೆದಾಡುವ ಹೂಗಳು, ಕಾಡಿನ ಝರಿಯ ಕಿರುದೆರೆಗಳು, ಬಿದಿರುಮೆಳೆಗಳ ಮರ್ಮರಗಳೆಲ್ಲವೂ ನನ್ನಲ್ಲಿ ಅವ್ಯಕ್ತ ಅನುಭೂತಿಯ ಭಾವಸಾಂದ್ರತೆಯನ್ನು ಸೃಜಿಸಿದವು. ನಾನು ಏನೇನನ್ನೋ ಆಲಾಪಿಸಿದೆ. ಸಾಲುಗಳು ಮನಸ್ಸಿನಿಂದ ನಿಗೂಢ ಹಾದಿಗಳ

ಮೂಲಕ ನನ್ನ ಕಂಠನಾಳವನ್ನು ತಲುಪಿದವು. ತಂದೆ ನನ್ನಲ್ಲಾಗುತ್ತಿದ್ದ ಈ ಬದಲಾವಣೆಗಳನ್ನು ಗಮನಿಸುತ್ತಿದ್ದರು. ಒಮ್ಮೆ ಅವರು ಹೇಳಿದರು. 'ನೀನೊಬ್ಬ ಮಹಾಕವಿಯಾಗುವೆ..., ಜಗತ್ಪ್ರಸಿದ್ಧ ಮಹಾಕವಿ.' ಅಪ್ಪನ ಆ ಆಶೀರ್ವಾದದ ಹಸಿರೆಲೆ ತಂಪಿನಲ್ಲಿ ನನ್ನ ಚೇತನ ಬೆಳೆಯಿತು.

ತಂದೆಯ ಜೊತೆಯಲ್ಲಿ ಹೆಚ್ಚು ಕಾಲ ಕಳೆಯುವಂತಹ ಅದೃಷ್ಟ ನನಗಿರಲಿಲ್ಲ. ತಂದೆಯ ಸಮಾಧಿ ದಿನ ಹತ್ತಿರ ಹತ್ತಿರ ಬಂದಿತು. ಕೊನೆಗೆ ಫಾಲ್ಗುಣ ಮಾಸಾರಂಭದ ಏಕಾದಶಿಯಂದು ಅಪ್ಪನಲ್ಲಿ ಮರಣಲಕ್ಷಣಗಳು ಕಾಣಿಸಿಕೊಳ್ಳತೊಡಗಿದವು. ಹಚ್ಚಿಟ್ಟ ಕಾಲುದೀಪದ ಬದಿಯಲ್ಲಿ ನನ್ನನ್ನು ಕೂರಿಸಿಕೊಂಡು ಅಪ್ಪ ಹೇಳಿದರು. 'ಮಗನೇ, ಜನತೆಯೇ ನಮಗೆ ತೀರ್ಪುಗಾರರು, ವ್ಯಕ್ತಿಗಳಲ್ಲ. ವ್ಯಕ್ತಿಗಳಿಗೆ ಸಮಾಜದ ಬಗೆಗೆ ಇರುವ ಬಾಧ್ಯತೆಗಳಿಗೆ ಯಾವುದೇ ಒಡಂಬಡಿಕೆಯಿಲ್ಲ. ಒಂಟಿಯಾಗಿ ತೆಗೆದುಕೊಂಡಾಗ ಯಾವ ವ್ಯಕ್ತಿಯೂ ಅನಿವಾರ್ಯನಲ್ಲ ಎಂಬ ತತ್ವವನ್ನು ನೀನು ನೆನಪಿಡು. ಅಧಿಕಾರವು ವ್ಯಕ್ತಿಗಳಲ್ಲಿ ನಿಕ್ಷಿಪ್ತಗೊಂಡಾಗ ಸರ್ವಾಧಿಪತ್ಯವು ಸೊಂಪಾಗಿ ಬೆಳೆಯುವುದು. ಒಂಟಿಯಾಗಿರುವಂತಹದಿರಲಿ ಪ್ರಜಾಪ್ರಭುತ್ವದ ಮರೆಯಲ್ಲಿರುವುದೇ ಆಗಿರಲಿ ಸ್ವೇಚ್ಛಾಧಿಪತ್ಯವನ್ನು ನೀನು ವಿರೋಧಿಸಬೇಕು. ನಿನ್ನ ಕವಿಹೃದಯದ ಪೂರ್ಣಶಕ್ತಿಯನ್ನು ನೀನು ಅದಕ್ಕಾಗಿ ವಿನಿಯೋಗಿಸು. ತಪ್ಪು ಮಾಡಿದ ತಲೆಮಾರುಗಳಿಂದ ಪಾಠ ಕಲಿ. ಯಾವ ವ್ಯವಸ್ಥೆಯಲ್ಲೂ ಸೆರೆಮನೆಗಳಿಲ್ಲದೆ ಸಿಂಹಾಸನ ಕಾಪಾಡಿಕೊಳ್ಳುವುದು ಸಾಧ್ಯವಿಲ್ಲ ಮಗೂ. ನನ್ನ ಸಾವಿನ ನಂತರ ನೀನು ವಂಜಿಕುನ್ನಂಪತಿಗೆ ಹೋಗು. ಅಲ್ಲಿನ ಜನರ ಸೇವೆ ಮಾಡು. ನಿನ್ನ ಕಾವ್ಯಶಕ್ತಿಯು ದುಡಿಯುವ ಜನವರ್ಗಗಳ ಪುಣ್ಯಭೂಮಿಯಲ್ಲಿ ಅರಳಿ ವಿಕಾಸಗೊಳ್ಳಲಿ.

ತಂದೆ ತೀರಿಕೊಂಡರು. ತಾಯಿಯ ಸಮಾಧಿಕುಟೀರದ ಹತ್ತಿರವೇ ತಂದೆಯ ಸಂಸ್ಕಾರವನ್ನೂ ನಡೆಸಿದೆ. ಅಪರಕರ್ಮಗಳ ಬಳಿಕ ಈಚಲು ಸೋಗೆಯ ಗುಡಿಸಲಿಗೆ ಬೆಂಕಿ ಹಚ್ಚಿದೆ. ನಮ್ಮ ನೆನಪಿಗಾಗಿ ಇಲ್ಲಿ ಏನೂ ಉಳಿದಿರಕೂಡದು.

ವಂಜಿಕುನ್ನಂಪತಿಯ ಕಡೆಗೆ ನನ್ನ ಪಯಣವಾರಂಭವಾಯಿತು. ನನಗೆ ಸರಿಯಾದ ದಾರಿಯೂ ತಿಳಿದಿರಲಿಲ್ಲ. ನಕ್ಷತ್ರಗಳೇ ನನಗೆ ದಾರಿಯನ್ನು ತೋರಿದವು. ನಾನು ಪ್ರಕೃತಿ ಸೌಂದರ್ಯದ ಅಗಾಧತೆಯನ್ನು ಹೊಕ್ಕೆ. ನಾನು ಜೀವನದ ಬಗೆಗೂ ಮರಣದ ಬಗೆಗೂ ಮನುಷ್ಯದುಃಖಗಳ ಕುರಿತೂ ದನಿಯೆತ್ತರಿಸಿ ಹಾಡಿದೆ. ಅವುಗಳ ಅರ್ಥ ತಿಳಿಯಲಾಗದೆ ಕಾಡುಪ್ರಾಣಿಗಳು ಕಂಗೆಟ್ಟು ನಿಂತವು. ಎರೆಯ ಮಾಂಸದೊಂದಿಗಷ್ಟೇ ಅವುಗಳ ಮೆದುಳಿಗೆ ನಂಟಿರುವುದು. ಹಕ್ಕಿಗಳು ಹಣ್ಣುಗಳನ್ನರಸಿ ಅಲೆದವು. ನನ್ನ ಗಾನಗಳು ಮಾರ್ದನಿಗಳಾಗಿ ನನ್ನತ್ತಲೇ ಮರಳಿಬಂದವು. ಕಾಲಡಿಯ ಹಸಿರುಹುಲ್ಲು ಮತ್ತು ಕಾಡಿನಗಿಡಗಳ ಚಿಗುರು ಮೊಗ್ಗುಗಳು ಶಿಶುಗಳಂತೆ ಬೆರಗಾಗಿ ನನ್ನನ್ನು ನೋಡಿದವು. ನನಗೆ ಹಸಿವು ಮತ್ತು ದಾಹಗಳು ಇಲ್ಲವಾದವು. ನನ್ನ ಮುಂದೆ ಪ್ರಕೃತಿ ಮತ್ತು ಮನುಷ್ಯ ಜೀವನಗಳು ಕಂಗೊಳಿಸಿ ನಿಂತವು.

ಸುತ್ತಲೂ ದಟ್ಟ ಮಂಜು ಬೀಳಲು ಶುರುವಾದಾಗ ನನ್ನ ಪ್ರಯಾಣಕ್ಕೆ ಹೆಚ್ಚಿನ ತೊಡಕುಂಟಾಗತೊಡಗಿತು. ಕೊನೆಗೆ ನಿರ್ಜನ ಎಂದು ಹೇಳಬಹುದಾದ ಒಂದು ಸ್ಥಳದಲ್ಲಿ ಚಿತ್ರ ಕಲಾವಿದನೊಬ್ಬನ ಗುಡಿಸಲಲ್ಲಿ ನನಗೆ ಆಸರೆ ಸಿಕ್ಕಿತು. ಅಲ್ಲಿ ನಾನು ಒಂದು ಹಗಲು ಮತ್ತು ಒಂದು ರಾತ್ರಿ ಕಾಲ ಕಳೆದೆ. ಅಲ್ಲೇ ಪಕ್ಕದ ಗುಡಿಸಲಲ್ಲಿ ಒಬ್ಬ ಕವಿ ವಾಸವಾಗಿದ್ದ. ಅದರಾಚೆ ಒಬ್ಬ ಶಿಲ್ಪಿ. ಈ ಏಕಾಂತ ಸ್ಥಳಕ್ಕೆ ಇವರೆಲ್ಲ ಹೇಗೆ ಬಂದರು ಎಂದು ನಾನು ಅಚ್ಚರಿಪಟ್ಟೆ. ಅವರು ಅದನ್ನು ವಿವರಿಸಿದಾಗ ನನ್ನಿಂದ ನಂಬಲಾಗಲಿಲ್ಲ. ವಂಜುಕುನ್ನಂಪತಿಯ ರಾಜರಿಗೆಲ್ಲ ವಂಶಪಾರಂಪರ್ಯವಾಗಿ ಮೆಳ್ಳೆಗಣ್ಣಿರುತ್ತಿತ್ತು. ರಾಣಿಯರ ತಲೆಗೂದಲು ಚಿಕ್ಕಪ್ರಾಯದಲ್ಲೇ ನರೆತು ಬಿಡುವುದು. ನನ್ನ ಅಜ್ಜನಿಗೆ ಮೆಳ್ಳೆಗಣ್ಣಿರಲಿಲ್ಲ. ಆದರೆ, ಚಿತ್ರಗಾರ, ಕವಿ, ಶಿಲ್ಪಿಗಳು ಒಟ್ಟಾಗಿ ಹೇಳಿದರು. ಈಗಿನ ರಾಜನಿಗೆ ಮೆಳ್ಳೆಗಣ್ಣು ಮತ್ತು ರಾಣಿಗೆ ನರೆಯುಳ್ಳ ತಲೆಗೂದಲುಗಳು ಇವೆ. ನಾವು ಅದನ್ನು ಕುರಿತು ಚಿತ್ರ ಬಿಡಿಸಿದ್ದಕ್ಕೆ ಕವಿತೆ ಹಾಡಿದ್ದಕ್ಕೆ, ಶಿಲ್ಪ ಕೆತ್ತಿದ್ದಕ್ಕೆ ಈ ಮಂಜಿನ ಬೆಟ್ಟದ ಅಡಿವಾರಕ್ಕೆ ನಮ್ಮನ್ನು ಗಡಿಪಾರುಮಾಡಿ ಕಳಿಸಲಾಯಿತು. ಪ್ರಜಾಸತ್ತೆಯ ಹೆಸರಿನಲ್ಲಿ ಈ ತೀರ್ಪು.

ಕೇಳಿ ಪ್ರವಾಸಿಗರೇ, ನಾನದನ್ನು ಸಂಪೂರ್ಣ ನಂಬಲಿಲ್ಲ. ಯಾವುದಕ್ಕೂ ಒಂದು ಇನ್ನೊಂದು ಮುಖ ಇರುತ್ತದಲ್ಲ. ಆದರೆ, ನೀವು ನೆನಪಿಸಿಕೊಳ್ಳಿ ನಾನು ಈ ಮುಂಚೆಯೇ ಹೇಳಿದ ಉಪಾಸನನ ಕತೆಯನ್ನು. ಇವರು ಹೇಳುವುದು ನಿಜವಾಗಿದ್ದಲ್ಲಿ ವಂಜಿಕುನ್ನಂಪತಿಯ ಈಗಿನ ರಾಜ ಯಾರನ್ನೂ ಕೊಂದಿಲ್ಲ; ದೇಶಾಂತರಗೊಳಿಸಿದ್ದಾನೆ ಅಷ್ಟೇ.

ಮಂಜಿನಕಾಲ ಕೊನೆಯಾದಾಗ ನಾನು ಅವರಿಗೆ ವಿದಾಯ ಹೇಳಿದೆ. ದೇಶದ್ರೋಹದ ಅಪರಾಧಕ್ಕಾಗಿ ದೇಶಭ್ರಷ್ಟಗೊಳಿಸಲ್ಪಟ್ಟ ಆ ಕಲಾವಿದರು ನನ್ನ ಮನಸ್ಸಿನಲ್ಲಿ ಬಲವಂತವಾಗಿ ನೆಲೆಯೂರಿಬಿಟ್ಟರು. ಅಪ್ಪನ ಮಾತುಗಳನ್ನು ನಾನು ನೆನೆದೆ. ಜನತೆಯೇ ನಮ್ಮ ತೀರ್ಪುಗಾರರು.

ಸುಂದರವಾದ ಒಂದು ಬೆಳಗಿನಲ್ಲಿ ಅತಿ ಸುಂದರವಾದ ವಂಜಿಕುನ್ನಂಪತಿಯಲ್ಲಿ, ನನ್ನ ಮಾತೃಭೂಮಿಯಲ್ಲಿ ನಾನು ಕಾಲೂರಿದೆ. ಎಲ್ಲೆಲ್ಲೂ ಹಸಿರುಗದ್ದೆಗಳು. ಬೇರಾಗದಂತಹ ವಸಂತದ ನಿತ್ಯ ಚೆಲುವು. ಬೀದಿಗಳಲ್ಲಿ ಜನರು ಗಡಿಬಿಡಿಯಿಂದ ಸಾಗುತ್ತಿರುವರು. ಅಲ್ಲಿ ನನಗೆ ಭಿಕ್ಷುಕರೋ ಅನಾಥಮುಖಗಳೋ ಕಾಣಿಸಲಿಲ್ಲ. ಆದರೆ, ಒಂದು ಸಂಗತಿಯನ್ನು ನಾನು ಕುತೂಹಲದಿಂದ ಗಮನಿಸಿದೆ. ಅಲ್ಲಿ ವಯಸ್ಕರೆಲ್ಲರ ಹೊಟ್ಟೆ ದೊಡ್ಡದು ಮತ್ತು ತಲೆ ಚಿಕ್ಕದು. ಮಕ್ಕಳಲ್ಲಿ ಇಂತಹ ರೂಪವ್ಯತ್ಯಾಸ ಕಾಣಲಿಲ್ಲ. ಆದರೆ, ಯೋಚಿಸಲು ಚಿಂತಿಸಲು ಪ್ರಾರಂಭಿಸಿದೊಡನೆ ಅವರುಗಳ ತಲೆಯೂ ಚಿಕ್ಕದಾಗ ತೊಡಗುವುದು. ಇದಕ್ಕೇನು ಕಾರಣವೆಂದು ನಾನು ಬೀದಿ ವ್ಯಾಪಾರಿಗಳನ್ನು ವಿಚಾರಿಸಿದೆ. ಅವರು ಅದಕ್ಕೆ ನೀಡಿದ ಉತ್ತರ ಹೆಚ್ಚು ತಮಾಷೆಯಾಗಿತ್ತು. ಚಿಕ್ಕ ತಲೆ ಮತ್ತು ದೊಡ್ಡ ಹೊಟ್ಟೆ ವಂಜಿಕುನ್ನಂಪತಿಯ ಸೌಂದರ್ಯ ಕಲ್ಪನೆಯ ಪ್ರತ್ಯಕ್ಷ ಪ್ರತೀಕವಾಗಿದೆ. ಆ ಬಗ್ಗೆ ನಾನು ಹೆಚ್ಚು

ಚಿಂತಿಸಲು ಹೋಗಲಿಲ್ಲ. ಕೆಲವು ದೇಶಗಳಲ್ಲಿ ಕುಳ್ಳಗಿರುವವರು, ಬೇರೆ ಕೆಲವೆಡೆ ಗೂನು ಬೆನ್ನಿನವರು, ಬೆಕ್ಕಿನ ಕಣ್ಣಿನವರು, ಹಳದಿ ಬಣ್ಣವುಳ್ಳವರು ಚಪ್ಪಟೆ ಮೂಗಿನವರು, ಇನ್ನು ಕೆಲವು ಕಡೆ ದೀರ್ಘಕಾಯರು ಸೌಂದರ್ಯದೃಷ್ಟಿಯ ನಿರ್ವಚನ ಸೀಮೆಯೊಳಗೆ ಬರುವರು. ಇವೆಲ್ಲ ಆಯಾ ಪ್ರದೇಶದ ಸಾಂಸ್ಕೃತಿಕ ಮತ್ತು ಸೌಂದರ್ಯಾತ್ಮಕ ದರ್ಶನವನ್ನವಲಂಭಿಸಿರುತ್ತದೆ.

ವಂಜಿಕುನ್ನಂಪತಿಯ ಗ್ರಾಮಬೀದಿಗಳ ಮೂಲಕ ನಡೆದೆ. ರಾಜ, ಮಂತ್ರಿ, ಸೇನಾಧಿಪತಿಗಳು ಎಲ್ಲರೂ ಜವಾಬ್ದಾರಿಯಿಂದ ಆಡಳಿತ ನಡೆಸುತ್ತಿರುವುದಾಗಿ ನಾನರಿತುಕೊಂಡೆ. ನನ್ನ ಕಲ್ಪನೆಯ ರೆಕ್ಕೆಗಳು ಮೇಲೇರಿದವು. ನನ್ನ ತುಟಿಗಳಲ್ಲಿ ಕಾವ್ಯಧಾರೆಯ ಅನಂತವಾದ ಪ್ರವಾಹ ಪ್ರಾರಂಭವಾಯಿತು. ಬೀದಿಗಳಲ್ಲೂ ಉಪಬೀದಿಗಳಲ್ಲೂ ನಾನು ಹಾಡುತ್ತ ಸಾಗಿದೆ. ಜನತೆಯ ವಂಜಿಕುನ್ನಂಪತಿ ಇತಿಹಾಸದ ಪುಸ್ತಕಗಳಲ್ಲಿ ಚಿನ್ನದ ಅಕ್ಷರಗಳಲ್ಲಿ ಅನಶ್ವರವಾಗಿರಲಿ. ಸ್ವೇಚ್ಛಾಧಿಪತ್ಯದ ಧ್ವಜ ತೋರಣಗಳು ಶಿಥಿಲವಾಗಿ ಬೀಳಲಿ.

ನನಗೆ ಹಸಿವಾದಾಗ ಜನರು ಆಹಾರ ನೀಡಿದರು. ನನಗೆ ಮಲಗಲು ಅವರು ಹಾಸಿಗೆ ಹಾಸಿಕೊಟ್ಟರು. ಬೆಳಗಿನಿಂದ ಸಂಜೆಯವರೆಗೆ ನಾನು ಜನರ ಮಧ್ಯೆ ಬೆರೆತೆ. ಜನರಲ್ಲೇ ನಾನು ನನ್ನ ಕವಿತೆಯನ್ನು ಕಂಡುಕೊಂಡೆ. ನನ್ನ ಸೃಜನಶೀಲತೆ ಆ ದೇಶದ ಜನಸಮೂಹವನ್ನು ಸುತ್ತಿ ಹಬ್ಬಿಕೊಂಡು ಬೆಳೆಯಿತು. ಹೂಗಳನ್ನು ಕಾಯಿಗಳನ್ನು ಅರಳಿಸುತ್ತ ಆ ಲತೆಯು ಅನಂತದೆಡೆಗೆ ಹರಡಿತು.

ಜನಗಳ ಮುಖಾಂತರ ರಾಜ ನನ್ನ ಬಗ್ಗೆ ಕೇಳಿ ತಿಳಿದ. ಆತ ನನ್ನನ್ನು ಅರಮನೆಗೆ ಆಹ್ವಾನಿಸಿದ. ಪರಿವಾರಸಮೇತ ರಾಜ ನನ್ನನ್ನು ಸ್ವಾಗತಿಸಿ ಕೂರಿಸಿದ. ರಾಜನ ಆಸ್ಥಾನದಲ್ಲಿ ಕುಳಿತು ನಾನು ಹಾಡಿದೆ. 'ವಂಜಿಕುನ್ನಂಪತಿ' ರಾಜ್ಯವು ಸಮಾನತೆ, ಸುಂದರಸ್ವಪ್ನದ ಸಾಕ್ಷಾತ್ಕಾರವೆನಿಸಿದೆ. ಹಸಿವು ಉಪವಾಸಗಳನ್ನು ಕನಸಲ್ಲಷ್ಟೆ ಉಳಿಸಿದ ರಾಜನಿಗೂ ಕ್ರಾಂತಿಯ ಪೀಳಿಗೆಗೂ ಅಭಿನಂದನೆಗಳ ರಕ್ತಪುಷ್ಪಗಳನರ್ಪಿಸುವೆ.'

ರಾಜ, ರಾಣಿ ಮತ್ತು ಸಭೆಯಲ್ಲಿದ್ದವರೆಲ್ಲರೂ ಚಪ್ಪಾಳೆ ತಟ್ಟಿದರು. ಆ ತುಂಬಿದ ರಾಜಸಭೆಯಲ್ಲಿ ರಾಜ ನನಗೆ ಆಸ್ಥಾನ ಕವಿ ಪದವಿ ನೀಡಿದ. ಅರಮನೆಯೊಳಗೆ ಸುಖದಿಂದ ಬಾಳಲು ಎಲ್ಲಾ ಅನುಕೂಲಗಳನ್ನು ರಾಜ ನನಗೆ ಒದಗಿಸಿದ. ಏಕೋ ಏನೋ ರಾಜನ ಮೆಳ್ಳೆಗಣ್ಣನ್ನೂ ರಾಣಿಯ ನರೆತ ತಲೆಗೂದಲನ್ನೂ ದಿನವೂ ನಾನು ಗಮನಿಸಿದೆ. ಒಂದು ವೇಳೆ ಇವನ್ನು ಸೌಂದರ್ಯದ ಲಕ್ಷಣವೆಂದು ವಂಜಿಕುನ್ನಂಪತಿಯ ಜನರು ನಂಬುತ್ತಿರಬಹುದೇ?

ಅತ್ಯಧಿಕ ಪೋಷಕಾಹಾರಗಳಿಂದಾಗಿ ನನ್ನ ದೇಹ ಮೊದಲಿಗಿಂತ ದಪ್ಪಗಾಯಿತು. ದಿನವೂ ರಾಜಾಸ್ಥಾನದಲ್ಲಿ ಕುಳಿತು ನಾನು ಹಾಡಿದೆ. ಆ ದೇಶದ ಸಮೃದ್ಧಿ, ಸಂತೃಪ್ತ ಜನತೆ, ರಾಜನ ಗುಣಸಂಪತ್ತುಗಳು ಇವೇ ಆಗಿದ್ದವು ನನ್ನ ಕಾವ್ಯಕಲ್ಪನೆಯ ಅಂತಃಸಾರ.

ಪಾರಿತೋಷಿಕಗಳು ನನ್ನ ಮುಂದೆ ರಾಶಿಯಾಗಿ ಬಿದ್ದವು. ನಾನು ಜನತಾ ಕವಿ ಎಂದು ಪ್ರಸಿದ್ಧನಾದೆ. ರಾಜನು ಜನರಿಗೆ ಹೇಳಿದ. 'ಜನರಿಗಾಗಿ ಜನಿಸಿ ಜನರಿಗಾಗಿ ಪ್ರಾಣಕೊಡಲು ಸಿದ್ಧನಾಗಿರುವ ಈ ಕವಿಪುಂಗವ, ನಮ್ಮ ದೇಶದ ಅಮೂಲ್ಯ ರತ್ನ. ಆ ಕಾವ್ಯಗಳನ್ನು ಆಸ್ವಾದಿಸಿರಿ. ಈ ಕವಿಯನ್ನು ಗೌರವಿಸಿರಿ.'

ರಾಜನ ಕರೆಯನ್ನು ಮನ್ನಿಸಿದ ಪ್ರಜೆಗಳು ನನ್ನನ್ನು ಹೆಚ್ಚು ಹೆಚ್ಚು ಪ್ರೀತಿಸಿದರು. ಅಭಿಮಾನಗಳ ಮಹಾಪೂರದಿಂದ ನನಗೆ ಉಸಿರುಗಟ್ಟಿತು.

ಒಂದು ದಿನ ಮಧ್ಯಾಹ್ನ ನಾನು ನಿದ್ರೆ ಬಾರದೆ ಮಲಗಿದ್ದೆ. ನನ್ನ ನೆನಪಿನಲ್ಲಿ ಮಂಜು ಸುರಿಯಿತು. ಇಷ್ಟು ಕಾಲವೂ ನಾನು ಬೆಟ್ಟದ ತಪ್ಪಲಿನ ಕವಿಯನ್ನೂ ಚಿತ್ರಕಾರನನ್ನೂ ಶಿಲ್ಪಿಯನ್ನೂ ಮರೆತೇ ಕಾಲ ಕಳೆದಿದ್ದೆ. ರಾಜನೊಡನೆ ಕೇಳಲು ನನಗೆ ಸ್ವಾತಂತ್ರ್ಯವಿದೆ.

ಅಂದು ಸಂಜೆ ಹೂದೋಟದಲ್ಲಿ ಅಡ್ಡಾಡುವಾಗ ನಾನು ರಾಜನಲ್ಲಿ ನನ್ನ ಅನುಮಾನ ತೋಡಿಕೊಂಡೆ. ರಾಜ ಹೇಳಿದ. 'ಅವರು ದೇಶದ್ರೋಹಿಗಳು, ಒಂದು ಉತ್ತಮ ಸಾಮಾಜಿಕ ವ್ಯವಸ್ಥೆಯನ್ನು ಯೋಚನಾ ಸ್ವಾತಂತ್ರ್ಯಕ್ಕಾಗಿ ಒತ್ತೆಯಿರಿಸಬೇಕೆಂದು ವಾದಿಸುವ ಕುಲ ದ್ರೋಹಿಗಳು. ಆಸ್ಥಾನಕವಿಯಾದ ನೀವು ಅವರನ್ನು ಮರೆತುಬಿಡಿ.'

ನಾನು ಮತ್ತೆ ಸಂದೇಹಗಳನ್ನು ಹೊರಹಾಕಿದೆ. ತಾಳ್ಮೆಯಿಂದ, ಬಲು ಸೌಮ್ಯಮನಸ್ಸಿನಿಂದ ರಾಜ ಉತ್ತರಹೇಳಿದ. 'ಅವರು ನನ್ನ ಮೆಳ್ಳೆಗಣ್ಣಿನ ಬಗ್ಗೆ ಹಾಡಿದರೆ ಚಿತ್ರ ಬಿಡಿಸಿದರೆ ಶಿಲ್ಪ ಕೆತ್ತಿದರೆ ವೈಯಕ್ತಿಕವಾಗಿ ನನಗೆ ಅಭ್ಯಂತರವಿಲ್ಲ. ಆದರೆ, ಅದು ಈ ದೇಶದ ದೃಷ್ಟಿವಿಕಲತೆ ಯನ್ನು ಎತ್ತಿ ತೋರುವುದು. ರಾಣಿಯ ನರೆತ ತಲೆಗೂದಲು ದಿವಾಳಿಯಾದ ಸಿದ್ಧಾಂತ ಗಳನ್ನು ಪ್ರತಿನಿಧಿಸುವುದು. ಕೆಲವೇ ವ್ಯಕ್ತಿಗಳ ಮೆದುಳಿನ ಸರಾಗ ವಿಕಾಸಕ್ಕಾಗಿ ಒಂದು ದೇಶವನ್ನೇ ಹಾಳುಗೆಡವಬೇಕೆ?' ರಾಜ ಕೊನೆಗೆ ಹೀಗೆ ಮಾತು ಮುಗಿಸಿದ. 'ಆ ವರ್ಗ ವಂಚಕರನ್ನು ನೆನೆದು ತಮ್ಮ ಕವಿಹೃದಯ ವಿಷಾದಿಸಕೂಡದು.'

ನನ್ನ ಮನಸ್ಸಿನಲ್ಲಿ ಸಂಶಯದ ಮೊಗ್ಗುಗಳು ಮತ್ತೂ ಅರಳುತ್ತಲಿದ್ದವು. ಇನ್ನೊಂದು ಸಾಯಂಕಾಲದಲ್ಲಿ ನಾನು ಮತ್ತೆ ರಾಜನೊಡನೆ ಕೇಳಿದೆ. 'ಇಲ್ಲಿನ ಜನರು ಅವರನ್ನು ನಿಭಾಯಿಸಲಿ. ತಾವೇಕೆ ಅವರನ್ನು ದೇಶಾಂತರಕ್ಕೆ ಕಳಿಸಿದಿರಿ. ಮೆದುಳನ್ನು ಮೆದುಳಿನಿಂದಲೇ ಎದುರಿಸಬೇಕು. ಸೆರೆಮನೆಗಳು, ದೇಶಭ್ರಷ್ಟಗೊಳಿಸುವಿಕೆ ಅದಕ್ಕೆ ಪರಿಹಾರವಲ್ಲ. ಲೇಖನಿಗೆ ಖಡ್ಗದ ಶಕ್ತಿಯಿದೆಯೆಂದು ನಮ್ಮ ಕಣ್ಮರೆಯಾದ ಕ್ರಾಂತಿನಾಯಕ ನಮಗೆ ಕಲಿಸಿದ್ದಾರಲ್ಲ. ಒಳಿತು ಕೆಡುಕುಗಳನ್ನು ಜನರಿಗೆ ಬಿಡಿ. ಅವರು ಆರಿಸಿಕೊಳ್ಳುವುದೇ 'ಒಳಿತು.' ಅವರು ಅಂಗೀಕರಿಸುವುದೇ 'ಸರಿ'. ಪರಮಾಧಿಕಾರವಿರುವುದು ಪ್ರಜೆಗಳಿಗೇ. ಅವರನ್ನು ಮುನ್ನಡೆ ಸುವ ನಾಯಕರಿಗಲ್ಲ.'

ರಾಜ ಉತ್ತರ ಹೇಳಲಿಲ್ಲ. ಸಮಯ ತಡವಾಯಿತು ಎಂದು ಹೇಳಿ ಬೀಳ್ಕೊಂಡ.

ಮರುದಿನ ಬೆಳಗ್ಗೆ ನಾನು ನಿದ್ದೆಯಿಂದೆಚ್ಚೆತ್ತಾಗ ಪರಿಚಾರಕನು ನನ್ನ ತಲೆಯತ್ತ ಬೆರಳು ತೋರಿಸಿ ಹೇಳಿದ. 'ನಿಮ್ಮ ತಲೆ ದೊಡ್ಡದಾಗುತ್ತ ಬರುತ್ತಿದೆ.' ರಾಜನ ದರ್ಶನಕ್ಕೆ ಹೋದಾಗ ಆತ ಸಹಾನುಭೂತಿ ಬೆರೆತ ಆರ್ದ್ರಸ್ವರದಲ್ಲಿ ಕೇಳಿದ. 'ಮಹಾಕವಿ, ತಮ್ಮ ತಲೆಗೇನಾಯಿತು? ದೊಡ್ಡದಾಗುತ್ತ ಬರುತ್ತಿದೆಯಲ್ಲ.' ಅರಮನೆಯೊಳಗೆ ನನ್ನನ್ನು ಕಂಡ ಪ್ರತಿಯೊಬ್ಬ ವ್ಯಕ್ತಿಯೂ ಇದೇ ಪ್ರಶ್ನೆ ಪುನರಾವರ್ತಿಸಿದ. ನಾನು ನಿಲುವುಗನ್ನಡಿಯ ಮುಂದೆ ಗಂಟೆಗಳನ್ನು ವ್ಯಯಿಸಿದರೂ ನನ್ನ ತಲೆಗೆ ಏನಾದರೂ ವ್ಯತ್ಯಾಸ ಬಂದಿದೆ ಎಂದೆನಿಸಲಿಲ್ಲ. ನಾನು ಹೊರಕ್ಕೆ ನಡೆದೆ. ಬೀದಿಗಳಲ್ಲಿ ದೊಡ್ಡದಾಗುತ್ತಿರುವ ನನ್ನ ತಲೆಯ ಬಗ್ಗೆ ರಾಜನ ಉತ್ಕಂಠತೆಯನ್ನು ದಾಖಲಿಸುವ ಗೋಡೆಬರಹಗಳು ಕಾಣಿಸಿದವು. ಜನ ರೊಡನೆ ನಾನು ಕೇಳಿದೆ. 'ನನ್ನ ತಲೆ ದೊಡ್ಡದಾಗುತ್ತ ಬರುತ್ತಿದೆಯೆ?' ಅವರು ಉತ್ತರ ನೀಡಿದರು. 'ಖಂಡಿತವಾಗಿಯೂ ನಿಮ್ಮ ತಲೆ ದೊಡ್ಡದಾಗುತ್ತ ಬರುತ್ತಿದೆ. ಕೂಡಲೆ ಚಿಕಿತ್ಸೆ ಪಡೆಯಿರಿ. ಬೇರೆಯವರಿಗೂ ಅದು ಹರಡುತ್ತದೆ. 'ನನ್ನ ಎದುರಿಗೆ ಬಂದವರೆಲ್ಲರೊಡನೆಯೂ ನಾನು ಕೇಳಿದೆ.' ನನ್ನ ತಲೆ ದೊಡ್ಡದಾಗುತ್ತಿದೆಯೇ,' ಎಲ್ಲ ಕಡೆಯೂ ಗೋಡೆ ಬರಹಗಳಿದ್ದವು. ಆದುದರಿಂದ ಯಾರಿಗೂ ಆ ವಿಚಾರದಲ್ಲಿ ಅನುಮಾನವಿರಲಿಲ್ಲ. ನಾನು ಬೀದಿಯಲ್ಲಿ ಆಡುತ್ತಿರುವ ಮಕ್ಕಳೊಡನೆ ಕೇಳಿದೆ. ಅವರು ಅಚ್ಚರಿಯಿಂದ ನನ್ನ ಮುಖವನ್ನೇ ದಿಟ್ಟಿಸಿದವು. ನಾನೆಷ್ಟೇ ಕೇಳಿದರೂ ಮಕ್ಕಳು ಉತ್ತರ ಹೇಳಲಿಲ್ಲ. ಅವರ ಕಣ್ಣುಗಳು ಏನನ್ನೋ ಕೂಗಿ ಹೇಳುತ್ತಿದ್ದವು. ಮಕ್ಕಳಲ್ಲೇ ದೊಡ್ಡವನಾದ ಒಬ್ಬ ಕೃಶಕಾಯನು ಮಾತ್ರ ನಿಶ್ಯಬ್ದನಾಗಿ ಗೋಡೆ ಬರಹದತ್ತ ಬೆರಳು ತೋರಿದ ಅಷ್ಟೆ.

ರಾತ್ರಿ ನನಗೆ ನಿದ್ರಿಸಲಾಗಲಿಲ್ಲ. ನಿಲುವುಗನ್ನಡಿಯ ನೇರಕ್ಕೆ ಕುರ್ಚಿ ಎಳೆದುಕೊಂಡು ಕುಳಿತೆ. ಬೆಳಗಾಗುವತನಕ ಕನ್ನಡಿಯಲ್ಲಿ ನನ್ನ ಪ್ರತಿಬಿಂಬವನ್ನು ನೋಡುತ್ತ ಕುಳಿತರೂ ನನ್ನ ತಲೆ ದೊಡ್ಡದಾಗಿದೆಯೆಂದು ನನಗೆ ಮನವರಿಕೆಯಾಗಲಿಲ್ಲ.

ಅಂದು ಬೆಳಗ್ಗೆ ರಾಜನ ಸೂಚನೆಯಂತೆ ಅರಮನೆಯ ವೈದ್ಯ ನನ್ನನ್ನು ಪರೀಕ್ಷಿಸಿದ. ತಲೆ ಉಬ್ಬುತ್ತ ಬರುವುದು ಮಾರಕವಾದ ಕಾಯಿಲೆ ಎಂದು ಆತ ನನಗೆ ತಿಳಿಸಿದ. 'ಇದು ಒಂದು ಅಂಟುರೋಗವೂ ಆಗಿರುವ ಕಾರಣ ಜನರ ಸಂಪರ್ಕ ಖಂಡಿತ ಕೂಡದು.' ನನಗೆ ಸೇವಿಸಲು ಕೆಲವು 'ಆಸವ'ಗಳನ್ನು ಬರೆದುಕೊಟ್ಟ ನಂತರ ವೈದ್ಯ ತೆರಳಿದ.

ಮಧ್ಯಾಹ್ನವಾದಾಗ ರಾಜ ಮಂತ್ರಿ ಮತ್ತು ಸೇನಾಧಿಪತಿ ನನ್ನ ಕೋಣೆಗೆ ಬಂದರು. ರಾಜ ಸ್ವಲ್ಪ ದೂರ ಸರಿದು ನಿಂತು ನನಗೆ ಹೇಳಿದ. 'ಸಂಜೆ ಜನತಾ ಸಭೆ ಸೇರಲಿದೆ. ಆಸ್ಥಾನ ಕವಿಯಾದ ತಮ್ಮ ರೋಗವನ್ನು ನಾನು ಅವರಿಗೆ ತಿಳಿಸುವೆ. ಮಾರಕವಾದ ಅಂಟುಜಾಡ್ಯ ತಗುಲಿರುವ ತಮ್ಮ ಭವಿಷ್ಯ ಹೇಗಿರಬೇಕೆಂದು ಜನರೇ ನಿರ್ಧರಿಸಲಿ. ತಾವು ಹಲವು ಸಲ ಹೇಳುತ್ತಿದ್ದ ಹಾಗೆಯೆ ಜನರೇ ನಮ್ಮ ತೀರ್ಪುಗಾರರು.'

ಅರಮನೆಯ ಆವರಣದಲ್ಲಿ ಜನತಾಸಭೆ ಸೇರಿತು. ಅವರು ಸ್ವಲ್ಪ ದೂರದಲ್ಲಿ ಎತ್ತರದ ಪೀಠದಲ್ಲಿ ನನ್ನನ್ನು ಕುಳ್ಳಿರಿಸಿದರು. ಜನರ ಗುಂಪಿನ ನಿರ್ವಿಕಾರಭಾವ ಕಂಡು ನನ್ನ ಬಗೆ

ಬಳಲಿತು. ನಾನು ಜನರ ಗುಂಪಿನ ಸೂಕ್ಷ್ಮಾವಲೋಕನ ನಡೆಸಿದೆ. ಆ ಗುಂಪಿನಲ್ಲಿ ಮಕ್ಕಳಿರಲಿಲ್ಲ. ನಾನು ಎದ್ದು ಹೋಗಿ ರಾಜನಲ್ಲಿ ವಿಚಾರಿಸಿದೆ. 'ಪ್ರಭು! ಸತ್ಯವು ಮಕ್ಕಳ ನಾಲಿಗೆಯಿಂದ ಸರಾಗವಾಗಿ ಹೊರಡುವುದು.' ರಾಜ ಹೇಳಿದ. 'ಜನತಾ ಸಭೆಯಲ್ಲಿ ಇಪ್ಪತ್ತೊಂದು ವರ್ಷಕ್ಕೆ ಮೇಲ್ಪಟ್ಟವರಿಗಷ್ಟೇ ಭಾಗವಹಿಸುವ ಹಕ್ಕು.' ನಿರಾಶನಾದ ನಾನು ಮರಳಿ ಬಂದು ನನ್ನ ಪೀಠದಲ್ಲಿ ಉಪಸ್ಥಿತನಾದೆ.

ರಾಜನು ನನ್ನ ಕಾಯಿಲೆಯನ್ನು ಜನರಿಗೆ ಜಾಹೀರು ಪಡಿಸಿದ. ಜನತೆಯ ನಿರ್ಧಾರಕ್ಕಾಗಿ ರಾಜ ಕಾದುನಿಂತ, ಜನರ ಗುಂಪು ನಿಶ್ಶಬ್ದವಾಗಿತ್ತು. ದೀರ್ಘ ನಿಶ್ಶಬ್ದದ ಕೊನೆಗೆ ಜನರ ನಡುವಿನಿಂದ ಹತ್ತುಮಂದಿ ಮುಂದೆ ಬಂದರು. ಅವರು ರಾಜನಿಗೆ ತಿಳಿಸಿದರು. 'ಎಲ್ಲವನ್ನೂ ರಾಜನ ನಿರ್ಧಾರಕ್ಕೆ ಬಿಟ್ಟಿದ್ದೇವೆ.' ರಾಜನ ನಿರ್ಧಾರಕ್ಕೆ ಬಿಡುವುದರಲ್ಲಿ ಯಾರಿಗಾದರೂ ವಿರೋಧವಿದೆಯೇ ಎಂದು ಜನರ ಗುಂಪಿನತ್ತ ನೋಡುತ್ತ ಮಂತ್ರಿ ಮೂರು ಬಾರಿ ಕೇಳಿದ. ಎಲ್ಲೂ ಒಂದು ಎಲೆ ಕೂಡ ಕದಲಲಿಲ್ಲ. ಅಧ್ಯಕ್ಷಸ್ಥಾನ ವಹಿಸಿದ್ದ ರಾಜ ಜನರಿಗೆ ತಿಳಿಸಿದ. 'ನಮ್ಮ ಪ್ರಿಯ ಮಹಾಕವಿಗೆ ಮರಣದವರೆಗೆ ಸುಖವಾದ ಒಂದು ಏಕಾಂತವಾಸದ ಬದುಕನ್ನು ಜನರ ಪರವಾಗಿ ನಾನು ವಿಧಿಸುತ್ತೇನೆ.' ಜನರಗುಂಪಿನ ಮುಖ್ಯರಾದ ಹತ್ತು ಮಂದಿ ಮೊದಲು ಚಪ್ಪಾಳೆ ತಟ್ಟಿದರು. ಬಳಿಕ ನಿಧಾನವಾಗಿ ಅದು ಜನರಲ್ಲೂ ಪಸರಿಸಿತು. ಅಭಿನಂದನಾರ್ಹ ಯಾಂತ್ರಿಕತೆ.

ಪ್ರಿಯ ಪ್ರವಾಸಿಗರೇ, ಈ ರೀತಿ ನಾನು ಈ ಅರಮನೆಗೆ ತಲುಪಿದೆ. ನನ್ನ ಮೇಲೆ ನಿಮಗೆ ಈಗ ಹೊಟ್ಟೆಕಿಚ್ಚೆನಿಸುತ್ತಿರಬಹುದು. ಈಗ ಸಂಜೆಯಾಗುತ್ತಿದೆ. ಒಂದು ಹಗಲು ಪೂರ್ತಿ ನೀವು ನನ್ನೊಂದಿಗೆ ಕಾಲ ಕಳೆದಿರಿ. ನಾನು ಅದಕ್ಕಾಗಿ ಅತ್ಯಂತ ಕೃತಜ್ಞನಾಗಿದ್ದೇನೆ. ಕೊನೆಯದಾಗಿ ಒಂದರೆಡು ವಿಚಾರಗಳನ್ನು ನಿಮಗೆ ಹೇಳುತ್ತೇನೆ. ತೀರ್ಪನ್ನು ಜಾರಿಗೆ ತರುವ ಏರ್ಪಾಡುಗಳ ನಡುವೆ ನಾನು ಕೊನೆಯ ಬಾರಿ ರಾಜನೊಂದಿಗೆ ಸಂದೇಹ ಪ್ರಕಟಪಡಿಸಿದೆ. 'ಓ ಮಹಾರಾಜರೇ! ಇಷ್ಟೆಲ್ಲಾ ಆಗಿದ್ದರೂ ಕನ್ನಡಿಯಲ್ಲಿ ನೋಡುವಾಗ ನನ್ನ ತಲೆ ದೊಡ್ಡದಾಗಿರುವುದಾಗಿ ನನಗೆ ತೋರುತ್ತಿಲ್ಲವಲ್ಲ.' ಸಹಾನುಭೂತಿಯ ಊಷ್ಮಳತೆಯನ್ನು ಮುಖದಲ್ಲಿ ಹರಡಿಕೊಂಡು ಆತ ಹೀಗೆ ಗಳಹಿದ. 'ನೋಡಿ ಕವಿಶ್ರೇಷ್ಠರೇ, ತಲೆ ಬೆಳೆಯುತ್ತ ಹೋದಂತೆ ಅದಕ್ಕನುಪಾತವಾಗಿ ತಮ್ಮ ಕಣ್ಣುಗಳೂ ದೊಡ್ಡದಾಗುವುವು. ಆ ಕಣ್ಣುಗಳಿಂದ ನೋಡಿದರೆ ತಮ್ಮ ದೊಡ್ಡದಾದ ತಲೆಯ ನಿಜಸ್ಥಿತಿಯನ್ನು ನೋಡಿ ತಿಳಿಯಲು ಅಸಾಧ್ಯ. ತದ್ವಿರುದ್ಧವಾಗಿ ತಮ್ಮ ಕಣ್ಣುಗಳು ಮೊದಲಿನ ಸ್ಥಿತಿಯಲ್ಲೇ ಇದ್ದಿದ್ದರೆ ತಮ್ಮ ಈ ಕಾಯಿಲೆ ಮೊದಲ ನೋಟದಲ್ಲೇ ತಮಗೆ ಗೊತ್ತಾಗುತ್ತಿತ್ತು. ಸೈದ್ಧಾಂತಿಕವಾಗಿ ಮತ್ತು ವೈಜ್ಞಾನಿಕವಾಗಿ ಮೌಲ್ಯಮಾಪನ ಮಾಡಿದ ಬಳಿಕ ಪ್ರಜೆಗಳ ಸರ್ವಾಧಿಪತ್ಯಸಭೆ ತೆಗೆದು ಕೊಂಡ ನಿರ್ಧಾರ ಇದು.'

ನಿಲ್ಲಿ ಪ್ರವಾಸಿಗರೇ, ಹೋಗಬೇಡಿ. ನನ್ನೊಂದಿಗೆ ಒಂದು ಮಾತನ್ನೂ ಹೇಳದೆ ನೀವು ಭಯಚಕಿತರಾಗಿ ಜಾಗ ಖಾಲಿ ಮಾಡುತ್ತಿದ್ದೀರೇಕೆ? ಒಂದು ವೇಳೆ, ನನ್ನ ತಲೆ ಬಹಳ

ಉಬ್ಬಿಕೊಂಡಿದೆಯೇ ಎಂದು ನಾನು ಕೇಳಬಹುದೇನೋ ಎಂಬ ಭಯದಿಂದ ಇರಬಹುದೇ? ಖಂಡಿತ ನಾನು ಕೇಳುವುದಿಲ್ಲ. ನನ್ನನ್ನು ನಂಬಿರಿ... ವಿದೇಶಿಯರೂ ಪ್ರವಾಸಿಗಳೂ ಆಗಿರುವ ನಿಮ್ಮಿಂದ ವಂಜಿಕುನ್ನಂಪತಿಯ ಮಣ್ಣಿನಲ್ಲಿ ನಿಂತುಕೊಂಡು, ನನ್ನ ತಲೆ ದೊಡ್ಡದಾಗಿದೆಯೇ ಇಲ್ಲವೇ ಎಂದು ಹೇಳಲು ಸಾಧ್ಯವಿಲ್ಲ ಎಂದು ನನಗೆ ಗೊತ್ತು.

ನನ್ನ ಪ್ರವಾಸಿಗರು ನನ್ನಿಂದ ಅಗೋ ದೂರ ಹೋಗುತ್ತಿದ್ದಾರೆ. ಆ ಅವಸರದ ನಡಿಗೆಯ ಮಧ್ಯೆ ಅವರು ತಂತಮ್ಮ ಜೇಬುಗಳನ್ನು ಶೋಧಿಸುತ್ತಿದ್ದಾರೆ. ವಂಜಿಕುನ್ನಂಪತಿಗೆ ಭೇಟಿ ನೀಡಲು ಬೇಕಿರುವ ಅಧಿಕೃತ ದಾಖಲೆ ಮತ್ತು ಅನುಮತಿಪತ್ರಗಳು ತಮ್ಮ ಜೇಬುಗಳಲ್ಲೇ ಇವೆಯಲ್ಲವೇ ಎಂಬುದನ್ನು ಅವರು ಪರಿಶೋಧಿಸುತ್ತಿರಬೇಕು.

ನಾನು ನನ್ನ ಅರಮನೆಗೆ ಮರಳುತ್ತೇನೆ. ಸಂಧ್ಯಾದೀಪ ಹಚ್ಚುವ ವೇಳೆಯಾಯಿತು. ಈ ಏಕಾಂತವಾಸದಲ್ಲಿ ಕುಳಿತು ನಾನು ಬರೆದು ಮುಗಿಸಿದ ಕವಿತೆಗಳನ್ನು ನಕ್ಷತ್ರಗಳಿಗೂ ಮಿಂಚುಹುಳಗಳಿಗೂ ನನ್ನ ಮುಂದಿರುವ ದೀಪದಕುಡಿಗಳಿಗೂ ಓದಿ ಹೇಳುತ್ತೇನೆ. ಈಗ ನನಗೆ ಅವುಗಳೇ 'ಆಸ್ವಾದಕ ವೃಂದ.' ಅವು ನನಗೆ ಕತ್ತಲನ್ನು ಕಂಡರೆ ಭಯಪಡದಿರಲು ಶಕ್ತಿ ನೀಡುತ್ತವೆ. ಅವುಗಳ ಪ್ರಕಾಶ ರಶ್ಮಿಗಳು ನನ್ನ ಜಾಗೃತ ಮನಸ್ಸಿನ ಪ್ರಚೋದನಾ ರಂಧ್ರಗಳಲ್ಲಿ ಕುಳಿತು ನನಗೆ ಉಪದೇಶ ನೀಡುತ್ತವೆ. 'ನೀನು ಎಂದೆಂದೂ ಬೆಳಕನ್ನು ಪ್ರೀತಿಸು. ವಂಜಿಕುನ್ನಂಪತಿಯ ಮಕ್ಕಳು ಬೆಳೆಯುತ್ತಾರೆ. ಇಪ್ಪತ್ತೊಂದು ವರ್ಷ ವಯಸ್ಸಿನವರಾಗುತ್ತಾರೆ. ಸಹನೆಯಿಂದ ಕಾದಿರು. ಅಷ್ಟರೊಳಗೆ ಯಾರಾದರೂ 'ರಾಜನು ಬೆತ್ತಲೆಯಾಗಿದ್ದಾನೆ' ಎಂದು ಕೂಗಿ ಹೇಳದಿರುವುದಿಲ್ಲ.

**

ಗಾಣದೆತ್ತು

ಪ್ರೆಸ್‌ನೊಳಗೆ ನಾನು ಯಾವುದಾದರೂ ಅವಸರದ ಕೆಲಸದಲ್ಲಿ ಮಗ್ನನಾಗಿರುವಾಗಲೇ ಹೆಚ್ಚಿನ ಸಂದರ್ಭಗಳಲ್ಲಿ ಫಲ್ಗುಣನ ಆಗಮನ. ಒಮ್ಮೆ ಹೆಜ್ಜೆ ಕದಲಿಸುವುದಾಗಲಿ ನೆಲಕ್ಕೆ ಕಾಲೂರುವುದಾಗಲಿ ಮಾಡದೆ ಅವನು ಎಷ್ಟು ಹೊತ್ತು ಬೇಕಾದರೂ ಕಾಯುತ್ತ ನಿಲ್ಲಲು ಹಿಂಜರಿಯುತ್ತಿರಲಿಲ್ಲ. ಒಂದು ಕಾಲಿಗೆ ಭಾರ ಕೊಟ್ಟೇ ಅವನು ಯಾವಾಗಲೂ ನಿಲ್ಲುವುದು. ಅದಕ್ಕೆ ದಣಿವಾದಾಗ ಆ ಕೆಲಸವನ್ನು ಇನ್ನೊಂದು ಕಾಲಿಗೆ ಕೊಡುವನು. ನಾನು ತಲೆ ಯೆತ್ತಿ ಒಮ್ಮೆ ಕುಶಲ ವಿಚಾರಿಸುವುದರೊಂದಿಗೆ ಅವನ ಆ ಬರುವಿಕೆಯ, ಅನಂತರದ ಕಾದುನಿಲ್ಲುವಿಕೆಯ ಉದ್ದೇಶ ಸಫಲವಾಗುವುದು. ಆ ಬಳಿಕ ಒಂದು ನಿಮಿಷವೂ ಅವನು ಅಲ್ಲಿ ನಿಲ್ಲುವುದಿಲ್ಲ. ಬೀದಿಗಿಳಿದು ಎಡಕ್ಕೋ ಬಲಕ್ಕೋ ಹೋಗಬೇಕಿರುವುದು ಎಂಬ ಅನುಮಾನದಿಂದ ತುಸು ತಡೆದು ಚಕ್ಕನೆ ಯಾವುದಾದರೊಂದು ದಿಕ್ಕಿಗೆ ಅತಿವೇಗವಾಗಿ ನಡೆದು ಹೋಗುತ್ತಾನೆ. ಅವಸರ ತೋರುವುದು ಫಲ್ಗುಣನ ಹುಟ್ಟುಗುಣ.

ಫಲ್ಗುಣನ ಮತ್ತು ನನ್ನ ಪರಿಚಯದ ಕಾಲಾವಧಿ ಹೆಚ್ಚು ದೀರ್ಘವೇನೂ ಅಲ್ಲ. ಪದ್ಮನಾಭ ಪ್ರಿಂಟರ್ಸ್‌ನ ಆಡಳಿತದ ಉಸ್ತುವಾರಿ ವಹಿಸಿಕೊಂಡ ದಿನದಿಂದ ಇರುವ ಸಂಬಂಧವಷ್ಟೇ ನಮ್ಮ ನಡುವಿನದು. ಕೆಲಸವಿಲ್ಲದ ವೇಳೆ ಸುಮ್ಮನೆ ಬೀದಿಯತ್ತ ಮುಖ ಮಾಡಿ ಆಟೋಮ್ಯಾಟಿಕ್ ಟ್ರೆಡಲ್‌ನ ತಾಳಾತ್ಮಕವಾದ ಗಡಸು ಸಂಗೀತದಲ್ಲಿ ಲೀನವಾಗಿ ಏನೇನನ್ನೋ ಯೋಚಿಸುವುದರ ನಡುವೆ ನನ್ನೆದುರಿಗೆ ಅನೇಕ ಬಾರಿ ಫಲ್ಗುಣನ್ ಹಾದು ಹೋಗುತ್ತಾನೆ. ಕೆಲವೊಮ್ಮೆ ನಡೆಯುತ್ತಲೂ ಕೆಲವು ಸಲ ಸೈಕಲನ್ನೇರಿ ಚಿಟ್ಟೆಯಂತೆ ಹಾರುತ್ತಲೂ ಬೇರೆ ಕೆಲವು ಸಂದರ್ಭಗಳಲ್ಲಿ ಭಾರದಗಾಡಿಯನ್ನು ಎಳೆಯುತ್ತಲೂ ಸಾಗು ವುದನ್ನು ನಾನು ಕಂಡಿದ್ದೇನೆ.

ನಗರದ ತುಸು ಪ್ರಮುಖ ಮಾರುಕಟ್ಟೆ ಬೀದಿಯಲ್ಲೇ ನಮ್ಮ ಪದ್ಮನಾಭ ಪ್ರಿಂಟರ್ಸ್ ಸ್ಥಿತಿಗೊಂಡಿದೆ. ಪ್ರೆಸ್ ಅಲ್ಲದೆ ಆ ಬೀದಿಯಲ್ಲಿ ಬೇರೆ ಹಲವು ಸಂಸ್ಥೆಗಳಿವೆ. ಜನನಿಬಿಡ ವಸತಿಪ್ರದೇಶಗಳಿಗೆ ಹೋಗಲು ಇರುವ ಏಕಮಾರ್ಗ ಈ ಬೀದಿಯಾಗಿರುವ ಕಾರಣ ಎಲ್ಲರಿಗೂ ಒಳ್ಳೆಯ ವ್ಯಾಪಾರವಾಗುತ್ತದೆ. ಬೆಳಕು ಹರಿದೊಡನೆ ಸಕ್ರಿಯವಾಗುವ ಬೀದಿ ಮಧ್ಯರಾತ್ರಿಯ ಬಳಿಕವೇ ಒಂದಿಷ್ಟು ನಿದ್ದೆಗೆ ಜಾರುವುದು. ನಮ್ಮ ಪ್ರೆಸ್ ಸಹ ಆ ಗುಂಪಿಗೆ ಸೇರಿದೆ.

ಮೂವತ್ತೋ ಮೂವತ್ತೈದೋ ವಯಸ್ಸಾದಂತೆ ಕಾಣುವ ಫಲ್ಗುಣನ್ ತೆಳ್ಳಗಿನ ಎತ್ತರದ ವ್ಯಕ್ತಿ. ಪರಿಚಯವಾಗಿ ಕೆಲವೇ ದಿವಸಗಳಲ್ಲೇ ಅವನ ಭೂತಕಾಲದ ಪ್ರತಿಯೊಂದು ಪುಟವೂ ನನಗೆ ಮನಃಪಾಠವಾಯಿತು. ಅವನಿಗೆ ಏನಾದರೂ ನೆನಪಿದ್ದುದು ತಾಯಿಯ ಕುರಿತು ಮಾತ್ರವೇ. ಒಂಬತ್ತು ವರ್ಷದ ಬಾಲಕನಾಗಿದ್ದಾಗ ಅವನು ಬೀದಿಗಿಳಿದ. ಅಂದು ನಗರದ ಯಾವುದೋ ಒಂದು ಮೂಲೆಯಲ್ಲಿ ಕಾರ್ಯನಿರ್ವಹಿಸುತ್ತಿದ್ದ ಒಂದು ಪ್ರಿಂಟಿಂಗ್ ಪ್ರೆಸ್‌ನಲ್ಲಿ ಕಸಗುಡಿಸುವ ಕೆಲಸವನ್ನು ಅವನಿಗೆ ಆ ಸಣ್ಣ ವಯಸ್ಸಿನಲ್ಲಿ ಕೊಡಿಸಿದವರು ಯಾರು? ನೆನಪಿನಲ್ಲಿ ಆ ಭಾಗ ಕತ್ತಲುದುಂಬಿ ನಿಂತಿದೆ. ತುಂಡುಕಾಗದಗಳ ಕಸ ಆರಿಸುತ್ತ, ಅಂಟು ತಯಾರಿಸುತ್ತ, ನೆಲಗುಡಿಸುತ್ತ ಅವನು ಬೆಳೆದನು. ಬೆಳೆದಾಗ ಕೆಲಸದ ರೀತಿ ಸಹ ಬದಲಾಯಿತು. ಕರೆದಾಗ, ಹೇಳಿದಾಗ ಮಾಡುವ ಕೆಲಸಕ್ಕೆ ಅವನಿಗೆ ಬಡ್ತಿ ಸಿಕ್ಕಿತು. ವಿಶ್ರಾಂತಿಯ ವೇಳೆಗಳನ್ನು ಅವನು ಕಡೆಗಣಿಸಿದ. ಫಲ್ಗುಣನ್ ಹಲವನ್ನು ಅರ್ಥ ಮಾಡಿಕೊಂಡ. ಕಂಪೋಸಿಂಗ್ ವಿಧಾನವನ್ನು ಯಾರೂ ಕಲಿಸಿಕೊಡದೆಯೇ ಅವನು ಅಭ್ಯಾಸ ಮಾಡಿಕೊಂಡ. ಆದರೆ, ಹೆಚ್ಚು ದಿನ ಅಲ್ಲಿ ಉಳಿಯಲು ಮಾಲೀಕರು ಅವನಿಗೆ ಬಿಡಲಿಲ್ಲ. ಸಂಘಪ್ರಜ್ಞೆಯ ಬೀಜಗಳನ್ನು ಯಾರೂ ಅರಿಯದಂತೆ ಅವನು ಅಲ್ಲಲ್ಲಿ ಬಿತ್ತಿದ್ದನು. ಒಡೆದ ಮೊಳಕೆಗಳು ಬೆಳೆದು ದೈತ್ಯಾಕಾರದ ಮರದ ರೂಪದಲ್ಲಿ ಮಾಲೀಕರ ಮನಸ್ಸಿನಲ್ಲಿ ತೊನೆದಾಡಿದವು. ಫಲ್ಗುಣನನ್ನು ಹೊರಹಾಕಲಾಯಿತು.

ನಾನು ಫಲ್ಗುಣನನ್ನು ಕೇಳಿದೆ. 'ಉಳಿದ ಕೆಲಸಗಾರರು ಇದನ್ನು ಪ್ರತಿಭಟಿಸಲಿಲ್ಲವೆ?' ತುಟಿಕೊಂಕಿಸಿ ನಗುತ್ತ ಫಲ್ಗುಣನ್ ಹೇಳಿದ. 'ಅವರ ಮನಸ್ಸಿನಲ್ಲಿ ಆ ತಂತಮ್ಮ ಉದರಗಳ ವ್ಯಾಸವಷ್ಟೇ ನೆಲೆಸಿತ್ತು. ನಾನೇನೂ ತಪ್ಪುಹೊರಿಸಲು ಹೇಳುತ್ತಿಲ್ಲ ಕಾಮ್ರೇಡ್. ಅದುವೇ ಸತ್ಯ.'

ಅಲ್ಲಿಗೆ ಫಲ್ಗುಣನ ಮಲಗುವ ಕೋಣೆ ಅಂಗಡಿ ವರಾಂಡಕ್ಕೆ ಸ್ಥಳಾಂತರಗೊಂಡಿತು. ಅವನು ಕಠಿಣವಾಗಿ ದುಡಿದ. ಯಾರು ಯಾವಾಗ ಬೇಕಿದ್ದರೂ ಅವನನ್ನು ಕರೆದೆಬ್ಬಿಸಬಹುದಿತ್ತು. ಯಾವ ಮಧ್ಯರಾತ್ರಿಯಲ್ಲೂ ಎಷ್ಟು ಭಾರಬೇಕಿದ್ದರೂ ಅವನು ಹೊರುತ್ತಾನೆ. ಸಂದಣಿ ಇಲ್ಲದಂತಹ ರಜಾದಿನಗಳ ಮಧ್ಯಾಹ್ನದ ಹೊತ್ತು ಗಾಳಿಗೆ ತಕ್ಕಂತೆ ಸಾಗುವ ಒಂದು ಹಾಯಿದೋಣಿಯ ಹಾಗೆ ಅತ್ತಿತ್ತ ತೊನೆಯುತ್ತ ಅವನು ಹೋಗುವುದನ್ನು ನಾನು ಗಮನಿಸಿದ್ದೆ.

ಒಂದಿಷ್ಟು ಮುಂದಕ್ಕೆ ಬಾಗಿರುವ ಅವನ ಎಲುಬಿನ ಗೂಡನ್ನು ಒಂದು ಹಸಿರು ಬಟ್ಟೆಯಿಂದ ಹೊದೆಸಲ್ಪಟ್ಟಿದೆ ಎಂದೇ ತೋರುವುದು ಒಂದೇ ಒಂದು ಗುಂಡಿಯೂ ಉಳಿದಿರದ ಆ ಷರ್ಟನೊಂದಿಗಲ್ಲದೆ ಒಮ್ಮೆಯೂ ನಾನು ಅವನ್ನು ಕಂಡಿಲ್ಲ. ತುದಿ ಗುಂಗುರಾಗಿರುವ ಆ ನೀಳತಲೆಗೂದಲನ್ನು ದೈವಪಾತ್ರಿಯ ಕೈಚಳಕದೊಂದಿಗೆ ಅವನು ಆಗಾಗ ಒಪ್ಪವಾಗಿ ಇರಿಸಿಕೊಳ್ಳುವನು. ಆಳದಲ್ಲಿ ಸಿಲುಕಿರುವ ಅವನ ಕಣ್ಣುಗಳು ಯಾವುದೋ ಒಂದು

ದಿವ್ಯಬೆಳಕಿಗಾಗಿ ತಹತಹಿಸುತ್ತಿದ್ದವು. ಮೇಲೆತ್ತಿ ಕಟ್ಟಿದ ಮಾಸಿದ ಕೆಂಪು ಲುಂಗಿಯ ಕೆಳಗೆ ಹೊಂದಾಣಿಕೆಯೇ ಇಲ್ಲದಂತಹ ದೊಗಲೆ ಚಡ್ಡಿಯು ತೂಗಿ ಬಿದ್ದಿರುವುದು.

ನಾವು ಪರಸ್ಪರ ಪರಿಚಯ ಮಾಡಿಕೊಂಡ ದಿವಸ ಇಂದೂ ನನಗೆ ನೆನಪಿದೆ. ಅವನಿಗೆ ಅತ್ಯಗತ್ಯವಾಗಿ ಐದು ರೂಪಾಯಿ ಚಿಲ್ಲರೆ ಬೇಕಿತ್ತು. ನಾನು ನಾಣ್ಯಗಳನ್ನು ಎಣಿಸಿ ನಿಗದಿಪಡಿಸುತ್ತಿದ್ದಾಗ, ಕಾಮ್ರೇಡ್ ಎನ್ನುವ ಸಂಬೋಧನೆಯೊಂದಿಗೆ ಅನಿರೀಕ್ಷಿತ ವಾಗಿ ಅವನು ನನ್ನ ಗತಕಾಲದ ಒಂದು ಪುಟವನ್ನು ಮಗುಚಿ ಹಾಕಿದ. ಅವನು ಹೇಳಿದ 'ನಿಮ್ಮನ್ನು ನಾನು ಬಲ್ಲೆ ಕಾಮ್ರೇಡ್, ನೀವಿಲ್ಲದ ಯಾವುದಾದರೊಂದು ಪ್ರತಿಭಟನೆ ಜಾಥಾ ಈ ನಗರವೀಧಿಯಲ್ಲಿ ಹಾದು ಹೋಗಿದೆಯೆ? ನೀವು ನಾಯಕರಾಗದ, ಶುಭಾ ಶಂಸನೆ ಮಾಡದ ಒಂದಾದರೂ ಸತ್ಯಾಗ್ರಹ ಚಪ್ಪರ ಈ ನಗರದಲ್ಲಿ ಎದ್ದಿಲ್ಲ ಎಂದು ನಾನು ನಿಸ್ಸಂದೇಹವಾಗಿ ಹೇಳಬಲ್ಲೆ. ಸ್ವಂತ ಕಾರ್ಮಿಕ ವರ್ಗದ ವಿಮೋಚನೆಗಾಗಿ ಮೀಸಲಿ ರಿಸಿರುವ ತಮ್ಮ ಬಾಳು ಅದೆಷ್ಟು ಧನ್ಯ.'

ತಟ್ಟನೆ ಒಬ್ಬ ಅಪಸ್ಮಾರ ರೋಗಿಯ ಹಾಗೆ ನನ್ನ ಮನಸ್ಸು ಚಡಪಡಿಸಿತು. ಫಲ್ಗುಣನ್ ನನ್ನನ್ನು ಸರಿಯಾಗಿ ಅರ್ಥಮಾಡಿಕೊಂಡಿದ್ದಾನೆ. ಈ ನಗರದಲ್ಲಿ ಬೀಡುಬಿಟ್ಟಿದ್ದ ಹನ್ನೆರಡು ವರ್ಷಕಾಲ ನನಗೆ ಬೇರೊಂದು ಜೀವನವಾಗಲಿ ಯೋಚನೆಯಾಗಲಿ ಇರಲಿಲ್ಲವಲ್ಲ? ಇಲ್ಲಿ ಸಮಾನತೆಯ ವಸಂತ ಅರಳುವುದೆಂದೂ ಜನತೆಯ ವೈರಿಯಾದ ಆಡಳಿತವು ಕಳೆಗುಂದಿ ಇಲ್ಲವಾಗುವುದೆಂದೂ ನಾನು ಹೃತ್ಪೂರ್ವಕ ಆಶಿಸಿದ್ದಂತಹ ದಿನಗಳು. ಆ ಹಳೆಯ ಕಾಲ ಕಳೆದು ಹೋಗಿದ್ದರೂ ಆ ಹಳೆಯ ಚಿಂತನೆ ಈಗಲೂ ನನ್ನಲ್ಲಿ ಆಳವನ್ನ ರಸುತ್ತಿದೆ. ಬಂಡೆಗಳೊಳಕ್ಕೆ ತಿವಿದು ಒಳನುಗ್ಗಿದುದರಿಂದಾಗಿ ಬೇರುಗಳ ತುದಿ ಮುರಿದು ಹೋಗಿರಬಹುದೇ? ನಾನು ಸಮಾಧಾನಪಟ್ಟುಕೊಂಡೆ. ಹಳೆಯವುಗಳ ಮೊನೆ ತುಂಡಾ ಗುವಾಗ ಹೊಸತುಗಳೂ ಚೂಪಾಗಿ ಬರುವುವು. ಒಣಗಿ ಬತ್ತಿದ ಉದರಗಳನ್ನು ಕುರಿತು ನಾನು ಈಗಲೂ ವಿಹ್ವಲ ಕನಸುಗಳನ್ನು ಕಾಣುತ್ತೇನೆ. ಕಾಲ ಮತ್ತು ಸನ್ನಿವೇಶಗಳು ನನ್ನನ್ನು ಯಾವುಯಾವುದರಿಂದಲೋ ದೂರ ಮಾಡಿದವು. ಆದರೆ, ನಾನಿಂದಿಗೂ ಆ ವಸಂತಗರ್ಜನೆಗಾಗಿ ಕಿವಿದೆರೆದು ಕುಳಿತಿದ್ದೇನೆ. ಕುಸುಮಗಳಿಂದ ಸಿಡಿಮದ್ದಿನ ಗಂಧ ಹರಡುವುದು. ಕೋಗಿಲೆಗಳು ಹಗಲಿರುಳೆನ್ನದೆ ಸೌಹಾರ್ದಗೀತೆಗಳನ್ನು ಹಾಡುವುವು. ವನ್ಯಮೃಗಗಳಿಗೆ ಸುಂಡಿಲಿಯ ಸಣ್ಣದನಿಯನ್ನು ಸಹ ಹೊರಡಿಸಲಾಗದಂತಾಗುವುದು. ಅಂದು...

ಫಲ್ಗುಣನ್ ನನ್ನನ್ನು ಎಬ್ಬಿಸಿದ. ಕಲ್ಪನೆಗಳ ವ್ಯೋಮಸೀಮೆಗಳನ್ನು ಲಂಘಿಸಿ ಹಾರಿದ್ದ ಮನಸ್ಸು ಮರಳಿಬಂದಿತು. ಫಲ್ಗುಣನ್ ಚಿಲ್ಲರೆ ನಾಣ್ಯಗಳನ್ನು ಪಡೆದುಕೊಂಡು ಮೇಜಿನ ಮೇಲೆ ಮೊಣಕೈಗಳನ್ನೂರಿ ನಿಂತುಕೊಂಡು ನನ್ನೊಡನೆ ಹೇಳಿದ. 'ಕಾಮ್ರೇಡ್, ಬಂಡವಾಳ ಶಾಹಿಯು ಎಲ್ಲದರಲ್ಲೂ ಕಲಬೆರಕೆ ಮಾಡಿದೆ. ನಮ್ಮ ಸಿದ್ಧಾಂತಗಳಲ್ಲೂ ಚಿಂತನೆಗಳಲ್ಲೂ

ಎಲ್ಲದರಲ್ಲೂ ನಮಗೇ ಗೊತ್ತಾಗದ ಹಾಗೆ ಅವರು ನಮ್ಮನ್ನು ಕೈವಶದಲ್ಲಿರಿಸಿಕೊಂಡು ಬಿಟ್ಟಿದ್ದಾರೆ.'

ಚಿಲ್ಲರೆ ತೆಗೆದುಕೊಂಡ ಮೇಲೆ ಅವನು ನನಗೆ ಕೈ ಎತ್ತಿ ಲಾಲ್‌ಸಲಾಂ ಹೇಳಿದ. ಕಾರ್ಮಿಕ ವರ್ಗದ ಪತಾಕೆಯ ಗುರುತನ್ನು ಅವನು ಮುಂಗೈಯಲ್ಲಿ ಹಚ್ಚೆ ಚುಚ್ಚಿಸಿಕೊಂಡಿರುವುದನ್ನು ನಾನು ಕಂಡೆ. ಒಣಗಿದ ಚರ್ಮದಲ್ಲಿ ಶುಷ್ಕವಾದ ನಾಡಿಗಳ ಮೇಲೆ ಆ ಗುರುತು ಒಂದು ಹಸಿರು ನೆರಳಾಗಿ ನೆಲೆಸಿದೆ.

ಫಲ್ಗುಣನು ನನ್ನೊಳಗೆಲ್ಲ ತುಂಬಿ ತುಳುಕಿದ. ಆಮೇಲಿನ ದಿನಗಳಲ್ಲಿ ನಾನು ಅವನ ತೊಂದರೆಗಳನ್ನು ಕಷ್ಟಪಾಡುಗಳನ್ನು ಕೇಳಿ ತಿಳಿದುಕೊಂಡೆ. ಅವನು ಕೇಳದೆಯೆ ಅಷ್ಟಿಷ್ಟು ಆರ್ಥಿಕ ಸಹಾಯಗಳನ್ನು ನಾನವನಿಗೆ ಮಾಡಿದೆ. ಆಗೆಲ್ಲವೂ ಒಂದು ವಿಷಯ ನಾನು ಗಮನಿಸಿದ್ದೆ. ಉಪಕಾರ ಪಡೆದದ್ದಕ್ಕೆ ಯಾವತ್ತೂ ಫಲ್ಗುಣ ಧನ್ಯವಾದ ಹೇಳುತ್ತಿರಲಿಲ್ಲ. ಶ್ರಮಿಕ ವರ್ಗೀಯ ಪ್ರಜ್ಞೆಯು ನಮ್ಮಲ್ಲಿ ಮುಚ್ಚುಮರೆಯಿಲ್ಲದೆ ನೆಲೆನಿಂತಿದ್ದುದೇ ಅದಕ್ಕೆ ಕಾರಣವಿರಬೇಕು.

ನಮ್ಮ ಪ್ರೆಸ್‌ನಲ್ಲಿ ಅವನಿಗೊಂದು ಕೆಲಸ ಕೊಡಬೇಕೆಂದು ನನಗೆ ಆಸೆಯಿತ್ತು. ಸದ್ಯಕ್ಕೆ ಅದು ಸಾಧ್ಯವಿಲ್ಲ ಎಂದು ನಮ್ಮಿಬ್ಬರಿಗೂ ಗೊತ್ತಿತ್ತು.

ನಮ್ಮ ಈ ಚಿಕ್ಕ ಪ್ರೆಸ್‌ನಲ್ಲಿ ಒಟ್ಟು ಇರುವವರು ನಾಲ್ವರೇ ಕೆಲಸಗಾರರು. ಒಬ್ಬ ಪ್ರಿಂಟರ್, ಒಬ್ಬ ಕಂಪೋಸಿಟರ್, ಒಬ್ಬ ಬೈಂಡರ್ ಮತ್ತು ಒಬ್ಬ ಪ್ಯೂನ್ ಇರುವಂತಹ ಸಣ್ಣ ಗುಂಪು. ಇವರನ್ನೆಲ್ಲ ಸರಿದೂಗಿಸಿಕೊಂಡು ಹೋಗುವಷ್ಟೇ ವರಮಾನ ನಮಗಿರುವುದು.

ಒಂದು ಖಾಯಂ ನೌಕರಿ ಬೇಕೆಂದು ಹಲವು ಬಾರಿ ಫಲ್ಗುಣನ್ ನನ್ನಲ್ಲಿ ಕೇಳಿಕೊಂಡಿದ್ದ. ನಾನು ಅವನನ್ನು ನಿರಾಸೆಗೊಳಿಸಿಲ್ಲ. ವರ್ಗಸ್ನೇಹದ ಪಸೆ ಬತ್ತದ ಮನದೊಂದಿಗೆ ನಾನವನಿಗೆ ಹೇಳಿದೆ. 'ಫಲ್ಗುಣಾ, ಈಗ ಕೆಲಸ ಯಾವುದೂ ಖಾಲಿ ಇಲ್ಲವಲ್ಲ. ಯಾವುದಾದರೂ ಖಾಲಿ ಇದ್ದರೆ ತಕ್ಷಣ ನಾನು ನಿನ್ನನ್ನು ಸಂಪರ್ಕಿಸುತ್ತೇನೆ. ನೀನು ಈ ಬೀದಿಯಲ್ಲೇ ಇರುತ್ತೀಯಲ್ಲ.'

ಈ ಮಾರುಕಟ್ಟೆ ಬೀದಿ ಬಿಟ್ಟು ಫಲ್ಗುಣನ್ ಎಲ್ಲಿಗೂ ಹೋಗಲಿಲ್ಲ. ಅವನ ತಲೆ ಯಾವಾಗಲೂ ತುಸು ಬಾಗಿರುತ್ತಿತ್ತು. ಯಾರೋ ಅದರ ಮೇಲೆ ಭಾರ ಹೇರಲು ಯತ್ನಿಸುತ್ತಿರುವ ಹಾಗೆ. ಕೂಲಿ ಸಿಕ್ಕಾಗಲೆಲ್ಲ ಅವನು ಹೊಟ್ಟೆ ತುಂಬ ಊಟ ಮಾಡಿದ. ಕೆಲಸ ಸಿಗದಿದ್ದಾಗ ಆಕ್ಷೇಪಣೆಯೆತ್ತದೆ ಉಪವಾಸವಿದ್ದ. ಉಪವಾಸವಿದ್ದೆ ಎಂದು ಅವನು ಯಾವತ್ತೂ ಹೇಳುತ್ತಿರಲಿಲ್ಲ. ನನ್ನ ನಿರಂತರ ಬಲವಂತದೆದುರಿಗಷ್ಟೇ ಅವನು ಆ ಗುಟ್ಟನ್ನು ಹೊರಬಿಡುತ್ತಿದ್ದುದು. ಆಮೇಲೆ ನಾವು ಒಟ್ಟಿಗೆ ಹೋಟೆಲ್‌ಗೆ ಹೋಗಿ ಆಹಾರ ಸೇವಿಸುತ್ತಿದ್ದೆವು.

ಬೆಳಗಿನಿಂದ ಸಂಜೆಯವರೆಗೆ, ಕೆಲವುಸಲ ಅರ್ಧರಾತ್ರಿತನಕವೂ ನನ್ನ ಸಮಯದ ಗಂಟೆಗಳು ಪ್ರೆಸ್‌ನೊಳಗೆ ಉದುರಿಬೀಳುತ್ತಿದ್ದವು. ವಾಹನಗಳು ರೂಢಿಯಂತೆ ಧೂಳೆಬ್ಬಿಸುತ್ತ ಹಾದು ಹೋಗುತ್ತಿದ್ದವು. ಆಗೆಲ್ಲಾ ನಾನು ಕರ್ಚೀಫ್‌ನಿಂದ ನನ್ನ ಮೂಗು ಬಾಯಿಗಳನ್ನು ಮುಚ್ಚಿ ಹಿಡಿದಿರುತ್ತಿದ್ದೆ. ಧೂಳು ನನ್ನ ದೇಹಕ್ಕೆ ಅಲರ್ಜಿ. ಅದು ಬಹಳಷ್ಟು ಸಾರಿ ನನ್ನ ಶ್ವಾಸಕೋಶದ ಸುಗಮವಾದ ಚಾಲನೆಯನ್ನು ಕುಂಠಿತಗೊಳಿಸುತ್ತಿತ್ತು. ಆದಕಾರಣ ನಾನು ಕರ್ಚೀಫ್ ಇಲ್ಲದೆ ಹೊರಕ್ಕೆ ಹೋಗುತ್ತಿರಲಿಲ್ಲ.

ನನ್ನ ಸಂಸ್ಥೆಯ ಮುಂದಿನಿಂದ ಹಾದು ಹೋಗುವ ಮನುಷ್ಯರ ಭಿನ್ನಭಾವಗಳಲ್ಲಿ ನಾನು ಲೀನವಾದೆ. ಅವರು ಅವಸರದಿಂದ ಏನೇನೋ ಮಾಡಿ ಮುಗಿಸುತ್ತಿರುತ್ತಾರೆ. ಯಾರಿಗಾಗಿ ಯಾತಕ್ಕಾಗಿ ಎಂದು ಅವರಿಗೆ ಖಚಿತ ಮಾಹಿತಿ ಇರಬಹುದು. ಮಾಡಿ ಮುಗಿಸಬೇಕು, ಆದಷ್ಟು ಬೇಗ ಮಾಡಿ ಮುಗಿಸಬೇಕು–ಇದೇ ಅವರ ಚಿಂತೆ. ಬರಲಿರುವ ಪೀಳಿಗೆಗೋಸ್ಕರ ಅವರು ಬಹಳಷ್ಟು ಮಾಡುತ್ತಿರುವರು. ಮಕ್ಕಳು ಮತ್ತು ಮೊಮ್ಮಕ್ಕಳು ಅಜ್ಜಂದಿರು ಮಾಡಿಟ್ಟ ಸಂಪತ್ತಿನ ಸ್ವಾದವನ್ನು ಆಸ್ವಾದಿಸುತ್ತಿರಲು, ಇಲ್ಲಿ ಸಂಪತ್ತು ಇಲ್ಲದವರೂ ತಲೆಮಾರುಗಳಿಂದ ತ್ಯಜಿಸಲ್ಪಟ್ಟವರೂ ಸ್ವಂತ ರಕ್ತವನ್ನು ಬೆವರಾಗಿ ಹರಿಸಿ ಮಳೆಬಿಸಿಲುಗಳಲ್ಲಿ ದುಡಿಯುತ್ತಿದ್ದಾರೆ. ಈ ಎರಡು ವರ್ಗಗಳಲ್ಲಿ ನಾನು ಯಾರ ಪಕ್ಷವಹಿಸುತ್ತೇನೆ? ಈಗ ನಾನು ಸಿರಿವಂತವರ್ಗದ ಈಚೆ ತುದಿಯ ಭಾರ ಕಡಿಮೆಯಿರುವ ಒಂದು ಸಣ್ಣ ಕೊಂಡಿ ಯಾಗಿದ್ದೇನಲ್ಲವೆ.

ಇಲ್ಲಿ ಈ ಪ್ರೆಸ್ಸಿನೊಳಗೆ ಟ್ರೆಡಲ್‌ಸಂಗೀತವು ನನ್ನ ಬಳಲಿದ ಮೆದುಳಿಗೆ ಮುರುಟಿದ ರಾಗಗಳನ್ನು ಒತ್ತಾಯದಿಂದ ಹೇರುತ್ತಿದ್ದರೂ ಯಾರೂ ಖಿನ್ನರಲ್ಲ. ನಗುಮೊಗದೊಂದಿಗೆ ಯಾರುಯಾರೋ ಈ ಪ್ರೆಸ್‌ನೊಳಕ್ಕೆ ಕಾಲಿಡುತ್ತಾರೆ. ನಗುನಗುತ್ತ ವಿದಾಯ ಹೇಳಿ ಹೊರನಡೆಯುತ್ತಾರೆ. ದುಃಖದೊಂದಿಗೆ ಬರುವವರೂ ವಿರಳವಲ್ಲ. ಮದುವೆ ಆಮಂತ್ರಣ ಪತ್ರಿಕೆಗಳನ್ನೂ ಉತ್ತರಕ್ರಿಯೆ ಕಾಗದದಗಳನ್ನೂ ಅಚ್ಚು ಹಾಕುವುದು ಒಂದೇ ಯಂತ್ರದಲ್ಲಿ ಅಚ್ಚಿನ ಮಸಿಗೆ ಮರಣವೂ ಜೀವನವೂ ಸರಿಸಮಾನ. ಭೌತಿಕವಾದಿಯಾದ ನಾನು ಅಪರೂಪಕ್ಕೆ ಕೆಲವು ದುರ್ಬಲ ಕ್ಷಣಗಳಲ್ಲಿ ವೇದಾಂತಿಯಾಗಿ ಬಿಡುತ್ತೇನಲ್ಲ ಏಕೆ? ಉಚ್ಛ್ರಾಯಸ್ಥಿತಿಯಲ್ಲಿದ್ದ ನನ್ನ ಭೂತಕಾಲವು ಈಗ ಬಂದಿಯಾದ ಒಬ್ಬ ಗುಲಾಮನಂತೆ ನನ್ನ ಚೇತನದಲ್ಲಿ ಹುದುಗಿ ತಹತಹಿಸುತ್ತಿದೆ.

ಈ ಬೇಸಿಗೆಯ ಬಿಸಿಯಲ್ಲಿ ನನಗೆ ಸ್ವಲ್ಪವಾದರೂ ತಂಪೆರೆದು ಕೊಟ್ಟವನು ಫಲ್ಗುಣನೇ. ಎಂತಹ ಕೆಲಸದ ಗಡಿಬಿಡಿಯಿದ್ದರೂ ಅವನು ದಿನಕ್ಕೊಮ್ಮೆ ಪ್ರೆಸ್‌ಗೆ ಬರುತ್ತಾನೆ. ಆಗ ನಾನು ಪ್ರೂಫ್ ನೋಡುತ್ತ ಅಥವಾ ಬಿಲ್ ಬರೆಯುತ್ತ ಇಲ್ಲವೇ ಗಿರಾಕಿಗಳೊಂದಿಗೆ ಮಾತನಾಡುತ್ತ ಇರುತ್ತೇನೆ. ನಾನು ಕೆಲಸಗಳಿಂದ ಬಿಡುವಾಗುವವರೆಗೆ ಅವನು ಒಂದು ವಿಗ್ರಹದಂತೆ ಅಲ್ಲಿ ನಿಲ್ಲುತ್ತಾನೆ. ಇಗೋ ನಾನು ಬಂದಿದ್ದೇನೆ ಎಂದು ತಿಳಿಸುವುದಕ್ಕಾಗಿಯಷ್ಟೇ ಆ ಭೇಟಿ. ಬಲಗೈಬೆರಳುಗಳನ್ನು ನೀಳತಲೆಗೂದಲುಗಳೆಡೆಯಲ್ಲಿ ಹಾಕಿ ಒಮ್ಮೆ ತಲೆಯಲುಗಿಸಿ

ಹೊರಡಲು ಸಿದ್ಧನಾಗುತ್ತಾನೆ. 'ಹೊರಡಲೇ ಕಾಮ್ರೇಡ್' ಎಂದು ಹೇಳಲು ಯಾರೇ ನನ್ನ ಸುತ್ತ ಇದ್ದರೂ ಅವನು ಸಂಕೋಚ ಪಡುತ್ತಿರಲಿಲ್ಲ. ನನಗೆ ಅದು ಇಷ್ಟವಾಗುತ್ತದೆಂಬ ಪೂರ್ಣಪ್ರಜ್ಞೆ ಅವನಿಗೆ ಇರುವುದರಿಂದಲೇ ಇರಬೇಕು ಹಾಗೆ ಮಾಡುವುದು. ನಾನು ತಲೆಯಾಡಿಸಿ ಮುಗುಳ್ನಕ್ಕಾಗ ತೃಪ್ತಿ ಹೊಂದಿ ಹೊರಹೋಗುವ ಅವನನ್ನು ನೋಡಿ ನನ್ನ ಗೆಳೆಯರಲ್ಲಿ ಕೆಲವರು ಕೇಳಿಯೂ ಇದ್ದರು. 'ಸ್ವಲ್ಪ ಲೂಸ್ ಅನ್ನಿಸುತ್ತೆ ಅಲ್ಲವೆ?'

ಪ್ರೆಸ್ ಮಾಲೀಕನಾದ ನನ್ನ ಮತ್ತು ಮೂಟೆ ಹೊರುವ ಹಮಾಲಿಯಾದ ಫಲ್ಗುಣನ ಹೃದಯಗಳು ಭಾವಸಮನ್ವಯದೊಂದಿಗೆ ಬಾಳಿದವು. ಪ್ರೆಸ್ ಒಡೆಯನಾದ ವಿದ್ಯಾವಂತನಾದ ನಾನು, ಫಲ್ಗುಣನ್ ಎಂಬ ಕೂಲಿಕೆಲಸ ಮಾಡುವವನೊಂದಿಗೆ ಇಷ್ಟು ಆಪ್ತವಾಗಿ ಒಡನಾಡುವುದನ್ನು ಕಂಡು ಹಲವರು ಹೊಟೆಕಿಚ್ಚು ಪಟ್ಟರು. ಅದರಲ್ಲೂ ಹೆಚ್ಚಾಗಿ ನನ್ನ ಪ್ರೆಸ್ಸಿನ ಕೆಲಸಗಾರರು. ಅವರ ಪ್ರಕಾರ ಫಲ್ಗುಣನ್ ಅಂದರೆ ಹತ್ತಿರ ಸೇರಿಸಲೇ ಕೂಡದಂತಹ ಪ್ರಾಣಿ. ರಕ್ತ ಹೀರಿಬಿಡುವ ಜಿಗಣೆ, ನಿದ್ರಿಸುತ್ತಿರುವಾಗ ಬಂದು ಕಚ್ಚುವ ನಾಯಿ, ಬೆನ್ನಿಗೆ ಚೂರಿ ಹಾಕುವವನು, ಎಲ್ಲಕ್ಕಿಂತ ಮಿಗಿಲಾಗಿ ಸಂಸ್ಕಾರಹೀನ, ಹೀಗೆಲ್ಲ ಅವನ ಬಗ್ಗೆ ಹೇಳಲು ಅವರಲ್ಲಿ ಹಲವಾರು ವಿಶೇಷಣಗಳಿದ್ದರೂ ಇವೆಲ್ಲ ಅವರು ಆಗಾಗ ನನಗೂ ತಂತಮ್ಮೊಳಗೂ ಹೇಳುವಂತಹ ಮಾತುಗಳು. ನಾನು ಗಟ್ಟಿಯಾಗಿ ನಕ್ಕು ಬಿಡುತ್ತಿದ್ದೆ. ಅವರಿಗೆ ಫಲ್ಗುಣನ ಭೂತಕಾಲ ತಿಳಿದಿರಲಿಲ್ಲ. ಅವನಲ್ಲಿ ನೆಲೆಯಾಗಿರುವ ಶ್ರಮಿಕವರ್ಗ ಪ್ರಜ್ಞೆಯ ಅಗಾಧ ಸೆಲೆಯನ್ನು ಅವರು ಕಂಡಿಲ್ಲ. ಅವರ ಮಟ್ಟಿಗೆ ಕೇವಲ ಒಬ್ಬ ಬೀದಿಕೆಲಸಗಾರ ಎಂದಷ್ಟೆ ಅವನನ್ನು ಕಾಣಲು ಸಾಧ್ಯ.

ನನ್ನ ಕಾರ್ಮಿಕರು ಹೇಳುವುದನ್ನೆಲ್ಲ ನಾನು ಗಮನವಿರಿಸಿ ಕೇಳಿದೆ. ನಾನು ಅವರನ್ನು ಪ್ರೀತಿಸುತ್ತಿದ್ದುದರಿಂದ ಅವರಿಗೆ ವಿರುದ್ಧವಾಗಿ ಏನನ್ನೂ ಹೇಳಲು ಸಾಧ್ಯವಿರಲಿಲ್ಲ. ಎಲ್ಲವನ್ನೂ ಒಂದು ದೀರ್ಘ ಮುಗುಳ್ನಗೆಯಲ್ಲಿ ಅಡಗಿಸಿದೆ. ಈ ಪ್ರೆಸ್ಸಿನ ಜವಾಬ್ದಾರಿ ನಾನು ವಹಿಸಿಕೊಂಡ ದಿನದಿಂದಲೂ ಅವರನ್ನೆಲ್ಲ ಗೌರವಿಸುತ್ತಲೂ ಪ್ರೀತಿಸುತ್ತಲೂ ಬಂದಿದ್ದೇನೆ. ಅವರ ಸುಖದುಃಖಗಳಲ್ಲಿ ನಾನು ಪಾಲ್ಗೊಂಡೆ. ಅವರ ಕಷ್ಟ ತೊಂದರೆಗಳನ್ನೆಲ್ಲ ನಾನು ಅರ್ಥಮಾಡಿಕೊಂಡೆ. ಅವರ ಸುಖಜೀವನಕ್ಕಾಗಿ ನಾನು ಶಕ್ತಿಮೀರಿ ಪ್ರಯತ್ನಿಸಿದೆ. ಆ ರೀತಿಯಲ್ಲಿ ಪದ್ಮನಾಭ ಪ್ರಿಂಟರ್ಸ್ ನನ್ನ ಎರಡನೆಯ ಕುಟುಂಬವಾಗಿ ಬಿಟ್ಟಿತು.

ಮಧ್ಯವಯಸ್ಕನೂ ಷಾರ್ಟ್‌ಸೈಟ್ ಇರುವವನೂ ಎತ್ತರವಿಲ್ಲದವನೂ ಆದ ನಮ್ಮ ಪ್ರಿಂಟರ್, ಪಿಂಟಿಂಗ್‌ಮೆಷಿನನ್ನು ಅತಿ ಚೆಲುವೆಯಾದ ಹೆಂಡತಿಯ ಹಾಗೆ ಪ್ರೀತಿಸುತ್ತ ನೋಡಿಕೊಳ್ಳುತ್ತಿದ್ದ ವ್ಯಕ್ತಿ. ಆಗಾಗ ಕನ್ನಡಕದ ಗಾಜಿನ ಧೂಳೊರೆಸಿಕೊಂಡು ಆತ ಯಂತ್ರದ ಅಂಗಾಂಗಗಳನ್ನು ಸೂಕ್ಷ್ಮವಾಗಿ ಪರಿಶೀಲಿಸುತ್ತಿದ್ದ. ಚಕ್ಕನೆ ಒಂದು ಬಟ್ಟೆತುಂಡು ತೆಗೆದು ಎಲ್ಲೋ ಅಂಟಿರುವ ಧೂಳನ್ನೊರೆಸುವುದು ಕಾಣಿಸುವುದು. ಮುದ್ರಣಯಂತ್ರ ಚಾಲನೆಗೊಳಿಸಲು ಮೋಟರ್ ಸ್ಟಾರ್ಟ್ ಮಾಡುವುದು ಸಹ ಬಹಳ ನಾಜೂಕಾಗಿಯೇ.

ಕಪ್ಪಗಿರುವ ಕೃಶಕಾಯನಾದ ಒಬ್ಬ ಯುವಕನೇ ಕಾಂಪೋಸಿಟರ್. ಅವನ ತೆಳ್ಳಗಿನ ಉದ್ದ ದೇಹವು ಒಬ್ಬ ಕ್ಷಯರೋಗಿಯನ್ನೇ ನೆನಪಿಗೆ ತರುತ್ತದೆ. ಅಲ್ಲಲ್ಲಿ ಕಾಣುವ ಬನಿಯನ್ ತೂತುಗಳಿಂದ ನರೆತ ರೋಮಗಳು ತಲೆಹೊರಹಾಕಿ ಆಸುಪಾಸನ್ನು ವೀಕ್ಷಿಸುತ್ತವೆ. ದಿನವೂ ಈ ಕಡೆಗೆ ಹದಿನೈದು ಆ ಕಡೆಗೆ ಹದಿನೈದು ಒಟ್ಟು ಮೂವತ್ತು ಮೈಲು ರೈಲಿನಲ್ಲಿ ಸಂಚರಿಸಿ ಅವನು ಪ್ರೆಸ್ಸಿಗೆ ಬಂದು ಹೋಗುತ್ತಾನೆ. ಅವನು ಪ್ರಯಾಣಕ್ಕೆಂದು ಸೀಸನ್ ಟಿಕೆಟ್ ತೆಗೆದುಕೊಳ್ಳುತ್ತಾನೆ. ನಾನು ಕಂಡಿಲ್ಲದ, ಕೇಳಿ ಮಾತ್ರ ಪರಿಚಯವಿರುವ ಅವನ ಗುಡಿಸಲು. ರೈಲು ಹಳಿಗಳ ಬದಿಯಲ್ಲಿರುವ ಆ ಗುಡಿಸಲಲ್ಲಿ ದಿನವೂ ಸಂಜೆ ಅವನಿಗಾಗಿ ಅವನ ಹೆಂಡತಿ ಮಕ್ಕಳು ಕಾದುಕುಳಿತಿರುತ್ತಾರೆ. ರಾತ್ರಿಯ ಗಾಡಿಗೆ ಅವನು ಬಾರದಿದ್ದರೆ ಓವರ್‌ಟೈಂ ಕೆಲಸ ಇದ್ದಿರಬಹುದೆಂಬ ತೀರ್ಮಾನದಿಂದ ನಿದ್ರೆಯ ಹರಕು ಹೊದಿಕೆಯೊಳಕ್ಕೆ ಆ ಕುಟುಂಬ ತೂರಿಕೊಳ್ಳುತ್ತದೆ. ಯಾರನ್ನೂ ಕಾಯದ ಮಾನಸಿಕರೋಗಿಯಾದ ಅವನ ತಂದೆ ಎಲ್ಲ ಹೊತ್ತಿನಲ್ಲೂ ಅರೆನಿದ್ರೆಯಲ್ಲೇ ಇರುತ್ತಾನಲ್ಲ!

ಬೈಂಡರ್ ಹುಡುಗಿ ಮಾತನಾಡುವುದೇ ಯಾವಾಗಾದರೊಮ್ಮೆ. ಅವಳು ಸುಂದರಿಯಲ್ಲ. ಅವಳ ಎಲ್ಲ ಅಂಗಾಂಗಗಳಲ್ಲೂ ಕುರೂಪ ಮುಸುಕು ಹೊದೆಸಿದೆ. ಮೊಡವೆಗಳ ಹುಲುಸು ಫಸಲಿರುವ ಉದ್ದನೆ ಚೂಪಾದ ಮುಖ, ಪೋಲಿಯೋ ರೋಗಗ್ರಸ್ತವೆನಿಸುವಂತಹ ಕೈಕಾಲುಗಳು. ಅವಳು ದಿನವೂ ಸೂಜಿಗೆ ದಾರ ಪೋಣಿಸಿ ತನ್ನ ಸುಂದರ ಕನಸುಗಳನ್ನು ಚುಚ್ಚಿ ಹೆಣೆಯುತ್ತಾಳೆ. ಜೀವನದ ಆಸೆಗಳಿಗೆ ಮರದ ಅಂಟನ್ನು ಹಚ್ಚುತ್ತಾಳೆ... ಅಂಟಿಸಿ ಒಣಗಿಸಿದ ಪುಸ್ತಕಗಳನ್ನು ಕಟ್ಟಿಂಗ್ ಮೆಷಿನ್‌ಗೆ ಸೇರಿಸಿ ಹಿಡಿದು ಕ್ರೂರವೆನಿಸುವ ಹಾಗೆ ಅಂಚುಗಳನ್ನು ಕತ್ತರಿಸಿ ಪ್ರಿಂಟರ್ ಅಂದಗೊಳಿಸುತ್ತಾನೆ. ಹುಡುಗಿಯ ಹೃದಯ ಮಾತ್ರ ಸುರುಟಿ ಸುಕ್ಕಾಗಿ ಹೋಗಿದೆ.

ಕೊನೆಯದಾಗಿ, ಪ್ರೆಸ್‌ನಲ್ಲಿರುವವನು ಕರೆದರೆ ಕೂಗಿದರೆ ಓಗೂಡಲು ನಿಂತಿರುವ ಪೇದೆ. ಎತ್ತರಿಸಿದ ತಲೆ ಮತ್ತು ಪುಟಿಯುವ ಮಾಂಸಖಂಡಗಳು ಯಾವ ಕೆಲಸ ಮಾಡುವುದಕ್ಕೂ ಅವನಿಗೆ ಶಕ್ತಿ ನೀಡುತ್ತವೆ. ಹೇಳಿದ್ದನ್ನು ಪಾಲಿಸುವುದನ್ನಷ್ಟೇ ಅವನು ಬಲ್ಲ. ಒಂದು ಕೆಲಸ ಹೇಳುವ ಮುನ್ನವೇ ಮುಂದಿನ ಕೆಲಸ ಏನು ಎಂದು ತಿಳಿಯುವ ಹುಚ್ಚು ಹಂಬಲ ಅವನ ಮುಖದಲ್ಲಿ ಕಾಣುತ್ತದೆ. ಈವತ್ತಿನ ತನಕ ಅವನು ದಣಿದು ನಿಂತದ್ದನ್ನೇ ನಾನು ಕಂಡಿಲ್ಲ.

ಈಗ ಹೇಳಿದವರಿಗೆಲ್ಲ ಮೇಲ್ವಿಚಾರಕನಾಗಿ, ಬಾಗಿಲಿಗೆ ಹೊಂದಿಕೊಂಡಂತೆ ಹಾಕಿರುವ ಮೇಜಿನ ಬದಿಯಲ್ಲಿ ಅಂತರ್ಮುಖಿಯಾಗಿ ಕುಳಿತಿರುವ ನನ್ನ ಕೆಲಸಗಳೆಂದರೆ ಅವರ ಕೆಲಸಗಳ ಮೇಲ್ನೋಟ ವಹಿಸುವುದು, ಪ್ರೂಫ್‌ಗಳನ್ನು ತಿದ್ದುವುದು, ಮುದ್ರಣದ ಕೆಲಸಕ್ಕಾಗಿ ಬರುವವರಿಗೆ ದರಹೇಳಿ ಬಿಲ್ ಬರೆದು ಲೆಕ್ಕ ಬರೆಯುವುದು ಇತ್ಯಾದಿ. ನನ್ನ ತಲೆಯ ಹಿಂದುಗಡೆ ಬಾಗಿದ ಕಂಬಿಯೊಂದರಲ್ಲಿ ಮುದ್ರಣ ಮಾಡಿರುವ ಸ್ಯಾಂಪಲ್‌ಗಳನ್ನು ಕೋದು ಇಡಲಾಗಿದೆ. ಎದುರುಗಡೆ ವರ್ಕ್ ಆರ್ಡರ್ ಬುಕ್ಕಿನ, ಮಿನುಗುವ ಚೌಕಾಂಕಣಗಳು

ತುಂಬಿರುವ ಹೊರಹೊದಿಕೆ. ಅದರಾಚೆಗೆ ಹಲವು ಬಗೆಯಲ್ಲಿ ಮುದ್ರಿಸಲಾದ ಲಗ್ನಪತ್ರಿಕೆಗಳು, ಡೇ ಕ್ಯಾಲೆಂಡರಿನಲ್ಲಿ ದಿನವೂ ತಾರೀಖು ಬದಲಿಸುವುದನ್ನು ನಾನು ಮರೆತು ಬಿಡುತ್ತೇನೆ. ಕೊಡವಿ ಕೊಡವಿ ಬರೆಯಬೇಕಾದಂತಹ ಒಂದು ಇಂಕ್‌ಪೆನ್ ನನಗೆ ಬುದ್ಧಿ ತಿಳಿದಕಾಲ ದಿಂದಲೂ ನನ್ನೊಂದಿಗಿದೆ. ಲೆಕ್ಕ ನೋಡುವಾಗ ಯಾವಾಗಲೂ ತಾಳೆಯಾಗುವುದಿಲ್ಲ. ಕೊಡಿದ್ದನ್ನೇ ಮತ್ತೆ ಮತ್ತೆ ಕೊಡುತ್ತೇನೆ. ಆಗಾಗ ನೆನಪುಗೇಡು. ಚೆನ್ನಾಗಿ ಪರಿಚಯವಿರುವ ಸ್ನೇಹಿತರ ಹೆಸರು ಕೂಡ ಕೆಲವು ಸಂದರ್ಭಗಳಲ್ಲಿ ಮರೆತು ಹೋಗುತ್ತದೆ. ಅವು ನೆನಪಿನ ತುದಿಯಲ್ಲಿ ತೂಗಿನಿಂತಿರುತ್ತವೆ.

ನನಗೇನಾಯಿತು? ಪ್ರಶ್ನೆಯ ಮೊನೆಯಲ್ಲಿ ರಕ್ತ ಹರಿಸುತ್ತ ಮನಸ್ಸು ಚೀರುತ್ತಿದೆ 'ನಿನ ಗೇನೂ ಆಗಿಲ್ಲ ಎಂಬ ಸತ್ಯ ನಿನಗೆ ಕಾಣುತ್ತಲೇ ಇಲ್ಲ. ಏನೇನೋ ಆಗಿಬಿಟ್ಟಿದೆ ಎಂಬ ಹುಸಿ ಅನಿಸಿಕೆಯ ಆಮೆಚಿಪ್ಪಿನೊಳಗೆ ನೀನು ಸ್ವಯಂ ತಲೆ ಹುದುಗಿಸಿಕೊಳ್ಳುತ್ತಿರುವೆ. ಅದು ನಿನಗೆ ಸಿಕ್ಕಿರುವ ಹುಟ್ಟುಶಾಪ ಎಂದು ನೀನು ಪರಿಗಣಿಸು.'

ನನ್ನ ಮನಸಾಕ್ಷಿಯನ್ನು ತೃಪ್ತಿಗೊಳಿಸುವುದು ನನ್ನಿಂದ ಎಂದಾದರೂ ಸಾಧ್ಯವಾಗಿದೆಯೆ? ಇಲ್ಲ, ಪ್ರೆಸ್ಸಿನ ಜವಾಬ್ದಾರಿ ಹೊತ್ತುಕೊಂಡ ದಿನದಿಂದಲೇ ನಾನು ಬಯಸುತ್ತಿರುವೆ. ಆಡಳಿತ ವ್ಯವಸ್ಥೆ ಜಾಹೀರುಪಡಿಸಿರುವ ಕನಿಷ್ಠ ವೇತನವನ್ನಾದರೂ ಇಲ್ಲಿನ ಕಾರ್ಮಿಕರಿಗೆ ಕೊಡಬೇಕು. ಅವರಿಗೆ ಪಿ.ಎಫ್. ಮತ್ತು ಇ.ಎಸ್.ಐ ಅನುಕೂಲತೆಗಳ ಅರ್ಹತೆಯಿದೆ. ವಿಶೇಷ ಸಂದರ್ಭಗಳಲ್ಲಿ ಅವರಿಗೆ ಹಬ್ಬದ ಬೋನಸ್ ಕೊಡಬೇಕು. ಯಾವುದೂ ಸಾಧ್ಯ ವಾಗಿಲ್ಲ. ಅವರು ಅದಕ್ಕೆ ತಕರಾರೂ ಮಾಡಿಲ್ಲ. ಬೆಳಗ್ಗೆ ಬರುತ್ತಾರೆ ಮತ್ತು ಈ ತಗಡಿನ ಷೆಡ್ಡಿನ ನಾಲ್ಕುಗೋಡೆಗಳ ನಡುವೆ ಬೆವರು ಸುರಿಸಿ ಸಾಯಂಕಾಲ ಮರಳಿ ಹೋಗುತ್ತಾರೆ.

ನಾನು ಕೆಲಸಗಾರರ ಜೊತೆಯಲ್ಲಿ ಕುಳಿತು ಚಹಾ ಕುಡಿದೆ. ಅವರ ತಮಾಷೆಗಳಲ್ಲಿ ನಾನು ಪಾಲ್ಗೊಂಡೆ. ಅವರು ನಗುವುದನ್ನು ನಿಲ್ಲಿಸಿದರೂ ನಾನು ನಿಲ್ಲಿಸಲಿಲ್ಲ. ಬೈಂಡರ್ ಹುಡುಗಿ ಮಾತ್ರ ಎಲ್ಲಾ ಸಂತಸದ ಸನ್ನಿವೇಶಗಳಿಂದ ದೂರವಾಗಿ ನಿಂತಳು. ನಗುವ ಸಾಮರ್ಥ್ಯವಿದ್ದವರು ಅವಳಿಗೋಸ್ಕರ ನಕ್ಕರು.

ಹಗಲಿನ ಪ್ರತಿಯೊಂದು ನಿಮಿಷವನ್ನೂ ನಾನು ಅತಿಹೆಚ್ಚು ಪ್ರೀತಿಸುತ್ತೇನೆ. ರಾತ್ರಿ ಬೇಗನೆ ನಿದ್ರೆ ದೊರೆಯಲಿ ಎಂದು ಹಗಲು ಹೆಚ್ಚು ದುಡಿದೆ. ಸುಮ್ಮನೆ ಕುಳಿತು ಕನಸು ಕಾಣುವ ಚಾಳಿಯನ್ನು ನಾನು ಪೂರಾ ತೊರೆದೆ. ಫೋಲ್ಡಿಂಗ್ ಮತ್ತು ಗ್ಯಾದರಿಂಗ್ ನಾನು ಮಾಡಬಹುದಾದ ಕೆಲಸಗಳು. ಅದಕ್ಕೆ ದೊಡ್ಡ ತಾಂತ್ರಿಕ ಜ್ಞಾನವೇನೂ ಬೇಕಿಲ್ಲ. ನಂಬರಿಂಗ್ ಮೆಷಿನ್ ನನ್ನ ಕೈಯಲ್ಲಿದ್ದುಕೊಂಡು ಚಕಚಕನೆ ಸದ್ದುಮಾಡಿತು. ಬಿಲ್‌ಬುಕ್ಕಿನ ಹಾಳೆಗಳು ದ್ರುತಗತಿಯಲ್ಲಿ ಮಗುಚಿದವು. ಅಂಕೆಗಳು ನೂರು, ಸಾವಿರ, ಹತ್ತುಸಾವಿರಗಳಾಗಿ ಬೆಳೆದವು. ಇಂತಹ ಚಿಕ್ಕಚಿಕ್ಕ ಕೆಲಸಗಳ ನೆಡುಗಂಬದಲ್ಲಿ ನಾನು ನನ್ನ ಯೋಚನೆಗಳನ್ನು ಚರ್ಮದಪಟ್ಟಿಹಾಕಿ ಬಂಧಿಸಿದೆ.

ರಾತ್ರಿವೇಳೆ ನಿದ್ರೆಯಿಲ್ಲದೆ ಒಂದು ಕ್ಷಣವೂ ಮಲಗಿರಬಾರದು. ನನ್ನ ಮನಸ್ಸಿನಲ್ಲಿ ಕ್ರಿಮಿಕೀಟಗಳು ವಂಶಾಭಿವೃದ್ಧಿಗೊಳಿಸುವುದು ಆ ನಿಶ್ಚಲಮುಹೂರ್ತಗಳಲ್ಲೇ. ನೀರ ಮೇಲ್ಪದರದಲ್ಲಿ ಅವು ಮೊಟ್ಟೆಯಿಟ್ಟು ಮರಿಮಾಡುವುವು. ನನ್ನ ಮಲಗುವ ಕೋಣೆಯಲ್ಲಿ ಸಂತಾನಶಕ್ತಿ ಕಳೆದುಕೊಂಡ ನಾನು. ನನ್ನ ಪಕ್ಕದಲ್ಲಿ ಹೆಂಡತಿ ವಿಜಯಲಕ್ಷ್ಮಿ. ಭ್ರೂಣವನ್ನು ಮೈದಡವಲು ತಹತಹಿಸುವ ಅವಳ ಗರ್ಭಕೋಶ. ಅವಳ ದೀರ್ಘನಿಶ್ವಾಸಗಳು ನನ್ನೆದೆಗೆ ಬಡಿದು ಅಸುನೀಗುತ್ತವೆ. ಆ ಕತ್ತಲಲ್ಲಿ ಹಗಲಿನ ಬೆಳಕಿನಲ್ಲಿ ಕಾಣುವ ಮಾರುಕಟ್ಟೆ ಬೀದಿಯನ್ನು ನಾನು ಕಾಣುತ್ತೇನೆ. ನೆನೆಯುತ್ತೇನೆ. ಆ ಧೂಳಿನಪಟಲದಲ್ಲೇ ನನ್ನ ಅಸ್ತಿತ್ವ ನೆಲೆನಿಂತಿರುವುದು. ಸೈಕಲ್ ಸವಾರರೂ ಕಾಲ್ನಡಿಗೆಯವರೂ ಮೋಟರ್ ವಾಹನಗಳೂ ನನ್ನ ಸಂಸ್ಥೆಯ ಮುಂದಿನಿಂದ ಅವಿಶ್ರಾಂತವಾಗಿ ಹರಿಯುತ್ತವೆ. ಆ ಗುಂಪಿನಲ್ಲಿ ಫಲ್ಗುಣನ್ ಎಂಬ ಹೊರೆ ಹೊರುವ ಕೂಲಿಯಾಳು ಕೂಡ.

ಕಳೆದ ಕೆಲವು ದಿನಗಳಿಂದ ಫಲ್ಗುಣನಲ್ಲಿ ಕಂಡು ಬರುತ್ತಿರುವ ಸ್ಪಷ್ಟವಾದ ಕೆಲವು ಬದಲಾವಣೆಗಳನ್ನು ನಾನು ಗಮನಿಸಿದೆ. ಅವನು ತನ್ನ ಪ್ರಾರಬ್ಧಗಳನ್ನಾಗಲಿ ಕಷ್ಟಪಾಡುಗಳನ್ನಾಗಲಿ ಈಗ ನನ್ನೊಡನೆ ಹೇಳುತ್ತಿಲ್ಲ. ಮ್ಲಾನತೆಯ ಮುಸುಕು ಆ ಮುಖದಿಂದ ಮರೆಯಾಗಿದೆ. ಮಾತಿನಲ್ಲೂ ನಡೆಯಲ್ಲೂ ಒಂದು ಹೊಸ ಬಗೆಯ ಚೈತನ್ಯ. ದೇಹ ತುಸು ಪುಷ್ಟಿ ಹೊಂದಿದೆ. ಹಸಿರು ಬಣ್ಣದ ಷರ್ಟು ಮತ್ತು ಲುಂಗಿ ಹೊಸದಾಗಿ ಖರೀದಿಸಿದ್ದಿರಬೇಕು. ಹೊಸ ಚಪ್ಪಲಿಗಳು ಅವನ ಪಾದಗಳನ್ನು ಸಂರಕ್ಷಿಸುತ್ತಿವೆ.

ಈ ಪರಿವರ್ತನೆಯ ಹಿನ್ನೆಲೆಯನ್ನೇನೂ ನಾನು ಅವನೊಡನೆ ಕೇಳಲಿಲ್ಲ. ಬಹುಶಃ ಅವನಿಗೆ ಧಾರಾಳವಾಗಿ ಕೆಲಸಗಳು ಸಿಗುತ್ತಿರಬಹುದು. ಕಷ್ಟಪಟ್ಟು ದುಡಿಯುತ್ತಾನಲ್ಲ. ಸುಖಪಡಲಿ. ದಿನವೂ ನಿರ್ದಿಷ್ಟ ವೇಳೆಗೆ ಸರಿಯಾಗಿ ಅವನು ಪ್ರೆಸ್‌ಗೆ ಬರುತ್ತಿದ್ದನು. ಆದರೆ, ಅಲ್ಲಿಯೂ ಒಂದು ವ್ಯತ್ಯಾಸವನ್ನು ನಾನು ಕಂಡೆ. ಸಾಮಾನ್ಯವಾಗಿ ಅವನು ಬಂದರೆ ನನ್ನ ಮೇಜಿನಿಂದಾಚೆಗೆ ಹೋಗುತ್ತಿರಲಿಲ್ಲ. ಪ್ರೆಸ್ಸಿನ ಒಳಗಡೆ ಗಮನಹರಿಸಿ ಒಮ್ಮೆ ನೋಡುವುದು ಕೂಡ ಅಪರೂಪ. ಹಿಂದಿನ ರೂಢಿಗಳೆಲ್ಲ ಪೂರಾ ಬದಲಾದವು. ಅವನ ಕಾಲ ಹೆಜ್ಜೆಗಳು ನಿಧಾನಕ್ಕೆ ಪ್ರೆಸ್ಸಿನೊಳಗೆ ಹೋಗತೊಡಗಿದವು. ಪ್ರಿಂಟಿಂಗ್ ಯಂತ್ರದ ಕಾರ್ಯವಿಧಾನವೇ ಅವನನ್ನು ಅತಿ ಹೆಚ್ಚು ಆಕರ್ಷಿಸಿದ್ದು ಎನಿಸಿತು. ಮುದ್ರಣಕ್ಕೆ ಸಂಬಂಧಿಸಿದ ವಿವರಗಳೆಲ್ಲ ಅವನಿಗೆ ಮೊದಲೇ ಗೊತ್ತಿತ್ತಲ್ಲ. ಹಾಗಿರುವಾಗ ಇಂತಹ ಮನಃಪರಿವರ್ತನೆಗೆ ಏನು ಕಾರಣ. ಎಷ್ಟು ಯೋಚಿಸಿದರೂ ನನಗೆ ಯಾವುದೇ ಸುಳಿವೂ ಸಿಗಲಿಲ್ಲ.

ಒಂದು ಪುಟ್ಟ ಮಗುವಿನ ಮುಗ್ಧತೆಯಿಂದಲೇ ಅವನು ಕೌತುಕದಿಂದ ಆ ಮುದ್ರಣ ಯಂತ್ರದ ಕೆಲಸವನ್ನೇ ನೋಡುತ್ತ ನಿಂತ. ಒಂಟಿಕಾಲಿನಲ್ಲಿ ಬಲವೂರಿ ನಿಂತ ಅವನನ್ನು ಕಂಡು ನನಗೆ ತಮಾಷೆಯೆನಿಸಿತು. ಯಾರಿಗೂ ಏನೂ ಅಡಚಣೆಯುಂಟು ಮಾಡದೆ ಅವನು ನಿಂತಿದ್ದ. ಆದರೆ, ಕೆಲಸದಲ್ಲಿ ತೊಡಗಿಕೊಂಡಿದ್ದ ನನ್ನ ಪ್ರಿಂಟರ್‌ಗೆ ಫಲ್ಗುಣನ್

ಹಾಗೆ ನಿಂತಿರುವುದು ಸ್ವಲ್ಪವೂ ಹಿಡಿಸಲಿಲ್ಲ. ಆತ ಆಗಾಗ ಪೇಪರ್ ಫೀಡ್ ಮಾಡುವುದರ ನಡುವೆ ಕನ್ನಡಕದ ಗಾಜಿನ ಮೇಲ್ಗಡೆಯಿಂದ ಫಲ್ಗುಣನನ್ನು ನೋಡುತ್ತಿದ್ದ. ನಿನಗಿಲ್ಲಿ ಏನು ಕೆಲಸ ಎಂಬ ಧಾಟಿಯಲ್ಲಿದ್ದ ಆ ನೋಟವನ್ನು ಫಲ್ಗುಣನ್ ಲೆಕ್ಕಿಸಲೇ ಇಲ್ಲ. ಅವನ ಗಮನ ಪೂರ್ತಿ ಮುದ್ರಣಯಂತ್ರದ ಒಟ್ಟಾರೆ ಚಲನೆಯ ಕಡೆಗೇ ಇತ್ತು. ಒಂದು ಫಾರ್ಮ್ ಅಚ್ಚು ಮಾಡಿ ಮುಗಿಸಿದಾಗ ಪ್ರಿಂಟರ್ ಮೋಟರ್ ಸ್ಥಗಿತಗೊಳಿಸಿದ. ನೆಟ್ಟಗೆ ನಿಂತು ಫಲ್ಗುಣನನ್ನು ದುರುಗುಟ್ಟಿ ನೋಡಿದ. ಆದರೆ, ಆಗಲೂ ಪ್ರಿಂಟರ್‌ನ ಆ ನೋಟದ ಅರ್ಥ ಫಲ್ಗುಣನ್‌ಗೆ ತಿಳಿಯಲಿಲ್ಲ ಎಂದೆನಿಸುತ್ತದೆ.

ಯಂತ್ರದ ಕೆಲಸ ನಿಂತ ಕಾರಣದಿಂದಿರಬೇಕು ಅವನು ನನ್ನ ಮೇಜಿನ ಮುಂದೆ ಬಂದು ನಿಂತ. ಎಂದಿನಂತೆ ವಿದಾಯ ಕೋರಿ ಹೊರಟುಹೋಗಿಬಿಟ್ಟ.

ಮುಂದಿನ ದಿನಗಳಲ್ಲಿ ಫಲ್ಗುಣನ್ ಗಮನವಿರಿಸಿದ್ದು ಕಂಪೋಸಿಂಗ್ ಮತ್ತು ಬೈಂಡಿಂಗ್‌ಗಳಲ್ಲಿ. ಆ ನಿಲುವು ಮತ್ತು ಠೀವಿ ಕಂಡರೆ ಯಾರೋ ಅಧಿಕಾರವಿರುವವರು ಇಲ್ಲಿನ ಈ ಕೆಲಸಗಳ ಮೇಲ್ವಿಚಾರಣೆಗಾಗಿ ಅವನನ್ನು ನೇಮಿಸಿರುವ ಹಾಗೆ ಕಾಣಿಸುವುದು. ನನ್ನ ಕಂಪೋಸಿಟರ್‌ಗೆ ಅವನ ಆ ನಿಲ್ಲುವಿಕೆ ಹಾವಭಾವ ಕೊಂಚಕೂಡ ಇಷ್ಟವಾಗಲಿಲ್ಲ. ಒಳಗಿರುವ ಸಿಟ್ಟನ್ನು ತೀರಿಸಿಕೊಳ್ಳಲು ಆತ ಎಡಗೆಡೆಗೆ ಕಿಟಕಿಯ ಮೂಲಕ ಹೊರಕ್ಕೆ ಕ್ಯಾಕರಿಸಿ ಉಗುಳಿ ಫಲ್ಗುಣನನ್ನು ನೋಡಿ ಹಲ್ಲು ಕಡಿಯುತ್ತಿದ್ದ. ಆದರೆ ಇವು ಯಾವುದೂ ಫಲ್ಗುಣನ್‌ಗೆ ತಾಗಲೇ ಇಲ್ಲ.

ಅವನು ಸ್ಟಿಚಿಂಗ್ ಮತ್ತು ಬೈಂಡಿಂಗ್ ಮಾಡುವ ಹುಡುಗಿಯನ್ನು ತುಸು ದೂರದಲ್ಲಿ ನಿಂತು ಗಮನಿಸಿದ. ಅವಳು ಮಾತ್ರ ಯಾವುದೇ ಪ್ರತಿಭಟನೆಯ ದನಿಯನ್ನೂ ಹೊರಡಿಸದೆ ತನ್ನ ಕನಸಿನಲೋಕದಲ್ಲಿ ಸೂಜಿ ದಾರಗಳೊಂದಿಗೆ ವಿಹರಿಸಿದಳು. ಎಂದಾದರೊಮ್ಮೆ ತಾನು ಓರ್ವ ಚೆಲುವೆಯಾಗಿ ಬಿಡುವೆನೆಂಬ ನಿರೀಕ್ಷೆ ಅವಳಲ್ಲಿರಬಹುದೇ? ಪ್ರಾಯಶಃ ಆ ನಿರೀಕ್ಷೆಯೇ ಅವಳನ್ನು ಆತ್ಮಹತ್ಯಾ ಚಿಂತೆಗಳಿಂದ ಹಿಂದಕ್ಕೆ ತಿರುಗಿಸುತ್ತಿರಬೇಕು.

ಫಲ್ಗುಣ ಹೀಗೆ ಬಂದು ಪ್ರೆಸ್ಸಿನ ಕೆಲಸಕಾರ್ಯಗಳನ್ನು ಗಮನಿಸುವ ರೀತಿ ಯಾರಿಗೂ ಹಿಡಿಸದ ಕಾರಣ ಸಂಘಟಿತರಾಗಿಯೇ ಈ ಚಾಳಿಯನ್ನು ಎದುರಿಸಲು ನನ್ನ ಪ್ರೆಸ್ಸಿನ ಕಾರ್ಮಿಕರು ನಿರ್ಧರಿಸಿದರು. ಪ್ಯೂನ್ ಮಾಡುವ ಕ್ಷುಲ್ಲಕ ಕೆಲಸಗಳನ್ನು ಸಹ ಫಲ್ಗುಣನ್ ಗಮನಿಸುವುದನ್ನು ಕಂಡಾಗ ಅವರೊಳಗಿನ ಕ್ರೋಧದ ಜ್ವಾಲೆಗಳು ಇನ್ನಷ್ಟು ಭುಗಿಲೆದ್ದು ಹರಡಿದವು.

ಎಲ್ಲರನ್ನೂ ಪ್ರತಿನಿಧಿಸಿ ಒಂದು ಸಂಜೆ ಪ್ರಿಂಟರ್ ನನ್ನೊಡನೆ ಮಾತನಾಡಿದ. ನನ್ನ ಮೇಲಿನ ಪ್ರೀತಿ ಮತ್ತು ಗೌರವಗಳನ್ನು ಹಾಗೇ ಇರಿಸಿಕೊಂಡೇ ಆ ಮಧ್ಯವಯಸ್ಕನು ಹೇಳಿದ. 'ಸಾರ್, ನೀವೇನೇ ಆ ಭಿಕಾರಿಗೆ ಈ ಸಂಸ್ಥೆಯೊಳಗೆ ಇಷ್ಟು ಹೆಚ್ಚು ಸ್ವಾತಂತ್ರ್ಯ ಕೊಟ್ಟಿರುವುದು. ವಾಸನೆ ನೋಡಲು ಕೊಟ್ಟರೆ ಬೀಜಸಹಿತ ನುಂಗುವಂತಹ ವರ್ಗ

ಅವನದು. ಸಾರ್, ಎಚ್ಚರವಹಿಸದಿದ್ದರೆ ಮುಂದೆ ನೀವು ದುಃಖಿಸಬೇಕಾಗುವುದು. ಕಾರ್ಮಿಕನಾಗಿರುವ ಕಾರಣ ಅವನು ಎಲ್ಲ ರೀತಿಯಲ್ಲೂ ಪರಿಪೂರ್ಣ ಎಂದು ತಪ್ಪು ತಿಳಿಯಬೇಡಿ. ಹಳೆಯ ಪಾರಂಪರಿಕತೆಯ ನೆವ ಹೇಳಿ ಅವನು ತಮ್ಮನ್ನು ಸಮೀಪಿಸುತ್ತಿರುವುದು ಹೊಸತು ಕೆಲವನ್ನು ಗಳಿಸಿಕೊಳ್ಳುವುದಕ್ಕೆ. ಹೇಗಾದರೂ ಇಲ್ಲಿ ಒಳಸೇರಿಕೊಳ್ಳುವ ಪ್ರಯತ್ನ ಅವನದು. ಅವನ ಮುಖಲಕ್ಷಣ ಕಂಡರೇ ತಿಳಿಯುತ್ತದೆ ಅವನೊಬ್ಬ ಘಟಿಂಗ ಅಂತ.'

ಪ್ರಿಂಟರ್‌ನ ಪ್ರತಿ ಮಾತು ಮುಗಿದಾಗಲೂ ನಾನು ಮುಗುಳ್ನಗುತ್ತಿದ್ದೆ. ಎಲ್ಲವನ್ನೂ ಹೇಳಿ ಮಾತು ಮುಗಿಸಿದ ಮೇಲೆ ಏನು ಉತ್ತರ ಹೇಳಲಿ ಎಂದು ನಾನು ಯೋಚಿಸುತ್ತಿರಲು ಒಂದು ತಾಕೀತಿನ ಭಾರವಿಲ್ಲದಿದ್ದರೂ ಪ್ರಿಂಟರ್ ನನ್ನೊಡನೆ ಈ ರೀತಿಯಾಗಿ ಹೇಳಿದ. 'ಇನ್ನು ಅವನು ನಮ್ಮ ಬಳಿ ಬಂದು ನಿಂತರೆ ನಾವೇ ಅವನನ್ನು ಒಂದು ಕೈ ನೋಡಿಕೊಳ್ಳುತ್ತೇವೆ. ಆಗ ದಯವಿಟ್ಟು ನೀವು ಮಧ್ಯೆ ಬರಬೇಡಿ ಸಾರ್.'

ನನ್ನ ಪ್ರೆಸ್‌ನಲ್ಲಿ ಒಂದು ಸ್ಫೋಟನಾತ್ಮಕ ವಾತಾವರಣ ಸೃಷ್ಟಿಸಲು ನನಗೆ ಆಸಕ್ತಿಯಿರಲಿಲ್ಲ. ನನ್ನ ಕೆಲಸಗಾರರು ಫಲ್ಗುಣನನ್ನು ದ್ವೇಷಿಸುತ್ತಿದ್ದಾರೆ ಎಂಬ ವಾಸ್ತವವನ್ನು ಲೆಕ್ಕಕ್ಕೆ ತೆಗೆದುಕೊಳ್ಳಲೇಬೇಕಾಗಿದೆ. ಕೊನೆಗೆ ನಾನು ಫಲ್ಗುಣನಿಗೆ ಪ್ರೀತಿಪೂರ್ವಕ ತಿಳಿಹೇಳಿ ವಿಮುಖಗೊಳಿಸಲು ನಿರ್ಧರಿಸಿದೆ.

ಮರುದಿನ ನಾನು ಫಲ್ಗುಣನ್ ಬರುವುದನ್ನು ಕಾದುಕುಳಿತೆ. ವಾಡಿಕೆಯ ವೇಳೆಗೆ ಅವನು ಬರಲಿಲ್ಲ. ಏನಾದರೂ ಕೆಲಸವಿರಬಹುದು. ನಾನು ಕಾದುಕುಳಿತೆ. ನನ್ನ ಗೆಳೆಯರೂ ನೆಂಟರೂ ಎಲ್ಲರೂ, ಕಾದುಕುಳಿತಾಗ ಬರದಂತಹವರು ಮತ್ತು ಅನಿರೀಕ್ಷಿತವಾಗಿ ಆಗಮಿಸುವವರೇ ಯಾವಾಗಲೂ. ನಾನು ಕಾದು ನಿಂತಾಗ ಬಸ್ ಬರುವುದಿಲ್ಲ. ನನ್ನ ಸರದಿ ಬರುವಾಗೆಲ್ಲ ಬಸ್‌ಸ್ಟಾಂಡ್‌ನಲ್ಲೂ ರೈಲುನಿಲ್ದಾಣದಲ್ಲೂ ಸಿನಿಮಾ ಥಿಯೇಟರ್‌ನಲ್ಲೂ ಕೌಂಟರ್ ಮುಚ್ಚಿಬಿಡುವುದು. ಇವೆಲ್ಲ ಕೇವಲ ನನ್ನ ಅನಿಸಿಕೆಗಳಷ್ಟೇ ಏನು?

ಕಾಲಮೇಲೆ ಕಾಲೇರಿಸಿಕೊಂಡು ನಾನು ಬೀದಿಯ ಕಡೆ ಮುಖಮಾಡಿ ಕುಳಿತೆ. ನನ್ನ ಹಿಂದಿನಕಾಲ ತಟ್ಟನೆ ಮಿಂಚಿ ನಿಚ್ಚಳವಾಯಿತು. ನಾನು ಹುಟ್ಟಿದ ಮನೆ... ಊರು... ಊರಜನರು... ನನ್ನ ಸಂಬಂಧಿಕರು... ಬಾಲ್ಯದ ಗೆಳೆಯರು. ಎಲ್ಲರೂ ಎಲ್ಲಿದ್ದಾರೆ? ನನ್ನ ಗೆಳೆಯರು ಜೀವನೋಪಾಯಕ್ಕಾಗಿ ಸ್ವತಂತ್ರ ಭಾರತದ ವಿವಿಧ ಭಾಗಗಳಿಗೆ ರೈಲನ್ನೇರಿ ಹೊರಟು ಹೋದರು. ತುಂಡಾಗಿ ಬೀಳುತ್ತಿರುವ ಹುಣಸೆಮರಗಳು... ಉರಿದು ತಣಿಯುತ್ತಿರುವ ಚಿತೆಗಳು... ಪುನಃ ಹಬ್ಬುವ ಮಲ್ಲಿಗೆ ಬಳ್ಳಿಗಳು... ಕಸಿಮಾವಿನ ಮರದಲ್ಲಿನ ಕೆಂಪಿರುವೆಗಳು... ಯಾವನೋ ತುಂಟ ಜೇನುಗೂಡಿಗೆ ಕಲ್ಲೆಸೆದ. ದಿಢೀರನೆ...

ಫಲ್ಗುಣನ್ ಒಳಗೆ ಬಂದ. ನಾನು ನಗುತ್ತ ಎದ್ದು ನಿಂತೆ. ಅವನ ಹೆಗಲಿಗೆ ಕೈಹಾಕಿ ಒಬ್ಬ ದೀರ್ಘಕಾಲದ ಗೆಳೆಯನೊಡನೆಂಬಂತೆ ನಾನು ಹೇಳಿದೆ. 'ಬಾ ನಾವು ಒಂದು ಚಹಾ ಕುಡಿಯೋಣ.' ಅವನು ಅನುಸರಿಸಿದ.

ಹತ್ತಿರದಲ್ಲೇ ಇದ್ದ ಚಹಾದಂಗಡಿಗೆ ನಾವು ಹೋದೆವು. ಚಹಾ ಕುಡಿಯುತ್ತಲೇ ನಿಧಾನ ವಾಗಿ ನಾನು ಅವನಿಗೆ ವಿಷಯ ಹೇಳಿ ಮನವರಿಕೆ ಮಾಡಿಸಿದೆ. ನಾನು ಹೇಳಿ ಮುಗಿಸು ವವರೆಗೆ ಅವನು ಒಂದಕ್ಷರ ಮಾತಾಡಲಿಲ್ಲ, ಯಾವ ಭಾವವ್ಯತ್ಯಾಸವನ್ನೂ ಪ್ರಕಟಪಡಿಸಲಿಲ್ಲ. ನಾವು ಹೊರಬಂದೆವು. ಅವನು ನನ್ನನ್ನು ಒಂದು ಕಟ್ಟಡದ ನೆರಳಿನತ್ತ ಸರಿಸಿನಿಲ್ಲಿಸಿ ಹೇಳ ಲಾರಂಭಿಸಿದ. 'ಕಾಮ್ರೇಡ್, ಪ್ರೆಸ್‌ನೊಳಗೆ ನಡೆಯುತ್ತಿರುವ ಕೆಲಸಗಳನ್ನೆಲ್ಲ ನಾನು ಗಮನಿ ಸಿದೆ ಎನ್ನುವುದು ನಿಜವಲ್ಲ. ಆದರೆ, ನಿಮಗೆ ಈವರೆಗೆ ಕಂಡು ಹಿಡಿಯಲಾಗದಿದ್ದ ಕೆಲವು ವಿಚಾರಗಳನ್ನು ನಾನು ಕಂಡುಹಿಡಿದಿದ್ದೇನೆ. ನನ್ನನ್ನು ಅವರೆಲ್ಲರೂ ವಿರೋಧಿಸುತ್ತಿರುವು ದಕ್ಕೂ ಅದೇ ಕಾರಣ. ಕಾಮ್ರೇಡ್, ನಾನೂ ಇಂತಹ ಒಂದು ಪ್ರೆಸ್‌ನಲ್ಲಿ ಕಾರ್ಮಿಕನಾಗಿದ್ದೆ. ಸಾಹುಕಾರರಿಗೆ ವಿರುದ್ಧವಾಗಿ ಕಾರ್ಮಿಕರನ್ನು ಒಗ್ಗೂಡಿಸಲು ಪ್ರಯತ್ನಿಸಿದ ಕಾರಣಕ್ಕೇ ನನ್ನ ಕೆಲಸ ಹೋಯಿತು. ಅದಲ್ಲದೆ ಕಳ್ಳತನಕ್ಕಾಗಿ ಅಥವಾ ಮೈಗಳ್ಳತನಕ್ಕಾಗಿ ಅಲ್ಲ. ನನಗೆ ಒಬ್ಬ ಕೆಲಸಗಾರನ ಒಳಿತೂ ಕೆಡಕೂ ಗೊತ್ತಿದೆ. ಮುಂದೆ ಹೋದರೆ ಅವನು ತಿವಿಯುತ್ತಾನೆ. ಹಿಂದೆ ಹೋದರೆ ಅವನು ಒದೆಯುತ್ತಾನೆ. ಈಗಿನ ವ್ಯವಸ್ಥೆಯಲ್ಲಿ ಅವನು ತೆಗೆದುಕೊಳ್ಳುವ ನಿಲುವು ಇದೇನೆ.'

ಫಲ್ಗುಣನ್ ಸ್ವಲ್ಪ ನಿಲ್ಲಿಸಿ. ಸುತ್ತಲೂ ನೋಡುತ್ತ ಗುಟ್ಟಾಗಿಯೇ ಅದನ್ನು ನನಗೆ ಹೇಳಿದ, 'ಕಾಮ್ರೇಡ್ ನಿಮ್ಮ ಪ್ರೆಸ್ಸಿನ ಕೆಲಸಗಾರರೆಲ್ಲರೂ ಬಹಳ ನಿಧಾನವಾಗಿ ಕೆಲಸ ಮಾಡುತ್ತಾರೆ. ಆಟೋಮ್ಯಾಟಿಕ್ ಟ್ರೆಡಲ್ ಪ್ರೆಸ್‌ನಲ್ಲಿ ಗಂಟೆಗೆ ಎಷ್ಟು ಕಾಪಿಗಳನ್ನು ಅಚ್ಚು ಮಾಡಬಹುದು. ದಿನಕ್ಕೆ ಒಬ್ಬನು ಎಷ್ಟು ಕಂಪೋಸ್ ಮಾಡುವನು, ಒಬ್ಬರು ದಿನವೊಂದಕ್ಕೆ ಎಷ್ಟು ಪುಸ್ತಕಗಳನ್ನು ಹೊಲಿದು ತಯಾರು ಮಾಡಬಹದು ಇವೆಲ್ಲ ನನಗೆ ಗೊತ್ತಿದೆ. ಎಲ್ಲರೂ ಕೆಲಸದಲ್ಲಿ ತೊಡಗಿರುವುದನ್ನಷ್ಟೇ ಕಾಣುತ್ತಿರುವಿರಿ ಕಾಮ್ರೇಡ್. ಒಬ್ಬೊಬ್ಬರೂ ಎಷ್ಟು ಕೆಲಸ ಮಾಡುತ್ತಿದ್ದಾರೆಂಬ ಬಗ್ಗೆ ತಮಗೆ ಹೆಚ್ಚಿನ ಅಂದಾಜು ಇಲ್ಲ.'

ತಕ್ಷಣ ಬೀದಿಯ ಕಬ್ಬಿಣದ ಅಂಗಡಿಯಿಂದ ಯಾರೋ ಚಪ್ಪಾಳೆತಟ್ಟಿ ಹೊರೆ ಹೊರಲು ಫಲ್ಗುಣನನ್ನು ಕರೆದರು. 'ಆಮೇಲೆ ಸಿಗೋಣ ಕಾಮ್ರೇಡ್' ಎಂದು ಹೇಳಿ ಫಲ್ಗುಣನ್ ಅವಸರದಿಂದ ರಸ್ತೆ ದಾಟಿ ಹೋದ.

ಮಾರನೇ ದಿನದಿಂದ ಫಲ್ಗುಣನ್ ನನ್ನ ಪ್ರೆಸ್ಸಿಗೆ ಕಾಲಿಡುವುದಿಲ್ಲ ಎಂದೇ ನಾನು ಭಾವಿಸಿದ್ದೆ. ಆದರೆ, ನನಗೆ ಅಚ್ಚರಿ ತರಿಸುತ್ತ ಅವನು ತನ್ನ ಎಂದಿನ ಸಮಯಕ್ಕೆ ಸರಿ ಯಾಗಿ ಒಳಬಂದನು. ನನ್ನ ಮೇಜಿನ ಸನಿಹ ನಿಂತು ಸುತ್ತಮುತ್ತಲೂ ಒಮ್ಮೆ ಕಣ್ಣು ಹಾಯಿಸಿದ. ಅನಂತರ ನನ್ನಿಂದ ವಿದಾಯ ಪಡೆದು ಹೊರಟುಹೋದ.

ಮರುದಿನವೂ ಅದೇ ವೇಳೆಗೆ ಫಲ್ಗುಣನ್ ಬಂದನು. ಆಗ ಪ್ರೆಸ್‌ನಲ್ಲಿ ಕರೆಂಟ್ ಇರ ಲಿಲ್ಲ. ಕತ್ತಲ ಮೂಲೆಯೊಂದರಲ್ಲಿ ಕುಕ್ಕರು ಕುಳಿತು ನಮ್ಮ ಪ್ರಿಂಟರ್ ಎಲೆಯಡಿಕೆ ಜಗಿ ಯುತ್ತಿದ್ದ. ಗಂಟೆ ಹನ್ನೊಂದಾದರೂ ಕಂಪೋಸಿಟರ್ ಬಾರದೆ ಇರುವುದಕ್ಕೆ ಟ್ರೈನ್ ತಡ

ವಾದುದೇ ಕಾರಣವಿರಬೇಕು. ಬ್ಲೇಡ್ ತಗುಲಿ ಹೆಬ್ಬೆರಳಿಗೆ ಗಾಯವಾದ ಕಾರಣ ಬೆರಳಿಗೆ ಬಟ್ಟೆ ಕಟ್ಟಿ ಮೇಜಿಗೆ ಮೊಳಕೈಯೂರಿ ಬೈಂಡರ್ ಹುಡುಗಿ ಸುಮ್ಮನೆ ಕುಳಿತಿದ್ದಳು.

ಫಲ್ಗುಣನ್ ನನ್ನ ಮೇಜಿನ ಬಳಿಯಿಂದಲೇ ಪ್ರೆಸ್ಸಿನ ಒಳಭಾಗವನ್ನು ಪೂರಾ ಗಂಭೀರ ವಾಗಿಯೇ ಒಮ್ಮೆ ಗಮನಿಸಿದ. ಬಳಿಕ ಏನೊಂದೂ ಅರಿಯದವನಂತೆ ನನಗೆ ವಿದಾಯ ಹೇಳಿಬಿಟ್ಟು ತೆರಳಿದನು.

ಆ ತರುವಾಯ ನಾಲ್ಕೈದು ಸಲ ಅವನು ನಮ್ಮ ಪ್ರೆಸ್ಸಿನ ಮುಂದಿನಿಂದ ಹಾದು ಹೋಗುವುದನ್ನು ಕಂಡೆ. ಎರಡು ಬಾರಿ ಕಿಟಕಿಯ ಬಳಿ ಬಂದು ಕರೆಂಟ್‌ಬಂತಾ ಎಂದು ಅವನು ವಿಚಾರಿಸಿದ. ಆಗಲೂ ಕರೆಂಟ್ ಬಂದಿರಲಿಲ್ಲ. ನಮ್ಮ ಬೀದಿಯ ತೆಂಕಣತುದಿಯಲ್ಲಿ ಸ್ಥಾಪಿಸಲಾಗಿದ್ದ ಟ್ರಾನ್ಸ್‌ಫಾರ್ಮರ್‌ಗೆ ಏನೋ ಗಂಭೀರ ಸಮಸ್ಯೆ ಉಂಟಾಗಿರಬಹುದು. ಕಂಪೋಸಿಟರ್ ಇನ್ನೂ ಬರಲಿಲ್ಲವಾ ಎಂದು ಕೂಡ ವಿಚಾರಿಸಿದ ಬಳಿಕವೇ ಫಲ್ಗುಣನ್ ಹೋದದ್ದು.

ಕಂಪೋಸಿಟರ್ ಬಂದಾಗ ಮಧ್ಯಾಹ್ನವಾಗಿತ್ತು. ನಾನು ಕೇಳುವ ಮುನ್ನವೇ ಆತ ತಡವಾದುದಕ್ಕೆ ಕಾರಣ ತಿಳಿಸಿದ. ದಾರಿಯಲ್ಲಿ ಕೆಲವು ವಿದ್ಯಾರ್ಥಿಗಳು ಸಂಕೋಲೆ ಎಳೆದು ರೈಲು ನಿಲ್ಲಿಸಿದರು. ಬೆಳಗಿನ ಪ್ಯಾಸೆಂಜರ್ ರೈಲುಗಾಡಿಗೆ ಅಗತ್ಯಕ್ಕೆ ತಕ್ಕಷ್ಟು ಬೋಗಿಗಳನನ್ನು ಸೇರಿಸುತ್ತಿಲ್ಲ ಎಂಬುದೇ ಅವರ ಮುಖ್ಯ ದೂರು.

ಸಾಯಂಕಾಲವಾದರೂ ಕರೆಂಟ್ ಬರಲಿಲ್ಲ. ಅಂದು ಎಂದಿಗಿಂತ ಬೇಗನೆ ನಾನು ಪ್ರೆಸ್ ಬಾಗಿಲು ಹಾಕಿದೆ. ಸುಮ್ಮನೆ ತೆರೆದಿಟ್ಟರೆ ಏನು ಸಿಕ್ಕೀತು!

ಹಿಂದಿನ ದಿನ ನನ್ನ ಹೆಂಡತಿಯ ತಂದೆ ಕೊಟ್ಟಿದ್ದ ಸೂಚನೆಯಂತೆ, ಪ್ರೆಸ್ಸಿನ ಆದಾಯ ವೆಚ್ಚಗಳನ್ನು ಬರೆದಿಟ್ಟ ಪುಸ್ತಕದ ಕಂತೆಗಳೊಂದಿಗೆ ನಾನು ಮನೆಗೆ ಹೊರಟೆ.

ನಾನು ಮನೆ ತಲುಪಲು ಒಂದು ದೊಡ್ಡ ಮೈದಾನವನ್ನು ಅಡ್ಡಕ್ಕೆ ದಾಟಬೇಕು. ದೂರದಿಂದಲೇ ಫಲ್ಗುಣನ್ ಸಿಮೆಂಟ್‌ಚೀಲಗಳು ತುಂಬಿದ್ದ ತಳ್ಳುಗಾಡಿಯನ್ನು ಎಳೆಯುತ್ತ ಬರುತ್ತಿರುವುದನ್ನು ನಾನು ಕಂಡೆ. ನನ್ನನ್ನು ಕಂಡದ್ದರಿಂದಲಿರಬೇಕು ಅವನು ಗಾಡಿ ನಿಲ್ಲಿಸಿದ.

ಫಲ್ಗುಣನ್ ನನ್ನ ಹತ್ತಿರ ಬಂದ. ಹೆಗಲಲ್ಲಿದ್ದ ಒಂದು ಚೌಕವನ್ನು ತೆಗೆದು ಬೆವರೊರೆಸಿ ಕೊಂಡು ಅವನು ಮಾತನಾಡತೊಡಗಿದ. ಎಲ್ಲವನ್ನೂ ನಾನು ಹೂಂಗುಡುತ್ತ ಕೇಳಿದೆ. ಅದರ ಸಾರಾಂಶ ಇದು. 'ಎಲ್ಲೆಮೀರಿದ ನಿಮ್ಮ ಕಾರ್ಮಿಕ ಪ್ರೇಮ ನಿಮಗೇ ದೋಷ ವುಂಟು ಮಾಡುತ್ತದೆ. ನಾವೆಲ್ಲ ದುಡಿಮೆಯನ್ನು ಗೌರವಿಸಬೇಕೇ ಹೊರತು ವ್ಯಕ್ತಿಗಳನ್ನಲ್ಲ.' ಫಲ್ಗುಣನ್ ಹೇಳುತ್ತಾನೆ. ಕರೆಂಟ್ ಇಲ್ಲ ಅಂತ ಪ್ರಿಂಟರನ್ನು ಎಂದಿಗೂ ಸುಮ್ಮನೆ ಕೂರಿಸ ಕೂಡದು. ಪ್ರಿಂಟಿಂಗ್ ಯಂತ್ರವನ್ನು ಕಾಲಿನಿಂದ ತುಳಿಯುತ್ತ ಚಲಾಯಿಸಲು ಹೇಳಬೇಕು.

ಈ ನಾಡಿನಲ್ಲಿ ವಿದ್ಯುತ್ ಕಣ್ಣಾಮುಚ್ಚಾಲೆ ದಿನನಿತ್ಯವೂ ಇದ್ದದ್ದೇ. ನಿರೀಕ್ಷಿಸಿದಷ್ಟು ಲಂಚ ಸಿಗದಿದ್ದರೆ ತಮ್ಮ ಸಿಟ್ಟನ್ನು ಈ ರೀತಿಯಲ್ಲೇ ಲೈನ್‌ಮ್ಯಾನ್‌ಗಳು ಹೊರಗೆಡಹುವುದು. ಹಾಗಂತ ಪ್ರೆಸ್‌ನೊಳಗೆ ಕಾರ್ಮಿಕರು ಸುಮ್ಮನೆ ಕುಳಿತು ಸಂಬಳ ಪಡೆಯಬೇಕೆ? ಅದಕ್ಕೆ ಎಂದಿಗೂ ಅನುಮತಿ ಕೊಡಬಾರದು.' ಫಲ್ಗುಣನ್ ಆವೇಶದಿಂದ ಮುಂದುವರಿಸಿದ. 'ಕಾಮ್ರೇಡ್, ಪ್ರೆಸ್‌ನ ಕೆಲಸದ ಸಮಯ ಒಂಬತ್ತರಿಂದ ಐದೂವರೆ ತನಕ ಅಲ್ಲವೇ. ಒಂಬತ್ತು ಮುಕ್ಕಾಲಿಗೆ ತಲುಪುವ ರೈಲಿನಲ್ಲಿ ಬರುವ ಮತ್ತು ಐದೂಮುಕ್ಕಾಲಿನ ರೈಲಿಗೆಂದು ಐದುಗಂಟೆಗೆ ಹೊರಟುಹೋಗುವ ಕಂಪೋಸಿಟರ್‌ನ ಅಭ್ಯಾಸವನ್ನು ಕಟ್ಟುನಿಟ್ಟಾಗಿ ನಿಲ್ಲಿಸ ಲೇಬೇಕು. ದಿನವೂ ಬಸ್ಸಿನಲ್ಲಿ ಬರುವಂತೆ ಹೇಳಿ. ಅದು ಕಷ್ಟವೆನಿಸಿದರೆ ಕೆಲಸ ಮಾಡದ ಅಷ್ಟೂ ಹೊತ್ತಿನ ವೇತನ ಕಡಿತಗೊಳಿಸಿ. ನಿರುಪದ್ರವಿಯಾದ ಬೈಂಡರ್ ಹುಡುಗಿಯ ವಿಷಯದಲ್ಲೂ ಫಲ್ಗುಣನ್ ಹಟ ಹಿಡಿದ. ಅವನು ನನ್ನೊಡನೆ ಕೇಳಿದ. 'ಕೈಗೆ ಗಾಯವಾಗಿದೆ ಎಂಬುದು ನಿಜವೇ? ಕಾಮ್ರೇಡ್, ಕೆಂಪು ಮಸಿ ನೆನೆಸಿದ ಒಂದು ಬಟ್ಟೆತುಂಡನ್ನು ಬೆರಳಿಗೆ ಸುತ್ತಿದರೆ ಗಾಯದ ನೆಪ ಹೇಳಲು ಸಾಧ್ಯ. ಹಾಗೂ ಗಾಯವಾಗಿದ್ದರೆ ಮನೆಗೆ ಹೋಗಿ ಕೂರಲು ಹೇಳಿಬಿಡಿ. ಗಾಯ ವಾಸಿಯಾದ ಮೇಲೆ ಕೆಲಸಕ್ಕೆ ಬರಲಿ ಸಾಕು. ಆಗ ಗುಟ್ಟು ತಾನಾಗೇ ಹೊರಬೀಳುವುದು. ಮಾಡದೆ ಇರುವ ಕೆಲಸಕ್ಕೆ ಸಂಬಳವೇಕೆ?' ಪ್ಯೂನ್‌ನ ವಿಷಯವನ್ನೂ ಹೇಳಿದ ಮೇಲೇನೆ ಫಲ್ಗುಣನ್ ಮಾತು ಮುಗಿಸಿದ್ದು. ಫಲ್ಗುಣನ್‌ನ ದನಿ, 'ಆ ಪ್ಯೂನ್ ಮೇಲೆ ನಿಗಾ ಇರಲಿ. ದಿನವೂ ಕೆಲವು ಟೈಪ್‌ಗಳನ್ನು ಕದ್ದು ಜೇಬಿ ಗಿಳಿಸಿದರೆ ಯಾರಿಗೆ ಗೊತ್ತಾಗುತ್ತೆ. ಹೊರಗೆ ಹೋಗುವವರನ್ನು ತಪಾಸಣೆ ಮಾಡುವ ವ್ಯವಸ್ಥೆ ಇಲ್ಲಿಲ್ಲವಲ್ಲ. ಒಂದು ಕಿಲೋ ಟೈಪ್‌ಗೆ ಎಷ್ಟು ಬೆಲೆ ಅಂತ ನಿಮಗೆ ಗೊತ್ತಲ್ಲ ಕಾಮ್ರೇಡ್.'

ನಾವು ಬೇರ್ಪಡುವ ಮುನ್ನ ಅವನು ಇಷ್ಟನ್ನೂ ಸಹ ಹೇಳಿದ. 'ಇಂದಿನ ಪರಿಸ್ಥಿತಿಯಲ್ಲಿ ಬಂಡವಾಳ ಹಾಕುವವರು ಮಾಲೀಕರಿರಲಿ ಕಾರ್ಮಿಕರಿರಲಿ ಒಂದು ವಿಷಯ ಸ್ಪಷ್ಟ. ಬಂಡವಾಳ ಸಂರಕ್ಷಿಸಲು ಕಾರ್ಮಿಕನೂ ಬಂಡವಾಳಶಾಹಿಯ ಮಾರ್ಗಗಳನ್ನು ಸ್ವೀಕರಿಸಲೇ ಬೇಕಾಗುವುದು. ಪದ್ಮನಾಭಪಿಳ್ಳೆ ಮೂಳೆಮುರಿವಂತೆ ದುಡಿದು ಬೆಳೆಸಿದ ಸಂಸ್ಥೆ ಇದು. ಅಂತಹ ಆಸ್ತಿಯನ್ನು ಯಾರಿಗೂ ಉಪಯೋಗವಾಗದ ಹಾಗೆ ನಾಶಮಾಡಬೇಡಿ ಕಾಮ್ರೇಡ್.'

ನಾವು ಬೀಳ್ಕೊಂಡೆವು.

ಫಲ್ಗುಣನ ಮಾತುಗಳಿಗೆ ಮೇಲೆತ್ತಲಾಗದಷ್ಟು ಭಾರವಿರುವಂತೆ ನನಗೆನಿಸಿತು. ಒಂದು ವೇಳೆ, ನಮ್ಮ ಪ್ರೆಸ್ಸಿನ ಕೆಲಸಗಾರರು ಅವನನ್ನು ದ್ವೇಷಿಸಿದ್ದಕ್ಕೆ ಇದೊಂದು ತಿರುಗೇಟಿದ್ದರೂ ಇರಬಹುದು. ದ್ವೇಷಿಸುವವರನ್ನು ಪ್ರೀತಿಸಲು ಸಾಧ್ಯವಾಗದು ಎನ್ನುವುದು ಸಾಧಾರಣ ಮನಃಶಾಸ್ತ್ರವೇ ಅಲ್ಲವೇ.

ಬಾಗು ಬಳುಕು, ತಿರುವುಗಳು, ಏರಿಳಿತಗಳನ್ನೆಲ್ಲ ದಾಟಿ ನಾನು ಮನೆಗೆ ತಲುಪಿದೆ.

ಪದ್ಮನಾಭ ಪಿಳ್ಳೆ ನನಗೆ ಹೆಣ್ಣು ಕೊಟ್ಟ ಮಾವ. ಫಲ್ಗುಣನ್ ಹೇಳಿದ ಹಾಗೆ ಆ ವ್ಯಕ್ತಿ ಕಷ್ಟಪಟ್ಟು ಕಟ್ಟಿರುವ ಸಂಸ್ಥೆ ಇದು ಎಂಬುದೂ ನಿಜವೇ, ನಮ್ಮ ಕುಟುಂಬವನ್ನು ಪೊರೆಯುತ್ತಿರುವುದು ಪದ್ಮನಾಭ ಪ್ರಿಂಟರ್ಸ್ ಸಂಸ್ಥೆಯೇ.

ಅಂದಿನ ಸಂಜೆ ಪದ್ಮನಾಭಪಿಳ್ಳೆ ನನ್ನೆದುರಿಗೆ ಕುಳಿತು ಪ್ರೆಸ್ಸಿನ ಆಯವ್ಯಯ ಲೆಕ್ಕಗಳನ್ನು ಬರೆದಿಟ್ಟ ಪುಸ್ತಕಗಳನ್ನು ತಿರುವಿ ನೋಡಿದರು. ಬಳಿಕ ಬಹಳ ಹೊತ್ತು ಆ ವ್ಯಕ್ತಿ ಗಲ್ಲಕ್ಕೆ ಕೈ ಕೊಟ್ಟು ಕುಳಿತದ್ದನ್ನು ನಾನು ಗಮನಿಸಿದೆ. ಆಗಾಗ ಅಂಗೈಯಿಂದ ನರೆತ ದಪ್ಪ ಮೀಸೆಯನ್ನು ನೇವರಿಸುತ್ತಿದ್ದರು.

ವಾಡಿಕೆಯಂತೆ ನಾವು ಊಟಕ್ಕೆ ಕುಳಿತೆವು. ಆತ ಹೃದ್ರೋಗಿಯಾಗಿದ್ದ ಕಾರಣ ಆಹಾರ ಕ್ರಮದಲ್ಲಿ ಕೆಲವು ನಿಯಂತ್ರಣಗಳನ್ನು ಪಾಲಿಸುತ್ತಿದ್ದರು. ಎದುರಿನ ಗಾಜಿನ ಹರಿವಾಣಗಳು ಖಾಲಿಯಾದಾಗ ಆತ ತಲೆಯೆತ್ತಿ ನನ್ನನ್ನೊಮ್ಮೆ ನೋಡಿದರು. ಬಲು ಮೆತ್ತಗೆ ಆತ ಮಾತನಾಡಲಾರಂಭಿಸಿದರು. ಪ್ರೆಸ್ಸಿನ ಆದಾಯ ಬಹಳ ಕಡಿಮೆಯಾಗಿದೆ. ವೆಚ್ಚವಂತೂ ದುಪ್ಪಟ್ಟಾಗಿದೆ. ಈ ರೀತಿ ಮುಂದುವರಿದರೆ ಆ ಸಂಸ್ಥೆಯನ್ನು ಮುಚ್ಚಿಬಿಡಬೇಕಾಗುವುದು. ನಾವು ಉಪವಾಸ ಬೀಳುತ್ತೇವಷ್ಟೆ.

ಕೈ ತೊಳೆದು ವಾಪಸು ಬಂದ ಮೇಲೆ ಅವರು ಹೇಳಿ ಮುಗಿಸಿದರು. 'ನಿನ್ನ ಸ್ವಭಾವ, ರೀತಿ ಸಿದ್ಧಾಂತಗಳು, ಹಿಂದಿನ ಚರಿತ್ರೆ ಎಲ್ಲ ಪೂರ್ಣ ತಿಳಿದುಕೊಂಡೇ ನಾನು ನಿನ್ನನ್ನು ನನ್ನ ಅಳಿಯನಾಗಿ ಮಾಡಿಕೊಂಡೆ. ನನಗೆ ಈಗಲೂ ಆ ವಿಚಾರದಲ್ಲಿ ಖೇದವಿಲ್ಲ. ಆದರೆ, ನಿನ್ನ ಎಲ್ಲ ಚರಿತ್ರೆಯನ್ನೂ ಬಲ್ಲ ಕೆಲಸಗಾರರು ಅದರಿಂದ ಲಾಭಮಾಡಿಕೊಳ್ಳಲು ಯತ್ನಿಸುತ್ತಾರೆ. ಬಂಡವಾಳ ಹೂಡುವುದು ಮತ್ತು ಅದನ್ನು ವಿಕಸಿಸುವಂತೆ ಮಾಡಿಕೊಳ್ಳುವುದು ಒಂದು ಕಲೆ. ಮಾಲೀಕ ಉಳಿದರೇನೆ ಕಾರ್ಮಿಕನೂ ಉಳಿಯಬಲ್ಲ ಎಂಬುದನ್ನು ನೀನು ಅರಿತುಕೊಳ್ಳಬೇಕು. ನಿನ್ನ ನಂಬಿಕೆ ಪ್ರಮಾಣಗಳ ಪ್ರಕಾರವೂ ಬಂಡವಾಳಶಾಹಿಯಿಂದ ಸಮಾನತೆಯ ಪ್ರಜಾಶಾಹಿಯೆಡೆಗೆ ಬದಲಾಗುವಾಗಲೂ ತರುವಾಯವೂ ಬಂಡವಾಳದ ಮಹತ್ವ ಕಮ್ಮಿಯೇನಲ್ಲ ಎಂದು ನೀನು ಬಲ್ಲೆಯಲ್ಲ.'

ಹೃದ್ರೋಗಿಯಾದ ಅವರೊಂದಿಗೆ ತರ್ಕಕ್ಕಿಳಿಯಲು ನಾನು ಎಂದೂ ತಯಾರಾಗುತ್ತಿರಲಿಲ್ಲ. ಅವರು ಪೂಜಾಕೋಣೆಗೆ ಹೋದರು.

ಆ ರಾತ್ರಿ ನನಗೆ ಸ್ವಲ್ಪವೂ ನಿದ್ರೆ ಬರಲಿಲ್ಲ. ಹೊರಗೆ ಅಮಾವಾಸ್ಯೆಯ ಕತ್ತಲು. ಜೀರುಂಡೆಗಳು ಕೂಡ ಮೌನಕ್ಕೆ ಶರಣಾಗಿದ್ದವು.

ವಿಜಯಲಕ್ಷ್ಮಿ ಎಂದಿನಂತೆ ನನಗೆ ಒತ್ತಿಕೊಂಡು ಮಲಗಿದಳು. ನನ್ನ ಎದೆಯ ಬೆವರಿನ ಗಂಧ ಅವಳಿಗೆ ನಿದ್ರೆಯ ಮದ್ದು. ವಿರಹದ ವೇದನೆಯನ್ನು ನಾವು ಈ ತನಕ ಅರಿತೇ ಇಲ್ಲವಲ್ಲ.

ಕೊನೆಗೆ ಅವಳೂ ನಿದ್ರಿಸಿದಳು. ಅವಳ ಶ್ವಾಸೋಚ್ಛ್ವಾಸ ನನ್ನ ವಕ್ಷದ ರೋಮಗಳ ನಡುವೆ ಉರುಳಾಡಿತು. ಆ ಸುಷುಪ್ತಿಯಲ್ಲಿ ಅವಳು ಹಸುಳೆಗಳ ಮುಖಗಳ ಕನಸು ಕಾಣುತ್ತಿರಬೇಕು. ಒಂದು ಭ್ರೂಣವನ್ನು ಒಳಗೊಳ್ಳಲು ಬಯಸುತ್ತಿರುವ ಅವಳ ಗರ್ಭಪಾತ್ರೆ, ಅವಳಿಗೊಂದು ಮಗುವನ್ನು ನೀಡಲು ನನ್ನಿಂದ ಎಂದಿಗೂ ಸಾಧ್ಯವಾಗದೆ ಹೋಗಬಹುದೇ? ಇಂದಿಗೂ ನಾನು ಮರಣಿಸಿ ಹೊರಬರುವ ಅನೇಕ ಬೀಜಾಣುಗಳ ಒಡೆಯನೇ ತಾನೇ?

ಕತ್ತಲಲ್ಲಿ ನಾನು ನನ್ನ ಭೂತಕಾಲವನ್ನು ಕಂಡೆ. ಕೊನೆಯೇ ಇಲ್ಲದ ಒಣಗಿ ಸುಕ್ಕಾದ ಒಂದು ಕುಂಬಳದ ಬಳ್ಳಿಯಂತೆ ಅದು ನನ್ನನ್ನು ಸುತ್ತಿಕೊಂಡು ಎಲ್ಲೆಲ್ಲೂ ತುರಿಕೆಯುಂಟು ಮಾಡುತ್ತಿದೆ. ವಿವಾಹಪೂರ್ವ ಕಾಲದ ಮೇಲ್ಗಡೆ ಸೂರ್ಯನುದಿಸಿದ. ಈ ನಗರದಲ್ಲಿ ನಾನು ಮೊದಲಿಗೆ ತಂಗಿದ ಕೋಣೆ. ಕೊನೆಯಲ್ಲಿ ತೆರವುಗೊಳಿಸಿದ ಲಾಡ್ಜ್. ಎದುರಿಗಿದ್ದ ರೋಡ್ ಕೊನೆಯಾಗುವುದು ಕಾರ್ಪೊರೇಷನ್ ಸ್ಮಶಾನದಲ್ಲಿ. ಎಷ್ಟೆಷ್ಟೋ ಶವವಾಹನಗಳೂ ಶವಮಂಚಗಳೂ ನನ್ನೆದುರಿನಲ್ಲಿ ಹಾದು ಹೋದವು. ಪುಸ್ತಕಗಳ ಮಣ್ಣಿನ ಹುತ್ತದೊಳ ಸೇರಿಕೊಂಡು ನಾನು ಮಾಮೂಲು ರೀತಿರಿವಾಜುಗಳನ್ನು ನಿರ್ಲಕ್ಷಿಸಿದೆ. ವನಾಂತರಗಳೊಳ ಗಿಂದ ಗೂಢ ಸಂಚಿನ ಹೋರಾಟಗಾರರ ಅಬ್ಬರವನ್ನು ದಿನವೂ ನಾ ಆಲಿಸಿದೆ. ಎಂದಾದ ರೊಂದು ದಿನ ಈ ನನ್ನ ನಗರವು ಆಯುಧಗಳನ್ನು ಹಿಡಿದ ಗ್ರಾಮೀಣರಿಂದ ಸುತ್ತುವರಿ ಯಲ್ಪಡುವುದು. ಕನಸು! ಮೂರ್ಖನ ಕನಸು!

ಕ್ರಾಂತಿಕಾರಿಯ ನಗರದಲ್ಲಿ ನಿರುದ್ಯೋಗಿಯಾಗಿ ಅಲೆದೆ. ಕೊನೆಗೆ ಒಂದು ಟ್ಯುಟೋರಿ ಯಲ್ ಸಂಸ್ಥೆಯ ಸೋಗೆ ಗುಡಿಸಲಿನಡಿಯಲ್ಲಿ ಆಸರೆ ಹುಡುಕಿಕೊಂಡು ಅನುತ್ತೀರ್ಣರಾದ ವಿದ್ಯಾರ್ಥಿಗಳ ಆರಾಧ್ಯ ನಾಯಕನಾಗಿ ವಿಪ್ಲವದ ಸುಗಂಧ ಹರಡಿ ಎಳೆ ಹೃದಯಗಳ ಸುತ್ತ ಹಾರಾಟ ನಡೆಸಿದೆ.

ಟ್ಯುಟೋರಿಯಲ್‌ನ ವಸಂತಸಂಜೆಗಳು. ಆ ಸಂಸ್ಥೆ ಒಂದು ಗುಡ್ಡದ ಮೇಲಿತ್ತು. ಋತುಗಳು ನಾವರಿಯದೆಯೆ ಬದಲಾಗುತ್ತ ಹೋದವು. ವಿದ್ಯಾರ್ಥಿನಿ ವಿಜಯಲಕ್ಷ್ಮಿ ನೀಲಿ ಇಂಕಿನಲ್ಲಿ ಬರೆದ ಪ್ರೇಮಪತ್ರಗಳು ಪಠ್ಯಪುಸ್ತಕದ ಹಾಳೆಗಳ ಮಧ್ಯೆ ಮರಿಹಾಕುತ್ತ ವೃದ್ಧಿಸಿದವು. ಪದ್ಮನಾಭಪಿಳ್ಳೆಯ ಸುಂದರಿಯಾದ ಏಕೈಕ ಪುತ್ರಿ ಕಪ್ಪುಬಣ್ಣದ ಒಬ್ಬ ಕ್ರಾಂತಿಕಾರಿಯನ್ನು ಪ್ರೀತಿಸಿದಳು. ಮ್ಯಾಟಿನಿಷೋ ನೋಡುತ್ತ ಬಾಲ್ಕನಿಯಲ್ಲಿ ಮುಂಗೈ ಗಳನ್ನು ನೇವರಿಸುತ್ತ ಕುಳಿತಿದ್ದಾಗ ವಿಜಯಲಕ್ಷ್ಮಿ ಹೇಳಿದಳು. 'ಇನ್ನೂ ಕಾದಿರುವುದು ಅಸಾಧ್ಯ. ನಮ್ಮಪ್ಪನಿಗೆ ಒಪ್ಪಿಗೆ.'

ಟ್ರೆಡಲ್‌ನ ಶಬ್ದಕ್ಕಿಂತ ಜೋರಾಗಿ ಹೃದಯ ಮಿಡಿಯುತ್ತಿದೆ. ಈಗ ನನ್ನ ಮನಸ್ಸು ನಿದ್ರೆಯ ನಿಲುಕದ ಎತ್ತರಕ್ಕೆ ಜಿಗಿಯುವ ವಾನರ. ಮಧ್ಯರಾತ್ರಿಯ ನಿಶ್ಶಬ್ದವನ್ನು ಭಯಪಡಿ ಸುವ ಪದ್ಮನಾಭಪಿಳ್ಳೆಯ ಗೊರಕೆ ಸದ್ದು. ಬೆಳಗಿನ ಜಾವದ ವೇಳೆಗೆ ಸ್ವಲ್ಪ ಮಂಪರಾದೆ. ತಕ್ಷಣ ವಿಜಯಲಕ್ಷ್ಮಿ ಕರೆದೆಬ್ಬಿಸಿಯೂ ಬಿಟ್ಟಳು.

ಹಿಂದಿನ ರಾತ್ರಿ ನಿದ್ರೆ ಬಲು ಕಮ್ಮಿಯಾಗಿದ್ದ ಕಾರಣ ಮರುದಿನ ನನ್ನ ಕಣ್ರೆಪ್ಪೆಗಳು ದಪ್ಪಗಾಗಿ ಊದಿಕೊಂಡವು. ಹಾಗಿದ್ದರೂ ನಾನು ಎಂದಿನ ಸಮಯಕ್ಕೆ ಸರಿಯಾಗಿ ಪದ್ಮನಾಭ ಪ್ರಿಂಟರ್ಸ್ ಬಾಗಿಲು ತೆರೆದೆ.

ಆ ದಿನವೂ ಬೀದಿಯಲ್ಲಿ ಕರೆಂಟ್ ಇರಲಿಲ್ಲ ಪ್ರಿಂಟರ್ ಮೇಲಿಂದ ಮೇಲೆ ಎಲೆಯಡಿಕೆ ಹಾಕಿಕೊಳ್ಳುತ್ತ ಬೋರ್ ಹೊಡೆದಾಗ ಹೊರಗೆ ಹೋಗುತಿದ್ದ. ಸುತ್ತಮುತ್ತಲೂ ನೋಡುತ್ತ ನಿಲ್ಲುತ್ತಿದ್ದ. ಒಂದು ಸಲ ನನ್ನ ಬಳಿಗೆ ಬಂದು ವಿದ್ಯುತ್ ಇಲಾಖೆಯ ನೌಕರರಿಗೆ ಸಿಗುವ ಸಂಬಳದ ಕುರಿತೂ ಅವರ ಹೊಣೆಗೇಡಿತನದ ಕುರಿತೂ ಆಕ್ಷೇಪವೆತ್ತಿದ.

ಬೈಂಡರ್ ಹುಡುಗಿಯ ಬೆರಳಿನ ಗಾಯ ಕೀವುಗಟ್ಟಿದೆಯೆಂದು ತೋರಿತು. ಅದು ಇನ್ನಷ್ಟು ದಪ್ಪಗಾಗಿತ್ತು. ಆ ಬೆರಳನ್ನು ಎತ್ತಿಹಿಡಿದುಕೊಂಡು ಅವಳು ಸುಮ್ಮನೆ ಕುಳಿತಿದ್ದಳು. ಅಂದು ಸಹ ಕಂಪೋಸಿಟರ್ ಪ್ರೆಸ್ಸಿಗೆ ಬಂದಾಗ ಮಧ್ಯಾಹ್ನ ಕಳೆದಿತ್ತು. ಏನೂ ಮಾಡಲು ಇಲ್ಲದೆ ಪ್ಯೂನ್ ಅತ್ತಿತ್ತ ಸುಮ್ಮನೆ ಸುಳಿದಾಡಿದ.

ನಾನೂ ಕೂಡ ಸುಮ್ಮನೆ ಕುಳಿತಿದ್ದೇನೆ. ತಿದ್ದುವುದಕ್ಕೆ ನನ್ನ ಕೈಯಲ್ಲಿ ಪ್ರೂಫ್‌ಗಳಿಲ್ಲ. ಪದ್ಮನಾಭಪಿಳ್ಳೆಯವರ ಮಾತುಗಳು ನೆನಪಿನಲ್ಲಿ ತಲೆಕೆಳಗಾಗಿ ತೂಗಿನಿಂತಿವೆ. ಅಸಾಸ್ಥ್ಯದ ಜಿನುಗುಮಳೆ. ನಾನೇನು ಮಾಡಲಿ? ಸಾಯಂಕಾಲದವರೆಗೆ ತಲೆ ಬಿಸಿಯಾಗುವಂತೆ ಯೋಚಿಸಿದೆ. ಒಂದು ಪರಿಹಾರ ಮಾರ್ಗ ಕಂಡುಕೊಳ್ಳಬೇಕಿದೆ. ಕೊನೆಗೆ ನಾನು ಒಂದು ನಿರ್ಧಾರಕ್ಕೆ ತಲುಪಿದೆ. ಎಲ್ಲಾ ಕೆಲಸಗಾರರೊಂದಿಗೆ ಮನಸ್ಸು ಬಿಚ್ಚಿ ಮಾತನಾಡುವುದು. ವಿಷಯಗಳನ್ನು ತೆರೆದು ಹೇಳುವುದು.

ಮೊದಲಿಗೆ ನಾನು ಪ್ರಿಂಟರ್‌ನನ್ನು ಕರೆಸಿದೆ. ಮೇಜಿನ ಬದಿಯ ಒಂದು ಸ್ಟೂಲಿನಲ್ಲಿ ಆತನನ್ನು ಕೂರಿಸಿದ ಬಳಿಕ ಮೆತ್ತಗಿನ ಸ್ವರದಲ್ಲಿ ತಪ್ಪಿತಸ್ಥಭಾವನೆಯನ್ನು ಒಳಗೆ ಸೆರೆಯಾಗಿಸಿ ನಾನು ಕೇಳಿದೆ. 'ಕಾಮ್ರೇಡ್, ಕರೆಂಟ್ ಇಲ್ಲದ ಸಂದರ್ಭಗಳಲ್ಲಿ ಕಾಲಿನಿಂದ ತುಳಿಯುತ್ತ ಟ್ರೆಡೆಲ್ ಯಂತ್ರ ಚಲಾಯಿಸಬಾರದೇನು? ಸುಮ್ಮನೆ ಕುಳಿತು ಬೋರ್ ಹೊಡೆಸಿಕೊಳ್ಳುವುದನ್ನು ಆ ರೀತಿಯಲ್ಲಿ ನಿವಾರಿಸಿಕೊಳ್ಳಬಾರದೇನು?'

ಪ್ರಿಂಟರ್ ಸ್ವಲ್ಪವೂ ಕ್ಷೋಭಿತನಾಗಲಿಲ್ಲ ಕನ್ನಡಕ ಮುಖದಿಂದ ತೆಗೆದು ನನ್ನ ಮೇಜಿನ ಮೇಲಿರಿಸಿ ಮುಖ ತಗ್ಗಿಸಿ ಆ ವ್ಯಕ್ತಿ ಹೇಳತೊಡಗಿದ. 'ಸಾರ್, ಒಂದು ಇಂಪ್ರೆಷನ್ ತೆಗೆಯಬೇಕೆಂದರೆ ನಾನು ಏಳು ಸಲ ತುಳಿಯಬೇಕು. ಕಳೆದ ಏಳು ವರ್ಷಗಳಿಂದ ನಾನು ಮೂಲವ್ಯಾಧಿಯಿಂದ ಬಳಲುತ್ತಿದ್ದೇನೆ. ಹಿಂದೊಮ್ಮೆ ಈ ರೀತಿ ಕರೆಂಟ್ ಇಲ್ಲದಿದ್ದ ಒಂದು ದಿನ ಅತ್ಯಗತ್ಯದ ಕೆಲಸವನ್ನು ಕಾಲಿನಿಂದ ತುಳಿದು ಪ್ರಿಂಟ್ ತೆಗೆದು ಕೊಟ್ಟು ಮುಗಿಸಿದೆ. ಅಂದಿನ ರಾತ್ರಿ ನನಗೆ ಬಹಳ ರಕ್ತಸ್ರಾವ ಆಯಿತು ಸಾರ್. ಪಾಯಿಖಾನೆಯಲ್ಲಿ ಎಚ್ಚರತಪ್ಪಿ ಬಿದ್ದ ನನ್ನನ್ನು ಮನೆಯವರೂ ಊರವರೂ ಸೇರಿ ಆಸ್ಪತ್ರೆಗೆ ಸೇರಿಸಿದರು. ನಾನು ಒಂದುವಾರ ಆಸ್ಪತ್ರೆಯಲ್ಲಿದ್ದೆ. ಸಾರ್, ನನಗೆ ಏಳು ಮಕ್ಕಳಿವೆ. ನನಗೇನಾದರೂ ಆಗಿಬಿಟ್ಟರೆ ನನ್ನ ಕುಟುಂಬದ ಗತಿ...'

ಪ್ರಿಂಟರ್‌ನ ಕಣ್ಣುಗಳು ನೀರು ತುಂಬಿ ಹರಿದವು. ಕಣ್ಣೀರೊರೆಸಿಕೊಂಡು ಕನ್ನಡಕ ಹಾಕಿಕೊಂಡ. ಭಾವನೆಗಳನ್ನು ಒಳಗೊಳ್ಳಲಾರದ ಯಂತ್ರದ ಬಳಿಗೆ ಹೋಗಿ ನಿಂತನು.

ಪದ್ಮನಾಭಪಿಳ್ಳೆಯವರ ನುಡಿಗಳಿಗೆ ಸಾಗರದಲೆಗಳ ಶಕ್ತಿ ಮತ್ತು ಸಾಗರದ ಆಳ ಇದ್ದವು.

ಹೊಲಿಯುವ ಸೂಜಿಯಿಂದ ಮೇಜಿನ ಮೇಲೆ ಗೀರುಗಳನ್ನು ಮಾಡುತ್ತ ಕುಳಿತಿದ್ದ ಬೈಂಡರ್ ಹುಡುಗಿಯನ್ನು ನಾನು ಗಮನಿಸಿದೆ. ನಾನು ಅವಳ ಸನಿಹಕ್ಕೆ ಸಾಗಿದೆ. ನಾನು ಸೌಮ್ಯಭಾವದಲ್ಲೇ ಹೇಳಿದೆ. 'ಗಾಯ ಪೂರ್ತಿ ಒಣಗುವವರೆಗೆ ಮನೆಯಲ್ಲೇ ವಿಶ್ರಾಂತಿ ತೆಗೆದುಕೋ.'

ಹುಡುಗಿ ಗೋಳೋ ಎಂದು ಅಳಲಿಲ್ಲ. ಅವಳು ಒಮ್ಮೆ ನನ್ನ ಮುಖವನ್ನು ದಯನೀಯವಾಗಿ ನೋಡಿದಳು, ಅನಂತರ ತುಟಿಯಲುಗಿಸಿದಳು. 'ಸಾರ್, ನನ್ನ ಈ ಗಾಯ ಮಾಗುವ ತನಕ ನನ್ನ ಕುಟುಂಬ ಉಪವಾಸ ಬಿದ್ದರೆ ತಮಗೆ ಸಂತೋಷವೇ? ಪಾರ್ಶ್ವ ವಾಯು ಪೀಡಿತರಾಗಿ ಮಲಗಿರುವ ನನ್ನ ತಂದೆ ಮತ್ತು ಕ್ಷಯರೋಗಿಯಾಗಿರುವ ನನ್ನ ತಾಯಿ, ಇವರಿಗೆ ಹಸಿವಾದಾಗ ನಾನು ಏನನ್ನು ಕೊಡಲಿ? ನನ್ನ ತಮ್ಮ ತಂಗಿಯರು ಹಸಿದು ಅಳುವಾಗ ಈ ಗಾಯವನ್ನು ಎತ್ತಿ ತೋರಿಸಿದರೆ ಸಾಕೇ?'

ಪದ್ಮನಾಭಪಿಳ್ಳೆಯ ದೃಷ್ಟಿಗಳು ಏಕಾಗ್ರತೆಯಿಂದ ನನ್ನನ್ನು ದುರುಗುಟ್ಟಿ ನೋಡುತ್ತಿವೆ. ಹೃದ್ರೋಗಿಯಾದ ಅವರ ತುಟಿಗಳು ಅದುರುತ್ತಿವೆ.

ಕಂಪೋಸಿಟರ್ ನನ್ನೆದುರು ಪ್ರತ್ಯಕ್ಷನಾದ. ಆ ದಿನ ಶನಿವಾರವಾದ್ದರಿಂದ ಅವನಿಗೆ ಹತ್ತುರೂಪಾಯಿ ಬೇಕಂತೆ ಮೇಜಿನ ಸೆಳೆಖಾನೆಯಿಂದ ರೂಪಾಯಿ ತೆಗೆದು ಕೊಡುತ್ತಲೇ ನಾನು ಕೇಳಿದೆ. 'ದಿನವೂ ಬಸ್ಸಿನಲ್ಲಿ ಬಂದರೆ ನೀವು ಒಂಬತ್ತು ಗಂಟೆಗೇ ಇಲ್ಲಿಗೆ ತಲುಪ ಬಹುದಲ್ಲ.' ಕಂಪೋಸಿಟರ್‌ನ ಮುಖ ಬಾಡಿತು. ನಾನು ಕೊಟ್ಟ ನೋಟನ್ನು ಕಿಸೆಗೆ ಹಾಕದೆ ಕೈಯಲ್ಲಿ ಹಿಡಿದುಕೊಂಡೇ ಆತ ಹೇಳಿದ. 'ಸಾರ್, ದಿನವೂ ಬಸ್‌ನಲ್ಲಿ ಬಂದು ಹೋಗಲು ಒಂದು ದಿನಕ್ಕೆ ಮೂರು ರೂಪಾಯಿ ಎಂಬತ್ತು ಪೈಸೆ ಬೇಕಾಗುವುದು. ಒಂದು ತಿಂಗಳು ರೈಲಿನ ಸೀಸನ್ ಟಿಕೆಟ್‌ಗೆ ಹದಿನಾಲ್ಕು ರೂಪಾಯಿ ಸಾಕು ಸಾರ್. ಇಲ್ಲಿ ಸಿಗುವ ಸಂಬಳದ ಅರ್ಧವನ್ನು ಬಸ್‌ಗೇ ಕೊಟ್ಟರೆ ನನ್ನ ಬಡ ಕುಟುಂಬ ಹೇಗೆ ಬದುಕು ವುದು ಸಾರ್? ಬಡಜನರ ಬದುಕಿನ ಕಷ್ಟಗಳ ಬಗ್ಗೆ ತಮಗೆ ಹೇಳಿ ತಿಳಿಸುವ ಅಗತ್ಯವಿಲ್ಲವಲ್ಲ. ಎಲ್ಲವೂ ತಮಗೆ ಗೊತ್ತಿರುವುದೇ ತಾನೇ.'

ನನಗೆ ನನ್ನ ನಾಲಿಗೆ ನಷ್ಟವಾಯಿತು. ಕುರ್ಚಿಯಲ್ಲಿ ನಾನು ಒರಗಿಕೊಂಡೆ. ಪದ್ಮನಾಭ ಪಿಳ್ಳೆಯ ಮಾತುಗಳು ನನ್ನನ್ನು ಬೇಟೆಯಾಡುತ್ತಿವೆ. ಇತ್ತಕಡೆ ಭೌತಿಕ ಪ್ರಪಂಚದಲ್ಲಿ ಜೀವನ ನಡೆಸಲು ಕಷ್ಟಪಡುತ್ತಿರುವ ಕೆಲಸಗಾರರು.

ದಿಢೀರನೆ ಉಂಟಾದ ಜ್ಞಾನೋದಯದಿಂದ ನಾನು ಎಚ್ಚೆತ್ತೆನು. ಎದ್ದು ನಾನು ಪ್ರಿಂಟರ್‌ನ ಬಳಿಗೆ ಹೋದೆ. ಕ್ಷಮಾಪಣೆಯೊಂದಿಗೆ ನಾನು ಆತನ ಬೆನ್ನನ್ನು ತಟ್ಟಿದೆ. 'ಸುಮ್ಮನೆ ಹೇಳಿದೆ. ಮರೆತುಬಿಡಿ.'

ಲಕ್ವ ಪೀಡಿತರಾದ ತಂದೆ ಮತ್ತು ಕೆಮ್ಮುತ್ತ ಬಳಲಿರುವ ವೃದ್ಧೆ ಎದೆಬಡಿದುಕೊಂಡು ಗೋಳಾಡುತ್ತಿದ್ದಾರೆ. ಸೋಗೆಗುಡಿಸಲಿನ ಅಡುಗೆಸಾಲೆಯಿಂದ ಹೊಮ್ಮುವ ಹಸಿವಿನ ಗುಂಪು ರೋದನ. ನಾನು ಬೈಂಡರ್ ಹುಡುಗಿಯನ್ನು ಸಾಂತ್ವನಗೊಳಿಸಿದೆ. 'ಗಾಯ ವಾಸಿಯಾದ ಮೇಲೆ ಕೆಲಸ ಶುರುಮಾಡು ಸಾಕು. ನಿಮಗಾರಿಗೂ ಯಾವತ್ತೂ ನಿಮ್ಮ ಸಂಬಳ ಕಡಿತ ವಾಗುವುದಿಲ್ಲ. ತುರ್ತಾಗಿ ಕೆಲಸವಾಗಬೇಕೆಂದಿರುವವರು ಬೇರೆ ಯಾವುದಾದರೂ ಪ್ರೆಸ್‌ಗೆ ಹೋಗಲಿ.'

ಕಂಪೋಸಿಟರ್‌ನನ್ನೂ ನಾನು ಸಂತೈಸಿದೆ. 'ನೆಮ್ಮದಿಯಿಂದ ಹೋಗಿ. ನಿಮ್ಮ ಎಲ್ಲಾ ತೊಂದರೆಗಳನ್ನೂ ನಾನು ಅರ್ಥಮಾಡಿಕೊಳ್ಳಬಲ್ಲೆ'

ಐದೂ ಮುಕ್ಕಾಲಿನ ರೈಲನ್ನು ಹಿಡಿಯಲು ಕಂಪೋಸಿಟರ್ ಓಡಿದ.

ಪ್ರೆಸ್ ಖಾಲಿಯಾದಾಗ ನಾನು ಸ್ವಯಂ ತಿದ್ದಿಕೊಂಡೆ. ಕಾರ್ಮಿಕರ ರಕ್ತ ಹೀರಿ ಕುಡಿ ಯುತ್ತ ಈ ಸಂಸ್ಥೆಯನ್ನು ಮುನ್ನಡೆಸುವುದೆಂಬ ಜವಾಬ್ದಾರಿಯನ್ನು ನಾನು ನಿರ್ಲಕ್ಷಿಸುತ್ತೇನೆ. ಬಂದದ್ದು ಬರಲಿ.

ತಕ್ಷಣ ಫಲ್ಗುಣನ್ ಬಾಗಿಲಲ್ಲಿ ಕಾಣಿಸಿಕೊಂಡ. ಪ್ರೆಸ್‌ನಲ್ಲಿ ಬೇರೆ ಯಾರೂ ಇಲ್ಲ. ಫಲ್ಗುಣನ್ ನನ್ನನ್ನೇ ದಿಟ್ಟಿಸಿ ನೋಡುತ್ತಿದ್ದಾನೆ. ಅವನ ದೃಷ್ಟಿಗಳನ್ನೆದುರಿಸಲು ಹೆಚ್ಚು ಹೊತ್ತು ನನಗಾಗಲಿಲ್ಲ ಮೆಟ್ಟಿಲುಗಳನ್ನೇರಿ ನನ್ನ ಮೇಜಿನ ಬಳಿ ಬಂದುನಿಂತು ಅವನು ಸಹತಾಪದನಿಯಲ್ಲಿ ಹೇಳಿದ. 'ದುಃಖಿಸಿ ಏನು ಫಲ ಕಾಮ್ರೇಡ್... ಪ್ರತ್ಯಸ್ತ್ರಗಳನ್ನು ಮನದುಂಬಿಕೊಂಡಿರುವುದರಿಂದ ಆಗಿರುವ ಎಡವಟ್ಟು ಇದು. ಸಿದ್ಧಾಂತ ಮತ್ತು ಪ್ರಯೋಗ ಗಳ ನಡುವೆ ಸಿಕ್ಕಿಬಿದ್ದು ಉಸಿರುಗಟ್ಟುತ್ತಿದ್ದೀರಿ ನೀವು ಕಾಮ್ರೇಡ್, ನಿಮಗೆ ಎಂದಿಗೂ ಬಿಡುಗಡೆ ಸಿಗೋದಿಲ್ಲ.'

ಫಲ್ಗುಣನ್ ಹೊರಟು ಹೋದ. ವಾಡಿಕೆಯಂತೆ ಈ ಬಾರಿ ಅವನು ವಿದಾಯ ಕೇಳಲಿಲ್ಲ. ಆ ತೆರಳುವಿಕೆಯಲ್ಲಿ ಪ್ರತಿಭಟನೆ ಅಥವಾ ಕೋಪ ನನಗೆ ಕಾಣಲಾಗಲಿಲ್ಲ. ಯಾವಾಗಲೂ ಹೀಗೆಯೆ ತಾನೇ ಅವನು ಹೊರಟು ಹೋಗುವುದು. ಇಂದು ವಿದಾಯ ಹೇಳಲಿಲ್ಲ ಎಂಬೊಂದು ವ್ಯತ್ಯಾಸ ಅಷ್ಟೆ.

ಪ್ರೆಸ್ ಮುಚ್ಚಿ ಬಿಟ್ಟು ನಾನು ಹೊರಬಂದೆ. ಎಲ್ಲಿಗೆ ಹೋಗಲಿ ಎಂದು ಅನುಮಾನಿಸಿ ಸ್ವಲ್ಪ ಹೊತ್ತು ನಿಂತೆ. ಕೊನೆಗೆ ಕಾಲುಗಳು ಸಾಗಿದವು. ಅಪರಿಚಿತವಾದ ಹಲವು ದಾರಿಗಳಲ್ಲಿ ನಾನು ಸಂಚರಿಸಿದೆ. ಸಂಜೆ ಮಸಳಿದಾಗ ಕಡಲತೀರಕ್ಕೆ ಹೋಗಿ ತಲುಪಿದೆ. ಡಿಸೆಂಬರ್

ತಿಂಗಳ ಮಂಜನ್ನು ಲೆಕ್ಕಿಸದೆ ಆ ಮರಳಿನಲ್ಲಿ ನಾನು ಅಂಗಾತ ಮಲಗಿದೆ. ಮೇಲ್ಗಡೆ ಅಮಾವಾಸ್ಯೆಯ ಆಕಾಶ. ಅಲ್ಲಲ್ಲಿ ನಕ್ಷತ್ರ ಚುಕ್ಕೆಗಳು.

ರಾತ್ರಿ ಹತ್ತು ಗಂಟೆ ಕಳೆಯಿತು, ನಾನು ಮನೆ ತಲುಪಿದಾಗ. ವಿಜಯಲಕ್ಷ್ಮಿ ಗಾಬರಿಯಾಗಿ ಮನೆಬಾಗಿಲಲ್ಲಿ ಕಾದು ನಿಂತಿದ್ದಳು. ನನ್ನ ಮಾವ ನಿದ್ರಿಸಿರಲಿಲ್ಲ. ಅವರು ಟೇಬಲ್‌ಲ್ಯಾಂಪಿನ ಬೆಳಕಿನ ವರ್ತುಲದಲ್ಲಿ ಕುಳಿತು ಪ್ರೆಸ್ಸಿನ ಲೆಕ್ಕಗಳನ್ನು ಮತ್ತೆಮತ್ತೆ ಪರಿಶೀಲಿಸುತ್ತಿದ್ದರು. ಕಾಲಸಪ್ಪಳ ಕೇಳಿಯೇ ಇರಬೇಕು ಕನ್ನಡಕದ ಗಾಜಿನ ಮೇಲಿಂದ ನನ್ನನ್ನು ನೋಡಿದರು. ನಾನು ಇಷ್ಟು ತಡವಾಗಿ ಬಂದುದೇಕೆಂದು ಅವರು ವಿಚಾರಿಸಲಿಲ್ಲ. ಎದುರುಬದುರಾಗಿ ಕುಳಿತು ಊಟ ಮಾಡುತ್ತಿರುವಾಗಲೂ ಅವರು ನಿಶ್ಶಬ್ದರಾಗಿಯೇ ಇದ್ದರು.

ಆ ರಾತ್ರಿ ನನಗೆ ವಿಪರೀತ ಜ್ವರ ಬಂದಿತು. ಕಂಬಳಿಯಿಂದ ಪೂರಾ ಹೊದ್ದು ಮುಚ್ಚಿ ಕೊಂಡು ಮಲಗಿದರೂ ನನ್ನ ನಡುಕ ನಿಲ್ಲಲಿಲ್ಲ. ವಿಜಯಲಕ್ಷ್ಮಿ ಜೋರಾಗಿ ಬಿಕ್ಕಳಿಸುತ್ತ ನನ್ನ ಬಾಯಿಗೆ ಕ್ರೋಸಿನ್ ಮಾತ್ರೆಯನ್ನು ಹಾಕಿಕೊಟ್ಟಳು. ಮಧ್ಯರಾತ್ರಿ ಕಳೆದರೂ ಜ್ವರ ಕಡಿಮೆಯಾಗದಿದ್ದಾಗ ಅವಳು ತನ್ನ ಅಪ್ಪನನ್ನು ಕರೆದೆಬ್ಬಿಸಿದಳು. ನಿದ್ದೆಯ ಮಂಪರಿನಲ್ಲಿ ಅವರು ನನ್ನ ಹಣೆ ಮತ್ತು ಎದೆಗಳನ್ನು ಮುಟ್ಟಿ ನೋಡಿದರು. ಅನಂತರ ಯಾವ ಅಭಿಪ್ರಾಯವನ್ನೂ ಹೇಳದೆ ಹೋಗಿ ಮಲಗಿನಿದ್ರಿಸಿದರು.

ಮರುದಿನ ಅತಿ ಮುಂಜಾನೆಯೇ ವಿಜಯಲಕ್ಷ್ಮಿ ನನ್ನನ್ನು ಒಂದು ಟ್ಯಾಕ್ಸಿಯಲ್ಲಿ ಸರ್ಕಾರಿ ಆಸ್ಪತ್ರೆಯ ತುರ್ತುಚಿಕಿತ್ಸಾ ವಿಭಾಗಕ್ಕೆ ತಲುಪಿಸಿದಳು. ಹೆಸರಿಗೆ ಮಾತ್ರ ಒಂದು ಪ್ರಾಥಮಿಕ ಪರೀಕ್ಷೆ ಮಾಡಿದ ಬಳಿಕ ಒಬ್ಬ ಹೌಸ್‌ಸರ್ಜನ್ ನನ್ನನ್ನು ಆಸ್ಪತ್ರೆಯಲ್ಲಿ ಅಡ್ಮಿಟ್ ಮಾಡಲು ಒಂದು ಚೀಟಿ ಬರೆದುಕೊಟ್ಟ. ವಾರ್ಡ್‌ನಲ್ಲಿ ನನಗೆ ಮಂಚ ಸಿಗಲಿಲ್ಲ. ಎಳೆ ಗಳು ಸಡಲಾಗಿದ್ದ ಒಂದು ಚಾಪೆ ಮತ್ತು ಕಪ್ಪುಗೆರೆಗಳಿರುವ ಒಂದು ಹರಿದ ಬೆಡ್‌ಸೀಟ್ ಅನ್ನು ನೆಲದಲ್ಲಿ ಹಾಸಿಕೊಟ್ಟರು. ಹೋದೊಡನೆಯೆ ಒಂದು ಮಾತ್ರೆಯೂ ಒಂದು ಔನ್ಸ್ ಕೆಂಪು ಔಷಧಿಯೂ ನನಗೆ ದೊರಕಿದವು.

ದಿನವೂ ನನಗೆ ಜ್ವರ ಬರುತ್ತಿತ್ತು. ರಾತ್ರಿ ವೇಳೆ ಅದು ಹೆಚ್ಚಾಗುತ್ತಿತ್ತು. ನನಗೆ ಹಸಿವು ನೀರಡಿಕೆಗಳು ಇಲ್ಲದಾದವು.

ನನಗೆ ಯಾವ ಕಾಯಿಲೆ ಎಂದು ಕಂಡು ಹಿಡಿಯಲು ವಾರ್ಡಿಗೆ ಡ್ಯೂಟಿಗೆ ಬಂದ ಯಾವ ಡಾಕ್ಟರಿಂದಲೂ ಸಾಧ್ಯವಾಗಲಿಲ್ಲ. ಆ ಬಗ್ಗೆ ಅವರು ಸ್ವಲ್ಪವೂ ವಿಚಲಿತರಾಗಲಿಲ್ಲ ಎಂಬುದೇ ತಮಾಷೆ. ಎಂದಾದರೊಂದು ದಿನ ನನ್ನ ರೋಗಕಾರಣ ಪತ್ತೆಯಾಗಬಹುದೆಂಬ ಶುಭನಿರೀಕ್ಷೆಯಲ್ಲಿ ಅವರು ಇದ್ದಿರಬಹುದು.

ಬಹಳಷ್ಟು ದಿನ ನಾನು ನೆಲದಲ್ಲಿ ಮಲಗಿದೆ. ಕೊನೆಗೆ ಒಂದು ಮಧ್ಯರಾತ್ರಿಯ ವೇಳೆ, ಆ ವಾರ್ಡಿನಲ್ಲಿ ಬಹಳ ಕಾಲದಿಂದ ಮಲಗಿದ್ದ ಒಬ್ಬ ರೋಗಿ ಏದುಸಿರೆಳೆಯುತ್ತ ತೀರಿ ಕೊಂಡ. ಆ ಮಂಚ ಖಾಲಿಯಾದಾಗ ದಯಾಮಯಿಯಾದ ಓರ್ವ ನರ್ಸ್ ಅದನ್ನೇರಿ ಮಲಗಲು ನನಗೆ ಹೇಳಿದಳು.

ವಿಜಯಲಕ್ಷ್ಮಿ ನನ್ನನ್ನು ಬಿಟ್ಟು ಹೋಗಲೇ ಇಲ್ಲ. ಗುಣವಾಗದ ಕಾಯಿಲೆಯೊಂದಿಗೆ ಬಂದಂತಹ ಇನ್ನೋರ್ವ ರೋಗಿಯ ಹಾಗೆ ಅವಳು ಆ ವಾರ್ಡಿನಲ್ಲಿ ಬದುಕಿದಳು. ಆಸ್ಪತ್ರೆಯಲ್ಲಿ ಕೊಡಲಾಗುತ್ತಿದ್ದ ಆಹಾರಪದಾರ್ಥಗಳಲ್ಲಿ ಸ್ವಲ್ಪ ಮಾತ್ರವೇ ನಾನು ಸೇವಿಸುತ್ತಿದ್ದೆ. ಮಂಚದ ಕೆಳಗೆ ಕುಳಿತು ತುಸು ದುಃಖದಿಂದ ಉಳಿದದ್ದನ್ನು ಅವಳು ಬಾಚಿ ತಿನ್ನುತ್ತಿದ್ದಳು.

ಯಾವಾಗಾದರೊಮ್ಮೆ ಪದ್ಮನಾಭಪಿಳ್ಳೆ ಬರುತ್ತಿದ್ದರು. ವಿಜಯಲಕ್ಷ್ಮಿಯೊಡನೆ ಏನಾದರೂ ಮಾತನಾಡಿದ ಮೇಲೆ ನನ್ನನ್ನು ಒಮ್ಮೆ ತಿರುಗಿಯೂ ನೋಡದೆ ಹಿಂತಿರುಗಿ ಹೋಗುವರು. ಫಲ್ಗುಣನೂ ಒಂದೆರಡು ಸಲ ನನ್ನನ್ನು ಕಾಣಲು ಬಂದನು. ಅವನ ವಸ್ತ್ರಧಾರಣೆ ಮತ್ತು ವರ್ತನೆಗಳಲ್ಲಿ ನಂಬಲಸಾಧ್ಯವಾದ ಕೆಲವು ಬದಲಾವಣೆಗಳನ್ನು ನನ್ನ ಮಂಕಾದ ದೃಷ್ಟಿಯ ಮುಖಾಂತರ ನಾನು ಕಂಡೆ. ಅವನು ಡಬಲ್ ಮಲ್ ಪಂಚೆ ಮತ್ತು ಗೆರೆಗಳಿರುವ ಫುಲ್‌ಷರ್ಟ್ ಧರಿಸಿದ್ದ. ನೀಳತಲೆಗೂದಲನ್ನು ಒಪ್ಪವಾಗಿ ಕತ್ತರಿಸಿ ಸುಂದರಗೊಳಿಸಿದ್ದ. ಕೈಯಲ್ಲಿ ವಾಚ್. ನನ್ನ ಮಂಚದ ಬಳಿ ಸ್ವಲ್ಪ ಹೊತ್ತು ನಿಶ್ಶಬ್ದನಾಗಿ ನಿಂತ ಮೇಲೆ ನನ್ನ ಕಾಯಿಲೆ ಬೇಗನೆ ವಾಸಿಯಾಗಲಿ ಎಂದು ಹಾರೈಸಿ ಫಲ್ಗುಣನ್ ಹಿಂತೆಗೆದ. ಫಲ್ಗುಣನಿಗೆ ಫಾರ್ಮಾಲಿಟಿಗಳಲ್ಲಿ ನಂಬಿಕೆ ಬಂದಿತ್ತು.

ಹೊರಗೆ ಉದಯಾಸ್ತಮಯಗಳು ನಡೆದವು. ಕಂಬಿಯ ಜಾಲಿಯ ನಡುವಿನಿಂದ ವಸಂತ ಸಂತಸವನ್ನೂ ಶಿಶಿರದುಃಖವನ್ನೂ ನಾನು ಕಂಡೆ. ಸಿಡಿಲಿನ ಮೊಳಗುವಿಕೆ ಆಸ್ಪತ್ರೆ ಕಟ್ಟಡವನ್ನು ನಡುಗಿಸಿತು. ಮಿಂಚು ಕತ್ತಲನ್ನು ಆಗಾಗ ನಗ್ನಗೊಳಿಸಿತು.

ಮೆಡಿಕಲ್ ಕಾಲೇಜ್ ಆಸ್ಪತ್ರೆಯ ಸ್ಪೆಷಲ್‌ವಾರ್ಡಿಗೆ ನನ್ನನ್ನು ಸ್ಥಳಾಂತರಿಸಿದ್ದು ಒಂದು ಆಶ್ಚರ್ಯಕರ ಬೆಳವಣಿಗೆಯಾಗಿತ್ತು. ರೂಢಿಗೆ ವಿಪರೀತವಾಗಿ ಅಂದು ಪೂರ್ತಿ ಪದ್ಮನಾಭಪಿಳ್ಳೆ ಮತ್ತು ಫಲ್ಗುಣನ್ ನನ್ನ ಜೊತೆಯಲ್ಲೇ ಇದ್ದರು.

ಡೈರೆಕ್ಟರ್ ಆಫ್ ಮೆಡಿಸಿನ್ ಹುದ್ದೆಯ ಡಾಕ್ಟರ್ ಅಲ್ಲಿ ನನ್ನನ್ನು ಪರೀಕ್ಷಿಸಿದರು. ರಕ್ತ, ಮಲ ಮೂತ್ರಗಳನ್ನು ಪರೀಕ್ಷೆಗಳಿಗೊಳಪಡಿಸಲಾಯಿತು. ಎಕ್ಸ್‌ರೇ ಕಿರಣಗಳು ನನ್ನನ್ನು ಸೋಕಿ ಪ್ರತಿಬಿಂಬಗಳನ್ನುಂಟು ಮಾಡಿದವು. ಹೊಸ ಔಷಧಿಗಳನ್ನು ಬರೆದು ಕೊಡಲಾಯಿತು. ಕೂಡಲೇ ಅವನ್ನೆಲ್ಲ ನನ್ನ ಮಾವ ಕೊಂಡು ತಂದರು.

ನನಗೆ ಒಂದು ಮಾಯಾಲೋಕದಲ್ಲಿ ಮಲಗಿರುವಂತೆ ಭಾಸವಾಯಿತು. ಏನಾಯಿತು? ಇದ್ದಕ್ಕಿದ್ದಂತೆ ಎಲ್ಲರಿಗೂ ನನ್ನ ಮೇಲೆ ಪ್ರೀತಿಯುಂಟಾಗಿದೆ. ಇದು ನಿಜವೇ ಹೌದೇ? ದಿನವೂ ಕನಿಷ್ಠ ಮೂರು ಬಾರಿಯಾದರೂ ಡಾಕ್ಟರ್ ಬಂದು ನನ್ನನ್ನು ನೋಡುತ್ತಿದ್ದರು, ಪದ್ಮನಾಭಪಿಳ್ಳೆ ನನ್ನನ್ನು ಸಂತೈಸುತ್ತ ನನ್ನೊಡನೆ ಮಾತನಾಡುತ್ತ ಅಲ್ಲೇ ಸುತ್ತಿ ಸುಳಿದಾಡು ತ್ತಿದ್ದರು. ಫಲ್ಗುಣನ್ ಅವಸರವಾಗಿ ಒಳ ಬರುವುದು ಔಪಚಾರಿಕವಾಗಿ ಏನನ್ನಾದರೂ ಹೇಳಿದ ಮೇಲೆ ಹಿಂತಿರುಗುವುದು ರೂಢಿಯಾಯಿತು.

ಕೆಲವು ದಿನಗಳ ಬಳಿಕ ನನ್ನನ್ನು ಏರ್‌ಕಂಡೀಷನ್ಡ್ ಕೋಣೆಗೆ ವರ್ಗಾಯಿಸಿದರು. ವಿದೇಶಗಳಿಂದ ಆಮದು ಮಾಡಲಾದ ಔಷಧಿಗಳನ್ನು ನನಗೆ ಚುಚ್ಚಲಾಯಿತು. ಹೊರ ರಾಜ್ಯದಿಂದ ವಿಮಾನದಲ್ಲಿ ಬಂದ ಇಬ್ಬರು ಪರಿಣತ ವೈದ್ಯರು ನನ್ನನ್ನು ಬಲು ಸೂಕ್ಷ್ಮವಾಗಿ ಪರಿಶೋಧಿಸಿದರು. ಅವರು ಒಂದು ನಿರ್ಧಾರಕ್ಕೆ ಬಂದರು. ನಾನು ಕ್ರಮೇಣ ರೋಗದಿಂದ ವಿಮುಕ್ತಿ ಪಡೆಯುವೆನು.

ಜ್ವರದ ಲಕ್ಷಣಗಳು ನನ್ನಲ್ಲಿ ಕಡಿಮೆಯಾಗತೊಡಗಿದವು. ದ್ರವರೂಪದ ಆಹಾರಗಳ ಬದಲಾಗಿ ಗಟ್ಟಿ ಆಹಾರ ಸೇವಿಸುವಂತೆ ಡಾಕ್ಟರ್ ನನಗೆ ಹೇಳಿದರು.

ಆ ಏರ್‌ಕಂಡೀಷನ್ಡ್ ಕೋಣೆಯಲ್ಲಿ ನಾನು ಬಹಳಷ್ಟು ದಿನಗಳು ಕಾಲ ಮಲಗಿದ್ದೆ. ಹೊರಗಿನ ಪ್ರಪಂಚದ ಭಾವವ್ಯತ್ಯಾಸಗಳನ್ನು ಕುರ್ಚಿಯಲ್ಲಿ ಕುಳಿತುಕೊಂಡು ಕರ್ಟನ್ ಸರಿಸಿ ಗಾಜಿನ ಕಿಟಕಿಯ ಮೂಲಕ ನಾನು ಕಂಡೆ. ಜನರಲ್ ಓ.ಪಿ. ವಿಭಾಗದಲ್ಲಿ ನಿರ್ಗತಿಕರ ನೀಳ ಸಾಲು. ಆಸ್ಪತ್ರೆಯ ಕಾಂಪೌಂಡ್‌ಗೋಡೆಯ ಹೊರಗೆ ಸಾಲಾಗಿ ಕುಳಿತು ಭಿಕ್ಷೆ ಬೇಡುತ್ತಿರುವ ರೋಗಿಗಳು ವಾಸಿಯಾಗದ ಕಾಯಿಲೆಗಳನ್ನು ಹೊತ್ತಿರುವವರು.

ಆ ರಾತ್ರಿ ನಾನೊಂದು ಕನಸು ಕಂಡೆ. ಮಾರ್ಚುರಿಯಲ್ಲಿದ್ದ ಅನಾಥ ಹೆಣಗಳು ಒಟ್ಟಾಗಿ ಎದ್ದುನಿಂತು ಘೋಷಣೆಗಳನ್ನು ಕೂಗುತ್ತ ಆಸ್ಪತ್ರೆಯ ಸೂಪರಿಂಟೆಂಡೆಂಟ್ ಕೋಣೆಯ ಕಡೆಗೆ ಸಾಗುತ್ತಿವೆ, ಸೆಕ್ಯುರಿಟಿ ಸಿಬ್ಬಂದಿ ಅವರನ್ನು ಗುಂಡಿಟ್ಟು ಬೀಳಿಸುವುದನ್ನು ನಾನು ದಿಗ್ಭ್ರಾಂತನಾಗಿ ನೋಡಿದೆ. ಗುಂಡುತಾಗಿ ಸತ್ತ ಹೆಣಗಳನ್ನು ಪೋಸ್ಟ್‌ಮಾರ್ಟಮ್ ಮಾಡಿ ಪುನಃ ಆ ಹಳೆಯ ಶವಾಗಾರಕ್ಕೆ ಸಾಗಿಸಲಾಯಿತು. ಈ ಭಾರಿ ಶವಗಳ ಕೈಕಾಲುಗಳಿಗೆ ಸಂಕಲೆ ಹಾಕಿ ಬಿಗಿಯಲಾಯಿತು. ಇನ್ನೆಂದಿಗೂ ಅಲ್ಲಿಂದ ಮೇಲೇಳುವುದಾಗಲಿ ಸಂಘಟಿತ ರಾಗಿ ಚಳುವಳಿ ನಡೆಸುವುದಾಗಲಿ ಕೂಡದು.

ನನ್ನನ್ನು ಡಿಸ್‌ಚಾರ್ಜ್ ಮಾಡಿದರು. ನಾವು ಒಂದು ದೊಡ್ಡ ಕಾರಿನಲ್ಲಿ ಮನೆಗೆ ಪ್ರಯಾಣ ಬೆಳೆಸಿದೆವು. ಪದ್ಮನಾಭನ್‌ಪಿಳ್ಳೆ ನನ್ನ ಎಡಗಡೆ, ವಿಜಯಲಕ್ಷ್ಮಿ ನನ್ನ ಬಲಗಡೆ ಮತ್ತು ಫಲ್ಗುಣನ್ ಮುಂದಿನ ಸೀಟಿನಲ್ಲಿ ಇದ್ದರು.

ಕಾರು ಅಪರಿಚಿತವಾದ ಹಾದಿಗಳ ಮೂಲಕ ಸಾಗಿತು. ನಾನು ಪದ್ಮನಾಭನ್‌ಪಿಳ್ಳೆ ಯೊಡನೆ ಮತ್ತು ವಿಜಯಲಕ್ಷ್ಮಿಯೊಡನೆ ಸರದಿ ಪ್ರಕಾರ ಕೇಳಿದೆ. 'ನಾವು ಹೋಗುತ್ತಿರುವುದು ಎಲ್ಲಿಗೆ?' ಇಬ್ಬರೂ ಹೇಳುತ್ತಿದ್ದರು ಒಂದೇ. 'ನಮ್ಮ ಮನೆಗೆ'.

ಒಂದು ದೊಡ್ಡ ಬಂಗಲೆಯ ಮುಂದೆ ನಮ್ಮ ಕಾರು ನಿಂತಿತು. ಪದ್ಮನಾಭನ್‌ಪಿಳ್ಳೆ ಮತ್ತು ಫಲ್ಗುಣನ್ ಸೇರಿ ನನ್ನನ್ನು ಬಂಗಲೆಯೊಳಕ್ಕೆ ಕರೆದೊಯ್ದರು. ಎಲ್ಲವೂ ಏರ್‌ಕಂಡೀಷನ್ ಮಾಡಲಾದ ಕೋಣೆಗಳು. ಕೊನೆಗೆ, ವಿಶಾಲವಾದ ಒಂದು ಕೋಣೆಯಲ್ಲಿ ತೀರಾ ಸುಕ್ಕಾಗದ ರೇಷ್ಮೆ ಮೆತ್ತೆಯಲ್ಲಿ ನನ್ನನ್ನು ಕೂರಿಸಿ ಪದ್ಮನಾಭನ್‌ಪಿಳ್ಳೆ ಹೇಳಿದರು. 'ಒಂದಷ್ಟು ದಿನಗಳ ಕಾಲ ಸಂಪೂರ್ಣ ವಿಶ್ರಾಂತಿ ತೆಗೆದುಕೊಳ್ಳಿ. ಅದೋ ಅಲ್ಲಿ ಕಾಣುತ್ತಿರುವುದೇ ಲೈಬ್ರರಿ

ಹಾಲ್. ತಮಗೆ ಅಗತ್ಯವಿರುವ, ತಮ್ಮ ವಿಚಾರಧಾರೆಗೆ ಆ ಯೋಗ್ಯವಾದ ಎಲ್ಲಾ ಪುಸ್ತಕಗಳ ಎರಡೆರಡು ಪ್ರತಿಗಳು ಅಲ್ಲಿವೆ. ಬೆರಳು ತೋರುತ್ತ ಆತ ಮುಂದುವರಿಸಿದರು. 'ಆ ಬಟನ್ ಒತ್ತಿದರೆ ಸಾಕು ಪರಿಚಾರಕರು ಬರುತ್ತಾರೆ. ತಮ್ಮಗೇನೇನು ಬೇಕೋ ಅವನ್ನೆಲ್ಲ ತಂದುಕೊಡುತ್ತಾರೆ.'

ಪದ್ಮನಾಭಪಿಳ್ಳೆ ಮತ್ತು ಫಲ್ಗುಣನ್ ಹೊರಕ್ಕೆ ಹೋದರು. ಸರ್ವಾಭರಣಭೂಷಿತಳಾಗಿ ಓರ್ವ ನವವಧುವಿನಂತೆ ವಿಜಯಲಕ್ಷ್ಮಿ ಒಳಬಂದಳು. ಆ ಹಗಲಿನ ಹೊತ್ತು ಅವಳ ನಿರಂತರವಾದ ವಿನಂತಿಯ ಬಳಿಕ ನಾವು ಸಮಾಗಮ ಹೊಂದಿದೆವು. ಮೊದಲ ರಾತ್ರಿಯ ಹಾಗೆಯೇ ಕಾತರ ಮತ್ತು ಆವೇಶಗಳು ರೇಷ್ಮೆ ಪಲ್ಲಂಗದಲ್ಲಿ ವಿಜೃಂಭಿಸಿದವು. ಕೂನೆಗೆ ರತಿಸುಖದ ಆಲಸ್ಯದಲ್ಲಿ ನಾವು ದಣಿದು ನಿದ್ರಿಸಿದೆವು.

ಮತ್ತೆ ಬೆಳಗಾಯಿತು.

ಬಂಗಲೆಯ ಒಳಗೆಲ್ಲಾ ನಾನು ಸುತ್ತಿ ತಿರುಗಾಡಿದೆ. ಹೊರ ಹೋಗುವ ಎಲ್ಲಾ ದಾರಿಗಳನ್ನೂ ಮುಚ್ಚಲಾಗಿತ್ತು. ಪ್ರತಿಯೊಂದು ಬಾಗಿಲನ್ನೂ ನಾನು ಎಳೆದು ನೋಡಿದೆ. ಯಾವುದೂ ತೆರೆದುಕೊಳ್ಳಲಿಲ್ಲ. ಗಾಜಿನಕಿಟಕಿಗಳ ಮೂಲಕ ನಾನು ಹೊರ ಜಗತ್ತನ್ನು ಕಂಡೆ. ಗೇಟಿನ ಬಳಿ ಪಹರೆ ನಿಂತಿರುವ ಗೂರ್ಖ.

ಹೊರಕ್ಕೆ ಹೋಗಲೆಂದು ಪ್ರತಿಸಲವೂ ಬಟ್ಟೆ ತೆಗೆದು ಹಾಕಿಕೊಳ್ಳುವಾಗ ವಿಜಯಲಕ್ಷ್ಮಿ ಅಡ್ಡಿಪಡಿಸುವಳು. 'ಬೇಡ ತಾವು ಎಲ್ಲಿಗೂ ಹೋಗಬೇಡಿ. ತಮಗೆ ಅಗತ್ಯವಿರುವುದೆಲ್ಲ ಇಲ್ಲೇ ಇದೆಯಲ್ಲ.'

ನನ್ನ ನಾಲಿಗೆಯ ಆಳವಾದ ಬೇರುಗಳು ತುಂಡಾಗುತ್ತ ಹೋಗುತ್ತಿವೆ. ನನ್ನ ಭಾವನೆಗಳನ್ನು ವ್ಯಕ್ತಪಡಿಸಲು ನನಗೆ ಮಾತುಗಳೇ ಸಿಗುತ್ತಿಲ್ಲ. ವಿಜಯಲಕ್ಷ್ಮಿ, ಫಲ್ಗುಣನ್, ಪದ್ಮನಾಭನ್‌ಪಿಳ್ಳೆ ಇವರಷ್ಟೇ ಏಕೆ ಯಾರಿಗೂ ಸಹ ನನ್ನನ್ನು ಅರ್ಥಮಾಡಿಕೊಳ್ಳಲಾಗಲಿಲ್ಲ.

ಈ ಬಂಗಲೆಯೊಳಗೆ ನಾನೊಬ್ಬ ಸೆರೆಯಾಳಾಗಿ ಬದಲಾಗಿದ್ದೇನೆ ಎಂಬ ಸತ್ಯವನ್ನು ದಿನಗಳುರುಳುತ್ತ ಹೋದಂತೆ ನನ್ನಿಂದ ಅರಿತುಕೊಳ್ಳಲು ಸಾಧ್ಯವಾಯಿತು. ನನಗೆ ಏನೇ ಅಗತ್ಯವಿದ್ದರೂ ಅದನ್ನು ಪದ್ಮನಾಭನ್‌ಪಿಳ್ಳೆ ಒದಗಿಸುತ್ತಿದ್ದರು. ವ್ಯಾಯಾಮಕೋಸ್ಕರ ಟೆರೇಸ್ (ತಾರಸಿ)ನಲ್ಲಿ ಒಂದು ಟೆನ್ನಿಸ್ ಕೋರ್ಟ್. ಬಂಗಲೆಯ ಒಳಗೇ ಈಜುಕೊಳ. ಇಲ್ಲಿನ ಎಲ್ಲಾ ಕೋಣೆಗಳೂ ಚಾನೆಲ್ ಸಂಗೀತದಲ್ಲಿ ಲೀನವಾಗಿವೆ. ಬೆಲೆಬಾಳುವ ವಿದೇಶೀ ಮದ್ಯಗಳನ್ನು ತುಂಬಿಸಿಡಲಾದ ಆಲ್ಮೇರಾ. ನೀರಸವಾದ ರತಿ ಜೀವನದಿಂದ ಪಾರಾಗಲು ೧೬ಎಂ.ಎಂ ಫಿಲ್ಮ್‌ಗಳು ಮತ್ತು ಪ್ರೊಜೆಕ್ಟರ್.

ವಾಚನಾಲಯ ಬಿಟ್ಟು ನಾನೆಲ್ಲಿಗೂ ಹೋಗಲಿಲ್ಲ. ಅದರೊಳಗೆ ನನಗೆ ಬೇಕಿದ್ದ ಎಲ್ಲಾ ಪುಸ್ತಕಗಳೂ ಇದ್ದವು. ನನ್ನ ಊಟ, ನಿದ್ದೆ ಸಹ ಆ ಕೋಣೆಯಲ್ಲೇ ಆಗುತ್ತಿದ್ದವು. ವಿಜಯಲಕ್ಷ್ಮಿ ನನ್ನ ಅಗತ್ಯಗಳನ್ನು ವಿಚಾರಿಸುತ್ತ ನನ್ನ ಸುತ್ತಲೇ ಹಾರಿ ನಡೆದಳು.

ಒಂದು ದಿನ ಅವಳು ಆ ಸಂತೋಷದ ಸುದ್ದಿ ನನಗೆ ತಿಳಿಸಿದಳು. ಅವಳು ಗರ್ಭಿಣಿಯಾಗಿದ್ದಾಳೆ. ಅಂದರೆ ನನ್ನ ಬೀಜಾಣುಗಳಿಗೆ ಜೀವ ಬಂದಿದೆ ಎಂದರ್ಥ. ಅವಳು ಆನಂದದಿಂದ ನನ್ನನ್ನು ಬಿಗಿಯಾಗಿ ಆಲಿಂಗಿಸಿದಳು. ಒಂದು ಪುಟ್ಟ ಮಗುವಿನ ಹಾಗೆ ವರ್ತಿಸಿದಳು. ನನಗೇಕೆ ಸಂತೋಷ ಪಡಲಾಗುತ್ತಿಲ್ಲ? ಅವಳ ಹೆಣ್ಣುತನಕ್ಕೆ ಅರ್ಥತುಂಬಿದ ನಾನು ಈ ಸಂದರ್ಭದಲ್ಲಿ ಅವಳ ಜೊತೆಗೆ ಕುಣಿದು ಕುಪ್ಪಳಿಸಬೇಕಲ್ಲವೇ? ಏಕೋ ಏನೋ ನನ್ನಿಂದ ಏನೂ ಸಾಧ್ಯವಾಗುತ್ತಿಲ್ಲ.

ಹೊರಗೆ ಕಡುಬೇಸಿಗೆ ಕ್ರೂರವಾಗಿ ಹೊತ್ತಿ ಉರಿದುದನ್ನೂ ಕಾಲ ವರ್ಷವು ಹುಚ್ಚೆದ್ದು ಸುರಿದುದನ್ನೂ ನಾನರಿಯಲ್ಲಿಲ್ಲ. ಮಂಜು ಬೀಳುವ ರಾತ್ರಿಗಳು ಬೀದಿಗಳನ್ನು ಮರಗಟ್ಟಿಸಿದವೆಂದು ಪತ್ರಿಕೆಗಳ ಮೂಲಕ ತಿಳಿದೆ.

ಓದಿ ಮುಗಿಸಿದ ಪುಸ್ತಕಗಳು ನನ್ನೆದುರು ರಾಶಿಯಾಗಿ ಬಿದ್ದವು. ವಿಜಯಲಕ್ಷ್ಮಿಯ ಕಿಬ್ಬೊಟ್ಟೆ ದಿನದಿಂದ ದಿನಕ್ಕೆ ಉಬ್ಬುತ್ತಾ ಬಂದಿತು.

ಕತ್ತಲಲ್ಲಿ ಕುಳಿತು ನಾನು ಬಿಕ್ಕಿಬಿಕ್ಕಿ ರೋದಿಸಿದೆ. ಮಾರುಕಟ್ಟೆ ಬೀದಿಯ ಆ ಪ್ರೆಸ್‌ನಲ್ಲಿ ಕುಳಿತು ಪ್ರೂಫ್‌ಗಳನ್ನು ತಿದ್ದುವುದೂ ಅಲ್ಲಿನ ಕಾರ್ಮಿಕರೊಂದಿಗೆ ಹಾಸ್ಯಚಟಾಕಿ ಹಾರಿಸಿ ನಲಿಯುವುದೂ ಇನ್ನೆಂದಿಗೂ ನನ್ನಿಂದ ಸಾಧ್ಯವಾಗದೇ ಹೋಗಬಹುದೇ?

ಹುಣ್ಣಿಮೆಯು ಅರಳಿನಿಂತಿದ್ದ ಒಂದು ಮಧ್ಯರಾತ್ರಿಯಲ್ಲಿ ವಿಜಯಲಕ್ಷ್ಮಿ ಪ್ರಸವಿಸಿದಳು. ಕೊಬ್ಬಿದ ದುಂಡಗಿನ ಗಂಡುಮಗು. ನನ್ನ ಕಣ್ಣು, ಮೂಗು, ಕಿವಿಗಳು ಅವನಿಗೆ ಸಿಕ್ಕಿವೆ. ಅವನು ನನ್ನನ್ನು ನೋಡಿತ್ತ ಕೈಕಾಲು ಬಡಿಯುತ್ತ ಅತ್ತನು. ವಿಜಯಲಕ್ಷ್ಮಿಯ ಕಂಗಳಲ್ಲಿ ಆನಂದಬಾಷ್ಪ ಉಕ್ಕಿಹರಿಯಿತು.

ಪದ್ಮನಾಭನ್‌ಪಿಳ್ಳೆ ಮೊಮ್ಮಗುವನ್ನು ಮಡಿಲಲ್ಲಿರಿಸಿ ಲಾಲಿ ಹಾಡಿದರು. ಆ ಮಗುವಿಗೆ ಮುತ್ತನಿತ್ತರು. ಅವನ ದೇಹ ಬಂಗಾರದಿಂದ ಭಾರವಾಯಿತು. ಆದರೆ, ಹೆಚ್ಚುದಿನ ಅವರನ್ನು ಮೊಮ್ಮಗುವಿನ ಜೊತೆ ಬದಕಿರಲು ವಿಧಿ ಬಿಡಲಿಲ್ಲ. ಒಂದು ಸಂಜೆ ಹೃದ್ರೋಗ ಉಲ್ಬಣಗೊಂಡು ಆಸ್ಪತ್ರೆಗೆ ತಲುಪುವ ಮುನ್ನವೇ ಅವರು ಕೊನೆಯುಸಿರೆಳೆದರು. ಒಂದು ಜನನ ಮತ್ತು ಕೆಲವೇ ತಿಂಗಳಲ್ಲಿ ಒಂದು ಮರಣ.

ಅಂತಿಮ ಗೌರವ ಸಲ್ಲಿಸಲು ಅವರ ಮೃತದೇಹವನ್ನು ರೇಷ್ಮೆಯಲ್ಲಿ ಸುತ್ತಿ ಬಂಗಲೆಯ ಅಂಗಳದಲ್ಲಿ ದಕ್ಷಿಣ ಉತ್ತರ ದಿಕ್ಕುಗಳ ನೇರಕ್ಕೆ ಮಲಗಿಸಲಾಯಿತು. ಮಂತ್ರಿಗಳು, ಪ್ರಮುಖ ಅಧಿಕಾರಿಗಳು, ರಾಜಕೀಯ ನಾಯಕರುಗಳೆಲ್ಲ ಅವರಿಗೆ ಶ್ರದ್ಧಾಂಜಲಿ ಅರ್ಪಿಸಿದರು. ಪುಷ್ಪಚಕ್ರಗಳಿಂದ ಆ ಶವಶರೀರ ಮುಚ್ಚಿ ಹೋಯಿತು. ಆ ಪಾರ್ಥಿವ ಶರೀರವನ್ನು ಒಂದು ಸಲ ನೋಡಲೆಂದು ಯೂನಿಫಾರ್ಮ್ ತೊಟ್ಟಿದ್ದ ಕಾರ್ಮಿಕರ ಉದ್ದನೆ ಸಾಲು ಬೆಳೆದಿತ್ತು.

ಅಚ್ಚರಿಯಿಂದ ನನ್ನ ನರನಾಡಿಗಳು ಮಿಡಿದವು. ಪದ್ಮನಾಭಪಿಳ್ಳೆಗೆ ಸಮಾಜದಲ್ಲಿ ಇಷ್ಟು ಹೆಚ್ಚು ಪ್ರಭಾವೀ ವ್ಯಕ್ತಿತ್ವವೆ? ಕಾರ್ಮಿಕರು ಮೃತದೇಹಕ್ಕೆ ಕೈ ಮುಗಿದು ಅಳುತ್ತಾ ಮುಂದಕ್ಕೆ ಸಾಗುತ್ತಿದ್ದಾರೆ. ಹಜಾರದ ಟೀಪಾಯಿಯ ಮೇಲೆ ಸಂತಾಪ ಸೂಚಕ ಸಂದೇಶಗಳು. ಬೆಟ್ಟದಂತೆ ಬಿದ್ದಿವೆ.

ಶವಸಂಸ್ಕಾರ, ಅಸ್ಥಿಸಂಚಯ, ಸೂತಕ ಕಳೆವ ಸಮಾರಾಧನಾ ಕರ್ಮಗಳೆಲ್ಲವನ್ನೂ ವಿಜೃಂಭಣೆಯಿಂದ ನಡೆಸಲಾಯಿತು. ಭಿಕ್ಷುಕರಿಗೆಲ್ಲ ಹೊಟ್ಟೆ ತುಂಬ ಆಹಾರ ಸಿಕ್ಕಿತು. ಅವರೆಲ್ಲ ಪದ್ಮನಾಭಪಿಳ್ಳೆಯ ಆತ್ಮಕ್ಕೆ ನಿತ್ಯಶಾಂತಿ ಲಭಿಸಲೆಂದು ದೇವರಲ್ಲಿ ಬೇಡಿದರು.

ಎಲ್ಲವೂ ಮುಗಿದಾಗ ಫಲ್ಗುಣನ್ ನನ್ನ ಕೋಣೆಯೊಳಕ್ಕೆ ಬಂದನು. ಅವನು ಕರೆದ. 'ಬನ್ನಿ ಕಾಮ್ರೇಡ್, ನಾವು ಹೊರಕ್ಕೆ ಹೋಗೋಣ.'

ನನ್ನ ಸಂಕೋಲೆಗಳು ಸಿಡಿದು ಚದುರಿವೆ. ಆಹ್ಲಾದದಿಂದ ಹುಚ್ಚು ಆವೇಶದೊಡನೆ ನಾನು ಫಲ್ಗುಣನನ್ನು ಹಿಂಬಾಲಿಸಿದೆ. ನನಗೆ ಜೋರಾಗಿ ಕಿರುಚಿ ಕೂಗಬೇಕೆನಿಸಿತು. ಇದೋ ನಾನು ಬಿಡುಗಡೆ ಹೊಂದಿದ್ದೇನೆ.

ನಾವು ಒಂದು ದೊಡ್ಡ ಕಾರಿನಲ್ಲಿ ಪ್ರಯಾಣ ಬೆಳೆಸಿದವು. ನನ್ನ ಮನಸ್ಸಿನಲ್ಲಿ ಪ್ರೆಸ್ ಮತ್ತು ಮಾರುಕಟ್ಟೆ ಬೀದಿ ಜ್ವಲಿಸುತ್ತ ನಿಂತಿವೆ.

ಕಾರು ಒಂದು ತಿರುವನ್ನು ದಾಟಿದಾಗ ಫಲ್ಗುಣನ್ ಒಂದು ಬೋರ್ಡನ್ನು ಬೆರಳು ಮಾಡಿ ತೋರಿಸಿದ. ನಾನು ಬೋರ್ಡ್ ಓದಿದೆ. ಪದ್ಮನಾಭಪಿಳ್ಳೆ ರೋಡ್. ಫಲ್ಗುಣನ್ ಹೇಳಿದ. 'ಅವರು ಈ ನಾಡಿಗಾಗಿ ಮಾಡಿದ ಸೇವೆಗಳನ್ನು ಪರಿಗಣಿಸಿ ಈ ರಸ್ತೆಗೆ ಆ ಮಹಾನುಭಾವರ ಹೆಸರನ್ನಿರಿಸಿದೆ.'

ಕಾರು ಮುಂದಕ್ಕೆ ಸಾಗುತ್ತಿತ್ತು. ನನಗೆ ಯಾವುದರಲ್ಲೂ ಆಸಕ್ತಿ ತೋರಲಿಲ್ಲ. ನನ್ನ ಮನಸ್ಸು ಬೇರೆಯೇ ಕೆಲವು ವಿಷಯಗಳಿಗಾಗಿ ತುಡಿಯುತ್ತಿದೆ. ನಾನು ಫಲ್ಗುಣನೊಡನೆ ವಿನಂತಿಸಿದೆ. 'ಕಾಮ್ರೇಡ್, ಆದಷ್ಟು ಬೇಗ ನನ್ನನ್ನು ಆ ಹಳೆಯ ಪ್ರೆಸ್ಸಿಗೆ ತಲುಪಿಸು. ನಾನು ಈಗಲೇ ನನ್ನ ಕೆಲಸಗಾರರನ್ನು ನೋಡಬೇಕು.'

ಕಾರು ಒಂದು ಗಟಾರದಲ್ಲಿ ಇಳಿದು ಹತ್ತಿತು. ಫಲ್ಗುಣನ್ ಕುಲುಕಾಡುತ್ತ ನಕ್ಕ. ಅವನು ಹೇಳಿದ. 'ಕಾಮ್ರೇಡ್ ಈ ಭೂಮಿಯಲ್ಲಿ ಯಾವುದೂ ಶಾಶ್ವತವಲ್ಲ. ಎಲ್ಲಾ ವಸ್ತುಗಳೂ ಬದಲಾಗುತ್ತಲೇ ಇರುತ್ತವೆ. ವೈರುಧ್ಯಾತ್ಮಕ ಭೌತಿಕವಾದ ತಮಗೆ ಚೆನ್ನಾಗಿಯೇ ತಿಳಿದಿದೆಯಲ್ಲ.'

ಫಲ್ಗುಣನ್ ನನ್ನನ್ನು ನೋಡಿ ಮುಗುಳ್ನಕ್ಕ ಬಳಿಕ ಮುಂದುವರಿಸಿದ. 'ಮೂರುಲಕ್ಷಕ್ಕೂ ಹೆಚ್ಚು ಪ್ರತಿಗಳು ಮಾರಾಟವಾಗುವ ನಾಲ್ಕು ಆವೃತ್ತಿಗಳಿರುವ ದಿನ ಪತ್ರಿಕೆಯೊಂದರ ಮಾಲೀಕ ಮತ್ತು ಚೀಫ್ ಎಡಿಟರ್ ಆಗಿದ್ದೀರಿ ಇಂದು ತಾವು. ಪದ್ಮನಾಭಪಿಳ್ಳೆ ಅವರ

ಮರಣಪತ್ರದ ಪ್ರಕಾರ ಅವರ ಎಲ್ಲಾ ಆಸ್ತಿಗಳ ಏಕೈಕ ವಾರಸುದಾರ ಈಗ ತಾವೇನೆ. ಈ ಬೀದಿಯ ಎರಡೂ ಕಡೆಗೆ ಒಮ್ಮೆ ಕಣ್ಣು ಹಾಯಿಸಿರಿ.'

ಡ್ರೈವರ್ ಕಾರಿನ ವೇಗ ತಗ್ಗಿಸಿದ. ನಾನು ಓದತೊಡಗಿದೆ. ಪದ್ಮನಾಭ ಮೂವೀಸ್ ಮಲ್ಟಿಥಿಯೇಟರ್, ಪದ್ಮನಾಭ ನರ್ಸಿಂಗ್ ಹೋಂ, ಹೋಟಲ್ ಪದ್ಮನಾಭ, ಪದ್ಮನಾಭ ಸ್ಪಿನ್ನಿಂಗ್ ಮಿಲ್, ಪದ್ಮನಾಭ ಜ್ಯುವೆಲ್ಲರ್ಸ್, ಪದ್ಮನಾಭ ಟೆಕ್ಸ್‌ಟೈಲ್ಸ್... ಮುಂದಕ್ಕೆ ನಾನು ಓದಲಿಲ್ಲ. ನನ್ನ ದೃಷ್ಟಿ ಶಕ್ತಿ ಕುಂಠಿತವಾಗಿದೆ. ಫಲ್ಗುಣನ್ ಸ್ಪಷ್ಟೀಕರಿಸಿದ. ಈ ನಗರದಲ್ಲಿ ಪದ್ಮನಾಭಪಿಳ್ಳೆಯ ಮೂವತ್ತೆರಡು ಸಂಸ್ಥೆಗಳಿವೆ. ಆಲ್ ಆರ್ ಕಂಪ್ಲೀಟ್‌ಲೀ ಏರ್‌ಕಂಡೀಷನ್ಡ್.

ಪತ್ರಿಕಾ ಕಚೇರಿಯ ಮುಂದೆ ಕಾರು ನಿಂತಿತು. ಫಲ್ಗುಣನ್ ಹೇಳಿದ 'ಬೇಗ ಇಳೀರಿ. ತಮ್ಮನ್ನೊಮ್ಮೆ ನೋಡಲು, ಸ್ವಾಗತ ನೀಡಲು, ಈ ಸಂಸ್ಥೆಯ ನೂರಾರು ಕೆಲಸಗಾರರು ಎಷ್ಟೋ ದಿನಗಳಿಂದ ಕಾದಿದ್ದಾರೆ.'

ನಾನು ಹೇಳಿದೆ. 'ಬರೋದಿಲ್ಲ. ಆ ಸ್ವಾಗತ ಕಾರ್ಯಕ್ರಮದಲ್ಲಿ ನಾನು ಎಂದಿಗೂ ಭಾಗವಹಿಸೋದಿಲ್ಲ. ಒಬ್ಬ ಮಾಲೀಕನಾಗಿ ಅವರೆದುರು ಕಾಣಿಸಿಕೊಳ್ಳುವುದು ನನ್ನಿಂದ ಸಾಧ್ಯವಿಲ್ಲ.'

ಕಾರಿನ ಬಾಗಿಲು ತೆರೆಯಲು ಹವಣಿಸಿದ ಫಲ್ಗುಣನ್ ತಟ್ಟನೆ ಹಿಂತೆಗೆದ. ನನ್ನ ಹೆಗಲ ಮೇಲೆ ಕೈಹಾಕಿಕೊಂಡು ಅವನು ಹೇಳಿದ. 'ಕಾಮ್ರೇಡ್, ಎಲ್ಲವೂ ಬದಲಾಗಿದೆ. ತಾವು ಹಿಂದಿನ ಪರಿಸ್ಥಿತಿಯಲ್ಲಿ ನಿಂತುಕೊಂಡೇ ಈಗಲೂ ವ್ಯಾಕುಲ ಪಡುತ್ತಿದ್ದೀರಿ. ಇಲ್ಲಿನ ಕೆಲಸಗಾರರಿಗೆ ಬೇರೆ ಯಾವುದೇ ಸಂಸ್ಥೆಯ ಕೆಲಸಗಾರರಿಗಿಂತ ಹೆಚ್ಚಿನ ಸಂಬಳ ಸಿಗುತ್ತಿದೆ. ಎಲ್ಲರಿಗೂ ಸ್ವಂತಮನೆ ನಿರ್ಮಿಸಿ ಕೊಡಲಾಗಿದೆ. ಪ್ರಾವಿಡೆಂಟ್ ಫಂಡ್ ಮತ್ತು ಮೆಡಿಕಲ್ ಸೌಲಭ್ಯಗಳು ಬೇರೆಲ್ಲ ಕಡೆಗಿಂತ ಉತ್ತಮವೇ. ಮಕ್ಕಳಿಗೆ ಮತ್ತು ಸಂಬಂಧಿಕರಿಗೆ ನೌಕರಿ, ಗರಿಷ್ಠ ಬೋನಸ್, ಇತರೇ ಉಡುಗೊರೆಗಳು. ಎಲ್ಲ ರೀತಿಯಲ್ಲೂ ಇಲ್ಲಿನ ಕೆಲಸಗಾರರಿಗೆ ಸುಖಜೀವನ. ನಮ್ಮದೇ ಆದ ಒಂದು ಪ್ರಖ್ಯಾತ ಫುಟ್‌ಬಾಲ್ ಟೀಂ ಇದೆ. ಅನೇಕ ವಿಖ್ಯಾತ ಸಾಹಿತಿಗಳು ನಮ್ಮ ಪತ್ರಿಕಾಲಯದಲ್ಲಿ ಕೆಲಸ ಮಾಡುತ್ತಿರುವರು. ಎಲ್ಲರಿಗೂ ನಿರೀಕ್ಷೆಗೂ ಮೀರಿ ಸಂಬಳ. ಪದ್ಮನಾಭಪಿಳ್ಳೆಯ ಕನಸುಗಳು ನನಸಾಗುತ್ತಿವೆ. ಹೊಸದಾಗಿ ನಲವತ್ತು ಸಂಸ್ಥೆಗಳನ್ನು ಶುರುಮಾಡುವ ಯೋಜನೆ ಹಾಕಿಕೊಳ್ಳುತ್ತಿರುವಾಗಲೇ ಆ ದುರ್ದೈವಿ ನಿಧನರಾದರು. ಅವರ ಹಾದಿಯಲ್ಲಿ ತಾವು ಮುಂದುವರಿಯಬೇಕು. ಕಾರ್ಮಿಕರಿಗೆ ತಾವು ಮನಬಂದಂತೆ ಎಷ್ಟು ಸವಲತ್ತುಗಳನ್ನು ಬೇಕಾದರೂ ಕೊಡಬಹುದು. ಎಷ್ಟೇ ಕೊಟ್ಟರೂ ಸವೆಯದಷ್ಟು ಆಸ್ತಿಯನ್ನು ಪದ್ಮನಾಭಪಿಳ್ಳೆ ಗಳಿಸಿ ಪೇರಿಸಿಟ್ಟಿದ್ದಾರೆ.

ಹಠಾತ್ತಾಗಿ ನನ್ನ ಮನಸ್ಸಿನಲ್ಲಿ ಸಂಶಯದ ಆಣೆಕಟ್ಟು ಬಿರುಕೊಡೆಯಿತು. ನಾನು ಕೇಳಿದೆ, 'ಫಲ್ಗುಣನ್, ನೀನು ಇಲ್ಲಿ ಏನು ಮಾಡುತ್ತಿರುವೆ?'

ಯಾವ ಬಗೆಯ ಸಂಕೋಚವೂ ಇಲ್ಲದೆಯೆ ಫಲ್ಗುಣನ್ ಉತ್ತರ ಹೇಳಿದ, 'ಕಾಮ್ರೇಡ್, ನಾನು ಈಗಲೂ ಹಳೆಯ ವಿಚಾರಧಾರೆಯವನೇ. ನಮ್ಮ ಎಲ್ಲಾ ಸಂಸ್ಥೆಗಳಿಗೂ ಸೇರಿದ ಹಾಗೆ ಇರುವುದು ಒಂದೇ ಒಂದು ಕಾರ್ಮಿಕ ಸಂಘಟನೆ ಅಷ್ಟೆ. ನಾನೇ ಅವರಿಗೆಲ್ಲ ಜನರಲ್ ಸೆಕ್ರೆಟರಿ. ಪ್ರತಿವರ್ಷವೂ ಅವರೆಲ್ಲರೂ ಒಕ್ಕೊರಲಿನಿಂದಲೇ ಅವಿರೋಧವಾಗಿ ನನ್ನನ್ನು ಆರಿಸುತ್ತಿರುವರು.'

ನನಗೆ ಅನುಮಾನವುಂಟಾಗದಿರಲು ಫಲ್ಗುಣನ್ ವಿಶದೀಕರಿಸಿದ. 'ಪದ್ಮನಾಭಪಿಳ್ಳೆ ಮತ್ತು ನಾನು ಅವರು ಸಾಯುವವರೆಗೂ ಅತ್ಯಂತ ಮೈತ್ರಿಯಿಂದಿದ್ದೆವು. ನಾವು ಒಡ ಹುಟ್ಟಿದವರ ಹಾಗೆಯೇ ಒಡನಾಡಿದೆವು. ಆ ಒಳ್ಳೆಯ ನಂಟಿನ ಉತ್ತಮ ದೃಷ್ಟಾಂತವೇ ಹಬ್ಬಿ ವಿಸ್ತಾರವಾಗಿರುವ ಈ ಸಂಸ್ಥೆಯ ಶೃಂಖಲೆಗಳು. ಇನ್ನು ಮುಂದೆ ನಾವು ಒಟ್ಟಾಗಿ ಮುನ್ನಡೆಯೋಣ.' ಒಮ್ಮೆ ಕಾಲು ಅಲುಗಾಡಿಸಿ ಫಲ್ಗುಣನ್ ಮುಂದುವರಿಸಿದ. 'ತಮ್ಮಂತ ಹವರ ಕಲ್ಪನೆಯಲ್ಲಿರುವ ಕಾರ್ಮಿಕ ವರ್ಗದ ಸರ್ವಾಧಿಪತ್ಯವೇ ಜಾರಿಗೆ ಬಂದರೂ ಸಹ ಇದಕ್ಕಿಂತ ಉತ್ತಮವಾದ ಜೀವನಮಟ್ಟ ಕೆಲಸಗಾರನಿಗೆ ಸಿಗುವುದಿಲ್ಲ.'

ನನ್ನ ದೇಹದ ಚರ್ಮ ಹಠಾತ್ ಇಲ್ಲದಾಯಿತು. ಮಾಂಸವು ಅರಳೆಯ ತುಣುಕುಗಳಂತೆ ಗಾಳಿಗೆ ಹಾರಿದವು. ತುಂಡಾದ ನರನಾಡಿಗಳು ತೂಗಾಡಿದವು. ರಕ್ತ ಹರಿದು ಮಣ್ಣಿನಾಳ ಕ್ಕಿಳಿಯುತ್ತಿತ್ತು. ಕೊನೆಯ ಕ್ಷಣದಲ್ಲಿ ನನ್ನ ಎಲ್ಲಾ ಮೂಳೆಕೀಲುಗಳು ಮುರಿದವು. ಬೆಂಕಿ ಹರಡಿತು. ನಾನಿಂದು ಒಂದು ಮುಷ್ಟಿ ಬೂದಿಯಾಗಿ ಬದಲಾಗಿರುವೆ

ಫಲ್ಗುಣನ್ ಪ್ರೀತಿಪೂರ್ವಕ ನನ್ನನ್ನು ಕಾರಿನಿಂದ ಇಳಿಸಿದ. ಆ ಬೃಹತ್ತಾದ ಸಂಸ್ಥೆ ಯೊಳಕ್ಕೆ ಕಾಲೆತ್ತಿ ಇರಿಸುವ ಮುನ್ನ ಸಾಂತ್ವನ ಪಡಿಸಲೆಂಬಂತೆ ನನ್ನ ಬೆನ್ನು ತಟ್ಟುತ್ತ ಫಲ್ಗುಣನ್ ಹೇಳಿದ.

'ಕಾಮ್ರೇಡ್, ಹಳೆಯದು ಎಂದಿಗೂ ಹೊಸತಾಗುವುದಿಲ್ಲ. ಆದರೆ ಹೊಸತೆಂಬುದು ಹಳೆಯದಾಗುತ್ತಲೇ ಇರುವುದು.'

**

ಕುಂಜಪ್ಪುವಿನ ದುಃಸ್ವಪ್ನಗಳು

ಆ ದಿನ ಏನೋ ವಿಶೇಷವಿದೆಯೆಂದು ಕುಂಜಪ್ಪುವಿಗೂ ಅನ್ನಿಸದೆ ಇರಲಿಲ್ಲ. ಎಂದಿನಂತೆ ಸೂರ್ಯನ ಬೆಳಕು ಮುಖಕ್ಕೆ ಬಡಿದಾಗಲೇ ಅಂದೂ ಅವನು ಎಚ್ಚೆತ್ತನು. ಅಂಗಡಿ ಜಗಲಿಯಲ್ಲಿ ಮಲಗಲು ಹಾಸಿದ್ದ ಗೋಣಿಚೀಲದಲ್ಲಿ ಚಕ್ಕಂಬಕ್ಕ ಹಾಕಿ ಕುಳಿತ. ಕಬ್ಬಿಣದ ಷಟರ್‌ಗೆ ತಲೆಯೊರಗಿಸಿ ಅವನು ಅರೆಮಂಪರಿನಲ್ಲೇ ಎದುರಿಗಿದ್ದ ಸಾರ್ವಜನಿಕ ರಸ್ತೆಯತ್ತ ನೋಡಿದ. ವಾಡಿಕೆಯಿಲ್ಲದ ಒಂದು ಉತ್ಸಾಹ ಬೆಳಗಿನ ಬಿಸಿಲಿನಂತೆ ಸುತ್ತಲೂ ಹರಡಿ ಹಬ್ಬುವುದನ್ನು ಅವನು ಗಮನಿಸಿದನು. ಮನುಷ್ಯರು ಒಂಟಿಯಾಗಿಯೂ ಗುಂಪಾಗಿಯೂ ಬೀಚ್‌ರಸ್ತೆಯ ಮೂಲಕ ಎಲ್ಲಿಗೆ ಹೊರಟಿದ್ದಾರೆ? ಆ ರಸ್ತೆಯಲ್ಲಿ ಎಲ್ಲಾದರೂ ಮದುವೆ ಅಥವಾ ಜಾತ್ರೆ ನಡೆಯುವ ವಿಷಯ ಅವನಿಗೆ ತಿಳಿದಿಲ್ಲ. ಅವನಿಗೆ ತಿಳಿದಿಲ್ಲ ಅಂದರೆ ಅಲ್ಲಿ ಮದುವೆಯಾಗಲಿ ಜಾತ್ರೆಯಾಗಲಿ ನಡೆಯುತ್ತಿಲ್ಲ ಎಂದೇ ಅರ್ಥ. ಅದು ನೂರಕ್ಕೆ ನೂರು ನಿಜವಾಗಿರುವುದು. ಈ ಬೀದಿಗೆ ಬಂದ ಮೇಲೆ ಅವನಿಗೆ ತಿಳಿಯದೆ ಯಾವ ಆಚರಣೆಯೂ ಅಲ್ಲಿ ನಡೆದಿಲ್ಲ.

ಮೈಕ್ ಅಳವಡಿಸಲಾದ ಒಂದು ಟ್ಯಾಕ್ಸಿ ಆ ಹಾದಿಯಲ್ಲಿ ಹಾದುಹೋಯಿತು. ಮೊದಲಿಗೆ ಅವನು ಅದು ಲಾಟರಿ ಟಿಕೆಟ್ ಮಾರುವವರ ಟ್ಯಾಕ್ಸಿಯಿರಬಹುದು ಎಂದು ಭಾವಿಸಿದ. ಆ ಊಹೆ ನಿಜವಾಗಿರಲಿಲ್ಲ. ಅದೊಂದು ಬಾವುಟವೇರಿಸಿದ್ದ ಟ್ಯಾಕ್ಸಿ. ಬಾವುಟ ಎಂದು ಹೇಳುವುದು ಸರಿಯಲ್ಲ. ವಿವಿಧ ಬಣ್ಣಗಳ ನಾಲ್ಕೈದು ಬಾವುಟಗಳನ್ನು ಸೇರಿಸಿ ಕಟ್ಟಲಾಗಿದೆ.

ಕುಂಜಪ್ಪು ಕೈಗಳನ್ನು ಕೊಡವಿ ಜೋರಾಗಿ ಆಕಳಿಸಿದ. ನಿದ್ರೆಯ ಆಯಾಸ ಇನ್ನೂ ಬಿಟ್ಟು ಹೋಗಿಲ್ಲ. ನಿನ್ನೆ ರಾತ್ರಿ ಒಂಬತ್ತು ಗಂಟೆಗೆ ಮಲಗಿದ್ದ. ಬೆಳಕು ಹರಿದದ್ದಷ್ಟೆ ಗೊತ್ತಾದುದು. ಆದರೂ ಎಷ್ಟೊಂದು ಆಯಾಸ. ಕೈಯೂರಿ ಮೇಲೇಳಲಾರಂಭಿಸಿದಾಗಲೇ ದೂರದಿಂದ ಅಹಂಕಾರದೊಂದಿಗೆ ಒಂದು ಪೊಲೀಸ್ ಜೀಪು ಧಾವಿಸಿ ಬರುವುದು ಕಾಣಿಸಿತು. ಅವನ ಎದೆಯೊಳಗೆ ಕೆಂಡ ಭಗ್ಗೆಂದಿತು. ಆದರೆ, ಆ ಭಯ ಅನಗತ್ಯವಾಗಿತ್ತು. ಪೊಲೀಸರು ಕುಂಜಪ್ಪು ಎಂಬ ಭಿಕ್ಷುಕ ಬಾಲಕನನ್ನು ಗಮನಿಸಲೇ ಇಲ್ಲ. ಅವರಿಗೆ ತುರ್ತಾಗಿ ಹಲವು ಜವಾಬ್ದಾರಿಗಳನ್ನು ನಿರ್ವಹಿಸುವುದಿತ್ತು. ಬೀಚ್ ರಸ್ತೆಗುಂಟ ಧೂಳು ಹರಡುತ್ತ ಪೊಲೀಸ್ ವ್ಯಾನ್ ಅತಿವೇಗವಾಗಿ ಹಾದುಹೋಯಿತು.

ದಿನದ ವಿಶೇಷತೆಯಲ್ಲಿ ಸಿಲುಕಿಬಿಟ್ಟ ಮನಸ್ಸನ್ನು ಕುಂಜಪ್ಪು ತಾನಾಗೇ ಬೇರ್ಪಡಿಸಿದ. ದಿನಗಳು ಯಾವ ರೀತಿಯಲ್ಲಾದರೂ ಶುರುವಾಗಲಿ! ತನಗೇನು? ಇಲ್ಲಿ ಎಷ್ಟೆಷ್ಟು ಸಂಭ್ರಮಾ

ಚರಣಿಗಳು ನಡೆದಿವೆ! ಹಾಗಿದ್ದೂ ತನಗೇನು ಲಾಭ ಸಿಕ್ಕಿದೆ? ತನ್ನ ಹೊಟ್ಟೆ ತುಂಬಬೇಕೆಂದರೆ ತನ್ನ ಗೋಣಿಚೀಲ ತುಂಬಬೇಕು ಎಂಬ ಪರಮ ಸತ್ಯವನ್ನು ಯಾವಾಗಲೂ ನೆನೆಯಲೇ ಬೇಕು. ಅವನು ತನ್ನ ಮನಸ್ಸಿಗೆ ಬುದ್ಧಿ ಹೇಳಿದ.

ಹಾಸಿದ್ದ ಗೋಣಿಚೀಲವನ್ನು ಕೊಡವಿ ಮಡಚಿ ಹೆಗಲಿಗೆ ಹಾಕಿಕೊಂಡ ಬಳಿಕ ಅವನು ಅಂಗಡಿ ಜಗಲಿಯ ಮೆಟ್ಟಿಲುಗಳನ್ನಿಳಿದ. ಗಂಟೆ ಎಂಟಾಗುತ್ತಿತ್ತಷ್ಟೇ. ಈಗಲೇ ಬಿಸಿಲು ಎಷ್ಟು ಬಿಸಿಯಿದೆ! ಹಗಲು ಪೂರಾ ಸೂರ್ಯ ಹೊತ್ತಿ ಉರಿಯುತ್ತಾನೆ. ರಾತ್ರಿ ಹೊತ್ತು ದಟ್ಟವಾದ ಮಂಜು. ಒಟ್ಟಿನಲ್ಲಿ ಇತ್ತೀಚೆಗೆ ನಿದ್ರೆ ಆರಾಮವಾಗಿ ಆಗುತ್ತಿದೆ. ಅವನು ಅಂಗಡಿ ಮಾಲೀಕನ ಅನುಮತಿಯಿಂದಲೇ ಜಗಲಿಯ ಮೇಲೆ ಮಲಗುತ್ತಿದ್ದಾನೆ. ಮಾಲೀಕನದು ಒಂದೇ ಒಂದು ಚಿಕ್ಕ ನಿಬಂಧನೆ ಇತ್ತು. ತಾನು ಅಥವಾ ಅಂಗಡಿಯ ಕೆಲಸಗಾರರು ಹೊರತು ಬೇರೆ ಯಾರಾದರು ರಾತ್ರಿ ಅಂಗಡಿ ತೆರೆಯಲು ಪ್ರಯತ್ನಿಸಿದರೆ ತಕ್ಷಣ ಕೂಗಿ ಜನರನ್ನು ಕಲೆಹಾಕಬೇಕು. ಕುಂಜಪ್ಪುವಿನ ಮಟ್ಟಿಗೆ ಅದು ತೀರಾ ಚಿಕ್ಕ ನಿಬಂಧನೆ ಎನ್ನಬಹುದು. ಅದರಿಂದ ಸಿಕ್ಕಿರುವ ಲಾಭವಾದರೋ ಎಷ್ಟೋ ದೊಡ್ಡದು. ಈ ಜನರಿಂದ ಕಿಕ್ಕಿರಿದ ನಗರದಲ್ಲಿ ಅನುಮತಿಯೊಂದಿಗೆ ತಲೆಚಾಚಲು ಒಂದು ಜಾಗ ಸಿಕ್ಕಿದೆ. ಈ ಭಾಗ್ಯವು ಬೇರಾರಿಗೂ ಸಿಗುವುದೆಂದೆನಿಸುತ್ತಿಲ್ಲ. ಸರಿಯಾಗಿ ಒಂಬತ್ತು ಗಂಟೆಗೆ ಬಂದು ಮಲಗಬೇಕು ಎಂಬುದೇ ಮಾಲೀಕರ ಆಣತಿ. ಆ ಆಜ್ಞೆಯನ್ನು ಇದುವರೆಗೂ ಭಂಗಗೊಳಿಸಿಲ್ಲ. ಮೊದಲು ಕೆಲವು ದಿನಗಳು ಪೋಲೀಸರು ಕಾಟಕೊಟ್ಟರು. ಆದರೆ, ಅದು ಹೆಚ್ಚು ದಿನ ಮುಂದುವರಿಯಲಿಲ್ಲ, ಮಾಲೀಕರೇ ಅದಕ್ಕೊಂದು ಪರಿಹಾರ ಕೊಡಿಸಿ ದರು. ತರುವಾಯ ಈ ಅಂಗಡಿ ಜಗುಲಿಯಲ್ಲಿ ಮಲಗುವುದಕ್ಕೆ ಪೋಲೀಸರಿಂದಲೂ ಯಾವ ತೊಂದರೆಯೂ ಉಂಟಾಗಲಿಲ್ಲ.

ಹಲ್ಲುಜ್ಜುವ ಮುಖ ತೊಳೆಯುವ ದಿನಚರ್ಯೆಗಳ ಅಭ್ಯಾಸವೇ ಅವನಿಗಿರಲಿಲ್ಲ. ಸಮಯಕ್ಕೆ ಸರಿಯಾಗಿ ಆಹಾರ ಸೇವಿಸುವ ಭಾಗ್ಯವಂತರಿಗಷ್ಟೇ ಅವೆಲ್ಲ ಸರಿ. ಅವನ ದಿನಚರಿಯಲ್ಲಿ ಯಾವುದೇ ಕಟ್ಟುನಿಟ್ಟು ಇರಲಿಲ್ಲ. ಅದನ್ನು ಅವನ ಲೋಪ ಎಂದ ಪರಿಗಣಿಸಬಾರದು. ಯಾವಾಗ ಅವನಿಗೆ ಏನಾದರೂ ತಿನ್ನಲು ಸಿಗುವುದೆಂದು ಯಾರು ಬಲ್ಲರು? ಸಿಕ್ಕಿದಾಗ ತಿನ್ನುವನು. ಅಷ್ಟೇನೆ. ಹಾಗಿರುವಾಗ ಹಲ್ಲು ಮುಖ ಎಲ್ಲ ಚೊಕ್ಕ ವಾಗಿಟ್ಟುಕೊಂಡು ಏನು ಪ್ರಯೋಜನ?

ಕುಂಜಪ್ಪು ಗೋಣಿಚೀಲ ಹೆಗಲಿಗೆ ಜೋತುಹಾಕಿ ರಸ್ತೆಗಿಳಿದ. ಎಲ್ಲಿಗೆ ತಿರುಗುವುದು ಎಂಬ ಸಂದೇಹದಿಂದ ಅವನು ಚರಂಡಿಯ ಬದಿಯ ಗೋಡೆಯನ್ನು ಹಿಡಿದು ನಿಂತ. ನಿನ್ನೆ ಸಂಜೆಯಾಗುವವರೆಗೂ ತನ್ನ ಅಲೆದಾಟದ ಸ್ಥಳ ಬಜಾರ್ ರಸ್ತೆಯೇ ಆಗಿತ್ತು.

ಬೀಚ್ ರಸ್ತೆಯ ಮೂಲಕ ಜನರ ಸಂಚಾರ ಹೆಚ್ಚಾಗುತ್ತ ಬಂದಿತು. ಅವನು ಯೋಚಿಸಿದ. ಇವತ್ತು ಅಲ್ಲಿಗೆ ಹೋದರೇನು? ಅವನು ಮನಸ್ಸಿನಲ್ಲಿ ಏನಾದರೂ ವಿಶೇಷ ಉದ್ದೇಶವಿರಿಸಿ ಕೊಂಡು ಹಾಗೆ ಯೋಚಿಸಿದ್ದಲ್ಲ. ಅಸಾಧಾರಣವಾಗಿ ಜನರು ಆ ದಾರಿಗೆ ಸಾಗುತ್ತಿರುವುದರ ಗುಟ್ಟು ತಿಳಿಯಬೇಕೆಂಬ ಇರಾದೆಯೂ ಇರಲಿಲ್ಲ. ಸಾಯಂಕಾಲದವರೆಗೆ ಅಲೆದು ತಿರುಗಾಡಿ

ದರೆ ತನ್ನ ಹೊಟ್ಟೆಯ ರಕ್ಷಕನಾದ ಗೋಣಿಚೀಲದೊಳಕ್ಕೆ ತುಂಬಿಸಲು ಏನಾದರೂ ಸಿಗಬೇಕು. ಅದನ್ನು ಮೀರಿದ ಗುರಿಸಾಧಿಸುವ ಯೋಚನೆಯೇನೂ ಸದ್ಯಕ್ಕೆ ಅವನಿಗಿರಲಿಲ್ಲ. ಕುಂಜಪ್ಪು ಬೀಚ್ ರಸ್ತೆಗೆ ಇಳಿದ. ಅದಕ್ಕೆ ಮುನ್ನ ಚಡ್ಡಿಯ ಲಾಡಿಯನ್ನು ಇನ್ನಷ್ಟು ಬಿಗಿಯಾಗಿ ಕಟ್ಟಿದ. ಜೋರಾಗಿ ಕೊಡವಿ ಗೋಣಿಚೀಲದೊಳಗಿದ್ದ ಧೂಳನ್ನು ಪೂರ ಹೊರ ಚೆಲ್ಲಿದ.

ಬೀಚ್ ರಸ್ತೆಯ ಎಡಭಾಗ ಪೂರ್ತಿ ಖಾಲಿ ಬಿದ್ದಿರುವ ಹೊರಬಯಲುಗಳೇ. ಬಲಭಾಗದಲ್ಲಿ ಸಾಲುಸಾಲಾಗಿ ಕಂಪನಿಯ ಹೆಂಚಿನ ಕಟ್ಟಡಗಳು. ಹೊರಬಯಲು ಆರಂಭವಾಗುವಲ್ಲೇ ಕಸಕಡ್ಡಿ ಹಾಕುವ ಅಭ್ಯಾಸ. ಅವನು ಅಲ್ಲಿಯೇ ಗಮನ ಹರಿಸಿದ.

ಅವನು ನಡೆದ. ಮೊದಲು ಸಿಗುವ ಬೋಣಿ ಏನಾದರೂ ಏಳಿಗೆ ತರುವಂಥ ವಸ್ತುವಾಗಿರಲಿ ಎಂದು ಅವನು ಮನದಲ್ಲೇ ಬೇಡಿಕೊಂಡ. ಇಲ್ಲದಿದ್ದರೆ ಇವತ್ತಿನ ದಿನ ಪೂರಾ ಹಾಳಾದಂತೆಯೇ. ಇದೊಂದು ಮೂಢನಂಬಿಕೆಯಲ್ಲ, ಅವನ ಕಳೆದಕಾಲದ ಅನುಭವಗಳು ಇದ್ದದ್ದೇ ಆ ರೀತಿಯಲ್ಲಿ.

ನಡೆಯುವುದರ ಮಧ್ಯವೇ ಅವನು ಒಂದೆರಡು ಸಣ್ಣ ಕಸದ ಗುಪ್ಪೆಗಳನ್ನು ಕಾಲಿನಿಂದ ಒದ್ದು ನೋಡಿದ. ಅವನಿಗೆ ಉಪಯೋಗವಿರುವ ಏನೊಂದೂ ಸಿಗಲಿಲ್ಲ. ಪಟ್ಟಿ ಹರಿದು ತುಂಡಾದ ಚಪ್ಪಲಿಗಳು ಬಹುತೇಕ ರಸ್ತೆಯಲ್ಲೇ ಬಿದ್ದಿರುತ್ತವೆ. ಮುರಿದ ಪ್ಲಾಸ್ಟಿಕ್ ಬಕೆಟ್‌ಗಳೋ ಹಾಳಾದ ಅಲ್ಯುಮಿನಿಯಂ ಪಾತ್ರೆಗಳೋ ಯಾವುದೂ ಇತ್ತೀಚೆಗೆ ಅವನಿಗೆ ಸಿಗುತ್ತಿರಲಿಲ್ಲ. ಕಸದ ರಾಶಿಯಲ್ಲಿ ಹೆಚ್ಚಿನ ವೇಳೆ ತುಕ್ಕು ಹಿಡಿದ ಸಣ್ಣಪುಟ್ಟ ತಗಡಿನ ಡಬ್ಬಗಳಷ್ಟೇ ಕಂಡುಬರುತ್ತಿದ್ದವು.

ಕುಂಜಪ್ಪು ನಡೆಯುತ್ತಿದ್ದ. ಫಕ್ಕನೆ ನುಣ್ಣನೆ ಮರಳಿನಲ್ಲಿ ಬಿದ್ದಿದ್ದ ಒಂದು ಲಾಳ ಅವನ ದೃಷ್ಟಿಗೆ ಬಿತ್ತು. ಕಾಲ್ಬೆರಳಿಂದ ಅವನು ಅದನ್ನು ತಿರುಗಿಸಿ ಹೊರಳಿಸಿ ನೋಡಿದ. ಅಷ್ಟೇನೂ ಸವೆದಿಲ್ಲ. ಅವನು ಒಂದು ಕ್ಷಣ ಯೋಚಿಸುತ್ತ ನಿಂತ. ಇಂದಿನ ಮೊದಲ ಸಂಪಾದನೆ ಎಂದು ಈ ಲಾಳವನ್ನು ತೆಗೆದುಕೊಳ್ಳಲೇ? ಏನಲ್ಲದಿದ್ದರೂ ಕಬ್ಬಿಣವೇ ತಾನೇ! ತುಂಡಾದ ಚರ್ಮದ ಚಪ್ಪಲಿಗಿಂತಲೂ ತುಕ್ಕು ಹಿಡಿದ ತಗಡಿನ ಡಬ್ಬಿಗಳಿಗಿಂತಲೂ ಈ ಪುಟ್ಟ ಲಾಳಕ್ಕೇ ಹೆಚ್ಚು ಸಿರಿವಂತಿಕೆಯಿದೆ. ಹಾಗಾದರೆ ತೆಗೆದುಕೊಳ್ಳುವುದೇ ಸೈ. ಬಲಗೈಯಿಂದ ಲಾಳ ತೆಗೆದುಕೊಂಡು ಧೂಳನ್ನು ಊದಿ ತೊಡೆದು ಎರಡು ಕಣ್ಣಿಗೂ ಒತ್ತಿಕೊಂಡು ಚೀಲದೊಳಕ್ಕೆ ಹಾಕಿದ.

ಕುಂಜಪ್ಪುವಿನ ಜೀವಿತ ಮಾರ್ಗ ಆರಂಭವಾಗುವುದೇ ಈ ರೀತಿಯಲ್ಲಿ. ಏಳೋ ಎಂಟೋ ವಯಸ್ಸಿನಲ್ಲಿ ಆರಂಭಿಸಿದ ಕೆಲಸ. ಅದಕ್ಕೆ ಮುನ್ನ ಹಲವು ಕಡೆ ತಂಗಿದ್ದ. ಯಾವುದೂ ಸರಿಯಾಗಿ ನೆನಪಿಗೆ ಬರುತ್ತಿಲ್ಲ. ಈಗ ಅವನಿಗೆ ಹನ್ನೆರಡೋ ಹದಿಮೂರೋ ವರ್ಷವಾಗಿರಬೇಕು. ನಾಲ್ಕೈದು ವರ್ಷಗಳಲ್ಲಿ ಅವನು ಈ ಕೆಲಸದಲ್ಲಿ ಪರಿಣತಿ ಗಳಿಸಿದ. ಬೀದಿಯಲ್ಲಿ ಬಿದ್ದಿರುವ ಹಳೆಯ ಚಪ್ಪಲಿಗಳು, ತಗಡಿನ ಡಬ್ಬಗಳು, ಹೆಂಗಸರ ತಲೆಗೂದಲು

ಅಷ್ಟೇ ಅಲ್ಲದೆ ಹಳೆಯದೂ ಉಪಯೋಗಹೀನವಾದುದೂ ಏನೇ ಇರಲಿ ಅವನು ಸಂಗ್ರಹಿಸುತ್ತಾನೆ. ಇಂತಹ ವಸ್ತುಗಳನ್ನು ಎಷ್ಟೇ ದೂರದಿಂದ ಕಂಡರೂ ಅವನು ಗುರುತಿಸಬಲ್ಲ.

ಸಾಯಂಕಾಲದವರೆಗೆ ಈ ನಗರದಲ್ಲಿ ಎಲ್ಲಾದರೂ ಅಲೆದು ತಿರುಗಿದರೆ ಹೆಚ್ಚುಕಮ್ಮಿ ಮುಕ್ಕಾಲು ಚೀಲ ತುಂಬುವುದು. ಕಬ್ಬಿಣದಂಗಡಿ ಬೀದಿಗೆ ಸಂಜೆಗೆ ಮುನ್ನ ಹೋಗಬೇಕೆಂಬ ಷರತ್ತಿದೆ. ಸಂಜೆಯಾದ ಬಳಿಕ ಕಬ್ಬಿಣವನ್ನು ಮಾರುವುದು ಅಥವಾ ಕೊಳ್ಳುವುದು ಒಳ್ಳೆಯದಲ್ಲ ಎಂಬ ನಂಬಿಕೆ ತನ್ನ ಮಾಲೀಕರದು. ದಿನವೂ ಐವತ್ತೋ ಅರವತ್ತೋ ಪೈಸೆ ಅವನಿಗೆ ಸಿಗುತ್ತಿತ್ತು. ಒಂದು ರೂಪಾಯ ಪೂರ್ತಿ ಸಿಗುವುದು ಬಲು ವಿರಳ. ಸುತ್ತುತ್ತ ಅಲೆಯುತ್ತ ಇರುವಾಗ ಬಾಡಿಗೆದಾರರು ವಾಸ್ತವ್ಯ ಬದಲಾಯಿಸುತ್ತಿರುವ ಮನೆ ಯಾವುದಾದರೂ ಸಿಕ್ಕಿಬಿಟ್ಟರೆ ಅಂದು ಅವನಿಗೆ ಒಳ್ಳೆ ಹಬ್ಬ. ಅನಿರೀಕ್ಷಿತವಾಗಿ ಏನಾದರೂ ಸಿಗಲೂ ಬಹುದು. ಹೆಚ್ಚಿನವರು ಹೊಸ ಮನೆಗೆ ಎಲ್ಲ ವಸ್ತುಗಳನ್ನು ಪೇರಿಸಿಕೊಂಡು ತೆಗೆದುಕೊಂಡು ಹೋಗುವ ಸ್ವಭಾವದವರಾಗಿರುವುದಿಲ್ಲ. ಆದರೆ, ಅಂತಹ ಅದೃಷ್ಟದ ದಿನಗಳು ಬಹಳ ಅಪರೂಪವೇ.

ಸಾಮಾನು ಮಾರಿ ಸಿಗುವ ಕಾಸಿನೊಂದಿಗೆ ಪ್ರತಿದಿನವೂ ಸಂಜೆ ಅಂದ್ರುವಣ್ಣನ ಚಹಾದಂಗಡಿಗೇ ಹೋಗುತ್ತಾನೆ. ಅದಕ್ಕೊಂದು ಪ್ರತ್ಯೇಕ ಕಾರಣವಿದೆ. ದೋಸೆಗೆ ಎಷ್ಟೇ ಸಲ ಸಾಂಬಾರ್ ಕೇಳಿದರೂ, ಕುಡಿಯಲು ಎಷ್ಟೇ ನೀರು ಕೇಳಿದರೂ ಅಂದ್ರುವಣ್ಣ ಗೊಣಗುವುದಿಲ್ಲ. ಆ ಕಾರಣದಿಂದಲೇ, ದೊಡ್ಡ ಆನೆಕಾಲು ರೋಗದ ಕಾಲನ್ನು ಎಳೆಯುತ್ತ ಅಂಗಡಿಯಲ್ಲಿ ಅತ್ತಿತ್ತ ನಡೆಯುವ ಅಂದ್ರುವಣ್ಣನನ್ನು ಕಂಡು ಕುಂಜಪ್ಪುವಿಗೆ ಬಹಳ ದುಃಖ ಮೂಡುತ್ತಿತ್ತು.

ಬೀಚ್‌ರಸ್ತೆ ಎಡಕ್ಕೂ ಬಲಕ್ಕೂ ಕವಲೊಡೆದಿತ್ತು. ಕುಂಜಪ್ಪು ಅನುಮಾನಿಸಿ ನಿಂತ. ಬಲಗಡೆ ನಡೆದರೆ ಕಡಲ ತೀರವನ್ನು ತಲುಪುವನು. ಜನರು ಕಿಕ್ಕಿರಿದಿರುವ ಜಾಗ ಎಡಗಡೆಗಿತ್ತು. ಕುಂಜಪ್ಪು ತಮಾಷೆಯಾಗಿ ಯೋಚಿಸಿದ. ಕಬ್ಬಿಣದಂಗಡಿ ಬೀದಿಯಲ್ಲಿ ಕಡಲ ತಡಿಯ ಮರಳನ್ನು ಹಣಕ್ಕೆ ಕೊಳ್ಳುವುದಿಲ್ಲವಲ್ಲ. ಆದ್ದರಿಂದ ಜನರು ವಾಸವಿರುವ ಎಡಗಡೆಗೆ ತಿರುಗು.

ತಿರುವನ್ನು ದಾಟಿದಾಗ ಕುಂಜಪ್ಪು ಕಂಡ. ಹೈಸ್ಕೂಲಿನ ಹಿಂಭಾಗದ ಚೆಂಡಾಟದ ಮೈದಾನದಲ್ಲಿ ಭಾರೀ ಜನಸಂದಣಿ. ಅವರ ನಡುವೆ ಅಲ್ಲಲ್ಲಿ ಬೋಗುಣಿ ಟೋಪಿ ತೊಟ್ಟಿರುವ ಪೊಲೀಸರು ಸ್ಥಾನಗಿಟ್ಟಿಸಿದ್ದಾರೆ. ಅಲ್ಲಿ ಏನು ನಡೆಯುತ್ತಿದೆ ಎಂದು ತಿಳಿಯುವ ಕುತೂಹಲ ಅವನಿಗೆ ಒಂದಿಷ್ಟೂ ಇರಲಿಲ್ಲ. ಬಹುಶಃ, ಅಲ್ಲಿಗೇ ಇರಬೇಕು ಜನರು ಗುಂಪು ಗುಂಪಾಗಿ ತನ್ನೆದುರಿನಿಂದ ಹಾದುಹೋಗಿದ್ದು.

ಅವನ ಕಣ್ಣುಗಳು ರಸ್ತೆಯ ಬದಿಯಲ್ಲೇ ಸಾಗಿದವು. ಇಂದು ರಜಾದಿನದ ಮರುದಿನ ಎಂಬುದು ದಿಢೀರನೆ ನೆನಪಾಯಿತು. ನಗರದಲ್ಲಿ ಸಾಕಷ್ಟು ಮಹಿಳೆಯರು ಉದ್ಯೋಗದಲ್ಲಿರುವವರು ಮತ್ತು ಅವರಿಗೆ ರಜಾದಿನದಲ್ಲೇ ಮನೆ ಚೊಕ್ಕಟಗೊಳಿಸಲು ಸಮಯ

ಸಿಗುವುದು ಎಂದು ಅವನು ಬಲ್ಲನು. ಗುಡಿಸಿ ಬಾಚಿ ಹೊರಗೆಸೆಯುವುದರಲ್ಲಿ ತನಗಾಗಿ ಏನಾದರೂ ಇರದೇ ಹೋಗುವುದಿಲ್ಲ.

ಅವನು ಒಂದು ದೊಡ್ಡ ಕಸದ ರಾಶಿಯ ಮುಂದೆ ನಿಂತನು. ಇದುವರೆಗೂ ಕಾರ್ಪೊರೇಷನ್ ಗಾಡಿ ಬಂದಿಲ್ಲ. ಅದಕ್ಕೆ ಮುನ್ನ ಕೆದಕಿ ನೋಡಿ ಏನನ್ನಾದರೂ ಗಳಿಸಿ ಕೊಳ್ಳಬೇಕು. ಅವನು ಬಗ್ಗಿನಿಂತು ಒಂದು ಕಡ್ಡಿಯಿಂದ ಕಸದಗುಡ್ಡೆಯನ್ನು ಕೆದಕಿ ಬೆದಕಿ ನೋಡತೊಡಗಿದ.

ಕಾರ್ಪೊರೇಷನ್ ಕೆಲಸಗಾರರೆಂದರೆ ಕುಂಜಪ್ಪುವಿಗೆ ಬಲು ಸಿಟ್ಟು. ಅವರು ಕಸವನ್ನೊಯ್ದು ಸುರಿಯುವ ಜಾಗದಲ್ಲಿ ಏನನ್ನಾದರೂ ಆಯ್ದುಕೊಳ್ಳಲು ಕೆಲವರಿಗೆ ಮಾತ್ರ ಬಿಡುತ್ತಾರೆ. ಅದೂ ಮಾರಿ ಸಿಗುವ ಹಣದಲ್ಲಿ ಅರ್ಧ ಅವರಿಗೆ ಕೊಡಬೇಕೆಂಬ ಕರಾರು ಹಾಕಿಯೇ. ಅವನು ಮಾತ್ರ ಎಂದಿಗೂ ಆ ಕಟ್ಟಳೆಗೆ ಒಪ್ಪಿಲ್ಲ. ಅವರಿಗೆ ಆ ಕೋಪವೂ ಇದೆ. ಈ ಕಾರಣದಿಂದಲೇ ಅವರೆಲ್ಲ ಹಲವು ಬಾರಿ ಏನೇನೋ ನೆಪ ಹೇಳಿ ಅವನಿಗೆ ಉಪದ್ರವ ಕೊಟ್ಟಿದ್ದರು.

ಇದ್ದಕ್ಕಿದ್ದಂತೆ ಎಲ್ಲಿಂದಲೋ ಒಂದು ಮೈಕ್ ಸದ್ದು ಮಾಡಿತು. ಕುಂಜಪ್ಪು ತಲೆಯೆತ್ತಿದ. ಅಷ್ಟು ಹೊತ್ತೂ ಅವನ ಮನಸ್ಸು ಕಣ್ಣುಗಳು ಕಸದರಾಶಿಯಲ್ಲೇ ಇದ್ದವು. ಕುಂಜಿರಾಮನ್ ಎಂಬ ಪೊಲೀಸ್ ಕೂಡಲೇ ಆಫೀಸಿಗೆ ಬರಬೇಕು ಎಂಬ ಪ್ರಕಟಣೆ ಅದು. ಪ್ರಕಟಣೆ ಮುಗಿದ ತಕ್ಷಣ ಜನರ ನಡುವಿನಿಂದ ಒಬ್ಬ ಪೊಲೀಸ್ ಓಡುತ್ತ ಹೋಗುವುದು ಕಂಡು ಬಂತು. ಜೊತೆಯಲ್ಲೇ ಕೆಲವು ಕೇಕೆ ದನಿಗಳೂ ಸಿಳ್ಳುಗಳೂ ಹೊಮ್ಮಿದವು. ಅವು ಕೆಲವು ಕಿಡಿಗೇಡಿ ಹುಡುಗರ ಕೆಲಸ. ಪೊಲೀಸ್ ಓಡುತ್ತಿದ್ದಂತೆ ಅವರೆಲ್ಲ ಒಟ್ಟಾಗಿ ಚಪ್ಪಾಳೆ ತಟ್ಟಿ 'ಅಪ್ ಅಪ್' ಎಂದು ಕೂಗುತ್ತಲಿದ್ದರು.

ಕುಂಜಪ್ಪು ಹೆಬ್ಬೆರಳಿನಿಂದ ಕಾಲಕೆಳಗಿನ ಒದ್ದೆಯಾದ ಮಣ್ಣನ್ನು ತೋಡಿದ. ಏನೋ ಒಂದು ಕಾಲಿಗೆ ತಗುಲಿತು. ಮಣ್ಣು ಸರಿಸಿ ನೋಡಿದ. ಹಿಡಿಕೆಯಿಲ್ಲದ ಒಂದು ಚಿಕ್ಕ ಚಾಕು. ಹಿಡಿಕೆ ಹಾಕಿ ಹರಿತಗೊಳಿಸಿದರೆ ಬಳಸಬಹುದು. ಇಷ್ಟು ಹೊತ್ತು ಕಷ್ಟಪಟ್ಟಿದ್ದಕ್ಕೆ ಇದಾದರೂ ಸಿಕ್ಕಿತಲ್ಲ. ಅವನಿಗೆ ಸಂತಸವಾಯಿತು. ಇನ್ನೇನೂ ಸಿಗುವಹಾಗೆ ಕಾಣುತ್ತಿಲ್ಲ. ಅವನು ಚೀಲ ಹೆಗಲಿಗೇರಿಸಿ ನಡೆದ.

ಹೈಸ್ಕೂಲಿನ ಇನ್ನೊಂದು ಬದಿಗೆ ಹೋಗಲು ರಸ್ತೆ ಇದೆ. ಅದು ತುಸು ಬಳಸು ದಾರಿ. ತುಂಬಾ ನಡೆಯಬೇಕು ಮೈದಾನಕ್ಕೆ ಅಡ್ಡವಾಗಿ ಹೋಗುತ್ತಿರುವ ಕಾಲುದಾರಿ ಹಿಡಿದು ಸಾಗಿದರೆ ಬೇಗನೆ ಅಲ್ಲಿಗೆ ತಲುಪಬಹುದು. ಕಾರ್ಪೊರೇಷನ್ ಗಾಡಿ ಬರುವುದಕ್ಕೆ ಮುಂಚೆ ಇನ್ನೂ ನಾಲ್ಕೈದು ಕಸದರಾಶಿ ಕೆದಕಿ ನೋಡಬೇಕು.

ಮೈದಾನದಲ್ಲಿ ನೆರೆದಿದ್ದ ಜನಸಂದಣಿಯನ್ನು ಅವನು ಸುಮ್ಮನೆ ಒಮ್ಮೆ ನೋಡಿದನು. ಅವರ ಮಧ್ಯದಲ್ಲೇ ತಾನು ಹಾದು ಹೋಗಬೇಕು. ಎಲ್ಲೆಲ್ಲಿ ಪೊಲೀಸರು ಜಾಗ ಹಿಡಿದಿದ್ದಾ ರೆಂಬುದನ್ನು ಗಮನಿಸಲೂ ಅವನು ಮರೆಯಲಿಲ್ಲ. ಹಿಂಗತ್ತನ್ನು ಹಿಡಿದು ಗಾಡಿಗೆ ಹತ್ತಿಸಿ

ಬಿಟ್ಟರೆ ಮತ್ತೆ ರಾತ್ರಿಯಾಗುವ ತನಕ ಅದರೊಳಗೇ ಇರಬೇಕಾಗುತ್ತೆ. ಒಂದು ಗುಟುಕು ನೀರನ್ನೂ ಅವರು ಕೊಡುವುದಿಲ್ಲ.

ಸ್ಕೂಲ್ ಕಟ್ಟಡದ ಬದಿಯಲ್ಲೇ ಅವನು ನಡೆದ. ಆದಷ್ಟೂ ಯಾರ ಗಮನಕ್ಕೂ ಬೀಳ ಬಾರದು. ತನ್ನ ವೃತ್ತಿಯಲ್ಲಿ ಮನಸ್ಸು ಹರಿಸಬೇಕು. ಸಿಕ್ಕಿದ್ದನ್ನು ತಿನ್ನುವುದು, ನಿದ್ದೆ ಮಾಡುವುದು. ಈ ರೀತಿಯ ಯೋಚನೆಗಳೊಂದಿಗೆ ಅವನು ಸಾಗುತ್ತಿರುವಾಗ ಮೇಲಿನಿಂದ ನೀರಿನಂತಹದ್ದು ಏನೋ ಅವನ ಮುಖ ಮತ್ತು ಮುಂಗೈಗಳ ಮೇಲೆ ಬಿತ್ತು. ಅವನು ಮೇಲಕ್ಕೆ ನೋಡಿದ. ಯಾರೋ ತಾಂಬೂಲ ಜಗಿದು ಉಗುಳಿದ್ದರು. ಅದೃಷ್ಟಕ್ಕೆ ಉಗುಳಿನ ಬಹುಭಾಗ ಚೀಲದ ಮೇಲೆ ಮತ್ತು ನೆಲದ ಮೇಲೆ ಬಿದ್ದಿತ್ತು.

ಅವನಿಗೆ ಸಿಟ್ಟು ಬರಲಿಲ್ಲ. ಬಂದರೂ ಏನೂ ಫಲವಿಲ್ಲ. ಅಷ್ಟೇ ಅಲ್ಲ ಕೊನೆಗೆ ಅದು ಅವನಿಗೇ ಎದುರೇಟಾಗಿ ಬಿಡುವುದು. ಮೇಲಿನ ಅಂತಸ್ತಿನಲ್ಲಿ ಜನರಿರುವಾಗ ಕೆಳಗಿನಿಂದ ಏಕೆ ನಡೆದೆ? ಅದೇ ಮೊದಲು ಬರುವ ಪ್ರಶ್ನೆ.

ಅವನು ಬಿಸಿಲಿನ ಕಡೆಗೆ ಸರಿದ. ಯಾರಿಗೂ ಕಾಣದಂತೆ ಮೇಲಕ್ಕೊಮ್ಮೆ ನೋಡಿದ. ಸಾಲಾಗಿ ಹಾಕಿರುವ ಕುರ್ಚಿಗಳಲ್ಲಿ ಬೆನ್ನು ತಿರುಗಿಸಿ ಕುಳಿತು ಕೆಲಸ ಮಾಡುತ್ತಿರುವ ಅಧಿಕಾರಿಗಳು. ಕಿಟಕಿಬಾಗಿಲ ಬಳಿ ಒಂದು ಮೈಕನ್ನು ಅಳವಡಿಸಲಾಗಿದೆ. ಆ ಕಟ್ಟಡದ ಸುತ್ತಲೂ ಒಂದು ದೊಡ್ಡ ಕೋಟೆಗೋಡೆಯ ಹಾಗೆ ಲಾಠಿ ಹಿಡಿದು ಕಬ್ಬಿಣದ ಟೋಪಿ ಧರಿಸಿರುವ ಪೊಲೀಸರು.

ಅವನು ಜನರ ನಡುವೆಗೆ ಸರಿದ. ಆಗಲೂ ಅವನ ಕಣ್ಣುಗಳು ಭೂಮಿಯಲ್ಲೇ ನೆಟ್ಟಿದ್ದವು. ನಾಲ್ಕು ಮಂದಿ ಸೇರಿದಲ್ಲಿ ಒಂದು ಪಟ್ಟಿಕಿತ್ತ ಚಪ್ಪಲಿಯಾದರೂ ಸಿಗದೇ ಇರುವುದಿಲ್ಲ. ಜನರು ಅವನನ್ನು ಗಮನಿಸಲೇ ಇಲ್ಲ. ಎಲ್ಲರ ದೃಷ್ಟಿಗಳೂ ನೀಲಾಕಾಶದ ಕೆಳಗೆ ನೆಲೆಯಾಗಿರುವ ಆ ಶಾಲಾ ಕಟ್ಟಡದ ಎರಡನೇ ಅಂತಸ್ತಿನ ಕಡೆಗೇ ಇದ್ದವು.

ಆ ಜನಸಂದಣಿಯೊಳಗೆ ಹಾದು ಕುಂಜಪ್ಪು ರಸ್ತೆಗೆ ಬಂದ. ರಸ್ತೆಯ ಆಚೆ ಬದಿಯಲ್ಲಿ ಚಹಾದಂಗಡಿಯಿತ್ತು. ಅವನು ಆ ಚಹಾ ದುಕಾನಿನ ಮುಂದೆ ಸ್ವಲ್ಪ ಹೊತ್ತು ನಿಂತ. ಒಳಗೆ ಬಹಳ ಜನಸಂದಣಿಯಿದೆ. ಒಳಗೆ ಜಾಗ ಇಲ್ಲದ ಕಾರಣ ಅನೇಕರು ಹೊರಗೆ ಅಂಗಳದಲ್ಲಿ ನಿಂತು ಚಹಾ ಕುಡಿಯುತ್ತಿದ್ದರು. ಗಾಜಿನ ಕಪಾಟಿನಲ್ಲಿದ್ದ ತಿಂಡಿಗಳೆಲ್ಲ ಮಾರಾಟವಾಗಿ ಖಾಲಿಯಾಗಿದ್ದವು. ಅಂಗಡಿಯ ಎದುರಿಗೆ ಮೇಜಿನ ಮುಂದೆ ಕುಳಿತಿದ್ದ ಮಾಲೀಕನಿಗೆ ಹಣ ಪಡೆಯಲೂ ಚಿಲ್ಲರೆ ಕೊಡಲೂ ಪೂರ್ತಿ ಸಮಯ ತೆಗೆದುಕೊಳ್ಳುತ್ತಿತ್ತು. ಪ್ರತಿಯೊಬ್ಬ ಗಿರಾಕಿಯ ಲೆಕ್ಕವನ್ನು ಒಳಗಿಂದ ಗಂಟಲು ಹರಿಯುವಂತೆ ಕೂಗಿ ಹೇಳುವುದು ಕೇಳಿಸುತ್ತಿತ್ತು. ಒಟ್ಟಾರೆ ಭಾರೀ ಗೌಜಿಗದ್ದಲ. ಕುಂಜಪ್ಪು ಬಹಳ ಹೊತ್ತು ಅದನ್ನು ನೋಡುತ್ತ ನಿಂತ. ಕೈಯಲ್ಲಿ ಕಾಸಿದ್ದಿದ್ದರೆ ನಾನೂ ಒಂದು ಚಹಾ ಕುಡಿಯಬಹುದಿತ್ತು. ಈ ಆಸೆ ಅವನೆದೆಯೊಳಗೆ ನಾಲ್ಕೈದು ಬಾರಿ ಮೂಡಿ ಮುಳುಗಿತು.

ಬಿಸಿಲು ತೀವ್ರವಾಗುತ್ತಿದೆ. ನೆರಳಿರುವಲ್ಲೆಲ್ಲ ಬಹಳ ಜನಸಾಂದ್ರತೆ. ಛತ್ರಿ ಇರುವವರು ಸಹ ನೆರಳನ್ನರಸುತ್ತಿರುವರು. ಅನೇಕ ಜನರು ಎದುರುಬದುರಾಗಿ ನಿಂತು ಏನೇನೋ ಮಾತನಾಡುತ್ತಿರುವರು. ಎಲ್ಲರ ಮುಖದಲ್ಲೂ ಏನನ್ನೋ ತಿಳಿದುಕೊಳ್ಳಬೇಕೆಂಬ ಉತ್ಸಾಹ, ಕುತೂಹಲ. ಇವರೆಲ್ಲ ಇಲ್ಲಿ ಗುಂಪಾಗಿ ನಿಂತು ಯಾವುದಕ್ಕಾಗಿ ಕಾಯುತ್ತಿದ್ದಾರೆ?

ಈ ಜಿಜ್ಞಾಸೆ ತನಗೆ ಅಗತ್ಯವಿಲ್ಲದಂಥದ್ದು. ಅವನು ತನ್ನ ಮನಸ್ಸಿಗೆ ಬುದ್ಧಿಹೇಳಿದ. ಅವರು ಯಾತಕ್ಕಾದರೂ ಗುಂಪು ಸೇರಿ ನಿಂತಿರಲಿ. ಅವರು ಯಾರೂ ಸಹ ಹಳೆಯದಾದ ಉಪಯೋಗವಿಲ್ಲದ ಸಾಮಾನುಗಳನ್ನು ಹೆಕ್ಕಲು ಬಂದವರಲ್ಲ. ಅಷ್ಟನ್ನು ತಾನು ತಿಳಿದರೆ ಸಾಕಲ್ಲ.

ಅವನು ಮುಂದಕ್ಕೆ ನಡೆದ. ಮೂತ್ರದ ದೊಡ್ಡಿಯ ಸಮೀಪ ಸೈಕಲ್‌ಗಳ ಉದ್ದನೆ ಸಾಲು. ಅದರ ಪಕ್ಕದಲ್ಲಿ ಒಂದಷ್ಟು ಸ್ಕೂಟರ್‌ಗಳು. ಅದರ ಹಿಂದೆ ಮೈಕ್ ಹೊತ್ತ ನಾಲ್ಕೈದು ಕಾರುಗಳು ಮತ್ತು ಒಂದು ಲಾರಿ.

ಯಾರನ್ನಾದರೂ ಕೇಳಲೇ? ಇಲ್ಲಿ ಏನು ನಡೆಯುತ್ತಿದೆ? ಏನೊಂದೂ ಕಾಣಿಸುತ್ತಿಲ್ಲ. ಜನರು ಸುಮ್ಮನೆ ಗುಂಪುಗೂಡಿ ನಿಲ್ಲುವರೆ? ವಿಷಯ ತಿಳಿದರೆ ಆಮೇಲೆ ನನ್ನ ಕೆಲಸಕ್ಕೆ ನಾನು ಹೋಗಬಹುದಿತ್ತು. ಆಗ ಅವನ ಒಳಗಿನಿಂದ ಒಂದು ಪ್ರಶ್ನೆ. ಇಲ್ಲಿ ಏನು ನಡೆದಿದೆ ಎಂದು ಗೊತ್ತಾಗದಿದ್ದರೆ ನಿನ್ನ ಕೆಲಸಕ್ಕೆ ಏನಾದರೂ ಅಡ್ಡಿಯುಂಟಾಗುವುದೇ? ಅವನು ಉತ್ತರಿಸಿದ. ಇಲ್ಲ, ಸುಮ್ಮನೆ ಒಮ್ಮೆ ಕೇಳಿ ತಿಳಿದುಕೊಳ್ಳೋಣವೆಂದು ಭಾವಿಸಿದೆ. ಅದೂ ಅಲ್ಲದೆ ತಾನು ಯಾರಲ್ಲಿ ಕೇಳಿ ತಿಳಿಯುವುದು! ಎಲ್ಲರೂ ಮಾನ್ಯರು, ಶುಭ್ರವಾದ ವಸ್ತ್ರ ಧರಿಸಿರುವವರು. ವಾಚು ತೊಟ್ಟಿರುವವರು ಪ್ಯಾಂಟುಷರ್ಟು ಹಾಕಿರುವವರು. ಸಿಗರೇಟ್ ಸೇದುತ್ತಿರುವವರು. ಇವರಷ್ಟೇ ಏನು ಇಲ್ಲಿರುವವರು? ಅಲ್ಲ. ಮೈದಾನದ ಎಡಭಾಗದಲ್ಲಿ ನಿಂತಿರುವವರು ಬಜಾರ್‌ನ ಹಮಾಲಿಗಳು. ಅವರು ನೀಲಿ ಷರ್ಟು ಖಾಕಿಚಡ್ಡಿ ತೊಟ್ಟು ಕೊಂಡೇ ಇಲ್ಲಿಗೂ ಬಂದಿದ್ದಾರೆ. ಅವರನ್ನೂ ಅಲ್ಲಿ ಕಂಡಾಗ ಕುಂಜಪ್ಪುವಿನ ಮನಸ್ಸಿನಲ್ಲಿ ಕುತೂಹಲದ ಇನ್ನೊಂದು ದಳ ಅರಳಿತು. ಅವರೆಲ್ಲರೂ ಇಲ್ಲಿ ಬಂದು ತಲುಪಿರುವ ಸ್ಥಿತಿಯಲ್ಲಿ ತನಗೇನಾದರೂ ಪ್ರಯೋಜನವಿರುವ ಕೆಲಸ ಇಲ್ಲಿ ನಡೆಯುತ್ತಿರಬಹುದೇ?

ಸರಕ್ಕನೆ ಅವನ ಎದುರಿಗೆ ಹೊಗೆಸೇದುತ್ತ ನಿಂತಿದ್ದ ಒಬ್ಬ ಕುಳ್ಳವ್ಯಕ್ತಿ ಉದ್ದದ ಒಂದು ಸಿಗರೇಟ್ ತುಂಡನ್ನು ಕೆಳಕ್ಕೆಸೆದ. ತತ್‌ಕ್ಷಣ ಕುಂಜಪ್ಪುವಿನ ಯೋಚನೆ ತುಂಡಾಯಿತು. ಒಂದೇ ನೆಗೆತಕ್ಕೆ ಅವನು ಆ ಸಿಗರೇಟ್‌ತುಂಡನ್ನು ಕೈವಶಪಡಿಸಿದ. ಬೆಳಗ್ಗಿನಿಂದ ಹೊಟ್ಟೆ ಖಾಲಿ. ಇಲ್ಲಿವರೆಗೂ ಒಂದು ತೊಟ್ಟು ನೀರನ್ನೂ ಕುಡಿದಿಲ್ಲ. ನಾಲ್ಕೈದು ದಂ ಒಳಕ್ಕೆ ಹೋದರೆ ತುಸು ನೆಮ್ಮದಿ ಸಿಗುವುದು.

ಅವನು ಸಿಗರೇಟ್ ತುಂಡನ್ನು ಜೋರಾಗಿ ಎಳೆದು ಒಂದೆರಡು ಬಾರಿ ಹೊಗೆ ಸೇದಿಬಿಟ್ಟ. ಸಿಗರೇಟ್ ತುಂಡನ್ನು ಎಳೆಯುತ್ತಿರುವ ಅವನ ಆಸೆಬುರುಕುತನ ಕಂಡು ಆ ಕುಳ್ಳ

ವ್ಯಕ್ತಿ ತನ್ನ ಪಕ್ಕ ನಿಂತಿದ್ದ ಗೆಳೆಯನನ್ನು ಬೆರಳಿಂದ ಮುಟ್ಟಿ ಕರೆದು ವ್ಯಂಗ್ಯವಾಗಿ ಕಣ್ಣುಗಳಿಂದಲೇ ಕುಂಜಪ್ಪುವನ್ನು ತೋರಿಸಿಕೊಟ್ಟನು. ಕುಂಜಪ್ಪುವಿಗೆ ನಾಚಿಕೆ ಎನ್ನಿಸಲಿಲ್ಲ. ಇಂತಹ ಅನುಭವ ಹೊಸದೇನೂ ಅಲ್ಲವಲ್ಲ.

ಕುಂಜಪ್ಪು ಹೊಗೆ ಸೇದಿಬಿಟ್ಟು ಉತ್ತರದಿಕ್ಕಿಗೆ ನಡೆದ. ಐದನೆಯ ದಂ ಸಹ ಮುಗಿದಿತ್ತು. ಇನ್ನು ಕೈಸುಡುವುದು. ಅವನು ಎಂದಿನ ಪ್ರಯೋಗಕ್ಕೆ ಸಿದ್ಧನಾದ. ಜೇಬಿನಿಂದ ಗುಂಡುಸೂಜಿ ತೆಗೆದು ಸಿಗರೇಟ್ ತುಂಡಿಗೆ ಸಿಕ್ಕಿಸಿದ. ಕಷ್ಟಪಟ್ಟನಾದರೂ ಇನ್ನೂ ಒಂದೆರಡು ದಂ ಎಳೆಯಲು ಅವನಿಗೆ ಸಾಧ್ಯವಾಯಿತು.

ಅಲ್ಲಿ ಏನು ನಡೆಯುತ್ತಿದೆ ಎಂದು ತಿಳಿಯಬೇಕೆಂಬ ಹಂಬಲದ ಎಳೆಚಿಗುರು ಇಷ್ಟರಲ್ಲಾಗಲೇ ಅವನ ಅಂತರಂಗದಲ್ಲಿ ಬಾಡಿ ಹೋಗಿತ್ತು. ಹೈಸ್ಕೂಲಿನ ಪಕ್ಕದಲ್ಲಿದ್ದ ದೇವಸ್ವಂ ಬೋರ್ಡ್ ಆಫೀಸಿನ ತಂತಿಬೇಲಿಯ ಅಂಚಿನಲ್ಲೇ ಅವನು ನಡೆದ. ಆ ದಾರಿಯಲ್ಲಿ ಅವನಿಗೆ ಒಂದು ತುಕ್ಕು ಹಿಡಿದ ಆ್ಯಷ್‌ಟ್ರೇ ಸಿಕ್ಕಿತು. ಆ ಸುತ್ತಮುತ್ತಲೆಲ್ಲೂ ಹೆಚ್ಚಿನ ಕಸಕಡ್ಡಿ ಬಿದ್ದಿರಲಿಲ್ಲ. ಗೋಡೆಯ ಬದಿಯ ಉಸುಕಿನಲ್ಲಿ ಅವನ ಕಾಲುಗಳು ಹೂತು ಹೋಗುತ್ತಿದ್ದವು. ಆ ಪ್ರಯತ್ನ ವ್ಯರ್ಥವಾಗಲಿಲ್ಲ. ತುದಿ ತುಂಡಾಗಿದ್ದ ಒಂದು ಉದ್ದನೆ ಬೀಗದಕೈ. ಸಿಕ್ಕಿದ್ದು ಲಾಭ. ಹನಿಗೂಡಿದರೆ ಹಳ್ಳ.

ರಸ್ತೆಯ ಮೂಲಕ ಒಂದು ಪೋಲೀಸ್ ಜೀಪ್ ಹಾದು ಹೋದುದನ್ನು ಅವನು ಗಮನಿಸದೆ ಇರಲಿಲ್ಲ. ಜೀಪು ಶಾಲಾಕಟ್ಟಡದ ಮುಂದೆ ನಿಂತಿತು. ಸುತ್ತಲೂ ನಿಂತ ಪೋಲೀಸ್ ತಂಡ ಜಾಗೃತವಾಯಿತು. ಒಬ್ಬ ಪೋಲೀಸ್ ಅಧಿಕಾರಿ ಜೀಪಿನಿಂದ ಇಳಿದು ಮೇಲಕ್ಕೆ ಹೋದ. ನೆಗೆಯುತ್ತ ಮೆಟ್ಟಿಲುಗಳ ಮೇಲೆ ಜಿಗಿಯುತ್ತ ಆತ ಮೇಲೆ ಹೋದ. ಸುತ್ತಲಿದ್ದ ಎಲ್ಲರೂ ಜೀಪಿನತ್ತ ಮುಖಮಾಡಿದರು.

ಇಲ್ಲಿ ಏನು ನಡೆಯುತ್ತಿದೆ? ಕುಂಜಪ್ಪುವಿನ ಮನದಲ್ಲಿ ಕಾತರವು ಪುಟಿದೆದ್ದು ಕೈಕಾಲು ಬಡಿಯಿತು. ಕೇಳಿ ತಿಳಿದುಕೊಂಡು ಮನಸ್ಸನ್ನು ತಣಿಸಿ ನನ್ನ ಕೆಲಸಕ್ಕೆ ನಾನು ಹೋಗಬಹುದಲ್ಲ. ಏನು ಎಂದು ತಿಳಿದುಕೊಂಡರೆ ತಪ್ಪೇನಿದೆ? ಯಾರನ್ನಾದರೂ ಕೇಳಿ ತಿಳಿದುಕೊಳ್ಳುವ ಕೆಲಸ ಸಾಧ್ಯವೇ ಇಲ್ಲ. ನಾನು ಕೇಳಿದರೆ ಯಾರೂ ಲೆಕ್ಕಿಸುವುದಿಲ್ಲ, ಖಂಡಿತ. ತನ್ನ ವೇಷ, ಬಣ್ಣ ಇವೆಲ್ಲ ಮಹನೀಯರಿಗೆ ಇಷ್ಟವಾಗುವುದೇ? ಬಜಾರಿನ ಹಮಾಲಿಗಳನ್ನು ಕೇಳೋಣವೆಂದರೆ ಅದು ಬೇರೊಂದು ಸಮಸ್ಯೆ. ಉತ್ತರ ಹೇಳುವುದೂ ಇಲ್ಲ. ಅವರು ನನಗೆ ಕಾಟವನ್ನೂ ಕೊಡುವರು. ಒಂದು ವೇಳೆ, ತಮಾಷೆಯಾಗಿಯೇ ಇರಬಹುದು. ಆದರೆ, ನೋವನುಭವಿಸುವವನು ನಾನು ತಾನೇ.

ಎಡಗಾಲನ್ನು ಗೋಡೆಗೊರಗಿಸಿ ಜನರ ಗುಂಪಿನ ಚಲನವಲನಗಳನ್ನು ಗಮನಿಸುತ್ತ ಕುಂಜಪ್ಪು ಸ್ವಲ್ಪ ಹೊತ್ತು ಹಾಗೆಯೇ ನಿಂತನು. ಬಿಸಿಲಿನ ಶಾಖ ಅನುಕ್ಷಣವೂ ಹೆಚ್ಚಾಗುತ್ತಿದೆ. ಕೊಡೆ ಇದ್ದರೂ ಪ್ರಯೋಜನವಿಲ್ಲ.

ಅವನು ಒಂದು ಅಂತಿಮ ತೀರ್ಮಾನ ತೆಗೆದುಕೊಂಡ. ಹೇಗೂ ಇಲ್ಲಿ ಬಂದು ಸಿಕ್ಕಿಕೊಂಡೆನಲ್ಲ. ವಿಷಯ ಏನೆಂದು ತಿಳಿದೇ ಬಿಡಬೇಕು. ಅದಕ್ಕೆ ಒಂದು ಸುಲಭೋಪಾಯವೂ ಅವನ ತಲೆಯೊಳಗೆ ಹೊಳೆಯಿತು. ತಮ್ಮ ತಮ್ಮಲ್ಲಿ ಮಾತನಾಡುತ್ತ ನಿಂತಿರುವ ಜನರ ಸಮೀಪ ಹೋಗಿ ನಿಲ್ಲುವುದು, ಅವರು ಹೇಳುವುದನ್ನು ಗಮನಿಸುತ್ತ ನಿಂತರೆ ಸ್ವಲ್ಪ ಹೊತ್ತಿಗೆ ಸಂಗತಿ ಗೊತ್ತಾಗುವುದು.

ಕುಂಜಪ್ಪು ಮುಂದಕ್ಕೆ ನಡೆದ. ಜನರ ಗುಂಪಿನ ಮಧ್ಯಕ್ಕೆ ಅವನು ಒಂದು ಜಲಚರದಂತೆ ಈಜಿದನು. ಹಠಾತ್ತನೆ ಒಂದು ಸೈಕಲ್ ಅವನ ದೇಹವನ್ನು ತಾಗಿತು ತಾಗಲಿಲ್ಲ ಎಂಬಂತೆ ಬ್ರೇಕ್ ಹಾಕಿ ನಿಂತಿತು. ಒಬ್ಬ ಮೀಸೆ ಹೊತ್ತ ಠೊಣಪ ನೆಲಕ್ಕೆ ಕಾಲೂರಿದ. ತನ್ನ ಹಿಂದಲೆಗೆ ಏಟು ಬೀಳುವುದು ಖಚಿತ... ಕುಂಜಪ್ಪು ಹೆದರಿದ. ಆದರೆ, ಏನೂ ನಡೆಯಲಿಲ್ಲ. ಮೀಸೆ ಮಾವ ಆತನ ಗೆಳೆಯನ ಬಳಿ ಬ್ರೇಕ್ ಹಾಕಿ ಸೈಕಲ್ ನಿಲ್ಲಿಸಿದ್ದ ಅಷ್ಟೆ. ಮೀಸೆಯವನು ಆತನ ಗೆಳೆಯನೊಡನೆ ಕೇಳುತ್ತಿದ್ದ.

'ಎಣಿಕೆ ಶುರುವಾಯ್ತೇನೋ?'

'ಇಲ್ಲ... ಷಫ್ಲಿಂಗ್ ನಡೀತಿದೆ.'

ಮೀಸೆಗಾರ ಬ್ರೇಕ್ ಸಡಿಲಿಸಿ ಸೈಕಲ್ ತುಳಿಯಲಾರಂಭಿಸುವ ಮುನ್ನ ತನ್ನ ವಾಚನ್ನು ನೋಡಿ ಹೀಗೆ ಹೇಳಿದ.

'ಹೋಗ್ತೀನಿ... ಆಫೀಸಿಗೆ ಹೋಗಿ ಸಹಿ ಹಾಕಿಬಿಟ್ಟು ಬರ್ತೀನಿ'.

ಅದನ್ನು ಕೇಳಿ ಗೆಳೆಯ ನಕ್ಕನು. ಮೀಸೆಯವನು ತಮಾಷೆಯಾಗಿ ಗೆಳೆಯನ ಹೆಗಲನ್ನು ಹಿಡಿದು ಹೇಳಿದ.

'ಕ್ಯಾಷುವಲ್ ಲೀವೆಲ್ಲ ಖಾಲಿಯಾಯ್ತು ಕಣೋ.'

ಜನರ ಗುಂಪಿನ ನಡುವಿನಿಂದಲೇ ಓರ್ವ ಕಸರತ್ತು ಪಟುವಿನ ಹಾಗೆ ಮೀಸೆಗಾರ ಸೈಕಲ್ ತುಳಿಯುತ್ತ ಸಾಗಿದ. ಆ ನಿರ್ಗಮನ ನೋಡಲು ಬಲು ಚೆಂದವಿತ್ತು. ಕುಂಜಪ್ಪುವಿಗೆ ಮೀಸೆಯವನು ಬಹಳ ಹಿಡಿಸಿದ.

ಸೈಕಲ್ ಕಣ್ಮರೆಯಾದಾಗ ಕುಂಜಪ್ಪುವಿನ ಮನಸ್ಸು ಜಾಗೃತವಾಯಿತು. ಏನೋ ಎಣಿಸುವ ಸುದ್ದಿಯನ್ನು ಆತ ಕೇಳಿದನಲ್ಲ. ಇಲ್ಲಿ ಏನನ್ನು ಎಣಿಸುತ್ತಾರೆ. ಹತ್ತಿರ ನಿಂತಿದ್ದ ವ್ಯಕ್ತಿಯ ಮುಖವನ್ನೇ ಅವನು ಸ್ವಲ್ಪ ಹೊತ್ತು ನೋಡುತ್ತ ನಿಂತ. ಆತ ಬೇರೊಬ್ಬನೊಂದಿಗೆ ಗುಸುಗುಸು ಮಾತನಾಡುತ್ತಿದ್ದ.

'ಯಾವಾಗ ರಾಜರ ಆಡಳಿತ ಹೋಯ್ತೋ ಆಗಲೇ ದೇಶ ನಾಶವಾಯಿತು. ಕಳೆದ ಹತ್ತು ವರ್ಷಗಳಿಂದ ನಾನು ಓಟು ಹಾಕಿಯೇ ಇಲ್ಲ'

ಜೊತೆಗಿದ್ದವನು ಆತನನ್ನು ರೇಗಿಸಿದ.

'ಮತ್ತೇಕೆ ಇಲ್ಲಿಗೆ ದಯಮಾಡಿಸಿದಿರಿ ಸಾರ್?'

ರಾಜರ ಆಡಳಿತ ಪ್ರೇಮಿಯ ಮುಖ ತುಸು ಮಂಕಾಯಿತು. ಆದರೂ ಆತ ಉತ್ತರ ಹೇಳಿದ.

'ನಿವೃತ್ತಿಯಾದ ಮೇಲೆ ಸಮಯ ಕಳೆಯೋದೇ ಕಷ್ಟವಾಗಿದೆ.'

ಜೊತೆಗಾರ ಹಾಸ್ಯಪ್ರಜ್ಞೆಯುಳ್ಳವನೂ ಆತನ ಸಮವಯಸ್ಕನೂ ಆಗಿದ್ದ.

'ಸಮಯ ಕಳೆಯೋ ಕಷ್ಟ ನಿನಗೆ ಗೊತ್ತಾಯಿತಲ್ಲ. ರಾಜಕೀಯ ವ್ಯಕ್ತಿಗಳಿಗೂ ಸಮಯ ಕಳೆಯಬೇಕಲ್ಲವೇ. ಇವನ್ನೆಲ್ಲ ಒಂದು ಉತ್ಸವ ಅಂತ ಪರಿಗಣಿಸಬೇಕಪ್ಪ.'

ಇಬ್ಬರೂ ನಕ್ಕರು. ಕುಂಜಪ್ಪುವಿಗೆ ನಗು ಬರಲಿಲ್ಲ. ಅವರ ಮಾತಿನ ತಿರುಳು ಅವನಿಗೆ ಅರ್ಥವಾಗಿರಲಾರದು. ಅವನು ಆಗಸದ ಕಡೆ ನೋಡಿದ. ಹೊತ್ತು ಮಧ್ಯಾಹ್ನವಾಗುತ್ತಿದೆ. ಭೂಮಿಯನ್ನೂ ಅಲ್ಲಿ ವಾಸವಿರುವ ಮನುಷ್ಯರನ್ನೂ ಅತಿ ಗರ್ವದಿಂದ ವೀಕ್ಷಿಸುತ್ತಿದ್ದಾನೆ ಸೂರ್ಯ.

ಹೊಟ್ಟೆಯೊಳಗೆ ಹಸಿವಿನ ಗುಳ್ಳೆಗಳು ಹೊಮ್ಮುತ್ತಿವೆ. ತಿನ್ನಲು ಏನಾದರೂ ಸಿಕ್ಕಿದ್ದಿದ್ದರೆ...! ಅವನು ಮೆಲ್ಲಗೆ ಹೋಟೆಲಿನ ಎದುರಿಗೆ ನಡೆದ. ಅವನು ಮೊದಲಿಗೆ ಹೋಟೆಲಿನ ಹಿಂಭಾಗದತ್ತ ಕಣ್ಣು ಹಾಯಿಸಿದ. ಎಂಜಲೆಲೆಗಳನ್ನು ಚೆಲ್ಲುವ ಜಾಗ ಎಲ್ಲಿದೆ? ಹೊರಗೆ ಎಲ್ಲೂ ಕಾಣಿಸುತ್ತಿಲ್ಲ. ಹಾಗಾದರೆ ಎಂಜಲುಗುಂಡಿ ಒಳಗೇ ಎಲ್ಲೋ ಇರಬೇಕು. ಕುಂಜಪ್ಪುವಿನಂಥ ಪ್ರಭೃತಿಗಳಿಗೆ ಹೆದರಿ ಹಲವು ಹೋಟೆಲ್‌ಗಳು ಈಗ ಎಂಜಲು ಪೀಪಾಯಿಗಳನ್ನು ಒಳಗಡೆಯೇ ಇರಿಸುತ್ತಿವೆ. ಅಲ್ಲಿಗೆ ಪ್ರವೇಶ ಅಸಾಧ್ಯ. ಒಂದು ವೇಳೆ ಸಾಧ್ಯವಾದರೂ ಹೆಚ್ಚಿನದೇನೂ ಸಿಗುವುದಿಲ್ಲ. ಕೆಟ್ಟು ಹೋದ ಆಲೂಗಡ್ಡೆ ಅಥವಾ ಕೊಳೆತ ಸೌತೆಕಾಯಿ ಅಷ್ಟೇ. ಹಣಕೊಟ್ಟು ಆಹಾರ ಕೊಳ್ಳುವವರು ಯಾರಾದರೂ ಅವನ್ನು ಸುಮ್ಮನೆ ಚೆಲ್ಲುವರೇ? ಅವನು ಸ್ವಯಂ ಕೇಳಿಕೊಂಡ. ತಾನು ಚೆಲ್ಲುವನೇ? ಅಂದ್ರುವಣ್ಣ ಎಷ್ಟೋ ಸಲ ತನ್ನನ್ನು ಹಾಸ್ಯಮಾಡುತ್ತಿದ್ದ. ಕುಂಜಪ್ಪುವಿನ ಎಲೆಯಲ್ಲಿ ಇನ್ನೊಬ್ಬರಿಗೆ ಬಡಿಸಬಹುದು. ಅಷ್ಟು ಚೊಕ್ಕಗೊಳಿಸುತ್ತಾನೆ. ತೇವ ಸಹ ಉಳಿದಿರೋಲ್ಲ.

ಗಾಜಿನಕಪಾಟಿನಲ್ಲಿ ಎಣ್ಣೆಯಲ್ಲಿ ಕರಿದ ತಿಂಡಿಗಳ ರಾಶಿ. ಆಗ ಅವನಿಗೆ ಒಂದು ನೊಣವಾಗಿ ರೂಪಾಂತರ ಹೊಂದಬೇಕೆಂಬ ಆಸೆಯುಂಟಾಯಿತು. ಯಥೇಚ್ಛವಾಗಿ ತಿನ್ನಬಹುದು. ಯಾವ ತಿಂಡಿಯ ಮೇಲೆ ಬೇಕಾದರೂ ಹೋಗಿ ಕುಳಿತುಕೊಳ್ಳಬಹುದು. ಆದರೆ ಬಯಸಿದೊಡನೆ ನೊಣವಾಗಿ ಬದಲಾಗುವ ಕತೆಗಳನ್ನೂ ಕೇಳಿಲ್ಲದ ಅವನಿಗೇಕೆ ಈ ವ್ಯರ್ಥ ಗಾಳಿಗೋಪುರ?

'ಸ್ವಲ್ಪ ಸರಿದು ನಿಲ್ಲೋ ಲೋ.'

ಕುಂಜಪ್ಪು ತಿರುಗಿ ನೋಡಿದ. ಹಿಂದೆ ಸ್ಕೂಟರ್. ಅದರ ಸೀಟನ್ನು ಆಕಸ್ಮಿಕವಾಗಿ ಅವನ ಕೈ ಮುಟ್ಟಿತು ಅಷ್ಟೇ. ಸ್ಕೂಟರ್ ಸವಾರ ಅವನನ್ನು ಹೇಸಿಗೆಯಿಂದ ನೋಡಿದ.

ಕುಂಜಪ್ಪು ಭಯದಿಂದ ಸರಿದು ನಿಂತು ಆತನನ್ನು ಕಣ್ಣಂಚಿನಿಂದ ನೋಡಿದ. ಅಗಲವಾದ ಹಣೆಯಲ್ಲಿ ಹರಡಿಕೊಂಡಿರುವ ಗಂಧದ ತಿಲಕ. ಅದರ ಮಧ್ಯದಲ್ಲಿ ದುಂಡಗಿನ ಒಂದು ಕಪ್ಪು ಚುಕ್ಕೆ. ಕಿವಿಯಲ್ಲಿ ಸಿಕ್ಕಿಸಿರುವ ತುಳಸಿಯೆಲೆಗಳು ಬಾಡಿಹೋಗಿವೆ. ಈತ ದಿನವೂ ದೇಗುಲಕ್ಕೆ ಹೋಗುವಂತಹ ದೈವಭಕ್ತನಿರಬೇಕು. ತಾನು ಗುಡಿಗೆ ಹೋಗುವುದಿಲ್ಲವೇಕೆ? ಇದು ಕುಂಜಪ್ಪುವಿಗೆ ಬುದ್ಧಿ ತಿಳಿದಾಗಿನಿಂದ ಮೂಡುತ್ತಿರುವ ಸಂದೇಹ. ಬೀದಿಯಲ್ಲಿ ಕೆಲವರು ಹೇಳುತಿದ್ದರು. ತಾನು ಮಸೀದಿಗೆ ಹೋಗಿ ನಮಾಜ್ ಮಾಡಬೇಕಾದಂತಹವನು ಅಂತ. ಅವನು ಗುಡಿಗೆ ಹೋಗಲಿ ಸಾಕು ಎಂದು ಬೇರೆ ಕೆಲವರ ಅಭಿಪ್ರಾಯ. ಬೀದಿ ಭಿಕಾರಿಗಳಲ್ಲಿ ಹೆಚ್ಚಾಗಿ ಮುಸ್ಲಿಂಗಳೂ ಹಿಂದೂಗಳೂ ಇರುವುದರಿಂದ ಮಸೀದಿಗೂ ದೇಗುಲಕ್ಕೂ ಸರದಿ ಪ್ರಕಾರ ಹೋಗುವುದು ಚೆನ್ನಾಗಿರುವುದು ಎಂದು ಬೇರೆ ಕೆಲವು ರಸಿಕ ಶಿಖಾಮಣಿಗಳ ಉವಾಚ. ಇವಕ್ಕೆಲ್ಲ ಏನಿದೆಯೋ ಅರ್ಥ?

'ಒಟ್ಟಾರೆ ಹೇಗಿದೆ ಕಾಮ್ರೇಡ್?'

ಕಪ್ಪು ಕನ್ನಡಕ ಹಾಕಿರುವ ಒಬ್ಬ ಬೆಳ್ಳಗಿನ ಚೆಲುವಿನ ಯುವಕ ಜನರ ಗುಂಪಿನಲ್ಲಿ ಕಾಣಿಸಿದ ತನ್ನ ಸ್ನೇಹಿತನೊಡನೆ ಕೇಳಿದ. ಸುಂದರ ಯುವಕನನ್ನು ಆಪಾದಮಸ್ತಕ ಒಮ್ಮೆ ನೋಡಿದ ಮೇಲೆ ಗೆಳೆಯ ಹೇಳಿದ.

'ಶೇಕಡಾವಾರು ಮತದಾನ ಕಡಿಮೆಯಾಗಿರುವುದು ನಮಗೆ ಅನುಕೂಲವೇ ಆಗಿದೆ'

ಸುಂದರ ತರುಣ ಜೇಬಿನಿಂದ ಕಪ್ಪು ಗೆರೆಗಳಿರುವ ಒಂದು ಸಿಗರೇಟ್ ಪ್ಯಾಕೆಟ್ ಹೊರತೆಗೆದ. ಒಂದು ಸಿಗರೇಟನ್ನು ಗೆಳೆಯನಿಗೂ ಕೊಟ್ಟ. ಸಿಗರೇಟ್ ಲೈಟರ್ ತೆಗೆದು ಮೊದಲು ಗೆಳೆಯನ ಸಿಗರೇಟಿಗೂ ಅನಂತರ ತನ್ನ ಸಿಗರೇಟಿಗೂ ಬೆಂಕಿ ತಗುಲಿಸಿದ. ಒಮ್ಮೆ ಹೊಗೆ ಎಳೆದುಕೊಂಡ ಬಳಿಕ ಗೆಳೆಯನು ಸಿಗರೇಟ್ ಎತ್ತಿ ಹಿಡಿಯುತ್ತ ಗೇಲಿಯ ದನಿಯಲ್ಲಿ ಕೇಳಿದ.

'ದುಬಾಯಿ ಮಾಲು ತಾನೇ?'

'ಹೌದಪ್ಪಾ ಗುರು.'

ಸುಂದರನು ಗೆಳೆಯನ ಹೆಗಲಿಗೆ ಕೈಹಾಕಿ ಕಿವಿಯಲ್ಲಿ ಹೇಳುವುದು ಕೇಳಿಸಿತು.

'ಬಾ... ಒಂದರ್ಧ ಬಾಟಲಿ ಉಳಿದಿದೆ. ಬರುವಷ್ಟರೊಳಗೆ ಲೀಡ್ ಗೊತ್ತಾಗುತ್ತದೆ.'

ಅವರು ಗುಂಪಿನ ನಡುವೆ ನುಸುಳುತ್ತ ಎಲ್ಲಿಗೋ ಮರೆಯಾದರು.

ಒಮ್ಮೆಲೆ ಅಬ್ಬರದ ಕೂಗು ಮತ್ತು ಗದ್ದಲ. ಅಲ್ಲಿ ನೆರೆದಿದ್ದವರೆಲ್ಲ ಒಮ್ಮೆ ಚುರುಕು ಗೊಂಡರು. ಕುಂಜಪ್ಪುವಿಗೆ ಭಯವೆನಿಸಿತು. ಸುತ್ತಮುತ್ತಲಿಂದ ಕೂಗು ಕೇಕೆಗಳು ಹೊಮ್ಮಿದವು. ಎಲ್ಲರೂ ಮೈದಾನದ ಮಧ್ಯಭಾಗಕ್ಕೇ ನೋಡುತ್ತಿರುವರು. ಅವನೂ ಒಮ್ಮೆ ಎಟುಕಿ ನೋಡಿದನು. ಒಳ್ಳೆಯ ತಮಾಷೆಯ ಸಂಗತಿ. ಪೋಲೀಸ್ ವರ್ತುಲದೊಳಕ್ಕೆ ಒಂದು ಮುದಿ ನಾಯಿ ಓಡಿ ಸೇರಿಕೊಂಡಿತ್ತು. ಅದೇ ಈ ಗದ್ದಲಕ್ಕೆ ಕಾರಣ. ಒಬ್ಬ ಪೋಲೀಸನು

ಲಾಠಿಯಿಂದ ಆ ನಾಯಿಯ ಹೊಟ್ಟೆಗೆ ತಿವಿದ. ನಾಯಿ ದಯನೀಯವಾಗಿ ಕುಂಯ್‌ಗುಡುತ್ತ ಓಡಿತು. ಜನರು ಆಹ್ಲಾದದಿಂದ ಕೂಗುತ್ತಾ ಕಿರುಚುತ್ತ ನಿಂತರು. ಪೊಲೀಸರಿಗೆ ಮೊದ ಮೊದಲು ಆ ಕೂಗಾಟ ಖುಷಿ ಕೊಟ್ಟಿತಾದರೂ ಅದು ನಿಲ್ಲದೆ ಮುಂದುವರಿದಾಗ ಅವರ ವರಸೆ ಬದಲಾಯಿತು. ಗೋಡೆಯ ಮೇಲೆ ಕುಳಿತಿದ್ದ ವಿದ್ಯಾರ್ಥಿಗಳೇ ಕೂಗಾಡು ತ್ತಿದ್ದವರಲ್ಲಿ ಹೆಚ್ಚು ಮಂದಿ. ನಾಲ್ಕೈದು ಪೊಲೀಸರು ಲಾಠಿಯೊಂದಿಗೆ ಅಲ್ಲಿಗೆ ಧಾವಿಸಿದಾಗ ಅವರೆಲ್ಲ ಆಚೆ ಬದಿಗೆ ಹಾರಿ ಓಡಿಹೋದರು.

ಕುಂಜಪ್ಪುವಿನ ಹತ್ತಿರವಿದ್ದ ಒಬ್ಬ ಮಧ್ಯ ವಯಸ್ಕನು ಬಾಯಿ ತುಂಬ ಎಲೆಯಡಿಕೆ ಹಾಕಿ ಜಗಿಯುತ್ತಿದ್ದು ಚರಂಡಿಯಲ್ಲಿ ಉಗಿದು ಬಂದು ಯಾರೊಡಯೋ ಎಂಬಂತೆ ಹೇಳುವುದು ಕೇಳಿಸಿತು.

'ಎಲ್ಲೇ ಹೋದರೂ ಇಂಥ ಕೆಲವು ಪುಂಡಪೋಕರಿಗಳಿರುತ್ತಾರೆ. ಇವರಿಂದ ಲಾಠಿ ಚಾರ್ಜ್ ಶುರುಮಾಡಿಸಿ ಬಿಡುತ್ತಾರೆ. ತಾವು ಓಡಿ ಪಾರಾಗುತ್ತಾರೆ'

ತನ್ನ ಅಭಿಪ್ರಾಯವನ್ನು ಬೆಂಬಲಿಸುವವರು ಯಾರಾದರೂ ಇರುವರೇ ಎಂದು ಆತ ಸುತ್ತಲೂ ನೋಡಿದ. ಯಾರೂ ತನ್ನನ್ನು ಗಮನಿಸುತ್ತಿಲ್ಲ ಎಂದು ತಿಳಿದಾಗ ತಾಂಬೂಲ ಜಗಿದು ಉಗುಳಲು ಹೋಗುವ ಸೋಗಿನಲ್ಲಿ ಹೋಗುತ್ತ ಚರಂಡಿಯಲ್ಲಿ ಕ್ಯಾಕರಿಸಿ ಉಗುಳಿ ತೆರಳಿದ.

ಬಿಸಿಲಿನ ಧಗೆ ಮತ್ತೂ ಉಗ್ರವಾಯಿತು. ಹೆಗಲಲ್ಲಿದ್ದ ಗೋಣಿಚೀಲದ ನೆನಪು ಹುರಿ ಮಿಂಚಿನಂತೆ ಕುಂಜಪ್ಪುವಿನ ಮನದಲ್ಲಿ ಮಿಂಚಿತು. ತಾನು ಇಷ್ಟು ಹೊತ್ತು ಬೇರೆ ಯಾವುದೋ ಲೋಕದಲ್ಲಿದ್ದೆ. ಉಪಜೀವನ ಮಾರ್ಗವನ್ನು ತತ್ಕಾಲಕ್ಕೆ ಮರೆತೇ ಹೋಗಿದ್ದೆ. ಇಲ್ಲಿ ಏನು ಬೇಕಾದರೂ ನಡೆಯಲಿ. ಏನೇ ನಡೆದರೂ ಅದರಿಂದ ತನಗೆ ಯಾವುದೇ ಲಾಭ ಸಿಗಲಾರದು. ಮಧ್ಯಾಹ್ನದ ವೇಳೆಯಾಗಿದ್ದರೂ ತಾನು ಖಾಲಿ ಹೊಟ್ಟೆಯಲ್ಲೇ ನಡೆಯುತ್ತಿದ್ದೇನೆ. ಕೇಳಿದರೆ ಐದು ಪೈಸೆ ಸಹ ಯಾರು ಕೊಡುವುದಿಲ್ಲ. ಇನ್ನೊಂದು ಕ್ಷಣವೂ ಇಲ್ಲಿ ನಿಲ್ಲುವುದಿಲ್ಲ. ಆಕಾಶವೇ ಕುಸಿದು ಬಿದ್ದರೂ ತನಗೇನಂತೆ. ನಡೆಯೋಣ.

ಕುಂಜಪ್ಪು ಸುತ್ತಲೂ ನೋಡಿದ. ಪಾರ್ಕಿನ ಆಚೆ ಮಾಂಸದಂಗಡಿಯ ಹಿಂದೆ ಒಂದು ಹೊಸ ಕಟ್ಟಡದ ಕೆಲಸ ನಡೆಯುತ್ತಿದೆ. ಅದು ಹಳೆಯ ಮನೆ ಕೆಡವಿ ಹೊಸದು ಕಟ್ಟುತ್ತಿರುವುದಾದರೆ ತನಗೆ ಏನಾದರೂ ಸಿಗಬಹುದು. ಹೊಸದಾಗಿಯೇ ನಿರ್ಮಿಸುತ್ತಿರುವ ಕಟ್ಟಡವಾದರೆ ಕೆಲಸಗಾರರು ತನ್ನನ್ನು ಅದರ ಆಸುಪಾಸು ಕೂಡ ಬರಗೊಡುವುದಿಲ್ಲ. ಅಲ್ಲಿ ಕಬ್ಬಿಣದ ಕಂಬಿ, ಹಲಗೆಗಳನ್ನೆಲ್ಲ ಬಹಳಷ್ಟು ಸ್ಟಾಕ್ ಇಟ್ಟಿರುತ್ತಾರೆ. ಏನಾದರಾಗಲಿ ಒಮ್ಮೆ ಪರೀಕ್ಷಿಸಿ ಬಿಡೋಣ.

ಅವನ ಕಾಲು ಅತ್ತ ನಡೆಯಿತು. ನೆಟ್ಟಗೆ ನಡೆಯಲೂ ಬಹಳ ಕಷ್ಟ. ಅಷ್ಟು ಜನ ಸಂದಣಿಯಿತ್ತು ಸುತ್ತಲೂ. ಯಾರದಾದರೂ ಮೈ ಸೋಕಿದರೆ ಸಾಕು ಅದೇ ರಾದ್ಧಾಂತವಾಗು ವುದು. ಪ್ರತಿನಿಮಿಷ ಕಳೆದಂತೆ ಜಾತ್ರೆಯ ಬಯಲಲ್ಲೆಂಬಂತೆ ಜನರ ಗುಂಪು ದೊಡ್ಡದಾಗು

ತ್ತಲೇ ಬರುತ್ತಿದೆ. ಇವರಿಗೆ ಬೇರೇನೂ ಕೆಲಸವಿಲ್ಲವೆ? ಇಲ್ಲಿ ನೋಡುವಂತಹದ್ದು ಅದೇ ನಿದೆಯೋ?

ಕುಂಜಪ್ಪುವಿನ ದೃಷ್ಟಿ ಒಣಗಿ ಹೋಗಿದ್ದ ಚರಂಡಿಯತ್ತ ತಿರುಗಿತು. ಹಿಡಿಕೆ ಸಡಿಲಾಗಿ ಹೋಗಿದ್ದ ಕಬ್ಬಿಣದ ಬಟ್ಟಲು. ತುಂಬಾ ತೂತುಗಳೂ ಬಿದ್ದಿವೆ. ಅವನು ಎಣಿಸಿ ನೋಡಿದ. ಚಿಕ್ಕವೂ ದೊಡ್ಡವೂ ಸೇರಿ ಹನ್ನೆರಡು ರಂಧ್ರಗಳು. ಎಷ್ಟೇ ತೂತುಗಳಿದ್ದರೂ ಕಬ್ಬಿಣದಂಗಡಿ ಯವನು ತೆಗೆದುಕೊಳ್ಳದೇ ಇರುವುದಿಲ್ಲ. ಕಬ್ಬಿಣದ ಬಟ್ಟಲನ್ನು ಚೀಲಕ್ಕೆ ಸೇರಿಸಿಕೊಂಡ ಮೇಲೆ ಅವನು ಜನಗಳ ಮಧ್ಯೆ ಸಾಗಿ ಆ ಹೊಸ ಕಟ್ಟಡದ ಜಾಗಕ್ಕೆ ಸರಿದ.

ಯಾರೋ ಹಿಂದಿನಿಂದ ಚಪ್ಪಾಳೆ ತಟ್ಟಿ 'ಲೇಯ್' ಎಂದು ಕರೆದಾಗ ಅವನು ತಿರುಗಿ ನೋಡಿದನು. ಪಾರ್ಕಿನ ಅರೆಗೋಡೆಯ ಪಕ್ಕ ಶರಬತ್ತು ಮಾರುವ ಕರ್‍ರಗಿನ ಬಡಕಲು ವ್ಯಕ್ತಿ ತನ್ನನ್ನು ಕೈಬೀಸಿ ಕರೆಯುತ್ತಿರುವಂತೆನಿಸಿತು. ಆ ಅನಿಸಿಕೆ ನಿಜವೇ ಎಂದು ತಿಳಿಯ ಲೋಸುಗ ಅವನು ಅಲ್ಲಾಡದೆ ನಿಂತ. ಮತ್ತೆ ಚಪ್ಪಾಳೆ. ಕುಂಜಪ್ಪು ನೋಡಿದ. ಆತ ಕರೆ ಯುತ್ತಿರುವುದು ತನ್ನನ್ನೇ. ವಿಧೇಯನಾದ ಒಬ್ಬ ವಿದ್ಯಾರ್ಥಿಯಂತೆ ಅವನು ಅಲ್ಲಿಗೆ ಸಾಗಿದ.

ಆ ಕರಿಯನು ತೊಳೆದು ಸಾಲಾಗಿರಿಸಿದ ಗಾಜಿನ ಲೋಟಗಳಿಗೆ ನಿಂಬೆಹಣ್ಣನ್ನು ಹಿಂಡಿ ಸುರಿಯುತ್ತಿದ್ದನು. ಸುತ್ತಲೂ ನಿಂಬೆಹಣ್ಣಿನ ಶರಬತ್ತು ಕುಡಿಯಲು ಬಂದು ನಿಂತಿರುವವರ ಗುಂಪು. ಕುಂಜಪ್ಪು ಕಾಲು ಸಡಿಲಾಗಿ ಅಲುಗಾಡುತ್ತಿದ್ದ ಆ ಮೇಜಿನ ಬಳಿ ಹೋಗಿ ನಿಂತನು. ಒದ್ದೆಯಾಗಿ ಬಿಟ್ಟಿದ್ದ ಆ ಮೇಜಿನ ಕೆಳಗಿದ್ದ ಒಂದು ಮಣ್ಣಿನ ಕೊಡವನ್ನು ಬೆರಳಿಂದ ತೋರಿ ಶರಬತ್ತು ವ್ಯಾಪಾರಿ ಹೇಳಿದ.

'ಆ ಪೈಪಿನಿಂದ ಬೇಗ ಒಂದು ಕೊಡ ನೀರು ತಗೊಂಡು ಬಾ.'

ಕುಂಜಪ್ಪುವಿನ ನರಗಳಲ್ಲಿ ಉತ್ಸಾಹ ಉಕ್ಕಿ ಹರಿಯಿತು. ಇದು ಪ್ರತಿಫಲ ಸಿಗುವಂತಹ ಕೆಲಸ. ಹೆಗಲಲ್ಲಿದ್ದ ಗೋಣಿಚೀಲವನ್ನು ಅವನು ಬಾಗೆಮರದ ಕೆಳಕ್ಕೆ ಹಾಕಿದ. ಮಣ್ಣಿನ ಕೊಡ ಹಿಡಿದು ನಲ್ಲಿಯ ಕಡೆಗೆ ಓಡಿದ. ಕ್ಷಣಮಾತ್ರದಲ್ಲಿ ಅವನು ತುಂಬಿತುಳುಕುವ ಕೊಡದೊಂದಿಗೆ ಮರಳಿ ಬಂದನು. ಒಂದು ಪ್ಲಾಸ್ಟಿಕ್ ಬಕೆಟ್ ತೋರಿಸಿ ಶರಬತ್‌ವಾಲ ಹೇಳಿದ.

'ಅದರಲ್ಲಿ ಸುರಿ.'

ಅವನು ಸುರಿದನು.

'ಇನ್ನೂ ಒಂದು ಕೊಡ ನೀರು ಬೇಕು.'

ಕುಂಜಪ್ಪು ಪುನಃ ನಲ್ಲಿಯ ಬುಡಕ್ಕೆ ಓಡಿದ. ತಿರುಗಿ ಬಂದಾಗ ಆತ ಅವನಿಗೆ ಬೇರೊಂದು ಕೆಲಸ ಕೊಟ್ಟ. ಕುಡಿದಿರಿಸಿದ ಗ್ಲಾಸುಗಳನ್ನು ತೊಳೆದು ಸ್ವಚ್ಛಗೊಳಿಸಿ ಮೇಜಿನ ಮೇಲೆ ಬೋರಲಾಗಿರಿಸುವುದು. ಬಕೆಟ್‌ನ ಮುಂದೆ ಬಗ್ಗಿ ನಿಂತು ಅವನು ಎಲ್ಲಾ ಗ್ಲಾಸು

ಗಳನ್ನೂ ಚೆನ್ನಾಗಿ ತೊಳೆದ. ಗ್ಲಾಸುಗಳನ್ನು ಮೇಜಿನ ಮೇಲೆ ಬೋರಲಾಗಿಡುತ್ತಿದ್ದಾಗ ಆತ ಅವನನ್ನು ಕೇಳಿದ.

'ಲೋ... ನೀನು ಸಾಯಂಕಾಲದವರೆಗೆ ಇಲ್ಲೇ ಇರುತ್ತೀಯ?'

ಕುಂಜಪ್ಪು ಸಂತೋಷದಿಂದ ತಲೆಯಾಡಿಸಿದ.

ಶರಬತ್ತು ವ್ಯಾಪಾರಿ ಮೇಜಿನ ಕೆಳಗಿದ್ದ ಪೊಟ್ಟಣ ಬಿಚ್ಚಿ ಗಾಜಿನ ಭರಣಿಗೆ ಸಕ್ಕರೆ ತುಂಬಿಸುತ್ತ ಕೇಳಿದ. 'ಲೋ... ನೀನೇನಾದರೂ ತಿಂದೆಯೇನೋ?'

ಕುಂಜಪ್ಪು ಉತ್ತರ ಹೇಳಲಿಲ್ಲ. ಆ ಮೌನ ಆತನಿಗೆ ಅರ್ಥವಾಯಿತು. ಮರದಕೊಂಬೆಗೆ ಕಟ್ಟಿ ತೂಗುಬಿಡಲಾಗಿದ್ದ ಬಾಳೆಹಣ್ಣಿನ ಗೊನೆಯ ಕೆಳಭಾಗದಿಂದ ಕೊಳೆಯಲಾರಂಭಿಸಿದ್ದ ಮೂರು ಬಾಳೆಹಣ್ಣು ಕಿತ್ತು ಅವನಿಗೆ ಕೊಟ್ಟ. ಸಿಕ್ಕೊಡನೆ ಕುಂಜಪ್ಪು ಅದನ್ನು ಗುಳುಂಕರಿಸಿದ. ಒಂದು ದೊಡ್ಡ ಗ್ಲಾಸ್ ತಣ್ಣೀರು ಸಹ ಒಳಸೇರಿದಾಗ ಅವನ ಜಠರ ತುಂಬಿತು.

ಕೆಂಪು ಚಡ್ಡಿಯ ಮೇಲೆ ಒಂದು ಚೌಕವನ್ನು ಬಿಗಿಯಾಗಿ ಸುತ್ತಿಕೊಂಡಿದ್ದ ಒಬ್ಬ ಹುಡುಗ ಎರಡುರೂಪಾಯಿ ನೋಟು ಹಿಡಿದು ಶರಬತ್‌ವಾಲನ ಮುಂದೆ ಬಂದು ನಿಂತ. ನೋಟು ಚಾಚುತ್ತ ಕೇಳಿದ.

'ಅಪ್ಪುವಣ್ಣಾ, ಎರಡು ಒಂದು ರೂಪಾಯಿ ಕೊಡಣ್ಣ.'

ಶರಬತ್ತುವಾಲನಿಗೆ ಆ ಹುಡುಗ ಬಂದುದು ಸ್ವಲ್ಪವೂ ಹಿಡಿಸಲಿಲ್ಲ ಎಂದು ಆತನ ಮುಖಕಂಡರೆ ತಿಳಿಯುತ್ತಿತ್ತು.

'ಹೋಗೋ ಲೋ... ಇನ್ನೂ ವ್ಯಾಪಾರ ಶುರು ಆಗಿಲ್ಲ. ಆಗಲೇ ಚಿಲ್ಲರೆ...'

ಬಳಿಕ ಹುಡುಗ ಅಲ್ಲಿ ನಿಲ್ಲಲಿಲ್ಲ. ಅವನು ಮಾಂಸದಂಗಡಿಯನ್ನು ಲಕ್ಷ್ಯವಾಗಿರಿಸಿ ನಡೆದ, ಅವನಿಗೆ ಅತ್ಯಗತ್ಯವಾಗಿ ಚಿಲ್ಲರೆ ಬೇಕಿದೆ.

ಕುಂಜಪ್ಪುವಿಗೆ ಶರಬತ್ತಂಗಡಿಯವನ ಹೆಸರು ಇಷ್ಟವಾಯಿತು. ಅಪ್ಪುವಣ್ಣ. ಕೂಗಲೂ ಬಲು ಹಿತವಾಗಿದೆ.

ಮೇಲ್ಗಡೆ ಸೂರ್ಯ ಉರಿದು ಜ್ವಲಿಸುತ್ತಿದ್ದ. ಬಕೆಟ್‌ನಲ್ಲಿದ್ದ ನೀರು ಬಿಸಿಯಾಗ ತೊಡಗಿತ್ತು. ಯಂತ್ರದಂತೆ ವೇಗವಾಗಿ ನಿಂಬೆಹಣ್ಣಿನ ಪಾನಕ ಮಾಡುವುದರ ಮಧ್ಯೆಯೇ ಅಪ್ಪುವಣ್ಣ ಹಣ ಪಡೆಯುತ್ತ ಪೆಟ್ಟಿಗೆಗೆ ಹಾಕುತ್ತಲೂ ಚಿಲ್ಲರೆ ಕೊಡುತ್ತಲೂ ಇದ್ದನು. ಮಧ್ಯದಲ್ಲಿ ಕೇಳುವವರಿಗೆ ಎಲೆ ಅಡಿಕೆ ಸಿಗರೇಟ್‌ಗಳನ್ನು ತೆಗೆದುಕೊಡುತ್ತಿದ್ದ. ಆ ನೋಟವೇ ಕೌತುಕಪ್ರದವಾಗಿತ್ತು. ವಾತಾವರಣ ಬಹಳ ಬಿಸಿಯಾಗಿದ್ದ ಕಾರಣ ನಿಂಬೆಹಣ್ಣಿನ ಶರಬತ್ತಿಗೇ ಬೇಡಿಕೆ ಜಾಸ್ತಿ.

ಮೈಕ್ ಸದ್ದು ಮಾಡಿತು. ಜನರ ಗುಂಪು ಚದುರಿತು. ಎಲ್ಲರೂ ಕಿವಿ ಚುರುಕಾಗಿಸಿ ಕೊಂಡರು. ಕುಂಜಪ್ಪು ಸಹ ತಲೆಯೆತ್ತಿದ. ಅದನ್ನು ಅಪ್ಪುವಣ್ಣ ನೋಡಿದ.

'ಬೇಗ ಗ್ಲಾಸ್ ತೊಳೆಯೋ ಲೇಯ್.'

ನವಿರಾದ ಅಪರಾಧೀಭಾವದಿಂದ ಅವನು ಗಾಜಿನಲೋಟಗಳನ್ನು ತೊಳೆಯ ತೊಡಗಿದ. ಮೈಕ್‌ನಲ್ಲಿ ಮತ್ತೇನನ್ನೋ ಕೂಗಿ ಹೇಳಲಾಯಿತು. ಅದು ಕುಂಜಪ್ಪುವಿಗೂ ಅಪ್ಪುವಣ್ಣನಿಗೂ ಅರ್ಥವಾಗಲಿಲ್ಲ. ಸಿಗರೇಟ್ ಕೊಳ್ಳಲು ಬಂದ ಒಬ್ಬನೊಡನೆ ಅಪ್ಪುವಣ್ಣ ಕೇಳಿದ.

'ಏನಾದರೂ ಗೊತ್ತಾಯಿತಾ ಸಾರ್?'

'ಪೋಸ್ಟಲ್ ಓಟು ಎಣಿಸಿದರು... ಕೃಷ್ಣನ್ ನಾಯರ್‌ಗೆ ಬಹುಮತ.'

ಹತ್ತಿರದಲ್ಲೇ ಉಗುರು ಕಡಿಯುತ್ತ ನಿಂತಿದ್ದವನಿಗೆ ಅದು ಹಿಡಿದಲಿಲ್ಲ ಅಂತ ಕಾಣುತ್ತೆ. ಅವನು ಹೇಳಿದ.

'ಪೋಸ್ಟಲ್ ಓಟುಗಳಿಂದ ಟ್ರೆಂಡ್ ನಿರ್ಧರಿಸೋಕೆ ಸಾಧ್ಯವಿಲ್ಲ.'

ಸಿಗರೇಟ್ ಕೊಳ್ಳಲು ಬಂದವನು ಅದನ್ನು ಕೇಳಿಸಿಕೊಳ್ಳುವ ಗೋಜಿಗೇ ಹೋಗಲಿಲ್ಲ.

ಕುಂಜಪ್ಪು ಸುತ್ತಲೂ ನೋಡಿದ. ಕೆಲವರ ಮುಖದಲ್ಲಿ ಮ್ಲಾನತೆ. ಇನ್ನು ಕೆಲವರ ಮುಖದಲ್ಲಿ ಸಂತೋಷ. ಕೆಲವರಿಗಂತೂ ಗೆಳೆಯರ ಜೊತೆಗೆ ಚರ್ಚೆ ಮಾಡುತ್ತ ನಿಲ್ಲುವುದರಲ್ಲೇ ಖುಷಿ. ಮುಖ ತಗ್ಗಿಸಿ ಕಾಲ್ಬೆರಳಿಂದ ನೆಲದಲ್ಲಿ ಬರೆಯುತ್ತ ಒಬ್ಬನು ಹೇಳಿದ.

'ಈ ಕ್ಷೇತ್ರದಲ್ಲಿ ನಾಯರ್ ಜನಾಂಗದವರೇ ಜಾಸ್ತಿ. ಅಷ್ಟು ಸುಲಭವಾಗಿ ಬೇರೆಯವರು ಯಾರೂ ಗೆಲ್ಲೋದಿಲ್ಲ. ಒಂದುವೇಳೆ ಗೆದ್ದರೂ ಸಾವಿರಕ್ಕಿಂತ ಹೆಚ್ಚಿನ ಅಂತರದಲ್ಲಿ ಬಹುಮತ ಸಿಗುವುದಿಲ್ಲ.'

'ಏನೋ ಲೋ. ಚಂದ ನೋಡ್ತಾ ಇದೀಯ. ಗ್ಲಾಸ್ ತೊಳೆಯೊ.'

ಅಪ್ಪುವಣ್ಣನ ದನಿ ಕುಂಜಪ್ಪುವನ್ನು ಎಚ್ಚರಿಸಿತು. ಸ್ವಲ್ಪ ಹೊತ್ತಿನ ಮಟ್ಟಿಗೆ ತಾನು ಎಲ್ಲಿದ್ದೆ? ಇಲ್ಲಿ ಏನು ನಡೆಯುತ್ತಿದೆ ಎಂದು ಅರಿವಾಗ ತೊಡಗಿದೆ. ಕಳೆದ ಕೆಲವು ದಿನಗಳಿಂದ ನಗರದಲ್ಲಿ ಕೇಳಿಬರುತ್ತಿದ್ದ ಭಾಷಣಗಳು ಮತ್ತು ಅಲ್ಲಲ್ಲಿ ಕಾಣಿಸಿದ ಗೋಡೆ ಬರಹಗಳು ಇದಕ್ಕಾಗಿಯೇ ಆಗಿತ್ತೇನು? ಮೈಕ್ ಹೊತ್ತ ಕಾರುಗಳು ರಾತ್ರಿಹಗಲೆನ್ನದೆ ಅವಿರತವಾಗಿ ನಗರದಲ್ಲಿ ಓಡಾಡಿದವು. ಆ ಸದ್ದು ಕೇಳಿ ಎಷ್ಟೋ ರಾತ್ರಿಗಳಲ್ಲಿ ತಾನು ಬೆಚ್ಚಿ ಎಚ್ಚರಗೊಂಡಿದ್ದೆ.

ಕುಂಜಪ್ಪು ಗ್ಲಾಸ್ ತೊಳೆಯಲಾರಂಭಿಸಿದ. ವಹಿಸಿಕೊಟ್ಟ ಕೆಲಸವನ್ನು ಸಮರ್ಪಕವಾಗಿ ಮಾಡಬೇಕು. ಸಂಜೆ ಕೊಡುವ ಕೂಲಿಯನ್ನು ತೆಗೆದುಕೊಂಡು ಹೋಗಬೇಕು. ಅಂದ್ರುವಣ್ಣನ ಅಂಗಡಿಗೆ ಹೋಗಿ ಏನನ್ನಾದರೂ ತಿನ್ನಬೇಕು. ಸೂರ್ಯ ಹುಟ್ಟುವತನಕ ಸುಖನಿದ್ರೆ. ಅಪ್ಪುವಣ್ಣ ಕೊಟ್ಟ ಬಾಳೆಹಣ್ಣು ಮತ್ತು ನೀರು ಒಳಗಡೆ ದಹನವಾಗುತ್ತಿತ್ತು. ಅದಕ್ಕೆ ಕೃತಜ್ಞನಾಗಿರಬೇಕು. ಕುಂಜಪ್ಪು ಗ್ಲಾಸ್ ತೊಳೆಯುವುದನ್ನು ಇನ್ನಷ್ಟು ರಭಸಗೊಳಿಸಿದ.

'ನೀನು ಯಾವ ಪಾರ್ಟಿಯವನೋ?'

ಕೇಳಿದವರು ಬೇರಾರೂ ಅಲ್ಲ. ಅಪ್ಪುವಣ್ಣನೇ. ಕುಂಜಪ್ಪು ಪೆಚ್ಚಾಗಿ ಅಪ್ಪುವಣ್ಣನ ಮುಖವನ್ನೇ ದಿಟ್ಟಿಸಿದ. ಅಂಗಡಿಯ ಮುಂದೆ ಈಗ ಜನಸಂದಣಿಯಿಲ್ಲ. ದುರ್ಲಭ ಒಂದು ಮುಗುಳ್ನಗೆ ಅಪ್ಪುವಣ್ಣನ ತುಟಿಯಲ್ಲರಳಿತು. ಬಾಗೆಮರದ ಕೆಳಗೆ ಶೇಂಗಾ ತಿನ್ನುತ್ತ ನಿಂತಿದ್ದ ಓರ್ವ ಮಧ್ಯವಯಸ್ಕನು ಆ ಅನುಮಾನವನ್ನು ಬಲಗೊಳಿಸುವ ಹಾಗೆ ಹಲ್ಲುಕಿರಿದು ಕುಂಜಪ್ಪುವನ್ನು ನೋಡುತ್ತ ನಕ್ಕನು. ಅವನ ಅಂತರಂಗದಲ್ಲಿ ಆ ಪ್ರಶ್ನೆ ಮರುಕಳಿಸಿತು. ತಾನು ಯಾವ ಪಾರ್ಟಿಯವನು? ಉತ್ತರ ಹೇಳಲು ಸಾಧ್ಯವಾಗುತ್ತಿಲ್ಲ. ಅವನು ಬಕೆಟ್ಟನ್ನೇ ನೋಡಿದ. ಗ್ಲಾಸ್ ತೊಳೆದು ತೊಳೆದು ನೀರು ಪೂರಾ ಕೊಳಕಾಗಿದೆ.

ಕುಂಜಪ್ಪು ಹೇಳಿದ.

'ನೀರು ಬದಲಿಸಲೇ?'

ಹೀನಾಯ ಭಾವದಲ್ಲಿ ಅಪ್ಪುವಣ್ಣ ಉತ್ತರಿಸಿದ

'ಸಾಕು ಬಿಡೋ... ಹಾಗೇ ಇರಲಿ ಸಾಕು.'

ಒಬ್ಬ ಸಿಗರೇಟ್ ಕೊಳ್ಳಲು ಬಂದ. ಸಿಗರೇಟ್ ಕೊಂಡು ಬೆಂಕಿ ಹಚ್ಚಿಕೊಂಡು ವಾಪಸು ಹೋದ.

'ನೀನು ಯಾವ ಜಾತಿಯೋನೋ?'

ಅದಕ್ಕೂ ಕುಂಜಪ್ಪುವಿನಲ್ಲಿ ಉತ್ತರವಿರಲಿಲ್ಲ. ಆದರೂ ಅವನು ಏನೋ ಯೋಚಿಸಲು ಪ್ರಯತ್ನಿಸಿದ. ತಟ್ಟನೆ ಅದು ತುಂಡಾಯಿತು.

'ಲೋ... ನಿನಗೆ ಯಾರು ಗೆಲ್ಲಬೇಕೆಂದು ಇಷ್ಟ?'

ನಾಲ್ಕೈದು ಜನ ನಿಂಬೆಹಣ್ಣು ಶರಬತ್ತು ಕುಡಿಯಲು ಅಂಗಡಿ ಮುಂದೆ ಬಂದರು. ಅಪ್ಪುವಣ್ಣನ ಅಲಕ್ಷ್ಯಭಾವ ತಕ್ಷಣ ಬದಲಾಯಿತು.

ಅವರು ಹೋದ ಮೇಲೆ ಮತ್ತೆ ಪ್ರಶ್ನೆಗಳು ಮರುಕಳಿಸುವುವೇ? ತಾನು ಯಾವ ಜಾತಿಗೆ ಸೇರಿದವನು? ನನಗೆ ಯಾರು ಗೆಲ್ಲುವುದು ಇಷ್ಟ? ಕುಂಜಪ್ಪು ತನ್ನೊಳಗೆ ತಡಕಾಡಿದ. ಉತ್ತರ ಸಿಗಲಿಲ್ಲ. ಗ್ಲಾಸ್ ತೊಳೆಯುವುದು ಕೊಡದ ನೀರು ಖಾಲಿಯಾಗುವಾಗ ನೀರು ತುಂಬಿ ತರುವುದು. ಈಗ ಅಷ್ಟು ಮಾಡಿದರೆ ಸಾಕು.

ಅಂಗಡಿಯ ಸುತ್ತಲೂ ಸಂದಣಿ ಹೆಚ್ಚಿತು. ಅದು ನಿಂಬೆಹಣ್ಣು ಶರಬತ್ತು ಕುಡಿಯಲು ಬಂದದ್ದಲ್ಲ. ಸೂರ್ಯ ಪಶ್ಚಿಮಕ್ಕೆ ಜಾರಿದಾಗ ಬೆಳಗಿನಿಂದ ನೆರಳಿದ್ದ ಹಲವು ಜಾಗಗಳಿಗೆ ಈಗ ಬಿಸಿಲು ಹರಡಿತ್ತು. ಮೊದಲು ಬಹಳ ಬಿಸಿಲಿದ್ದ ಪಾರ್ಕಿನ ಪೂರ್ವದಿಕ್ಕಿನಲ್ಲಿ ಈಗ ನೆರಳು. ಅಂಗಡಿಯ ಮುಂಭಾಗದಲ್ಲಿ ಬಾಗೆಮರದ ನೆರಳು ಚಾಚಿಕೊಂಡಿತ್ತು.

ಒಬ್ಬ ಪೊಲೀಸ್ ತಲೆಯಿಂದ ಟೋಪಿ ತೆಗೆದು ಕಂಕುಳಲ್ಲಿರಿಸಿಕೊಂಡು ಅಂಗಡಿಯ ಮುಂದೆ ಬಂದು ನಿಂತ. ಏನು ಬೇಕೆಂದು ಆತ ಕೇಳಲಿಲ್ಲ. ಅಪ್ಪುವಣ್ಣ ಅವಸರದಿಂದ

ನಿಂಬೆಹಣ್ಣು ಪಾನಕ ತಯಾರಿಸತೊಡಗಿದ. ಆಗಾಗ ವಿನಯದಿಂದ ತಲೆಯೆತ್ತಿ ಪೋಲೀಸ್‌ನವನನ್ನು ನೋಡುತ್ತಿದ್ದ. ಅಂಗಡಿಯ ಹಿಂದೆ ನಿಂತಿದ್ದ ಒಬ್ಬನು ಮುಂದೆ ಬಂದು ಪರಿಚಿತನ ಹಾಗೆ ಪೋಲೀಸ್‌ನೊಡನೆ ಕೇಳಿದ.

'ಸಾರ್, ಒಳಗಿನ ಸ್ಥಿತಿ ಹೇಗಿದೆ?'

ಉತ್ತರ ಹೇಳಲು ಪೋಲೀಸ್‌ಗೆ ಒಂದಿನಿತೂ ಆಸಕ್ತಿಯಿರಲಿಲ್ಲ ನಿಂಬೆಹಣ್ಣಿನ ಶರಬತ್ತು ಪಡೆದು ಒಂದೇ ಉಸಿರಿಗೆ ಕುಡಿದುಬಿಟ್ಟು ಆತ ಹೇಳಿದ.

'ಸಂಜೆಗೆ ಮೊದಲು ಮುಗಿಯುತ್ತೆ.'

ಕುಡಿದ ಶರಬತ್ತಿನ ಹಣ ಕೊಡದೆ ಟೋಪಿ ತಲೆಯಲ್ಲಿರಿಸಿಕೊಂಡು ಪೋಲೀಸ್ ಹೊರಟುಹೋದ. ಕುಂಜಪ್ಪುವಿಗೊಂದು ಸಂದೇಹ. ಹಣ ಪಡೆಯಲು ಅಪ್ಪುವಣ್ಣ ಮರೆತು ಹೋದರೇನು? ಅಪ್ಪುವಣ್ಣನ ಮುಖ ಸಪ್ಪಗಾಗಿರುವುದನ್ನು ಅವನು ಗಮನಿಸಿದ. ಆತನ ಬಾಯಿಂದ ಏನಾದರೂ ಹೊರಬೀಳುವುದೆಂದು ಕುಂಜಪ್ಪು ಭಾವಿಸಿದ. ಆದರೆ ಅಪ್ಪುವಣ್ಣ ಏನೂ ಹೇಳಲಿಲ್ಲ. ಹೊರಗೆ ಹೇಳಿಕೊಳ್ಳಲಾಗದ ಅಸಹಾಯಕತೆಯಲ್ಲಿ ಆತ ಸ್ವಯಂ ಉರಿಯುತ್ತಿದ್ದ.

ಕುಂಜಪ್ಪುವಿನ ಕಣ್ಣುಗಳು ಮೈದಾನಕ್ಕೆ ಚಲಿಸಿದವು. ಬೆಳಗ್ಗೆ ಕಾಣಿಸಿದ್ದಕ್ಕಿಂತ ಹತ್ತು ಪಟ್ಟು ಜನ ಈಗ ಅಲ್ಲಿ ಸೇರಿದ್ದಾರೆ. ಸಮಯ ಕಳೆದಂತೆ ಜನಸಂದಣಿ ಹೆಚ್ಚಾಗುತ್ತ ಬರುತ್ತಿದೆ.

ಬೀಡಿ ಖರೀದಿಸಲು ಬಂದ ಒಬ್ಬ ರುಮಾಲಿನವನು ಉಡಿಯಿಂದ ಹಣ ತೆಗೆಯಲೆಂದು ಷರ್ಟ್ ಮೇಲೆತ್ತಿದಾಗ ಸೊಂಟದಲ್ಲಿ ಒಂದು ಕೆಂಪು ಬಟ್ಟೆಯನ್ನು ಮಡಚಿ ಇಟ್ಟಿರುವುದನ್ನು ಕುಂಜಪ್ಪು ಕಂಡನು. ಒಂದು ಪಕ್ಷ, ಅದು ಒಂದು ಬಾವುಟವಿರಬಹುದು. ಇದನ್ನು ಇಷ್ಟು ರಹಸ್ಯವಾಗಿ ಅಡಗಿಸಿಟ್ಟಿರುವ ಹಿಂದಿನ ಗುಟ್ಟೇನು? ಕುಂಜಪ್ಪು ಕಂಡದ್ದರಿಂದಲೇ ಇರಬೇಕು ರುಮಾಲುಧಾರಿ ಮುಜುಗರದಿಂದ ತಟ್ಟನೆ ಷರ್ಟನ್ನು ಕೆಳಕ್ಕಿಳಿಸಿದ.

ಆಗ ಏಕೋ ಏನೋ ತನ್ನ ಜೀವನೋಪಾಯದ ವಸ್ತುವಾದ ಗೋಣಿಚೀಲ ಕುಂಜಪ್ಪುವಿಗೆ ಜ್ಞಾಪಕಕ್ಕೆ ಬಂದಿತು. ಅದು ಮರದ ಕೆಳಗೆ ಯಥಾಸ್ಥಳದಲ್ಲಿತ್ತು.

ಕಾಲು ದಣಿದಾಗ ಕುಂಜಪ್ಪು ವಿದ್ಯುತ್ ಕಂಬಕ್ಕೆ ಒರಗಿಕೊಂಡು ನಿಂತ. ಆಗ ಅಪ್ಪುವಣ್ಣ ಒಂದು ಖಾಲಿ ಮರದ ಪೆಟ್ಟಿಗೆಯ ಮೇಲೆ ಕಾಲೆತ್ತರಿಸಿ ಇಟ್ಟುಕೊಂಡು ಬೀಡಿ ಸೇದುತ್ತ ವಿಶ್ರಾಂತಿ ಪಡೆಯುತ್ತಿದ್ದ. ಸುತ್ತಲೂ ಬೆಟ್ಟದಪ್ರವಾಹದಂತೆ ಜನರ ಸಂಖ್ಯೆ ಹೆಚ್ಚಾಗುತ್ತಲೇ ಇದೆ. ಮೈದಾನದ ಕಡೆಗಿರುವ ಎಲ್ಲ ರಸ್ತೆಗಳೂ ಜನನಿಬಿಡವಾಗಿವೆ. ಯಾರು ಗೆದ್ದರು ಎಂದು ತಿಳಿಯಲೆಂದೇ ಅವರು ಇಲ್ಲಿಗೆ ಬರುತ್ತಿರಬೇಕು. ಅನಿರೀಕ್ಷಿತವಾಗಿಯೇ ಆದರೂ ಕುಂಜಪ್ಪುವೂ ಇಲ್ಲಿ ಬಂದು ತಲುಪಿದ್ದಾನೆ. ಆದರೆ ಅವನು ಅಲ್ಲಿ ಕಾದು ನಿಂತಿರುವುದು ಚುನಾವಣೆಯ ಫಲಿತಾಂಶ ತಿಳಿಯಲಂತೂ ಅಲ್ಲ. ಅವನನ್ನು ಅಲ್ಲಿ ನಿಲ್ಲಿಸಿ

ರುವವನು ಅಪ್ಪುವಣ್ಣ, ಅವನ ತಲೆಯ ತುಂಬ ಹಳೆಯ ಮತ್ತು ಪ್ರಯೋಜನಕ್ಕೆ ಬಾರದ ವಸ್ತುಗಳೇ ಕಿಕ್ಕಿರಿದಿವೆ. ಗುಜರಿ ಸಾಮಾನುಗಳನ್ನು ಕೊಳ್ಳುವ ಮಾರುವ ಮಾರುಕಟ್ಟೆ ಬೀದಿಯಲ್ಲಿ ಅವನ ಕನಸುಗಳು ಅರಳುವುವು.

'ಕಾಮ್ರೇಡ್ ರುದ್ರನವರಿಗೆ ಜಿಂದಾಬಾದ್.'

ಸಿಡಿಲ ಶಬ್ದ ಕೇಳಿದಂತಾಗಿ ಕುಂಜಪ್ಪು ಒಮ್ಮೆ ಬೆಚ್ಚಿದ. ಆ ಕೂಗು ಎಲ್ಲಿಂದ ಕೇಳಿ ಬರುತ್ತಿದೆ? ಸುತ್ತಲೂ ನೋಡಿದ. ಮೈದಾನದ ಎಡಭಾಗದಿಂದಲೇ ಗದ್ದಲ ಮತ್ತು ಕೂಗಾಟ. ಬಲಭಾಗದಲ್ಲಿರುವವರು ಕೇಕೆ ಹಾಕುತ್ತ ಎಡಭಾಗದಲ್ಲಿರುವವರನ್ನು ಪರಿಹಾಸ ಮಾಡುತ್ತಿರುವರು. ಆಗ ಕುಂಜಪ್ಪುವಿನ ಹಿಂದಿನಿಂದ ಯಾರೋ ಕೂಗಿ ಹೇಳಿದರು.

'ಮೂರನೇ ರೌಂಡ್ ಮುಗೀಲಿ. ಆಮೇಲೆ ನಡೆಯಲಿ ನಿಮ್ಮ ಮಂಗನ ಕುಣಿತವೆಲ್ಲ.'

ಕುಂಜಪ್ಪುವಿನ ಮನದಲ್ಲಿ ಆಗ ಅಜ್ಞಾನದ ಒಂದು ಎಳೆಚಿಗುರು ಕೊನರಿತು. ರೌಂಡ್ ಎಂದರೆ ಏನು?

ಅಂಗಡಿಯಲ್ಲಿ ಜನಸಾಂದ್ರತೆ ವರ್ಧಿಸಿತು. ಇನ್ನು ಅದೂ ಇದೂ ಯೋಚಿಸುತ್ತ ನಿಲ್ಲಲು ವೇಳೆಯಿಲ್ಲ. ಕುಂಜಪ್ಪು ಕೆಲಸದಲ್ಲಿ ಮುಳುಗಿದ. ಅರ್ಧಗಂಟೆ ಅಲ್ಲಿ ಜನರ ಗಿಜಿ ಗಿಜಿ. ಆ ಗೌಜಿ ಕಡಿಮೆಯಾದಾಗ ಹೊಸ ಬಾಳೆಗೊನೆಯಿಂದ ಒಳ್ಳೆಯ ಎರಡು ಬಾಳೆಹಣ್ಣು ಕಿತ್ತು ಅಪ್ಪುವಣ್ಣ ಅವನಿಗೆ ಕೊಟ್ಟ. ಈ ಸಲ ಕುಂಜಪ್ಪು ನೀರು ಕುಡಿಯಬೇಕಾಗಲಿಲ್ಲ. ಅದಕ್ಕೆ ಮುನ್ನವೇ ಅಪ್ಪುವಣ್ಣನೇ ಒಂದು ದೊಡ್ಡ ಗ್ಲಾಸ್ ತುಂಬ ಉಪ್ಪು ಹಾಕಿದ ನಿಂಬೆ ಪಾನಕವನ್ನು ಅವನಿಗೆ ಮಾಡಿಕೊಟ್ಟ. ಆ ಬಾಳೆಹಣ್ಣು ಮತ್ತು ನಿಂಬೆಪಾನಕ ಕುಂಜಪ್ಪುವನ್ನು ಹೆಚ್ಚು ಸಜೀವಗೊಳಿಸಿದವು.

ಕುಡಿದ ಗ್ಲಾಸ್ ತೊಳೆಯುತ್ತಿರುವಾಗ ಇನ್ನೊಂದು ಕೂಗು ಕೇಳಿಬಂತು.

'ಕೃಷ್ಣನ್ ನಾಯರ್ ಜಿಂದಾಬಾದ್.'

ಕುಂಜಪ್ಪು ತಲೆಯೆತ್ತಿದ. ಈಗ ಶಬ್ದ ಹೊಮ್ಮುತ್ತಿರುವುದು ಮೈದಾನದ ಬಲಭಾಗದಿಂದ. ಕೇಕೆ ಹಾಕಿ ರೇಗಿಸುತ್ತಿರುವವರು ಎಡಭಾಗದಲ್ಲಿರುವವರು. ಪೊಲೀಸರು ಬೋಗುಣಿ ಟೊಪ್ಪಿಗೆ ಇನ್ನೊಮ್ಮೆ ತಲೆಯಲ್ಲಿ ಸರಿಯಾಗಿ ಇರಿಸಿ ಬಿಗಿದು ಲಾಠಿಯನ್ನು ಅಂಗೈಯಲ್ಲಿರಿಸಿ ಸವರುತ್ತ ತಯಾರಾಗಿ ನಿಂತರು. ಸರ್ಕಲ್ ಇನ್ಸೆಸ್ಪೆಕ್ಟರ್ ನಾಲ್ಕೈದು ಪೊಲೀಸರನ್ನು ಹತ್ತಿರ ಕರೆದು ಗುಟ್ಟಾಗಿ ಏನನ್ನೋ ಹೇಳಿದರು.

ಗೋಡೆ ಮೇಲೆ ಮತ್ತು ಮರದ ಕೊಂಬೆಗಳಲ್ಲಿ ಕುಳಿತಿದ್ದವರನ್ನೆಲ್ಲ ಪೊಲೀಸರು ಲಾಠಿ ಬೀಸುತ್ತ ಬೆದರಿಸಿ ಕೆಳಗಿಳಿಸಿದರು. ಮರದ ಕೆಳಗೆ ನಿಲ್ಲಿಸಿದ್ದ ಸೈಕಲ್‌ಗಳನ್ನು ಅಲ್ಲಿಂದ ತೆಗೆಸಿದರು. ಐಸ್‌ಕ್ಯಾಂಡಿ ಮಾರುವವನನ್ನು ಬಯ್ದು ಓಡಿಸಿದರು. ಏನೂ ಕೆಲಸವಿಲ್ಲದೆ ಕುಂಜಪ್ಪು ವಿದ್ಯುತ್ ಕಂಬಕ್ಕೊರಗಿ ಕೈಕಟ್ಟಿಕೊಂಡು ನಿಂತನು. ಅವನ ಮನದೊಳಗೆ ಕೆಲವು ಪ್ರಶ್ನೆಗಳು ಹಾದುಹೋದವು. ಯಾರು ಈ ಕಾಮ್ರೇಡ್ ರುದ್ರ? ಈ ಕೃಷ್ಣನ್

ನಾಯರ್ ಯಾರಿರಬಹದು? ತಾನು ಅವರನ್ನು ನೋಡಿರಬಹುದೆ? ಎಲ್ಲಾದರೂ ನೋಡಿರುವ ಸಾಧ್ಯತೆಯಿರಬಹುದು. ಅಲೆದು ತಿರುಗಾಡುವುದೇ ತಾನೇ ತನ್ನ ಪ್ರಧಾನ ಕೆಲಸ.

'ಮೂರನೇ ರೌಂಡಿನಲ್ಲೂ ರುದ್ರ ಲೀಡ್‌ನಲ್ಲಿದ್ದಾನೆ.'

'ಯಾರು ಹೇಳಿದರು?'

'ಸ್ಪೆಷಲ್ ಬ್ರಾಂಚಿನ ನ್ಯೂಸ್.'

ಹೀಗೆ ಮಾತನಾಡಿದ ಇಬ್ಬರ ಸುತ್ತ ಕೆಲವು ಜನರು ಆಸಕ್ತಿಯಿಂದ ಮುತ್ತಿಕೊಂಡರು.

'ನಿಜವೇ ಸಾರ್?'

'ಸ್ಪೆಷಲ್ ಬ್ರಾಂಚ್ ಎಸ್.ಐ. ನನ್ನ ಸ್ನೇಹಿತ.'

ಸುತ್ತಲೂ ಸೇರಿದವರು ಆತನನ್ನು ಒಬ್ಬ ದಿವ್ಯ ಪುರುಷನೆಂಬಂತೆ ನೋಡುತ್ತಿದ್ದರು. ಸ್ಪೆಷಲ್ ಬ್ರಾಂಚ್ ಎಸ್.ಐ.ನ ಮಿತ್ರ ಅಂದರೆ ಸಾಮಾನ್ಯವೇ? ಆ ವ್ಯಕ್ತಿ ಕೆಲವು ಅಂಕಿ ಅಂಶಗಳನ್ನು ಉಲ್ಲೇಖಿಸಿದ. ಸುತ್ತಲೂ ನಿಂತ ಜನರು ಭಕ್ತಿಪರವಶತೆಯಿಂದ ಅದನ್ನೆಲ್ಲ ಕೇಳಿದರು.

ಕುಂಜಪ್ಪು ಕೊಡದೊಳಕ್ಕೆ ಇಣುಕಿನೋಡಿದ. ನೀರು ಖಾಲಿಯಾಗುತ್ತ ಬಂದಿದೆ. ಅವನು ಕೊಡದೊಂದಿಗೆ ನಲ್ಲಿಯ ಬಳಿಗೆ ಓಡಿದ. ವಾಪಸು ಬಂದಾಗ ಅಪ್ಪುವಣ್ಣ ಅವನನ್ನು ಅವಸರ ಪಡಿಸಿದ.

'ಬೇಗ ತೊಳೆಯೋ ಲೇಯ್. ಹೊಡೆದಾಟ ಶುರುವಾಗುವ ಮೊದಲು ಎಲ್ಲಾ ಮಾರಿ ಖಾಲಿ ಮಾಡಬೇಕು.'

ಹೊಡೆದಾಟ ಎಂದು ಕೇಳಿದೊಡನೆ ಕುಂಜಪ್ಪುವಿನ ಎದೆಯಲ್ಲಿ ಗಾಬರಿ ಮೂಡಿತು. ಹೊಡೆದಾಟ ಶುರುವಾದರೆ ಹೊಡೆತ ಸಿಕ್ಕರೂ ಸಿಗಬಹುದು. ಹತ್ತು ಹನ್ನೆರಡು ನಿಂಬೆಹಣ್ಣುಗಳು ಮತ್ತು ಅರ್ಧಗೊನೆ ಬಾಳೆಹಣ್ಣು ಇನ್ನೂ ಉಳಿದಿದೆ. ಅವನ ಭಯಚಕಿತ ಮುಖಭಾವ ಕಂಡು ಅಪ್ಪುವಣ್ಣ ತಮಾಷೆಯಾಗಿ ಹೇಳಿದ.

'ಹೆದರುಪುಕ್ಕಲ!'

ಅಲ್ಲಿಗೆ ಮೈಕ್ ಅಳವಡಿಸಲಾದ ಒಂದು ಲಾರಿ ಎಲ್ಲಿಂದಲೋ ಬಂತು. ಟ್ರಾಫಿಕ್ ಪೊಲೀಸರು ಅದನ್ನು ಕೈ ತೋರಿಸಿ ನಿಲ್ಲಿಸಿದರು. ಜನರ ಗಮನ ಅತ್ತ ತಿರುಗಿತು. ಕೂಗಾಟ ಚೀರಾಟ ಗದ್ದಲಗಳು ವಾತಾವರಣವನ್ನು ನಡುಗಿಸಿತು. ಪೊಲೀಸರು ಜಾಗರೂಕರಾದರು.

ಲಾರಿ ಡ್ರೈವರ್ ಮತ್ತು ಟ್ರಾಫಿಕ್ ಪೊಲೀಸರ ನಡುವೆ ವಾದವಿವಾದವೇನೂ ನಡೆಯಲಿಲ್ಲ. ರಿವರ್ಸ್ ತೆಗೆದುಕೊಂಡು ಲಾರಿ ಹೊರಟು ಹೋದಾಗ ಗದ್ದಲ ತುಸು ಕಡಿಮೆಯಾಯಿತು.

ಕುಂಜಪ್ಪು ಆಗಾಗ ಮರದ ಕೆಳಗೆ ಬಿದ್ದಿರುವ ತನ್ನ ಚೀಲವನ್ನೇ ನೋಡುತ್ತಿದ್ದ. ಅದನ್ನು ಯಾರಾದರೂ ಕದ್ದುಬಿಟ್ಟರೆ? ಅವನ ಮನದಲ್ಲಿ ನಗೆಯುಕ್ಕಿತು. ಆ ಗೋಣಿ ಚೀಲವನ್ನು ಕದಿಯುವುದೇ? ತನಗಿಂತ ದರಿದ್ರಪ್ರಾಣಿ ಈ ನಗರದಲ್ಲಿ ಇದೆ ಎಂದು ತಾನೇ ಅದರ ಅರ್ಥ? ತನಗೆ ಆ ಗೋಣಿಚೀಲದಿಂದ ಎರಡು ಉಪಯೋಗಗಳಿವೆ. ರಾತ್ರಿ ಹಾಸಿ ಮಲಗುವುದಕ್ಕೆ. ಹಗಲು ತನ್ನ ಉಪಜೀವನ ಮಾರ್ಗಕ್ಕೆ.

ಸಾಯಂಕಾಲವಾಗುವ ಹೊತ್ತಾಯಿತು. ಇವತ್ತು ಇನ್ನು ಹಳೆಯ ಕಬ್ಬಿಣದ ಬೀದಿಗೆ ಹೋಗುವುದಿಲ್ಲ. ಇಷ್ಟು ಹೊತ್ತು ದುಡಿದದ್ದಕ್ಕೆ ಅಪ್ಪುವಣ್ಣ ಏನನ್ನಾದರೂ ಕೊಡುತ್ತಾರೆ.

ಘೋಷಣೆಗಳ ಇನ್ನೊಂದು ಮಹಾ ಅಲೆ ಹಠಾತ್ತಾಗಿ ಬಂದೆರಗಿತು. ಎಲ್ಲಿಂದ ಹೊಮ್ಮುತ್ತಿದೆ ಆ ಶಬ್ದ. ಮೈದಾನದ ಎಡಭಾಗದಿಂದಲೇ. ಅಲ್ಲಿ ಕೆಲವು ಜನರು ಕುಣಿದು ಕುಪ್ಪಳಿಸುತ್ತಿದ್ದಾರೆ. ಜನರು ಅತ್ತ ಸಾಗಿದರು.

ಕುಂಜಪ್ಪು ಕಿವಿಗೊಟ್ಟು ನಿಂತ. ತುಸು ಹೊತ್ತು ಹಾಗೆ ನಿಂತಾಗ ಕೆಲವು ಮಾತುಗಳು ಅರ್ಥವಾದವು. ಅವರು 'ರುದ್ರ ಜಿಂದಾಬಾದ್' ಎಂದು ಕೂಗುತ್ತಿದ್ದಾರೆ. ಆ ಶಬ್ದದ ಕೋಲಾಹಲ ಕೊನೆಯಾಗಲು ಸ್ವಲ್ಪ ಸಮಯ ಹಿಡಿಯಿತು. ನೇತಾರನ ಠೀವಿ ಮತ್ತು ಗಾಂಭೀರ್ಯವಿರುವ ಓರ್ವ ಸಿಲ್ಕ್ ಜುಬ್ಬಾಧಾರಿಯು ಕೈಯೆತ್ತಿ ಹಿಡಿದು ಜನರ ಗುಂಪಿಗೆ ನಿಶ್ಶಬ್ದರಾಗಿರಿ ಎಂದು ಹೇಳುತ್ತಿದ್ದಾನೆ. ಆ ವ್ಯಕ್ತಿಯೇ ಹುಚ್ಚೆದ್ದು ಎಗರಾಡುತ್ತಿದ್ದ ಆ ಜನ ಸಮೂಹವನ್ನು ನಿಧಾನಕ್ಕೆ ನಿಯಂತ್ರಣಕ್ಕೆ ತಂದನು. ವಾತಾವರಣ ಶಾಂತವಾಯಿತು. ಅಗೋ ಇನ್ನೊಂದು ಸಂಘ ಘೋಷಣೆ ಕೂಗುತ್ತಿದೆ. ಕೃಷ್ಣನ್ ನಾಯರ್ ಜಿಂದಾಬಾದ್ ಎಂಬ ಕೂಗು ಕುಂಜಪ್ಪುವಿನ ಕಿವಿದೆರೆಗಳಿಗೆ ಅಪ್ಪಳಿಸಿತು. ಅಷ್ಟರೊಳಗೆ ನಾಟಕೀಯವಾದ ಘಟನೆಯೊಂದು ನಡೆಯಿತು. ಹತ್ತಾರು ಯುವಕರು ಗುಂಪಿನ ನಡುವಿನಿಂದ 'ಕುಲಗೆಟ್ಟ ಮತಗಳಿಗೆ ಜಿಂದಾಬಾದ್' ಎಂದು ಕೂಗಿ ಓಡಿಹೋದರು. ಜನರು ಇಬ್ಬದಿಗೂ ಸರಿದು ನಿಂತರು. ಅವರು ಕಾಲೇಜ್ ವಿದ್ಯಾರ್ಥಿಗಳ ಗುಂಪಿಗೆ ಸೇರಿದವರು.

ಕುಂಜಪ್ಪುವಿನ ಆ ಪುಟ್ಟತಲೆಯೊಳಗೆ ಒಂದು ದೊಡ್ಡ ಕಣಜದ ಗೂಡೇ ಚದುರಿ ಬಿದ್ದಿತು. ಗೆದ್ದವರು ಯಾರು? ಅವನು ಅಪ್ಪುವಣ್ಣನನ್ನು ಕೇಳಿದ.

'ಯಾರು ಗೆದ್ದರು ಅಣ್ಣಾ?'

ಅಪ್ಪುವಣ್ಣನಿಗೆ ಜಿದ್ದು ಬಂದಂತಾಗಿತ್ತು. ಕ್ಯಾಕರಿಸಿ ಉಗುಳುವ ಹಾಗೆ ಇತ್ತು ಆತನ ಉತ್ತರ.

'ನಿನ್ನ ಮಾವ.'

ಇಷ್ಟು ಬೇಗನೆ ಅಪ್ಪುವಣ್ಣ ಸಿಟ್ಟಾಗುವನೆಂದು ಕುಂಜಪ್ಪು ತಿಳಿದಿರಲಿಲ್ಲ. ಅಪ್ಪುವಣ್ಣ ಈ ಮರ್ಜಿಯವನು ಅಂತ ತಿಳಿದಿದ್ದಿದ್ದರೆ ತಾನು ಕೇಳುತ್ತಲೇ ಇರಲಿಲ್ಲ. ಆತನಿಗೆ ಕೋಪ ಬರಿಸಬಾರದು. ಇಷ್ಟು ಹೊತ್ತು ದುಡಿದದ್ದಕ್ಕೆ ಹಣವೂ ಸಿಕ್ಕಿಲ್ಲ. ಆತ ದಯೆತೋರಿ

ಏನಾದರೂ ಕೊಟ್ಟರಷ್ಟೇ ರಾತ್ರಿಯೂಟ ಮಾಡಲು ಸಾಧ್ಯ. ಕುಂಜಪ್ಪು ಕ್ಷಮಾಯಾಚನೆಯ ಧ್ವನಿಯಲ್ಲಿ ಹೇಳಿದ.

'ಸುಮ್ಮನೆ ಕೇಳಿದೆ ಅಷ್ಟೆ ಅಣ್ಣಾ."

ಅಪ್ಪುವಣ್ಣ ಸಿಟ್ಟಾದುದು ತನ್ನ ಮೇಲಲ್ಲ. ಆತನ ಮನಸ್ಸಿನಲ್ಲಿ ಬೇರೆ ಏನೇನೋ ಚಿಂತೆಗಳು ಕುದಿಯುತ್ತಿದ್ದವು. ಆಮೇಲಿನ ಮಾತುಗಳೇ ಅದನ್ನು ಸಾಬೀತುಮಾಡಿದವು.

'ಲೋ... ನಿನ್ನ ಹೊಟ್ಟೆ ತುಂಬಬೇಕೆಂದರೆ ನೀನು ಕಸದ ರಾಶಿಯನ್ನೇ ಕೆದಕಿ ಹೆಕ್ಕಬೇಕು ಯಾರು ಗೆದ್ದರೂ ನಮಗೇನೂ ಲಾಭವಿಲ್ಲ ಕಣೋ.'

ಆ ಹೇಳಿಕೆಯ ಅರ್ಥ ಕುಂಜಪ್ಪುವಿಗೆ ಮನವರಿಕೆಯಾಗಲೇ ಇಲ್ಲ. ಅವನ ಅಜ್ಞಾನ ಕವಿದ ಜಾಗೃತ ಮನಸ್ಸಿನ ಹಾವಸೆ ಜಲವಿಸ್ತಾರದಲ್ಲಿ ಅಪ್ಪುವಣ್ಣನ ಮಾತುಗಳು ಸಿಕ್ಕಿ ಹಾಕಿಕೊಂಡವು.

ಸುತ್ತಲೂ ಕತ್ತಲು ಕವಿಯ ತೊಡಗಿದೆ. ಬೀದಿದೀಪಗಳು ಬೆಳಗಿದವು. ಮೈದಾನ ಮತ್ತು ಪರಿಸರದಲ್ಲಿ ತಾತ್ಕಾಲಿಕವಾಗಿ ಹಾಕಲಾಗಿದ್ದ ದೀಪಗಳು ಒಟ್ಟಿಗೇ ಬೆಳಗಿದವು. ಈಗ ಎಲ್ಲವೂ ಹಗಲಿನಂತೆ ಸ್ಪಷ್ಟವಾಗಿ ಕಾಣುತ್ತಿದೆ.

ನಿಂಬೆಹಣ್ಣು, ಸಕ್ಕರೆ, ಬಾಳೆಹಣ್ಣು ಖಾಲಿಯಾದುದರಿಂದ ಅಪ್ಪುವಣ್ಣ ವ್ಯಾಪಾರವನ್ನು ಸುಮಾರಾಗಿ ನಿಲ್ಲಿಸಿದ ಹಾಗೇ ಇತ್ತು. ಇನ್ನು ಉಳಿದಿರುವುದು ನಾಲ್ಕೈದು ಪ್ಯಾಕೆಟ್ ಸಿಗರೇಟ್ ಮತ್ತು ಒಂದಿಷ್ಟು ಶೇಂಗಾ ಬೀಜ ಅಷ್ಟೆ.

ತನಗೆ ಕೊಡಬೇಕಿರುವ ಕೂಲಿ ಇಲ್ಲಿವರೆಗೂ ಕೊಟ್ಟಿಲ್ಲ. ಕೇಳಬೇಕೆ? ಕೇಳಿದರೆ ಅಪ್ಪುವಣ್ಣ ಸಿಟ್ಟಿಗೆದ್ದರೆ? ಬೇಡ. ಸ್ವಲ್ಪ ಹೊತ್ತು ಕಳೆಯಲಿ. ವ್ಯಾಪಾರ ನಿಲ್ಲಿಸಿ ಸಾಮಾನುಗಳನ್ನು ಕಟ್ಟುವ ವರೆಗೆ ಕಾಯೋಣ.

ನೀಲಿ ಬಣ್ಣದ ಒಂದು ಪೋಲೀಸ್‌ವ್ಯಾನ್ ಬರುತ್ತಿರುವುದನ್ನು ದೂರದಿಂದಲೇ ಕುಂಜಪ್ಪು ಕಂಡನು. ಅದು ಶಾಲಾಕಟ್ಟಡದ ಮುಂದೆ ನಿಂತಿತು. ಲಾಠಿ ಹಿಡಿದು ಶಿರಸ್ತ್ರಾಣ ತೊಟ್ಟ ಪೋಲೀಸರು ಅದರೊಳಗಿಂದ ಶಿಸ್ತಾಗಿ ಹೊರಕ್ಕೆ ಜಿಗಿದರು. ಜನರ ಕಣ್ಣುಗಳು ಸಂಶಯದಿಂದ ಅತ್ತ ತಿರುಗಿದವು. ಕ್ಷಣದಲ್ಲೇ ಇನ್ನೊಂದು ವ್ಯಾನ್ ಅಲ್ಲಿಗೆ ಧಾವಿಸಿಬಂತು. ಅದರ ತುಂಬ ಸಹ ಪೋಲೀಸರೇ.

ಈ ವಾತಾವರಣದಲ್ಲಿ ಏನೋ ಸರಿ ಇಲ್ಲ ಎಂದು ಕುಂಜಪ್ಪುವಿಗೆನಿಸಿತು. ಅವನಿಗೊಬ್ಬನಿಗೇ ಅಲ್ಲ ಇತರರಿಗೂ ಸಹ ಹಾಗನ್ನಿಸತೊಡಗಿದೆ ಎಂದು ಅವರ ಮುಖಭಾವ ಸಾರಿ ಹೇಳುತ್ತಿತ್ತು. ಹಲವಾರು ಮಂದಿ ಮೆಲ್ಲಮೆಲ್ಲಗೆ ಹಿಂದಕ್ಕೆ ಸರಿಯುವುದನ್ನು ಅವನು ಕಂಡ. ತೀರಾ ಅನಿರೀಕ್ಷಿತವಾದ ಈ ಬದಲಾವಣೆಗೆ ಏನು ಕಾರಣ?

ಅಪ್ಪುವಣ್ಣ ಜನಜಂಗುಳಿಯನ್ನೂ ಅಲ್ಲಿಗೆ ಬಂದು ಇಳಿದ ಪೋಲೀಸ್ ಪಡೆಯನ್ನೂ ಸರದಿಯಂತೆ ನೋಡುತ್ತ ನಿಂತ. ಓರ್ವ ದೈವದಪಾತ್ರಿಯ ಹಾಗೆ ಹೇಳಿಕೆ ನೀಡಿದ.

'ಓಟು ಎಣಿಕೆ ಮುಗಿದಿರಬೇಕು. ಅದಕ್ಕೇ ಈ ಬಂದೋಬಸ್ತು.'

ಕುಂಜಪ್ಪು ಮರದ ಅಡಿಗೆ ನೋಡಿದ. ತನ್ನ ಗೋಣಿಚೀಲ ಅಲ್ಲೇ ಸ್ವಸ್ಥವಾಗಿ ಕುಳಿತಿದೆ. ಇಲ್ಲಿನ ಗೌಜಿಗದ್ದಲ ಅದಕ್ಕೆ ಬಾಧಕವೇ ಆಗಿಲ್ಲ. ಅಪ್ಪುವಣ್ಣ ನೆಲದಲ್ಲಿ ಕುಕ್ಕರುಕುಳಿತು ಬೀಡಿ ಸೇದುತ್ತಿದ್ದಾನೆ, ತಾನು ಮಾಡಿದ ಕೆಲಸದ ಕೂಲಿಯ ಬಗ್ಗೆ ಮಾತೇ ಆಡುತ್ತಿಲ್ಲವಲ್ಲ. ಬಾಳೆಹಣ್ಣು ಮತ್ತು ಉಪ್ಪು ಹಾಕಿದ ನಿಂಬೆಪಾನಕ ಇಷ್ಟೇ ತನ್ನ ಕೂಲಿ ಆಗಿಬಿಡುವುದೇ? ಆರೇಳು ಗಂಟೆ ಮೈಮುರಿದು ದುಡಿದಿದ್ದೇನೆ.

ಮೈಕ್ ದನಿ ಹೊರಡಿಸಿತು. ಜನರು ನಿಶ್ಯಬ್ದರಾದರು. ರುದ್ರ ಎಂಬ ಹೆಸರನ್ನು ಕುಂಜಪ್ಪು ಮೈಕ್‌ನ ಪ್ರಕಟಣೆಯಲ್ಲಿ ಕೇಳಿದ. ಬಳಿಕ ಏನೂ ಸ್ಪಷ್ಟವಾಗಲಿಲ್ಲ. ಭಾರೀ ಜನ ಸಂಕುಲವು ಮೈದಾನದ ತುಂಬ ಹರ್ಷಾಚರಣೆಯ ಸಂಭ್ರಮ ನಡೆಸಿತು. ರುದ್ರರಿಗೆ ಜಯವಾಗಲಿ ಎಂಬ ಘೋಷಣೆಗಳೇ ಎಲ್ಲೆಡೆಯೂ ಕೇಳಿಬರುತ್ತಿದೆ. ಕೆಂಪು, ಹಸಿರು, ನೀಲಿ ರಂಗಿನ ಬಾವುಟಗಳು ಆಗಸದೆತ್ತರಕ್ಕೆ ಹಾರಿದವು. ಚುನಾವಣೆಯ ಫಲಿತಾಂಶ ಹೊರಬಂದಿದೆ. ಯಾರು ಗೆದ್ದವರು? ಯಾರೇ ಇರಲಿ. ಗೆದ್ದವರ ಅನುಯಾಯಿಗಳೇ ಅಲ್ಲಿ ನೆರೆದಿದ್ದವರಲ್ಲಿ ಅಧಿಕ ಜನರು. ಉಳಿದವರೆಲ್ಲ ಜಾಗ ತೊರೆದಿದ್ದರು.

ಕುಂಜಪ್ಪು ಸ್ವಪ್ನಲೋಕದಲ್ಲಿಯೇ ಎಂಬಂತೆ ಪಿಳಿಪಿಳಿ ಕಣ್ಣು ಬಿಟ್ಟುನಿಂತ. ಏಕಾಏಕಿ ಕಣ್ಣು ಕುಕ್ಕುವ ಬೆಳಕಿನ ಮೂಲಕ ಒಂದು ಕಲ್ಲು ಹಾರಿ ಬರುವುದನ್ನು ಅವನು ಕಂಡ. ಶಾಲಾ ಕಟ್ಟಡದ ಮೇಲಿನ ಅಂತಸ್ತಿಗೆ ಯಾರೋ ಗುರಿಯಿಟ್ಟು ಎಸೆದ ಕಲ್ಲು ಅದು. ಕಿಟಕಿಯ ಬಾಗಿಲಿಗೆ ಸದ್ದು ಮಾಡುತ್ತ ತಾಗಿ ಕಲ್ಲು ಕೆಳಕ್ಕೆ ಬಿತ್ತು. ಪೊಲೀಸ್ ವ್ಯೂಹ ಕಾರ್ಯಪ್ರವೃತ್ತವಾಯಿತು. ಇರುವೆ ಗುಂಪಿಗೆ ಬಿಸಿ ಬೂದಿ ಬಿದ್ದ ಹಾಗೆ ಜನರ ಗುಂಪು ಚೆಲ್ಲಾಪಿಲ್ಲಿಯಾಗಿ ಓಡಿತು. ಕುಂಜಪ್ಪುವೂ ಓಡಿದ. ಯಾರು ಯಾರದೋ ದೇಹಕ್ಕೆ ಡಿಕ್ಕಿ ಯಾಗುತ್ತ ಸಾಗಿದ. ಚಪ್ಪಲಿ ಹಾಕಿದ್ದ ಕಾಲುಗಳು ಅವನ ಪಾದಗಳನ್ನು ತುಳಿದು ಅಪ್ಪಚ್ಚಿ ಮಾಡಿದವು. ಅವನು ಓಡುತ್ತಲೇ ಪಾರ್ಕಿನ ತಿರುವು ತಲುಪಿದ. ಅಲ್ಲಿ ಪ್ರಕ್ಷುಬ್ಧ ಸ್ಥಿತಿ. ಪೊಲೀಸರು ಎದುರಿಗೇ ಬಂದರು. ಹಿಂದೆಯೂ ಮುಂದೆಯೂ ಪೊಲೀಸರು. ಜನರು ಕತ್ತಲಲ್ಲಿ ಪಾರ್ಕಿನೊಳಗೆ ನುಗ್ಗಿದರು. ಅವನೂ ಒಳಕ್ಕೋಡಿದ. ಇನ್ನುಳಿದಿರುವುದು ಒಂದೇ ಪಾರಾಗುವ ಮಾರ್ಗ ಕಲ್ಲಿನ ಗೋಡೆ ಜಿಗಿದು ದಾಟುವುದು. ಗೋಡೆಯ ಕಿಂಡಿಯಲ್ಲಿ ಎಡಗಾಲೂರಿ ಬಲಗಾಲನ್ನೆತ್ತಿದ. ಮರುಕ್ಷಣವೇ ಕಾಲಿನ ಮಂಡಿಗೂ, ಗೋಡೆಯ ಕಲ್ಲನ್ನು ಬಿಗಿಯಾಗಿ ಹಿಡಿದಿದ್ದ ಕೈ ಬೆರಳುಗಳಿಗೂ ಲಾಠಿಯ ಏಟು ಬಿದ್ದಿತು. ಇಷ್ಟು ಮಾತ್ರ ಅವನಿಗೆ ನೆನಪಿದೆ.

ಕಣ್ಣು ತೆರೆದಾಗ ಹೊತ್ತು ಚೆನ್ನಾಗಿ ಬೆಳಕಾಗಿತ್ತು. ಆಸ್ಪತ್ರೆಯ ವರಾಂಡದಲ್ಲಿ ಕೊಳಕಾದ ಹೊದಿಕೆಯ ಮೇಲೆ ತಾನು ಮಲಗಿರುವೆನೆಂದು ಅವನಿಗೆ ಗೊತ್ತಾಯಿತು. ಅದೊಂದು ಉದ್ದನೆ ವರಾಂಡ. ಅದರ ತುಂಬಾ ಗಾಯಗೊಂಡ ಜನರು ಅಡ್ಡಕ್ಕೂ ಉದ್ದಕ್ಕೂ ಮಲಗಿದ್ದರು. ಮೆಟ್ಟಿಲ ಬಳಿ ಇಬ್ಬರು ಪೊಲೀಸರು ನಿದ್ದೆಯ ಗುಂಗಿನಲ್ಲಿ ಗೋಡೆಗೊರಗಿ ಕುಳಿತಿದ್ದಾರೆ.

ಕುಂಜಪ್ಪು ಮೇಲೇಳಲಿಲ್ಲ. ಕಣ್ತೆರೆದು ಮಲಗಿದ. ಕಾಲಿನ ಮಂಡಿ ಮತ್ತು ಅಂಗೈ ಬಹಳ ನೋಯುತ್ತಿದೆ. ಹಣೆಗೆ ಮದ್ದು ಹಾಕಿ ಪಟ್ಟಿಕಟ್ಟಲಾಗಿದೆ.

ತಕ್ಷಣ ಕುಂಜಪ್ಪುವಿಗೆ ಅಪ್ಪುವಣ್ಣನ ನೆನಪಾಯಿತು. ಕೈಯೂರಿ ಎದ್ದು ಕುಳಿತು ಅವನು ವರಾಂಡ ಪೂರಾ ಕಣ್ಣು ಹಾಯಿಸಿದ. ಆ ಗುಂಪಿನಲ್ಲೆಲ್ಲೂ ಅಪ್ಪುವಣ್ಣ ಇರಲಿಲ್ಲ. ಕುಂಜಪ್ಪು ಒಳಗಿಂದೊಳಗೇ ಶಾಪ ಹಾಕಿದ. ದ್ರೋಹಿ! ಏಳೆಂಟು ಗಂಟೆ ಮೂಳೆ ಮುರಿಯುವಂತೆ ಕೆಲಸ ಮಾಡಿಸಿದ. ಮಹಾ ಮೋಸಗಾರ! ಅವನು ಹಾಳಾಗಿ ಹೋಗಲಿ.

ವರಾಂಡದಲ್ಲಿ ಡಾಕ್ಟರ್, ನರ್ಸ್ ಮತ್ತು ಪೊಲೀಸರು ನಡೆಯುತ್ತ ಬರುವುದನ್ನು ಕಂಡಾಗ ಕುಂಜಪ್ಪು ಕಣ್ಣು ಮುಚ್ಚಿ ಮಲಗಿದ. ಪೊಲೀಸರು ಲಾಠಿಯಿಂದ ಅವನ ಅಂಗಾಲನ್ನು ತಿವಿದರು. ಅವನು ಕಣ್ತೆರೆದಾಗ ಎದುರಿಗೆ ಡಾಕ್ಟರ್, ನರ್ಸ್ ಮತ್ತು ಪೊಲೀಸರು. ಎದ್ದು ನಿಲ್ಲುವಂತೆ ಡಾಕ್ಟರ್ ಅವನಿಗೆ ಸನ್ನೆ ಮಾಡಿರು. ಅವನು ಎದ್ದು ನಿಂತ. ಇದ್ದಕ್ಕಿದ್ದಂತೆ, ಬಿಗಿಯಾಗಿ ಕಟ್ಟಿದ್ದ ಅವನ ಚಡ್ಡಿಯ ಲಾಡಿ ತುಂಡಾಯಿತು. ಚಡ್ಡಿ ಜಾರಿ ನೆಲಕ್ಕೆ ಬೀಳುವ ಮುನ್ನ ಅದನ್ನು ಹಿಡಿದು ನಿಲ್ಲಿಸಲು ಅವನು ಒಂದು ಮಿಂಚಿನ ಯತ್ನ ನಡೆಸಿದ. ಅದು ಫಲಿಸಲಿಲ್ಲ. ನಾಚಿಕೆಯಿಂದ ಚಡ್ಡಿ ಎಳೆದು ಮೇಲೇರಿಸುವಷ್ಟರಲ್ಲಿ ಆ ಹದಿಮೂರು ವಯಸ್ಸಿನ ಕರ್‍ರಗಿನ ಅಸಹ್ಯ ನಗ್ನತೆ ಜಾಹೀರಾಗಿಬಿಟ್ಟಿತು. ಅದು ಲಾಠಿಯೇಟು ಪಡೆದು ಗಾಯಗೊಂಡು ಮಲಗಿದ್ದ ವರಾಂಡದ ರೋಗಿಗಳಲ್ಲಿ ವಿಚಿತ್ರ ರೀತಿಯ ನಗುವನ್ನು ಹರಡಿತು. ಬಿಕ್ಕಿ ಉಮ್ಮಳಿಸಿ ಬಂದ ಅಪಹಾಸ್ಯದ ನಗು. ಆ ನಗೆಯ ಕಿರುದೆರೆಗಳನ್ನು ಕುಂಜಪ್ಪು ಡಾಕ್ಟರ್ ಮತ್ತು ನರ್ಸ್‌ಗಳ ತುಟಿಗಳಲ್ಲೂ ಕಂಡನು.

ಡಾಕ್ಟರ್ ಅವನ ಮುಖ ಹಿಡಿದು ತಿರುಗಿಸಿ ಹಣೆಯ ಗಾಯವನ್ನು ನೋಡಿದರು. ಅನಂತರ ಪೊಲೀಸರನ್ನು ಕೇಳಿದರು.

'ಇವನನ್ನು ಕಳಿಸಿಬಿಡಲೇ? ನಿಮ್ಮ ಲಿಸ್ಟ್‌ನಲ್ಲಿದ್ದಾನಾ?'

'ಇಲ್ಲ ಸಾರ್, ಕಳಿಸಿಬಿಡಿ.'

ಡಾಕ್ಟರ್ ಕುಂಜಪ್ಪುವಿಗೆ ಹೇಳಿದರು.

'ನೀನು ಹೋಗಬಹುದು.'

ಹೋಗಲೆಂದು ಮುಂದಕ್ಕೆ ಕಾಲಿರಿಸಿದಾಗ ಪೊಲೀಸರ ಎಚ್ಚರಿಕೆ. 'ಬೇಗ ಜಾಗ ಖಾಲಿ ಮಾಡು. ಹೋಗೋ ದಾರೀಲಿ ಏನಾದರೂ ಕದ್ದುಕೊಂಡು ಹೋಗಬೇಡ.'

ಚಡ್ಡಿ ಜಾರಿ ಹೋದಾಗ ಕೇಳಿಬಂದುದರ ನಾಲ್ಕುಪಟ್ಟು ಜೋರಾಗಿ ಸುತ್ತಲೂ ನಗು ಹೊಮ್ಮಿತು. ಕುಂಜಪ್ಪು ತಿರುಗಿ ನೋಡದೆ ವರಾಂಡದಗುಂಟ ನಡೆದ. ಮೆಟ್ಟಿಲುಗಳನ್ನಿಳಿದ. ಗೇಟನ್ನು ತಲುಪಲು ಇನ್ನೊಂದು ವರಾಂಡದ ಮೂಲಕ ಸಾಗಬೇಕು. ಆ ವರಾಂಡದಲ್ಲೂ ಬಹಳಷ್ಟು ಜನ ಮಲಗಿದ್ದರು. ಆ ಗುಂಪಿನಲ್ಲೇನಾದರೂ ಇರುವನೇ ಅಪ್ಪುವಣ್ಣ? ಪ್ರತಿಯೊಬ್ಬರನ್ನೂ ಅವನು ಗಮನಿಸಿದ.

ಕೊನೆಗೆ ಅವನು ಅಪ್ಪುವಣ್ಣನನ್ನು ಕಂಡು ಹಿಡಿದ. ಮೊದಲು ಗುರುತೇ ಸಿಗಲಿಲ್ಲ. ಆತನ ತಲೆ ಕೈಗಳನ್ನೆಲ್ಲ ಬಟ್ಟೆಯಿಂದ ಸುತ್ತಿ ಕಟ್ಟಲಾಗಿತ್ತು. ಅಸ್ಥಿಪಂಜರದ ಹಾಗಿನ ಒಬ್ಬಳು ಹೆಂಗಸು ಹಣೆಗೆ ಕೈಹೊತ್ತು ಆತನ ಬಳಿ ಕುಳಿತಿದ್ದಳು. ಆಕೆಯ ಮಡಿಲಲ್ಲಿ ಅವರ ಮಗು ಒಂದು ಎಲುಬಿನ ಗೂಡಿನ ಹಾಗೆ ಮಲಗಿತ್ತು. ಹೆಂಗಸಿನ ಕೊರಳಿನಲ್ಲಿರುವ ಕಪ್ಪು ತಾಳಿಯ ದಾರ ಅಪ್ಪುವಣ್ಣನ ಮುಚ್ಚಿದ ಕಣ್ಣುಗಳ ಮುಂದೆ ತೂಗಾಡುತ್ತಿತ್ತು.

ಒಂದು ಕ್ಷಣ ಕುಂಜಪ್ಪು ಆ ದೃಶ್ಯ ನೋಡುತ್ತ ನಿಂತ. ಅಪ್ಪುವಣ್ಣ ಸತ್ತಿಲ್ಲ. ನೊಣ ಬಂದು ಕುಳಿತಾಗ ಕಾಲು ಅಲುಗಾಡಿಸುತ್ತಿದ್ದಾನೆ. ಹೀಗೆ ಮಲಗಿರುವಾಗ ಕರೆದೆಬ್ಬಿಸಿ ಹಣ ಕೇಳುವುದು ಸರಿಯೇ? ಬೇಡ ಕನಿಕರ ಮೂಡಿ ಎಂದಾದರೂ ಎಲ್ಲಾದರೂ ಅಪ್ಪುವಣ್ಣ ಅದನ್ನು ಕೊಡದೆ ಇರುವುದಿಲ್ಲ. ಪಾಪ, ನಿದ್ದೆ ಮಾಡಲಿ. ಆತನಿಗೆ ಆಗಿರುವುದರ ಹತ್ತರ ಲ್ಲೊಂದು ಭಾಗ ಗಾಯವೂ ತನಗೆ ಆಗಿಲ್ಲವಲ್ಲ.

ಕುಂಜಪ್ಪು ಆಸ್ಪತ್ರೆಯ ಗೇಟಿನ ಹೊರಗೆ ಬಂದ. ಅವನು ಕುಂಟುತ್ತ ಕುಂಟುತ್ತ ನಡೆಯುತ್ತಿದ್ದ. ಕಾಲಿನ ಮಂಡಿ ಊದಿಕೊಂಡಿತ್ತು. ಕೈ ಸಹ ಬಾವು ಬಂದಿತ್ತು.

ನಲ್ಲಿಯಿಂದ ಬರುವ ನೀರನ್ನು ಹೊಟ್ಟೆ ತುಂಬ ಕುಡಿದ. ಮಂಡಿಯ ಮೇಲೂ ಹಸ್ತ ದಲ್ಲೂ ನೀರು ಸುರಿದುಕೊಂಡಾಗ ನೋವು ಸ್ವಲ್ಪ ಕಡಿಮೆಯಾದಂತೆನಿಸಿತು.

ಇನ್ನು ಮಾಡಬೇಕಾದ ಕೆಲಸಗಳು. ಮೊದಲಿಗೆ ತನ್ನ ಗೋಣಿಚೀಲವನ್ನು ಹುಡುಕಿ ತರಬೇಕು. ಅದು ತನ್ನ ಏಕೈಕ ಜೀವನೋಪಾಯದ ಸಾಧನ. ಅಂತಹದ್ದೊಂದು ಇನ್ನು ಸಿಕ್ಕಲಾರದು. ಸಿಕ್ಕಿದರೂ ಸಹ ಲಕ್ಷಣವುಳ್ಳದ್ದೇ ಆಗಿರುವ ಖಾತರಿಯಿಲ್ಲವಲ್ಲ.

ಕುಂಜಪ್ಪು ಮೈದಾನವನ್ನು ಗುರಿಯಾಗಿರಿಸಿಕೊಂಡು ನಡೆದ. ಬಹಳ ನಿಧಾನವಾಗಿಯೇ ಅವನಿಗೆ ನಡೆಯಲಾಗುತ್ತಿದ್ದುದು. ಮಂಡಿಯ ಕೆಳಗೆ ಯಾರೋ ಸೂಜಿಯಿಂದ ಚುಚ್ಚಿ ಬಿಡುತ್ತಿರುವ ಹಾಗಿತ್ತು.

ದೂರದಿಂದಲೇ ಅವನು ಮೈದಾನವನ್ನು ಕಂಡ. ಹಬ್ಬಿ ಹರಡಿಕೊಂಡಿರುವ ಬಾಗೆ ಮರವೂ ಅವನ ಕಣ್ಣಿಗೆ ಬಿದ್ದಿತು. ಅದರ ಕೆಳಗೇ ತಾನು ನಿನ್ನೆ ಗೋಣಿಚೀಲವನ್ನು ಭದ್ರ ವಾಗಿರಿಸಿದ್ದು. ಮಂಡಿಯ ನೋವನ್ನು ಲೆಕ್ಕಿಸದೆ ಕುಂಜಪ್ಪು ಹೆಜ್ಜೆ ಹಾಕಿದ. ಶಾಲಾಕಟ್ಟಡದ ಬಳಿ ಒಂದು ಲಾರಿ ನಿಂತಿದೆ. ಸ್ಕೂಲಿನ ಆಫೀಸಿನೊಳಗಿಂದ ಏನನ್ನೋ ತಂದು ಲಾರಿಗೇರಿ ಸುತ್ತಿದ್ದಾರೆ.

ಬಾಗೆಮರದ ನೆರಳಿಗೆ ತಲುಪಿ ಅವನು ನಿಡಿದಾಗಿ ಒಮ್ಮೆ ಉಸಿರೆಳೆದುಕೊಂಡ. ಅಗೋ ಆ ಮರದ ನೆರಳಲ್ಲೆ ತನ್ನ ಗೋಣಿಚೀಲ ಇದೆ. ಕಾಣೆಯಾದ ಮಗು ಮರಳಿ ಸಿಕ್ಕಾಗ ತಂದೆಯೊಬ್ಬನಿಗೆ ಆಗುವಂತಹ ಆನಂದದಿಂದ ಅವನ ಹೃದಯ ಮಿಡಿಯಿತು. ಅವನು ಚೀಲವನ್ನು ವಾತ್ಸಲ್ಯದಿಂದ ಅಪ್ಪಿಕೊಂಡನು. ಬಳಿಕ ಅದನ್ನು ಬಿಚ್ಚಿನೋಡಿದ. ಏನೂ ಕಳೆದು ಹೋಗಿಲ್ಲ ಎಲ್ಲವೂ ಭದ್ರವಾಗಿದೆ.

ಕುಂಜಪ್ಪು ಗೋಣಿಚೀಲ ಹೆಗಲಿಗೇರಿಸಿದ. ಇನ್ನು ತನ್ನ ಕೆಲಸ ಶುರು ಮಾಡಬಹುದು. ನಿನ್ನೆಯ ಹಾಗೆ ಜನಸಂದಣಿ ಇರುವಲ್ಲಿ ಇನ್ನೆಂದಿಗೂ ಹೋಗಿ ಸಿಲುಕಿಕೊಳ್ಳುವುದಿಲ್ಲವೆಂದು ಅವನು ಶಪಥ ಮಾಡಿದ,

ಅನಂತರ ಅವನು ಕಂಡದೃಶ್ಯ ಮನಸ್ಸನ್ನು ನೋಯಿಸುವಂತಹದಾಗಿತ್ತು. ಅಪ್ಪುವಣ್ಣನ ಮೇಜು, ಸಕ್ಕರೆ ಭರಣಿ, ಶೇಂಗಾ ಬಾಟಲಿ ಎಲ್ಲವೂ ಪುಡಿಪುಡಿಯಾಗಿ ನೆಲದಲ್ಲಿ ಬಿದ್ದಿವೆ. ಆಸ್ಪತ್ರೆಯಲ್ಲಿ ಮಲಗಿರುವ ಅಪ್ಪುವಣ್ಣನ ಸ್ಥಿತಿಯನ್ನು ಸಹ ನೆನೆದಾಗ ಅವನ ಎದೆ ಕರಗಿತು. ಆ ವ್ಯಕ್ತಿ ಕಿತ್ತುಕೊಟ್ಟ ಬಾಳೆಹಣ್ಣು ಮತ್ತು ನಿಂಬೆಶರಬತ್ತು ಅವನ ಜಠರ ಸ್ಮರಣೆಗಳಲ್ಲಿ ಬಿದ್ದು ಚಡಪಡಿಸಿದವು. ಪಾಪ ಅಪ್ಪುವಣ್ಣ; ಏನು ಮಾಡುವುದು!

ನಿನ್ನೆ ಗದ್ದಲ ಜಟಾಪಟಿ ಲಾಠಿಪ್ರಹಾರಗಳನ್ನೆಲ್ಲ ಪ್ರದರ್ಶಿಸಿದ ಮೈದಾನವು ಈಗ ಹೀಗೆ ಶೂನ್ಯವಾಗಿ ಹಾಯಾಗಿ ಮಲಗಿದೆ. ಅವನು ಮೈದಾನವನ್ನು ಅಡ್ಡಲಾಗಿ ಹಾದನು. ಹತ್ತು ನಿಮಿಷದೊಳಗೆ ಅವನಿಗೆ ಎಂಟು ಹತ್ತು ಚಪ್ಪಲಿಗಳು ಸಿಕ್ಕವು. ಅವುಗಳಲ್ಲಿ ಎರಡಕ್ಕೆ ಮಾತ್ರ ಪಟ್ಟಿ ಕಿತ್ತು ಹೋಗಿತ್ತು. ಉಳಿದವುಗಳಲ್ಲಿ ಅರ್ಧದಷ್ಟೂ ಹೊಸತೇ. ನುಣ್ಣನೆ ಮರಳಿನಲ್ಲಿ ಗಾಜು ಒಡೆದುಹೋದ ಒಂದು ಕನ್ನಡಕ ಮತ್ತು ಮುಚ್ಚಳವಿಲ್ಲದ ಒಂದು ಲೇಖನಿ ಅವನಿಗಾಗಿ ಕಾಯುತ್ತ ಮಲಗಿದ್ದವು. ಇನ್ನೂ ಕೆಲವು ಗುಜರಿ ಸಾಮಾನುಗಳು ಅವನಿಗೆ ಸಿಕ್ಕವು. ಅವನ ಎದೆಯೊಳಗೆ ಸಂತಸ ನೊರೆಯುಕ್ಕಿ ಬಂದಿತು. ನಿನ್ನೆ ಆ ಗಲಾಟೆಗಳೆಲ್ಲ ನಡೆಯದೆ ಹೋಗಿದ್ದರೆ ತನಗೆ ಇವೆಲ್ಲ ಹೀಗೆ ದೊರಕುತ್ತಿದ್ದವೇ?

ಕುಂಜಪ್ಪು ಹಾಗೆಯೇ ನಡೆದ. ಪೊಲೀಸರು ಲಾರಿಯಲ್ಲಿ ಕೆಲವು ಪೆಟ್ಟಿಗೆಗಳನ್ನು ಜೋಡಿಸಿಡುವುದರಲ್ಲಿ ಮಗ್ನರಾಗಿದ್ದರು. ಅವನು ತುಸು ಹೊತ್ತು ಆ ದೃಶ್ಯ ನೋಡುತ್ತ ನಿಂತ. ಪೊಲೀಸರು ಏನೂ ಹೇಳಲಿಲ್ಲ. ಆ ಪೆಟ್ಟಿಗೆಗಳನ್ನು ಸ್ಕೂಲ್ ಕಟ್ಟಡದ ಒಳಗಿನಿಂದ ತರುತ್ತಿದ್ದರು. ಇವು ಯಾವ ಪೆಟ್ಟಿಗೆಗಳು?

ಪ್ಯಾಂಟ್ ಮತ್ತು ಬನಿಯನ್ ಧರಿಸಿದ್ದ ಒಬ್ಬ ಹುಡುಗ ಹಸಿರು ಸೈಕಲ್‌ನಲ್ಲಿ ವೇಗವಾಗಿ ಬಂದವನೇ ಲಾರಿಯ ಹತ್ತಿರ ಬಂದಾಗ ಬ್ರೇಕ್ ಹಾಕಿದ. ನೆಲಕ್ಕೆ ಕಾಲೂರಿನಿಂತು ಪೆಟ್ಟಿಗೆಗಳನ್ನು ಜೋಡಿಸಿಡುವುದನ್ನು ಕೌತುಕದಿಂದ ವೀಕ್ಷಿಸಿದ. ಅವನಿಗೂ ಕುಂಜಪ್ಪುವಿನ ವಯಸ್ಸೇ. ಅವನ ಸೈಕಲ್ಲಿನ ಹಿಂದೆ ಇದ್ದ ಪ್ಲಾಸ್ಟಿಕ್ ಚೀಲದಲ್ಲಿ ಮಾಂಸದ ಪೊಟ್ಟಣ. ಅವನು ತೊಟ್ಟಿದ್ದ ಬನಿಯನ್ನಿನ ಮುಂಭಾಗದಲ್ಲಿ ಮುಷ್ಟಿಯುದ್ಧಕ್ಕೆ ಸಿದ್ಧವಾಗಿ ನಿಂತಿರುವ ಒಬ್ಬ ದೃಢಕಾಯನ ಚಿತ್ರವಿತ್ತು. ಕುಂಜಪ್ಪು ಧೈರ್ಯದಿಂದ ಆ ಹುಡುಗನೊಡನೆ ತನ್ನ ಸಂದೇಹವನ್ನು ಕೇಳಿದ.

'ಇವೆಲ್ಲ ಎಂತಹ ಪೆಟ್ಟಿಗೆಗಳು?' •

ಕೇಳಲು ಇಂಪಾಗಿರುವ ದನಿಯಲ್ಲಿ ಹುಡುಗ ಉತ್ತರ ಹೇಳಿದ.

'That is Ballot Box'

ಇಷ್ಟು ಹೇಳಿದ ಮೇಲೆ ಅವನು ಹಣೆ ಸುಕ್ಕುಗಟ್ಟಿಸಿ ಕುಂಜಪ್ಪುವನ್ನು ಒಮ್ಮೆ ನೋಡಿದ. ಕಿವಿಯ ಮೇಲೆ ಇಳಿಬಿದ್ದಿದ್ದ ನೀಳತಲೆಗೂದಲನ್ನು ಹಿಂದಕ್ಕೆ ಒಪ್ಪವಾಗಿರಿಸಿ ಅವನು ಕಾಂಕ್ರೀಟ್ ಹಾದಿಯ ಮೂಲಕ ಸೈಕಲ್ ಓಡಿಸಿಕೊಂಡು ಹೋದ.

ಅವನು ಹೇಳಿದ್ದು ಕುಂಜಪ್ಪುವಿಗೆ ಅರ್ಥವಾಗಲಿಲ್ಲ. ಆ ಪೆಟ್ಟಿಗೆಗಳನ್ನೆಲ್ಲ ಯಾವ ಲೋಹದಿಂದ ಮಾಡಲಾಗಿದೆ ಎಂದು ತಿಳಿದಿದ್ದರೆ ಸಾಕಾಗಿತ್ತು. ಆ ವಿಷಯವನ್ನೇ ಅವನು ಆ ಹುಡುಗನನ್ನು ಕೇಳಿದ್ದು, ಅದಕ್ಕೆ ಸಿಕ್ಕಿದ ಉತ್ತರವೋ ಅವನಿಗೆ ಅರ್ಥವಾಗದ ಭಾಷೆಯಲ್ಲಿತ್ತು.

ಕುಂಜಪ್ಪು ನಡೆದ. ಸೂರ್ಯನ ಬೆಳಕು ಅವನ ಮುಖಕ್ಕೆ ಬಡಿಯುತ್ತಿತ್ತು. ಆದರೂ ಅಂಗೈಯಿಂದ ಅವನು ಬೆಳಕನ್ನು ಮರೆಸಲಿಲ್ಲ.

ತಂಗಾಳಿ ಬೀಸುತ್ತಿದೆ. ಸುತ್ತಲೂ ನಿರ್ಜನವಾಗಿತ್ತು. ಎಲ್ಲಿಂದಲೋ ಒಂದು ನರುಗುಂಪು ತೇಲಿ ಬರುತ್ತಿದೆ. ಎಳೆಗಾಳಿಯಲ್ಲಿ ಆ ಸುಗಂಧವನ್ನು ಮೂಗಿಗೆಳೆದುಕೊಂಡು ಉಸಿರಾಡುತ್ತ ಕುಂಜಪ್ಪು ನಿರ್ಜನ ಪ್ರದೇಶದಲ್ಲಿ ತೇಲುತ್ತ ಸಾಗಿದ. ಹಳೆಯ ಅಪ್ರಯೋಜಕ ವಸ್ತುಗಳು ಆಕಾಶದೆತ್ತರಕ್ಕೆ ರಾಶಿಯಾಗಿ ಬಿದ್ದಿರುವುದನ್ನು ಅವನು ತನ್ನ ಕಲ್ಪನೆಯಲ್ಲಿ ಕಂಡ. ಉನ್ಮಾದ ದಿಂದ ಅವನು ಆ ರಾಶಿಯತ್ತ ಜಿಗಿದ. ಅವನು ಕೈಕಾಲುಗಳಿಂದ ಸುತ್ತಲಿರುವುದನ್ನೆಲ್ಲ ಕೆದಕಿ ದೂರ ತಳ್ಳುತ್ತ ಏನನ್ನೋ ಹುಡುಕುತ್ತಿದ್ದಾನೆ. ಇಷ್ಟು ಆವೇಶದಿಂದ ಅವನು ಹುಡುಕುತ್ತಿರುವುದು ಏನಿರಬಹುದು? ಒಂದುವೇಳೆ, ಲಾರಿಗೆ ಏರಿಸುತ್ತಿದ್ದುದು ಕಬ್ಬಿಣದ ಪೆಟ್ಟಿಗೆ ಗಳಿರಬಹುದೇ? ಕಬ್ಬಿಣವಾಗಿದ್ದರೆ ಎಂದಾದರೊಂದು ದಿನ ತುಕ್ಕು ಹಿಡಿಯುವುದು ಎಂಬ ವೈಜ್ಞಾನಿಕ ಸತ್ಯವು ಜ್ಞಾನವೋ ವಿದ್ಯಾಭ್ಯಾಸವೋ ಮತದಾನದ ಹಕ್ಕೋ ಇಲ್ಲದಂತಹ ಕುಂಜಪ್ಪು ಎಂಬ ಆ ಭಿಕಾರಿ ಬಾಲಕನಿಗೂ ಗೊತ್ತಿರಬಹುದು.

**

ಶುದ್ಧ ವಾಯು

ನನ್ನ ಅಪ್ಪ ಪರಿಣತನಾದ ಒಬ್ಬ ಕೋತಿ ಹಿಡಿಯುವವನಾಗಿದ್ದ. ಆ ಪರಿಣತಿಯ ನೆರಳಿನಲ್ಲಿ ನನ್ನ ಉದರವು ಕ್ಷಾಮ ತಗುಲದೆ ಬದುಕಿತು.

ನೆನಪು ಇನ್ನೂ ದೃಢ ಹೆಜ್ಜೆ ಇಡಲಾಗದ ಕಾಲದಲ್ಲಿ, ಮಂದಾಕಿನಿ ಬೆಟ್ಟದ ತಪ್ಪಲಲ್ಲಿ (ಕಣಿವೆಯ ತಪ್ಪಲಲ್ಲಿ) ದರ್ಭೆ ಹುಲ್ಲು ಹೊದಿಸಿದ ಗುಡಿಸಲ ಮುಂಭಾಗದಲ್ಲಿ ಬಾಲಕನಾದ ನಾನು ಇದ್ದೆ. ದಿನವೂ ನನ್ನನ್ನು ಏಕಾಂಗಿತನದ ಮಂಜಿನ ವಿಸ್ತಾರಕ್ಕೆಸೆದು ಬಿಟ್ಟು, ಸೂರ್ಯನ ಬೆಳಕು ಭೂಮಿಗೆ ತಲುಪುವ ಮುನ್ನವೇ ಅಪ್ಪ ವನಾಂತರಗಳಿಗೆ ಹೋಗುವುದೇ ರೂಢಿಯಾಗಿತ್ತು, ಎಳೆದರೆ ಬಿಗಿಯಾಗುವ ಬೆತ್ತದ ಕುಣಿಕೆಗಳಿರುವ ಉದ್ದದ ಹಗ್ಗವನ್ನು ಕಂಕುಳಲ್ಲಿರಿಸಿಕೊಂಡು, ಭಾರವಾದ ಕಾಲುಗಳನ್ನು ಕುಲುಕುತ್ತ, ಹಗ್ಗದ ತುದಿಯಲ್ಲಿರುವ ಕೋತಿಯನ್ನು ಜಗ್ಗುತ್ತ ಎಳೆಯುತ್ತ ಅಪ್ಪ ಮರಳಿಬರುವ ಹೊತ್ತಿಗೆ ಅರ್ಧರಾತ್ರಿಯೇ ಕಳೆದಿರಬಹುದು. ಜೀರುಂಡೆಗಳ ಗಿಜಿಗಿಜಿ ಸದ್ದಿನ ಮಧ್ಯೆ ಅಂಗಳಕ್ಕೆ ಕ್ಯಾಕರಿಸಿ ಉಗುಳುವ ಅಪ್ಪನ ಸ್ಥಿರವಾದ ಗುರುತಿನ ಶಬ್ದವು ನನ್ನನ್ನು ಎಚ್ಚರಗೊಳಿಸುವುದು.

ನನ್ನ ಅಪ್ಪ ಬಲಿಷ್ಠನೂ ದೀರ್ಘಕಾಯನೂ ಆಗಿದ್ದ. ಕಬ್ಬಿಣದ ಎಳೆಗಳಂತೆ ಗಟ್ಟಿಯಾದ ತಲೆಗೂದಲು, ಅಲ್ಲಲ್ಲಿ ಗಾಯವಾಗಿ ಒಣಗಿದ ಕಲೆಗಳಿರುವ ಕಪ್ಪು ಚರ್ಮ, ಕಣ್ರೆಪ್ಪೆಗಳಿಂದ ಹೊರಕ್ಕೆ ಚಾಚಿರುವ ಉರುಟು ಕಣ್ಣುಗಳು, ಇವೆಲ್ಲ ನನ್ನಪ್ಪನನ್ನು ಒಬ್ಬ ಸುಂದರ ವಾನರ ನನ್ನಾಗಿಸಿ ಬಿಟ್ಟಿದ್ದವು. ಅಪ್ಪನಿಗೆ ರಾತ್ರಿ ನಿದ್ರೆ ಬೀಳುವುದು ಕಮ್ಮಿ. ನಿದ್ದೆ ಮಾಡುವ ವೇಳೆಗಳಲ್ಲಿ ಅಪ್ಪ ನಾಲಿಗೆಯನ್ನು ಮೇಲಿಂದ ಮೇಲೆ ಅಲುಗಾಡಿಸುವನು. ಆ ಸದ್ದುಗಳು ಕೋತಿಗಳನ್ನು ಹೆದರಿಸಲು ದಣಿಸಲು ಪಳಗಿಸಲು ಉಪಯೋಗಿಸುವಂತಹವು. ಇಷ್ಟು ತಡವಾಗಿ, ನಿದ್ರಿಸಿದರೂ ಜಾವದಕೋಳಿಗಳಿಗೆ ಮುನ್ನವೇ ಎದ್ದು ನನಗೆ ಬೇಕಿದ್ದ ಆಹಾರ ಸಿದ್ಧಪಡಿಸಿಟ್ಟು ಸೂರ್ಯ ಉದಿಸುವ ಮುನ್ನವೇ ಅಪ್ಪ ತೆರಳುವನು.

ಎಲ್ಲಾ ಪ್ರಭಾತಗಳಲ್ಲೂ ಕಂಬಳಿ ಹೊದಿಕೆಯ ಒಳಗೆ ಮಲಗಿ ನಾನು ಅಪ್ಪನ ಪ್ರೀತಿ ವಾತ್ಸಲ್ಯಗಳನ್ನು ನೇವರಿಸಿದೆ. ಬುದ್ಧಿಯ ಹಸಿರು ಚಿಗುರು ನನ್ನಲ್ಲುದಿಸುವ ಮುನ್ನವೇ ಸಾವಿಗೆ ಅನುಯಾಯಿಯಾಗಿ ಹೋಗಿಬಿಟ್ಟಳು ನನ್ನ ತಾಯಿ. ಆ ಮೋಸದ ಆಘಾತವು ಎಂದಿಗೂ ನನಗೆ ಅರಿವಾಗದಿರಲು ವಿಶೇಷ ಶ್ರದ್ಧೆಯಿರಿಸುವನು ಅಪ್ಪ. ಯಾವಾಗಾದರೂ ಒಂದು ಹಗಲಿನ ವೇಳೆ ಮಾತ್ರವೇ ನನಗೆ ಅಪ್ಪನ ಸಾಮೀಪ್ಯ ಪೂರ್ತಿಯಾಗಿ ಸಿಗುತ್ತಲಿ

ದ್ದುದು. ಒಂದೋ ಜೋರು ಮಳೆ ಅಥವಾ ಬಿರುಗಾಳಿ ಭಯಂಕರ ರೂಪದಲ್ಲಿ ಪ್ರತ್ಯಕ್ಷವಾಗುವ ದಿನಗಳಲ್ಲಿ ಅಪ್ಪ ಗುಡಿಸಲಿನೊಳಗೇ ಮುದುಡಿಕೊಳ್ಳುವನು. ಆದರೆ, ಆಗಲೂ ವಿಶ್ರಾಂತಿಯೆಂಬುದು ಆತನಿಗೆ ತಿಳಿದೇ ಇರಲಿಲ್ಲ. ಅಂಗಳದಲ್ಲಿ ನೆಡಲಾದ ಗೂಟಗಳಲ್ಲಿ ಮಾರಲೆಂದು ಕಟ್ಟಿ ಹಾಕಲಾದ ಕೋತಿಗಳಿಗೆ ಕಸರತ್ತುಗಳನ್ನು ಕಲಿಸುತ್ತ ಅವಿಧೇಯರನ್ನು ಬೆತ್ತದಿಂದ ತಿದ್ದುತ್ತ ಅದು ನೀರಸವೆನಿಸಿದಾಗ ಕಿತ್ತುಹೋದ ಹಗ್ಗದ ಎಳೆಗಳನ್ನು ಕೂಡಿಸಿ ಹೆಣೆಯುತ್ತ ಅಪ್ಪ ಸಮಯವನ್ನು ಸೋಲಿಸುತ್ತಿದ್ದ. ಇವು ಯಾವುದಕ್ಕೂ ನನ್ನ ವಿರೋಧವಿರಲಿಲ್ಲ. ಏಕೆಂದರೆ ಅಪ್ಪ ಇಂತಹ ಕೆಲಸಗಳಲ್ಲಿ ಮುಳುಗಿದ್ದಾಗಲೆಲ್ಲ ನಾನು ಅಪ್ಪನ ಮಡಿಲಲ್ಲೋ ಬಂಡೆಯ ಹಾಗಿರುವ ಬೆನ್ನಿನಲ್ಲಿ ಉಪ್ಪಿನಮೂಟೆಯಾಗಿಯೋ ಆಟವಾಡಿಕೊಳ್ಳುತ್ತಿದ್ದೆ. ಆಗಾಗ ನನ್ನ ಕೆನ್ನೆಗಳನ್ನೂ ಬೆವರಿದ ತಲೆಯನ್ನೂ ತಡವುತ್ತ ಅಪ್ಪ ಅಮ್ಮನನ್ನು ನೆನೆಯುತ್ತ ಮರಣಗಂಧವಿರುವ ನಿಶ್ವಾಸ ಬಿಡುವನು.

ಒಂದು ದಿನ ಅಂಗಳದಲ್ಲಿದ್ದ ಕೋತಿಗಳನ್ನು ಬೆರಳು ಮಾಡಿ ತೋರಿ ನಾನು ಕೇಳಿದೆ 'ಅಪ್ಪಾ, ಇವನ್ನು ಕಾಡಿನೊಳಗಿನ ಮರದ ಕೊಂಬೆಗಳ ಮೇಲಿಂದ ಕುಣಿಕೆ ಹಾಕಿ ಹಿಡಿದು ಇಲ್ಲಿಗೆ ತಂದು ಕಟ್ಟಿಹಾಕಿ ಮಾರಾಟ ಮಾಡುವುದಕ್ಕಿಂತ ಒಳ್ಳೆಯ ಬೇರೆ ಯಾವುದಾದರೂ ಉಪಜೀವನ ಮಾರ್ಗವನ್ನು ನಾವು ಕಂಡುಕೊಳ್ಳಬಾರದೇ?' ಈ ಪ್ರಶ್ನೆಗೆ ಉತ್ತರ ಹೇಳುವ ಮುನ್ನ ಅಪ್ಪ ಕಾಲ್ಬೆರಳಿನಡಿಯ ಕೆಸರುಹುಣ್ಣಿನಲ್ಲಿ ಬಂದು ಕುಳಿತ ನೊಣವನ್ನು ಎರಡು ಅಂಗೈಗಳ ಮಧ್ಯೆ ಹಿಡಿದು ಅಪ್ಪಚ್ಚಿ ಮಾಡಿದ. ಅಪ್ಪ ಹೇಳಿದ. 'ಮಗೂ, ನಿನ್ನ ಅಜ್ಜ ನನಗೆ ಈ ಕಸುಬು ಕಲಿಸಿದ. ಖಂಡಿತ ನಾನು ಸ್ವಂತ ಕಲಿತದ್ದಲ್ಲ. ನಮ್ಮ ಎಲ್ಲ ತಲೆಮಾರುಗಳಿಗೂ ಕೋತಿಗಳ ಶಾಪವಿದೆ. ಆ ಶಾಪ ನನ್ನೊಂದಿಗೆ ಕೊನೆಯಾಗಬೇಕು. ನೀನು ಎಂದಿಗೂ ಇದನ್ನು ಕಲಿಯಕೂಡದು. ಮರದ ಕೊಂಬೆಗಳನ್ನು ಕೋತಿಗಳಿಗೆ ಕೇವಲ ನೆನಪಾಗಿಸಿ ಬಿಡುವುದು ಅತ್ಯಂತ ಪಾಪಕರ. ನನ್ನ ಜೋಳಿಗೆಯು ಮುಗಿಯದ ಶಾಪಗಳಿಂದ ತುಂಬಿ ಹೋಗಿದೆ ಮಗೂ.'

ಅಪ್ಪನ ಮಾತುಗಳು ನನ್ನ ಸಂದೇಹಗಳನ್ನು ಉಸಿರುಗಟ್ಟಿಸಿ ಸಾಯಿಸಿದವು. ಮತ್ತೆಂದೂ ನಾನು ಇದರ ಬಗ್ಗೆ ಕೇಳಿ ಅಪ್ಪನಿಗೆ ತಳಮಳವುಂಟು ಮಾಡಲಿಲ್ಲ.

ಅಪ್ಪ ನನಗೆ ಹೇಳುತ್ತಿದ್ದ ಕೆಲಸಗಳನ್ನು ಮರೆಯದಿರಲು ಒಂದೊಂದೇ ಕಲ್ಲುಗಳನ್ನು ಆರಿಸಿ ಜೇಬಿಗೆ ಹಾಕಿಕೊಂಡು ಎಲ್ಲವನ್ನೂ ನಾನು ನಿರ್ವಹಿಸಿದೆ. ಅಪ್ಪನಿಲ್ಲದ ಹಗಲು ಹೊತ್ತು ಕೋತಿಗಳ ಮಾರಾಟ ನಡೆಸುತ್ತಿದ್ದವನು ನಾನೇ. ಬೆಟ್ಟದಾಚೆಯ ಹಳ್ಳಿಗಳಿಂದಲೂ ಅದರಾಚೆಯ ನಗರದಿಂದಲೂ ಜನರು ಕೋತಿಗಳನ್ನು ಕೊಳ್ಳಲು ಯಾವಾಗಲೂ ಬರುತ್ತಿದ್ದರು. ಅವರಲ್ಲಿ ಕೊರವರು, ಇರುಳರು ಮೊದಲಾದ ನಮ್ಮ ವರ್ಗಕ್ಕೆ ಸೇರಿದ ಹಿಂದುಳಿದವರೂ ನಗರದ ಬೀದಿ ಸರ್ಕಸ್ಸಿನವರು, ಪರಂಪರಾಗತ ವೈದ್ಯ ಪ್ರತಿನಿಧಿಗಳಾದ ನಾಯರ್ ಕಾರ್ಯನಿರ್ವಾಹಕರೂ ಮುಂತಾದವರು ಇರುತ್ತಿದ್ದರು. ಮೊದಮೊದಲು ಒಬ್ಬ ಬಾಲಕನೆಂದು ಅವರು ಇರಿಸಿಕೊಳ್ಳುತ್ತಿದ್ದ ಬಾಲಿಶವಾದ ತಮಾಷೆ ಬೆರೆತ ವರ್ತನೆಗಳನ್ನು

ಕೊನೆಗೆ ಅವರೇ ಬಿಟ್ಟುಬಿಡಬೇಕಾಗುತ್ತಿತ್ತು. ವಾಡಿಕೆಯ ಗಿರಾಕಿಗಳ ಮೇಲಿನ ಗೌರವ, ಕ್ರಯವಿಕ್ರಯಗಳ ಕಟ್ಟುನಿಟ್ಟು, ಸತ್ಯಸಂಧತೆ, ಬಿಚ್ಚುಮನಸ್ಸು ಇವೆಲ್ಲ ನನ್ನಲ್ಲಿರುವುದನ್ನು ಹಲವು ಸಲ ಕಂಡು ದೃಢಪಟ್ಟ ಕಾರಣ ಎಲ್ಲರೂ ನಾನು ಹೇಳುವ ಬೆಲೆಗಿಂತ ಸ್ವಲ್ಪವೂ ಕಡಿಮೆ ಮಾಡದೆ ವ್ಯಾಪಾರ ಕುದುರಿಸುತ್ತಿದ್ದರು. ಅಂಗಳದ ಕೆಂದಾಳೆಯ ಎಳನೀರನ್ನು ನಾನು ಅವರಿಗೆ ಕುಡಿಯಲು ಕೊಡುತ್ತಿದ್ದೆ, ಅವರು ವಿಶ್ರಾಂತಿ ಪಡೆಯುವಾಗ, ಕೋತಿಗಳನ್ನು ಹಿಡಿಯಲು ನನ್ನ ಅಪ್ಪ ಅನುಭವಿಸುವ ಯಾತನೆಗಳನ್ನು ಬಾಯ್ತುಂಬ ವಿವರಿಸಿ, ಕೋತಿಗಳ ಬೆಲೆ ನಿರ್ಧರಿಸಿರುವುದನ್ನು ಸಮರ್ಥಿಸಿಕೊಳ್ಳುತ್ತಿದ್ದೆ. ಮೆಲ್ಲಮೆಲ್ಲಗೆ ವಯಸ್ಸಿಗೆ ಮೀರಿದ ಗಾಂಭೀರ್ಯ ನನ್ನಲ್ಲಿ ಕಾಣಿಸುತ್ತಿದ್ದುದರಿಂದ ಹಲವರು ನನ್ನನ್ನು ಗೌರವದುಂಬಿದ ಕೌತುಕದಿಂದ ನೋಡತೊಡಗಿದರು. ಕೆಲವರಂತೂ ನನಗೆ ರುಚಿಯಾದ ಹಣ್ಣುಗಳನ್ನು ಮಿಠಾಯಿಗಳನ್ನು ತಂದು ಕೊಡಲಾರಂಭಿಸಿದರು. ಇವೆರೆಲ್ಲರೂ ಕೋತಿಗಳನ್ನು ಖರೀದಿಸಿ ಏನು ಮಾಡುತ್ತಾರೆ ಎಂಬ ಸಂಗತಿ ಮಾತ್ರ ನಮ್ಮ ನಡುವೆ ಗುಟ್ಟಾಗಿ ಜಿಗಿದಾಡಿತು. ನನ್ನ ಕುತೂಹಲವನ್ನು ಅವರು ಎಂದಿಗೂ ಕೆರಳಿಸಲಿಲ್ಲ. ಕೊನೆಗೆ ಅದನ್ನು ತಿಳಿಯಬೇಕೆಂಬ ಹಂಬಲವನ್ನು ನಾನೇ ನಾನಾಗಿ ಊದಿ ನಂದಿಸಿಬಿಟ್ಟೆ. ಮಾರಾಟದಿಂದ ಸಿಕ್ಕ ಹಣವನ್ನು ಮತ್ತೊಮ್ಮೆ ಎಣಿಸಿ ಸಂಚಿಯಲ್ಲಿ ಬಿಗಿದಿರಿಸಿ ನೆಲವಿನ ಮಣ್ಣಿನ ಮಡಕೆಯೊಳಗೆ ಭದ್ರ ಪಡಿಸುತ್ತಿದ್ದೆ. ಗೂಟದಿಂದ ಬಿಡಿಸಿ ಕೋತಿಗಳ ಹಗ್ಗವನ್ನು ಅವರಿಗೆ ಶುಭ ಕೋರಿ ಒಪ್ಪಿಸುತ್ತಿದ್ದೆ. ಅವರೆಲ್ಲ ಮೈದಾನವನ್ನು ಹಾದು ಅಡಿವಾರದಲ್ಲಿ ಮರೆಯಾಗುವುದರೊಂದಿಗೆ ನನ್ನ ಮುಂದೆ ಏಕಾಂಗಿತನದ ಹಣ್ಣೆಲೆಗಳು ರಾಶಿರಾಶಿಯಾಗಿ ಉದುರಿಬೀಳುವುವು.

ಒಂದೋ ಎರಡೋ ಕೋತಿಗಳು ಯಾವಾಗಲೂ ಅಂಗಳದ ಗೂಟಗಳಿಗೆ ಬಿಗಿಯಲ್ಪಟ್ಟಿರುತ್ತಿದ್ದವು. ಅವುಗಳಿಗೆ ಮರದಕೊಂಬೆಗಳ ನೆನಪು ಬಂದಾಗ ಕೋಪ ಉಕ್ಕುತ್ತಿತ್ತು. ಬಳಿಕ ಬಂಧನದ ಮುಳ್ಳಿನ ಪೀಠದಲ್ಲಿ ಕುಳಿತು ನನ್ನನ್ನು ನೋಡುತ್ತ ಹಲ್ಲುಕಿರಿಯುತ್ತ ಉಚ್ಚೆ ಹೊಯ್ಯುತ್ತ ನಾಚಿಕೆಯಿಲ್ಲದೆ ಆಭಾಸದ ಚೇಷ್ಟೆಗಳನ್ನು ಮಾಡುತ್ತ ಅವು ಸಮಯ ಕಳೆದವು. ಇವುಗಳ ಅನಾಗರಿಕ ಚೇಷ್ಟೆಗಳಿಂದ ನನ್ನ ದಿನದ ಬಹುಭಾಗ ಕಳೆಯಲು ಸಾಧ್ಯವಾಗುತ್ತಿತ್ತು.

ಆದರೂ ಕೆಲವೊಮ್ಮೆ ನನ್ನ ಮನಸ್ಸು ಉಪ್ಪುಪ್ಪಾದಂತೆನಿಸುತ್ತಿತ್ತು. ಎದುರುಗಡೆ ನೀರಸವಾದ ಹುಲ್ಲುಗಾವಲುಗಳೂ ಮೇಲುಗಡೆ ಪುನರಾವರ್ತನೆಯಾಗುವ ಮೋಡಗಳೂ ನನ್ನನ್ನು ವ್ಯಾಕುಲಗೊಳಿಸುತ್ತಿದ್ದವು. ದೂರದ ಹುಲ್ಲು ಹರವಿನಲ್ಲಿ ದಿನವೂ ಬೆಳಗ್ಗೆ ಮೇಯಲು ಬರುತ್ತಿದ್ದ ಬಿಳಿ ಕುದುರೆಗಳೇ ಆರಂಭದ ದಿನಗಳಲ್ಲಿ ನೆಮ್ಮದಿ ನೀಡುತ್ತಿದ್ದವು. ಆದರೆ ಅವೂ ಸಹ ಸಂಜೆಯಾದೊಡನೆ ತಮ್ಮ ಲಾಯಗಳಿಗೆ ಸುರಕ್ಷಿತವಾಗಿ ಮರಳುವ ಪ್ರಕ್ರಿಯೆಯನ್ನು ನಿಖರವಾಗಿ ಮಾಡತೊಡಗಿದಾಗ ಮತ್ತೆ ಬೇಸರ ಮೂಡಿತು. ಬೇಸಿಗೆಯ ರಾತ್ರಿಗಳಲ್ಲಿ ವರಾಂಡದಲ್ಲಿ ಮಲಗಿ ಎಡಗಾಲನ್ನು ಅಪ್ಪನ ತೊಡೆಯ ಮೇಲೆತ್ತಿ ಇರಿಸಿ ಮಗ್ಗುಲಾಗಿ ಮಂದಾಕಿನಿ ಬೆಟ್ಟವನ್ನು ನೋಡುವುದೇ ನನ್ನ ಇನ್ನೊಂದು ರೂಢಿ. ಆಗೆಲ್ಲ ನನಗೆ ಕಂಡು ಬರುತ್ತಿದ್ದ ಕಾಡಿನ ಬೆಂಕಿಗಣ್ಣುಗಳು ಎಂದಿಗೂ ಗುಣವಾಗದ ಹುಣ್ಣುಗಳಂತೆ ತೋರುತ್ತಿದ್ದವು.

ನನ್ನ ಕಣ್ಣುಗಳು ಮುಚ್ಚಿಕೊಂಡಾಗ ನನ್ನ ಸುತ್ತಲೂ ಅಗ್ನಿಯ ಜ್ವಾಲೆಗಳು ಕಂಪಿಸುತ್ತ ನಿಂತಿರುತ್ತಿದ್ದವು. ನಿದ್ದೆಯಲ್ಲಿ ನಾನು ರೋದಿಸಿದಾಗಲೆಲ್ಲ ಅಪ್ಪ ಸಂತೈಸುವರು. 'ಅವಳು ನಿನ್ನನ್ನು ತುಂಬಾ ಕಾಡಿಸುತ್ತಿರಬೇಕು ಅಲ್ಲವೇ ಮಗೂ.' ಅರೆ ನಿದ್ರೆಯಲ್ಲಿ ಕೇಳಿದ ಅಪ್ಪನ ಆ ನುಡಿಗಳ ತೇವ ಬೆಳಗಾದಾಗಲೂ ಒಣಗಲಿಲ್ಲ.

ಈ ತರಹ ನನ್ನ ದಿನರಾತ್ರಿಗಳು ಹೆಚ್ಚು ಕಾಲ ಸಾಗಲಿಲ್ಲ. ಒಂದು ರಾತ್ರಿ ಮಹಾ ದುರಂತದ ಬೆಟ್ಟವೇ ಅಪ್ಪಳಿಸಿತು.

ಅಂದು ಸಂಜೆ ಖಾಲಿ ಹಗ್ಗ ಮತ್ತು ದಣಿದ ಮುಖದೊಂದಿಗೆ ಬಂದ ಅಪ್ಪ ಗದ್ಗದ ದಿಂದ ತಿಳಿಸಿದ. 'ನಾವು ದುರಂತದ ಆಳವಾದ ಹೊಂಡದಲ್ಲಿ ಬಿದ್ದು ಹೋಗಲಿದ್ದೇವೆ. ಇನ್ನೆಂದಿಗೂ ಕೋತಿಗಳನ್ನು ಹುಡುಕುತ್ತ ಕಾಡಿಗೆ ಹೋಗಲು ಸಾಧ್ಯವಾಗುವುದಿಲ್ಲ. ಅಧಿಕಾರಿ ಗಳು ವನಕ್ಕೆ ಕಾವಲಿನ ವ್ಯವಸ್ಥೆ ಮಾಡಿಬಿಟ್ಟಿದ್ದಾರೆ.' ಖಾಕಿ ಬಟ್ಟೆ ತೊಟ್ಟು, ಬಾಗಿದ ಅಂಚುಳ್ಳ ಟೋಪಿ ಧರಿಸಿ, ನೀಳವಾದ ಕೊಳವೆ ಕೋವಿಗಳನ್ನು ಹೆಗಲಲ್ಲಿ ತೂಗುಹಾಕಿ ಕೊಂಡಿರುವವರೇ ಅರಣ್ಯದ ಕಾವಲುಗಾರರು. ಅವರ ಮುಖಭಾವ, ಉದ್ದ ಮೀಸೆ, ಕೆಂಪಾದ ಕಣ್ಣುಗಳಲ್ಲಿ ಕ್ರೌರ್ಯ ಮತ್ತು ಯಾವುದಕ್ಕೂ ಹೇಸುವುದಿಲ್ಲ ಎಂಬಂಥ ಭೀಕರತೆಯ ಎಚ್ಚರಿಕೆ ಹರಡಿದ್ದವು.

ಆ ರಾತ್ರಿ ಮತ್ತು ಮರುದಿನದ ಹಗಲು ಅಪ್ಪ ಊಟ ಮಾಡಿಲಿಲ್ಲ. ಮಂಡಿಯ ಮೇಲೆ ಗದ್ದವೂರಿ ನಿರ್ಲಕ್ಷ್ಯವಾಗಿ ಹೊರಗಡೆ ನೋಡುತ್ತ ಕುಳಿತ. ಗುಡಿಸಲ ಕಡೆಗೆ ಬೆಟ್ಟದ ಗಾಳಿ ಬೀಸಿತು. ಅಪ್ಪನ ಸುತ್ತ ಎಡತಾಕುತ್ತ ಒಂದು ಸಾಕುಪ್ರಾಣಿಯ ಹಾಗೆ ನಾನು ಪ್ರದಕ್ಷಿಣೆ ಹಾಕುತ್ತ ನಿಂತೆ. ಅಂಗಳದ ಗೂಟದಲ್ಲಿ ಒಂದೇ ಒಂದು ಕೋತಿ ಉಳಿದಿತ್ತು. ಆ ಕೋತಿಯ ಎಡಗಾಲು ಸ್ವಲ್ಪ ಕುಂಟು. ನಾಲ್ಕೈದು ದಿನಗಳ ಹಿಂದೆ ಅಪ್ಪ ಅದನ್ನು ಅನಾಯಾಸವಾಗಿ ಹಿಡಿದಿದ್ದ. ಕುಂಟು ಎಂಬ ಕಾರಣಕ್ಕೆ ಅದು ವ್ಯಾಪಾರಕ್ಕೆ ಒಗ್ಗದೇ ಹೋಯಿತು. ನಮ್ಮ ದುಃಖದಲ್ಲಿ ಅದೂ ಪಾಲ್ಗೊಂಡಿತು. ವಿರಳವಾದ ಕೂದಲಿನ ತಲೆಯಲ್ಲಿ ಎರಡು ಕೈಗಳನ್ನೂ ಇಟ್ಟುಕೊಂಡು ನನ್ನ ಮತ್ತು ಅಪ್ಪನ ಮುಖಗಳನ್ನು ಮತ್ತೆ ಮತ್ತೆ ನೋಡುತ್ತ ಕೆಂಪು ಪೃಷ್ಠ ವನ್ನು ಧೂಳು ತುಂಬಿದ್ದ ನೆಲದಲ್ಲೂರಿ ಅದು ಕುಳಿತಿತ್ತು.

ಸಂಜೆಯಾದೊಡನೆ ಅಪ್ಪನ ಆ ಸ್ಥಿತಿ ಕಂಡು ನನ್ನ ಎದೆ ಕುಸಿಯತೊಡಗಿತು. ನನ್ನ ಕಣ್ಣೀರಿನೆದುರಿನಲ್ಲೆ ಅಪ್ಪ ಒಲೆ ಹಚ್ಚಿ ಅಡಿಗೆ ಮಾಡಿದ. ನಾವು ಒಟ್ಟಿಗೆ ಕುಳಿತು ಬಿಸಿಯೂಟ ವನ್ನು ಬಾಚಿ ಉಂಡೆವು. ಮಣ್ಣಿನ ಗಡಿಗೆಯಲ್ಲಿ ಹಾಕಿ ತಣಿಸಿ ಕುಂಟು ಕೋತಿಗೂ ರಾತ್ರಿ ಯೂಟವನ್ನು ಕೊಟ್ಟೆವು.

ಬಳಿಕ ನಾಲ್ಕೈದು ದಿನ ಖರ್ಚಿಗಾಗುವಷ್ಟು ಹಣ ಸೊಂಟದ ಸಂಚಿಯಲ್ಲಿತ್ತು. ಅಟ್ಟುಂಡು, ಕುಡಿದು, ಯೋಚನೆ ಮಾಡುತ್ತಲೇ ಹಣದ ಚೀಲ ಖಾಲಿಯಾಯಿತು. ಹಸಿವೆಯ ಬೀಭತ್ಸ ಕಪ್ಪೆಗಳು ಗುಡಿಸಲಲ್ಲಿ ಠಿಕಾಣಿ ಹೂಡಿ ವಟಗುಟ್ಟಿದವು. ಅಪ್ಪ ವರಾಂಡದಲ್ಲಿ

ಕೊಡಲಿಗೆ ಉರುಳಿದ ಕಾಡಿನ ಮರದಂತೆ ಬಿದ್ದಿದ್ದ. ನನ್ನ ಜಠರದ ಒಳಪದರಗಳು ಸುರುಟಿ ಬಿರುಕಾಗತೊಡಗಿದವು. ಹಸಿವಿನ ಪ್ರಥಮದರ್ಶನವೇ ಹೀಗೆ ಅಸಹನೀಯವಾಗಿದೆ ಯೆಂದರೆ ಇನ್ನು ಭವಿಷ್ಯ ಹೇಗಿರಬಹುದೆಂದು ನಾನು ಯೋಚಿಸತೊಡಗಿದೆ. ಕುಂಟುಕೋತಿ ಹಗ್ಗದಲ್ಲಿ ಸೆರೆಯಾಗಿ ಹಸಿವಿನ ಬಿಕ್ಕಳಿಕೆ ಹೊರಡಿಸಿತು. ಅದಕ್ಕೆ ಆಗಾಗ ತಣ್ಣೀರು ಕೊಟ್ಟು ಸಮಾಧಾನ ಪಡಿಸಲಷ್ಟೇ ನನ್ನಿಂದ ಸಾಧ್ಯವಾಯಿತು. ಹಸಿವಿನ ಉಗುರುಗಳು ಅತಿ ಶೀಘ್ರ ವಾಗಿ ಬೆಳೆದು ಮನಬಂದ ಹಾಗೆ ಎಲ್ಲೆಡೆ ಪರಚಿದವು.

ನಾನು ಅಳತೊಡಗಿದೆ. ಈ ಕಣ್ಣೀರು ಹಸಿವಿನ ಎಗರಾಟವನ್ನು ತತ್ಕಾಲಕ್ಕೆ ಶಮನ ಗೊಳಿಸಿತು. ಅಪ್ಪ ನನ್ನ ಮುಖವನ್ನೇ ಎಂದೂ ನೋಡದ ರೀತಿ ನೋಡುತ್ತಿರುವುದು ಕಾಣಿಸಿತು. ದಿಢೀರನೆ ಅಪ್ಪ ಆತ್ಮವಿಶ್ವಾಸದ ಕಿಡಿ ಹೊತ್ತಿಸಿ ಬೆಳಕನ್ನು ಬೀರಿದ. ಅಪ್ಪ ಆವೇಶದಿಂದ ಹೇಳುವುದನ್ನು ಪೂರಾ ನಾನು ಕೇಳಿಸಿಕೊಂಡೆ 'ಮಂದಾಕಿನಿ ಬೆಟ್ಟದ ಮೂಡಣ ಬದಿಯಲ್ಲಿ ಘೋರವನಗಳು ನಿಬಿಡವಾಗಿವೆ. ಪ್ರಾಣದ ಆಸೆಯಿರುವ ಯಾವ ವನಪಾಲಕನೂ ಅಲ್ಲಿಗೆ ಬಂದು ತಲುಪುವುದಿಲ್ಲ. ಆ ತಾಣ ಕೋತಿಗಳ ಆವಾಸಸ್ಥಾನ. ದಿನವೂ ಒಂದು ಕೋತಿ ಸಿಕ್ಕರೂ ಸಾಕು ನಮ್ಮ ಹೊಟ್ಟೆಪಾಡು ಸಲೀಸಾಗುವುದು.'

ಅಪ್ಪ ನನಗೆ ನಿದ್ದೆ ಮಾಡುವಂತೆ ಹೇಳಿದ. ನನ್ನನ್ನು ಬಿಗಿಯಾಗಿ ಅಪ್ಪಿಕೊಂಡು ಅಪ್ಪನೂ ನಿದ್ರಿಸಿದ.

ಹಳೆಯ ರೀತಿಯಂತೆ ಅಪ್ಪ ನಸುಕಿನಲ್ಲೇ ಎದ್ದು ಕೋತಿಗಳನ್ನು ಹಿಡಿಯುವ ಸಾಮಗ್ರಿ ಗಳೊಂದಿಗೆ ಅಂಗಳಕ್ಕಿಳಿದ. ಗೂಟದ ಬಳಿ ಬಳಲಿ ನಿದ್ರಿಸಿದ ಕುಂಟುಕೋತಿಯನ್ನು ತೋರಿ ಅಪ್ಪ ಹೇಳಿದ. 'ಇದಕ್ಕೆ ಆಗಾಗ ತಣ್ಣೀರು ಕೊಡು ನೀನು ಅಳಬೇಡ. ಸಂಜೆ ನಾನು ನಿನಗೆ ಸಾಂಬಾರ್ ಅನ್ನ ತಂದುಕೊಡುತ್ತೇನೆ.'

ಅಪ್ಪ ಮೂಡಣಕ್ಕೆ ನಡೆದ. ನಾನು ಆ ವರಾಂಡದಲ್ಲೇ ಮತ್ತೆ ಮಲಗಿದೆ. ಬಿಸಿಲು ಹರಡುವುದನ್ನು, ಗಾಳಿಯಲ್ಲಿ ಅನಾಥ ತರಗೆಲೆಗಳ ಹಾರಾಟವನ್ನು, ಬಿಳಿ ಕುದುರೆಗಳ ಜಿಗಿದಾಟವನ್ನು, ಬಿಸಿಲ ಅಲೆಗಳ ಹೊಳಪನ್ನು ನೋಡುತ್ತ ನಾನು ಬಹಳ ಹೊತ್ತು ಮಲಗಿದ್ದೆ. ಕೋತಿಯ ರೋದನ ತಾಳಲಾರದಾದಾಗ ಮಣ್ಣಿನ ಕೊಡ ಬಗ್ಗಿಸಿ ಅದರ ಖಾಲಿ ಹೊಟ್ಟೆ ತುಂಬಿಸಿದೆ. ಕೋತಿ ನನ್ನ ಮೊಣಕಾಲನ್ನು ಚುಂಬಿಸಿತು. ನನಗೆ ಅದರ ಮೇಲೆ ತುಂಬಾ ಪ್ರೀತಿಯುಕ್ಕಿತು. ನಾನು ಅದರ ಮೃದುವಾದ ಅಂಗೈಯನ್ನು ಒರೆಸಿ ಸ್ವಚ್ಛಗೊಳಿಸಿದೆ. ಪುನಃ ಬಂದು ಮಲಗಿದೆ. ಸಂಜೆ ಹರಡಿತು. ಬಾಲಕುಲುಕುವ ಹಕ್ಕಿಗಳು ಹುಚ್ಚು ಆವೇಶದಿಂದ ಸುತ್ತಲೂ ಹಾರಾಡಿದವು.

ಬೆಟ್ಟದಿಂದ ಜಾರಿಬಂದ ಕತ್ತಲು ದಟ್ಟವಾಗುವ ಮೊದಲೇ ದೂರದಲ್ಲಿ ಅಪ್ಪ ಬರುವುದನ್ನು ನಾನು ಕಂಡೆ. ವಾಲಿಕೊಂಡೇ ನಡೆದು ಬರುತ್ತಿದ್ದ ಅಪ್ಪನ ಕಡೆಗೆ ನಾನು ಓಡಿದೆ. ನಾನು ಬಳಿ ತಲುಪುವಷ್ಟರಲ್ಲಿ ಅಪ್ಪ ಮೊಣಕಾಲೂರಿ ಬಿದ್ದ. ಚಿಟ್ಟನೆ ಚೀರಿ ನಾನು ಅಪ್ಪನನ್ನು

ಬಿಗಿದಪ್ಪಿದೆ. ನನ್ನ ದೇಹಕ್ಕೂ ಬಟ್ಟೆಗೂ ರಕ್ತ ಮೆತ್ತಿಕೊಂಡಿತು. ಕೆಳಗಿನ ಹುಲ್ಲೆಸಳಿನ ಚಿಗುರುಗಳು ಕೆಂಪಾದವು. ಮಾತನಾಡುವ ಶಕ್ತಿ ಕಳಕೊಂಡ ಅಪ್ಪ, ಅಲ್ಲಲ್ಲಿ ಚರ್ಮ ಕಿತ್ತು ಹೋದ ಕೈಗಳನ್ನು ನನ್ನ ಕೊರಳಿಗೆ ಹಾಕಿದ. ತಲೆಯ ಹಿಂಭಾಗದಲ್ಲಿ ಗಾಯವಾಗಿ ರಕ್ತ ಒಣಗಿ ಹೆಪ್ಪುಗಟ್ಟಿತ್ತು. ನಾವು ತೆವಳುತ್ತಲೇ ಗುಡಿಸಲ ಮುಂದೆ ತಲುಪಿದೆವು. ಅಪ್ಪ ವರಾಂಡದಲ್ಲಿ ಕುಸಿದ. ಅಪ್ಪನ ದೇಹ ನನಗೆ ಸ್ಪಷ್ಟವಾಗಿ ಕಾಣಿಸಿತು. ಹಲವು ಕಡೆ ಎದ್ದು ಕಾಣುತ್ತಿದ್ದ ಮೂಳೆಗಳು, ಅವುಗಳ ಸುತ್ತ ಕಪ್ಪಗೆ ಒಣ ರಕ್ತ, ಜಜ್ಜಿಹೋದ ಮಂಡಿಗಳಲ್ಲಿ ನುಣ್ಣನೆ ಮಣ್ಣಿನಧೂಳು ಮೆತ್ತಿಕೊಂಡಿತ್ತು.

ನಾನು ನೀರು ಕುಡಿಸಿದೆ. ಬಿಸಿಬಿಸಿಯಾದ ನೀರಿನಲ್ಲಿ ಅಪ್ಪನ ಗಾಯ ತೊಳೆದೆ. ಅಪ್ಪ ನರಳುತ್ತಿದ್ದ ಹಾಗೆಯೇ ದೇಹ ನಡುಗುತ್ತಲೂ ಇತ್ತು. ಅಪ್ಪನ ಕಣ್ಣ ಕರಿಗುಡ್ಡೆಗಳು ಕಣ್ಣಂಚಿನಲ್ಲಿ ನಿಂತವು. ಬಿರಿದ ತುಟಿಗಳ ನಡುವೆ ಕಪ್ಪು ನಾಲಿಗೆ. ಆ ನಾಲಿಗೆ ಚಲಿಸಿತು. ಮಾತುಗಳು ಅಪೂರ್ಣವಾಗಿ ಹೊರಬಂದವು. ಅದನ್ನು ನಾನು ಹೀಗೆ ಗ್ರಹಿಸಿದೆ. ವನದ ಕಾವಲುಗಾರರು ಆ ಘೋರ ವನದಲ್ಲೂ ಬಂದು ತಲುಪಿದ್ದಾರೆ. ಅವರು ಅಪ್ಪನನ್ನು ಬೆನ್ನಟ್ಟಿ ಹಿಡಿದು ಅತಿ ಕಠಿಣವಾಗಿ ಹೊಡೆದರು. ಕೋವಿಯ ಹಿಡಿಕೆಯಿಂದಲೇ ಅವರು ಅಪ್ಪನ ತಲೆಗೆ ಬಡಿದು ಗಾಯಗೊಳಿಸಿದರು. ಮೊಳೆ ಬಡಿದಿರುವ ಬೂಟ್ಸಿನಿಂದ ಅವರು ಅಪ್ಪನನ್ನು ಯದ್ವಾತದ್ವಾ ಒದ್ದು ಹಿಂಸೆಯ ದಾಹ ತೀರಿಸಿಕೊಂಡರು. ಅವರಿಗೆ ಸಾಕೆನಿಸಿದಾಗ, ಅಪ್ಪನ ಜೀವ ಹಾರಿ ಹೋಗುವ ಹಂತ ತಲುಪಿದೆಯೆನ್ನುವಾಗ, ಅಟ್ಟಹಾಸ ಮಾಡುತ್ತ, ಉಮ್ಮಳಿಸಿ ಬಂದ ಹನೆಯ ಕಳ್ಳನ್ನು ಕಕ್ಕುತ್ತ. ಅಶ್ಲೀಲ ಹಾಡು ಹಾಡುತ್ತ ಅವರು ನಡೆದು ದೂರಾದರು. ಅವನ್ನೆಲ್ಲ ಅಪ್ಪ ತನ್ನ ಪ್ರಜ್ಞೆಯ ಆಂತರ್ಯದ ಬೆಳಕಿನಲ್ಲಿ ಕಂಡ.

ಆ ರಾತ್ರಿ ಅರ್ಧ ಕಳೆದಾಗ ಜ್ವರದಿಂದ ಅಪ್ಪನ ದೇಹ ಬೆಂಕಿಯಂತಾಗಿತ್ತು. ಅಪ್ಪ ಹುಚ್ಚನಂತೆ ಸನ್ನಿಯಿಂದ ಬಡಬಡಿಸತೊಡಗಿದ. ಒಣಗಿದ ರಕ್ತದ ವಾಸನೆ ಅಪ್ಪನ ಸುತ್ತಲೂ ರಿಂಗಣ ಸುತ್ತಿ ನೆಲೆನಿಂತಿತು. ರಾತ್ರಿಯ ಮೂರನೇ ಜಾವದಲ್ಲಿ ಕತ್ತಲಿನ ಬಂಜರು ನೆಲ ದಾಚೆ ಸ್ಮಶಾನದಲ್ಲಿರುವ ನರಿಗಳು ಊಳಿಟ್ಟವು. ಊಳಿಡುವುದನ್ನೇ ಮುಂದುವರಿಸಿದ ಸಹ ಜೀವಿಗಳು ಮರಣದ ಯಜಮಾನನನ್ನೇ ಎದುರುಗೊಂಡವು.

ನನ್ನ ಕಿವಿಯನ್ನು ತನ್ನ ತುಟಿಗಳತ್ತ ತಂದು ಅಪ್ಪ ನನಗೆ ಹೇಳಿದ. 'ನೀನು ಆ ಕುಂಟು ಕೋತಿಯನ್ನು ಕಾಪಾಡಬೇಕು. ಅವನು ನಿನಗೆ ಒಂದು ಜೀವನಮಾರ್ಗವಾಗುವನು. ಅವನಿಗೆ ಕಸರತ್ತುಗಳನ್ನು ಕಲಿಸು. ಮನುಷ್ಯನ ಕೆಲಸಗಳನ್ನು ಅವನು ಅನುಕರಿಸುವಾಗ ಜನರು ಸಂತೋಷದಿಂದ ನಿನಗೆ ಪ್ರತಿಫಲ ಕೊಡುವರು. ಆ ವಿಕಲಾಂಗ ಪ್ರಾಣಿ ನಿನ್ನನ್ನು ಹರಸುತ್ತದೆ.'

ನಾನು ಅಪ್ಪನ ತಲೆಯ ಬಳಿ ಮಲಗಿ ಹಾಗೇ ಮಂಪರಿಗೆ ಜಾರಿದೆ. ಮೊದಲಿಗೆ ಎದ್ದ ಕೋಳಿ ಕೂಗಿದಾಗ ನಾನು ತಡಬಡಿಸಿ ಮೇಲೆದ್ದೆ. ನನ್ನ ಜೊಂಪಿನ ಮಧ್ಯೆ ಯಾವುದೋ

ಕ್ಷಣದಲ್ಲಿ ಅಪ್ಪ ಮರಣ ಹೊಂದಿದ್ದ. ನನ್ನ ಅಪ್ಪನ ಶವ ಹೊರಚಾಚಿದ ಕಣ್ಣುಗಳೊಂದಿಗೆ, ತೆರೆದ ಬಾಯಿಯೊಂದಿಗೆ ಬೀಭತ್ಸವಾಗಿ ಮಲಗಿತ್ತು. ಶಕ್ತಿಯಿದ್ದಷ್ಟು ಜೋರಾಗಿ ಸುತ್ತಮುತ್ತಲೆಲ್ಲ ರಕ್ತ ಹೆಪ್ಪುಗಟ್ಟುವ ಹಾಗೆ ನಾನು ಕಿರುಚಿದೆ. ಬೆಳಗಾಗುವವರೆಗೂ ನಾನು ಅಪ್ಪನ ಶವದ ಮೇಲೆ ಬಿದ್ದು ಉರುಳಾಡುತ್ತ, ಆ ತುಟಿಗಳಲ್ಲಿ ಹಲವು ಸಲ ಮುತ್ತಿಡುತ್ತ, ಎದ್ದೇಳು ಎದ್ದೇಳು ಎಂದು ಗಟ್ಟಿಯಾಗಿ ಬೇಡಿಕೊಳ್ಳುತ್ತ ಕಾಲ ತಳ್ಳಿದೆ. ಮರಣವನ್ನು ವಿಚಾರಿಸಲು ಒಂದಷ್ಟು ಬಲಿ ಕಾಗೆಗಳು ಮಾತ್ರ ಬಂದವು.

ಹೊರಗೆ ಸೂರ್ಯ ಬೆಳಕನ್ನು ಹರಡಿ ನಿದ್ರೆಯಿಲ್ಲದ ನನ್ನ ಕಣ್ಣುಗಳಿಗೆ ಹುಳಿ ಬರಿಸಿದ.

ಇನ್ನೂ ಅಳುತ್ತ ಹೀಗೆ ಕುಳಿತರೆ ನನ್ನಪ್ಪನ ಹೆಣದಿಂದ ದುರ್ಗಂಧ ಹೊರಬರುವುದೆಂದೂ ಆದಷ್ಟು ಬೇಗ ಆ ದೇಹವನ್ನು ಮಣ್ಣು ಮಾಡುವುದೇ ಒಳಿತೆಂದೂ ನನಗೆನಿಸಿತು. ಅಪ್ಪನ ತೆರೆದ ಬಾಯಿ ಮತ್ತು ಕಣ್ಣುಗಳನ್ನು ಮುಚ್ಚಲು ನಾನು ವೃಥಾ ಶ್ರಮ ನಡೆಸಿದೆ. ಕಾಲು ದೀಪ ಹಚ್ಚಿ ಅಪ್ಪನ ತಲೆ ಬಳಿ ಇರಿಸಿದೆ. ಮೃತಶರೀರದ ಸುತ್ತಲೂ ತುಳಸಿ ಎಲೆ, ಅರಿಶಿಣ, ಅಕ್ಕಿಕಾಳು ಹರಡಿದೆ. ಸಾಂಬ್ರಾಣಿ ಹೊಗೆ ಹಾಕಿ ಧೂಮವಲಯಗಳನ್ನು ಎಬ್ಬಿಸಿ, ಕಾಲುಮುಟ್ಟಿ ನಮಿಸಿದೆ. ತರುವಾಯ ತೆಂಕಣದ ಜಮೀನಿಗೆ ನಡೆದೆ. ಗುದ್ದಲಿ ತೆಗೆದು ಬಲಬಿಟ್ಟು ಅಗೆದೆ. ಕುಂಟುಕೋತಿ ಹಲ್ಲು ಕಿರಿಯುತ್ತ ಮನುಜನ ದುಃಖವನ್ನು ಲೇವಡಿಮಾಡಿತು. ಕಾಲುದೀಪವು ವಿಧವೆಯಂತೆ ಅಪ್ಪನ ತಲೆದಿಸೆಯಲ್ಲಿ ಕುಳಿತು ಬಿಕ್ಕಿತು.

ಹೊಂಡ ತೋಡಿ ಮುಗಿಸಿ ನಾನು ತೊರೆಯಲ್ಲಿ ಮಿಂದು ಬಂದೆ. ಮಣ್ಣಿನ ಕೊಡದಲ್ಲಿ ನೀರು ತಂದೆ. ಅಪ್ಪನ ಕಾಲು, ಮುಖ ತೊಳೆದೆ. ಕಾಲಿನ ಹೆಬ್ಬೆರಳುಗಳನ್ನು ಸೇರಿಸಿ ಕಟ್ಟಿದೆ. ಅಪ್ಪನನ್ನು ನಾನು ಎಳೆಯುತ್ತ ಸಾಗಿಸಿದೆ. ನೀಲಿಗಟ್ಟಿದ ಆ ದೇಹದ ತುಂಬ ಗೀರು ಗಳು ಬಿದ್ದವು. ಕಷ್ಟಪಟ್ಟು ಅಪ್ಪನನ್ನು ಹೊಂಡಕ್ಕೆ ಇಳಿಸಿದೆ. ಮೊದಲ ಸನಿಕೆಯ ಮಣ್ಣು ಅಪ್ಪನ ಕಾಲಬುಡಕ್ಕೆ, ಎರಡನೆಯದು ಹೊಟ್ಟೆಗೆ, ಮೂರನೆಯದು ಮುಖಕ್ಕೆ ಬಿತ್ತು. ಮುಕ್ಕಾಲು ಭಾಗ ಹೊಂಡ ತುಂಬಿದಾಗ ನಾನು ಒಳಗೆ ಹೋಗಿ ಒಂದು ದೊಡ್ಡ ಬಿತ್ತನೆಯ ತೆಂಗಿನಕಾಯಿ ತೆಗೆದುಕೊಂಡು ಬಂದೆ. ಅಪ್ಪನ ಹೃದಯ ಇರುವ ಭಾಗದಲ್ಲಿ ಅದನ್ನು ನಾನು ಹೂಳಿದೆ. ಪುನಃ ಮಣ್ಣು ಹಾಕಿ ಮುಚ್ಚಿದೆ. ಸುತ್ತಲೂ ನೀರೆರೆದೆ. ಕೊನೆ ಯಲ್ಲಿ ಆ ಶವದ ಕುಣಿಯನ್ನು ಮೂರುಸಲ ಪ್ರದಕ್ಷಿಣೆ ಹಾಕಿದ ಮೇಲೆ ನಾನು ವರಾಂಡ ದಲ್ಲಿ ಬಂದು ಕುಳಿತೆ.

ನಾನು ಬಿಳಿಕುದುರೆಗಳನ್ನು ಗಮನಿಸಲಿಲ್ಲ. ಬಿಸಿಲು ತಾಗಿ ಬಣ್ಣಗುಂದಿದ ಮೋಡ ಗಳನ್ನೂ ನಾನು ಅಲಕ್ಷಿಸಿದೆ. ಚಳಿಜ್ವರ ಹಿಡಿದ ಬೆಟ್ಟದ ಮರಗಳಲ್ಲಿ ನನ್ನ ದೃಷ್ಟಿ ಜಾರಿ ಜಿಗಿಯಿತು. ಇಲ್ಲಿ ಒಂದು ಮರಣ ನಡೆದಿದೆ. ಚರಾಚರಗಳೇ, ನನ್ನನ್ನು ಸೆಳೆಯದಿರಿ. ಸಾವಿನ ವಾಸನೆಯನ್ನು ಉಸಿರಾಡುತ್ತ ನಾನೊಮ್ಮೆ ನಿದ್ರಿಸುತ್ತೇನೆ.

ಎಚ್ಚೆತ್ತಾಗ ನನ್ನ ಮನಸ್ಸಿನ ತುಂಬ ಆತ್ಮವಿಶ್ವಾಸದ ಸುಗಂಧ. ನಾನು ಕುಂಟು ಕೋತಿ ಯನ್ನು ದಿಟ್ಟಿಸಿ ನೋಡಿದೆ. ಈಗಿನ ನನ್ನ ಪ್ರಮುಖ ಸಮಸ್ಯೆಯೆಂದರೆ ಹಸಿವು. ಅಪ್ಪ

ಕೊಟ್ಟಿರುವ ಏಕೈಕ ಆಸ್ತಿ ಎಂಬುದಕ್ಕಾಗಿ ಈ ಕೋತಿಯನ್ನು ಅತ್ಯಂತ ಹೆಚ್ಚಾಗಿ ಪ್ರೀತಿಸಬೇಕು.

ಮೊದಲ ಬಾರಿಗೆ ನಾನು ಅದಕ್ಕೆ ಸ್ನಾನ ಮಾಡಿಸಿದೆ. ಬಿಸಿಲಲ್ಲಿ ಕೂರಿಸಿ ಅದರ ದೇಹದಲ್ಲಿದ್ದ ಉಣ್ಣೆಗಳನ್ನು ಕಿತ್ತು ತೆಗೆದೆ.

ನನ್ನ ಕೋತಿ ಬುದ್ಧಿವಂತನೂ ಕಠಿಣ ದುಡಿಮೆಗಾರನೂ ಆಗಿದ್ದ. ಒಂದಕ್ಕಿಂತ ಹೆಚ್ಚು ಬಾರಿ ಯಾವ ಕೆಲಸವನ್ನೂ ಹೇಳಿಕೊಡಬೇಕಾದ ಅಗತ್ಯವೇ ಇರಲಿಲ್ಲ. ಜನರಿಗೆ ಸಲಾಮು ಹಾಕುವುದನ್ನೂ ಅವರು ಕೊಡುವ ಕಾಣಿಕೆಗಳನ್ನು ಕೈಚಾಚಿ ಪಡೆದು ಹಣೆಗೊತ್ತಿಕೊಂಡು ಮತ್ತೆ ಅವರನ್ನು ಗೌರವಿಸುವುದನ್ನೂ ಅದು ಕಲಿಯಿತು. ಚಾಚಿದ ಕೋಲಿನ ಮೇಲ್ಗಡೆಯಿಂದ ಜಿಗಿಯುವುದನ್ನು ಉರಿಯುವ ಜ್ವಾಲೆಗಳ ಕಂಬಿಯ ವರ್ತುಲದೊಳಗಿಂದ ನಿರ್ಭಯವಾಗಿ ಹಾರುವುದನ್ನು ಮೊದಲಿಗೆ ಸ್ವಲ್ಪ ಹಿಂಜರಿದರೂ ಆಮೇಲೆ ನಿಸರ್ಗ ಸಹಜ ಸಾಮರ್ಥ್ಯದಿಂದ ಸರಾಗವಾಗಿ ಮಾಡಿತು. ಅದಕ್ಕೆ ನಾನೊಂದು ಹೆಸರು ಕೊಟ್ಟೆ. 'ಪುಟ್ಟರಾಮ' ಎಂದು ನಾನು ಕರೆದಾಗ ಅದರ ಕಣ್ಣುಗಳು ಅರಳುತ್ತಿದ್ದವು. ನನ್ನ ಕರೆ ಕೇಳುವುದು ತಡವಾದರೆ ಬೆದರಿ ಸುತ್ತಲೂ ನೋಡುತ್ತ ಅದು ಪ್ರತಿಕ್ರಿಯಿಸುತ್ತಿತ್ತು.

ಈ ತರಬೇತಿ ಕಾಲದಲ್ಲಿ ನನ್ನನ್ನು ಅಚ್ಚರಿಗೊಳಿಸಿದ ಹಾಗೆಯೇ ನೋಯಿಸಿದ ಕೆಲವು ದೃಶ್ಯಗಳನ್ನು ನಾನು ಕಂಡೆ. ನನ್ನ ಗುಡಿಸಲಿನ ಮುಂದಿನಿಂದ ಒಂದು ಗಾಡಿಯು ಮೂರುನಾಲ್ಕು ಸಲ ಅತ್ತಿಂದಿತ್ತ ಹಾದು ಹೋಯಿತು. ವಾಹನಕ್ಕೆ ಅಳವಡಿಸಲಾಗಿದ್ದ ಕಬ್ಬಿಣದ ಪಂಜರಗಳಲ್ಲಿ ಕೋತಿಗಳನ್ನು ತುಂಬಿಕೊಂಡು ಮರಳಿ ಹೋದಂತಹ ಆ ದೃಶ್ಯವು ನನ್ನನ್ನು ಬೆಚ್ಚಿಬೀಳಿಸಿತು. ವನಪಾಲಕರು ಆ ಪಂಜರಗಳ ಸುತ್ತಲೂ ಕೋವಿಗಳನ್ನು ನೆಲಕ್ಕೂರಿ ಕಾವಲು ನಿಂತಿದ್ದನ್ನು ಕಂಡು ನನಗೆ ಬಲು ದುಃಖವಾಯಿತು. ಜೀವನೋಪಾಯಕ್ಕಾಗಿ ಒಂದೋ ಎರಡೋ ಕೋತಿಗಳನ್ನು ಹಿಡಿಯಲು ಹೊರಟ ನನ್ನ ಅಪ್ಪನಿಗೆ ಹಿಂಸೆ ಕೊಟ್ಟವರು, ಈಗ ಈ ಕೋತಿಗಳನ್ನು ಗುಂಪುಗುಂಪಾಗಿ ಹಿಡಿದು ಸಾಗಿಸುವ ವಾಹನಗಳಿಗೆ ಕಾವಲು ನಿಲ್ಲುತ್ತಿದ್ದಾರೆ. ಆ ಕಾರ್ಯಗಳ ವಿರೋಧಾಭಾಸಗಳ ವಿಶ್ಲೇಷಣೆ ಮಾಡತಕ್ಕ ಶಕ್ತಿ ನನ್ನ ಯೋಚನೆಗಿಲ್ಲದ ಕಾರಣ ನಾನು ಆ ಘಟನೆಯನ್ನು ಮರೆತೆ. ಬಳಿಕ ಹೆಚ್ಚುದಿನ ಕಾಯದೆ ನನ್ನ ಪಯಣ ಶುರುವಾಯಿತು. ಒಂದು ಕೆಂಪು ಅಂಗಿ ಕಪ್ಪುಟೋಪಿ ಧರಿಸಿದೊಡನೆ ನನ್ನ ರಾಮನಿಗೆ ಹೆಚ್ಚು ಆಕರ್ಷಣೆ ಬಂದುಬಿಟ್ಟಿತು. ಅದರ ಕಾಲಿಗೆ ಗೆಜ್ಜೆ ಮತ್ತು ಕೈಗಳಿಗೆ ಕಪ್ಪು ಬಳೆಗಳನ್ನು ಹಾಕಲು ನನ್ನ ಮನಸ್ಸು ಹಾತೊರೆಯಿತು.

ಅಪ್ಪನ ಸಮಾಧಿಯ ಮುಂದೆ ನಿಂತು ಆಶೀರ್ವಾದ ಬೇಡಿದೆ. 'ಅಪ್ಪಾ, ಹಬ್ಬುತ್ತಿರುವ ನೂರಾರು ನಾಲಿಗೆಯುಳ್ಳ ಹಸಿವೆಯನ್ನು ನಂದಿಸಲು ನಾನಿದೋ ಇಲ್ಲಿಂದ ಹೊರಡುತ್ತಿರುವೆ. ನೀನು ಹೇಳಿದ ಹಾಗೆ ನಮ್ಮ ಕುಲಕಸುಬನ್ನು ಬಿಟ್ಟುಬಿಡಲು ಸಾಧ್ಯವಾಗುತ್ತಿಲ್ಲ ಅಪ್ಪ. ಈಗ ನನಗೆ ದಾರಿ ತೋರುತ್ತಿರುವುದು ಹಸಿವೆಯೊಂದೇ. ಈಗ ನಾನು ಹೋಗುತ್ತಿರುವೆ. ಅಪ್ಪಾ, ನಿನ್ನ ನೆನಪು ನನ್ನೆದೆಯ ಮಿಡಿತದ ಪ್ರತಿಧ್ವನಿಯಾಗಿ ಯಾವತ್ತೂ ನನ್ನೊಂದಿಗಿರುತ್ತದೆ.'

ನಾನು ನಡಿಗೆಯಾರಂಭಿಸಿದೆ. ನನ್ನ ಎದುರಿಗೆ ಹುಲ್ಲುಗಾವಲುಗಳು ಅಂಗಾತ ಮಲಗಿದ್ದವು. ಹಿಂದೆ ಇರುವ ಮಂದಾಕಿನಿ ಬೆಟ್ಟದ ಗಾಳಿಮರಗಳು ಸುಯಿಲೆಬ್ಬಿಸಿ ನನ್ನನ್ನೂ ನನ್ನ ಹಿಂದಿನ ತಲೆಮಾರನ್ನೂ ಗೇಲಿ ಮಾಡಿದವು. ಕಾಡುಗಳ ಗರ್ಭದಲ್ಲಿ ಭೂತಕಾಲದ ಕೃತ್ಯಗಳನ್ನು ಮರೆತು ಬೆಟ್ಟದ ಗಾಳಿ ಅಹಂಕಾರ ಮೆರೆಯಿತು.

ಋತು ಬದಲಾವಣೆಗಳ ಮುಖಭಾವಗಳನ್ನು ನಿರ್ವಿಕಾರವಾಗಿ ನೋಡುತ್ತ ನಾನು ನಡೆದೆ. ಪುಟ್ಟರಾಮ ದಣಿಯುವಾಗ ನನ್ನ ಹೆಗಲನ್ನೇರಿ ಕುಳಿತು ವಿಶ್ರಾಂತಿ ಪಡೆಯುತ್ತಿತ್ತು. ನಮಗೆ ತಿನ್ನಲು ಒಗರಾದ ಒಂದು ಬಗೆಯ ಕಾಡುಹಣ್ಣುಗಳು ಸಿಕ್ಕವು. ಹೊಳೆಯ ನೀರನ್ನು ನಾಲಿಗೆಗೆ ಹಾಕಿಕೊಂಡೊಡನೆ ಆ ಒಗರು ರುಚಿ ಸಿಹಿಯಾಗಿ ಬದಲಾಗುತ್ತಿತ್ತು.

ನನ್ನ ಅಂಗಾಂಗಗಳು ಒರಟಾಗುತ್ತ ಬಂದವು. ನನ್ನ ಮೇಲ್ಲುಟಿಗಳು ಕಪ್ಪಾದವು. ನನ್ನ ಎದೆ ಭಾಗದ ಮಾಂಸಖಂಡಗಳು ಕೊಬ್ಬಿದವು. ನಾನು ತುಳಿಯುವಾಗ ಭೂಮಿಗೆ ಭಾರ ಹೆಚ್ಚಾಗುತ್ತಿಲ್ಲವೇ ಎಂಬ ಅನುಮಾನ ಮೂಡಿತು.

ಮಕರ ಮಾಸದ ಬೆಳಗಿನ ವೇಳೆ ನಾನೊಂದು ಹಳ್ಳಿಗೆ ತಲುಪಿದೆ. ಮಂಜಿನ ತೆರೆ ಸೀಳಿ ಸೂರ್ಯ ಮೇಲೇರುವ ತನಕ ನಾನು ಒಂದು ತೂಬು ಸೇತುವೆಯ ಮೇಲೆ ಕುಳಿತೆ. ನನ್ನ ಪುಟ್ಟರಾಮನಿಗಂತೂ ಬಹಳ ಆಯಾಸವಾಗಿತ್ತು. ಗದ್ದೆಗಳಲ್ಲಿ ಭತ್ತದ ತೆನೆಗಳು ನಿರಾಳವಾಗಿ ಪರಸ್ಪರ ಹೆಗಲಿಗೊರಗಿದ್ದವು. ಒಂದು ಮುಷ್ಟಿಯಷ್ಟು ಭತ್ತದಕಾಳುಗಳನ್ನು ಕಿತ್ತು ತೆಗೆದುಕೊಳ್ಳಲು ನನಗೆ ಧೈರ್ಯವಿರಲಿಲ್ಲ.

ಏಕತಾನತೆಯ ನೀರಸತೆಯ ಜೀವನಕ್ಕೆ ಹೊಸ ಮುಖ ಪರಿಚಯಿಸಿದರೆ ಸ್ವೀಕರಿಸಲು ಸಿದ್ಧವಿರುವ ಜನಸಂಚಯ ಇಲ್ಲಿ ಇರಬಹುದು ಎಂದು ನಾನು ನಿರೀಕ್ಷಿಸಿದೆ. ನನ್ನ ಪುಟ್ಟರಾಮನ ಕಸರತ್ತುಗಳಿಗೆ ಮೆಚ್ಚಿ ಅವರೆಲ್ಲ ನಮ್ಮ ಹೊಟ್ಟೆಯ ಪೆಟ್ಟಿಗೆಗೆ ನಾಣ್ಯಗಳನ್ನು ಎಸೆಯುವರೆಂಬ ನಿರೀಕ್ಷೆ.

ಮೊದಲಿಗೆ ನಾನು ಆ ಹಳ್ಳಿ ಪೂರ್ತಿ ತಿರುಗಾಡಿ ನೋಡಿದೆ. ಹೆಚ್ಚಿನವು ಗುಡಿಸಲುಗಳೇ. ಅಲ್ಲೊಂದು ಇಲ್ಲೊಂದು ನಾಲ್ಕಂಕಣದ ಮನೆಗಳು ಎತ್ತರಕ್ಕೆ ನಿಂತಿದ್ದವು. ಅಲ್ಲಿನ ಹೆಬ್ಬಾಗಿಲ ಒಳಭಾಗಕ್ಕೆ ನನ್ನ ಕಣ್ಣುಗಳು ಹಾಯ್ದವು. ಹಜಾರಗಳನ್ನು ಗಮನಿಸಿದೆ. ಒರಗು ಕುರ್ಚಿಗಳು ಎಣ್ಣೆಪಸೆ ಮತ್ತು ಬೆವರು ತಾಗಿ ಕರ್‍ರಗಾಗಿ ಬಿಟ್ಟಿವೆ. ರೋಮಾವೃತವಾದ ದಡೂತಿ ದೇಹಗಳ ಶರೀರಗಳಲ್ಲಿ ಕೆಟ್ಟ ಕೊಬ್ಬಿನಂಶ ಹುಲುಸಾಗಿತ್ತು. ಬೆರಳುಗಳಲ್ಲಿ ಬಂಗಾರದುಂಗುರಗಳು. ಕೊರಳಲ್ಲಿ ಚಿನ್ನದ ರುದ್ರಾಕ್ಷಿ ಸರ. ಪ್ರತಿಭಟನೆಯ ಕಸುವು ಕಳೆದುಕೊಂಡ ಗುಲಾಮರ ಹಾಗೆ ಕಾಲಿನಲ್ಲಿ ಪಾದುಕೆಗಳು.

ಮರುಬದಿಯನ್ನೂ ನಾನು ಗಮನಿಸದೆ ಇರಲಿಲ್ಲ. ಅಲ್ಲಿ ಆಳುಗಳು ಮಣ್ಣಿನ ದಂಡೆಗಳನ್ನು ಅಗೆಯುತ್ತ ನೀರು ಹಾಯಿಸುತ್ತ ಎತ್ತುಗಳನ್ನು ಹೂಡುತ್ತ ಗದ್ದೆ ಕೊಯ್ಲು ಮಾಡುತ್ತ ಇದ್ದಾರೆ. ಕಪ್ಪು ಮೈಬಣ್ಣದವರು, ಬೆವರನ್ನು ಅಲಕ್ಷಿಸುವವರು, ಬರಿಗಾಲಿನವರು. ಆ ಸೇವಕವರ್ಗದವರು ನನ್ನ ಪುಟ್ಟರಾಮನನ್ನು ಬೆರಗಿನಿಂದ ನೋಡಿದರು.

ನನ್ನ ಪುಟ್ಟರಾಮನ ಮೊದಲನೆ ಕಸರತ್ತು ವೇದಿಕೆ ಇದೇ ಆಗಲಿ ಎಂದು ನಾನು ಭಾವಿಸಿದೆ. ಅಲ್ಲಿ ಒಂದು ಕಣಜದ ಅಂಗಳದಲ್ಲಿ ಪುಟ್ಟರಾಮನಿಗೆ ಗೊತ್ತಿದ್ದ ಆಟಗಳನ್ನೆಲ್ಲ ಪ್ರದರ್ಶಿಸಲಾಯಿತಾದರೂ ಹೆಚ್ಚಿನ ಪ್ರತಿಫಲವೇನೂ ಸಿಗಲಿಲ್ಲ. ಮಣ್ಣಿನ ಮಡಕೆಗಳಲ್ಲಿ ಅವರು ತಂದಿದ್ದ ಮಧ್ಯಾಹ್ನದೂಟದಿಂದ ತುಸು ಗಂಜಿಯ ನೀರು ನನ್ನ ಪುಟ್ಟರಾಮನಿಗೆ ಸಿಕ್ಕಿತು. ಅವರಲ್ಲಿ ಬಹುಮಂದಿ ನನಗೆ ಸಲಹೆಯಿತ್ತರು. ಅವರು ಬೆರಳು ತೋರಿದತ್ತ ನಾನು ನೋಡಿದೆ. 'ಅಗೋ ಅಲ್ಲಿಗೆ ಹೋಗು, ಅಲ್ಲಿ ಸರಸದಿಂದ ಸಮಯ ಕಳೆಯುತ್ತಿರುವ ಮನುಷ್ಯರಿದ್ದಾರೆ. ಮನೋರಂಜನೆ ಅವರಿಗೇ ಸರಿ, ಬಿತ್ತನೆ ಬೀಜಗಳನ್ನು ಶೇಖರಿಸಿಡುವ ಕಣಜದ ಮನೆಗಳು ಅವರದ್ದಾಗಿರುವವರೆಗೂ ಈ ಹಳ್ಳಿಯ ಪ್ರಮುಖರು ಅವರೇ. ನಾವುಗಳು ದುಡಿಯಲೇಬೇಕಾದವರು, ವಿಶ್ರಾಂತಿಯನ್ನು ಕಾನೂನಿನ ಉಲ್ಲಂಘನೆಯೆಂದು ಕಾಣಬೇಕಾದವರು. ಎಂದಾದರೂ ಸಿಗಬಹುದಾದ ಬಿಡುಗಡೆಗೋಸ್ಕರ ಮೂಳೆ ಮುರಿದು ಚಾಕರಿ ಮಾಡುವವರು.'

ಅವರು ನನಗೆ ವಿದಾಯ ಹೇಳಿದರು. ಮಧ್ಯಾಹ್ನದ ಹೊತ್ತಿಗೆ ಒಂದಷ್ಟು ಮಕ್ಕಳು ಬೊಬ್ಬೆ ಹಾಕುತ್ತ ನನ್ನನ್ನು ಹಿಂಬಾಲಿಸಿದರು. ದೊಡ್ಡವರಲ್ಲಿ ಹಲವರು ಎಮ್ಮೆಗಳನ್ನು ತೊಳೆಯುವ, ತೆಂಗಿನಕಾಯಿ ಸುಲಿಯುವ, ಒಡೆಯುವ ಮುಂತಾದ ಕೆಲಸಗಳಲ್ಲಿ ತೊಡಗಿದ್ದು ದರಿಂದಲೋ ಅಥವಾ ಆಸಕ್ತಿಯಿಲ್ಲದ್ದರಿಂದಲೋ ಏನೋ ನಮ್ಮತ್ತ ತಿರುಗಿಯೂ ನೋಡಲಿಲ್ಲ.

ದೇಗುಲದ ಬಯಲಲ್ಲಿ ಅರಳಿಮರದ ನೆರಳಲ್ಲಿ ನನ್ನ ಪುಟ್ಟರಾಮ ಆಟ ಆರಂಭಿಸಿ ಯಾಯಿತು. ಸುತ್ತಲೂ ನೆರೆದು ನಿಂತ ಮಕ್ಕಳ ಹಿಂದಿನಿಂದ ಒಮ್ಮೆ ಇಣುಕಿ ನೋಡಿದ ಮೇಲೆ ದೊಡ್ಡವರಲ್ಲಿ ಬಹುತೇಕರು ಚದುರಿ ಹೋದರು. ಯಾರೂ ಏನನ್ನೂ ಕೊಡಲಿಲ್ಲ. ಮಕ್ಕಳ ಅಟ್ಟಹಾಸ ಧ್ವನಿಗಳೂ ಮೈದಾನದ ಹಸುಗಳ ಗುಟುರು ಸದ್ದೂ ನನ್ನನ್ನು ನಿರುತ್ಸಾಹ ಗೊಳಿಸಿದವು. ನಾನು ಜೋಳಿಗೆ ಸುತ್ತಿಕಟ್ಟಿ ಮೇಲೆದ್ದೆ. ಮಕ್ಕಳು ಸ್ವಲ್ಪ ದೂರ ಹಿಂಬಾಲಿಸಿದರು. ಅವರಲ್ಲಿ ಕೆಲವುರ ಕೆಲವು ಸಣ್ಣ ಕಲ್ಲುಗಳನ್ನೆಸೆದು ನನ್ನ ಪುಟ್ಟರಾಮನಿಗೆ ಕಾಟಕೊಟ್ಟರು. ಅವರನ್ನು ವಿರೋಧಿಸಲಾಗದೆ ನಾನು ಪುಟ್ಟರಾಮನನ್ನು ಹೆಗಲಿಗೇರಿಸಿಕೊಂಡು ಹೊಳೆಯ ಕಡವಿಗೆ ಇಳಿದೆ.

ಸಂಜೆಯ ಆಗಸ ಹಿಂದೆಂದಿಗಿಂತ ಹೆಚ್ಚು ಕೆಂಪಾಯಿತು. ಹೊಳೆಯ ನೀರು ಕಡು ತಂಪಾಗಿತ್ತು. ಸ್ನಾನ ಮುಗಿದಾಗ ನಾನೂ ಪುಟ್ಟರಾಮನೂ ನಡುಗುತ್ತ ನಿಂತೆವು.

ಸತ್ರದ ವರಾಂಡದಲ್ಲಿ ಆಡಿನ ಉಚ್ಚೆಯ ವಾಸನೆ ಉಸಿರಾಡುತ್ತ ನಾನು ಅಂಗಾತ ಮಲಗಿದೆ. ಮೇಲುಗಡೆ ತಾರೆಗಳು ಕಾಣುತ್ತಿವೆ. ನನ್ನ ನೆನಪುಗಳು ಅಪ್ಪನತ್ತ ಹಾರಿದವು. ಹಸಿವೆಯನ್ನು ಮರೆತು ಇರುಳಿನಲ್ಲಿ ಮಲಗಿ ನಾನು ಅತ್ತುಬಿಟ್ಟೆ.

ಮರುದಿನ ಗ್ರಾಮಾಧಿಕಾರಿಯ ಮನೆಯ ಹೆಬ್ಬಾಗಿಲ ಬಳಿಯ ಸರಳುಗಳನ್ನು ದಾಟಲು ಕಾಲೆತ್ತಿ ಇಟ್ಟಾಗ ಎಲ್ಲಿಂದಲೋ ಒಂದು ನಾಯಿ ಬೊಗಳಿತು. ಒರಗು ಕುರ್ಚಿಯಲ್ಲಿ

ಮಲಗಿದ್ದ ಗ್ರಾಮಾಧಿಕಾರಿಯ ಹಿಂಭಾಗವಷ್ಟೆ ನನಗೆ ಕಾಣಿಸುತ್ತಿತ್ತು. ಹೆಜ್ಜೆಸದ್ದು ಕೇಳಿ ಅವರು ತಿರುಗಿ ನೋಡಿದರು. ನಾನು ಕೈಮುಗಿದ ತಕ್ಷಣ ನನ್ನ ಪುಟ್ಟರಾಮನೂ ಅವರಿಗೆ ಗೌರವ ತೋರಿಸಿತು. ಬೆರಳು ತೋರಿ ಅಂಗಳದ ಪಡುವಣದ ಮೂಲೆಗೆ ಸರಿದು ನಿಲ್ಲು ವಂತೆ ಅವರು ನನಗೆ ಆಜ್ಞೆಯಿತ್ತರು.

ನಾನು ನಡು ಬಾಗಿಸಿದೆ, 'ಸ್ವಾಮೀ, ನನಗೆ ತುಂಬಾ ಹಸಿವೆಯಾಗಿದೆ. ಏನಾದರೂ ತಿಂದು ಎಷ್ಟೋ ದಿನಗಳಾಗಿವೆ. ನನ್ನ ಅನ್ನನಾಳಗಳು ಖಾಲಿಯಾಗಿರುವ ಬರೀ ಎಲುಬಿನ ಕೊಳವೆಗಳೇ ಆಗಿವೆ.'

ಇವೆಲ್ಲ ಕೇಳಿಸಲೇ ಇಲ್ಲವೆಂಬ ಭಾವದಲ್ಲಿ ತಾಂಬೂಲದ ಸಂಪುಟವನ್ನು ಹತ್ತಿರಕ್ಕೆಳೆದು ಕೊಳ್ಳುತ್ತ ಆಟ ಶುರು ಮಾಡು ಎನ್ನುವಂತೆ ಅವರು ತಲೆಯಾಡಿಸಿದರು. ಮೆಲ್ಲಮೆಲ್ಲಗೆ ಒಳತೊಟ್ಟಿಗಳಿಂದ ಹೆಂಗಸರೂ ಮಕ್ಕಳೂ ಹಜಾರಕ್ಕೆ ಬಂದರು.

ಪುಟ್ಟರಾಮನ ಮಂಗನಾಟಗಳು ಶುರುವಾದವು. ಕೋತಿಯ ಕುಂಟು ನಡಿಗೆಯೇ ಅಲ್ಲಿದ್ದವರಿಗೆ ಒಂದು ತಮಾಷೆಯೆನಿಸಿತು. ಮಹಿಳೆಯರು ನಕ್ಕಾಗ ಅವರ ಕೈಗಳಲ್ಲಿದ್ದ ಬಂಗಾರದ ಬಳೆಗಳು ಒಂದಕ್ಕೊಂದು ಉಜ್ಜಿದವು. ಮಕ್ಕಳ ಚಿನ್ನದ ಕಾಲ್ಗೆಜ್ಜೆಗಳು ಚಿಲಿಪಿಲಿ ಗುಟ್ಟಿದವು. ಬಿಸಿಲಲ್ಲಿ ನಾನು ಬಳಲಿದೆ. ಪುಟ್ಟರಾಮನ ಮುಖ, ದೇಹ ಎಲ್ಲ ಕೆಂಪಾದವು.

ಹಿಂದಿನ ದಿನದ ನೀರು ಹಾಕಿದ ತಂಗಳನ್ನವು ನನ್ನ ಹಸಿವಿನ ಬೆಂಕಿಕೆಂಡಗಳ ಮೇಲೆ ಬಿದ್ದಿತು. ಹಳಸಿದ ಸಾರಿನ ಕೆಟ್ಟರುಚಿ ನನ್ನ ಬಾಯಲ್ಲಿ ನೀರೂರಿಸಿತು. ಅತ್ಯಾಸೆಯಿಂದ ಆಹಾರವನ್ನು ಗಬಗಬನೆ ಬಾಚಿ ನುಂಗಿದೆ.

ಅಧಿಕಾರಿಯನ್ನು ಹೊರತುಪಡಿಸಿ ಎಲ್ಲರೂ ಒಳಗಿನ ಕೋಣೆಗಳನ್ನು ಹೊಕ್ಕರು. ಕಾಲೆತ್ತಿಕೊಂಡು ಕೆರೆಯುತ್ತ ಕುಳಿತಿದ್ದ ಗ್ರಾಮಾಧಿಕಾರಿಯಲ್ಲಿ ನಾನು ವಿನಂತಿಸಿದೆ. 'ಈ ಸೀಮೆಯ ಮಹಾರಕ್ಷಕರಾದ ದಯಾಳು ಸ್ವಾಮೀ ತಾವು. ಈ ಚಳಿಗಾಲದ ಮಂಜು ನನ್ನ ಚರ್ಮ ಸುಲಿಯುತ್ತಿದೆ. ತಾವು ಮಹಾಮನಸ್ಸು ಮಾಡಿ ನನಗೊಂದು ಹಳೆ ಬಟ್ಟೆ ದಾನ ಮಾಡಿ.'

ಈ ಸಲ ಅಧಿಕಾರಿ ಸಹಾನುಭೂತಿಯ ಎಳೆಯನ್ನು ತುಸು ಸಡಿಲಿಸಿದರು. ಅವರು ಮೂಕಾಂಬಿಕೆ ಎಂಬ ಹೆಸರಿನ ಮಗಳನ್ನು ಕರೆದರು. ಆ ಹುಡುಗಿಯ ಎಡಗಾಲು ಊನ ವಾದುದರಿಂದ ಬಹಳ ನಿಧಾನವಾಗಿ ನಡೆಯುತ್ತಿದ್ದಳು. ಆಗ ಸುತ್ತಲೂ ಮಲ್ಲಿಗೆ ಹೂ ಪರಿಮಳ ಹರಡಿತು. ನನ್ನ ಹಸಿವು ನೀಗಿದ್ದುದರಿಂದ ಮೂಗಿನ ಹೊಳ್ಳೆಗಳು ಆ ಸುಗಂಧ ವನ್ನು ಜೋರಾಗಿ ಒಳಕ್ಕೆಳೆದುಕೊಂಡು ಉಸಿರಾಡಿದವು.

ಅವಳು ಒಳಕ್ಕೆ ಹೋಗಿ ಒಂದು ಹಳೆಯ ಪಂಚೆಯನ್ನು ತಂದಾಗಲೂ ನನ್ನ ಮೂಗು ಅರಳಿತು. ಅವಳು ಒಂದು ಕ್ಷಣ ನನ್ನ ಕುಂಟುಕೋತಿಯನ್ನು ನೋಡಿದಳು.

ಅವಳ ಕಣ್ಣು ಹನಿಗೂಡಿದ್ದನ್ನು ಕಂಡದ್ದರಿಂದಲೇ ಇರಬೇಕು ಅಧಿಕಾರಿ ತಡೆದರು. 'ಮಗೂ, ಒಳಗೆ ಹೋಗು.'

ಅವಳು ಹೋದಾಗ ಮುಖ ಓರೆಮಾಡಿ ಅವಳನ್ನು ಇನ್ನೊಮ್ಮೆ ನೋಡಲು ಯತ್ನಿಸಿದ ನನ್ನ ಅಪಕ್ವ ಬುದ್ಧಿಗೆ ನನ್ನನ್ನು ನಾನೇ ಶಪಿಸಿಕೊಂಡೆ. ಇಷ್ಟು ಹೊತ್ತೂ ಹಸಿವಿನ ವಾಸನೆಯನ್ನು ಉಸಿರಾಡುತ್ತ ನಡೆದ ನೀನು ಹಸಿವು ಮಾಯವಾದಾಗ ಮಾರ್ಗ ಬದಲಾಯಿಸುತ್ತಿರುವೆಯಲ್ಲ.

ಅಧಿಕಾರಿ ತಾಂಬೂಲ ಸಂಪುಟದಿಂದ ಒಂದು ನಾಣ್ಯ ತೆಗೆದು ನನ್ನತ್ತ ಎಸೆದರು. ನನ್ನ ಕೋತಿ ಅದನ್ನೆತ್ತಿಕೊಂಡು ಕೃತಜ್ಞತೆ ತೋರುವುದನ್ನು ಮನದುಂಬಿ ಕಂಡು ಅಧಿಕಾರಿ ಹೇಳಿದರು. 'ಇಲ್ಲಿ ಸಮಯ ಉರುಳುವುದೇ ಇಲ್ಲ. ಕೊಯ್ದು ಮುಗಿದರೆ ಮುಂದಿನ ಕೊಯ್ಲಿನವರೆಗೂ ಬರೀ ವಿಶ್ರಾಂತಿಯ ಸಮಯ'

ತಾಂಬೂಲ ಜಗಿದು ಉಗುಳಿಬಂದ ಮೇಲೆ ಅವರು ಕೇಳಿದರು. 'ನೀನು ಯಾವ ಕುಲದಲ್ಲಿ ಹುಟ್ಟಿದವನು?' ನಾನು ತಿಳಿಸಿದೆ, 'ಅತ್ಯಂತ ಹಿಂದುಳಿದ ವರ್ಗ.'

ಯಾವಾಗಲೂ ಮೈಲಿಗೆ ತಾಗದಷ್ಟು ದೂರದಲ್ಲೇ ಇರು ಎಂದು ಸಲಹೆ ನೀಡಿ ನನ್ನ ಭೂತಕಾಲದ ಮೊಳೆಗಳನ್ನು ಸಡಿಲಿಸತೊಡಗಿದರು. ನನ್ನ ನಾಲಿಗೆಯ ತುದಿಯಲ್ಲಿ ನನ್ನ ಅಪ್ಪ. ಆಗ ನನ್ನ ಕಂಠ ಗದ್ಗದವಾಗಿ ಕಣ್ಣು ತೇವವಾಯಿತು. ಎಲ್ಲವನ್ನೂ ಆಲಿಸುತ್ತ ಮಲಗಿದರವರು. ಬರಿದೇ ನಾನು ಸಾಂತ್ವನಕ್ಕೆ ಹಂಬಲಿಸಿದೆ.

ಸತ್ರದ ವರಾಂಡದಲ್ಲಿ ಮತ್ತೆ ಆಸರೆ ಹುಡುಕಿದೆ. ಚಂದ್ರಕಲೆಯನ್ನು ಕಂಡೆ. ಹಾಲೆ ಹೂಗಳ ವನ್ಯಗಂಧದ ನಡುವೆ ನೆನಪುಗಳಲ್ಲಿ ಮಲ್ಲಿಗೆಯ ಸುಗಂಧ ಸುಳಿದಾಡಿತು.

ಅಧಿಕಾರಿಯ ಮನೆ ಹೆಬ್ಬಾಗಿಲನ್ನು ಮತ್ತೆ ಹತ್ತಿಳಿದೆ. ದಿನವೂ ನನಗೂ ಪುಟ್ಟರಾಮನಿಗೂ ಆಹಾರ ಲಭಿಸಿತು. ನನ್ನ ಪುಟ್ಟರಾಮ ಕೊಬ್ಬಿ ದಪ್ಪಗಾಯಿತು. ಅದರ ಕಾಲಿಗೆ ಗೆಜ್ಜೆ ಮತ್ತು ಕೈಗಳಿಗೆ ಕಪ್ಪು ಬಳೆ ತೊಡಿಸಿದೆ.

ಕೋತಿ ಆಡಿಸುವುದಲ್ಲದೆ ಅಧಿಕಾರಿಯ ತೋಟದಲ್ಲಿ ಸಣ್ಣಪುಟ್ಟ ಕೆಲಸಗಳೂ ಸಿಕ್ಕಿದವು. ತೆಂಗುಗಳ ಕಂಗುಗಳ ನೆರಳುಗಳ ನಡುವೆ ನನ್ನ ವರ್ತಮಾನ ಕಾಲವು ಹಾರಾಡುತ್ತ ನಲಿಯಿತು.

ಪುಟ್ಟರಾಮನನ್ನು ಮೂಕಾಂಬಿಕೆ ಬಹಳ ಹೆಚ್ಚು ಪ್ರೀತಿಸಿದಳು. ಪ್ರಾಯಶಃ ಇಬ್ಬರಿಗೂ ಕುಂಟುಕಾಲಿರುವುದರಿಂದಲೇ ಇರಬಹುದು ಆ ಪ್ರೀತಿಯ ಪ್ರಾರಂಭ. ಪುಟ್ಟರಾಮ ಅಂಗಳದಲ್ಲಿ ಕಸರತ್ತು ಪ್ರದರ್ಶಿಸುತ್ತಿರುವಾಗೆಲ್ಲ ಮೂಕಾಂಬಿಕೆ ಕಪ್ಪಂಚಿನ ಸೀರೆಯುಟ್ಟು, ಕುಂಟಾದ ಎಡಗಾಲನ್ನು ಜಗಲಿಯ ಮೇಲಿರಿಸಿಕೊಂಡು ಕಂಬಕ್ಕೊರಗಿ ಕುಳಿತು ಎಲ್ಲವನ್ನೂ ಅಚ್ಚರಿಯಿಂದ ನೋಡುತ್ತಿದ್ದಳು. ಅವಳು ಆಸ್ವಾದಿಸಲೆಂದು ಹೊಸಹೊಸ ವಿದ್ಯೆಗಳನ್ನು ಪುಟ್ಟರಾಮ

ನಿಗೆ ಕಲಿಸಿದೆ. ಪುಟ್ಟರಾಮನ ಚೇಷ್ಟೆಗಳನ್ನು ಕಂಡು ಉಳಿದವರು ಜೋರಾಗಿ ನಕ್ಕಾಗಲೆಲ್ಲ ಮೂಕಾಂಬಿಕೆ ಮಾತ್ರ ವಿಷಾದದಿಂದ ನೋಡುತ್ತ ನಿಂತಿರುತ್ತಿದ್ದಳು. ಅಂತರಂಗದಾಳದಲ್ಲೆಲ್ಲೋ ಜ್ವಲಿಸುತ್ತಿರುವ ತೀರದ ದುಃಖವೊಂದು ಅವಳ ಮುಖವನ್ನು ಕಪ್ಪಾಗಿಸುತ್ತಿತ್ತು.

ಆಮೇಲೆ ಕೂಡ ಮೂಕಾಂಬಿಕೆ ನನಗೆ ಹಳೆಯ ಬಟ್ಟೆಗಳನ್ನು ಕೊಟ್ಟಳು. ಹುಟ್ಟುಹಬ್ಬದ ಪಾಯಸ, ಶ್ರಾದ್ಧದ ಊಟಗಳನ್ನೆಲ್ಲ ಅವಳು ನಮಗೆ ಧಾರಾಳವಾಗಿ ಬಡಿಸಿದಳು. ಅವಳ ತಂದೆ ಕಣಜದ ಮನೆಗೋ ತೋಟಕ್ಕೋ ಮೇಲ್ವಿಚಾರಣೆಗಾಗಿ ಹೋದ ವೇಳೆಗಳಲ್ಲಿ ಪುಟ್ಟರಾಮನ ಹೆಸರು ಕರೆಯುತ್ತ ಕಡಲೆಬೀಜ ಎಸೆಯುತ್ತ ಅವಳು ನನ್ನ ದೃಷ್ಟಿಯ ವಲಯದಲ್ಲೇ ಸುತ್ತಿ ಸುಳಿಯುತ್ತಿದ್ದಳು. ಮೊದಮೊದಲು ಆ ಜರಿಬಟ್ಟೆಯ ವಾಸನೆ ಮತ್ತು ಮಲ್ಲಿಗೆ ಹೂ ಪರಿಮಳ ಮೂಸಲು ನನಗೆ ಭಯವಾಗುತ್ತಿತ್ತಾದರೂ ತರುವಾಯ ಅದು ನನ್ನ ಹಕ್ಕೇ ಆಯಿತು.

ಸತ್ರದ ರಾತ್ರಿಗಳಲ್ಲಿ ನನ್ನ ನಿದ್ದೆ ಕಡಿಮೆಯಾಗುತ್ತ ಬಂದಿತು. ಹಸಿವನ್ನು ಕುರಿತು ಯೋಚಿಸಿ ನಿದ್ರೆ ಕಳೆದುಕೊಂಡಿದ್ದ ದಿನಗಳು ಎಲ್ಲೋ ದೂರ ಹೋಗಿಬಿಟ್ಟವು.

ಮೂಕಾಂಬಿಕೆಯ ಮೇಲೆ ನನಗೆ ಮೂಡಿರುವ ಭಾವನೆಯನ್ನು ಏಕಾಂತದಲ್ಲಿ ಕುಳಿತು ವಿಶ್ಲೇಷಿಸಿ ಇದು ಬಲು ಅಪಾಯಕಾರಿ ಎಂದು ಮನಸ್ಸಿಗೆ ಬುದ್ಧಿ ಹೇಳಿದೆ. ಆದರೆ, ಮನಸ್ಸು ಮಾತ್ರ ಅವಿಧೇಯತೆಯನ್ನೇ ಹೆಮ್ಮೆಯಿಂದ ತೋರುತ್ತ ಮುನ್ನಡೆಯಿತು. ಅವಳ ಪ್ರತಿಯೊಂದು ಚಲನವಲನಗಳು ಕಾರ್ಯವೈಖರಿಗಳು ಈ ಅವಿಧೇಯತೆಗೆ ಹಾಲೆರೆಯಿತು. ಅವಳು ನನಗೆ ಒಂದು ಚಾದರವನ್ನು ಕೊಟ್ಟು ರಾತ್ರಿ ಹೊತ್ತು ಮಂಜಿಗೆ ಮೈಯೊಡ್ಡ ಬಾರದೆಂದು ಹೇಳಿದುದು ಏಕೆ? ಅವಳು ನನ್ನ ಶರೀರವನ್ನು ಬಲು ಸೂಕ್ಷ್ಮವಾಗಿ ವೀಕ್ಷಿಸಿ ದ್ದಾಳೆ. ನನ್ನ ಮುಂಗೈ ಮೇಲಿರುವ ಗಾಯದ ಕಲೆ ನನ್ನ ತಲೆಯಲ್ಲಿರುವ ಜೋಡಿ ಸುಳಿ ಇದನ್ನೆಲ್ಲ ಮಾತಿನ ಮಧ್ಯೆ ಅವಳು ಸೂಚ್ಯವಾಗಿ ಹೇಳಿದ್ದಳು. ಅವಳು ಪುಟ್ಟರಾಮನನ್ನು ನೋಡುತ್ತ ನನ್ನೊಂದಿಗೆ ಮಾತನಾಡುತ್ತಿದ್ದಳು. 'ಪುಟ್ಟರಾಮ, ನಿನ್ನೆ ರಾತ್ರಿ ನಿದ್ದೆ ಬರಲಿಲ್ಲವೇ? ಪುಟ್ಟರಾಮ, ನನ್ನಮೇಲೆ ಮುನಿಸೇ? ಪುಟ್ಟರಾಮ, ನಿನ್ನನ್ನು ಕಾಣದ ದಿವಸ ನನಗೆ ಬಲುಬೇಜಾರು.' ರಾತ್ರಿಯ ಹೊತ್ತು ನಾನು ಅವಳ ಇಂತಹ ಮಾತುಗಳನ್ನು ಮುದ್ದಾಡುತ್ತಿದ್ದೆ.

ದೇಗುಲದ ಕೊಳದಿಂದ ದಿನವೂ ಕುಂಟುತ್ತಲೇ ಆದರೂ ಅವಳು ಸರಿಯಾದ ಸಮಯಕ್ಕೇ ದೇಗುಲದ ಮುಂಬಾಗಿಲಿಗೆ ಬರುತ್ತಿದ್ದಳು. ಪ್ರದಕ್ಷಿಣೆಯ ಹಾದಿಯ ಬದಿಯಲ್ಲಿ ಎತ್ತರವಿಲ್ಲದ ಗೋಡೆಗೆ ಒರಗಿ ನಿಂತ ನನ್ನ ಕಣ್ಣುಗಳಲ್ಲಿ ದೀಪಗಳು ಭಗ್ಗೆಂದು ಜ್ವಲಿಸಿದವು. ಕ್ರಮೇಣ ಪ್ರದಕ್ಷಿಣೆಗಳು ವರ್ಧಿಸಿದವು. ಅವಳ ದೇಗುಲ ಪ್ರದಕ್ಷಿಣೆ ಕೇವಲ ಒಂದು ಗಾಣದ ಸುತ್ತ ತಿರುಗುವಂತೆ ಯಾಂತ್ರಿಕವಾಗಿ ಬಿಟ್ಟಿತು.

ಅವಳು ತುಟಿಯಲುಗಿಸಿದಳು. 'ನಮ್ಮಿಬ್ಬರ ಚರ್ಮದ ಬಣ್ಣಗಳು ಬೇರೆ. ಕಲ್ಪನೆಗಳನ್ನಷ್ಟೇ ಮಾಡಿಕೊಳ್ಳಬಹುದು. ಒಟ್ಟಿಗೆ ಬಾಳಲು ಸಾಧ್ಯವಿಲ್ಲ.'

ನಾನು ಮುಖತಗ್ಗಿಸಿ ನಿಂತೆನಷ್ಟೆ. ನಮ್ಮಿಬ್ಬರ ನಡುವೆ ಇದ್ದ ಪುಟ್ಟರಾಮ ಕಡಲೆಬೀಜ ತಿನ್ನುತ್ತಿದ್ದ.

ದೇಗುಲದಲ್ಲಿ ಉತ್ಸವದ ಪತಾಕೆ ಏರಿಸಿದ ಬಳಿಕ ನನಗೆ ಸ್ವಲ್ಪವೂ ವಿಶ್ರಾಂತಿ ಸಿಗುತ್ತಿರಲಿಲ್ಲ. ಜಾತ್ರೆಯಂಗಳದಲ್ಲಿ ನನ್ನ ಪುಟ್ಟರಾಮ ದಣಿಯದೆ ಕಸರತ್ತು ಮಾಡಿದ. ಪಕ್ಕದ ಹಳ್ಳಿಗಳಿಂದ ಬಂದಿದ್ದ ಜನರು ನಾನು ಹಾಸಿದ ಚೌಕದಲ್ಲಿ ಉದಾರವಾಗಿ ನಾಣ್ಯಗಳನ್ನು ಹಾಕಿದರು.

ಜಾತ್ರೆಯ ಕೊನೆಯ ರಾತ್ರಿ ಕಥಕಳಿ ಆಟವಿತ್ತು. ಅಂದು ಬೆಳಗ್ಗೆ ನನಗೆ ಅಧಿಕಾರಿಯ ಮನೆಯಲ್ಲಿ ಸಾಕಷ್ಟು ಸಣ್ಣಪುಟ್ಟ ಕೆಲಸಗಳು ಸಿಕ್ಕವು. ತೋಟದ ಮೂಡಣ ಮೂಲೆಯಲ್ಲಿ ಮೂಕಾಂಬಿಕೆ ಬಾವಿಯಿಂದ ನೀರು ಸೇದುತ್ತಿದ್ದಳು. ಬಾವಿಯ ಸುತ್ತ ಹಬ್ಬಿಕೊಂಡಿದ್ದ ಹಾಳುಗಿಡಗಳನ್ನು ಬೇರುಸಮೇತ ಕಿತ್ತೆಸೆಯುತ್ತಿದ್ದೆ ನಾನು. ನನ್ನ ಪುಟ್ಟರಾಮ ಕಾಗೆ ಕುಕ್ಕಿ ಬಿಟ್ಟಿದ್ದ ಒಂದು ಮಾವಿನಹಣ್ಣನ್ನು ಕಚ್ಚಿ ತಿನ್ನುತ್ತಿದ್ದ.

ಸುತ್ತ ನೋಡಿಬಿಟ್ಟು ಮೂಕಾಂಬಿಕೆ ಹೇಳಿದಳು. 'ಅಪ್ಪನಿಗೆ ಕಥಕಳಿ ಅಂದರೆ ಭಾರೀ ಹುಚ್ಚು. ಬೆಳಗಾಗುವವರೆಗೆ ಅಲ್ಲೇ ಕುಳಿತಿರುತ್ತಾರೆ. ನಾವು ಈ ರಾತ್ರಿಯನ್ನು ನಷ್ಟಗೊಳಿಸ ಬಾರದು. ನನ್ನ ಮಲಗುವ ಕೋಣೆಯ ಚಿಲಕವನ್ನು ಒಳಗಿಂದ ಹಾಕುವವರು ನೀವೇ ಆಗಬೇಕು. ಬನ್ನಿ.'

ಕಥಕಳಿ ಮೇಳದ ರಭಸ ಕ್ರಮಾತೀತವಾಗಿ ಹೆಚ್ಚಿತು. ಹೆಬ್ಬಾಗಿಲು ತೆರೆದಾಗ ನನ್ನ ಕಿವಿಗೆ ಒಂದು ಹಲ್ಲಿ ಬಿತ್ತು. ನಾನು ಬೆಚ್ಚಿದೆ. ಪ್ರತಿ ಹೆಜ್ಜೆ ಇಡುವಾಗಲೂ ನಾನು ಹೆದರಿದೆ. ನಿದ್ರಿಸುತ್ತಿರುವ ಸರ್ಪಗಳನ್ನು ತುಳಿಯಬಾರದು.

ನನ್ನ ಹೆಗಲಲ್ಲಿ ಪುಟ್ಟರಾಮ. ಅವನನ್ನು ಕೆಳಗಿಳಿಸಿದೆ. ಬಾಗಿಲಲ್ಲಿ ಅವನು ಕಾವಲು ನಿಂತ. ನಾನು ಒಳಗೆ ಪ್ರವೇಶಿಸಿದೆ. ನನ್ನ ವಕ್ಷದಲ್ಲಿ ಮಲಗಿ ಮೂಕಾಂಬಿಕೆ ಬಿಕ್ಕಿದಳು. 'ಈ ನಾಲ್ಕಂಕಣದಲ್ಲಿ ಓರ್ವ ಜೀವಾವಧಿ ಖೈದಿ ನಾನು. ನನ್ನನ್ನು ಕಾಪಾಡಿ... ಈ ಹತಭಾಗ್ಯಳನ್ನು ಎಲ್ಲಿಗಾದರೂ ಕರೆದೊಯ್ಯಿರಿ.'

ನನ್ನ ನಡುಗುವ ಕೈಗಳು ಅವಳ ತಲೆಗೂದಲನ್ನು ನೇವರಿಸಿದವು. ಆ ಅಚ್ಚ ಬಿಳಿ ತನುವಿನಲ್ಲಿ ನನ್ನ ಕಾಮಚಾಪಲ್ಯಗಳು ಮುಗ್ಗರಿಸಿಬಿದ್ದವು.

ನನ್ನ ಹೃದಯ ತಟಸ್ಥವಾದ ಒಂದು ಕ್ಷಣ. ಅವಳು ಬೆಚ್ಚಿ ಮೇಲೆದ್ದಳು. ಹೊರಗೆ ಹೆಜ್ಜೆ ಸಪ್ಪಳ. ಚದುರಿದ ಲಾಂದ್ರದ ಬೆಳಕು. ಚಿಟಿಕೆ ಹೊಡೆವಷ್ಟರಲ್ಲಿ ಎಲ್ಲಾ ನಡೆಯಿತು. ಐವರು ಜನರಿದ್ದ ಒಂದು ಗುಂಪು. ಅವರ ಹಿಂದೆ ಅಟ್ಟಹಾಸದಿಂದ ಮುಷ್ಟಿ ಬಿಗಿ ಹಿಡಿಯುತ್ತಿರುವ ಅಧಿಕಾರಿ. ಅವರೆಲ್ಲ ಮಾರಕಾಯುಧಗಳನ್ನು ಎತ್ತಿ ಹಿಡಿದಿದ್ದರು. ನನ್ನ ಸಾವು ನಾಲ್ಕೈದು ಹೆಜ್ಜೆಗಳಷ್ಟು ಹತ್ತಿರ ತಲುಪಿದೆ. ಆರ್ಭಟ ಕಿವಿಗಪ್ಪಳಿಸಿತು. 'ನಿನಗೂ ನೀನು ಹುಟ್ಟಿದ ಕೀಳುಕುಲದ ಇತರ ಮಂದಿಗೂ ಇದೊಂದು ಎಚ್ಚರಿಕೆಯಾಗಿರಲಿ. ಇನ್ನೆಂದೂ ನಿನ್ನ

ರುಂಡ ಮುಂಡ ಒಟ್ಟಿಗೆ ಸೇರಕೂಡದು.' ಒಂದು ಕೊಡಲಿ ಮೇಲಕ್ಕೆದ್ದಿತು. ನನ್ನ ರಕ್ತದ ಹನಿಗಳನ್ನು ಸ್ವೀಕರಿಸಲು ಸಿದ್ಧವಾಗಿದ್ದ ಗೋಡೆಯ ಮೇಲೆ ತಟ್ಟನೆ ನೆರಳಲುಗಾಟ ಕಾಣಿಸಿತು. ಜೊತೆಯಲ್ಲೇ ನನ್ನ ಪುಟ್ಟರಾಮನ ಶಬ್ದ. ಅದು ಶತ್ರುವಿನ ಎದೆಗೆ ಹಾರಿತು. ಕೊಡಲಿ ನೆಲಕ್ಕೆ ಬಿತ್ತು. ಪುಟ್ಟರಾಮನ ಅನಿರೀಕ್ಷಿತ ಆಕ್ರಮಣ ಅವರನ್ನು ತತ್‌ಕ್ಷಣ ಬಳಲಿಸಿತು. ಎದುರಿಗೆ ಹಾದಿ ತೆರವಾಯಿತು. ಪಾರಾಗುವುದು ಎಂಬ ಏಕಬಿಂದುವಿನಲ್ಲಿ ದೃಷ್ಟಿ ಕೀಲಿಸಿದ ಮನಸ್ಸು ಬೇರೇನೂ ಚಿಂತಿಸಲಿಲ್ಲ. ನಾನು ಅಂಗಳಕ್ಕೆ ಜಿಗಿದೆ. ಅನಂತರ ನನಗೆ ಕೇಳಿಸಿದ್ದು ಆ ಮೂಕಪ್ರಾಣಿಯ ಅರಚುವಿಕೆಯೇ, ಒಮ್ಮೆ ಮಾತ್ರ ತಿರುಗಿ ನೋಡುವಷ್ಟು ಧೈರ್ಯ ನನ್ನಲ್ಲುಳಿದಿತ್ತು. ಹೋಳಾಗಿ ಹೋದ ತಲೆಯೊಂದಿಗೆ ನನ್ನ ಪುಟ್ಟರಾಮ ನೆಲಕ್ಕೆ ಬಿದ್ದು ಒದ್ದಾಡುತ್ತಿದ್ದ.

ಅವರೆಲ್ಲ ನನ್ನ ಹಿಂದೆ ಜಿಗಿದು ಬಂದರು. ಅಧಿಕಾರಿ ಆಜ್ಞಾಪಿಸಿದ 'ಅವನ ಕೈಕಾಲು ಮುರಿದ ಹೆಣವನ್ನು ನೀವು ತೆಗೆದುಕೊಂಡೇ ಮರಳಬೇಕು.'

ಕತ್ತಲ ಮೂಲಕ ಸಾಗಿದ ನನ್ನ ಓಟ ಬಲು ಶಕ್ತವಾಗಿತ್ತು. ಜೀವವನ್ನು ಪ್ರೀತಿಸುವ ನನ್ನ ರಕ್ತದ ಪ್ರತಿ ಕಣಕಣವೂ ಈ ಪಾರಾಗುವಿಕೆಗೆ ಸಜ್ಜಾಗಿ ಮೇಳೈಸಿ ನಿಂತವು. ಆಗ ನನಗೋಸ್ಕರವೇ ಇರುವಂತಿತ್ತು ಅಮಾವಾಸ್ಯೆಯ ಕತ್ತಲು. ನನ್ನ ಬೆನ್ನ ಹಿಂದೆ ಬೆಂಕಿಯ ಪಂಜುಗಳು, ಜಜ್ಜಲ್ಪಟ್ಟ ಒಂದು ಪ್ರಾಣಿ, ಚಿಮ್ಮಿ ಚೆಲ್ಲಿದ ರಕ್ತದ ಹನಿಗಳು, ನುಸಿಗಳಿಗೆಗಳ ವಾಸನೆಯಿರುವ ಒಂದು ಕೋಣೆ, ಇವೆಲ್ಲ ನನ್ನ ಜಾಗೃತ ಮನಸ್ಸಿನಲ್ಲಿ ಬಂದು ಚಡಪಡಿಸಿದವು.

ನಾನು ದಾಟಿದ ಗದ್ದೆಗಳಲ್ಲಿ ಕೊಯ್ಲು ಕೊನೆಯಾಗಿರಲಿಲ್ಲ. ಬಿದಿರಿನ ಗಳುವಿನ ಎತ್ತರದ ಕಾವಲು ಮಾಡಗಳಲ್ಲಿ ಹೊಲೆಯ ಕೆಲಸದಾಳುಗಳು ಬೀಡಿ ಸೇದುತ್ತ ಅಧಿಕಾರಿಯ ಭತ್ತದ ಪೈರಿಗೆ ಕಾವಲು ಕಾಯುತ್ತಿದ್ದರು. ಬಲು ಹೊತ್ತು ನಾನು ಬಂಜರು ಬಯಲ ಮೂಲಕವೂ ಓಡಿದ ನೆನಪಿದೆ. ಕಪ್ಪು ಕಾನೂನಿನಂತೆ ಈಚಲ ಮರಗಳು ಅಲ್ಲಲ್ಲಿ ಎತ್ತರವಾಗಿ ನಿಂತಿದ್ದವು. ದೂರದ ಆಕಾಶದಲ್ಲಿ ಒಂದು ತುಣುಕು ಬೆಳಕು ಕಾಣಿಸುವವರೆಗೆ ನನ್ನ ಪಲಾಯನ ಪೂರ್ವದ ಕಡೆಗೇ ಸಾಗಿತು. ಮುಂಜಾವಿನ ಬೆಳಕಿನಲ್ಲಿ ನನ್ನನ್ನೇ ನಾನು ಕಂಡೆ. ಒಂದೇ ರಾತ್ರಿ ನನ್ನಲ್ಲಾಗಿರುವ ಬದಲಾವಣೆಗಳು. ನನ್ನ ಚರ್ಮ ಒರಟೊರಟಾಗಿ ಅಲ್ಲಲ್ಲಿ ಸುಕ್ಕುಗಟ್ಟಿ ಹೋಗಿತ್ತು. ನನ್ನ ಉಗುರುಗಳು ಮುರುಟಿಕೊಂಡಿದ್ದವು. ದೃಷ್ಟಿಶಕ್ತಿ ಮಂಕಾಗಿತ್ತು. ಕಾಲ ಮೀನಖಂಡಗಳಲ್ಲಿ ದಪ್ಪಗೆ ಉಬ್ಬಿಕೊಂಡ ರಕ್ತನಾಳಗಳು ಬಿಗಿಯಾದ ಹಗ್ಗದಂತೆ ಮಲಗಿದ್ದವು.

ಸೂರ್ಯ ಸ್ವಲ್ಪ ಸುಮನಸ್ಕತೆ ತೋರಿದ. ನಾನು ನಗರವನ್ನು ತಲುಪಿದೆ. ನನ್ನ ಹಿಂದೆಯೂ ಮುಂದೆಯೂ ಜನರು ಕಾಲುವೆಗಳಂತೆ ಹರಿದರು. ನನ್ನ ಇಕ್ಕೆಲದಲ್ಲೂ ಸೆರೆಮನೆಯ ಗೋಡೆಗಳ ರೀತಿಯಲ್ಲಿ ಕಟ್ಟಡಗಳು.

ನಗರಕ್ಕೆ ಒಂದು ಹೆಸರಿದ್ದಿರಬೇಕು. ಆ ಹೆಸರಿನಲ್ಲಿ ಹೆಮ್ಮೆ ಪಡಲು ನನಗೆ ಏನೇನೂ ಆಸಕ್ತಿಯಿರಲಿಲ್ಲ. ಯಾರನ್ನೂ ನಾನು ಹೊಸದಾಗಿ ಜ್ಞಾಪಿಸಿಕೊಳ್ಳಲಿಲ್ಲ. ಭೂತಕಾಲದ

ಮುಳ್ಳಿನ ಬೇಲಿಯಿಂದ ಬಲವಾಗಿ ಕಿತ್ತಾಗ ಹರಿದು ಹೋದಂತಹ ಒಂದು ಬಟ್ಟೆ, ಜೀರ್ಣಿಸಿ ಚಿಂದಿಯಾಗಿ ಅದು ಹಾಳಾಯಿತು. ನನ್ನ ಅಪ್ಪ, ಪುಟ್ಟರಾಮ, ಮೂಕಾಂಬಿಕೆ ಇವರೆಲ್ಲ ಯಾವಾಗಾದರೊಮ್ಮೆ ನೆನಪಿಗೆಂದು ಬರುವ ಶ್ರಾದ್ಧದ ಅನ್ನದ ಪಿಂಡವುಣ್ಣುವ ಕರ್ಕಾಟಕ ತಿಂಗಳ ಕಾಗೆಗಳಷ್ಟೇ.

ಸುತ್ತಲೂ ನನ್ನ ಕಿವಿಗಳನ್ನು ಭೇದಿಸುವಂತಹ ಶಬ್ದ ಹೊಮ್ಮುತ್ತಿದೆ. ಹಠಾತ್ತಾಗಿ ಕೇಳಿಸುವ ಸೈರನ್ ಸದ್ದಿನಿಂದ ಹಿಡಿದು ಸಾಧಾರಣ ಸೈಕಲ್ ಬೆಲ್ ಸಹ ನನ್ನನ್ನು ಬೆಚ್ಚಿಬೀಳಿಸುತ್ತಿದೆ. ನಡುರಸ್ತೆಯಲ್ಲೂ ಅರಕ್ಷಿತ ವಾತಾವರಣವನ್ನೇ ಕಂಡೆ. ತಟ್ಟನೆ ಬ್ರೇಕ್ ಹಾಕುವುದು, ಜನ ಜಂಗುಳಿ ಘಟನೆಯನ್ನು ಮರೆಮಾಡುವುದು, ಅನಂತರ ಬಿಳಿಬಟ್ಟೆ ಹೊದೆಸಿದ ಶವವನ್ನು ಕಾಣುವುದು, ಪೊಲೀಸರು ನಿಸ್ಸಂಗತೆಯಿಂದ ಮಹಜರು ಬರೆಯುವುದು ಮುಂತಾದ ದೃಶ್ಯಗಳು ಅಪರೂಪವೇ ಅಲ್ಲ ಅನ್ನಿಸಿತು, ಸಾವೆಂದರೆ ನನಗೆ ಭಯ. ರಸ್ತೆಯನ್ನು ಅಡ್ಡಕ್ಕೆ ದಾಟುವುದು ಎಂಬುದು ಒಂದು ಶ್ರಮಕರವಾದ ಕೆಲಸವಾಗಿಬಿಟ್ಟಿತು. ಈ ಬೀದಿಯಲ್ಲೆಲ್ಲೋ ಒಬ್ಬ ಘಟಿಂಗ ಡ್ರೈವರ್ ನನ್ನನ್ನರಸುತ್ತ ದೊಡ್ಡವಾಹನದಲ್ಲಿ ಅತ್ತಿತ್ತ ದೌಡಾಯಿಸುತ್ತಿಲ್ಲವೆಂದು ಏನಿದೆ ಖಾತ್ರಿ? ನಾನು ಜನಜಂಗುಳಿಯಲ್ಲಿ ಅಡಗಿಕೊಂಡೆ. ಭಯವಿಲ್ಲದವರು ನನ್ನ ಹಿಂದೆ ಮುಂದೆ ನಡೆದಾಡುತ್ತಿರುವವರು, ನಟ್ ಮತ್ತು ಬೋಲ್ಟ್ ಬಿಗಿದ ಸವಕಳಿ ಹೊಂದದ ಯಂತ್ರಗಳ ಹಾಗೆ ಅವರು ಚಲಿಸಿದರು. ಅವರು ಸಿಗ್ನಲ್‌ಗಳನ್ನು ಪಾಲಿಸಿದರು. ಉದ್ದನೆ ಕ್ಯೂನಲ್ಲಿ ತಾಳ್ಮೆಯಿಂದ ಕಾದುನಿಂತರು. ಗುಟ್ಟಾಗಿ ಲಂಚ ಕೊಟ್ಟು ಕುಕಿಂಗ್ ಗ್ಯಾಸ್ ಸಿಲಿಂಡರ್‌ಗಳನ್ನು ಪಡೆದರು. ದೀರ್ಘ ದೂರದ ಪ್ರಯಾಣಗಳಿಗೆ ಸೂಜಿಮೊನೆಗೂ ಜಾಗವಿಲ್ಲದಂತಹ ಕಂಪಾರ್ಟ್‌ಮೆಂಟ್‌ಗಳಲ್ಲಿ ಅವರು ಬರ್ತ್‌ಗಳನ್ನು ಕರವಶ ಮಾಡಿ ಕೊಳ್ಳುತ್ತಿರುವರು.

ಒಂದಷ್ಟು ಸ್ವಸ್ಥತೆ ದೊರಕಿದುದು ಕಡಲತೀರದಲ್ಲೆ. ಬಂಧನಕ್ಕೆ ಸಿಲುಕಿರುವ ಒಂದು ಕ್ರೂರಮೃಗವಾಗಿ ಕಡಲು ಮೊರೆಯಿತು. ಕೂಡಲೇ ಅಲ್ಲಿಂದ ತೆರಳಿ ನಾನು ಹೂಬನಗಳಲ್ಲಿ ನಿದ್ರಿಸಿದೆ. ಮಲಗಿ ನಿದ್ರಿಸ ಕೂಡದಂತಹ ಜಾಗಗಳು ಯಾವುವೆಲ್ಲ ಎಂದು ಪೊಲೀಸ್ ಲಾಠಿಗಳು ನನಗೆ ಕಲಿಸಿದವು. ರೈಲ್ವೆಯಾರ್ಡಿನ ಷಂಟಿಂಗ್ ಶಬ್ದಗಳು ನನಗೆ ಲಾಲಿ ಹಾಡಾಗಿ ಬದಲಾಗ ತೊಡಗಿದಾಗಲೇ ಸ್ಕ್ವಾಡ್‌ಗಳು ಬಂದು ಹಿಡಿದು ನನಗೆ ಐದು ದಿನಗಳು ಜೈಲಿನ ಕೋಣೆಯಲ್ಲಿ ಸುಖವಾಗಿ ಕಳೆಯಲು ಅನುಮತಿಸಿದವು.

ಸಹಿಸಲಾಗದಷ್ಟು ಸೆಖೆ ಶುರುವಾದಾಗ ನಗರದ ವಾತಾವರಣ ಇಡಿಯಾಗಿ ಬದಲಾಯಿತು. ರಾತ್ರಿ ಎರಡು ಮತ್ತು ಮೂರರ ಮಧ್ಯೆಯಷ್ಟೆ ನಗರವು ಕೊಂಚ ನಿದ್ರೆಗೆ ಜಾರುತ್ತಿತ್ತು. ಹಾಲಿನ ಮಾರಾಟಗಾರರೂ ಪತ್ರಿಕೆ ಮಾರುವವರೂ ನಸುಕಿನಲ್ಲೆ ಓಟದ ಸ್ಪರ್ಧೆಯಲ್ಲೆಂಬಂತೆ ಓಡಲಾರಂಭಿಸುತ್ತಾರೆ. ಈ ಜಾವವೇ ನನ್ನ ಕನಸುಗಳ ಸಮಯ. ಒಣಗಿ ಸಿಡಿದ ಹನೆ ನೊಂಗುಗಳು, ಕಾಗೆ ಹಿಕ್ಕೆಗಳು ಬಿದ್ದ ಅರಳಿ ಕಟ್ಟೆಗಳು, ಭೀತಿ ಹುಟ್ಟಿಸುವ ಸರ್ಪವಿಗ್ರಹಗಳು–ಇವೇನೆ ನನ್ನ ಕನಸಿನಲ್ಲಿನ ಕಚ್ಚಾವಸ್ತುಗಳು.

ನನಗೆ ಹಸಿವಾದಾಗ, ಅದನ್ನು ತಾಳಲಾಗದೆ ಬಸವಳಿದಾಗ, ಭಿಕ್ಷೆಯೆತ್ತು ಎಂದು ಹೊಟ್ಟೆ ಕೂಗಿ ಹೇಳಿತು, ಮೊದಲಿಗೆ ಎದುರಿಗೆ ಸಿಕ್ಕ ವ್ಯಕ್ತಿಯೊಡನೆ ಅನಂತರ ಅವನನ್ನು ಅವಿಧೇಯರಾಗಿ ಹಿಂಬಾಲಿಸಿ ಬಂದವರೊಡನೆ ನಾನು ಕೇಳಿದೆ, 'ಓಹ್, ಮನುಷ್ಯರೇ ನನಗೆ ಹಸಿವಾಗುತ್ತಿದೆ. ನನ್ನ ಈ ಹಸಿವಿನ ಬಗ್ಗೆ ಯಾವೊಂದು ತಲ್ಲಣವೂ ಇಲ್ಲದೆ ಹೋಗಲು ನಿಮ್ಮ ಮನಸ್ಸು ಹೇಗೆ ತಾನೇ ಒಪ್ಪುತ್ತದೆ?' ನನ್ನ ಅರಳಿದ ನೀಳವಾದ ಹಸ್ತ ಗಳು ಒಂದು ವಿಷಸರ್ಪದ ಹಾಗೆ ಅನೇಕರಿಗೆ ಭಯ ಹುಟ್ಟಿಸಿದವು. ಅವರೆಲ್ಲರೂ ಶುಭ್ರ ವಸ್ತ್ರ ಧರಿಸಿ ಸಮಯಕ್ಕೆ ಸರಿಯಾಗಿ ಆಫೀಸಿಗೆ ಹೋಗುವವರು. ಬೆನ್ನಲುಬನ್ನು ಬಾಗಿಸಲು ಅನುಕೂಲವಾದ ಅಂಗ ಎಂದು ಭಾವಿಸುವವರು. ಸ್ವಂತ ಹೆಂಡತಿಯ ಗರ್ಭಕಾಲದ ಅನಾರೋಗ್ಯದ ಬಗ್ಗೆ ವೇದನೆ ಪಡುವವರು. ಅವರೆಲ್ಲ ವಾಹನಗಳಲ್ಲಿ ಅಕ್ಕ ಪಕ್ಕ ಕುಳಿತು ಸರ್ಕಾರಿ ಆಜ್ಞೆಯ ನಂಬರುಗಳನ್ನು ಉದ್ಧರಿಸಿ, ಕೈಸೇರಲಿರುವಂತಹ ಸೌಭಾಗ್ಯಗಳ ಲೆಕ್ಕವನ್ನು ಪ್ರಸ್ತುತ ಪಡಿಸುತ್ತಿದ್ದರು.

ಕೊಳೆಗೇರಿ ಪ್ರದೇಶಗಳಿಗೆ ಸಾಗಿದ ನನ್ನ ದೇಹಕ್ಕೆ ದೊಡ್ಡ ಸೊಳ್ಳೆಗಳು ಬಲವಾಗಿ ಚುಚ್ಚಿ ದವು. ನಗರದ ಮುಖವಾಡ ಮಾರಾಟಗಾರ ಇಲ್ಲಿ ವ್ಯಾಪಾರ ನಡೆಸಿಯೇ ಇಲ್ಲ. ನನಗೆ ಹಸಿವಾಗುತ್ತಿದೆ ಎಂದಾಗ ಅವರೆಲ್ಲ ಪರಿಹಾಸ ಬೆರೆತ ಮಾರ್ದನಿಯಾಗಿ ಪ್ರತಿ ಕ್ರಿಯಿಸಿದರು. 'ನಮಗೂ ಹಸಿವಾಗುತ್ತಿದೆ.' ನಮಗೆ ನೆನಪು ಬಂದಾಗಿನಿಂದಲೂ ನಾವು ಇದನ್ನೇ ಹೇಳುತ್ತ ಪುನರುಚ್ಚರಿಸುತ್ತ ಬೇಡುತ್ತಿದ್ದೇವೆ. ಈ ನಾಮಜಪ ಮಾಡುತ್ತ ಮುನ್ನುಗ್ಗಿದ ನಮ್ಮಲ್ಲಿ ಹಲವರು ಸಿಡಿಗುಂಡಿಗೆ ಬಲಿಯಾಗಿ ಶಾಪಮುಕ್ತಿ ಪಡೆದರು. ಸತ್ತವರ ಹೆಣಗಳನ್ನು ಹೊತ್ತು ಮಕ್ಕಳೂ ಮೊಮ್ಮಕ್ಕಳೂ ನಡೆಯುತ್ತಲೇ ಇದ್ದಾರೆ.

ಆ ಕೊಳೆಗೇರಿ ಜಾಗದಲ್ಲಿ ನೋಡಲು ಬುದ್ಧಿಭ್ರಮಣೆಯಾದವನಂತಿದ್ದ ಒಬ್ಬ ಯುವಕನೇ ನನ್ನನ್ನು ಬಹುವಾಗಿ ಆಕರ್ಷಿಸಿದವನು. ಗಡ್ಡ ಮೀಸೆ ತಲೆಗೂದಲು ಉದ್ದಕ್ಕೆ ಬೆಳೆದಿದ್ದಂತಹ ಅವನ ಎದುರಿಗೂ ನಾನು ಕೈಚಾಚಿದೆ. ಅವನು ಹಾಡಿದ. 'ಈ ಭೂಮಿಯಲ್ಲಿ ಹಸಿದು ಸಾಯುವವರಿಗೇ ಸ್ವರ್ಗದ ಬಾಗಿಲಿನ ಕೀಲಿಕೈ ದೊರೆಯುವುದು. ಅದೂ ಅಲ್ಲದೆ ಸ್ವರ್ಗದ ಅಡುಗೆ ಕೋಣೆ ಬಾಗಿಲು ಬಹಳ ಇಕ್ಕಟ್ಟಾದುದು.' ಅದರ ಸಾರಾಂಶ ನಾವು ಎಷ್ಟು ತೆಳ್ಳ ಗಾಗುವೆವೋ ಅಷ್ಟೂ ಸುಲಭವಾಗಿ ಆ ಅಡುಗೆ ಕೋಣೆಗೆ ಪ್ರವೇಶಿಸಬಹುದು.

ಹುಚ್ಚನಾದರೂ ಅವನೇ ನನಗೊಂದು ಉಪಜೀವನ ಮಾರ್ಗವನ್ನು ತೋರಿಸಿ ಕೊಟ್ಟವನು. ಅದಕ್ಕೆ ಮುನ್ನ ಅವನು ತನ್ನ ವಾಕ್ಚಾತುರ್ಯದಿಂದ ನನ್ನ ಪೂರ್ವಕಾಲ ಚರಿತ್ರೆಯನ್ನು ಕೆದಕಿನೋಡಿದ. ಅವನು ಹೇಳಿದ. 'ಕೋತಿಗಳೊಂದಿಗೆ ಇಷ್ಟೆಲ್ಲ ಒಡನಾಡಿ ಪಳಗಿರುವ ನೀವು ಈ ನಗರದ ವನ್ಯಪ್ರಾಣಿ ಪ್ರಿಯನೆಂದು ಖ್ಯಾತನಾಗಿರುವ ಮೃಗಾಲಯದ ಮ್ಯಾನೇಜರನ್ನು ಹೋಗಿ ಕಾಣಬಾರದೇಕೆ? ಕಾಡುಮೃಗಗಳನ್ನು ಸ್ವಂತ ಮಕ್ಕಳಂತೆ ನೋಡುವ ಬೇರೊಬ್ಬ ಮೃಗಾಲಯದ ಮ್ಯಾನೇಜರನ್ನು ನೀವು ಈ ಜಗದಲ್ಲೆಲ್ಲೂ ಕಾಣಲಾರಿರಿ. ಆದಷ್ಟು ಬೇಗ ಹೋಗಿ. ನಿಮ್ಮ ಭವಿಷ್ಯವನ್ನು ಉಜ್ವಲಗೊಳಿಸಿ.'

ಮೃಗಾಲಯದ ಮ್ಯಾನೇಜರನ ಅಧಿಕೃತ ವಸತಿಯನ್ನು ಕಂಡು ಹಿಡಿಯುವುದು ಸ್ವಂತ ಮನೆಯ ಹಾದಿಯಷ್ಟೇ ಸುಲಭವಾಗಿತ್ತು ನನಗೆ. ಈ ನಗರದಲ್ಲಿ ಯಾರನ್ನು ಕೇಳಿದರೂ ಉತ್ತರ ಸಿಗುವುದು. ಇಂತಹ ನಂಬರ್ ಬಸ್ಸಿನಲ್ಲಿ ಇಲ್ಲಿ ಇಳಿಯಿರಿ. ಮೊದಲನೆ ಓಣಿ, ಮುಂದೆ ಮೈದಾನ. ಬಳಿಕ ಸಿಗುವುದು ಭಾರೀ ಕಟ್ಟಡಗಳಿರುವ ಒಂದು ನಗರ. ಅಲ್ಲಿ ನೇಮ್‌ಬೋರ್ಡ್ ಕಾಣುವುದು. ಅನುಮಾನ ಬಗೆಹರಿಸಲು ಬೇರೆ ಕೆಲವರನ್ನೂ ನಾನು ಕೇಳಿ ನೋಡಿದೆ. ಅವರೆಲ್ಲರೂ ಆ ಮೃಗಾಲಯದ ಮ್ಯಾನೇಜರನ ಅಡುಗೆ ಕೆಲಸ ದವರೇನೋ ಅನ್ನಿಸುವಂತೆ ನನಗೆ ಅಲ್ಲಿನ ದಾರಿಯನ್ನು ಕಂಠಪಾಠ ಮಾಡಿಸಿದರು.

ಪೂರ್ಣವಾಗಿ ತೆರೆದಿದ್ದ ಆ ಬಾಗಿಲಿನ ಎರಡು ಬದಿಯಲ್ಲೂ ಹಿತ್ತಾಳೆಯ ಸಿಂಹದ ತಲೆಗಳನ್ನು ಸ್ಥಾಪಿಸಲಾಗಿತ್ತು. ಕಬ್ಬಿಣದ ಗೇಟಿನಲ್ಲಿ ವಿವಿಧ ಬಣ್ಣಗಳಲ್ಲಿ ರೂಪಿಸಲಾದ ಪ್ರಾಣಿಗಳ ಚಿತ್ರಗಳನ್ನು ನೋಡುತ್ತ ನಿಂತಾಗ ಮನೆಯೊಳಗೆ ಚಲನೆಯ ಸದ್ದು ಕೇಳಿಸಿತು. ನನ್ನೆದುರಿಗಿನ ವರಾಂಡದಲ್ಲಿ ಕಾಲುಗಳನ್ನು ಸ್ವಲ್ಪ ಅಗಲಿಸಿ ಅತಿಕಾಯನಾದ ಒಬ್ಬ ಮನುಷ್ಯ ಬಂದು ನಿಂತನು. ಅವನು ಮೊಣಕಾಲತನಕ ಇಳಿಬಿದ್ದಿರುವ ನೀಳವಾದ ಕಪ್ಪು ಗೌನ್ ಧರಿಸಿದ್ದ. ಬಿಗಿಯಾದ ಪೈಜಾಮಗಳ ಕೆಳಭಾಗದಲ್ಲಿ ತುದಿ ಮೇಲ್ಮುಖವಾಗಿರುವ ಪಾದುಕೆ ಗಳು. ಆತ ಎಡೆಗೆಡೆಗೆ ಪೈಪ್ ಸೇದುತ್ತ ಶಾಂತವಾಗಿ ಹೊಗೆ ಬಿಡುತ್ತಿದ್ದ. ಆ ಮೊಗದಲ್ಲಿ ಜಿನುಗುತ್ತಿದ್ದ ವಶ್ಯವಾದ ಮುಗುಳ್ನಗೆಯೇ ನನ್ನ ಬೆವರನ್ನು ಆರಿಸಿತು. ಹದ್ದಿನ ಮೂಗು, ಗೂಬೆಯ ಕಣ್ಣು, ಕುದುರೆಯ ಆಕಾರ ಸೌಷ್ಠವಗಳನ್ನು ಹೊಂದಿರುವ ಈ ವ್ಯಕ್ತಿ ಸ್ವಾಭಾವಿಕ ವಾಗಿಯೇ ಕ್ರೂರನಾಗಬೇಕಿತ್ತು. ಆದರೆ, ಆತನಿಗೆ ಮುಗುಳ್ನಗಲು ಸಾಧ್ಯವಾಗುತ್ತಿದೆ. ಪ್ರಥಮ ದರ್ಶನವೇ ನನ್ನೆದೆಯಲ್ಲಿ ಆತನ ಬಗೆಗೆ ಅತಿಯಾದ ಗೌರವ ಹುಟ್ಟಿಸಿತು.

ನಾನು ನಮಸ್ಕರಿಸಿದೆ. ಸ್ವಲ್ಪ ಅವಸರವಾಗಿ ಅಂಗಳಕ್ಕಿಳಿದು ಬಂದು ಚಿರಕಾಲದ ಗೆಳೆಯನೆಂಬ ಹಾಗೆ ನನ್ನ ಕೈಗಳನ್ನು ಸೇರಿಸಿ ಹಿಡಿದು ಅವರು ನನ್ನನ್ನು ಒಳಕ್ಕೆ ಕರೆದೊಯ್ದರು. ಅತಿಥಿ ಕೋಣೆಯ ತಿರುಗುವ ಕುರ್ಚಿಯಲ್ಲಿ ನನ್ನನ್ನು ಕೂರಿಸಿದ ನಂತರವೇ ಅವರು ತಮ್ಮ ತುಟಿಯಲ್ಲಿದ್ದ ಪೈಪನ್ನು ಸಹ ತೆಗೆದದ್ದು. ಆ ಕೋಣೆ ನನಗೆ ಒಂದು ಶುಭ್ರವಸ್ತ್ರದ ಹಾಗೆ ತೋರಿತು. ಗೋಡೆಗಳಲ್ಲಿ ಕ್ಯಾಲೆಂಡರ್ ಚಿತ್ರಗಳಾಗಲಿ ಲೈಟಿನ ಸ್ವಿಚ್‌ಗಳಾಗಲಿ ಕಾಣಿಸಲಿಲ್ಲ. ಮ್ಯಾನೇಜರ್‌ರ ಕುರ್ಚಿಯ ಹಿಂದೆ ಗೋಡೆಯಲ್ಲಿ ಅಡ್ಡವಾಗಿ ತೂಗುಹಾಕ ಲಾಗಿದ್ದ ಜೋಡುನಳಿಗೆಯ ಬಂದೂಕು ಮಾತ್ರ ನನ್ನ ಗಮನದಲ್ಲಿ ಭಯ ಹುಟ್ಟಿಸಿ ನೆಲೆ ನಿಂತಿತು.

ಹವಾಮಾನಕ್ಕೆ ತಕ್ಕುದಾದ ಪಾನೀಯವನ್ನು ನನಗೆ ಕುಡಿಯಲು ಕೊಟ್ಟರು. ನನಗೆ ಹೊಗೆ ಸೇದಲು ಏನು ಬೇಕು ಎಂದು ವಿಚಾರಿಸಿದರು. ನಡೆದು ದಣಿದ ಬಳಲಿಕೆ ನನ್ನಿಂದ ಪೂರ್ಣ ದೂರವಾಗುವ ತನಕ ಅವರು ಕಾದು ನಿಂತರು. ತರುವಾಯ ನಾನು ಬಂದ ಕಾರಣವೇನೆಂದು ಕೇಳಿದರು.

ನಾನು ನನ್ನ ನೆನಪಿನ ಗೂಡನ್ನು ಎಳೆದು ತೆರೆದೆ. ಗತಕಾಲದ ಘಟನೆಗಳು ರಭಸದಿಂದ ಹೊರನುಗ್ಗಿದವು. ನನ್ನ ಹುಟ್ಟು, ಮಂದಾಕಿನಿ ಬೆಟ್ಟದ ಕಣಿವೆ. ಹಸಿವನ್ನು ಪ್ರೀತಿಸಿ ಮರಣ ಹೊಂದಿದ ಅಪ್ಪ. ಮರಣವನ್ನು ವರಿಸಿ ನನ್ನನ್ನು ವಂಚಿಸಿದ ಅಮ್ಮ, ಬಳಿಕ ಹುತಾತ್ಮನಾದ ಪುಟ್ಟರಾಮ. ನಾಲ್ಕಂಕಣದಲ್ಲಿ ಸೆರೆಯಾಗಿದ್ದ ಮೂಕಾಂಬಿಕೆ–ಇವರೆಲ್ಲರೂ ಅದೃಶ್ಯ ರೂಪ ದಲ್ಲಿ ಮ್ಯಾನೇಜರ್ ಎದುರಿಗೆ ಸಾಲಾಗಿ ನಿಂತರು. ನಾನು ಗದ್ಗದಿತನಾಗಿ ಈ ರೀತಿ ಹೇಳಿ ಮುಗಿಸಿದೆ. 'ಪರಿಣತನಾದ ಒಬ್ಬ ಕೋತಿ ಹಿಡಿಯುವವನ ಮಗನೆಂಬ ನೆಲೆಯಲ್ಲಿ ನನಗೆ ಕೋತಿಗಳ ಭಾಷೆ ಗೊತ್ತಿದೆ. ಅವುಗಳ ಅಂಗಚಲನೆಗಳಿಂದ ಅಗತ್ಯಗಳನ್ನು ಕೂಡಲೇ ಗ್ರಹಿಸಲು ಅದಕ್ಕಿಂತ ಮಿಗಿಲಾಗಿ ಅವರಲ್ಲೊಬ್ಬನಾಗಿ ಬೆರೆತು ಸೇರಲು ನನ್ನಿಂದ ಸಾಧ್ಯವಿದೆ. ಇಲ್ಲಿ ತಮ್ಮ ಅಧೀನದಲ್ಲಿರುವ ಮೃಗಾಲಯದಲ್ಲಿ ನನಗೊಂದು ಕೆಲಸ ಕೊಡಿ. ಸಾಧ್ಯವಿದ್ದರೆ, ಕೋತಿಗಳ ವಿಭಾಗದಲ್ಲೇ ಕೊಟ್ಟರೆ ಬಹಳ ಉಪಕಾರ.'

ಮ್ಯಾನೇಜರ್ ಮುಖ ಇನ್ನಷ್ಟು ಪ್ರಸನ್ನವಾಯಿತು. ನಾನು ನಿರೀಕ್ಷಿಸದಿದ್ದ ಒಂದು ಕ್ಷಣ ದಲ್ಲಿ ಅವರು ಪುಟಿದೆದ್ದು ನನ್ನನ್ನು ಬಾಚಿ ತಬ್ಬಿಕೊಂಡರು. ಉಚ್ಛ್ವಾಸವಾಯುವಿನಲ್ಲಿ ನಿರಂತರವಾದ ಧೂಮಪಾನದಿಂದ ಲಭಿಸಿದ ಅಸಹ್ಯವಾದ ದುರ್ಗಂಧವನ್ನು ಹೊರತು ಪಡಿಸಿದರೆ ನನ್ನ ಅಪ್ಪನೇ ನನ್ನನ್ನು ತಬ್ಬಿಕೊಂಡಂತೆ ನನಗೆನ್ನಿಸಿತು. ಅವರು ಹೇಳಿದರು, 'ನಾನೂ ನನ್ನ ಮುದ್ದಿನ ಕೋತಿಗಳೂ ಅದೃಷ್ಟವಂತರು ಎಂದಲ್ಲದ ಬೇರೇನು ಹೇಳಲಿ? ಇಷ್ಟು ಅನುಭವಿಯಾದ ಒಬ್ಬರು ಸಿಗಲೆಂದು ನಾನು ವೈಯಕ್ತಿಕವಾಗಿಯೂ ಈ ಇಲಾಖೆಯ ಪರಮಾಧಿಕಾರಿಯಾದ ಡೈರೆಕ್ಟರ್ ಜನರಲ್ ಮುಖಾಂತರವೂ ಅಸಂಖ್ಯ ಜಾಹೀರಾತು ಗಳನ್ನು ಕೊಟ್ಟರೂ ಯಾವುದೂ ಫಲ ನೀಡಲಿಲ್ಲ. ನಡುವೆ ಒಬ್ಬ ಸಿಕ್ಕಿದ್ದ. ಅಷ್ಟೇನೂ ಯೋಗ್ಯತೆ ಅನುಭವವಿಲ್ಲದಿದ್ದರೂ ಬೇರೆ ಅರ್ಜಿದಾರರು ಇಲ್ಲದ ಕಾರಣ ನಾನು ಅವನನ್ನು ನೇಮಿಸಿಕೊಂಡೆ. ಆದರೆ ಅವನೊಬ್ಬ ದರಿದ್ರ ಪೀಡೆಯಾಗಿದ್ದ. ಕೋತಿಗಳಿಗೆ ಕೊಡಬೇಕಿದ್ದ ಹಣ್ಣು ಬಿಸ್ಕೆಟ್‌ಗಳನ್ನು ಕದ್ದು ಅವನು ತನ್ನ ಹೆಂಡತಿ ಮಕ್ಕಳನ್ನು ಸಲಹಿದ. ನಾನು ಅದನ್ನು ಕಂಡು ಹಿಡಿದೆ. ಡೈರೆಕ್ಟರ್ ಜನರಲ್‌ಗೆ ಬರೆದು ಪ್ರತ್ಯೇಕ ಅನುಮತಿ ಪಡೆದ ಮೇಲೆ ಮಾಲು ಸಮೇತ ಹಿಡಿದು ಅದೇ ಸ್ಥಳದಲ್ಲಿ ಅವನನ್ನು ಗುಂಡಿಟ್ಟು ಕೊಂದೆ. ಆಜ್ಞೆಯ ಎರಡನೇ ಭಾಗದಲ್ಲಿ ಹೇಳಲಾದಂತೆ ಅವನ ಮೃತದೇಹವನ್ನು ಸಿಂಹಗಳ ಪಂಜರದೊಳಕ್ಕೆ ಎಸೆಯಲಾಯಿತು.'

ಮ್ಯಾನೇಜರ್ ಬಿಕ್ಕಳಿಸ ತೊಡಗಿದರು. ಒಂದು ಕೊಲೆಪಾತಕ ನಡೆಸಿದುದರ ಪಶ್ಚಾತ್ತಾಪ ವಿರಬಹುದು ಎಂದು ಮೊದಲಿಗೆ ಭಾವಿಸಿದೆ. ಆದರೆ ಅದು ತಪ್ಪಾಗಿತ್ತು. ಅವರು ಹೇಳ ತೊಡಗಿದರು. 'ನನ್ನ ಪ್ರಾಣಿಗಳಿಗೆ ಏನಾದರೂ ಆದರೆ ನಾನು ಅದನ್ನು ಸಹಿಸಲಾರೆ. ಈ ವನ್ಯಮೃಗಗಳೇ ನನಗೆ ಸರ್ವಸ್ವ. ನಾನು ಈ ಮೂಕಪ್ರಾಣಿಗಳಿಗಾಗಿಯೇ ಬದುಕಿರುವೆ ಎಂದು ಹೇಳುವುದೇ ಸರಿ, ನಾನು ಮದುವೆ ಸಹ ಮಾಡಿಕೊಳ್ಳದಿರುವುದು ನನ್ನ ಪ್ರೀತಿ ಬೇರೆಡೆಗೆ ತಿರುಗದಿರಲಿ ಎಂದೇ. ಈ ಮೃಗಾಲಯವೇ ನನ್ನ ಕುಟುಂಬ.'

ಅವರು ನನಗೆ ಪುನಃ ಕುಡಿಯಲು ಕೊಟ್ಟರು. ನನ್ನ ಏದುಸಿರು ನಿಂತ ಮೇಲೆ ನನ್ನನ್ನು ಬೇರೊಂದು ಕೋಣೆಗೆ ಕರೆಸಿದರು. ನಾನು ಅಲ್ಲಿಗೆ ಹೋದೆ. ಆ ಕೋಣೆಯು ತುಂಬ ಹಲವು ಬಗೆಯ ವನ್ಯಮೃಗಗಳ ಚರ್ಮದೊಳಗೆ ಒಣಹುಲ್ಲು ಮತ್ತು ಹತ್ತಿ ತುಂಬಿಸಿ ಅವುಗಳಿಗೆ ಜೀವಚೈತನ್ಯ ತುಂಬಲಾಗಿತ್ತು. ಒದ್ದೆಯಾದ ಕಂಗಳನ್ನೂ ನೀರು ಸುರಿಯುವ ಮೂಗನ್ನು ಟವೆಲ್‌ನಿಂದ ಒರೆಸಿಕೊಂಡು ಮ್ಯಾನೇಜರ್ ಗದ್ಗದಿತರಾಗಿ ಹೇಳಿದರು. 'ಇವೆಲ್ಲ ನನ್ನ ಅಧಿಕಾರ ಸ್ವೀಕಾರದ ಬಳಿಕ ಈ ಮೃಗಾಲಯದಲ್ಲಿ ಸಾವನ್ನಪ್ಪಿದ ಪ್ರಾಣಿಗಳು. ಅವನ್ನು ಸಂಸ್ಕಾರ ಮಾಡುವ ಮನೋಬಲವೂ ನನಗಿಲ್ಲ.' ಇಷ್ಟು ಹೇಳಿ ಮ್ಯಾನೇಜರ್ ಒಂದು ಸಣ್ಣ ಮಗುವಿನ ಹಾಗೆ ಬಿಕ್ಕಿ ಬಿಕ್ಕಿ ಅಳತೊಡಗಿದರು.

ನಾನು ಮ್ಯಾನೇಜರ್‌ರ ಹೆಗಲ ಮೇಲೆ ಕೈಯಿಟ್ಟೆ. ಸ್ವಲ್ಪ ಹೊತ್ತಿನ ಪರಿಚಯವಷ್ಟೇ ನನಗೆ ಆ ಸ್ವಾತಂತ್ರ್ಯವನ್ನು ನೀಡಿದ್ದು. ನಾನು ಹೇಳಿದೆ. 'ತಾವು ಭಯಪಡಬೇಡಿ. ನನಗೆ ವಹಿಸಿ ಕೊಡುವ ಕೋತಿಗಳಿಗೆ ಒಂದಿಷ್ಟು ಗೀರುಗಾಯವೂ ಆಗದಂತೆ ನಾನು ಕಾಪಾಡುತ್ತೇನೆ. ಕಣ್ಣೊರೆಸಿಕೊಳ್ಳಿ. ಇಷ್ಟು ವಿಶಾಲ ಹೃದಯರಾದ ನೀವು ಅಳುವುದನ್ನು ನೋಡಿ ನಿಲ್ಲುವ ಶಕ್ತಿ ನನಗಿಲ್ಲ.'

ಅವರು ಕಣ್ಣೊರೆಸಿಕೊಂಡರು. ಬಳಿಕ ಪಕ್ಕದ ಕೋಣೆಗೆ ಕರೆದೊಯ್ದರು. ಅಲ್ಲಿ ಗೋಡೆಗಳವಡಿಸಿದ್ದ ಬೋರ್ಡಿನಲ್ಲಿ ಎಂ ಎಂಬ ಅಕ್ಷರದ ಕೆಳಗಿದ್ದ ಬೀಗದ ಕೈ ಗೊಂಚಲು ತೆಗೆದುಕೊಂಡರು. 'ಬನ್ನಿ ಸ್ನೇಹಿತರೇ!'

ನಾವು ಮೃಗಾಲಯದ ಒಳಕ್ಕೆ ಪ್ರವೇಶಿಸಿದೆವು. ತಲೆಬಾಗಿ ವಂದಿಸಿ, ಮಡಚಿ ಉಟ್ಟಿರುವ ಪಂಚೆಯನ್ನು ಕೆಳಗಿಳಿಸಿ ಮೃಗಾಲಯದ ಕೆಲಸಗಾರರು ನೀಡಿದ ಗೌರವ ಸ್ವೀಕರಿಸಿದೆವು. ಅವರಲ್ಲಿ ಕೆಲವು ಉನ್ನತ ಹುದ್ದೆಯಲ್ಲಿರುವವರಿಗೆ ಮ್ಯಾನೇಜರ್ ನನ್ನನ್ನು ಪರಿಚಯ ಪಡಿಸಿದರು. ನನ್ನ ಹಿಂದಿನ ಕಾಲದ ಅನುಭವವನ್ನು ಬಹಳ ಪ್ರಶಂಸಿಸಿದರು. ನಡೆಯುತ್ತ ನಾವು ಸಿಂಹ, ಪಕ್ಷಿಗಳು, ಘೇಂಡಾಮೃಗಗಳ ಪಂಜರಗಳನ್ನು ದಾಟಿ ಕೋತಿಗಳ ಬ್ಲಾಕ್‌ಗೆ ತಲುಪಿದೆವು. ಅಲ್ಲಿವರೆಗೆ ಕಚಪಿಚ ಸದ್ದು ಮಾಡುತ್ತಿದ್ದ ಕೋತಿಗಳು ತಟ್ಟನೆ ನಿಶ್ಶಬ್ದವಾದವು. ತಂತಮ್ಮ ಜಾಗಗಳಿಗೆ ಹೋಗಿ ವಿಧೇಯರಾಗಿ ಕುಳಿತವು. ಮ್ಯಾನೇಜರ್ ಹೇಳಿದರು. 'ನೋಡಿ ನನ್ನ ಈ ಮೊಮ್ಮಕ್ಕಳು ಎಷ್ಟು ವಿಧೇಯರಾಗಿದ್ದಾರೆ!' ಅನಂತರ ಜೇಬಿಗೆ ಕೈ ಹಾಕಿ ಒಂದಷ್ಟು ಮಿಠಾಯಿಗಳನ್ನು ಹೊರತೆಗೆದರು. ಪಂಜರದೊಳಕ್ಕೆ ಎಸೆದರು. ಕೋತಿಗಳು ಅಲ್ಲಾಡಲಿಲ್ಲ. ಮ್ಯಾನೇಜರ್ ಹೇಳಿದರು. 'ಎಲ್ಲರಿಗೂ ಒಂದೊಂದು ಸಿಗುವುದು. ತಗೊಳ್ಳಿ.' ಅದನ್ನು ಕೇಳಿದ ತಕ್ಷಣ ಬಲು ನಿಧಾನವಾಗಿ ಒಬ್ಬೊಬ್ಬರೇ ಬಂದು ಒಂದೊಂದು ಮಿಠಾಯಿ ತೆಗೆದುಕೊಂಡು ಬಾಯಿಗೆ ಹಾಕಿಕೊಂಡವು. ಮ್ಯಾನೇಜರ್ ಕುಲುಕುಲು ನಕ್ಕರು. 'ನೋಡಿ ಈ ಪ್ರೀತಿಯೇ ನನ್ನನ್ನು ಭಾವಪರವಶಗೊಳಿಸುತ್ತದೆ. ಇಂತಹ ಶಿಸ್ತು ಮತ್ತು ವಿಧೇಯಯತೆಗಳಿಗಾಗಿಯೇ ಬೇರೆ ಎಲ್ಲವನ್ನೂ ತ್ಯಜಿಸಲು ನಾನು ಸಿದ್ಧನಾದುದು.'

ಮ್ಯಾನೇಜರ್ ನನ್ನನ್ನು ಅವುಗಳಿಗೆ ಪರಿಚಯ ಮಾಡಿಸಿದರು. ಆ ಕೋತಿಗಳು ನನ್ನನ್ನು ದುರುಗುಟ್ಟಿ ನೋಡಿದವು. ಕೆಲವು ಮುಖ ತಗ್ಗಿಸಿ ಕುಳಿತವು, ಮತ್ತೆ ಕೆಲವು ಕೋತಿಗಳು ತಮ್ಮ ಗಾಯ ಕೆರೆದುಕೊಳ್ಳುತ್ತ ಕುಳಿತವು.

ನಾವು ಇನ್ನಷ್ಟು ನಡೆದವು, ಮ್ಯಾನೇಜರ್ ನನಗೆ ವಾಸಿಸಲು ಒಂದು ಸಣ್ಣ ಕೋಣೆಯನ್ನು ತೋರಿಸಿ ಕೊಟ್ಟರು. 'ಇಲ್ಲೆ ಮಲಗಬಹುದು. ರಾತ್ರಿ ಕೋತಿಗಳಿಗೆ ಏನಾದರೂ ಅಗತ್ಯ ಬಂದರೆ ಎದ್ದು ಹೋಗಿ ನೋಡಬಹುದು.' ಕೋಣೆಯ ಬೀಗದಕ್ಕೆ ನನಗೆ ಕೊಟ್ಟ ಮೇಲೆ ಅವರು ಹೇಳಿದರು. 'ಒಂದೇ ಮಾತಿನಲ್ಲಿ ನಾನು ಚುಟುಕಾಗಿ ಹೇಳುತ್ತೇನೆ. ಎಲ್ಲಕ್ಕಿಂತ ಹೆಚ್ಚಾಗಿ ಈ ಕೋತಿಗಳ ಸುಖಸೌಕರ್ಯಗಳೇ ನಿಮ್ಮ ಜೀವನದ ಗುರಿಯಾಗಿರಬೇಕು.'

ನಾನು ಪ್ರತಿನುಡಿದೆ. 'ತಮ್ಮ ಈ ಮಹಾಯಜ್ಞಕ್ಕೆ ನಾನು ನನ್ನ ಎಲ್ಲ ಸಾಮರ್ಥ್ಯಗಳನ್ನೂ ಸಮರ್ಪಿಸುವ ವಾಗ್ದಾನ ಮಾಡುತ್ತೇನೆ. ತಾವು ಇನ್ನು ನೆಮ್ಮದಿಯಿಂದ ಹೋಗಬಹುದು.'

ಅವರು ಹೋದರು.

ಅಲ್ಲಿಂದ ಮುಂದಕ್ಕೆ ನನ್ನ ಜೀವನಕ್ಕೆ ಹೊಸ ಒಂದು ಕ್ರಮ ಜಾರಿಗೆ ಬಂದಿತು. ನಾನು ದಿನವೂ ಎರಡು ಬಾರಿ ಕೋತಿಗಳ ಪಂಜರಗಳನ್ನು ನೀರು ಹಾಕಿ ತೊಳೆಯುತ್ತಿದ್ದೆ. ಕೀಟಾಣು ನಾಶಕಗಳನ್ನು ಸಿಂಪಡಿಸಿದೆ. ಕೋತಿಗಳಿಗೆ ಸ್ನಾನ ಮಾಡಿಸಲು ವಿಶೇಷ ಆಸಕ್ತಿ ವಹಿಸಿದೆ. ಅವು ಕಚ್ಚಾಡಿ ಮಾಡಿಕೊಂಡಿದ್ದ ಗಾಯಗಳನ್ನು ತೊಳೆದೆ ಪಟ್ಟಿ ಬಿಗಿದು ಕಟ್ಟಿದೆ. ನಿರ್ದಿಷ್ಟ ಅಳತೆಯ ಆಹಾರ ಕೊಟ್ಟೆ.

ಒಂದು ದಿನ ನಾನು, ಅವಕ್ಕೆ ಆಹಾರ ಪದಾರ್ಥಗಳನ್ನು ಕಾಂಟ್ರಾಕ್ಟ್ ಆಧಾರದಲ್ಲಿ ಒದಗಿಸುತ್ತಿದ್ದ ಮುದುಕನನ್ನು, ಕೋತಿಗಳಿಗೆ ಕೊಳೆತ ಹಣ್ಣುಗಳನ್ನು ನೀಡುತ್ತಿರುವ ತಪ್ಪಿಗಾಗಿ ಬಹಳ ಬಯ್ದೆ. ಅವನು ನನ್ನ ಬಗ್ಗೆ ಮ್ಯಾನೇಜರ್‌ಗೆ ಒಂದು ದೂರು ಸಲ್ಲಿಸಿದ. ಮ್ಯಾನೇಜರ್ ಅದಕ್ಕೆ ನೀಡಿದ ಉತ್ತರ ಮುದುಕನನ್ನು ನಿಶ್ಯಬ್ದವಾಗಿಸಿತು. ಆ ಘಟನೆಯಿಂದಾಗಿ ಮೃಗಾಲಯದ ಉಗ್ರಾಣದಿಂದ ಒಂದು ದೊಡ್ಡ ಉಣ್ಣೆಯ ಕಂಬಳಿ ಮತ್ತು ಒಂದು ಜೊತೆ ಚಪ್ಪಲಿಗಳು ನನಗೆ ಬಹುಮಾನವಾಗಿ ದೊರೆತವು.

ಪಂಜರಗಳಲ್ಲಿದ್ದ ಪ್ರಾಣಿಗಳನ್ನು ನೋಡಲು ದಿನವೂ ಬಹಳ ಮಂದಿ ಸಂದರ್ಶಕರು ಬರುತ್ತಿದ್ದರು. ಅವರಲ್ಲಿ ಹೆಚ್ಚಿನವರು ಸುತ್ತಮುತ್ತಲ ಹಳ್ಳಿಗಳಿಂದ ಬರುತ್ತಿದ್ದ ಕೆಳಜಾತಿಯ ಅಶಿಕ್ಷಿತ ಜನರು. ಈ ನಗರದಲ್ಲಿರುವವರು ಬರುತ್ತಿದ್ದುದು ಬಲ ಅಪರೂಪ. ದೂರದಿಂದ ಬರುತ್ತಿದ್ದ ಬಂಧುಬಳಗದವರಿಗಾಗಿ ಮಾತ್ರ ಇಲ್ಲಿಗೆ ಜೊತೆಯಲ್ಲಿ ಬಂದು ಉಕ್ಕಿ ಬರುತ್ತಿರುವ ಸ್ವಾರಸ್ಯವನ್ನು ಹಲ್ಲುಕಚ್ಚಿ ಅಡಗಿಸುತ್ತ ಅಲ್ಲಲ್ಲೇ ಸುತ್ತಾಡುವರು.

ಸಂದರ್ಶನದ ವೇಳೆ ಪೂರಾ ನಾನು ಪಂಜರಗಳ ಹತ್ತಿರವೇ ಕಾವಲು ನಿಲ್ಲುತ್ತಿದ್ದೆ. ಹಳ್ಳಿಗರಲ್ಲಿ ದೊಡ್ಡವರೂ ಸಹ ಕೋತಿಗಳನ್ನು ಹಿಂಸಿಸಲು ಇಷ್ಟಪಡುತ್ತಿದ್ದರು. ಮೊದಲೆಲ್ಲ

ನನ್ನ ಕಣ್ಣು ತಪ್ಪಿಸಿ ಕೋಲು ಅಥವಾ ಕೊಡೆ ಬಳಸಿ ಅವರು ಕೋತಿಗಳನ್ನು ಪೀಡಿಸುತ್ತಿದ್ದರು. ಆಮೇಲೆ ನಾನದನ್ನು ಬಿಗಿಯಾಗಿ ನಿಯಂತ್ರಿಸಿದೆ. ಆಗ ಅವರ ಉಪದ್ರವ ನಿಂತಿತು.

ಅಪ್ಪನ ನೆನಪುಗಳೊಂದಿಗೆ ನಾನು ಹವಾಮಾನಗಳನ್ನು ಎದುರಿಸಿದೆ. ಸೆಕೆಗಾಲದ ರಾತ್ರಿಯ ವೇಳೆಗಳಲ್ಲಿ ನಿದ್ರೆಯಲ್ಲಿ ಬಿಳಿಕುದುರೆಗಳು ನೆಗೆದಾಡಿದವು. ಕಾಡ್ಗಿಚ್ಚು ಯಾವಾಗಲೂ ಮುಂಜಾನೆಯ ಹೊತ್ತಿನಲ್ಲೇ ಹರಡುತ್ತಿತ್ತು.

ಕೆಲಸದಲ್ಲಿ ನನಗಿದ್ದ ಸಮಯ ಪಾಲನೆ ಮತ್ತು ಪ್ರಾಮಾಣಿಕತೆಯನ್ನು ಪರಿಗಣಿಸಿ ಮ್ಯಾನೇಜರ್ ನನಗೆ ಉದ್ಯೋಗ ಬಡ್ತಿ ನೀಡಿದರು. ಇಲ್ಲಿನ ಬಡ್ತಿಯಲ್ಲಿ ಬೇರೆಕಡೆ ಇಲ್ಲ ದಂತಹ ಕೆಲವು ವೈಶಿಷ್ಟ್ಯಗಳಿದ್ದವು. ಕೆಲಸ ಹಳೆಯದೇ. ಆದರೆ ವಸ್ತ್ರ ಮತ್ತು ಸಂಬಳದ ಮೊತ್ತ ಬಹಳಷ್ಟು ಬದಲಾಗುವುವು. ಮಲಗಲು ಒಣಹುಲ್ಲಿನ ಹಾಸಿಗೆಯಿದ್ದುದು ಹತ್ತಿಯ ಹಾಸಿಗೆಯಾಗಿ ಬದಲಾಯಿತು. ವಾಸಿಸಲು ವಿಶಾಲವಾದ ಒಂದು ಕೋಣೆ ಹಾಗೂ ಒಂದು ಅಡುಗೆ ಕೋಣೆ ಲಭಿಸಿದವು.

ನನ್ನ ಕೋತಿಗಳಿಗೆ ಕಾಯಿಲೆಗಳೇನೂ ಬರಲಿಲ್ಲ. ನಾನು ಸರಿಯಾದ ಸಮಯಕ್ಕೆ ಆಹಾರ ಕೊಟ್ಟು ಸಮಯಕ್ಕೆ ಸರಿಯಾಗಿ ಸ್ನಾನ ಮಾಡಿಸಿ, ನಿದ್ರೆ ಮಾಡಿಸಿ ಅವನ್ನು ಸಾಕಿದೆ. ಆದರೂ ಸಾಮಾನ್ಯವಾಗಿ ಅವಕ್ಕೆಲ್ಲ ಒಂದು ವಿಷಾದ ಭಾವ ಆವರಿಸಿರುವುದನ್ನು ನಾನು ಕಂಡುಹಿಡಿದೆ.

ಈ ವಿಷಾದದ ಕಾರಣವನ್ನು ಕಂಡು ಹಿಡಿಯುವ ಪ್ರಯತ್ನದ ನಡುವೆಯೇ ಆ ಘಟನೆ ನಡೆದುದು. ಗುಂಪಿನಲ್ಲಿ ಬಹಳ ಸಣ್ಣ ಪ್ರಾಯದ್ದು ಎಂದು ತೋರುತ್ತಿದ್ದ ಒಂದು ಕೋತಿ ವಾಡಿಕೆಯಾಗಿ ನಿದ್ರೆ ಮಾಡುತ್ತಿರಲಿಲ್ಲ ಎಂದು ನಾನು ಅರಿತೆ. ಕೋಣೆಯಲ್ಲಿ ಅತ್ತಿತ್ತ ನಡೆದಾಡುವುದೇ ಅದರ ಕೆಲಸ. ಒಂದು ರಾತ್ರಿ ಇತರ ಕೋತಿಗಳು ಮಲಗಿದ ಮೇಲೆ ನಾನು ಅದನ್ನು ಕರೆದೆ. ಪಂಜರದ ಬಳಿ ಬಂದು ನಿಂತ ಅದರ ನಿದ್ದೆಗೇಡಿಗೆ ಕಾರಣವೇನೆಂದು ಕೇಳಿದೆ. ಅದು ಅವಸರವಾಗಿ ಹೇಳಿತು. 'ನಾನು ನಿಮ್ಮನ್ನು ಚಿಕ್ಕಂದಿ ನಿಂದಲೇ ಬಲ್ಲೆ, ನನಗೊಬ್ಬನಿಗೇ ಅಲ್ಲ ನಮ್ಮಲ್ಲಿ ಹಲವರಿಗೆ ನೀವು ಗೊತ್ತಿರುವಿರಿ. ನಿಮ್ಮ ದುಷ್ಟನಾದ ಅಪ್ಪನನ್ನು ನಾವು ಮರೆತಿಲ್ಲ.'

ನನ್ನ ಅಪ್ಪನನ್ನು ದುಷ್ಟನೆಂದು ವಿಶೇಷಣ ಕೊಟ್ಟು ಕರೆದ ಆ ಪದ ಕೇಳಿದ ತಕ್ಷಣ ನನ್ನ ಕಂಗಳಲ್ಲಿ ಬೆಂಕಿಯ ಕಿಡಿಗಳು ಹಾರಿದವು. ನಾನು ಕೈಯಲ್ಲಿದ್ದ ಬಿದಿರಿನ ಕೋಲಿನಿಂದ ಕಬ್ಬಿಣದ ಪಂಜರಕ್ಕೆ ಬೀಸಿ ಹೊಡೆದೆ. ಸರಳುಗಳನ್ನು ಹಿಡಿದಿದ್ದ ಆ ಕೋತಿಯ ಬಲಗೈ ಬೆರಳುಗಳು ಜಜ್ಜಿಹೋದವು. ಅದು ಅತಿ ದಯನೀಯವಾಗಿ ಅತ್ತು ಹಿಂದೆ ಸರಿಯಿತು. ಅನಂತರ ಅಲ್ಲಿ ಒಂದು ಕ್ಷಣವೂ ನಿಲ್ಲಲು ನನ್ನಿಂದಾಗಲಿಲ್ಲ.

ಹಾಸಿಗೆಯಲ್ಲಿ ನಾನು ನಿದ್ರಿಸದೆ ಮಲಗಿದೆ. ನನ್ನ ಮನಸ್ಸಿನಲ್ಲಿ ಪಶ್ಚಾತ್ತಾಪ ನುಸುಳುತ್ತ ಸೇರಿಕೊಂಡಿತು. ಬುದ್ಧಿಯಿಲ್ಲದೆ ಆ ಕೋತಿ ನನ್ನ ಅಪ್ಪನನ್ನು ದುಷ್ಟ ಎಂದ ಮಾತ್ರಕ್ಕೆ

ಅದಕ್ಕಿಂತ ಎಷ್ಟೋ ಎತ್ತರದ ಸಂಸ್ಕಾರವಿರುವಂತಹ ನಾನು ಈ ರೀತಿ ವರ್ತಿಸಬಾರದಿತ್ತು, ಮನಸ್ಸಾಕ್ಷಿಯ ನೋವು ಸಹಿಸಲಾಗದೆ ನಾನು ಆ ರಾತ್ರಿಯೇ ಎದ್ದು ಪಂಜರದ ಬಳಿ ಹೋದೆ. ಅದು ಆಗಲೂ ನಿದ್ರಿಸದೆ ಅತ್ತಿಂದಿತ್ತ ನಡೆದಾಡುತ್ತಿತ್ತು. ನಾನು ಕರೆದಾಗ ಅದು ಬರಲೂ ಇಲ್ಲ. ನನ್ನ ಮೇಲಿನ ಸಿಟ್ಟಿನಿಂದ ಜೋರಾಗಿ ಹಲ್ಲುಕಿರಿಯಿತು. ನಾನು ನಿರಾಶ ನಾಗಲಿಲ್ಲ. ಕೈಯಲ್ಲಿದ್ದ ಕೋಲನ್ನು ದೂರಕ್ಕೆಸೆದು ಪಂಜರದ ಇನ್ನಷ್ಟು ಹತ್ತಿರಕ್ಕೆ ಹೋದೆ. ನಾನು ಪಶ್ಚಾತ್ತಾಪದ ದನಿಯಲ್ಲಿ ಹೇಳಿದೆ. 'ಇಲ್ಲಿ ಹತ್ತಿರ ಬಾ. ಇನ್ನೆಂದಿಗೂ ನಾನು ನಿನಗೆ ಹೊಡೆಯುವುದಿಲ್ಲ.'

ಅದು ಬಳಿ ಬಂತು. ಪಂಜರದೊಳಗೆ ಕೈಹಾಕಿ ಅದರ ಪೆಟ್ಟಾದ ಕೈಬೆರಳುಗಳನ್ನು ಮೆಲ್ಲಗೆ ತಡವಿದೆ.

'ನೀನು ನನ್ನಲ್ಲಿ ಏನು ಹೇಳಬೇಕೆಂದಿರುವೆ? ಎಲ್ಲವನ್ನೂ ನಾ ಕೇಳುವೆ. ಆದರೆ, ನನ್ನ ಅಪ್ಪನನ್ನು ಆಕ್ಷೇಪಿಸುವ ಮಾತುಗಳನ್ನು ನೀನು ಹಿಂತೆಗೆದುಕೋ.'

ಮೌನವಹಿಸಿ ಆ ಕೋತಿ ಅದಕ್ಕೊಪ್ಪಿತು.

ಅದು ಹೇಳಿತು. 'ನಾನು ನಿಮ್ಮ ಗುಡಿಸಲಿನ ಅಂಗಳದ ಗೂಟದಲ್ಲಿ ನಾಲ್ಕೈದು ದಿನ ಇದ್ದೆ. ನೀವು ಏಕಾಂಗಿತನದ ನೋವನ್ನು ಕಚ್ಚಿ ನುಂಗುತ್ತ ಕಳೆದ ದಿನಗಳನ್ನು ನಾನು ಈಗಲೂ ನೆನೆಯುತ್ತೇನೆ. ಆ ಹುಲ್ಲುಗಾವಲಿನಲ್ಲಿ ಮೇಯುತ್ತಿದ್ದ ಕುದುರೆಗಳು ಈಗಲೂ ಇವೆಯೇ? ಮಂದಾಕಿನಿ ಬೆಟ್ಟದಲ್ಲಿ ಈಗಲೂ ಕಾಳ್ಗಿಚ್ಚು ಹಬ್ಬಿ ಹರಡುವುದೇ?'

ಅದು ನನ್ನ ಮುಂಗೈಗೆ ತನ್ನ ಗದ್ದವನ್ನುಜ್ಜಿತು. ಕತ್ತಲಲ್ಲಿ ಅದು ಕಣ್ಣೀರು ಹರಿಸುತ್ತಿದೆಯೇ ಎಂಬ ಸಂದೇಹ ನನಗುಂಟಾಯಿತು. ಅದು ಮುಂದುವರಿಸಿತು. 'ಅಂದು ನನ್ನನ್ನು ಬೆಲೆಗೆ ಕೊಂಡ ಬೀದಿಭಿಕಾರಿಯು ಮೂರುಪಟ್ಟು ಹಣಕ್ಕೆ ನನ್ನನ್ನು ಈ ಮೃಗಾಲಯಕ್ಕೆ ಮಾರಿದ. ಇನ್ನೊಂದು ಮಾತು ಹೇಳಲೇ. ನಿಮ್ಮ ಅಪ್ಪನನ್ನು ದೂರುತ್ತಿದ್ದೇನೆಂದು ತಿಳಿಯ ಬೇಡಿ. ನಿಮ್ಮ ಅಪ್ಪ ಬೇರೆ ಯಾವುದಾದರೂ ಕೆಲಸಮಾಡಿ ಜೀವಿಸಬಾರದಿತ್ತೇ? ಕಾಡಿನೊಳಗೆ ಸ್ವತಂತ್ರವಾಗಿ ಬದುಕುತ್ತಿದ್ದ ನಮ್ಮನ್ನು ಹಿಡಿದು ಮಾರಿಯೇ ನೀವು ಬದುಕಬೇಕಿತ್ತೇ?'

ನಡುವೆ ಬಾಯಿ ಹಾಕಿ ನಾನು ಹೇಳಿದೆ. 'ಅಪ್ಪ ತೀರಿ ಹೋದ.'

ತಟ್ಟನೆ ಸಂಭಾಷಣೆ ನಿಂತಿತು. ಕೋತಿ ಮುಖ ತಗ್ಗಿಸಿತು. ಅದು ಸತ್ತವರನ್ನು ನಿಂದಿಸಿ ದುದರ ಅಪರಾಧೀ ಭಾವನೆಯಿರಬಹುದು.

ಬಹಳ ಹೊತ್ತು ಕಳೆಯಿತು. ಹಿಂದೆ ನಾನು ಅಪ್ಪನೊಡನೆ ಕೇಳಿದ ಪ್ರಶ್ನೆ ನನ್ನ ನೆನಪಲ್ಲಿ ಕಾಲೂರಿತು. ದಟ್ಟವಾಗುತ್ತ ಬಂದ ನಿಶ್ಯಬ್ದವನ್ನು ಮುರಿಯಲು ಅಪ್ಪ ಅಂದು ನನಗೆ ಹೇಳಿದ್ದ ಉತ್ತರವನ್ನು ನಾನು ಪುನರುಚ್ಚರಿಸಿದೆ. 'ಕೋತಿ ಹಿಡಿಯುವುದು ನಮ್ಮ ಕುಲ ಕಸುಬು.'

ಅದು ಬಾಯ್ತೆರೆಯಿತು. 'ನೋಡಿ, ಈ ಪಂಜರದೊಳಗೆ ನಾವು ಎಷ್ಟು ವರ್ಷಗಳಿಂದ ಇದ್ದೇವೆ! ಇದರ ಉದ್ದ ಅಗಲಗಳು ನಮಗೆ ಕಂಠಪಾಠವಾಗಿದೆ. ಕಾಡು ಮತ್ತು ಮರದ ಕೊಂಬೆಗಳು ನಮಗೆ ಕೇವಲ ಕಲ್ಪನೆಗಳಷ್ಟೆ. ಇದು ಅಸ್ವಾತಂತ್ರ್ಯದ ಕಂಬಿಯ ಪಂಜರ. ಇದರ ಹೊರಗಿರುವ ನಿಮಗೆ ಈಗಲೂ ಕುಲಕಸುಬಿನ ಬಗ್ಗೆ ಹೆಮ್ಮೆ ಪಡಲು ಸಾಧ್ಯವೇ?' ಕರಕರವೆನ್ನುವ ಅದರ ದನಿಯ ಮುಂದೆ ನನಗೆ ಗಂಟಲು ಕಟ್ಟಿತು. ನನ್ನ ದೇಹ ಬಸವಳಿಯುತ್ತಿರುವ ಹಾಗೆನಿಸಿತು. ನಾನು ಹೇಳಿದೆ. 'ನಾನು ಸ್ವಲ್ಪ ಮಲಗುತ್ತೇನೆ. ಇಲ್ಲಿ ನಿಂತರೆ ನಾನು ಬಿದ್ದು ಬಿಡುವೆ. ನೀನು ನಿದ್ದೆ ಮಾಡು.'

ನಾನು ಹೋಗಿ ಮಲಗಿದೆ. ನಿದ್ರೆ ಬಾರದೆ ಕಣ್ರೆಪ್ಪೆಗಳು ತೆರೆದೇ ಇದ್ದವು. ನನ್ನ ನೆಮ್ಮದಿ ನನ್ನಿಂದ ದೂರಕ್ಕೆ ಕೊಚ್ಚಿಹೋಯಿತು.

ಮಾರನೇ ದಿನ ಎಲ್ಲವನ್ನೂ ಮರೆತು ಕೆಲಸದಲ್ಲಿ ಮಗ್ನನಾದೆನಾದರೂ ನನ್ನ ಮನಸ್ಸು ಮೂಕವಾಯಿತು. ನಾನು ಪಂಜರವನ್ನು ಶುಚಿಗೊಳಿಸುವಾಗ ನಾಲ್ಕೈದು ಹೆಣ್ಣು ಕೋತಿಗಳು ನಾನು ಕೇಳುವ ಹಾಗೆ ಸ್ವಯಂ ಶಾಪ ಹಾಕಿಕೊಂಡವು. 'ಯಾಕೆ ಈ ಪಂಜರಗಳನ್ನು ಶುಚಿಗೊಳಿಸುತ್ತೀರಿ? ನಾವೆಲ್ಲ ಹುಳಬಿದ್ದು ಸಾಯುವಂತಾಗಲಿ. ನಮಗೋಸ್ಕರ ಯಾರೂ ಕಣ್ಣೀರು ಹಾಕುವುದಿಲ್ಲ. ನಮ್ಮ ಸುತ್ತಲೂ ಇರುವ ಈ ಕಬ್ಬಿಣದ ಪಂಜರಗಳೂ ಸಹ ನಮ್ಮನ್ನು ದ್ವೇಷಿಸುತ್ತವೆ.'

ನಾನು ತಲೆತಗ್ಗಿಸಿ ಹೇಗೋ ಕೆಲಸಗಳನ್ನು ಮಾಡಿಮುಗಿಸಿದೆ. ಅಂದು ಪರಿಶೀಲನೆಗೆ ಬಂದ ಮ್ಯಾನೇಜರ್ ನನ್ನ ಸಪ್ಪೆ ಮುಖ ಕಂಡು ಕಾರಣ ವಿಚಾರಿಸಿದರು. 'ಏನೇ ಸಂಕಷ್ಟ ಗಳಿದ್ದರೂ ನನಗೆ ಹೇಳಿ. ನಿಮ್ಮ ಕೆಲಸದ ಕುರಿತ ರಹಸ್ಯ ವರದಿಗಳು ಅತ್ಯುತ್ತಮವಾಗಿವೆ. ಅದನ್ನು ಉನ್ನತಾಧಿಕಾರಿಗೆ ಕಳಿಸಿದ್ದೇನೆ' ಎಂದು ಅವರು ಹೇಳಿದರು.

ಅಭಿನಂದನೆಗಳ ಆ ಹೂವನ್ನು ನಾನಂತೂ ಮುಡಿಯಲಿಲ್ಲ. ನನ್ನ ನಿದ್ರೆ ದೂರಾಯಿತು. ರಾತ್ರಿ ವೇಳೆ ಯುವ ಕೋತಿಗಳಲ್ಲಿ ಹಲವು ನಿದ್ದೆ ಮಾಡದಾದವು. ನಾನು ಅವುಗಳ ಪಂಜರದ ಸುತ್ತ ಅನ್ಯಮನಸ್ಕನಾಗಿ ಸುತ್ತು ಬಂದೆ. ವಯಸ್ಸಾದ ಕೆಲವು ಕೋತಿಗಳು ನನಗೆ ಸಲಹೆಯಿತ್ತವು. 'ನೀವು ಮಲಗಿ ನಿದ್ದೆ ಮಾಡಿ. ನೀವೇಕೆ ನಿಮ್ಮ ಆರೋಗ್ಯ ಹಾಳು ಮಾಡಿಕೊಳ್ಳುತ್ತೀರಿ? ನಮಗಂತೂ ನಿದ್ದೆ ಮಾಡಲು ಸಾಧ್ಯವಿಲ್ಲ. ನಮ್ಮ ಅಜ್ಜಂದಿರ ಸಾವಿನ ವಾರ್ಷಿಕದ ಸ್ಮರಣೆಗಳೊಂದಿಗೆ, ಮಂದಾಕಿನಿ ಬೆಟ್ಟದ ಮರದಕೊಂಬೆಗಳಲ್ಲಿ ನಮ್ಮ ಆಸೆಗಳನ್ನು ತಲೆಕೆಳಗಾಗಿ ನೇತುಹಾಕಿ ನಾವು ಮನಸ್ಸಿನಲ್ಲಿ ಮಂಡಿಗೆ ತಿನ್ನುತ್ತ ಮರಣವನ್ನಪ್ಪುತ್ತೇವೆ. ನೀವು ಅದೃಷ್ಟವಂತರು. ಸ್ವಾತಂತ್ರ್ಯದ ವಿಶಾಲ ಬಯಲುಗಳಲ್ಲಿ ಓಡಿ ಆಡಲು ವಿಧಿಸಲ್ಪಟ್ಟವರು.'

ಆ ವೃದ್ಧವೃಂದವನ್ನು ಮುಖವೆತ್ತಿ ನೋಡಲೂ ನನ್ನಿಂದಾಗಲಿಲ್ಲ. ನಾನು ಬೆಳಗಿನತನಕ ಅಲ್ಲಿ ಇಲ್ಲಿ ತಿರುಗಾಡಿದೆ.

ಈ ವಿಧವಾಗಿ ದಿನಗಳು ಸರಿದರೆ ನನ್ನ ಮಿದುಳಿಗೆ ಬೆಂಕಿ ಹೊತ್ತಿಕೊಳ್ಳುವುದೆಂಬುದರಲ್ಲಿ ಸಂಶಯವೇ ಇರಲಿಲ್ಲ. ಈ ಕೆಲಸಕ್ಕೆ ರಾಜೀನಾಮೆ ಕೊಟ್ಟು ಮರಳಿ ಹೋಗಿ ನಗರದ ಬೀದಿಗಳ ಆಶ್ರಯ ಪಡೆಯಲು ನಾನು ನಿರ್ಧರಿಸಿದೆ. ರಾಜೀನಾಮೆ ಪತ್ರ ಜೇಬಲ್ಲಿರಿಸಿ ಕೊಂಡು ನಾನು ಮ್ಯಾನೇಜರರ ಮನೆಗೆ ಹೋದೆ. ಅವರು ಅಂದಿನ ಟಪಾಲು ನೋಡು ತ್ತಿದ್ದರು. ನನ್ನನ್ನು ಕಂಡೊಡನೆ ಅತಿಯಾದ ಆಹ್ಲಾದದಿಂದ ಮುಂದಿದ್ದ ಕಾಗದಗಳ ರಾಶಿ ಯಿಂದ ಒಂದು ಕಾಗದವನ್ನು ತೆಗೆದರು. ಜಿಗಿದೆದ್ದು ನಿಂತು 'ಡೈರೆಕ್ಟರ್ ಜನರಲ್ ನಿಮ್ಮನ್ನು ಮುಕ್ತ ಕಂಠದಿಂದ ಪ್ರಶಂಸಿಸಿದ್ದಾರೆ. ಆಧುನಿಕ ಸೌಕರ್ಯಗಳೊಂದಿಗೆ ನಿರ್ಮಿಸಲಿರುವ ಮೃಗಾಲಯದ ಶಿಲಾನ್ಯಾಸಕ್ಕಾಗಿ ಅವರು ಮುಂದಿನ ತಿಂಗಳು ಬರಲಿದ್ದಾರೆ. ಆಗ ನಿಮ್ಮನ್ನು ಭೇಟಿಯಾಗಬೇಕೆಂಬ ಇಚ್ಛೆಯನ್ನು ಪ್ರತ್ಯೇಕವಾಗಿ ಬರೆದು ತಿಳಿಸಿದ್ದಾರೆ.'

ರಾಜೀನಾಮೆ ಪತ್ರವನ್ನು ಹಾಗೇ ಜೇಬಿನಲ್ಲುಳಿಸಿಕೊಂಡು ನಾನು ಮರಳಿ ಬಂದೆ.

ಕೋತಿಗಳು ಸರಿಯಾಗಿ ಆಹಾರ ಸೇವಿಸುವುದನ್ನು ಬಿಟ್ಟವು. ಸ್ನಾನಕ್ಕೆ ಒತ್ತಾಯಿಸಿದರೂ ಮಣಿಯುತ್ತಿರಲಿಲ್ಲ. ಕೊಳಕು ಮೆತ್ತಿದ ದೇಹದ ಭಾಗಗಳನ್ನು ಕೆರೆಯುತ್ತ ಅಲ್ಲಲ್ಲಿ ಬಿದ್ದು ಕೊಂಡವು. ಸೊಳ್ಳೆಗಳೂ ನೊಣಗಳೂ ಸಂತಾನಾಭಿವೃದ್ಧಿ ಮಾಡಿಕೊಂಡವು.

ಪರಿಹಾರ ಮಾರ್ಗಗಳನ್ನು ಅರಸಿ ನನ್ನ ಮನಸ್ಸು ಬಳಲಿತು. ನಾನೇನು ಮಾಡುವುದು? ಏನು ಮಾಡಿದರೂ ಅಪಾಯವೇ. ಗುಂಪಿನಲ್ಲೇ ಹಿರಿಯದಾದ ಒಂದು ಕೋತಿ ನನ್ನನ್ನು ಬಳಿಗೆ ಕರೆದು ಹೇಳಿತು. 'ಈ ರೀತಿ ಎಷ್ಟು ದಿನ ಸಾಗುವುದು? ಇಲ್ಲಿನ ಕೊಳಕಿನಲ್ಲಿ ತೆವಳಿ ಬರುವ ಅಣುಜೀವಿಗಳು, ಆಹಾರ ಸೇವಿಸದೆ ಬಡಕಲಾಗಿ ಪ್ರತಿರೋಧಕ ಶಕ್ತಿ ಕಳಕೊಂಡ ನಮ್ಮನ್ನು ಸೋಲಿಸಿ ಬಿಡುವುವು. ನಾವು ಒಬ್ಬೊಬ್ಬರಾಗಿ ಸಾಯುತ್ತೇವೆ. ನಮ್ಮ ಈ ದುರಂತದ ಬಿಸಿ ಕಿರಣಗಳು ನಿಮ್ಮ ಸ್ಥಿತ ಪ್ರಜ್ಞೆಯನ್ನು ಸುಡುವುದು. ನಾವು ಯೋಚಿಸಿದಾಗ ನಮಗೆಲ್ಲ ಹೊಳೆದದ್ದು ಒಂದೇ ಮಾರ್ಗೋಪಾಯ. ನಿಮ್ಮ ದುರ್ಬಲ ಮನೋಭಾವವನ್ನೂ ನಾವು ಪರಿಗಣಿಸಿದೆವು. ಇದು ನಿಮಗೆ ಸುರಕ್ಷಿತವಾದ ಸ್ವೀಕಾರಾರ್ಹವಾದ ಪರಿಹಾರ ಮಾರ್ಗವೇ ಆಗಿದೆ.'

'ಹೇಳಿರಿ.' ನಾನು ಅವಸರ ಓಡಿಸಿದೆ.

ಮುದಿ ಕೋತಿ ಹೇಳಿತು.

'ಒಂದು ರಾತ್ರಿಯ ಮಟ್ಟಿಗಾದರೂ ಮಂದಾಕಿನಿ ಬೆಟ್ಟದಲ್ಲಿ ಕಾಲಕಳೆಯಲು ನಮ್ಮನ್ನು ಬಿಡಿ. ಬೆಳಗಾಗುವಷ್ಟರಲ್ಲಿ ನಾವು ಹಿಂತಿರುಗಿಬರುತ್ತೇವೆ. ನಿಮ್ಮ ಅಪ್ಪ ಸಂಪಾದಿಸಿ ರಾಶಿ ಹಾಕಿಕೊಂಡ ಪಾಪದ ಗುಡ್ಡೆಗಳಿಂದ ನಿಮಗೆ ಮುಕ್ತಿ ಸಿಗುವುದು.'

ನನ್ನ ಕಣ್ಣುಗಳು ಹಳದಿಗಟ್ಟಿ ಕೈಕಾಲುಗಳು ನಡುಗಿದವು. ಸ್ವಲ್ಪ ಹೊತ್ತಿನ ಬಳಿಕ ನನಗೆ ಸಮಚಿತ್ತ ಮರಳಿತು.

ಅವು ಕಾತರದಿಂದ ನನ್ನನ್ನು ನೋಡಿದವು. 'ನಿಮ್ಮ ಉತ್ತರ ಏನೆಂದು ಹೇಳಿ.'

ನಾನು ಹೇಳಿದೆ. 'ಬಹಳ ಎಚ್ಚರಿಕೆಯಿಂದ ಸ್ವಯಂನಿಯಂತ್ರಣದಿಂದ ಅದನ್ನು ಜಾರಿಗೆ ತರಬೇಕಾಗುವುದು. ಬೆಳಕು ಹರಿಯುವ ಮುನ್ನವೇ ನಾವು ಹಿಂತಿರುಗಿ ಬರಬೇಕು. ಸಮಯಸಂದರ್ಭ ನೋಡದೆ ಗಳಹುವ ನಿಮ್ಮ ಗುಂಪಿನ ಕೋತಿಗಳಿಗೆ ಕಡಿವಾಣ ಹಾಕಬೇಕು. ನಮ್ಮನ್ನು ಹೊರತು ಬೇರಾರೂ ಇದನ್ನು ತಿಳಿಯಕೂಡದು.'

ಇದನ್ನು ಕೇಳಿದೊಡನೆ ಅವು ಒಳಕ್ಕೋಡಿದವು. ಆ ಹಗಲು ಪೂರಾ ಅವು ಕಂಬಿಗಳಲ್ಲಿ ತೂಗಾಡುತ್ತ ಆಟವಾಡಿ ಪರಸ್ಪರ ತಬ್ಬಿ ಉರುಳಾಡುತ್ತ ಆಹ್ಲಾದ ಪ್ರಕಟಪಡಿಸಿದವು. ಅವು ಹೊಟ್ಟೆ ತುಂಬ ಊಟ ಮಾಡಿದವು. ನಾನು ಸುಲಭವಾಗಿ ಅವುಗಳಿಗೆ ಸ್ನಾನ ಮಾಡಿಸಿದೆ.

ಸಂಜೆ ಮಸುಳಿತು. ಕತ್ತಲಿಗೆ ತೀವ್ರತೆ ವರ್ಧಿಸಿತು. ಎದೆ ಡವಗುಟ್ಟುತ್ತ ನಾನು ಪಂಜರ ತೆರೆದೆ. ನನ್ನನ್ನು ಪ್ರೀತಿಸಲಾರಂಭಿಸಿದ್ದ ಕಾರಣ ಅವು ಅನುಸರಿಸಲೂ ಕಲಿತವು. ಅವು ಪಾದಗಳನ್ನು ಬಹಳ ಮೆತ್ತಗೆ ನೆಲಕ್ಕೂರುತ್ತಿದ್ದವು. ಪಂಜರವನ್ನು ಮತ್ತೆ ಮೊದಲಿನಂತೆ ಮುಚ್ಚಿ ಬೀಗ ಹಾಕಿ ಬೀಗದಕೈ ಜೇಬಿಗೆ ಹಾಕಿಕೊಂಡೆ.

ನಾವು ಕತ್ತಲಲ್ಲೇ ಓಡಿದವು. ವರ್ಷಗಳಿಂದ ಹತ್ತಿಕ್ಕಲಾಗಿದ್ದ ಆವೇಶದ ಧೂಳುಧೂಸರಗಳು ಸುತ್ತಲೂ ಹೊಮ್ಮಿದವು. ಮಧ್ಯರಾತ್ರಿಯಾದಾಗ ನಾವು ಮಂದಾಕಿನಿ ಬೆಟ್ಟವನ್ನು ತಲುಪಿದೆವು. ತಡವಾಗಿ ಉದಿಸಿದ ಚಂದ್ರ ನಮಗೆ ಬೆಳಕನ್ನು ಕೊಟ್ಟ. ಕೋತಿಗಳು ವಾಯುವೇಗದಲ್ಲಿ ಮರದ ಕೊಂಬೆಗಳಲ್ಲಿ ಹರಡಿಕೊಂಡವು. ಅವು ಸ್ವಾತಂತ್ರ್ಯದ ಅಮಲೇರಿ ಹುಚ್ಚು ಚೇಷ್ಟೆಗಳಲ್ಲಿ ತೊಡಗಿದವು. ಎಷ್ಟು ಎಗರಾಡಿದರೂ ಅವಕ್ಕೆ ದಣಿವಾಗಲಿಲ್ಲ.

ಜೀರುಂಡೆಗಳ ಮತ್ತು ಬೆಟ್ಟದ ಗಾಳಿಯ ಸದ್ದಿನ ಹಿನ್ನೆಲೆಯಲ್ಲಿ ನಾನು ಅವನ್ನೆಲ್ಲ ಕಣ್ಣೀರುದುಂಬಿದ ಕಂಗಳಿಂದ ನೋಡುತ್ತ ನಿಂತೆ.

ನಡುನಡುವೆ ನಾನು ಅವುಗಳಿಗೆ ನೆನಪು ಮಾಡುತ್ತಿದ್ದೆ. ಬೆಳ್ಳಿ ಮೂಡಲು ಇನ್ನು ಹೆಚ್ಚು ಸಮಯವಿಲ್ಲ ಮರಳಿ ಹೋಗುವ ಪಯಣಕ್ಕೆ ಸಿದ್ಧರಾಗಿರಿ.

ನಾನು ಪಂಜರದ ಬೀಗದ ಕೈಯನ್ನು ತಿರುಗಿಸುತ್ತ ತೋರಿಸಿದೆ. ದೂರದಲ್ಲಿ ಪೂರ್ವ ದಿಕ್ಕು ಬೆಳ್ಳಗಾಗುತ್ತಿದೆಯೇ ಎಂಬ ಅನುಮಾನ ಬಂದಿತು. ನಾನು ಜೋರಾಗಿ ಕಿರುಚಿದೆ. 'ಇಳಿದು ಬನ್ನಿರೋ. ಸಮಯ ಮೀರಿದೆ. ಬನ್ನಿ... ಬನ್ನಿ...'

ನಸುಕಿನ ವೇಳೆಯ ಚಳಿಯಲ್ಲಿ ನಾನು ಬೆವೆತೆ.

ಸೂರ್ಯ ಹುಟ್ಟಿ ಮೇಲೆ ಬಂದ. ಕೋತಿಗಳು ಎತ್ತರಗಳಲ್ಲಿ ಕುಳಿತು ನನ್ನನ್ನು ನೋಡಿ ಹಲ್ಲುಕಿರಿದವು.

ಶಬ್ದ ಕೇಳಿ ನಾನು ತಿರುಗಿ ನೋಡಿದೆ. ಒಂದು ದೊಡ್ಡ ವಾಹನ ಸದ್ದೆಬ್ಬಿಸುತ್ತ ಧಾವಿಸಿ ಬರುತ್ತಿದೆ. ನಾನು ಮರದ ಮರೆಯಲ್ಲಿ ನಿಂತೆ. ನನ್ನ ಮರವನ್ನು ದಾಟಿ ದೂರದಲ್ಲಿ ಅದು ನಡುಗುತ್ತ ಕುಲುಕಾಡಿ ನಿಂತಿತು. ಜೋಡಿ ನಳಿಗೆಯ ಬಂದೂಕಿನೊಂದಿಗೆ ಮ್ಯಾನೇಜರ್

ಹೊರಕ್ಕೆ ಜಿಗಿದರು. ಹಿಂದೆಯೇ ಮೃಗಾಲಯದ ಕೆಲಸಗಾರರು. ಅವರ ಹಿಂದೆ ಕಾಡಿನ ಕಾವಲುಗಾರರು. ಅವರ ಕೈಗಳಲ್ಲಿ ದೊಡ್ಡ ಬಲೆಗಳೂ ಬೆತ್ತದ ಪಂಜರಗಳೂ ಇದ್ದವು. ಕೋತಿಗಳಿಗಿಂತ ವೇಗವಾಗಿ ಅವರು ಹಲವಾರು ಮರಗಳಿಗೆ ಸರಸರನೆ ಏರಿದರು. ಅವರು ಬಲೆ ಬೀಸಿದರು. ಬೆತ್ತದ ಬೋನುಗಳನ್ನು ಎಸೆದರು. ನಿಮಿಷಗಳಲ್ಲಿ ಎಲ್ಲಾ ಕೋತಿ ಗಳೂ ಅವರ ಅಧೀನಕ್ಕೆ ಬಂದವು. ಕೆಳಗೆ ಕೋವಿಯೊಂದಿಗೆ ನಿಂತಿದ್ದ ಮ್ಯಾನೇಜರ್ ಅಭಿನಂದನೆಗಳನ್ನು ಸುರಿಯುತ್ತ ನಿರ್ದೇಶನಗಳನ್ನು ಕೊಡುತ್ತ ಎಲ್ಲರನ್ನೂ ಪ್ರೋತ್ಸಾಹಿ ಸಿದರು.

ಅವರೆಲ್ಲ ಕೆಳಗಿಳಿದರು. ಬಲೆಗಳನ್ನು ಬಿಡಿಸಿದರು. ಕೋತಿಗಳನ್ನೆಲ್ಲ ವಾಹನಗಳ ಹಿಂದೆ ಜೋಡಿಸಲಾದ ಕಬ್ಬಿಣದ ಪಂಜರಗಳಲ್ಲಿ ಅನಾಯಾಸವಾಗಿ ಬಂಧಿಸಿಟ್ಟರು.

ಮ್ಯಾನೇಜರ್ ಕಿರುಚಿದರು. 'ಅವನೆಲ್ಲಿ, ಆ ದೇಶದ್ರೋಹಿ!'

ಯಾವನೋ ಸೂಕ್ಷ್ಮ ದೃಷ್ಟಿಯಿದ್ದವನೊಬ್ಬ ನನ್ನ ಕಡೆಗೆ ಬೆರಳು ತೋರಿದ. 'ಅಗೋ ಅಲ್ಲಿ.' ನಾನು ಜಿಗಿದೋಡಿದೆ. ಕಾಡುಬಳ್ಳಿಗಳ ಹರಹಿನ ಅಡಿಭಾಗದ ಮೂಲಕ ಪ್ರಾಣ ಭಯದಿಂದ ಬೆದರಿದ ಜಿಂಕೆಯಂತೆ ನಾನು ಓಡಿದೆ. ನನ್ನ ಹಿಂದೆಯೇ ಅದೇ ವೇಗದಲ್ಲಿ ಅವರೂ ಬಂದರು. ಮುಂದಿನ ಸೀಟಿನಲ್ಲಿ ಜೋಡಿನಳಿಗೆ ಬಂದೂಕನ್ನು ನೆಟ್ಟಗೆ ಹಿಡಿದು ಕೊಂಡು ಮ್ಯಾನೇಜರ್. ಒಂದೆರಡು ಬಾರಿ ಗುಂಡು ಹಾರಿತು. ತಿರುಗುತ್ತ ಬಳುಕುತ್ತ ನಾನು ಓಡಿದುದರಿಂದಲಿರಬೇಕು ಗುಂಡುಗಳು ನನಗೆ ತಾಗದೆ ಜಾರಿ ಹೋದವು.

ಹಾಗೆ ಓಡುತ್ತಿರಲು ನನಗೆ ಬಾಲ ಚಿಗುರಿತು. ನನ್ನ ಗಲ್ಲಗಳು ದೊಡ್ಡದಾದವು. ನನ್ನ ದೇಹದಲ್ಲಿ ರೋಮದ ಕಾಡುಗಳು ಬೆಳೆದವು. ಉಗುರುಗಳು ಉದ್ದವಾದವು. ಕಣ್ಣುಗಳು ವರ್ತುಲಾಕಾರವಾದವು.

ಮೈದಾನಕ್ಕೆ ತಲುಪಿದೊಡನೆ ನನಗೆ ಪಾರಾಗಲು ಇದ್ದ ದಾರಿ ಪೂರ್ಣವಾಗಿ ಮುಚ್ಚಿ ಹೋಯಿತೆಂದೆನಿಸಿತು. ಅವರು ಹಿಂದೆಯೇ ವಾಹನದಲ್ಲಿ ಬೆಂಬತ್ತಿ ಬರುತ್ತಿದ್ದಾರೆ. ನನಗೆ ಮುಂದೆ ಕಾಣಿಸಿದುದು ಕುಸಿದು ಬಿದ್ದಿರುವ ನನ್ನ ಗುಡಿಸಲು ಮತ್ತು ಅಪ್ಪನ ಸಮಾಧಿಯ ಮೇಲೆ ಅಂದು ನೆಟ್ಟ ತೆಂಗಿನಗಿಡ ಅಷ್ಟೆ. ಆ ಗಿಡ ಈಗ ಆಕಾಶದತನಕ ಬೆಳೆದು ನಿಂತಿ ರುವ ಮರವಾಗಿದೆ. ನಾಲ್ಕು ದಿಕ್ಕುಗಳಿಂದಲೂ ಶತ್ರುಗಳು ನನ್ನನ್ನು ಮುತ್ತಿ ಬಿಟ್ಟಿದ್ದಾರೆ. ನಾನು ಒಂದೇ ನೆಗೆತಕ್ಕೆ ತೆಂಗಿನಮರದ ಮೇಲಕ್ಕೆ ಹತ್ತಿದೆ. ಎತ್ತರಕ್ಕೆ ಪುನಃ ಪುನಃ ಎತ್ತರಕ್ಕೆ. ನನ್ನತ್ತ ಗುರಿಮಾಡಲಾದ ಜೋಡಿನಳಿಗೆಯ ಬಂದೂಕನ್ನು ಅವಗಣಿಸಿ ನಾನು ಅನಂತತೆಯತ್ತ ನೆಗೆದೆ.

ನಾನು ಮಧುಮೇಹ ರೋಗಿಯಾಗಿದ್ದ ಕಾರಣ ನನ್ನ ತೊಡೆಗೆ ಗುಂಡೇಟಿನಿಂದಾದ ಗಾಯ ಎಂದಿಗೂ ಮಾಗಲಿಲ್ಲ. ಅದು ಹುಣ್ಣಾಗಿ ಕೀವು ಸುರಿದು ಸಹಿಸಲಾರದ ನೋವುಂಟು ಮಾಡಿತು. ಆ ನೋವನ್ನು ನಾನು ಸಹಿಸಿದೆ. ಆದರೆ 'ವರ್ಗಶತ್ರು' 'ವರ್ಗವಂಚಕ' ಎಂಬ

ಕರೆಯನ್ನು ಮಾತ್ರ ನನ್ನಿಂದ ಸಹಿಸಲಾಗಲಿಲ್ಲ. ನನ್ನ ನಿರಂತರವಾದ ಮನವಿ ಮತ್ತು ರೋದನ ಕಂಡು ಕೊನೆಗೆ ಮ್ಯಾನೇಜರ್‌ರ ಮನಸ್ಸು ಕರಗಿತು. ಬಹಳ ದೂರದಲ್ಲಿ ದುರ್ವಾಸನೆ ಬೀರುವ ಪರಿಸರದಲ್ಲಿದ್ದ ಒಂದು ಪಂಜರಕ್ಕೆ ನನ್ನನ್ನು ಸ್ಥಳಾಂತರಿಸಿದರು. ಹಾಗಾಗಿ ವರ್ಗವಂಚಕ ಎಂದು ಕೂಗುತ್ತ ಸದಾ ಹಳಿಯುತ್ತಿದ್ದ ಕೋತಿಗಳಿಂದ ನಾನು ತಪ್ಪಿಸಿಕೊಂಡೆ. ಆದರೆ, ಪುನಃ ಬೇರೊಂದು ಸಮಸ್ಯೆ. ಶುದ್ಧ ವಾಯುವಿನ ಅಭಾವ. ನಿರೀಕ್ಷೆಯ ಒಂದು ಮಿಂಚುಹುಳು ಅಲ್ಲಿಗೂ ಹಾರಿ ಬಂದಿತು. ಆಧುನಿಕ ಸೌಕರ್ಯ ಗಳೊಂದಿಗೆ ನಿರ್ಮಿಸಲಾಗುವಂತಹ ಮೃಗಾಲಯದ ಶಂಕುಸ್ಥಾಪನೆಗಾಗಿ ಪರಮಾಧಿಕಾರಿ ಯಾದ ಡೈರೆಕ್ಟರ್ ಜನರಲ್ ನಾಳೆ ಇಲ್ಲಿಗೆ ಬರುವರು. ಶುದ್ಧವಾಯು ಒದಗಿಸಿಕೊಡಿರೆಂದು ವಿನಂತಿಸುವ ದಯನೀಯ ಮನವಿಯನ್ನು ಸಿದ್ಧಪಡಿಸುವುದರಲ್ಲಿ ನಾನು ಉತ್ಸಾಹದಿಂದ ಮಗ್ನನಾದೆ.

**

ಪಾರಿವಾಳ

ಬೋಧೇಶ್ವರನ ಮೃತದೇಹವನ್ನು ಮೊದಲಿಗೆ ಕಂಡವನು ನಾನೇ. ಹೊಳೆಬದಿಯಲ್ಲಿರುವ ಸ್ಮಶಾನಭೂಮಿಯ ಪಕ್ಕ ವಟವೃಕ್ಷದ ಬುಡದಲ್ಲಿ ಮಳೆಗಾಲದ ಕೆಸರಿನಲ್ಲಿ ಆ ಶರೀರ ಹೂತುಹೋಗಿ ಬಿದ್ದಿತ್ತು. ಅದೊಂದು ಬೀಭತ್ಸ ದೃಶ್ಯ.

ನಾನು ಬೆಚ್ಚಲಿಲ್ಲ, ಹೆದರಿ ಓಡಿಹೋಗಲಿಲ್ಲ. ಸುತ್ತಲೂ ನೋಡಿದೆ. ನನ್ನ ಆಡುಗಳು ಹುಲ್ಲುಗಾವಲಿನಲ್ಲಿ ಮೇಯುತ್ತಿವೆ ಮತ್ತು ಕೆಳಗೆ ಹೊಳೆಯು ಶಾಂತವಾಗಿ ಹರಿಯುತ್ತಿದೆ ಅಷ್ಟೆ. ಇನ್ನೂ ಸ್ವಲ್ಪ ಮುಂದೆ ಹೋಗಿ ನಾನು ಶವವನ್ನು ಒಮ್ಮೆ ಗಮನವಿರಿಸಿ ನೋಡಿದೆ. ತೆಂಗಿನಕಾಯಿ ಒಡೆದ ಹಾಗೆ. ತಲೆಬುರುಡೆ ಇಬ್ಭಾಗವಾಗಿ ಸೀಳಿ ಹೋಗಿದೆ. ಒಂದು ಕಡ್ಡಿಯಿಂದ ಯಾರೋ ಅವನ ಮೆದುಳನ್ನು ಬೆದಕಿನೋಡಿದ್ದಾರೆ. ಕಿತ್ತು ತೆಗೆದ ಕಣ್ಣುಗಳ ಜಾಗದಲ್ಲಿ ಮಳೆ ನೀರು ತುಂಬಿಕೊಂಡಿದೆ. ಆ ಹೆಣದಲ್ಲಿ ಹಲ್ಲುಗಳೂ ಉಗುರುಗಳೂ ಇರಲಿಲ್ಲ. ಒಂದು ವೇಳೆ, ಅವನ್ನೆಲ್ಲ ಬಲಪ್ರಯೋಗಿಸಿ ಕಿತ್ತು ತೆಗೆದಿರಬಹುದು. ಹೊಟ್ಟೆಯಲ್ಲೂ ಎದೆಯ ಎಡಭಾಗದಲ್ಲೂ ಅಸಂಖ್ಯ ಕಪ್ಪು ತೂತುಗಳು. ಅದು ಸಿಡಿಗುಂಡುಗಳು ಕೊರೆದು ನುಗ್ಗಿ ಉಂಟಾಗಿರಬಹುದೇ? ಸಾಯುವ ಮುನ್ನ ಅವನ ಶರೀರವನ್ನು ಚಿಕ್ಕದೊಂದು ಚೂರಿಯಿಂದ ಅಡ್ಡಕ್ಕೂ ಉದ್ದಕ್ಕೂ ಗೀರಿ ಗಾಯಗೊಳಿಸಿರಬೇಕು. ಬೆತ್ತದಿಂದ ಭಾರೀ ಏಟು ಬಿದ್ದಕಾರಣದಿಂದಲೇ ಇರಬೇಕು ಅಂಗಾಲುಗಳ ಚರ್ಮ ಕಿತ್ತು ಬಂದು ಮಾಂಸ ಹೊರಕ್ಕಿಣುಕುತ್ತಿದೆ.

ನಾನು ನೆಟ್ಟಗೆ ನಿಂತೆ. ಸರ್ವಶಕ್ತಿಯನ್ನು ಬಳಸಿ ಆ ಮೃತದೇಹಕ್ಕೆ ಕ್ಯಾಕರಿಸಿ ಉಗುಳಿದೆ. ಅರಳಿಯೆಲೆಗಳು ಆಹ್ಲಾದದ ಉಬ್ಬರದಲ್ಲಿ ಬಿದ್ದುಬಿದ್ದು ನಕ್ಕವು. ತರಗೆಲೆಗಳು ಅಭಿನಂದನಾಪೂರ್ವಕವಾಗಿ ಅಸ್ಪಷ್ಟ ದನಿ ಹೊರಡಿಸಿದವು.

ನನ್ನ ಆಡುಗಳು ಬೆಟ್ಟ ಹತ್ತಿಯಾಗಿತ್ತು. ಮತ್ತೊಮ್ಮೆ ಆ ಶವವನ್ನು ಅವಜ್ಞೆಯಿಂದ ನೋಡಿ ನಾನು ಹಿಂತಿರುಗಿ ನಡೆದೆ.

ಬೋಧೇಶ್ವರನಿಗೆ ಹೀಗೇ ಆಗಬೇಕು. ಅವನ ಗತಕಾಲ ಕೃತ್ಯಗಳಿಗೆ ಹೋಲಿಸಿದರೆ ಈ ಶಿಕ್ಷೆ ಖಂಡಿತ ಹೆಚ್ಚೇನಲ್ಲ. ಅಲ್ಲಿ ಬಿದ್ದು ಕೊಳೆತು ನಾರಲಿ. ಹುಳುಗಳೂ ಕಾಗೆಗಳೂ ಕೊಬ್ಬಿ ಬಲಿಷ್ಠವಾಗುತ್ತಲೂ ಭೂಮಿಯ ಫಲಭೂಯಿಷ್ಠವಾಗುತ್ತಲೂ ಇರುತ್ತದಲ್ಲ! ದುಷ್ಟ.

ನಾನು ನಡೆದೆ. ಓಡುತ್ತ ಬೆಟ್ಟ ಹತ್ತಿದೆ. ದಾರಿ ತಪ್ಪಲಾರಂಭಿಸಿದ್ದ ನನ್ನ ಆಡಿನ ಮಂದೆಗಳನ್ನು ಸದ್ದು ಮಾಡುತ್ತ ಚಾಟಿ ಬೀಸುತ್ತ ನಿಯಂತ್ರಿಸಿದೆ. ಆಡುಗಳು ಗುಂಪಾಗಿ ಗುಟುರು ಹಾಕುತ್ತ ಹಸಿರೆಲೆ ಹಬ್ಬುಗೆಗಳು ಹರಡಿಕೊಂಡಿದ್ದ ಕಣಿವೆಯ ಕಡೆಗೆ ಸಾಗಿದವು. ಹಸಿರೆಲೆ ಗಳನ್ನು ಹೊಳೆನೀರನ್ನೂ ಹೊಟ್ಟೆಗಿಳಿಸಿ ನನ್ನ ಆಡುಗಳು ತೃಪ್ತರಾದವು. ಅನಂತರ ಅವುಗಳ ಲಕ್ಷ್ಯ ವಿಶ್ರಾಂತಿ ಮತ್ತು ಮೆಲುಕು ಹಾಕುವುದರತ್ತ ಹರಿಯಿತು. ದೊಡ್ಡಿಗೆ ಮರಳಿ ಸಾಗುತ್ತಿ ರುವಾಗ ಅವುಗಳ ಉಬ್ಬಿದ ಹೊಟ್ಟೆಗಳು ಪರಸ್ಪರ ಉಜ್ಜುತ್ತಿದ್ದವು.

ಹಾದಿಯಲ್ಲಿ ಅನೇಕ ಹಳ್ಳಿಗರನ್ನು ನಾನು ಕಂಡೆ. ಆದರೆ, ಬೋಧೇಶ್ವರನ ಮೃತದೇಹ ನೋಡಿದ ಸುದ್ದಿಯನ್ನು ಯಾರಿಗೂ ಹೇಳಲಿಲ್ಲ. ಅವನನ್ನು ಹಳ್ಳಿಗರು ಎಂದಿನಿಂದಲೇ ದ್ವೇಷಿಸುತ್ತಿದ್ದಾರೆ. ಒಂದು ದಿನ ದಿಢೀರನೆ ಅವನು ಕಾಣೆಯಾದಾಗ ಜನರು ಮನಸಾರೆ ಸಂತಸಪಟ್ಟರು. ಎಲ್ಲಾದರೂ ಹೋಗಿ ತೊಲಗಿರಬೇಕು.

ನಾನು ಎಂದಿಗೂ ಬೋಧೇಶ್ವರನಿಗೆ ಇಲ್ಲದ ಮಹತ್ವವನ್ನು ಕಲ್ಪಿಸಿಕೊಡುವುದಿಲ್ಲ. ಅವನನ್ನು ಕಂಡರೇ ನನಗಾಗುವುದಿಲ್ಲ. ಅದಕ್ಕೆ ಮುಖ್ಯ ಕಾರಣ ಇದು. ನಾನು ಅತ್ಯಂತ ಹೆಚ್ಚು ಪ್ರೀತಿಸುವ ಮತ್ತು ಆರಾಧಿಸುವ ನಮ್ಮ ಪಂಚಾಯಿತಿ ಅಧ್ಯಕ್ಷರ ಬದ್ಧ ವೈರಿ ಅವನು. ಚುನಾವಣೆಯಲ್ಲಿ ನಮ್ಮ ಅಧ್ಯಕ್ಷರನ್ನು ಸೋಲಿಸಲು ಅವನು ಹಲವು ಬಗೆಯ ಗೂಢಾಲೋಚನೆಗಳನ್ನು ನಡೆಸಿದ್ದ. ಆದರೆ, ಆ ವಿಚಾರದಲ್ಲಿ ಊರವರೆಲ್ಲ ಅವನನ್ನು ಪರಾಭವಗೊಳಿಸಿದರು. ಮತಪೆಟ್ಟಿಗೆಗಳು ಅಧ್ಯಕ್ಷರಿಗೆ ಅನುಕೂಲವಾಗಿ ತುಂಬಿ ತುಳುಕಿ ದವು. ಬೋಧೇಶ್ವರ ಸುಮ್ಮನೆ ಕೂರಲಿಲ್ಲ. ಅಧ್ಯಕ್ಷರ ಕೆಲಸಗಾರರನ್ನು ವಶಪಡಿಸಿಕೊಳ್ಳುವುದೇ ಅವನ ಮುಂದಿನ ಪ್ರಯತ್ನವಾಗಿತ್ತು. ಉಳುವವನೇ ಹೊಲದೊಡೆಯ ಎಂಬ ನಾಮಜಪ ವನ್ನು ಅವನು ರೈತಾಪಿ ಕೆಲಸಗಾರರ ಮಿದುಳಿನಲ್ಲಿ ಚುಚ್ಚಿಬಿಟ್ಟನು. ಇನ್ನೂ ಹಲವಾರು ಹುಂಬತನಗಳನ್ನು ಅವನು ಆ ನಿರಕ್ಷರಕುಕ್ಷಿಗಳಿಗೆ ಹೇಳಿಕೊಟ್ಟ. ನಷ್ಟವಾಗುವುದು ಕೇವಲ ತುಕ್ಕು ಹಿಡಿದ ಸಂಕೋಲೆಗಳು; ಸಿಗುವುದು ಕಾರ್ಮಿಕ ವರ್ಗದ ಸರ್ವಾಧಿಪತ್ಯ; ಬಳಿಕ ಸಮಾನತೆಯ ಆಗಸ. ಹಾಗೆ ಹಲವು ಹತ್ತು. ಆದರೆ, ಅಧ್ಯಕ್ಷರು ಬದುಕಿರುವ ತನಕ ಅವರನ್ನು ಸೋಲಿಸಲು ಅವನಿಂದ ಸಾಧ್ಯವಿಲ್ಲ.

ಓಹ್... ನಾನೆಂತಹ ಮೂರ್ಖ! ಅವನ ಬಗ್ಗೆ ಯೋಚಿಸಿ ಏಕೆ ತಲೆಕೆಡಿಸಿಕೊಳ್ಳಬೇಕು? ಅವನೀಗ ಕೊಳೆತ ಹೆಣವಾಗಿ ಬದಲಾಗಿರುವನಲ್ಲ. ನಾನು ನನ್ನನ್ನು ಕುರಿತು ನನ್ನ ಮಧುಚಂದ್ರದಿರುಳುಗಳನ್ನು ಕುರಿತು ಯೋಚಿಸುವೆ.

ನಾವು ಮದುವೆಯಾಗಿ ಸ್ವಲ್ಪ ದಿನಗಳಷ್ಟೇ ಆಗಿವೆ. ಜೇನ್ದಿಂಗಳ ತೇವ ಆರಿಲ್ಲದಂಥ ಗುಡಿಸಲೊಳಗೆ ಗೋಮತಿ ನನಗೋಸ್ಕರ ಸಿಹಿತಿಂಡಿ ಮಾಡಿಟ್ಟಿದ್ದಾಳೆ. ಆಡುಗಳ ಕಿರುಚಾಟ ಮತ್ತು ನನ್ನ ಗಂಟಲದನಿಗಾಗಿ ಕಾದು ಸಗಣಿ ಸಾರಿಸಿದ ದಿಣ್ಣೆಯ ಮೇಲೆ ಚಿನ್ನದ ವಿಗ್ರಹದ ಹಾಗೆ ಅವಳು ಕುಳಿತಿರುತ್ತಾಳೆ.

ರೂಢಿಯಂತೆ ನಾನವಳನ್ನು ಆಲಿಂಗಿಸಿದೆ. ಆಲಿಂಗನದ ಉತ್ತುಂಗದಲ್ಲಿ ನಮಗೆ ಮಿಲನಗೊಳ್ಳುವ ಬಯಕೆಯುಕ್ಕಿತು. ಆಡುಗಳನ್ನು ದೊಡ್ಡಿಗೆ ಸೇರಿಸುವುದನ್ನೇ ನಾವು

ಮರೆತೆವು. ಬಹಳಷ್ಟು ಹೊತ್ತು ಆ ಸಂಜೆಯಲ್ಲಿ ನಾವು ಮತಿಮರೆತು ರಮಿಸಿದೆವು. ಕೊನೆಗೆ ಇಂದ್ರಿಯ ಸೋರಿಕೆಯಿಂದ ನಮ್ಮ ದೇಹಗಳು ಕರಗಿ ಹರಿದು ಒಂದಾದಾಗ ಪರಿಸರ ಪ್ರಜ್ಞೆ ಮರಳಿತು.

ಆಲಸ್ಯದಿಂದ ಎಚ್ಚೆತ್ತ ಬಳಿಕ ನಾನು ಎಂದಿನ ಕೆಲಸಗಳಲ್ಲಿ ತಲ್ಲೀನನಾದೆ. ಗೋಮತಿ ರಾತ್ರಿಯೂಟ ಸಿದ್ಧಪಡಿಸಲು ಅಡಿಗೆ ಮನೆಗೆ ಹೋದಳು. ಗರ್ಭಧರಿಸಿದ್ದ ಆಡುಗಳನ್ನು ಮನೆಯೊಳಗಿನ ನಡುಹಾದಿಯಲ್ಲೂ ಉಳಿದವನ್ನು ದೊಡ್ಡಿಯೊಳಗೂ ಕಟ್ಟಿಹಾಕಿದೆ. ಕೋಳಿ ಗೂಡಿನೊಳಗಿಂದ ಮೊಟ್ಟೆಗಳನ್ನು ಹೆಕ್ಕಿ ಮಣ್ಣಿನ ಮಡಕೆಯಲ್ಲಿ ಜೋಪಾನವಾಗಿರಿಸಿದೆ.

ಆ ರಾತ್ರಿ ಇನ್ನೊಂದು ಸಂಭೋಗಕ್ಕೆ ಆಸಕ್ತಿ ಹುಟ್ಟದಿದ್ದುದರಿಂದ ನಾವು ಪರಸ್ಪರ ಹಲವು ಸಂಗತಿಗಳನ್ನು ಮಾತನಾಡುತ್ತ ಮಲಗಿದೆವು. ಮೇವಿನ ಹೊರಾಂಗಣಗಳ ಮೂಲಕ ನಡೆಸಿದ ಅಂದಿನ ಸವಾರಿಯೂ ನಾಲಿಗೆಯ ತುದಿಗೆ ಬಂತು. ಹೇಳುವುದಿಲ್ಲ ಎಂದು ಸಾವಿರಸಲ ಮನಸ್ಸಿನಲ್ಲಿ ಹೇಳಿ ದೃಢಪಡಿಸಿಕೊಂಡಿದ್ದೆ. ಆದರೂ ನನ್ನ ನಾಲಿಗೆ ಜಾರಿತು. ನಾನು ಹೇಳಿದೆ. 'ಬೋಧೇಶ್ವರನ ಮೃತದೇಹವನ್ನು ನಾನು ಕಂಡೆ.'

ಪಕ್ಕನೆ ಅವಳ ಶ್ವಾಸಗತಿ ವರ್ಧಿಸಿತು. ಕತ್ತಲಿನಲ್ಲಿ ನಿಶ್ಯಬ್ದತೆಯ ಕೋಟೆಗಳು ಎದ್ದವು. ನನ್ನನ್ನು ತಬ್ಬಿಕೊಂಡಿದ್ದ ಅವಳ ತಣ್ಣಗಿನ ಮುಂಗೈ ಮೆಲ್ಲಗೆ ತೆವಳಿ ಇಳಿಯಿತು. ಇನ್ನು ನನ್ನ ಹೃದಯ ಮಿಡಿಯಬೇಕೆಂದರೆ ಅವಳ ದನಿ ಕೇಳಿಸಬೇಕು ಎಂಬಂತಾಯಿತು. ನಾನು ಹೆಚ್ಚು ಹೊತ್ತು ಉಸಿರುಗಟ್ಟಿ ಇರಬೇಕಾಗಲಿಲ್ಲ. ಅವಳ ಗುಟ್ಟಾದ ದನಿ ನನ್ನ ಕಿವಿಗಳಿಗೆ ತಲುಪಿತು. 'ನೀವೆಲ್ಲ ನಂಬಿರುವ ಹಾಗೆ ಬೋಧೇಶ್ವರ ಇಲ್ಲಿನ ಜನರಿಗೆ ಇಷ್ಟವಿಲ್ಲದವನು ಎಂದೇ ಭಾವಿಸಿ. ಆ ವ್ಯಕ್ತಿ ಈಗ ಮೃಗೀಯವಾಗಿ ಕೊಲೆ ಮಾಡಲ್ಪಟ್ಟಿದ್ದಾನೆ. ಒಂದು ಮನುಷ್ಯ ಜೀವಕ್ಕೆ ಯಾವುದೇ ಬೆಲೆಯೂ ಇಲ್ಲವೆಂದೇ?'

ನಾನು ಏನೂ ಹೇಳಲಿಲ್ಲ. ಗೋಮತಿಯ ಮಾತುಗಳನ್ನು ಧಿಕ್ಕರಿಸಲು ನನಗೆ ಸಾಧ್ಯವಿಲ್ಲ. ರತಿಸುಖದ ಗುಲಾಬಿದಳಗಳಲ್ಲಿ ಮಲಗಿಸಿ ದಿನವೂ ನನ್ನನ್ನು ನಿದ್ದೆ ಮಾಡಿಸುವವಳು ಅವಳೇ ತಾನೇ.

ಅವಳು ಬಿಕ್ಕಿ ಅಳುತ್ತಿರುವಳೇ ಎಂದು ನಾನು ಸಂದೇಹಪಟ್ಟೆ. ನಾನು ಅವಳ ಕೆನ್ನೆಗಳನ್ನು ನೇವರಿಸಿದೆ. 'ಗೋಮತೀ, ನೀನೇಕೆ ಅಳುತ್ತಿರುವೆ? ಬೋಧೇಶ್ವರ ನಿನಗೆ ಯಾರೂ ಅಲ್ಲವಲ್ಲ. ಎಲ್ಲರಿಂದಲೂ ದ್ವೇಷಿಸಲ್ಪಟ್ಟು ಹೊರಹಾಕಲ್ಪಟ್ಟ ಅವನ ಸಾವಿನಿಂದ ನಿನಗೆ ಸಂತೋಷವೇ ತಾನೇ ಆಗಬೇಕು?'

ಅವಳು ಗದ್ಗದವನ್ನು ಹತ್ತಿಕ್ಕುತ್ತ ಹೇಳಿದಳು. 'ಇವತ್ತು ಬೋಧೇಶ್ವರ ಯಾರೂ ಅಲ್ಲ. ಎಂದಾದರೊಂದು ದಿನ ಆ ಯುವಕ ನಮ್ಮವನೇ ಆಗಿ ಬಿಡುವನು. ಅವನ ಕೈಯಲ್ಲಿರುವ ಮೇಣದಬತ್ತಿಯ ಬೆಳಕೇ ನಮ್ಮನ್ನು ಕತ್ತಲಲ್ಲಿ ಮುನ್ನಡೆಸುವಂತಾಗಬಹುದು.'

ನನ್ನಿಂದ ಏನನ್ನೂ ಹೇಳಲಾಗಲಿಲ್ಲ. ಅವಳನ್ನು ಸಾಂತ್ವನಗೊಳಿಸುವುದಷ್ಟೆ ಈಗ ನನ್ನ ಕೆಲಸ. ನಾನು ಅವಳ ನಗ್ನ ವಕ್ಷಸ್ಥಳದಲ್ಲಿ ಮುಖ ಹುದುಗಿಸಿದೆ. ಅವಳ ಹೃದಯ ಮಿಡಿತಗಳು ನಗಾರಿ ಬಡಿತವಾಗಿ ನನ್ನ ಕಿವಿಯಲ್ಲಿ ಮೊಳಗಿತು. ನಾನು ಅವಳನ್ನು ನೇವರಿಸಿದೆ. 'ಗೋಮತೀ, ನೀನು ನಿದ್ರೆ ಮಾಡು. ನೀನು ಹೇಳುವುದನ್ನು ನಾನು ಅನುಸರಿಸುತ್ತೇನೆ. ನಿನ್ನ ಕಣ್ಣೀರು ಗದ್ಗದಗಳು ನನ್ನ ನಿದ್ರೆಯ ಬೇರನ್ನೇ ಕಚ್ಚಿ ತಿನ್ನುತ್ತಿವೆ.'

ಅವಳು ನನ್ನನ್ನು ನಿದ್ದೆ ಮಾಡಿಸಿದಳು. ಅನಂತರ ಅವಳು ನಿದ್ರಿಸಿದಳೇ ಎಂದು ನನಗೆ ತಿಳಿಯದು. ನಿದ್ರೆಯಲ್ಲಿ ನಾನು ಹಲವು ಬಾರಿ ಬೆಚ್ಚಿ ಎಚ್ಚೆತ್ತೆ. ನನ್ನ ಕನಸಿನಲ್ಲಿ ಬೋಧೇಶ್ವರನ ಕೊಳೆತು ಹೋದ ಶವಕ್ಕೆ ಜೀವ ಬಂತು. ಅಸಂಖ್ಯ ಬಾರಿ ಅವನು ನನ್ನ ಕಡೆ ಬೆರಳು ತೋರಿದ. ಅವನ ಮುಖದಲ್ಲಿ ಪ್ರಶ್ನೆ ಕೇಳುವ ಉತ್ಸಾಹವಿತ್ತು. ನಾನಾದರೆ ಕೇಳದೆಯೆ ಸಿಗುವ ಉತ್ತರಗಳಿಂದ ತೃಪ್ತನಾಗಿ ಬದುಕುವವನು.

ಬೆಚ್ಚಿ ಕಣ್ತೆರೆದ ನನ್ನನ್ನು ಗೋಮತಿ ಸಂತೈಸಿದಳು. 'ಧೈರ್ಯವಾಗಿರಿ. ಬೋಧೇಶ್ವರನ ಆತ್ಮವು ಎಂದಿಗೂ ನಮ್ಮಂತಹವರಿಗೆ ಕಾಟಕೊಡುವುದಿಲ್ಲ. ಆ ಜೀವವು ಅನಂತತೆಯಲ್ಲಿ ಸಿಡಿಲಘೋಷವನ್ನು ಸೃಷ್ಟಿಸುವ ಸನ್ನದ್ಧತೆಯಲ್ಲಿರಬಹುದು ಈಗ. ಆ ಸಿಡಿಲ ಸದ್ದಿನ ಬಳಿಕವೇ ಇಲ್ಲಿ ಮಿಂಚಿನ ಬೆಳಕು ಬರುವುದು.'

ಮರುದಿನ ಬೆಳಗ್ಗೆ ನಾನು ಆಡುಗಳನ್ನು ಮೇಯಿಸಲು ಹೋಗಲಿಲ್ಲ. ನನಗೆ ಗೋಮತಿ ಸಾಮೆ ಗಂಜಿಯನ್ನೂ ಸುಟ್ಟ ಹೊಳೆಮೀನನ್ನೂ ಬಡಿಸಿದಳು. ಅವಳ ಸಲಹೆಯಂತೆ ನಾನು ಪಂಚಾಯತಿ ಅಧ್ಯಕ್ಷರನ್ನು ಕಾಣಲು ಹೋದೆ. ಅವರು ಮನೆಯಲ್ಲಿರಲಿಲ್ಲ. ಒಕ್ಕಲು ಮುಗಿದು ಭತ್ತದಕಾಳುಗಳನ್ನು ಚೀಲದಲ್ಲಿ ತುಂಬುತ್ತಿದ್ದ ಕೂಲಿಯಾಳುಗಳು ಹೇಳಿದರು. 'ಪಂಚಾಯತಿ ಕಚೇರಿಯಲ್ಲಿ ಇರುತ್ತಾರೆ. ಇವತ್ತು ಮೀಟಂಗ್ ಇದೆ.'

ನಾನು ಆತುರ ಪಡಲಿಲ್ಲ. ಬಹಳ ನಿಧಾನವಾಗಿ ಪಂಚಾಯತಿ ಆಫೀಸಿಗೆ ನಡೆದೆ. ನಾನೇಕೆ ಅವಸರ ಪಡಬೇಕು? ಗೋಮತಿಯ ಮನಸ್ಸಿನ ಹಿತವೊಂದೇ ನನ್ನ ಲಕ್ಷ್ಯ. ಹುಲ್ಲಿನ ಬಯಲುಗಳಲ್ಲಿ ನಾವು ಎಷ್ಟೋ ಸಾಯಂಕಾಲದ ವೇಳೆ ಅಲೆದು ತಿರುಗಿದ್ದೇವೆ. ಜೋಳದಕಾಳುಗಳನ್ನೂ ಓಲೆಬೆಲ್ಲವನ್ನೂ ತಿಂದು ಅಸ್ತಮಾನಗಳು ಉರುಳಿದವು. ನಾವು ನಿದ್ರಿಸಿದಂತಹ ಅಡಿವಾರಗಳು, ಹೂವಿನಮರದ ಕೆಳಭಾಗಗಳು, ಹೊಳೆಯ ಬದಿಗಳು. ಇವೆಲ್ಲವೂ ನನ್ನ ನೆನಪುಗಳಲ್ಲಿ ಜರಿಯನ್ನು ಹೆಣೆಯುತ್ತಿವೆ. ಆದರೆ ಒಂದು ಅನುಮಾನ. ಬೋಧೇಶ್ವರನ ಮೇಲೆ ಅವಳಿಗಿರುವ ಸಹನುಭೂತಿಯ ಗುಟ್ಟೇನು? ಅವಳಿಗೆ ಒಡಹುಟ್ಟಿದ ವರಿಲ್ಲ. ನನ್ನನ್ನು ಬಿಟ್ಟು ಬೇರೆ ಯಾರನ್ನೂ ಅವಳು ಪ್ರೀತಿಸಿಯೂ ಇಲ್ಲ. ಪಂಚಾಯತಿ ಆಫೀಸಿನ ಮುಂದೆ ತಲುಪಿದಾಗ ಈ ಎಲ್ಲಾ ಯೋಚನೆಗಳು ತುಂಡಾಗಿ ಹೋದವು.

ಒಳಗೆ ಪಂಚಾಂತಿ ಸಭೆ ಸೇರಿತ್ತು. ಪ್ರೆಸಿಡೆಂಟ್ ಶಿವರಾಂ ನನ್ನನ್ನು ಕಂಡೊಡನೆ ಎದ್ದು ಬಂದರು. ನಾನು ಸುದ್ದಿ ತಿಳಿಸಿದೆ. ಆ ಕ್ಷಣ ನಾನು ಆ ಮುಖದಲ್ಲಿ ಸಂತೋಷ ನಿರೀಕ್ಷಿಸಿದೆ. ಆದರೆ, ತಕ್ಷಣ ಅದು ಸಪ್ಪಗಾಯಿತು. ವಿಷಯ ತಿಳಿಸಲು ನಾನು ವಿಳಂಬ ಮಾಡಿ

ದುದಕ್ಕೆ ಅವರು ನನ್ನ ಮೇಲೆ ತಪ್ಪು ಹೊರಿಸಿದರು. ಒಂದು ನಿಮಿಷ ಕಾದು ನಿಲ್ಲುವಂತೆ ಹೇಳಿ ಅವರು ಒಳಗೆ ಹೋದರು. ಅಲ್ಲಿ ನಿಂತರೆ ನನಗೆ ಎಲ್ಲವೂ ನಿಚ್ಚಳವಾಗಿ ಕಾಣುವುದು. ಸಭೆಯನ್ನು ನಿಲ್ಲಿಸಲಾಯಿತು. ಎಲ್ಲಾ ಸದಸ್ಯರೂ ಎದ್ದು ನಿಂತು ಎರಡು ನಿಮಿಷ ಮೌನವನ್ನಾಚರಿಸಿದರು. ಬೋಧೇಶ್ವರನ ಆತ್ಮಕ್ಕೆ ಚಿರಶಾಂತಿ ಸಿಗಲೆಂದು ಅವರೆಲ್ಲ ಪ್ರಾರ್ಥಿಸಿದರು. ನನಗೆ ಇವನ್ನೆಲ್ಲ ನಂಬುವುದಕ್ಕೆ ಆಗಲಿಲ್ಲ. ಕಡುವೈರಿ ಸತ್ತರೆ ಆಹ್ಲಾದ ಪಡದವರು ಇರುತ್ತಾರೆಯೆ? ನಾನು ನೋಡುತ್ತಿದ್ದಂತೆಯೇ ಸಭೆ ಚದುರಿತು. ಒಕ್ಕೊರಲಿನಿಂದ ಮಂಡಿಸಲಾದ ಸಂತಾಪ ಸೂಚಕ ಗೊತ್ತುವಳಿಯನ್ನು ಯಾರಿಗೂ ಕಳಿಸುವ ಅಗತ್ಯವಿಲ್ಲದ ಕಾರಣ ಮೇಜಿನೊಳಗಿ ಇರಿಸಿ ಬೀಗಹಾಕಿದರು. ಹೆತ್ತವರು ಬಂಧುಗಳು ಯಾರೂ ಇಲ್ಲದ ಅನಾಥ ಯುವಕನಾಗಿದ್ದನಲ್ಲ ಬೋಧೇಶ್ವರ. ಅವನ ಸೃಷ್ಟಿಗೆ ಕಾರಣವಾದ ಬೀಜಾಣು ನೀಡಿದಾತ ನಾರು. ಹತ್ತು ತಿಂಗಳು ಗರ್ಭಾಶಯದಲ್ಲಿ ಹೊತ್ತು ಹೆತ್ತಾಕೆ ಯಾರು ಎಂದು ಯಾರಿಗೂ ತಿಳಿಯದು. ಯುವಕನಾದ ಮೇಲೇನೆ ಹಳ್ಳಿಗರು ಅವನನ್ನು ಗಮನಿಸತೊಡಗಿದರು. ಕಲ್ಲು ಒಡೆಯವವರ ಗುಂಪಿನಲ್ಲಿ, ಬಂಡೆ ಸೀಳುವಂತಹವರ ಬಿಡಾರದಲ್ಲಿ, ಮರ ಸಿಗಿಯುವವರ ತಂಡದಲ್ಲಿ, ಬಿತ್ತನೆ ಕೊಯ್ಲು ಕೆಲಸ ಮಾಡುವವರ ಜೊತೆಯಲ್ಲಿ, ಜನಸಂದಣಿಯಲ್ಲೂ ನಿರ್ಜನತೆಯಲ್ಲಿ ಜನರು ಅವನನ್ನು ಕಂಡರು. ಕೂಲಿಗಾಗಿ ಅವನು ಗುಂಪಾಗಿ ವಾದಕ್ಕಿಳಿಯುತ್ತಿದ್ದನು. ತೃಪ್ತಿ ಎಂಬ ಭಾವನೆ ಅವನ ಮುಖದ ಸ್ನಾಯುಗಳಲ್ಲಿ ಎಂದೂ ಕಂಡು ಬರುತ್ತಿರಲಿಲ್ಲ. ಅವನು ಪ್ರತಿಭಟನಾಕಾರರನ್ನು ಸೃಷ್ಟಿಸಿದ. ಅವನನ್ನು ಹಿಂಬಾಲಿಸಲು ಯಾರಿಗೂ ಅವನು ಅನುಮತಿ ಕೊಡುತ್ತಿರಲಿಲ್ಲ. ಆಹ್ವಾನವನ್ನೂ ಕೊಡುತ್ತಿರಲಿಲ್ಲ. ನಿಶ್ಚಿತ ಪಥದಲ್ಲಿ ನಡೆಯುವುದಾಗಲಿ ಬಾಯಿ ಮಾತಿನ ವಿಶ್ಲೇಷಣೆಗಳಿಂದ ಹೊಟ್ಟೆ ತುಂಬಿಸಿಕೊಳ್ಳುವುದಾಗಲಿ ಅವನ ಜಾಯಮಾನವಾಗಿರಲಿಲ್ಲ. ಏನೇ ವಿಷಯ ಸಿಕ್ಕರೂ ಮಿದುಳಿನ ಮೂಸೆಯಲ್ಲಿ ಹಾಕಿ ಕರಗಿಸುತ್ತಿದ್ದ. ಅವನು ಅನುಯಾಯಿಗಳ ನಾಯಕನಾಗುತ್ತಿರಲಿಲ್ಲ.

ಸಭೆ ನಿಂತು ಎಲ್ಲರೂ ಹೋದ ಮೇಲೆ ಅಧ್ಯಕ್ಷ ಶಿವರಾಂ ನನ್ನನ್ನು ಕರೆಸಿದರು. ಯಜಮಾನವಾತ್ಸಲ್ಯದಿಂದ ಅವರು ನನ್ನ ಮೈದಡವಿ ಹೇಳಿದರು. 'ಬೋಧೇಶ್ವರ ನನ್ನ ಶತ್ರುವೇ ಇರಬಹುದು. ಈ ಹಳ್ಳಿಯಲ್ಲಿ ನೀತಿನ್ಯಾಯ ಉಳಿಯಬಾರದೆಂದು ನೀನು ಬಯಸುವೆಯ? ಅವನ ಮಾರ್ಗ ತಪ್ಪೇ ಇರಬಹುದು. ನಮ್ಮ ಪ್ರಣಾಳಿಕೆಯಿಂದಲೇ ನಾನು ಅವನನ್ನು ವಿರೋಧಿಸಿಯೂ ಇದ್ದೇನೆ. ಆದರೆ ನಾನು ಕಾನೂನನ್ನು ಕೈಗೆತ್ತಿಕೊಳ್ಳಲು ಯಾರಿಗೂ ಬಿಡುವುದಿಲ್ಲ. ಬೋಧೇಶ್ವರನ ಕೊಲೆಪಾತಕಿಗಳನ್ನು ಕಂಡು ಹಿಡಿದು ಶಿಕ್ಷಿಸಬೇಕಿದೆ. ಚರಿತ್ರೆಯ ಪುಸ್ತಕಗಳಲ್ಲಿ ಏಕಾಧಿಪತ್ಯದ ಕಪ್ಪು ಅಕ್ಷರಗಳಲ್ಲಿ ಈ ಹಳ್ಳಿಯ ಹೆಸರನ್ನು ಬರೆದಿಡಕೂಡದು.'

ನೇತಾರನ ಮಾತುಗಳು ನನ್ನ ತಲೆಯೊಳಗೆ ಜ್ಞಾನದ ಪ್ರಕಾಶ ಕಿರಣಗಳನ್ನು ಬೀರಿದವು. ನಾನು ಪ್ರತಿನುಡಿದೆ. 'ನೀವು ಹೇಳುವುದು ಸರಿ. ಅವನು ಎಷ್ಟೇ ದುಷ್ಟನಾಗಿದ್ದರೂ

ಅವನನ್ನು ಕೊಂದದ್ದು ಪಾಪವೇ. ನೀವು ತೊಟ್ಟಿರುವ ಅಹಿಂಸೆಯ ಶುಭ್ರ ವಸ್ತ್ರದಲ್ಲಿ ರಕ್ತ ಅಂಟಕೂಡದು.'

ಶಿವರಾಂ ನನಗೊಂದು ಕಾಗದ ಕೊಟ್ಟು ನಗರದ ಪೊಲೀಸ್ ಇನ್‌ಸ್ಪೆಕ್ಟರ್‌ಗೆ ತಲುಪಿಸಲು ಹೇಳಿದರು. 'ಮಹಜರು, ಪೋಸ್ಟ್‌ಮಾರ್ಟಂ ಮುಗಿಸಿ ಆದಷ್ಟು ಬೇಗ ಮಣ್ಣು ಮಾಡಿರಿ. ವಿಚಾರಣೆ ನಡೆಸಿ ನಿಜವಾದ ಅಪರಾಧಿಗಳನ್ನು ಕಂಡು ಹಿಡಿದು ಶಿಕ್ಷಿಸಿರಿ. ಇದು ಈ ಹಳ್ಳಿಯ ಜನರ ಬೇಡಿಕೆಯಾಗಿದೆ. ಕಾನೂನಿನ ಮುಂದೆ ಎಲ್ಲರೂ ಸಮಾನರು.'

ನಾನು ನಗರಕ್ಕೆ ಹೊರಡುವ ಮುನ್ನ ಗೋಮತಿಯನ್ನು ಕಂಡೆ. ವಿವರ ಕೇಳಿದೊಡನೆ ಅವಳು 'ಕೊಲೆಗಾರನನ್ನೂ ಕೊಲ್ಲಬೇಕು. ವಟವೃಕ್ಷಕ್ಕೆ ಕಟ್ಟಿ ಎಳೆದು, ತಲೆಬುರುಡೆ ಹೊಡೆದು ಸೀಳಿ, ಕಣ್ಣುಗಳನ್ನು ಕಿತ್ತು ತೆಗೆದು—' ಪೂರ್ಣಗೊಳಿಸಲು ಅವಳಿಂದಾಗಲಿಲ್ಲ. ಅದಕ್ಕೆ ಮುನ್ನ ಅವಳು ಭೋರೆಂದು ಅತ್ತಳು. ನನ್ನ ತೋಳು ಅವಳ ಅಶ್ರುಗಳಿಂದ ತೊಯ್ದಿತು. ನಾನು ಅವಳನ್ನು ಸಂತೈಸಿದೆ. 'ನೀನು ಸಮಾಧಾನ ಪಟ್ಟುಕೋ. ಎಂದಾದರೊಮ್ಮೆ ಸತ್ಯ ಹೊರಬರುವುದು. ನೀನು ಹೋಗಿ ಕೋಳಿಗಳಿಗೂ ಆಡುಗಳಿಗೂ ತಿನ್ನಲು ಕೊಡು. ಮೊಟ್ಟೆಗಳನ್ನು ಒಡೆಯದಂತೆ ಜೋಪಾನವಾಗಿರಿಸಬೇಕು. ನಾಳೆಯೇ ಸಂತೆಯ ದಿನ.'

ನಾನು ಪೊಲೀಸ್ ಸ್ಟೇಷನ್‌ಗೆ ತಲುಪಿದಾಗ ಮಧ್ಯಾಹ್ನವಾಗಿತ್ತು. ಇನ್‌ಸ್ಪೆಕ್ಟರ್ ಮಧ್ಯಾಹ್ನ ದೂಟ ಮುಗಿಸಿ ವಿಶ್ರಾಂತಿ ಪಡೆಯುತ್ತಿದ್ದರು. ಪಂಚಾಯತಿ ಅಧ್ಯಕ್ಷರ ಕಾಗದವನ್ನು ಓದಿದರು. ನನ್ನ ಊಟವಿನ್ನೂ ಆಗಿಲ್ಲ ಎಂದು ಗೊತ್ತಾದಾಗ ಒಬ್ಬ ಕಾನ್‌ಸ್ಟೇಬಲ್‌ನನ್ನು ಕಳಿಸಿ ನನಗೆ ಊಟ ತರಿಸಿಕೊಟ್ಟರು. ಹುರಿದ ಮೀನು ಮತ್ತು ಮೆದುಮೆತ್ತನೆ ಮಾಂಸದ ಸಾರಿನೊಂದಿಗೆ ನಾನು ಸಮೃದ್ಧವಾಗಿ ಊಟಮಾಡಿದೆ. ನಾನು ಸಿಗರೇಟ್ ಸೇದುವೆನೇ ಎಂದು ಅವರು ವಿಚಾರಿಸಿದರು. ಅದಕ್ಕೆ ಮುನ್ನವೇ ಕಾನ್‌ಸ್ಟೆಬಲ್ ಸಿಗರೇಟ್ ಮತ್ತು ಎಲೆಯಡಿಕೆಯೊಂದಿಗೆ ಹೊರಗೆ ಕಾದುನಿಂತಿದ್ದ.

ಬಿಸಿಲು ಆರಿದೊಡನೆ ನಾವು ಜೀಪಿನಲ್ಲಿ ಹಳ್ಳಿಗೆ ಹೊರಟೆವು. ಹಳ್ಳಿ ಬೀದಿಗಳನ್ನು ಧೂಳೆಬ್ಬಿಸಿ ಮರೆಸುತ್ತ ಜೀಪ್ ಧಾವಿಸಿತು. ರಸ್ತೆಗಳು ವಿಜನವಾಗಿದ್ದವು. ಅಪರೂಪಕ್ಕೆ ಕೆಲವು ವೃದ್ಧರು ಮಕ್ಕಳು ಗುಡಿಸಲಲ್ಲಿ ಕುಳಿತು ನಮ್ಮನ್ನು ಕದ್ದು ನೋಡಿದರು. ಉಳಿದವರೆಲ್ಲ ಎಲ್ಲಿ? ಅದರಲ್ಲೂ ಯುವಕರು? ಹೊಳೆ ಬದಿಗೆ ತಲುಪಿದಾಗಲಷ್ಟೇ ವಿಷಯದ ಗಂಭೀರತೆ ನನಗೆ ಅರಿವಾದದ್ದು. ಸ್ಮಶಾನಭೂಮಿಯಲ್ಲಿ ವಟವೃಕ್ಷದ ಸುತ್ತಲೂ ಜನರು ಕಾತರದುಂಬಿ ಒಟ್ಟಾಗಿ ಸೇರಿದ್ದರು. ಮೃತದೇಹ ಕಂಡ ಮೇಲಿನ ಭಯವೂ ಸಿಟ್ಟೂ ಪ್ರತಿಯೊಂದು ಮುಖದಲ್ಲೂ ಜಿನುಗಿನಿಂತಿತ್ತು.

ಪೊಲೀಸರು ಜನರಗುಂಪನ್ನು ನಿಯಂತ್ರಿಸಿದರು. ಅವರು ಆ ಶವದ ಸುತ್ತಲೂ ಒಂದು ಸಶಕ್ತ ವಲಯವನ್ನು ನಿರ್ಮಿಸಿದರು. ಆ ವಲಯದ ನಡುವೆ ನಾನೊಬ್ಬ ವಿಶೇಷ ಅತಿಥಿಯಾಗಿ ಬದಲಾದೆ. ಪೊಲೀಸರನ್ನು ಬಿಟ್ಟರೆ ನನಗೂ ಕಾರಿನಲ್ಲಿ ಬಂದಿಳಿದ

ಪಂಚಾಯಿತಿ ಅಧ್ಯಕ್ಷರಿಗೂ ಮಾತ್ರವೇ ಆ ವಲಯದೊಳಕ್ಕೆ ಪ್ರವೇಶ ದೊರಕಿದ್ದುದು. ಎಲ್ಲರೂ ನನ್ನನ್ನೇ ಗಮನಿಸುತ್ತಿದ್ದರು. ನನ್ನ ಎಲ್ಲಾ ಚಲನೆಗಳೂ ಆ ಜನರಗುಂಪು ನೋಡುವುದಕ್ಕಾಗಿ ಮಾತ್ರ ಎನಿಸಿಬಿಟ್ಟಿತು.

ಮಹಜರು ಬರೆದ ಬಳಿಕ, ಹೆಣವನ್ನು ಮೊದಲು ಕಂಡವನೆಂಬ ನೆಲೆಯಲ್ಲಿ, ನನ್ನ ಹೇಳಿಕೆಯನ್ನು ಬರೆದುಕೊಂಡರು. ಸೌಮ್ಯವಾದ ನವಿರಾದ ಮಾತುಗಳು ಇನ್ಸ್‌ಪೆಕ್ಟರದ್ದು. ಪ್ರಶ್ನೆಗಳಿಗೆ ಉತ್ತರ ಹೇಳಲು ತಿಣುಕುವ ಸಂದರ್ಭಗಳಲ್ಲೆಲ್ಲ ಇನ್ಸ್‌ಪೆಕ್ಟರ್ ಮತ್ತು ಪಂಚಾಯಿತಿ ಅಧ್ಯಕ್ಷರು ನನಗೆ ಸಹಾಯ ಮಾಡಿದರು. ಆಗಾಗ ಅವರು ನನ್ನ ತೋಳನ್ನು ತಟ್ಟುತ್ತ ಅಭಿನಂದಿಸುತ್ತಿದ್ದರು.

ಹೆಣವನ್ನು ಪೋಸ್ಟ್‌ಮಾರ್ಟಂಗೋಸ್ಕರ ಚಾಪೆಯಲ್ಲಿ ಸುತ್ತಿಕಟ್ಟಿ ವ್ಯಾನಿಗೆ ಸಾಗಿಸಿದರು. ಜನಸಮೂಹ ವಿಷಾದ ಮೂಕವಾಗಿ ಚದುರಿತು. ಹೊಳೆಯ ನೀರಿನ ಹರಿವು ಮಂದಗತಿಯಲ್ಲಿದೆ. ಗಾಳಿ ಮಾತ್ರ ಅನುಚಿತವಾಗಿ ಬೀಸುತ್ತಿದೆ.

ಇನ್ಸ್‌ಪೆಕ್ಟರ್ ವ್ಯಾನ್‌ನಲ್ಲಿ ಹತ್ತಿಸಿ ನನ್ನನ್ನು ಗುಡಿಸಲ ಮುಂದೆ ಇಳಿಸಿದರು. ಮುಂದೆ ಅವರ ಅಧಿಕೃತ ತನಿಖೆಯ ಕೆಲಸಗಳಿಗೆ ನನ್ನ ಸಹಾಯ ಸಹಕಾರಗಳು ಬೇಕೆಂದು ಕೇಳಿಕೊಂಡರು.

ಗೋಮತಿ ಅತ್ತು ಕೆಂಪಾದ ಕಣ್ಣುಗಳೊಂದಿಗೆ ನನ್ನನ್ನೇ ಕಾಯುತ್ತಿದ್ದಳು. ಇನ್ಸ್‌ಪೆಕ್ಟರ್ ಅವಳನ್ನು ಸಂತೈಸಿದರು. 'ದುಃಖಿಸ ಬೇಡಿ... ಬೋಧೇಶ್ವರನ ಕೊಲೆಪಾತಕಿಯ ಕೊರಳಿಗೆ ನೇಣುಹಗ್ಗ ಬೀಳುವ ಸುದಿನ ದೂರವೇನಿಲ್ಲ.'

ನನ್ನ ಆಡುಗಳು ಹಸಿವಿನಿಂದ ಅರಚುತ್ತಿದ್ದವು. ಕೋಳಿಗಳು ಶಬ್ದಮಾಡಿದವು. ಸುತ್ತ ಮುತ್ತ ಸಿಗಬಹುದಾದ ಎಲ್ಲ ಹಸಿರೆಲೆ ಗೊಂಚಲುಗಳನ್ನೂ ಸಂಗ್ರಹಿಸಿ ನಾನು ಅವಕ್ಕೆ ಕೊಟ್ಟೆ. ತವುಡನ್ನು ನೀರಿನಲ್ಲಿ ಕಲಸಿ ಉಂಡೆ ಮಾಡಿ ಕೋಳಿಗಳಿಗೆ ಕೊಟ್ಟೆ.

ಆ ರಾತ್ರಿಯೂ ಅಂಗಸಂಗ ಮಾಡುವ ಅಮಿತವಾದ ಆವೇಶ ನನ್ನಲ್ಲುಂಟಾಯಿತು. ಆದರೆ, ಗೋಮತಿಗೆ ಸ್ವಲ್ಪವೂ ಮನಸ್ಸು ಹಿತವಾಗಿರಲಿಲ್ಲ. ಅವಳ ನೆನಪುಗಳು ಬೋಧೇಶ್ವರನನ್ನು ಸುತ್ತಿಬಿಗಿದು ಹಬ್ಬುತ್ತಿದೆಯೇ? ನಾನು ಕೇಳಿದೆ. 'ಪ್ರಿಯೇ, ನೀನು ನನಗಿಂತಲೂ ಹೆಚ್ಚಾಗಿ ಬೋಧೇಶ್ವರನನ್ನೇ ಪ್ರೀತಿಸುತ್ತಿರುವೆಯ?'

ಅವಳು ನನ್ನ ಎದೆಯನ್ನೂ ಮುಖವನ್ನೂ ನೇವರಿಸಿದಳು. 'ಬದುಕಿರುವ ಹೇಡಿಗಳಿಗಿಂತಲೂ ಹುತಾತ್ಮನಾಗಿರುವ ಬೋಧೇಶ್ವರನನ್ನೇ ನಾನು ಪ್ರೀತಿಸುತ್ತೇನೆ.'

ಆ ನುಡಿಗಳು ಉಕ್ಕಿನಂತೆ ದೃಢವಾಗಿದ್ದವು.

ನಾನು ಮೇಲೆದ್ದು ದೀಪ ಹಚ್ಚಿದೆ. ತುಸು ಹೊತ್ತು ಅವಳನ್ನೇ ನೋಡುತ್ತ ಕುಳಿತೆ. ಬೇರೆ ಯಾವ ಗಂಡಸಾಗಿದ್ದರೂ ಇಂತಹ ಸಂದರ್ಭಗಳಲ್ಲಿ ಸಮಚಿತ್ತ ಕಳೆದುಕೊಳ್ಳುತ್ತಿದ್ದ.

ಆದರೆ ನನಗೆ ಅದು ಸಾಧ್ಯವಿಲ್ಲ. ಅದರಲ್ಲೂ ಗೋಮತಿಯ ಮುಂದೆ ಅವಳ ಕಣ್ಣೀರಿನ ತೇವದಲ್ಲಿ ನನ್ನ ಮಾತುಗಳು ಒದ್ದೆಯಾಗುತ್ತವೆ. ಮೊಣಕಾಲ್ಗಳಲ್ಲಿ ಮುಖ ಹುದುಗಿಸಿ ನಾನು ಬಿಕ್ಕಿದೆ. 'ಗೋಮತಿ, ನಿನಗೆ ನಾನು ಇಷ್ಟವಿಲ್ಲದಿದ್ದರೆ ಈ ಆಡಿನಮಂದೆಯೊಂದಿಗೆ ನಾನು ಎಲ್ಲಿಗಾದರೂ ಹೋಗಿಬಿಡುತ್ತೇನೆ.'

ಅವಳು ನಿಶ್ಯಬ್ದಳಾಗಿದ್ದಳು. ಎದ್ದು ಕುಳಿತು ನನ್ನ ಹೆಗಲಿಗೆ ಒರಗಿದಳು. ನನ್ನ ಮಾಂಸ ಖಂಡಗಳನ್ನು ಅವಳು ನೇವರಿಸಿದಳು. 'ನೋಡಿ, ನೀವು ಒಬ್ಬ ಬೋಧೇಶ್ವರನಾಗುವುದನ್ನು ನಾನು ನೋಡಬಯಸುತ್ತೇನೆ. ಆಮೇಲಷ್ಟೆ ನಾನೊಬ್ಬ ವಿಧವೆಯಾಗಬೇಕು.'

ಆ ಮಾತುಗಳ ಅರ್ಥವನ್ನರಸುತ್ತ ನನ್ನ ಮನಸ್ಸು ಅಲೆದಾಡಿತು. ಕೊನೆಗೆ ನಾನು ನಿದ್ರಿಸಿದೆ.

ಗೋಮತಿ ನನ್ನನ್ನು ಕರೆದೆಬ್ಬಿಸಿದಳು. ಬೆಳಗಾಗಿ ಬಿಟ್ಟಿದೆ. ಹೊರಗೆ ಪಂಚಾಯತಿ ಅಧ್ಯಕ್ಷರ ಕಾರ್ಯದರ್ಶಿ ನನ್ನನ್ನು ಕಾಣಲೆಂದು ಬಂದು ನಿಂತಿದ್ದಾನೆ. ಈ ದಿನವೂ ನಾನು ಆಡುಮೇಯಿಸಲು ಸಾಧ್ಯವಾಗುವುದಿಲ್ಲವೆನಿಸುತ್ತಿದೆ. ನನ್ನ ಹುಲ್ಲುಗಾವಲುಗಳು ನನಗೆ ಅಪರಿಚಿತವಾಗತೊಡಗಿದವೆ?

ನಾನು ಕಾರ್ಯದರ್ಶಿಯನ್ನು ಹಿಂಬಾಲಿಸಿದೆ. ಅಧ್ಯಕ್ಷ ಶಿವರಾಂ ಆಗ ಹಲ್ಲುಜ್ಜುತ್ತಿದ್ದರು. ಅವರು ನನಗೆ ಹೇಳಿದರು. 'ಇಂದಿನಿಂದ ನೀನು ಆಡುಮೇಯಿಸಲು ಹೋಗಬೇಡ. ಬೋಧೇಶ್ವರನ ಕೊಲೆ ಮಾಡಿದವರನ್ನು ಕಂಡುಹಿಡಿಯಲು ಪೊಲೀಸರು ಮಾಡುತ್ತಿರುವ ಯತ್ನಕ್ಕೆ ನೀನು ನೆರವಾಗಬೇಕು. ದೇಗುಲದ ಹತ್ತಿರ ಇರುವ ನನ್ನ ಒಂದು ಬಂಗಲೆಯಲ್ಲಿ ಅವರು ಇಂದಿನಿಂದ ಕ್ಯಾಂಪ್ ಮಾಡುತ್ತಾರೆ. ನಿನ್ನನ್ನು ಅವರು ಬಹಳ ಇಷ್ಟಪಟ್ಟಿದ್ದಾರೆ.'

ಅಧ್ಯಕ್ಷರ ಮಾತಿನಾಚೆ ನಾನೇನೂ ಮಾಡುವುದಿಲ್ಲವಲ್ಲ. ಅವರು ಹೇಳುವುದೆಲ್ಲ ನನ್ನ ಒಳಿತಿಗಾಗಿಯೇ. ಅಧ್ಯಕ್ಷರ ಹರಕೆ, ಆಶೀರ್ವಾದಗಳೊಂದಿಗೆ ನಾನು ಮರಳಿಬಂದೆ.

ಬೋಧೇಶ್ವರನ ಕೊಲೆಪಾತಕಿಯನ್ನು ಕಂಡುಹಿಡಿಯುವುದಕ್ಕೆ ಎಲ್ಲಾ ಪ್ರಯತ್ನಗಳೂ ಶುರುವಾಗಿದ್ದವು. ಇನ್ಸ್‌ಪೆಕ್ಟರ್ ಮತ್ತು ಪೊಲೀಸರು ರಾತ್ರಿ ಹಗಲೆನ್ನದೆ ಹಳ್ಳಿಗಳನ್ನೆಲ್ಲ ಸುತ್ತಾಡಿದರು. ಪೊಲೀಸ್ ನಾಯಿಗಳು ಜೀಪಿನ ಮುಂದೆ ಓಡಿದವು. ಹಿಂತಿರುಗಿ ಬಂದಾಗ ಅವು ನನ್ನ ಪಾದವನ್ನು ನೆಕ್ಕಿದವು. ನನ್ನನ್ನು ಕಂಡಾಗಲೆಲ್ಲ ಬಾಲವಾಡಿಸಿದವು. ಹಗಲು ಪೂರಾ ನಾನು ಬಂಗಲೆಯ ಸುತ್ತಮುತ್ತ ಇರುತ್ತಿದ್ದೆ. ಕೆಲವು ಸಲ ಇನ್ಸ್‌ಪೆಕ್ಟರ್ ಸಿಗರೇಟ್, ಎಲೆಯಡಿಕೆಗಳನ್ನು ನನ್ನಿಂದ ತರಿಸುತ್ತಿದ್ದರು. ಪೊಲೀಸರಲ್ಲಿ ಮದ್ಯಪಾನಿಗಳೂ ಇದ್ದರು. ಆದರೆ ಸಂಜೆಯಾದ ಮೇಲಷ್ಟೆ ಅವರು ಅಮಲುಪಾನೀಯಗಳನ್ನು ಸೇವಿಸುತ್ತಿದ್ದುದು.

ರಾತ್ರಿ ಬಹಳ ತಡವಾಗಿಯೇ ಆದರೂ ನಾನು ಗೋಮತಿಯ ಜೊತೆಗೇ ಮಲಗುತ್ತಿದ್ದೆ. ಅವಳೊಡನೆ ಸಂಗಮಿಸಲು ಅವಳು ಬಿಡುತ್ತಿರಲಿಲ್ಲ. ಅವಳು ಹೇಳುತ್ತಿದ್ದಳು. 'ಬೋಧೇಶ್ವರನ ಘಾತಕನ ಕೊರಳಿಗೆ ನೇಣುಹಗ್ಗ ಬೀಳುವ ಹೊತ್ತಿನಲ್ಲಿ ನಾವು ಎಷ್ಟು ಬೇಕಾದರೂ ರಮಿ

ಸೋಣ. ನರಗಳು ಸಿಡಿದು ಚದರುವತನಕ ಒಂದಾಗಿ ಮಥಿಸೋಣ. ಅಂದು ನಾವು ರತಿ ಸುಖದ ಹಾಲ್ಗಡಲಲ್ಲಿ ಮುಳುಗಿ ನಲಿಯೋಣ.'

ನಾನು ಅದನ್ನು ನಂಬಿದೆ. ಕತ್ತಲಲ್ಲಿ ಅವಳು ಏನೇನೋ ಗೊಣಗುತ್ತಿದ್ದಳು. ಕೋಪದ ಘಟಸ್ಫೋಟಗಳು. ನನಗೆ ಅರ್ಥವಾಗದ ವಾಗ್ಝರಿ.

ಪೊಲೀಸರ ತನಿಖೆ ಮುಂದುವರಿಯಿತು. ಹೊಳೆಯ ತೀರದ ಸ್ಮಶಾನದಲ್ಲಿ ಪೊಲೀಸ್ ನಾಯಿಗಳು ಸುತ್ತಿ ತಿರುಗಿ ಬಂದವು. ಅವುಗಳ ಹಿಂದೆ ಜೀಪ್. ಜೀಪಿನ ಹಿಂದೆ ನಾನೂ ಓಡಿದೆ. ಕೊನೆಗೆ ನಾಯಿಗಳು ಬೆಟ್ಟದ ಅಡಿವಾರದಿಂದ ಮೇಲಕ್ಕೆ ನೋಡುತ್ತ ಬೊಗಳಿದವು.

ಆ ರಾತ್ರಿ ಪೊಲೀಸ್ ಇನ್ಸಪೆಕ್ಟರ್ ಮತ್ತು ತಂಡದವರು ಕೆಲವು ನಿರ್ಧಾರಗಳನ್ನು ತಳೆದರು. ಇದು ದರೋಡೆಗಾರರ ಕ್ರೂರಕೃತ್ಯವಿರಬಹುದು. ಆದರೆ ಅದೇ ನಾಯಿಗಳು ಮಾರನೇ ದಿನ ಪಂಚಾಯಿತಿ ಅಧ್ಯಕ್ಷರ ಮತ್ತು ಸದಸ್ಯರ ಮನೆಗಳ ಮುಂದೆ ನಿಂತು ಬೊಗಳಿದಾಗ ಮೊದಲಿನ ನಿರ್ಧಾರವನ್ನು ತಿದ್ದಿಕೊಂಡರು. ಇನ್ನೊಂದು ನಿರ್ಧಾರಕ್ಕೆ ತಲುಪುವ ಮುನ್ನ ಪೊಲೀಸ್‌ಕ್ಯಾಂಪ್ ಮಾಡಿದ್ದ ಬಂಗಲೆಯ ಒಳಭಾಗಕ್ಕೆ ತಿರುಗಿ ನಾಯಿಗಳು ಬೊಗಳ ತೊಡಗಿದವು. ಪಶುವೈದ್ಯರು ಬಂದು ನಾಯಿಗಳನ್ನು ಪರೀಕ್ಷಿಸಿದರು. ಅವುಗಳಿಗೆ ಮಾನಸಿಕವಿಭ್ರಾಂತಿಗೆಂದು ಚುಚ್ಚುಮದ್ದಿನ ಚಿಕಿತ್ಸೆ ಮತ್ತು ನಿಡುಗಾಲದ ವಿಶ್ರಾಂತಿಯನ್ನು ವಿಧಿಸಲಾಯಿತು.

ಪೊಲೀಸ್ ತಂಡ ಇದರಿಂದೇನೂ ನಿರಾಶೆಗೊಳ್ಳಲಿಲ್ಲ. ಪುನಃ ತನಿಖೆ ಶುರು ಮಾಡಿ ದರು. ಅವರು ದೈಹಿಕವಾಗಿ ಬಳಲತೊಡಗಿದರು. ಅವರ ಆರೋಗ್ಯವನ್ನು ಮರಳಿ ತರಿಸಿ ಮತ್ತೆ ತನಿಖೆ ಚುರುಕಾಗಿ ಮುಂದುವರಿಸಬೇಕಿರುವುದು ಹಳ್ಳಿಯವರ ಅಗತ್ಯವಾಗಿತ್ತು. ಪಂಚಾಯಿತಿ ಅಧ್ಯಕ್ಷರು ನನ್ನನ್ನು ಕರೆದು ಹೇಳಿದರು. 'ಪೊಲೀಸ್ ಪಡೆ ಬಹಳ ದಣಿದಿದೆ. ನೀನು ದಿನವೂ ಅವರಿಗೆ ಆಡಿನಹಾಲು ಮತ್ತು ಕೋಳಿ ಮೊಟ್ಟೆ ಕೊಡಬೇಕು.'

ನಾನು ಪಾಲಿಸಿದೆ. ನನ್ನ ಕೋಳಿಗಳಿಡುತ್ತಿದ್ದ ಎಲ್ಲಾ ಮೊಟ್ಟೆಗಳೂ ಕ್ಯಾಂಪಿಗೆ ತಲುಪಿದವು. ಆಡಿನ ಮರಿಗಳಿಗೂ ಸಹ ಕೊಡದೆ ನಾನು ಒಂದುಹನಿ ಹಾಲನ್ನೂ ಬಿಡದೆ ಕರೆದು ತೆಗೆಯುತ್ತಿದ್ದೆ. ಗೋಮತಿ ಮೊದಲಿಗೆ ನನ್ನನ್ನು ತಡೆದಳು. ಆಮೇಲೆ ಅವಳು ಸುಮ್ಮನಾದಳು.

ಗೋಮತಿಯ ಶರೀರ ತೆಳ್ಳಗಾಯಿತು. ಮೂಳೆಗಳು ಚರ್ಮವನ್ನು ಎಳೆದು ಬಿಗಿದವು. ಅವಳು ಪೂರಾ ಬಿಳಿಚಿಕೊಂಡಳು. ಯಾವಾಗಲೂ ಏನನ್ನಾದರೂ ಯೋಚಿಸುತ್ತಾ ಕುಳಿತುಕೊಳ್ಳುವ ಸ್ವಭಾವ ಬೆಳೆಸಿಕೊಂಡಳು. ನನ್ನ ಪ್ರಶ್ನೆಗಳಿಗೂ ಎಷ್ಟೋ ಸಲ ತಡವಾಗಿಯೇ ಉತ್ತರ ಕೊಡತೊಡಗಿದಳು. ನನ್ನ ಗೋಮತಿಗೆ ಏನಾಯಿತು?

ಪೊಲೀಸ್ ತಂಡ ತನ್ನ ಕೆಲಸದಲ್ಲಿ ಮಗ್ನವಾಯಿತು. ಹಳ್ಳಿಯಲ್ಲಿದ್ದ ಎಲ್ಲಾ ಯುವಕರನ್ನೂ ಬಂಗಲೆಗೆ ಕರೆಸಲಾಯಿತು. ಸೂರ್ಯಾಸ್ತದ ಬಳಿಕವೇ ಹೆಚ್ಚಿನವೇಳೆ ಅವರನ್ನು ಕರೆಸುತ್ತಿ

ದ್ದುದು. ಸೂರ್ಯೋದಯಕ್ಕೆ ಮುನ್ನ ಅವರನ್ನು ಬಿಡುಗಡೆಗೊಳಿಸುವರು. ವಿಚಾರಣೆಯ ಜಾವಗಳು ಉರುಳಿದವು. ಬೋಧೇಶ್ವರನ ಹಂತಕನನ್ನು ಕಂಡುಹಿಡಿಯಲು ಸಾಧ್ಯವಾಗಲಿಲ್ಲ.

ವಿಚಾರಣೆಗೊಳಗಾದ ಕೆಲವು ತರುಣರು ನೇಣು ಹಾಕಿಕೊಂಡು ಆತ್ಮಹತ್ಯೆ ಮಾಡಿಕೊಂಡರು. ಇನ್ನು ಕೆಲವರು ಯಕೃತ್ ಬಾವುಬಂದು ಸತ್ತರು. ಕೆಲವರಂತೂ ಹಳ್ಳಿಬೀದಿಗಳಲ್ಲಿ, ನೀರುತುಂಬಿ ಉಬ್ಬಿಕೊಂಡ ದೇಹದೊಂದಿಗೆ ಪೂರ್ತಿ ಹುಚ್ಚರಂತೆ ಅಲೆದರು.

ಪೊಲೀಸರು ಮತ್ತೆ ಬಸವಳಿದರು. ಸರ್ಕಾರಿ ಡಾಕ್ಟರ್ ಅವರನ್ನು ಪರೀಕ್ಷಿಸಿದರು. ಚಿಕಿತ್ಸೆ ನಿರ್ಧರಿಸಿದರು. 'ನಲವತ್ತೊಂದು ದಿನ ಆಡಿನ ಸೂಪು ಕುಡಿಯಿರಿ.'

ಪಂಚಾಯಿತಿ ಅಧ್ಯಕ್ಷರು ನನ್ನನ್ನು ಕರೆಸಿದರು. ನನ್ನ ಮನೆಯ ಎಲ್ಲಾ ಆಡುಗಳೂ ಸೂಪುದ್ರವವಾಗಿ ಪೊಲೀಸರ ಜಠರದೊಳಕ್ಕೆ ಕರಗಿದವು. ನಾನು ವಿಲಪಿಸಿದೆ. ನನಗೆ ಒಂದೊಂದಾಗಿ ಎಲ್ಲವೂ ನಷ್ಟವಾಗುತ್ತಿದೆಯೇ?

ರಾತ್ರಿ ನಾನು ಗೋಮತಿಯೊಡನೆ ಗೋಗರೆದೆ. 'ಒಂದೇ ಒಂದು ಬಾರಿ ನಿನ್ನನ್ನು ಸೇರಲು ಅನುಮತಿಸು.' ಅವಳು ಉತ್ತರ ಕೊಡಲಿಲ್ಲ. ಈಗ ಅವಳು ಮಲಗಿ ನಿದ್ರಿಸುವುದು ನನ್ನ ಜೊತೆಗಲ್ಲ. ಆಡಿವಾರದ ತಣ್ಣಗಿನ ನೆಲದಲ್ಲಿ ಅಂಗಾತ ಮಲಗುತ್ತಾಳೆ.

ನನ್ನ ಕೋಳಿಗಳನ್ನು ಒಯ್ದು ಪೊಲೀಸ್ ಕ್ಯಾಂಪಿನ ಅಡುಗೆಕೋಣೆಯಲ್ಲಿ ಚರ್ಮ ಸುಲಿದರು. ನನ್ನ ಆಡಿನ ದೊಡ್ಡಿ ಮತ್ತು ಕೋಳಿಗೂಡುಗಳು ಖಾಲಿಯಾದವು. ರಾತ್ರಿ ಹೊತ್ತಿನ ಆಡುಗಳ ಹೂಂಕಾರ, ಕೋಳಿಗಳ ಕೂಗಾಟ ಬರೀ ನೆನಪಾಗಿ ಉಳಿದವು.

ರಾತ್ರಿಹಗಲೆನ್ನದೆ ತನಿಖೆ ಮುಂದುವರಿಯಿತು. ಪಂಚಾಯಿತಿ ಅಧ್ಯಕ್ಷರು ಮತ್ತು ಸದಸ್ಯರು ಗಲಿಬಿಲಿಗೊಂಡರು. ಅವರು ಹಳ್ಳಿಗರಲ್ಲಿದ್ದ ತಮ್ಮ ಅನುಯಾಯಿಗಳನ್ನು ಜಾಗೃತಗೊಳಿಸಿದರು. ಸಭೆ ಸೇರಿದರು. ತಂತಿ ಸಂದೇಶ ಮತ್ತು ಉತ್ಕಂಠ ಗೊತ್ತುವಳಿಗಳನ್ನು ಎಲ್ಲಾ ಅಧಿಕಾರ ಕೇಂದ್ರಗಳಿಗೆ ಕಳಿಸಿದರು. ಹಳ್ಳಿಗರೆಲ್ಲರೂ ಚಳುವಳಿ ಪ್ರಾರಂಭಿಸುವರೆಂಬ ಬೆದರಿಕೆ ಎಲ್ಲಾ ಗೊತ್ತುವಳಿಗಳಲ್ಲೂ ತುಂಬಿತ್ತು.

ಪ್ರಸ್ತುತ ಆಡಳಿತವು ನಮ್ಮ ಸಮಸ್ಯೆಯನ್ನು ಗಂಭಿರವಾಗಿಯೇ ಪರಿಗಣಿಸಿತು. ಪೊಲೀಸ್ ತಂಡವನ್ನು ಹಿಂದೆ ಕರೆಸಲಾಯಿತು. ಆ ಜಾಗಕ್ಕೆ ಬೋಧೇಶ್ವರನ ಕೊಲೆಗಾರನನ್ನು ಕಂಡುಹಿಡಿಯಲು ಪೊಲೀಸ್ ಜನರಲ್ ಅವರನ್ನು ನೇಮಿಸಲು ಆಜ್ಞೆ ಹೊರಡಿಸಲಾಯಿತು.

ಬಂಗಲೆ ಖಾಲಿಯಾಯಿತು. ಪಂಚಾಯಿತಿ ಅಧ್ಯಕ್ಷರೂ ಸದಸ್ಯರೂ ಪೊಲೀಸ್ ಜನರಲ್‌ಗೆ ವಾಸ್ತವ್ಯ ಒದಗಿಸುವ ಕೆಲಸದಲ್ಲಿ ಮಗ್ನರಾದರು. ಬಂಗಲೆಯಲ್ಲಿ ಮಿತ ಶೀತೋಷ್ಣ ಯಂತ್ರಗಳನ್ನು ಅಳವಡಿಸಲಾಯಿತು. ಹಲಬಗೆಯ ಅಡಿಗೆ ರೀತಿಗಳನ್ನು ಬಲ್ಲ ಒಬ್ಬ ಅಡಿಗೆಯವನನ್ನು ಬಲುದೂರದ ನಗರವೊಂದರಿಂದ ಕರೆಸಿ ಭಾರೀ ಸಂಬಳ ನೀಡಿ ನಿಯೋಜಿಸಲಾಯಿತು. ಹಳ್ಳಿಯನ್ನು ಅಲಂಕರಿಸಲಾಯಿತು. ಹಾದಿಗಳಲ್ಲಿ ನುಣ್ಣನೆ ಮರಳನ್ನು ಹಾಸ

ಲಾಯಿತು. ಪೊಲೀಸ್ ವರಿಷ್ಠರಿಗೆ ಸ್ವಾಗತ ಕೋರುವ ಅನೇಕ ಕಮಾನುಗಳು ಹಲವಾರು ಕಡೆ ಎದ್ದುನಿಂತವು. ಜನರು ಶುಭ್ರ ಉಡುಗೆ ತೊಟ್ಟು ಅವರ ಬರುವಿಕೆಗಾಗಿ ಕಾದುಕುಳಿತರು. ಉಡಲು ಬಟ್ಟೆಯೂ ಇಲ್ಲದಂತಹವರು ಹೊರಕ್ಕೇ ಬರಲಿಲ್ಲ.

ಈ ವಿವರಗಳನ್ನೆಲ್ಲ ನಾನು ಗೋಮತಿಗೆ ಹೇಳಿದೆ. ಆದರೆ, ಅವಳು ಅರ್ಥಗರ್ಭಿತವಾಗಿ ಒಮ್ಮೆ ಮುಗುಳ್ನಕ್ಕಳಷ್ಟೆ. ಮಾತನಾಡುವ ಶಕ್ತಿಯೂ ಅವಳಿಗೆ ನಷ್ಟವಾಯಿತೇ?

ರಾತ್ರಿ ಅವಳು ಹಗುರಾಗಿ ತುಟಿದೆರೆದಳು. 'ಬೋಧೇಶ್ವರನ ಹಂತಕನನ್ನು ಕಂಡು ಹಿಡಿಯಲು ಜೀವಂತವಾದ ಬೋಧೇಶ್ವರರಿಂದಲಷ್ಟೇ ಸಾಧ್ಯ.'

ನನಗೇನೂ ಅರ್ಥವಾಗಲಿಲ್ಲ. ಅವಳು ಏನೇನೋ ಹಲುಬುತ್ತಿದ್ದಳು. ಮುಖವಿಲ್ಲದ ಆಶಯಗಳು. ಅರ್ಥಶೂನ್ಯತೆಯ ಕಬಂಧಗಳು.

ಮರುದಿನ ಅತಿಮುಂಜಾನೆ ನಾನು ಬೀದಿಗಳಿದೆ. ಬಹುಮಟ್ಟಿಗೆ, ಪೊಲೀಸ್ ಜನರಲ್ ಇಂದು ಬರುವರು ಎಂಬುದೇ ನಮ್ಮ ಊಹೆ.

ದಾರಿಯ ಇಕ್ಕೆಲದಲ್ಲಿ ಜನರು ಗುಂಪಾಗಿ ಸೇರಿದ್ದರು. ಒಂದು ಮರದ ನೆರಳಲ್ಲಿ ನಾನೂ ತೆಪ್ಪಗೆ ನಿಂತೆ. ನಾನು ಸುಮ್ಮನೆ ಏನೇನೋ ಯೋಚಿಸಿದೆ. ಒಂದು ಹೆಣ ಇಷ್ಟೆಲ್ಲ ಹೆಚ್ಚು ಕೋಲಾಹಲ ಸೃಷ್ಟಿಸುವುದೇ? ಇಡೀ ಒಂದು ಹಳ್ಳಿಯನ್ನೇ ಬೋಧೇಶ್ವರನು ವಶಪಡಿಸಿ ಬಿಟ್ಟಿದ್ದಾನೆ. ಎಲ್ಲರ ನಾಲಿಗೆಯ ತುದಿಯಲ್ಲೂ ಅವನ ನಾಮಧೇಯವೇ ಇದೆ. ಬದುಕಿದ್ದಾಗ ಅವನು ಏನೂ ಆಗಿರಲಿಲ್ಲ. ಕೇವಲ ಒಬ್ಬ. ದಿಟ್ಟ ತರುಣ. ಎಲ್ಲವನ್ನೂ ವಿರೋಧಿಸಲೆಂದೇ ಹುಟ್ಟಿ ದವನು ಇಂಚಿಂಚಾಗಿ ಸಾಯಲೆಂದು ಜನಿಸಿದವನು.

ಜನರು ಒಮ್ಮೆ ಕೂಗೆಬ್ಬಿಸಿದಾಗ ನನ್ನ ಯೋಚನೆ ತುಂಡಾಯಿತು. ಯಾರೋ ಕೂಗಿ ಹೇಳಿದರು. 'ಪೊಲೀಸ್ ಜನರಲ್ ಬರುತ್ತಿದ್ದಾರೆ.'

ನನ್ನ ಎತ್ತರ ಕಡಿಮೆಯಿರುವುದರಿಂದ ನಾನು ಎಟುಕಿ ನೋಡಿದೆ. ಆ ದೃಶ್ಯ ಕಂಡು ನಾವೆಲ್ಲ ನಿರಾಶರಾದೆವು. ನಿರೀಕ್ಷೆಯ ಕನ್ನಡಿಗೆ ಕಪ್ಪುಮಸಿ ಬಡಿಯಿತು. ಅಸಂಖ್ಯಾತ ಪೊಲೀಸ್ ವಾಹನಗಳ ಬೆಂಗಾವಲಿನೊಂದಿಗೆ, ತೆರೆದೆ ಜೀಪಿನಲ್ಲಿ ತುದಿ ಬಾಗಿದ ದಪ್ಪಮೀಸೆ ತಿರುವುತ್ತ ಗಂಭೀರವದನರಾಗಿ... ಹೀಗೆಲ್ಲ ಇದ್ದವು ನಮ್ಮ ಕಲ್ಪನೆಗಳು.

ಪೊಲೀಸ್ ಜನರಲ್ ಒಂದು ಹಳೆಯ ಸೈಕಲ್‌ನಲ್ಲಿ ನಮ್ಮೆದುರಿಗೆ ಪ್ರತ್ಯಕ್ಷವಾದರು. ಇಬ್ಬದಿಯಲ್ಲೂ ಕಿಕ್ಕಿರಿದು ನಿಂತಿದ್ದ ಜನರಿಗೆ ಅವರು ಅಭಿವಂದನೆ ಸಲ್ಲಿಸಿದರು. ಆದರೆ ನಮ್ಮೆಲ್ಲರಿಗೂ ಬೆರಗು ತರಿಸಿದ ದೃಶ್ಯ ಬೇರೆಯೇ ಆಗಿತ್ತು. ಅವರ ಹೆಗಲಮೇಲೆ ಒಂದು ಪಾರಿವಾಳ ಕುಳಿತಿತ್ತು. ಖಾಕಿ ಉಡುಪನ್ನು ಬಿಗಿಯಾಗಿ ಹಿಡಿದು ನಿರ್ವಿಕಾರವಾಗಿ ಎಲ್ಲ ವನ್ನೂ ನೋಡುತ್ತಲಿದೆ ಒಂದು ಮುದ್ದುಪಾರಿವಾಳ. ಮನೋಹರವಾದ ಅಚ್ಚ ಬಿಳುಪು ರೆಕ್ಕೆಗಳು, ಕೆಂಪು ಕೊಕ್ಕು, ಹೊಳೆಯುವ ಕಣ್ಣುಗಳು.

ಜನರು ಅವರನ್ನು ಹಿಂಬಾಲಿಸಿದರು. ಬಂಗಲೆಯ ಮುಂದೆ ತಲುಪಿದಾಗ ಅವರು ಸೈಕಲಿನಿಂದಿಳಿದರು. ಸ್ವಾಗತಿಸಲು ಹೂಹಾರ ತುರಾಯಿಗಳೊಂದಿಗೆ ನಿಂತಿದ್ದ ಪಂಚಾಯಿತಿ ಅಧ್ಯಕ್ಷರಿಗೆ ಎಲ್ಲರೂ ಕೇಳಿಸಿಕೊಳ್ಳುವಂತೆ ಹೇಳಿದರು, 'ನನಗೆ ವಾಸಕ್ಕೆ ಒಂದು ಗುಡಿಸಲು ಸಾಕು. ನನಗೆ ಈ ಹಳ್ಳಿಯ ಸಾಮಾನ್ಯ ಪ್ರಜೆಯಾಗಿ ಬದುಕುವುದೇ ಇಷ್ಟ. ಅದು ನನ್ನ ಕೆಲಸಕ್ಕೆ ಹೆಚ್ಚು ಸಹಾಯಕವಾಗುವುದು.'

ಅವರ ತಾಳ್ಮೆ ಮತ್ತು ಜನಸಮೂಹದ ಬಗೆಗಿರುವ ಗೌರವ ಕಂಡೇ ಇರಬೇಕು ಜನರ ನಡುವಿನಿಂದ ಕೆಲವರು ಕೇಳಿದರು. 'ತಮ್ಮಂತಹ ಉನ್ನತ ಹುದ್ದೆಯಲ್ಲಿರುವ ಪೋಲೀಸ್ ಅಧಿಕಾರಿ ಈ ಪಾರಿವಾಳವನ್ನು ಜೊತೆಗೆ ಏಕೆ ತಂದಿರುವಿರಿ? ನಾವೆಲ್ಲರೂ ಪ್ರಾಮಾಣಿಕ ವಾಗಿ ತಿಳಿದಿದ್ದೆವು ತಾವು ಒಂದು ಭಾರೀ ಪೋಲೀಸ್ ಪಡೆಯ ಜೊತೆಯಲ್ಲಿ ಬೋಧೇಶ್ವರನ ಕೊಲೆಗಾರನನ್ನು ಕಂಡು ಹಿಡಿಯಲು ಈ ಹಳ್ಳಿಗೆ ಬರುವಿರೆಂದು.'

ಅವರು ಗಟ್ಟಿಯಾಗಿ ಹೇಳಿದರು. 'ನನಗೇಕೆ ಪೋಲೀಸ್ ಪಡೆ? ಈ ಪಾರಿವಾಳ ಒಂದೇ ಸಾಕಲ್ಲ! ಒಂದಿಷ್ಟು ತಾಳ್ಮೆಯಿಂದಿರಿ. ನಾನು ಎಲ್ಲವನ್ನೂ ತೋರಿಸಿಕೊಡುವೆ.'

ಇಷ್ಟು ಹೇಳಿದ ಮೇಲೆ ಅವರು ಸನಿಹವೇ ನಿಂತಿದ್ದ ಪಂಚಾಯಿತಿ ಅಧ್ಯಕ್ಷರ ಕಿವಿಯಲ್ಲಿ ಏನನ್ನೋ ಉಸುರಿದರು.

ಚಿಟಿಕೆ ಹೊಡೆಯುವಷ್ಟರಲ್ಲಿ ಬೆಂಚುಗಳನ್ನು ಜೋಡಿಸಿ ವೇದಿಕೆ ನಿರ್ಮಿಸಲಾಯಿತು ಪೋಲೀಸ್ ಜನರಲ್ ಅದರ ಮೇಲೇರಿ ನಿಂತು ಹೆಗಲಿಂದ ಪಾರಿವಾಳವನ್ನು ಎಡಗೈಗೆ ತೆಗೆದುಕೊಂಡು ಅದರ ಮೈದಡವಿದರು. ಬಳಿಕ ಅದರ ರೆಕ್ಕೆಯ ಬಿಳುಪಿಗೆ ಮುತ್ತನಿತ್ತರು. ಆದಷ್ಟು ಗಟ್ಟಿಯಾದ ದನಿಯಲ್ಲಿ ಅವರು ಮಾತನಾಡ ತೊಡಗಿದರು.

'ಈ ಪಾರಿವಾಳವು ನನ್ನ ಸಹರತ ಸಹಚರ. ಎಂತಹ ಅಪರಾಧಿಯನ್ನೂ ಕಂಡು ಹಿಡಿಯುವ ಶಕ್ತಿಯನ್ನು ಇದಕ್ಕೆ ಬಹುಶಃ ದೈವವೇ ನೀಡಿರಬೇಕು. ನಾನು ಹೇಳಿ ತಿಳಿಯು ವುದಕ್ಕಿಂತ ನೀವು ನೋಡಿ ತಿಳಿಯುವುದೇ ಒಳ್ಳೆಯದು. ಕಣ್ಣುಗಳನ್ನು ನಂಬಬಹುದು. ಕಿವಿಗಳನ್ನು ನಂಬಕೂಡದು.'

ಪೋಲೀಸ್ ಜನರಲ್ ಹತ್ತಿರವೇ ನಿಂತಿದ್ದ ಅಧ್ಯಕ್ಷರ ಜೇಬಿಗೆ ಸಲಿಗೆಯಿಂದ ಕೈಹಾಕಿ ಒಂದು ನಶ್ಯದ ಡಬ್ಬಿ ಹೊರತೆಗೆದರು. ಆ ನಶ್ಯದ ಡಬ್ಬಿಯನ್ನು ಪಾರಿವಾಳದ ಕೊಕ್ಕಿಗೆ ಒಮ್ಮೆ ಮುಟ್ಟಿಸಿದರು. ಅನಂತರ ಅದನ್ನು ಅಧ್ಯಕ್ಷರಿಗೆ ಮರಳಿಸುತ್ತ ಹೇಳಿದರು. 'ಜನರ ಮಧ್ಯೆ ಹೋಗಿ ಸೇರಿಕೊಳ್ಳಿ. ಯಾರಾದರೊಬ್ಬ ಹಳ್ಳಿಗನ ಜೇಬಿಗೆ ಇದನ್ನು ಹಾಕಿ ವಾಪಸ್ಸು ಬನ್ನಿ.'

ಅಧ್ಯಕ್ಷ ಜನರಗುಂಪಿನೊಳಕ್ಕೆ ಹೋದರು. ಅವರು ನಶ್ಯದ ಡಬ್ಬಿಯನ್ನು ಯಾರ ಜೇಬಿಗೆ ಹಾಕಿದರೆಂದು ಬಹುತೇಕ ಜನರು ನೋಡಲಿಲ್ಲ. ಅಧ್ಯಕ್ಷರು ಹಿಂತಿರುಗಿ ಬಂದರು. ಪೋಲೀಸ್ ಜನರಲ್ ಪಾರಿವಾಳವನ್ನು ಒಮ್ಮೆ ಚುಂಬಿಸಿ ಆಕಾಶಕ್ಕೆ ಹಾರಿಸಿದರು. ಪಾರಿವಾಳ

ಮೇಲೆ ಸುತ್ತು ಹಾಕುತ್ತ ಹಾರಿತು. ಆಮೇಲೆ ಬಲು ನಿಧಾನವಾಗಿ ಕೆಳಗಿಳಿಯುತ್ತ ಬಂದು ಮಧ್ಯವಯಸ್ಕನಾದ ಓರ್ವ ಹಳ್ಳಿಗನ ಶಿರದಲ್ಲಿ ಪಾದವೂರಿತು.

ಪೊಲೀಸ್ ಜನರಲ್‌ರ ಸೂಚನೆಯಂತೆ ಆ ಪ್ರಜೆ ವೇದಿಕೆಗೆ ಬಂದನು. ಆತನ ಮಡಿಲಿಂದ ಓರ್ವ ಮಾಂತ್ರಿಕನ ಕೈಚಳಕದೊಂದಿಗೆ ಪೊಲೀಸ್ ಜನರಲ್ ನಶ್ಯದ ಡಬ್ಬಿಯನ್ನು ಹೊರಕ್ಕೆ ತೆಗೆದರು. ಆಶ್ಚರ್ಯದ ಪ್ರವಾಹವೇ ಎಲ್ಲೆಲ್ಲೂ ಹರಿಯಿತು. ಜನರು ಕುಣಿಯುತ್ತ ನೆಗೆಯುತ್ತ ತಲೆಯಿಂದ ರುಮಾಲು ತೆಗೆದು ಗಾಳಿಗೆ ಬೀಸುತ್ತ ಆನಂದ ಪ್ರಕಟಪಡಿಸಿದರು.

ಪೊಲೀಸ್ ಜನರಲ್ ಪುನಃ ನಾಲ್ಕೈದು ಸಲ ಇದೇ ರೀತಿಯ ಪ್ರದರ್ಶನಗಳನ್ನು ತೋರಿಸಿದರು. ಅಚ್ಚರಿಯ ಪ್ರವಾಹಕ್ಕೆ ಆಳ ಎತ್ತರಗಳು ಹೆಚ್ಚುತ್ತ ಹೋದವು. ಹಳ್ಳಿಗರ ಪ್ರಜ್ಞೆಯಲ್ಲಿ ಪಾರಿವಾಳವು ಒಂದು ಅದ್ಭುತ ಹಕ್ಕಿಯಾಗಿ ಬದಲಾಯಿತು.

ಸಂಜೆಯಾದೊಡನೆ ಪೊಲೀಸ್ ಜನರಲ್ ಹೇಳಿದರು. 'ಪ್ರೀತಿಯ ಪ್ರಜೆಗಳೇ, ನೀವು ಚದುರಿ ಹೋಗಿರಿ. ನಾವು ಮತ್ತೆ ಭೇಟಿಯಾಗೋಣ. ನಾಳೆ ಸೂರ್ಯೋದಯವಾದ ಮೇಲೆ ಮೊದಲಿನ ಕೆಲಸ ಬೋಧೇಶ್ವರನ ಹಂತಕನನ್ನು ಕಂಡುಹಿಡಿಯುವುದೇ. ಈ ಹಳ್ಳಿಯಲ್ಲಿ ನೀತಿನ್ಯಾಯ ಸದಾ ಅಭಿವೃದ್ಧಿಗೊಳ್ಳಲಿ. ನೀವೆಲ್ಲ ಹೋಗಿ, ನಾನು ಮತ್ತು ಪಾರಿವಾಳ ಸ್ವಲ್ಪ ವಿಶ್ರಾಂತಿ ಪಡೆಯುತ್ತೇವೆ.'

ಜನರು ಒಲ್ಲದ ಮನಸ್ಸಿನಿಂದಲೇ ಹಿಂತಿರುಗಿ ಹೋದರು. ಅನಂತರ ಅವರ ನಾಲಿಗೆಯ ಮೇಲೆ ಪಾರಿವಾಳವೇ ನೆಲೆಸಿಬಿಟ್ಟಿತು. ರಾತ್ರಿ ಅವರ ಕನಸುಗಳಲ್ಲಿ ಅದು ರೆಕ್ಕೆ ಬಡಿಯುತ್ತಲಿತ್ತು.

ನಾನು ಬಹಳ ತಡವಾಗಿ ಗುಡಿಸಲಿಗೆ ತಲುಪಿದೆ. ಗೋಮತಿ ಇನ್ನೂ ನಿದ್ರಿಸಿರಲಿಲ್ಲ. ಕಾಲುದೀಪದ ಬದಿಯಲ್ಲಿ ಕುಳಿತು ಅವಳು ಏನನ್ನೋ ಓದುತ್ತಿದ್ದಳು. ನಾನು ಸೂಕ್ಷ್ಮವಾಗಿ ಗಮನಿಸಿದೆ. ಅದೊಂದು ತಾಳೆಯೋಲೆಯ ಗ್ರಂಥ.

ನಾನು ಅವಳನ್ನು ಕೇಳಿದೆ. 'ಏನದು?'

ಅವಳು ಮುಖವೆತ್ತಿದಳು. 'ನಿಮಗೆ ಅದು ಓದಿದರೂ ಅರ್ಥವಾಗುವುದಿಲ್ಲ ಅರ್ಥವಾದರೂ ಅದರಂತೆ ಪ್ರವರ್ತಿಸಲು ಆಗುವುದಿಲ್ಲ. ಪ್ರವರ್ತಿಸಲು ಸಾಧ್ಯವಾದರೂ ಗಟ್ಟಿಯಾಗಿ ನಿಲ್ಲಲು ಸಾಮರ್ಥ್ಯವಿರುವುದಿಲ್ಲ. ದೃಢವಾಗಿ ನಿಂತು ಬಿಟ್ಟಿರೆಂದುಕೊಳ್ಳೋಣ. ಆಗ ನೀವು ಮತ್ತೊಬ್ಬ ಬೋಧೇಶ್ವರನಾಗಿ ಬಿಡುವಿರಿ.'

ನಾನು ಅವಳನ್ನೊಮ್ಮೆ ದಿಟ್ಟಿಸಿ ನೋಡಿದೆ. ಇವಳಿಗೇನಾದರೂ ಮಾನಸಿಕ ವಿಭ್ರಾಂತಿ ಉಂಟಾಗಿದೆಯೆ? ಇವಳು ಏನೇನೆಲ್ಲ ವಟಗುಟ್ಟುತ್ತಿದ್ದಾಳೆ?

ನಾನು ಮತ್ತೆ ಕೇಳಿದೆ. 'ನಿನಗೆಲ್ಲಿಂದ ದೊರಕಿತು ಈ ತಾಳೆಗರಿ ಗ್ರಂಥ?'

ಅವಳು ಹೇಳಿದಳು. 'ನನಗೆ ಬೋಧೇಶ್ವರನೇ ಕೊಟ್ಟನು. ಇದರ ತುಂಬ ರೋಷದ ಕಂಠದಿಂದ ಒತ್ತಿ ಬರೆದಿರುವಂತಹ ಅಕ್ಷರಗಳಿವೆ. ಇದರ ಗರಿಗರಿಯಲ್ಲೂ ಅಗ್ನಿ ನಿದ್ರಿಸುತ್ತಿದೆ. ಇದರ ಪಾರ್ಶ್ವಗಳಲ್ಲಿ ಸುಂಟರಗಾಳಿ ಮಂಪರಾಗಿದೆ.'

ಆಮೇಲೆ ನಾನೇನೂ ಕೇಳಲಿಲ್ಲ. ಈ ಹಿಂದಿನ ರಾತ್ರಿಗಳಲ್ಲಿ ನಿರಂತರವಾಗಿ ನಿದ್ದೆಗೆಟ್ಟಿದ್ದರಿಂದ ಅವಳು ಈ ಉನ್ಮಾದದ ಸ್ಥಿತಿಗೆ ತಲುಪಿರಬಹುದು.

ನಾನು ಮಲಗಿದೆ. ಇನ್ನೂ ಒಂದು ವಿಷಯವನ್ನು ಅವಳಿಗೆ ಹೇಳಬೇಕು ಅಂದುಕೊಂಡೆ ನಾಳೆ ಬೆಳಗ್ಗೆ ಸೂರ್ಯನುದಿಸಿ ಬಂದಾಗ ಬೋಧೇಶ್ವರನ ಕೊಲೆಗಾರನ ಶಿರದಲ್ಲಿ ಪಾರಿವಾಳ ಬಂದು ಪಾದವೂರುವುದು. ಇದು ನಿನ್ನ ದುಃಖದ ಕೊನೆಯ ರಾತ್ರಿ.

ಆದರೆ ನಾನು ಇದೇನನ್ನೂ ಅವಳಿಗೆ ಹೇಳಲಿಲ್ಲ. ಅವಳ ಈಗಿನ ಮಾನಸಿಕ ಸ್ಥಿತಿ ಅದಕ್ಕೆ ತಕ್ಕದ್ದಾಗಿಲ್ಲ. ತಾಳೆಯೋಲೆ ಗ್ರಂಥವನ್ನು ಮುಖದ ಹತ್ತಿರ ಹಿಡಿದು ಆಸೆಯಿಂದ ಕಡಿದು ತಿನ್ನುವಂತಹ ವ್ಯಗ್ರತೆಯಿಂದ ಅವಳು ಅದನ್ನು ಓದುತ್ತಿದ್ದಾಳೆ.

ನಾನು ನಿದ್ರಿಸಿದೆ.

ಬೆಳಕು ಹರಿಯುವ ಮುನ್ನವೇ ಎಚ್ಚೆತ್ತೆ. ಬೆಂಕಿಕಡ್ಡಿ ಗೀರಿದೆ. ಕಪ್ಪಗಿನ ಬತ್ತಿಯಾಗಿ ಆರಿದ್ದ ಕಾಲುದೀಪದ ಬುಡದಲ್ಲಿ ತಾಳೆಯೋಲೆ ಗ್ರಂಥವನ್ನು ಗೋಮತಿ ಎದೆಗೆ ಗಟ್ಟಿಯಾಗಿ ಅವಚಿಕೊಂಡು ಮಲಗಿದ್ದಳು. ಹಾಗೆ ಮಲಗಿರುವುದನ್ನು ಕಂಡರೆ ಆ ಗ್ರಂಥವೇ ಅವಳಿಗೆ ಶ್ವಾಸೋಚ್ಛ್ವಾಸ ನೀಡುತ್ತಿದೆ ಎಂದೆನಿಸಿಬಿಡುವುದು.

ನಾನು ಹೊರಕ್ಕೆ ಬಂದೆ. ಮೂಡಣದಲ್ಲಿ ಬೆಳಕು ಹರಡುತ್ತಿತ್ತು. ಬಂಗಲೆಯ ಹೊರಗಡೆ ಜನಸಂದಣಿ ಸೇರಿತ್ತು. ಮಕರ ಮಾಸದ ಮಂಜು ಹೊಗೆ ಹರಡಿತ್ತು. ದೂರದಲ್ಲಿ ಚತುರ್ದಶಿಯ ಚಂದ್ರ.

ಬಂಗಲೆಯ ಪಕ್ಕದಲ್ಲಿರುವ ಗುಡಿಸಲಿನಿಂದ ಪೊಲೀಸ್‌ಜನರಲ್ ಹೊರಕ್ಕೆ ಬಂದರು. ಒಗೆದು ಇಸ್ತ್ರಿ ಹಾಕಲಾದ ಖಾಕಿ ಯೂನಿಫಾರ್ಮ್. ಬಿಸಿಲು ಮುಖಕ್ಕೆ ತಾಗದಿರಲು ಟೋಪಿಯನ್ನು ತುಸು ಕೆಳಕ್ಕೆ ಸರಿಸಿ ಧರಿಸಿದ್ದರು. ಪಾರಿವಾಳವು ಎಂದಿನಂತೆ ಹೆಗಲಮೇಲೆ ಖಾಕಿ ಉಡುಪಿನ ಒಂದು ಭಾಗವೆಂಬಂತೆ ಇತ್ತು.

ಪಂಚಾಯಿತಿ ಅಧ್ಯಕ್ಷರು ಮತ್ತು ಸದಸ್ಯರು ಅವರನ್ನು ಸ್ವಾಗತಿಸಿದರು. ಅವರೆಲ್ಲ ಸೇರಿ ಪೊಲೀಸ್ ಜನರಲ್‌ರನ್ನು ಹಿಂದಿನ ದಿನ ಕಟ್ಟಲಾದ ವೇದಿಕೆಗೆ ಕರೆದೊಯ್ದರು. ಬಾಗಿ ವಂದಿಸಿದ ಮೇಲೆ ಅಧ್ಯಕ್ಷರು ಕೇಳಿದರು. 'ತಮಗೆ ನಮ್ಮಿಂದ ಯಾವ ಸಹಾಯಬೇಕು ಹೇಳಿ.'

ಪೊಲೀಸ್ ಜನರಲ್ ಹೇಳಿದರು. 'ಬೋಧೇಶ್ವರನ ಹೆಣ ಹುಗಿದ ಹೊಂಡವನ್ನು ತೋಡಿರಿ.'

ಅಧ್ಯಕ್ಷರೂ ಪರಿವಾರವೂ ಅವರನ್ನು ಸ್ಮಶಾನಕ್ಕೆ ನಡೆಸಿಕೊಂಡು ಹೋದರು, ಬಿಸಿರಕ್ತದ ಸದಸ್ಯರು ಹೇಳಿದ ಗುಂಡಿಯನ್ನು ಉತ್ಸಾಹದಿಂದ ತೋಡಿದರು. ಹೆಣದ ಮಜ್ಜೆ ಮಾಂಸಗಳೆಲ್ಲ ಮಣ್ಣಿನಲ್ಲಿ ಬೆರೆತಿದ್ದವು. ಅಸ್ಥಿಪಂಜರವು ಬೆನ್ನೆಲುಬನ್ನು ಬಗ್ಗಿಸದೆ ಮಲಗಿತ್ತು.

ಪೊಲೀಸ್ ಜನರಲ್ ಶವದ ಕುಣಿಗೆ ಇಳಿದರು. ಮೆಲ್ಲಗೆ ವಾತ್ಸಲ್ಯದಿಂದ ಹೆಗಲಿಂದ ಪಾರಿವಾಳವನ್ನು ತೆಗೆದು ಬೋಧೇಶ್ವರನ ತಲೆಬುರುಡೆಯಲ್ಲಿ ಮಿದುಳು ಇದ್ದ ಜಾಗದಲ್ಲಿ ತುಸುಹೊತ್ತು ಇರಿಸಿದರು. ಅನಂತರ ನೆಟ್ಟಗೆ ನಿಂತು ಅದನ್ನು ಎತ್ತರಕ್ಕೆ ಹಾರಲು ಬಿಟ್ಟರು.

ಶರವೇಗದಲ್ಲಿ ಹಾರುವ ಆ ಹಕ್ಕಿಯ ಹಿಂದೆ ಜನರು ಓಡಿದರು. ಆದಷ್ಟು ಶಕ್ತಿ ಒಟ್ಟು ಗೂಡಿಸಿಕೊಂಡು ನಾನೂ ಅವರ ಜೊತೆಗೆ ಓಡಿದೆ. ಯಾರೂ ನೆಲದತ್ತ ನೋಡುತ್ತಿರಲಿಲ್ಲ. ಎಷ್ಟೋ ಮಂದಿ ಕಾಲೆಡವಿ ಬಿದ್ದರು. ರಕ್ತ ಹರಿಯುತ್ತಿರುವ ಪಾದಗಳೊಂದಿಗೆ ಅವರು ಮತ್ತೆ ಪಾರಿವಾಳದ ಹಿಂದೆ ಓಡಿದರು. ಮುದುಕರೂ ಮಕ್ಕಳೂ ಸ್ವಲ್ಪವೂ ಹಿಂದುಳಿಯಲಿಲ್ಲ. ಓಡಿ ದಣಿದ ಗರ್ಭಿಣಿಯರು ಹಾದಿಬದಿಯಲ್ಲಿ ಪ್ರಸವಿಸಿದರು. ಆಗ ತಾನೇ ಹುಟ್ಟಿದ ಮಕ್ಕಳೂ ತಾಯಂದಿರನ್ನು ಅನುಗಮಿಸಿದವು.

ಪಾರಿವಾಳದ ವೇಗ ತಗ್ಗಿತು. ಅದು ಕೆಳಕ್ಕೆ ಬರತೊಡಗಿತು. ಜನರು ನಿಶ್ಚಲರಾದರು. ನಾನೂ ನಿಂತೆ. ಒಂದಿಷ್ಟು ಹೊತ್ತಾದ ಮೇಲೆ ನನಗೆ ಪರಿಸರ ಪ್ರಜ್ಞೆ ಬಂದಿತು. ನಾನೀಗ ನಿಂತಿರುವುದು ನನ್ನ ಗುಡಿಸಲಿನ ಮುಂದೆ. ಪಾರಿವಾಳವು ಕೆಳಕ್ಕೆ ತಲೆಯಿಳಿಸಿ ಹಾರಿತು. ನಾನು ನೋಡುತ್ತಿರುವಂತೆಯೇ ನನ್ನ ಗುಡಿಸಲಿನ ಅಂಗಳದಲ್ಲಿ ಕುಳಿತು ತಾಳೆಯೋಲೆ ಗ್ರಂಥವನ್ನು ಓದುತ್ತಿದ್ದ ಗೋಮತಿಯ ತಲೆಯ ಮೇಲೆ ಪಾರಿವಾಳ ಪಾದವೂರಿತು. ನನ್ನ ಮಿದುಳಿನಲ್ಲಿ ಸಿಡಿಲು ಗುಡುಗು.

ಜನರ ಗುಂಪು ಕಟ್ಟೆಯೊಡೆದ ನದಿಯಂತೆ ನನ್ನ ಗುಡಿಸಿಲಿನ ಕಡೆಗೆ ಓಡಿತು. ಆಮೇಲೆ ಅಲ್ಲಿ ಏನು ನಡೆಯಿತೆಂದು ನಾನು ನೋಡಲಿಲ್ಲ. ನನ್ನೊಳಗಿನ ಪ್ರಜ್ಞೆಯ ಕಟ್ಟ ಕಡೆಯ ತಳಪಾಯದ ಕಲ್ಲು ಸಹ ಕುಸಿದು ಹೋಗಿತ್ತು.

ಯಾವಾಗ ಬೆಳಕು ಕಾಣಿಸಿತೋ ತಿಳಿಯದು. ಎದುರಿಗೆ ಪಂಚಾಯಿತಿ ಅಧ್ಯಕ್ಷರು, ಸದಸ್ಯರು, ಕ್ಷೋಭಿತರಾದ ಜನರು, ಪೊಲೀಸ್ ಜನರಲ್ ಮತ್ತು ಪಾರಿವಾಳ.

ಅಧ್ಯಕ್ಷರು ನನಗೆ ಸಮಾಧಾನ ಹೇಳಿದರು. 'ಎಲ್ಲವನ್ನೂ ಮರೆಯಲು ಯತ್ನಿಸು. ಇವಳು ನಿನ್ನ ಹೆಂಡತಿಯಾಗಿರಲಿಲ್ಲ ಎಂದು ಭಾವಿಸಿಕೋ. ನಾನು ಹಿಂದೆ ಹೇಳಿದ್ದಂತೆ ಚರಿತ್ರೆಯ ಪುಸ್ತಕಗಳಲ್ಲಿ ಏಕಾಧಿಪತ್ಯದ ಕಪ್ಪು ಅಕ್ಷರಗಳಲ್ಲಿ ಈ ಹಳ್ಳಿಯ ಹೆಸರನ್ನು ಬರೆದಿಡಕೂಡದು.'

ನಾನು ಹಣೆಯ ಮೇಲೆ ಅಂಗೈ ಇಟ್ಟುಕೊಂಡು ಬಿಕ್ಕಿಬಿಕ್ಕಿ ಅತ್ತೆನು. ನನಗೆ ಎಲ್ಲವೂ ನಷ್ಟವಾಗಿ ಹೋದವು. ನನ್ನ ಆಡಿನ ಮಂದೆಗಳು, ಕೋಳಿಯ ಹಿಂಡುಗಳು, ಕೊನೆಯಲ್ಲಿ ನನ್ನ ಗೋಮತಿಯೂ... ಎಲ್ಲವೂ ಎಲ್ಲವೂ...

ಪೊಲೀಸ್ ಜನರಲ್ ನನ್ನ ಬೆನ್ನು ತಡವಿದರು. 'ನೀನು ಅಳಬೇಡ. ನಿನ್ನನ್ನು ನನ್ನೊಡನೆ ಕರೆದುಕೊಂಡು ಹೋಗುತ್ತೇನೆ. ನೀನು ನನ್ನ ಈ ಪಾರಿವಾಳವನ್ನು ಸಂರಕ್ಷಿಸುವ ಕೆಲಸ ಮಾಡಿಕೊಂಡಿದ್ದರೆ ಸಾಕು. ನನ್ನ ಇಲಾಖೆಯಿಂದ ಔದ್ಯೋಗಿಕವಾಗಿಯೂ ಅನೌದ್ಯೋಗಿಕ ವಾಗಿಯೂ ಒಳ್ಳೆಯ ಹಣದ ಮೊತ್ತ ನಿನಗೆ ಪ್ರತಿ ತಿಂಗಳೂ ಸಿಗುವುದು. ಹೊಟ್ಟೆ ತುಂಬಾ ಆಹಾರ, ಸುಖವಾದ ವಾಸಸ್ಥಳ. ವಿಶ್ರಾಂತಿ... ಎಲ್ಲವೂ ನಿನಗೆ ಅಲ್ಲಿ ಸಿಗುವುದು.'

ನಾನು ನೆಲವನ್ನು ನೋಡುತ್ತ ಪುಟ್ಟ ಮಗುವಿನಂತೆ ಬಿಕ್ಕಿ ಅಳುತ್ತಿದ್ದೆ. 'ನನ್ನ ಗೋಮತಿ.'

ಪೊಲೀಸ್ ಜನರಲ್ ನನ್ನ ಕೆನ್ನೆಯನ್ನು ಸವರಿ ಮೆತ್ತಗೆ ಅವರತ್ತ ಸೇರಿಸಿ ಹಿಡಿದು ಕೊಂಡರು. ತೆಂಗಿನ ನಾರಿನಂತಿದ್ದ ನನ್ನ ತಲೆಗೂದಲಲ್ಲಿ ಬೆರಳು ತೂರಿಸಿ ಅವರು ಹೇಳಿದರು. 'ಆ ದೇಶದ್ರೋಹಿಯನ್ನು ನೀನು ಮರೆತುಬಿಡು. ನಿನ್ನ ಜೊತೆಗೆ ಮಲಗಲು ನಿನಗೆ ದಿನವೂ ರತಿಸುಖವನ್ನು ಧಾರೆಯೆರೆಯಲು ನಾವು ನಿನಗೆ ಯುವಸುಂದರಿಯರನ್ನು ತಲುಪಿಸುತ್ತೇವೆ. ಸಂಭೋಗ ಸಾಮ್ರಾಜ್ಯದ ವೈಶಾಲ್ಯದಲ್ಲಿ ಕಡಿವಾಣವಿಲ್ಲದ ಕುದುರೆಯಾಗಿ ನೀನು ಓಡಾಡುತ್ತಿರಬಹುದು. ನೀನು ನಗರವನ್ನು ನೋಡಿರುವೆಯಲ್ಲ. ನಿನ್ನ ಲೈಂಗಿಕ ಸ್ವಪ್ನಗಳಿಗೆ ಅಲ್ಲಷ್ಟೇ ಅಸ್ತಿತ್ವವಿರುತ್ತದೆ. ಭಟ್ಟಿಯಿಳಿಸುವವರೂ ತಲೆಹಿಡುಕರೂ ಕಳ್ಳರೂ ಸಂಪನ್ನಗೊಳಿಸಿದ ನಗರಗಳು ನಮಗೆ ಯಾವಾಗಲೂ ಹೆಮ್ಮೆಯ ಸಾಧನೆಗಳು. ಧೈರ್ಯ ವಾಗಿರು. ನಿನಗೆ ನಾನಿದ್ದೇನೆ. ನಮ್ಮ ಡಿಪಾರ್ಟ್‌ಮೆಂಟ್ ಇದೆ. ಇಲಾಖೆಯನ್ನು ಸಂರಕ್ಷಿಸುವ ಆಡಳಿತ ಸರ್ಕಾರವಿದೆ. ಬಾ..., ಈ ಹಳ್ಳಿಯಲ್ಲಿ ನಾನು ಪೂರ್ಣಗೊಳಿಸಬೇಕಾಗಿರುವ ಸ್ವಲ್ಪ ಕೆಲಸವಿದೆ.'

ನನಗೆ ಸಣ್ಣ ಮಟ್ಟಿಗೆ ಮನಶ್ಯಾಂತಿ ಲಭಿಸಿದ ಹಾಗೆನಿಸಿತು. ಆದರೆ ಈ ನೂಲಿನ ಸೇತುವೆ ಯಾವಾಗ ತುಂಡಾಗಿ ಬೀಳುವುದೋ?

ನಾವು ತಂಡವಾಗಿಯೇ ಸಾಗಿದೆವು. ಬೆಟ್ಟದ ತಪ್ಪಲಿನ ಹಾಳುಬಾವಿಯಿಂದ ಒಂದು ಕೊಡಲಿಯನ್ನು ಪತ್ತೆ ಮಾಡಿ ತೆಗೆಯಲಾಯಿತು. ಅದು ಬೋಧೇಶ್ವರನ ತಲೆಬುರುಡೆ ಸೀಳಲು ಬಳಸಿದ ಆಯುಧ. ಹೊಳೆಯ ಸೇತುವೆಯಡಿಯಲ್ಲಿ ಅವನ ಕಣ್ಣುಗಳನ್ನು ಕಿತ್ತು ತೆಗೆಯಲು ಉಪಯೋಗಿಸಿದ ಆಯುಧವನ್ನು ಪತ್ತೆ ಹಚ್ಚಲಾಯಿತು. ಅವನಿಗೆ ಗುಂಡು ಹಾರಿಸಿದ ಕೋವಿಯು ಕುರುಚಲು ಪೊದೆಗಳ ಮಧ್ಯೆ ತುಕ್ಕು ಹಿಡಿದು ಬಿದ್ದಿತ್ತು.

ಜನರು ಎಲ್ಲವನ್ನೂ ನೋಡುತ್ತ ನಿಂತರು. ಅವರು ತಮ್ಮ ಕಣ್ಣುಗಳನ್ನು ನಂಬಿದರು.

ರಸ್ತೆಯ ಕವಲು ಕವಲುಗಳಲ್ಲೂ ನಮಗೆ ಸ್ವಾಗತ ಲಭಿಸಿತು. ಹೂಹರಿವಾಣಗಳನ್ನು ಹಿಡಿದು ಜಯಘೋಷ ಹಾಕಿ ಹೆಂಗಳೆಯರು ಸ್ವಾಗತಿಸಿದರು. ಧಾನ್ಯದ ತುಂಬುಕಳಶ ಗಳನ್ನು ಹಚ್ಚಿದ ಕಾಲುದೀಪಗಳನ್ನೂ ಇರಿಸಿ ಬೀದಿಗಳಲ್ಲಿ ಆಹ್ಲಾದದಿಂದ ಉಬ್ಬಿ ಜನರು ಸಂಘನೃತ್ಯಗೈದರು. ವಾಯುವಿನಲ್ಲಿ ನೀತಿನ್ಯಾಯಗಳ ವಸಂತಸುಗಂಧ ಹರಡಿತು.

ಕೊನೆಗೆ ನಾವು ಪಯಣ ಬೆಳೆಸಿದವು. ಆ ಹಳೆಯ ಸೈಕಲ್ಲಿನ ಮುಂಭಾಗದ ದಂಡದ ಮೇಲೆ ನನ್ನನ್ನು ಕೂರಿಸಿಕೊಂಡು ಪೊಲೀಸ್‌ಜನರಲ್ ನಿಧಾನವಾಗಿ ಪೆಡಲ್ ತುಳಿಯ ತೊಡಗಿದರು. ಪಾರಿವಾಳವು ಅವರ ಭುಜದ ಮೇಲೆ ಕೃತಾರ್ಥತೆಯಿಂದ ಅಂಟಿಕೊಂಡು ಕುಳಿತಿತು. ಅದೊಂದು ಏರುದಾರಿ. ಅವರು ಬಲವಾಗಿ ತುಳಿದರು.

ನಮ್ಮನ್ನು ಬೀಳ್ಕೊಡಲು ಇಕ್ಕೆಲದಲ್ಲೂ ಕಿಕ್ಕಿರಿದ ಜನರ ಮಧ್ಯದಲ್ಲಿ ನಾವು ಸೈಕಲ್‌ನಲ್ಲಿ ಮೆಲ್ಲಮೆಲ್ಲಗೆ ಸಾಗಿದೆವು. ಸಾವಿರಾರು ಅಂಗೈಗಳು ಗಾಳಿಯಲ್ಲಿ ಚಲಿಸಿದವು. ಚಿರಾಯು ವಾಗಲಿ ಎಂಬ ಕೂಗುಗಳಿಂದ ಆಗಸವು ತುಂಬಿಹೋಯಿತು. ಜನಸಂದಣಿ ಕಡಿಮೆ ಯಾಗುತ್ತ ಬಂದಿತು. ಪೊಲೀಸ್ ಜನರಲ್ ಸೈಕಲ್ಲಿನ ವೇಗ ಹೆಚ್ಚಿಸಿದರು. ದಾರಿ ನಿರ್ಜನ ವಾಯಿತು.

ಸ್ಮಶಾನಕ್ಕೆ ತಿರುಗುವ ದಾರಿಯಂಚಿಗೆ ತಲುಪಿದಾಗ ನಾನು ಕೇಳಿದೆ. 'ನನ್ನ ಗೋಮತಿ ಎಲ್ಲಿ?' ಅವರು ಹೇಳಿದರು. 'ತೋರಿಸುತ್ತೇನೆ.'

ಸೈಕಲ್ ಸ್ಮಶಾನಕ್ಕೆ ತಿರುಗಿತು. ಬ್ರೇಕ್ ಹಿಡಿದು ಹಾದಿಬದಿಯ ಒಂದು ತೂಬುಸೇತುವೆ ಕಟ್ಟೆಯ ಮೇಲೆ ಕಾಲೂರಿ ಸೈಕಲ್ ನಿಲ್ಲಿಸಿ ಪೊಲೀಸ್ ಜನರಲ್ ಸ್ಮಶಾನಭೂಮಿಯ ವಟ ವೃಕ್ಷದ ಬುಡದತ್ತ ಬೆರಳು ತೋರಿದರು.

ಅಷ್ಟು ಹತ್ತಿರವಿರದಿದ್ದರೂ ನಾನು ಎಲ್ಲವನ್ನೂ ಸ್ಪಷ್ಟವಾಗಿ ಕಂಡೆ. ಚೆಲ್ಲಾಪಿಲ್ಲಿಯಾಗಿ ಬಿದ್ದಿರುವ ತಾಳೆಗರಿಗಳ ನಡುವೆ ರಕ್ತದಲ್ಲಿ ಮುಳುಗಿದ್ದ ಗೋಮತಿಯ ನಗ್ನವಾದ ಮೃತ ಶರೀರ. ಅವಳ ತಲೆಬುರುಡೆ ನೆಟ್ಟಗೆ ಇಬ್ಭಾಗವಾಗಿ ಸೀಳಿತ್ತು. ಕೊರೆದು ಕೀಳಲಾದ ಕಣ್ಣು ಗಳಿಗೆ ಈಗಾಗಲೇ ಕಟ್ಟಿರುವೆಗಳು ಮುತ್ತಿಕೊಂಡಿದ್ದವು. ಯಾರೋ ಕಡ್ಡಿಯಿಂದ ಅವಳ ಮಿದುಳನ್ನು ಕೆದಕಿ ನೋಡಿದ್ದರು.

ನನ್ನನ್ನು ಬಾಚಿ ತಬ್ಬಿಕೊಳ್ಳುತ್ತಿದ್ದಂತಹ ಆ ಕೈಗಳು. ನನ್ನನ್ನು ಚುಂಬಿಸುತ್ತಿದ್ದಂತಹ ಆ ತುಟಿಗಳು. ಆ ಮೊಲೆತೊಟ್ಟುಗಳು. ಹೊಕ್ಕಳಿನ ಕೆಳಕ್ಕೆ ಹಬ್ಬಿ ಇಳಿಯುತ್ತಿದ್ದ ರೋಮರಾಶಿ ಗಳು.

ನಾನು ಇಡಿಯಾಗಿ ಬವಳಿದೆ. ತಲೆ ಕೊಂಕಿಸಿ ಪೊಲೀಸ್ ಜನರಲ್‌ರನ್ನು ಒಮ್ಮೆ ನೋಡಿದೆ.

ಅಲ್ಲಿಂದಾಚೆಗೆ ಕಡಿದಾದ ಇಳಿಜಾರು. ನಾನೇನಾದರೂ ಹೇಳುವ ಮೊದಲೇ ಅವರು ಸೇತುವೆಕಟ್ಟೆಯಿಂದ ಕಾಲನ್ನೆತ್ತಿ ಪೆಡಲಿನ ಮೇಲಿರಿಸಿದರು. ಅತಿವೇಗವಾಗಿ ನಮ್ಮನ್ನು ಹೊತ್ತ ಸೈಕಲ್ ಕೆಳಗಡೆಗೆ ಧಾವಿಸುತ್ತಿರುವಾಗ, ಅವರು ಬಲಗೈಯಿಂದ ಪಾರಿವಾಳವನ್ನೆಂಬಂತೆ ವಾತ್ಸಲ್ಯದಿಂದ ನನ್ನ ಮೈದಡವಿದರು.

**

ಅಸುರ ಸಂಕೀರ್ತನೆ

ಮಳೆಗಾಲ ಶಕ್ತವಾಗುತ್ತ ಬಂದಂತೆಲ್ಲ ಶೇಷಯ್ಯರ್‌ರ ಆಧ್ಯಾತ್ಮಿಕ ಒಳಸ್ಥೈರ್ಯ ಕೊಂಚ ಕೊಂಚವೇ ಕರಗತೊಡಗಿತು. ಮೊದಮೊದಲಿಗೆ ಸೌಮ್ಯವಾಗಿ ಬೀಳತೊಡಗುವ ಮಳೆಹನಿಗಳು ಕ್ರಮೇಣ ಅವಿಧೇಯವಾಗಿ ಬೀಳುತ್ತ ಅಬ್ಬರಿಸುವುದನ್ನು ಆ ಬ್ರಾಹ್ಮಣ ಎದೆನಡುಕದೊಂದಿಗೆ ನೋಡುತ್ತ ನಿಂತರು. ಅಪರಾಹ್ನಗಳಲ್ಲಿ ಆಕಾಶವು ಕ್ರೂರವಾಗುತ್ತದೆ. ರಾತ್ರಿಗಳಲ್ಲಿ ಕಿಟಕಿ ಗಾಜುಗಳ ಮೂಲಕ ಚಿಮ್ಮಿ ಬೀಳುವ ಮಿಂಚಿನ ಬೆಳಕೂ ಮುಂದುವರಿದು ಕೇಳಿ ಬರುವ ಚಿಕ್ಕದೋ ದೊಡ್ಡದೋ ಆದ ಗುಡುಗಿನ ಮೊಳಗುದನಿಗಳೂ ಆ ಸಾತ್ವಿಕರ ನಿದ್ರೆಯನ್ನು ತುಂಡುತುಂಡಾಗಿ ಕತ್ತರಿಸುತ್ತವೆ.

ಶ್ರಾವಣದ ಜಡಿಮಳೆ ಎಷ್ಟೇ ಮುನಿದರೂ ನಗರದೊಳಡಗಿರುವ ಆ ಬಂಗಲೆಯೊಳಗೆ, ಕಾಂಕ್ರೀಟ್ ಛಾವಣಿಯ ಕೆಳಗೆ, ಗಟ್ಟಿಯಾದ ಕಲ್ಲಿನ ಗೋಡೆಗಳೊಳಗೆ ತಮ್ಮ ಮತ್ತು ತಮ್ಮ ಕುಟುಂಬದ ಜೀವ ಸುರಕ್ಷಿತವಾಗಿರುತ್ತದೆಂಬ ವಿಚಾರದಲ್ಲಿ ಶೇಷಯ್ಯರ್‌ಗೆ ಸಂದೇಹವಿಲ್ಲ. ಕಾಂಕ್ರೀಟ್ ಅಥವಾ ಕಗ್ಗಲ್ಲುಗಳ ಕಠಿಣತೆಯ ಮೇಲಿರುವ ನಂಬಿಕೆಯಿಂದಲ್ಲ ಅವರು ಹಾಗೆ ಯೋಚಿಸುತ್ತಿರುವುದು. ದೇವರು ಯಾವಾಗಲೂ ತನ್ನ ಜೊತೆಗಿರುವರು ಎಂಬ ದೃಢವಾದ ಆಳವಾದ ಮನೋಭಾವವೇ ಅವರಿಗೆ ಸದಾ ಆತ್ಮವಿಶ್ವಾಸ ನೀಡುತ್ತಿರುವುದು. ಅದು ನೂರು ಶೇಕಡಾ ನಿಜ. ನೆನಪು ಮೂಡುವ ಕಾಲದಿಂದಲೇ, ಹಾಲ್ಹಲ್ಲದ ಬ್ರಾಹ್ಮಣ ಬಾಲಕ ಶೇಷನಲ್ಲಿ, ಅವನ ಮನದ ಫಲಭೂಯಿಷ್ಠತೆಯಲ್ಲಿ, ದೈವವಿಚಾರದ ಅದೃಶ್ಯ ಬೀಜಗಳನ್ನು ಹಿಂದಿನ ತಲೆಮಾರಿನವರು ಚೆಲ್ಲಿಬಿಟ್ಟಿದ್ದರು. ಆ ಬೀಜಗಳೆಲ್ಲ ಬೆಳೆದು ಮಹಾವೃಕ್ಷಗಳಾಗಿ, ಜಗತ್ತಿನ ಯಾವುದೇ ಶಕ್ತಿಗೂ ಬುಡಮೇಲು ಮಾಡಲಾಗದಷ್ಟು ಆಳವಾಗಿ ಬೇರೂರಿ, ಹಬ್ಬಿ ಹರಡಿ ಮನಸ್ಸಿಗೆ ಆಸರೆಯೂ ನೆರಳೂ ಆಗಿ ಶೇಷಯ್ಯರ್‌ರ ಒಳಗೆ ನೆಲೆಗೊಂಡಿದೆ. ದೈವವಿಶ್ವಾಸ ಹೊರತು, ಬೇರೆ ಸ್ವತಂತ್ರ ಅಸ್ತಿತ್ವ ಅವರಿಗೆ ಇರಲಿಲ್ಲ. ಪ್ರತಿಯೊಂದು ಉಸಿರಾಟದ ಕ್ರಿಯೆಯಲ್ಲೂ ಭಕ್ತಿಭಾವದ ಕೋಟಿಕೋಟಿ ದೈವಾಣುಗಳು ಶೇಷಯ್ಯರ್‌ರ ಹೃದಯದೊಳಕ್ಕೆ ರಭಸದಿಂದ ನುಗ್ಗಿದವು. ಅನಂತರ ಅವು ಸಾಂಕ್ರಾಮಿಕ ಆವೇಶದಲ್ಲಿ ದೇಹದ ಕಣಕಣದಲ್ಲೂ ಸೇರಿಕೊಂಡವು.

ಶೇಷಯ್ಯರ್ ಮತ್ತು ಕುಟುಂಬ ಹೋಗಿ ದರ್ಶಿಸದ ಪುಣ್ಯಕ್ಷೇತ್ರಗಳೂ ಹೊರದೆ ಇರುವ ಹರಕೆಗಳೂ ಬಹಳ ಕಡಿಮೆ. ಕಾಶ್ಮೀರದಿಂದ ಕನ್ಯಾಕುಮಾರಿಯ ತನಕ ಆ

ಮಹಾನುಭಾವರ ಭಕ್ತಿವಿಚಾರಗಳು ಹರಡಿಕೊಂಡಿವೆ. ಪುಣ್ಯನದಿಗಳಲ್ಲಿ ಮಿಂದು, ದೇಗುಲದಂಗಳದಲ್ಲಿ ನಿಂತು ದೇವರಿಗೆ ನಮಿಸಿ, ಸತ್ಕರ್ಮಗಳನ್ನು ಮಾಡಿ ಪುನರ್ಜನ್ಮ ಸಫಲತೆಗಾಗಿ ಪೋಷಣೆ ಒದಗಿಸಿದರು.

ದುರಂತ ಎಂದೆನ್ನಬಹುದಾದ ಅಥವಾ ದೌರ್ಭಾಗ್ಯವೆಂದು ಹೇಳಬಹುದಾದ ಒಂದಾದರೂ ಘಟನೆ ಶೇಷಯ್ಯರ್‌ರ ಜೀವನದಲ್ಲಿ ಇಲ್ಲಿಯ ತನಕವೂ ನಡೆದಿಲ್ಲ ಎಂದು ಹೇಳಿದರೆ ಯಾರೂ ನಂಬುವುದಿಲ್ಲ. ನಂಬಿಸಬೇಕು ಎಂಬ ಒತ್ತಾಯ ಶೇಷಯ್ಯರ್‌ಗೂ ಇಲ್ಲ. ಎಲ್ಲದಕ್ಕೂ ಮೇಲಿರುವ ಒಬ್ಬರಿಗೆ ನಂಬಿಕೆ ತರಿಸುವುದೆಂಬ ಬಾಧ್ಯತೆಯಷ್ಟೇ ತಮಗಿರುವುದು ಎಂದು ಅವರು ಗಾಢವಾಗಿ ತಿಳಿದಿದ್ದರು. ಶೇಷಯ್ಯರ್ ಕಾಲಿಟ್ಟ ಮೆಟ್ಟಲು ಗಳನ್ನೆಲ್ಲ ಅನಾಯಾಸವಾಗಿ ಏರಿ ಮೇಲೆ ತಲುಪಿದ್ದರು. ಒಮ್ಮೆ ಕೂಡ ಎಡವುವುದಾಗಲಿ ಕಾಲುಜಾರುವುದಾಗಲಿ ಸಂಭವಿಸಿಲ್ಲ. ಆ ಬ್ರಾಹ್ಮಣ ಓರ್ವ ದುರಾಸೆಯ ಅಥವಾ ಕ್ರೂರ ವ್ಯಕ್ತಿಯಾಗಿರಲಿಲ್ಲ. ಅರ್ಹತೆಯಿರುವುದನ್ನಷ್ಟೇ ಆತ ಎಂದೂ ಬಯಸಿದ್ದರು. ಅವೆಲ್ಲವೂ ಸುಲಭವಾಗಿಯೇ ಲಭಿಸಿದ್ದವು. ಅರಿತುಕೊಂಡು ಒಂದು ಇರುವೆಯನ್ನು ಸಹ ನೋಯಿಸಿ ದವರಲ್ಲ ಅವರು. ಬೇರೆಯವರ ಮನಸ್ಸು ಮುದುಡುವಂತಹ ಒಂದು ಮಾತು ಕೂಡ ಆ ಬಾಯಿಂದ ಹೊರಬಂದಿಲ್ಲ. ಈ ಪ್ರಪಂಚದ ಸಕಲ ಚರಾಚರಗಳೂ ದೇವರಸೃಷ್ಟಿ ಆದ್ದರಿಂದ ಅವೆಲ್ಲವನ್ನೂ ಪ್ರೀತಿಸುವುದು ತಮ್ಮ ಕರ್ತವ್ಯವೆಂದು ಆ ಸಹೃದಯ ವ್ಯಕ್ತಿ ನಂಬಿದ್ದರು.

ನೆನೆದು ದುಃಖಿಸಲು ಅಥವಾ ನಿರಾಶೆ ಪಡಲು ಅವಕಾಶ ಕೊಡದ ಸ್ವಚ್ಛ ಶುದ್ಧವಾದ ಭೂತಕಾಲ ಶೇಷಯ್ಯರ್‌ರದು. ಶೇಷಯ್ಯರ್‌ರ ತಂದೆ ಅನಂತಪದ್ಮನಾಭಯ್ಯರ್ ತಮ್ಮ ತೊಂಬತ್ತಮೂರನೆ ವಯಸ್ಸಿನಲ್ಲಿ ಗಾಯತ್ರಿಮಂತ್ರ ಜಪಿಸುತ್ತಿರುವಾಗಲೇ ಕೊನೆಯುಸಿರೆಳೆ ದರು. ತೊಂಬತ್ತೊಂಬತ್ತು ವರ್ಷ ಈ ಭೂಮಿಯಲ್ಲಿ ಜೀವಿಸಿದ ತಾಯಿಯ ಮರಣವೂ ಸುಖಕರವಾಗಿತ್ತು. ದೇವರು ಶೇಷಯ್ಯರ್‌ಗೆ ಇಬ್ಬರು ಮಕ್ಕಳನ್ನು ನೀಡಿದ್ದರು ಒಂದು ಗಂಡು, ಒಂದು ಹೆಣ್ಣು. ಸುಬ್ರನ್ ಎಂದು ಕರೆಯಲ್ಪಡುವ ಸುಬ್ಬರಾಮನ್ ಈಗ ಆಂಧ್ರದ ರಾಜಮಂಡ್ರಿಯಲ್ಲಿ ಕಲೆಕ್ಟರ್ ಆಗಿದ್ದಾನೆ. ಮಗಳು ಕನಕ ಮುಂಬೈಯ ಪ್ರಸಿದ್ಧವಾದೊಂದು ಔಷಧಕಂಪನಿಯ ಚೀಫ್ ಕೆಮಿಸ್ಟ್‌ನ ಪತ್ನಿ ಪದವಿಯನ್ನಲಂಕರಿಸಿದ್ದಾಳೆ. ಅವಳಿಗೆ ಇಬ್ಬರು ಹೆಣ್ಣುಮಕ್ಕಳು ಲಾವಣ್ಯ, ಸಂಗೀತ.

ಶೇಷಯ್ಯರ್‌ರ ಹೆಂಡತಿ ಪಾರ್ವತಿಗೆ ಐವತ್ತೈದು ವಯಸ್ಸು ಕಳೆದಿದ್ದರೂ ಶರೀರವು ಸ್ವಲ್ಪವೂ ಕ್ಷೀಣಿಸಿರಲಿಲ್ಲ. ಅದಕ್ಕೂ ದೇವರಕಟಾಕ್ಷವೊಂದೇ ಕಾರಣ ಎಂದು ಶೇಷಯ್ಯರ್ ನಂಬಿದ್ದರು. ಹಾಗಲ್ಲದಿದ್ದರೆ ಹಣವಂತರಿಗೆ ಬರುವಂತಹ ಯಾವುದಾದರೊಂದು ಕಾಯಿಲೆ ತಮಗೋ ಅವಳಿಗೋ ಬರಬಹುದಿತ್ತಲ್ಲ. ಏಕೆ ಬರಲಿಲ್ಲ? ದೇವರಕೃಪೆಯ ಪ್ರತಿರೋಧವನ್ನು ಭೇದಿಸಲು ಜಗತ್ತಿನ ಯಾವುದೇ ರೋಗಾಣುವಿಗೂ ಸಾಧ್ಯವಿಲ್ಲ. ನಿವೃತ್ತರಾಗಿ ಈ ಅರುವತ್ತನೆ

ವಯಸ್ಸಿನಲ್ಲೂ ಮನಶ್ಶಾಂತಿಯೊಂದಿಗೆ ಆರೋಗ್ಯದಿಂದ ಸುಖವಾಗಿ ಬದುಕುತ್ತಿರುವುದು ಆ ಸರ್ವಶಕ್ತನ ಕರುಣೆಯೊಂದರಿಂದಲೇ.

ಆದರೆ, ಜೋರಾಗಿ ಸುರಿಯುತ್ತಿರುವ ಕಾಲವರ್ಷ ಏಕೋ ಈಗ ಶೇಷಯ್ಯರ್‌ರ ಪುಣ್ಯಮನಸ್ಸನ್ನು ನೋಯಿಸುತ್ತಿದೆ. ಗಾಜಿನಕಿಟಕಿ ತೆರೆದಿರಿಸಿ ಮಳೆಬೀಳುತ್ತಿರುವ ಹೊರಲೋಕವನ್ನು ನೋಡುತ್ತ ಅವರು ವಿಷಾದಮಗ್ನರಾಗಿ ನಿಂತರು. ಅನತಿದೂರದಲ್ಲಿ ಮಳೆಯಲ್ಲಿ ನೆನೆದು ಮೆತ್ತಗಾಗಿ ನಿಂತಿರುವ ನಗರ ಮತ್ತು ಹಲವು ಮೇಲ್ಛಾವಣಿಗಳು. ಚರಂಡಿಗಳು ಭರ್ತಿಯಾಗಿ ಹೊರಹರಿದ ನೀರು ನಗರದ ರಸ್ತೆಗಳನ್ನು ತೋಡುಗಳನ್ನಾಗಿಸಿ ಬಿಟ್ಟಿದೆ. ಹಾಗಿದ್ದರೂ ಜನರ ಮತ್ತು ವಾಹನಗಳ ಅವಿರಾಮವಾದ ಚಲನೆಗಳು. ನಗರದ ತ್ಯಾಜ್ಯಗಳನ್ನು ಸ್ವೀಕರಿಸಿ ರೈಲ್ವೇ ಯಾರ್ಡಿನ ಪಕ್ಕದಲ್ಲೇ ಹರಿಯುವ 'ಕೂವಂ' ಎಂಬ ಹೆಸರಿನ ಆ ದೊಡ್ಡ ತೋಡು ತುಂಬಿಹರಿಯಲು ಇನ್ನು ಅಧಿಕ ಸಮಯ ಬೇಕಿಲ್ಲ. ನಿನ್ನೆ ಸಂಜೆ ಆರಂಭವಾದದ್ದು ಈ ಭಾರೀ ಮಳೆ. ಬೆಳಕು ಹರಿದಮೇಲೂ ಅದರ ಹರ್ಷೋನ್ಮಾದ ಶಮನಗೊಂಡಿಲ್ಲ. ಜಲಪ್ರವಾಹದ ಬಗೆಗಿನ ಸುದ್ದಿಗಳು ಪತ್ರಿಕೆಗಳಲ್ಲಿ ಬರತೊಡಗುವುವು. ನಗರದ ತಗ್ಗಿನ ಪ್ರದೇಶಗಳಲ್ಲಿ ವಾಸಿಸುವವರನ್ನೇ ವರ್ಷಧಾರೆಯು ಯಾವಾಗಲೂ ಘಾಸಿಗೊಳಿಸಿರುವುದು. ಹಳ್ಳದ ಕಡೆಗೇ ನೀರು ಹರಿವುದು ಎಂಬ ಗಾದೆ ಮಾತಿನ ಅರ್ಥದಾಳಕ್ಕೆ ಶೇಷಯ್ಯರ್‌ರ ಮನ ಮುಳುಗಿ ಮೇಲೆ ಬಂದಿತು. ನೀರಿನ ಮಟ್ಟ ಏರುವಾಗ ಸರ್ಕಾರ ಮತ್ತು ಕಾರ್ಪೊರೇಷನ್ ಸೇರಿ ಅವರನ್ನು ಯಾವುದಾದರೂ ಶಾಲೆಯ ವರಾಂಡಕ್ಕೆ ಸ್ಥಳಾಂತರಗೊಳಿಸಿ ಇರಿಸುವುವು. ಒಂದೆರಡು ವಾರ ಉಚಿತ ದಿನಸಿ. ಯಾವುದಾದರೂ ಕ್ಲಬ್‌ಗಳು ಅಥವಾ ಮಹಿಳಾ ಸಂಘಗಳು ಶೇಖರಿಸುವ ಹಳೆಯ ವಸ್ತ್ರಗಳು. ನಗರದಿಂದ ಹೊರಡುವ ಪತ್ರಿಕೆಗಳು ಬರೆದು ತುಂಬಿಸುವ ಒಂದೆರಡು ಸಂಪಾದಕೀಯಗಳು. ಮಳೆ ನಿಲ್ಲುವುದರೊಂದಿಗೆ ಎಲ್ಲಾ ನಾಟಕಗಳಿಗೂ ಅಂಕದ ಪರದೆ ಬೀಳುವುದು. ತಮ್ಮ ಕುಸಿದು ಮುರಿದ ಹಳೆಯ ಬಿಲಗಳಿಗೆ ಗಾಯಗೊಂಡ ಉರಗಜಂತುಗಳ ಹಾಗೆ ಅವರು ಮರಳಿ ಹೋಗುವರು. ನಾಮಮಾತ್ರವಾದ ಕೆಲವು ಸಹಾಯಗಳನ್ನೆಲ್ಲ ಅಧಿಕೃತರು ಆಮೇಲೆ ಮಾಡಲೂಬಹುದು. ಅವೆಲ್ಲವೂ ತಾತ್ಕಾಲಿಕವಷ್ಟೆ. ಜೀವನವು ಮಳೆಗಾಲವನ್ನು ಮರೆಯುವುದು. ಮತ್ತೆ ಮುಂದೆ ಸಾಗುವುದು. ಮುಂದಿನ ಮಳೆಗಾಲವನ್ನು ನೆನೆದು ಅವರು ಭಯಚಕಿತರಾಗುವುದಿಲ್ಲ. ತಂತಮ್ಮ ಕಸುಬುಗಳ ಆಳಗಳಲ್ಲಿ ಮುಳುಗಿ ತಡಕಾಡಿ ಸಿಕ್ಕಿದ್ದನ್ನೆಲ್ಲ ಬಾಚಿ ಎತ್ತಿಕೊಂಡು ಹಸಿವೆಂಬ ದುರ್ದೇವತೆಗೆ ಸಮರ್ಪಿಸುವ ಧಾವಂತದಲ್ಲಿ ಎಲ್ಲವನ್ನೂ ಮರೆಯುವುದು ಅವರಿಗೆ ಸಾಧ್ಯವಾಗುವುದು.

ಬೇರುಬಿಟ್ಟ ಒಂದು ಅಪರಾಧೀ ಭಾವನೆ ಶೇಷಯ್ಯರ್‌ರ ಅಂತರಂಗದಲ್ಲಿ ಆಲಸ್ಯದಿಂದ ಹಬ್ಬಿ ಮೇಲೇರಿತು. ದೃಢವಾದ ಸೊಬಗಿನ ಒಂದು ದೊಡ್ಡ ಕಟ್ಟಡದಲ್ಲಿ ಕುಳಿತುಕೊಂಡೇ ತಾವು ಮಳೆಗಾಲದ ನಾಶನಷ್ಟಗಳಿಂದ ಬಡಜನರು ಅನುಭವಿಸುವ ಯಾತನೆಗಳ ಬಗ್ಗೆ ನೆನೆದು ವ್ಯಾಕುಲಪಡುತ್ತಿರುವುದು. ಗಾಳಿಯಲ್ಲಿ ತೂರಿಬರುವ ಇರಿಚಲು ಮಳೆಯ

ಒಂದು ಸಣ್ಣ ಹನಿಕೂಡ ಒಳಗೆ ಬೀಳದೆ ಇರುವ ಹಾಗೆ ರೂಪಿಸಿ ನಿರ್ಮಿಸಿರುವಂತಹವು ಈ ಕಟ್ಟಡದ ಸನ್‌ಷೇಡ್‌ಗಳು ಮತ್ತು ಕಿಟಕಿಗಳು. ಪಾರ್ವತಿ ಮಹಡಿ ಮೆಟ್ಟಿಲುಗಳನ್ನು ಹತ್ತುತ್ತ ಕಾಫಿ ತರುತ್ತಿರುವುದನ್ನು ಶೇಷಯ್ಯರ್ ಕಾಣಲಿಲ್ಲ. ಅವರು ಕಿಟಕಿಯ ದಂಡೆಯಲ್ಲಿ ಮೊಣಕೈಯೂರಿ ಹೊರಗೆ ಧಾರಾಕಾರವಾಗಿ ಸುರಿಯುತ್ತಿರುವ ಮಳೆಯನ್ನು ನೋಡುತ್ತ ನಿಂತಿದ್ದಾರೆ, ಒಂದು ಸಣ್ಣ ಮಗುವಿನ ಹಾಗೆ. ಆ ದೃಶ್ಯ ಕಂಡ ಪಾರ್ವತಿ ಕಾಫಿಲೋಟವನ್ನು ಮೇಜಿನ ಮೇಲಿರಿಸಿ ಪ್ರೀತಿಬೆರೆತ ಖಂಡನೆಯ ರೂಪದಲ್ಲಿ ಗಂಡನಿಗೆ ಹೇಳಿದರು,

'ಇಲ್ಲಿ ಬಂದು ಕುಳಿತುಕೊಳ್ಳಬಾರದೇನು? ಚಿಕ್ಕಮಕ್ಕಳ ಹಾಗೆ ಮಳೆಯನ್ನು ನೋಡುತ್ತ ನಿಂತಿದ್ದೀರಲ್ಲ.'

ಧ್ವನಿ ಕೇಳಿ ಶೇಷಯ್ಯರ್ ತಿರುಗಿ ನೋಡಿದರು. ಪಾರ್ವತಿಯನ್ನು ಕಂಡಾಗ ಅವರು ಒಮ್ಮೆ ಹಗುರಾಗಿ ನಕ್ಕರು. ಒಂದು ಹಳೆಯ ಘಟನೆ ನೆನಪಿನ ಬುತ್ತಿಯಿಂದ ತಟ್ಟನೆ ಹೊರಬಂದುದೇ ಆ ನಗುವಿಗೆ ಕಾರಣ. ಮಳೆಗಾಲವು ಆ ಮನಸ್ಸನ್ನು ಚುಚ್ಚಿ ನೋಯಿಸು ತ್ತಿರುವುದು ಒಂದು ಹಳೆಯ ಘಟನೆಯ ಸಮಾಧಿಯ ಮೇಲೆ ನಿಂತುಕೊಂಡೇ. ಶೇಷಯ್ಯರ್ ಕಾಫಿಲೋಟ ಕೈಗೆತ್ತಿಕೊಂಡರು. ಏನನ್ನೋ ಜ್ಞಾಪಿಸಿಕೊಳ್ಳುವಂತೆ ಹುಬ್ಬು ಗಂಟಿಕ್ಕಿ ಅವರು ಪಾರ್ವತಿಯನ್ನು ನೋಡಿದರು. ಭೂತಕಾಲವು ಒಂದು ಆವಿಯಾಗಿ ಹರಡಿ ಹೊಮ್ಮಿತು. ಪಾರ್ವತಿಯ ಮುಖದಿಂದ ಕಣ್ಣು ತೆಗೆಯದೆ ದನಿ ತಗ್ಗಿಸಿ ಒಂದು ಪರಮರಹಸ್ಯವನ್ನು ಕೇಳಿ ತಿಳಿಯುವ ಹಾಗೆ ಶೇಷಯ್ಯರ್ ಕೇಳಿದರು.

'ಪಾರ್ವತೀ... ಆ ಹಾಲಿನ ಪರಶು ಜ್ಞಾಪಕ ಇದೆಯಾ ನಿನಗೆ?'

ಪಾರ್ವತಿ ಆ ಪ್ರಶ್ನೆಯು ಕೇಳಲೇ ಇಲ್ಲವೆಂಬಂತೆ ನಿಂತರು. ಅದು ಅಷ್ಟು ಬಾಲಿಶವಾದು ದೆಂದು ಆಕೆಗೆ ಗೊತ್ತಿದೆ. ಧೂಳುಹರಡಿದ್ದ ಮೇಜಿನ ಬಟ್ಟೆಯನ್ನು ಆಕೆ ಒಮ್ಮೆ ಕೊಡವಿ ಹಾಸಿದರು. ಶೇಷಯ್ಯರ್ ಬಿಡಲಿಲ್ಲ.

'ಹೇಳೂ ಪಾರ್ವತೀ.'

ಆಕೆ ಖಾಲಿ ಕಾಫಿಲೋಟ ಕೈಗೆ ತೆಗೆದುಕೊಂಡರು. ಹುಸಿಮುನಿಸು ತೋರುತ್ತ ಅವಸರ ದಿಂದ ಕೆಳಗಿಳಿದು ಹೋಗುತ್ತ ಪಾರ್ವತಿ ತಮಾಷೆ ಮಾಡಿದರು.

'ನನಗೆ ಅಡಿಗೆ ಮನೆಯಲ್ಲಿ ತುಂಬಾ ಕೆಲಸ ಇದೆ... ನೀವು ಆರಾಮವಾಗಿ ಜ್ಞಾಪಕ ಮಾಡಿಕೊಳ್ಳುತ್ತ ಕುಳಿತುಕೊಳ್ಳಿ... ನನಗೆ ಅದಕ್ಕೆಲ್ಲ ಟೈಮಿಲ್ಲ...'

ಹಾಲು ಹಾಕುತ್ತಿದ್ದ ಪರಶುವನ್ನು ಖಂಡಿತ ಪಾರ್ವತಿ ಮರೆತಿರಲಾರಳು. ಆದರೆ, ಆಕೆ ಹೇಳಿದಂತೆ ಹಳೆಯದನ್ನೆಲ್ಲ ನೆನೆಯುತ್ತ ಇರಲು ಆಕೆಗೆಲ್ಲಿದೆ ಸಮಯ! ಅಡಿಗೆಕೋಣೆಯಲ್ಲಿ ಕೈತುಂಬಾ ಕೆಲಸ. ಮಾಡಲು ಕೆಲಸವಿಲ್ಲದಿದ್ದರೆ ಆಕೆಯೂ ಎಷ್ಟು ಹೊತ್ತು ಬೇಕಾದರೂ ಕಳೆದ ಕಾಲವನ್ನು ಜ್ಞಾಪಕ ಮಾಡಿಕೊಳ್ಳುತ್ತ ಕೂರಬಹುದಿತ್ತು.

ಮಳೆ ಮತ್ತೆ ಜೋರಾಯಿತು. ಅದು ಹೊಸ ಹುರುಪಿನಿಂದ ಮತ್ತೆ ಹುಯ್ಯಲಾರಂಭಿಸಿದೆ. ಯಾರೆಲ್ಲರೊಡನೆಯೋ ಸೇಡು ತೀರಿಸಬೇಕಿದೆ ಎಂಬ ಹಟದಲ್ಲಿ ಕಾರ್ಮೋಡಾವೃತ ಆಕಾಶವು ಕಲುಷಿತವಾಗುತ್ತಿದೆ.

ಶೇಷಯ್ಯರ್ ಬಂದು ಆರಾಮ ಕುರ್ಚಿಯಲ್ಲಿ ಮಲಗಿ ಎವೆ ಮುಚ್ಚಿಕೊಂಡರು. ಈಗ ಸುತ್ತಲೂ ದಟ್ಟ ಕತ್ತಲು. ಕಿವಿಗಳಲ್ಲಿ ಮಳೆಯ 'ಧೋ' ಸದ್ದು. ಅದಕ್ಕೆ ಕೇಳುತ್ತ ಕೂರಲು ಹಿತವಾಗಿರುವ ಒಂದು ತಾಳಾತ್ಮಕತೆಯಿದೆ.

ಶೇಷಯ್ಯರ್ ಹಾಗೆ ಕಣ್ಮುಚ್ಚಿ ಬಹಳ ಹೊತ್ತು ಕುಳಿತರು. ಈಗ ಮನಸ್ಸಿನ ಮೇಲ್ಮೈ ಶಾಂತವಾಯಿತು. ಆ ನೀರ ಪಾತಳಿಯಿಂದ ಪರಶುವಿನ ರೂಪ ನಿಧಾನವಾಗಿ ಹೊಮ್ಮಿ ಬರುತ್ತಿದೆ. ಅವನ ಪೂರ್ಣಚಿತ್ರ ಅವರ ಎದೆಯಾಳದಲ್ಲಿ ನಿಚ್ಚಳವಾಯಿತು. ಕೂದಲುಗಳು ದಟ್ಟವಾಗಿ ಬೆಳೆದಿರುವಂತಹ ಕಪ್ಪು ಶರೀರ. ಕಠಿಣ ದುಡಿಮೆಯಿಂದ ದೃಢವಾದ ಮಾಂಸ ಖಂಡಗಳು. ಅವನು ಷರ್ಟು ತೊಟ್ಟದ್ದನ್ನು ಕಂಡೇ ಇಲ್ಲ. ಮಂದವಾದ ಒಂದು ಥರದ ಒರಟು ಮುಂಡು ಅವನುಡುವ ಬಟ್ಟೆ. ಅದೂ ಕೂಡ ಎರಡು ಅಂಚುಗಳು ಕಷ್ಟದಿಂದ ಪರಸ್ಪರ ಸೇರುವಷ್ಟೇ ಇತ್ತು.

ಶೇಷಯ್ಯರ್ ಹಣೆಯಲ್ಲಿ ಕೈಯೊತ್ತಿಕೊಂಡರು. ಮಳೆಗಾಲ ಮತ್ತು ಪರಶು ಬೇರ್ಪಡಿಸ ಲಾಗದ ಹಾಗೆ ಅವರ ಮನದಲ್ಲಿ ಬೆರೆತು ಬಿಟ್ಟಿದೆ. ಪಾಪ! ಅವನು ಏನೆಲ್ಲ ಅನುಭವಿಸಿದ. ಈಗ ಅವನು ಬದುಕಿರುತ್ತಾನೋ ಇಲ್ಲವೋ? ಯಾರಿಗೆ ಗೊತ್ತು. ಬದುಕಿದ್ದರೂ ಕೂಡ ಸದ್ಗತಿಯ ಸಾಧ್ಯತೆಯಿಲ್ಲ. ದೇವರ ಆಶೀರ್ವಾದವಿಲ್ಲದವನಿಗೆ ಜೀವನದಲ್ಲಿ ಏನನ್ನಾದರೂ ಪಡೆಯಲು ಸಾಧ್ಯವೆ? ಎಂದಿಗೂ ಸಾಧ್ಯವಿಲ್ಲ. ಶೇಷಯ್ಯರ್ ಅದನ್ನು ಖಂಡಿತವಾಗಿ ಹೇಳಬಲ್ಲರು. ಅದಕ್ಕೆ ಸ್ಪಷ್ಟವಾಗಿ ಇರುವ ಉದಾಹರಣೆಯೇ ಹಾಲಿನ ಪರಶು. ದೇವರ ಕಟಾಕ್ಷವಿದ್ದರೆ ಜೀವನವು ಐಶ್ವರ್ಯಪೂರ್ಣವಾಗಿರುತ್ತದೆ ಎಂಬುದಕ್ಕೆ ಇರುವ ದೃಷ್ಟಾಂತವೇ ಶೇಷಯ್ಯರ್.

ಇಂದು ಕೂಡ ಪರಶುವಿನ ಸಂಪರ್ಕದ ಕಾಪಘಟ್ಟವನ್ನು ನೆನೆದರೆ ಶೇಷಯ್ಯರ್ ಬೆಚ್ಚಿ ಬೀಳುತ್ತಾರೆ. ಹೊರಗೆ ಅಬ್ಬರಿಸಿ ಸುರಿಯುತ್ತಿರುವ ಮಳೆ ಶೇಷಯ್ಯರ್‌ರ ಮನಸ್ಸನ್ನು ಕಂಗೆಡಿಸಿದುದಕ್ಕೆ ಮುಖ್ಯ ಕಾರಣ ಪರಿಶಿಷ್ಟ ಜಾತಿಯ ಪರಶುವಿನ ಕುರಿತಾದ ಮರೆಯದ ನೆನಪುಗಳೇ. ಎಂತಹ ವಿರೋಧಾಭಾಸ! ಬ್ರಾಹ್ಮಣ ಕುಲದಲ್ಲಿ ಜನಿಸಿದ ಶೇಷಯ್ಯರ್ ಹೊಲೆಗೇರಿಯಲ್ಲಿ ಹುಟ್ಟಿದ ಒಬ್ಬ ಹಿಂದುಳಿದವನನ್ನು ನೆನೆದು ವ್ಯಾಕುಲ ಪಡುತ್ತಿದ್ದಾರೆ. ದಿವಸವೂ ತುಸು ಹೊತ್ತಾದರೂ ಆ ಕೆಳಜಾತಿಯವನು ಶೇಷಯ್ಯರ್‌ರ ಮನಸ್ಸನ್ನು ತನ್ನತ್ತ ಸೆಳೆದಿಟ್ಟುಕೊಳ್ಳುತ್ತಾನೆ. ಅವನು ಶೇಷಯ್ಯರ್‌ರ ಮಸ್ತಿಷ್ಕಮಂಡಲದಲ್ಲಿ ಕಿತ್ತು ಬಿಸುಟರೂ ಹೋಗದಂತಹ ಒಂದು ಕಪ್ಪು ಕೀಟವಾಗಿ ತೆವಳುತ್ತಿದ್ದಾನೆ.

ದೂರದ ಒಂದು ನಗರ. ಅಲ್ಲಿ ಮಲಯಾಳಂ ಮತ್ತು ತಮಿಳು ಸಂಸ್ಕಾರಗಳು ಜೊತೆಯಾಗಿ ನೆಲೆ ನಿಂತಿದ್ದವು. ಹತ್ತು ವರ್ಷಗಳು ಉರುಳಿವೆ. ಎಲ್ಲವೂ ಈಗಲೂ ಶೇಷಯ್ಯರ್‌ಗೆ ಚೆನ್ನಾಗಿ ನೆನಪಿದೆ. ಅವರ ಜೀವನದ ಸೌಭಾಗ್ಯ ಅತ್ಯಂತ ಹೆಚ್ಚು ಮೆರೆದುದು ಆ ನಗರದಲ್ಲಿ ವಾಸವಾಗಿದ್ದಾಗ ತಾನೇ.

ವಿಘ್ನೇಶ್ವರ ನಗರ್ ಹೌಸಿಂಗ್ ಕಾಲೋನಿಯ ಎರಡಂತಸ್ತಿನ ಬಾಡಿಗೆ ಮನೆಯೊಂದರಲ್ಲಿ ಶೇಷಯ್ಯರ್ ಕುಟುಂಬಸಮೇತ ವಾಸವಾಗಿದ್ದರು. ಅಲ್ಲಿ ನಿವಾಸಿಗಳಲ್ಲಿ ಹೆಚ್ಚಿನವರು ಉನ್ನತ ಹುದ್ದೆಯ ಅತ್ಯಧಿಕ ವೇತನ ಪಡೆಯುವವರಾಗಿದ್ದರು. ಅವರಲ್ಲಿ ಬಹುತೇಕ ಮಂದಿ ಬ್ರಾಹ್ಮಣರೇ. ದೇವರಲ್ಲಿ ಮತ್ತು ಸದಾಚಾರಗಳಲ್ಲಿ ದೃಢನಂಬಿಕೆ ಇಟ್ಟವರು. ಆಸ್ತಿಕರ ಬಹುಮತವಿದ್ದುದರಿಂದಲೇ ಅಲ್ಲವೆ ಆ ನಿವಾಸಿಗಳ ಸಂಘದ ಪದಾಧಿಕಾರಿಗಳು ಆ ಕಾಲೋನಿಯೊಳಗೆ ಒಂದು ಸಣ್ಣ ಗಣಪತಿ ದೇಗುಲವನ್ನು ಕಟ್ಟಲು ಸಾಧ್ಯವಾದುದು. ದಿನವೂ ತಪ್ಪದೆ ಪೂಜೆ ನಡೆಸಲು ಅವರು ಒಬ್ಬ ಅರ್ಚಕರನ್ನೂ ನೇಮಿಸಿದರು. ದೇಗುಲದ ಆಡಳಿತ ಮಂಡಳಿಯ ಕಾರ್ಯದರ್ಶಿ ಆಗಲು ಕಾಲೋನಿಯಲ್ಲಿ ವಾಸವಾಗಿದ್ದ ಶೇಷಯ್ಯರ್‌ಗೆ ಹೆಚ್ಚು ದಿನ ಬೇಕಾಗಲಿಲ್ಲ ಅವರು ದೇಗುಲದ ಕೆಲಸಕಾರ್ಯಗಳಿಗೆ ಯಾವ ಅಡ್ಡಿಯೂ ಬರದಂತೆ ವಿಶೇಷ ಕಾಳಜಿವಹಿಸಿದರು. ದೇಗುಲ ಪರಿಸರ ಶುಚಿಯಾಗಿಡಲು ನಿಷ್ಕರ್ಷೆ ಮಾಡಿದರು. 'ಗಣಪತಿಯನ್ನು ನಿರ್ಲಕ್ಷಿಸಿದರೆ ಕಾಲೋನಿ ನಿವಾಸಿಗಳೆಲ್ಲ ಕಷ್ಟ ಅನುಭವಿಸಬೇಕಾಗುತ್ತದೆ. ಮನುಷ್ಯರ ಕಾರ್ಯಗಳಿಗೆ ವಿಘ್ನ ಬಂದರೂ ಸರಿಯೇ ದೇವರ ಕಾರ್ಯಗಳು ಎಂದಿಗೂ ನಿಲ್ಲಕೂಡದು' ಅವರು ಎಲ್ಲರಿಗೂ ಹೇಳುತ್ತಿದ್ದರು.

ಪ್ರತಿವಾರದ ಕೊನೆಯಲ್ಲಿ ಸಂಜೆವೇಳೆ ಶೇಷಯ್ಯರ್‌ರ ವತಿಯಿಂದ ಭಜನೆ ನಡೆಸಲಾಗುತ್ತಿತ್ತು. ವಿಘ್ನೇಶ್ವರನ ಮುಂದೆ ಚಕ್ಕಬಕ್ಕಳ ಹಾಕಿ ಕುಳಿತ ಭಜನೆಯ ತಂಡಕ್ಕೆ ಶೇಷಯ್ಯರ್ ಧ್ವನಿ ನೇತೃತ್ವ ನೀಡಿದರು. ಭಜನೆಯಲ್ಲಿ ಮುಳುಗಿರುವಾಗ ಶೇಷಯ್ಯರ್‌ಗೆ ಸ್ಥಳಕಾಲ ಪ್ರಜ್ಞೆ ಇರುತ್ತಿರಲಿಲ್ಲ. ಆ ಮನಸ್ಸು ದೇವಭೂಮಿಗಳಲ್ಲಿ ಎಲ್ಲೋ ಸಂಚರಿಸಿ ಬಿಡುತ್ತಿತ್ತು. ಭಜನೆ ಕೇಳಲು ಕಾಲೋನಿಯ ಹೆಂಗಸರು, ಮಕ್ಕಳು, ವೃದ್ಧರು, ವಿಧವೆಯರು ಗುಂಪಾಗಿ ನಿಲ್ಲುವುದು ವಾಡಿಕೆ. ಶೇಷಯ್ಯರ್‌ರ ಕಂಠದಿಂದ ತೇಲಿ ಹೊರಬರುವ ಸಂಕೀರ್ತನೆಗಳಲ್ಲಿ ವ್ಯಾಕುಲ ಮನಸ್ಸುಗಳು ಶಾಂತಿಯನ್ನು ಕಂಡುಕೊಂಡವು. ಮಕ್ಕಳು ತಮ್ಮ ಮನೆಗಳಿಗೆ ಹೋಗಿ ಕುಳಿತು ಶೇಷಯ್ಯರ್‌ರನ್ನು ಅನುಕರಿಸಿ ಹಾಡುತ್ತಿದ್ದವು. ಎಲ್ಲರೂ ಶೇಷಯ್ಯರ್‌ರನ್ನು ಪ್ರೀತಿಸಿದರು, ಗೌರವಿಸಿದರು.

ಬಹಳಷ್ಟು ಅಧಿಕಾರವಿರುವ ಒಂದು ದೊಡ್ಡ ಉದ್ಯೋಗ ವಹಿಸಿಕೊಂಡಿದ್ದ ಶೇಷಯ್ಯರ್‌ರ ಮನಸ್ಸಿನಲ್ಲಿ ಅಹಂಕಾರದ ಒಂದು ಕಣವೂ ಇರಲಿಲ್ಲ. ಸಮಸ್ಯೆ ಎಷ್ಟೇ ಸಂಕೀರ್ಣವಾಗಿದ್ದರೂ ಅವರು ತಮ್ಮಿಂದ ಸಾಧ್ಯವಾಗುವುದಿದ್ದರೆ ಅದಕ್ಕೆ ಪರಿಹಾರ ಒದಗಿಸಿಕೊಡುತ್ತಿದ್ದರು. ವಿಷಯ ತಮ್ಮ ಸಾಮರ್ಥ್ಯದ ಎಲ್ಲೆಯಾಚೆ ಇದ್ದರೆ ಅದನ್ನು ತೆರೆದು ಹೇಳಲೂ ಆ ಮಹಾಮನಸ್ಕರು ಹಿಂಜಯುತ್ತಿರಲಿಲ್ಲ.

ಬ್ರಾಹ್ಮಣ ಕುಲದಲ್ಲಿ ಹುಟ್ಟಿದ್ದ ಶೇಷಯ್ಯರ್‌ರನ್ನು ಜಾತಿ ಚಿಂತೆ ಪ್ರಭಾವಿಸಿರಲಿಲ್ಲ ಎಂದು ಖಂಡಿತವಾಗಿ ಹೇಳಬಹುದಿತ್ತು. ಈ ಚಿಂತಾಗತಿಯೇ ಹರಿಜನ ವರ್ಗದ ಪರಶು ಎಂಬ ಹಾಲಿನವನನ್ನೂ ಶೇಷಯ್ಯರ್ ಎಂಬ ಉನ್ನತಕುಲಜಾತನನ್ನೂ ಪರಸ್ಪರ ಬೆಸೆದದ್ದು.

ಕಾಲೋನಿಯ ಪಕ್ಕದಲ್ಲಿ ಹೊಳೆ ಹರಿಯುತ್ತಿತ್ತು. ಹೊಳೆಗೆ ಯಾವುದೇ ಹೆಸರಿಲ್ಲ. ಒಂದೊಂದು ಊರಿನ ಬಳಿ ಹರಿಯುವಾಗಲೂ ಆ ಊರಿನ ಹೆಸರನ್ನು ಸೇರಿಸಿ ಆ ಹೊಳೆಯನ್ನು ಹೆಸರಿಸಲಾಗುತ್ತಿತ್ತು. ಐವತ್ತೋ ಅರುವತ್ತೋ ಮೈಲು ಪಶ್ಚಿಮಕ್ಕೆ ಹರಿದು ಹೊಳೆ ಸಮುದ್ರವನ್ನು ಸೇರುತ್ತಿತ್ತು.

ಹೊಳೆಯ ದಡದಲ್ಲೇ ಪರಶುವಿನ ಗುಡಿಸಲು. ಪರಶು, ಅವನ ಹೆಂಡತಿ ಮತ್ತು ಮೂವರು ಮಕ್ಕಳು ಆ ಗುಡಿಸಲಲ್ಲಿ ವಾಸವಿದ್ದರು. ಎಮ್ಮೆ ದನಗಳು ದೊಡ್ಡಿಯಲ್ಲಿ ಗೊರಸು ಬಡಿದು ಸದ್ದೆಬ್ಬಿಸಿದವು. ಒಣಹುಲ್ಲನ್ನು ಎಳೆದು ಬಾಯ್ತುಂಬ ತಿನ್ನುತ್ತ ಹೊತ್ತು ಕಳೆಯುತ್ತಿದ್ದವು. ಅವು ಹಗಲು ಪೂರಾ ಹಸಿಹುಲ್ಲು ಕಿತ್ತು ತಿನ್ನುತ್ತ ಹೊಳೆಬದಿಯ ಕಾಡು ಮೇಡುಗಳಲ್ಲಿ ಅಲೆದಾಡುವುವು. ಬಾಯಾರಿದಾಗ ಹೊಳೆಯ ತಿಳಿನೀರನ್ನು ಕುಡಿಯುವುವು. ಆ ಜಾನುವಾರುಗಳು ಎರಡು ಹೊತ್ತೂ ಹಾಲು ಸುರಿಸಿ ಪರಶುವಿನ ಕುಟುಂಬವನ್ನು ಉಣಿಸಿ ಪೋಷಿಸಿದವು.

ವರ್ಗವಾಗಿ ಆ ನಗರಕ್ಕೆ ಬಂದು ವಿಘ್ನೇಶ್ವರ್ ನಗರ ಕಾಲೋನಿಯಲ್ಲಿ ವಾಸವಾರಂಭಿಸಿ ದಾಗಿನಿಂದ ಪರಶುವೇ ಶೇಷಯ್ಯರ್‌ರ ಮನೆಗೆ ಎರಡು ಹೊತ್ತೂ ಹಾಲು ಕೊಡುತ್ತಿದ್ದುದು. ಅವರಿಬ್ಬರ ನಿಕಟತೆಯ ಮೊದಲ ಸಂದರ್ಭ ತೀರಾ ಆಕಸ್ಮಿಕವಾಗಿತ್ತು. ಲಾರಿಯಿಂದ ಮನೆ ಸಾಮಾನುಗಳನ್ನು ಇಳಿಸಿ ಮನೆಯೊಳಕ್ಕೆ ಸಾಗಿಸುತ್ತಿದ್ದ ಕೂಲಿಯಾಳುಗಳಿಗೆ ಸೂಚನೆ ಕೊಡುತ್ತ ನಿಂತಿದ್ದರು ಶೇಷಯ್ಯರ್. ತಕ್ಷಣಕ್ಕೆ ಒಂದು ಪೊರಕೆಯ ಅಗತ್ಯ ಬಂತು. ಪೊರಕೆ ಬಿಟ್ಟು ಬೇರೆಲ್ಲ ವಸ್ತುಗಳೂ ಲಾರಿಯಲ್ಲಿದ್ದವು. ಕಾಲೋನಿಯಲ್ಲಿ ಆಗಿನ್ನೂ ಯಾರ ಪರಿಚಯವೂ ಶೇಷಯ್ಯರ್‌ರ ಕುಟುಂಬಕ್ಕೆ ಆಗಿರಲಿಲ್ಲ. ಆಗಲೇ ಪರಶು ಒಣಹುಲ್ಲಿನ ಕಂತೆ ಹೊತ್ತು ಆ ದಾರಿಯಾಗಿ ಬಂದನು. ಅವನ ವೇಷ ಹಾವಭಾವ ಕಂಡೇ ಇರಬೇಕು ಶೇಷಯ್ಯರ್ ಚಪ್ಪಾಳೆತಟ್ಟಿ ಅವನನ್ನು ಕರೆದರು. ಪೊರಕೆ ಬೇಕಾಗಿದೆ ಎಂದಾಗ ಅವನು ಹುಲ್ಲಿನ ಕಂತೆಯೊಂದಿಗೆ ಸರಸರನೆ ನಡೆದ. ಕಡ್ಡಿಪೊರಕೆಯೊಂದಿಗೆ ಮರಳಿಬಂದ ಪರಶು ವಿಗೆ ಅದರ ಬೆಲೆಯಾಗಿ ಶೇಷಯ್ಯರ್ ಒಂದು ರೂಪಾಯಿ ಕೊಟ್ಟಾಗ ಅವನು ತೆಗೆದು ಕೊಳ್ಳಲಿಲ್ಲ. ಒಂದು ಕಡ್ಡಿಪೊರಕೆಗೆ ಹಣ ತೆಗೆದುಕೊಳ್ಳುವುದೇ? ಶೇಷಯ್ಯರ್ ಎರಡು ಮೂರು ಸಲ ಒತ್ತಾಯಿಸಿದರರೂ ಅವನು ಬೇಡ ಎಂದು ನಿಂತನು. ಪರಶು ತಕ್ಷಣ ಹಿಂತಿರುಗಿ ಹೋಗಲಿಲ್ಲ. ಲಾರಿಯಿಂದ ಸಾಮಾನುಗಳನ್ನು ಇಳಿಸುವವರಿಗೆ ಸಹಾಯ ಮಾಡುತ್ತ ಆಗಾಗ ಶೇಷಯ್ಯರ್‌ರ ಮುಖವನ್ನು ದಿಟ್ಟಿಸುತ್ತ ಅಲ್ಲೇ ನಿಂತ. ಏಕೋ ಶೇಷಯ್ಯರ್‌ಗೆ ಅವನ ವರ್ತನೆಯಲ್ಲೂ ಮಾತಿನಲ್ಲೂ ಕುತೂಹಲ ಹುಟ್ಟಿತು. ಕ್ರಮೇಣ

ಅವನ ಹೆಸರು ಕಸಬು ಕೇಳಿ ತಿಳಿಯಲು ಮತ್ತು ಮರುದಿನದಿಂದಲೇ ಹಾಲು ಹಾಕುವಂತೆ ತಿಳಿಸಲು ಶೇಷಯ್ಯರ್ ಅಜ್ಞಾತವಾದ ಒಂದು ಅಂತಃಪ್ರೇರಣೆಗೊಳಗಾಗಿ ಒತ್ತಾಯಿಸಲ್ಪಟ್ಟರು.

ಶೇಷಯ್ಯರ್‌ರ ಮನೆಗೆ ಪರಶು ಎರಡು ಹೊತ್ತೂ ಹಾಲು ಕೊಡುವುದನ್ನು ಕಂಡ ಸಂಪ್ರದಾಯಸ್ಥರಾದ ಕೆಲವು ಕಾಲೋನಿ ವಾಸಿಗಳು ಅಚ್ಚರಿಪಟ್ಟರು. ಹರಿಜನ ಕರೆದ ಹಾಲನ್ನು ಬ್ರಾಹ್ಮಣ ಕೊಂಡು ಕುಡಿಯುವುದೇ? ಪರಶು ದಿನವೂ ತಪ್ಪದೆ ಹಾಲು ತಂದ. ಪಾರ್ವತಿ ಆ ಹಾಲು ಹಾಕಿ ಕಾಫಿಯನ್ನೂ ಹೆಪ್ಪು ಹಾಕಿ ಮೊಸರನ್ನೂ ತಯಾರಿಸಿದರು. ದಿನಗಳು ಕಳೆದಾಗ ಸಲುಗೆಯಿಂದ ಒಡನಾಡಿದ ಕೆಲವು ಸ್ನೇಹಿತರು ಶೇಷಯ್ಯರ್‌ರೊಡನೆ ಕೇಳಿದರು. ಪರಶುವಿನಿಂದಲೇ ಹಾಲು ಕೊಳ್ಳಬೇಕೇನು? ಅವನು ಹೊಲೆಯನಲ್ಲವೆ. ಶೇಷಯ್ಯರ್‌ರ ಉತ್ತರವು ಅವರ ವಿಶಾಲಹೃದಯದ ಅನಂತ ಸೀಮೆಗಳನ್ನು ಬಿಂಬಿಸಿತು. ಅವರು, ಹೇಳಿದರು. 'ಹಸು ಒಂದು ದೇವಮೃಗ. ಪರಶು ಒಬ್ಬ ಮನುಷ್ಯ. ಎಲ್ಲಾ ಮನುಷ್ಯರೂ ಬ್ರಹ್ಮನ ಸೃಷ್ಟಿಗಳೇ. ಮನುಷ್ಯನನ್ನು ಪ್ರೀತಿಸುವವರಿಗಷ್ಟೇ ದೇವರನ್ನು ಪ್ರೀತಿಸಲು ಸಾಧ್ಯ.' ಶೇಷಯ್ಯರ್ ಮುಂದುವರಿಸಿದರು. 'ಹಾಲಿಗೆ ಒಂದು ತೊಟ್ಟು ನೀರು ಬೆರೆಸದೆ ಯಾವನಾದರೂ ಹಾಲಿನವನು ಈ ನಗರದಲ್ಲಿರುವನೇ?' ಇಲ್ಲ ಎಂದು ಹೆಚ್ಚಿನವರು ಒಪ್ಪಲೇಬೇಕಾಯಿತು. ಆದರ ಬೆರೆತ ಒಂದು ಸಣ್ಣ ಮುಗುಳ್ನಗೆಯೊಂದಿಗೆ ಶೇಷಯ್ಯರ್ ಹೇಳಿ ಮುಗಿಸಿದರು. 'ನಮಗೆ ಕೊಡುವ ಹಾಲಿನಲ್ಲಿ ಪರಶು ಒಂದು ಹನಿ ನೀರನ್ನೂ ಸೇರಿಸುವುದಿಲ್ಲ.'

ಹಾಲಿನಲ್ಲಿ ನೀರು ಬೆರೆಸಿರುತ್ತಾನೆ ಪರಶು ಎಂದೇ ಮೊದಲಿಗೆ ಶೇಷಯ್ಯರ್ ಮತ್ತು ಪಾರ್ವತಿ ಭಾವಿಸಿದ್ದರು. ಅವರ ಮಗ ಸುಬ್ರು ಲಾಕ್ಟೋಮೀಟರ್ ಬಳಸಿ ಹಲವುಸಲ ಪರೀಕ್ಷಿಸಿ ನೋಡಿದ. ಯಾವ ಪುರಾವೆಯೂ ಸಿಗಲಿಲ್ಲ. ರಾತ್ರಿ ಹಗ್ಗ ಕಿತ್ತುಕೊಂಡು ಹೋಗಿ ಕರು ಹಾಲುಕುಡಿದರೆ, ಹಸುವಿನ ಕಾಲು ತಾಗಿ ಹಾಲು ಚೆಲ್ಲಿ ಹೋದರೆ ಆ ವಿಷಯವನ್ನೆಲ್ಲ ಅವನು ಮುಚ್ಚುಮರೆಯಿಲ್ಲದೆ ಹೇಳುತ್ತಿದ್ದ ಇರುವಷ್ಟು ಹಾಲನ್ನು ಅಳೆದು ಕೊಟ್ಟು ಅವನು ಹೋಗುತ್ತಿದ್ದ. ಕ್ರಮೇಣ ಆ ಬ್ರಾಹ್ಮಣ ಕುಟುಂಬದ ಮನಸ್ಸಿನಲ್ಲಿ ಪರಶುವಿನ ಪ್ರಾಮಾಣಿಕತೆ ಬಂಡೆಗಲ್ಲಿನಂತೆ ಗಟ್ಟಿಯಾಗಿ ನೆಲೆಸಿತು.

ವಿಘ್ನೇಶ್ವರ ನಗರ್‌ನಲ್ಲಿ ವಾಸತೊಡಗಿ ಒಂದು ತಿಂಗಳಾಗುವ ಮುನ್ನವೇ ಬ್ಯಾಂಕ್ ಲೋನ್ ಕೊಡಿಸಿ ಶೇಷಯ್ಯರ್ ಇನ್ನೊಂದು ಹಸುವನ್ನು ಪರಶುವಿಗೆ ಕೊಡಿಸಿದರು. ಯಾರೋ ಅವನಿಗೆ ಹೇಳಿ ಮನವರಿಕೆ ಮಾಡಿಸಿರಬಹುದು. ಅಥವಾ ಒಂದು ತಿಂಗಳ ಪರಿಚಯದಿಂದ ಅವನಿಗೆ ತಾನಾಗೇ ಅನ್ನಿಸಿತೇ? ಶೇಷಯ್ಯರ್ ಮನಸ್ಸು ಮಾಡಿದರೆ ಬ್ಯಾಂಕ್ ಸಾಲ ಸಿಗುವುದು ಏನೇನೂ ಕಷ್ಟವಿಲ್ಲ. ಅದೂ ಅಲ್ಲದೆ ಶೇಷಯ್ಯರ್ ಸ್ವಾಮಿಗಳಿಗೆ ಕಷ್ಟಕಾರ್ಪಣ್ಯಗಳನ್ನು ಹೇಳಿದರೆ ತಕ್ಷಣ ಕರಗುವ ಮನಸ್ಸು. ಅದು ನಿಜವೂ ಹೌದು. ತನ್ನ ಕುಟುಂಬದ ಸಂಕಷ್ಟಗಳ ಹೊರೆಯನ್ನು ಶೇಷಯ್ಯರ್ ದಂಪತಿಗಳ ಎದುರು ಪರಶು ಬಿಚ್ಚಿರಿಸಿದ. ಅವನಿಗೊಂದು ಸಾಲ ಕೊಡಿಸಬೇಕೆಂದು ಶೇಷಯ್ಯರ್ ಆಗಲೇ ಮನದಲ್ಲಿ

ನಿರ್ಧರಿಸಿದರು. ಸಾಲದೆಂಬಂತೆ ಮಲಗುವ ವೇಳೆ ಪಾರ್ವತಿಯ ವತಿಯಿಂದ ಒಂದು ಶಿಫಾರಸ್ಸು ಕೂಡ 'ಬಹಳ ಪರಿತಾಪಕರ.... ಯಾವುದಾದರೂ ಲೋನ್ ಸಿಗುವುದಾದರೆ ಕೊಡಿಸಿ. ಪಾಪ...'

ಸಾಲದ ಹಣದಿಂದ ಹೊಸ ಹಸುವನ್ನು ಕೊಂಡು ಪರಶು ತನ್ನ ಕೊಟ್ಟಿಗೆಯಲ್ಲಿ ಕಟ್ಟಿದ. ಕೊಳ್ಳುತ್ತಿದ್ದ ಹಾಲಿನ ಪ್ರಮಾಣವನ್ನು ಪಾರ್ವತಿ ಹೆಚ್ಚಿಸಿದರು.

ಸ್ನಾನ ಪೂಜಾಕಾರ್ಯಗಳೆಲ್ಲ ಮುಗಿಸಿ ಶೇಷಯ್ಯರ್ ವರಾಂಡಕ್ಕೆ ಬಂದು ಕುಳಿತು ದಿನಪತ್ರಿಕೆ ಓದುವ ವೇಳೆಗೇ ಬಹುತೇಕ ದಿನಗಳಲ್ಲಿ ಪರಶು ಬರುತ್ತಿದ್ದುದು. ಒಂದು ದಿನ ತಮಾಷೆಯಾಗಿ ಶೇಷಯ್ಯರ್ ಪರಶುವಿನೊಡನೆ ಕೇಳಿದರು.

'ಬ್ಯಾಂಕ್ ಸಾಲವನ್ನು ಸರಿಯಾಗಿ ತೀರಿಸುತ್ತಿದ್ದೀಯ ತಾನೇ ಪರಶು... ನನ್ನನ್ನು ಮುಳುಗಿಸ ಬೇಡಪ್ಪ...'

ಹಳದಿಗಟ್ಟಿದ್ದ ಕಪ್ಪುಹಲ್ಲುಗಳನ್ನು ಹೊರತೋರುತ್ತ, ಮೆಲುಕು ಹಾಕುವ ಹಾಗೆ ದಾಡಿ ಯೆಲುಬುಗಳನ್ನು ಅಲುಗಾಡಿಸುತ್ತ, ತಲೆ ಮೇಲೆ ವೃತ್ತಾಕಾರವಾಗಿ ಕೈಯಾಡಿಸುತ್ತ ಪೆದ್ದು ನಗೆ ನಗುತ್ತ ಪರಶು ಹೇಳಿದ.

'ಐದನೇ ತಾರೀಖು ಸಾಲದ ಕಂತು ಕಟ್ಟಿದ ಮೇಲೇ ಬೇರೆ ಕೆಲಸ ಎಲ್ಲ ಮಾಡೋದು ಸ್ವಾಮಿಗಳೇ.'

ಅವನನ್ನು ಗೇಲಿ ಮಾಡುವುದೆಂದರೆ ಪಾರ್ವತಿಗೆ ಖುಷಿಯೇ. ಒಂದನೇ ತಾರೀಖು ಹಾಲಿನ ಲೆಕ್ಕ ನೋಡುವಾಗ ಆಕೆಯ ಬಾಯಿಂದ ಅದು ಹೊರಬಿತ್ತು.

'ಸಾಲ ಸರಿಯಾಗಿ ತೀರಿಸುತ್ತಿದ್ದೀಯ ತಾನೇ ಪರಶು... ಯಜಮಾನರ ಸಂಬಳದಿಂದ ಹಿಡಿಯೋ ಹಾಗೆ ಮಾಡಿ ಮಾನಗೆಡಿಸೋದಿಲ್ಲ ತಾನೇ.'

ಪಾರ್ವತಿ ತಮಾಷೆಯಾಗಿಯೇ ಕೇಳೀದ್ದರೂ ಅವನ ಉತ್ತರ ಬಹಳ ಗಂಭೀರವಾಗಿಯೇ ಇತ್ತು.

'ಅಮ್ಮಾ... ನನ್ನಪ್ಪ ಕೋಲನ್‌ಚಾತ್ತನ್ ಮತು ಅಜ್ಜ ಚಾತ್ತನ್ ರಾಮನ್ ಇವರೆಲ್ಲ ಸಾಯೋತನಕ ಬೆವರಿಳಿಸಿ ದುಡಿದೇ ನಮ್ಮನ್ನು ಬೆಳೆಸಿದರು...'

ಪಾರ್ವತಿ ಮಧ್ಯೆ ಬಾಯಿ ಹಾಕಿ ಹೇಳಿದಳು.

'ಸಾಕು... ಸಾಕು... ನಾನು ನಿನ್ನನ್ನು ಗೇಲಿ ಮಾಡುವುದಕ್ಕೆ ಹಾಗೆ ಕೇಳಿದೆ ಅಷ್ಟೆ.'

'ಅದು ನನಗೆ ಗೊತ್ತು. ನಿಮಗೂ ಯಜಮಾನರಿಗೂ ಬಹಳ ಒಳ್ಳೆಯ ಮನಸ್ಸು.'

ಆ ಮಾತುಗಳು ಶೇಷಯ್ಯರ್ ಮತ್ತು ಪಾರ್ವತಿ ದಂಪತಿಗಳಿಗೆ ರೋಮಾಂಚನ ವನ್ನುಂಟು ಮಾಡಿದವು.

ಪಾಪ ಪರಶು! ಆಮೇಲೆ ಎಷ್ಟೆಲ್ಲಾ ಕಷ್ಟ ಅನುಭವಿಸಿದ. ಒಬ್ಬ ಮಾನವಜೀವಿ ಸಹಿಸಲಾಗುವುದಕ್ಕಿಂತ ಹೆಚ್ಚು ದುರಂತಗಳನ್ನು ಅವನು ಅನುಭವಿಸಿದ. ಹಂತಹಂತವಾಗಿ ಅವನು ಪತನ ಹೊಂದುವುದನ್ನು ಶೇಷಯ್ಯರ್ ಬಹಳ ಅಸಹಾಯಕರಾಗಿ ನೋಡುತ್ತ ಇರಬೇಕಾಯಿತು. ಕರುಣಾಮಯನಾದ ದೇವನು ಅವನ ಮೇಲೆ ಸ್ವಲ್ಪ ಕೂಡ ದಯೆ ತೋರಲಿಲ್ಲ. ತನ್ನನ್ನು ನಿಂದಿಸುವವರಿಗೆ ಆ ಭಕ್ತವತ್ಸಲ ಕ್ಷಮೆ ನೀಡುವುದಿಲ್ಲವೇ? ಅವನ್ನೆಲ್ಲ ನೆನೆದಾಗ ಶೇಷಯ್ಯರ್‌ರ ಹೃದಯ ದ್ರುತಗತಿಯಲ್ಲಿ ಮಿಡಿಯುವುದು. ರೋಮಕೂಪಗಳಲ್ಲಿ ಬೆವರು ಜಿನುಗುವುದು. ಆ ರಾತ್ರಿ, ಅದರ ಮುಂದಿನ ಹಗಲು, ತದನಂತರದ ದಿನಗಳು ಅಂದು ಕಳೆದ ಪ್ರತಿಯೊಂದು ನಿಮಿಷವೂ ಇಂದಿಗೂ ಪೂರ್ಣವಾಗಿ ಶೇಷಯ್ಯರ್‌ರ ಮನಸ್ಸಿನಲ್ಲಿ ನೆಲೆಯಾಗಿದೆ. ಶೇಷಯ್ಯರ್‌ರ ಮುಂದಿನ ಜೀವನವನ್ನು ಶೋಭಾಯಮಾನವಾಗಿಸಿದ, ಪರಶುವಿನ ಭವಿಷ್ಯದ ಬದುಕನ್ನು ಜರ್ಜರಿತಗೊಳಿಸಿದ ಆ ಮಹಾಸಂಭವದ ಉಗಮ.

ಅಂದು ಶುಕ್ರವಾರ. ಯಾವಾಗಲೂ ಶನಿವಾರದಂದು ಭಜನೆ ನಡೆಯುವುದು. ಕಾಲೋನಿಯ ಹರಿಹರ ಸುಬ್ರಹ್ಮಣ್ಯಯ್ಯರ್‌ರ ಮಾವ ತಿರುನೆಲ್ವೇಲಿ ಶಿವದೇವಯ್ಯರ್ ಪ್ರಸಿದ್ಧ ಭಜನೆ ಗಾಯಕರು. ಕಾಲೋನಿ ನಿವಾಸಿಗಳ ಬೇಡಿಕೆಯಂತೆ ಅಂದು ಅವರು ಭಜನೆ ಹಾಡಲು ಒಪ್ಪಿಕೊಂಡಿದ್ದರು. ಮರುದಿನ ಶನಿವಾರ ಮದ್ರಾಸ್‌ಮೈಲ್ ಗಾಡಿಯಲ್ಲಿ ಅವರು ಹಿಂತಿರುಗಬೇಕಾದುದುರಿಂದ ಶುಕ್ರವಾರವೇ ವಿಶೇಷ ಭಜನೆ ನಡೆಸಲು ಎಲ್ಲರೂ ನಿರ್ಧರಿಸಿದ್ದರು. ಅಂದು ಮೂರು ಗಂಟೆಗಳ ಕಾಲ ಶೇಷಯ್ಯರ್ ಶಿವದೇವಯ್ಯರ್ ಜೊತೆಗೆ ಭಜನೆ ಹಾಡಿದರು, ಭಜನೆ ಮುಗಿಸಿ ಎಲ್ಲರೂ ಚದುರುವ ಮುನ್ನ ಶಿವದೇವಯ್ಯರ್ ಶೇಷಯ್ಯರ್‌ರನ್ನು ಬಿಗಿದಪ್ಪಿದರು.

'ಬಹಳ ಸೊಗಸಾದ ಕಂಠ... ನಿಮಗೆ ವೆಂಕಟಾಚಲಪತಿಯ ಅನುಗ್ರಹ ಸದಾ ಸಿಗುವುದು.'

ಶೇಷಯ್ಯರ್‌ರ ಕಣ್ಣುಗಳು ಹನಿದುಂಬಿದವು. ಅವರು ವಿದಾಯ ಕೋರಿದರು. ಒಂದು ಸಂಶಯ ಮಾತ್ರ ಶೇಷಯ್ಯರ್‌ರಲ್ಲಿ ಉಳಿಯಿತು. ಗಣಪತಿ ದೇಗುಲದಲ್ಲಿ ಭಜನೆ ಮಾಡಿದ್ದಕ್ಕೆ ವೆಂಕಟಾಚಲಪತಿಯ ಕೃಪೆ ಸಿಗುವುದೇ? ಏನೋ ಯಾವುದೂ ಸ್ಪಷ್ಟವಾಗುತ್ತಿಲ್ಲ. ಎಲ್ಲ ದೇವರುಗಳೂ ಒಂದೇ ತಾನೇ. ಅದನ್ನು ಮನದಲ್ಲಿರಿಸಿಕೊಂಡು ಹೇಳಿದ್ದಿರಬಹುದು. ಅಲ್ಲದಿದ್ದರೆ ಈ ಶಿವದಾಸಯ್ಯರ್ ವೆಂಕಟಾಚಲಪತಿಯ ಅಪ್ರತಿಮ ಭಕ್ತರಿರಬಹುದು.

ಸ್ನಾನ ಮುಗಿಸಿ ರಾತ್ರಿಯೂಟವಾದ ಮೇಲೆ ಮಲಗಿದಾಗ ರಾತ್ರಿ ಹತ್ತುಗಂಟೆ ಹೊಡೆದುದನ್ನು ಶೇಷಯ್ಯರ್ ಎಣಿಸಿದರು. ಮಲಗಿದೊಡನೆ ಪಾರ್ವತಿ ನಿದ್ರೆಗೆ ಜಾರಿದರು. ಸುಬ್ರನ್ ತನ್ನ ರೂಮಿನಲ್ಲಿ ಟೇಬಲ್‌ಲ್ಯಾಂಪಿನ ಮುಂದೆ ಕುಳಿತು ಐ.ಎ.ಎಸ್ ಪರೀಕ್ಷೆಗೆಂದು ಅಭ್ಯಾಸನಿರತನಾಗಿದ್ದಾನೆ. ಕನಕಳ ಕೋಣೆಯಲ್ಲಿ ಬೆಳಕಿಲ್ಲದಿದ್ದರೂ ಅವಳು ನಿದ್ರಿಸಿಲ್ಲ.

ವಿವಿಧಭಾರತಿಯಲ್ಲಿ ಹಿಂದಿ ಹಾಡುಗಳು ಪ್ರಸಾರವಾಗುತ್ತಿವೆ. ಹನ್ನೊಂದು ಗಂಟೆಗೆ ರೇಡಿಯೋ ನಿಲಯದವರು ಪ್ರಸಾರ ನಿಲ್ಲಿಸಿದ ಮೇಲೇನೆ ಅವಳು ನಿದ್ದೆ ಮಾಡುವುದು.

ಡನ್‌ಲಪ್‌ನ ಮೃದುತ್ವದಲ್ಲಿ ಶೇಷಯ್ಯರ್ ಹೊರಳಾಡುತ್ತ ಮಲಗಿದರು. ಹಗಲು ಪೂರಾ ಬಹಳ ಸೆಕೆಯಿತ್ತು. ಸೀಲಿಂಗ್‌ಫ್ಯಾನ್ ಗರಿಷ್ಠ ವೇಗದಲ್ಲಿ ತಿರುಗುತ್ತಿದ್ದರೂ ಶಾಖವು ಕೋಣೆ ಬಿಟ್ಟು ಹೊರಕ್ಕೆ ಹೋಗಲಿಲ್ಲ.

ಹನ್ನೆರಡು ಹೊಡೆಯಿತು. ಸುಬ್ರನ್ ಮತ್ತು ಕನಕ ನಿದ್ರಿಸಿದರು. ಆಗಲೂ ಶೇಷಯ್ಯರ್‌ಗೆ ನಿದ್ರೆ ಬರಲಿಲ್ಲ. ಪಾರ್ವತಿ ಎಂದಿನಂತೆ ಬೇಳೆ ಬೆಂದಿತೇ ಮೊಸರು ಕಡೆದಾಯಿತೇ ಎಂದು ನಿದ್ರೆಯಲ್ಲಿ ಕೇಳುವುದನ್ನು ಶೇಷಯ್ಯರ್ ಆಲಿಸಿದರು. ಪಾರ್ವತಿಗೆ ಹಗಲಿನ ಕೆಲಸಗಳ ನೆನಪು. ಆಕೆ ನಿದ್ರೆಯಲ್ಲಿ ಮಾತನಾಡುವುದನ್ನು ಶೇಷಯ್ಯರ್ ಮದುವೆಯ ರಾತ್ರಿಯಿಂದಲೇ ಕೇಳತೊಡಗಿದ್ದಾರೆ. ಇಂದೇನೂ ಹೊಸದಲ್ಲ.

ಶೇಷಯ್ಯರ್ ಬೋರಲಾಗಿ ಮಲಗಿದರು. ಕಣ್ಣುಗಳನ್ನು ಬಿಗಿಯಾಗಿ ಮುಚ್ಚಿದರು. ಮಲಗಿದೊಡನೆಯೇ ನಿದ್ದೆಗೆ ಜಾರುವುದು ಮೊದಲಿನಿಂದಲೂ ತಮಗೆ ರೂಢಿ. ಇಂದು ತಮಗೇನಾಗಿದೆ? ಬರಲಿರುವ ಯಾವುದಾದರೂ ದುರಂತದ ಮುನ್ಸೂಚನೆಯೇ? ಛೇ. ಅದು ಖಂಡಿತಾ ಅಲ್ಲ. ಸರ್ವಶಕ್ತನು ಮೇಲೆ ಇರುವತನಕ ತಮಗೂ ತಮ್ಮ ಕುಟುಂಬಕ್ಕೂ ಯಾವ ತೊಂದರೆಯೂ ಆಗುವುದಿಲ್ಲ.

ಅರ್ಧರಾತ್ರಿ ಕಳೆದಮೇಲೆ ಶೇಷಯ್ಯರ್ ಸ್ವಲ್ಪ ಮಂಪರಾದರು, ಆದರೂ ವಾಡಿಕೆಗೆ ಮುನ್ನ ಅವರು ಎಚ್ಚರಗೊಂಡರು. ಸ್ನಾನಮಾಡಿ ಶುಚಿರ್ಭೂತರಾದರು. ನಸುಬೆಚ್ಚಗಿನ ನೀರು ಮಿದುಳಿನಲ್ಲಿ ಉತ್ಸಾಹ ತುಂಬಿತು. ಪೂಜಾ ಕೋಣೆಗೆ ಹೋಗಿ ವಿಭೂತಿ ನೆನೆಸಿ ಹಣೆ, ಎದೆ, ಕೈಗಳಿಗೆಲ್ಲ ಹಚ್ಚಿಕೊಂಡರು. ಕನ್ನಡಿ ನೋಡಿಕೊಂಡು ಗಂಧ ಮತ್ತು ಕುಂಕುಮ ಹಚ್ಚಿಕೊಂಡರು. ಕಾಲುದೀಪ ಹಚ್ಚಿದರು. ಕರ್ಪೂರ ಬೆಳಗಿದರು. ಬಳಿಕ ಅವರು ಬ್ರಹ್ಮ, ವಿಷ್ಣು, ಮಹೇಶ್ವರರ ಫ್ರೇಮ್ ಹಾಕಿದ ಚಿತ್ರಗಳೆದುರಿಗೆ ಪದ್ಮಾಸನದಲ್ಲಿ ಕುಳಿತು ಕೈಗಳನ್ನು ಮುಗಿದರು. ಪ್ರಜ್ಞೆಯು ಒಳಗೆಲ್ಲೋ ಕಾಣಿಸಿದ ಒಂದು ಕಪ್ಪು ಬಿಂದುವಿನಲ್ಲಿ ನಾಟಿ ನಿಂತಿತು. ಭೌತಿಕ ಲೋಪ ಅಪ್ರತ್ಯಕ್ಷವಾಯಿತು. ಈಗ ನಿತಾಂತ ನಿಶ್ಶಬ್ದತೆ ಮಾತ್ರ. ಪಂಚೇಂದ್ರಿಯಗಳು ಬಾಹ್ಯಲೋಕಕ್ಕೆ ಬೆನ್ನು ಹಾಕಿ ನಿಂತಿವೆ.

ಕಿಟಕಿಯ ಸರಳುಗಳ ಮೂಲಕ ಸೂರ್ಯನ ಬೆಳಕು ಮುಖದ ಮೇಲೆ ಬಿದ್ದಾಗಲೇ ಶೇಷಯ್ಯರ್ ಕಣ್ಣು ತೆರೆದುದು. ಕೈಯೂರಿ ಮೇಲೇಳಲೆತ್ನಿಸುತ್ತಿದ್ದರು. ಆ ಕ್ಷಣದಲ್ಲೇ ಅದು ಕಣ್ಣಿಗೆ ಬಿದ್ದಿತು. ಪೂಜಾಕೊಠಡಿಯ ಮೂಡಣ ಮೂಲೆಯಲ್ಲಿ ಕಿಟಕಿ ಕೆಳಗೆ ಕವಚಿಟ್ಟಿದ್ದ ಕಂಚಿನ ಉರುಳಿಯ ಪಕ್ಕದಲ್ಲಿ ಹಸಿರು ಬಣ್ಣದ ಒಂದು ಕರಪತ್ರ. ಅದರಲ್ಲಿ ಏನೇನೋ ಮುದ್ರಿಸಲಾಗಿದೆ. ಪೂಜಾಕೋಣೆ ಸದಾ ಶುಚಿಯಾಗಿರಬೇಕು ಎಂಬ ಕಟ್ಟುನಿಟ್ಟಿನವರು ಶೇಷಯ್ಯರ್, ಪಾರ್ವತಿಗೂ ಕೆಲಸದಾಕೆ ನಾರಾಯಣಿಗೂ ಅದು ಚೆನ್ನಾಗಿ ಗೊತ್ತಿದೆ.

ಹಾಗಿದ್ದೂ ಇದು ಇಲ್ಲಿಗೆ ಹೇಗೆ ಬಂತು? ಯಾವುದಾದರೂ ಜಾತ್ರೆ ಹಬ್ಬಗಳಿಗೆ ಚಂದಾ ಎತ್ತುವವರು ಮಾಡಿದ ಚೇಷ್ಟೆಯೇ?

ಶೇಷಯ್ಯರ್ ಆ ನೋಟೀಸ್ ಅನ್ನು ಬಗ್ಗಿ ಕೈಗೆತ್ತಿಕೊಂಡರು. ಕುತೂಹಲದ ಒಂದು ಮೊಗ್ಗು ಅವರ ಮನಸ್ಸಿನಲ್ಲಿ ಅರಳುತ್ತಲಿತ್ತು. ಓದಲು ಬೆಳಕು ಬೇಕೆಂದು ಕಿಟಕಿಯ ಬಳಿಗೆ ಸರಿದು ನಿಂತರು. ಓಂ ವೆಂಕಟಾಚಲಪತಿ ಕೃಪೆ ಎಂದು ದೊಡ್ಡ ಪಾಯಿಂಟ್‌ನಲ್ಲಿ ಅಚ್ಚು ಮಾಡಿದ್ದ ಅಕ್ಷರಗಳನ್ನಷ್ಟೆ ತಕ್ಷಣ ಅವರಿಗೆ ಓದಲು ಸಾಧ್ಯವಾದುದು. ಕೆಳಗೆ ಮುದ್ರಿಸಿದ್ದ ಸಣ್ಣ ಅಕ್ಷರಗಳು ಯಾವುವೂ ಅವರಿಗೆ ಸ್ಪಷ್ಟವಾಗಲಿಲ್ಲ. ನೋಟೀಸ್‌ನೊಂದಿಗೆ ಹೊರ ಬಂದು ಪೂಜಾಕೊಠಡಿಯ ಬಾಗಿಲು ಹಾಕಿದರು. ಮಲಗುವ ಕೋಣೆಗೆ ಹೋಗಿ ಕನ್ನಡಕ ತೆಗೆದುಕೊಂಡು ಮರಳಿ ಬಂದರು. ಹಜಾರದಲ್ಲಿ ಒರಗು ಕುರ್ಚಿಯಲ್ಲಿ ಮಲಗಿ ಅವರು ಕರಪತ್ರ ಓದತೊಡಗಿದರು. ಮೊದಲ ನಾಲ್ಕೈದು ಸಾಲುಗಳನ್ನು ಓದಿದೊಡನೆ ಎದೆ ಭಕ್ತಿಪರವಶವಾಗಿ ತುಂಬಿಬಂತು. ಸರ್ವಾಲಕಾರ ವಿಭೂಷಿತನಾದ ವೆಂಕಟಾಚಲಪತಿ ಅವರ ಹೃದಯದಲ್ಲಿ ಶಂಖಚಕ್ರ ಪದ್ಮಗಳೊಂದಿಗೆ ಶೋಭಿಸಿದರು. ಸುತ್ತಲೂ ಉರಿಯುತ್ತಿರುವ ಅನಂತಕೋಟಿ ತುಪ್ಪದದೀಪಗಳ ಪ್ರಕಾಶಧಾರೆಯಲ್ಲಿ ವಿಗ್ರಹಕ್ಕೆ ತೊಡಿಸಿದ್ದ ಹಸಿರು ರೇಷ್ಮೆ ಫಳಫಳ ಹೊಳೆಯಿತು. ಭಕ್ತಕೋಟಿಗಳ ನಾಮಸಂಕೀರ್ತನೆಯ ದನಿಗಳಿಂದ ಆಕಾಶವೇ ಕಂಪಿಸಿತು. ತಿರುಪತಿ ದೇಗುಲದ ಸ್ವರ್ಣ ಗೋಪುರ ಕಳಶದಲ್ಲಿ ತಪಸ್ಸು ಕುಳಿತಿದ್ದ ಹಿಮದ ಹನಿಗಳಿಗೆ ಆದಿತ್ಯ ಕಿರಣಗಳು ಪ್ರತ್ಯಕ್ಷವಾಗಿ ಮುಕ್ತಿಯ ವರ ನೀಡಿದವು.

ಅದೃಷ್ಟದ ರೇಖೆಗಳಿಂದ ತುಂಬಿದ್ದ ಶೇಷಯ್ಯರ್‌ರ ಅಂಗೈಯಲ್ಲಿ ಬಹಳ ಅಪರೂಪಕ್ಕೆ ಲಭಿಸುವ ಒಂದು ವರ ಪ್ರಸಾದದಂತೆ ಆ ನೋಟೀಸ್ ಕುಳಿತಿತ್ತು. ಮನಸ್ಸು ಉಸುರುತ್ತಿತ್ತು. 'ಮಹಾಸ್ವಾಮೀ! ತಮ್ಮ ಮಹಿಮೆಗಳನ್ನು ಹೊಗಳಲು ಅವನ್ನು ಪ್ರಚುರಪಡಿಸಲು ಮಾತ್ರ ಈ ಭೂಮಿಯಲ್ಲಿ ಜನಿಸಿದ ಒಬ್ಬ ದಾಸ ನಾನು. ನನ್ನ ಸರ್ವಸ್ವವನ್ನು ನಾನು ತಮಗೆ ಅರ್ಪಿಸುವೆ. ತಮ್ಮ ಕೃಪಾಕಟಾಕ್ಷಕ್ಕಾಗಿ ಕಾದು ನಿಂತಿರುವ ಲಕ್ಷಾಂತರ ಜನರಲ್ಲಿ ಒಬ್ಬನಾದ ನನ್ನನ್ನು ತಾವು ಆಶೀರ್ವದಿಸಿ.'

ಆ ಒರಗುಕುರ್ಚಿಯಲ್ಲಿ ಮಲಗಿಕೊಂಡೇ ಅವರು ಆ ಕರಪತ್ರವನ್ನು ನಾಲ್ಕೈದು ಸಲ ಓದಿದರು. ಪ್ರತಿಯೊಂದು ಬಾರಿ ಓದಿದಾಗಲೂ ಪ್ರತಿ ಸಾಲಿನ ಅರ್ಥವೂ ಹತ್ತುಪಟ್ಟು ಹೆಚ್ಚಾಗುತ್ತಿರುವ ಹಾಗೆ ಅವರಿಗೆನಿಸಿತು.

ಈ ನೋಟೀಸ್ ಅವರ ಪೂಜಾಕೋಣೆಗೆ ಹೇಗೆ ತಲುಪಿತು? ಆ ಪ್ರಶ್ನೆ ಅವರ ಮನಸ್ಸಿಗೆ ಬರಲೇ ಇಲ್ಲ. ತಮ್ಮಂತೆಯೇ ಯಾರೋ ಒಬ್ಬ ಭಕ್ತ ಅವನ ಕರ್ತವ್ಯವನ್ನು ನಿರ್ವಹಿಸಿರಬೇಕು, ಅಚಾನಕ್ಕಾಗಿ ಅವರಿಗೆ ಹಿಂದಿನ ದಿನ ತಮ್ಮೊಂದಿಗೆ ಭಜನೆ ಹಾಡಿದ ಶಿವದಾಸಯ್ಯರ್‌ರ ನೆನಪಾಯಿತು. ನಿಮಗೆ ವೆಂಕಟಾಚಲಪತಿಯ ಕೃಪೆ ಉಂಟಾಗುವುದೆಂದು ಹಾರೈಸಿದವರು ಅವರೇ ತಾನೇ.

ಕರಪತ್ರದ ಕುರಿತು ಶೇಷಯ್ಯರ್ ಮನೆಯಲ್ಲಿರುವ ಯಾರಿಗೂ ಏನೂ ಹೇಳಲಿಲ್ಲ. ಐ.ಎ.ಎಸ್‌ಗೆ ತಯಾರಿ ನಡೆಸುತ್ತಿರುವ ಸುಬ್ರನ್ ಇದನ್ನರಿತರೆ ತಮ್ಮನ್ನು ಗೇಲಿ ಮಾಡಿಯಾನು. ಅವನಿಗೆ ಜನರಲ್ ನಾಲೆಡ್ಜ್ ಪುಸ್ತಕಗಳೇ ಈಗ ವೇದಗ್ರಂಥಗಳು. ಕ್ರಿಕೆಟ್ ಗ್ರೌಂಡೇ ಅವನ ದೇವಾಲಯ. ಕಾಲೇಜ್‌ಗೆ ಹೋಗುವ ಕನಕಳಂತೂ ಪೂಜಾಕೊಠಡಿಯತ್ತ ಇಣುಕಿಯೂ ನೋಡುವುದಿಲ್ಲ. ಕರ್ಪೂರ ಮತ್ತು ಊದಿನಕಡ್ಡಿಗಳ ವಾಸನೆ ಅವಳಿಗೆ ಅಲರ್ಜಿಯಂತೆ. ಶೇಷಯ್ಯರ್‌ಗೆ ತಲೆನೋವುಂಟು ಮಾಡುವ ಮೂಡಿ ಕೊಲೋನ್ ಮತ್ತು ಯಾರ್ಡ್ಲಿ ಪೌಡರ್‌ಗಳೇ ಅವಳಿಗೆ ವಿಶೇಷ ವಸ್ತುಗಳು. ಅಪ್ಪ ಮಗಳಿಬ್ಬರನ್ನೂ ಪಾರ್ವತಿ ಲೇವಡಿ ಮಾಡುವರು. ಅಪ್ಪ ಪೂಜಾಕೋಣೆಯಲ್ಲಿ ಕುಳಿತು ಸಮಯ ಹಾಳು ಮಾಡುತ್ತಾರೆ. ಹಾಗೆಯೇ ಮಗಳು ಡ್ರೆಸಿಂಗ್ ಟೇಬಲ್‌ನ ಮುಂದೆ-ಹಿಂದಿ ಸಿನಿಮಾ ತಾರೆಯರೇ ಕನಕಳಿಗೆ ಸಾಕ್ಷಾತ್ ದೈವಗಳು. ಅವರ ಫ್ರೇಮ್ ಹಾಕಿದ ಚಿತ್ರಗಳನ್ನು ಅವಳ ಕೋಣೆಯ ಗೋಡೆಗಳ ತುಂಬ ತೂಗುಹಾಕಿದ್ದಾಳೆ. ಬೇರೆಯವರನ್ನು ಹಾಸ್ಯಮಾಡಿದರೂ ಮೂಲಭೂತವಾಗಿ ಪಾರ್ವತಿ ಸಹ ದೇವರನ್ನು ನಂಬುವವರೇ. ಆದರೆ, ಒಂದೇ ನ್ಯೂನತೆ. ಪೂಜಾಕೋಣೆಯಲ್ಲಿ ಕುಳಿತಿದ್ದರೂ ಅವರ ಮನಸ್ಸು ಅಡುಗೆ ಕೋಣೆಯಲ್ಲಿರುತ್ತದೆ. ಹಾಲು ಕುದಿದು ಹೋಗುವುದೇ, ಬೇಳೆ ಸೀದು ಹೋಗುವುದೇ ಮುಂತಾದ ಚಿಂತೆಗಳು.

ಏನಾದರಾಗಲಿ ಸದ್ಯಕ್ಕೆ ನೋಟೀಸ್‌ನ ವಿಷಯವನ್ನು ಯಾರಿಗೂ ತಿಳಿಸುವುದು ಬೇಡವೆಂದು ಶೇಷಯ್ಯರ್ ನಿರ್ಧರಿಸಿದರು. ದೇವರು ಒಬ್ಬ ಭಕ್ತನ ಮುಖಾಂತರ ತಮಗೆ ಕಳಿಸಿದ ಸಂದೇಶ ಇದು ಎಂದು ಭಾವಿಸಿದರೆ ಸಾಕು, ಅದರಂತೆ ನಡೆಯುವುದು. ಅದರಾಚೆಗೆ ಯೋಚಿಸಬಾರದು. ನೋಟೀಸ್‌ನಲ್ಲಿ ಹೇಳಿರುವಂತೆ ಮಾಡದಿದ್ದರೆ ಆಗುವಂತಹ ಪರಿಣಾಮಗಳ ಬಗ್ಗೆ ಎರಡನೇ ಭಾಗದಲ್ಲಿ ಸವಿಸ್ತಾರವಾಗಿ ಹೇಳಲಾಗಿದೆ. ಆದರೆ, ಶೇಷಯ್ಯರ್ ಆ ಕುರಿತು ವ್ಯಾಕುಲಪಡುತ್ತಿಲ್ಲ. ಏಕೆಂದರೆ ನೋಟೀಸ್‌ನಲ್ಲಿ ಹೇಳಿರುವುದನ್ನೂ ಹೆಚ್ಚಿನದನ್ನೂ ಮಾಡುವ ಮಾನಸಿಕ ಮತ್ತು ಆರ್ಥಿಕ ಸುಸ್ಥಿತಿ ಅವರಿಗಿದೆ. ಭಗವನ ಕೃಪೆಯಿಂದ ರೂಪುಗೊಂಡ ಮನಸ್ಸು. ತಲೆಮಾರುಗಳಿಂದ ಗಳಿಸಲ್ಪಟ್ಟ ಸಂಪತ್ತು. ಈ ಪ್ರಪಂಚವನ್ನೂ ಇದರಲ್ಲಿರುವ ಸರ್ವಚರಾಚರಗಳನ್ನೂ ಸಂರಕ್ಷಿಸುತ್ತಿರುವ ಆ ಮಹಾಶಕ್ತಿಯ ಎದುರಿಗೆ ಶೇಷಯ್ಯರ್ ತಮ್ಮ ಸರ್ವಸ್ವವನ್ನೂ ಎಂದೋ ಸಮರ್ಪಿಸಿ ಬಿಟ್ಟಿದ್ದಾರೆ.

ಆಫೀಸಿಗೆ ಹೊರಡುವ ಮುನ್ನ ಮತ್ತೊಮ್ಮೆ ಅವರು ಪೂಜಾಕೋಣೆಗೆ ಹೋಗಿ ನಮಿಸಿದರು. ಅದು ರೂಢಿಯಿರಲಿಲ್ಲ. ಅಂಗಳಕ್ಕೆ ಬಂದು ನಿಂತ ಭಿಕ್ಷುಕನಿಗೆ ಮುಷ್ಟಿ ಅಕ್ಕಿ ನೀಡಿ ವಾಪಸ್ಸು ಬರುವಾಗ ಪಾರ್ವತಿ ಅದನ್ನು ಕಂಡರು. ಆಕೆ ಪತಿಯನ್ನು ತಮಾಷೆಯಾಗಿ ಕೇಳಿದರು

'ಪ್ರಮೋಷನ್ ಏನಾದರೂ ಬರೋದಿದಿಯೇ?'

ಶೇಷಯ್ಯರ್‌ಗೆ ನಗು ಬಂತು. ಪಾರ್ವತಿ ತಮಾಷೆ ಮಾಡಿದ್ದು ದೇವರನ್ನಲ್ಲ. ಅವರಿಬ್ಬರ ನಡುವಣ ಇಂತಹ ತಮಾಷೆಗಳೂ ಕಾಲಯಾಪನೆಗಳೂ ಮೊದಲಿನಿಂದಲೂ ಇರುವಂಥದ್ದೇ.

ಶೇಷಯ್ಯರ್ ಒಮ್ಮೆಯೂ ಪಾರ್ವತಿಯೆದುರು ಮುಖ ಗಂಟಕ್ಕಿಕೊಂಡವರಲ್ಲ. ಪಾರ್ವತಿ ಸಿಟ್ಟಿಗೆದ್ದರೂ ಶೇಷಯ್ಯರ್ ಸಂಯಮ ಪಾಲಿಸುವರು. ಮನೆಯಲ್ಲಿ ಐಶ್ವರ್ಯವನ್ನು ನೆಲೆಯಾಗಿಸಿರುವ ಗೃಹಲಕ್ಷ್ಮಿಯೇ ಪಾರ್ವತಿ.

ಪೂಜಾಕೋಣೆಯ ಬಾಗಿಲ ದಾರಂದವನ್ನು ಹಿಡಿದು ಪಾರ್ವತಿ ನಿಂತರು. ಕೈಮುಗಿದು ತಿರುಗಿದ ಶೇಷಯ್ಯರ್ ಪಾರ್ವತಿಯನ್ನು ಪ್ರತಿಯಾಗಿ ರೇಗಿಸಿದರು.

'ಸ್ಟೌ ಮೇಲಿರುವ ಬೇಳೆ ಸೀದು ಹೋಗುತ್ತೆ... ಬೇಗ ಹೋಗು.'

ಪಾರ್ವತಿ ಒಮ್ಮೆ ಕುಲುಕಾಡಿ ನಕ್ಕು, ಗಾಳಿಗೆ ಹಾರಿ ನೆಲಕ್ಕೆ ಬಿದ್ದಿದ್ದ ದಿನಪತ್ರಿಕೆ ತೆಗೆದು ಟೀಪಾಯಿಯ ಮೇಲಿರಿಸಿ, ಒಳಕ್ಕೆ ಹೋದರು. ಶೇಷಯ್ಯರ್‌ರ ಮನದಲ್ಲಿ ಒಂದು ಮಧುಚಂದ್ರದ ಸಂಜೆ ಮಿಂಚಿ ಮಾಯವಾಯಿತು. ಪಾರ್ವತಿ ಒಳಾಂಗಣವನ್ನು ದಾಟಿ ಅಡಿಗೆ ಮನೆಗೆ ಹೋಗುವುದನ್ನೇ ನೋಡುತ್ತ ನಿಂತರವರು.

ಶೇಷಯ್ಯರ್ ಆಫೀಸಿಗೆ ಕಾರು ಚಲಾಯಿಸಿಕೊಂಡು ಹೋದರು. ಹಿಂದಿನ ಸೀಟಿನಲ್ಲಿ ಕನಕ ಮತ್ತು ಸುಬ್ರನ್. ಮುಂಬೈಯಲ್ಲಿ ನಡೆಯುತ್ತಿರುವ ಕ್ರಿಕೆಟ್ ಟೆಸ್ಟೇ ಅವರ ಮಾತಿನ ವಿಷಯ. ಸುಬ್ರನ್ ತಮಿಳಿನಲ್ಲೂ ಇಂಗ್ಲಿಷ್‌ನಲ್ಲೂ ನಿಲ್ಲಿಸದೆ ಮಾತನಾಡುತ್ತಲಿರುವನು. ಕನಕಳಿಗೆ ಕ್ರಿಕೆಟ್‌ನಲ್ಲಿ ಹೆಚ್ಚು ಆಸಕ್ತಿಯಿಲ್ಲ. ಆದರೂ ಅಣ್ಣನಿಗೆ ಬೇಸರವಾಗದಿರಲೆಂದು ಅವಳು ಎಲ್ಲವನ್ನೂ ಹೂಂಗುಟ್ಟುತ್ತ ಕೇಳುತ್ತಿರುವಳು. ಅಣ್ಣನ ಸಹಾಯವಿಲ್ಲದಿದ್ದರೆ ತನಗೆ ಸಿನಿಮಾ ನೋಡುವ ಅವಕಾಶ ನಿಂತುಹೋಗುವುದೆಂದು ಅವಳಿಗೆ ಗೊತ್ತಿದೆ. ಆಗಾಗ ಅವಳು ಹೊರಕ್ಕೆ ನೋಡುತ್ತಿರುವಳು. ದಿನಪತ್ರಿಕೆಗಳಲ್ಲಿ ಕಾಣದಿರುವ ಹೊಸ ಸಿನಿಮಾ ಜಾಹೀರಾತು ಯಾವುದಾದರೂ ನಗರದ ಗೋಡೆಗಳಲ್ಲಿ ಕಾಣಿಸಿಕೊಂಡಿದೆಯೇ?

ಶೇಷಯ್ಯರ್ ಬಲು ನಿಧಾನವಾಗಿ ಕಾರನ್ನೋಡಿಸುತ್ತಿದ್ದರು. ಪೂಜಾಕೋಣೆಯಲ್ಲಿ ಸಿಕ್ಕಿದ ಕರಪತ್ರ ಇರುವುದು ಕೋಟಿನ ಜೇಬಿನಲ್ಲಾಗಿದ್ದರೂ ಅದು ಅವರ ತಲೆಯೊಳಗೇ ಅಂಟಿಕೊಂಡಿರುವ ಹಾಗೆ ಅನ್ನಿಸಿತು. ಅವರು ಮನದಲ್ಲಿ ನಿರ್ಧರಿಸಿದರು. ಸಾಧ್ಯವಾದರೆ ಎಲ್ಲವನ್ನೂ ಇಂದೇ ಮಾಡಿ ಮುಗಿಸಬೇಕು. ದೇವರ ಕೆಲಸಗಳನ್ನು ಸ್ವಲ್ಪವೂ ತಡವಾಗಿಸಕೂಡದು.

ಕನಕ ಕಾಲೇಜಿನ ಮುಂದೆ ಇಳಿದಳು. ತಂದೆಗೆ ಟಾಟಾ ಹೇಳಿ ಅವಳು ಗೇಟಿನ ಬಳಿ ಕಾದುನಿಂತಿದ್ದ ಗೆಳತಿರೊಂದಿಗೆ ಕಾಲೇಜ್‌ನೊಳಕ್ಕೆ ಹೋದಳು. ನಗುತ್ತ ನಲಿಯುತ್ತ ನಡೆದು ಹೋಗುತ್ತಿರುವ ಮಗಳನ್ನು ಶೇಷಯ್ಯರ್ ಕಾರಿನ ಗಿಯರ್ ಬದಲಾಯಿಸುತ್ತಲೇ ಒಮ್ಮೆ ಗಮನಿಸಿದರು. ಅವಳು ತುಂಬಾ ಬೆಳೆದಿದ್ದಾಳೆ.

ಕಾರು ಮುಂದಕ್ಕೆ ಸಾಗಿತು. ವಯಸ್ಸಿಗೆ ಬಂದ ಮಗಳನ್ನು ನೆನೆದು ಶೇಷಯ್ಯರ್ ಸ್ವಲ್ಪವೂ ಚಿಂತೆಗೀಡಾಗಲಿಲ್ಲ. ಧನಾಢ್ಯನೂ ಆರೋಗ್ಯವಂತನೂ ಆಗಿರುವ ಒಬ್ಬ ಬ್ರಾಹ್ಮಣ

ಯುವಕನನ್ನು ದೇವರು ಈ ಭೂಮಿಯಲ್ಲೆಲ್ಲೋ ಸೃಷ್ಟಿಸಿದ್ದಾನೆ. ಸಮಯ ಸಂದರ್ಭಗಳು ಕೂಡಿಬಂದಾಗ ಅದು ನೆರವೇರುವುದು. ಕನಕಳ ಮದುವೆಯನ್ನು ಪಳನಿ ದೇವಸ್ಥಾನದಲ್ಲಿ ನಡೆಸಲು ಹರಕೆ ಹೊತ್ತಿರುವುದನ್ನು ಶೇಷಯ್ಯರ್ ನೆನೆದರು. ಅವಳು ಹದಿಮೂರನೇ ವಯಸ್ಸಿನಲ್ಲಿ ಮೈನೆರೆದಾಗ, ತಾವು ಹೊತ್ತ ಹರಕೆ ಅದು. ಟ್ರಾಫಿಕ್ ಸಿಗ್ನಲ್‌ಗಾಗಿ ಕಾದು ನಿಂತಿದ್ದಾಗ ಶೇಷಯ್ಯರ್ ಮನಸ್ಸಿನಲ್ಲಿ ಮತ್ತೆ ಮತ್ತೆ ದೃಢಪಡಿಸಿಕೊಂಡರು. ಕನಕಳ ಮದುವೆಯನ್ನು ಪಳನಿಯಲ್ಲೇ ನಡೆಸುವೆ. ತಟ್ಟನೆ ಶೇಷಯ್ಯರ್ ಅದನ್ನು ತಿದ್ದಿಕೊಂಡರು. ಹಾಗೆ ದೃಢವಾಗಿ ಹೇಳುವುದು ತರವಲ್ಲ. ಪಳನಿಯಲ್ಲೇ ಮುರುಗ ದೇವರು ಆ ವಿವಾಹವನ್ನು ಮಂಗಳವಾಗಿ ನಡೆಸಿ ಕೊಡುವರು ಎಂದೇ ಮನದಲ್ಲಿ ಜಪಿಸಬೇಕಾದುದು.

ಐ.ಎ.ಎಸ್ ಕೋಚಿಂಗ್ ಸೆಂಟರ್‌ನಲ್ಲಿ ಸುಬ್ರನನ್ನು ಇಳಿಸಿದರು. ಅದಕ್ಕೆ ಮುನ್ನವೇ ಅಂದಿನ ದಿನದ ಸಣ್ಣಪುಟ್ಟ ಖರ್ಚುಗಳಿಗಾಗಿ ಶೇಷಯ್ಯರ್‌ರಿಂದ ಐವತ್ತು ರೂಪಾಯಿ ಆ ಬುದ್ಧಿವಂತನು ಉಪಾಯವಾಗಿ ಕೈವಶಪಡಿಸಿಕೊಂಡಿದ್ದ.

ಆಫೀಸಿಗೆ ಕಾರು ಚಲಾಯಿಸಿಕೊಂಡು ಹೋಗುತ್ತಿರುವಾಗ ಶೇಷಯ್ಯರ್ ಮಗನ ಕಿಲಾಡಿತನಗಳನ್ನು ನೆನೆದು ನಕ್ಕರು. ಶೇಷಯ್ಯರ್ ಮತ್ತು ಸುಬ್ರನ್ ಪರಸ್ಪರ ಒಡನಾಡುತ್ತಿದ್ದುದು ಅಪ್ಪ ಮತ್ತು ಮಗನಂತೆ ಅಲ್ಲ. ವಯಸ್ಸಿನ ಅಂತರವಿರುವ ಆತ್ಮಸ್ನೇಹಿತರು ಅವರಿಬ್ಬರು ಎಂದೆನಿಸಿಬಿಡುವುದು. ಅವನನ್ನು ಶೇಷಯ್ಯರ್ ಬೆಳೆಸಿದುದೇ ಹಾಗೆ. ಬಾಲ್ಯದಿಂದಲೇ ಸುಬ್ರನ್ ಓದಿನಲ್ಲಿ ಬಲು ಜಾಣ. ಚಿಕ್ಕಂದಿನಲ್ಲೇ ಅವನು ವಯಸ್ಸಿಗೆ ಮೀರಿದ ನೆನಪಿನ ಶಕ್ತಿಯನ್ನು ಪ್ರಕಟಪಡಿಸಿದ್ದ. ಅವನನ್ನು ಸಂಪೂರ್ಣ ಆಸ್ತಿಕನನ್ನಾಗಿಸುವುದರಲ್ಲಿ ಶೇಷಯ್ಯರ್ ಭಾಗಶಃ ಪರಾಜಿತರಾದರು. ಸುಬ್ರನ್ ಖಂಡಿತ ನಾಸ್ತಿಕನಲ್ಲವಲ್ಲ ಎಂದು ನೆನೆದು ಅವರು ಸಮಾಧಾನಪಟ್ಟುಕೊಂಡರು. ಐ.ಎ.ಎಸ್ ರಿಟನ್ ಟೆಸ್ಟ್‌ನಲ್ಲಿ ಅವನು ಉನ್ನತ ರ‍್ಯಾಂಕ್ ಗಳಿಸುವನು. ವೈವಾ ವೋಸಿಯಲ್ಲೂ ಅವನು ತನ್ನ ಸಾಮರ್ಥ್ಯ ಹೊರ ತೋರುವನು. ಅವನು ಕಲೆಕ್ಟರ್ ಆಗುವನು. ಅದಕ್ಕೆಂದೇ ಕರುಣಾಮಯನಾದ ದೇವರು ಪಾರ್ವತಿಯ ಗರ್ಭದಲ್ಲಿ ಅವನಿಗೆ ಜಾಗ ನೀಡಿದುದು.

ಶೇಷಯ್ಯರ್‌ರ ಮನಸ್ಸು ಮತ್ತೆ ಕೋಟಿನ ಜೇಬಿಗೆ ತೆವಳಿ ಇಳಿಯಿತು. ಅವರು ತಮಗೆ ತಾವೇ ಕೇಳಿಕೊಂಡರು. ಯಾರಾದರೂ ಇದನ್ನು ನಂಬುವರೇ? ಮೂರು ಸಾವಿರಕ್ಕೂ ಹೆಚ್ಚು ಸಂಬಳ ಪಡೆಯುತ್ತಿರುವ ಕ್ಲಾಸ್ ಒನ್ ಆಫೀಸರ್, ತಮ್ಮ ಪೂಜಾಕೋಣೆಯಲ್ಲಿ ಸಿಕ್ಕಿದ, ವೆಂಕಟಾಚಲಪತಿಯ ಮಹಿಮೆಯನ್ನು ಸಾರುವ ಒಂದು ನೋಟೀಸನ್ನು ಜೇಬಿನಲ್ಲಿ ಇಟ್ಟುಕೊಂಡು, ಅದರಲ್ಲಿ ಹೇಳಿರುವ ಕೆಲಸಗಳನ್ನು ಮಾಡಿ ಮುಗಿಸುವ ಆತುರದಿಂದ ಆಫೀಸಿನತ್ತ ಕಾರು ಚಲಾಯಿಸುತ್ತಿದ್ದಾರೆ. ಯಾರೂ ನಂಬುವುದು ಬೇಡ. ದೈವಭಕ್ತಿ ಎಂಬುದು ಪ್ರತಿಯೊಬ್ಬರ ನಂಬಿಕೆ, ಆಚರಣೆಗಳಂತೆಯೇ ವಿಭಿನ್ನವಾಗಿರುವುದು. ಯಾವ ವಿಚಾರದಲ್ಲೂ ಎರಡು ಧ್ರುವಗಳಿರುತ್ತವಲ್ಲ, ಈ ತುದಿ ಮತ್ತು ಆ ತುದಿ. ಹಾಗೆಯೇ ಮಧ್ಯ ಭಾಗವೂ ಇರುತ್ತದೆ. ಆಸ್ತಿಕತೆಯ ವಿಚಾರದಲ್ಲಿ ತುತ್ತತುದಿಯಲ್ಲಿ ನಿಲ್ಲುವ ವ್ಯಕ್ತಿ ಶೇಷಯ್ಯರ್.

ಶೇಷಯ್ಯರ್ ಆಫೀಸ್‌ಗೆ ತಲುಪಿದರು. ಬಹಳಷ್ಟು ಜನರು ಅವರಿಗಾಗಿ ಕಾದು ಕ್ಯಾಬಿನ್‌ನ ಎದುರು ಕುಳಿತಿದ್ದರು. ಅದು ಎಂದಿನ ರೂಢಿ. ಅದರಲ್ಲಿ ಹೆಚ್ಚಿನವರು ದೂರು ಸಲ್ಲಿಸಲು ಬಂದಿರುವವರು. ಸ್ನೇಹದ ಹೆಸರಿನಲ್ಲಿ ಕಾಲಹರಣ ಮಾಡಲು ಬರುವವರನ್ನು ಶೇಷಯ್ಯರ್ ಬೇಗನೆ ಸಾಗಹಾಕುವರು. ಮಾತನಾಡುತ್ತ ಕುಳಿತು ಸಮಯ ಕಳೆಯಲು ಇರುವುದಲ್ಲ ಆಫೀಸ್ ವೇಳೆ. ಅವರವರ ಕರ್ಮಗಳನ್ನು ಅವರವರು ಮಾಡಲೇಬೇಕು, ಜನರ ಸೇವೆ ಮಾಡುವುದೂ ದೇವರನ್ನು ಪ್ರೀತಿಸುವುದೂ ಒಂದೇ.

ಏರ್‌ಕಂಡೀಷನ್ಡ್ ಕ್ಯಾಬಿನ್‌ನಲ್ಲಿ ಕುಳಿತು ಶೇಷಯ್ಯರ್ ಸಂದರ್ಶಕರನ್ನು ಒಬ್ಬೊಬ್ಬರನ್ನಾಗಿ ಭೇಟಿ ಮಾಡಿದರು. ಅವರ ದೂರುಗಳನ್ನು ಆಲಿಸಿದರು. ಬರೆದು ತಂದ ಅಹವಾಲುಗಳನ್ನು ಸ್ವೀಕರಿಸಿದರು. ಎಲ್ಲರನ್ನೂ ಅವರು ಒಂದೇ ರೀತಿ ಸಂತೈಸಿದರು. ಎಲ್ಲವನ್ನೂ ಬಗೆಹರಿಸೋಣ.

ಹನ್ನೊಂದು ಗಂಟೆಗೆ ಕೆಲಸಗಾರರ ಪ್ರತಿನಿಧಿಗಳೊಂದಿಗೆ ಭೇಟಿ ಎಂದು ಮೊದಲೇ ನಿಗದಿಪಡಿಸಲಾಗಿತ್ತು. ಶೇಷಯ್ಯರ್ ಅದನ್ನು ಮರೆತಿಲ್ಲ. ಅವರಿಗೆ ಅಂತಹ ಸ್ವಭಾವವಿಲ್ಲ. ಮಾರನೇ ದಿನ ಮಾಡಬೇಕಾಗಿರುವ ಕೆಲಸಗಳ ಒಂದು ಚಾರ್ಟ್ ಸಿದ್ಧ ಪಡಿಸಿಯೇ ಅವರು ಪ್ರತಿದಿನ ಆಫೀಸಿನಿಂದ ಹೊರಬೀಳುತ್ತಿದ್ದುದು. ಹತ್ತೂ ಮುಕ್ಕಾಲಿಗೆ ಪಿ.ಎ. ಬಂದು ಮುಖ ತೋರಿಸಿದ. ಹನ್ನೊಂದು ಗಂಟೆಯ ಇಂಟರ್‌ವ್ಯೂ ಬಗ್ಗೆ ತಿಳಿಸಿ ಹೋದ. ಶೇಷಯ್ಯರ್ ಸಿದ್ಧರಾದರು. ಕೆಲಸಗಾರರಲ್ಲಿ ಕೆಲವೇ ಕೆಲವು ಜನರಿಗಷ್ಟೇ ಶೇಷಯ್ಯರ್ ಬಗ್ಗೆ ದ್ವೇಷ. ಮದ್ಯಪಾನ ಮಾಡಿ ಆಫೀಸಿಗೆ ಬರುವವರನ್ನು, ಆಫೀಸ್ ವೇಳೆಯಲ್ಲಿ ಬೇರೆ ಸಂಪಾದನೆ ಮಾರ್ಗ ಹುಡುಕುವವರನ್ನು, ಅವರು ಸುಮ್ಮನೆ ಬಿಡುತ್ತಿರಲಿಲ್ಲ. ಶೇಷಯ್ಯರ್ ನ್ಯಾಯ ಅನ್ಯಾಯಗಳನ್ನು ಕ್ಷಣದಲ್ಲಿ ಗುರುತಿಸಬಲ್ಲವರಾಗಿದ್ದರು. ತಮ್ಮ ಕೃತ್ಯಗಳ ಕುರಿತು ಯೋಚಿಸಿ ಅವರು ಎಂದಿಗೂ ಪಶ್ಚಾತ್ತಾಪ ಪಡುವಂತಹ ಸಂದರ್ಭ ಬಂದಿಲ್ಲ. ದೈವ ಭಕ್ತಿಯುಳ್ಳ ಮಿದುಳಿನಿಂದ ಸತ್ಕರ್ಮಗಳನ್ನು ಮಾಡುವ ಪ್ರೇರಣೆ ಮಾತ್ರವೇ ಉಂಟಾಗುವುದು ಎಂದು ಅವರಿಗೆ ತಿಳಿದಿದೆ.

ಚರ್ಚೆಗಳೆಲ್ಲ ಮುಗಿದಾಗ ಹನ್ನೆರಡು ಗಂಟೆ ಕಳೆಯಿತು. ಕೆಲಸಗಾರರು ಯಾವಾಗಲೂ ಎತ್ತುವ ಅವೇ ಬೇಡಿಕೆಗಳು. ಪ್ರಮೋಷನ್ ಅವಕಾಶಗಳನ್ನು ಹೆಚ್ಚಿಸಿರಿ. ಕೆಲಸದ ಒತ್ತಡ ಕಡಿಮೆಗೊಳಿಸಿ. ಸಂಘಟನೆಯ ಚಟುವಟಿಕೆಗಳಿಗೆ ಹೆಚ್ಚಿನ ಸೌಕರ್ಯ ಒದಗಿಸಿ. ಲೆಟರ್ ಹೆಡ್‌ನಲ್ಲಿ ಟೈಪ್ ಮಾಡಿದ ಮೆಮೊರಾಂಡಂಗಳು. ಶೇಷಯ್ಯರ್ ಹೇಳುವರು. 'ಎಲ್ಲವನ್ನೂ ನಾನು ಮೇಲಿನವರಿಗೆ ಕಳುಹಿಸುತ್ತೇನೆ. ನನ್ನ ಅಧಿಕಾರವ್ಯಾಪ್ತಿಯಲ್ಲಿ ಬರುವುದನ್ನೆಲ್ಲ ಇಲ್ಲೇ ಮಾಡುತ್ತೇನೆ.' ಕೈ ಮುಗಿದು ನೌಕರರ ಸಂಘದವರು ತೆರಳುವರು. ಅವರಲ್ಲಿ ಕೆಲವರಿಗೆ ಮಾತ್ರವೇ ಶೇಷಯ್ಯರ್‌ರ ಮೇಲೆ ವಿರೋಧವಿರುವುದು. ವಿಶೇಷವಾಗಿ ಕಾರಣವೇ ನಿಲ್ಲದಿದ್ದರೂ ಅವರು ಶೇಷಯ್ಯರನ್ನು ಬೂರ್ಷ್ವಾ ವ್ಯವಸ್ಥೆಯ ಏಜೆಂಟ್ ಅಂತಲೂ ಬಂಡವಾಳಶಾಹಿಯನ್ನು ಕಾಪಾಡಿಕೊಂಡು ಬರುತ್ತಿರುವ ಒಬ್ಬ ಬ್ಯುರೋಕ್ರಾಟ್ ಎಂದೂ

ತೆಗಳುತ್ತ ನಡೆಯುತ್ತಾರೆ. ಕೈಕೆಳಗಿನ ನೌಕರರಲ್ಲಿ ಬಹುತೇಕ ಮಂದಿಗೆ ಶೇಷಯ್ಯರ್‌ರ ಬಗ್ಗೆ ಅತಿಯಾದ ಗೌರವವೇನಿಲ್ಲ ಅವರವರಲ್ಲೇ ಮಾತನಾಡಿಕೊಳ್ಳುವಾಗ 'ಎಕ್ಸೆಂಟ್ರಿಕ್ ಬ್ರಾಹ್ಮಣ' ಎಂದೇ ಅವರನ್ನು ಕುರಿತು ಹೇಳುವರು. ಇವೆಲ್ಲ ಶೇಷಯ್ಯರ್‌ಗೆ ಗೊತ್ತಿಲ್ಲ. ಗೊತ್ತಾದರೂ ಕೂಡ ಅವರು ಅದನ್ನು ಗಣನೆಗೆ ತೆಗೆದುಕೊಳ್ಳುವುದಿಲ್ಲ. ಅಪಕ್ವ ಮನಸ್ಸುಗಳಲ್ಲಿ ಮುಳ್ಳುಕಂಟಿಗಳು ಮೊಳೆಯುತ್ತವೆ ಎಂದು ಶೇಷಯ್ಯರ್ ಬಲ್ಲರು.

ಹನ್ನೆರಡು ಗಂಟೆ ಕಳೆದಾಗ ಸಂದರ್ಶಕರ ಪ್ರವಾಹ ಕಡಿಮೆಯಾಯಿತು. ಇನ್ನು ಫೈಲುಗಳ ಪರಿಶೀಲನೆ. ಒಂದು ದಿನದ ಕೆಲಸವನ್ನು ಎರಡು ಗಂಟೆಗಳಲ್ಲಿ ಮಾಡಿ ಮುಗಿಸಬಲ್ಲ ಸಾಮರ್ಥ್ಯ ಶೇಷಯ್ಯರ್‌ಗಿದೆ. ಫೈಲನ್ನೊಮ್ಮೆ ತಿರುವಿ ಹಾಕಿದರೆ ಸಾಕು ಅದರ ಸಾರಾಂಶ ಅವರಿಗೆ ತಿಳಿದುಬಿಡುವುದು. ಒಂದು ನಿರ್ಧಾರಕ್ಕೆ ಬರಲು ಅವರಿಗೆ ಹೆಚ್ಚು ಸಮಯ ಬೇಕಾಗದು. ಹೆಡ್ ಆಫೀಸಿನಲ್ಲೂ ಕೇಂದ್ರ ಸೆಕ್ರೆಟೆರಿಯೇಟ್‌ನ ಸಂಬಂಧ ಪಟ್ಟ ಇಲಾಖೆಯಲ್ಲೂ ಶೇಷಯ್ಯರ್ ಎಂದರೆ ಬಹಳ ಆದರಣೀಯರು.

ಎಂದಿನಂತೆ ಪಾರ್ವತಿ ಮಾಡಿ ಕೊಟ್ಟು ಕಳಿಸಿದ್ದ ಕಾಫಿಯನ್ನು ಫ್ಲಾಸ್ಕ್‌ನಿಂದ ತೆಗೆದು ಕುಡಿದ ಬಳಿಕ ಶೇಷಯ್ಯರ್ ಕೋಟಿನ ಜೇಬಿನಿಂದ ಕರಪತ್ರ ಹೊರತೆಗೆದರು. ರಿವಾಲ್ವಿಂಗ್ ಚೇರ್‌ನಲ್ಲಿ ಒರಗಿ ಕುಳಿತು ಇನ್ನೊಂದು ಬಾರಿ ಓದಿದರು. ಅಕ್ಕಿ ವ್ಯಾಪಾರ ಮಾಡಿ ಲುಕ್ಸಾನಾಗಿ ದಿವಾಳಿಯಾದ ನರಸಿಂಹರಾವ್ ಎಂಬ ಆಂಧ್ರದ ಅಕ್ಕಿವ್ಯಾಪಾರಿಯ ಕನಸಿನಲ್ಲಿ ಒಂದು ಸ್ವರ್ಣನಾಗ ಪ್ರತ್ಯಕ್ಷವಾಯಿತಂತೆ. ಹಾವಿನ ಕಣ್ಣುಗಳು ವಜ್ರದ ಹರಳುಗಳಂತೆ ಹೊಳೆದವು. ಅದರ ದೇಹ ಅಲುಗಾಡಿದಾಗ ಪ್ರಕಾಶಧಾರೆ ಹರಿಯಿತು. ಆ ಉರಗದೇವ ನರಸಿಂಹರಾವ್‌ನ ಎದೆಯ ಮೇಲಕ್ಕೆ ತೆವಳಿ ಬಂದನು. ಕುತ್ತಿಗೆಯನ್ನು ಬಳಸಿ ಹಿಡಿದು ಕಿವಿಯಲ್ಲಿ ಉಪದೇಶ ನೀಡಿದ. ವೆಂಕಟಾಚಲಪತಿಯ ಮಹಿಮೆಗಳನ್ನು ಕೊಂಡಾಡು. ಹಾಡಿ ಹರಡು. ಅಚ್ಚು ಹಾಕಿಸಿ ಜನರಿಗೆ ಹಂಚು. ದಿನವೂ ಸೂರ್ಯೋದಯಕ್ಕೆ ಮುನ್ನ ನೀನು ಹೋಗಿ ವೆಂಕಟಾ ಚಲಪತಿಗೆ ನಮಸ್ಕರಿಸು. ಹೀಗೆ ಇಪ್ಪತ್ತೊಂದು ದಿನಗಳು ಕಳೆವಾಗ ಅದರ ಫಲ ನಿನಗೆ ತಿಳಿಯುವುದು. ಇಷ್ಟು ಹೇಳಿ ಆ ಸ್ವರ್ಣನಾಗ ಕನಸಿನ ದುರೂಹತೆಯೊಳಗೆಲ್ಲೋ ಹೋಗಿ ಕಾಣೆಯಾಯಿತು.

ವ್ಯಾಪಾರದ ನಷ್ಟದಿಂದ ದುಃಖಾಕುಲನಾದ ವ್ಯಾಪಾರಿ ಕನಸಿನಲ್ಲಿ ಕಂಡ ಸ್ವರ್ಣನಾಗದ ಬಗ್ಗೆಯೂ ಅದರ ಉಪದೇಶದ ಬಗೆಗೂ ನೋಟೀಸ್ ಮುದ್ರಿಸಿ ಊರವರಿಗೆಲ್ಲ ಹಂಚಿದ. ದಿನವೂ ಸೂರ್ಯೋದಯಕ್ಕೆ ಮುನ್ನ ಬೆಟ್ಟದ ತುದಿ ತಲುಪಿ ವೆಂಕಟಾಚಲಪತಿಗೆ ನಮಸ್ಕರಿಸಿದ. ಇಪ್ಪತ್ತೊಂದು ದಿನಗಳನ್ನು ಎಣಿಸಿ ಸರಿಸಿದ. ಇಪ್ಪತ್ತೆರಡನೆ ದಿನ ಹೆಂಡತಿಯ ಮಾಂಗಲ್ಯ ಸರವನ್ನು ಒತ್ತೆಯಿಟ್ಟು ಆ ಹಣದಿಂದ ಹತ್ತು ಚೀಲ ಭತ್ತ ಖರೀದಿಸಿ ವ್ಯಾಪಾರ ಆರಂಭಿಸಿದ. ಬಳಿಕ ಆತ ಲಕ್ಷಾಧಿಪತಿಯಾಗಿ ಮನೆಗೆ ಮರಳಿ ಬಂದ. ಇವಿಷ್ಟು ನೋಟೀಸ್‌ನ ಒಂದನೇ ಭಾಗದಲ್ಲಿದ್ದ ತಿರುಳು.

ನೋಟೀಸ್ ಮುದ್ರಿಸಿ ವಿತರಿಸಲು ಹಿಂಜರಿದ ಉದ್ಧಟರಿಗೆ ಉಂಟಾದ ಭಾರೀ ನಷ್ಟಗಳ ವಿವರಣೆಗಳಿದ್ದವು ಎರಡನೆ ಭಾಗದಲ್ಲಿ. ಗುಂಡಪ್ಪಗೌಡರ ಗರ್ಭಿಣಿ ಹೆಂಡತಿಗೆ ಮೂತ್ರದ ದೊಡ್ಡಿಯಲ್ಲಿ ಜನನೇಂದ್ರಿಯಕ್ಕೆ ಹಾವು ಕಚ್ಚಿ ಮರಣ ಸಂಭವಿಸಿತು. ತಂಜಾವೂರಿನ ನಾಗರತ್ನ ಪುಲವರ ಹತ್ತಿ ಗೋಡೌನ್ ಸುಟ್ಟು ಹೋಯಿತು. ಗುಲ್ಬರ್ಗದ ಫಿಸಿಕ್ಸ್ ಪ್ರೊಫೆಸರ್‌ರ ಏಕಮಾತ್ರ ಪುತ್ರ ನೇಣುಹಾಕಿಕೊಂಡು ಸತ್ತನು... ಹೀಗೆ ದುರಂತಗಳ ಶೃಂಖಲೆ ನೀಳವಾಗುತ್ತ ಹೋಯಿತು.

ಈ ನೋಟೀಸ್ ಲಭಿಸಿದವರು ಕನಿಷ್ಠ ಪಕ್ಷ ನೂರು ಪ್ರತಿಗಳನ್ನಾದರೂ ಮುದ್ರಿಸಿ ಬಂಧುಮಿತ್ರರಿಗೆ ಹಂಚಬೇಕು. ಹೀಗೆ ಮಾಡಿದರೆ ಶ್ರೀವೆಂಕಟಾಚಲಪತಿಯ ಅನುಗ್ರಹ ಅಪಾರವಾಗಿ ದೊರೆಯುವುದು. ಅನಂತರ ಅದೃಷ್ಟದ ಮೆಟ್ಟಲುಗಳನ್ನು ಏರುತ್ತ ಹೋಗಬಹುದು. ತಿರಸ್ಕರಿಸುವವರಿಗೆ ಕಠಿಣ ಶಿಕ್ಷೆ ನೀಡಲು ಆ ವಿಶ್ವರೂಪನು ಮರೆಯುವುದಿಲ್ಲ ಎಂದು ತಿಳಿಯುವಾಗ ಈ ಭೂಮಿಯ ಪಾಪಿಗಳು ಬೆಚ್ಚಿ ಕಂಪಿಸುವರು.

ಕರಪತ್ರ ಓದುತ್ತಿರುವಾಗ ಅಲ್ಲಲ್ಲಿ ಕಾಣಿಸಿದ ಕೆಲವು ಮುದ್ರಣದೋಷಗಳನ್ನು ಶೇಷಯ್ಯರ್ ತಿದ್ದಿದರು.

ಕುರ್ಚಿಯಲ್ಲಿ ಒರಗಿ ಕುಳಿತು ಅವರು ಕಣ್ಣುಗಳನ್ನು ಮುಚ್ಚಿಕೊಂಡರು. ಈ ನೋಟೀಸ್‌ನ ನೂರು ಪ್ರತಿ ಅಚ್ಚು ಮಾಡಿಸಿ ಬಿಡೋಣ... ಅವರು ನಿರ್ಧರಿಸಿದರು ಏನಾದರೂ ಗಳಿಸಬೇಕೆಂಬ ಆಸೆಯಿಂದಲ್ಲ ಅವರು ಹಾಗೆ ಮಾಡಲು ನಿರ್ಧರಿಸಿದ್ದು. ವೆಂಕಟಾಚಲಪತಿಯ ಮಹಿಮೆಗಳನ್ನು ನೂರು ಜನರಿಗಾದರೂ ತಿಳಿಸಿದರೆ ಅಷ್ಟು ಸಮಾಧಾನವೆನಿಸುವುದು. ಯಾವ ಲಾಭವನ್ನೂ ಅವರು ನಿರೀಕ್ಷಿಸುತ್ತಿಲ್ಲ. ಭಗವಂತನ ಕಾರುಣ್ಯದಿಂದ ಅವರಲ್ಲಿ ಅಗತ್ಯಕ್ಕಿಂತ ಹೆಚ್ಚು ಹಣವಿದೆ. ದೈವಭಕ್ತಿ ಈ ಮಣ್ಣಿನಲ್ಲಿ ನಿತ್ಯವಸಂತವಾಗಿ ನೆಲೆಯಾಗಬೇಕು. ಈ ಭೂಮಿಯಲ್ಲಿ ನರಕವನ್ನನುಭವಿಸುತ್ತಿರುವ ಜನರಿಗೆ ಸಮಾಧಾನ ಸಂತೃಪ್ತಿಗಳು ಸಿಗಲು ದೇವರ ಕೃಪೆ ಅತ್ಯಗತ್ಯ.

ಇಷ್ಟು ದೊಡ್ಡ ಉದ್ಯೋಗ ಮತ್ತು ಉನ್ನತ ಪದವಿಗಳನ್ನು ಹೊಂದಿರುವ ತಾವು ಹೀಗೆ ಮಾಡುವುದು ತೀರಾ ಬಾಲಿಶವಲ್ಲವೇ ಎಂಬ ಅನುಮಾನದ ಕ್ಷುದ್ರಕೀಟ ಅವರ ಮನದಲ್ಲಿ ಹರಿದು ಬಂತು. ಅದಕ್ಕೆ ಸ್ಪಷ್ಟವಾದ ನ್ಯಾಯೀಕರಣ ಅವರಲ್ಲಿತ್ತು. ಆಪರೇಷನ್ ಮಾಡಲು ರಾಹುಕಾಲ ನೋಡುವ ಶಸ್ತ್ರಚಿಕಿತ್ಸಕರೂ ಬಾಹ್ಯಾಕಾಶ ಯಾತ್ರೆಗೆ ಕೃತಕ ಉಪಗ್ರಹವನ್ನೇರುವ ಮುನ್ನ ಶಿಲುಬೆ ಬರೆಯುವ ವಿಜ್ಞಾನಿಗಳೂ ಬದುಕುತ್ತಿರುವ ಈ ಭೂಮಿಯಲ್ಲಿ ದೈವಭಕ್ತರಾದ ಶೇಷಯ್ಯರ್‌ಗೂ ಖಂಡಿತ ಸ್ಥಾನವಿದೆ.

ಶೇಷಯ್ಯರ್ ಕಾಲಿಂಗ್ ಬೆಲ್ ಬಾರಿಸಿ ಶಂಕರಪ್ಪನನ್ನು ಕರೆದರು. ಶಂಕರಪ್ಪ ಶೇಷಯ್ಯರ್‌ರ ನಂಬಿಕಸ್ತನೂ ವಿಧೇಯನೂ ಆಗಿರುವ ಪ್ಯೂನ್. ದರ್ಜಿಯು ಅಳತೆ ತೆಗೆಯದೆ ಯುನಿಫಾರ್ಮ್ ಅಂದಾಜಿನಲ್ಲಿ ಹೊಲಿದುದರಿಂದಲೇ ಇರಬೇಕು ಶಂಕರಪ್ಪನ ಯೂನಿಫಾರ್ಮ್

ದೊಗಲೆಯಾಗಿ ಇಳಿಬಿದ್ದಿದೆ ಎಂದು ನೋಡುಗರಿಗೆ ಅನ್ನಿಸಿಬಿಡುವುದು. ಬಿಳೀ ಪ್ಯಾಂಟು ಸವೆದ ತೊಗಲಿನ ಚಪ್ಪಲಿಗಳನ್ನು ಮುಚ್ಚುತ್ತ ನೆಲಕ್ಕೆ ತಾಗುತ್ತಿದೆ. ಷರ್ಟಿನ ಕಾಲರ್ ಆಡಿನ ಕಿವಿಗಳಂತೆ ಇಕ್ಕೆಲದಲ್ಲೂ ತೂಗಿಬಿದ್ದಿದೆ. ಕವಳ ಹಾಕಿ ಕರೆಹಿಡಿದ ಹಲ್ಲುಗಳು. ಸದಾ ಹರಟುವ ದೊಡ್ಡಬಾಯಿ, ಉರುಟಾದ ಮೂಗು, ಕುಳ್ಳದೇಹ ಇರುವ ಶಂಕರಪ್ಪನನ್ನು ಕಂಡರೆ ಸರ್ಕಸ್ಸಿನ ವಿದೂಷಕನ ರೂಪವೇ ಕಣ್ಣೆದುರು ಬಂದಂತಾಗುವುದು, ದೇವರ ಸೃಷ್ಟಿಯಲ್ಲಿ ಎಲ್ಲವೂ ಒಂದೇ ರೀತಿ ಇರುವುದಿಲ್ಲವಲ್ಲ.

ಶಂಕರಪ್ಪ ಬಂದಾಗ ಹಣ ಮತ್ತು ನೋಟೀಸ್ ಕೊಟ್ಟು ಶೇಷಯ್ಯರ್ ವಿಷಯವನ್ನು ತಿಳಿಸಿದಾಗ ಅವನ ಮುಖದಲ್ಲಿ ಮುಗುಳ್ನಗು ಅರಳಿತು. ಆ ಮುಗುಳ್ನಗು ಅವನ ವಿದೂಷಕ ಮುಖವನ್ನು ಇನ್ನಷ್ಟು ವಿಕಾರಗೊಳಿಸಿತು. ಆ ಮುಗುಳ್ನಗುವಿನಲ್ಲಿ ಏನಾದರೂ ಕುಹಕವಿದೆಯೇ ಎಂಬ ಅನುಮಾನ ಶೇಷಯ್ಯರ್‌ಗೆ ಉಂಟಾಗಲಿಲ್ಲ. ಅವನು ದೇವರಲ್ಲಿ ನಂಬಿಕೆಯುಳ್ಳವನು ಎಂದು ಅವರು ಬಲ್ಲರು. ಕಳೆದ ವರ್ಷ ಈ ಶಂಕರಪ್ಪ ಶಬರಿಮಲೆಗೆ ಹೋಗಲು ತಾವೇ ರಜಾ ಮಂಜೂರು ಮಾಡಿ ಹಣವನ್ನೂ ಕಾಣಿಕೆಯಾಗಿ ನೀಡಿದ್ದರಲ್ಲ.

ಹಣ ಮತ್ತು ಕರಪತ್ರ ಜೇಬಿನಲ್ಲಿರಿಸಿ ಹೊರಡಲನುವಾದ ಶಂಕರಪ್ಪನಿಗೆ ಶೇಷಯ್ಯರ್ ಹೇಳಿದರು.

'ಬೇರೆ ಯಾರಿಗೂ ಇದು ಗೊತ್ತಾಗ ಕೂಡದು.'

'ಸರಿ ಸಾರ್....'

ಸದಾ ಹರಟುವ ಸ್ವಭಾವ ಶಂಕರಪ್ಪನದು ಎಂದು ಶೇಷಯ್ಯರ್ ಗೊತ್ತು. ಯಾವ ವಿಷಯವಾದರೂ ಸರಿ ಎರಡು ಮಾತು ಆಡಿದರೇನೆ ಅವನಿಗೆ ನಿದ್ರೆ ಬರುವುದು. ಆದರೆ, ಶಂಕರಪ್ಪನಿಗೆ ಶೇಷಯ್ಯರ್‌ರ ಬಗ್ಗೆ ಏಕಲಾಲದಲ್ಲಿ ಪ್ರೀತಿಯೂ ಭಯವೂ ಇರುವುದು. ಶೇಷಯ್ಯರ್‌ರ ಲೇಖನಿ ಒಮ್ಮೆ ಚಲಿಸಿದರೆ ಸಾಕು ಅವನ ಕೆಲಸ ಕೈ ಬಿಡುವುದು.

ಶಂಕರಪ್ಪ ಅಳುಕುತ್ತ ನಿಂತ. ಏನನ್ನೋ ಹೇಳಬೇಕೆಂಬ ಮುಖಭಾವ. ಬೇಡ, ಅವನಿಗೆ ಮಾತನಾಡಲು ಅವಕಾಶ ಕೊಟ್ಟರೆ ಸಾಕು ಮಾಡುವುದಿಲ್ಲ. ಶೇಷಯ್ಯರ್ ಹೇಳಿದರು.

'ಬೇಗ ಹೋಗಿ ಬಿಟ್ಟು ಬಾ. ಹೋಟೆಲ್‌ನಲ್ಲಿ ಊಟಮಾಡಿ ಹೋಗು...'

ಶಂಕರಪ್ಪನ ಮುಖ ದಿಢೀರನೆ ಅರಳಿತು. ಬುತ್ತಿಯಲ್ಲಿರುವ ಒಣಚಪಾತಿ ಅಥವಾ ಗೋಧಿದೋಸೆಯೇ ಅವನಿಗೆ ಮಧ್ಯಾಹ್ನದೂಟ. ಇಂದು ಮಧ್ಯಾಹ್ನ ಹಿತವಾದ ಭೋಜನ ಸಿಗುತ್ತದೆ ಎಂಬ ಆಹ್ಲಾದದ ಪ್ರತಿಫಲವೇ ಆ ಮುಖದಲ್ಲಿ ಕಾಣಿಸಿತು ಪಾಪ!

ಶಂಕರಪ್ಪ ಕ್ಯಾಬಿನ್‌ಬಿಟ್ಟು ಹೊರಡುವ ಮುನ್ನ ಶೇಷಯ್ಯರ್ ನೂರು ಕವರ್‌ಗಳನ್ನು ಕೊಂಡುಕೋ ಎಂದು ಹಣ ನೀಡಿದರು. ತಲೆಯಾಡಿಸಿ ಶಂಕರಪ್ಪ ಹೊರಟು ಹೋದ.

ಮೇಜಿನ ಮೇಲೆ ಫೈಲುಗಳ ರಾಶಿ. ಎರಡು ಗಂಟೆಗಳೊಳಗೆ ಅವನ್ನೆಲ್ಲ ವಿಲೇವಾರಿ ಮಾಡಬೇಕು. ಒಂದೊಂದಾಗಿ ತೆಗೆದರು. ಕ್ವಿಕ್ ಡಿಸ್‌ಪೋಸಲ್. ಆಗಾಗ ಫೋನ್ ದನಿ ಮಾಡಿತು. ಅದರಲ್ಲೊಂದು ಪಾರ್ವತಿಯ ಕರೆ. ಅದು ಮತ್ತೊಮ್ಮೆ ಕನಕಳ ಹುಟ್ಟುಹಬ್ಬದ ವಿಚಾರವನ್ನು ನೆನಪಿಸುವ ಕರೆ. ನಾಳೆ ಅವಳಿಗೆ ಇಪ್ಪತ್ತು ತುಂಬುವುದು. ಉಡುಗೊರೆ ಖರೀದಿಸಲು ಮರೆಯಬಾರದು ಎಂದು ಪಾರ್ವತಿ ನೆನಪಿಸಿದರು. ಕೆಲಸದ ಒತ್ತಡದಿಂದ ಮರೆತೆ ಎಂದೇನಾದರೂ ಹೇಳಿದರೆ ನಾಳೆ ಜನ್ಮದಿನದಂದು ಕನಕಳ ಬಿಳಿಮುಖ ಕಪ್ಪಾಗಿ ಬಿಡುವುದು. ಮರೆಯುವುದಿಲ್ಲ ಎಂದು ಎರಡು ಸಲ ಹೇಳಿದಾಗಲೇ ಪಾರ್ವತಿ ಫೋನ್ ಕೆಳಗಿಟ್ಟದ್ದು.

ಫೈಲುಗಳನ್ನು ನೋಡಿ ಮುಗಿಸಿದರು. ಒಬ್ಬ ಸಂದರ್ಶಕ ಇದ್ದ. ಸಮಯ ಮೀರಿದ್ದರೂ ಅವನ ಮನವಿಯನ್ನೂ ಆಲಿಸಿದರು. ಸೆಕ್ಷನ್ ಕ್ಲರ್ಕ್ ಕೆಟ್ಟದಾಗಿ ವರ್ತಿಸಿದನಂತೆ. ಆ ವ್ಯಕ್ತಿಗೆ ಸಮಾಧಾನ ಹೇಳಿ ಕಳಿಸಿದರು ಶೇಷಯ್ಯರ್. ಅಷ್ಟರಲ್ಲಿ ಸುಬ್ರನ್ ಬಂದು ಮೇಜಿನ ಮೇಲಿಂದ ಕಾರಿನ ಕೀ ಮತ್ತು ಬ್ರೀಫ್‌ಕೇಸಿನಿಂದ ಐವತ್ತು ರೂಪಾಯಿ ತೆಗೆದುಕೊಂಡು ಅಪ್ಪನತ್ತ ನಾಲಿಗೆ ತೋರಿಸಿ ಅಣಕಿಸುತ್ತ ಹೊರಹೋದನು. ಸದ್ಯ ಕ್ಯಾಬಿನ್‌ನಲ್ಲಿ ಯಾರೂ ಇರಲಿಲ್ಲ. ಸುಬ್ರನ್ ಬರುವುದನ್ನೂ ಹೋಗುವುದನ್ನೂ ಕಂಡರೆ ಅವನ ಬಗ್ಗೆ ತಿಳಿಯದವರು ಅವನಿಗೆ ತಲೆ ಸರಿಯಿಲ್ಲ ಎಂದೇ ಭಾವಿಸಿಯಾರು, ಸರಿ, ಇಂದು ಸಂಜೆ ಟ್ಯಾಕ್ಸಿ ಹಿಡಿದು ಮನೆ ತಲುಪಬೇಕು. ಅವನು ಕಾರು ತೆಗೆದುಕೊಂಡು ಹೋದರೆ ಸಂಜೆ ತಡವಾಗಿಯೇ ಹಿಂದಿರುಗುವನು. ತಡವಾದುದಕ್ಕೆ ಕಾರಣವನ್ನೂ ಹೇಳುವನು. ನಗರದಲ್ಲಿರುವ ಒಬ್ಬ ಗೆಳೆಯನ ಮನೆಯಲ್ಲಿ ಕಂಬೈಂಡ್‌ಸ್ಟಡಿ. ಅದು ಸುಳ್ಳು. ಅಂದು ಖಂಡಿತ ಎಲ್ಲಾದರೂ ಕ್ರಿಕೆಟ್ ಮ್ಯಾಚ್ ಇರುತ್ತದೆ. ಎಲ್ಲಾದರೂ ಒಯ್ದು ಆಯಕ್ಸಿಡೆಂಟ್ ಮಾಡಿದಿದ್ದರೆ ಸಾಕು. ಛೇ! ಹಾಗೆಲ್ಲ ಆಗುವುದಿಲ್ಲ. ಶೇಷಯ್ಯರ್‌ಗೆ ಖಾತರಿಯಿದೆ. ದೇವರು ಈವರೆಗೂ ಅವರಿಗೆ ಯಾವುದೇ ದುಃಖವನ್ನೂ ನೀಡಿಲ್ಲವಲ್ಲ. ಇನ್ನು ಮುಂದೆಯೂ ಕೊಡುವುದಿಲ್ಲ. ದೇವರು ಸುಬ್ರನ್‌ನನ್ನು ಕೂದಲು ಕೊಂಕದಂತೆ ಕಾಪಾಡುವರು. ಕಂಬಕಂಬಗಳಲ್ಲೂ ಕಣಕಣದಲ್ಲೂ ನೆಲೆಸಿರುವ ಆ ಮಹಾಶಕ್ತಿಯ ದೃಷ್ಟಿ ತಲುಪದ ಜಾಗ ಈ ಜಗತ್ತಿನಲ್ಲಿಲ್ಲ.

ನೋಟೀಸ್‌ನ ನೂರು ಪ್ರತಿಗಳ ಕಟ್ಟನ್ನು ಯಾರಿಗೂ ಗೊತ್ತಾಗದಂತೆ ಶಂಕರಪ್ಪ ಶೇಷಯ್ಯರ್‌ಗೆ ತಲುಪಿಸಿದ. ಕವರ್‌ಗಳ ಪೊಟ್ಟಣವನ್ನೂ ಅವನು ಅವರಿಗೆ ಕೊಟ್ಟ. ಆಗ ಐದು ಗಂಟೆಯ ಸಮಯ. ಉಳಿದ ಚಿಲ್ಲರೆ ಹಣ ಮೇಜಿನ ಮೇಲಿಟ್ಟಾಗ ಅದನ್ನು ತೆಗೆದುಕೊಳ್ಳುವಂತೆ ಅವರು ಅವನಿಗೆ ಸಂಜ್ಞೆಮಾಡಿದರು. ಶಂಕರಪ್ಪ ಏನೂ ಸಂಕೋಚ ವಿಲ್ಲದೆ ಅದನ್ನು ತೆಗೆದು ಜೇಬಿಗೆ ಹಾಕಿಕೊಂಡಾಗ ಅಭಿನಂದನಾ ದನಿಯಲ್ಲಿ ಶೇಷಯ್ಯರ್ ಕೇಳಿದರು.

'ಇಷ್ಟು ಬೇಗ ಹೇಗೆ ಅಚ್ಚಾಗಿ ಸಿಕ್ಕಿತು?'

ಶಂಕರಪ್ಪ ತಲೆ ಕೆರೆದ. ಏನೋ ಹೇಳಬೇಕೆಂದಿದ್ದಾನೆ ಶೇಷಯ್ಯರ್‌ಗೆ ಅದು ಹಿಡಿಸದೆ ಹೋದರೆ? ಒಳಗೆ ಭಯ. ಆ ಇಕ್ಕಟ್ಟನ್ನು ಅರಿತ ಶೇಷಯ್ಯರ್ ಧೈರ್ಯ ನೀಡಿದರು.

'ಹೇಳು....ಪರವಾಗಿಲ್ಲ.'

ಕೊನೆಗೆ ಅಳುಕುತ್ತಲೇ ಅವನು ಎಲ್ಲವನ್ನೂ ಹೇಳಿದ. ಮೇಜಿನ ಮೇಲೆ ಕೈಗಳನ್ನೂರಿ ಒಂದು ಕಾಲ ಹೆಬ್ಬೆರಳಿಂದ ಇನ್ನೊಂದು ಕಾಲನ್ನು ತುರಿಸುತ್ತ ಆಗಾಗ ಮೂಗು ಬಾಯಿ ಒರೆಸಿಕೊಳ್ಳುತ್ತ ಹೇಳಿ ಮುಗಿಸಿದ. ಇಂತಹ ನೋಟೀಸ್ ಈ ಹಿಂದೆಯೂ ಎಷ್ಟೋ ಜನರಿಗೆ ಸಿಕ್ಕಿದೆ. ಇತ್ತೀಚೆಗೂ ಈ ಕರಪತ್ರ ಹಲವು ಜನರ ಮನೆಗಳಿಗೆ ಬಂದಿತ್ತು. ಅವನ್ನು ಪಡೆದವರು ಬಹುತೇಕ ಆಸ್ತಿಕರಾಗಿರುವ ಕಾರಣ ಅಂತಹ ನೂರು ಪ್ರತಿಗಳನ್ನು ಅಚ್ಚು ಮಾಡಿಸಿ ಸ್ನೇಹಿತರಿಗೂ ನೆಂಟರಿಗೂ ವಿತರಿಸುತ್ತಾರೆ. ಇಂತಹ ಮುದ್ರಣ ಕೆಲಸ ಬಹಳಷ್ಟು ಸಿಗತೊಡಗಿದಾಗ ನಗರದ ಪ್ರೆಸ್‌ಮಾಲೀಕರು ನೋಟೀಸ್ ಕಾಂಪೋಸ್ ಮಾಡಿದ ಫ್ರೇಮ್ ಗಳನ್ನು ಹಾಗೇ ಇರಿಸತೊಡಗಿದರು. ಗ್ರಾಹಕರು ಬಂದಾಗ ತಕ್ಷಣ ದಿನಾಂಕ, ಸ್ಥಳ ಹಾಕಿ ಮ್ಯಾಟರನ್ನು ಮೆಷೀನ್‌ಗೆ ಏರಿಸುತ್ತಾರೆ. ನೂರುಪ್ರತಿ ಮುದ್ರಿಸಿ ಕಟ್ಟಿಂಗ್ ಮೆಷಿನ್‌ನಲ್ಲಿ ಕತ್ತರಿಸಿ ತೆಗೆಯಲು ಹೆಚ್ಚೆಂದರೆ ಅರ್ಧ ಗಂಟೆ ಸಾಕು...

ನೀರಸವಾದ ಒಂದು ತಮಾಷೆ ಕತೆಯನ್ನು ಕೇಳುವ ಹಾಗೆ ಶೇಷಯ್ಯರ್ ಎಲ್ಲಾ ಕೇಳುತ್ತ ನಿಂತರು. ಶಂಕರಪ್ಪನ ನಾಲಿಗೆ ನಿಂತರೆ ಸಾಕು ಎಂದೆನಿಸಿ ಬಿಟ್ಟಿತು. ಅವರ ಮುಖಭಾವನೆಯನ್ನು ಅರಿತವನಂತೆ ಅವನು ಬಾಯಿಮುಚ್ಚಿದ. ಹಾಗಿದ್ದರೂ ಹೋಗುವ ಮುಂಚೆ ಇಷ್ಟು ಹೇಳಿದ.

'ಇದರ ಹಿಂದೆ ಯಾರೋ ಪ್ರೆಸ್ ಮಾಲೀಕನ ಮಿದುಳೇ ಇದೆ ಸಾರ್... ಅವರಿಗೆ ಹಣ ಸಿಗುವ ಸಂಗತಿಯಲ್ವೇ!'

ಶಂಕರಪ್ಪನ ವಿವರಣೆಗಳಿಗೂ ತೀರ್ಮಾನಗಳಿಗೂ ಶೇಷಯ್ಯರ್ ಏನೂ ಬೆಲೆ ಕಲ್ಪಿಸ ಲಿಲ್ಲ. 'ಬಾಯಿಗೆ ಬಂದದ್ದು ಗೋದಳಿಗೆ ಹಾಡು' ಎಂಬ ಸ್ಥಿತಿಯೇ ಅವನದು ಬರೀ ಮಾತನಾಡುವುದಕ್ಕೆಂದೇ ಭೂಮಿಯಲ್ಲಿ ಜನಿಸಿದವನು ಅವನು ಎಂದು ಹಲವು ಬಾರಿ ಅನ್ನಿಸಿ ಬಿಡುವುದು.

ನಿರೀಕ್ಷಿಸಿದಂತೆ ಸುಬ್ರನ್ ಐದು ಗಂಟೆಯಾದರೂ ಬರಲಿಲ್ಲ. ಕನಕಳಿಗೆ ಬರ್ತ್‌ಡೇ ಪ್ರೆಸೆಂಟ್ ಎಂದು ಹೊಸ ಕ್ಯಾಸೆಟೊಂದನ್ನು ಖರೀದಿಸಿ ಶೇಷಯ್ಯರ್ ಟ್ಯಾಕ್ಸಿಯಲ್ಲಿ ಮನೆ ತಲುಪಿದರು. ಆ ಪಯಣದ ವೇಳೆ ಶಂಕರಪ್ಪನ ಮಾತುಗಳು ಒಂದು ಮಗುವಿನ ನಿರಂತರ ಅಳುವಿನಂತೆ ಶೇಷಯ್ಯರ್‌ರನ್ನು ಕಸಿವಿಸಿಗೊಳಿಸತೊಡಗಿತು. ಶೇಷಯ್ಯರ್ ಸ್ವಯಂ ಹೇಳಿಕೊಂಡರು. ಕೇವಲ ವಾದಕ್ಕಾಗಿ ಶಂಕರಪ್ಪನ ಹೇಳಿಕೆಗಳು ಸರಿ ಎಂದುಕೊಳ್ಳೋಣ ಒಬ್ಬ ಪ್ರೆಸ್ ಮಾಲೀಕನ ಕುಬುದ್ಧಿ ಇದರ ನೇಪಥ್ಯದಲ್ಲಿದೆ ಎಂದು ಒಪ್ಪೋಣ. ಹಾಗಿದ್ದರೂ ಎಲ್ಲಾ ಕರಪತ್ರಗಳೂ ಆ ಪ್ರೆಸ್‌ಮಾಲೀಕನ ಪ್ರೆಸ್‌ನಲ್ಲೇ ಮುದ್ರಣ ಆಗುವುದಿಲ್ಲ. ಖಂಡಿತ. ಅದೂ ಅಲ್ಲದೆ ಈ ನೋಟೀಸಿನ ನೂರು ಕಾಪಿ ಪ್ರಿಂಟ್ ಮಾಡಿ ಕೊಟ್ಟರೆ ಒಬ್ಬ ಮುದ್ರಕ ನಿಗೆ ಸಿಗುವ ಲಾಭ ಕ್ಷುಲಕ. ಅದರಿಂದ ಏನು ಸಿಕ್ಕೀತು! ಶೇಷಯ್ಯರ್ ತಮ್ಮ ಕೊನೆಯ ಅಸ್ತ್ರ ಪ್ರಯೋಗಿಸಿದರು. ಶಂಕರಪ್ಪ ಹೇಳಿದ್ದೆಲ್ಲ ಅಕ್ಷರಶಃ ಸರಿ ಎಂದು ಒಪ್ಪಲು ತಾನು

ಸಿದ್ಧ. ಆದರೂ ವೆಂಕಟಾಚಲಪತಿಯ ಮಹಿಮೆಗಳನ್ನು ಹೊಗಳಿ ಹರಡುವುದರಿಂದ ಉಂಟಾಗುವ ಅಂತಿಮ ಸಾಧನೆಯೆಂದರೆ ಜನರಲ್ಲಿ ದೈವಭಕ್ತಿ ಬೆಳೆಸುವುದು ಎಂಬುದು ತಾನೆ. ಆ ಒಂದು ಕಾರಣದಿಂದಲೇ ಇದರ ಹಿಂದೆ ಏನೇ ಮೋಸವಿದ್ದರೂ ಅದನ್ನು ತಾವು ಲೆಕ್ಕಿಸುವುದಿಲ್ಲ ಎಂದು ಜೋರಾಗಿ ಕೂಗಿ ಹೇಳಬೇಕೆಂದು ಅವರಿಗೆನಿಸಿತು. ದೇವರ ಮೇಲಿನ ನಂಬಿಕೆಯ ಪ್ರಚಾರಕ್ಕಾಗಿ ಮಾಡುವ ಯಾವುದೇ ಕಾರ್ಯವೂ ಕೆಟ್ಟದೆನಿಸುವುದಿಲ್ಲ. ನಾಸ್ತಿಕರು ಎಷ್ಟು ಬೇಕಾದರೂ ಅಹಂಕಾರ ಪಡಲಿ. ಜನನ ಮರಣಗಳ ರಹಸ್ಯ ಈ ಭೂಮಿಯಲ್ಲಿ ನೆಲೆನಿಂತಿರುವವರೆಗೂ ನಾವು ಪ್ರತಿಯೊಬ್ಬರೂ ತಿಳಿದೋ ತಿಳಿಯದೆಯೋ ದೇವರ ಅಧೀನರೇ.

ಆ ರಾತ್ರಿ ಬಹಳ ತಡವಾಗಿಯೇ ಶೇಷಯ್ಯರ್ ನಿದ್ರಿಸಿದುದು. ಆಫೀಸ್ ಕೆಲಸ ಬಹಳಷ್ಟು ಮಾಡಿಮುಗಿಸಬೇಕಿದೆ ಎಂಬ ಕುಂಟುನೆಪದಿಂದ ಮನೆಯಲ್ಲಿದ್ದ ಆಫೀಸ್ ಕೋಣೆಗೆ ಹೋಗಿ ಬಾಗಿಲು ಹಾಕಿಕೊಂಡರು. ಯಾರೂ ಒಳನುಗ್ಗಿ ಬಂದು ಕಾಟ ಕೊಡ ಲಿಲ್ಲ. ನಾಲ್ಕೈದು ಸಲ ಟೆಲಿಫೋನ್ ಕಿರಿಕಿರಿ ಕೊಟ್ಟಿತು ಅಷ್ಟೆ. ಶೇಷಯ್ಯರ್ ಹಳೆಯ ಡೈರಿ ಗಳನ್ನು ಹುಡುಕಾಡಿ ತೆಗೆದರು. ಮಿತ್ರರು, ಸಹೋದ್ಯೋಗಿಗಳು, ಕೈಕೆಳಗಿನ ನೌಕರರು ಹೀಗೆ ಹಲವರ ವಿಳಾಸಗಳು ಅದರಲ್ಲಿವೆ. ಅವನ್ನೆಲ್ಲ ಅಂಚೆಕವರುಗಳ ಮೇಲೆ ಬರೆದರು. ನೂರು ಆದಾಗ ನಿಲ್ಲಿಸಿದರು. ಈ ನೋಟೀಸ್ ಪಡೆದವರೆಲ್ಲ ಇದರ ನೂರು ಪ್ರತಿಗಳನ್ನು ಪ್ರಿಂಟ್ ಮಾಡಿಸಿ ಬಂಧು ಮಿತ್ರಾದಿಗಳಿಗೆ ನೀಡಿ ವೆಂಕಟಾಚಲಪತಿಯ ಆಶೀರ್ವಾದಕ್ಕೆ ಪಾತ್ರರಾಗಿರಿ. ನಿಷೇಧಿಸಿದರೆ ಉಂಟಾಗುವ ಪರಿಣಾಮಗಳು ಕ್ರೂರವಾಗಿರುತ್ತವೆ. ಶೇಷಯ್ಯರ್‌ರ ಗೆಳೆಯರಲ್ಲಿ ಅಂತಹ ದೈವ ವಿರೋಧಿಗಳು ಯಾರೂ ಇಲ್ಲ. ಆದ್ದರಿಂದಲೇ ನೋಟೀಸ್ ಲಭಿಸುವ ನೂರು ಮಂದಿಯೂ ತಮ್ಮ ಮಾರ್ಗವನ್ನು ಅನುಸರಿಸುವರೆಂದು ಶೇಷಯ್ಯರ್ ಮನಸಾರೆ ನಂಬಿದ್ದಾರೆ.

ಬಹಳ ತಡವಾಯಿತಾದರೂ ಅವರು ಸುಖವಾಗಿ ನಿದ್ರಿಸಿದರು. ಕನಸಿನ ಸಣ್ಣದೊಂದು ಗೀರು ಸಹ ಬೀಳದ ಸುಖನಿದ್ರೆ. ಮುಂಜಾನೆ ಐದು ಗಂಟೆಗೆ ಅಲಾರಂ ಅವರನ್ನೂ ಕುಟುಂಬದವರನ್ನೂ ಎಬ್ಬಿಸಿತು.

ಅಂದಿನ ದಿವಸ ಎರಡು ವಿಶೇಷಗಳಿದ್ದುವು ಭಾನುವಾರವಾದ ಕಾರಣ ನಾಲ್ಕೈದು ಮೈಲುದೂರದ ಬೆಟ್ಟದ ಮೇಲಿರುವ ಶಿವದೇವಾಲಯಕ್ಕೆ ಹೋಗಿ ನಮಿಸಿ ಬರಬೇಕು. ಪ್ರತಿ ಭಾನುವಾರ ಅದೊಂದು ರೂಢಿ. ಎರಡನೆ ವಿಶೇಷವೆಂದರೆ ಅಂದು ಕನಕಳ ಹುಟ್ಟು ಹಬ್ಬ.

ಶೇಷಯ್ಯರ್ ಮತ್ತು ಪಾರ್ವತಿ ಪೂಜಾಪರಿಕರಗಳೊಂದಿಗೆ ಕಾರಿನಲ್ಲಿ ಹೋಗಿ ಬೆಟ್ಟದ ಮಗ್ಗುಲಿನಲ್ಲಿ ಇಳಿದರು. ಶಿವನಿಗೆ ನಮಸ್ಕರಿಸಿದರು. ಮಗಳ ದೀರ್ಘಾಯುಸ್ಸಿಗೆಂದು ಹರಕೆಗಳನ್ನು ಸಲ್ಲಿಸಿದರು. ವಿಶೇಷ ಪಾಯಸ. ಸಂಜೆಯ ನೂರಾ ಒಂದು ತುಪ್ಪದ ದೀಪ, ಗಣಪತಿಗೆ ನೂರೊಂದು ತೆಂಗಿನಕಾಯಿ. ದೇಗುಲ ದರ್ಶನಕ್ಕಾಗಿ ಕನಕಳನ್ನೂ ಜೊತೆಗೆ ಕರೆದುಕೊಂಡು ಬರಲು ಪಾರ್ವತಿ ಬಹಳ ಪ್ರಯತ್ನ ಪಟ್ಟರೂ ಫಲ ಸಿಗಲಿಲ್ಲ.

ಹಿಂದಿನ ದಿನ ಶೇಷಯ್ಯರ್ ಕೊಂಡುಕೊಟ್ಟ ಕ್ಯಾಸೆಟನ್ನು ಮಧ್ಯ ರಾತ್ರಿವರೆಗೆ ಮತ್ತೆ ಮತ್ತೆ ಕೇಳುತ್ತಿದ್ದಳು. ಮರುದಿನ ಅವಳು ಎಚ್ಚೆತ್ತದ್ದು ಹತ್ತುಗಂಟೆಗೆ.

ಶಿವಮಂದಿರದಿಂದ ಅವರು ಮರಳಿ ಬಂದಾಗ ಹಾಲಿನ ಪರಶು ಅಂಗಳದಲ್ಲಿ ನಿಂತಿದ್ದ. ಅವನು ಅಂಗಳದ ಒಂದು ಬದಿಯಲ್ಲಿ ನಿಂತಿದ್ದ. ಮನೆಯ ಮುಂದೆ ಪಾರ್ವತಿ ಹಾಕಿರುವ ರಂಗೋಲಿಯನ್ನು ತುಳಿಯದಿರಲು ಅವನು ವಿಶೇಷ ಗಮನ ಕೊಡುತ್ತಾನೆ. ಅವನ ಕೈಯಲ್ಲಿ ಖಾಲಿಯಾದ ಹಾಲಿನ ಪಾತ್ರೆ. ಕೆಲಸದಾಕೆ ನಾರಾಯಣಿ ಹಾಲು ತೆಗೆದಿರಿಸಿರುತ್ತಾಳೆ. ಅವನ ಹಾವಭಾವ ಕಂಡಾಗ ಶೇಷಯ್ಯರ್ ಊಹಿಸಿದರು. ಹಣ ಸಾಲ ಕೇಳಲು ಬಂದು ನಿಂತಿರಬಹುದು.

ಕೊಡುವ ಹಣದ ಲೆಕ್ಕ ಇರಿಸುವ ಸ್ವಭಾವ ಶೇಷಯ್ಯರ್‌ಗಿಲ್ಲ. ಆದರೆ ಪಾರ್ವತಿ ಹಾಗಲ್ಲ. ಆಕೆ ಪ್ರತಿಯೊಂದು ಕಾಸಿನ ಲೆಕ್ಕವನ್ನೂ ಬರೆದು ಜೋಪಾನವಾಗಿಡುವರು. ಆಕೆಗೆ ಶೇಷಯ್ಯರ್‌ರ ಗುಣ ಗೊತ್ತಿದೆ. ಆದರೂ ಕೆಲವೊಮ್ಮೆ ಸಹಿಸಲಾಗದೆ ಕೇಳಿಬಿಡುವರು.

'ಯಾವುದಕ್ಕೂ ಒಂದು ಲೆಕ್ಕ ಬೇಡವೆ?'

ಅನಂತರ ಆಕೆ, ಗಾದೆಗಳ ಅರ್ಥವ್ಯಾಪ್ತಿಗೆ ಪ್ರವೇಶಿಸುವರು. 'ಹೊಳೆಗೆ ಎಸೆದರೂ ಅಳೆದೇ ಎಸೆಯಬೇಕು' ಶೇಷಯ್ಯರ್ ಹೇಳುವರು. 'ದೇವರು ನಮಗೆ ಧಾರಾಳವಾಗಿ ಕೊಟ್ಟಿದ್ದಾರೆ. ಹಣವಂತರಿಗೆ ದೇವರು ಹಣ ಕೊಡುವುದು ಬಡವರಿಗೆ ನೆರವಾಗಲಿ ಎಂದು. ಸಿರಿವಂತರ ಸಜ್ಜನಿಕೆಯಿಂದಲೇ ಬಡವರ ಪಾಪವಿಮೋಚನೆಯಾಗುವುದು. ಅದುವೇ ದೈವನಿರ್ಣಯ.'

ತಮ್ಮ ಗಂಡನದು ಪಕ್ವತೆ ಪಡೆದಿಲ್ಲದ ಮನಸ್ಸು ಎಂದು ಕೆಲವೊಮ್ಮೆ ಪಾರ್ವತಿಗೆ ಅನ್ನಿಸುತ್ತಿತ್ತು. ಆಕೆ, ನೆಂಟರಿಗೆ ಹೇಳುತ್ತಿದ್ದರು.

'ಚಿಕ್ಕ ಮಕ್ಕಳ ಮನಸ್ಸು.'

ಅವರು ಹಾಗೆ ಹೇಳುತ್ತಿದ್ದುದು ಹೆಮ್ಮೆಯಿಂದಲ್ಲ. ಕೆಲವು ಸಂದರ್ಭಗಳಲ್ಲಿ ಮನಸ್ಸು ನೊಂದು ಬಿಡುವುದು. ಹೀಗೂ ಮನುಷ್ಯರಿರುವರೇ!

ಷೆಡ್‌ನಲ್ಲಿ ಕಾರು ನಿಲ್ಲಿಸಿ ಶೇಷಯ್ಯರ್ ಹೊರಬಂದಾಗ ಮೇಲೆತ್ತಿ ಉಟ್ಟಿದ್ದ ಪಂಚೆಯನ್ನು ಕೆಳಗಿಳಿಸಿ ಪರಶು ಅವರಿಗೆ ನಮಸ್ಕಾರ ಮಾಡಿದ. ಪ್ರಸಾದದ ಬುಟ್ಟಿಯೊಂದಿಗೆ ಪಾರ್ವತಿ ಒಳಕ್ಕೆ ಹೋದರು. ಹೆಗಲಿನಿಂದ ಜಾರಿದ ಜರಿಶಲ್ಯವನ್ನು ಮುಂಗೈಗೆ ಹಾಕಿಕೊಂಡು ಮೆಟ್ಟಿಲಮೇಲಿನ ಕಾಲೊರಸುಚಾಪೆಯಲ್ಲಿ ಕಾಲನ್ನೊರೆಸುತ್ತ ಶೇಷಯ್ಯರ್ ಕೇಳಿದರು.

'ಏನು ಪರಶು?'

ಅವನ ಉತ್ತರಕ್ಕಾಗಿ ಶೇಷಯ್ಯರ್ ಕಾದು ನಿಲ್ಲಲಿಲ್ಲ. ಒಳಗೆ ಹೋಗಿ ಬಟ್ಟೆಬದಲಿಸಿ ದಿನಪತ್ರಿಕೆಯೊಂದಿಗೆ ಹೊರಬಂದು ಹಜಾರದ ಒರಗು ಕುರ್ಚಿಯಲ್ಲಿ ಕುಳಿತರು.

ಪರಶು ಸೊಂಟದ ಗಂಟಿನಿಂದ ಒಂದು ಹಸಿರು ಕಾಗದವನ್ನು ಹೊರತೆಗೆಯುವುದನ್ನು ಶೇಷಯ್ಯರ್ ಕಂಡರು. ಅವನ ಉಡಿಯ ಸಂಚಿಯು ಹಾಲಿನ ಲೆಕ್ಕದ ಪುಸ್ತಕ, ಲೇಖನಿಗತ್ತಿ, ಬೆಂಕಿ ಪೊಟ್ಟಣಗಳಿಂದ ಬಹಳ ಉಬ್ಬಿಕೊಂಡಿತ್ತು. ಹಸಿರು ಕಾಗದವನ್ನು ದಿಣ್ಣೆಯ ಮೇಲಿರಿಸಿ ಅವನು ಹಿಂದೆ ಸರಿದು ನಿಂತ. ಕೈಚಾಚಿ ಶೇಷಯ್ಯರ್ ಅದನ್ನು ತೆಗೆದುಕೊಂಡರು. ಬಿಡಿಸಿ ನೋಡದೆಯೆ ಅವರಿಗೆ ಸಂಗತಿ ತಿಳಿದು ಹೋಯಿತು. ಪೂಜಾಕೊಠಡಿಯಿಂದ ತಮಗೆ ಸಿಕ್ಕಿದ ಕರಪತ್ರದ ಬೇರೊಂದು ಆವೃತ್ತಿ. ಶೇಷಯ್ಯರ್ ನೋಟೀಸ್ ಎತ್ತಿ ಹಿಡಿದು ಕೇಳಿದರು.

'ಇದು ಎಲ್ಲಿ ಸಿಕ್ಕಿತು?'

ಪರಶು ಹೇಳಿದ. 'ಮನೆ ಮುಂದೆ ಅಂಗಳದಲ್ಲಿ ಬಿದ್ದಿತ್ತು... ಬೆಳಗ್ಗೆ ಎದ್ದಾಗ ಕಾಣಿಸಿತು.'

'ನೀನು ಓದಲಿಲ್ಲವೆ?'

ಕೇಳಿದ ಮೇಲಷ್ಟೆ ಶೇಷಯ್ಯರ್ ನೆನೆದರು. ಅವನಿಗೆ ಓದಲು ಬರೆಯಲು ಬರುವುದಿಲ್ಲವಲ್ಲ. ಮಾರುವ ಹಾಲು, ಕೊಳ್ಳುವ ಹಿಂಡಿ, ಹತ್ತಿಬೀಜ, ಒಣಹುಲ್ಲು ಇವುಗಳ ಲೆಕ್ಕವನ್ನು ಮಾತ್ರ ಹೇಗೋ ಸರಿಯಾಗಿ ಇಟ್ಟುಕೊಳ್ಳುವುದನ್ನು ಬಲ್ಲನಷ್ಟೆ.

ಪರಶುವಿಗೆ ನಂಬಿಕೆ ಬರಿಸುವುದಕ್ಕಾಗಿ ಮಾತ್ರ ಅವರು ಒರಗು ಕುರ್ಚಿಯಲ್ಲಿ ಒರಗಿ ನೋಟೀಸ್‌ನ ಮೇಲೆ ಒಮ್ಮೆ ಕಣ್ಣು ಹಾಯಿಸಿದರು.

ಇನ್ನಷ್ಟು ಹತ್ತಿರ ಬಂದು ನಿಲ್ಲುವಂತೆ ಅವರು ಪರಶುವಿಗೆ ಸನ್ನೆಮಾಡಿದರು. ಅವನು ನಾಲ್ಕೈದು ಹೆಜ್ಜೆ ಮುಂದೆ ಬಂದ.

ಬಹಳ ಸ್ಪಷ್ಟವಾಗಿ ಮತ್ತು ನಿಧಾನವಾಗಿ ಶೇಷಯ್ಯರ್ ಪರಶುವಿಗೆ ವಿಷಯವನ್ನು ವಿವರಿಸಿಕೊಟ್ಟರು. ಅವರ ಮುಖದಿಂದ ಕಣ್ತೆಗೆಯದೆ ಅವನು ಎಲ್ಲವನ್ನೂ ಕೇಳುತ್ತ ನಿಂತ. ಆಗಲೂ ಅವನ ಎರಡೂ ಕೈಗಳೂ ದೇಹದಲ್ಲಿ ಅಲ್ಲಲ್ಲಿ ಅಂಟಿದ್ದ ಸಗಣಿಚೂರುಗಳನ್ನು ಕೀಳುವುದರಲ್ಲಿ ಮಗ್ನವಾಗಿದ್ದವು. ಸಗಣಿ ಅಂಟಿದ ಆ ಬೆರಳುಗಳಿಂದಲೇ ಅವನು ಆಗಾಗ ತನ್ನ ಕುರುಚಲು ತಲೆಗೂದಲುಗಳನ್ನು ಸವರಿಕೊಳ್ಳುತ್ತಿದ್ದ. ಸಗಣಿ ಚೂರುಗಳನ್ನು ಹೆಕ್ಕಿ ತೆಗೆದು ಬೆರಳುಗಳಿಂದ ದೂರಕ್ಕೆ ಎಗರಿಸಿದ.

ನೋಟೀಸಿನಲ್ಲಿ ಹೇಳಲಾದ ವಿಚಾರಗಳನ್ನು ತಿರಸ್ಕರಿಸಿದರೆ ಉಂಟಾಗುವ ದುಷ್ಪರಿಣಾಮಗಳ ಪಟ್ಟಿಯನ್ನು ಶೇಷಯ್ಯರ್ ಅವನಿಗೆ ಓದಿ ಹೇಳಿದರು. ಅದರ ಮಧ್ಯೆ ಅವನು ತನ್ನ ಬಲ ಅಂಗೈಯಿಂದ ಕೆಳದವಡೆಯನ್ನು ಅಗಲಕ್ಕೆ ಕೆರೆದನು. ಅವನ ನಾಲ್ಕೈದು ಹಲ್ಲುಗಳು ಹೊರತೋರಿದವು. ಆಗಿನ ಅವನ ಮುಖಭಾವ ಶೇಷಯ್ಯರ್‌ಗೆ ಸ್ವಲ್ಪವೂ ಹಿಡಿಸಲಿಲ್ಲ. ವೆಂಕಟಾಚಲಪತಿಯ ಬಗ್ಗೆ ಇಷ್ಟು ಹೇಳಿದರೂ ಭಕ್ತಿಪರವಶತೆಯ ಒಂದು ಸಣ್ಣ ಬೆಳಕು ಕೂಡ ಅವನ ಕಣ್ಣುಗಳಲ್ಲಿ ಕಂಡುಬರಲಿಲ್ಲ. ಅವನಿಗೆ ಕೋಣದ ಮುಖಲಕ್ಷಣವೇ ಇದೆ

ಯೇನು? ಚೂಪಾದ ಉದ್ದನೆ ಕೆಳದವಡೆ, ದಪ್ಪಗೆ ಅಗಲವಾಗಿರುವ ತುಟಿಗಳು, ಅರಳಿರುವ ಮೂಗಿನ ಹೊಳ್ಳೆಗಳು, ಎವೆಗಳನ್ನು ಹಿನ್ನೂಕಿ ಮುಂದೆ ಬಂದಿರುವ ಕಣ್ಣುಗುಡ್ಡೆಗಳು ಇವೆಲ್ಲವೂ ಅಂತಹ ಪ್ರತೀತಿಯನ್ನು ಉಂಟುಮಾಡುತ್ತವೆ.

ಕಿರುಬೆರಳನ್ನು ಎಡಗಿವಿಯೊಳಗೆ ಹಾಕಿ ತಿರುವುತ್ತ ಅವನು ಮಾತನಾಡ ತೊಡಗಿದ. ಬೇರೆಯೇ ವಿಷಯ.

'ಹಿಂಡಿ ಖಾಲಿಯಾಗಿದೆ... ಬೆಳಗ್ಗೆ ಅವುಗಳಿಗೆ ಏನೂ ಕುಡಿಯಲು ಬೆರೆಸಿಕೊಟ್ಟಿಲ್ಲ... ಮೂಕಪ್ರಾಣಿಗಳಲ್ಲವೇ.'

ಶೇಷಯ್ಯರ್‌ರ ಇಡೀ ಶರೀರದಲ್ಲಿ ಜೋಮು ಹಬ್ಬಿಕೊಂಡಿತು. ಇಷ್ಟು ಹೊತ್ತು ತಾವು ಗಂಟಲೊಣಗಿಸಿಕೊಂಡು ನೋಟೀಸಿನ ಕುರಿತು ಹೇಳಿದ್ದನ್ನು ಈ ಅಧಮ ಕೇಳಿಸಿಕೊಳ್ಳ ಲಿಲ್ಲವೆ? ಈ ನೋಟೀಸಿಗೆ ಅವನು ಏನೇನೂ ಬೆಲೆ ಕಲ್ಪಿಸುತ್ತಿಲ್ಲವೆ?

ಶೇಷಯ್ಯರ್ ನೋಟೀಸನ್ನು ಮಡಚಿ ಹಜಾರದ ದಿಣ್ಣೆಯ ಮೇಲಿರಿಸಿ ಪರಶುವಿನೊಡನೆ ಕೇಳಿದರು.

'ಇದರ ಬಗ್ಗೆ ನೀನು ಹೇಳುವುದು ಏನೂ ಇಲ್ಲವೆ?'

ಈ ಬಾರಿ ಅವನ ಬೆರಳು ಮೂಗಿನೊಳಗೆ ಹೊಕ್ಕು ತಿರುಗುತ್ತಿದೆ. ಅವರ ಮುಖದತ್ತ ನೋಡದೆ ನೆಲಕ್ಕೆ ದೃಷ್ಟಿಯೂರಿ ಅವನು ಉತ್ತರಿಸಿದ.

'ಹಿಂಡಿ ಖಾಲಿಯಾದ ವಿಷಯ ತಮಗೆ ತಿಳಿಸೋಣ ಅಂತ ಮನೆಯಿಂದ ಹೊರಟೆ ಸ್ವಾಮೀ. ಅಂಗಳದಲ್ಲಿ ಬಿದ್ದಿದ್ದನ್ನು ನೋಡಿ ಎತ್ತಿ ಸೊಂಟಕ್ಕೆ ಸಿಗಿಸಿಕೊಂಡೆ. ಯಾರಾದರೂ ಜಾನುವಾರು ಗೊಬ್ಬರ ವ್ಯಾಪಾರಿಗಳು ತಂದು ಹಾಕಿರಬಹುದು ಅಂದುಕೊಂಡೆ. ಇವೆಲ್ಲ ಜನಗಳಿಗೆ ಮೋಸ ಮಾಡೋ ಕೆಲಸ ಸ್ವಾಮೀ.'

ಪರಶು ನಿಲ್ಲಿಸಿದ. ಸಾಲ ಕೇಳುವ ಮುನ್ನ ತೋರುವ ಅವನ ಹಾವಭಾವಗಳು ಶುರು ವಾದವು. ತಲೆಕೆರೆಯುವುದು. ನೆಲನೋಡುವುದು, ಕಣ್ರೆಪ್ಪೆ ಮಿಟುಕಿಸುವುದು–ಹೀಗೆ ಹಲವು.

'ಹಿಂಡಿ ಖರೀದಿ ಮಾಡೋಕೆ, ಕೈಯಲ್ಲಿ ಕಾಸಿಲ್ಲ'

ಶೇಷಯ್ಯರ್ ತುಸು ಹೊತ್ತು ಅವನ ಭಾವಚಲನೆಗಳನ್ನು ನೋಡುತ್ತ ನಿಂತರು. ಅನಂತರ ದೃಷ್ಟಿಗಳನ್ನು ಹಿಂತೆಗೆದರು. ಪರಶುವಿನ ನಾಲಿಗೆಯಿಂದ ದೈವನಿಷೇಧದ ಮಾತುಗಳು ಹೊರಬಿದ್ದಾಯಿತು. ಇನ್ನು ಬುದ್ಧಿವಾದ ಹೇಳಿ ಏನು ಪ್ರಯೋಜನ! ಭಗವಂತನ ಕಿವಿದೆರೆಗಳಿಗೆ ಈಗಾಗಲೇ ಆ ಮಾತುಗಳು ಬಿದ್ದಿರುತ್ತವೆ. ಅವರವರ ನಂಬಿಕೆ ಅವರವರನ್ನು ಕಾಪಾಡುತ್ತದೆ ಎಂಬ ಗಾದೆಯನ್ನು ಅವರು ಮನಸ್ಸಿನಲ್ಲೇ ತಿದ್ದಿದರು. ನಂಬಿಕೆ ಅವರವರನ್ನು ರಕ್ಷಿಸುವುದಷ್ಟೇ ಅಲ್ಲ ಕೆಲವೊಮ್ಮೆ ಶಿಕ್ಷಿಸಲೂಬಹುದು.

ನೋಟೀಸಿನ ಬಗ್ಗೆ ಹೆಚ್ಚು ಮಾತಾಡಿ ಅವನ ಮನಃಪರಿವರ್ತನೆ ಮಾಡಬೇಕೆಂದು ಶೇಷಯ್ಯರ್‌ಗೆ ಒಂದಿನಿತೂ ಆಸಕ್ತಿ ಮೂಡಲಿಲ್ಲ. ಹಿಂಡಿ ಕೊಳ್ಳಲು ಹಣ ಸಾಲ ಪಡೆಯೋದ ಕ್ಕಷ್ಟೆ ಅವನು ತಮ್ಮೆದುರಿಗೆ ಬಂದು ನಿಂತಿರುವುದು. ಇನ್ನು ಏನು ಉಪದೇಶ ಮಾಡಿದರೂ ಅದು ಕೋಣನ ಮುಂದೆ ಕಿಂದರಿ ಬಾರಿಸಿದಂತೆ ಅಷ್ಟೆ.

ಶೇಷಯ್ಯರ್ ಕುರ್ಚಿಯಿಂದ ಎದ್ದು ಒಳಗೆ ಹೋಗಿ ಒಂದು ಹತ್ತು ರೂಪಾಯಿ ನೋಟು ತಂದು ದಿಣ್ಣೆಯ ಮೇಲಿಟ್ಟು ದಿನಪತ್ರಿಕೆ ಹಿಡಿದು ಒರಗುಕುರ್ಚಿಯಲ್ಲಿ ಕುಳಿತರು. ತಟ್ಟನೆ ಬಾಗಿಲಲ್ಲಿ ಪಾರ್ವತಿ ಪ್ರತ್ಯಕ್ಷರಾದರು. ಪರಶು ನೋಟನ್ನು ತೆಗೆದು ಸೊಂಟಕ್ಕೆ ತುರುಕುತ್ತಿದ್ದ. ಪಾರ್ವತಿ ಅವನನ್ನು ನೋಡಿ ಮೆಲ್ಲಗೆ ಹೇಳಿದರು.

'ಹಾಲಿನ ಲೆಕ್ಕಕ್ಕಿಂತ ಜಾಸ್ತೀನೇ ಅಡ್ವಾನ್ಸ್ ತೆಗೆದುಕೊಂಡಿದ್ದೀಯ. ತಿಳೀತೇನು ಪರಶು.'

ಕೃತಜ್ಞತೆ ಸ್ಫುರಿಸುವ ಕಣ್ಣುಗಳೊಂದಿಗೆ ಶೇಷಯ್ಯರ್‌ರನ್ನೂ ಪಾರ್ವತಿಯನ್ನೂ ಸರದಿ ಯಂತೆ ನೋಡುತ್ತ ಅಂಗೈಗಳನ್ನು ಉಜ್ಜುತ್ತ ಕಣ್ಣೆವೆಗಳನ್ನು ಪಟಪಟನೆ ಬಡಿಯುತ್ತ ಪರಶು ಹೇಳಿದ.

'ನನಗೆ ಸಹಾಯ ಮಾಡೋಕೆ ನೀವಲ್ಲದೆ ಬೇರೆ ಯಾರಿದ್ದಾರಮ್ಮ!'

ಶೇಷಯ್ಯರ್‌ರ ಎದೆಯೊಳಗೆ ತಂಪಿನ ಮಳೆಗರೆಯಿತು. ಆದರೆ, ಪಾರ್ವತಿ ಬಿಡಲಿಲ್ಲ.

'ನಿನ್ನ ಬೇಳೆ ಏನಿದ್ದರೂ ಈ ಸ್ವಾಮಿಗಳ ಹತ್ತಿರ ಬೇಯುತ್ತೆ ಅಷ್ಟೆ.' ತಾವೇನೂ ಕಮ್ಮಿ ಯಿಲ್ಲ ಎಂಬಂತೆ ಶೇಷಯ್ಯರ್‌ರನ್ನು ಕಣ್ಣಿಂದ ನಿವಾಳಿಸಿ ಪಾರ್ವತಿ ಪರಶುವಿನತ್ತ ಪುನಃ ತಿರುಗಿದರು.

'ಹೂಂ... ಹೋಗು... ಹಿಂಡಿ ಕೊಂಡುಕೊಂಡು ನೀರು ಕದಡಿ ಕೊಡು.'

ಮನಸ್ಸಿನಲ್ಲಿ ಏನನ್ನೂ ಇಟ್ಟುಕೊಳ್ಳದ ಪಾರ್ವತಿಯ ಅಂತಹ ವರ್ತನೆ ಪರಶು ಎಷ್ಟೋ ಬಾರಿ ಕಂಡಿದ್ದಾನೆ. ಈಗ ಅದರಲ್ಲಿ ಹೊಸತನವೇನೂ ಇಲ್ಲ. ಹಳದಿಹಲ್ಲುಗಳನ್ನು ಹೊರತೋರಿಸಿ ನಕ್ಕು ಅವನು ಹೋಗಲುದ್ಯುಕ್ತನಾದಾಗ ಶೇಷಯ್ಯರ್ ದಿಣ್ಣೆಯ ಮೇಲಿದ್ದ ನೋಟೀಸನ್ನು ಬೆರಳಿಂದ ತೋರಿಸಿದರು.

'ಅದನ್ನೂ ತಗೊಂಡು ಹೋಗು.'

ಪರಶು ಕೈಚಾಚಿ ನೋಟೀಸ್ ತೆಗೆದುಕೊಂಡ. ಅನಂತರ ಅವನು ನಡೆದನು. ತೆರೆದಿದ್ದ ಗೇಟ್ ದಾಟಿ ಹೊರಗಿಂದ ಅಗಳಿ ಹಾಕಿದ. ಪಂಚೆಯನ್ನು ಮಡಚಿ ಎತ್ತಿ ಕಟ್ಟಿಕೊಂಡ. ಕೈಯಲ್ಲಿದ್ದ ನೋಟೀಸನ್ನು ಅಂಗೈಯಲ್ಲಿರಿಸಿ ಉದ್ದಕ್ಕೆ ಸುರುಳಿಯಾಗಿಸಿಕೊಂಡ. ಆ ಕಾಗದದ ಸುರುಳಿಯನ್ನು ಎಡಗಿವಿಗೆ ತೂರಿಸಿ ಅವನು ಕಿವಿಯ ಗುಗ್ಗೆಯನ್ನು ತೋಡಿದ. ತಿರುವಿನಲ್ಲಿ ಮರೆಯಾಗುವ ಮುನ್ನ ಅವನು ಅದನ್ನು ಎಸೆದೂ ಬಿಟ್ಟ.

ಅವೆಲ್ಲ ಶೇಷಯ್ಯರ್‌ಗೆ ಕಾಣುತ್ತಿತ್ತು. ಅವರ ಅಂತರಂಗದಲ್ಲಿ ಬೆಂಕಿ ಭುಗಿಲೆದ್ದಿತು. ಕುರ್ಚಿಯ ಪಟ್ಟಿಗಳ ಮೇಲೆ ಕಾಲ್ಗಳನ್ನೇರಿಸಿಟ್ಟು ಕಣ್ಣುಗಳನ್ನು ಮುಚ್ಚಿ ಅವರು ಪ್ರಾರ್ಥಿಸಿದರು. 'ಮಹಾಪ್ರಭೋ, ಪರಶುವನ್ನು ಕ್ಷಮಿಸಿ. ಹೀನಜಾತಿಯಲ್ಲಿ ಜನಿಸಿದ ಅವನಿಗೆ ಅರಿವಾಗಲಿ ಶಿಕ್ಷಣವಾಗಲಿ ಸಂಸ್ಕಾರವಾಗಲಿ ಸಿಕ್ಕಿಲ್ಲ. ಅಂತಹ ಅರಿವುಗೇಡಿ ಶರೀರಕ್ಕೆ ತಮ್ಮ ಚಾಟಿಯೇಟು ಎಂದಿಗೂ ಬೀಳದಿರಲಿ.'

ಮತ್ತೂ ಹಲವು ದಿನರಾತ್ರಿಗಳು ಉರುಳಿದವು. ವಿಘ್ನೇಶ್ವರ ನಗರ್‌ನಲ್ಲಿ ಶೇಷಯ್ಯರ್‌ರ ಬದುಕು ಸಮತಲದಲ್ಲಿ ಶಾಂತವಾಗಿ ಹರಿಯಿತು. ಪ್ರತಿರಾತ್ರಿಯೂ ಅವರು ಲೆಕ್ಕ ಹಾಕಿದರು. ತಾವು ಕಳಿಸಿದ ಕರಪತ್ರಗಳು ಎಷ್ಟೆಲ್ಲಾ ಹೃದಯಗಳಲ್ಲಿ ವೆಂಕಟಾಚಲಪತಿಯ ಮಹಿಮೆಗಳನ್ನು ಬಿತ್ತಿದೆ! ನೂರರಿಂದ ಸಾವಿರಕ್ಕೂ ಅಲ್ಲಿಂದ ದಶಸಾವಿರಕ್ಕೂ ಅವು ವ್ಯಾಪಿಸುತ್ತವೆ. ಹಾಗೆ ವ್ಯಾಪಿಸಿ ಅದು ಕೋಟ್ಯನುಕೋಟಿ ಮನಸ್ಸುಗಳಲ್ಲಿ ದೈವಮಹಿಮೆಯ ತಾವರೆ ಹೂಗಳನ್ನ ರಳಿಸುವುದು. ಎಲ್ಲವೂ ಭಗವಂತನ ಕೃಪೆ ಅಷ್ಟೆ. ಜಗತ್ತಿನಲ್ಲಿ ಶಾಶ್ವತಾಗಿ ಇರುವುದು ದೈವ ನಂಬಿಕೆ ಒಂದೇ.

ತಮಗೆ ಪ್ರಮೋಷನ್ ನೀಡುವ ಮಾತುಕತೆ ಹೆಡ್‌ಆಫೀಸ್‌ನಲ್ಲಿ ನಡೆಯುತ್ತಿರುವ ಸುದ್ದಿ ಶೇಷಯ್ಯರ್‌ಗೆ ತಿಳಿದುಬಂತು. ಹೆಡ್‌ಆಫೀಸಿನಲ್ಲಿರುವ ಒಬ್ಬ ಸ್ನೇಹಿತರ ವೈಯಕ್ತಿಕ ಪತ್ರದ ಮೂಲಕ ಅದು ತಿಳಿದು ಬಂದಾಗ ಶೇಷಯ್ಯರ್‌ಗೆ ಆಹ್ಲಾದವುಂಟಾಗಲಿಲ್ಲ. ಹತ್ತಾರು ಮಂದಿಗೆ ಹೇಳಿಕೊಳ್ಳುತ್ತ ಘನತೆ ಹೆಚ್ಚಿಸಿಕೊಳ್ಳುವ ಕೃತಕಪ್ರಯತ್ನವನ್ನೂ ಅವರು ಮಾಡಲಿಲ್ಲ. ಈವರೆಗಿನ ತಮ್ಮ ಏಳಿಗೆಗೆ ಆಧಾರ ತಮ್ಮ ಸಾಮರ್ಥ್ಯವೊಂದೇ ಅಲ್ಲ ಎಂದು ಅವರು ನಂಬಿದ್ದರು.

ಅಷ್ಟರೊಳಗೆ ಸುಬ್ರನ್‌ನ ಐ.ಎ.ಎಸ್. ಲಿಖಿತ ಪರೀಕ್ಷೆ ಮುಗಿದಿತ್ತು. ಪರೀಕ್ಷೆಯ ದಿನ ಬೆಳಗ್ಗೆ ಶೇಷಯ್ಯರ್ ಅವನ ಹಣೆಗೆ ತಿರುಪತಿ ಗಂಧವನ್ನು ಹಚ್ಚಿಕೊಟ್ಟಿದ್ದರು. ಏಕೋ ಅವನು ಏನೂ ಹೇಳಲಿಲ್ಲ. ಆತ್ಮವಿಶ್ವಾಸದ ಕೊರತೆ ಅವನ ಮನಸ್ಸನ್ನು ಕುಗ್ಗಿಸಿತ್ತೇ? ತಂದೆ, ತಾಯಿ ಇಬ್ಬರ ಕಾಲ್ಗಳನ್ನು ಮುಟ್ಟಿ ನಮಸ್ಕರಿಸಿಯೇ ಅವನು ಪರೀಕ್ಷೆಗೆ ತೆರಳಿದ್ದ. ಶೇಷಯ್ಯರ್ ಕಾರಿನಲ್ಲಿ ಅವನನ್ನು ಪರೀಕ್ಷಾ ಕೇಂದ್ರಕ್ಕೆ ಬಿಟ್ಟಿದ್ದರು. ಹಿಂದಿನ ರಾತ್ರಿ ನಿದ್ದೆಗೆಟ್ಟು ಓದಿದ್ದರಿಂದ ಬಹಳ ದಣಿದಿದ್ದ ಸುಬ್ರನ್‌ನ ಬೆನ್ನುತಟ್ಟಿ ಶೇಷಯ್ಯರ್ ಧೈರ್ಯ ತುಂಬಿದ್ದರು.

'ಸುಬ್ರನ್, ಡೋಂಟ್ ವರಿ... ಗಾಡ್ ವೆಂಕಟೇಶ್ವರ ವಿಲ್ ಹೆಲ್ಪ್ ಯು...'

ಸುಬ್ರನ್ ಪರೀಕ್ಷೆ ಚೆನ್ನಾಗಿ ಬರೆದ. ಅವನು ಕುಣಿದು ಜಿಗಿಯುತ್ತ ಪರೀಕ್ಷಾ ಹಾಲ್‌ನಿಂದ ಹೊರಬಂದು ಕಾರನ್ನೇರಿದ. ಮಗನ ಜೊತೆಗೆ ಕಾರಿನಲ್ಲಿ ಹಿಂತಿರುಗುವಾಗ ಶೇಷಯ್ಯರ್‌ಗೆ ದೃಢವಿಶ್ವಾಸವಿತ್ತು. ಸುಬ್ರನ್‌ಗೆ ರ್‍ಯಾಂಕ್ ಲಭಿಸುವುದು. ವೆಂಕಟಾಚಲಪತಿ ಅವನಿಗೆ ಕೃಪೆ ದೋರುವರು. ಖಂಡಿತ.

ಒಂದು ದಿನ ವಾಡಿಕೆಯ ವೇಳೆ ಕಳೆದರೂ ಪರಶು ಹಾಲಿನೊಂದಿಗೆ ಬರಲಿಲ್ಲ. ಶೇಷಯ್ಯರ್ ದಿನಪತ್ರಿಕೆಯೊಂದಿಗೆ ಹಜಾರದಲ್ಲಿ ಕುಳಿತಿದ್ದರು.

ಪಾರ್ವತಿ ಬಾಗಿಲಿಗೆ ಬಂದು ನಿಂತು ರಸ್ತೆಯತ್ತ ನೋಡಿದರು. ಪರಶು ಬಾರದಿರುವ ಸಿಟ್ಟಿನಲ್ಲಿ ಏನೇನನ್ನೋ ಗೊಣಗುತ್ತ ಒಳಕ್ಕೆ ಹೋದರು.

ದೂರದಿಂದಲೇ ಪರಶುವಿನ ನಡಿಗೆಯನ್ನು ಶೇಷಯ್ಯರ್ ಗಮನಿಸಿದರು. ಅವನು ಬಲಗಾಲನ್ನು ಎಳೆಯುತ್ತೆಳೆಯುತ್ತ ಮುಂದಡಿಯಿಡುತ್ತಿದ್ದ. ಅಂಗಳಕ್ಕೆ ತಲುಪಿದ ಪರಶುವನ್ನು ಅಡುಗೆ ಮನೆಯಿಂದ ಕಂಡದ್ದರಿಂದ ಇರಬೇಕು ಪಾರ್ವತಿ ಅವಸರದಿಂದ ಹಜಾರಕ್ಕೆ ಬಂದರು.

ಹಾಲಿನ ಪಾತ್ರೆಯನ್ನು ದಿಣ್ಣೆಯ ಮೇಲಿರಿಸಿ ಪರಶು ದೂರ ನಿಂತ. ಪಾರ್ವತಿ ತಮ್ಮ ಪಾತ್ರೆಗೆ ಹಾಲು ಸುರಿದುಕೊಳ್ಳುತ್ತ ಅವನ ಕಾಲನ್ನು ನೋಡಿದರು.

'ಏನಾಯಿತಪ್ಪ ಕಾಲಿಗೆ?'

ಶೇಷಯ್ಯರ್‌ಗೂ ಪಾರ್ವತಿಗೂ ಕಾಣತಕ್ಕ ಹಾಗೆ ಕಾಲೆತ್ತಿ ತೋರಿಸಿ ದಯನೀಯ ಸ್ವರದಲ್ಲಿ ಅವನು ಹೇಳಿದ.

'ಕೊಟ್ಟಿಗೆ ತೊಳೀವಾಗ ಹುಲ್ಲಿನ ಬುಟ್ಟಿಯ ಒಂದು ಮೊಳೆ ತಾಗಿತು'

ಶೇಷಯ್ಯರ್ ತುಸು ಮುಂದಕ್ಕೆ ಬಾಗಿ ಅವನ ಕಾಲನ್ನು ನೋಡಿದರು. ಬಲಗಾಲು ಹಿಮ್ಮಡಿಯ ಮೇಲ್ಭಾಗದಲ್ಲಿ ಸ್ವಲ್ಪ ಊದಿಕೊಂಡಿತ್ತು. ಹೆಚ್ಚೇನೂ ಪಾರ್ವತಿ ಕೇಳಲಿಲ್ಲ. ಹಾಲು ಕಾಯಿಸಿ ಕಾಫಿ ಮಾಡಲೆಂದು ಅವರು ಒಳಕ್ಕೆ ಹೋದರು. ಅವರಿಗೆ ಅದೇ ತಾನೇ ಮುಖ್ಯ.

ಶೇಷಯ್ಯರ್ ಕೇಳಿದರು. 'ಏನಾದರೂ ಔಷಧಿ ಹಚ್ಚಿದೆಯಾ ಪರಶು?'

ಆ ಗಾಯದ ಬಗ್ಗೆ ಶೇಷಯ್ಯರ್‌ಗೆ ತೋರಿದ ಗಂಭೀರತೆಯನ್ನು ಅವನು ಪೂರಾ ತೆಗೆದು ಬಿಸಾಡಿದ.

'ಛೇ, ಇದಕ್ಕೆಲ್ಲ ಏನು ಔಷಧಿ ಹಚ್ಚೋದು ಸ್ವಾಮೀ! ಎರಡು ದಿನದಲ್ಲಿ ಅದು ಒಣ ಗುತ್ತೆ.'

ಖಾಲಿ ಪಾತ್ರೆಯೊಂದಿಗೆ ಹೋಗಲನುವಾದ ಪರಶುವಿಗೆ ಶೇಷಯ್ಯರ್ ಮುನ್ನೆಚ್ಚರಿಕೆ ಕೊಟ್ಟರು.

'ಹಳೇ ಮೊಳೆ ತುಕ್ಕು ಹಿಡಿದಿರಬಹುದು ಪರಶು. ಆಸ್ಪತ್ರೆಗೆ ಹೋಗಿ ಇಂಜೆಕ್ಷನ್ ಹಾಕಿಸಿಕೋ, ಇಲ್ಲದಿದ್ದರೆ ಗಾಯ ಹಣ್ಣಾಗಿ ಕೀವು ಬರುವುದು.'

ಶೇಷಯ್ಯರ್‌ರ ಸಲಹೆಯನ್ನು ಅಲಕ್ಷಿಸುವ ರೀತಿಯಲ್ಲಿರಲಿಲ್ಲ ಅವನ ಉತ್ತರ

'ನನ್ನ ದೇಹದಲ್ಲಿ ಗಾಯ ಹಣ್ಣಾಗೋದಿಲ್ಲ ಸ್ವಾಮೀ.'

ನಡೆಯುತ್ತ ಹೋಗುವಾಗ ಸ್ವಗತವೆಂಬಂತೆ ಅವನು ಮುಂದುವರಿಸಿದ 'ಎರಡು ದಿನದಲ್ಲಿ ಅದು ಒಣಗುತ್ತೆ.'

ಕುಂಟುತ್ತ ಕುಂಟುತ್ತ ನಡೆಯುತ್ತಿರುವ ಅವನನ್ನೇ ಶೇಷಯ್ಯರ್ ತುಸುಹೊತ್ತು ನೋಡುತ್ತ ಕುಳಿತರು. ಅವನು ಕಣ್ಣಿಂದ ಮರೆಯಾದಾಗ ಪತ್ರಿಕೆಯತ್ತ ಕಣ್ಣು ತಿರುಗಿಸಿದರು. ತಾವು ಹೇಳಿದ್ದಕ್ಕೆ ಅವನು ಬೆಲೆಕೊಡಲಿಲ್ಲವಲ್ಲ ಎಂಬ ಸಂತಾಪ ಅವರಿಗೆ ಸ್ವಲ್ಪವೂ ಇರಲಿಲ್ಲ. ವೈರಿಗಳೂ ಸಹ ಪರಶುವಿನ ಮಾತಿನ ರೀತಿಯನ್ನು ಮೆಚ್ಚುವರು. ಅವನ ಧ್ವನಿ ಮತ್ತು ಸ್ವಭಾವಗಳಲ್ಲಿ ಅಷ್ಟರ ಮಟ್ಟಿಗೆ ಸೌಮ್ಯತೆ ಮತ್ತು ವಿನಯ ತುಂಬಿರುವುದು.

ಶೇಷಯ್ಯರ್‌ರ ಕಣ್ಣುಗಳು ಪತ್ರಿಕೆಯಲ್ಲಿದ್ದರೂ ಮನಸ್ಸು ಪರಶುವಿನ ಗಾಯದ ಸುತ್ತಲೇ ತಿರುಗುತ್ತಿತ್ತು. ನೋಟೀಸಿನ ಎರಡನೆ ಭಾಗ ಅವರ ಮನಸ್ಸಿಗೆ ನುಗ್ಗಿ ಬಂದಿತು. ಬಹಳ ಹೊತ್ತು ಪರಶುವಿನ ಬಗ್ಗೆ ಏನೇನೋ ಯೋಚಿಸಿದರು. ಕೊನೆಗೆ ಸ್ವಯಂ ಸಾಂತ್ವನ ಕಂಡುಕೊಂಡರು. ಗಾಯ ಹಣ್ಣಾಗುವ ದೇಹಪ್ರಕೃತಿಯವನಲ್ಲ ತಾನು ಎಂದು ಅವನು ಹೇಳಿದುದು, ಒಂದು ಪಕ್ಷ ನಿಜವಿರಬಹುದು. ಅವನ ದೇಹದಲ್ಲಿ ಪ್ರತಿರೋಧ ಶಕ್ತಿಯು ಕಗ್ಗಲ್ಲ ಕೋಟೆಯನ್ನು ನಿರ್ಮಿಸಿರಬೇಕು.

ಮರುದಿನ ಬೆಳಗಾಗುವುದರೊಳಗೆ ಸಂಗತಿಗಳೆಲ್ಲಾ ಬದಲಾಗಿ ಬಿಟ್ಟವು. ಅಂದು ಹಾಲು ತಂದವನು ಪರಶುವಿನ ದೊಡ್ಡ ಮಗ ವೇಲನ್. ಪರಶು ಹಾಲು ತರದೆ ಇದ್ದುದರ ಕಾರಣವನ್ನು ಅವನು ವಿವರಿಸಿದ. ಹಿಂದಿನ ರಾತ್ರಿ ಮೊಳೆಯಿಂದಾದ ಗಾಯವು ಪರಶುವಿಗೆ ತುಂಬಾ ನೋವು ಕೊಟ್ಟಿತು. ಇಡೀ ರಾತ್ರಿ ಒಂದು ಚೂರೂ ನಿದ್ರೆ ಮಾಡಲಿಲ್ಲ. ಅರ್ಧರಾತ್ರಿಯಾಗುವಷ್ಟರಲ್ಲಿ ಕಾಲು ಪೂರಾ ಬಾವು ಬಂದಿತು. ಅತಿಮುಂಜಾನೆಯೇ ಪರಶು ಕುಂಟುತ್ತಲೇ ಆಸ್ಪತ್ರೆಗೆ ಹೋದ. ಸರ್ಕಾರಿ ಆಸ್ಪತ್ರೆ ತಲುಪಲು ಒಂದೂವರೆ ಮೈಲಿ ನಡೆಯಬೇಕು.

ಹೂಗಿಡಗಳಿಗೆ ನೀರೆರೆಯುತ್ತ ಶೇಷಯ್ಯರ್ ಪರಶುವಿನ ಈ ವಿವರಗಳನ್ನೆಲ್ಲ ಆಲಿಸಿದರು. ಅವರ ಮನಸ್ಸಿನಲ್ಲಿ ಭಯದ ವಿಷಗುಳ್ಳೆ ಹೊಮ್ಮಿತು. ಒಬ್ಬ ನಿಷೇಧಿಯ ದುರ್ದಿನಗಳು ಇಗೋ ಆರಂಭವಾಗಿವೆ. ವೆಂಕಟಾಲಪತಿಯ ಕಣ್ಣುಗಳು ಈ ಪ್ರಪಂಚದ ಪ್ರತಿ ಪರಮಾಣುವಿನಲ್ಲಿ ನೆಟ್ಟಿರುವುದೆಂಬ ಸತ್ಯ, ಪಾಪ, ಆ ಹೀನನಿಗೆಲ್ಲಿ ತಿಳಿಯುತ್ತದೆ!

ಸ್ಥಿತಿಗತಿಗಳು ಇನ್ನಷ್ಟು ಉಲ್ಬಣಿಸಿದವು. ಅಂದು ಸಂಜೆ ನಿರೀಕ್ಷಿಸಿದ್ದ ಆ ಸುದ್ದಿ ಶೇಷಯ್ಯರ್‌ರ ಕಿವಿಗೆ ತಲುಪಿತು. ಪರುಶುವನ್ನು ಆಸ್ಪತ್ರೆಯಲ್ಲಿ ಅಡ್ಮಿಟ್ ಮಾಡಿದ್ದಾರೆ. ಅವನ ಹಿಂಗಾಲನ್ನು ಡಾಕ್ಟರ್ ಸೀಳಿ ಕೊಯ್ದು ಚಿಕಿತ್ಸೆ ನಡೆಸಿದ್ದಾರೆ. ಕನಿಷ್ಠ ಒಂದು ವಾರವಾದರೂ ಆಸ್ಪತ್ರೆಯಲ್ಲಿ ಮಲಗಿರಬೇಕಾಗುವುದು. ಪರಶುವಿನ ಹೆಂಡತಿ ಮುರುಗಮ್ಮ, ಅಡಿಗೆಕೋಣೆಯ ಕಿಟಕಿ

ಪಕ್ಕ ಚಪ್ಪರ ಹಾಕಿ ಹಬ್ಬಿಸಿದ್ದ ಕುಂಬಳಬಳ್ಳಿಗಳ ಚೂರುಪಾರು ನೆರಳಿನಲ್ಲಿ ನಿಂತು ಸೀರೆ ಸೆರಗಿ ನಿಂದ ಕಣ್ಣೀರೊರೆಸಿಕೊಂಡಳು. ಈ ಕಡೆ ಅಡಿಗೆ ಕೋಣೆಯ ಕಿಟಕಿ ಸರಳುಗಳನ್ನು ಹಿಡಿದು ನಿಂತು ಪಾರ್ವತಿ ಎಲ್ಲವನ್ನೂ ಹೂಂಗುಟ್ಟುತ್ತ ಕೇಳಸಿಕೊಂಡರು.

ಅಂದು ರಾತ್ರಿ ಮಲಗುವಾಗ ಮನಕರಗಿ ಪಾರ್ವತಿ ಶೇಷಯ್ಯರ್‌ಗೆ ಹೇಳಿದರು.

'ಹಾಸ್ಪಿಟಲ್‌ಗೇನೂ ಹೋಗಿ ನೋಡೋದು ಬೇಡ. ಅದು ನಮ್ಮ ಅಂತಸ್ತಿಗೆ ಕಮ್ಮಿ. ಆದರೆ ಆ ಡಾಕ್ಟರ್ ಸುಬ್ಬಲಕ್ಷ್ಮಿಗೆ ಫೋನ್ ಮಾಡಿ ಒಂದು ಮಾತು ಹೇಳಿ.'

ಶೇಷಯ್ಯರ್ ಒಪ್ಪಿಗೆಯೆಂಬಂತೆ ಹೂಂಗುಟ್ಟಿದರು. ಪಾರ್ವತಿಗೆ ಶೇಷಯ್ಯರ್ ಪರಶು ವನ್ನು ನೋಡಲು ಆಸ್ಪತ್ರೆಗೆ ಹೋಗುವರೋ ಎಂಬ ಭಯವಿತ್ತು. ಶೇಷಯ್ಯರ್ ಅದಕ್ಕೆಲ್ಲ ಹಿಂಜರಿವವರಲ್ಲ ಎಂದು ಆಕೆಗೆ ಗೊತ್ತು. ಕೆಲವು ವೇಳೆ ಅವರು ಅಂತಹ ವ್ಯಕ್ತಿಯೇ. ತಮ್ಮ ಗೌರವ ಅಂತಸ್ತುಗಳನ್ನೇ ಮರೆತು ಬಿಡುತ್ತಾರೆ.

ಬೆಳಗ್ಗೆ ಆಫೀಸಿಗೆ ಹೋಗಲು ಸಿದ್ಧರಾಗುತ್ತಿದ್ದ ಶೇಷಯ್ಯರ್‌ರ ಕೋಟಿನ ಬಟನ್‌ಗಳನ್ನು ಹಾಕಿಕೊಡುತ್ತ ಆಕೆ ಪುನಃ ಜ್ಞಾಪಿಸಿದರು.

'ಪರಶುವಿನ ವಿಷಯ ಮರೆಯಬೇಡಿ, ಎಂಟನೇ ವಾರ್ಡ್‌ನಲ್ಲಿದ್ದಾನಂತೆ... ನೀವೇನೂ ಹೋಗಬೇಕಾಗಿಲ್ಲ.'

ಶೇಷಯ್ಯರ್ ತಲೆಯಾಡಿಸಿದರು. ಈಗಿನ ಸಿವಿಲ್ ಸರ್ಜನ್ ಡಾಕ್ಟರ್ ಸುಬ್ಬಲಕ್ಷ್ಮಿ ಶೇಷಯ್ಯರ್‌ರ ಕುಟುಂಬವೈದ್ಯರು.

ಶೇಷಯ್ಯರ್ ಆಫೀಸಿಗೆ ಕಾರು ಚಲಾಯಿಸಿಕೊಂಡು ಹೋದರು. ಅವರ ಮನದ ತುಂಬ ಪರಶುವಿನ ಕುರಿತಾದ ಚಿಂತೆಯೇ. ಎಷ್ಟು ಬೇಗನೆ ಪರಶುವಿಗೆ ದೇವರಿಂದ ಶಿಕ್ಷೆ ಸಿಕ್ಕಿಬಿಟ್ಟಿದೆ. ವೆಂಕಟಾಚಲಪತಿ ಇಷ್ಟು ಕ್ಷಿಪ್ರಕೋಪಿಯೇ? ಪರಶು ಅರಿಯದ ಮೂಢ ಎಂದು ಆ ಮಹಾಶಕ್ತಿಗೆ ತಿಳಿಯದೇ? ಏಕೆ ಇಂತಹ ಕ್ರೂರ ವಿನೋದಗಳು? ಕೋಟ್ಯಂತರ ಭಕ್ತರು ತಮ್ಮನ್ನು ಆರಾಧಿಸುವುದಕ್ಕೆಂದೇ ಇರುವಾಗ ತಾವೇಕೆ ಸ್ವಾಮಿ ಒಬ್ಬ ದೈವ ವಿರೋಧಿಯನ್ನು ಗಮನಿಸುವಿರಿ?

ಆಫೀಸಿಗೆ ತಲುಪಿದೊಡನೆ ಅವರು ಡಾಕ್ಟರ್ ಸುಬ್ಬಲಕ್ಷ್ಮಿಗೆ ಫೋನ್ ಮಾಡಿದರು. ಅನಂತರ ಅವರು ತಮ್ಮ ಔದ್ಯೋಗಿಕ ಕರ್ತವ್ಯಪಾಲನೆಗಳಲ್ಲಿ ತಲ್ಲೀನರಾದರು. ಮಧ್ಯಾಹ್ನ ಡಾಕ್ಟರ್ ಸುಬ್ಬಲಕ್ಷ್ಮಿ ಶೇಷಯ್ಯರ್‌ಗೆ ಫೋನ್‌ಮಾಡಿ ವಿವರ ತಿಳಿಸಿದರು. 'ಗಾಯ ಹಣ್ಣಾಗಿ ಕೀವುತುಂಬಿದಾಗಲೇ ಪರಶು ಆಸ್ಪತ್ರೆಗೆ ಬಂದದ್ದು. ಹಿಮ್ಮಡಿಯಾದ ಕಾರಣ ಎಚ್ಚರ ವಹಿಸಬೇಕಿತ್ತು. ಅಲಕ್ಷ್ಯ ಮಾಡಿದರೆ ನಡೆಯೋದಕ್ಕೇ ಮುಂದೆ ತೊಂದರೆಯಾಗಬಹುದು. ಏನಾದರಾಗಲಿ ಆಸ್ಪತ್ರೆಯಲ್ಲಿ ಹತ್ತು ದಿನವಾದರೂ ಇರಬೇಕು. ನಾಳೆ ಇಬ್ಬರು ಮೂವರು ಡಿಸ್ಚಾರ್ಜ್ ಆಗುತ್ತಾರೆ ಆಗ ಪರಶುಗೆ ಮಂಚ ಸಿಗುತ್ತೆ.'

ಹತ್ತು ದಿನ ಎಂದು ಡಾಕ್ಟರ್ ಹೇಳಿದರೂ ಪರಶು ಆಸ್ಪತ್ರೆಯಲ್ಲಿ ಇಪ್ಪತ್ತೆರಡು ದಿನ ಇರಬೇಕಾಯಿತು. ಸೀಳಿಕೊಯ್ದು ಗಾಯದ ಭಾಗ ಮತ್ತೆ ಕೀವಾಗಿ ಸೋಂಕು ಹರಡಿ ಬಿಟ್ಟಿತು. ಪುನಃ ಆಪರೇಷನ್ ಮಾಡಬೇಕಾಗಿ ಬಂತು.

ಈ ನಡುವೆ ಔಷಧಿ ಮತ್ತಿತರ ಖರ್ಚಿಗೆಂದು ಮುರುಗಮ್ಮ ಪಾರ್ವತಿಯಿಂದ ಅರುವತ್ತು ರೂಪಾಯಿಗಳನ್ನು ಪಡೆದುಕೊಂಡಳು. ಆ ಹಣವನ್ನು ಹಾಲಿನ ಲೆಕ್ಕಕ್ಕೆ ಸೇರಿಸ ಬೇಡ ಎಂದರು ಶೇಷಯ್ಯರ್. ಅವರ ವಿನಂತಿ ಕೇಳಿ ಪಾರ್ವತಿ ಮೆತ್ತಗೆ ಗೊಣಗುಟ್ಟಿದ್ದನ್ನು ಕೇಳಿ ಶೇಷಯ್ಯರ್ ಸುಮ್ಮನಾದರು. ಹಣದ ವಿಚಾರ ಬಂದಾಗ ಕೆಲವೊಮ್ಮೆ ಪಾರ್ವತಿ ಹಾಗೆಯೇ. ಆದರೆ ಬೇರೆ ಸಂದರ್ಭಗಳಲ್ಲಿ ಶೇಷಯ್ಯರ್‌ಗಿಂತಲೂ ದಯಾಳುವಾಗಿ ಆಕೆ ನಡೆದುಕೊಂಡು ಬಿಡುವರು. ಅದನ್ನು ಸ್ತ್ರೀ ಚಿತ್ತ ಎನ್ನುವುದೇ!

ಒಂದು ತಿಂಗಳ ತರುವಾಯವೇ ಪರಶು ಮತ್ತೆ ಹಾಲು ತರಲು ಶುರು ಮಾಡಿದುದು. ಆಗ ಶೇಷಯ್ಯರ್ ಮನೆಯೊಳಗೆ ರಿಫ್ರಿಜರೇಟರ್ ರಿಪೇರಿಗೆಂದು ಬಂದಿದ್ದ ಟೆಕ್ನಿಷಿಯನ್‌ನ ಜೊತೆ ನಿಂತಿದ್ದರು. ಪರಶುವಿನ ಕಾಲ ಸದ್ದು ಕೇಳಿ ಅವರು ಹಜಾರಕ್ಕೆ ಬಂದರು. ಅವನು ಬಹಳ ಸೊರಗಿದ್ದ. ಪಕ್ಕೆಲುಬುಗಳು ಮೆಟ್ಟಿಲುಗಳಂತೆ ಎದ್ದು ಕಾಣುತ್ತಿದ್ದವು. ಸಾಮಾನ್ಯ ಕಪ್ಪು ಬಣ್ಣದ ಅವನ ಮೈ ಮತ್ತಷ್ಟು ಕರ್‍ರಗಾಗಿ ಹೋಗಿರುವಂತೆ ಅವರಿಗೆನ್ನಿಸಿತು.

ಶೇಷಯ್ಯರ್‌ರನ್ನು ಕಂಡೊಡನೆ ಪರಶು ಮಡಚಿ ಸುತ್ತಿದ್ದ ಪಂಚೆ ಇಳಿಬಿಟ್ಟು ನಮಸ್ಕಾರ ಮಾಡಿದ. ಆ ಮುಖ ಕಂಡರೆ ಅವನು ಏನೇನೋ ಹೇಳಲು ಹವಣಿಸುತ್ತಿರುವನೆಂದು ಅನ್ನಿಸುತ್ತಿತ್ತು. ಶೇಷಯ್ಯರ್ ಗೋಡೆಗೆ ಕೈಯಾನಿಸಿ ನಿಂತುಕೊಂಡರು.

ಶೇಷಯ್ಯರ್ ಮಾಡಿದ ಉಪಕಾರದ ಬಗ್ಗೆ ಎಷ್ಟು ಹೊಗಳಿದರೂ ಅವನಿಗೆ ದಣಿವೆನಿಸ ಲಿಲ್ಲ. ಶೇಷಯ್ಯರ್ ಡಾಕ್ಟರ್ ಸುಬ್ಬಲಕ್ಷ್ಮಿಗೆ ಫೋನ್ ಮಾಡಿದ ಬಳಿಕವೇ ಪರಶುವಿಗೆ ಆಸ್ಪತ್ರೆಯಲ್ಲಿ ಮಂಚವೂ ಆಹಾರವೂ ಲಭಿಸಿದ್ದು. ಗಾಯ ವಾಸಿಯಾಗಲು ಅಗತ್ಯವಿದ್ದ ದುಬಾರಿ ಆಂಟಿಬಯೋಟಿಕ್ ಮಾತ್ರೆಗಳನ್ನು ಹೊರಗಿನಿಂದ ಖರೀದಿಸಲು ಮೊದಲಿಗೆ ಡಾಕ್ಟರ್ ಸೂಚಿಸಿದ್ದರು. ಶೇಷಯ್ಯರ್‌ರ ಮಧ್ಯಸ್ಥಿಕೆಯಿಂದ ಆ ಖರ್ಚೂ ಉಳಿಯಿತು. ಆಸ್ಪತ್ರೆಯವರೇ ಅವನಿಗೆ ಮಾತ್ರೆಗಳನ್ನು ಕೊಟ್ಟರು. ಡಾಕ್ಟರ್ ಸುಬ್ಬಲಕ್ಷ್ಮಿ ರೌಂಡ್ಸ್‌ಗೆ ಬಂದಾಗೆಲ್ಲ ಪರಶುವಿನ ಬಳಿನಿಂತು ಏನಾದರೂ ಮಾತನಾಡುತ್ತ ಹೆಚ್ಚು ಮುತುವರ್ಜಿ ತೋರುತ್ತಿದ್ದರು.

ಕತೆ ಹೇಳಿ ಮುಗಿಸಿದಾಗ ಪರಶುವಿನ ಮುಖವಿಡೀ ಬೆವರಿನಿಂದ ತೊಯ್ದಿತ್ತು. ಖಾಲಿ ಹಾಲಿನ ಪಾತ್ರೆ ತೆಗೆದುಕೊಂಡು ಮತ್ತೊಮ್ಮೆ ಅವರಿಗೆ ವಂದಿಸಿ ಪರಶು ಹೊರಡಲನುವಾ ದಾಗ ಶೇಷಯ್ಯರ್ ಹೇಳಿದರು.

'ಪರಶು... ಎಲ್ಲದಕ್ಕೂ ಕಾರಣಕರ್ತರು ಮೇಲ್ಲೊಬ್ಬರು ಇದ್ದಾರೆಂಬುದನ್ನು ಸದಾ ನೆನಪಿಡು.'

ಆ ಸ್ಥಿತಿಯಲ್ಲಿ ಏನಾದರೂ ಮಾರುತ್ತರ ಕೊಡಲು ಅವನಿಂದ ಆಗುವುದಿಲ್ಲ ಎಂದು ಶೇಷಯ್ಯರ್ ಭಾವಿಸಿದ್ದರು. ಆದರೆ, ಅದು ಹುಸಿಯಾಯಿತು. ನವಿರು ದನಿಯಲ್ಲಿ ವಿನಯದಿಂದ ಪರಶು ಹೇಳಿದ.

'ಸ್ವಾಮೀ, ಮನುಷ್ಯರಿಗೆ ದೇವರು ಮನುಷ್ಯರೇ... ನಾನು ಹತ್ತಿಪ್ಪತ್ತು ದಿನ ಆಸ್ಪತ್ರೆಯಲ್ಲಿ ಮಲಗಿದ್ದಾಗ ನಿಮ್ಮಂತಹ ಮನುಷ್ಯರೇ ನನ್ನ ಸಹಾಯಕ್ಕೆ ಬಂದವರು ಸ್ವಾಮೀ, ಕಣ್ಣೆದುರು ಕಾಣುವ ಈ ಮನುಷ್ಯರನ್ನು ಪ್ರೀತಿಸಬೇಕೋ ಅಥವಾ ಯಾರೂ ಕಾಣದ ಆ ದೇವರನ್ನು ಪ್ರೀತಿಸಬೇಕೋ?'

ಪರಶು ಮುಂದಕ್ಕೆ ಬಂದ. ಅವನ ದೇಹ ಸಣ್ಣಗೆ ಕಂಪಿಸುತ್ತಿತ್ತು. ಆ ಕಂಪನ ಮಾತುಗಳಲ್ಲೂ ಕಾಣಿಸಿಕೊಂಡಿತು.

'ನಾನು ಮನಸಾರೆ ಯಾರಿಗೂ ಮೋಸ ಮಾಡಿಲ್ಲ... ಹಾಲಿನ ವ್ಯಾಪಾರ ಶುರು ಮಾಡಿದಾಗಿಂದಲೂ ನೀರು ಬೆರಸಿ ಹಣ ಮಾಡಿಲ್ಲ...'

ಹೇಳಿ ಮುಗಿಸಿದಾಗ ಅವನ ಕಣ್ಣಲ್ಲಿ ನೀರು ತುಂಬಿತು. ಮೊದಲ ಬಾರಿಗೆ ಶೇಷಯ್ಯರ್ ಅವನು ಕಣ್ಣೀರು ಹಾಕುವುದನ್ನು ಕಂಡರು. ಎಡಗೈಯಿಂದ ಅವನು ಕಣ್ಣೊರೆಸಿಕೊಂಡ. ಶೇಷಯ್ಯರ್‌ರ ಆಂತರ್ಯದಲ್ಲಿ ಕನಿಕರದ ಪ್ರವಾಹ ಹೆಚ್ಚಾಯಿತು. ಅವರು ಅವನನ್ನು ಸಂತೈಸಿದರು.

'ಸರಿ... ಹೋಗಲಿ ಬಿಡು... ಕಳೆದದ್ದೆಲ್ಲ ಕಳೆಯಿತು... ಇನ್ನಾದರೂ ಗಮನವಿರಿಸಿ ಎಚ್ಚರಿಕೆಯಿಂದ ಕೆಲಸಮಾಡು.'

ಬಸವಳಿದಿದ್ದ ಪರಶು ಕಾಲೆಳೆಯುತ್ತ ನಡೆದು ಹೋಗುವುದನ್ನು ನೋಡುತ್ತ ನಿಲ್ಲಲು ಶೇಷಯ್ಯರ್‌ರನ್ನು ರಿಫ್ರಿಜರೇಟರ್ ಟೆಕ್ನಿಷ್ಯನ್ ಬಿಡಲಿಲ್ಲ. ಫ್ರೀಜಿಂಗ್ ಬಗೆಗಿನ ಕೆಲವು ಲೋಪಗಳನ್ನು ಹೇಳಲು ಅವನು ಅವರನ್ನು ಒಳಕ್ಕೆ ಕರೆದೊಯ್ದನು.

ಕಾಲದ ಕ್ರಮೀಕೃತ ಪ್ರವಾಹದಲ್ಲಿ ಮನುಷ್ಯ ಜೀವನ ಸಾಗಿತು. ಕಾಲಮಾನ ಬದಲಾಯಿತು. ಕಡುಬಿಸಿಲು ಸುತ್ತಲೂ ಬೆಂಕಿಯುಗುಳಿತು. ನಗರದಲ್ಲಿ ಕುಡಿಯುವ ನೀರಿಗೂ ಕೊರತೆಯುಂಟಾಗಲಿದೆಯೆಂದು ನೀರು ಸರಬರಾಜು ಇಲಾಖೆಯ ಉನ್ನತರು ತಿಳಿಸಿದರು. ನಿರೀಕ್ಷೆಯ ಒಂದೆರಡು ಮಳೆಯೂ ಬೀಳಲಿಲ್ಲ, ಜಲಾಶಯದ ಜಲಮಟ್ಟವು ಚಿಂತಾಜನಕ ರೀತಿಯಲ್ಲಿ ಕುಸಿಯುತ್ತಿದೆ. ಒಂದು ಹನಿ ನೀರನ್ನೂ ಯಾರೂ ಪೋಲು ಮಾಡಕೂಡದು. ಅಪವ್ಯಯ ಮಾಡುವವರ ಮೇಲೆ ಕಠಿಣ ಕ್ರಮ ಜರುಗಿಸಲಾಗುವುದು.

ಐ.ಎ.ಎಸ್ ಫಲಿತಾಂಶ ಹೊರಬಿತ್ತು. ಶೇಷಯ್ಯರ್ ಕುಣಿದಾಡಿದರು. ಆ ಸುದ್ದಿ ತಿಳಿದೊಡನೆ ಸುಬ್ರನ್‌ಗೆ ಅಭಿನಂದನೆ ಹೇಳುವ ಬದಲು ಅವರು ಸೀದಾ ಪೂಜೆಯ ಕೊಠಡಿಗೆ ಹೋದರು. ಅರ್ಧಗಂಟೆ ಕಳೆದ ಮೇಲಷ್ಟೆ ಅವರು ಹೊರಬಂದರು. ಆ

ಸಮಯ ಪೂರ್ತಿ ಸುಬ್ರನ್ ಫೋನಿನಲ್ಲಿ ಬರುತ್ತಿದ್ದ ಅಭಿನಂದನಾ ಸಂದೇಶಗಳನ್ನು ಸ್ವೀಕರಿಸುತ್ತಲಿದ್ದ.

ಶೇಷಯ್ಯರ್‌ರ ಪ್ರಮೋಷನ್ ನಿಕಟವಾಗುತ್ತಿತ್ತು. ಪ್ರಮೋಷನ್ ಮತ್ತು ಟ್ರಾನ್ಸ್‌ಫರ್ ಒಟ್ಟಿಗೇ ಬರುವುದು. ಅದಕ್ಕೆ ಮುನ್ನ ಅವರು ಕೆಲವು ಹರಕೆಗಳನ್ನು ತೀರಿಸುವುದಿತ್ತು. ಮಳೆಗಾಲ ಶುರುವಾಗುವ ಮುನ್ನವೇ ಯಾತ್ರೆ ಮಾಡಬೇಕು.

ಒಂದು ವಾರ ರಜಾ ಹಾಕಿ ನೇರ ಕೆಳಗಿನ ಅಧಿಕಾರಿಗೆ ಚಾರ್ಜ್ ವಹಿಸಿಕೊಟ್ಟು ಯಾತ್ರೆಗೆ ಸಿದ್ಧತೆ ಆರಂಭಿಸಿದರು. ಏಳೆಂಟು ದಿನ ಹಾಲು ಹಾಕಬೇಡ ಎಂದು ಪರಶುವಿಗೆ ತಿಳಿಸುವಂತೆ ಪಾರ್ವತಿಗೆ ಒತ್ತಿ ಒತ್ತಿ ಹೇಳಿದರು. ಅದರಂತೆ ಮೂರ್‍ನಾಲ್ಕು ದಿನಗಳ ಮುಂಚೆಯೇ ಪಾರ್ವತಿ ಪರಶುವಿಗೆ ಆ ಸೂಚನೆ ತಿಳಿಸಿದ್ದರು.

ಹೋಗುವ ಹಿಂದಿನ ದಿನವೇ ಅದೂ ಸಂಭವಿಸಿತು. ಪರಶುವಿನ ಒಂದು ಹಸು ದಿಢೀರನೆ ಕಾಯಿಲೆ ಬಂದು ಪ್ರಾಣಬಿಟ್ಟಿತು. ಎರಡು ದಿನಗಳಿಂದ ಅದು ಮೇವು, ನೀರು ಬಿಟ್ಟಿತ್ತು. ಒಂದು ಮಧ್ಯಾಹ್ನ ಕಾಯಿಲೆ ಉಲ್ಬಣಿಸಿ ಬಿಟ್ಟಿತು. ಅದು ಕಾಲುಗಳನ್ನು ಉದ್ದಕ್ಕೆ ಚಾಚಿ ಒಮ್ಮೆ ಚಡಪಡಿಸಿತು, ನಾಲಿಗೆ ಹೊರ ಚಾಚಿತು. ಜೊತೆಗೆ ಹಳದಿ ಬಣ್ಣದ ನೊರೆ ಸುರಿಯಿತು. ಕ್ಷಣದಲ್ಲೇ ಆ ಪ್ರಾಣಿ ಕೊನೆಯುಸಿರೆಳೆಯಿತು.

ಉಳಿದ ಜಾನುವಾರುಗಳಿಗೆ ಕಾಯಿಲೆ ಹರಡದಿರಲು ಅವನ್ನು ಕೂಡಲೇ ವೆಟರ್ನರಿ ಆಸ್ಪತ್ರೆಗೊಯ್ದು ಇಂಜೆಕ್ಷನ್ ಹಾಕಿಸುವಂತೆ ಶೇಷಯ್ಯರ್ ಸಲಹೆ ನೀಡಿದರು. ಅದಕ್ಕೇನೂ ಪರಶು ವಿರೋಧ ತೋರಲಿಲ್ಲ. ತನ್ನ ಗಾಯ ಕೀವಾಗುವುದಿಲ್ಲ ಎಂದಿದ್ದ ಪರಶು ಕುಟುಂಬಕ್ಕೆ ಆಧಾರವಾಗಿದ್ದ ಜಾನುವಾರುಗಳ ವಿಚಾರದಲ್ಲಿ ಅವರ ಸಲಹೆಯನ್ನು ಶಿರಸಾವಹಿಸಿದ.

ಬ್ಯಾಂಕ್ ಸಾಲದಿಂದ ಖರೀದಿಸಿದ ಹಸುವೇನಾ ಸತ್ತದ್ದು ಎಂದು ತಿಳಿಯುವ ಆತುರ ಪಾರ್ವತಿಗೆ. ಕರಾವು ಬತ್ತುತ್ತಿದ್ದ ತೊನ್ನು ಹತ್ತಿದ್ದ ಹಸುವೇ ತೀರಿಹೋದದ್ದು. ಪಾರ್ವತಿಗೆ ನಿರಾಳವೆನಿಸಿತು. ತಮ್ಮ ಪತಿಯ ಶಿಫಾರಸಿನಿಂದಲೇ ಬ್ಯಾಂಕ್ ಸಾಲ ಪರಶುವಿಗೆ ಲಭಿಸಿದ್ದುದು. ಆ ಬಾಬ್ತಿನಲ್ಲಿ ಏನಾದರೂ ಸಮಸ್ಯೆಯುಂಟಾದರೆ ಅದರಿಂದ ತಮ್ಮ ಪತಿಯ ಹೆಸರಿಗೆ ಕುಂದುಂಟಾಗುವುದೆಂಬ ಅಳುಕು ಪಾರ್ವತಿಗಿತ್ತು.

ಪರಶುವಿಗೆ ಲಭಿಸುತ್ತಿರುವ ಎರಡನೆಯ ಶಿಕ್ಷೆ! ಶೇಷಯ್ಯರ್ ದುಃಖದಿಂದ ಪ್ರಾರ್ಥಿಸಿದರು. 'ಭಗವಂತಾ, ಇನ್ನಾದರೂ ಅವನನ್ನು ಸುಮ್ಮನೆ ಬಿಡಬಾರದೆ? ಪ್ರತಿಸಲ ಸೂರ್ಯ ಹುಟ್ಟಿ ಮುಳುಗುವಾಗಲೂ ಅದೆಷ್ಟು ಭಕ್ತರು ನಿಮ್ಮ ಸಿರಿಯಡಿಗಳಿಗೆ ಎರಗುತ್ತಾರೆ, ನಮಸ್ಕರಿಸುತ್ತಾರೆ. ಇವನೊಬ್ಬನಿಗಾಗಿ ನೀವೇಕೆ ಸಿಟ್ಟಾಗುತ್ತೀರಿ!

ಶೇಷಯ್ಯರ್ ಕುಟುಂಬ ಸಮೇತ ಕಾರಿನಲ್ಲಿ ಪ್ರಯಾಣ ಹೊರಟರು. ಪಳನಿಮಲೆಯ ಮೆಟ್ಟಿಲುಗಳನ್ನು ಅವರೆಲ್ಲ ಒಂದೊಂದಾಗಿ ಹತ್ತಿ ಇಳಿದರು. ಬೇಕಾದರೆ 'ವಿಂಚ್'ನಲ್ಲಿ

ಏರಿ ಬೆಟ್ಟದ ಮೇಲಿನ ದೇವರ ಸನ್ನಿಧಿಗೆ ತಲುಪಬಹದಿತ್ತು. ಆದರೆ, ಶೇಷಯ್ಯರ್ ಅದನ್ನು ಇಚ್ಛಿಸಲಿಲ್ಲ. ನಡೆದೇ ಬೆಟ್ಟ ಹತ್ತಬೇಕು. ಸುಬ್ರನ್‌ಗೂ ಕನಕಳಿಗೂ ಅದೊಂದು ಪಿಕ್‌ನಿಕ್‌ನಂತೆ ಸಂತಸದಾಯಕ.

ಪಳನಿಯಿಂದ ಅವರು ಮಧುರೆಗೆ ಹೊರಟರು. ಸ್ಟೇಷನ್ ಮಾಸ್ಟರ್ ಆಗಿದ್ದ ಅವರ ಕಸಿನ್ ಶಂಕರಸುಬ್ರಹ್ಮಣ್ಯಯ್ಯರ್‌ರ ಕ್ವಾರ್ಟರ್ಸ್‌ನಲ್ಲಿ ಎರಡು ದಿನ ತಂಗಿದರು. ಅಲ್ಲಿಂದ ತಿರುಚೆಂದೂರ್ ಮತ್ತು ರಾಮೇಶ್ವರಗಳಿಗೆ ಹೋದರು. ರಾಮೇಶ್ವರದಲ್ಲಿ ಶೇಷಯ್ಯರ್ ಪಿತೃಗಳಿಗೆ ಪಿಂಡಪ್ರದಾನ ಮಾಡಿದರು. ಕೊನೆಗೆ ಗುರುವಾಯೂರಿಗೆ ತಲುಪಿದರು. ಕನಕ ಗಳಿಗೆ ಕದಳಿಗೊನೆಯ ತುಲಾಭಾರದ ಹರಕೆಯಿತ್ತು. ಮೊದಲಿಗೆ ಕನಕ ಬಹಳ ನಾಚಿ ಕೊಂಡಳಾದರೂ ಬಳಿಕ ತಕ್ಕಡಿಯ ತಟ್ಟೆಯಲ್ಲಿ ಮುಖ ತಗ್ಗಿಸಿ ಕುಳಿತಳು.

ಪ್ರಯಾಣದುದ್ದಕ್ಕೂ ಶೇಷಯ್ಯರ್‌ರೇ ಕಾರೋಡಿಸುತ್ತಿದ್ದರು. ಸುಬ್ರನ್‌ಗೆ ಬಿಟ್ಟರೆ ಅವನು ಎಂಬತ್ತು ಕಿಲೋಮೀಟರ್ ವೇಗಕ್ಕಿಂತ ಕಡಿಮೆ ವೇಗದಲ್ಲಿ ಕಾರು ಚಲಾಯಿಸುವುದಿಲ್ಲ. ಯುವಕನಲ್ಲವೇ? ಬಿಸಿರಕ್ತ ಹಲವು ತುಂಟಾಟಗಳಿಗೆ ಪ್ರೇರಣೆ ನೀಡುವುದು. ವಯಸ್ಸಾಗುತ್ತ ಹೋದಂತೆ ಹಲವೆಲ್ಲ ಅರ್ಥವಾಗುತ್ತ ಪಶ್ಚಾತ್ತಾಪ ಶುರುವಾಗುವುದು. ಆಗ ಫಲವೇನು! ಶೇಷಯ್ಯರ್‌ರ ಜೀವಿತವು ಇವೆಲ್ಲಕ್ಕಿಂತ ವ್ಯತ್ಯಾಸ್ತವಾಗಿದೆ. ಕಳೆದಕಾಲದ ಕಾರ್ಯಗಳನ್ನು ನೆನೆದು ಖೇದಪಡುವ ಅಗತ್ಯವೇ ಅವರಿಗೆ ಬಂದಿಲ್ಲ. ಚಿಕ್ಕಂದಿನಿಂದಲೇ ಅವರ ಜೀವನ ಅಷ್ಟು ಶಿಸ್ತುಸಂಯಮಗಳಿಂದ ಕೂಡಿತ್ತು.

ಉದ್ದಕ್ಕೆ ಮಲಗಿರುವ ಟಾರ್ ರೋಡಿನ ಮೂಲಕ ಕಾರು ಸಾಗಿತು. ಪ್ರಯಾಣ ಮುಗಿಸಿ ಮರಳುತ್ತಿದ್ದಾರೆ. ಶೇಷಯ್ಯರ್‌ರ ಕೈಗಳು ಸ್ಟಿಯರಿಂಗ್ ವೀಲ್‌ನಲ್ಲೂ ಕಣ್ಣುಗಳು ಎದುರಿಗೆ ಕಾಣುತ್ತಿರುವ ರಸ್ತೆಯ ಕಡೆಗೂ ಮನಸ್ಸು ಪರಶುವಿನಲ್ಲೂ ನೆಲೆಸಿದ್ದವು. ಎಲ್ಲವೂ ಒಂದು ಕಟ್ಟುಕತೆಯಂತೆ ಅನ್ನಿಸುತ್ತಿದೆ. ಉನ್ನತ ಪದವೀಧರರೂ ದೊಡ್ಡ ಅಧಿಕಾರಿಯೂ ಆಗಿರುವ ಶೇಷಯ್ಯರ್ ಯಾರೋ ಪೂಜಾಕೊಠಡಿಯಲ್ಲಿ ಹಾಕಿದ ನೋಟೀಸಿನ ನೂರು ಪ್ರತಿ ಮುದ್ರಿಸಿ ನೂರು ಜನರಿಗೆ ಕೊಟ್ಟುಕಳಿಸಿದರು ಎಂದು ಕೇಳಿದರೆ ಯಾರೇ ಆದರೂ ಮೂಗಿನ ಮೇಲೆ ಬೆರಳಿಟ್ಟುಕೊಂಡುಬಿಡುವರು. ಆಫೀಸಿನ ಕೆಲವು ಅವಿಧೇಯ ನೌಕರರು ಆಡಿಕೊಳ್ಳುವಂತೆ ಈ ಬ್ರಾಹ್ಮಣ ಒಬ್ಬ ಎಕ್ಸೆಂಟ್ರಿಕ್ ಹೌದು ಎಂದು ಹಲವರು ನಂಬಬೇಕಾಗಿ ಬರುವುದು. ನೋಟೀಸನ್ನು ಅವಗಣಿಸಿದ್ದಕ್ಕೆ ಪರಶು ಎಂಬ ಹಾಲಿನವನಿಗೆ ಇಷ್ಟೆಲ್ಲ ಕಷ್ಟ ಕೋಟಲೆಗಳುಂಟಾದವು ಎಂದು ಸಹ ಹೇಳುವಾಗ ಈ ಮನುಷ್ಯನಿಗೆ ಪೂರ್ತಿ ತಲೆಕೆಟ್ಟಿದೆ ಎಂದು ಹೇಳಲೂ ಜನರು ಹಿಂಜರಿಯುವುದಿಲ್ಲ. ಜನ ಏನು ಬೇಕಾದರೂ ಹೇಳಲಿ ಯಾರಿಗಾದರೂ ಮನವರಿಕೆ ಮಾಡಿಸಲು ಅಥವಾ ಯಾರದಾದರೂ ಹೊಗಳಿಕೆ ಪಡೆಯಲು ಅಲ್ಲವಲ್ಲ ಶೇಷಯ್ಯರ್ ದೇವರಲ್ಲಿ ನಂಬಿಕೆಯಿಟ್ಟಿರುವುದು. ಕೆಲವು ವಿಶೇಷ ಅನುಭವಗಳು ಕೆಲವು ವ್ಯಕ್ತಿಗಳಿಗೆ ಅವರ ಮನದಲ್ಲಿ ಜೋಪಾನವಾಗಿರಿಸಲು ಮಾತ್ರವೇ ಹೌದು. ಬೇರೆ ಯಾರಿಗಾದರೂ ಅದನ್ನು ಹಂಚಲು ಪ್ರಯತ್ನಿಸುವುದು ಮೂರ್ಖತನವಾದೀತು. ಅಂತಹ ಒಂದು ಅನುಭವವೇ ಶೇಷಯ್ಯರ್‌ಗೆ ಲಭಿಸಿದ್ದುದು.

ಶೇಷಯ್ಯರ್ ಕುಟುಂಬ ಸಮೇತ ಪುಣ್ಯಕ್ಷೇತ್ರಗಳನ್ನು ಸಂದರ್ಶಿಸಿ ಮನೆಗೆ ಮರಳಿ ಬಂದಾಗಲೇ ಪರಶುವಿಗೆ ಒದಗಿದ ಇನ್ನೊಂದು ದುರಂತದ ಬಗ್ಗೆ ಕೇಳಿದರು. ಶೇಷಯ್ಯರ್‌ಗೆ ಅದನ್ನು ನಂಬುವುದಕ್ಕೇ ಆಗಲಿಲ್ಲ. ಆದರೆ. ನಡೆಯಬೇಕಾದದ್ದು ನಡೆದು ಹೋಯಿತು. ಭಗವಂತನ ಪರೀಕ್ಷೆಗಳು ಹದ್ದು ಮೀರುತ್ತಿವೆ.

ಪರಶುವಿನ ಪತ್ನಿ ಶರೀರದ ಒಂದು ಭಾಗ ಬಲಗುಂದಿ ಹಾಸಿಗೆ ಹಿಡಿದಳು. ಈ ದುರಂತವೂ ಹಸು ಸತ್ತಂತೆಯೇ ದಿಢೀರನೆ ಉಂಟಾಯಿತು. ಮುರುಗಮ್ಮ ಕೊಟ್ಟಿಗೆಯಲ್ಲಿ ಸಗಣಿ ಬಾಚುತ್ತಿದ್ದಳು. ಸೂರ್ಯ ಉದಯಿಸಿ ಮೇಲೇರುತ್ತಿದ್ದನಷ್ಟೆ. ಪರಶು ಹುಲ್ಲಿನ ಗೋದಲೆ ಸ್ವಚ್ಛಗೊಳಿಸುವುದರಲ್ಲಿ ನಿರತನಾಗಿದ್ದ. ಮುರುಗಮ್ಮ ಎಡಭಾಗಕ್ಕೆ ವಾಲಿ ಬಿದ್ದು ದನ್ನು ಅವನು ನೋಡಲಿಲ್ಲ. ದೊಡ್ಡ ಮಗ ಅದನ್ನು ಕಂಡು ಕಿರುಚಿಕೊಂಡು ಅಳುವುದನ್ನು ಕೇಳಿ ಪರಶು ತಲೆಯೆತ್ತಿದ. ಅಷ್ಟರಲ್ಲಿ ಮುರುಗಮ್ಮ ಬಿದ್ದಾಗಿತ್ತು. ತುಟಿಗಳು ಎಡಕ್ಕೆ ಕೊಂಕಿಬಿಟ್ಟವು. ಅದೃಷ್ಟವೇ ಸರಿ ಬಿದ್ದಾಗ, ಕೊಟ್ಟಿಗೆಯಲ್ಲಿ ಹಾಸಿದ್ದ ಕಪ್ಪುಕಲ್ಲಿನ ಮೇಲೆ ಅವಳ ತಲೆ ಬಡಿಯಲಿಲ್ಲ. ಪರಶು ಮತ್ತು ಮಕ್ಕಳು ಮುರುಗಮ್ಮಳನ್ನು ಹಿಡಿದೆತ್ತಿ ಗುಡಿಸ ಲಲ್ಲಿ ಮಲಗಿಸಿದರು. ಈಗ ಪ್ರಾಥಮಿಕ ದಿನಚರ್ಯೆಗಳಿಗೂ ಮುರುಗಮ್ಮಳಿಗೆ ಇತರರ ಸಹಾಯ ಅತ್ಯಗತ್ಯ.

ಪೂರಾ ತಾಳತಪ್ಪುತ್ತಿದೆ ಎಂದೆನಿಸಿತು ಶೇಷಯ್ಯರ್‌ಗೆ. ದೇವರು ಒಬ್ಬನಿಗೆ ನಿರಂತರವಾಗಿ ಹೀಗೆ ಕಷ್ಟಗಳನ್ನು ಕೊಡುವರೇ? ಕಷ್ಟಗಳೆಲ್ಲ ಒಟ್ಟಿಗೇ ಬರುತ್ತವೆ ಎಂಬ ನಾಣ್ನುಡಿಗೆ ಆಳ ಹೆಚ್ಚುತ್ತಿದೆಯೆ?

ಎರಡು ಕೈಗಳನ್ನು ಗಲ್ಲಕ್ಕೆ ಕೊಟ್ಟು ಪರಶು ಅಂಗಳದಲ್ಲಿ ಕುಕ್ಕರುಗಾಲಲ್ಲಿ ಕುಳಿತಿದ್ದ. ಅವನ ಸುತ್ತಲೂ ಮೂವರು ಮಕ್ಕಳು. ಪರಶುವನ್ನು ಸಂತೈಸಲು ಶೇಷಯ್ಯರ್‌ಗೆ ಮಾತುಗಳೇ ಸಿಗಲಿಲ್ಲ. ದೈವನಿಂದನೆಯ ಫಲವಿದೆಂದು ಹೇಳಿ ಉರಿಯುವ ಬೆಂಕಿಗೆ ಎಣ್ಣೆ ಸುರಿಯಲೂ ಅವರಿಂದ ಆಗದು. ಪಳನಿಯ ಪಂಚಾಮೃತ, ವಿಭೂತಿ, ಚಂದನಗಳನ್ನು ಪರಶುವಿಗೆ ಕೊಟ್ಟು ಶೇಷಯ್ಯರ್ ಹೇಳಿದರು..

'ಪ್ರಸಾದವನ್ನು ಮುರುಗಮ್ಮಳಿಗೆ ಕೊಡು... ದೇವರು ಮುರುಗಮ್ಮಳಿಗೆ ಕೃಪೆದೋರುತ್ತಾರೆ.'

ಪರಶು ಪ್ರಸಾದವನ್ನು ಪಡೆದುಕೊಂಡ. ಶೇಷಯ್ಯರ್ ಕೇಳಿದರು.

'ಯಾರಿಗಾದರೂ ತೋರಿಸಿದೆಯಾ?'

ಇಲ್ಲವೆಂದು ಅವನು ತಲೆಯಾಡಿಸಿದ. ಅಷ್ಟರಲ್ಲಿ ಅವನ ಮಕ್ಕಳು ಅಪ್ಪನ ಕೈಯಿಂದ ಪ್ರಸಾದದ ಪೊಟ್ಟಣ ತೆಗೆದುಕೊಂಡು ಪಂಚಾಮೃತ ಹಂಚಿಕೊಂಡು ತಿನ್ನುವ ಗಡಿಬಿಡಿಯಲ್ಲಿ ವಿಭೂತಿ ಚಂದನಗಳೆಲ್ಲ ಚೆಲ್ಲಿ ಹೋದವು. ಪರಶುವಿನ ನಿಸ್ಸಂಗತೆಯನ್ನು ಶೇಷಯ್ಯರ್ ಗಮನಿಸಿದರಾದರೂ ಅವರು ಏನನ್ನೂ ಹೇಳಲಿಲ್ಲ.

ಶೇಷಯ್ಯರ್ ಚಿಕಿತ್ಸೆಯ ವಿಚಾರಕ್ಕೆ ಬಂದರು.

'ಕೋಟ್ಟಕ್ಕಲ್‌ನಲ್ಲಿ ಒಳ್ಳೆಯ ಆಯುರ್ವೇದ ಚಿಕಿತ್ಸೆ ಇದೆ... ಆದರೆ...'

ಒಂದು ಸ್ವಗತವೆಂಬಂತೆ ಅವರು ಸೇರಿಸಿದರು.

'ನಿನ್ನಿಂದ ಅದು ಸಾಧ್ಯವಾಗುವುದಿಲ್ಲ.'

ಪರಶು ಏನೂ ಹೇಳಲಿಲ್ಲ. ಮೊಣಕೈ ಮೇಲೆ ಒಣಗಿದ್ದ ಒಂದು ಗಾಯವನ್ನು ಕೆರೆಯುತ್ತ ಕುಳಿತಿದ್ದ ಈಗ ಅವನು. ಬಾಳೆಎಲೆಗಳನ್ನು ತೋಟದಿಂದ ಕೊಯ್ದು ತರುತ್ತಿದ್ದ ಪಾರ್ವತಿ ಪರಶುವನ್ನು ಕೇಳಿದರು.

'ಪರಶು, ಅಡಿಗೆ ಕೆಲಸ ಎಲ್ಲ ಯಾರು ಮಾಡುತ್ತಾರೆ?'

ಪರಶು ತಲೆಯೆತ್ತಿದ. ಬಲಗೈಯ ಬೆರಳುಗಳನ್ನು ಒಂದೊಂದಾಗಿ ಮಡಚಿ ನೆಟಿಕೆ ತೆಗೆದ. ಇಬ್ಬರ ಮುಖವನ್ನೂ ನೋಡದೆ ಅವನು ಹೇಳತೊಡಗಿದ.

'ಎಲ್ಲಾ ನಾವೇ ಮಾಡುತ್ತೇವಮ್ಮಾ... ಅವಳಿಗೆ ಹೀಗಾಯಿತೂ ಅಂತ ನಾವೆಲ್ಲ ಒಟ್ಟಿಗೆ ಸಾಯೋಕಾಗುತ್ತಾ... ನಾನು ಬದುಕಿರೋ ತನಕ ಅವಳು ಉಪವಾಸ ಬೀಳುವುದಿಲ್ಲ.' ಆ ನುಡಿಗಳು ಪಾರ್ವತಿ ಎಂಬ ಹೆಣ್ಣು ಹೃದಯಕ್ಕೆ ಹೋಗಿ ನಾಟಿತು. ಆ ಕ್ಷಣದಲ್ಲಿ ಆಕೆಯಲ್ಲಿ ಪರಶುವಿನ ಬಗ್ಗೆ ಎಲ್ಲಿಲ್ಲದ ಗೌರವ ಮೂಡಿತು. ಒಳಗಡೆ ಹೋಗುತ್ತ ಪರಶು ಮತ್ತು ಮಕ್ಕಳನ್ನು ದಿಟ್ಟಿಸುತ್ತ ಅವರು ಹೇಳಿದರು.

'ಕೂತಿರಿ... ಊಟ ಮಾಡಕೊಂಡೇ ಹೋಗಿ.'

ಮಕ್ಕಳು ಜೊಲ್ಲು ನುಂಗಿದರು. ಹಿಂಭಾಗದ ಕೈಸಾಲೆಯಲ್ಲಿ ಕೂರಿಸಿ ಪಾರ್ವತಿ ಪರಶುವಿಗೂ ಮಕ್ಕಳಿಗೂ ಹೊಟ್ಟೆತುಂಬ ಊಟ ಹಾಕಿದರು.

ಶೇಷಯ್ಯರ್ ಒರಗು ಕುರ್ಚಿಯಲ್ಲಿ ಮಲಗಿ ಹಾಗೇ ನಿದ್ದೆಗೆ ಜಾರಿದರು. ಊಟ ಮುಗಿಸಿ ಕೈಯೊರೆಸಿಕೊಂಡು ಅಂಗಳಕ್ಕೆ ಬಂದು ನಿಂತ ಪರಶು ಒಮ್ಮೆ ಗಂಟಲು ಸರಿಪಡಿಸಿಕೊಂಡ. ಶೇಷಯ್ಯರ್ ಕಣ್ಣು ತೆರೆದರು. ಪರಶು ನಿಧಾನಕ್ಕೆ ತಲೆಕೆರೆಯಲು ಪ್ರಾರಂಭಿಸಿದ. ಅವನು ಏನೋ ಬೇಡಿಕೆಯೊಂದಿಗೆ ಬಂದಿದ್ದಾನೆ. ಮುರುಗಮ್ಮಳ ಚಿಕಿತ್ಸೆಗೆ ತಗಲುವ ಭಾರೀ ವೆಚ್ಚ ಅವನ ಮನಸ್ಸನ್ನು ದುಃಖದಲ್ಲಿ ಮುಳುಗಿಸಿರುತ್ತದೆ. ಆದರೂ ಅವನು ಕೊಡಿಸಬಹುದಾದ ಚಿಕಿತ್ಸೆಗೆ ಒಂದು ಮಿತಿಯಿದೆಯಲ್ಲ. ಆ ಮಿತಿಯೊಳಗೆ ಪಾರ್ಶ್ವವಾಯು ಗುಣವಾಗುವುದಿಲ್ಲ. ಧಾರಾಳವಾಗಿ ಖರ್ಚುಮಾಡಿದರೂ ಸಹ ಕೋಲು ಹಿಡಿದು ಸುಮಾರಾಗಿ ನಡೆಯುವ ಸ್ಥಿತಿಗೆ ಬಂದರೆ ಅದೇ ದೊಡ್ಡದು.

'ಏನು ಪರಶು?'

ಯೋಚಿಸುತ್ತಿದ್ದುದೇನನ್ನೋ ತಟ್ಟನೆ ನಿಲ್ಲಿಸಿ ಬಿಟ್ಟಂತೆ ಪರಶು ಎಚ್ಚರಗೊಂಡ ಅವನು ಕೈಗಳೆರಡನ್ನೂ ಹಿಂದಕ್ಕೆ ಕಟ್ಟಿದ.

'ಗುಡಿಸಲು ಮತ್ತು ಕೊಟ್ಟಿಗೆಗೆ ಹೊಸ ಹುಲ್ಲು ಹೊದೆಸದೆ ಎರಡು ವರ್ಷ ಆಯಿತು.'

ಪರಶು ಆಕಾಶದ ಕಡೆಗೆ ನೋಡಿದ.

'ಮಳೆಗಾಲ ಶುರುವಾದರೆ ಸೋರಲು ತೊಡಗುತ್ತೆ... ನಾವು ಪ್ರಾಣಿಗಳನ್ನೂ ಅವು ನಮ್ಮನ್ನೂ ಸಾಕುತ್ತಿವೆ... ಕೊಟ್ಟಿಗೆ ಮತ್ತು ಗುಡಿಸಲು ಹೊಸಹುಲ್ಲು ಹೊದಿಸಿ ಚೆನ್ನಾಗಿ ಕಟ್ಟಬೇಕು.'

ಶೇಷಯ್ಯರ್ ಕೇಳಿದರು. 'ನಾನೇನು ಮಾಡಲಿ?'

'ಸರ್ಕಾರದಿಂದ ಕೆಳಜಾತಿಯವರಿಗೆ ಕುಡಿಸಲು ಕಟ್ಟಲು ಹಣ ಕೊಡುತ್ತಿದ್ದಾರೆ ಎಂದು ಕೇಳಿದೆ, ಸ್ವಾಮೀ, ತಾವು ಮನಸ್ಸು ಮಾಡಿದರೆ ನಮಗೆ ಬೇಗ ಸಹಾಯ ಸಿಗುತ್ತೆ.'

ಅದು ಭಾರೀ ಕಷ್ಟದ ಕೆಲಸವೇನಲ್ಲ. ಹರಿಜನ ಕಲ್ಯಾಣ ಇಲಾಖೆಯ ಡೈರೆಕ್ಟರ್ ಶೇಷಯ್ಯರ್‌ಗೆ ಬಹಳ ಪರಿಚಿತರು. ಅಷ್ಟೇ ಅಲ್ಲ ಔದ್ಯೋಗಿಕ ರಂಗದಲ್ಲಿ ಅವರು ಶೇಷಯ್ಯರ್‌ಗೆ ಹಲವು ರೀತಿಯಲ್ಲಿ ಋಣಿಗಳಾಗಿದ್ದರು.

ಮಾರನೇ ದಿನವೇ ಶೇಷಯ್ಯರ್ ಫೋನ್ ಮೂಲಕ ವಿವರಗಳನ್ನು ಸಂಗ್ರಹಿಸಿದರು. ಆಮೇಲೆ ಹೆಚ್ಚು ತಡವಾಗಲಿಲ್ಲ. ಅರ್ಜಿ ಹಾಕಿ ಒಂದು ವಾರದಲ್ಲೇ ಪರಶುವಿಗೆ ಧನಸಹಾಯ ಲಭಿಸಿತು. ಆ ಹಣದ ನಾಲ್ಕನೇ ಒಂದು ಭಾಗ ಮರಳಿಸಿದರೆ ಸಾಕು. ಉಳಿದದ್ದೆಲ್ಲ ಸರ್ಕಾರದ ಸಬ್ಸಿಡಿ.

ಮೂರು ರಜಾದಿನಗಳು ಒಟ್ಟಿಗೆ ಬಂದಿದ್ದಾಗ, ಭಾನುವಾರ ಶೇಷಯ್ಯರ್ ಮತ್ತು ಪಾರ್ವತಿ ನಡೆದಾಡಲು ಹೊರಟರು. ಎರಡು ದಿನ ಮನೆಯಲ್ಲೇ ಇದ್ದು ಬೋರೆನಿಸ ತೊಡಗಿತ್ತು. ಹೊರಗೆ ಬಹಳ ಸೆಕೆಯಿತ್ತು.

ತಿರುಗಾಟ ಮುಗಿಸಿ ಹೊಳೆಸೇತುವೆಯ ಮೂಲಕ ಹಿಂದಿರುಗುತ್ತಿರುವಾಗ ಶೇಷಯ್ಯರ್ ಪಾರ್ವತಿಗೆ ಬೆರಳು ಮಾಡಿ ತೋರಿಸಿಕೊಟ್ಟರು.

'ಅದೋ ನೋಡು... ಪರಶುವಿನ ಗುಡಿಸಲು.'

ಹೊಳೆಯ ಪಶ್ಚಿಮದಡದಲ್ಲಿ ಅಷ್ಟಷ್ಟು ದೂರಕ್ಕೆ ಐದಾರು ಗುಡಿಸಲುಗಳು ಕಂಡವು. ಅವುಗಳಲ್ಲೊಂದರ ಅಂಗಳದಲ್ಲಿ ಒಂದು ಭಾರೀ ಕರಿ ಹನೆ ಮರ ಬೆಳೆದು ನಿಂತಿದೆ. ಅದೇ ಪರಶುವಿನ ಗುಡಿಸಲು.

ಶೇಷಯ್ಯರ್ ಮಡದಿಯನ್ನು ಕೇಳಿದರು.

'ಆ ದಾರಿಯಲ್ಲಿ ಹೋಗೋಣವೇ?'

ಪಾರ್ವತಿ ತಲೆಯಲುಗಿಸಿದ ಮೇಲೇನೆ ಶೇಷಯ್ಯರ್ ಕಾಲೆತ್ತಿ ಮುಂದಡಿ ಇರಿಸಿದರು.

ಪರಶುವಿನ ಗುಡಿಸಲಿನ ಮುಂದೆ ಮಣ್ಣಿನ ಕೈಸಾಲೆಯ ಹೊರಗೆ ಶೇಷಯ್ಯರ್ ದಂಪತಿಗಳು ನಿಂತರು. ಪರಶು ರುಬ್ಬುವ ಕಲ್ಲಿನಲ್ಲಿ ಹತ್ತಿಬೀಜವನ್ನು ರುಬ್ಬುತ್ತಿದ್ದನು.

ಶೇಷಯ್ಯರ್ ಮತ್ತು ಪಾರ್ವತಿ ಬಂದದ್ದನ್ನು ಕಂಡೊಡನೆ ಅವನು ಜಿಗಿದೆದ್ದು ನಿಂತ. ಅವನು ಒಂದು ಚಿಕ್ಕ ಬೈರಾಸನ್ನು ಮಾತ್ರ ಉಟ್ಟುಕೊಂಡಿದ್ದ. ದೇಹದ ಮೇಲೆ ಅಲ್ಲಲ್ಲಿ ಹತ್ತಿಯ ರಸ ಅಂಟಿಕೊಂಡಿತ್ತು. ಅಂಗಳದಲ್ಲಿ ನಿಂತು ಕೈ ಮುಗಿದು ಪರಶು ಕೀಳರಿಮೆಯಿಂದ ಆ ಬ್ರಾಹ್ಮಣ ದಂಪತಿಗಳನ್ನು ಒಳಕ್ಕೆ ಕರೆದ.

ಪಾರ್ವತಿ ಕೇಳಿದರು.

'ಮುರುಗಮ್ಮ ಏನು ಮಾಡುತ್ತಿದ್ದಾಳೆ?'

ಪರಶು ಗುಡಿಸಲಿನ ಒಳಭಾಗಕ್ಕೆ ಒಮ್ಮೆ ತಿರುಗಿ ನೋಡಿದ.

'ಮಲಗಿದ್ದಾಳೆ ತಾಯಿ,'

ಪಾರ್ವತಿ ಶೇಷಯ್ಯರ್‌ರ ಮುಖವನ್ನು ನೋಡಿದರು.

'ಬನ್ನಿ, ನೋಡಿಕೊಂಡು ಹೋಗೋಣ.'

ಅವರು ಅಂಗಳಕ್ಕೆ ಪ್ರವೇಶಿಸಿದರು. ಬಾಗಿಲ ಚೌಕಟ್ಟನ್ನು ಹಿಡಿದು ಪಾರ್ವತಿ ಒಳಕ್ಕೆ ನೋಡಿದರು. ಅಡಗಿದ್ದ ದುರ್ವಾಸನೆ ಅವರ ಮೂಗಿಗೆ ಕೊರೆದು ನುಗ್ಗಿತು. ಮುರುಗಮ್ಮ ಅಂಗಾತ ಮಲಗಿದ್ದಳು. ಪಾರ್ವತಿ ಅವಳನ್ನೇ ದಿಟ್ಟಿಸಿದರು. ಪಾಪ! ನಿದ್ದೆ ಮಾಡುತ್ತಿದ್ದಾಳೆ. ಅವಳನ್ನೆಬ್ಬಿಸಲು ಪರಶು ಮುಂದಕ್ಕೆ ಬಾಗಿದ.

'ಬೇಡ... ನಿದ್ದೆ ಮಾಡಲಿ.'

ಪಾರ್ವತಿ ಶೇಷಯ್ಯರ್‌ರನ್ನು ನೋಡಿ ತುಟಿಯಲುಗಿಸಿದರು. ತಕ್ಷಣ ಅವರು ಜೇಬಿನಿಂದ ಹತ್ತರ ನೋಟುಗಳನ್ನು ತೆಗೆದು ಆಕೆಗಿತ್ತರು. ಕೈಚಾಚಿ ಮುರುಗಮ್ಮಳ ಹನೆಚಾಪೆಯ ಕೆಳಗೆ ಆ ನೋಟುಗಳನ್ನು ಇರಿಸಿದ ಪಾರ್ವತಿ ದುರ್ಗಂಧದಿಂದಾಗಿ ಮೂಗುಮುಚ್ಚಿಕೊಂಡು ತಕ್ಷಣ ಹಿಮ್ಮೆಟ್ಟಿದ್ದನ್ನು ಪರಶು ಉಗುಳು ನುಂಗುತ್ತ ನೋಡುತ್ತ ನಿಂತನು.

ಹೋಗುವ ಮುನ್ಸೂಚನೆಯಂತೆ ಶೇಷಯ್ಯರ್ ವಾಚನ್ನು ನೋಡಿದರು

'ಸಂಜೆಯಾಯಿತು. ಮನೆಯಲ್ಲಿ ಕನಕ ಒಬ್ಬಳೇ ಇದ್ದಾಳೆ.'

ತಿರುಗಿ ನಡೆಯುವಾಗ ಶೇಷಯ್ಯರ್‌ರ ಕಣ್ಣುಗಳು ಕೊಟ್ಟಿಗೆಯ ಕಡೆ ನೋಡಿದವು. ಅಲ್ಲಿ ಒಂದು ಹಸು ಮತ್ತು ಒಂದು ಎಮ್ಮೆ ಇದ್ದವು.

ಒಂಟಿಕಾಲುಹಾದಿಯ ತಿರುವು ದಾಟಿ ಟಾರ್ ರಸ್ತೆಗೆ ತಲುಪುವವರೆಗೆ ಪರಶು ರುಬ್ಬುವ ಕಾಯಕದ ಅದೇ ವೇಷದಲ್ಲೇ ಅವರನ್ನು ಹಿಂಬಾಲಿಸಿದ.

ಆ ರಾತ್ರಿ ಶೇಷಯ್ಯರ್ ಸ್ವಲ್ಪವೂ ನಿದ್ರಿಸಲಿಲ್ಲ. ವೆಂಕಟಾಚಲಪತಿಗೆ ಇಷ್ಟು ವೈರಿ ನಿರ್ಮೂಲನ ಬುದ್ದಿಯೇ? ಪರಶು ಅಜ್ಞಾನಿಯಾಗಿರುವುದರಿಂದಲೇ ಹೀಗೆ ನಾಸ್ತಿಕನಾಗಿದ್ದಾನೆ ಎಂದು ಆ ಜಗನ್ನಿಯಾಮಕನಿಗೆ ತಿಳಿಯದೇ? ಆ ಕರಪತ್ರವನ್ನು ಸುರುಳಿಸುತ್ತಿ ಕಿವಿಗೆ ಹಾಕಿ ತಿರುಗಿಸಿ ಬೀದಿಗೆ ಬಿಸುಟಿದ್ದರ ಅನಂತರ ಫಲಗಳೇ ತಾನು ಅನುಭವಿಸುತ್ತಿರುವ

ದುರಂತಗಳೆಲ್ಲ ಎಂದು ಪರಶುವಿಗೆ ತಿಳಿದಿದೆಯೆ? ಏನೇ ಇರಲಿ ಅವನ ಆತ್ಮವಿಶ್ವಾಸ ಮತ್ತು ದಿಟ್ಟತನ ಬೇರೆಯೇ ಬಗೆಯದು. ಏನೇ ಬಂದರೂ ಅವನು ಅದನ್ನು ಸಹಿಸಕೊಳ್ಳ ಬಲ್ಲವನಾಗಿದ್ದಾನಲ್ಲ. ಅವನ ಸ್ಥಿತಿಯಲ್ಲಿ ತಾವು ಇದ್ದಿದ್ದರೆ ಇಷ್ಟರಲ್ಲಾಗಲೇ ಆತ್ಮಹತ್ಯೆ ಮಾಡಿಕೊಳ್ಳುತ್ತಿದ್ದರು. ಶೇಷಯ್ಯರ್ ನಿಟ್ಟುಸಿರಿಟ್ಟರು. ಒಂದು ವೇಳೆ ಈ ಧೈರ್ಯವೆಲ್ಲ ಪರಶು ಹೊರಗೆ ಮಾತ್ರ ತೋರಿಸಿಕೊಳ್ಳುವಂತಹದಿರಬಹುದು. ಬಗೆಯೊಳಗೆ ಅವನು ಪಶ್ಚಾತ್ತಾಪ ಪಡುತ್ತಿಲ್ಲ ಎಂದು ಯಾರು ಕಂಡವರು?

ತಾನೇ ಸಿದ್ಧಪಡಿಸಿದ ಬೆಂಕಿಯಲ್ಲಿ ಬೇಸಿಗೆ ಉರಿದು ಇಲ್ಲವಾಯಿತು. ಹೊಸಮಳೆ ಭೂಮಿಯನ್ನು ತಂಪಾಗಿಸಿತು. ವರ್ಷಾಕಾಲವು ಕಾರ್ಮೋಡಗಳ ನಡುವೆ ಸಿಕ್ಕು ಗುರು ಗುಟ್ಟಿತು.

ಉಷ್ಣತೆಯಿಂದ ಬೆಂದು ಹಿಂಸೆಪಟ್ಟ ಜನರು ಮೊದಮೊದಲಿಗೆ ಮಳೆಯನ್ನು ಸ್ವಾಗತಿ ಸಿದರು. ಕ್ರಮೇಣ ಮಳೆಯ ಶಕ್ತಿ ವರ್ಧಿಸಿ, ಒಮ್ಮೆ ಹೊರಗೆ ಹೋಗಲು ಸಹ ಸಾಧ್ಯವಾಗದಿದ್ದಾಗ ಅವರ ಮನೋಭಾವಗಳಲ್ಲಿ ಬದಲಾವಣೆ ಬಂದಿತು. ಬೇಸಿಗೆ ಬಿಸಿಯನ್ನು ಹಳಿದ ಮನಸ್ಸುಗಳು ಮಳೆಗಾಲವನ್ನೂ ಶಪಿಸಿದವು.

ಶೇಷಯ್ಯರ್‌ಗೆ ಪ್ರಮೋಷನ್ ಮತ್ತು ಟ್ರಾನ್ಸಫರ್ ಕೂಡಲೇ ಆಗುವುದೆಂದು ಖಚಿತ ವಾಯಿತು. ಅದಕ್ಕೆ ಸಂಬಂಧಪಟ್ಟ ಫೈಲುಗಳು ಹೆಡ್‌ಆಫೀಸಿನ ಮುಖ್ಯಸ್ಥರ ಮೇಜಿನಿಂದ ಮಂತ್ರಿಗಳ ಕಚೇರಿಗೆ ಹೋಗಿಯಾಗಿತ್ತು.

ಕನಕಳ ರಿಸಲ್ಟ್ ಬಂತು. ನಿರೀಕ್ಷಿಸಿದಂತೆ ಫಸ್ಟ್‌ಕ್ಲಾಸ್ ದೊರೆತ್ತಿತ್ತು. ಎಂಬತ್ನಾಲ್ಕು ಪರ್ಸೆಂಟ್ ಅಂಕಗಳು. ಸಿನಿಮಾ ಮತ್ತು ಫ್ಯಾಷನ್‌ಗಳ ಹುಚ್ಚು ಜಾಸ್ತಿ ಇದ್ದರೂ ಕೂಡ ಬುದ್ಧಿಮತ್ತೆಯಲ್ಲಿ ತಾನು ಕಡಿಮೆಯೇನಲ್ಲ ಎಂದು ಅವಳು ಸಾಬೀತು ಪಡಿಸಿದ್ದಳು.

ಎಂತಹ ಬಿರುಸಿನ ಮಳೆಯಿದ್ದರೂ ಪರಶು ಟೋಪಿಕೊಡೆ ಧರಿಸಿ ಕ್ರಮತಪ್ಪದೆ ಹಾಲು ಹಾಕುತ್ತಿದ್ದ. ಇನ್ನು ಹೆಚ್ಚುದಿನ ಅವನಿಂದ ಹಾಲು ಪಡೆಯಬೇಕಾಗುವುದಿಲ್ಲ. ಪ್ರಮೋಷನ್ ಟ್ರಾನ್ಸಫರ್ ಆರ್ಡರ್ ಕೈಗೆ ಸಿಕ್ಕಿದ ಮೇಲೆ ಅವನಿಗೆ ಹೇಳಿದರೆ ಸಾಕೆಂದು ಶೇಷಯ್ಯರ್ ನಿರ್ಧರಿಸಿದರು.

ಮಳೆ ಧಾರಾಕಾರವಾಗಿ ಸುರಿಯಿತು. ಹನಿ ಹನಿಯೂ ಕೊಡದಷ್ಟು ನೀರು ಸುರಿಸುತ್ತಿತ್ತು. ಅವಿಶ್ರಾಂತವಾಗಿ ಮಳೆ ಸುರಿಸಿ ಮೋಡಗಳು ಸೊಕ್ಕು ತೋರಿದವು. ಹೊಳೆಯಲ್ಲಿ ಕೆಸರು ರಾಡಿ ಉಕ್ಕಿ ಹರಿಯಿತು. ಜಲಮಟ್ಟ ಅಪಾಯಕಾರಿ ಹಂತಕ್ಕೆ ಏರುತ್ತಲಿತ್ತು. ರಾತ್ರಿ ವೇಳೆ ಬಲವಾಗಿ ಗಾಳಿ ಬೀಸಿತು. ಕಟ್ಟೆಗಳು ಒಡೆದು ಕೆರೆಕಾಲುವೆಗಳು ಪ್ರವಾಹ ಹರಡಿದವು.

ವಿಘ್ನೇಶ್ವರ ನಗರ್ ಹೌಸಿಂಗ್ ಕಾಲೋನಿ ಇರುವುದು ಹೊಳೆಯ ಬದಿಯಲ್ಲೆ ತಾನೆ. ಹೊಳೆಯಲ್ಲಿ ನೀರು ಉಕ್ಕಿತು. ಕಾಲೋನಿಯೊಳಕ್ಕೆ ನೀರು ನುಗ್ಗುವುದೋ ಎಂಬ ಭಯದಿಂದ ನಿವಾಸಿಗಳು ತಲ್ಲಣಗೊಂಡರು. ಕಾಲೋನಿಯ ಗಣಪತಿದೇಗುಲದಲ್ಲಿ ವಿಶೇಷ ಪೂಜೆ,

ಭಜನೆಗಳನ್ನು ನಡೆಸಲಾಯಿತು. ಶೇಷಯ್ಯರ್ ವಿಘ್ನೇಶ್ವರನ ದೇಗುಲದತ್ತ ಬೆರಳು ತೋರಿ ಕಾಲೋನಿ ನಿವಾಸಿಗಳಿಗೆ ಧೈರ್ಯ ತುಂಬಿದರು.

'ಆ ಮಹಾಗಣಪತಿ ಇರುವ ಜಾಗಕ್ಕೆ ಪ್ರವಾಹ ಬರುವುದಿಲ್ಲ.'

ದೇಗುಲವನ್ನು ದಾಟಿಯೇ ಕಾಲೋನಿಯೊಳಕ್ಕೆ ನೀರು ಏರಿಬರಬೇಕು. ದೇವರನ್ನು ಜಯಿಸಲು ಪ್ರಕೃತಿಯಿಂದ ಸಾಧ್ಯವೇ? ಇಲ್ಲ. ಎಂದಿಗೂ ಸಾಧ್ಯವಿಲ್ಲ.

ಮಳೆ ತುಸುವೂ ಕಡಿಮೆಯಾಗಲಿಲ್ಲ. ಹೊಳೆನೀರು ಬಗ್ಗಡವಾಗಿ ನುಗ್ಗಿ ಹರಿಯಿತು. ಕ್ಷಣಕ್ಷಣಕ್ಕೂ ನೀರಿನ ಮಟ್ಟ ಏರುತ್ತಲಿತ್ತು. ಆ ಪ್ರಕ್ರಿಯೆಗೆ ಅಖಂಡವಾಗಿ ಸುರಿಯುತ್ತಿದ್ದ ಮಳೆ ಕುಮ್ಮಕ್ಕು ನೀಡಿತು.

ಆ ರಾತ್ರಿ ಬೆಳಗಾಗುವ ತನಕ ಧಾರಾಕಾರವಾಗಿ ಮಳೆ ಸುರಿಯಿತು. ಬೆಳಕು ಹರಿದಾಗ ನಿರೀಕ್ಷಿಸಿದ್ದ ಸುದ್ದಿ ಶೇಷಯ್ಯರ್‌ಗೆ ಬಂದು ತಲುಪಿತು. ಅರ್ಧರಾತ್ರಿಯಲ್ಲಿ ಹೊಳೆನೀರು ಉಕ್ಕಿಬಂತಂತೆ, ಹೊಳೆದಡದಲ್ಲಿ ವಾಸವಿದ್ದ ಬಹಳಷ್ಟು ಜನರ ಗುಡಿಸಲುಗಳು ಪ್ರಳಯಜಲ ದಲ್ಲಿ ಮುಳುಗಿದವು. ಆ ಗುಂಪಿನಲ್ಲಿ ಪರಶುವಿನ ಗುಡಿಸಲೂ ನೀರು ಪಾಲಾಯಿತು.

ಸೊಕ್ಕಿ ಮೆರೆಯುವ ಆಕಾಶದತ್ತ ನೋಡುತ್ತ ಶೇಷಯ್ಯರ್ ಒರಗುಕುರ್ಚಿಯಲ್ಲಿ ಬಸವಳಿದು ಮಲಗಿದರು. ಪಕ್ಕದಲ್ಲೇ ಸೋಫಾದಲ್ಲಿ ಪಾರ್ವತಿ ಗಲ್ಲಕ್ಕೆ ಕೈಕೊಟ್ಟ ಕುಳಿತಿದ್ದರು. ನೆರೆ ಹಾವಳಿಯಲ್ಲಿ ಯಾರಿಗೆಲ್ಲ ಪ್ರಾಣಹಾನಿಯಾಗಿದೆ? ಅದೇ ಅವರ ಮನಸ್ಸಿನಲ್ಲಿ ಉರಿಯುತ್ತ ಹರಡಿದ ಚಿಂತೆ. ಪರಶುವಿನ ಬಗ್ಗೆ ತಿಳಿಯುವ ಆತುರ ಶೇಷಯ್ಯರ್‌ಗೆ. ಮುರುಗಮ್ಮಳಿಗೇ ನಾಯಿತು ಎಂದು ತಿಳಿಯಲು ಪಾರ್ವತಿಯ ಎದೆ ತುಡಿಯಿತು. ಆಕೆ ಯಾರಿಗೂ ಅಲ್ಲ ವೆಂಬಂತೆ ಹೇಳಿದರು.

'ಪಾಪ! ಆ ಮುರುಗಮ್ಮ... ನಡೆಯೋಕೂ ಆಗೋದಿಲ್ಲ...'

ಶೇಷಯ್ಯರ್ ಮುಖವೆತ್ತಿದರು. ಪಾರ್ವತಿ ಮುಂದುವರಿಸಿದರು.

'ಮಳೆ ನಿಂತರೆ ಒಮ್ಮೆ ಹೋಗಿ ನೋಡಿ.'

ಪಾರ್ವತಿ ಹೇಳದಿದ್ದರೂ ಶೇಷಯ್ಯರ್ ಮಳೆ ತುಸು ತಗ್ಗಲೆಂದೇ ಕಾದಿದ್ದರು. ದೇವರು ಮರಣವೆಂಬ ಅಂತಿಮ ಶಿಕ್ಷೆಯನ್ನು ಅವನಿಗೆ ಕೊಟ್ಟಿರಬಹುದೇ? ಇಲ್ಲ. ನೆನೆಸಿಕೊಳ್ಳಲೂ ಸಾಧ್ಯವಾಗುತ್ತಿಲ್ಲ. ಹಾಲಿನ ಮುಖಾಂತರ ಹಬ್ಬಿಬೆಳೆದ ಹೃದಯ ಬಂಧನ.

ಮಧ್ಯಾಹ್ನದ ವೇಳೆಗೆ ಮಳೆ ತುಸು ನಿಂತಿತು. ಶೇಷಯ್ಯರ್ ಕೊಡೆಯೊಂದಿಗೆ ಹೊರಕ್ಕೆ ಹೊರಟರು. ದಡಮೀರಿ ಹರಿಯುತ್ತಿದ್ದ ಹೊಳೆಬದಿಯಲ್ಲೂ ಸೇತುವೆಯ ಮೇಲೂ ಭಾರೀ ಜನಸಂದಣಿ. ರಕ್ಷಣಾಕಾರ್ಯಗಳಲ್ಲಿ ಮಫ್ತಿಯಲ್ಲಿರುವ ಪೊಲೀಸರು ನಿರತರಾಗಿ ದ್ದಾರೆ. ಅವರ ಸಹಾಯಕ್ಕೆ ರಾಜಕೀಯದ ಯುವ ಕಾರ್ಯಕರ್ತರು ನಿಂತಿದ್ದರು.

ಶೇಷಯ್ಯರ್ ಜನರ ಗುಂಪಿನ ನಡುವಿನಿಂದ ಪರಶುವನ್ನು ಹುಡುಕುತ್ತ ನಡೆದರು. ಅವರು ಪ್ರತಿಯೊಂದು ಮುಖವನ್ನೂ ಒಂದಾದ ಮೇಲೊಂದರಂತೆ ನೋಡಿದರು.

ಪರಿಚಿತರಾಗಿದ್ದ ಸರ್ಕಲ್ ಇನ್ಸ್‌ಪೆಕ್ಟರ್ ಒಬ್ಬರು ಶೇಷಯ್ಯರ್‌ಗೆ ಹೆಚ್ಚಿನ ವಿವರ ಕೊಟ್ಟರು. ಪ್ರವಾಹದಿಂದ ವಸತಿಹೀನರಾದವರನ್ನೆಲ್ಲ ಹೊಳೆಯ ಪೂರ್ವದಿಕ್ಕಿನಲ್ಲಿರುವ ಸರ್ಕಾರಿ ಪ್ರೌಢಶಾಲೆಯಲ್ಲಿ ತಾತ್ಕಾಲಿಕವಾಗಿ ಪುನರ್ವಸತಿ ಕಲ್ಪಿಸಿ ಇರಿಸಲಾಗಿದೆ. ಎಷ್ಟು ಜನರ ಜೀವಹಾನಿಯಾಗಿದೆ ನಿಖರವಾಗಿ ಗೊತ್ತಿಲ್ಲ. ಇನ್ನೂ ಲೆಕ್ಕ ಹಾಕಲಾಗುತ್ತಿದೆ.

ಹೊಳೆಯ ದಿಬ್ಬ ದಾಟಿ ಸೇತುವೆ ಹಾದು ಶೇಷಯ್ಯರ್ ಶಾಲೆಯ ಗೇಟನ್ನು ತಲುಪಿದರು. ಶಾಲೆಯ ವರಾಂಡದ ತುಂಬ ಮಡಕೆ ಕುಡಿಕೆಗಳು, ಈಚಲಚಾಪೆಗಳು ಮತ್ತಿತರ ಮನೆ ಸಾಮಾನುಗಳೇ ತುಂಬಿದ್ದವು. ತೆಂಗಿನ ಮರಗಳಿಗೆ ಸೇರಿಸಿ ಬಿಗಿದಿದ್ದ ಹಗ್ಗಗಳಲ್ಲಿ ಒಣಗಲು ಹಾಕಿದ್ದ ಹರಕು ಬಟ್ಟೆಗಳಿಂದ ನೀರು ತೊಟ್ಟು ತೊಟ್ಟಾಗಿ ಬೀಳುತ್ತಿತ್ತು. ಅಂಗಳದಲ್ಲಿ ಆಡು ಗಳು, ದನಗಳು, ಎಮ್ಮೆಗಳು, ಕೋಳಿಗಳು ಮೇಯುತ್ತಿದ್ದವು. ಅವುಗಳ ಮಧ್ಯೆ ಅವೆಲ್ಲಕ್ಕೂ ಸಂರಕ್ಷಕರ ಹಾಗೆ ಬಡಕಲು ನಾಯಿಗಳು.

ಶೇಷಯ್ಯರ್ ಒಳಕ್ಕೆ ಕಾಲಿಟ್ಟರು. ಮುಂದಿನ ವರಾಂಡದಲ್ಲಿ ಬಟ್ಟಲುಗಳಲ್ಲಿ ಗಂಜಿ ಕುಡಿಯುತ್ತ ಕುಳಿತಿರುವವರ ಸಾಲಿನಲ್ಲಿ ಪರಶು ಇದ್ದಾನೇನು? ಶೇಷಯ್ಯರ್ ಒಬ್ಬೊಬ್ಬರನ್ನೇ ಗಮನಿಸಿ ನೋಡಿದರು. ತಟ್ಟನೆ ಅವರ ದೃಷ್ಟಿ ವಲಯಕ್ಕೆ ಪರಶುವಿನ ರೂಪ ಸಿಲುಕಿತು. ಗಂಜಿ ಬಡಿಸುತ್ತಿರುವ ಒಬ್ಬ ಮಧ್ಯ ವಯಸ್ಕನ ಪಕ್ಕದಲ್ಲೇ ತಾಳಬದ್ಧವಾಗಿ ಬಾಗುತ್ತ ನಿಲ್ಲುತ್ತ ಪ್ರತಿ ಬಟ್ಟಲಿಗೂ ಸೌಟಿನಿಂದ ಪಲ್ಯ ಬಡಿಸುತ್ತ ಸಾಗುತ್ತಿದ್ದಾನೆ ಪರಶು. ಅವನಿಗೇನೂ ಆಗಿಲ್ಲ! ಅಷ್ಟರ ಮಟ್ಟಿಗೆ ನೆಮ್ಮದಿಯಾಯಿತು. ಪಲ್ಯ ಬಡಿಸುವ ಅವನ ಉತ್ಸಾಹ ಕಂಡು ಶೇಷಯ್ಯರ್ ಕುತೂಹಲ ತಾಳಿದರು. ತುಸು ಹೊತ್ತು ಅದನ್ನೇ ನೋಡುತ್ತ ನಿಂತರು.

ವರಾಂಡದ ತುದಿಯಲ್ಲಿ ಕುಳಿತಿದ್ದ ಕೊನೆಯ ನಿರಾಶ್ರಿತನಿಗೂ ಪಲ್ಯ ಬಡಿಸಿ ನೆಟ್ಟಗೆ ನಿಂತು ತಿರುಗಿದಾಗ ಅಂಗಳದಲ್ಲಿ ನಿಂತಿರುವ ಶೇಷಯ್ಯರ್‌ರನ್ನು ಪರಶು ಕಂಡ. ಗಂಜಿ ಬಡಿಸುವಾತನ ಕಿವಿಯಲ್ಲಿ ಏನೋ ಹೇಳಿ ಪಾತ್ರೆಯನ್ನು ಅವನಿಗೊಪ್ಪಿಸಿ ಅವನು ವರಾಂಡ ದಿಂದ ಅಂಗಳಕ್ಕೆ ಜಿಗಿದು ಶೇಷಯ್ಯರ್‌ರ ಮುಂದೆ ಬಂದು ನಿಂತನು. ಶೇಷಯ್ಯರ್ ಒಂದು ತೆಂಗಿನಮರದ ಕೆಳಗೆ ನಿಂತಿದ್ದರು.

ಎಂದಿನಂತೆ ಮಡಚಿ ಮೇಲೆತ್ತಿ ಕಟ್ಟಿದ್ದ ಪಂಚೆ ಕೆಳಕ್ಕಿಳಿ ಬಿಟ್ಟು ಅವನು ಶೇಷಯ್ಯರ್‌ಗೆ ನಮಸ್ಕರಿಸಿದನು. ಶೇಷಯ್ಯರ್ ಅವನನ್ನು ಅಡಿಯಿಂದ ಮುಡಿತನಕ ನೋಡಿದರು.

'ನಿನ್ನ ಸ್ಥಿತಿ ತಿಳಿಯಲೆಂದು ಹೊರಟು ಬಂದೆ. ಮುರುಗಮ್ಮ ಎಲ್ಲಿ?'

ಮುರುಗಮ್ಮನ್ನು ಒಂದು ತರಗತಿ ಕೋಣೆಯಲ್ಲಿ ಬೆಂಚ್‌ಗಳನ್ನು ಸೇರಿಸಿ ಮೇಲೆ ಚಾಪೆ, ಹಳೆಬಟ್ಟೆ ಹಾಸಿ ಮಲಗಿಸಲಾಗಿತ್ತು. ಮಕ್ಕಳೆಲ್ಲ ವರಾಂಡದಲ್ಲಿ ಕುಳಿತು ಗಂಜಿ, ಪಲ್ಯಗಳನ್ನು ಅತ್ಯಾಸೆಯಿಂದ ಸೇವಿಸುತ್ತಿದ್ದಾರೆ. ಹಿಂದಿನ ರಾತ್ರಿಯ ಬಿರುಮಳೆಯ ಅಟ್ಟ ಹಾಸವನ್ನು ಪರಶು ವಿವರಿಸಿದ. ಹೊಳೆನೀರು ಉಕ್ಕಿ ಬರುವುದನ್ನು ಕಂಡಾಗಲೇ ಹಲವರು ಮಧ್ಯರಾತ್ರಿಯಲ್ಲೇ ಶಾಲೆಯ ವರಾಂಡಕ್ಕೆ ಬಂದು ಸೇರಿಕೊಂಡರು. ರಾಜಕೀಯ ಯುವ

ಕಾರ್ಯಕರ್ತರೆಲ್ಲ ಸೇರಿ ಮುರುಗಮ್ಮನನ್ನು ತರಗತಿಕೋಣೆಗೆ ತಲುಪಿಸಿದರು. ಗುಡಿಸಲೊಳಗೆ ಇದ್ದುದ್ದೆಲ್ಲ ಕೊಚ್ಚಿ ಹೋಯಿತೆಂಬುದನ್ನು ಬಿಟ್ಟರೆ ಪರಶುವಿನ ಕುಟುಂಬದವರಿಗೆ ಯಾರಿಗೂ ಏನೂ ಆಗಲಿಲ್ಲ. ಹಸು ಮತ್ತು ಎಮ್ಮೆಗಳನ್ನು ಹಿಂದಿನ ದಿನ ಮಧ್ಯಾಹ್ನವೇ ಬಿಚ್ಚಿ ದೂರದಲ್ಲಿ ಕಟ್ಟಿದ್ದನು.

ಲೆಕ್ಕ ತೆಗೆದುಕೊಳ್ಳುವ ಒಬ್ಬ ಸರ್ಕಾರಿ ಅಧಿಕಾರಿಯ ಸ್ವರದಲ್ಲಿ ಶೇಷಯ್ಯರ್ ಕೇಳಿದರು.

'ಗುಡಿಸಲು ಕೊಚ್ಚಿ ಹೋದದ್ದರಿಂದ ಎಷ್ಟು ನಷ್ಟವಾಗಿರಬಹುದು?'

'ಓ ಅದಾ...' ಎಂಬಂತೆ ಉದಾಸೀನವಾಗಿ ಹೇಳಿ ಪರಶು ಮುಂದುವರಿಸಿದ,

'ಸ್ವಾಮೀ, ನಮಗೆಲ್ಲ ಏನು ಮಹಾ ನಷ್ಟ ಆಗುತ್ತೆ. ಅಂದಂದಿನ ದುಡಿಮೆ ಅಂದಂದೇ ಖಾಲಿ. ಒಂದಷ್ಟು ಮಡಿಕೆ ಕುಡಿಕೆ ಹೋಗಿರಬಹುದು ಅಷ್ಟೆ.'

ಶೇಷಯ್ಯರ್‌ಗೆ ನಗುಬಂತು. ಈ ಸ್ಥಿತಿಯಲ್ಲೂ ಅವನ ಹಾಸ್ಯಪ್ರಜ್ಞೆ ಕಂಡು, ಎಷ್ಟು ಹಗುರವಾಗಿ ಅವನು ಸಮಸ್ಯೆಗಳನ್ನು ಎದುರಿಸುತ್ತಾನಲ್ಲ ಎನಿಸಿತು.

ಸ್ವಲ್ಪ ಹೊತ್ತಿನ ಮೌನದ ಬಳಿಕ ಶೇಷಯ್ಯರ್ ಹೇಳಿದರು.

'ಪರಶು, ನನಗೆ ವರ್ಗಾವಣೆ ಆಯಿತು. ಮುಂದಿನ ವಾರ ನಾನು ಇಲ್ಲಿಂದ ಹೋಗುವೆ.'

ಹಠಾತ್ತನೆ ಪರಶುವಿನ ಮುಖ ಮಂಕಾದುದನ್ನು ಶೇಷಯ್ಯರ್ ಗಮನಿಸಿದರು. ಅವನು ಇನ್ನಷ್ಟು ಸನ್ನಿಹಕ್ಕೆ ಬಂದನೇ ಎಂಬ ಅನುಮಾನ

'ಸ್ವಾಮೀ, ಇನ್ನು ಇಲ್ಲಿಗೆ ಬರುವುದಿಲ್ಲವೆ?'

'ಉಹುಂ... ಇನ್ನು ಯಾಕೆ ಬರಬೇಕು? ಎರಡುವರ್ಷ ಕಳೆದರೆ ಪೆನ್ಷನ್ ಆಗುತ್ತೆ... ದೇವರ ನಾಮಸ್ಮರಣೆ ಮಾಡುತ್ತ ಊರಲ್ಲೇ ಎಲ್ಲಾದರೂ ಇದ್ದುಬಿಡುತ್ತೇನೆ.'

ಪರಶು ಮುಖ ತಗ್ಗಿಸಿ ಒದ್ದೆಯಾಗಿದ್ದ ಮಣ್ಣನ್ನು ನೋಡುತ್ತ ನಿಂತ. ಆ ಹೃದಯದಲ್ಲಿ ಏನೇನೋ ತಾಕಲಾಡುತ್ತಿದೆ. ಆದರೆ ನಾಲಿಗೆ ಮರವಟ್ಟಿದೆ. ಆ ನಿಶ್ಶಬ್ದ ಬೆಳೆಯುತ್ತಿರಲು ಶೇಷಯ್ಯರ್ ಕಸಿವಿಸಿಗೊಂಡರು. ಹೋಗಲುದ್ಯುಕ್ತರಾಗಿ ಅವರು ಗಂಟಲು ಸರಿಪಡಿಸಿ ಕೊಂಡರು.

'ಅನುಕೂಲದಂತೆ ಮನೆಗೊಮ್ಮೆ ಬಾ. ನಿಮ್ಮೆಲ್ಲರ ಬಗ್ಗೆ ಯೋಚಿಸಿ ಪಾರ್ವತಿಗೂ ಬಹಳ ಬೇಜಾರಾಗಿದೆ.'

ಶೇಷಯ್ಯರ್ ನಡೆದರು. ಗೇಟಿಗೆ ತಲುಪಿದಾಗ ಒಮ್ಮೆ ತಿರುಗಿ ನೋಡಿದರು. ತೆಂಗಿನಮರ ದಡಿಯಲ್ಲಿ ಒಂದು ತೇಗದ ಮರದ ಬೊಡ್ಡೆಯಂತೆ ಪರಶುನಿಂತಿದ್ದ.

ಪರಶುವಿನ ಕುಟುಂಬ ಸುರಕ್ಷಿತವಾಗಿದೆ ಎಂದು ತಿಳಿದು ಪಾರ್ವತಿಗೆ ಸಂತೋಷ ವಾಯಿತು. ಆಕೆ ಮನದಲ್ಲೇ ಅಂದುಕೊಂಡರು. ದೈವಭಕ್ತರಾದ ತಮ್ಮ ಪತಿಯ ಸಾಮೀಪ್ಯ

ವೊಂದರಿಂದಲೇ ಪರಶು ಮತ್ತು ಅವನ ಕುಟುಂಬದ ಆಯುಷ್ಯ ದೀರ್ಘವಾಗಿ ಲಭಿಸಿದೆ. ಗಂಧದ ಸಹವಾಸದಿಂದ ಗಂಧದ ಪರಿಮಳ, ಸಗಣಿಯ ನಂಟಿನಿಂದ ಸಗಣಿಯ ವಾಸನೆ.

ಪ್ರಮೋಷನ್ ಮತ್ತು ಟ್ರಾನ್ಸಫರ್ ಆರ್ಡರ್ ಶೇಷಯ್ಯರ್‌ರ ಕೈಗೆ ಲಭಿಸಿತು. ತಾವು ಹುಟ್ಟಿ ಬೆಳೆದ ತಮಿಳುನಾಡಿನಲ್ಲೇ ಜೀವನದ ಉಳಿದ ಭಾಗವನ್ನು ಕಳೆಯಬಹುದು. ಲಭಿಸಬಹುದಾದ ಅತಿ ಉನ್ನತ ಹುದ್ದೆಯೇ ಈಗ ಶೇಷಯ್ಯರ್‌ಗೆ ಲಭಿಸಿತ್ತು.

ಮನೆ ಸಾಮಾನುಗಳನ್ನೆಲ್ಲ ಒಂದು ಲಾರಿಯಲ್ಲೇರಿಸಿಕೊಂಡು ಚೆಂಗಲ್‌ಪಟ್‌ನಿಂದ ಬಂದಿದ್ದ ಶೇಷಯ್ಯರ್‌ರ ಭಾವ ಹಿಂದಿನ ದಿನವೇ ಮದ್ರಾಸಿಗೆ ಹೋದರು.

ಮರುದಿನ ಬೆಳಗ್ಗೆ ಪರಶು ತಂದುಕೊಟ್ಟ ಹಾಲು ಸೇರಿಸಿ ಪಾರ್ವತಿ ಕಾಫಿ ಮಾಡಿದರು. ಹಾಲು ತಂದಾಗ ಪರಶುವಿನ ಜೊತೆ ಅವನ ಮೂವರು ಮಕ್ಕಳೂ ಬಂದಿದ್ದರು. ಪಶ್ಚಿಮದ ಕೈಸಾಲೆಯಲ್ಲಿ ಕೂರಿಸಿ ಪಾರ್ವತಿ ಅವರಿಗೆಲ್ಲ ಹೊಟ್ಟೆತುಂಬ ಇಡ್ಲಿ ಮತ್ತು ಈರುಳ್ಳಿ ಸಾಂಬಾರ್ ಕೊಟ್ಟರು.

ಹಾಲಿನ ಲೆಕ್ಕ ಎಲ್ಲ ಚುಕ್ತಾ ಮಾಡಿದ ಮೇಲೆ ಅವನ ಮುಂದಿನ ಯೋಜನೆಗಳೇನೆಂದು ಶೇಷಯ್ಯರ್ ಕೇಳಿದರು. ದೇಹದ ಸಗಣಿ ತುಣುಕುಗಳನ್ನು ಹೆಕ್ಕುತ್ತ ಬೆರಳಿಂದ ದೂರ ಚಿಮ್ಮಿಸುತ್ತ, ಆಗಾಗ ಕುರುಚಲು ಕೂದಲುಗಳನ್ನು ಸವರುತ್ತ ತನ್ನ ಭವಿಷ್ಯದ ಯೋಜನೆಗಳನ್ನು ಪರಶು ವಿವರಿಸಿದ. ಹೊಳೆನೀರಿನಲ್ಲಿ ಗುಡಿಸಲು ಕೊಚ್ಚಿ ಹೋಗಿದ್ದರೂ ತಳಪಾಯಕ್ಕೇನೂ ಹಾನಿಯಾಗಿಲ್ಲ. ಪ್ರವಾಹದಲ್ಲಿ ಗುಡಿಸಲು ನಷ್ಟ ಹೊಂದಿದವರಿಗೆ ಸರ್ಕಾರ ಹಣ ಸಹಾಯ ಮಾಡುತ್ತದೆಂದು ಕೇಳಿಬರುತ್ತಿದೆ. ಅದನ್ನು ಪಡೆದು ಗುಡಿಸಲನ್ನು ಚೆನ್ನಾಗಿ ಕಟ್ಟಬೇಕು. ಹಿರಿಯ ಮಗ ಕಲ್ಲಿನ ಕೋರೆಯಲ್ಲಿ ಕಲ್ಲು ಒಡೆಯುವ ಕೆಲಸಕ್ಕೆ ಹೋಗುತ್ತಾನೆ. ಅವನಿಗೆ ದಿನವೂ ಒಳ್ಳೆಯ ಕೂಲಿ ಸಿಗುತ್ತದೆ. ಒಡೆದು ಸಂಗ್ರಹಿಸುವ ಜಲ್ಲಿಯ ರಾಶಿಗೆ ತಕ್ಕಂತೆ ಕೂಲಿ. ಮುರುಗಮ್ಮ ಸದ್ಯಕ್ಕೆ ಅವಳ ಅಣ್ಣನ ಗುಡಿಸಲಿನಲ್ಲಿದ್ದಾಳೆ. ಗುಡಿಸಲು ಸರಿಪಡಿಸಿದ ಮೇಲೆ ಅವಳನ್ನು ಇಲ್ಲಿಗೆ ಕರಕೊಂಡು ಬರಬೇಕು. ಎರಡನೆ ಮಗ ಹಸು ಎಮ್ಮೆಗಳನ್ನು ನೋಡಿಕೊಳ್ಳುತ್ತಾನೆ. ಮೂರನೆಯವಳು ಹುಡುಗಿ. ಮುರುಗಮ್ಮ ಆರೋಗ್ಯವಾಗಿದ್ದಾಗಲೇ ಮಗಳಿಗೆ ಅಡಿಗೆ ಕೆಲಸ ಚೆನ್ನಾಗಿ ಕಲಿಸಿದ್ದಳು. ಹೀಗೆ ಸುಮಾರಾಗಿ ಜೀವನ ಮುಂದುವರಿಸಬಹುದೆಂದು ಪರಶು ಭಾವಿಸಿರುವನು.

ತಮ್ಮೊಳಗಿನ ಸಂಶಯಪಿಶಾಚಿಯನ್ನು ಒಲ್ಲದ ಮನಸ್ಸಿನಿಂದಲೇ ಶೇಷಯ್ಯರ್ ಹೊರ ಹಾಕಿದರು.

'ಮುಂದಿನ ವರ್ಷವೂ ನೆರೆ ಉಕ್ಕುವುದಲ್ಲ ಪರಶು... ಬೇರೆ ಎಲ್ಲಿಗಾದರೂ ಜಾಗ ಬದಲಾಯಿಸಿ ಹೊಸ ಗುಡಿಸಲು ಕಟ್ಟಬಾರದೇ?'

ಬಹಳ ಹಗುರವಾಗಿ ಪರಶು ಉತ್ತರ ಹೇಳಿದ. ಆಗ ಅವನ ಅಂಗೈಗಳು ಕಿರಿಯ ಮಕ್ಕಳ ತಲೆ ಮೇಲಿದ್ದವು.

'ನಾನು ಎಲ್ಲಿಗೂ ಹೋಗೋದಿಲ್ಲ ಸ್ವಾಮಿಗಳೇ... ನನ್ನ ಅಪ್ಪ, ಅಜ್ಜ ಎಲ್ಲರೂ ಅಲ್ಲಿಯೇ ಮಲಗಿ ಪ್ರಾಣ ಬಿಟ್ಟರು. ನೀರು ಬರುತ್ತೆ ಹೋಗುತ್ತೆ, ಅವೆಲ್ಲ ಇದ್ದದ್ದೇ.'

ಬಳಿಕ ನೆಲೆಸಿದ ಮೌನದ ಬಿಸಿಯಲ್ಲಿ ಶೇಷಯ್ಯರ್‌ರ ಮನಸ್ಸು ಕರಗಿತು. ಇನ್ನಾದರೂ ಮಹಾವಿಷ್ಣುವಿನ ಕೋಪದ ಬಾಣಗಳು ಇವನಿಗೆ ತಾಗದಿರಲಿ ಎಂಬುದೇ ಆ ಪುಣ್ಯಮನಸ್ಸಿನ ಪ್ರಾರ್ಥನೆಯಾಗಿತ್ತು.

ತೆಂಗಿನ ಗರಿ ಖರೀದಿಸಲು ಐನೂರು ರೂಪಾಯಿ ಪರಶುವಿಗೆ ಕೊಡಬೇಕೆಂದು ಪಾರ್ವತಿಯೊಡನೆ ಮೊದಲೇ ಸಮಾಲೋಚಿಸಿ ಶೇಷಯ್ಯರ್ ನಿರ್ಧರಿಸಿದ್ದರು. ಪಾಪ! ಗುಡಿಸಲು ಪೂರಾ ನಷ್ಟವಾಗಿ ಹೋಯಿತು. ಹೆಂಡತಿ ಪಾರ್ಶ್ವವಾಯು ಪೀಡಿತಳಾಗಿ ಮಲಗಿದ್ದಾಳೆ. ಇವೆಲ್ಲವನ್ನೂ ಕಂಡೂ ಸಹ ಏನೂ ಸಹಾಯ ಮಾಡದೆ ಇಲ್ಲಿಂದ ಹೇಗೆ ಹೋಗಲು ಸಾಧ್ಯ? ಇವನಿಗೆ ನೆರವಿಗೆ ಬೇರೆ ಯಾರಿದ್ದಾರೆ?

ಹಣ ಪಡೆಯುವಾಗ ಪರಶುವಿನ ಕಣ್ಣುಗಳು ಹನಿದುಂಬಿದವು. ಮೂವರು ಮಕ್ಕಳಿಗೂ ತಲಾ ಹತ್ತು ರೂಪಾಯಿ ಕೊಟ್ಟರು ಪಾರ್ವತಿ, ಹಾಗೆಯೇ ಪರಶುವಿಗೆ ಒಂದು ದೊಡ್ಡ ಕಾಗದದ ಪೊಟ್ಟಣ ಕೊಟ್ಟರು. ಅದರ ತುಂಬ ಸುಬ್ರನ್‌ನ ಹಳೆಯ ಷರ್ಟುಗಳು ಕನಕಳಿಗೆ ಅಳತೆತಪ್ಪಿಹೋದ ಜಾಕೆಟ್‌ಗಳು ಮತ್ತು ಬಣ್ಣ ಕುಂದಿದ, ಹಿಂಜಲಾರಂಭಿಸಿದ್ದ ನಾಲ್ಕೈದು ಸೀರೆಗಳು ಇದ್ದವು.

ಹಜಾರದಲ್ಲಿ ಅತ್ತಿಂದಿತ್ತ ನಡೆದಾಡುತ್ತ ಒಲ್ಲದ ಮನಸ್ಸಿನಿಂದಲೇ ಕೊನೆಯ ಬಾರಿ ಶೇಷಯ್ಯರ್ ಅವನಿಗೆ ಬುದ್ಧಿವಾದ ಹೇಳಿದರು.

'ಪರಶು, ದೇವರಿದ್ದಾನೆ ಎಂಬ ವಿಚಾರವನ್ನು ಮಾತ್ರ ನೀನು ಮರೆಯ ಬೇಡ. ಬೇರೆ ಯಾವ ಉದ್ಧಟತನ ಬೇಕಾದರೂ ಮನುಷ್ಯನಿಗಿರಲಿ.'

ಅವನಿಂದ ಏನಾದರೂ ಪ್ರತಿಕ್ರಿಯೆ ಉಂಟಾಗುವುದೆಂದು ಶೇಷಯ್ಯರ್ ಸ್ವಲ್ಪವೂ ನಿರೀಕ್ಷಿಸಲಿಲ್ಲ. ಆದರೆ, ಪರಶುವಿನ ಉತ್ತರ ಸರಕ್ಕನೆ ಬಂತು. ಹಿಂದೊಮ್ಮೆ ಆಸ್ಪತ್ರೆಯಿಂದ ಬಂದಾಗ ಹೇಳಿದ ಅವೇ ಮಾತುಗಳು.

'ಮನುಷ್ಯರ ದೇವರು ಮನುಷ್ಯರೇ ಸ್ವಾಮೀ...'

ಅನಂತರ ಶೇಷಯ್ಯರ್ ಏನೂ ಹೇಳಲಿಲ್ಲ, ಅದು ಪರಶುವಿನ ಹಣೆಬರಹ. ಅದನ್ನು ಅವನು ಅನುಭವಿಸಲೇಬೇಕು. ವಿಧಿ ಎಂಬುದನ್ನು ಬೇರೆ ಯಾರೂ ಹಂಚಿಕೊಳ್ಳಲು ಸಾಧ್ಯವಾಗುವುದಿಲ್ಲವಲ್ಲ.

ಅಂದು ಸಂಜೆ ವಿಘ್ನೇಶ್ವರ್‌ನಗರ್ ಕಾಲೋನಿ ನಿವಾಸಿಗಳು ಶೇಷಯ್ಯರ್ ಕುಟುಂಬಕ್ಕೆ ಒಂದು ಹೃತ್ಪೂರ್ವಕ ವಿದಾಯ ನೀಡಿದರು. ಮಹಿಳೆಯರು, ಮಕ್ಕಳು, ವೃದ್ಧರು ಸೇರಿದ್ದ ಒಂದು ದೊಡ್ಡ ಗುಂಪೇ ಶೇಷಯ್ಯರ್‌ರನ್ನು ಬೀಳ್ಕೊಡಲು ನೆರೆದಿತ್ತು. ಆ ಗುಂಪಿನಿಂದ

ದೂರದಲ್ಲಿ ಹಾಲಿನ ಬೂತಿನ ಪಕ್ಕ ಪರಶು ಮತ್ತು ಮಕ್ಕಳು ನಿಂತಿರುವುದು ಶೇಷಯ್ಯರ್‌ರ ಕಣ್ಣಿಗೆ ಬೀಳದೆ ಇರಲಿಲ್ಲ.

ಶೇಷಯ್ಯರ್ ಮತ್ತು ಕುಟುಂಬದವರು ಕಾರಿನಲ್ಲಿ ಪಯಣವಾದರು. ಹೊಳೆಯ ಸೇತುವೆ ದಾಟುವಾಗ ಶೇಷಯ್ಯರ್ ಕಾರು ನಿಲ್ಲಿಸಿ ಹೊಳೆಯ ದಡವನ್ನು ವೀಕ್ಷಿಸಿದರು. ಕಪ್ಪನೆ ಭಾರೀ ಕರಿಹನೆ ಬೆಳೆದು ನಿಂತಿರುವ ಅಂಗಳ. ಅಲ್ಲಿ ಪ್ರವಾಹದಲ್ಲಿ ಕೊಚ್ಚಿಹೋದ ಪರಶುವಿನ ಗುಡಿಸಲಿನ ಅವಶೇಷಗಳು. ಇಷ್ಟು ತೀವ್ರ ಪ್ರವಾಹವುಂಟಾಗಿದ್ದರೂ ಆ ಕರಿಹನೆ ಮರಕ್ಕೆ ಏನೂ ಆಗಿಲ್ಲವಲ್ಲ. ಅಲ್ಲಿ ಮತ್ತೊಂದು ಗುಡಿಸಲು ಕಟ್ಟಿಕೊಂಡು ಪರಶು ಪುನಃ ಜೀವನ ಶುರುಮಾಡಲಿದ್ದಾನೆ. ಅವನು ಪ್ರಕೃತಿಗೆ ಹೆದರಿ ಓಡಲು ಸಿದ್ಧನಲ್ಲ. ಅಂದರೆ ದೈವಕ್ಕೆ ಮಣಿಯಲು ಅವನಿಗೆ ಮನಸ್ಸಿಲ್ಲ ಎಂದು ಅರ್ಥ. ಅವರವರು ನಿರಂತರ ಮಾಡುವ ಕರ್ಮಗಳ ಫಲ ಅವರವರೇ ಅನುಭವಿಸಿ ತೀರಲೇಬೇಕು.

ತರುವಾಯ ಅವೆಷ್ಟು ವರ್ಷಗಳು ಕಳೆದಿವೆ. ವಿಘ್ನೇಶ್ವರನಗರ್ ಇಂದು ಬರೀ ಒಂದು ಕನಸೇ? ಅಲ್ಲ. ತಮ್ಮ ಜೀವನದಲ್ಲಿ ಭೇಟಿಯಾದ ಹಲವು ಮುಖಗಳನ್ನು ಶೇಷಯ್ಯರ್ ಮರೆತುಬಿಟ್ಟಿದ್ದಾರೆ. ಆದರೆ, ಪರಶುವಿನ ಮುಖ ಮಾತ್ರ ಇಂದಿಗೂ ಅವರ ನೆನಪಿನಲ್ಲಿದೆ. ಒಂದು ಕೋಣದ ಮುಖಭಾವವಿರುವ ಪರಶು.

ಪಾರ್ವತಿ ಪುನಃ ಮಹಡಿ ಮೆಟ್ಟಲೇರಿ ಒಳಬಂದರು. ಶೇಷಯ್ಯರ್‌ರ ಹಿಂದೆ ನಿಂತು ಕುರ್ಚಿಯ ಹಲಗೆಯ ಮೇಲೆ ಕೈಯುಜ್ಜುತ್ತ ಅವರು ಹೇಳಿದರು.

'ಗಂಟೆ ಒಂದಾಯ್ತು... ಊಟ ಮಾಡೋದಿಲ್ಲವೆ?'

ಆಗಲೇ, ಗಂಟೆ ಒಂದಾಯಿತೆಂಬ ಸತ್ಯ ಶೇಷಯ್ಯರ್‌ಗೆ ಅರಿವಾದದ್ದು. ಹೊರಗೆ ಮಳೆ ಸ್ವಲ್ಪ ಕಡಿಮೆಯಾಗಿದ್ದರೂ ತಡಮಾಡದೆ ಭಾರೀ ಮಳೆ ಸುರಿಸುವ ತಯಾರಿಯಲ್ಲಿತ್ತು ಆಕಾಶ.

ಶೇಷಯ್ಯರ್ ಅಂಗೈಯಿಂದ ಮುಖವನ್ನು ಪೂರಾ ಒಮ್ಮೆ ಬಲವಾಗಿ ಒರೆಸಿ ಬಿಸಿ ಮಾಡಿಕೊಳ್ಳುತ್ತ ಪಾರ್ವತಿಗೆ ಹೇಳಿದರು.

'ಸ್ವಲ್ಪ ಕಳೆಯಲಿ... ನೀನು ಊಟಮಾಡು.'

ಪಾರ್ವತಿ ಶೇಷಯ್ಯರ್‌ರನ್ನು ದಯನೀಯವಾಗಿ ಒಮ್ಮೆ ನೇವರಿಸಿ ನೋಡಿಬಿಟ್ಟು ಕೆಳಕ್ಕಿಳಿದು ಹೋದರು. ಸಾಮಾನ್ಯವಾಗಿ ಇಂತಹ ಸಂದರ್ಭಗಳಲ್ಲಿ ಅವರು ಏನಾದರೊಂದು 'ಕಮೆಂಟ್' ಪಾಸ್ ಮಾಡಿಯೇ ಹೋಗುತ್ತಿದ್ದರು. ಈ ಸಲ ಪಾರ್ವತಿಗೆ ಅದು ಸಾಧ್ಯವಾಗಲಿಲ್ಲ. ಅವರ ಮನಸ್ಸನ್ನು ಮುರುಗಮ್ಮ ಕಲ್ಲೋಲಗೊಳಿಸುತ್ತಿರಬಹುದೇ?

ಶೇಷಯ್ಯರ್ ಬಾತ್‌ರೂಮಿಗೆ ಹೋಗಿ ಕಾಲು, ಮುಖ ತೊಳೆದರು. ಅನಂತರ ಅವರು ನೇರವಾಗಿ ಪೂಜೆಯ ಕೋಣೆಗೆ ಹೋದರು. ಬ್ರಹ್ಮ ವಿಷ್ಣು ಮಹೇಶ್ವರ ಪ್ರಭೃತಿಗಳ

ಚಿತ್ರಗಳ ಮುಂದೆ ಪದ್ಮಾಸನದಲ್ಲಿ ಕುಳಿತು ಕಣ್ಣುಗಳನ್ನು ಮುಚ್ಚಿ ಕೈಮುಗಿದು ಆ ಬ್ರಾಹ್ಮಣ ಪ್ರಾರ್ಥಿಸಿದರು.

'ಭಗವಂತಾ, ಭೂಮಿಯಲ್ಲಿರುವ ಮನುಷ್ಯರಲ್ಲಿ ದೇವಗಣ ಮತ್ತು ಅಸುರಗಣ ಎಂಬ ಎರಡು ಗುಂಪುಗಳಿವೆಯಲ್ಲ. ದೇವಗಣದವರು ನಿನ್ನಲ್ಲಿ ಆಸರೆ ಅರಸಿ ಬಂದು ನಿನ್ನ ಮಹಿಮೆಗಳನ್ನು ಹಾಡಿ ಹೊಗಳಿ ಸಾಯುಜ್ಯ ಹೊಂದುತ್ತಾರೆ. ಅಸುರಗಣದವರಾದರೋ ನಿನ್ನನ್ನು ನಿಂದಿಸುವುದರಲ್ಲೂ ನಿಷೇಧಿಸುತ್ತ ಇರುವುದರಲೂ ಚಾರಿತಾರ್ಥ್ಯ ಕಂಡುಕೊಳ್ಳು ತ್ತಾರೆ. ನೀನು ಅವರನ್ನು ಮನ್ನಿಸು. ಎಂದಾದರೊಂದು ದಿನ ಅವರು ನಿನ್ನ ಕಾಲಡಿಗೆ ಬಿದ್ದು ಶರಣಾಗದೆ ಇರುವುದಿಲ್ಲ. ಜನನಮರಣಗಳ ಅನೂಹ್ಯ ಸಮಸ್ಯೆಗಳನ್ನು ಬಗೆಹರಿಸ ಲಾಗದೆ ಅನಂತವೂ ಅಜ್ಞಾತವೂ ಆದ ಈ ಜಗದ ರಹಸ್ಯವನ್ನು ಹುಡುಕಿ ಹುಡುಕಿ ಸಾಕಾಗಿ ಮಾನವ ಬದುಕೆಂಬ ನೀರಮೇಲಿನಗುಳ್ಳೆಯ ನಶ್ವರತೆಯಿಂದ ನೊಂದು ಬೆಂದು ಒಂದು ದಿನ ಅವರು ನಿನ್ನ ಸನ್ನಿಧಿಗೆ ಬಂದು ತಲುಪುವರು.'

**

ಮೊಲೆಹಾಲಿನ ಸೆಲೆಗಳು

ನಿನ್ನೆಯೂ ಸುಬ್ರಹ್ಮಣ್ಯನಿಗೆ ಆತ್ಮಹತ್ಯೆ ಮಾಡಿಕೊಳ್ಳಲು ಸಾಧ್ಯವಾಗಲಿಲ್ಲ. ಒಂದೋ ಇದು ಅವನ ಸುಳ್ಳುಮಾತಾಗಿರಬೇಕು ಅಥವಾ ತನ್ನ ಮನಸಾಕ್ಷಿಯನ್ನು ಮೋಸಗೊಳಿಸಲು ಅಥವಾ ತತ್ಕಾಲಕ್ಕೆ ಸಂತೈಸಲು ಪ್ರಯೋಗಿಸುತ್ತಿರುವ ಉಪಾಯ. ಈ ರೀತಿ ಇತರರು ಯೋಚಿಸತೊಡಗಿದರೆ ಅದನ್ನು ಸುಬ್ರಹ್ಮಣ್ಯ ಅಲ್ಲಗಳೆಯ ಬಲ್ಲನೇ? ಸ್ವಯಂ ಹಳಿಯುತ್ತ ಹೇಡಿತನದ ಕೀವು ಸೋರುತ್ತಿರುವ ಒಳಗಿನ ಹುಣ್ಣುಗಳನ್ನು ನೋಡುತ್ತ ಅವನು ಹೇಳಿದ. ಇಲ್ಲ. ಎಂದಿಗೂ ಇಲ್ಲ.

ಸುಬ್ರಹ್ಮಣ್ಯ ವಾಸವಿರುವುದು ಆತ್ಮಹತ್ಯೆಗೆ ತಕ್ಕುದಾದ ಅತಿ ಸುಂದರವಾದ ಒಂದು ಪರಿಸರದಲ್ಲೇ. ರೈಲು ಹಳಿಗಳ ಪಕ್ಕ ಓವರ್‌ಬ್ರಿಡ್ಜ್‌ನ ಹಾವಸೆ ಮುಸುಕಿದ ಪಾರ್ಶ್ವಗಳ ಮರೆ ಯಲ್ಲಿರುವ ಗುಡಿಸಲು. ಸರ್ಕಾರಿ ಭೂಮಿಯನ್ನು ಒತ್ತುವರಿ ಮಾಡಿಕೊಂಡು ಕಾನೂನಿನ ವಿರೋಧಿಯಾಗಿದ್ದ ಅವನ ತಂದೆ ಹಿಂದೆಂದೋ ಉದ್ಯೋಗದ ಏಳಿಗೆಯ ದೂರದೃಷ್ಟಿಯಿಂದಲೇ ಕಟ್ಟಿದ್ದನು ಅದನ್ನು. ಹರಳಿನ ಗಿಡಗಂಟಿಗಳೇ ಆ ಗುಡಿಸಲಿನ ಸುತ್ತಲಿದ್ದ ಆವರಣ. ಒಂದು ಬದಿಯಲ್ಲಿ ಜರೆನರೆಗಳನ್ನು ಹೀನಾಯಗೊಳಿಸಿ ಠೀವಿಯಿಂದ ಹಬ್ಬಿ ಹರಡಿಕೊಂಡು ನಿಂತಿರುವ ಬಾಗೆಮರಗಳು. ಮರುಬದಿಯಲ್ಲಿ ಏಳೆಲೆಹಾಲೆ ಮರವೂ ಆಡುಸೋಗೆ ಗಿಡಗಳ ಸಂಕುಲವೂ. ಎತ್ತರದಲ್ಲಿ ನ್ಯಾಷನಲ್ ಹೈವೇಯ ಕರ್ರಗಿನ ವಿಶಾಲ ವಾದ ಕಜ್ಜಿ ಹಿಡಿದಂತಹ ವಕ್ಷಸ್ಥಳ.

ಸುಬ್ರಹ್ಮಣ್ಯನಿಗೆ ಈ ಹಿಂದೆ ಆತ್ಮಹತ್ಯೆಗೆ ಪ್ರೇರಣೆ ನೀಡಿದ ಅನೇಕ ಘಟನೆಗಳು ಈಗಲೂ ಬೆಂಕಿಕಣ್ಣುಗಳನ್ನು ಉರಿಸುತ್ತ ಪಾಪ ಆ ಬಡಪಾಯಿಯನ್ನು ಭಯಪಡಿಸುತ್ತವೆ. ಕಳ್ಳಭಟ್ಟಿ ಹಿಡಿಯಲೆಂದು ಎಕ್ಸೈಸ್ ಉದ್ಯೋಗಿಗಳು ಅವನ ಮತ್ತು ಅಮ್ಮನ ಎದುರಿನಲ್ಲೇ, ಕ್ಷಯರೋಗಿಯಾದ ಅಪ್ಪನನ್ನು ಹೊಡೆದು ಜಜ್ಜಿದ್ದರು. ಕೊನೆಗೆ ಕೊಡಗಳು ಬಾಟಲಿಗಳು ಸಮೇತ ಮಾಲನ್ನು ವಶಪಡಿಸಿ ವ್ಯಾನ್‌ಗೇರಿಸಿಕೊಂಡು ಹೋಗಿದ್ದರು. ಎತ್ತರದಲ್ಲೂ ಕೆಳ ಭಾಗದಲ್ಲೂ ನೆರೆದುನಿಂತಿದ್ದ ನೋಡುಗರು ಕಾನೂನುಪಾಲನೆಯನ್ನು ಚಪ್ಪಾಳೆತಟ್ಟಿ ಪ್ರೋತ್ಸಾಹಿಸಿದ್ದರು. ಇವೆಲ್ಲ ಅವನ ಅಂದಿನ ಎಳೆಮನಸ್ಸನ್ನು ಪೂರಾ ಸುಟ್ಟಿತ್ತು. ಆ ರಾತ್ರಿ ಬೆಳಕು ಹರಿವತನಕ ಒಂದು ಆತ್ಮಹತ್ಯೆಯ ನೆಗೆದಾಟವನ್ನು ಒಳಗೇ ಇಟ್ಟುಕೊಂಡು ಸುಬ್ಬು ಎಂಬ ಆಬಾಲಕ ಅರೆಪ್ರಜ್ಞಾವಸ್ಥೆಯಲ್ಲಿ ಆ ಗುಡಿಸಲಲ್ಲಿ ಮುದುಡಿಕೊಂಡಿದ್ದ.

ಇನ್ನೂ ಕೆಲವು ಘಟನೆಗಳು. ಅವನ ತಾಯಿಯ ಖಾಯಂ ಗಿರಾಕಿಗಳಲ್ಲೊಬ್ಬನಾದ ತೆಲುಗು ಲಾರಿ ಡ್ರೈವರ್‌ಗೆ ಮುಂಗಾರಿನ ಜಡಿಮಳೆಯಲ್ಲಿ ಮಧ್ಯರಾತ್ರಿ ಭಟ್ಟಿಸಾರಾಯಿ ತಂದು ಕೊಡದಿ ದ್ದುದೇ ಕಾರಣ. ಆತನ ಅಗಲವಾದ ಒರಟಾದ ಉಗುರುಗಳಿರುವ ಅಂಗಾಲಿನಿಂದ ಒದೆತ ಮತ್ತು ಕಫಭರಿತ ಉಗುಳು ಸುಬ್ಬುವಿನ ಕೌಮಾರದುಃಖದ ತೀವ್ರತೆ ಹೆಚ್ಚಿಸಿದವು. ಇನ್ನೊಂದು ಸಂದರ್ಭ–ಕಾಲರಾ ರೋಗಾಣುಗಳು ಅಮ್ಮನ ಆಂತರಿಕ ಅವಯವಗಳನ್ನು ಪೂರ್ಣವಶಪಡಿಸಿಕೊಂಡುಬಿಟ್ಟ ಆ ಕರ್ಕಾಟಕ ಮಾಸದ ಸಂಜೆ. ಒಂದು ರಾತ್ರಿ ಪೂರಾ ದುರ್ಗಂಧವನ್ನು ಉಸಿರಾಡುತ್ತ ಅವನು ತಾಯಿಯ ಹೆಣಕ್ಕೆ ಕಾವಲು ಕುಳಿತಿದ್ದ. ನಿಶ್ಯಬ್ದದ ಎದೆ ಸೀಳುತ್ತ ಗುಡಿಸಲಿನ ಮುಂದಿನಿಂದ ರೈಲುಗಾಡಿಗಳು ಹಾದುಹೋದವು. ಮದರಾಸಿ ನಿಂದ ಮತ್ತು ಮಂಗಳೂರಿನಿಂದ ಬರುವ ರೈಲುಗಳಲ್ಲದೆ ವಾರಕ್ಕೊಮ್ಮೆ ಮಾತ್ರ ಅಬ್ಬರಿಸುತ್ತ ಓಡುವ ಒಂದು ಅತಿವೇಗದ ದೂರ ಪ್ರಯಾಣದ ರೈಲೂ ಅವುಗಳಲ್ಲೊಂದು. ಬೆಳಕು ಹರಿಯುವುದಕ್ಕೆ ಸ್ವಲ್ಪ ಮುನ್ನ ಎರಡು ನೀಳವಾದ ಸರಕು ಹೊತ್ತ ರೈಲುಗಳು ಎರಡು ವಿರುದ್ಧ ದಿಕ್ಕಿನಲ್ಲಿ ಅಕ್ಕಪಕ್ಕ ಹಾದು ಹೋಗುತ್ತಿದ್ದವು. ಆ ಪರಿಸರವೆಲ್ಲ ನಡುಗುವುದು ಮತ್ತು ಅನಾಥಾಶ್ರಮದ ಮಕ್ಕಳು ಒಮ್ಮೆ ಮಗ್ಗುಲು ಬದಲಿಸಿ ಮಲಗುವುದು ಬಿಟ್ಟರೆ ಬೇರೇನೂ ನಡೆಯಲೂ ಇಲ್ಲ.

ಸುಬ್ರಹ್ಮಣ್ಯ ಅಪರಾಧೀ ಪ್ರಜ್ಞೆಯಿಂದ ನೆನೆದ. ಈ ದುರಂತಘಟ್ಟಗಳಲ್ಲೆಲ್ಲ ಅಂತಿಮ ವಿಶ್ರಾಂತಿಗಾಗಿ ಹಂಬಲಿಸಿದ ಜೀವದ ಸಂಕೋಲೆಯನ್ನು ಸರ್ವಶಕ್ತಿಯನ್ನೂ ಬಳಸಿ ಎಳೆದು ಹಿಂದಕ್ಕೆ ತಿರುಗಿಸಿದವರು ಯಾರು? ದೌಡಾಯಿಸಿ ದಣಿದು ಬೆವರು ಬತ್ತಿಸುವ ಯೋಚನೆ. ನಿದ್ರೆಯ ಕೊನೆಯ ಎಲೆಯೂ ಉದುರಿದಾಗ ಸಿಗುವುದು ಪುನರ್‌ಜನ್ಮದ ಸುಖ.

ಇಷ್ಟೆಲ್ಲ ಇದ್ದರೂ ಸುಬ್ರಹ್ಮಣ್ಯ ನಿನ್ನೆ ರಾತ್ರಿ ತೆಗೆದುಕೊಂಡ ನಿರ್ಧಾರ ದೃಢವೂ ಅಂತಿಮವೂ ಆಗಿತ್ತು. ಸುಮಾರು ಎರಡನೇ ಆಟ ಸಿನಿಮಾ ಮುಗಿವ ಹೊತ್ತಿಗೆ ಗುಡಿಸಲಿನ ಮುಂದೆ ಬರುವ ಒಂದು ಪ್ಯಾಸೆಂಜರ್ ಗಾಡಿಯಿದೆ. ಅದರ ಮುಂದಿನ ಗಾಲಿಗಳು ದೂರದಿಂದಲೇ ಸುಬ್ರಹ್ಮಣ್ಯನ ರಕ್ತಕ್ಕೆ ಹಂಬಲಿಸಿ ಎಂಜಲು ನುಂಗಲಾರಂಭಿಸಿರಬಹುದು. ಗುಡಿಸಲಿನಲ್ಲಿ ಹರಿದ ಗೋಣಿ ಚೀಲದ ಮೇಲೆ ಸುಬ್ರಹ್ಮಣ್ಯ ಚಕ್ಕಂಬಕ್ಕ ಕುಳಿತನು. ಇಷ್ಟ ದೈವವಾದ ವೇಲ್‌ಮುರುಗನನ್ನು ಮನದಲ್ಲಿ ಧ್ಯಾನಿಸಿದನು. ಉಸಿರನ್ನು ಸಹ ಬಹಳ ಶ್ರದ್ಧೆ ಯಿಂದ ಎಳೆದು ಬಿಡುತ್ತಿದ್ದ. 'ವಳ್ಳಿ'ಗಂತೂ ಹಾವಿನ ಕಿವಿಯೇ. ಅದೂ ಅಲ್ಲದೆ ಅವಳನ್ನು ಇವತ್ತು ತಾನೇ ಸರ್ಕಾರಿ ಆಸ್ಪತ್ರೆಯಿಂದ ಕರೆದುಕೊಂಡು ಬಂದಿದ್ದ. ಮೂರು ದಿನಗಳ ಪ್ರಾಯದ ಒಂದು ಹಸಿಗೂಸು ಅವಳ ಪಕ್ಕದಲ್ಲೇ ಒಂದು ಹಳೆಬಟ್ಟೆಯಲ್ಲಿ ಮಲಗಿ ಗರ್ಭ ಕಾಲದ ಸ್ಮರಣೆಗಳನ್ನು ಮೆಲುಕು ಹಾಕುತ್ತಿದೆ.

ಸುಬ್ರಹ್ಮಣ್ಯ ಕೈಯೂರಿ ಮೇಲೇಳಲೆತ್ನಿಸಿದಾಗ ಗಂಟಲು ಅವನನ್ನು ವಂಚಿಸಿತು. ನಿಯಂತ್ರಿಸಲು ನಡೆಸಿದ ಪ್ರಯತ್ನವು ಇನ್ನಷ್ಟು ಅಧೋಗತಿಗಿಳಿಸಿತು. ಅವನು ಜೋರಾಗಿ

ಕೆಮ್ಮಿಬಿಟ್ಟ. ಆ ಕ್ಷಣದಲ್ಲಿ ವಳ್ಳಿ ಕದಲಿ ಎಚ್ಚರಾದಳು. ಇವನ ಆತ್ಮಹತ್ಯೆಯ ಹುಚ್ಚು ಮುಂಚಿನಿಂದಲೂ ಅವಳಿಗೆ ಚೆನ್ನಾಗಿ ಗೊತ್ತಿದೆ. ಅಷ್ಟೇ ಅಲ್ಲ ಆ ಬಗ್ಗೆ ಅವಳಿಗೆ ಅತೀವ ತುಚ್ಛ ಭಾವನೆ ಬೇರೆ.

ಆ ರಾತ್ರಿ ನಿದ್ರಿಸುವ ಮುನ್ನ ಬಡಬಡಿಸಿ ಮುಗಿಸಿದ್ದ ಮಾತುಗಳನ್ನು ವಳ್ಳಿ ಹಾಗೆ ಮಲಗಿದ್ದಲ್ಲೇ ಪುನರಾವರ್ತಿಸತೊಡಗಿದಳು. ಹಸಿಹಸಿಯಾದ ಭಾಷೆಯಲ್ಲಿ ಹೇಳಲು ಅವಳಿಗೆ ಏನೇನೂ ಮಡಿವಂತಿಕೆಯಿಲ್ಲ. ಅವಳು ಈ ರೀತಿ ಸುಬ್ರಹ್ಮಣ್ಯನನ್ನು ಭರ್ತ್ಸನೆ ಮಾಡಿದಳು. 'ಮೀಸೆ ಇದ್ದ ಮಾತ್ರಕ್ಕೆ ಗಂಡಸು ಅನ್ನಿಸಿಕೊಳ್ಳುವುದಿಲ್ಲ ಸಾಕೋದಕ್ಕೆ ತಾಕತ್ತಿಲ್ಲ ಅಂದರೆ ಮಕ್ಕಳನ್ನು ಹುಟ್ಟಿಸಬಾರದು. ಏನೋ ಕೂಲಿನಾಲಿ ಮಾಡಿ ಬದುಕುತ್ತಿದ್ದೆ ನಾನು. ನಿನ್ನ ಎಣ್ಣೆಪಸೆಯಿರುವ ಗಟ್ಟಿ ಮಾಂಸಖಂಡ, ಕಪ್ಪುತುಟಿಗಳ ಒಯ್ಯಾರದ ನಗು, ಕೆಂಪು ಬನಿಯನ್‌ನಲ್ಲಿದ್ದ ಬೆವರಿನ ವಾಸನೆ ಮುಖಾಂತರ ವಶೀಕರಿಸಿಕೊಂಡು ನನ್ನ ಹರೆಯದ ಆಸೆಗಳನ್ನು ಕೆರಳಿಸಿಬಿಟ್ಟೆ. ಕೊನೆಗೆ ನನ್ನನ್ನು ಈ ಗುಡಿಸಲಿಗೆ ಕರಕೊಂಡು ಬಂದು ಅಂಕೆಯೇ ಇಲ್ಲದೆ ಹಗಲೂ ಇರುಳೂ ಲೆಕ್ಕಿಸದೆ ನನ್ನನ್ನು ಭೋಗಿಸಿದೆ. ನಾನು ಗರ್ಭಿಣಿಯಾದೆ ಎಂದು ತಿಳಿದ ಕೂಡಲೇ ನಿನ್ನ ಪ್ರೀತಿ ಅಗ್ಗದ ಸಾಬೂನಿನಂತೆ ಕರಗ ತೊಡಗಿತು. ಎಲವೋ ಮನುಷ್ಯಾ, ಇಲ್ಲಿ ನೋಡು. ನನ್ನ ಇವೆರಡರ ಮೇಲ್ಭಾಗ ಎಳನೀರು ಕೆತ್ತುವಂತೆ ಕೆತ್ತಿದರೂ ಒಂದು ತೊಟ್ಟು ರಕ್ತ ಹನಿಯೋದಿಲ್ಲ. ಮತ್ತೆಲ್ಲಿ ಈ ತಾಟಕಿಗೆ ಕುಡಿಯಲು ಮೊಲೆಹಾಲು? ಒಂದಿಷ್ಟು ಗಂಜಿ ನೀರನ್ನಾದರೂ ಕುಡಿಸಲು ಎಲ್ಲಿಂದಾದರೂ ನೀನು ಒಂದು ಹಾಲುಡುವ ಬಾಟಲಿ ತಂದು ಕೊಡಬಾರದಿತ್ತೆ? ಕತ್ತಲು ಕೂಡ ನಾಚಿ ಕೊಳ್ಳುವಂಥ ನಿನ್ನ ಕಾಮದ ಹುಚ್ಚಿನಲ್ಲಿ ಇಂಥದೊಂದು ಮಗುವಿನ ಜವಾಬ್ದಾರಿ ಹೊರ ಬೇಕಾಗುವುದೆಂಬ ವಾಸ್ತವವನ್ನು ನೀನು ಹೇಗೆ ಮರೆತೆ?'

ಅವಳು ಜೋರಾಗಿ ಉಸಿರೆಳೆದುಕೊಂಡು ಮುಂದುವರಿಸಿದಳು.

'ರೈಲು ಹಳಿಯ ಮೇಲೆ ತಲೆ ಇಡುವ ಮುನ್ನ ಇದಕ್ಕೊಂದು ಹಾಲೂಡುವ ಶೀಷೆ ತಂದುಕೊಡು. ಅದಾದ ಮೇಲೆ ಆಗಲಿ ನಿನ್ನ ಸಾವು. ಸ್ವಂತ ಮಗುವಿಗೆ ಒಂದು ಹಾಲು ಕುಡಿಸೋ ಕುಪ್ಪಿಯನ್ನಾದರೂ ಕೊಡಲು ಸಾಧ್ಯವಾಯಿತಲ್ಲ ಎಂಬ ಧನ್ಯತೆಯಿಂದ ನೀನು ಸತ್ತು ತೊಲಗು!'

ಏದುಸಿರನ್ನು ಹತ್ತಿಕ್ಕಲು ಕೂಡ ಯತ್ನಿಸದೆ ಅವಳು ಜೋರಾಗಿ ಎರಡು ಬಾರಿ ಎದೆಗೆ ಬಡಿದುಕೊಂಡಳು. ಮೇಲಕ್ಕೆ ಕೈಯೆತ್ತರಿಸಿದಳು. ಆದಷ್ಟು ಬೇಗ ಮೇಲಕ್ಕೆ ಕರೆಸಿಕೊಳ್ಳ ದಿರುವುದಕ್ಕೆ ಸ್ಥಿರವಾದ ದೂರನ್ನು, ನಂಜು ನುಂಗಿದವನೊಡನೆ ಮತ್ತು ಬೆಣ್ಣೆ ಕದ್ದು ತಿಂದವನೊಡನೆ ಮತ್ತೆ ಹೇಳಿದ ಮೇಲೆ ಆ ಬಿರುಗಾಳಿ ತಾತ್ಕಾಲಿಕವಾಗಿ ಶಮನವಾಯಿತು.

ನಿನ್ನೆ ಈ ಘಟನೆಯಿಂದಾಗಿಯೇ ಸುಬ್ರಹ್ಮಣ್ಯನಿಗೆ ಆತ್ಮಹತ್ಯೆ ಮಾಡಿಕೊಳ್ಳಲು ಸಾಧ್ಯ ವಾಗದೆ ಹೋದುದು. ಅವಳೆಸೆದ ಬೈಗಳ ಮಳೆಯ ತುಕ್ಕು ಹಿಡಿದ ಬಾಣಗಳು ಅವನಲ್ಲಿ ಮಾಗದ ಗಾಯಗಳನ್ನುಂಟು ಮಾಡಿದವು.

ಸ್ವಲ್ಪ ಮಟ್ಟಿಗೆ ಎಲ್ಲವೂ ಆರಿ ತಣಿದಾಗ ವಳ್ಳಿ ಹೇಳಿದ್ದು ಸಹ ಒಂದಿಷ್ಟು ಸರಿ ತಾನೇ ಎಂದು ಸುಬ್ರಹ್ಮಣ್ಯನಿಗೂ ಅನ್ನಿಸದೆ ಇರಲಿಲ್ಲ. ಕಳೆದ ಹುಣ್ಣಿಮೆ ದಿನದಂದೇ ವಳ್ಳಿಯ ಹೆರಿಗೆ ಆಗಿತ್ತು. ಕಪ್ಪು ಚರ್ಮ ಹೊದ್ದಿದ್ದ ಆ ಮಾಂಸಪಿಂಡಕ್ಕೆ ಬೇರೊಂದು ಹೆಸರನ್ನು ಯೋಚಿಸಿ ಅವನು ತಲೆಕೆಡಿಸಿಕೊಳ್ಳಬೇಕಾಗಲಿಲ್ಲ. ಆಸ್ಪತ್ರೆ ವರಾಂಡದಲ್ಲೇ ಅವನು ತನ್ನ ಮಗುವಿನೊಡನೆ ಮುದ್ದು ಮಾಡುತ್ತ ಮೈಮರೆತ. 'ನನ್ನ ಮುದ್ದು ಮಗಳೇ ಪೌರ್ಣಮೀ. ಈ ನಿನ್ನಪ್ಪನನ್ನು ನೋಡಿ ಕಣ್ಮಿಟುಕಿಸು. ಸ್ವಲ್ಪ ನಗು. ಮುತ್ತು ಕೊಡು. ನಿನ್ನ ಪುಟ್ಟ ಬೆರಳುಗಳಿಂದ ಈ ಬತ್ತಿದ ಕೆನ್ನೆಗಳನ್ನೂ ಈ ಎದೆಯ ಉಬ್ಬಿದ ಮೂಳೆಗಳನ್ನೂ ನೇವರಿಸು. ಬೇಗನೆ ಬೆಳೆದು ಜಾಣೆಯೂ ದಡೂತಿಯೂ ಮೀನಿನ ಕಣ್ಣಾವಳೂ ಆಗಿ ನಿನಗೆ ಜನ್ಮ ನೀಡಿದ ಸುಬ್ರಹ್ಮಣ್ಯನೆಂಬ ನನ್ನನ್ನು, ಆತ್ಮಹತ್ಯೆ ಮಾಡಿಕೊಳ್ಳಲು ಸಾಧ್ಯವಾಗದಿರುವ ಈ ಹೇಡಿಯನ್ನು ಸಂರಕ್ಷಿಸು.'

ವಾಸ್ತವವಾಗಿ ಒಂದು ಹಾಲೂಡುವ ಬಾಟಲಿ ಕೊಳ್ಳಲು ಅವನ ಕೈಯಲ್ಲಿ ಹಣವಿರಲಿಲ್ಲ. ಇದ್ದ ಕೆಲವು ಚಿಲ್ಲರೆ ವ್ಯಾಪಾರಗಳೆಲ್ಲ ನಷ್ಟವಾಗಿ, ಒಂದು ಚಹಾ ಕುಡಿಯಬೇಕಿದ್ದರೂ ಬೇರೆಯವರಲ್ಲಿ ಭಿಕ್ಷೆ ಬೇಡುವ ಗತಿ ಬಂದಿತ್ತು. ಇತ್ತೀಚೆಗೆ ಹೇಗೋ ಈ ಸಂದರ್ಭದಲ್ಲಿ ನಿರಾಸೆಯ ಬೂದಿಗುಪ್ಪೆಯಿಂದ ರೆಕ್ಕೆ ಬಡಿದು ಸುಬ್ರಹ್ಮಣ್ಯ ಮೇಲೆದ್ದನು. ಒಂದು ಶಪಥ ಮಾಡಿದನು. 'ನನ್ನ ಪೌರ್ಣಮಿಗೆ ಒಂದು ಹಾಲು ಕುಡಿಸುವ ಬಾಟಲಿ ತಂದು ಕೊಟ್ಟೇ ತೀರುತ್ತೇನೆ.'

ಸಣ್ಣಗೆ ಮಂಜು ಬೀಳುತ್ತಿದ್ದ ಆ ಪ್ರಭಾತದಲ್ಲಿ ಅವನು ಹಟದಿಂದ ನಡೆದ. ಶುಭವಾಗುವುದೆಂಬ ನಂಬಿಕೆ ಹಗಲಿನ ಬೆಳಕಿನ ಹಾಗೆ ಮೆಲ್ಲಮೆಲ್ಲಗೆ ಹರಡತೊಡಗಿತು. ಇಷ್ಟೆಲ್ಲ ಇದ್ದರೂ ಗುಡಿಸಲಿನ ಬಾಗಿಲು ತೆರೆದು ಹೊರಬೀಳುವ ಮುನ್ನ ಮಲಗಿ ನಿದ್ರಿಸುತ್ತಿದ್ದ ವಳ್ಳಿಯನ್ನು ನೋಡುತ್ತ ಒಂದಿಷ್ಟು ಬಯ್ಯುವುದನ್ನು ಅವನು ಮರೆಯಲಿಲ್ಲ. ಪಂಚೆಯನ್ನು ಮಡಚಿ ಕಟ್ಟಿ ಕೈಗಳನ್ನು ಕಂಕಳಲ್ಲಿ ತುರುಕಿ ಕಾಲ್ಗಳನ್ನು ತುಸು ಅಗಲಿಸಿ ನಿಂತು ಅವನು ಹೇಳಿದನು. 'ಲೇಯ್, ಬಿನ್ನಾಣಗಿತ್ತೀ. ಮಣ್ಣು ಹೊರುತ್ತ ಯಾವನ ಜೊತೆಗೋ ಒಯ್ಯಾರ ಮಾಡುತ್ತ ಬಿದ್ದಿದ್ದವಳೇ. ಒಂಟಿಯಾಗಿ ಸಾಯಬೇಕಾಗಿದ್ದ ಬದುಕಿನಿಂದ ನಿನ್ನನ್ನು ಕಾಪಾಡಿ, ಸ್ವಾರಸ್ಯವೇ ಇಲ್ಲದ ಜೀವನದಲ್ಲಿ ಬದಲಾವಣೆ ತರಲು ಒಂದು ಹೆಣ್ಣು ಮಗುವನ್ನು ಕೊಟ್ಟ ನನ್ನ ಕೈಗೇ ನೀನು ಕಚ್ಚಿದೆ. ಇನ್ನೊಂದು ಮಗುವಿಗಾಗಿ ಹೊರಗೆ ಮಳೆಯೋ ಮಂಜೋ ಬೆಳದಿಂಗಳೋ ಚೆಲ್ಲಿದಾಗ ನನ್ನ ಹತ್ತಿರ ಬಾ. ಆಗ ನಾನು ಉತ್ತರ ಕೊಡುವೆ.'

ದೂರದ ನಗರವೇ ಅವನ ಲಕ್ಷ್ಯವಾಗಿತ್ತು. ಮಧ್ಯಾಹ್ನದ ವೇಳೆಗೆ ಅವನು ನಗರಮಧ್ಯದ ಬ್ರಾಹ್ಮಣಗ್ರಾಮವನ್ನು ತಲುಪಿದ. ಈ ಅಗ್ರಹಾರಗಳಲ್ಲಿ ಹಿಂದೆಲ್ಲ ಅವನು ಸೇವಂತಿಗೆ ಹೂವು. ಸಗಣಿ ಬೆರಣಿ, ತರಕಾರಿ, ಮಣ್ಣಿನ ಪಾತ್ರೆಗಳು, ಜೇಡಿಮಣ್ಣಿನ ಬೊಂಬೆಗಳನ್ನೆಲ್ಲ ತಿರುಗುತ್ತ ಮಾರುತ್ತಿದ್ದ. ಇಲ್ಲಿನ ದೀಪದ ಕಂಬಗಳ ಮೇಲೆಲ್ಲ ಅವನ ಸುಣ್ಣದ ಬೆರಳ ಗುರುತುಗಳು ಬಿದ್ದಿವೆ. ಕಾವಿ ಮತ್ತು ಬಿಳಿ ಬಣ್ಣ ಬಳಿದಂತಹ ಗೋಡೆಗಳು, ಹಾವಸೆ

ಮುಚ್ಚಿಕೊಂಡಿರುವ ನಾಡಹೆಂಚುಗಳು, ಗಾಳಿಗೆ ಕಂಪಿಸುತ್ತಿದ್ದ ಅರಳಿ ಮರದ ಎಲೆಗಳು ಇವೆಲ್ಲ ಹಿಂದೆ ಅವನನ್ನು ಬರಮಾಡಿಕೊಳ್ಳುತ್ತಿದ್ದವು. ಬೋಳುತಲೆಯಲ್ಲಿ ಜುಟ್ಟುಳ್ಳ ಪುಟಾಣಿಗಳು ದೂರದಿಂದ ಕೇಳಿ ಬರುವ ಅವನ ವ್ಯಾಪಾರದ ಕೂಗು ಕೇಳಿದೊಡನೆ ಕಿಲಕಿಲ ಸದ್ದು ಮಾಡುತ್ತ ತಂತಮ್ಮ ಮನೆಗಳಿಗೆ ಓಡುತ್ತ ಕೂಗಿ ಹೇಳುತ್ತಿದ್ದವು. 'ಅಮ್ಮಾ, ಅಪ್ಪಾ' ಅಥವಾ ಮಾಮಾ ಎಂದು ಕರೆಯುತ್ತ 'ಅಗೋ ಸುಬ್ಬು ಬರುತ್ತಿದ್ದಾನೆ... ನಂಗೊಂದು ಬೊಂಬೆ ಕೊಡಿಸು... ನನಗೆ ಪುಟಾಣಿ ಗೊಂಬೆ...' ಹೀಗೆಲ್ಲ ಬೇಡಿಕೆಗಳು. ಅವೆಲ್ಲ ಅಂದಿನ ಕಾಲ.

ಆ ಹಳೆಯ ಪರಿಚಯದ ಮರೆಯಾಗದ ಗುರುತನ್ನು ತೋರಿ ಸುಬ್ರಹ್ಮಣ್ಯ ಆ ಅಗ್ರಹಾರದ ನಿವಾಸಿಗಳನ್ನು ಸಮೀಪಿಸಿದ. ನೆನಪಿಗೆ ತಂದುಕೊಳ್ಳಿ, ನೆನಪು ಮಾಡಿಕೊಳ್ಳಿ ಎಂದು ಅವನಿಗೋಸ್ಕರ ಮೇಲ್ಛಾವಣಿಯ ಪಾರಿವಾಳಗಳು ಗುಟುರು ಹಾಕಿದವು. ಅವನು ಬಾಗಿಲ ಹೊಸ್ತಿಲುಗಳ ಮುಂದಿನ ರಂಗೋಲಿಗಳನ್ನು ತುಳಿಯದಂತೆ ಎಚ್ಚರವಹಿಸಿ ತಿಳಿಸಿದ. 'ಅಮ್ಮಾ ಜ್ಞಾಪಕವಿದೆಯಾ; ನಾನೇ ಆ ಸುಬ್ರಹ್ಮಣ್ಯ. ನಿಮಗೆ ಬೆರಣಿ ತಂದು ಕೊಡುತ್ತಿದ್ದೆ. ಮಗೂಗೆ ಹೂವು ತಂದು ಕೊಡುತ್ತಿದ್ದೆ...,' ಅವನು ಮತ್ತೆ ಮುಂದುವರಿಸಿದ. 'ಒಡೆಯದ ಮಡಕೆಗಳು ಮುರಿಯದ ಕರಟದ ಸೌಟುಗಳು ಇವೆಲ್ಲ ನಿಮ್ಮ ಅಡಿಗೆ ಮನೆಯಲ್ಲಿರುವಾಗ, ನವರಾತ್ರಿ ಪೂಜೆಗೆ ಜೋಡಿಸಿಡುವ ಬೊಂಬೆಗಳಿಗೆ ನೀವು ಕೈಮುಗಿಯುವಾಗ ನಿಮಗೆ ನನ್ನನ್ನು ಜ್ಞಾಪಿಸಿಕೊಳ್ಳದೆ ಇರಲಾಗುವುದಿಲ್ಲ.'

ಆದರೆ, ಅಚ್ಚರಿಯೆಂದೇ ಹೇಳಬೇಕು ಹಲವರಿಗೆ ಅವನು ಕೇವಲ ತೊಟ್ಟು ಕಳಚಿ ಬಿದ್ದ ಒಂದು ನೆನಪಷ್ಟೇ ಆಗಿದ್ದ. ಕೆಲವರು ಹೇಳಿದರು. 'ಈ ಅಗ್ರಹಾರದ ಬೀದಿಗಳಲ್ಲಿ ಎಷ್ಟೆಷ್ಟೋ ವ್ಯಾಪಾರಿಗಳು ಬಂದು ಹೋಗುತ್ತಾರೆ. ಅವರೆಲ್ಲರ ಮುಖಗಳನ್ನು ನೆನಪಿರಿಸಿಕೊಳ್ಳಲು ತಕ್ಕುದಾದ ದೊಡ್ಡತನ ನಮ್ಮ ಮೆದುಳುಗಳಿಗಿಲ್ಲ.'

ಸುಬ್ರಹ್ಮಣ್ಯ ನಿರುತ್ಸಾಹಗೊಳ್ಳಲಿಲ್ಲ. ಅವನಿಗೆ ಗೊತ್ತಿದ್ದ ಬ್ರಾಹ್ಮಣಗೃಹಗಳ ಮುಂದೆ ಬಾಗಿಲಂಚಿನಲ್ಲಿ ನಿಂತುಕೊಂಡು ಅವರ ಜೀವನದ ಬಗ್ಗೆ ವಿಚಾರಿಸಿದ. 'ಅಮ್ಮಾ ಕಲ್ಯಾಣಿಯ ಮದುವೆ ಆಯಿತೇ... ಸಾಂಬಶಿವ ಈಗಲೂ ಮುಂಬಯಿಯಲ್ಲೇ ಇರುವನೇ... ಅಜ್ಜಿಯ ಮೈಮೇಲಿದ್ದ ಬಿಳಿ ಕಲೆಗಳು ಗುಣವಾದವೇ?' ಕೆಲವರಲ್ಲಿ, ಅದರಲ್ಲೂ ವಾರ್ಧಕ್ಯಕ್ಕೆ ತಲುಪಿದ್ದವರಲ್ಲಿ ಅವನ ಈ ಕುಶಲಾನ್ವೇಷಣೆಗಳು ಒಂದಷ್ಟು ಪ್ರತಿಕ್ರಿಯೆಯನ್ನುಂಟು ಮಾಡಿದವು. ಭೂತಕಾಲದ ಜಗುಲಿಗಳಲ್ಲಿ ಕುಳಿತು ಸಂಜೆಯನ್ನು ಕಾಣುತ್ತಿದ್ದ ವೃದ್ಧ ಮನಸ್ಸುಗಳು ಸುಬ್ರಹ್ಮಣ್ಯನನ್ನು ಜ್ಞಾಪಿಸಿಕೊಳ್ಳುವ ಇಕ್ಕಟ್ಟಿಗೆ ಸಿಲುಕಿದವು. ಒಬ್ಬೊಬ್ಬರಾಗಿ ಕೇಳತೊಡಗಿದರು. 'ಏನಪ್ಪಾ ಸುಬ್ರಹ್ಮಣೀ ಚೆನ್ನಾಗಿದ್ದೀಯ?' ಸುಬ್ರಹ್ಮಣ್ಯನ ಸೌಖ್ಯವು ದೂರದ ಆಕಾಶದಲ್ಲಿ ಗೊತ್ತುಗುರಿಯಿಲ್ಲದೆ ನಿಂತಿದೆ. ಆದರೂ ಸುಬ್ರಹ್ಮಣ್ಯ ಹೇಳಿದ. 'ಸುಖವಾಗಿದ್ದೇನೆ ಸ್ವಾಮಿಗಳೇ.' ಒಂದು ಮಾತನಾಡಲು, ತುಸು ಆಶಯವಿನಿಮಯ ನಡೆಸಲು ಒಂದು ಪುಟ್ಟ ಮಗುವೂ ಸಿಗದೆ ಮೌನವಹಿಸಿ ಬದುಕುತ್ತಿದ್ದ ಕೆಲವರಿಗೆ

ಸುಬ್ರಹ್ಮಣ್ಯನ ಸಾಮೀಪ್ಯ ಸಾಂತ್ವನ ನೀಡಿತು. ಅವರಿಗೆ ಮಾತುಗಳು ಬೆಟ್ಟದನೀರಿನ ಪ್ರವಾಹದೋಪಾದಿಯಲ್ಲಿ ಹರಿದವು. 'ನೀನು ಈ ದಾರಿಗೆ ಬರುವುದನ್ನೇ ಮರೆತೆಯಾ... ನಿನ್ನ ಬಿಸಿನೆಸ್ಸೆಲ್ಲಾ ಹೇಗೆ ನಡೀತಿದೆ... ಇಲ್ಲಿ ಬಂದು ಕೂತು ಮಾತಾಡಪ್ಪಾ' ಕರುಣೆಯ ತೇವವು ಮಾತುಗಳಲ್ಲಿ ತುಂಬಿ ನಿಂತಿತು. ಅಂತರಂಗದ ಮರಳ ಹರಹು ನೆನೆಯಲು ಶುರುವಾಯಿತು. ಅವನಲ್ಲಿ ಉತ್ಸಾಹದ ಹೊಸ ಗರಿಗಳು ಅರಳಿದವು.

ಅವನು ಯಾರ ಮುಂದೆಯೂ ಕೂರಲಿಲ್ಲ. ಕೆಳಜಾತಿಯ ಪ್ರಜ್ಞೆ ಮತ್ತು ದೂರವನ್ನು ಕಾಯ್ದುಕೊಳ್ಳುವ ರೀತಿಯನ್ನು ಅವನಿಗೆ ಹಿಂದಿನ ತಲೆಮಾರಿನವರು ಮೊದಲೇ ಕಲಿಸಿದ್ದರು. ಕೈಗಳನ್ನು ಕಟ್ಟಿಕೊಂಡು ಬೆನ್ನುಬಾಗಿಸಿ ಮೆತ್ತಗಿನ ದೀನ ದನಿಯಲ್ಲಿ ಅವನು ಅರುಹಿದ. 'ಪುಣ್ಯಾತ್ಮರೇ, ಕೇಳಿರಿ, ನನ್ನ ವ್ಯಾಪಾರವೆಲ್ಲ ಪೂರಾ ದಿವಾಳಿಯೆದ್ದು ಬಿಟ್ಟಿದೆ. ನನ್ನ ದಾರಿ ಯಾವಾಗಲೂ ಉದ್ದಕ್ಕೇ ಸಾಗಿತ್ತಲ್ಲ. ನೇರದಾರಿಯಲ್ಲಿ ಹೋಗುವುದನ್ನೂ ಬರುವುದನ್ನೂ ಮಾತ್ರ ನಾನು ಕಲಿತಿದ್ದೆ. ನನ್ನ ತರುವಾಯ ಪ್ರಯಾಣ ಆರಂಭಿಸಿದವರು ನನಗಿಂತ ಮುಂಚೆ ಗುರಿತಲುಪಿದ್ದರ ಗುಟ್ಟು ನನಗೆ ತಿಳಿದಿದ್ದರೂ ನನ್ನ ಮುಖ ಆ ದಾರಿಗೆ ತಿರುಗ ಲಿಲ್ಲ.' ಸುಬ್ರಹ್ಮಣ್ಯ ಅಳುತ್ತ ಹೇಳಿದ. 'ಈಗ ನಾನು ಬಂದಿದ್ದು... ಸ್ವಾಮೀ, ನನಗೊಂದು ಹೆಣ್ಣು ಮಗು ಹುಟ್ಟಿದೆ... ಒಂದು ಸಣ್ಣ ಉಪಕಾರ ಮಾಡಿ ಸ್ವಾಮೀ... ಒಂದು ಹಾಲು ಕುಡಿ ಸುವ ಬಾಟಲಿ ಕೊಡಿ. ಒಂದು ಬೊಗಸೆ ಗಂಜಿನೀರನ್ನಾದರೂ ನನ್ನ ಮಗಳು ಪೌರ್ಣಮಿಗೆ ನಾನು ಕೊಡಬೇಕು. ನಿಮ್ಮನ್ನೂ ನಿಮ್ಮ ಮಕ್ಕಳು ಮರಿಗಳನ್ನೂ ದೇವರು ಹರಸುತ್ತಾರೆ?'

ಸುಬ್ರಹ್ಮಣ್ಯ ಯಾಚನೆ ಮುಂದುವರಿಸಿದ. ಮುಚ್ಚಿದ ಬಾಗಿಲುಗಳಿಂದ ತೆರೆದ ಬಾಗಿಲು ಗಳನ್ನು ಅರಸುತ್ತ ಅವನು ನಡೆದ. ಅವನ ದೀನರೋದನ ಏಟುಬಿದ್ದು ಗಾಯಗೊಂಡ ನಾಯಿಯ ಶಬ್ದವಾಗಿ ಬೀದಿಯಲ್ಲಿ ತಾಳಬದ್ಧವಾಗಿ ಅಲೆಬಡಿಯಿತು.

ಬಿಸಿಲ ಕೋಲುಗಳು ಅವನನ್ನು ಕ್ರೂರವಾಗಿ ಬೇಟೆಯಾಡಿ ಬೆವರು ಉಕ್ಕಿಸಿದವು. ದೇಗುಲದ ಭೋಜನಶಾಲೆಯಿಂದ ಸಿಕ್ಕಿದ ಅನ್ನದ ಉಂಡೆಗಳನ್ನು ಕೆಸುವಿನೆಲೆಯಲ್ಲಿ ಸುತ್ತಿಕೊಂಡು ದರಿದ್ರ ಬ್ರಾಹ್ಮಣರು ಮತ್ತು ಲಂಗೋಟಿಯೂ ಇಲ್ಲದ ಅವರ ಬಡಕಲು ಮಕ್ಕಳು ಅರಳಿಮರದ ನೆರಳಿನಲ್ಲಿ ನಡೆದು ಸಾಗಿದರು. ಸರಳುಗಳಿರುವ ಹಜಾರಗಳಲ್ಲಿ ಬೀಸಣಿಗೆ ಬೀಸುತ್ತ ಕುಳಿತ ವೃದ್ಧ ಮುಖಗಳನ್ನು ನೋಡುತ್ತ, ತಲೆಮುಂಡನಗೈದು ಬಿಳಿ ಸೆರಗು ಹೊದ್ದ ವಿಧವೆ ವೃದ್ಧೆಯರು ಕೇಳಿಸಿಕೊಳ್ಳದಂತೆ ಬೇಡಿದರು. 'ನಮಗೆ ಒಂದು ಚಿಟಿಕೆ ಉಪ್ಪು, ಒಂದು ಮೆಣಸಿನಕಾಯಿ ಕೊಡಿ. ಈ ಅನ್ನದ ಮುದ್ದೆಯನ್ನು ತಿನ್ನೋದಕ್ಕೆ; ಹಸಿವನ್ನು ತೀರಿಸಿಕೊಳ್ಳೋದಕ್ಕೆ.'

ಮರುಬದಿಯಲ್ಲಿ ಸುಬ್ರಹ್ಮಣ್ಯನ ಬಾಡಿ ದಣಿದ ಮುಖ. ಮಧ್ಯಾಹ್ನದ ಬಿಸಿಲಲ್ಲಿ ಬಾಡಿ ಸೊರಗಿದ ಆ ವ್ಯಕ್ತಿಗೆ ಯಾರೂ ಒಂದು ಹಾಲೂಡಿಸುವ ಬಾಟಲಿ ಕೊಡಲಿಲ್ಲ. ಅದಕ್ಕೆ

ಅಗ್ರಹಾರದ ನಿವಾಸಿಗಳನ್ನು ದೂರಿ ಫಲವಿಲ್ಲ. ಅದೂ ಅಲ್ಲದೆ ಒಂದು ಹಾಲಿನ ಶೀಷೆ ಬೇಕೆಂದು ಕೇಳುತ್ತ ಒಬ್ಬರು ಅವರಲ್ಲಿಗೆ ಬರುತ್ತಿರುವುದು ಇದೇ ಮೊದಲು. ಅದನ್ನು ಹಲವರು ಒಂದು ತಮಾಷೆಯೆಂದೇ ಭಾವಿಸಿದರು. ಗಂಭೀರವಾಗಿ ಪರಿಗಣಿಸಿದರೆ ಪರಿಹಾರ ಮಾರ್ಗವಿಲ್ಲ. ಹಾಲುಣಿಸುವ ಬಾಟಲಿಗಳಲ್ಲಿ ಹಲವು ಬಳಕೆಯಲ್ಲಿದ್ದವು. ಬಳಸಿಯಾದ ಮೇಲೆ ಮುಂದೆ ಹುಟ್ಟಲಿರುವ ಮಗುವಿಗೋಸ್ಕರ ಕೆಲವರು ಅದನ್ನು ಎತ್ತಿಡುತ್ತಿದ್ದರು. ಇನ್ನು ಕೆಲವರು ಅಕಾಲದಲ್ಲಿ ಅಗಲಿದ ಎಳೆಹಸುಳೆಗಳ ನೆನಪಿಗಾಗಿ ಇಂತಹ ಬಾಟಲಿಗಳನ್ನು ದುಃಖದ ರೇಷ್ಮೆವಸ್ತ್ರದಲ್ಲಿ ಸುತ್ತಿ ಜತನವಾಗಿರಿಸುವರು. ಮರಣ ವಾರ್ಷಿಕದಂದು ಹಾಲಿನ ಬಾಟಲಿಗಳಲ್ಲಿ ಹಾಲುತುಂಬಿಸಿ ಬಾಲಶ್ರಾದ್ಧಗಳನ್ನು ನಡೆಸುವವರೂ ಆ ಅಗ್ರಹಾರದಲ್ಲಿದ್ದರು.

ಸುಬ್ರಹ್ಮಣ್ಯನ ಈ ಗಡಿಬಿಡಿಯ ಓಡಾಟದ ಮಧ್ಯೆ ಒಬ್ಬ ಹುಚ್ಚು ಪುರೋಹಿತ ಒಂದು ಸಾಮಾನ್ಯ ತತ್ವವನ್ನು ಕಲಿಸಲು ಯತ್ನಿಸಿದನು. 'ಲೋ ಸುಬ್ರಹ್ಮಣ್ಯ, ಯಾರಾದರೂ ತಮ್ಮ ಹಾಲುಣಿಸುವ ಶೀಷೆಯನ್ನು ನಿನಗೆ ಕೊಡುತ್ತಾರೇನು? ಅತ್ತೆಯ ಋತುಚಕ್ರವು ನಿಲ್ಲದೆ ಮುಂದುವರಿಯುತ್ತೆ, ಮಗಳು ಸೊಸೆಯಂದಿರು ಮಕ್ಕಳನ್ನು ಹಡೆಯುತ್ತ, ಮೊಮ್ಮಕ್ಕಳು ಮೈನೆರೆದು ಹೆರಿಗೆಗೆ ಸಿದ್ಧರಾಗುತ್ತ ಇರುವಂತಹ ಈ ಅನಂತವಾದ ಪ್ರಕ್ರಿಯೆಯಲ್ಲಿ ಯಾರ ಕಣ್ಣಿಗೂ ಬೀಳದೆ ಈ ಮೊಲೆಯೂಡುವ ಶೀಷೆಗಳು ಕೆಳಗಿನ ತಲೆಮಾರಿಗೆ ಹಸ್ತಾಂತರವಾಗುತ್ತಲೇ ಹೋಗುತ್ತಿರುತ್ತವೆ. ದಪ್ಪನೆಯ ಒಂದು ವಿಶೇಷ ಬಗೆಯ ಗಾಜಿನಿಂದ ತಯಾರಾಗುವುದರಿಂದ ಇವು ಒಡೆದು ಹೋಗುವುದು ಕೂಡ ಅಪರೂಪವೇ. ನೀನು ವಾಪಸು ಹೋಗಿ ಹಲಸಿನೆಲೆ ದೊನ್ನೆಯಲ್ಲಿ ಮಗುವಿಗೆ ಏನನ್ನಾದರೂ ಮೊಗೆದು ಕೊಡು.'

ಸಂಜೆಯಾದೊಡನೆ ಸುಬ್ರಹ್ಮಣ್ಯ ಬಳಲಿ ನಿಶ್ಶಕ್ತನಾದ. ಬರಿಗೈಯಲ್ಲಿ ಗುಡಿಸಲಿಗೆ ಹಿಂತಿರುಗುವ ತನ್ನನ್ನು ಕಂಡ ಕೂಡಲೆ ವಳ್ಳಿಯ ನಾಲಿಗೆ ಚುರುಕಾಗಿ ಚಟಪಟಗುಟ್ಟುವು ದಲ್ಲ ಎಂಬ ಭಯ ಅವನನ್ನು ದಾರಿಯುದ್ದಕ್ಕೂ ಕಾಡಿತು. ಅವನು ಮೆಲ್ಲಗೆ ಗುಡಿಸಲಿನ ಬಾಗಿಲು ತೆರೆದ. ವಳ್ಳಿ ಪೂರಾ ಹೊದ್ದು ಮಲಗಿದ್ದಳು. ಪಕ್ಕದಲ್ಲಿ ಪೌರ್ಣಮಿ ನಿದ್ದೆಯಲ್ಲಿದ್ದಳು.

ವಳ್ಳೀ ಎಂದು ಎರಡು ಸಲ ಕರೆದ ಮೇಲೇನೆ ಅವಳು ಒಮ್ಮೆ ಹ್ಞೂಂ ಎಂದಳು. ಅನಂತರ ನರಳುವಿಕೆ ಮುಂದುವರಿಯಿತು. ಅವನು ಅವಳ ಹಣೆ ಮತ್ತು ಕುತ್ತಿಗೆ ಮುಟ್ಟಿ ನೋಡಿದ. ಸುಡುವಂಥ ಜ್ವರ. ತನ್ನ ಬಳಿ ಕೂರುವಂತೆ ಅವಳು ಸಂಜ್ಞೆ ಮಾಡಿದಳು. ಅವನು ಒಂದು ಪುಟ್ಟ ಮಗುವಿನಂತೆ ಅದನ್ನು ಪಾಲಿಸಿದ. ಅವನೊಳಗೆ ಬತ್ತಿಹೋಗಿದ್ದ ಸೆಲೆಗಳು ತೇವಗೊಳ್ಳತೊಡಗಿದವು. ವಳ್ಳಿ ಅವನ ಕೈ ಹಿಡಿದು ತನ್ನ ಎದೆಗೆ ಸೇರಿಸಿಕೊಂಡಳು. ಹೃದಯ ಮಿಡಿತದ ಮೇಲ್ಭಾಗದಲ್ಲೇ ಅವನ ಹಸ್ತವು ಮಿಡಿಯಿತು.

ಅವಳು ಹಾಲುಣಿಸುವ ಬಾಟಲಿಯ ಬಗ್ಗೆ ವಿಚಾರಿಸಲೇ ಇಲ್ಲ. ಅವನ ಹಸ್ತವು ಸುಡುತ್ತಿರುವ ಎದೆಯ ಮಾಂಸದೊಂದಿಗೆ ಕರಗಿ ಬೆರೆಯುತ್ತಿರುವ ಹಾಗೆ ಅನ್ನಿಸಿತು. ಆ ಕ್ಷಣದಲ್ಲಿ ಅಚಾನಕವಾಗಿ ಅವನೊಳಗಿಂದ ಭೂತಕಾಲದ ಹಕ್ಕಿಗಳು ಎತ್ತರಕ್ಕೆ ಹಾರಿದವು.

ಅನುರಾಗದ ಹೆದ್ದಾರಿಯಲ್ಲಿ ಹಾರಾಡಿ ಮರಳಿ ಬರುವ ಮುನ್ನವೇ ಅವನ ಕಂಗಳಲ್ಲಿ ಕಂಬನಿ ತುಂಬಿ ಹರಿಯಿತು. 'ಅಳಬೇಡ' ಎಂದು ಅವಳು ಗದ್ಗದಳಾಗಿ ಹೇಳಿದಳು. ಆಯಾಸದಿಂದ ಅಂಗಾತಳಾಗಿ ಮಲಗಿ ಅವಳು ಅವನ ಕೆನ್ನೆಗಳನ್ನು ಒರೆಸಿದಳು.

ಸುಬ್ರಹ್ಮಣ್ಯ ಮೇಲೆದ್ದು ಪಕ್ಕದ ಇನ್ನೊಂದು ಗುಡಿಸಲಿಗೆ ಓಡಿದ. ಅಲ್ಲೊಂದು ತಮಿಳು ಕುಟುಂಬವಿತ್ತು. ಬುಟ್ಟಿ ವಗೈರೆ ಹೆಣೆಯುವ ವೇಲಮ್ಮಾಳ್ ಅವನ ಜೊತೆಗೆ ಬಂದಳು. ಬಹಳ ಹೆತ್ತು ಅನುಭವಸ್ಥಳಾಗಿದ್ದ ಅವಳು ವಳ್ಳಿಯ ದೇಹದಲ್ಲಿ ಹಲವು ಕಡೆ ಅದರಲ್ಲೂ ಮೊಲೆಗಳಲ್ಲಿ ವಿಶೇಷವಾಗಿ ಓರ್ವ ಪರಿಣತ ವೈದ್ಯರ ಹಾಗೆ ಮುಟ್ಟಿ ಸವರಿ ಪರೀಕ್ಷಿಸಿದಳು. ಕೊನೆಗೆ ಅಲಕ್ಷ್ಯವಾಗಿ ಎದ್ದು ಅವನಿಗೆ ಹೇಳಿದಳು, 'ಮೊಲೆಹಾಲು ಸೋಂಕಿನಿಂದ ಜ್ವರ... ಭಯಪಡಬೇಡ. ಮಗುವಿನ ಭಾಗ್ಯ. ಜ್ವರ ಕಮ್ಮಿಯಾದರೆ ತುಂಬಾ ಹಾಲು ಬರುತ್ತೆ.'

ಬಳಿಕ ಆಕೆ ಹೋಗುವ ಮುನ್ನ ವಳ್ಳಿಗೆ ಸಲಹೆ ನೀಡಿದಳು. 'ಮಗು ಚೆನ್ನಾಗಿ ಮೊಲೆ ಚೀಪಲಿ. ಇಲ್ಲದಿದ್ದರೆ ಮೊಲೆಗಳು ಕಲ್ಲಂತಾಗಿ ಬಿಡುತ್ತವೆ.'

ಸುಬ್ರಹ್ಮಣ್ಯನಿಗೆ ಒಳಗಿಂದ ಸಂತೋಷ ಉಕ್ಕಿತು. ವೇಲಮ್ಮಾಳನ್ನೂ ವಾಪಸು ಕರೆದೊಯ್ದು ಬಿಟ್ಟು ಬಂದ ಮೇಲೆ ಅವನನ್ನು ಒಳಬಂದು ಮಲಗುವಂತೆ ವಳ್ಳಿ ಕರೆದಳು. ಅವನು ಮಲಗಿದ. ತನ್ನನ್ನು ಬಲವಾಗಿ ಅಪ್ಪುವಂತೆ, ಹಿಂಗತ್ತಿಗೆ ಮುತ್ತನಿಡುವಂತೆ ಅವಳು ಕೇಳಿಕೊಂಡಳು. ಅವಳ ಅಂಗಾಂಗಗಳಲ್ಲಿ ಹೆರಿಗೆಯ ವಾಸನೆ ಕಟುವಾಗಿ ನೆಲೆಸಿದ್ದುದರಿಂದ ಒಂದು ಥರ ಹೇವರಿಕೆಯಿಂದಲೇ ಆ ಚಟುವಟಿಕೆಗಳನ್ನು ಮಾಡುವುದು ಅವನಿಗೆ ಸಾಧ್ಯವಾದುದು. ಕ್ರಮೇಣ ನಾಸಿಕದ ದ್ವಾರಗಳನ್ನು ಮರೆತ ಅವನಿಗೆ ಮೊದಲ ರಾತ್ರಿಯ ಉತ್ಸಾಹದ ಆವೇಶ ಉಕ್ಕಿ ಬಂದಿತು.

ಆ ಹೊತ್ತಿನಲ್ಲಿ ಮಾತ್ರ ಅವನು ಆತ್ಮಹತ್ಯೆ ಕುರಿತು ಯೋಚಿಸಲೇ ಇಲ್ಲ. ಜೀವನವು ಮರಣಕ್ಕಿಂತ ಹತ್ತುಪಟ್ಟು ದೊಡ್ಡದಾಗಿ ಸೊಂಪಾಗಿ ಬೆಳೆದು ಎಲೆ, ಕಾಯಿಗಳಿಂದ ತುಂಬಿ ಎಳೆಗಾಳಿಯಲ್ಲಿ ತೂಗಾಡಿತು.

ಪೌರ್ಣಮಿ ಆಗಾಗ ತುಟಿಗಳನ್ನರಳಿಸಿ ರೋದಿಸಿದಳು. ಎಂದಿನ ರೈಲುಗಾಡಿಗಳು ಅವನನ್ನು ನಿರ್ಲಕ್ಷಿಸಿ ಹಾದು ಹೋದವು.

ಮಧ್ಯರಾತ್ರಿಯಾದಾಗ ವಳ್ಳಿ ಭಯಹುಟ್ಟಿಸುವಂತಹ ಒಂದು ಶಬ್ದ ಹೊರಡಿಸಿದಳು. ಗಾಢನಿದ್ರೆಯಲ್ಲಿದ್ದ ಅವನು ಒಂದು ಸಿಡಿಗುಂಡಿನಂತೆ ಎಗರಿದ. ಬೆಂಕಿಕಡ್ಡಿ ಗೀರಿ ದೀಪ ಹಚ್ಚಿದ. ನೀರು ಬೇಕೆಂದು ಅವನತ್ತ ನೋಡುತ್ತ ಅವಳು ಹೆಬ್ಬೆರಳು ಅಲುಗಿಸಿದಳು. ಬಿಸಿನೀರು ಕಾಯಿಸಲು ಒಲೆ ಹಚ್ಚಲೆಂದು ಅವನು ಸರಿದ. ಹೊಗೆ ಮತ್ತು ಅಲ್ಪಾಯುಷಿಗಳಾದ ಬೆಂಕಿಯ ಜ್ವಾಲೆಗಳು ಕಚ್ಚಾಡುತ್ತಿರಲು ಇನ್ನೊಂದು ಅಪಸ್ವರ ಕೇಳಿಸಿತು. ಅವನು ಹೌಹಾರಿ ಹತ್ತಿರ ಹೋದಾಗ ವಳ್ಳಿ ಬಾಯಿ ತೆರೆದು ನಾಲಿಗೆ ಚಾಚುವುದನ್ನೂ ಕಣ್ಣುಗುಡ್ಡೆಗಳನ್ನು

ತಿರುಗಿಸುವುದನ್ನೂ ಕಂಡನು. ಒಂದು ಕರಟದ ತುಂಬ ಬೆಚ್ಚಗಿನ ನೀರನ್ನು ಅವಳ ತೆರೆದ ಬಾಯಿಗೆ ಎರೆದು ಕೊಟ್ಟನು. ಮರುಕ್ಷಣವೇ ಅದು ಪೂರಾ ಹೊರಕ್ಕೆ ಚೆಲ್ಲಿತು. ಕೈಕಾಲು ಬಡಿಯುವ ತಲೆ ಅತ್ತಿತ್ತ ಉರುಳುವ ಕ್ರಿಯೆ ಹೆಚ್ಚು ಹೊತ್ತು ಸಾಗಲಿಲ್ಲ. ವಳ್ಳಿಯ ಎಲ್ಲಾ ಸ್ಪಂದನಗಳೂ ಸ್ತಬ್ಧವಾದವು.

ಅವನ ನಡುಗುವ ಕೈಗಳಿಂದ ಕರಟ ಎಗರಿ ಹೋಯಿತು. ಮಂಡಿಯೂರಿ ಕುಳಿತು ಕೊಳ್ಳುವ ಶಕ್ತಿಯೂ ಉಡುಗಿ ಹೋದಾಗ ಅವನು ಚೀರುತ್ತಾ ವಳ್ಳಿಯ ಹೆಣದ ಮೇಲೆ ಬಿದ್ದು ಬಿಟ್ಟನು. ಹಿಂದೆಂದೂ ಕೇಳಿಲ್ಲದಷ್ಟು ಜೋರಾಗಿ ಆ ಒತ್ತುವರಿ ಜಾಗಗಳನ್ನು ನಡು ಗಿಸುತ್ತ ಬೆಳಗಿನ ಜಾವದ ರೈಲು ತನ್ನ ಗುರಿಯತ್ತ ಧಾವಿಸಿತು.

ವಳ್ಳಿಯನ್ನು ಮಣ್ಣು ಮಾಡಿ ಮರಳಿ ಬರುವಷ್ಟರಲ್ಲಿ ಸಂಜೆ ಮಸುಳ ತೊಡಗಿತ್ತು. ಅವನು ಸುಡುಗಾಡಿನಿಂದ ಮರಳುವಾಗಲೇ ಆತ್ಮಹತ್ಯೆಗೆಂದು ಎಲ್ಲಾ ಮಾನಸಿಕ ಸಿದ್ಧತೆ ಗಳೊಂದಿಗೆ ಬಂದನು. ಅವನು ಪೌರ್ಣಮಿಯನ್ನು ಮಡಿಲಲ್ಲಿ ಇರಿಸಿಕೊಂಡು ಗುಡಿಸಲಿನ ಬಾಗಿಲಲ್ಲಿ ಬಹಳ ಹೊತ್ತು ಕುಳಿತನು. ಮುನ್ಸೂಚನೆ ನೀಡುತ್ತ ರೈಲುಗಳು ಬರುತ್ತಲೂ ಹಾದು ಹೋಗುತ್ತಲೂ ಇದ್ದವು. ಪೌರ್ಣಮಿಯ ನವಿರಾದ ಚಲನೆಗಳು ಅವನ ಕಾಲು ಗಳನ್ನು ಮರಗಟ್ಟಿಸಿದವು. ಅವಳ ಅಳು ಉಕ್ಕಿನ ಸಂಕಲೆಗಳಾಗಿ ಅವನನ್ನು ಎಲ್ಲೋ ಕಟ್ಟಿ ಹಾಕಿತು. ರೈಲುಗಾಡಿಗಳು ಅವನಿಗೋಸ್ಕರ ಕಾದು ನಿಲ್ಲಲಿಲ್ಲ. ಅವು ಮಾನವ ಕುತ್ತಿಗೆಗಳಿಗಾಗಿ ಹುಚ್ಚೆದ್ದು ಅಡ್ಡಾದಿಡ್ಡಿಯಾಗಿ ಓಡಿದವು.

ದಿಢೀರನೆ ಸುಬ್ರಹ್ಮಣ್ಯ ಗೊಳೋ ಎಂದು ಅತ್ತನು. ಅಂತರಂಗದಲ್ಲಿ ಕೆಲವು ಆಳವಾದ ಗುಂಡಿಗಳು ತೋಡಲ್ಪಟ್ಟದ್ದೇ ಅದಕ್ಕೆ ಕಾರಣ. ಅವನು ಮಗಳನ್ನು ಅಪ್ಪಿಕೊಂಡನು. 'ಮಗಳೇ, ನಿನ್ನ ಅಮ್ಮ ಒಬ್ಬಳು ಸ್ವಾರ್ಥಿಯಾಗಿದ್ದಳು ಅವಳು ಸತ್ತ ಮೇಲೆ ದಿನವೂ ನಾನು ಅವಳನ್ನು ನೆನೆದು ಅಳಬೇಕು ಎಂಬ ಯೋಚನೆ ಅವಳಿಗೆ ಇದ್ದಿರಬೇಕು. ಇಲ್ಲ ದಿದ್ದರೆ ಬದುಕಿದ್ದಾಗ ನನ್ನನ್ನು ಇಷ್ಟು ಹೆಚ್ಚು ಪ್ರೀತಿಸುತ್ತಿರಲಿಲ್ಲ.'

ಹಗಲು ಪೌರ್ಣಮಿ ಅಳುವಾಗ ಬಟ್ಟೆಯ ತುದಿಯನ್ನು ಗಂಜಿ ತಿಳಿಯಲ್ಲಿ ನೆನೆಸಿ ಅವಳ ತುಟಿಗಳನ್ನು ತೇವಗೊಳಿಸುತ್ತಿದ್ದ. ಅವಳಿಗೆ ಅದು ಸಾಕಾಗುತ್ತಿರಲಿಲ್ಲ. ಕೊನೆಗೆ ದೊನ್ನೆಯಿಂದ ಎರೆದು ಕೊಟ್ಟಾಗ ಅದು ನೆತ್ತಿಗೆ ಹತ್ತಿತು. ಸೀನುತ್ತ ಕೆಮ್ಮುತ್ತ ನಿಲ್ಲಿಸದೆ ಅಳುತ್ತ ಇದ್ದಳು. ಅಲ್ಲಿಗೆ ಸುಬ್ರಹ್ಮಣ್ಯ ಆ ಯತ್ನ ಕೈಬಿಟ್ಟ.

ಮತ್ತೆ ಸಂಜೆಯಾಯಿತು. ತರಗೆಲೆಗಳು ಅಂಗಳದಲ್ಲಿ ತುಂಬಿದ್ದವು. ಅಂಗಳದಲ್ಲಿ ಎಡ ತಾಕುತ್ತಿದ್ದ ಸುಬ್ರಹ್ಮಣ್ಯನ ಹೆಗಲಲ್ಲಿ ಅವನದೇ ರಕ್ತದಿಂದ ಜನಿಸಿದ ಪಾಪಭಾರ. ರೈಲುಗಳು ತಮ್ಮ ಚಿಂತೆಗಳ ತೀವ್ರತೆ ಚೆಲ್ಲಿ ಸಾಗಿದವು. ಸುಬ್ರಹ್ಮಣ್ಯ ಕನಸುಕಂಡ. ಒಂದನೇ ದರ್ಜೆಯ ಡಬ್ಬಿಯೊಂದರಲ್ಲಿ ತಾಯಿಯೊಬ್ಬಳು ತನ್ನ ಮಗುವಿಗೆ ಹಾಲಿನ ಬಾಟಲಿಯಿಂದ ಹಾಲು ಕೊಡುತ್ತಿರುವಳು. ಚಂಡಿ ಹಿಡಿದ ಮಗುವಿನ ಕೈತಾಗಿ ಹಾಲಿನ ಬಾಟಲಿ ಕಿಟಕಿಯಿಂದಾಚೆಗೆ

ಆಡುಸೋಗೆ ಗಿಡಗಳ ಪೊದೆಯಲ್ಲಿ ಬಂದು ಬೀಳುವುದು. ಓಡುತ್ತಿರುವ ರೈಲಿಗೆ ಇದೊಂದೂ ತಿಳಿಯದು. ಒಂದು ಕ್ಷುಲ್ಲಕ ವಸ್ತುವಿಗಾಗಿ ಅದರಲ್ಲೂ ಇನ್ನೊಂದು ಹಾಲಿನ ಬಾಟಲಿ ಸೂಟ್‌ಕೇಸಿನಲ್ಲಿ ಇರುವಾಗ, ಶ್ರೀಮಂತ ತಂದೆತಾಯಿಯರು ಮರುಗುವುದೇ ಇಲ್ಲ.

ಸುಬ್ರಹ್ಮಣ್ಯನ ಕನಸು ಜಡಸ್ಥಿತಿಯಿಂದ ಚೇತರಿಸಿಕೊಳ್ಳಲಿಲ್ಲ. ಯಾವ ಮಗುವೂ ಹಾಲಿನ ಶೀಷೆಯನ್ನು ತಳ್ಳಿ ಎಗರಿಸದೆ ಇರುವುದಕ್ಕೆ ಸುಬ್ರಹ್ಮಣ್ಯ ದುಃಖಿಸಿ ಫಲವೇನು? ಅದೂ ಅಲ್ಲದಿದ್ದರೆ ಮೊದಲ ದರ್ಜೆಯಲ್ಲಿ ಪಯಣ ಮಾಡುತ್ತಿರುವ ಎಲ್ಲ ತಾಯಂದಿರೂ ಬಲು ಎಚ್ಚರದಿಂದಲೂ ಪ್ರೀತಿಯಿಂದಲೂ ತಮ್ಮ ಮಕ್ಕಳಿಗೆ ಬಾಟಲಿಯಿಂದ ಹಾಲುಣಿಸು ತ್ತಿದ್ದಿರಬೇಕು.

ಪೌರ್ಣಮಿ ಅತ್ತು ಬಸವಳಿದಳು. ಅವಳ ಪಕ್ಕೆಲುಬುಗಳು ಮುನಿಸಿನಿಂದ ಏರುತ್ತ ಇಳಿಯುತ್ತ ಇದ್ದವು. ಬೆಳಕು ಹರಿದಾಗ ಸುಬ್ರಹ್ಮಣ್ಯ ಹಿಂದಿನ ರಾತ್ರಿಯ ವ್ಯಾಮೋಹ ಸ್ಮರಣೆಗಳೊಂದಿಗೆ ಎಗರಿಬಿದ್ದ ಹಾಲಿನ ಶೀಷೆಯನ್ನರಸುತ್ತ ರೈಲುಹಳಿಗಳ ಬದಿಯಲ್ಲೇ ಬಹಳಷ್ಟು ದೂರ ನಡೆದನು. ಕೊನೆಗ ಮರಳಿ ಬಂದಾಗ ಅವನ ಕೈತುಂಬಾ ಕಿತ್ತಳೆ ಹಣ್ಣಿನ ಸಿಪ್ಪೆ, ಖಾಲಿ ಬಿಸ್ಕೆಟ್ ಪ್ಯಾಕೆಟ್‌ಗಳು ಮತ್ತು ಖಾಲಿ ಸಿಗರೇಟ್ ಡಬ್ಬಿಗಳು ಇದ್ದವು. ಅವನ್ನೆಲ್ಲ ಸಿಟ್ಟಿನಿಂದ ಅಂಗಳದಲ್ಲಿ ಹರಡಿದ. ಇವನ್ನೆಲ್ಲ ಹೆಕ್ಕಿ ಸಂಗ್ರಹಿಸಿ ಇಲ್ಲಿಯವರೆಗೆ ಏಕೆ ತಂದ ಎಂದು ಅವನ ಬುದ್ಧಿಗೆ ತಿಳಿಯಲಿಲ್ಲ. ಮರುದಿನ ಬೆಳಗ್ಗೆ ವೇಲಮ್ಮಾಳ್ ಮತ್ತವಳ ಗಂಡ ಸುಬ್ರಹ್ಮಣ್ಯನನ್ನು ಗೇಲಿ ಮಾಡಿದರು. 'ನಿನ್ನ ಮಗೂಗೆ ಕಿತ್ತಳೆ ಹಣ್ಣು, ಬಿಸ್ಕೆಟ್ಟು ಕೊಡೋಕೆ ಶುರು ಮಾಡಿಬಿಟ್ಟೆಯಾ? ಏನಪ್ಪಾ ನಿನಗೆ ಲಾಟರಿ ಹೊಡೀತು ಅಂತ ಕಾಣುತ್ತಲ್ಲ.'

ದಿನಗಳು ಕಳೆದಂತೆ ಅವನಿಗೆ ಮಗುವಿನ ಅಳು ಅಸಹನೀಯವಾಯಿತು. ಮೊದ ಮೊದಲು ವೇಲಮ್ಮಾಳ್ ಸಹಾಯಕ್ಕೆ ಬರುತ್ತಿದ್ದಳು. ಆಕೆಗೂ ಹಾಲುಕುಡಿವ ಪ್ರಾಯದ ಮಗುವಿದ್ದುದರಿಂದ ಹೆಚ್ಚು ಕಾಲ ಆ ಹಾಲುಣಿಸುವಿಕೆ ಮುಂದುವರಿಯಲಿಲ್ಲ.

ಮಾರನೇ ಹಗಲು ಒಂದು ಕೆಲಸ ಹುಡುಕುತ್ತ ಸುಬ್ರಹ್ಮಣ್ಯನ್ ಹೊರಟನು. ಪೌರ್ಣಮಿ ಯನ್ನು ವೇಲಮ್ಮಾಳ್ ನೋಡಿಕೊಳ್ಳುತ್ತಾಳೆ. ಸಣ್ಣ ಪುಟ್ಟ ವ್ಯಾಪಾರ ಮಾಡಿ ಮಾತ್ರ ರೂಢಿ ಯಿದ್ದ ಅವನಿಗೆ ಮೂಟೆ ಹೊರುವ ಕೂಲಿಕೆಲಸ ಸ್ವಲ್ಪ ಪ್ರಯಾಸವೆನಿಸುವುದಾದರೂ ಆ ಕೆಲಸವಾದರೂ ಸಿಗಬಾರದೇ ಎಂದು ಬಯಸಿದ. ಪೌರ್ಣಮಿಗೆ ಒಂದು ಹಾಲುಣಿಸುವ ಶೀಷೆ ಮತ್ತು ಒಂದು ಡಬ್ಬ ಹಾಲಿನಪುಡಿ. ಅವನ ಬಯಕೆ ಅಲ್ಲಿಯೇ ಲಂಗರು ಹಾಕಿ ನೆಲೆಸಿತ್ತು.

ಸಿಮೆಂಟ್ ಮತ್ತು ಹೆಂಚುಗಳನ್ನು ಮಾರಾಟ ಮಾಡಲಾಗುತ್ತಿದ್ದ ಮಾರುಕಟ್ಟೆಯಲ್ಲಿ ಅವನಿಗೆ ಯಾವ ಕೆಲಸವೂ ಸಿಗುವುದಿಲ್ಲ. ಅಲ್ಲಿ ಎಲ್ಲರೂ ಖಾಯಂ ನೌಕರರೇ ಇದ್ದರು. ಕೆಲಸವೇನೂ ಇಲ್ಲದಾದಾಗ ಈ ಬೀದಿಗೆ ಬಂದು ದಿಢೀರ್ ಹಮಾಲಿ ಕೆಲಸ ಮಾಡಿ

ಬದುಕಬಹುದು ಎಂದು ಯಾರೂ ಭಾವಿಸುವುದು ಸರಿಯಲ್ಲ. ಮೊದಲಿಂದಲೂ ಇಲ್ಲಿ ಇರುವವರಿಗೇ ಇಲ್ಲಿ ಕೆಲಸ ಅಷ್ಟಕ್ಕಷ್ಟೇ. ಹಾಗಾಗಿ ಅವರೇ ತಮ್ಮ ದುಡಿಮೆಯ ಕೂಲಿ ಕಡಿಮೆ ಮಾಡುವ ಅನಿವಾರ್ಯ ಸ್ಥಿತಿ ಬಂದಿದೆ. ಇಲ್ಲಿರುವ ಸಾಹುಕಾರರು ಮತ್ತು ಅವರ ಏಜೆಂಟರು ಕೂಲಿಯಾಳುಗಳ ಬೆವರಿಗೆ ನೀರಿಗಿಂತಲೂ ಕಡಿಮೆ ಬೆಲೆ ಕೊಡುತ್ತಾರೆ.

ಇನ್ನುಳಿದಿರುವ ಒಂದು ದಾರಿಯೆಂದರೆ ಭಿಕ್ಷೆ ಬೇಡುವುದು. ಅವನು ಆ ಮಾರ್ಗವನ್ನೂ ಒಮ್ಮೆ ಪ್ರಯತ್ನಿಸಿ ನೋಡಿದ. ಪ್ರಧಾನ ರಸ್ತೆಯ ಇಕ್ಕೆಲದಲ್ಲೂ ಅನೇಕ ಉಪರಸ್ತೆಗಳಿವೆ. ಅಲ್ಲಿ ಶೈವಬ್ರಾಹ್ಮಣ ಮಂದಿ ವಾಸವಿದ್ದಾರೆ. ಶಿವಪೂಜೆ ಮತ್ತು ಅನ್ನದಾನ ಅವರ ನಿತ್ಯ ಜೀವನದ ಪ್ರಮುಖ ಘಟಕಗಳು.

ಸುಬ್ರಹ್ಮಣ್ಯ ಆ ಬೀದಿಗೆ ಕಾಲಿಡುವ ಮುನ್ನವೇ ಭಿಕ್ಷುಕರ ಗುಂಪು ಅವನನ್ನು ಮುತ್ತಿ ಕೊಂಡಿತು. ಆ ಗುಂಪಿನಲ್ಲಿ ಕುಷ್ಠರೋಗಿಗಳಿಂದ ಹಿಡಿದು ಸಂನ್ಯಾಸಿಗಳವರೆಗೆ ಎಲ್ಲರೂ ಇದ್ದರು. ಅವರು ಹೇಳಿದರು, 'ಈ ಭೂಖಂಡದ ಯಾವುದೇ ಮನುಷ್ಯನೂ ಎಲ್ಲಿಗೆ ಬೇಕಾದರೂ ಹೋಗಿ ಭಿಕ್ಷೆ ಬೇಡಬಹುದು ಎಂಬ ಮೂಲಭೂತ ಹಕ್ಕು ಇದ್ದರೂ ಸಹ ನಾವು ಹೇಳುತ್ತೇವೆ ಕೇಳು. ಎಷ್ಟೋ ಸಲ ನಮಗೆ ಸಿಗುವುದೇ ಹುಳ ಬಿದ್ದಿರುವ ಮುಗ್ಗಲು ಅಕ್ಕಿ. ನೀನು ಬಂದು ಸೇರಿದರೆ ನಮ್ಮ ಊಟದಲ್ಲಿ ಅನ್ನದಗುಳುಗಳು ಕಡಿಮೆಯಾಗುತ್ತವೆ. ಅದು ನಮ್ಮ ಆರೋಗ್ಯಕ್ಕೆ ಹಾನಿಕರ. ನಾವು ರೋಗಪೀಡಿತರಾಗಿ ಸತ್ತರೆ ನಮ್ಮ ಹೆಂಡತಿ ಮಕ್ಕಳು ಅನಾಥರಾಗುತ್ತಾರೆ.'

ಸುಬ್ರಹ್ಮಣ್ಯ ಸ್ವಲ್ಪ ಗಂಭೀರವಾಗೇ ನಿಂತ ಕಾರಣದಿಂದಲೇ ಇರಬೇಕು ಅವರು ಒಗ್ಗಟ್ಟಾಗಿ ಒಂದು ಬೆದರಿಕೆ ಹೊರಡಿಸಿದರು. 'ಈ ಬೀದಿಗೆ ಕಾಲಿಟ್ಟರೆ ನಾವು ನಿನ್ನ ಕಾಲು ಮುರಿದು ಹಾಕುತ್ತೇವೆ.' ಜೀವ ಕಳೆದುಕೊಳ್ಳಲು ಭಯಪಡದಂತಹ ಸುಬ್ರಹ್ಮಣ್ಯ ಏಕೋ ಕುಂಟ ನಾಗಲು ಇಷ್ಟಪಡಲಿಲ್ಲ. ಅವನು ಆ ಜಾಗವನ್ನು ತೊರೆದ.

ಇನ್ನೂ ವ್ಯಾಪಾರೀ ಬೀದಿಗಳಿವೆ. ಅಲ್ಲಿನ ಒಂದು ವಿಶಿಷ್ಟತೆ ಹೇಳಿದರೆ ಹಸಿಸುಳ್ಳು ಎಂದೇ ಅನ್ನಿಸುವುದು. ತರಕಾರಿ ವ್ಯಾಪಾರದ ಸ್ಥಳದಲ್ಲಿ ಕೊಳೆತ ತರಕಾರಿಗಳು ಮತ್ತು ಬಟ್ಟೆವ್ಯಾಪಾರದ ಜಾಗದಲ್ಲಿ ಹಿಂಜಿದ ಬಟ್ಟೆ ತುಂಡುಗಳು ಮಾತ್ರವೇ ಕೂಲಿಯಾಗಿ ಸಿಗುತ್ತಿದ್ದವು. ಅಂತಹ ಅವಿಶ್ವಸನೀಯ ಸತ್ಯವನ್ನು ಅರಗಿಸಿಕೊಳ್ಳಲು ಸುಬ್ರಹ್ಮಣ್ಯನ್ ಹಾಗೆ ಬೇರಾರಿಗೂ ಸಾಧ್ಯವಾಗುವುದೆಂದು ಅನ್ನಿಸುತ್ತಿಲ್ಲ.

ಮತ್ತೆ ಸುಬ್ರಹ್ಮಣ್ಯ ತನ್ನ ಗುಡಿಸಲ ಮುಂದೆ ತಲುಪಿದ. ಒಳಗೆ ಆಗಾಗ ಅಳುತ್ತಿರುವ ಪೌರ್ಣಮಿ. ಕಸರತ್ತು ನಡೆಸುತ್ತಿರುವ ರೈಲುಗಾಡಿಗಳು ಕಂಡಕ್ಷಣ ಮರೆತು ಹೋಗುವ ಪ್ರಯಾಣಿಕರ ಮುಖಗಳು.

ಅಮಾವ್ಯಾಸೆ ಸಮೀಪಿಸುತ್ತಿದೆ. ಚಂದ್ರದ ವೃದ್ಧಿ ಕ್ಷಯಗಳಿಗೆ ಸಾಕ್ಷಿಯಾಗಿರುವ ನಕ್ಷತ್ರಗಳು ನಿರ್ಮಮ ಭಾವದಿಂದಿವೆ.

ಪೌರ್ಣಮಿ ಅಳದಂತಾದಳು. ಆಗಾಗ ಬೀಗಿದ ಕಣ್ರೆಪ್ಪೆಗಳನ್ನು ತೆರೆದು ಸುಬ್ರಹ್ಮಣ್ಯನನ್ನು ನೋಡಿದಳು. ಅಪ್ಪ ಮತ್ತು ಪರಿಸರ ಅದೇ ರೀತಿಯಿವೆ ಎಂಬ ಅರಿವು ಮೂಡಿದವಳಂತೆ ಕಣ್ಣುಗಳನ್ನು ಮುಚ್ಚುವಳು. ನಾನು ಚಿಂತಾಮಗ್ನಳಾಗಿರುವೆ ನನಗೆ ತೊಂದರೆ ಕೊಡಬೇಡಿ ಎಂಬ ಭಾವದಲ್ಲಿ ಮಲಗಿರುವ ಪೌರ್ಣಮಿಯನ್ನು ಕಂಡಾಗ ಮತ್ತೆ ಅವನಿಗೆ ಹಾಲಿನ ಬಾಟಲಿ ಮತ್ತು ಹಾಲಿನಪುಡಿ ತರಬೇಕೆಂಬ ಪ್ರೇರಣೆ ಉಂಟಾಯಿತು.

ಮನಸ್ಸಿಲ್ಲದ ಮನಸ್ಸಿನಿಂದ ನಡೆಸಿದ ಕಿರು ಪಯಣಗಳಲ್ಲಿ ಅವನು ಹಲವನ್ನು ಕಂಡ. ಕೈಕೋಳ ತೊಡಿಸಿ ನಡೆಸಿಕೊಂಡ ಹೋಗಲಾಗುತ್ತಿರುವ ಖೈದಿಗಳು, ಇಬ್ಬದಿಯಲ್ಲೂ ಗುಂಡುತುಂಬಿದ ಕೋವಿ ಹೊತ್ತ ಪೊಲೀಸರು, ಸಿಕ್ಕಿಬಿದ್ದ ಜೇಬುಗಳ್ಳನ ಸುತ್ತ ಸೇರಿದ ಕೋಪೋದ್ರಿಕ್ತ ಜನರ ಗುಂಪಿನಲ್ಲಿ ಸಿಕ್ಕಿದ್ದನು ಹಣ ಲಪಟಾಯಿಸಲು ಯತ್ನಿಸುತ್ತಿರುವ ಇನ್ನೊಬ್ಬ ಕಿಸೆಗಳ್ಳ. ಬೀದಿ ದೀಪದ ಹಿಂಬದಿಯ ಕತ್ತಲಲ್ಲಿ ಕುರೂಪ ಮರೆಸಿ ವ್ಯಾಪಾರ ಕುದುರಿಸುತ್ತಿ ರುವ ನಗರದ ವೇಶ್ಯೆಯರು. ಪಾಪಮಾಡಿದವರೂ ಮಾಡಲು ಬಯಸುತ್ತಿರುವವರೂ ಕಲ್ಲುಗಳನ್ನಾಯ್ದು ಜೇಬು ತುಂಬಿಸಿಕೊಂಡು ಮಹಾಪಾಪಿಗಳು ಸಿಕ್ಕರೆ ಹೊಡೆದುಬಿಡುವುದ ಕ್ಕಾಗಿ ಸಮಯ ಕಾಯುತ್ತಿರುವರು. ಪ್ರತಿಭಟನಾ ಸಾಮರ್ಥ್ಯವು ಎಲ್ಲೆಲ್ಲೂ ಕುಂಟನಂತೆ ಅಸಹಾಯಕ ಸ್ಥಿತಿಯಲ್ಲಿತ್ತು.

ಕೊನೆಗೆ ಅಮಾವಾಸ್ಯೆ ರಾತ್ರಿ ಬಂದಿತು. ಅಂದಿಗೆ ಸುಬ್ರಹ್ಮಣ್ಯನ ಮಗಳು ಪೌರ್ಣಮಿ ಜನಿಸಿ ಹದಿನೈದು ದಿನಗಳಾಗಿದ್ದವು. ಹಗಲಿಡೀ ಬಹಳ ಬಿಸಿಲಿದ್ದ ಕಾರಣ ರಾತ್ರಿ ಉಷ್ಣತೆ ತುಸು ತಣಿಯಿತು. ಅಂದು ಸಂಜೆ ಪೌರ್ಣಮಿ ಜೋರಾಗಿ ಅಳುತ್ತಿದ್ದಳು. ಕಳೆದ ನಾಲ್ಕೈದು ದಿನಗಳಿಂದ ಅವಳು ಹೀಗೆ ಅಳುತ್ತಲೇ ಇರಲಿಲ್ಲ. ಸದ್ದು ಜೋರಾಗುತ್ತಿತ್ತು. ಈ ಮಾಂಸದ ಮುದ್ದೆಯೊಳಗಿಂದ ಇಷ್ಟು ಜೋರು ಶಬ್ದ ಹೇಗೆ ಹೊರಡುತ್ತದೆ ಎಂಬ ಸಂದೇಹ ಹುಟ್ಟಿ ಸುವಂಥ ಅಳು. ಈ ಶಬ್ದದಲೆಗಳು ಸುಬ್ರಹ್ಮಣ್ಯನ ನರನಾಡಿಗಳಿಗೆ ಉಸಿರುಗಟ್ಟಿಸುವಂತಿದ್ದವು.

ಅಸಹನೆಯಿಂದ ಅವನು ಮೇಲೆದ್ದನು. ಬಾಗೆ ಮರದ ರೆಂಬೆಗಳಲ್ಲಿ ಗಾಳಿ ಮರೆ ಯಾಯಿತು. ಆಡುಸೋಗೆ ಗಿಡಗಳ ನಡುವೆ ಹೆಗ್ಗಣಗಳು ಪ್ರಾಣಭಯದಿಂದ ಓಡಿದವು. ಹಾಲೆಹೂಗಳು ಕಟುವಾಸನೆ ಹರಡುತ್ತ ಪ್ರಯಾಣಿಕರ ಪ್ರಜ್ಞಾಮಂಡಲದಲ್ಲಿ ಮೋಹಿನಿ ಕತೆ ಗಳ ಭಯಕಲ್ಪನೆಗಳನ್ನು ಚಿಗುರಿಸಿಬಿಟ್ಟವು.

ಸುಬ್ರಹ್ಮಣ್ಯ ಪಟ್ಟು ಹಿಡಿದು ನಡೆದ, ಅವನು ಇಬ್ರಾಹಿಂಕುಟ್ಟಿ ಆ್ಯಂಡ್ ಸನ್ಸ್ ಎಂಬ ಪ್ರಸಿದ್ಧ ಕಿರಾಣಿ ಅಂಗಡಿಯ ಮುಂದೆ ಹೋಗಿ ನಿಂತನು. ಕೆಲಸಗಾರರು ಅಂಗಡಿ ಮುಚ್ಚುವ ಪ್ರಾಥಮಿಕ ಹಂತ ಶುರುಮಾಡಿದ್ದರು. ಸಾಹುಕಾರರೇ ಎಂದು ಕರೆದರೆ ಕುಳಿತ ಲ್ಲಿಂದ ಉಬ್ಬಿ ಮೇಲಕ್ಕೇರಿ ಬಿಡುವಂತಹ ಇಬ್ರಾಹಿಂಕುಟ್ಟಿಯನ್ನು ಅವನು ಸಾಹುಕಾರರೇ ಎಂದು ವಿನಯ ಸ್ವರದಲ್ಲಿ ಕೂಗಿದ. ಸಾಹುಕಾರ ನೋಟುಗಳನ್ನೆಣಿಸಿ ನಿಗದಿಪಡಿಸುತ್ತಿದ್ದ ಒತ್ತಡದಲ್ಲಿದ್ದೂ ಸಹ ತಲೆಯೆತ್ತಿ ನೋಡಿದರು. 'ಏನು ಬೇಕು ಸುಬ್ರಹ್ಮಣ್ಯಾ?' ಸುಬ್ರಹ್ಮಣ್ಯ

ಕೇಳಿದ, 'ಸಾಹುಕಾರ್ರೇ, ಇಲ್ಲಿ ಹಾಲು ಕುಡಿಸುವ ಬಾಟಲಿ ಇದೆಯಾ?' ಮಾಲೀಕರು ಒಂದು ಗಾನಾಲಾಪನೆ ಮಾಡುವಂತೆ ಹೇಳಿದರು, 'ಇದೆ. ಬೇರೆ ಬೇರೆ ಕಂಪನಿಗಳ ಹಲವು ಅಳತೆಯ ನಾನಾ ನಮೂನೆಯ ಹಾಲಿನ ಬಾಟಲಿಗಳಿವೆ.' ಆಗ ಸುಬ್ರಹ್ಮಣ್ಯ ಕೇಳಿದ. 'ಪ್ರಸಿದ್ಧ ಕಂಪನಿಯ ಉತ್ತಮ ದರ್ಜೆಯ ಹಾಲಿನ ಬಾಟಲಿಗೆ ಎಷ್ಟು ಬೆಲೆ ಸಾಹುಕಾರ್ರೇ?' 'ಹನ್ನೆರಡು ರೂಪಾಯಿ ಇಪ್ಪತ್ತು ಪೈಸೆ.' 'ಹಾಗೇನೆ ಒಂದು ಟಿನ್ ಪುಷ್ಟಿಕರ ಹಾಲಿನ ಪುಡಿಗೆ ಬೆಲೆ ಎಷ್ಟು ಸಾಹುಕಾರ್ರೇ?' ಉತ್ತರ ಬಂದಿತು, 'ಹದಿಮೂರೂ ಚಿಲ್ಲರೆ.'

ಸಾಹುಕಾರರ ಆಸಕ್ತಿ ಕಂಡೇ ಇರಬೇಕು ಅಲ್ಲಿನ ಒಬ್ಬ ಕೆಲಸಗಾರ ಅಷ್ಟರಲ್ಲೇ ಹಾಲಿನ ಬಾಟಲಿ ಮತ್ತು ಹಾಲಿನಪುಡಿ ಡಬ್ಬ ಕಪಾಟಿನಿಂದ ತೆಗೆದು ಎತ್ತಿಹಿಡಿದು ತೋರಿಸಿದ. ಅನಂತರ ಮರಳಿ ಅಲ್ಲಿಯೇ ಇರಿಸಿದ. ಆಗ ಸುಬ್ರಹ್ಮಣ್ಯ ಬೇರೊಂದನ್ನು ಗಮನಿಸಿದ. ಹೆಂಚು ಹೊದೆಸಿದ್ದ ಮೇಲ್ಛಾವಣಿಯಲ್ಲಿ ಪೂರಾ ಜೇಡರ ಬಲೆಗಳು.

ಸುಬ್ರಹ್ಮಣ್ಯ ಹಿಂತಿರುಗಿ ನಡೆಯಲುದ್ಯುಕ್ತನಾದಾಗ ಮಾಲೀಕರು ಲೆಕ್ಕ ಕೂಡಿಸಿ ಹೇಳಿದರು. 'ಒಟ್ಟು ಇಪ್ಪತ್ತೈದೂ ಎಪ್ಪತ್ತು.' ಒಟ್ಟು ಬೆಲೆಯ ಬಗ್ಗೆ ಆಸಕ್ತಿಯಿಲ್ಲದ್ದರಿಂದ ಅವನು ಹಿಂತಿರುಗಿ ನಡೆದ.

ಅವನು ಪೌರ್ಣಮಿಯನ್ನು ಮಡಿಲಲ್ಲಿ ಮಲಗಿಸಿ ನಿದ್ದೆ ಮಾಡಿಸಲು ನೋಡಿದನು. ಹಿಂದೆಂದೋ ಕೇಳಿದ್ದ, ಒಳಬಗೆಯಲ್ಲಿ ಒಣಗಿ ಮೆತ್ತಿಕೊಂಡಿದ್ದ ಒಂದು ಜೋಗುಳದ ಎರಡು ಸಾಲುಗಳನ್ನು ಅವನು ಹಾಡಿದ. ಆ ಸ್ವರ ಅವನಿಗೇನೆ ಅಹಿತಕರ ಎನ್ನಿಸಿತು. ಪೌರ್ಣಮಿ ಅಳುವುದನ್ನು ನಿಲ್ಲಸಲೇ ಇಲ್ಲ. ವೇಲಮ್ಮಾಳ್ ಮತ್ತು ಕುಟುಂಬ ಊರಲ್ಲಿರಲಿಲ್ಲ. ಅವರು ತಮಿಳುನಾಡಿನಲ್ಲೆಲ್ಲೋ ನಡೆಯುವ ಜಾತ್ರೆಯಲ್ಲಿ ಮಾರಲೆಂದು ಬಣ್ಣಹಾಕಿದ ಬುಟ್ಟಿ ಕುಕ್ಕೆಗಳನ್ನೆಲ್ಲ ತೆಗೆದುಕೊಂಡು ಇಂದು ಬೆಳಗ್ಗೆಯೇ ಇಲ್ಲಿಂದ ಹೋಗಿದ್ದರು. ವಾಪಸ್ಸು ಬರಲು ಒಂದು ವಾರವಾದರೂ ಕಳೆಯುವುದು.

ಅನಿರೀಕ್ಷಿತವಾದ ಒಂದು ನಿಮಿಷದಲ್ಲಿ ಪೌರ್ಣಮಿಯ ಅಳು ಕಡಿಮೆಯಾಗುತ್ತ ಬಂದಿತು. ಕೊನೆಗೆ ಅವಳು ನಿದ್ದೆ ಹೋದಳು. ಅವಳನ್ನು ಒಂದು ಹರಿದ ಬೈರಾಸು ಹೊದಿಸಿ ಮಲಗಿಸಿದ. ಸ್ವಲ್ಪ ಹೊತ್ತು ಸುಬ್ರಹ್ಮಣ್ಯ ಕಾದು ಕುಳಿತ. ಸೊಳ್ಳೆ ಕಚ್ಚಿದ ಕಾರಣದಿಂದಿರಬೇಕು ಸ್ವಲ್ಪ ಕೈಕಾಲು ಒದರಿದಳೇ ಹೊರತು ಪೌರ್ಣಮಿ ಎಚ್ಚರಗೊಳ್ಳಲಿಲ್ಲ.

ಸದ್ದು ಮಾಡದೆ ಸುಬ್ರಹ್ಮಣ್ಯ ಹೊರ ನಡೆದ. ಹುಣ್ಣಿಮೆಯ ಬೆಳಕು ಮತ್ತು ನೆರಳುಗಳನ್ನು ಸೃಷ್ಟಿಸಿತ್ತು. ಗುಡಿಸಲೊಳಗೆ ಪೌರ್ಣಮಿ ನಿದ್ರಿಸಿದಳು.

ಆ ರಾತ್ರಿ ಕಳೆದು ಬೆಳಕಾಯಿತು. ರೈಲುಹಳಿಯ ಪಕ್ಕದಲ್ಲಿ ಹುಲ್ಲಿನ ಚಾಪೆಯಿಂದ ಮುಚ್ಚಿರಿಸಿದ ಪೌರ್ಣಮಿಯ ಜಜ್ಜಿ ನುರಿದು ಹೋದ ಬೀಭತ್ಸವಾದ ಶವಶರೀರದ ಸುತ್ತ ಊರಜನರು ನೆರೆದು ನಿಂತಿದ್ದರು. ಹಾಲುಣಿಸುವ ಬಾಟಲಿ ಮತ್ತು ಹಾಲಿನಪುಡಿ ಡಬ್ಬವನ್ನು, 'ವಶಪಡಿಸಿಕೊಂಡ ಮಾಲು' ಎಂದು ಬದಿಯಲ್ಲಿರಿಸಲಾಗಿತ್ತು. ನೆಲದಲ್ಲಿ ಬೋರಲು

ಬಿದ್ದು ಮಣ್ಣಿನಲ್ಲಿ ತಲೆಚಚ್ಚಿಕೊಳ್ಳುತ್ತ 'ನನ್ನ ಮುದ್ದು ಕಂದಾ ಪೌರ್ಣಮಿ'ಎಂದು ಕೂಗಿ ಅಳುತ್ತಿರುವ ಸುಬ್ರಹ್ಮಣ್ಯನನ್ನು ಸುತ್ತಲೂ ಸೇರಿ ನಿಂತಿರುವ ಪೊಲೀಸರೂ ಸಮಾಜದ ಮನುಷ್ಯರೆಲ್ಲರೂ ಅಸಹ್ಯದಿಂದ ನೋಡಿದರು. ಕಟ್ಟು ಕತೆಗಳಲ್ಲೂ ಸಹ ಹೇಳಲು ಹಿಂಜರಿಯು ವಂತಹ, ಕೇಳಲು ಬಯಸದಂತಹ ಕ್ರೂರಸಂಭವ.

ಪ್ರಜ್ಞಾಹೀನ ಸ್ಥಿತಿಯಲ್ಲೇ ಸುಬ್ರಹ್ಮಣ್ಯನನ್ನು ಪೊಲೀಸ್‌ಸ್ಟೇಷನ್‌ಗೆ ಸಾಗಿಸಲಾಯಿತು. ಪ್ರಜ್ಞೆ ಬಂದಾಗ ಲಾಕಪ್‌ಕೋಣೆಯ ಗೋಡೆಗೊರಗಿ ನಿಂತು ಅವನು ಸರ್ಕಲ್ ಇನ್ಸ್‌ಪೆಕ್ಟರ್‌ಗೆ ಹೇಳಿದ. 'ಸರ್, ಪೌರ್ಣಮಿಯನ್ನು ನಾನು ಕೊಂದಿಲ್ಲ. ಅವಳಿಗಾಗಿ ಹಾಲಿನ ಬಾಟಲಿ, ಹಾಲಿನ ಪುಡಿ ಕದ್ದು ತರಲು ನಾನು ಹೋದ ಸಮಯ ಕಾದು ಅವಳು ಆತ್ಮಹತ್ಯೆ ಮಾಡಿಕೊಂಡಳು.'

ಅದನ್ನು ಆಲಿಸಿದವರೆಲ್ಲ ಮುಗುಳ್ನಕ್ಕರು.

ಇದೇ ನ್ಯಾಯದ ವಾದವನ್ನು ಅವನು ಇನ್ನೂ ಎರಡು ಕಡೆ ಎತ್ತಿ ಹೇಳಿದ. ಜೀವಾವಧಿ ಶಿಕ್ಷೆಯ ತೀರ್ಪು ಓದಲು ಸಿದ್ಧವಾದ ಸೆಷನ್ಸ್ ನ್ಯಾಯಾಧೀಶರ ಬಳಿ ಮತ್ತು ಆನಂತರ ಜೈಲಿನ ಸೂಪರಿಂಟೆಂಡೆಂಟ್‌ರ ಹತ್ತಿರ.

ಅವರಿಗೂ ಮುಗುಳ್ನಗುವುದು ಹೊರತು ಬೇರೇನೂ ಮಾಡಲಾಗಲಿಲ್ಲ.

ಮೇಲ್ಕಾಣಿಸಿದ ಸುಬ್ರಹ್ಮಣ್ಯನ ವಾದಗತಿ ಅವನಿಗೆ ಎದುರಾಗಿ ಪರಿಣಮಿಸಲು ಇನ್ನೊಂದು ಕಾರಣವೂ ಇತ್ತು. ದಯಾಳುವೂ ಮತವಿಶ್ವಾಸಿಯೂ ಆದ ಇಬ್ರಾಹಿಂ ಕುಟ್ಟಿ ಸಾಹುಕಾರರು ಹಾಲಿನ ಬಾಟಲಿ ಮತ್ತು ಹಾಲಿನಪುಡಿ ಟಿನ್ ಸುಬ್ರಹ್ಮಣ್ಯನಿಗೆ ಉಚಿತವಾಗಿ ಕೊಟ್ಟೆನೆಂದು ಪೊಲೀಸರಿಗೆ ಹೇಳಿಕೆಯಿತ್ತರು. ನಾಲ್ಕೈದು ಹೆಂಚುಗಳು, ಒಂದು ಹಾಲಿನ ಬಾಟಲಿ, ಒಂದು ಹಾಲಿನಪುಡಿ ಟಿನ್. ಹೆಚ್ಚೆಂದರೆ ಒಂದೈವತ್ತು ರೂಪಾಯಿ ನಷ್ಟ. ಇದಕೋಸ್ಕರ ಪೊಲೀಸ್ ಸ್ಟೇಷನ್‌ಗೂ ಕೋರ್ಟಿಗೂ ಅಲೆದಾಡಲು ಸಾಧ್ಯವಿಲ್ಲ ಎಂಬುದೇ ಒಂದು ಪಕ್ಷ ಈ ಔದಾರ್ಯದ ನೇಪಥ್ಯದ ಗುಟ್ಟು. ಅದೇನೇ ಇರಲಿ ಪ್ರಾಸಿಕ್ಯೂಟರ್‌ಗೆ ಇದು ಬಹಳ ಸಹಾಯಕವಾಯಿತು. ಸುಬ್ರಹ್ಮಣ್ಯ ಹಾಲುಣಿಸುವ ಬಾಟಲಿ ಮತ್ತು ಹಾಲಿನ ಪುಡಿ ಕದಿಯಲು ಹೋಗಿಲ್ಲ, ಹಾಲುಹಸುಳೆಯನ್ನು ರೈಲು ಹಳಿಯಲ್ಲಿ ಮಲಗಿಸಿ ರೈಲಿಗೆ ಕೊಟ್ಟು ಕೊಂದವನು ಈ ನರಾಧಮನೇ ಹೊರತು ಬೇರಾರೂ ಅಲ್ಲ ಎಂದು ಆತ ಅನಾಯಾಸವಾಗಿ ನಿರೂಪಿಸಿದ.

ಸುಬ್ರಹ್ಮಣ್ಯನಿಗೆ ಏನೊಂದೂ ಅರ್ಥವಾಗಲಿಲ್ಲ ಜೈಲಿನಗೋಡೆಗಳ ಒಳಗಡೆ ಸ್ವಸ್ಥತೆಯ ಬಯಲುಗಳನ್ನರಸುತ್ತ ಅವನು ರಿಂಗಣ ಸುತ್ತಿದ. ಸರ್ಕಲ್ ಇನ್ಸ್‌ಪೆಕ್ಟರ್, ಸೆಷನ್ಸ್ ನ್ಯಾಯಾಧೀಶ, ಜೈಲು ಸೂಪರಿಂಟೆಂಡೆಂಟ್ ಇವರೆಲ್ಲರ ತುಟಿಗಳಲ್ಲಿ ಅರಳಿದ ಮುಗುಳ್ನಗೆ ಒಂದು ಗಾಯದ ಕಲೆಯಂತೆ ನೆನಪಿನಲ್ಲಿ ಮಾಯದೆ ಉಳಿದುಕೊಂಡಿತು. ತನಗೇ ನಂಬಲಾಗದ ಒಂದು ಘಟನೆ. ಅದನ್ನು ಇತರರಿಗೆ ನಂಬಿಕೆ ಬರುವಂತೆ ಹೇಳಿ ನಂಬಿಸುವ ಕಠಿಣ

ಕೆಲಸ. ಅದರಲ್ಲಿದ್ದ ಅಸಮಂಜಸತೆಯು ಒಂದು ಕ್ಷುದ್ರ ಜೀವಿಯಾಗಿ ಅವನ ನರವ್ಯೂಹವನ್ನು ಕೊರೆಯ ತೊಡಗಿತು. ಕೊನೆಗೆ ಒಬ್ಬ ಮಾನಸಿಕ ರೋಗಿಯಾಗಿ ಬಿಟ್ಟ ಬಳಿಕವೇ ಈ ದುರೂಹತೆಯಿಂದ ಸುಬ್ರಹ್ಮಣ್ಯನಿಗೆ ಮುಕ್ತಿ ದೊರಕಿದ್ದು.

**

ಉದಯ ಕಾಣಲು ನಿದ್ದೆಗೆಟ್ಟವರು

'ಸಖರೇ, ನೀವು ಬಹಳ ಎಚ್ಚರದಿಂದಿರಬೇಕು. ಅಪರಾಧ ತನಿಖಾ ಇಲಾಖೆಯ ಅಧಿಕಾರಿಗಳು ನಮ್ಮ ನಡುವೆ ನೀರಿನಲ್ಲಿ ಮೀನುಗಳಿರುವಂತೆ ಲಯವಾಗಿ ಸೇರಿದ್ದಾರೆ ಎಂಬ ವಾಸ್ತವವನ್ನು ನಾವು ಎಂದಿಗೂ ಮರೆಯಬಾರದು. ಕರ್ತವ್ಯಗಳನ್ನು ಮಾಡುತ್ತೇವೆ ಎನ್ನುವ ಈ ಕಾವಲು ನಾಯಿಗಳು ಮಾಡುತ್ತಿರುವ ಕುಚೇಷ್ಟೆಗಳನ್ನು ಅರ್ಥಮಾಡಿಕೊಳ್ಳಬಹುದು. ಆದರೆ, ಸೆರೆಯಾದ ಬಳಿಕ ಕ್ರಾಂತಿಯ ಸೋರುವ ಪಾತ್ರೆಯೊಂದಿಗೆ ನಮ್ಮ ಪಾರ್ಟಿಯ ಸಖರ ಬಳಿಗೆ ಬಂದು ಹಿಂದಿನಕಾಲದ ನಂಟುಗಳ ಕೊಂಡಿಗಳನ್ನು ಬೆಸೆದು ಗುಟ್ಟುಗಳನ್ನು ಪೊಲೀಸರಿಗೆ ರವಾನಿಸಿಬಿಡುವ ವರ್ಗವಂಚಕತಂಡಗಳನ್ನು ನಾವು ಹೇಗೆ ಗುರುತಿಸಲು ಸಾಧ್ಯ? ಎಚ್ಚರಿಕೆಯಿಂದಿರಿ ಲಾಲ್‌ಸಲಾಂ'

ಇಷ್ಟು ಹೇಳಿದ ಬಳಿಕ ವಿದ್ಯಾರ್ಥಿ ಕಾಮ್ರೇಡ್ ಜನರ ಗುಂಪಿನೊಳಗೆ ಸೇರಿ ಮಾಯವಾದ.

ಪಿ.ಎಲ್.ಎಂಬ ಕ್ರಾಂತಿಕಾರಿ ಈ ನಾಲ್ಕುರಸ್ತೆ ಕೂಡುರಸ್ತೆ ಕೂಡುವಲ್ಲಿ ನಿಂತಿದ್ದಾನೆ. ಮೋಡ ಕವಿದ ಬಾನು, ಮಿಂಚುಗಳು ಮತ್ತು ಭ್ರೂಣವನ್ನು ಛಿದ್ರಗೊಳಿಸುವಂತಹ ಸಿಡಿಲಿನ ಮೊಳಗುದನಿಗಳು ಸಲಹೆನೀಡುತ್ತಿವೆ. ರಾಜಧಾನಿಯಲ್ಲಿ ಮಾಡಿ ಮುಗಿಸಬೇಕಿರುವ ಕೆಲಸ ಗಳನ್ನು ಆದಷ್ಟು ಬೇಗನೆ ಪೂರ್ಣಗೊಳಿಸು. ಈ ರಾತ್ರಿ ಕೆಲವು ಗಂಟೆಗಳ ತಂಗುವಿಕೆಗಾಗಿ ಒಂದು ಆಶ್ರಯತಾಣವನ್ನು ಹುಡುಕಿಕೋ.

ವಿದ್ಯಾರ್ಥಿ ಕಾಮ್ರೇಡ್ ತಮಿಳ್ನಾಡಿಗೆ ತೆರಳುತ್ತಿದ್ದಾನೆ. ಬಳಿಕ ಆಂಧ್ರಕ್ಕೆ ತಲುಪುತ್ತಾನೆ. ಸೆಂಟ್ರಲ್ ಕಮಿಟಿ ಸಭೆ ಸೇರಬೇಕಾದ ಕಾಲ ಅತಿಕ್ರಮಿಸಿದೆ.

ಪಿ.ಎಲ್.ಆಕಾಶದತ್ತ ನೋಡಿದ. ಕತ್ತಲಲ್ಲಿ ಮೇಘಗಳ ಗಟ್ಟಿತನವನ್ನು ಗುರುತಿಸಲಾಗುತ್ತಿಲ್ಲ. ಯಾವಾಗ ಬೇಕಾದರೂ ಮಳೆ ಸುರಿಯಬಹುದು. ಇದೋ ಈಗ ಮಿಂಚಿನ ಬೆಳಕಲ್ಲಿ ಆಕಾಶ ಕಾಣಿಸಿತು. ಬೆಳಕು ಹರಿವ ತನಕ ನಿಲ್ಲದಂತೆ ಸುರಿಯಲು ಆತ್ಮಧೈರ್ಯ ಗಳಿಸಿರುವ ಮುಖ.

ವಿದ್ಯಾರ್ಥಿ ಕಾಮ್ರೇಡನನ್ನು ಭೇಟಿಯಾದುದು ಮಧ್ಯಾಹ್ನ ಒಟ್ಟಿಗೇ ಒಂದು ಹಾಸ್ಟೆಲಿಗೆ ಹೋದರು. ಭೇಟಿಯಾಗ ಬಯಸಿದ್ದ ಸಖನ ಕೋಣೆಯ ಬಾಗಿಲಿಗೆ ಬೀಗ ಹಾಕಲಾಗಿತ್ತು. ತಿರುಗಿ ಬಂದರು. ವರಾಂಡದ ಇಬ್ಬದಿಯಲ್ಲೂ ಕಂಡುಬಂದ ಮಧ್ಯಾಹ್ನದ ನಿದ್ದೆಯ ಮುಖಗಳಲ್ಲಿ ಕುತೂಹಲ ಕಾಣುತ್ತಿತ್ತು. ಯಾರಿವರು?

ಮ್ಯೂಸಿಯಮ್ಮಿನ ಬಳಿ ಒಂದು ಮರದಡಿಯಲ್ಲಿ ಹೋಗಿ ಕುಳಿತರು. ಪಕ್ಷದ ಪ್ರಣಾಳಿಕೆಗಳ ಚರ್ಚೆ. ವರಸೆಗಳ ತಂತ್ರಗಳ ಸುದೀರ್ಘ ವಾಗ್ವಾದಗಳು. ಮಧ್ಯೆ ಮಧ್ಯೆ ಇಬ್ಬರೂ ಪರಸ್ಪರ ವೈಫಲ್ಯಗಳ ತುಕ್ಕು ಹಿಡಿದ ಚೂರಿ ಮೊನೆಗಳನ್ನು ಘರ್ಷಿಸಿಕೊಂಡರು.

ಆ ವಿದ್ಯಾರ್ಥಿ ಕಾರ್ಯಕರ್ತ ಹೋದನು. ನಾನು ಗಮನಹರಿಸಬೇಕಾಗಿದೆ. ವಿಪ್ಲವಕಾರಿಗಳ ವೇಷಧರಿಸಿರುವ ಏಜೆಂಟ್‌ಗಳನ್ನು ಹೇಗೆ ತಾನೆ ಪತ್ತೆ ಹಚ್ಚುವುದು? ಸರಿತಾನೆ? ನೂರು ಶೇಕಡಾ ಸರಿ.

ನಿನ್ನೆ ಈ ಹೊತ್ತಿನಲ್ಲಿ ಮೈಲುಗಳಾಚೆ ಒಂದೆಡೆ ಕುಳಿತು ಬೇರೊಬ್ಬ ಪಾರ್ಟಿ ಸಖನಿಗೆ ಉಪದೇಶ ನೀಡುತ್ತಿದ್ದ. ಆ ಕಾಮ್ರೇಡ್ ಕೇಳಿದ. 'ಸಿದ್ಧಾಂತಗಳನ್ನು ಪ್ರಯೋಗಕ್ಕಿಳಿಸಿದಾಗ ಅವು ಎಷ್ಟರಮಟ್ಟಿಗೆ ಸಮರ್ಪಕವಾಗಿದ್ದವು ಎಂದು ಈಗ ನಮ್ಮ ಪಾರ್ಟಿಯ ಸಖರಿಗೆ ಅರಿವಾಗಿದೆಯೇ?' ನಾನು ಹೇಳಿದೆ, 'ಸಖನೇ, ನಮ್ಮ ಪಾರ್ಟಿಯ ಸಿದ್ಧಾಂತಗಳು ದೋಷರಹಿತವೇ ಅಲ್ಲವೇ ಎಂದು ನಿರೂಪಿಸುವುದು ಚರಿತ್ರೆಯ ಜವಾಬ್ದಾರಿ. ನಾವು ಕ್ರಮಿಸಿರುವುದು ಒಂದು ಕಾಲದ ಅಳತೆಯೇ ಅಲ್ಲ. ಜಗತ್ತಿನ ಕ್ರಾಂತಿಪ್ರಸ್ಥಾನಗಳ ಇತಿಹಾಸ ಗಮನಿಸಿದರೆ ನಾವು ನಿರಾಶರಾಗಬೇಕಿಲ್ಲ. ನಾವು ಬಿತ್ತಿದ ಕ್ರಾಂತಿಯ ಬೀಜಗಳು ಉತ್ತಮವಾಗಿದ್ದವು ಎಂಬುದೇ ಈಗಲೂ ನನ್ನ ನಂಬಿಕೆ. ನೆಲವನ್ನು ಉತ್ತು ತಿರುವಿದ ಬಳಿಕ ಬೀಜಗಳನ್ನು ಸೃಷ್ಟಿಸಲು ಯಾವ ಕೃಷಿಕನೂ ಅಲೆದಾಡವುದಿಲ್ಲ. ಮುಂಚೆಯೇ ಸಿದ್ಧಪಡಿಸಿಡುವುದೇ ರೂಢಿ.'

ಆ ಸಖನ ಮನದಲ್ಲಿ ಅನುಮಾನದ ಹೆಂಟೆ ಅಂಟಿರುವ ಬೇರಿನಗೊಂಚಲು ಉಳಿದಿದೆ. ಒಂದೆರಡು ಗಂಟೆ ಮಾತನಾಡಿದರು. ಹಾಗಿದ್ದರೂ ಆ ಸಖನ ಮುಖಭಾವದಿಂದ ಆತ ಬಗೆಹರಿಯದ ಕಗ್ಗಂಟುಗಳನ್ನುಂಟು ಮಾಡುತ್ತಿರುವ ಹಾಗೆ ಕಾಣಿಸಿತು.

ಪಿ.ಎಲ್ ತನಗೆ ತಾನೇ ಕೇಳಿಕೊಂಡ. 'ಇನ್ನೊಂದು ಸಂದೇಹವೂ ಆ ಸಖನ ಮನಸ್ಸಿನಲ್ಲಿ ಉದಿಸಬಾರದೆಂದೇನಿಲ್ಲ. ಹೆದರಬೇಡ ಕಾಮ್ರೇಡ್, ನಾನು ಬಲೆಗೆ ಸಿಲುಕುವಾಗ ನಾನು ತೇಲಿ ಸಾಗಿದ ನದಿಗಳ ಆಸರೆಪಡೆದ ಬಂಡೆರಾಶಿಗಳ ಕತೆ ನನ್ನಲ್ಲಿ ನಿರ್ಜೀವ ಅವಯವದಂತೆ ಮಾತ್ರವೆ ಉಳಿದಿರುತ್ತದೆ. ನನ್ನ ಮುಂದೆ ಸಾಗಿದರವರಲ್ಲಿ ಕೆಲವರು ನಯವಂಚಕರ ಕಿರೀಟಪ್ರಾಪ್ತಿಗಾಗಿ ಹೆಣಗಿದ್ದವರು ಎಂಬ ಜ್ಞಾನದ ಬೆಳಕು ನನಗಿದೆ. ಆ ಬೆಳಕಿನಲ್ಲಿ ನನ್ನ ಹಿಂಬಾಲಕರು ನಡೆದು ಬರಬಹುದು. ಧೈರ್ಯಪೂರ್ವಕವೇ.'

ಈ ಆಕಾಶ ನನ್ನನ್ನು ಅಸ್ವಸ್ಥಗೊಳಿಸುತ್ತಿದೆ. ಎಷ್ಟು ಹೊತ್ತಿನಿಂದ ಇಲ್ಲಿಯೇ ನಿಂತಿದ್ದೇನೆ. ನಡೆಯೋಣ. ಪಿ.ಎಲ್.ಎಂಬ ಕ್ರಾಂತಿಕಾರಿಯು ನಡೆದ.

ಎನ್.ಜಿ.ಓ ಸಖನ ವಿಳಾಸ ನೆನಪಿದೆ. ಜೊತೆಗೆ ಬಿಳಿ ಹಾಳೆಯಲ್ಲಿ ಸೋಪಿನ ತುಂಡಿನಿಂದ ಬರೆದು ಕೊಟ್ಟಿದ್ದುದು ಜೇಬಿನಲ್ಲಿದೆ. ವಿಳಾಸ ಮರೆತರೆ ಆ ಕಾಗದವನ್ನು ನೀರಿನಲ್ಲಿ ಅದ್ದಿ ನೋಡಿದರೆ ಚೆನ್ನಾಗಿ ಓದಬಹುದು. ಸೆರೆಹಿಡಿದರೂ ಸಹ ಒಂದು ಕ್ರಾಂತಿಕಾರಿ ಹೃದಯದ ಮಿಡಿತವನ್ನಷ್ಟೆ ಅವರಿಂದ ನಿಲ್ಲಿಸಲು ಸಾಧ್ಯವಾಗಬೇಕು.

ನಾಳೆ ಬೆಳಗ್ಗೆ ನಾನು ಉತ್ತರ ವಲಯಕ್ಕೆ ಸಾಗುವೆನು. ಬೂದಿಯಾಗಿ ಹೊಗೆಯಾಡುತ್ತಿದ್ದರೂ ನಂದದ ಕೆಂಡಗಳು ಆ ಬೂದಿಯಲ್ಲಿ ಹೂತುಕೊಂಡಿವೆ ಎಂಬ ಸುದ್ದಿ ನನಗೆ ಹುಮ್ಮಸ್ಸು ತಂದಿತು.

ಪಿ.ಎಲ್. ಪುನಃ ಜ್ಞಾಪಿಸಿಕೊಂಡ. ಬೀದಿಯ ಉಪಬೀದಿಯ ಮನೆ ನಂಬರನ್ನು... ಎನ್.ಜಿ.ಓ ಸಖನಿಗೆ ಸ್ವಯಂ ಪರಿಚಯಿಸುತ್ತಾನೆ. ಕಣ್ಣೂರಿನ ಸಿ.ಪಿ. ಕೊಟ್ಟು ಕಳಿಸಿದ ಕಾಗದವನ್ನು ಕೈಗೆ ಕೊಡುತ್ತಾನೆ, ಯಾರು ಯಾರಿಗೆ ಬರೆದಿದ್ದಾರೆಂದು ಅರಿಯಲಾಗದಂತೆ ಸಖ ಸಿ.ಪಿ ಅದನ್ನು ಬರೆದಿದ್ದರು.

ಹಳೆಯ ಮಾಸಪತ್ರಿಕೆಯ ಪುನಃಪ್ರಕಟಣೆ ಇಂದಿನ ಸನ್ನಿವೇಶದಲ್ಲಿ ಅಸಾಧ್ಯ. ಅದರ ಮೊದಲ ಸಂಚಿಕೆಯಲ್ಲಿ ಛಲದಿಂದ ಬರೆಯಲಾಗಿತ್ತು. ಒಂದು ಭಾರೀ ಗುರಿಯನ್ನು ಎದುರಿಗೆ ಕಾಣುತ್ತ ಇಡುತ್ತಿರುವ ಸಣ್ಣದೊಂದು ಹೆಜ್ಜೆ ಇದು. ಕೆಲವೇ ಮಂದಿಯ ಆದರ್ಶಗಳ ಅಥವಾ ಆಸೆಗಳ ಉತ್ಪನ್ನವಲ್ಲವಿದು. ಈ ಕಾಲಘಟ್ಟದ ಅದರಲ್ಲೂ ವಿಶೇಷವಾಗಿ ಇಂದಿನ ತಲೆಮಾರಿನ ದನಿಯನ್ನೇ ಇದು ಪ್ರತಿನಿಧಿಸುತ್ತಿರುವುದು. ಎಲ್ಲ ಕಾಲದಲ್ಲಿದ್ದಂತೆ ಚರಿತ್ರೆಯ ಅನಿವಾರ್ಯತೆಯೇ ಈ ಕಾಲಘಟ್ಟದ ಹೆಚ್ಚುಗಾರಿಕೆಯೂ ಆಗಿರುವುದರಿಂದ ಅದೇ ಅನಿವಾರ್ಯತೆಯ ಸೃಷ್ಟಿಯೇ ಈ ಮಾಸಪತ್ರಿಕೆ. ಆದ್ದರಿಂದಲೇ ಇದರ ಜಯಾಪಜಯಗಳ ಬಗ್ಗೆ ನಮಗೆ ವ್ಯಾಕುಲತೆಯಿಲ್ಲ. ಚರಿತ್ರೆ ಹುಟ್ಟುಹಾಕುವ ವಿದ್ಯಮಾನಗಳನ್ನು ಅನಶ್ವರಗೊಳಿಸುವುದಾಗಲಿ ನಶ್ವರಗೊಳಿಸುವುದಾಗಲಿ ಚರಿತ್ರೆಯೇ ನಿರ್ವಹಿಸುವುದು. ಯಾರದೇ ಆಸೆ ಅಭಿಲಾಷೆಗಳಿಗೆ ಅದರಲ್ಲಿ ಹೊಣೆಯಿಲ್ಲ.

ಪ್ರಾರಂಭದಲ್ಲಿ ಉಕ್ಕಿದ ಉತ್ಸಾಹ ಐದು ಸಂಚಿಕೆಗಳಲ್ಲೇ ಕೊನೆಗೊಂಡಿತು. ಕ್ರೈಂ ಬ್ರಾಂಚ್ ಸಿಬ್ಬಂದಿ ನಿಷೇಧ ಹೇರದೆಯೇ ಅಂಗಡಿಗಳಿಂದ ಮಾಸಿಕದ ಪ್ರತಿಗಳನ್ನು ಜಪ್ತಿಮಾಡಿ ಒಯ್ದರು. ಪತ್ರಿಕಾ ಏಜೆಂಟರಿಗೆ ಬೆದರಿಕೆಯೊಡ್ಡಿದರು. ಮಾಸಿಕ ಹೊರತರುವುದರಲ್ಲಿ ಆರಂಭಶೂರತ್ವ ತೋರಿದವರು ಮುಂದಡಿ ಇಡುವುದಕ್ಕಿಂತ ಹಿಂದಡಿಯಿಡುವುದೇ ಹೆಚ್ಚಾಯಿತು. ಏಜೆಂಟರು ಇಲ್ಲದೆ ಚಂದಾದಾರರು ಇಲ್ಲದೆ ಒಂದು ಪತ್ರಿಕೆ ಎಷ್ಟು ಕಾಲ ನಡೆದೀತು? ಅದು ನಿಂತು ಹೋಯಿತು.

ಸದ್ಯಕ್ಕೆ ಕರಪತ್ರಗಳನ್ನು ಅನುವಾದ ಮಾಡಿ ಡೂಪ್ಲಿಕೇಟರ್‌ನಲ್ಲಿ ಪ್ರತಿ ತೆಗೆದು ಪಕ್ಷದ ಕಟ್ಟಾಳುಗಳಿಗೆ ತಲುಪಿಸಬೇಕು. ಮುಕ್ತವಾಗಿ ಚರ್ಚೆ ನಡೆಸಬೇಕು. ದಾಕ್ಷಣ್ಯವಿಲ್ಲದೆ ಖಂಡಿಸಬೇಕು. ಪ್ರಾರಂಭದಿಂದಲೇ ಈ ಪಲ್ಲವಿಯನ್ನು ಹಾಡಲಾಗುತ್ತಿತ್ತು. ತಪ್ಪು ಹೆಜ್ಜೆಗಳು ಹಲವು ನಡೆದಿವೆ. ಒಪ್ಪಿಕೊಳ್ಳುತ್ತೇವೆ. ತಪ್ಪುಗಳನ್ನು ತಿದ್ದಿಕೊಳ್ಳಲಾಗುವುದು. ಆದರೆ, ನಡೆದ ತಪ್ಪುಗಳನ್ನಷ್ಟೇ ಹಲುಬುತ್ತ ಕರ್ತವ್ಯಗಳಿಂದ ಹಿಂದೆ ಸರಿಯುವುದು ಸರಿಯಲ್ಲ.

ಪಕ್ಷದ ಹಿರಿಯ ಸಖರಾದ ವಿ.ಪಿ ಒಂದು ಅಚಂಚಲ ಶಿಲಾಸ್ತಂಭ. ಸ್ವಯಂ ಪ್ರತಿರೋಧ ಚಳುವಳಿಗಳು ಎಂದಿಗೂ ಗೆರಿಲ್ಲಾ ಯುದ್ಧವಿಧಾನಗಳಿಗೆ ಬದಲಿಯಾಗುವುದಿಲ್ಲ ಗೆರೀಸ್ ಡೀಬ್ರೆಯ್ ಮಾತುಗಳನ್ನು ಉದ್ಧರಿಸುತ್ತ ಅವರು ಹೇಳುತ್ತಿದ್ದರು. ಭೂಗತರಾಗುವ ಹಿಂದಿನ

ದಿನ ಸೇರಿದ ಸಭೆಯಲ್ಲಿ ವಿ.ಪಿ ದನಿಯೆತ್ತಿ ಶಕ್ತವಾಗಿ ವಾದ ಮಂಡಿಸಿದರು. 'ಗೆರಿಲ್ಲಾ ಸಮರತಂತ್ರಗಳು ಆತ್ಯಂತಿಕವಾಗಿ ಅಧಿಕಾರ ವಶಪಡಿಸಿಕೊಳ್ಳುವ ಗುರಿಯನ್ನೇ ಹೊಂದಿವೆ. ಇತರ ಚಳುವಳಿಗಳಿಗೆ ಈ ಕೃತ್ಯ ನಿರ್ವಹಿಸಲು ಸಾಧ್ಯವಾಗದು. ಶತ್ರುವಿನ ಸಂಕೀರ್ಣವಾದ ಮರ್ದನೋಪಕರಣಗಳೆದುರಿಗೆ ಸರಿಯಾದ ತರಬೇತಿಯಿಲ್ಲದ ಸಖರನ್ನು ತಳ್ಳಿಬಿಡುವಂತಹ ಆತ್ಮಹತ್ಯಾ ಸಮಾನವಾದ ಕಾರ್ಯವನ್ನು ನಾನು ಮಾಡಿದೆ. ಒಂದು ಸೈನ್ಯವನ್ನು ನಾಶ ಪಡಿಸಲು ಇನ್ನೊಂದು ಸೈನ್ಯ ಅಗತ್ಯ. ಸಹೋದರಭಾವ ಮತ್ತು ಧೈರ್ಯಗಳಷ್ಟೇ ಇದ್ದರೆ ಸೈನ್ಯ ಉಂಟಾಗದು.'

ಅದೇ ಸಭೆಯಲ್ಲಿ ಕೋಟ್ಟಯಂ ಪಿ.ಎಸ್. ಕಾಮ್ರೇಡ್ ಸಹ ವಾದಿಸಿದರು. 'ಅಸಂಖ್ಯ ತಪ್ಪುಗಳು ನಡೆದಿವೆ. ಆವೇಶದ ಭರದಲ್ಲಿ ನಾನು ಹಲವನ್ನೆಲ್ಲ ಮರೆತೆ. ರಾಜಕೀಯ ಸಾಮಾಜಿಕ ಸಂದರ್ಭಗಳು, ಸಾರ್ವಜನಿಕ ಸಂಪರ್ಕ, ಶತ್ರುವಿನ ಶಕ್ತಿ, ಪ್ರಾದೇಶಿಕ ವೈಶಿಷ್ಟ್ಯ ಗಳನ್ನೆಲ್ಲ ಪಕ್ಷದ ಪ್ರಭಾವ ಉತ್ಸಾಹಗಳ ದೃಷ್ಟಿಯ ಮೂಲಕ ನೋಡಿಬಿಟ್ಟೆ, ಶತ್ರುವು ತನ್ನ ವೈಯಕ್ತಿಕ ಗುಣಗಳಿಂದ ಕೆಳವರ್ಗವನ್ನು ಪ್ರಭಾವಿಸಿತ್ತು. ಈ ವಾಸ್ತವಿಕತೆಯನ್ನು ನಾವು ವರ್ಗವಿಶ್ಲೇಷಣಾ ಚರ್ಚೆಯಲ್ಲಿ ಕಡೆಗಣಿಸಿದೆವು. ಜೀವತ್ಯಾಗದ ಗುಹೆಗಹ್ವರಗಳಿಗೆ ಹೋಗುವ ಹೆಬ್ಬಯಕೆಯಷ್ಟೇ ನಮಗಿದ್ದುದು. 'ಕೆ'ಯಲ್ಲಿ ವರ್ಗಶತ್ರುವಿನ ಹತ್ಯೆಯಾದಾಗ ಅಲ್ಲಿನ ಶ್ರಮಿಕವರ್ಗ ಅಂತರಂಗದಲ್ಲಿ ಆಹ್ಲಾದ 'ಹೊಂದಿತು. ಆದರೆ 'ಎನ್.ಕೆ.'ಯಲ್ಲಿ ಅದಕ್ಕೆ ವಿರುದ್ಧವಾದ ಪ್ರತಿಕ್ರಿಯೆ ಲಭಿಸಿತು.'

ತರುವಾಯ ಆ ಸಖ ಕ್ಯೂಬಾ ದೇಶದ ಕ್ರಾಂತಿಯನ್ನು ವಿವರಿಸಿದರು. 'ಕಾಮ್ರೇಡ್ ಗಳೇ, ಫಿಡ್ಲ್‌ಕಾಸ್ಟ್ರೋ ಮತ್ತಿತರ ಸಖರು ಕ್ರಾಂತಿಕಾರಿಗಳಾಗಿ ಪ್ರತಿಯೊಂದು ಸಣ್ಣ ವಿಷಯ ದಲ್ಲೂ ತೋರುತ್ತಿದ್ದ ಎಚ್ಚರಿಕೆ ಮತ್ತು ನಿಪುಣತೆಗಳು ಅದ್ಭುತಕರವಾಗಿದ್ದವು. ವರಸೆಗಳಿಂದ ತಂತ್ರಗಾರಿಕೆಯ ಕಡೆಗಿನ ಸಕ್ರಮ ಪ್ರಗತಿಯ ಪಾಠಗಳನ್ನು ಅವರಿಂದ ನಾವು ಕಲಿಯಲಿಲ್ಲ.'

ಈಗ ಆ ವಿಪ್ಲವನಾಯಕ ಪಿ.ಎಲ್. ಬೇರೊಂದು ಕವಲುರಸ್ತೆಯ ನಡುವೆ ನಿಂತಿದ್ದಾನೆ. ಕೆಲವೇ ಗಜಗಳ ಅಂತರದಲ್ಲಿ ಟ್ರಾಫಿಕ್ ನಿಂಯತ್ರಿಸುವ ಪೋಲೀಸ್ ಮತ್ತು ಅದನ್ನು ವೀಕ್ಷಿ ಸುವ ಸಬ್‌ಇನ್‌ಸ್ಪೆಕ್ಟರ್ ನಿಂತಿದ್ದಾರೆ. ಎಚ್ಚರವಹಿಸು.

ತಕ್ಷಣ ಯಾರಿಗೂ ಗುರುತು ಸಿಗುವುದಿಲ್ಲ. 'ಎನ್.ಕೆ.'ಯಲ್ಲಿ ನಡೆದ ಘಟನೆಯ ಮೂರನೇ ರಾತ್ರಿಯೇ ಗುಂಗುರು ಕೂದಲನ್ನು ಪೂರ್ತಿ ಬೋಳಿಸಿಕೊಂಡಿದ್ದ. ಸ್ಟಾಲಿನ್ ಮೀಸೆಯ ಜಾಗದಲ್ಲಿ ಈಗ ಕುರುಚಲು ರೋಮಗಳು ಕೈಗೆಸಿಗುತ್ತವೆ. ಗುರುತು ಹತ್ತುವು ದಿಲ್ಲ. ನನ್ನ ಅಮ್ಮನೇ ಫಕ್ಕನೆ ಕಂಡರೂ ದಂಗಾಗಿ ನಿಲ್ಲುವಳು.

ಅಮ್ಮ! ಪಿ.ಎಲ್. ಎಂಬ ಕ್ರಾಂತಿಕಾರಿಯ ಮನಸ್ಸಿನ ಮೇಲ್ಪಾವಣಿಯಲ್ಲಿ ತೂತು ಗಳುಂಟಾದವು. ಸೆಂಟಿಮೆಂಟಲಿಸಮ್‌ಗೆ ಇಲ್ಲಿ ಜಾಗವಿಲ್ಲ. ನಾಲ್ಕು ತಿಂಗಳು ಹಿಂದೆ ತಾಯಿ ಹಾಸಿಗೆ ಹಿಡಿದಿರುವ ವಿಷಯ ತಿಳಿಯಿತು. ಬದುಕಿದ್ದಾರೋ ಇಲ್ಲವೋ ಎಂದು ತಿಳಿಯಬೇಕೆಂಬ ವ್ಯಗ್ರತೆ ತಾನಾಗೇ ಉಸಿರುಕಟ್ಟಿ ಸಾವನ್ನಪ್ಪಿತು.

ಬೃಹತ್‌ರಸ್ತೆಯಲ್ಲಿ ಬೆಳಕಿನ ಮರೆ ಹಿಡಿದಿದ್ದಾನೆ ಪಿ.ಎಲ್. ತತ್ಕಾಲಕ್ಕೆ ಊರಿಗೆ ಹೋಗುವುದು ಅಸಾಧ್ಯ. ಹಳ್ಳಿಗಳಲ್ಲಿ ಆಸರೆ ಪಡೆಯುವುದಾಗಲಿ ಭೂಗತನಾಗುವುದಾಗಲಿ ಅಷ್ಟೇನೂ ಸುರಕ್ಷಿತವಲ್ಲ ಎಂದು ಗ್ರೂಪ್ ಕಮಾಂಡರ್‌ನಿಂದ ಸೂಚನೆ ಬಂದಿತ್ತು. ಹಳ್ಳಿ ಪ್ರದೇಶದಲ್ಲಿ ಯಾವುದೇ ಒಂದು ಅಪರಿಚಿತ ಮುಖವನ್ನು ಬೇಗನೆ ಗಮನಿಸುವರು. ನಗರದಲ್ಲಿ ಆ ಸಾಧ್ಯತೆಯಿಲ್ಲ. 'ಶತ್ರು ಶಕ್ತನಾಗುವಾಗ ಅಡಗುತಾಣಗಳಲ್ಲಿ ಮರೆಯಾಗಿ, ಶತ್ರು ವಿಶ್ರಮಿಸುತ್ತಿರುವಾಗ ಆಕ್ರಮಣ ಮಾಡಿರಿ.' ನಮ್ಮ ನೇತಾರ ನಮಗೆ ಅದನ್ನೇ ಕಲಿಸಿರುವರು.

ಪಿ.ಎಲ್. ಹಣೆ ಸುಕ್ಕುಗಟ್ಟಿಸಿದ. ನಿಜವೇ. ಈ ನಗರದ ಯಾಂತ್ರಿಕ ಬದುಕಿನಲ್ಲಿ ಎಷ್ಟೆಷ್ಟು ಮುಖಗಳು. ಅವುಗಳಲ್ಲೊಂದಾಗಿ ಸೆರೆಯಾಗಬೇಕಾಗಿರುವ ಮೂರನೇ ಆಪಾದಿತ. ಪಿ.ಎಲ್. ಮುಳುಗುತ್ತ ಏಳುತ್ತ ಹರಿಯುವುದನ್ನು ಯಾರು ಗಮನಿಸುತ್ತಾರೆ!

ಪಿ.ಎಲ್. ನಿಂತನು. ಸ್ಟೇಷನರಿ ಅಂಗಡಿಯಿಂದ ಹೊರಬರುತ್ತಿರುವವರು ಯಾರು? ಬುದ್ಧಿಜೀವಿಯೇ? ಅಲ್ಲ. ಆ ಮೂಗು, ದಪ್ಪನೆ ಕೆಳದುಟಿ, ಹಿಂದಕ್ಕೆ ಬಾಚಿರುವ ನೀಳ ತಲೆಗೂದಲು ಬುದ್ಧಿಜೀವಿಯ ಮುಖವನ್ನೇ ನೆನಪಿಗೆ ತಂದಿತು.

ಬುದ್ಧಿಜೀವಿಯನ್ನು ಕಳೆದ ತಿಂಗಳು ಟಿಪ್ಪುವಿನ ಕೋಟೆಯೊಳಗೆ ಕಂಡಿದ್ದ. ಮೊದಲಿಗೆ ಗುರುತು ಸಿಗಲಿಲ್ಲ. ಬುದ್ಧಿಜೀವಿಯ ಕೈಯಲ್ಲಿ ಫೈಲ್ ಇತ್ತು. ಹತ್ತಿರ ಬೆನ್ನ ಹಿಂದೆ ಹೋಗಿ ಹೆಗಲಿಗೆ ಕೈಹಾಕಿದ. 'ಸಖರೇ, ನಾವು ಪರಿಚಿತರೇ. ನಗರದ ದೃಷ್ಟಿ ಹಾಯದ ಒಂದು ಗದ್ದೆಯ ದಂಡೆಯಲ್ಲಿ ಕಣಜದ ಮರೆಯಲ್ಲಿ ಕುಳಿತು ನಾವು ಬೆಳತನಕ ಕ್ರಾಂತಿಯ ವಿಚಾರ ಚರ್ಚಿಸುತ್ತಿದ್ದೆವಲ್ಲ, ಮರೆತುಬಿಟ್ಟಿರಾ?' ಇಲ್ಲ, ಬುದ್ಧಿಜೀವಿ ಹೇಳಿದರು. 'ಎಲ್ಲವನ್ನೂ ಭಯದಿಂದಲೇ ನೆನೆಯುತ್ತ ಒಂದೊಂದು ನಿಮಿಷವನ್ನೂ ಕಳೆಯುತ್ತಿದ್ದೇನೆ.'

ಕ್ಯಾಂಟೀನ್‌ಗೆ ಹೋಗಿ ಕುಳಿತು ಚಹಾ ಕುಡಿದ ಮೇಲೆ ರಿಕ್ರಿಯೇಷನ್ ಹಾಲ್‌ನ ಜನರಿಲ್ಲದ ಮೂಲೆಯಲ್ಲಿ ಕುಳಿತು ಸ್ವರ ತಗ್ಗಿಸಿ ಬುದ್ಧಿಜೀವಿ ಹೇಳಿದರು. 'ಸಖರೇ, ನೀವು ನನ್ನನ್ನು ತಪ್ಪು ತಿಳಿಯಬೇಡಿ. ನನ್ನ ಅಭಿಪ್ರಾಯವನ್ನು ನಾನು ತೆರೆದು ಹೇಳುತ್ತಿದ್ದೇನೆ ಅಷ್ಟೆ. ಪೊಲೀಸ್ ಬಲು ನಿಷ್ಕ್ರಿಯವಾಗಿದ್ದ ಒಂದು ಕಾಲಘಟ್ಟದಲ್ಲಿ ಈ ಯುನಿಟ್‌ನಲ್ಲಿ ಈ ಕ್ರಾಂತಿಪ್ರಸ್ಥಾನ ನಡೆದಿತ್ತು. ಅವರ ಬೊಜ್ಜು ಬೆಳೆಯಿತು. ಆಮೇಲಿನ ಆಡಳಿತಗಾರರು ಪೊಲೀಸ್ ಸೇನೆಗೆ ಶಕ್ತಿ ತುಂಬಿದರು. ಆಗ ಬೊಜ್ಜು ಕರಗಿತು. ಮಧ್ಯಮವರ್ಗದವರಿಂದ ಈ ಪ್ರಸ್ಥಾನ ಬೆಳೆಯಿತು ಎಂಬುದೇ ಇನ್ನೊಂದು ಸತ್ಯ. ಮರ್ದಕರ ಕೆಚ್ಚು ಹೆಚ್ಚಾದಾಗ ಇವರು ಈ ಮಧ್ಯವರ್ಗದ ಮಂದಿ ತಮ್ಮ ವರ್ಗಸ್ವಭಾವವನ್ನು ಹೊರತೋರಿದರು. ನನ್ನನ್ನೂ ಸೇರಿಸಿಯೇ, ಹಾಗೆ ಹೇಳುತ್ತಿರುವೆ. ಹಲವು ಕಾಮ್ರೇಡ್‌ಗಳು ಸಿಕ್ಕಿಬಿದ್ದರು.'

ಬುದ್ಧಿಜೀವಿಯ ಕಂಠ ಗದ್ಗದವಾಯಿತು. ಕಾಮ್ರೇಡ್ ಮುಂದುವರಿಸಿದರು, 'ನಾನು ಮುಂಚೆ ಎಲ್ಲಿದ್ದೆನೋ ಅಲ್ಲಿಗೆ ಹಿಂತಿರುಗುತ್ತೇನೆ. ಏನೂ ಮಾಡದೆ ಕೂರುವುದಕ್ಕಿಂತ ಒಳ್ಳೆಯದಲ್ಲವೇ ಏನನ್ನಾದರೂ ಮಾಡುವುದು.'

ಭೂಗತರಾಗಿರುವ ಸಖರಿಗೆ ಆರ್ಥಿಕ ಸಹಾಯಗಳನ್ನಾದರೂ ಮಾಡಿ ಎಂದು ಕೇಳಿಕೊಂಡಾಗ ಬಲು ಕಷ್ಟಪಟ್ಟು ಆ ಸಖ ಹೇಳಿದರು, 'ಸದ್ಯಕ್ಕೆ ನನ್ನಿಂದ ಏನೂ ಮಾಡಲು ಸಾಧ್ಯವಿಲ್ಲ. ಆರ್ಥಿಕ ನೆರವಿಗಾಗಿ ಹಿಂದಿನ ಕ್ರಾಂತಿಪರ ಒಲವಿದ್ದವರನ್ನು ಸಮೀಪಿಸಿದರೂ ಪ್ರಯೋಜನವಿಲ್ಲ. ಈ ಸುದ್ದಿಯೇ ಕಹಿಯೆಂದು ಭಾವಿಸುತ್ತಾರವರು. ವೈಯಕ್ತಿಕವಾಗಿ ಐದೋ ಹತ್ತೋ ರೂಪಾಯಿ ನಾನು ಕೊಡಬಲ್ಲೆ.'

ನಾನು ಹೇಳಿದೆ, 'ಬೇಡ ಕಾಮ್ರೇಡ್, ಉಪವಾಸವಿರುವುದು ನನಗೆ ಹೊಸದೇನೂ ಅಲ್ಲ ಎಂದು ನಿಮಗೆ ಗೊತ್ತಿದೆಯಲ್ಲ.'

ತುಸು ಹೊತ್ತು ಮುಂದುವರಿದ ಮೌನವನ್ನು ನಾನೇ ಮುರಿದೆ, 'ಈ ಪರಿಸ್ಥಿತಿಯಲ್ಲಿ ನಾನು ಹೆಚ್ಚೇನೂ ಹೇಳಲಾರೆ. ಸ್ವಾರ್ಥತತ್ಪರತೆಯ ಎಲ್ಲಾ ಯೋಚನೆಗಳಿಂದ ಬಿಡುಗಡೆಯಾಗಿ ಸಾವಿಗೆ ಸವಾಲೊಡ್ಡುವ ಕ್ರಾಂತಿವೀರ ಸಖರಿಗೆ ಮಾತ್ರ ನಾನು ಏನಾದರೂ ಹೇಳಬಲ್ಲೆ.'

ನಾನು ನಡೆದೆ. ಕೋಟ್ಟಯಂ ನಗರ ದಾಟಿ ಮರೆಯಾದೆ.

ನಾನು ಸಿಟ್ಟಾಗಿ ಹೋದ ಕಾರಣ ಬುದ್ಧಿಜೀವಿಯ ಸುಳಿವು ಬಹಿರಂಗ ಪಡಿಸುವೆನೋ ಎಂಬ ಭಯ ಆ ಕಾಮ್ರೇಡ್‌ಗೆ ಉಂಟಾಗಕೂಡದು. ನಾನು ಬರೆದೆ 'ಸಖರೇ, ಗಲಿಬಿಲಿಗೊಳ್ಳಬೇಡಿ. ನಾನೇನೂ ಪೊಲೀಸರ ಏಜೆಂಟ್ ಅಲ್ಲ. ಒಂದು ವಿಷಯ ಹೇಳಲೇ. ನಮ್ಮ ಪಾರ್ಟಿಯೊಳಗಡೆಯೇ ಎರಡು ಬಣಗಳ ಯುದ್ಧ ನಡೆದಿದೆ. ಅದು ಮುಂದುವರಿಯುತ್ತಲೂ ಇರುತ್ತದೆ. ತಪ್ಪಾಗಿ ನಡೆವ ಬಣವನ್ನು ನಾವು ಎದುರಿಸಿ ಸೋಲಿಸಲೂ ಬೇಕು. ಆದರೆ ನಾವು ಮಧ್ಯವರ್ತಿವಾದಿಗಳಾಗದೆ ಸುರಕ್ಷಿತರಾಗಿರಬೇಕು. ಆ ವಾದವು ರಿವಿಷನಿಸಮ್‌ನ ಅತ್ಯಂತ ಕೆಟ್ಟ ರೂಪ. ಈಗ ಪಾರ್ಟಿಯೊಳಗಿನಿಂದಲೇ ಮಧ್ಯವರ್ತಿ ಆಕ್ರಮಣ ಬರುತ್ತಿದೆ. ಬಂದೂಕು ಪ್ರಯೋಗ, ಬಂಡವಾಳಶಾಹಿ ಬುದ್ಧಿಜೀವಿಗಳ ಬೆಂಬಲ, ನಿರ್ಮೂಲನ ಯುದ್ಧ ಇತ್ಯಾದಿ ಸಮಸ್ಯೆಗಳ ವಿಚಾರ ಬಂದಾಗ ಪಾರ್ಟಿಯಲ್ಲಿ ಮಧ್ಯವರ್ತಿಗಳ ಆಕ್ರಮಣ ನಡೆದೇ ಇದೆ. ಅದಕ್ಕೆ ಜೀವಂತ ಉದಾಹರಣೆ ನೀವೇ ನನ್ನೆದುರು ಇದ್ದೀರಲ್ಲ. ಒಂದು ಮಾತು ನೆನಪಿರಲಿ, ಧಾರಾಳ ಓದಿರಿ, ಯೋಚಿಸಿರಿ, ಸ್ವಂತ ನಿರ್ಧಾರ ಹೊಂದಿರಿ. ಇನ್ನು ಎಂದಾದರೂ ಭೇಟಿಯಾಗಬಹುದು. ಆಗದೆಯೂ ಇರಬಹುದು.'

ಈಗ ಪಿ.ಎಲ್. ರಸ್ತೆಯ ಎಡಬದಿಯಗುಂಟ ನಡೆಯುತ್ತಿದ್ದಾನೆ. ಬೀದಿದೀಪಗಳ ಹಿಂದೆ ಕತ್ತಲು ಕವಿದಿದೆ. ಈ ಹೊತ್ತಿನಲ್ಲಿ, ಕೋಟ್ಯಂತರ ಜನರಲ್ಲಿ ಒಬ್ಬನಾದ ನಾನು ಹುಡುಕಾಟದಲ್ಲಿದ್ದೇನೆ. ಒಂದು ಗಿಡದ ಬೆಳವಣಿಗೆಯನ್ನು ಗಮನವಿರಿಸಿ ವೀಕ್ಷಿಸುತ್ತಿರುವೆನು. ಪಿ.ಎಲ್.ಎಂಬ ಕ್ರಾಂತಿಕಾರಿ.

ಎನ್.ಜಿ.ಓ ಕಾಮ್ರೇಡ್ ಊರಲ್ಲಿರುತ್ತಾರೆಯೇ? ಅವರೊಡನೆ ಬಹಳ ಮಾತಾಡಬೇಕಿದೆ. ಚಟುವಟಿಕೆಗಳೆಲ್ಲ ತುಂಬಾ ತಣ್ಣಗಾಗಿ ಬಿಟ್ಟಿವೆ. ಲಾಕಪ್‌ನೊಳಕ್ಕೆ ಬಿದ್ದವರು ಹಿಂಸಾಕ್ರಮಗಳಿಗೊಳಗಾಗಿ ಹೆದರಿ ಬಾಯಿಗೆ ಬಂದದ್ದನ್ನೆಲ್ಲ ಕೂಗಿ ಹೇಳುತ್ತಿರುವರು. ಕೋರ್ಟನ್ನು

'ಗೌರವಾನ್ವಿತಕೋರ್ಟು' ಎಂದೆಲ್ಲ ಅವರ ಬಾಯಿಂದಲೇ ಪೊಲೀಸರು ಸಂಬೋಧಿಸುವಂತೆ ಮಾಡಿದ್ದಾರೆ. ಕೆಲವರು ಲೀಡಿಂಗ್ ಕ್ರಿಮಿನಲ್ ವಕೀಲರುಗಳ ವಿಳಾಸ ಹುಡುಕುತ್ತಿದ್ದಾರೆ.

ಕ್ರಾಂತಿಯ ಬೆಂಬಲಿಗರಲ್ಲಿ ಬಹುತೇಕ ಮಂದಿ ನೈತಿಕ ಅಧಃಪತನ ಹೊಂದಿದರು. ತಾತ್ಕಾಲಿಕವಾಗಿಯೋ ಶಾಶ್ವತವಾಗಿಯೋ ಅನೇಕರು ಕುಸಿದು ಹೋದರು.

ಪಿ.ಎಲ್. ಕೈಗಳನ್ನು ಸೇರಿಸಿ ಹೊಸಕಿದ. ನನ್ನ ಕೈಯಲ್ಲಿ ಉರಿಸಲು ಧಾನ್ಯದ ಹೊಟ್ಟು ಇದೆ. ಕೆಂಡದುಂಡೆಗಳು ಎಲ್ಲಿವೆ?!

ವಿಪ್ಲವದ ಪತಾಕೆ ಹಿಡಿದು ಪ್ರಸ್ಥಾನಕ್ಕೆ ಬಂದಿದ್ದ ಹಲವು ಸಖರು ಇಂದು ವಿರುದ್ಧ ಪಾಳೆಯಗಳಲ್ಲಿ ನಿದ್ದೆಗೆ ಶರಣಾಗಿದ್ದಾರೆ, ಇನ್ಷೂರೆನ್ಸ್ ಕಂಪೆನಿಯ ಒಬ್ಬ ಕಾಮ್ರೇಡ್ ಈ ಪ್ರಸ್ತಾಪ ತೆಗೆದಾಗ ನಿಜವೆನಿಸಿತು. ಉದಾರಣೆಯಾಗಿ ಅವರ ಯೂನಿಯನ್ ಮುಖಂಡ ನನ್ನೇ ಎತ್ತಿ ತೋರಿಸಿದ. ಯೂನಿಯನ್ ಸಭೆಗಳಲ್ಲಿ ಕಿಡಿಹಾರುವ ಭಾಷಣ ಬಿಗಿಯುತ್ತಿದ್ದ ಮತ್ತು ಕ್ರಾಂತಿಯ ಪ್ರಸ್ಥಾನವನ್ನು ಆರ್ಥಿಕವಾಗಿ ಬೌದ್ಧಿಕವಾಗಿ ನೆರವು ನೀಡಿ ಮುನ್ನಡೆಸುತ್ತಿದ್ದ ಆ ಸಖ ಈಗ ಎಡಬಿಡಂಗಿ ಕ್ಯಾಂಪ್‌ಗಳಲ್ಲಿ ಕಾಣಿಸಿಕೊಳ್ಳುತ್ತಿದ್ದಾನೆ. ಇಲಾಖಾ ಸಚಿವರನ್ನು ಅವರ ವಸತಿಗೆ ಹೋಗಿ ಭೇಟಿಯಾಗುತ್ತಾನೆ. ಇತರರ ಸಮಸ್ಯೆಗಳನ್ನು ಬಗೆಹರಿಸುತ್ತಾನೆ. ಓಟುಗಳಿಸುತ್ತಾನೆ. ಮತ್ತೆ ಪ್ರೆಸಿಡೆಂಟ್ ಆಗುತ್ತಾನೆ.

ನಾನು ಹೇಳಿದೆ, 'ಅದು ಹಾಗಾಗುವುದೇ ಸಹಜ ಇಲ್ಲಿ ಸದಾ ವಿಜಯ ಸಾಧ್ಯತೆಯಿರುವುದು.' ಮಾನವನ ಮನಸ್ಸಿನ ಶಾಸ್ತ್ರಕ್ಕೆ ಕ್ರಾಂತಿಯ ಹುಮ್ಮಸ್ಸು ತುಂಬಿತುಳುಕಿದಾಗ ಈ ಕಾಮ್ರೇಡ್‌ಗಳು ಅಷ್ಟೇ ವಿಪ್ಲವದ ಕೆಚ್ಚು ಹೊಂದಿದ್ದ ನಮ್ಮ ಪ್ರಸ್ಥಾನಕ್ಕೆ ಬಂದರು. ಸೆರೆಯಾದಾಗ ಅಥವಾ ಸೆರೆ ಹಿಡಿಯಲಾಗುವುದೆಂಬ ಭಯದಿಂದ ಅವರ ಹೃದಯದ ತುಂಬ ಹೇಡಿತನ ಉಕ್ಕಿ ಹರಿಯಿತು. ಆಗ ಆ ಹೇಡಿತನದ ಪ್ರತಿನಿಧಿಗಳ ಪ್ರಸ್ಥಾನಕ್ಕೆ ಅವರು ವಲಸೆ ಹೋದರು. ಅದರಲ್ಲಿ ಅಚ್ಚರಿ ಪಡುವಂತಹದ್ದೇನಿದೆ ಕಾಮ್ರೇಡ್.?

'ನಮ್ಮ ಸೋಲೇ ಅವರನ್ನು ಈ ಸ್ಥಿತಿಗೆ ತಳ್ಳಿತು.' ಇನ್ಷೂರೆನ್ಸ್ ಸಖ ಮತ್ತೂ ಹೇಳಿದ.

ನನ್ನ ನಾಲಿಗೆ ಪುನಃ ಚಲಿಸಿತು. 'ಒಂದು ಯುದ್ಧ ಎಂದರೆ ಅಲ್ಲಿ ಗೆಲುವು ಸೋಲು ಎಲ್ಲವೂ ಸ್ವಾಭಾವಿಕವೆ. ಇದೊಂದು ವೈಪರೀತ್ಯ ಪಾಲಿಸುವ ನಿಯಮ. ಬರೀ ಸೋಲೇ ಆದರೆ ಪೂರ್ಣ ನಾಶ; ಬರೀ ಗೆಲುವೇ ಆದರೆ ವಿಜಯೋನ್ಮಾದದಲ್ಲಿ ಶತ್ರುವನ್ನು ಅಲಕ್ಷಿಸಿ ಮದದಿಂದ ನಾಶದ ಕಡೆಗೆ.'

ಪಿ.ಎಲ್. ರಸ್ತೆಯ ಒಂದು ತಿರುವಿನಲ್ಲಿ ನಿಂತ. ಒಂದು ಕಡೆ ಖಾಲಿ ಟಾರಿನ ಪೀಪಾಯಿಗಳು. ಇನ್ನೊಂದು ಕಡೆ ನಿದ್ದೆ ಹೋಗಿರುವ ಅಂಗಡಿ ಮುಂಗಟ್ಟುಗಳು. ಏಣಿ ಹತ್ತಿ ನಿಂತು ಬೋರ್ಡ್‌ನಲ್ಲಿ ಜಾಹೀರಾತಿಗಾಗಿ ಚಿತ್ರ ಬಿಡಿಸುತ್ತಿದ್ದ ಯುವಕನೊಡನೆ ಕೇಳಿದ.

'ದೇವಸ್ಥಾನದ ಬೀದಿ?"

'ಸೀದಾ ಕೆಳಗಡೆ....'

ಇಲ್ಲಿ ಉಪಬೀದಿ ಶುರುವಾಗುತ್ತಿದೆ. ಮನೆನಂಬರ್ ಒಂದು... ಎರಡು... ಮೂರು... ನಾನು ತಟ್ಟಬೇಕಿರುವುದು ಮೂವತ್ತೇಳನೆಯ ನಂಬರ್ ಬಾಗಿಲು.

ನಾಯಿಗಳು ಕಚ್ಚಾಡಿ ಗದ್ದಲವೆಬ್ಬಿಸುತ್ತ ಬೀದಿಯನ್ನೇ ಅಲ್ಲಾಡಿಸಿ ಓಡಿದವು. ಹೆದರಿ ಅವಿತಿದ್ದ ಕಪ್ಪುಬೆಕ್ಕು ಶಾಲೆಯ ಗೋಡೆ ಹಾರಿ ಒಳಗೆ ಅಡಗಿಕೊಂಡಿತು.

ಮುಗಿಲ ಮೇಲ್ಗಡೆ ಮಿಂಚು ಮರೆಯಾಗಿಲ್ಲ, ಮಳೆಯೇಕೆ ಇನ್ನೂ ಬರಲಿಲ್ಲ? ಯಾವುದೋ ಒಂದು ಶತ್ರುವಿಗಾಗಿ ಕಾದಿರುವ ಹಾಗೆ.

ಮೂವತ್ತು... ಮೂವತ್ತೊಂದು... ಮೂವತ್ತೆರಡು...

ಡ್ರೈನೇಜ್ ಹಾಳಾಗಿ ಕೊಳಕೆಲ್ಲ ಉಕ್ಕಿ ಹರಿದು ದುರ್ಗಂಧ ಪಸರಿಸಿದೆ.

ಮೂವತ್ತೇಳನೆಯ ಬಾಗಿಲಿನ ಒಳಗಡೆ ಬೆಳಕು ಕಂಡಿತು. ಮೆಲ್ಲಗೆ ಒಮ್ಮೆ ತಟ್ಟಿದ.

ಮೆಟ್ಟುಗಲ್ಲಿನ ಮೇಲೆ ಕಾಲುಜ್ಜುತ್ತ ನಿಂತ.

ಕೋಣೆಯ ಒಂದು ಬಾಗಿಲು ತೆರೆಯಿತು. ಬನಿಯನ್ ಧರಿಸಿದ್ದ ಯುವಕ. ನಾನು ತೆರೆಯದ ಬಾಗಿಲ ಹಲಗೆಯ ಮರೆಯಲ್ಲಿ ಕತ್ತಲಲ್ಲಿ. ಆ ಕಾಮ್ರೇಡ್ ಬೆಳಕಿನಲ್ಲಿ.

'ಸುಭಾಷ್ ಅಲ್ಲವೆ?...'

'ಹೌದು.'

ಸುತ್ತಲೂ ನೋಡಿದ. ನಿರ್ಜನ.

'ನಾನು ಕಣ್ಣೂರು ಸಿ.ಪಿ ಕಳುಹಿಸಿ ಕೊಟ್ಟಿರುವ ವ್ಯಕ್ತಿ...'

ಮುಖದತ್ತ ನೋಡಿದ ಆ ನೋಟ ಕೆಳಕ್ಕಿಳಿಯಿತು. ಮತ್ತೆ ಮೇಲೇರಿತು ನಿಶ್ಯಬ್ದತೆಯ ಬರಡುತನ.

ಒಳಗೆ ಬಂದು ಕುಳಿತುಕೊಳ್ಳಿ ಎಂದು ಹೇಳಬೇಕಾದ ನಿಮಿಷ ಕಳೆದಿತ್ತು. ಕುರ್ಚಿ ನೀಡುವ ಸಮಯವೂ ಮೀರಿತ್ತು.

ಸರಕ್ಕನೆ ಬಾಗಿಲಿನ ಬಳಿಯಿಂದ ದಾರಿ ಬಿಟ್ಟು ಕೊಟ್ಟ.

ಒಳಕ್ಕೆ ಪ್ರವೇಶಿಸಿದೊಡನೆ ಬಾಗಿಲು ಮುಚ್ಚಿದ. ಕಿಟಕಿಯ ಕರ್ಟನ್ ಅನ್ನು ಪೂರ್ತಿಯಾಗಿ ಎಳೆದು ಮುಚ್ಚಿದ.

'ಬೇರೆ ಯಾರಾದರೂ ಇದ್ದಾರೇನು ಕೋಣೆಯಲ್ಲಿ?'

'ಇಲ್ಲ. ಬರುತ್ತಾರೆ. ಸ್ವಲ್ಪ ಹೊತ್ತಾದ ಮೇಲೆ...'

'ತೆರೆದು ಮಾತನಾಡಬಹುದು ತಾನೇ.'

'ಹೂಂ'

ಆ ಹೂಂಕಾರ ಸ್ವಲ್ಪ ಮಟ್ಟಿಗೆ ಜಜ್ಜಲ್ಪಟ್ಟಿತ್ತು. ಕೇಳುವುದಕ್ಕೆ ಆಸಕ್ತಿಯ ಕೊರತೆ. ಹೇಳುವುದಕ್ಕೆ ಹುಮ್ಮಸ್ಸು.

ಆ ಮುಖವನ್ನು ನೋಡಿದ. ಹೆಚ್ಚು ಎತ್ತರವಿಲ್ಲದ ವ್ಯಕ್ತಿಗೆ ಹೊಂದುವಂತಹ ಮುಖ. ಗಡ್ಡದಲ್ಲಿ ಕುರುಚಲು ರೋಮಗಳ ಕಪ್ಪು ಬಣ್ಣ.

'ಸಖನೇ, ನಾನು ಬಂದ ವಿಷಯ ಹೇಳುತ್ತೇನೆ.' ಗಾಬರಿಯಾಗಬೇಡ ಎಂದು ಹೇಳಿದುದು ವ್ಯರ್ಥವಾಗಿತ್ತು. ಬಂದಾಗಲೇ ಗಾಬರಿಯನ್ನು ಕೆರಳಿಸಿ ಆಗಿತ್ತು.

'ಸಿ.ಪಿ.ಯ ಪರಿಚಯವಿಲ್ಲವೆ?'

'ಇದೆ.'

'ಈಗಿನ ಪರಿಸ್ಥಿತಿಯಲ್ಲಿ ಹಳೆಯ ಮಾಸಪತ್ರಿಕೆಯನ್ನು ಮುಂದುವರಿಸಲು ಸಾಧ್ಯವಿಲ್ಲ. ಈಗ ಸ್ವಲ್ಪ ಸಮಯ ಒಂದಷ್ಟು ಅನುವಾದ ಮಾಡಿ ಕಾಪಿ ತೆಗೆಸಿ ರೈತ ಸಖರಿಗೆಲ್ಲ ವಿತರಿಸಬೇಕು. ಸರಳವಾದ ಭಾಷೆಯಲ್ಲಿ ಅದನ್ನು ನೀನು ಮಾಡಿಕೊಡಲು ಸಮರ್ಥನೆಂದು ಕಾಮ್ರೇಡ್ ಸಿ.ಪಿ. ಹೇಳಿದ್ದಾರೆ. ಈ ಪತ್ರದಲ್ಲಿ ವಿವರಗಳಿವೆ.'

ಕಾಗದವನ್ನು ಹೊರ ತೆಗೆದ. ಗೆರೆಹಾಕಿದ್ದ ಒಂದು ತುಂಡು ಕಾಗದದಲ್ಲಿ ನಾಲ್ಕೈದು ಸಾಲುಗಳು. ಓದಿದ ಬಳಿಕ ಎನ್.ಜಿ.ಓ ಕಾಮ್ರೇಡ್ ತಲೆಯೆತ್ತಿದ.

ಪಿ.ಎಲ್. ಮುಂದುವರಿಸಿದ.

'ಉನ್ನತ ಕೇಂದ್ರದಿಂದ ರಾಯ್ ಬಂದಿದ್ದಾರೆ. ಈ ಯುನಿಟ್‌ಗೆ ಕೇವಲ ಐದು ಪ್ರತಿಗಳನ್ನೇ ಕೊಟ್ಟಿರುವುದು. ಅದನ್ನು ಆದಷ್ಟು ಬೇಗ ತರ್ಜಮೆ ಮಾಡಿ ಸ್ಟೆನ್‌ಸಿಲ್ ಪೇಪರ್‌ನಲ್ಲಿ ಬರೆದಿಡಬೇಕು... ಮುಂದಿನ ವಾರ ಇನ್ನೊಬ್ಬ ಸಖ ಬರುವನು. ಆತನಿಗೆ ಒಪ್ಪಿಸಿದರೆ ಸಾಕು...'

ನಾನು ಹೇಳುತ್ತಲಿದ್ದೆ. ಆ ಸಖ ಕಂಗೆಟ್ಟು ನಿಂತಿದ್ದ. ಕೈ ಬೆರಳುಗಳು ಕುರ್ಚಿಯ ಕೈಮೇಲೆ ತೆವಳುತ್ತಿವೆ.

'ಹೇಳು ಕಾಮ್ರೇಡ್. ಹಿಂಜರಿಯಬೇಡ...'

ಸಖ ಮುಖವೆತ್ತಿ ನೋಡಲಿಲ್ಲ. ತುಟಿ ಕಚ್ಚಿದ. ಹುಬ್ಬುಗಳು ಕೆಳಕ್ಕಿಳಿದವು.

'ನಾನು, ತೆರೆದು ಹೇಳುತ್ತಿದ್ದೇನೆ. ಸದ್ಯಕ್ಕೆ ನನ್ನನ್ನು ಬಿಟ್ಟುಬಿಡಿ.'

ಪಿ.ಎಲ್.ಉಗುಳು ನುಂಗಿದ. ಅನಿರೀಕ್ಷಿತ ಕ್ಷಣದಲ್ಲಿ ನಾನಿದನ್ನು ಕೇಳುತ್ತಿರುವೆ.

'ಹಳೆಯ ಮಾಸಿಕ ಶುರು ಮಾಡುವುದಕ್ಕೆ ಎಲ್ಲ ರೀತಿಯ ಸಹಾಯ ಸಹಕಾರಗಳನ್ನು ನೀಡಿದ್ದ ಸಖನಲ್ಲವೇ ನೀನು. ಹಾಗೆಂದು ನಾ ತಿಳಿದಿದ್ದೆ.'

'ನಿಜ. ಆದರೆ.'

'ಹೇಳು. ಪೋಲೀಸರ ಬೆದರಿಕೆಯೇ?'

'ಇನ್ನು ಮುಂದೆ ಅದನ್ನು ಮಾಡಲಾಗುವುದಿಲ್ಲ. ನನ್ನ ಕೈಯಲ್ಲಿದ್ದ ಎಲ್ಲ ಪುಸ್ತಕಗಳನ್ನೂ ಕರಪತ್ರಗಳನ್ನೂ ಅವರು ತೆಗೆದುಕೊಂಡು ಹೋದರು. ಒಂದು ರಾತ್ರಿ ನಾನು ಅವರ ಕಸ್ಟಡಿಯಲ್ಲಿದ್ದೆ. ನನಗೆ ಅವರು ಹಿಂಸೆ ಕೊಡಲಿಲ್ಲ ಕೇಸ್ ಹಾಕಲಿಲ್ಲ. ತಾಕೀತು ನೀಡಿ ಬಿಟ್ಟರು.'

ಕಾಮ್ರೇಡ್ ಬಲವಾಗಿ ಹಣೆ ಉಜ್ಜಿಕೊಂಡ. ಮುಖ ತಗ್ಗಿಸಿದ.

'ನಾನು ಯಾರ ಸುಳಿವನ್ನೂ ಬಹಿರಂಗಪಡಿಸಿಲ್ಲ. ಈಗಿನ ಮಟ್ಟಿಗೆ ಈ ಕೆಲಸ ನನ್ನಿಂದ ಮುಂದುವರಿಸಲಾಗದು...'

ಆ ಸಖ ಎರಡು ಕೈಗಳನ್ನೂ ಮೇಲೆತ್ತಿದ. ಷರ್ಟ್ ಕಳಚಿದ.

'ಸಖರೇ, ಈ ದೇಹವನ್ನು ಕಂಡಿರಾ... ಈ ಎಲುಬಿನಗೂಡು ಯಾವ ಹೊಡೆತವನ್ನೂ ತಾಳಿಕೊಳ್ಳುವುದಿಲ್ಲ...'

'ಅಧ್ಯಾಯದ ಕೊನೆಯ ಸಾಲುಗಳನ್ನು ಮುಂದುವರಿಯುತ್ತದೆ ಎಂದೆ ಬರೆಯಲು ಸಾಧ್ಯವಿಲ್ಲ. ಶುಭಂ ಎಂದು ಬರೆದು ಕೊನೆಗೊಳಿಸಿರಿ.'

ತೆಳ್ಳಗಿನ, ಕುಳ್ಳಗಿನ, ಕಪ್ಪುಕೂದಲುಗಳು ತುಂಬಿದ್ದ ಶರೀರದ ಪಕ್ಕೆಲುಬುಗಳು ಮೇಲಕ್ಕೂ ಕೆಳಕ್ಕೂ ಏರಿಳಿಯುತ್ತಿದ್ದವು. ಮೀಸೆಯಿಲ್ಲದ ಆ ಮುಖವು ಮತ್ತೆ ವಿಕೃತವಾಯಿತು.

ಪಿ.ಎಲ್. ಟೇಬಲ್‌ಲ್ಯಾಂಪಿನ ಬೆಳಕಿನಲ್ಲಿ ಸುತ್ತಲೂ ಕಣ್ಣುಹಾಯಿಸಿದ. ಮೇಜಿನ ಮೇಲೆ ದಪ್ಪನೆ ಪುಸ್ತಕಗಳು. ಕಾನ್‌ಸ್ಟಿಟ್ಯೂಷನ್ ಆಫ್ ಇಂಡಿಯ. ಫಂಡಮೆಂಟಲ್ ರೂಲ್ಸ್ ಬಳಿಕ ಕೋಡ್‌ಗಳು ಗೈಡುಗಳು...

ನೋಟ ಅಲ್ಲಿ ನೆಲೆಸಿದಾಗ ಎನ್.ಜಿ.ಓ ಕಾಮ್ರೇಡ್ ಹೇಳಿದ.

'ಸುಮ್ಮನೆ ಕುಳಿತಿದ್ದರೆ ನನಗೆ ಹುಚ್ಚು ಹಿಡಿಯುತ್ತದೆ. ಒಂದು ಡಿಪಾರ್ಟ್‌ಮೆಂಟಲ್ ಟೆಸ್ಟ್‌ಗೆಂದು ಓದುತ್ತಿರುವೆ...'

'ಓದು...'

ಅಷ್ಟು ಹೇಳಿದ. ಇನ್ನುಳಿದದ್ದು ತನ್ನ ನಾಲಿಗೆಯ ತುದಿಯಲ್ಲೇ ಇರಲಿ. ಶ್ರದ್ಧೆಯಿಂದ ಓದು. ಕುರ್ಚಿಗಳೂ ವೇತನಗಳೂ ಬದಲಾಗುತ್ತವೆ. ಜವಾಬ್ದಾರಿ ಪ್ರಜ್ಞೆಯ ಹೊರೆ ಹೊತ್ತು ಬೂರ್ಷ್ವಾ ಸರಕಾರದ ಸಲುವಾಗಿ ಬೊಗಳಬಹುದು.

'ಕಾಮ್ರೇಡ್... ನನಗೊಂದು ವಿಷಯ ತಿಳಿಸು... ನಿನ್ನಿಂದ ಏನಾದರೂ ಸಹಾಯ ಮಾಡಲು ಸಾಧ್ಯವೇ?'

ಮುಖ ಬಾಗಿಸಿ ಕೈಬೆರಳುಗಳಿಂದ ಮುಂಗೈಗೆ ಜೋತುಬಿದ್ದಿದ್ದ ಅಂಗಿಯ ಗುಂಡಿಗಳನ್ನು ಸುಮ್ಮನೆ ತಿರುಗಿಸುತ್ತಿದ್ದ. ಆತ್ಮಗತವನ್ನು ಅರಿಯ ಬಲ್ಲೆ. ಕೇಳಿ ತಿಳಿದ ಹಿಂಸಾ ವಿಧಾನಗಳೇ ನನಗೆ ಭಯ. ನನ್ನನ್ನು ಬಿಟ್ಟು ಬಿಡಿ.

'ಕಾಮ್ರೇಡ್, ನಾನು ನಾಳೆ ಬೆಳಗ್ಗೆ ಹೊರಟು ಹೋಗುವೆ... ಅಲ್ಲಿವರೆಗೆ ಈ ಕೋಣೆಯಲ್ಲಿ ಮಲಗಲು ನನಗೆ ಜಾಗವಿದೆಯೇ?' ಕೇಳಿದ ಮೇಲೆ ಅನ್ನಿಸಿತು. ಕೇಳಲೂ ಬಾರದಿತ್ತು.

'ನನಗೇನೂ ಅಭ್ಯಂತರವಿಲ್ಲ. ಆದರೆ ರೂಮ್‌ಮೇಟ್ ಒಪ್ಪುವುದಿಲ್ಲ... ಷೆಲ್ಟರ್ ಕೊಟ್ಟದ್ದ ಕ್ಕಾಗಿ ಆತನ ಆಫೀಸಿನ ಒಬ್ಬರು ಈಗಲೂ ರಿಮ್ಯಾಂಡ್‌ನಲ್ಲಿದ್ದಾರೆ... ನನ್ನ ಚಿಂತನಾಗತಿ ಬಲ್ಲವನಾದುದರಿಂದ ನಿಮ್ಮ ಮೇಲೆ ಆತನಿಗೆ ಅನುಮಾನವುಂಟಾಗುವುದು...'

ಅದು ಸುಳ್ಳು ಎಂದೆನಗೆ ಅನಿಸುತ್ತಿರುವುದರಲ್ಲಿ ತಪ್ಪಿದೆಯೇ? ಪಿ.ಎಲ್. ತನ್ನನ್ನೇ ಕೇಳಿಕೊಂಡ. ಇಷ್ಟು ಕೆಳಕ್ಕಿಳಿಯಬೇಕೆ? ಈ ಭೂಮಿ ವಿಶಾಲವಾಗಿಲ್ಲವೆ?

ಪಿ.ಎಲ್.ಮೇಲೆದ್ದನು.

'ಸರಿ... ನೀನು ಓದಿಕೋ ಕಾಮ್ರೇಡ್. ಓರ್ವ ಕೆರಿಯರಿಸ್ಟ್‌ಗೆ ವ್ಯರ್ಥವಾಗುವ ನಿಮಿಷ ಗಳು ಅಮೂಲ್ಯವಾಗಿರುತ್ತವೆ.'

ಬಾಗಿಲು ತೆರೆದಾಗ ತಂಪುಗಾಳಿ ಬೀಸಿತು. ತಕ್ಷಣ ಮಳೆ ಬೀಳಬಹುದು. ಕಾದು ನಿಂತಿದ್ದ ಆಕಾಶದ ಶತ್ರುವು 'ತಾನೇ' ಏನು?

ಮೆಟ್ಟಿಲಿಳಿದಾಗ ಹೇಳಿದ:

'ಲಾಲ್ ಸಲಾಂ'

ಈ ರಾತ್ರಿ ಎಲ್ಲಿಗೆ ಹೋಗುವಿರಿ ಕಾಮ್ರೇಡ್ ಎಂದಾಗಲಿ ಏನಾದರೂ ಆಹಾರ ಸೇವಿಸಿ ದಿರಾ ಎಂದಾಗಲಿ ಕೇಳಲಾಗದೆ ಅಸಹಾಯಕತೆಯಲ್ಲಿ ಬೇಯುತ್ತಿರುವ ಕಾಮ್ರೇಡ್, ನಿನಗೆ ಲಾಲ್ ಸಲಾಂ.

ಬಂದ ಹಾದಿಯಲ್ಲೇ ಉಪರಸ್ತೆಯಿಂದ ರಸ್ತೆಗೆ. ತಿರುವಿನಲ್ಲಿ ಜಾಹೀರಾತು ಬೋರ್ಡ್ ಬರೆಯುತ್ತಿದ್ದ ಯುವಕನ ಮಾಂಸಖಂಡಗಳು ಪುಟಿಯುತ್ತಿವೆ.

ಪಿ.ಎಲ್. ವೇಗವಾಗಿ ನಡೆದ. ಮೇಲ್ಗಡೆ ಮಳೆಮೋಡಗಳು. ಕೆಳಗೆ ಬರಡಾದ ಭೂಮಿ. ಅದರ ನಡುವೆ ಆಸರೆತಾಣ ಅರಸುತ್ತಿರುವ ತಾನು.

ಈಗ ಅನಿಸುತ್ತಿದೆ. ಎನ್.ಜಿ.ಓ ಕಾಮ್ರೇಡ್‌ನನ್ನು ದೂರಬಹುದೇ? ವಿದ್ಯಾರ್ಥಿ ಕಾಮ್ರೇಡ್ ಹೇಳಿದ ಹಾಗೆ ನಾನೊಬ್ಬ ಪೊಲೀಸ್ ಏಜೆಂಟ್ ಅಲ್ಲ ಎನ್ನುವುದಕ್ಕೆ ನನ್ನ ಬಳಿ ಏನಿದೆ ಪುರಾವೆ?

ಮಳೆ ಹುಯ್ಯಲಾರಂಭಿಸಿತೇ? ಮಳೆ ಬಿದ್ದರೆ ಎಲ್ಲಾದರೂ ಆಸರೆ ಪಡೆದು ನಿಲ್ಲುತ್ತೇನೆ. ಮಳೆ ನಿಂತರೆ ಮತ್ತೆ ಇಳಿದು ಓಡುತ್ತೇನೆ. ಎಷ್ಟು ಬೇಗ ಸಾಧ್ಯವೋ ಅಷ್ಟು ಬೇಗ ರೈಲು ನಿಲ್ದಾಣಕ್ಕೆ ತಲುಪಬೇಕು. ದಣಿವಾಗಿದೆ. ಪ್ಲಾಟ್‌ಫಾರ್ಮಿನ ಕತ್ತಲ ಮೂಲೆಯಲ್ಲಿ ಉಟ್ಟ ಪಂಚೆ ಬಿಚ್ಚಿ ಹೊದ್ದು ಮಲಗಬೇಕು. ನಾಲ್ಕೂವರೆ ಗಂಟೆಯ ಮುಂಜಾವದ ರೈಲು ಉತ್ತರ ವಲಯಕ್ಕೆ ಸಾಗುವುದು.

'ಕ್ರಾಂತಿಯ ಗೆಳೆಯರೇ, ನನಗೆ ನಿಮ್ಮ ಮೇಲೆ ಯಾವುದೇ ಹಗೆತನವಿಲ್ಲ ಒಂದು ನಿರ್ಣಾಯಕ ಘಟ್ಟದಲ್ಲಿ ನೀವುಗಳೆಲ್ಲ ನಮ್ಮ ಜೊತೆಗಿರುವಿರಿ. ಖಂಡಿತ ಅದೇನೆ ಚರಿತ್ರೆ.'

ನಾನೀಗ ಒಂದನ್ನಷ್ಟೇ ನಿಮಗೆ ನೆನಪು ಮಾಡಿ ಕೊಡಬಯಸುತ್ತೇನೆ. ನನ್ನ ಪ್ರಜ್ಞಾ ಮಂಡಲದಲ್ಲಿ ಬಾಡದ ಹೂಗಳನ್ನರಳಿಸಿದ ಕೆಲವು ವಾಕ್ಯಗಳು. ಚೆಗುವೇರನ ಮಾತುಗಳು.

'ನಮ್ಮ ಸಮಸ್ತ ಚಟುವಟಿಕೆಗಳೂ ಬಂಡವಾಳಶಾಹಿಗೆದುರಾಗಿ ನಡೆಸುವ ಯುದ್ಧಗಳೇ. ಮರಣವು ಆಕಸ್ಮಿಕವಾಗಿ ಎಲ್ಲಿಯೇ ಎರಗಿದರೂ ಅದನ್ನು ಸ್ವಾಗತಿಸೋಣ. ಆದರೆ, ಒಂದು ವಿಷಯ. ಕೇಳಲು ಉತ್ಸುಕವಾಗಿರುವ ಒಂದು ಕಿವಿಗಾದರೂ ನಮ್ಮ ಈ ಹೋರಾಟದ ದನಿ ಅಪ್ಪಳಿಸಲಿ. ನಮ್ಮ ಬಳಿಕ ಈ ಆಯುಧಗಳನ್ನು ಹಿಡಿಯಲು ಒಂದು ಕೈಯಾದರೂ ಹೊಸದಾಗಿ ಮೇಲೇಳಬೇಕು. ಯಂತ್ರ ಬಂದೂಕುಗಳ ಶಬ್ದಘೋಷ, ನವವಿಪ್ಲವಕರೆ, ವಿಜಯ ಕಹಳೆಗಳೊಂದಿಗೆ ನಮ್ಮ ಚರಮಗಾನಕ್ಕೆ ರಾಗ ಸಂಯೋಜಿಸಲು ಹೊಸ ಹೊಸ ರಣಕಲಿಗಳು ಮುಂದೆ ಬರಲಿ.'

***